ஈழத்து நூல்கள்: பதிப்பு வரலாறு

காப்பியா வாசிப்பகம்

Made with ♥ on the Notion Press Platform
www.notionpress.com

பொருளடக்கம்

1

காப்பியா வாசிப்பகம்

உயிரைக் காக்க ஓடாத நாள் வேண்டும்

83 - இனப்படுகொலைக்கு முன் அறவழிப் போராட்டமும், ஆயுதப் போராட்டமும் கலந்திருந்த காலத்திலேயே தலைமறைவு வாழ்க்கைக்கு தயார் என ஒவ்வொருவரும் தனக்குத் தானே கட்டளை இட்டுக் கொண்டனர் உலகின் விடுதலைக்காக போராடும் இயக்கங்களுக்கெல்லாம் மிகச் சிறந்த காத்திரமான கட்டுப்பாட்டுடனும், ஒழுக்கத்துடனான வாழ்வுப் போருக்கும் முன்னுதாரணமாக திகழும் எல்டிடிஇ வருகை, வளர்ச்சி 83 இல் மக்களோடு இரண்டறக் கலந்து மக்கள்தான் எல்டிடிஇ எல்டிடிஇ தான் மக்கள் என்கிற விடுதலைப் போராட்டத்திற்கு பெருவாரியான மக்கள் *மண்ணுக்காக மரணிப்போம் என கிளர்ந்தெழுந்தார்கள்

எல்லாவற்றையும் இழந்துவிட்ட நானும் எனது 11வது அகவையில் நண்பர்களுடன் சேர்ந்து சாவதற்கு சத்தியம் செய்தேன் பாலர் வகுப்பு முதல் பல்கலைக்கழகம் வரை என்னோடு நெருங்கிய நண்பர்கள் யாரும் உயிரோடு இல்லை இராணுவ மொழியில் சொல்வதென்றால் அவர்கள் காணாமல் போனார்கள் கடந்த 33 ஆண்டுகளாக இடப்பெயர்வான சுற்றோடி வாழ்வும் - புலம் பெயர்ந்த வாழ்வும் என் பின்னால் தொடர்ந்த வண்ணம் இருக்கின்றன வாழ்வின் நீள் பாதையில் எல்லாவற்றுக்கும் முகம் கொடுத்து வாழப் பழகிக் கொண்டேன்

மறைந்து வாழவும், இழந்து வாழவும், இறந்து வாழவும், பழகிக் கொண்ட நான், இந்த இகழ் வாழ்வில் இன்று பதுங்கி வாழவோ, நிமிர்ந்து வாழவோ பலமும் இல்லை பயமுமில்லை என்ற நிலையில் உள்ளேன் உடலும் உள்ளமும் தளர்ந்து போனாலும் ஏதோ ஒரு நம்பிக்கையில் வாழவும் தமிழ் சமூகத்துக்கு ஒன்றைச் செய்ய முடியும் என்ற விருப்பவியல் குருதித் தொனியில் தோணியில் வந்த காலம் கரைகிறது

85 முதல் இன்று வரை ஓடித்திரியும் வாழ்வில் பல கவிதைகளும் கட்டுரைகளும் காணாமல் போனது இதழ்களை தேடுவதும் சாத்தியமில்லை இதழ் நடத்தியவர்களும் சேகரிப்பாளர்களும் உயிரோடு இருந்தால்தானே தேடுவதற்கு வாழ்வதற்கே போராடும் மனிதர்களிடத்தில் எதைத் தேடி அலைவது நான் சேகரித்த நூலகமும் எழுதியவைகளும் காலப்போக்கில் அனலிலும் புனலிலும் கரைந்தது ஒரு பக்கம் என்றால், பேரினவாத அரசால் பத்திரிகை

சுதந்திரமும் எழுத்தாளர்களும் தடை செய்யப்படுவதும், கொல்லப்படுவதும், நூல்கள் எரியூட்டப்படுவதும் இன்று வரை தொடர்ந்த வண்ணம் இருக்கையில், நானும் என் கவிதைகளும் தப்புவது எம்மாத்திரம்?நானும் எல்லாவற்றுக்கும் ஆளானேன் எல்லாவற்றையும் ஞாபகப்படுத்தி எழுதி விடலாம் என்ற நம்பிக்கை மட்டும் இன்னும் முகிலாய் இருக்கிறது

தமிழக மக்களுக்கு ஈழப் போர் குறித்த வாழ்வையும் பேரினவாத அரசால் நாளாந்தம் மக்கள் படும் பேரவலத்தையும் ஒரு நூறு கவிதைகளாகவும் கதைகளாகவும் சொல்லியிருக்கிறேன் புலம்பெயர் வாழ்வில் தமிழகப் பார்வையை உரை நடையாகவும், காதல் கவிதைகளாகவும், நாட்டுப்புறவியல் களச் சேகரிப்புகளாகவும், பத்திகளாகவும், இலக்கண இலக்கிய அகராதிக் காப்பியமாகவும், நாடகக்கலையாகவும், நுண்கலைப் பிரதிகளாகவும், நாடோடிப் பயணங்களாகவும், கலா சாலை போதகனாகவும், முற்போக்கில்லா கற்போக்கு விருந்தாளனாகவும், தொகுப்பதிகாரமாகவும் பதிவு செய்திருக்கிறேன் மேலும் ஆங்கிலத்தில் மூத்தகுடி கலாச்சாரப் பயணங்கள் மற்றும் கல்விப் புலக்கலைப் பேரதிகார நுட்பவியல் குறித்தும் மனைவி தமிழ் இனியா சொற்களை விதைத்து வருகிறார் புகார்க் காண்டத்திலிருந்து மதுரைக் காண்டம் வந்துள்ள கொடை மகன் இமயக்காப்பியன்(5) படைப்பாக்கப் பணியில் முந்நீர் போல் எமக்கு பேருதவியாக இருக்கிறான் துயரங்களின் சாட்சிகள் மரணிப்பதில்லை என்கிற காத்திரச் சொல்லின் சாட்சிகளாய் நாங்கள் கீழடி / உலகின் / மூத்த காலடி

எனக்கான உதவிகளை செய்யும் குழந்தைகள் சக்தி என்கிற விடுதலை வெண்பா, சூரிய வாசன் என்கிற இலக்கியப் புரட்சியாளன், ரித்திஷா, விதுஷி, பார்பி என்கிற மோனலிக்கும், பாரா முகமாகவே போய்விட்ட ஜேர்மனியில் வாழும் குழந்தைகளான பூர்த்திகா, அரிகர சுதன் ஆகியோருக்கும் நன்றி சொல்ல தேவையில்லை எக்காலத்திலும் நன்றிக்குரியவர்களாக இருக்கும் என் சின்னத்தாய் செல்வி கிருஷ்ணமூர்த்தி குடும்பத்தாருக்கும் மற்றும் எனது அக்கா பத்மாவதி, தீபாவிற்கும் நன்றிகள் பல.

- தமிழ்த்தேசன் இமயக்காப்பியன்

வீ. அரசு

பல்கலைக்கழகம் - தமிழியல் ஆய்வு - தமிழ் கற்பித்தல்: திறந்த உரையாடல்

கடந்த இருபத்தைந்து ஆண்டுகளுக்கு மேலாக சென்னைப் பல்கலைக்கழகத்தில் பணியாற்றி வருகிறீர்கள். இந்தப் பின்புலத்தை அடிப் படையாகக் கொண்டு, உங்கள் ஆய்வுப்பணி பற்றி உரையாடலாம் என்று நினைக்கிறேன். உங்கள் ஆய்வு எப்படித் தொடங்கியது.

1985 ஆம் ஆண்டு பல்கலைக்கழகத்தில் விரிவுரை யாளராகச் சேருவதற்கு முன்பு எனது ஆய்வுக்கான அடிப் படைகள் உருவாயின. 1979இல் சென்னை நகருக்கு வந்தடைந்தபின் இதற்கு முன் இருந்த உலகத்திலிருந்து வேறொரு உலகத்தில் நுழைகிறோம் என்ற உணர்வுக்கு ஆட்பட்டேன். பச்சையப்பன் கல்லூரியில் எம்.ஃபில் ஆய்வுப் படிப்பிற்குச் சேர்ந்தேன். விந்தன் பற்றி ஆய்வு செய்யும் திட்டத்தை பேரா.இரா.இளவரசு என்னிடம் கூறினார். எம்.ஃபில் படிப்பில் விந்தன் பற்றிய மிக விரிவான வாசிப்பு எனக்குக் கிடைத்தது. கோவிந்தன் எனப்படும் விந்தன் தமிழ்ப் படைப்பாளிகளுள் வேறு பட்ட தன்மைகளைக் கொண்டிருந்தவர். உதிரிப்பாட்டாளி மக்கள் குறித்து ஆழ்ந்த அக்கறையோடு படைப்புக்களில்

பதிவு செய்தவர். அச்சுத் தொழிலாளியாக வாழத் தொடங்கி எழுத்தாளரானவர். அவருடைய தொடக்ககால எழுத்துப் பணிகளுக்கு கல்கி உற்சாகம் அளித்திருக்கிறார். கல்கி குறித்து 'என்னை மனிதனாக்கிய மனிதன்' என்று விந்தன் எழுதியுள்ளார். ஆழ்ந்த மனிதாபிமானப் பண்புகளை வெளிப்படுத்தும் எள்ளல் மொழியில் கதைகளை எழுதியவர் விந்தன். இடதுசாரி மனநிலை உடையவர் களிடம் நெருக்கமாகப் பழகியவர். தமிழொளி, குயிலன், ஜெயகாந்தன் ஆகியோர் இவரது நண்பர்கள். 1954 இல் கார்க்கியின் படத்தை அட்டையில் போட்டு 'மனிதன்' என்ற பத்திரிகையைக் கொண்டு வந்தார். சுமார் பத்து இதழ்கள் வந்தன. தெரு-வில் வாழும் பாட்டாளி மக்கள் குறித்து தனது மனிதன் இதழில் 'இதோ ஒரு சுயமரியாதைக் காரன்' என்னும் தொடரை எழுதினார். இடதுசாரி அமைப்பு களோடு அவருக்கு நெருக்க-மான தொடர்பு இல்லா விடினும் இடதுசாரி மனநிலையோடு அவரது ஆக்கங்கள் வெளி-வந்தன.

விந்தனின் இத்தன்மைகளை அடிப்படையாகக் கொண்டு, அவரைக் குறித்த ஆய்வேடு ஒன்றை உருவாக்கினேன். ம.பொ.சி. முதன்மைப்படுத்திய தமிழ்த் தேசீயம், பெரியார் செயல்-பட்ட சுயமரியாதை இயக்கம், அதன் தொடர்ச்சியாக உருவான பல்வேறு திராவிட இயக்-கங்கள், இடதுசாரி இயக்கங்கள் ஆகியவை குறித்த விரிவான வாசிப்பை இக்காலங்களில் நிகழ்த்துவதற்கு, எனக்கு வாய்ப்புக் கிடைத்தது. இந்தப் பின்புலத்தில்தான் முனைவர் பட்டத்-திற்கு ஆய்வு செய்யப்போனேன்.

முனைவர் பட்டத்தில் எவ்வகையான ஆய்வை மேற்கொண்டீர்கள்.

இடதுசாரிகருத்துநிலையின் செல்வாக்குக்கு உட்பட்டிருந்த மனநிலை அப்போது. சோச-லிச எதார்த்த வாதம் தமிழ்ச்சூழலில் செயல்பட்ட முறை குறித்து ஆய்வு செய்ய விரும்பி-னேன். சமூக முரண்பாடுகளுக்கும் ஆக்க இலக்கியத்திற்கும் உள்ள உறவுகளைத் தெரிந்-துகொள்ள ஆசைப்பட்டேன். இடதுசாரி கருத்துநிலைகளைக் கொண்ட படைப்பாளிகளின் ஆக்கங்களைத் தேடிப் படித்து வந்தேன். எனது ஆசிரியர் தா.வே.வீராசாமி, தொ.மு.சி. ரகு-நாதன் பற்றி ஆய்வு செய்யும் திட்டத்தை என்னிடம் கூறினார். அவரது முழு ஆக்கங்களை-யும் மதிப்பீடு செய்யும் நோக்கில் வாசித்தேன். ஆனால் எனது ஆசிரியர், தொ.மு.சி.யின் சிறுகதைகள் குறித்து மட்டும் எழுதச் சொன்னார். தொ.மு.சி. யின் 'இலக்கிய விமர்சனம்' தமிழில் எழுதப்பட்ட முதல் விமர்சன ஆக்கம். அதில் அவர் சோசலிச எதார்த்தவாதத்தை, விமரிசன சோசலிச எதார்த்தவாதமாக உரையாடலுக்கு உட்படுத்தியிருப்பார். உலகச் சூழலில் சோசலிச எதார்த்த வாதம் என்பது 1934இல் மார்க்சிம் கார்க்கியால் முன்னெடுக்கப்பட்டு உலகம் முழுவதுமுள்ள சோசலிச கருத்துநிலையில் சார்புடையவர்களை இணைத்து, மாநாடு ஒன்றை மாஸ்கோவில் நடத்தினார். மனிதனை முதன்மைப்படுத்தும் ஆக்கங்களை சோச-லிச எதார்த்த வாத எழுத்தாகக் கட்டமைத்தனர். மதக்கருத்துநிலைகள் ஆதிக்கம் செலுத்-திய உலகில், அதற்கு மாற்றாக - கடவுளுக்கு மாற்றாக மனிதனை முதன்மைப்படுத்தும் ஆக்க இலக்கியங்கள் சோசலிச எதார்த்தவாத இலக்கியங்கள் என்று கருதப்பட்டன. இதனை தொ.மு.சி. முழுமையாக ஏற்றுக்கொள்ளாமல், சோசலிச எதார்த்தத்தையும் விமரிசனக் கண்-ணோட்டத்தில் வெளிப்படுத்தும், விமரிசன சோசலிச எதார்த்தவாதக் கோட்பாட்டை அடிப் படையாகக் கொண்டு, படைப்புலகில் செயல்பட்டார்.

இவ்வகையில் விந்தன், தொ.மு.சி.ரகுநாதன் ஆகியவர்களை வாசிப்பதில் தொடங்கி தமிழ்ச்சூழலின், குறிப்பாக 1915-1975 ஆண்டுகளுக்கு இடைப்பட்ட காலத்தின் இயக்கத்தைப் புரிந்துகொள்வதற்கு முற்பட்டேன். சுயமரியாதை இயக்கம், இடதுசாரி இயக்கம் ஆகியவை செயல்படுவதில் காங்கிரஸ் கட்சி போன்ற அதிகார அமைப்புகள் செயல்படுத்திய நடைமுறைத்தந்திரங்கள் குறித்தும் வாசித்து அறிந்தேன். உலகம் முழுவதும் செயல்பட்டு வந்த இடதுசாரி அமைப்புகள், தமிழக இடதுசாரி அமைப்புகள், பெரியார் உருவாக்கிய சுய மரியாதை இயக்கம் ஆகியவை குறித்து அறிந்துகொள்வதில் அக்கறையோடு எனது ஆய்வுகளைச் செய்துவந்தேன்.

மேற்குறித்த தன்மைகள், தமிழக அச்சு ஊடக வழி உருவான இதழ்கள் மற்றும் புனைவுகளில் இடம் பெற்றிருக்கும் போக்குகளை அறிந்துகொள்ளும் நோக்கத்தில் வாசித்தேன். இதழ்களைத் தேடிப் படிப்பதில் ஆர்வம் மிகுதியாக உருவானது. பழைய இதழ்களை முழுமையாகச் சேர்த்து வாசிப்பதைப் பழக்கமாகக் கொண்டேன். அதன் மூலம் தமிழகத்தில் செயல்பட்ட வ.உ.சி. பெரியார், திரு.வி.க. ம.பொ.சி. சிங்காரவேலர், ஜீவானந்தம், விந்தன், தமிழொளி, ஜெயகாந்தன் ஆகியோர் குறித்து விரிவாக அறிந்து கொள்ளும் வாய்ப்பு எனக்குக் கிடைத்தது. இந்த மன நிலையில், புதுமைப்பித்தன், வ.ரா. கு.அழகிரிசாமி, கு.ப.ரா., க.நா.சு., சி.சு.செல்லப்பா ஆகியோர் செயல் பாடுகளையும் புரிந்துகொள்ளத் தொடங்கினேன். தமிழ்ச் சமூகத்தின் அசைவியக்கத்தை அச்சுவழி உருவான ஆக்கங்களை ஆதாரமாகக் கொண்டு எப்படிப் புரிந்து கொள்வது என்பதை அடிப்படையாகக் கொண்டேன். அதுவே எனது ஆய்வின் அடிப்படையாக அமைந்தது.

சோசலிச எதார்த்தவாதம் பேசியவர்களும் அதனை மறுத்தவர்களும் தமிழ்ச் சமூக அசைவியக்கத்தில் எப்படிப் பங்கு பெறுகிறார்கள்? என்ற கேள்வியை எழுப்புவது தவிர்க்க முடியாத ஒன்றாக அமைந்துவிட்டது.

சரி ; இந்தப் போக்கை எப்படி மதிப்பீடு செய்து புரிந்துகொண்டீர்கள்.

தனிப்பட்ட மனிதர்களை அடிப்படையாகக் கொண்டு கட்டமைக்கப்படும் கருத்துநிலைகளே தமிழ்ச் சூழலில் ஆதிக்கம் செலுத்துவதைக் காண்கிறோம். தனமனித வழிபாடு தமிழ்ச் சமூகத்தின் உளவியல் நோயாக இருக்கின்றது. இந்நிலைக்கு மாற்றாக, மனிதர்கள் செயல்பட்ட கருத்து நிலைகள், அதோடு தொடர்புடைய இயக்கங்கள், அந்த அடிப்படையில் உருவான ஆக்கங்கள் என்ற புரிதல் முக்கியமானது. எனது ஆய்வுகளை இந்தப் பின்புலத்தில் நிகழ்த்துவதை நோக்கமாகக் கொண்டு செயல்பட்டேன். எனக்குக் கிடைத்த நிறுவனவயப்பட்ட ஆய்வுப் பயிற்சி முறைகளில் இத்தன்மையை நடைமுறைப்படுத்தினேன். இதன் மூலம் தனிப்பட்ட மனிதர்களின் நேர்மை, உழைப்பு ஆகியவற்றை வேறாகவும் அவர்களது கருத்து நிலைகளை வேறாகவும் புரிந்துகொள்ளும் பயிற்சி எனக்கு ஏற்பட்டது. க.நா.சு., சி.சு.செல்லப்பா ஆகிய சில மனிதர்களின் நேர்மை, உழைப்பு ஆகியவை குறித்து அளவு கடந்த மரியாதை எனக்கு உண்டு. ஆனால் அவர்களது கருத்துநிலை தமிழ்ச்சமூக அசைவியக்கத்திற்கு எவ்வகையில் பயன்பட்டது என்பதில் எனக்கு சந்தேகம் உண்டு. இவ்வகையான புரிதலின்றி அவர்களது செயல் பாட்டையும் கருத்துநிலையும் ஒன்றாகப்போட்டுக் குழப்பிக் கொள்ளும் வாசகர்கள் தமிழ்ச் சமூகத்தில் மிகுதி.

இவ்வகையான புரிதல், உங்களது ஆசிரியப் பணியில் எத்தகைய செல்வாக்கு செலுத்தி-யது.

தமிழ் ஆசிரியர்களாக இருப்பவர்கள், சமகால நிகழ்வுகளில் கவனம் செலுத்துவது குறைவு. தமிழ் படித்தவர்களின் குறையும் நிறையுமாக அமைவது, பண்டைத் தமிழ் இலக்கிய இலக்கண சமய மரபுகளை மட்டுமே கவனத்தில் கொள்வதும் சமகாலத்தை மறுப்பதும், தப்-பித்தவறி சமகாலம்பற்றிப் பேசினால் வெகு கொச்சையாகப் புரிந்துகொள்வது என்பது தமிழ்ச் சூழலில், தமிழாசிரியர்கள் பெரும்பகுதியினரிடம் காணப்படும் தன்மையாகும். இதனால், சமகாலம் குறித்த ஆக்கங்களை முதன்மைப் படுத்திப் பேசும் மனநிலை எனக்கு ஏற்பட்டது. சமகாலம் குறித்துப் பேசினால், தவிர்க்கமுடியாமல் கருத்துநிலைச்சார்பு சார்ந்த அடையா-ளம் உருவாவது தவிர்க்க முடியாது. அடையாளத்தோடு செயல்படும் ஆசிரியரை, ஆசிரியர் சமூகம் ஏற்றுக்கொள்வதற்குக் கொஞ்சம் காலம் பிடிக்கும். குறிப்பிட்ட ஆசிரியரின் அடை-யாளத்தின் மீதான விருப்பு - வெறுப்புகள் உருப்பெறும். இப்படித் தான், எனது ஆய்வுப் பார்வை என்பதை விட எனது அடையாளத்தை முதன்மைப்படுத்திப் புரிந்துகொள்ளப் பட்-டேன். ஆனால், எனது மாணவர்களிடம் இவ் வகையான அடையாளம் புரிந்துகொள்ளப்-பட்ட முறை வேறாக இருந்தது. மனிதாபிமானம் சார்ந்த செயல் பாடுகளே நம்மை அடை-யாளப்படுத்தும். மாணவர் களோடு செயல்படுவது என்பதில் பல்வேறுபட்ட முறை மைகளைத் தெரிந்தோ தெரியாமலோ கைக்கொண்டேன்

அப்படியானால் உங்களுடைய பாடத்திட்டத் திற்கும் உங்களுடைய செயல்பாடுகளுக்கும் முரண்பாடு உருவாகவில்லையா...

கொடுக்கப்பட்ட பாடத்திட்டத்திற்குள் மட்டும் நான் செயல்படவில்லை. இதனை எப்படி விளக்குவது என்று எனக்குப் புரியவில்லை. என்னிடம் ஆய்வுசெய்து முப்பத்தைந்து பேருக்கு மேல் முனைவர் பட்டம் பெற்றிருக்கிறார்கள். இவர்களை முன்னுதாரணமாகக் கொண்டு, எனது ஆசிரியப்பணி வழி நிகழ்ந்தவைகளை மதிப்பீடு செய்வோம். இவர்கள் நல்ல ஆசிரி-யர்களாகப் பணியாற்றுகிறார்கள். தாங்கள் செய்யும் பணியில் விருப்பத்துடன் இருக்கிறார்கள். தங்கள் பணியை ஏதோ நெருக்கடியில் செய்கிறார்கள் என்றில்லை; ஈடுபாட்டுடன் செய்கி-றார்கள். தாங்கள் கற்றறிந்தவற்றில் அவர்களுக்கு நம்பிக்கை இருக்கிறது. ஏதோ பிழைப்புக்-காக செய்தோம் என்றில்லை. நூற்றுக்குத் தொண்ணூறு சதவீதம் ஆய்வு என்பது வெறும் பிழைப்பிற்காகவே உள்ளது. இது எவ்வகையில் சாத்தியமானது எனில், வகுப்பறையையும் புறஉலகையும் வேறுவேறாக இல்லாமல் செயல்பட்டோம். புற உலகச் செயல்பாடுகளுக்கான அங்கீரிக்கப்பட்ட தொழில் கேந்திரங்களாக, வகுப்பறைகளைக் கட்டமைத்தோம். இத்தன்மை-யிலிருந்து எனது ஆய்வுகள் உருவாயின.

அவ்வகையில் எவ்வகையான ஆய்வுகளை உங்கள் மாணவர்களிடத்தில் அறிமுகப்படுத்-தியுள்ளீர்கள் என்று கூறமுடியுமா...

இதற்கு மிக விரிவாகப் பேச வேண்டும். சுருக்கமாகச் சொல்ல முயல்கிறேன். இந்த ஆய்வுகளைப்பற்றிச் சொல்லுவதற்கு முன், இவ்வகையான ஆய்வுகளை மேற்கொள்ளுவ-தற்கு எவ்வகையான அடிப்படைகளைக் கைக்கொள்கிறோம் என்பதைச் சொல்லிவிடுகிறேன்.

- ஆய்வு என்பது எதுவாக இருந்தாலும் அது சமகாலச் சூழலில் உரையாடலுக்கு உட்-படுத்த வேண்டும்.

- ஆய்விற்கான ஆவணங்கள் குறித்த தேடுதலில் ஈடுபாடு முதன்மையாக இருக்க வேண்டும்

- ஆய்வு மேற்கொள்வோர் அத்துறை தொடர்பான வாழ்நாள் சார்ந்த உரையாடலில், செயல்படுபவராக இருப்பதற்கான மனநிலை உருவாக வேண்டும்.

எனது ஆய்வுகள், எனது ஆய்வு மாணவர்களோடு மேற்குறித்த வகையில் தான் நிகழ்ந்துகொண்டு இருப்பதாகக் கருதுகிறேன். இதனைச் சில எடுத்துக் காட்டுகள் மூலம் பகிர்ந்துகொள்ள விரும்புகிறேன்.

சமூக நடைமுறையில் புதிதுபுதிதான விஷயங்கள் அவ்வப்போது தோன்றிக் கொண்டே இருக்கும். அவ் வகையான தன்மைகளில் ஒன்று, பத்தொன்பதாம் நூற்றாண்டில் உருவான அச்சு ஊடகம். இவ்வூடகம் என்பது பல பரிமாணங்களில் செயல்படுகிறது. இதிலிருந்து உரைநடை வந்தது; இதிலிருந்து புனைகதை வந்தது; இதிலிருந்து இதழியல் வந்தது; இதிலிருந்து புத்தகங்கள் உருவாக்கப்பட்டன; அதன் மூலம் தான் வாசிப்பு என்பது உருவானது. வாசிப்புப் பழக்கத்திற்கு அதுவே மூலதனம். வாசிப்புப் பழக்கத்திற்கும் எழுத்துப் பயிற்சிக்கும் ஏற்ற வகையில் அது செயல்படுகிறது. இதிலிருந்து உருவான நிறுவனம்தான் நூலகம். நூலகத்திற்கும் வாசிப்பிற்குமான உறவு... அது சார்ந்து உருப்பெறும் புலமைத்தளம்... இப்படி அச்சு ஊடகத்தின் தொடர்ச்சி; மற்றும் அதன் பரிமாணம் வளர்ந்து கொண்டே போகும். எனது ஆய்வு, மாணவ நண்பர் களோடு மேற்குறித்த பரிமாணத்தில்தான் போய்க் கொண்டே இருக்கும்.

வாய்மொழி ஊடகம், காட்சி ஊடகம், கேட்பு ஊடகம், மின் ஊடகம் ஆகியவை குறித்து விரித்துக் கொண்டே போகலாம். பத்தொன்பதாம் நூற்றாண்டு தொடங்கி, கல்வி அறிவு என்பதும் ஊடக அறிவு என்பதும் ஒன்றுக்குள் ஒன்று இணைந்தது. சமூக நிகழ்வுகள் என்பது ஊடக நிகழ்வுகளாக அமைந்துள்ளன. சமூகத்தைப் படிப்பது ஊடகத்தைப் படிப்பதுதான்.

தொல்காப்பியத்தைப் படிப்பதும் தினத்தந்தியை வாசிப்பதும் சமநிலையில் அமைய வேண்டும். இரண்டிற்குமான சமூகக் காரணங்கள்பற்றிய புரிதல், தமிழ்ப்படிப்பின், தமிழ் ஆய்வின் அடிப்படையாக அமைய வேண்டும். இந்தப் பின்புலத்தில்தான் எங்கள் ஆய்வுகள் நிகழ்ந்துகொண்டுள்ளன. நானும் எனது ஆய்வு மாணவர்களும் தொல்காப்பியத்தை - சங்க இலக்கியத்தைப் படிக்கும் மனநிலையில் புதுமைப்பித்தனை வாசிக்கிறோம். அடிப்படையில் வேறுபாடில்லை. எங்களது ஆய்வு மனநிலையின் தன்மை இதுதான்.

ஊடக ஆய்வில் எவ்வகையான ஊடகம் பற்றிக் கூடுதல் கவனம் செலுத்தியுள்ளீர்கள்.

சிறுபத்திரிகை ஊடகம்பற்றி என்று கூறலாம். நான் ஆய்வு மாணவனாக இருந்த காலத்தில் தமிழில், சிறு பத்திரிகைகள் குறித்த விரிவான விவரணங்களைத் தொகுத்தேன். அவற்றைத் தேடிச் சேகரிப்பதில் ஆர்வம் கொண்டேன். பழைய புத்தகக் கடைகளில் நிறைய தேடி வாங்கினேன். அது ஒரு நோயாகக்கூடப் பற்றிக் கொண்டது. இந்த நோயில் 1981 முதல் எனது சக கூட்டாளி கோணங்கி. எனது சொந்த நூலகத்தில் 1970-2010 இடைப்பட்ட நாற்பதாண்டு காலத் தெரிவு செய்யப்பட்ட சிறுபத்திரிகைகள் சுமார் 400 உள்ளன. இவை கட்டப்பட்ட தொகுப்புகளாக சுமார் 850 தொகுப்புகள் உள்ளன. எனது மாணவர்களிடம் இவை தொடர்பான ஆய்வின் மூலம், சமூகத்தின் வேறுபட்ட அச்சு நிகழ்வின் அரசியல் புரிந்துணர்வை உருவாக்க வாய்ப்பு ஏற்பட்டது. அவைகளை வாசிக்கும் 'சிறு பத்திரிகை

வாசிப்புவட்டம்' முதுகலையில் ஒருதாள்; பல்வேறு திட்டக்கட்டுரைகள்; எனச் செயல்பட்டிருக் கிறோம்.

எனது 'சிறுபத்திரிகை அரசியல்' என்னும் கங்கு வரிசைக் குறுநூலில் 1930-2000 ஆண்டுகளுக்கிடையில் செயல்பட்ட தமிழ்ச்சமூகத்திற்கும் இக்காலங்களில் வெளிவந்த சிறுபத்திரிகைக்குமான உறவை, வரலாற்றுப் பின்புலத்தோடு பதிவு செய்துள்ளேன். காலஒழுங்கில், சிறுபத்திரிகை உருவாக்கத்திற்கும் தமிழ்ச்சமூகத்தின் நிகழ்வுகளுக்குமான தொடர்பை மதிப்பீடு செய்துள்ளேன். தமிழகத்தில் செயல்பட்ட இடதுசாரி இயக்கம், சுயமரியாதை இயக்கம், தூசிப்படை (Avangard) அமைப்புகள், விளம்பரம் என்னும் சந்தைச் செயல் பாட்டிற்கும் சிறுபத்திரிகைக்குமான உறவு எனப் பல பரிமாணங்களைப் பதிவு செய்துள்ளேன். இவ்வகையில், சமூகச் செயல்பாடுகளில் மாற்றாகச் செயல்படுவது குறித்த பதிவே எங்களது ஆய்வாக அமைந்திருக்கிறது.

அண்மைக்காலங்களில் பதிப்பு மற்றும் பதிப்பின் அரசியல் என்று உங்கள் மாணவர்கள் அதிகம் பேசுகிறார்களே... அதைப்பற்றி...

நான் முன்னர் குறிப்பிட்டதைப்போல், பதிப்பு என்பதை, அச்சு உருவாக்கத்தின் மூலம் ஏற்பட்ட ஒரு சமூக விளைவு என்று நாங்கள் பார்க்கிறோம். சென்னைப் பல்கலைக்கழகத் தமிழ் இலக்கியத்துறையின் பாடத்திலும் ஆய்விலும் சுவடிகள், கல்வெட்டுக்கள், வாய்மொழி மரபுகள் ஆகியவற்றுக்கு முதன்மை தரும் தொல்லியல் ஆய்வுகளைத் தமிழ்ப்படிப்பின் ஒரு பகுதியாகவே பார்க்கிறோம். இத்துறை சார்ந்த பட்டயப்படிப்புகளை பேரா.ந.சஞ்சீவி உருவாக்கினார். அதனை நாங்கள் விரிவுபடுத்தி வருகிறோம்.

ஒரு சுவடியிலிருந்து நூல் ஒன்று உருவாகும்போது அது அக்கால சமூக நிகழ்வோடு இணைந்துதான் வெளிப் படுகிறது. பல தருணங்களில் பேசியுள்ள, எழுதியுள்ள செய்தி ஒன்றை இங்கு மீண்டும் நினைவுபடுத்தலாம். 1850களில் சங்க இலக்கியச் சுவடிகள் ஆறுமுகநாவலர் சேகரிப்பில் இடம்பெற்றிருந்தன. அவற்றில் அவர் திருமுருகாற்றுப்படையை (1851) மட்டுமே பதிப்பித்து உள்ளார். பிறவற்றைப் பதிப்பிக்கவில்லை. சைவ சமய நூல்களில் இருந்த அக்கறை, சங்க நூல்களில் அவருக்கு இருக்க வாய்ப்பில்லை என்பது சமூக எதார்த்தம். அவர் அன்று அவற்றைப் பதிப்பித்து இருப்பாரெனில், தமிழ்ச்சமூகத்தில் 'தமிழ்த்தாத்தா' என்ற ஒருவர் உருவாகியிருக்கவே முடியாதல்லவா?

இவ்வகையில் சமயம், சாதி, இனக்குழுக்கள், தனிநபர் சார்புகள் எனப் பல நிலைகளில் பதிப்பு வரலாற்றை எங்களது மாணவர்கள் உரையாடலுக்கு உட்படுத்தியுள்ளார்கள். தொல்காப்பியம், சங்க இலக்கியம், சிலப்பதிகாரம், திருக்குறள் ஆகிய ஆக்கங்கள், அச்சாக்கம் பெற்றதன் மூலம் உருவான தமிழ்ச் சமூகத்தின் வரலாறு குறித்து, நாங்கள் நிறைய எழுதி வருகிறோம். பதிப்பு என்பது தமிழ்ச்சமூக வரலாற்றின் போக்குகளைக் கண்டறிய உதவும் ஆவணமாகப் பார்க்கிறோம். சுவடிகளிலிருந்து நூல்கள் உருவான வரலாறு தமிழ் இலக்கிய வரலாற்றின் முக்கியமான பகுதி. ஆனால் அத்தன்மை நமது ஆய்விலும் பாடத்திலும் இன்னும் இடம்பெறவில்லை. கடுமையாக உழைத்து சங்க நூல்களை வெளிக்கொண்டு வந்த உ.வே.சா.விற்கு மிகப்பெரும் ஒளிவட்டத்தைக் கட்டுகிறோம். அது நமது மரபு; தவறில்லை; ஆனால் அப்பதிப்பின் மூலம் தமிழ்ச்சமூக வரலாற்றுப் புரிதலில் ஏற்பட்ட புதிய விளைவுகள் குறித்து அறியவில்லை. அதனையே நாங்கள் பதிப்பு அரசியல் என்று குறிக்கிறோம்.

அச்சான தமிழ்ப்பிரதிகள் அனைத்துகுறித்தும் இவ்வகையான உரையாடலை நிகழ்த்த முடியும். விரிவான உரையாடலைப் 'பாரதிப்புத்தக நிறுவனம்', 'புதிய புத்தகம் பேசுது' என்ற இதழின் சிறப்பு மலராக வெளியிட்டுள்ள இரு தொகுதிகளில் காணலாம். அவற்றில் பல கட்டுரைகள் எம்துறை ஆய்வு மாணவர்கள் எழுதியுள்ளனர். இதற்கு அம்மலரின் பொறுப்பாசிரியர் தோழர் நாகராசன் அவர்களுக்கு நன்றி சொல்ல வேண்டும்.

பதிப்பு அரசியல் என்ற ஆய்வுப்புலத்தைப் போலவே தொகுப்பு அரசியல் என்று அடிக்கடி உச்சரிக்கிறீர்களே! அதற்கு என்ன பொருள்!

ஆம். பத்தொன்பதாம் நூற்றாண்டின் இறுதியில் சைவப்பின்புலத்தில் பதினெட்டு சித்தர்களின் பாடல் களை 'பெரிய ஞானக்கோவை' என்று தொகுத்து வெளி யிட்டார்கள். இதற்கு முன் இப்படித் தொகுப்பு இல்லை. சித்தர்கள் என்ற தனிவகையும் பெரிதாகப் பேசப்படவில்லை. ஆனால், 1959 இல் 'சித்தர் பெரிய ஞானக்கோவை என வழங்கும் சித்தர் பாடல்கள்' என்ற பெயரில் அரு.ராமநாதன் வெளியிட்டார். 1976இல் 'சித்தர் பாடல்கள்' என்னும் புதுப்பெயரைக் கொடுத்து த.கோவிந்தன் தொகுப்பு ஒன்றைக் கொண்டுவந்தார். இவர் மூன்று புதிய சித்தர்களைக் கண்டுபிடித்தார். உலகாயதச் சித்தர், காரைச்சித்தர், தடங்கண் சித்தர் என்பவர்கள் அந்த மூவர். இவர்கள் முறையே கோவேந்தன், பாரதி தாசன், ம.இலெ.தங்கப்பா ஆகியோர். இவர்களுக்குப் புனைபெயர் கொடுத்து, தானே பாட்டுக்களை எழுதி, சித்தர் தொகுப்பில் இணைத்துவிட்டார். (விரிவுக்குப் பார்க்க; பக்தி - அநுபவம் - அரசியல். தொகுப்பு நூல். ப.182) இந்தச் சித்தர்களை 16-18 ஆம் நூற்றாண்டைச் சேர்ந்தவர்களாக சித்தர்பற்றி எழுதுபவர்கள் ஆய்வு செய்கிறார்கள். இதனைத் தொகுப்பு அரசியல் என்று கூறாமல் வேறு எப்படிக் கூறுவது?

அச்சு ஊடகம் பெரும் வணிக ஊடகமாக வடிவம் பெற்றுள்ளது. இதற்கான கச்சாப்பொருளைத் தொகுப்பு வடிவில்தான் தர முடிகிறது. பத்தொன்பதாம் நூற்றாண்டில், தாயுமானவர் பாடல்கள் முழுத்திரட்டு, பட்டினத்தார் பாடல் திரட்டு, அருணகிரிநாதர் திரட்டு, குமரகுருபரர் திரட்டு எல்லாம் இப்படித்தான் உருவாகியது. சங்க இலக்கியம், அறநூல்கள், பக்திநூல்கள், அருட்பாதிரட்டு ஆகியவை மேற்கொண்ட விதிமுறைகளோ மரபுகளோ இத்திரட்டுகளில் இல்லை. சந்தையில் விற்கவேண்டும் என்பதே முதன்மையான நோக்கம்.

இவ்வகையான திரட்டுக்களை வ.உ.சி. ப.ஜீவானந்தம், சங்கரதாஸ் சுவாமிகள், புதுமைப்பித்தன் ஆகியோருக்கு நான் செய்துள்ளேன். இதில் இந்த ஆளுமைகளை முழுமையாகப் புரிந்துகொள்ளவேண்டும் என்ற நோக்கமே இத்தொகுப்புகளின் அரசியல். எனவே பதிப்பு - தொகுப்பு ஆகியவை அச்சு ஊடகத்தில் செயல் படும் முறைமைகளைத் தமிழ்ச்சமூக வரலாற்றோடு இணைப்பதே எங்கள் ஆய்வின் நோக்கம்.

பத்தொன்பதாம் நூற்றாண்டு குறித்து உங்கள் பேச்சுகளில் அடிக்கடி குறிப்பு வருகிறது. உங்கள் மாணவர்கள் சிலரும் அந்நூற்றாண்டு தொடர்பாக ஆய்வு செய்வதாக அறிகிறேன். அதுபற்றிக் கூறுங்கள்.

இருபதாம் நுற்றாண்டின் இடையில் பிறந்து, அந்த நூற்றாண்டின் இறுதி இருபத்தைந்து ஆண்டுகளின் நேரடி அநுபவத்தோடு வாழ்ந்து வருகிறோம். இருபதாம் நூற்றாண்டின் முன் பகுதிகளை ஊகித்து, வாசித்து அறிந்துகொள்கிறோம். நம்முன் ஆவணங்கள் உள்ளன. ஆனால் பத்தொன்பதாம் நூற்றாண்டுக்கு அத்தன்மை இல்லை. ஆவணங்கள் கிடைப்பது

அரிது. அச்சூழல் பற்றிய புரிதலும் இல்லை. மேலும் ஐரோப்பிய நாடுகளில் 16 ஆம் நூற்றாண்டு தொடங்கி, படிப்படியாக வளர்ந்து 19ஆம் நூற்றாண்டில் தான் மறுமலர்ச்சி நிலைபேறு கொண்டது. ஆனால் நமக்கு 19ஆம் நூற்றாண்டில் தான் மறுமலர்ச்சி உருவானது. நாம் இன்று பேசும் நவீன தன்மைகள் அனைத்தும் பத்தொன்பதாம் நூற்றாண்டில் உருவானவை. கல்விக்கூடங்கள், நிர்வாக நிறுவனங்கள், அச்சுக்கூடங்கள் அனைத்தும் பத்தொன்பதாம் நூற்றாண்டில் உருப்பெற்றவை. இராமலிங்கர், ஆறுமுக நாவலர், பேரா.சுந்தரம் பிள்ளை, சங்கரதாஸ் சுவாமிகள், வேதநாயகம்பிள்ளை ஆகிய புதிய சிந்தனையாளர்கள் பத்தொன்பதாம் நூற்றாண்டில்தான் உருவாயினர். நவீன தமிழ்ச் சமூகவரலாற்றை அறிந்துகொள்ள விரும்பும் எவருக்கும் பத்தொன்பதாம் நூற்றாண்டு நிகழ்வுகள் முக்கிய மானவை. இந்தப் பின்புலத்தில் பத்தொன்பதாம் நூற்றாண்டு குறித்து ஆய்வு செய்கிறோம். இன்னும் சில ஆண்டுகளில் எம்துறை மாணவர்கள் இந்த நூற்றாண்டு தொடர்பான விரிவான ஆவணங்களை, தமிழ்ச் சமூகத்தின் பார்வைக்குக் கொண்டுவருவார்கள் என்ற நம்பிக்கை எனக்குண்டு. சி.இராமலிங்கர் தொடர்பாக சில ஆண்டுகளுக்கு முன் நாங்கள் தொடங்கிய உரையாடல் இப்போது பரவலாகியுள்ளது. இதைப்போலப் பல்வேறு ஆளுமைகளை வெளிக்கொணரும் வாய்ப்பு எங்களுக்குண்டு.

பத்தொன்பதாம் நூற்றாண்டு தொடர்பாக புதிதாக ஏதேனும் கண்டறிந்துள்ளீர்களா...

புதிதாகக் கண்டறியவில்லை. இதுவரை அறியப் படாத ஒன்றைத் தமிழ்ச் சமூகத்திற்கு அறிமுகப்படுத்து கிறோம் என்று கூறலாம். 1878-1900 முடிய செயல்பட்ட ஓர் இயக்கம் தொடர்பான விவரணங்கள் கிடைத்துள்ளன. 'இந்து சுயாக்கியான சங்கம்' என்னும் பெயரில் தொடங்கி 'சென்னை சுயாக்கியான சங்கம்' (Madras Secular Society) என்ற அமைப்புச் செயல்பட்டது. இது ஒரு நாத்திக இயக்கம். இந்தியாவில் உருவான முதல் நாத்திக இயக்கம். இவர்கள் நடத்திய இதழ்கள், அமைப்பு செயல்பாடுகள், செயல்பட்டவர்கள் தொடர்பான விவரணங்கள் கிடைத்துள்ளன. இலண்டன் பிரிட்டிஷ் நூலகத்தில் விரிவான தரவுகளைச் சேகரிக்க முடிந்தது. விரைவில் விரிவான ஆய்வாக இவை வெளிவரும். இவ்வகைச் செயல்பாடும் பத்தொன்பதாம் நூற்றாண்டு தொடர்பான ஈடுபாட்டிற்குக் காரணம்.

தமிழ்ச்சூழலில் செயல்படும் தமிழியல் தொடர்பான ஆய்வு நிறுவனங்கள் குறித்து உங்கள் எதிர்வினை.

இதற்கு மிகவும் விரிவாகப் பேசவேண்டும். ஒரு பானைச் சோற்றுப் பதமாக, தஞ்சாவூர் தமிழ்ப் பல்கலைக் கழகம் பற்றிப் பேசுவோம். பேரா.வ.அய். சுப்பிரமணியம், தென்னிந்தியச் சூழலில் பெரும் ஆய்வு நிறுவனங்களை உருவாக்கிய பேராசிரியர். அவரது திட்டத்தில், தமிழியல் தொடர்பாக சுமார் இருபத்தைந்து துறைகளைத் தமிழ்ப் பல்கலைக்கழகத்தில் உருவாக்கினார். தமிழ், தமிழர், தமிழ் நாடு, உலகத் தமிழர்கள் என்று பரந்துபட்ட ஒரு இனக் குழுவின் சுமார் 5000 ஆண்டுகாலத் தொடர்ச்சியை ஆவணப்படுத்தி, ஆய்வு செய்யும் வாய்ப்பை உருவாக்கித் தந்துள்ளார். அந்த நிறுவனத்தின் வெளியீடுகள், கருத்தரங்குகள், ஆய்வுகள் குறித்து எனது ஆய்வு மாணவி ஆய்வியல் நிறைஞர் (எம்.ஃபில்.) ஆய்வைச் செய்து உள்ளார். இவர் ஆவணப்படுத்தியுள்ள புள்ளிவிவரங்கள் அடிப்படையில், அந்நிறுவனம் மேலும் மேலும் வளர வில்லை. இதற்கான காரணங்களைக் கண்டறிய வேண்டும். இவ்வகையான நிறுவனங்கள் வளர்ந்தால் தமிழியல் ஆய்வு வேறு பரிமாணத்தில் வளர்ச்சி-

யடையும் என்பது எனது நம்பிக்கை.

தமிழியல் ஆய்வின் பரிமாணத்தில் 'Diaspora' எனப்படும் தமிழர் அலைவு உழல்வியல் குறித்துக் கூறமுடியுமா...

தமிழர்கள் தென் மற்றும் தென்கிழக்கு ஆசிய நாடுகளில் வாழ்கிறார்கள். மலேயப் பல்கலைக்கழகத்தில் உள்ள இந்தியவியல் துறையில், தமிழ் முதன்மையான மொழி. சிங்கப்பூரில் தமிழ் ஆட்சி மொழிகளில் ஒன்று. ஈழத்தில் தமிழின் இடம் குறித்து நமக்குத் தெரியும். இப் பின்புலத்தில், ஆசியக் கண்ட அளவில் பெரும்பான்மை யான மக்களின் மொழிகளில் ஒன்றாகத் தமிழ் உள்ளது. ஈழத்தமிழர் புலம்பெயர்வில் ஐரோப்பிய நாடுகளிலும் தமிழர் பெரும் எண்ணிக்கையில் குடியேறியுள்ளனர். உலகத்தில் யூதர்கள் பரவியதைப் போல் தமிழர்கள் பரவியுள்ளார்கள். இப்பின்புலத்தை அடிப்படையாகக் கொண்டு உருவாக்கப்பட்ட பாடத்திட்டம் மற்றும் ஆய்வுதான் Tamil Diaspora. ஐரோப்பிய நாடுகளில் வாழும் தமிழர்களும் ஆசியாவில் வாழும் தமிழர்களும் ஆஸ்திரேலிய - அமெரிக்கத் தமிழர்களும் இணைந்து செயல்படும் ஆய்வாக, வருங்காலத்தில் இத்தன்மை உருப்பெறவேண்டும். உலகத் தமிழ் மாநாடுகள் மூலமாக உருப்பெற்ற ஆய்வுகளின் அடுத்த கட்ட வளர்ச்சிப் பரிமாணமாக இதைப் பார்க்க வேண்டும்.

சமகாலப் படைப்பாளிகள், அவர்களது படைப்பு, கல்வித் திட்டத்தில் சமகாலத்தன்மை ஆகியவை குறித்துச் சொல்லுங்களேன்.

எங்கள் துறையில் சி.சு.செல்லப்பா, லா.ச.ரா., வல்லிக்கண்ணன், அசோகமித்திரன், வண்ணநிலவன், அம்பை உள்ளிட்ட அனைவரும் எங்கள் மாணவர்கள் மத்தியில் உரையாடியுள்ளனர். ஏறக்குறைய சமகாலத் தமிழ்க் கவிஞர்கள் அனைவரையும் எங்கள் மாணவர்கள் சந்தித்திருக்கின்றார்கள். எல்லோரும் எங்களது நிகழ்வு களில் பங்கேற்றுள்ளார்கள். தமிழகத்தின் சிரத்தையான ஆய்வாளர்கள் அனைவரும் எங்கள் துறைக்கு வருகை தந்துள்ளார்கள். படிக்கும் ஆக்கத்தின் படைப்பாளியைச் சந்தித்து உரையாடுவதன் மூலம், மாணவர்கள் பெறும் மன எழுச்சி முக்கியமானது. இதனை நடைமுறைப்படுத்தி யுள்ளோம். முனைவர் மற்றும் ஆய்வியல் நிறைஞர் ஆய்வு மாணவர்கள் கருத்தரங்கம் நடத்தி, வெளிக்கொண்டு வந்திருக்கும் எட்டுத் தொகுப்புகளில் மேற்குறித்த தன்மைகளின் விரிவான பதிவை எங்கள் மாணவர்கள் செய்துள்ளனர்.

உங்கள் பாடத்திட்டத்தில் என்னென்ன துறைகளை இணைத்துள்ளீர்கள்.

தமிழ் இலக்கணம், இலக்கியம் என்பது அடிப்படை. இருபது தாளில் 12 தாள்கள் இவை. எஞ்சியுள்ள எட்டு தாள்களில் ஊடகம், அரங்கம், தொல்பொருள், சுவடி, நாட்டார் வழக்காறுகள், எனப் பலதுறைகளையும் செயல்முறைப் பாடமாக வடிவமைத்துள்ளோம். அரங்கப் பயிற்சி எங்கள் மாணவர்களுக்குக் கிடைக்கிறது. நவீன அரங்கம் குறித்த புரிதல் எங்கள் மாணவர்களுக்கு எளிதாகக் கிடைக்கிறது. சென்னைப் பல்கலைக்கழகத் தமிழ் இலக்கியத்துறை மாணவர்களைப் பெரும் பான்மையாகக் கொண்ட 'பல்கலை அரங்கம்' என்ற நாடக அமைப்பை நடத்தினோம். 'கண்களுக்கு அப்பால்', 'ஒரு பயணத்தின் கதை', 'ஏகலைவன்', 'தீனிப்போர்' ஆகிய நாடகங்களை நடத்தினோம். பல்கலை அரங்கத்தில் செயல்பட்ட, மாணவர்களின் உடல்மொழி, சென்னையில் செயல்பட்ட அரங்க வியலாளர்களின் உடல்மொழியிலிருந்து வேறுபட்டது. இளைய. பத்மநாதனின் பயிற்சியால், வீர்யமான நாடக மொழியை

இக்குழு உள்வாங்கியது. 'ஒரு பயணத்தின் கதை', 'தீனிப்போர்' ஆகிய நாடகங்கள், தமிழ் நாடக வரலாற்றில் மறுதலிக்க இயலாத படைப்புகள். ஆனால் அதைத் தொடரும் வாய்ப்பு பின்னர் இல்லாமல் போனது. அது தொடர்பாக 'வல்லினம்' இதழ்ப் பேட்டியில் விரிவாகப் பதிவு செய்துள்ளேன். மீண்டும் பேசப் பிடிக்கவில்லை.

சங்க இலக்கிய ஆய்வுகளில் உங்கள் பங்களிப்பு குறித்துச் சொல்லுங்களேன்.

செவ்விலக்கியங்கள் நமது மொழியின் அரிய சொத்து. அண்மைக் காலங்களில், செவ்விலக்கியங்கள் குறித்த விரிவான அறிமுகம் மத்திய செம்மொழி ஆய்வு நிறுவனம் மூலம் முன்னெடுக்கப்பட்டது. எங்கள் துறை மாணவர்களும் இத்துறையில் ஆய்வு செய்து வருகின்றனர். சங்க இலக்கியப் பிரதிகளின் கால முறை அறிதல் குறித்து, பேரா.ச.வையாபுரிப்பிள்ளை, வ.அய்.சுப்பிரமணியம் ஆகியோர் ஆய்வு செய்துள்ளனர். முன்னவர் இலக்கண அமைப்புகள், சொல்லாட்சி மற்றும் பொருளாட்சிகளை அடிப்படையாகக் கொண்டு ஆய்வு செய்துள்ளார். மொழியியல் கோட்பாடுகள் சார்ந்து வ.அய்.சு. மிக விரிவாக ஆராய்ந்து சங்கஇலக்கியப் பிரதிகளின் கால முறையைப் பதிவுசெய்துள்ளார். இம்மரபின் தொடர்ச்சியாக, நம்பிக்கைகள், சடங்குகள் ஆகியவைகளை அடிப்படை யாகக் கொண்டு, மானிடவியல் பின்புலத்தில் சங்கப் பிரதிகளின் காலமுறை குறித்து ஆய்வு ஒன்றை நான் செய்துள்ளேன். இவ்வாய்வு மேற்குறித்தவர்களின் முடிவு களோடு ஒத்துப் போகிறது. இக்கட்டுரை ஆங்கிலத்தில், செக்கஸ்லோவேகியாவில் உள்ள பிராக் (Prague) பல்கலைக்கழக ஆய்விதழில் வெளிவந்துள்ளது.

சங்க இலக்கியத் தொகுப்பில் காணப்படும் பல்வேறு உள் முரண்பாடுகள்; சங்க இலக்கியப் பிரதிகளுக்குக் கிடைக்கும் அனைத்துச் சுவடிகளையும் அடிப்படையாகக்கொண்டு பதிப்பிக்கும் மூலபாடப் பதிப்புமுறை, அகப் பாடல்களை, அகஇலக்கண மரபில் வைத்து மதிப்பீடு செய்யாமல், மனித சமூகத்தின் அகமரபு என்ற பொதுப்புத்தியில் எப்படிப் புரிந்து கொள்வது; மானிடவியல் கண்ணோட்டத்தில் சங்க இலக்கியம், தொல்லியல் நோக்கில் சங்க இலக்கியம் ஆகிய பிற ஆய்வுகளை எங்கள் மாணவர்கள் செய்து வருகிறார்கள். எங்கள் துறையில் சங்க இலக்கிய உரைகளை ஆய்வு செய்த அ. சதீஷ் நூலை 'அடை யாளம்' பதிப்பகம் வெளியிட்டுள்ளது.

தொல்காப்பியம் போன்ற இலக்கணங்கள் கூறும் வரையறைகள், குறிப்பாக வாய்பாடுகள் சார்ந்த ஆய்வைத் தவிர்த்து, மேற்குறித்த பின்புலத்தில் சங்க இலக்கிய ஆய்வுகளை மேற்கொண்டு வருகிறோம். நவீன புரிதலுக்கு சங்க இலக்கியப்பிரதிகள் எவ்வகையில் தேவைப்படுகின்றன என்ற கண்ணோட்டத்தில் எங்கள் ஆய்வுகள் உள்ளன.

சங்க இலக்கியத்தில் பயிற்சி பெற்றுள்ள எமது ஆய்வாளர்களைக்கொண்டு, குறைந்தது ஐந்து ஆண்டுக் கால அவகாசத்தில், புதிய பதிப்பு ஒன்றை எங்களால் உருவாக்க முடியும். மூலபாடம், பாடவேறுபாடுகள், மொழிபெயர்ப்பு, சுருக்கஉரை, வரலாறு, தொல்லியல், மானிடவியல், இலக்கணம் மற்றும் மொழியியல் ஆகிய அனைத்தும் அடங்கிய சங்கஇலக்கியப் பதிப்பை எம்மால் செய்ய முடியும். என்.சி.பி.எச். நிறுவன உதவியால் எதிர் காலத்தில் இத்திட்டத்தை நிறைவேற்றமுடியும் என்று நம்புகிறேன். பேரா.ச.வையாபுரிப்பிள்ளை உருவாக்கிய அகராதி மரபு சார்ந்த சங்கப் பதிப்பை ஒத்தது எங்களது பணி. அவரது காலத்தின் தனித்த செயல்பாடு அது. எங்கள் காலத்தின் அனைத்து வளங்களையும் உள்வாங்கி எங்களால்

செயல்பட முடியும். அப்பதிப்பு சங்க இலக்கியப் பிரதிகளுக்காக முழுமையாக அமையும் என்ற நம்பிக்கையுண்டு.

நீங்கள் தொடர்பு கொண்டுள்ள இதழ்கள் குறித்து...

இருபத்தைந்து நாடுகளில் வாழும் தமிழர்கள், சுவிட்சர்லாந்து ஓசோன் நகரில் 2001 இல் கூடினர். ஈழம், தமிழகம், ஐரோப்பிய நாடுகள் என அனைத்துப் பகுதியில் வாழும் தமிழர்கள் தங்களுள் நடத்தும் கலை நிகழ்வுகளைக் குறிப்பாக, அரங்க நிகழ்வுகளை ஆவணப் படுத்தும் இதழ் ஒன்றைக் கொண்டுவரத் திட்டமிட்டனர். சிறப்பாசிரியராக நான் செயல்பட்டு 'கட்டியம்' என்னும் 'உலகத் தமிழர் அரங்க ஆய்விதழை'க் கொண்டு வந்தோம். ஏழு இதழ்கள், நான்கு ஆண்டுகளில் வெளிவந்தது. அதனைத் தொடர இயலவில்லை. அவ்விதழ் அமைப்பு, உள்ளடக்கம் ஆகியவை இன்றும் நினைவை விட்டு அகலாத பதிவாக உள்ளது. அவ்விதழ்களில் அரங்கவியலாளர்கள் பற்றிய நீண்ட பேட்டிகளை வெளியிட்டோம்.

இப்போது 'மாற்றுவெளி' என்ற ஆய்விதழை நடத்தி வருகிறோம். இதுவரை ஆறு இதழ்கள் வெளிவந்துள்ளன. பல்கலைக்கழகங்களில் சிரத்தையான ஆய்விதழ்கள் வரவேண்டும். அது தமிழ்ச் சூழலில் சிறப்பாக நடை பெறவில்லை. எங்களது ஆய்வு மாணவர்கள் உதவியோடு இவ்விதழ் வெளிவருகிறது. கால்டுவெல், இந்தியப் பொருளாதாரம், கல்வி, தமிழ்நாவல்கள், ரோஜா முத்தையா ஆய்வு நூலகம், மாற்றுப் பாலினம் ஆகிய பொருண்மைகளில் இதுவரை இதழ்களைக் கொண்டு வந்துள்ளோம். சிரத்தையான ஆய்வுக் கட்டுரைகளை வெளியிட முயன்றுள்ளோம். இவ்விதம் ஆய்வு இதழ்களில் செயல்படும் அனுபவம் செழுமையானது. கடுமையான உழைப்பையும் நேரத்தையும் கோரி நிற்பது. அதில் திருப்தியாகச் செயல்படுகிறோம். இந்த மரபை எமது மாணவர்கள் மேலும் முன்னெடுப்பார்கள் என்ற நம்பிக்கை எனக்குண்டு.

'மாற்று' மற்றும் 'பரிசல்' வெளியீட்டு நிறுவனத்தோடு உங்களின் செயல்பாடுகள் எவ்வாறு உள்ளது.

இதற்குப் பரிசல் சிவ. செந்தில்நாதன் தான் சரியான விடையளிக்க முடியும். என்னைப் பொறுத்தவரை ஒருங்கிணைப்பாளராக இருந்து 'கங்கு வரிசை' என்னும் பெயரில் 10 குறுநூல்களைக் கொண்டு வந்தோம். தமிழ்ச் சமூகத்தின் நிகழ்வுகளை அரசியல் கண்ணோட்டத்தில்/ தத்துவக் கண்ணோட்டத்தில் புரிந்துகொள்ள உதவும் சிறு முயற்சியாக அவை அமைந்துள்ளன. இதனைப் போலவே பொதுப் பதிப்பா சிரியராக இருந்து இருபது தொகுதிளைக் கொண்டுவரத் திட்டமிட்டுள்ளோம். அதில் ஏழு தொகுதிகள் வெளிவந்துள்ளன. கூத்து, சுவரோவியம், அரங்க ஒலி, பக்தி ஆகியவை குறித்தும் தொல்காப்பியம், சிலப்பதிகாரம், திருக்குறள் ஆகியவை குறித்தும் இத்தொகுப்புகளைக் கொண்டுவந்துள்ளோம். வருங்காலத்தில் என்.சி.பி.எச். நிறுவனத்தோடு இணைந்து இவ்வகைப் பணிகளைச் செய்ய விரும்பு கிறோம். அதற்கு இந்த நிறுவனம் இட மளிக்கும் என்ற நம்பிக்கை எனக்குண்டு.

நியூ செஞ்சுரி புத்தக நிறுவனம் குறித்து உங்கள் மனப்பதிவைப் பகிர்ந்து கொள்ள முடியுமா.

தமிழில் செயல்படும் புத்தக வெளியீட்டு நிறுவனங்களில் மிகப் பெரிய பொது நிறுவனம் நியூ செஞ்சுரி புத்தக நிறுவனம். வணிகமாகச் செயல்படும் புத்தக வெளியீட்டுச் சூழலில், வேறுபட்டுச் செயல்படுகிறது இந்நிறுவனம். தனியருவரின் சொத்தாக இந்நிறுவனம் இல்லை.

1950களிலிருந்து தமிழுக்குப் பல்துறை சார்ந்த நூல்களைக் கொண்டுவந்தது இந்த நிறுவனமே. இந்த நிறுவன வெளியீடுகளை வாசித்தே என்னைப் போன்றவர்கள் வளர்ந் தோம். இந்த நிறுவனத்தை வளர்த்தெடுக்கும் கடமை என்னைப் போன்றவர்களுக்கு இருப் பதாகக் கருதுகிறேன். 7500 பக்கங்களில் தோழர் ஜீவாவின் ஆங்கங்களைத் தொகுத்து, பதிப்பித்து இந்த நிறுவனத்திற்குக் கொடுத்தேன். பதிப்பு உரிமையையும் நிறுவனமே வைத்துக்கொள்ள அனுமதித்தேன். இந்நிறுவனம், இப்பணி மூலம் என்னை அங்கீகரித்துள்ளது. இவ்வகையான வெளியீட்டுப் பணிகளைச் செய்யும் நிறுவனங்களோடு இணைந்து செயல்படுவது அவசியமெனக் கருதுகிறேன்.

நியூ செஞ்சுரியின் 'உங்கள் நூலகம்' இதழ் பற்றித் தங்களின் மதிப்பீடு.

இந்த இதழ் ஆரம்பிக்கப்பட்ட நாள் முதல் தொடர்ச்சியாக வாசிக்கும் வாசகனில் நானும் ஒருவன். இந்த இதழ் தொடர்பாக மறைந்த தோழர் ஆர்.பி.எஸ். அவர்களிடம் நிறைய விவாதித்துள்ளேன். இதழ் வடிவமைப்பு, உள்ளடக்கம் குறித்து அவரிடம் பேசி யுள்ளேன். இப்போது பொறுப்பாசிரியராகச் செயல்படும் கவிஞர் சரவணன் அவர் களிடமும் தொடர்ந்து இவ்விதழ் குறித்துப் பல்வேறு ஆலோசனைகளைக் கூறி வந்துள்ளேன். 'தமிழ் அச்சுப் பண்பாடு' என்னும் ஆய்வுக் கட்டுரைத்தொடரை எழுத இந்த இதழின் ஆசிரியர் குழு எனக்கு வாய்ப்பு தந்தது. பத்து இதழில் எழுதினேன். அதனை விரித்து எழுதி நூலாக வெளியிடும் தருணத்திற்காகக் காத்திருக்கிறேன். இவ்வகையில் இவ்விதழ் தமிழ்ச் சூழலில் காத்திரமாகச் செயல்படும் இதழ்களில் ஒன்றாக வெளி வந்துகொண்டிருக்கிறது.

1. தமிழ் அச்சுப் பண்பாட்டின் கதை

(குறிப்பு: சுமார் இருநூறு ஆண்டுகால, தமிழ்ச் சமூக இயக்கத்தில் அச்சு ஊடகம் குறிப்பிடத்தக்கப் பங்காற்றியுள்ளது. அது அச்சுப்பண்பாடாக உருப்பெற்றுள்ளது. அதன் பல்வேறு பரிமாணங்களை உரையாடலுக்கு உட்படுத்த வேண்டும். அதன் தொடக்கமாக இப்பகுதி அமைகிறது)

ஐரோப்பிய சமூகத்தில் உருவான தொழிற்புரட்சி சார்ந்து அங்கு ஏற்பட்ட மாற்றங்கள் உலகம் அறிந்த செய்தி; ஆனால் அங்கு ஏற்பட்ட மாற்றங்கள் ஆசிய மற்றும் ஆப்பிரிக்கச் சமுகங்களில் உருவாக்கியப் பண்பாட்டு நிகழ்வுகள் குறித்த விரிவான உரையாடல்கள் நிகழ்த்துவது தேவையாகிறது. தத்துவார்த்த துறை சார்ந்து கீழைத் தேயம் (orientalism) எனும் உரையாடல் நடைபெறுவதை நாம் அறிவோம்; அப்பின்புலத்தில் பண்பாட்டுத் துறை மாற்றங்கள் குறித்த உரையாடல்களும் அவசியமாகிறது. இந்தக் கண்ணோட்டத்தில் அச்சுக் கருவி தமிழ்ச் சமுகத்தில் உருவாக்கிய மாற்றங்களைப் பதிவு செய்ய முயலுவோம்.

வெகுசனத் தொடர்புக் கருவிகளில் கேட்பு ஊடகம், காட்சி ஊடகம் ஆகியவற்றிலிருந்து முற்றிலும் மாறுபட்டது அச்சு ஊடகம். இவ்வூடகம் செயல்பட எழுத்துப்பயிற்சி அடிப்படைத் தேவையாகிறது. கேட்பு மற்றும் காட்சி ஊடகங்களுக்கு இவ்வகையான முன்தேவைகள் இல்லை. எழுத்துப் பயிற்சி என்பது மிகப்பழங்காலம் முதல், புனிதச் செயலாகவே கருதப்பட்டு வருகிறது. 'எழுத்தறிவித்தவன் இறைவன் ஆவான்' எனும் கருத்துநிலை மிகப் பரவலான நம்பிக்கையாக உள்ளது. எழுத்தறிவு என்பது எல்லோருக்கும் பொதுவான தாகக் கருதப்பட-

வில்லை. படிநிலைச் சமூக அமைப்பில், மேல்படியில் இருப்பவர்களுக்கே எழுத்தறிவு உரிமையாக்கப் பட்டிருந்தது.

மொழியறிவும் எழுத்தறிவும் கடவுளோடு இணைத்துப் பேசும் மரபும் தொடர்ந்து நடைமுறையில் இருந்து வந்தது.

மொழி, எழுத்துக்களால் பதிவு செய்யப்படும்போது, எழுத்துக்கள் குறியீடுகளாகவே உருவாயின. இக்குறியீடுகளின் வளர்ச்சியே, ஒவ்வொரு மொழிக்குமான தனித்த எழுத்து வடிவங்கள் உருப்பெற வழி கண்டது. இருபதாம் நூற்றாண்டின் தொடக்கத்திலும் பத்தொன்பதாம் நூற்றாண்டின் இறுதியிலும் எழுத்தறிவு என்பது மரபு ரீதியான பதிவு முறையிலிருந்து, எந்திரம் சார்ந்த பதிவு முறையாக மாற்றம் பெறுகிறது. அந்த எந்திரத்தை அச்சு என்கிறோம். அச்சு எந்திரம், அச்சு சார்ந்த வாசிப்புமுறை, அச்சு சார்ந்த ஆக்கங்கள் உருவாதல் ஆகிய பல நிகழ்வுகள் சார்ந்து உருப்பெறும் நிகழ்வை அச்சுப் பண்பாடு என்று அழைக்க முடியும்.

தமிழ்ச் சமூகத்தில் அச்சுக் கருவி பயன்படுத்தியமுறை, எழுத்தறிவுப் பரவலில் நிகழ்ந்த முறை, அச்சு சார்ந்து நிகழ்ந்த பல்வகை ஊடகங்கள் வழி ஆக்கங்கள் உருவான முறை ஆகியவை தொடர்பான விவரணங்களை உரையாடலுக்கு உட்படுத்துவதின் மூலம், 'தமிழ் அச்சுப் பண்பாடு' என்ற கருத்தாக்கத்தை நாம் புரிந்து கொள்ள முடியும்.

தமிழ்ச் சூழலில் பதினாறாம் நூற்றாண்டின் இடைக்காலம் அச்சுக் கருவி புழக்கத்திற்கு வந்துவிட்டது எனப் பேரா. சேவியர் தனிநாயகம் அடிகள் கருதுகிறார். பதினெட்டாம் நூற்றாண்டின் தொடக்கத்தில் தான் புழக்கத்திற்குக் கொண்டு வரப்பட்டது என்ற கருத்தும் உள்ளது. அச்சுக் கருவி நிறுவப்பட்ட இடங்கள் குறித்தும் முரண்பட்ட செய்திகள் பதிவு செய்யப்படுகின்றன. இவ்வரலாறு குறித்த விரிவான ஆவணப் பதிவுகளைச் செய்வது அவசியம்.

தமிழகத்தில் உருவான கிறித்துவத்தொண்டு நிறுவனங்களின் வரலாற்றோடு, இவ்வரலாறும் அடங்கியிருக்கிறது. பல்வேறு தொண்டு நிறுவனங்கள் குறித்தப் பல்வேறு ஆவணப் பதிவுகள் இருப்பதால், இச்செய்திகள் பல கோணங்களில் தரப்படுகின்றன. கிறித்தவ தொண்டு நிறுவன வரலாறுகளைச் சார்பு மனநிலையில் அணுகாமல், தரவுகளின் நம்பகத்தன்மை சார்ந்து அணுகும்போது, இச்சிக்கலுக்குத் தீர்வைக் காணமுடியும். இவ்வகையில் அச்சுக் கருவிகள் தமிழ்ச் சமூகத்திற்குள் ஊடாடிய கதை குறித்துப் பதிவு செய்ய வேண்டும். அச்சுக் கருவிகள் வழி காலந்தோறும் அச்சிடப்படும் ஆக்கங்கள் எவையெவை என்பது குறித்தும் பதிவு செய்வது அவசியம். புதிதாகச் சமூகத்தில் இடம் பெறும் கருவிகள் வழி உற்பத்தி செய்யப்படும் பொருள்களுக்கும் அதை நுகர்பவர் களுக்குமான உறவுநிலைகள் குறித்தப் புரிதல் தேவை.

அதன் மூலம்தான் அச்சுப் பண்பாட்டு உருவாக்கத்தைக் கணிக்க முடியும். இவ்வகைப் பண்பாட்டைக் கண்டறியும் நேரத்தில், தமிழ்ச்சுழல் குறித்த ஆய்வுகள் மிகக் குறைவாகவே நடந்துள்ளன. விரிவான விவரண ஆவணங்களும் பரவலாக அறியும் வாய்ப்பு இல்லாமல் இருக்கிறது. இச்சிக்கலோடு, அச்சு கருவி வழியிலான உற்பத்தியின் நுகர்வு வரலாற்றை நாம் கண்டறிய வேண்டும். அதன் மூலம் தமிழ் அச்சுப் பண்பாடு என்ற கருத்துருவாக்கத்தைப் புரிந்து கொள்ளலாம்.

அச்சுப்பண்பாட்டின் அடிப்படையாக அமையும் தமிழ்ச்சூழலின் எழுத்துப் பயிற்சி உருவான முறை குறித்தும் அறிவது அவசியம். பிராமி எழுத்து வடிவங்கள் குறித்து ஆய்வுசெய்துள்ள ஐராவதம் மகாதேவன் அவர்கள், சங்க இலக்கியங்களில் காணப்படும் பல்வேறு பெயர்ச்-

சொற்கள், பிராமிக்கல்வெட்டு ஒன்றை நடுகல் மூலம் கண்டறிந்துள்ள பேரா. கா. இராஜன் அவர்கள், தொல்காப்பியம் மற்றும் சங்க இலக்கியச் செய்திகள், நடுகல் பிராமிக் கல்வெட்டுக்களில் காணப்படுவதாகக் கூறுகிறார். இச்செய்திகள் தமிழ்ச் சமூகத்தின் தொடக்க கால எழுத்துப் பயிற்சி குறித்து அறிவதற்கு வாய்ப்பாக இருக்கிறது.

பிராமிக் கல்வெட்டுப் பரவல், அதாவது, கல்வெட்டுக்கள் கிடைத்த இடங்களின் அடிப்படையில், எழுத்தறிவுப் பரவல் பண்டைச் சமூகத்தில் விரிவாக இருந்தது என்பது ஐராவதம் மகாதேவன் அவர்களின் கருத்தாகும். இவ்வகையான எழுத்துப்பயிற்சி காலந்தோறும் எவ்வகைப் பரிமாணத்தை உள்வாங்கிச் செயல்பட்டது என்பது குறித்து அறிவது அவசியம். அச்சுக்கருவி புழக்கத்தில் வந்தபோது இவ்வகை எழுத்துப்பயிற்சி எவ்வகையில் இருந்தது என்பது முக்கியம்.

திண்ணைப் பள்ளிக்கூடங்களுக்கும் சுவடிகள் உருவாக்கத்திற்கும் தொடர்பு இருந்தது. திண்ணைப் பள்ளிகளில் போதிக்கப்பட்டவைகள் ஓலைச் சுவடிகளில் பதிவு செய்யப்பட்டன. அதனை மாணவன் சுமந்து சென்றான்; ஓலைத்தூக்கு என்ற தொடரும் நடைமுறையில் இருந்தது. பதிவுமுறைகளைக் கையில் எடுத்துக்கொண்ட சமயம் சார்ந்த நிறுவனங்கள், ஓலைச்சுவடி நூலகங்களை உருவாக்கின. அவை பெரிதும் சமயம் சார்ந்த சுவடிகளே பாதுகாக்கப்பட்டன. குறிப்பிட்டச் சமயம் அல்லாத பிற சமயங்கள் சார்ந்த சுவடிகள், பாதுகாக்கப்படவில்லை. இதனால்தான் பௌத்த சமணம் சார்ந்த தமிழ்ச்சுவடிகள் பெரிதும் நமக்குக் கிடைக்காது போயிற்று. சைவ சமயச் சுவடிகளே அதிகம் கிடைத்தன.

பண்டைய எழுத்தறிவு ஊடகமான சுவடிகள் எழுதுதல், சுவடிகள் பாதுகாத்தல், சுவடிகள் படி எடுத்தல், சுவடிகளை வாசித்தல் எனும் பல்நிலைகள் சுவடிப் பண்பாட்டைப் புரிந்து கொள்ள உதவும். அச்சுப் பண்பாட்டின் முன் வடிவமான சுவடிப் பண்பாடு குறித்தும் விரிவான விவரணப் பதிவுகள் நம்மிடம் இல்லை. இதனால் காலந்தோறும் எழுத்துப்பயிற்சி எவ்வகையில் நடைமுறைப்படுத்தப்பட்டது என்பதை அறிவதிலும் சிக்கல் இருக்கிறது.

சமயம் சார்ந்த மடங்கள், கோயில்கள், திண்ணைப் பள்ளிக் கூடங்கள் ஆகியவற்றிடையே இருந்த உறவுமுறை குறித்த அறிவு நமக்குத் தேவை. இந்தப் பின்புலத்தில்தான் தொண்டு நிறுவனங்கள், அவை உருவாக்கும் பள்ளிகள், இவைகளின் மூலமாக உருவாகும் எழுத்துப்பயிற்சி, அத்தன்மைகளிலிருந்து உருவாகும் வாசிப்புப் பழக்கம் ஆகியவற்றை நாம் கண்டறிய முடியும். அச்சுக்கருவியை அறிமுகப்படுத்திய கிறித்துவ தொண்டு நிறுவனங்களுக்கும் அவை உருவாக்கிய கல்வி நிறுவனங்கள் எழுத்துப் பயிற்சி அளித்த முறைகளுக்குமான உறவுகள் குறித்து விவாதிப்பது அவசியம்.

தமிழகத்தில் பள்ளிக்கூடங்களை, பத்தொன்பதாம் நூற்றாண்டு முதல் கிறித்துவ நிறுவனங்களே உருவாக்கியுள்ளன. மரபு சார்ந்து உருவான எழுத்தறிவுப் பயிற்சியும் சந்திக்கும் புள்ளிகளையும் நாம் கண்டறிய வேண்டும். இதன்மூலம், புதிய வாசிப்புப் பழக்கம் உருப்பெற்றதை அறியலாம். கல்வி நிறுவன உருவாக்க வரலாற்றோடு தொடர்புடையதாக எழுத்துப்பயிற்சியும் வாசிப்புப் பழக்கமும் அமைவது குறித்து நாம் பதிவு செய்ய வேண்டும். இதன்மூலம் அச்சுப் பண்பாட்டின் பரிமாணங்களைப் புரிந்து கொள்ள முடியும்.

அச்சுக்கருவி வருகை, எழுத்தறிவுப் பயிற்சி, வாசிப்புப் பழக்கம் ஆகியவைகளை உள்ளடக்கியதாக அச்சுஊடகம் அமைகிறது. இவ்வூடகம் அடிப்படையில் மூன்று துறைகளாகப் புரிந்து

கொள்ளப்படுகிறது. அறிவிப்பை அடிப்படையாகக் கொண்ட சுவரொட்டிகள், அறிக்கைகள், துண்டறிக்கைகள், சிறுவெளியீடுகள் சார்ந்த அச்சுச் செயல்பாடுகள். இதனைச் சமய நிறுவனங்களும் அரசியல் இயக்கங்களும் பெரிதும் பயன்படுத்திக்கொண்ட பண்பாடு குறித்து அறிவோம். இது தொடர்பான விரிவான விவரணங்களைப் பதிவு செய்வதும் உரையாடுவதும் அவசியமாகும்.

கால ஒழுங்கை அடிப்படையாகக் கொண்டு, தொடர் நிகழ்வாக அச்சிடப்பட்டு வழங்கும் துறை உருவானது. இதனை இதழியல் என்று பொதுநிலையில் அழைக்கிறோம். கால ஒழுங்கு, அச்சிடும் வடிவ ஒழுங்கு, அச்சிடப்படும் பொருண்மை ஆகியவை சார்ந்து இத்துறையை நாம் மதிப்பிடமுடியும். பத்தொன்பதாம் நூற்றாண்டின் இறுதிக் காலம் தொடங்கி, இதழியல் எனும் அச்சு ஊடகம், தமிழ்ச் சமூகத்தில் செயல்படும் பரிமாணங்கள் விரிவானது. பல்வேறு சமூக இயக்கங்கள் குறித்த ஆவணங்களாகவும் அவை உள்ளன. இவற்றின் நிலைபேறு குறைந்த கால அளவைக் கொண்டிருப்பதால், அவை பதிவு செய்யப்படாமல் போயின. இதனால், தமிழ் அச்சுப் பண்பாட்டை அறிய உதவும் முதன்மையான தரவுகளான இதழ்கள் குறித்து அறிவது சிக்கலாக இருக்கிறது. இதழ் வழி உருவான அச்சுப் பண்பாட்டின் மூலம் தமிழ்ச் சமூகத்தின் அணுவியக்கத்தைக் கண்டறிய முடியும்.

வெகுமக்களின் கேட்பு, காட்சி ஊடகப்பண்பாடுகளி லிருந்து அச்சு ஊடகப் பண்பாடு வேறுபடும் புள்ளிகளை அறிய இதழ்களே முதன்மையாக அமைகின்றன. தமிழச்சுப் பண்பாட்டைக் கண்டறிய முனையும் மாணவனுக்கு இதழியல் சார்ந்த பல்பரிமாணங்களே முதன்மைத் தரவுகள் ஆகும். இவை காலந்தோறும் பல்வேறு பொருண்மைகளில் செயல்படும் பாங்கு குறித்து அறிவதின் மூலம், தமிழ் அச்சுப் பண்பாட்டை நாம் உய்த்துணர வாய்ப்புண்டு.

ஒவ்வொரு சமூகத்தின் ஆக்கங்கள் என்பவைப் பல வடிவங்களில் வெளிப்படுத்தப்படுகின்றன. இவற்றைக் 'கலை இலக்கியங்கள்' என்ற பொதுத் தொடரால் குறிக்கிறோம். கலை - இலக்கியங்கள் என்பவை மனித வெளிப்பாடுகளே. வெளிப்படுத்தும் முறை சார்ந்து அவை அடையாளப்படுத்தப் படுகின்றன. வாய் மொழி மரபு எழுத்து வடிவமாகப் பதிவு செய்யப்படும்போது, அது தவிர்க்க இயலாமல் அச்சுப் பண்பாட்டோடு தொடர்பு கொள்ள வேண்டிய தேவை ஏற்பட்டு விடுகிறது. எனவே, மனிதர்களால் உருவாக்கப்படும் எழுத்துவடிவிலான ஆக்கங்களுக்கும் அச்சுப் பண்பாட்டிற்கும் நெருக்கமான உறவு உருப்பெற்று வருகிறது. இவை ஒரு பக்கம் இதழியலாகவும் இன்னொரு பக்கம் புத்தக உருவாக்கமாகவும் அமைந்துவிடுகிறது.

இதழியல் இயக்க முறையிலிருந்து, புத்தக உருவாக்கம் மற்றும் புத்தக வாசிப்பு வேறுபட்டதாக அமைகிறது. இத்தன்மை அச்சுப் பண்பாட்டின் இன்னொரு பரிமாணமாக அமைந்து விடுகிறது. கேட்பு மற்றும் காட்சி ஊடகத் தேவைகளை நிறைவேற்றுவதாகவும் புத்தக உருவாக்கம் அமைகிறது. வெகுசனத்தன்மை சார்ந்த புத்தக வாசிப்பு, தொழில்நுட்பம் சார்ந்த புத்தகப்படிப்பு, பல்வேறு சமூகம் சார் உரையாடல்களை முன்னெடுக்கும் ஆக்க இலக்கிய வடிவங்கள் என்று புத்தக உருவாக்கமும் புத்தக வாசிப்பும் செயல்படுகிறது. இத்தன்மைகளை அடிப்படையாகக் கொண்டு, அச்சுப் பண்பாடு எவ்விதம் உருப்பெறுகிறது என்ற உரையாடலும் நமக்குத் தேவைப்படுகிறது. இத்தன்மைகள் இலக்கிய வகைமைகளைத் (Gerne) தோற்றுவிக்கின்றன என்ற சுவையான வரலாறும் இதற்குள் அடங்கியிருக்கிறது.

அச்சுப் பண்பாடு என்பது குறிப்பிட்ட மொழி மற்றும் இனம் சார்ந்த செயல்பாடுகளை அடிப்படையாகக்கொண்டது. அச்சுக்கருவி அச்சமூகத்தில் புழக்கத்திற்குக் கொண்டு வரப் பட்ட முறையும் அதன் உற்பத்தியை நுகர்ந்த முறையும் குறித்த உரையாடலாக அச்சுப் பண்பாடு அமையலாம். தொடர்ச்சியான இலக்கிய உருவாக்க மரபு, அச்சு வழி எவ்வகையால் மடைமாற்றம் பெறுகிறது என்பதும் அச்சுப் பண்பாட்டின் தனித்தன்மையாகக் கருதலாம். மேற்கூறிய தன்மைகளை, தமிழ்ச்சூழல் சார்ந்து, விரிவான தரவுகள் மற்றும் ஆவணங்களின் அடிப்படையில் விவாதிக்க வேண்டும்.

இதன் மூலம் தமிழில் உருவான அச்சுப்பண்பாட்டைக் கட்டமைக்க முடியும்.

இதன்மூலம் நவீன தமிழ்ச் சமூக உருவாக்க வரலாற்றையும் புரிந்து கொள்ள முடியும். மேலே விவரித்த அச்சுப் பண்பாட்டின் பல்பரிமாணங்கள் குறித்துத் தொடர்ந்து வரும் இதழ்களில் உரையாடுவோம். அவ்வுரையாடலுக்கான முன் அறிமுகமாக மேல் கூறியவற்றைக் கருதிக் கொள்ளலாம்.

2. தமிழ்ச் சமூக வரலாற்றில் அண்ட்ரிக் அடிகளாரின் வகிபாகம்

பதினாறாம் நூற்றாண்டு முதல் கிறித்தவம் தமிழ்ச் சூழலில் செயல்பட்ட வரலாறு என்பது பல்வேறு பரிமாணங்களைக் கொண்டது. தேவைக்கேற்ப இந்த வரலாற்றை அவரவர் கண்ணோட்டத்தில் எழுதிச் செல்வதைக் காண்கிறோம். எதார்த்தமான நிகழ்வுகளைச் சமூக இயங்கியல் பார்வையில் பதிவுசெய்வது அவசியம்.

இந்தக் குறுநூல், முத்துக்குளித்துறைப் பரதவ மக்களோடு அண்ட்ரிக் அடிகளார் வாழ்ந்த வரலாற்றைப் பதிவு செய்கிறது. தமிழ்ச் சூழலில் கிறிஸ்தவம் செயல்பட்ட பாங்கைப் புரிந்துகொள்ள கீழ்க்கண்டவாறு பகுத்துக் கொள்ளலாம்.

- காலனியம் நம் மண்ணில் வரத்தொடங்கிய காலம் முதல், நவீன மரபுகளைக் கிறித்தவம் நமக்குக் கொண்டு வந்து சேர்த்த வரலாறு.
- தமிழ்மொழி நவீனப்படுதல் என்ற தன்மைக்குக் கிறித்தவம் அளித்த கொடைகள்.
- குடிமைச் சமூக உருவாக்கத்திற்கு அடிப்படையாக அமையும் கல்வி, பொதுநலன், குறிப்பாக மருத்துவம் ஆகியவற்றைக் கொண்டு வந்து அசாதாரணக் கொடுமைகள் வளராமல் செய்த பாங்கு.

மேலே குறித்தவை, அண்ட்ரிக் அடிகளார் (1520-1600) அவர்களது தமிழ்ச் சமூக இருப்பைப் புரிந்து கொள்ளும் நோக்கில் தொகுக்கப்பட்டவை. இத்தன்மைகளை விரித்துப் பேச இயலும்.

ஆனால் நமது தேவை கருதி அண்ட்ரிக் அடிகளார் மேல் குறித்த தன்மைகளில் எவ்வாறு செயல்பட்டிருக்கிறார் என்பதை இந்நூல் வழிப்பெற்ற தரவுகளை அடிப்படையாகக் கொண்டு இப்பதிவைச் செய்கிறேன்.

உலகில் நவீனக் கண்டுபிடிப்புகள் என்பவை மக்களின் வாழ்க்கையில் பெரிய மாற்றங்களை உருவாக்கியுள்ளன. மனித சமூகத்தின் புழங்குபொருள் பண்பாடு என்பது பல பரிமாணங்களை உள்வாங்கியுள்ளது. மனிதர்கள் உருவாக்கிய குறியீடுகளில் ஒன்று எழுத்து வடி-

வம், ஒலி, பொருள் ஆகியவற்றைக் குறிப்பிட்ட குறியீடுகளில் மனிதர்கள் கட்டமைத்தார்கள்.

அவ்வாறு உருவான எழுத்து வடிவம், அதனைப் பதிவு செய்யும் முறை, வாசிக்கும் முறை ஆகியவை மனிதக் கண்டுபிடிப்புகளில் குறிப்பிட்டுச் சொல்ல வேண்டியவை.

ஒலிக்கு உருவம் தருதல், பதிவு செய்தல், வாசித்தல் என்ற நிகழ்வுகளே பேச்சுவழி என்னும் ஊடக மரபிலிருந்து எழுத்துவழி ஊடக மரபுக்கு அடிப்படையாக அமைகின்றன. அவ்வகையில் எழுத்துகள் பல்வேறு ஊடகங்களில் பதிவு செய்யும் முறையில் அச்சுக் கருவியின் வருகை என்பது மிகப்பெரிய மாற்றத்தை உருவாக்கியது.

ஒவ்வொரு மொழியிலும் அச்சுக்கருவியின் வருகை என்பது, அம்மொழியின் புதிய வளர்ச்சியாக அமைகிறது. தமிழ்மொழிக்கு அச்சுக்கருவி வந்த முறையும் அதன்மூலம் தமிழ் மொழி இவ்வகையான நவீன மரபைப் பெறுவதில் முதல் மனிதராக அண்ட்ரிக் அடிகளார் அமைகிறார்.

தமிழ் மறுமலர்ச்சிக்குத் தொல் இலக்கண மரபு, தொல் இலக்கிய மரபு, தொல் வரலாறு மரபு ஆகியவை தொடர்பான கண்டுபிடிப்புகளே அடிப்படையாக அமைந்தன.

இவை 19ஆம் நூற்றாண்டின் தமிழ்ச் சூழலில் உருவானது. ஆனால் அவை அனைத்திற்கும் மூலமாக அமைவது தமிழில் உருவான தமிழ் அச்சுப் பண்பாடு ஆகும். அச்சிடுதல் எனும் செயல் பரவலாக்கத்திற்கு அடிப்படையானது.

பரவலாக்கம் மூலம் பலரும் வாசிக்கும் அல்லது அறிந்துகொள்ளும் வாய்ப்பு தமிழ் இலக்கணம், இலக்கியம் மற்றும் வரலாறு ஆகியவற்றிற்குச் சாத்தியமாயிற்று. இவ்வகையில் அச்சுப் பண்பாடு தான் தமிழின் நவீன மலர்ச்சிக்கு மூலமாக அமைகிறது. இப்பண்பாட்டிற்கு மூலமாக அமைந்த மனிதர் அண்ட்ரிக் அடிகளார். அவர் கட்டமைத்த அச்சுப் பண்பாட்டைப் பின்வருமாறு தொகுக்கலாம்.

- 1554இல் தமிழ் மொழியின் ஒலி வடிவம் உரோமானிய எழுத்து வடிவில் கார்டில்லா என்னும் நூலாக வடிவம் பெற்றது. தமிழ் எழுத்துரு உருப்பெறவில்லை.

- 1578இல் தம்பிரான் வணக்கத்தை கொல்லத்தில் தமிழ் எழுத்துருவில் முதன்முதலாக அச்சிட்டார். 1579இல் புன்னைக்காயலில் தமிழின் முதல் அச்சகத்தை உருவாக்கி கிரீசித்தியானி வணக்கம் எனும் நூலையும் அச்சிட்டார். பின்னர் 1586இல் அடியார் வரலாறு எனும் 669 பக்கம் கொண்ட நூலையும் அச்சிட்டார்.

தமிழ் எழுத்துரு உருவாதல், தமிழ் அச்சகம் உருவாதல், தமிழில் நூல் அச்சாகுதல் ஆகிய அனைத்துப் பணிகளையும் நடைமுறைப்படுத்தியவர் அண்ட்ரிக் அடிகள். இவை அனைத்தும் 16ஆம் நூற்றாண்டிலேயே தமிழில் அச்சுப் பண்பாட்டைத் தொடங்கி வைத்த பெருமகன் அண்ட்ரிக் அடிகள்.

காலனியம் நமக்கு வழங்கிய நவீனத்துவ மரபுகளில் அச்சு மரபு தொன்மையானது. இந்த மரபை உருவாக்கிய மனிதருக்குத் தமிழ்ச் சமூகம் எவ்வாறு கடன்பட்டுள்ளது என்ற உணர்வுதளப் புரிந்துணர்வு அவசியமாகும்.

இந்த வகையில் தமிழ் நவீனமான தன்மையை உள்வாங்க, மூலமாக அமைந்த மனிதரைத் தமிழ்ச் சமூகம் எவ்வாறு கொண்டாட வேண்டும்? அவ்வகையான புரிந்துணர்வு தமிழ்ச் சமூக வரலாறு எழுதுபவர்களிடத்தில் உள்ளதா? இதுபோன்ற பல உரையாடல்களை முன்வைக்க முடியும்.

இந்த வகையில் பெரியவர் ஆ.சிவசுப்பிரமணியன் அவர்களைத் தொடர்ந்து அருள்பணி. ரா.பி.சகேஷ் சந்தியா அவர்களின் பணி அமைகிறது. இந்நூலில் தமிழ் அச்சுப் பண்பாட்டின் முகவரியாக அண்ட்ரிக் அடிகளார் இருப்பதைப் பல்வேறு அரிய தரவுகள் மூலம் ஆய்வு செய்திருப்பதைக் காண்கிறோம்.

ஒரு தேசிய இனத்திற்கு முதன்மையான அடையாளமாக அமைவது மொழிதான். அந்தமொழி தொடர்ந்து நவீன மரபுகளை உள்வாங்கி வளரவும் மாறவும் வேண்டும். அவ்வகையான மரபுகளை மொழிக்குக் கொண்டு வந்து சேர்ப்பவர்கள் செய்யும் பணி மதிப்பிட்டுச் சொல்ல முடியாத அரும்பணி.

அவ்வகையான அரும்பணி புரிந்த அண்ட்ரிக் அடிகளை இந்நூல் நமக்கு அறிமுகப்படுத்துகிறது. தமிழ்ச் சமூக வரலாறு எழுதுவோர் நவீனத் தமிழ்ச் சமூகம் குறித்துச் சிந்திக்கும்போது அவர்களின் நினைவுகளில் முதன்மையாக வருபவர் அண்ட்ரிக் அடிகளார். அதற்கான புத்துணர்வை இந்நூல் வழி நாம் பெற முடியும்.

கிறிஸ்தவத் தொண்டூழியர்கள், ஆட்சி அதிகாரத்தில் இருந்த அலுவலர்கள் ஆகியோர் தமிழ்மொழி நவீனமாக்கப் படுதலுக்குப் பெரிதும் உதவினார். காலனிய ஆட்சி நிகழ்ந்தபோது தமிழ் நவீனப்படுதல் எனும் தன்மை தொடர்ந்து நடைபெற்று வந்தது.

தொல்பழம் மொழியாக இருந்து வந்த தமிழில் எழுத்து மரபு, குறிப்பாகச் செய்யுள் மரபு ஆட்சி செலுத்தி வந்தது. இலக்கண நூல்கள், இலக்கிய நூல்கள், கல்வெட்டுகள் அனைத்தும் செய்யுள் வடிவில்தான் தமிழில் இருந்தன. இத்தன்மை, மொழி நவீனப்படுதலுக்கு வாய்ப்பாக அமையவில்லை. பேச்சுமொழியைக் கவனத்தில் எடுத்துக்கொள்ளும் சூழல் இல்லை. வேற்று மொழியினர் இத்தன்மையால், தமிழ் மொழியை முதன்மைப்படுத்திச் செயல்படும் சூழல் உருவானது. இதனைப் பின்வரும் வகையில் தொகுக்கலாம்.

- பேச்சுமொழியை முதன்மைப்படுத்தி அதற்கென வழிகாட்டி நூல்கள் ஆகியன உருவாக்குதல்.
- பேச்சு மொழியை எழுத்து மொழியாகக் கட்டமைத்தல் மூலம் உரைநடையை உருவாக்குதல்.

எழுத்துப் பயிற்சி இல்லாத முத்துக்குளித்துறை மக்களோடு வாழ்ந்த அண்ட்ரிக் அடிகளார் மேற்குறித்த இருநிலைகளிலும் தமிழ்மொழி நவீனப்படுதலுக்கு வழி கண்டுள்ளார். அச்செய்திகளை இந்நூல் விரிவான உரையாடலுக்கு உட்படுத்தியிருப்பதைக் காண்கிறோம்.

19 ஆம் நூற்றாண்டில் கூட எழுத்துத் தமிழ் என்றும், செந்தமிழ் என்றும், பேச்சுத்தமிழ் என்றும், கொடுந்தமிழ் என்றும் பேசப்பட்டது. இச்சொல்லாட்சியை உருவாக்கியவர் வீரமாமுனிவர் (1680-1746) ஆனால் இவர்களுக்கு முன்னோடியாக இத்துறையில் செயல்பட்டார் அண்ட்ரிக் அடிகளார்.

1548இல் பேச்சுத் தமிழ் இலக்கணத்தையும் அண்ட்ரிக் அடிகளார் உருவாக்கினார். தமிழில் முதன்முதலில் இப்பணியைச் செய்தவர் இவரே. இந்நூல் பற்றிய முதல்பதிவு இந்நூல் என்று இந்நூலை மொழியாக்கம் செய்துள்ளவர்கள் கூறியுள்ளனர்.

அண்ட்ரிக் அடிகளார் எழுதிய இலக்கண நூலை 2013இல் மொழியாக்கம் செய்து Harvard University வெளியிட்டுள்ளது. அந்நூலின் பெயர் The Earlist Missionary Grammer of Tamil: Fr. Hanriquess, Arte Da Lingua Malabar; Translation,

History and Analysis இந்நூலை உருவாக்கியவர்கள் Jeann Hein மற்றும் வி. எஸ். ராஜமும் ஆவார். ராஜம் தமிழியல் ஆய்வாளர்.

இந்நூல், 16ஆம் நூற்றாண்டில் பரதவ மக்கள் பேசிய மொழியைப் பதிவு செய்துள்ளது. வங்காள விரிகுடா கடல் பகுதியில் வாழும் மீனவ மக்களின் மொழி பற்றிய முதல் பதிவு இந்நூல் என்று இந்நூலை மொழியாக்கம் செய்துள்ளவர்கள் கூறியுள்ளனர்.

அண்ட்ரிக் அடிகளார் மக்களிடம் சென்று நேரடியாகப் பணியாற்ற விரும்பினார். மொழி-பெயர்ப்பாளர்கள் உதவியோடு மக்களிடம் பணியாற்ற அவருக்கு விருப்பம் இல்லை. தம்மைப் போலவே மக்களுக்குப் பணியாற்ற விரும்புவோரும் மக்கள் மொழியைக் கற்றுக்கொள்வது சரியாக இருக்கும் எனக் கருதினார்.

எனவே பேச்சுத் தமிழுக்கான இலக்கணத்தை உருவாக்கும் வேலையில் இறங்கினார். அடிகள் மேற்கொண்ட இப்பணி மூலம் தமிழ் நவீனமயமாதல் எனும் செயல் நடைமுறைக்கு வந்தது. மொழியில் எழுத்து மொழி எவ்வளவு முதன்மையானதோ, அதே அளவிற்குப் பேச்-சுமொழியும் முதன்மையானதுதான்.

இதனைத் தமிழ்ப் புலமை உலகம் கவனத்தில் கொள்ளவில்லை. எழுத்துப் பயிற்சி இல்-லாதவர்களின் மொழியை அங்கீகரிக்காத அதிகார மனநிலை இருந்தது. இதனை உடைத்து பேச்சுமொழி, எழுத்துமொழி இரண்டையும் சமமாகக் கருதும் சூழல் அண்ட்ரிக் அடிகளார் மூலம் உருவானது. இவரது இம்முயற்சி பின்னர் பல இலக்கண நூல்கள் உருவாக்குவதற்கு வழிகண்டது.

நவீனமயமாதல் என்பது புதிய புதிய மரபுகள் ஒரு மொழியில் அல்லது சமூகத்தில் இடம் பெறுவதன் மூலமே சாத்தியம். இவ்வகையில் பேச்சுமொழிக்கான இலக்கணம், தமிழ் நவீ-னமயமாக்கலுக்கு வழி கண்டது. பேச்சு மொழியை எழுத்து வடிவில் எழுதும்போதுதான் வாசிப்பு எளிதாகும்.

இதனால், அடிப்படைக் கல்வி பெற்றவர்கள் வாசிப்புப் பழக்கத்திற்கு உந்தப்படுவர். எழுத்து மொழி, பேச்சு மொழி என்ற இரட்டைத் தன்மையை உடைப்பதில் உரைநடைக்கு முக்கிய இடமுண்டு.

இத்தன்மையை உருவாக்கியது அச்சு ஊடகமே. நவீனமாக உருவான அச்சு ஊடகம் நவீன மொழியையும் உருவாக்கியது. அம்மொழி செய்தித்தாள்களின் மொழியாகவும் உருப்-பெற்றது. இதன்மூலம் இதழியல் என்னும் துறை உருவானது.

மேற்குறிப்பிட்ட பின்புலத்தை உணர்ந்து அண்ட்ரிக் அடிகள் தமது போதனைகளை எழுத்து வடிவில் தரும்போது பேச்சுமொழி வடிவில் தந்தார். இதன்மூலம் திருவிவிலியத்தில் பேசப்படும் செய்திகள் வெகு எளிதாக மக்களைச் சென்றடைந்தது.

புதிய மொழியாக விருவிவிலியம் மொழி அமைந்தது. தமிழ் உரைநடை உருவாக்கத்தில் திருவிவிலியம் போதிக்கப்பட்ட முறைகள், திருவிவிலியம் மொழியாக்கம் செய்யப்பட்ட பாங்-குகள் ஆகியவை மூலம் தமிழில் புதிய உரைநடை உருவானது.

பின்னர் அகராதிகள் உருவாக்கம் நிகழ்ந்தபோது இலக்கியப் புழக்கத்தில் உள்ள சொற்-களுக்குப் பேச்சுப் புழக்கத்தில் உள்ள சொற்களைப் பொருள் விளக்கமாகக் கூற முடிந்தது. இதன்மூலம் மொழி வெகுமக்களுக்கான பயன்படு கருவியாக வடிவம் பெற்றது.

பண்டிதன் - பாமரன் எனும் முரணைக் குறைப்பதற்கு உதவியது. அண்ட்ரிக் அடிகள் உருவாக்கிய பேச்சு மொழிக்கான இலக்கணம் மற்றும் பேச்சுமொழியைப் பயன்படுத்திய முறை தொடர்பான பல்வேறு குறிப்புகளை இந்நூலில் காண்கிறோம். இதன் மூலம் அண்ட்ரிக் அடிகள் தமிழ் நவீனமயமாக்கல் எனும் சமூக நிகழ்விற்கு எவ்வகையில் பாத்தியதை உடையவர் என்பதைப் புரிந்துகொள்ள முடிகிறது. அதற்கு இந்நூல் நல்ல ஆவணமாக அமைகிறது.

முதல் அச்சகத்தை உருவாக்கியது போல் முதல் கல்லூரி, முதல் மருத்துவமனை ஆகியவற்றையும் தமிழ் மண்ணில் உருவாக்கியவர் அண்ட்ரிக் அடிகள். இவற்றின் மூலமே அரச உருவாக்க மரபிலிருந்து சமூகம் படிப்படியாக குடியரசை உருவாக்கும் குடிமைச் சமூகமாக மாற்றமடைகிறது.

நீண்ட நெடுங்காலமாக அரசமுறை நிர்வாகத்தில் இயங்கிய தமிழ்ச் சமூகம் 16 ஆம் நூற்றாண்டு முதல் படிப்படியாக குடியரசு சார்ந்த சமூகமாக மாறத் தொடங்கியது. இதில் ஐரோப்பிய புத்தொளி இயக்கம், உலகம் தழுவிய தொழில்புரட்சி, பல்வேறு நாடுகளில் நடந்த மக்கள் புரட்சிகள் ஆகியவை காரணங்களாக அமைந்தன.

இந்தியாவில் மேற்குறித்த நிகழ்வுகளின் தாக்கங்களைக் கொண்டு வந்ததில் காலனியத்திற்கு முதன்மையான பங்குண்டு. காலனியத்தோடு இணைந்தும், தனித்தும் செயல்பட்ட கிறிஸ்தவத் தொண்டூழிய மரபும் குடிமைச் சமூகம் உருவானதில் பங்களிப்பு செய்துள்ளது.

குடியரசு மூலம் குடிமைச் சமூகம் என்பது பின் கண்ட அடிப்படைகளைக் கொண்டிருப்பதாக அமைதல் வேண்டும்.

- சமூக முரண்கள் செயல்படும் அதே வேளையில் வெகுமக்களிடத்தில் நல்லிணக்க மரபும் உருப்பெறுதல், இதன்மூலம் பன்மைத்துவம், சிறுபான்மை மரபுகள் ஆகியவை குடிமைச் சமூகத்தில் இயல்பாகச் செயல்படுத்தப்படும் நடைமுறை இருப்பது அவசியம்.
- பொதுத்துறைகள் உருவாக்கப்படுதல், குறிப்பாகக் கல்வி மற்றும் மருத்துவம் ஆகியவை இதனால் சமூக முரண்களை மீறிய பொதுப் பயனைச் சாதாரண குடிமகன் பெறுவதற்குக் குடிமைச் சமூகம் வழிகாணுதல் அவசியம்.

மேற்குறித்த பண்புகளைக் கொண்டிருக்கும் சமூகம், குடியரசு சமூகம் என்று அழைக்கப்படும். இதில் அரசாங்கம், சமயம், தனிப்பட புரவலர்கள் ஆகிய பிற பொதுமக்களுக்கான நலன்மீது அக்கறை கொண்டு உருவாக்கப்பட்ட வேண்டும். இவற்றிற்குப் பொதுநலனே முதன்மையான நோக்கம்.

வணிகம் மற்றும் மதிப்பீடுகள் சார்ந்த பார்வைகள் ஏற்றுக்கொள்ளப்படுவதில்லை. இதில் கிறிஸ்தவ சமய அமைப்புகள், குடிமைச் சமூகத்திற்கு ஆற்றிய பணிகள் குறிப்பிடத்தக்கவை. இந்தப் புரிந்துணர்வு அண்ட்ரிக் அடிகள் உருவாக்கிய கல்வி நிறுவனம், மருத்துவமனை மற்றும் “பிறரன்புச் சகோதர சபை” ஆகியவை குடிமைச் சமூகத்தில் வாழும் சாதாரண மனிதரை நோக்கிய செயல்கள்.

இவற்றின் மூலம் முத்துக்குளித்துறையில் வாழும் எளிய மக்கள் பெற்ற நலன்கள் முதன்மையானவை. அதனை வெறும் சமயச் செயல்பாடாக குறுக்கிப் பார்ப்பது தவறு. மக்களுக்கான பணி என்பதே முதன்மையாக அமைகிறது. இவ்வகையில் காலனிய காலத்தில் உருவான குடியரசு முறைமை சார்ந்த குடிமைச் சமூக வாழ்க்கைக்கு அண்ட்ரிக் அடிகளார்

செய்த பங்களிப்பு திரிந்துபேசும் வகையில் அமைந்திருப்பதைக் காண்கிறோம்.

அண்ட்ரிக் அடிகளின் செயல்பாடுகள் பற்றிப் பேசும் இந்நூல் பதினாறாம் நூற்றாண்டில் முத்துக்குளித்துறையில் வாழ்ந்த மக்களின் வரலாறு குறித்த ஆவணமாகவும் உள்ளது. அந்த மக்களின் வரலாற்றுப் போக்கில், அண்ட்ரிக் அடிகளார் பெறும் இடம் என்பது குறிப்பிடத்தக்கது.

இந்தப் புரிந்துணர்வை இந்நூல் நமக்குத் தெரிவிக்கிறது. இந்நூலை உருவாக்கியுள்ள அருள்பணி. ரா.பி.சகேஷ் சந்தியா அவர்களைப் பெரிதும் பாராட்டி மகிழ்கிறேன். அண்ட்ரிக் அடிகளார் குறித்தும், தமிழ்ச் சமூக வரலாறு குறித்தும் அறிய விரும்புவோருக்கான அரிய நூல் இது. இந்நூலை வாசித்து இப்பதிவைச் செய்ய வாய்ப்பளித்த அருள்தந்தை குழந்தை அவர்களுக்கும் எனது அன்பும் நன்றியும்.

3. பத்தொன்பதாம் நூற்றாண்டின் இடைக்காலம் வரையிலான அச்சுப் பண்பாடு (1800 - 1865)

பதினாறாம் நூற்றாண்டில், தமிழில் உருவான அச்சுப் பண்பாடு, பதினெட்டாம் நூற்றாண்டு முடிய பெரும் வளர்ச்சி பெற்றதாகக் கூறமுடியாது. கிறித்தவ சமயம் தொடர்பான அச்சு நூல்கள், அரசாங்க நிர்வாகம் தொடர்பான அறிக்கைகள், கிழக்கிந்திய கம்பெனியின் வணிகம் தொடர்பானவை ஆகிய பிற அச்சு வடிவம் பெற்றன. 266 நூல்கள் அச்சு வடிவில் வெளிவந்திருப்பதை அறிய முடிகிறது. எனவே, பதினெட்டாம் நூற்றாண்டு முடிய, தமிழ்ச் சூழலில் அச்சு பெரும் புழக்கத்தில் இருந்ததாகக் கூற முடியாது. எனவே இக்கட்டத்தில் அச்சுப் பண்பாடு வளர்ச்சியடைவதற்கான வாய்ப்புகள்

மிக மிகக் குறைவு. அச்சு நூல்களை, ஓலைகளில் படி எடுத்துக்கொண்டதும் நடைபெற்றது. ஏனெனில் அச்சு என்பது எல்லோருக்கும் எளிதாகக் கிடைக்கும் வாய்ப்பு இல்லை. 1556 - 1800 காலத்தில் வெளிவந்த தமிழ் அச்சு நூல்களில் பெரும்பாலானவை பைபிள் தொடர்பான நூல்களே ஆகும். அதுவும் வெகுமக்கள் பயன்படுத்தும் நூல்களாக அமையவில்லை. மாறாக சமயத்தைப் பரப்பும் ஊழியர்களுக்குப் பயன்படும் வகையில் அவை இருந்தன. இத்தன்மையிலிருந்து முற்றிலும் வேறுபட்ட சூழல் பத்தொன்பதாம் நூற்றாண்டில் உருவானது. தமிழ் அச்சுப் பண்பாட்டின் பல்வேறு தன்மைகளைக் கண்டறிய இந்நூற்றாண்டில் முடிகிறது. பத்தொன்பதாம் நூற்றாண்டில் உருவான அச்சுப் பண்பாட்டின் அடிப்படைகளைப் புரிந்துகொள்ள கீழ்க்காணும் வகையில், நமது வசதிக்காகப் பாகுபடுத்திக் கொள்ளலாம்.

கிறித்தவ நிறுவனங்கள் வழி அச்சிடப்பட்டு வெளிவந்த சிற்றறிக்கைகள் (Tracts)

கிறித்தவம் தொடர்பான, குறிப்பாகப் பைபிள் தொடர்பான மொழியாக்கம் மற்றும் பிற நூல்கள்.

பிரித்தானியர்கள், தமிழ்மொழி மற்றும் பண் பாட்டை அறிந்து கொள்வதற்காக உருவாக்கிய நூல்கள்.

ஓலைகளிலிருந்து அச்சு வடிவம் பெற்ற தமிழ் நூல்கள்.

பள்ளிப் பாட நூல்கள்

பருவ இதழ்கள் மற்றும் நாளிதழ்கள்.

மேற்குறித்த வகையில் அச்சிடப்பட்ட தமிழ் நூல்கள் வழி, தமிழில் எவ்வகையான வாசிப்பு மரபு உருவானது என்பது குறித்து அறிய முடியும். 19 ஆம் நூற்றாண்டில் அச்சிடப்பட்ட நூல்களை அறிந்துகொள்ள உதவும் அடிப்படையான தரவுகள் பின்வருவன:

1865இல் ஜான் மர்டாக் (1819 - 1904) என்பவர் உருவாக்கிய அச்சிட்ட தமிழ் நூல்களின் பட்டியல். (Classified catalogue of Tamil Printed Books With introducing Notices)

பிரித்தானிய நூலகத்தில் உள்ள தமிழ் நூல்கள் பட்டியல் (1904, 1939) இரண்டு தொகுதிகள். (மூன்றாம் தொகுதி பிற்காலத்திய நூல்கள்)

தமிழக அரசு உருவாக்கிய தமிழ் நூல் விவர அட்டவணை (முதல் தொகுதி - ஐந்து பகுதிகள் - 1867-1900)

1948ஆம் ஆண்டில் நூலகச் சட்டம் ஒன்றை அவினாசிலிங்கம் அமைச்சரவை கொண்டு வந்தது. இதன்மூலம் தமிழ்ச் சூழலில் நூலகங்கள் வளருவதற்கான வாய்ப்புகள் உருவாயின. 1959ஆம் ஆண்டில் உருவான தமிழ் வளர்ச்சி மன்றம் தமிழ் நூற்பட்டியல்கள் அச்சாக்கம் பெறுவதற்குப் பெரிதும் உதவியது. இப்பின் புலத்தில் 1867ஆம் ஆண்டு முதல் தமிழில் வெளிவந்த நூல்களின் பட்டியல் தமிழ் நூல் விவர அட்டவணை ஏழு தொகுதிகளாக 23 பகுதிகள் வெளிவந்துள்ளன. இவற்றை அடிப்படையாகக் கொண்டு தமிழ் அச்சுப் பண்பாட்டு வரலாற்றை நாம் கட்டமைக்க முடியும்.

1867இல் பிரித்தானிய அரசு கொண்டுவந்த நூல் பதிவுச் சட்டத்தின் மூலம்தான், நூல்கள் வெளிவந்ததற்கான தரவுகளைப் பெறமுடிகிறது. 1867ஆம் ஆண்டுக்கு முன் வெளிவந்த அச்சாக்கங்கள் பற்றி அறிவதற்கு 1865இல் ஜான் மர்டாக் உருவாக்கிய நூல் அட்டவணை உதவுகிறது. இந்த அட்டவணையை அடிப்படையாகக் கொண்டு, இக்கட்டுரையின் தொடக்கத்தில் காட்டியுள்ள அடிப் படையில், தமிழ் அச்சுப் பண்பாட்டைப் புரிந்துகொள்ள முடியும். 1865ஆம் ஆண்டுக்கு முன் தமிழில் உருவான அச்சுப் பண்பாட்டை மட்டும் இங்கு உரையாடலுக்கு உட்படுத்துவோம். ஜான் மர்டாக் 1865இல் தான் தொகுத்த அச்சிட்ட தமிழ்நூல் பட்டியல் குறித்துப் பின்வருமாறு பதிவு செய்கிறார்.

“ஓலை வடிவத்தில் இருந்த நூல்கள் கடந்த முப்பத்தைந்து ஆண்டுகளில், அச்சு வடிவம் பெறத் தொடங்கின. 1865இல் அச்சிட்ட தமிழ் நூல்களை நான் பட்டியல் இட்டபோது 1765 நூல்களைப் பட்டியல் இட்டேன். அவை: சீர்திருத்தக் கிறித்தவ சமய நூல்கள் 587; ரோமன் கிறித்தவ சமய நூல்கள் 87; இந்து நூல்கள் 508; முகமதிய நூல்கள் 36; பிற சமய நூல்கள் 19; தத்துவம் 50; இயற்கை அறிவியல் மற்றும் மருத்துவம் 62; கலைகள் 6; கவிதைகள் 72; நாடகம் 25; உரைநடைப் புனைகதைகள் மற்றும் பிற 50; மொழிநூல் மற்றும் பாடநூல்கள் 176; பூகோளம் மற்றும் வரலாறு 12; நாளிதழ்களும் பருவ இதழ்களும் 26; ஐரோப்பியர்கள் தமிழ் கற்றுக் கொள்ள உருவாக்கிய நூல்கள் 34. வட்டார மொழிகளில் அமைந்த நூல்கள் அனைத்தும் ஓலையிலிருந்து மறுஅச்சு பெற்றவை ஆகும்.” (John Murdoch Catalogue of the Christian Vernacular Literature - 1870)

மேற்குறித்த நூல்களை வெளியிட்ட நிறுவனங்கள் பின்வருமாறு:

தரங்கம்பாடி சமய நிறுவனம்.

கிறித்தவ சமயக் கருத்துப் பரப்பல் நிறுவனம் (S.P.C.K)

சென்னை நகர சமய சிற்றறிக்கை மற்றும் புத்தகம் வெளியிடும் குழு. (The Madras Religious Track, and Book Society)

தென் திருவாங்கூர் சிற்றறிக்கை வெளியிடும் நிறுவனம்.

நெய்யூர் சமயச் சிற்றறிக்கை வெளியிடும் நிறுவனம்.

திருநெல்வேலி சமயச் சிற்றறிக்கை வெளியிடும் நிறுவனம்.

கிறித்தவ வட்டாரக் கல்வி நிறுவனம் (The Christian Vernacular Education Society)

சென்னை - மதுரை தொண்டூழிய நிறுவனங்கள்.

ஆற்காடு தொண்டூழிய நிறுவனம்.

யாழ்ப்பாண தொண்டூழிய நிறுவனம்.

மேற்குறித்த பெயரில் அமைந்த சமய நிறுவன அறிக்கைகள் அச்சிடும் (Tracks) அமைப்புகள், அச்சிடுதலில் பெரும் சாதனை நிகழ்த்தியவை எனலாம். இவை மூலம் உருப்பெற்றவற்றைப் பின்வரும் வகையில் பார்க்க முடியும். அச்சு வடிவங்களில் கூசயஉவள எனப்படும் சிற்றறிக்கை வடிவங்களே மிக மிக அதிக அளவில் அச்சிடப்பட்டன. புதிதாக எழுத்தறிவைப் பெற்ற மக்கள் எளிதாகப் படிக்க இவைகள் உதவும். இவ்வகையான சிற்றறிக்கைகளைப் பாதுகாத்து நூலகங்களில் வைத்துக்கொள்வது இயலாது. ஆனால் இவை சமகாலச் சூழலில் மக்களிடம் எவ்விதம் சென்றடைந்தன, அதனை மக்கள் எவ்விதம் வாசித்தார்கள்? ஆகியவை தொடர்பான உரையாடல்கள், அச்சுப் பண்பாட்டை அறிய உதவும்.

சென்னை சிற்றறிக்கை மற்றும் நூல் உருவாக்கச் சங்கம் மூலம் வெளியிடப்பட்ட சிற்றறிக்கைகள் குறித்த பட்டியல் ஒன்றை ஜான் மர்டாக் (மேற்குறித்த நூல்: ப.147) வெளியிட்டுள்ளார். இதன்படி 1819-1868 முடிய உள்ள ஆண்டுகளில் 5,495,895 அறிக்கைகள் வெளியிடப்பட்டதை அறிகிறோம். ஆண்டிற்குச் சராசரியாக 109918 அறிக்கைகள் வெளியிடப்பட்டன. சுமார் ஒரு இலட்சம் அச்சிட்ட அறிக்கைகளை மக்கள் வாசித்தனர் என்று கூறமுடியும். இவ்வகையில், கிறித்தவ சமயப் பரப்பலுக்கான சிற்றறிக்கைகள் அச்சிடுதல் தான் மிகுதியாக நடைமுறையில் இருந்ததைக் காண்கிறோம். அன்றைய சூழலில் இவ் வகையான அச்சுச் செயல்பாடு மக்களிடம் ஒரு வகையான வியப்புடன் கூடிய ஆர்வத்தை உருவாக்கியிருக்க வேண்டும். அதுவே காலப்போக்கில் தமிழில் வாசிப்புப் பழக்கம் உருப்பெற்று வளருவதற்கும் அடிப்படையாக அமைந் திருக்கக்கூடும். அச்சு வடிவத்தில் செயல்படும் இவ் வகையான சமயப் பரப்பல் செயல் மூலம், அச்சு உருவாக்க மரபிற்கும் மக்களின் அன்றாட வாழ்க்கைக்குமான உறவைப் புரிந்துகொள்ள முடியும். பத்தொன்பதாம் நூற்றாண்டின் முற்பகுதியிலேயே, இவ்வகையான செயல்பாடுகள் நடைபெற்றதைக் காண்கிறோம். அச்சிடுதல் என்பது சிறுவர்களுக்கும் பெரியவர்களுக்கும் தனித்தனியாக நிகழ்த்தப்பட்டன. "கிறித்தவச் சமயப் பரப்பலுக்கான சிற்றறிக்கை (கூசயஉவள) அச்சிடுதலும் தமிழ் அச்சுப் பண்பாடும்" என்ற பொருளில் விரிவாக உரை யாடுவதற்கு இடமுண்டு.

அச்சு நடைமுறைக்கு வந்த காலம் முதல் மொழி யாக்கம் செய்யப்பட்ட பைபிள் தொடர்பானவைகளே தொடர்ந்து அச்சிடப்பட்டு வந்தது. தரங்கம்பாடியில் தொடங்கிய இப்பணி பல வடிவங்களில் தொடர்ந்தது. பைபிளிலிருந்து பல்வேறு நூல்கள் உருவாக்கப்பட்டன.

அவை சமயப் போதனைகளாகவும் சமயப் பாடல் களாகவும் அச்சிடப்பட்டன. தமிழில் அச்சிடப்பட்ட கிறித்தவ தன்னுணர்ச்சிப் பாடல்கள் தொடர்பாக விரிவாக எழுத வாய்ப்புண்டு. சீர்திருத்தக் கிறித்தவம் மற்றும் கத்தோலிக்கக் கிறித்தவத்தில் உருவாக்கப்பட்ட தன்னுணர்ச்சிப் பாடல் களை அச்சிட்டுப் பரப்பினர். இப்பாடல்களைப் பாடும் போது அச்சிட்ட வடிவத்தையும் கையில் வைத்திருந்தனர். பின்னர் தமிழில் கிறித்தவ தன்னுணர்ச்சிப் பாடல் மரபு ஒன்று உருவானது. இதற்கு இக்காலத்தில் அச்சிடப்பட்ட பாடல் நூல்கள் உதவின. கிறித்தவம் தொடர்பான வினா - விடை வடிவத்தில் மிகுதியான நூல்கள் அச்சிடப்பட்டன. இவ்விதம் கிறித்தவப் பரப்புதல் தொடர்பான செயல் பாடுகளால், தமிழில் அச்சான வடிவங்களைத் தொகுப்பாகப் பின்வருமாறு கூறலாம்.

கிறித்தவம் தொடர்பான சிறுசிறு சம்பவக் கோவைகளை உள்ளடக்கிய சிறு நூல்கள் உருப்பெறுதல்.

கிறித்தவம் தொடர்பான பல்வேறு செய்திகளை வினாவிடை அமைப்பில் அமைந்த, உரையாடல் வடிவில் அமைந்த சிறு நூல்கள்.

தன்னுணர்ச்சிப் பாங்குடன் கூடிய அச்சிடப்பட்ட இசைப் பாடல்கள்.

கிறித்தவமே, பேச்சு வடிவத்தை அச்சுக்குக் கொண்டு வந்தது என்று கூறமுடியும். இதன் மூலம் உரைநடை உருவாக்கம் மற்றும் புனைகதை உருவாக்கம் ஆகியவை தமிழ்ச் சூழலில் கால்கொண்டன. இவ்விதம் உருவான தமிழ் அச்சுப் பண்பாட்டை விரிவான உரையாடலுக்கு உட்படுத்த வேண்டும்.

கிழக்கிந்திய கம்பெனி வணிகர்கள், ஆட்சியதி காரத்தைக் கைப்பற்றிய பின்னர் ஆட்சி செய்த நிர்வாகிகள், சமயப் பரப்பலுக்கான பாதிரியார்கள் எனப் பல நிலைகளில் ஐரோப்பியர்கள் இங்கு வாழத் தலைப் பட்டனர். இவர்களுக்கு வட்டார மொழிகளை அறிந்து கொள்வது என்பது தவிர்க்க முடியாத தேவையாகி விட்டது. எனவே, மொழியைக் கற்றுக் கொள்வதற்கான நூல்கள், ஒரு மொழியைப் பிறமொழியோடு ஒப்பிட்டுக் காணும் நூல்கள், மொழி குறித்த ஆராய்ச்சி நூல்கள் எனப் பலவகையில் நூல்கள் உருப்பெறத் தொடங்கின. கால்டுவெல் உருவாக்கிய "திராவிட மொழிகளின் ஒப்பிலக்கணம் அல்லது தென்னிந்திய மொழிக் குடும்பங்கள்" (1856) என்னும் நூல், மேற்குறித்த மொழி தொடர்பான நூல்களின் உச்சமாக அமைந்தது. இந்நூலிலிருந்து பலமுறை மேற்கோள் காட்டுகிறார்

ஜான் மர்டாக். பல்வேறு அகராதிகளும் இவ்வகையில் உருவாயின. சீசன் பால்கு தொடங்கி, போப் வரை பலர் உருவாக்கிய மொழி கற்றல் நூல்களை இவ்வகையில் அடக்கலாம். இதன் மூலம் தமிழ் மொழி கற்றல் பத்தொன்பதாம் நூற்றாண்டில் புதிய போக்கில் உருப்பெற்றதை அறிகிறோம். ஐரோப்பியர்கள், வட்டார மொழிகளைக் கற்றுக்கொள்வதற்கென நூல்களும் அச்சிடப்பட்டன. இவ்வகையில் மொழி கற்றல் தொடர்பான செயல்பாடுகளுக்கும் அச்சு நூல் உருவாக்கத்திற்கும் தொடர்பு இருப்பதை உணர முடியும்.

கிறித்தவர்கள் சமயப் பரப்பலுக்கான அச்சிடப்பட்ட ஆக்கங்கள் பெரும் பகுதியாகத் தமிழில் வெளிவந்தன; அப்படியானால் பத்தொன்பதாம் நூற்றாண்டின் முன்பாதி முழுவதும், கிறித்தவம் சார் அச்சுப் பண்பாடு தான், தமிழ் அச்சுப் பண்பாடு என்று கூறலாமா? என்ற கேள்வி நியாயமானது. ஆனால், வட்டார மொழிகளிலும் அச்சிடுதல் தொடங்கியது. 1935இல் அச்சுத் தடைச் சட்டம் நீக்கப்பட்டபின், வட்டார மொழி நூல்கள் அச்சிடுதல்

அதிகரித்தது. தமிழில் எழுதப்பட்டிருந்த ஓலைகளிலிருந்து அச்சுக்குக் கொண்டுவருவது என்பது தொடங்கியது. 1812இல் திருக்குறள் அச்சிடப்பட்டது. தொடர்ந்து தொல்காப்பியம் முதலிய இலக்கண நூல்கள் அச்சாகின. 1865க்குள் அகப்பொருள் இலக்கணம், இலக்கணக் கொத்து, அணியியல் விளக்கம், இலக்கணச் சுருக்க வினாவிடை, காரிகை, முத்துவீரியம், நன்னூல், பிரயோகவிவேகம், பொருத்தப்பாட்டியல், தண்டியலங் காரம், தொன்னூல், தொல்காப்பிய நன்னூல், உவமான சங்கிரகம், வெண்பாப் பாட்டியல், விருத்தப் பாட்டியல், வீரசோழியம் ஆகிய இலக்கண நூல்கள் ஓலையிலிருந்து அச்சு வடிவம் பெற்றிருப்பதை ஜான் மர்டாக் (ப.199-203) குறிப்பிடுகிறார்.

இதன்மூலம், ஓலையிலிருந்து பதிப்பித்தல் என்னும் பணி தொடங்கப்பட்டிருப்பதை அறிகிறோம். இந்நூல்கள் பாட நூல்களாகவும் பயன்படுத்தப்பட்டதை அறிகிறோம். நன்னூல் பல வடிவங்களில் அச்சிடப் பட்டதன் மூலம் தமிழ்க்கல்வி வரலாற்றைப் புரிந்து கொள்ள முடியும். எனவே, தமிழ் அச்சுப் பண்பாடு, வெறும் கிறித்தவம் தொடர்பானவையாக மட்டும் இல்லை. கிறித்தவம் தொடர்பான அச்சுப் பண்பாடு, வெகுசனப் பண்பாடாக அமைந்திருந்த வேளையில், சுவடிகளிலிருந்து அச்சிடப்பட்ட தமிழ் இலக்கண நூல்கள் மூலம் புலமைசார் அச்சுச் செயல்பாடுகளும் உருப்பெற்றிருந்தன. இதன் மூலம் பத்தொன்பதாம் நூற்றாண்டின் முதல் பாதி, சமயம் சார் வெகுசன தமிழ் அச்சுப் பண்பாடும், கல்விசார் புலமை நூல்கள் அச்சிட்ட பண்பாடும் ஒரே நேரத்தில் செயல்பட்டதைக் காண்கிறோம்.

வாய்மொழிப் பாரம்பரியத்தில் உருவான கதைகளும் அச்சிடப்பட்டதை அறிகிறோம். இவை தமிழில் உரைநடைப் பண்பாடு வளருவதற்கு அடித்தளமிட்டன. அஸ்வமேதபர்வம், காமரா்ஜன் கதை, கதாசிந்தாமணி, கிளிக்கதை, கோவலன் கதை, முப்பத்திரண்டு பதுமைகதை, நாலு மந்திரி கதை, பஞ்ச தந்திரக் கதை, தமிழறியும் பெருமாள் கதை, தேசிங்கு ராஜா கதை, வேதாளக் கதை மற்றும் விநோதரச மஞ்சரி ஆகிய கதை நூல்கள் 1865க்கு முன் அச்சிடப்பட்டதை அறிகிறோம். இக்கதைகள் முன்னரே ஓலைகளில் எழுதப்பட்டு, அச்சு வடிவம் பெற்றனவா? அல்லது வாய்மொழி வடிவத்தில் இருந்தவை அச்சாக்கப்பட்டனவா? என்பதை அறியும் தேவையுண்டு. இவை பெரும்பகுதி வாய்மொழியாகப் புழக்கத்தில் இருந்த கதைகளாகவே இருக்க வேண்டும். வாய்மொழி வடிவம் அச்சு வடிவம் பெற்றபோது தமிழில் புதிய உரைநடை உருவானது. இவ்வகையில், தமிழ் அச்சுப் பண்பாடுதான், தமிழ் உரைநடை உருவாக மூலமாக அமைந்திருப்பதைக் காண்கிறோம்.

கிறித்தவம் தொடர்பானவை மற்றும் ஓலைகளி லிருந்த தமிழ் நூல்கள் ஆகியவை அச்சான சூழலில் பள்ளிக் கூடங்கள் உருவாக்கப்பட்டன. 1840களில் பள்ளிக் கூடங்கள் உருவாயின. 1870இல், ஜான் மர்டாக் தமிழ்ச் சூழலில் - பள்ளிக்கூடங்கள் செயல்பட்டமை தொடர்பாக பின்வரும் விவரத்தைத் தருகிறார். "1868 இல் சென்னை இராஜதானியில் 1687 அரசாங்கப் பள்ளிக் கூடங்கள் இருந்தன. இவற்றில் 62,975 மாணவர்கள் படித்தனர். இதற்காக மாநில அரசு ரூ.843,398 செலவழித்தது. இதில் ரூ.710740ஐ மகாராணியார் வழங்கினார்; ரூ.132,658 உள்ளூர் நிதி வசதிகள் மூலம் பெறப்பட்டன. ஆங்கில வழிப் பள்ளிகளை அரசாங்கம் நடத்தியது. வட்டார மொழிப் பள்ளிகளைத் தொண்டு நிறுவனங்கள் நடத்தின. வட்டார மொழிக் கல்வி பயிலுதலில் கவனம் கூடியது." (ஜான் மர்டாக் : 1870 : 147)

இதன் மூலம் பள்ளிக்கூடங்கள், தமிழ்ச்சூழலில் உருவானதை அறியமுடிகிறது. இப்பள்ளிகளுக்கென நூல்கள் அச்சிடப்பட்டன. பள்ளி நூல்கள் அச்சிடுதல் பல தளங்களில் நிகழ்ந்தன. ஆசிரியர்களுக்கான நூல்கள், சமய போதனை சார்ந்த பள்ளி நூல்கள், அடிப்படை மொழி கற்றல் நூல்கள் மற்றும் பல்வேறு பாடங்கள் தொடர்பான நூல்கள் என அச்சிடப்பட்டன. பள்ளி நூல்கள் அச்சிடுதல் என்பது, தமிழ் அச்சுப் பண்பாட்டு உருவாக்கத்தில் குறிப்பிடத்தக்க விளைவுகளை உருவாக்கியுள்ளது. பள்ளிக்கூடங்கள் உருவானதன் மூலம் எழுத்துப் பயிற்சி பரவலாகும் வாய்ப்பு உருவானது. எழுத்தறிந்தோர் எண்ணிக்கை கூடியது. இதன் உடன் விளைவாக வாசிப்புப் பழக்கம் உருவானது. இதனால் இதழியல் துறை உருப் பெறும் சூழல் உருவானது. தமிழில் 'தினவர்த்தமானி' என்னும் இதழ் 1855இல் வெளிவந்ததாக பெர்சிவில் குறிப்பிடுகிறார். (ஜான் மர்டாக் நூல் : 1865 : 226) கெசட்டியர்கள் அச்சிடப்பட்டு, பல இடங்களுக்கும் அனுப்பப்பட்டன. 'தமிழ் மெகசின்', உள்ளிட்ட பல

தமிழ் இதழ்கள் அச்சிடப்பட்டு வெளியிடப்பட்டன. 'அருணோதயம்', 'திருச்சபைப் பத்திரிகை' 'வேத சமாஜம்', 'தத்துவ போதினி ஆகிய இதழ்கள் இக்காலத்தில் வெளிவந்தன. ஆக, தமிழில் இதழியல் என்னும் அச்சுப் பண்பாடு இக்காலங்களில் உருப்பெற்றது. இவை பெரிதும் சமயப் பரப்பல் தொடர்பானதாக இருந்தன. இதழ் வாசிக்கும் வாசிப்பாளன் தமிழில் உருப்பெறுதல் நடந்தேறியது. ஜான் மர்டாக் கொடுத்துள்ள விவரங்கள் சார்ந்து பத்தொன்பதாம் நூற்றாண்டின் முற்பகுதி (1865)யில் உருவான தமிழ் அச்சுப் பண்பாட்டைக் கீழ்க்காணும் வகையில் நாம் தொகுத்துக் கொள்ள முடியும்.

கிறித்தவ சமயப் பரப்பல் தொடர்பான சிற்றறிக்கை, வினா-விடை அமைப்பில் அமைந்த சிறுநூல்கள் (Catechism), பைபிள் மொழியாக்கம், கிறித்தவ தன்னுணர்ச்சிப் பாடல்கள் ஆகியவை அச்சிடப்பட்டன. இதன் மூலம் சமயம்சார் அச்சுப் பண்பாடு உருவானது. சென்னைக் கல்விச் சங்கம் போன்ற அமைப்புகள் மூலம், தமிழ்மொழி கற்பதற்கான நூல்கள் அச்சிடப்பட்டன. தமிழ் இலக்கண / இலக்கிய நூல்கள் சுவடிகளிலிருந்து அச்சிடப்பட்டன. இதன் மூலம் தமிழ்ப் புலமைசார் அச்சு நூல் உருவாக்கம் ஏற்பட்டது. பள்ளிக்கூடங்கள் உருவாக்கப்பட்டன. பள்ளி நூல்கள் தமிழ் அச்சுப் பண்பாட்டில் குறிப்பிடத்தக்க இடம்பெற்றன. இதழியல் உருவானது. அச்சு - எழுத்தறிவு - வாசிப்பு என்ற பரிமாணங்களில் இப்பண்பாட்டை நாம் புரிந்துகொள்ள வேண்டும்.

4. தமிழும் திராவிட இயக்க அரசியல் பண்பாட்டுச் சட்டகங்களும் - மீள்பார்வை

இருபதாம் நூற்றாண்டின் இடைக்காலத்தில் தமிழகத்தின் வலுவான அரசியல் சக்தியாகத் திராவிட இயக்கம் வடிவம் பெற்றது. பெரியார் ஈ.வெ.ராமசாமி (1879-1973), இருபதாம் நூற்றாண்டின் தொடக்க காலங்களில் முன்னெடுத்த சுயமரியாதை இயக்கம் என்பது, அந்த நூற்றாண்டின் இடைக்காலத்தில் பல நெளிவுசுழிவுகளை உள்வாங்கிக் கொண்டு, சனநாயக இயக்கமாக வடிவம் பெற்றது. பொருளாதாரக் காரணங்களை முதன்மைப்படுத்தாது, பண்பாட்டு அடையாளங்கள் சார்ந்த கருத்துநிலைகளை முதன்மைப்படுத்தி, அரசியல் சக்தியாக உருவானது திராவிட இயக்கம். பண்பாட்டுத் தளத்தில் முதன்மையான சக்தியாக, மொழி-

சார்ந்த அனைத்துச் செயல்பாடுகளையும் முன்னெடுத்த இயக்கமாகத் திராவிட இயக்கத்தை நாம் கருத முடியும். திராவிட அரசியலின் பண்பாட்டுச் சட்டகமாக (Paradigm) மொழி சார்ந்த செயல்பாடுகள் முன்னின்றன. இதன்மூலம் இவ்வியக்கம் தமிழ்மொழி மீது உருவாக்கிய பல்வேறு ஊடாட்டங்களை, அவ்வியக்கத்தின் நூற்றாண்டு நிறைவில், மீள்நினைவுக்குட்படுத்தலாம்.

இந்தியாவில் உருவான அரசியல் பண்பாட்டு இயக்கங்களில், திராவிட இயக்கம் மொழிசார்ந்து உருவாக்கிய பல்வேறு மாற்றங்களைச் சுருக்கமாகப் பின்வரும் வகையில், புரிதலுக்காகத் தொகுத்துக் கொள்வோம்.

- வெகுசன வெளியில் பேச்சு சார்ந்து உருவாகும் தொடர்பாடல் ((Communication), அரசியல் இயக்கங்கள் காலூன்ற அடிப்படையாக அமைகின்றன. வெகுமக்களுக்கும் அரசியல் கட்சித் தலைவர்களுக்குமான உறவு என்பது, அவ்வியக்கம் மக்களிடத்து முன்னெடுக்கும் உரையாடல் மொழியாகப் பேச்சு அமைகிறது. திராவிட இயக்க பேச்சுகள் குறிப்பாக மேடைச் சொற்பொழிவுகள் திராவிட இயக்கச் சனநாயகச் செயல்பாட்டின் சட்டகங்களாக (((Paradigm)) வடிவம் பெற்றன. இவ்வகையான முறையில், இந்தியாவில் வேறு எந்த இயக்கமும் செயல் பட்டதாகக் கருதமுடியவில்லை. திராவிட இயக்கத்தின் இவ்வகையான செயல்பாடு களால் வெகுசனப் பரப்பில் தமிழ்மொழி வளமாகப் பரவிய வரலாறு மிக முக்கிய மானது. அதுவும் காலப்போக்கில் நீர்த்துப் போனதாகவும் கருதப்படுகிறது. திராவிட இயக்கத்தின் மொழி சார்ந்த இச்சட்டகத்தின் பண்புகளைப் புரிந்து கொள்ளும் தேவை நமக்குண்டு.

- நவீனத் தொழில்நுட்ப வளர்ச்சி என்பது தொடர்பாடல் துறையில் உருவாக்கிய தாக்கங்கள் பிரமாண்டமானவை. இதில் அச்சு ஊடகம் வழி உருவான அச்சுப் பண்பாட்டு மரபு வளமானது. திராவிட இயக்கம் அச்சு மரபை மிக வளமாகவே பயன்படுத்திய இயக்கம். இதழ்கள் சார்ந்த வாசிப்பு மரபு என்பது நாளிதழ்களில் வளர்ச்சி பெற பிரித்தானியர்க்கு எதிராக மேற்கொண்ட போராட்டங்கள் உதவின. சுதேசமித்திரன் (1894), இந்தியா (1905) போன்ற நாளிதழ்கள் இவ்வகையில் அமையும். ஆனால், நாளிதழ் வாசிப்பு மரபு வெகுசன வெளிக்கு வளர்த் தெடுத்த இயக்கமாகத் திராவிட இயக்கத்தைக் கருத முடியும். ஆனந்த விகடன் (1930), கல்கி (1940), குமுதம் (1954) ஆகிய பருவ இதழ்கள் வெகுசன வாசிப்பு மரபை உருவாக்கியவை; ஆனால், திராவிட இயக்கம் நாளிதழ்கள் மூலம் வெகுசன வாசிப்பை உருவாக்கியது. இதைப் போல் பருவ இதழ்களை மிக அதிகமாக நடத்திய இயக்கமும் திராவிட இயக்கமே. அச்சுப் பண்பாடு மரபு சார்ந்து தமிழ் மொழி வளர்ச்சிக்குத் திராவிட இயக்கப் பங்களிப்பு வளமானது. இம்மரபும் தொடரவில்லை. இத்தன்மைகள் குறித்த உரையாடலை நிகழ்த்தும் அவசியம் நமக்குண்டு.

- நவீனத் தொழில்நுட்ப மரபில், அச்சு ஊடகத்தைப் போலவும், சில வேளைகளில் அதனை விஞ்சும் வகையில் செயல்பட்டது காட்சி ஊடகமாகும். இவ்வூடகத்தில் பயன் படுத்தப்படும் மொழிக்கூறுகள் என்பவை அம்மொழி வளர்ச்சிக்கு பெரிதும் உதவுகிறது. திராவிட இயக்கம் திரைப்படம், நாடக

அரங்க ஆற்றுகை ஆகிய காட்சி மரபில் தமிழ் மொழியை வளப்படுத்தியது. தமிழ் புதிய மொழியாக வெகுசன வெளியில் பரவுவதற்குத் திராவிட இயக்க காட்சி மற்றும் நிகழ்த்துக் கலை சார்ந்த பங்களிப்புகள் பிரமாண்ட மானவை. இத்தன்மையும் வெவ்வேறு பரிமாணங்க-

ளில் இன்றைக்கு மாற்றத்திற் குள்ளாகியுள்ளது.

இருபத்தோறாம் நூற்றாண்டின் தொடக்கத்தில் நாம் வாழ்கிறோம். இருபதாம் நூற்றாண்டில் தமிழ்ச் சமூக இயங்குத் தளத்தில் மறுதலிக்க இயலாத இயக்க மாகத் திராவிட இயக்கம் உருவானது. இவ்வியக்கம் தொடர்பான அரசியல் கட்சிகள், அதன் செயல்பாடுகள் ஆகிய பிறவற்றை ஒரு நிலையில் பார்க்க வேண்டும். ஆனால் அவ்வியக்கம் மொழியை அரசியல் பண்பாட்டுச் சட்டகமாக வடிவமைத்த வரலாறு, பிற இந்திய மொழி களில் நிகழாத தமிழில் மட்டும் நிகழ்ந்த வரலாறாகக் கருத முடியும். அதற்கு உந்து சக்தியாக இருந்த அரசியல் - பண்பாட்டுச் செயல்பாடுகளை உருவாக்கியது திராவிட இயக்கம் என்று புரிந்து கொள்-வது அவசியம். அதுவும் மொழி எனும் பண்பாட்டு ஊடகம் சார்ந்து திராவிட இயக்கச் சாதனைகள் பற்றிப் பதிவு செய்வது முக்கியம். மேற்குறித்தவாறு பேச்சு மரபு, குறிப்பாக மேடைப் பேச்சு, அச்சு மரபு, குறிப்பாக இதழியல் துறை, காட்சி மரபு, குறிப்பாக திரைப்ப-டம், நாடக நிகழ்த்து மரபுகள் ஆகியவற்றில் தமிழ்மொழி பெற்ற வளங்கள் வேறெந்த மறு-மலர்ச்சி இயக்கங்களால் நிகழாது, திராவிட இயக்கத்தால் மட்டும் நிகழ்ந்தது என்பது தமிழ்ச் சமூக வரலாற்று மாணவர்கள் கவனத்தில் கொள்ள வேண்டிய ஒன்று.

பெரியார் ஈ.வெ.ராமசாமி, கு.காமராஜ் (1903-1975) ஆகிய மக்கள் தலைவர்கள், தமிழ்ச் சூழலில் பேச்சு மொழிக்கும் எழுத்து மொழிக்கும் இடைவெளி இல்லாத மேடைப் பேச்சைக் கைக்கொண்டனர். தமிழ்மொழி இயல்பாக இரட்டை வழக்கை அடிப்படையாகக் கொண்ட மொழி. ஆனால், பெரியார் இம்மரபை உடைத்துப் பேசுவதைப் போல் எழுதினார். இதனால், கேட்போர் மிக எளிதாக அவரது உரையாடலுக்குள் செல்ல முடிந்தது. மேலும் கேள்வி - பதில் முறையில் அமைந்த பேச்சு பெரியாரின் பேச்சு. வெகுசன அரசியல் பங்-கேற்பு, சனநாயகப்படுத்தல் ஆகிய நிகழ்வுகளுக்குப் பெரியாரின் மொழி உதவியது. இவ்வ-கையில் திராவிட இயக்கத்தின் மூலவரான பெரியார் மொழி அன்றைய மொழிப்புழக்கத்தி-லிருந்து முற்றிலும் வேறானது.

பெரியாரின் தொண்டர்களாகச் செயல்படத் தொடங்கிய சி.என்.அண்ணாதுரை (1909-1969), Ôஅறிஞர்Õ என்று அழைக்கப்பட்டார். பிரிதொரு சீடரான நெடுஞ்செழியன் (1920-2000) Ôநாவலர்Õ என்று அழைக்கப்பட்டார். இப்போது வாழும் கருணாநிதி (1924-) அவர்கள் Ôகலைஞர்Õ என அழைக்கப்படுகிறார். இத் தலைவர்களின் அடை-மொழிக்கும், திராவிட இயக்க மேடைப் பேச்சு மரபுக்கும் தொடர்புண்டு. இம்மூவரின் மேடைப் பேச்சுகள் பலமணி நேரம், கேட்பவர்களுக்குப் பெருவிருந்தாக இருந்தது. இதற்குக் காரணம் பெரியார் மற்றும் காமராசர் கைக்கொண்ட மொழிமுறைமை களிலிருந்து வேறுபட்டு Ôசெந்தமிழ்Õ என்று சொல்லும் வகையில் அமைந்தது. இப்பேச்சுகளில் வரும் அரசியல் செய்திகள் மட்டும் முதன்மையானது அன்று; அதனை மீறி மொழியில் பயன்படுத்தும் சொற்-கள், ஏற்ற இறக்க மொழி செயல்பாடுகள், உடல்மொழியும், பேச்சு மொழியும் இணைந்தி-ருக்கும் தன்மைகள் எனப் பல்வேறு சட்டகங்களைத் தமிழ்மொழிக்குக் கொடுத்தார்கள்.

வெகுமக்கள் அம்மொழிக்குள் தேனில் விழுந்த வண்டு களாகிப் போனார்கள். இத்-தன்மை வேறு எந்த இயக்கத் திற்கும் இல்லாமல் திராவிட இயக்கத்திற்கு மட்டும் கைவரப் பெற்றது ஏன்? இவ்வியக்கம் சார்ந்த கட்சி அரசியல், அதில் ஏற்பட்ட பல்வேறு முரண்கள், அத் தன்மை சார்ந்த சமூகப் பொருளாதார விளைவுகள் என்பவற்றை ஒரு நிலையிலும்,

பண்பாட்டுத் தளத்தில் மொழியைக் கொண்டு வினையாற்றிய மரபைத் தனித் தனியாகப் புரிந்து கொள்வது அவசியம். அந்த வகையில் தமிழ் மொழியின் தொன்மை, சமசுகிருத மொழிக்கு இணையான வரலாறு, இந்தியத் துணைக் கண்டத்தில் வேறுபட்ட பண்பாட்டுக் கதையாடல்கள் கொண்ட இனத்திற்கான மொழி எனும் பல்வேறு கூறுகளைத் திராவிட இயக்கத் தலைவர்களின் பேச்சு மொழி அடிப் படையாகக் கொண்டிருந்ததை அறிய வேண்டும். இத் தன்மைகளில் பெரியாரிலிருந்து அவரது தொண்டர்கள் வேறொரு புதிய மொழியைத் தமிழ்ச் சூழலில் உருவாக்கினார்கள். இத்தன்மை மொழிக்குக் கிடைத்த வளமாகவே கருத வேண்டும்.

சமசுகிருதச் சொற்களை மிகுதியாகக் கொண்ட மணிப்பிரவாளத் தமிழ் கி.பி. பதினோராம் நூற்றாண்டு முதல் தமிழ்ச் சூழலில் உருவானது. அம்மொழி இருபதாம் நூற்றாண்டின் தொடக்க காலம் வரை, மேடைப் பேச்சு மொழியாக இருந்து வந்தது. மேலும் சமூகத்தின் மேல்தட்டைச் சார்ந்தவர்களின் மொழி யாகவும் அது இருந்தது. இதனைத் தலைகீழாக மாற்றியது திராவிட இயக்கம். மணிப்பிரவாளம் மறைந்தது. பேச்சுவழக்கில், நிர்வாகத்தில், நாள்தோறும் நிகழும் நடைமுறைகளில் அம்மொழிமரபு செலுத்திய தாக்கம் ஆழமானது. அதனைத் திராவிட இயக்கம் வேரடி மண்ணோடு சாய்த்தது. ஒருவகைச் சாதி மொழியாக இருந்த மேடைத் தமிழை, மக்களின் செந்தமிழாக இவ்வியக்கம் மடைமாற்றம் செய்த சட்டகம் மிக முக்கியமானது. மக்களுக்கு அந்நியப்பட்ட மொழி மறைந்து, மக்களைக் கவர்ந்து உள்ளிழுக்கப்படும் மேடைத் தமிழ் உருவானது. இத்தன்மை தேச உருவாக்கம், சாதிய மேலாதிக்கம், இனம் சார்ந்த அடையாள மதிப்பீடுகள் ஆகிய பல அரசியல் சட்டக மரபுகளில் முக்கியமானவை. இத்தன்மையைத் திராவிட இயக்கக் கொடையாகவே கருத வேண்டும்.

திராவிட அரசியல் கட்சி சார்ந்த செயல்பாடுகளால் இன்றைக்கு உருப்பெற்றிருக்கும் நிலைமைகளுக்கும், அவர்கள் முன்னெடுத்த அரசியல் - பண்பாட்டுக் கருத்துப் பரப்புரையாக அமைந்த மேடைப் பேச்சு சார்ந்த மொழி வளத்துக்கும் ஏதேனும் தொடர்புண்டா? பண்பாட்டுத் தளத்தில் மொழி, செழுமையாகச் செயல்படுவது என்பது வேறு; பொருளாதாரத் தளத்தில் அரசியல் கட்சி செயல்பாடு வேறு. இதில் இரண்டா வதாகக் கூறியதில் உருவான பல்வேறு முரண்கள், சீரழிவுகள் ஆகிய பிற மொழி சார்ந்த பண்பாட்டு வளர்ச்சி சட்டகத்தையும் பாதித்திருக்கிறது என்று கூற முடியும். திராவிட இயக்கக் கருத்து நிலைகளை ஏற்றுக் கொள்ளாத சில அமைப்புகளும் இன்றையச் சூழலில் அம்மொழியைப் பயன்படுத்துகின்றனர். திராவிட இயக்க மொழிப் பயன்பாட்டிற்கும் அவர்களது கருத்து நிலைக்கும் நெருங்கிய தொடர்புண்டு. ஆனால் தமிழ் மொழி, பண்பாடு ஆகியவை சார்ந்த பழமைக் கண் ணோட்டம், வைதீக மரபு ஆகியவற்றைப் பேசுவோரும் திராவிட இயக்க விளைவான மேடைப் பேச்சு வளமரபைக் கையில் எடுப்பது வரலாற்று முரண்.

மேடை மொழியைப் போலவே, திராவிட இயக்கம் நடைமுறைப்படுத்திய எழுத்து மொழி; குறிப்பாக இதழியல் சார்ந்த மொழி; தமிழ் அச்சுப் பண்பாடு; வரலாற்றில் பெரிதும் கவனத்திற்குரியது. திராவிட இயக்கமே மிக அதிகமான பருவ இதழ்களையும், நாளிதழ்களையும், சிறுவெளியீடுகளையும் வெளியிட்ட இயக்கமாகும். ஒவ்வொரு தலைவருக்கும் அவர் நடத்திய இதழே அடையாளமாக அமைந்தது. இவ்வகையில் 1940 -1970 காலகட்டங்களில்

திராவிட இயக்கம்

சார்ந்து சுமார் 200 இதழ்கள் வெளிவந்தன என்ற ஒரு கணக்குண்டு. இவ்வளவு இதழ்களை வேறு எந்த இயக்கமும் வெளியிட்டதாக வரலாறு இல்லை. இதன்மூலம் இவ்வியக்கம், தொண்டர்களிடத்தில் உருவாக்கிய வாசிப்பு மரபு மிக வளமானது. நவீன தொழில்நுட்பத்தால் உருவாகும் புதிய நிகழ்வுகளைச் சமூகத்தில் செயல்படும் இயக்கங்கள் தன்வயப்படுத்திக் கொள்ள வேண்டும் அவ்வகையில் திராவிட இயக்கம் வளர்த்தெடுத்த அச்சுப் பண்பாட்டு மரபு என்பது வேறு எந்த இந்திய மொழிகளிலும் நிகழாத ஒன்று. எழுத்துப் பயிற்சிக்கும் வாசிப்பு மரபுக்கும் தொடர்புண்டு. தமிழ்ச் சூழலில் வளர்ச்சியடைந்த எழுத்துப் பயிற்சி அல்லது எழுத்தறிவு என்பது வாசிப்பு மரபாக வளம் பெறுகிறது.

இவ்வளத்தில் திராவிட இயக்கத்திற்கு முதன்மையான பங்குண்டு. இதன்மூலம் உருவான உடன்விளைவுகள், சமூக மாற்றங்கள் ஆகியவை குறித்த உரையாடல் ஒரு பக்கம்; ஆனால், நவீன தொழில்நுட்ப வளத்தைக் கைக்கொண்ட மரபு இன்னொரு பக்கம். அந்த வகையில் அச்சுப் பண்பாட்டு மரபில் பெரும் சாதனை நிகழ்த்திய இயக்கமாகத் திராவிட இயக்கத்தை மதிப்பிட முடியும். இதன் தொடர்ச்சி இன்றைக்கு இல்லாமல் போய்விட்டது. திராவிட இயக்க உருவாக்கம், அதற்கான அரசியல் - பண்பாட்டுச் சட்டகச் செயல்பாடுகள் மூலம் உத்வேகம் பெற்றிருந்த மரபு, அவ்வியக்கம் ஆட்சி அதிகாரத்தைப் பெற்ற பின்பு மேற்குறித்த தேவைகள் இல்லாமல் போயின. எனவே, திராவிட இயக்கம் தமிழ் மொழியில் முன்னெடுத்த அச்சுப் பண்பாட்டு மரபும் இன்றைக்குத் திசைமாறியுள்ளது. வரலாற்றுத் தேவை, சமூக இயங்குதளம், நவீன தொழில்நுட்ப செயல்பாடுகள் என்ற பல பரிமாணங்களில் திராவிட இயக்கம் நிகழ்த்திய அச்சுப் பண்பாட்டு வரலாற்றை நாம் மதிப்பிட வேண்டும். அதன்மூலம் அச்சுப் பண்பாட்டில், குறிப்பாக இதழியல் துறையில் அவ்வியக்கம் உருவாக்கிய மொழி வளம் விதந்துரைக்கத்தக்கது.

பராசக்தி (1952) திரைப்படம் தமிழ்த் திரைப்பட வரலாற்றின் திருப்புமுனை என, மறைந்த எம்.எஸ்.எஸ். பாண்டியன் (1958-2014) போன்ற அறிஞர்கள் விரிவான ஆய்வுகள் மேற்கொண்டதைக் காணமுடிகிறது. அத் திரைப்படத்தின் மொழி குறிப்பாக வசனம் என்பது இதற்கு முன் இருந்த திரைப்பட மொழியிலிருந்து முற்றிலும் வேறுபட்டது. காட்சி ஊடகத்தில், காட்சி மரபை, பார்வையாளன் முழுமையாக உள் வாங்குவதற்கு, அதில் பயன்படுத்தப்படும் மொழி முதன்மையாக அமைகிறது. சொற்களின் ஒலி வழியாகவே, காட்சிப் படிமங்களுடன் பார்வையாளன் இணைந்து கொள் கிறான். காட்சியும் கேட்பும் இணையும்போது உருவாகும் விளைவுகள் ஆழமானவை. தமிழ்மொழியில் ஒரு புதிய காட்சி மொழியை வசனங்கள் எனும் கேட்பு மொழி மூலம் உருவாக்கியது பராசக்தி. தமிழ்த் திரைப் பட மரபில் மணிப்பிரவாள சாதி மொழி முதன்மை பெற்றிருந்த தருணத்தில், அம்மொழிக்கு மாற்றாக வளமான செந்தமிழ் மொழியைக் காட்சியாக வழங்கிய திரைப்படம் அது.

அதில் கலைஞர் மு.கருணாநிதி அவர்களின் மொழிசார்ந்த வெளிப்பாடுகள் முதன்மை யானவை. இத்திரைப்படம் வெளிவந்த காலத்திற்குப் பின்பு, தமிழ்த் திரைப்பட வசன மரபுகள் மாற்றம் பெற்றன. இது தமிழ் மொழிக்கு காட்சி ஊடக மரபு சார்ந்த திராவிட இயக்கம் வழங்கிய கொடையாக அமைகிறது. 1930-1950க்கு இடைப்பட்ட தமிழ்த் திரைப்பட தமிழ் வசன மரபையும், 1951-1970க்கு இடைப் பட்ட தமிழ்த் திரைப்பட வசன மரபையும் ஆய்-

வுக்குட் படுத்தும்போது, திராவிட இயக்கம் வழங்கிய காட்சி சார்ந்த தமிழ் மொழி வளத்தைப் புரிந்து கொள்ள முடிகிறது. 1970களுக்குப் பின் அம்மரபு மடைமாற்றம் பெறுகிறது. இவ்வகையில் ஊடக வரலாற்று மரபுகளில் திராவிட இயக்கம் நிகழ்த்திய பல்வேறு ஊடாட்டங் களைத் தமிழ் மொழி மீது அவ்வியக்கம் உருவாக்கிய வளங்களாகவே கருத முடியும். இவ்வகையான வளம், தொன்மை மரபுடைய மொழிக்கு நவீன மரபும் வளமாக இணைந்த வரலாறாகக் கருதலாம்.

குறிப்பாக, திராவிட இயக்கம் ஆற்றுகை மரபில், நாடக வசனங்கள், நாடகப் பாடல்கள் ஆகிய பல மொழி சார்ந்த செயல்களில் வளம் சேர்ந்த இயக்கமாகும். புராணிய கதைகளும், புராணிய மொழிவெளிப்பாடு களும், மணிப்பிரவாளப் பேச்சுமாக இருந்த தமிழ் நாடக நிகழ்த்து மரபைத் திராவிட இயக்கம் மாற்றியது. இதில் எம்.ஆர்.இராதா (1907-1979), கலைஞர் மு.கருணாநிதி ஆகியோர் பங்களிப்பு முதன்மையானது. செம்மொழி மரபு சார்ந்த தமிழ் நாடக மரபில், மணிப்பிரவாளமே நாடக மொழியாக இருந்தது. தெலுங்கு, சமசுகிருத பாடல் மரபுகளே இருந்தன. இத்தன்மைகளைத் திராவிட இயக்க நாடக மொழி மாற்றியது. தமிழ் மொழிக்குக் கிடைத்த வளங்களில் இத்தன்மை முதன்மையானது.

நூற்றாண்டு நிறைவைக் கொண்டாடும் திராவிட இயக்க வரலாற்றில் தமிழ்மொழி சார்ந்த அரசியல் - பண்பாட்டுச் சட்டகங்களைத் திராவிட இயக்கம் எவ்வாறு உருவாக்கியது என்ற மீள்பார்வை தேவை யானது. இதில் மேடைமொழி, அச்சுப் பண்பாட்டு மொழி, காட்சி ஊடக மொழி ஆகியவற்றில் வளம் சேர்த்தது திராவிட இயக்கம். இவ்வியக்கம் சார்ந்த ஆட்சிமொழி, பயிற்றுமொழி ஆகியவை குறித்த உரை யாடலையும் மேற்கொள்ள வேண்டும். அரசியல் சார்ந்த பண்பாடு; சனநாயக மயமாக்கம், மொழி சார்ந்த செயல் பாடு என்ற பரிமாணங்களில் திராவிட இயக்கத்தை மதிப்பீடு செய்யும் தேவையுண்டு.

5. தமிழில் உருவான அச்சு ஆக்கங்கள்

- சிறுமணவூர் முனிசாமி முதலியார் - வெகுசனப் பண்பாடு - ரோஜா முத்தையா ஆய்வு நூலகம்

ஒவ்வொரு சமூகத்திலும் உருவாகி வளர்ந்துவரும் புதிய புதிய நிகழ்வுகள் குறித்த புரிதல் தேவை. தமிழ்ச் சமூகத்தில் உருவான அச்சுப்பண்பாட்டைக் குறித்த புரிதல் நோக்கி இவ்வுரையாடல் அமைகிறது. அச்சுப் பண்பாடு தமிழில் உருவான/உருவாகி வரும் வரலாற்றைக் கீழ்க்காணும் வகையில் தொகுத்துக் கொள்ளமுடியும்.

பதினாறாம் நூற்றாண்டின் இடைக்காலத்தில் அச்சுக்கருவி தமிழ்ச்சூழலில் புழக்கத்திற்கு வந்தது. பதினெட்டாம் நூற்றாண்டு முடிய (சுமார் 150 ஆண்டுகள்) அச்சுக்கருவி முழுமையாகப் புழக்கத்திற்கு வந்துவிட்டதாகக் கூற முடியாது. ஆனால் இக்காலங்களில் தமிழ்த்தொடர்பான அச்சுப்பணிகள் நடந்தன. அவை கிறித்தவச் சமயம் தொடர்பான அச்சுப்பணிகளே ஆகும். இக்காலத்தைத் தமிழ்ச்சூழலில் அச்சுப்பண்பாடு உருவாகி நிலைபேறு கொண்டதாகக் கருதமுடியும். கோவா (1556- - 1669), கொல்லம்_கொச்சி (1578 - -1586), அம்பலக்காடு (1677 - -1680), தரங்கம்பாடி (1712- - 1800), கொழும்பு (1737- - 1800), புதுச்சேரி (1778- - 1795), சென்னை (1761 - -1800), ஆகிய இடங்களில் அச்சுப்பணிகள்

நடந்தன. இவ்விடங்களில் 933 அச்சு ஆக்கங்கள் செய்யப்பட்டிருப்பதை அறிய முடிகிறது. (பார்க்க: கிரஹாம் ஷா நூல்) இதில் தமிழில் அச்சிடப்பட்டவை 266 ஆக்கங்கள். இதிலிருந்து தமிழ் அச்சுப்பண்பாட்டைக் கட்டமைக்க முடியும்.

பத்தொன்பதாம் நூற்றாண்டின் தொடக்கம் முதலே, கிறித்தவ சமயப் பரப்புச் செயல்பாடுகள் வேகமாக முன்னெடுக்கப்பட்டன. ஜான் மர்டாக் பதிவுகள் (1865, 1870) வழி தமிழில் செயல்பட்ட அச்சுச் செயல்பாடுகளை அறிய முடிகிறது. பத்தொன்பதாம் நூற்றாண்டின் முற்பகுதியில் பள்ளிக்கூடங்கள் உருவாயின. எழுத்தறிந்தவர்கள் எண்ணிக்கைக் கூடியது. 'வாசிப்பாளர்கள்' எனும் புதிய பிரிவினர் உருவாயினர். இக்காலங்களில் 182 ஐரோப்பிய தொண்டூழிய நிறுவனங்கள் (Missionaries) செயல்பட்டன. கிறித்தவர்களின் எண்ணிக்கை சுமார் ஒரு இலட்சம் ஆகியது. (94, 540) ஆங்கிலோ இந்தியப் பள்ளிகளில் 8106 மாணவர்கள் படித்தனர். உள்ளூர் பள்ளிகளில் 28,836 மாணவர்கள் படித்தனர். (ஜான் மர்டாக்:1870) இக்காலங்களில் ஆயிரக்கணக்கில் சமயச் சிறுநூல்கள் மற்றும் அறிக்கைகள் அச்சிடப்பட்டுப் பரப்பப்பட்டன. 1835 இல் மெக்கபே கொண்டுவந்த சட்டத்தின்மூலம், அச்சிடும் உரிமை அனைவருக்கும் வழங்கப்பட்டது. சென்னைக் கல்விச் சங்கம் மூலம் தமிழ் இலக்கண நூல்கள் மற்றும் பாடநூல்கள் அச்சிடப்பட்டன. பாடநூல்கள் மிகுதியாக அச்சாகின. இவ்வகையில் பத்தொன்பதாம் நூற்றாண்டின் இடைக்காலத்திற்குள் அச்சுப்பண்பாடு வளர்ச்சியுற்று முழு மையடைந்துவிட்டது. அச்சுச்சூழல்,-எழுத்தறிதல்-வாசிப்புப் பழக்கம் என்ற முறைமையில் அச்சுப்பண்பாடு உருப் பெற்றதாகக் கூறமுடியும். தமிழ் அச்சுப் பண்பாட்டின் இரண்டாம் கட்டமாக (1800 - -1870) இதனைக் கூறலாம்.

பிரித்தானிய அரசு 1867இல் அச்சிடும் ஆக்கங்களை அரசுக்கு வழங்கும் நூல் பதிவுச்சட்டத்தைக் கொண்டு வந்தது. இதன்மூலம் அச்சிடும் ஆக்கங்கள் ஓரிடத்தில் கிடைக்கும் வாய்ப்பு உருவானது. மெக்கென்சி மற்றும் டெய்லர் தொகுப்புகள் மூலம் பல விவரணங்கள் கிடைத்தன. பிரித்தானிய அருங்காட்சியகம் மூலம் உருவாக்கப்பட்ட முதலிரு நூற்பட்டியல்கள் (1909, 1931) தமிழ் நூல்கள் அச்சிட்ட விவரங்களை அறிய உதவுகின்றன. தமிழ்நாட்டு அரசினரின் தமிழ் வளர்ச்சி ஆராய்ச்சி மன்ற வெளியீடான (1964), தமிழ்நூல் விவர அட்டவணைகள் (முதல்தொகுதி- ஐந்து பகுதிகள்-1867 - -1900) மூலம் விரிவான விவரங்களை அறியமுடிகிறது. இப் பதிவுகள் மூலம், தமிழில் உருவான அச்சுப் பண்பாட்டை அறிய முடிகிறது. முதலிரு கட்டங்களைவிட, பத்தொன்பதாம் நூற்றாண்டின் இறுதிப்பகுதி தொடர்பான விரிவான விவரணங்கள் உள்ளன.

தமிழ் அச்சுப்பண்பாடு பத்தொன்பதாம் நூற்றாண்டின் இறுதியில் வெகுசனத் தன்மையை உள்வாங்கத் தொடங்கியது. இரண்டாம் உலகப்போருக்கு முந்தைய காலங்களில் (1900 - -1945) வெகுமக்களின் நுகர்வுப் பண்டமாக அச்சுச் செயல் உருவானது. பலதரப்பிலும் உருவான எழுத்தறிவு வளர்ச்சி, தேசியம், மொழி ஆகியன உள்ளிட்ட 'நாடு' என்னும் கருத்தாக்கம் மற்றும் தேசிய இனக் கருத்தாக்கம் ஆகியவை வாசிப்பு மரபை வளர்த்தன. இதழியல் உருவானது. சங்கிலித் தொடராக அச்சு வெளியீட்டு நிறுவனங்கள் உருவாயின. காலனியத்தின் மூலம் கிடைத்த எழுத்தறிவு மற்றும் தொழில்நுட்பம் தன்வயமாயின. வட்டார மொழி கள் எனும் அடையாளம் உருவானது. இதில் அச்சுப் பண்பாட்டின் கூறுகளைக் கண்டறியமுடியும். (இப்பகுதி குறித்து இக்கட்டுரை யில் பின்னர் விரிவாக உரையாடலுக்கு

உட்படுத்த உள்ளோம்).

பிரித்தானியர்கள் ஆட்சி அதிகாரத்தைக் கைமாற்றிச் சென்ற பின்னர் உருவான காலனிய அச்சுச்செயல்பாடுகள் மாற்றமுற்று, முழுவதாக வட்டாரத்தன்மையைப் பெற்றன. ஐரோப்பியர்களால், நமக்குக் கிடைத்தாலும் அது நமது வடிவமாக இக்காலங்களில் உருவானது. பெரிதும் வெகு சனப் பண்பாடாகவே இயங்கிவந்த அச்சுச் சூழல், 'மாற்று'க்களை அறிமுகப்படுத்துவதாகவும் செயல்பட்டது. பல செல்நெறிகள் அச்சுப்பண்பாட்டில் உருவாயின (1945 - -1990). நூல் வெளியிடுதல், இதழியல், சிறுவெளியீடுகள் ஆகிய பிற அச்சுச் செயல்பாடுகளில் வெகுசனப் பண்பே முதன்மையாக இருந்தாலும் மாற்றுப் பண்பு களும் அங்கீகாரம் பெறும் சூழல் உருவானது. தமிழ்ச் சிற்றிதழ்கள், தமிழ்ப் புனைகதைகள், தமிழ்ப் படக்கதைகள், தமிழ்ச்சிறார் புனைவுகள் எனப் பல பரிமாணங்களில் தமிழ் அச்சுப்பண்பாடு உருவானது. இத்தன்மைகள் குறித்த விரிவான உரையாடல் தேவைப்படுகிறது.

எண்பதுகளின் இறுதி தொடங்கி தமிழில் உருவான கணினி அச்சுப்பண்பாடு, தமிழ் அச்சுப்பண்பாட்டில் ஊடாட்டங்களை நிகழ்த்திவருவதைக் காண்கிறோம். நுகர்வின் பல்வேறு கூறுகள் தொழிற்படுகின்றன. ஒவ்வொரு துறை சார்ந்தும் அச்சுப்பண்பாடு தனித்துச் செயல்படுகின்றது. திரைப்படங்கள் போன்ற துறைகள் மற்றும் வாக்குச்சீட்டுகள் சார்ந்து நடைபெறும் அரசியல் அதி காரப் போட்டிகள் ஆகிய பிற நிகழ்வுகளுக்கும் அச்சுப்பண் பாட்டிற்குமான உறவுகள் பல பரிமாணம் மிக்கவை. கணினித் தொழில்நுட்பமே புதிய அச்சுப்பண்பாட்டை உருவாக்கும் வகையில் செயல்படுவதைக் காண்கிறோம். இத்தன்மை இருபத்தோராம் நூற்றாண்டில் நிலைபேறு கொள்ளத் தொடங்கியுள்ளது. பல்வேறு ஊடகங்களின் இணைவாகவே (பல் ஊடகம்) ஊடகப்பண்பாடு உருப்பெற்று வருகிறது. தனித்த ஒரு ஊடகத்தின் பண்பாடாகக் கட்டமைப்பதில் சிக்கல்கள் உள்ளன.

1556 - 2000 என்ற கால அச்சுப்பண்பாட்டு வரலாற்றை மேற்குறித்தவாறு உரையாடலுக்கு உட்படுத்தலாம் 1556- - 1800; 1801 - -1867; 1886 - -1900; 1901- - 1945; 1946 - 1990; 1991- - 2010 என்ற கால ஒழுங்கில் தமிழ் அச்சுப்பண்பாட்டு வரலாற்றை நாம் கட்ட மைக்க முயலலாம். தொகுக்கப்பட்டுள்ள தரவுகள் சார்ந்தும் அந்தக் காலத் தொழில்நுட்பம் மற்றும் எழுத்துப்பயிற்சி வழி உருவான வாசிப்புமுறைகள் சார்ந்தும் இதனைக் கட்டமைக்க முடியும். இந்த வரலாற்றில் 1900 - -1945 கால வெகுசன அச்சுப்பண்பாடு குறித்த உரையாடலாக இப்பகுதி அமைகிறது. இவ்வுரையாடல் உருப்பெற்றதற்கான பின்புலம் பின்வரும் வகையில் அமைகிறது:

'மாற்றுவெளி' நான்காவது இதழை ரோஜா முத்தையா ஆய்வு நூலகம் குறித்தச் சிறப்பிதழாகக் கொண்டுவர முடிவு செய்தோம். இவ்விதழின் அழைப்பாசிரியராக இந்நூலக இயக்குனர் க. சுந்தர் அவர்கள் செயல்பட ஒப்புதல் தந்தார். அவர் என்னை இந்நூலகம் பற்றி எழுதித் தருமாறு என்னைக் கேட்டார். அதன் விளைவாக அந்நூலகத்தில் உள்ள அச்சு ஆக்கங்கள் குறித்துக் கணிப்பொறி யில் உள்ள பட்டியலைத் தட்டிப் பார்க்கத் தொடங்கினேன். அப்பொழுது ஒரு பெயர் அடிக்கடி வருவதைப் பார்த்தேன். அப்பெயரில் எவ்வளவு பதிவுகள் இருக்கும் என்று அங்குள்ள நூலகர் திருமதி மாலா அவர்களிடம் கேட்டேன். சுமார் முந்நூறு தேறும் என்றார். பின்னர், அவர் 216 பதிவுகளின் பட்டியலை எனக்கு எடுத்துக் கொடுத்தார். அப்பதிவுகளுக்கு உரியவர் சிறுமணவூர் முனிசாமி முதலியார் என்பவர்.

தமிழில் எழுதப்பட்டுள்ள மரபான எந்த இலக்கிய வரலாற்றிலும் இவர் பெயர் இடம்பெறவில்லை. இவர் யார் என்றும் விவரங்கள் அறிவது சிக்கலாக இருக்கிறது. தேடினால் கண்டறியமுடியும். அது இப்போது நமது உடனடித் தேவையாக அமையவில்லை. இவரது பெயரில் உள்ள ஆக்கங்களின் பட்டியலைப் பார்த்தபோது வெகுசனப் பண்பாட்டின் அனைத்துக் கூறுகளையும் உள்ளடக்கிய அச்சு ஆக்கங்களுக்கு "சிறுமணவூர் முனிவரே" சொந்தக்காரராக இருப்பதை அறிய முடிந்தது.

ரோஜா முத்தையா நூலகத்தில் சிறுமணவூரார் பெயரில் உள்ள பதிவுகளுக்கு இணையாக தனிநபர் பெயரில் வேறு பதிவுகள் இடம் பெற்றிருப்பதாகக் கூறமுடியவில்லை. எனவே, இந்நூலகத்தில் வெகுசன நுகர்வு சார்ந்த வாசிப்பு மரபில் உருவான வெகுசன அச்சு ஆக்கங்களை மதிப்பீடு செய்வதற்கு சிறுமணவூர் முனிசாமி முதலியார் (இனி முனிசாமி) ஆக்கங்களே அடிப்படைத் தரவுகளாக அமையக்கூடும் என்று முடிவு செய்தேன். வெகுசன அச்சுப்பண்பாடு சார்ந்த மூலத்தரவுகளின் கொள்கூடமாக இந்நூலகம் அமைவதை இதன்மூலம் உரையாடலுக்குக் கொண்டு வருவது நமது நோக்கம்.

முனிசாமி அவர்களின் ஆக்கங்கள் 1888 தொடங்கி 1952 வரை கிடைக்கின்றன. 1888 முதல் 1939 வரை அவரால் ஆக்கப்பட்ட அச்சு வடிவங்கள் கிடைக்கின்றன. அக்காலத்திலும் பின்னரும் அவரது ஆக்கங்களின் மறு அச்சுகள் கிடைக்கின்றன. ஒவ்வொரு ஆக்கமும் ஒவ்வொரு ஆண்டும் மறு அச்சு தொடர்ச்சியாக செய்யப்பட்டிருப்பதை ரோஜா முத்தையா நூலகப்பட்டியல் மூலம் அறிய முடிகிறது. முனிசாமி அவர்களின் ஆக்கங்கள் குறித்துப் பிற நூலகப்பட்டியல்களிலும் விவரங்கள் காணப்படுகின்றன. பிரித்தானிய அருங்காட்சியக நூலகப்பட்டியல்கள் மூன்றிலும் சேர்த்துப் பதினாறு பதிவுகள் உள்ளன. தமிழ்நூல் விவர அட்டவணையில் (தொகுதி I-IV மற்றும் தொகுதி II) பத்துப் பதிவுகள் உள்ளன. (இவரைப் போலவே சூளை முனிசாமி முதலியார் என்பவரும் எழுதியுள்ளதைத் தமிழ்நூல் விவர அட்டவணையில் காணமுடிகிறது.)

அனைத்துப் பட்டியல்களிலும் மிக அதிகமான பதிவுகளைப் பெற்றவராக முனிசாமி இருக்கிறார். முனிசாமி குறித்து ரோஜா முத்தையா நூலகமே மிக அதிகப் பதிவுகளைக் கொண்டதாக அமைகிறது. சூளை முனிசாமி முதலி யாரையும் இவரையும் இணைத்து, தமிழ் வெகுசன அச்சுப்பண்பாடு குறித்து உரையாடல் நிகழ்த்தலாம். ஆனால் சூளை முனிசாமி முதலியார் நூல்கள் ஆவணக் காப்பகத்தில் மட்டுமே கிடைக்க லாம்; பிற நூலகங்களில் இடம்பெறவில்லை. இப்பின்புலத்தில் சிறுமணவூர் முனிசாமி முதலியார் ஆக்கங்களை அதிகமாகப் பெற்றுள்ள ரோஜா முத்தையா நூலகம், தமிழ் அச்சுப் பண்பாட்டின் வெகுசனத் தன்மையைப் பற்றிப் பேசுவதற்குப் பெரிதும் உதவுகிறது.

வெகுசனப் பண்பாடு குறித்த உரையாடல் தமிழில் மிக அருகியே நடத்தப்படுகிறது. ஆங்கில மொழியில் எழுதப்பட்ட அளவிற்குத் தமிழில் இல்லை. தமிழின் தொன்மை என்னும் நீண்ட வரலாறு, வெகுசனத் தன்மைகளை மறுக்கும் காரணியாக அமைகிறது. எழுதப்பட்ட செவ்வியல் ஆக்கங்களை மட்டுமே கவனத்தில் எடுக்கும் கல்விச்சூழல் தமிழில் செயல்படுகிறது. நம்மைச் சுற்றி நாள்தோறும் நிகழும் கூறுகள் குறித்து எவரும் அக்கறை கொள்வதில்லை. அவை ஆய்விற்கோ, நம் கவனத்திற்கோ உரியவைகளாகக் கூட கருதும் மனநிலை இல்லை. செவ்வியல் ஆக்கங்களிலிருந்து முற்றிலும் வேறுபட்ட இவ்வகையான

ஆக்கங்கள் குறித்த உரையாடல், நம்மை சமகால மனிதர்களாகக் கட்டமைக்க வழிவகுக்கும். அச்சு ஆக்கங்கள், அருங்காட்சியகப் பொருட்களாக அமைவதில்லை; ஒவ்வொரு கணமும் நம்மோடு உறவாடும் வாசிப்புப் பழக்கத்தின் உடன்விளைவுகள். வாசிப்பு என்பது நிகழ்கா-லத்தின் மிக முக்கியமான சமூக நிகழ்வு. இதற்குள் செயல்படும் வெகுசனப் பண்பு என்பது சமகால மனிதர்கள் பற்றியப் புரிதலாக அமைகிறது.

வெகுசனப் பண்பாடு என்பது வெகுமக்களின் ஊகங்கள், நம்பிக்கைகள், உணர்வுகள், அவர்களது சிந்தனைப் போக்குகள் ஆகிய பல கூறுகளை உள்வாங்கிச் செயல்படுபவை. இவற்றைக் காட்டுவனவாகவே வெகுசன ஊடகங்கள் செயல்படுகின்றன. இதில் அச்சு ஊடகம் மிக முதன்மையான இடத்தைப் பெறுகிறது. ஏனெனில் எழுத்தறிவு எனும் பயிற்சி வழி இந்த ஊடகம் செயல்படுகிறது. முனிசாமி அவர்களின் அச்சு ஆக்கங்களை மேற்-குறித்த பின்புலத்தில் நாம் புரிந்து கொள்ளவேண்டும். அவர், வெகுமக்களின் ரசனைகள், நுகர்வுகள், வெகுசன நம்பிக்கைகள், உணர்வுகள் ஆகிய பிற தொடர்பானவற்றை அச்சுவழி ஆக்கங் களாக உருவாக்கியுள்ளார். அவர் உருவாக்கியுள்ள வெகுசனப் பண்பாடு சார்ந்த ஆக்கங்களைப் புரிந்துகொள்ள கீழ்க்காணும் வகையில் நாம் தொகுத்துக் கொள்ளலாம்.

-_வெகுசனத்தளத்தில் மனித சமூகம், மனித உடல் பற்றிய உரையாடலைப் பல தளங்-களிலும் நிகழ்த்துவதைக் காண்கிறோம். உடல் நலம் என்பது உணவு முறைகளாகப் புரிந்து கொள்ளப்படு கிறது. உடல் கேடுகளை மருந்துகள் வழி காப்பாற்றலாம் என்று நம்புகின்றனர். இதனால் வெகுசனப் பேச்சில் உடல்நலத்திற்கான மருந்துகள் குறிப்பாக மூலிகைகள் போன்-றவை குறித்துப் பேசுகின்றனர். வெகுசன நுகர்வு சார்ந்து அச்சில் இவை மிக அதிகமாக இடம்பெறுகின்றன.

_பெண் உடல் வேறாகவே கட்டமைக்கப்படுகிறது. உயிரின் மறு உற்பத்தி என்பது காம-இச்சை சார்ந்த செயல்பாடாகக் குறுக்கப் பட்டு, அத்தன்மை தொடர்பான அச்சு வெளிப்பா-டுகள் மிகுதியாக வெளியாகின்றன. பெண் உடலை இழிவுபடுத்தல், பெண் பிறவியை இழி-வுப் பிறவியாகச் சித்திரித்தல், பெண் என்பவள் கலி காலத்தின் மோசமான வடிவம் எனப் பலவகையாக வெகுசன எழுத்துக்கள் பதிவுசெய்துள்ளன. நீலிக்கள், தாசிக்கள், மோசக்கா-ரிகள், சூனியக்காரிகள் எனப் பல நிலைகளில் பெண் வெகுசனப் பண்பாட்டில் பதிவு செய்-யப்படுகிறார்.

_ஆதிகாலம் முதலே இயற்கை நிகழ்வுகள் குறித்த தர்க்க மனநிலை இழந்தவர்களாகவே வெகுமக்கள் இருக்கிறார்கள். தங்களது தர்க்க அறிவில் புலப்படாதவற்றை அதீக நம்பிக்கை களுக்குள் வைத்துக்கொள்கிறார்கள். இந்த நம்பிக்கைகளை ஜோதிடங்களாக, குறிசொல்-லுதலாக, பூச்சி இனங்கள் - பறவைகள் -விலங்குகள் ஆகிய பிற சார்ந்த நம்பிக்கைகளாகக் கட்டமைக்கி றார்கள். இவை அனைத்தும் அச்சு ஆக்கங்களில் வெளிப்படுகின்றன.

_நம்பிக்கைகளை அடிப்படையாகக் கொண்ட நூற்றுக்கணக் கான சடங்குகளை மக்கள் நிகழ்த்துகிறார்கள். இவற்றை வழிபாடு கள் என்று அழைக்கிறார்கள். அவை அடிமட்ட நிலையிலிருந்து சமூகத்தின் மேல்மட்டம் வரை பல வகைகளில் பல வடிவங்களில் உரு-வாக்கப்படுகின்றன. இதன் உச்ச வடிவமாகவே பக்தி அமைகிறது. இவை தொடர்பான அச்சு ஆக்கங்களே மிக அதிகமாகும். இவை சமயத்தோடும் சாதிகளோடும் வைதீகத்தோடும் நெருங்கிய உறவுடையவை.

_சமூகத்தில் வெகுமக்களின் நடைமுறை வாழ்க்கையில் உள்ள பல்வேறு செயல்களுக்கும் ஒழுக்க மதிப்பீடுகள் கட்டப்படுகின்றன. இம்மதிப்பீடுகள் சார்ந்து அச்சு ஆக்கங்கள் உரு-வாக்கப்படு கின்றன. வெகுமக்கள் புழக்கத்தில் பாரதம், இராமாயணம் சார்ந்த கதைகள் பரவலாக உள்ளன. இவற்றிலிருந்து வெகுமக்களுக்கான வாசிப்பு ஆக்கங்களை உருவாக்கு-கின்றனர். இவை சார்ந்த நிகழ்த்துப் பிரதிகளும் மிகுதியாக உருவாக்கப்படுகின்றன.

_நவீன தொழில்நுட்பம் புதிது புதிதாகக் கருவிகளை உற்பத்தி செய்துகொண்டே இருக்-கிறது. பத்தொன்பதாம் நூற்றாண்டின் இறுதி மற்றும் இருபதாம் நூற்றாண்டில் இவ்வகையில் உருவான போக்குவரத்துச் சாதனங்கள் வெகுமக்கள் கவனத்தில் பெரிதும் தாக்கம் செலுத்-தப்படுபவற்றைக் காண்கிறோம். இவை குறித்து வெகுசன அச்சு வடிவங்களில் பதிவுகள் உருவாக்கப்படுகின்றன.

_நாள்தோறும் நடைபெறும் நிகழ்வுகளை இன்று பத்திரிக்கைகளில் வாசிக்கிறோம். வானொலி மற்றும் தொலைக்காட்சிகளில் கேட்கிறோம், பார்க்கிறோம். இந்த வசதிகள் இல்-லாத காலத்தில், எதிர்பாராத விதமாக நடைபெறும் நிகழ்வுகளான விபத்துகள், இயற்கைப் பேரிடர்கள், கொலைகள் ஆகியவை குறித்துச் சிந்து, கும்மி வடிவில் ஆன அச்சு ஆக்கங்-கள் இருபதாம் நூற்றாண்டின் தொடக்கத்தில் அச்சிடப்பட்டன.

_மனிதர்களால் புரிந்துகொள்ள முடியாத மந்திரங்கள் எனப்படும் தந்திரங்கள்; ஜாலங்கள் எனும் பெயரில் அச்சாகியதை அறியமுடிகிறது. நகைச்சுவை உணர்வை வெளிப்படுத்தும் ஆக்கங்கள், அனைத்துக் காலங்களிலும் வெகுசனத்தளத்தில் உருவாக்கப்படுகின்றன. இன்-றைய திரைப்படத்துறையின் நகைச்சுவை நடிகர்கள் இதற்கு நல்ல எடுத்துக்காட்டு. அச்சுச் சார்ந்த நுகர்விலும் இவ்வகை ஆக்கங்கள் மிகுதியாக உருவாக்கப் பட்டிருப்பதைக் காண்கி-றோம்.

இவ்வகையில் மனிதர்கள் தங்கள் வாழ்விலும் தங்களைச் சுற்றியுள்ள சூழலில் நிகழும் பல்வேறு நிகழ்வுகளையும் அச்சு வடிவத்தில் வாசிக்க முற்பட்ட வரலாறு நம்முன் உள்ளது. இவை வெகுசனப் பண்பாடாக அமைகிறது. செவ்வியல் மரபுக்கு மாறாக அமையும் இவ்-வகை அச்சு ஆக்கங்கள் நமது கவனத்தைக் கோரி நிற்கின்றன. மேற்குறித்த பின்புலத்தில் சிறுமணவூர் முனிசாமி முதலியாரின் அச்சு ஆக்கங்களை உரையாடலுக்கு உட்படுத்தலாம்.

வெகுசன அச்சு ஆக்கங்களில் மிகுதியாக இடம்பெறுபவை மருத்துவம் தொடர்பான நூல்கள். 'சகல ஜெந்துக்களின் விஷநிவர்த்தி' (1892), 'அனுபோக வயித்திய பிரம்மரகசியம்' (1893), 'ஹிந்து பால வைத்தியபோதினி' (1895), 'நாற்பத்தியெண்மர் களீண்டிய ஊர்வசி வயித்திய சிட்கா' (1895), 'சிறந்த ஆயுள்வேத பண்டிதர்களால் உபயோகித்துவரும் அனு-போகத்துக்கிசைந்த வயித்திய முறைகள்' (பதிப்பு:1895), 'பார்வதி பரணியம் யென்னும் விஷ வயித்திய சிந்தாமணி' (1899), 'உயிரெழுத்து மூலிகை மர்மம்' (1900), 'பிணியற்ற வாழ்-வென்றும், சவுக்கியகாரமென்றும் வழங்க வேண்டிய நோயில்லா வாழ்வு' (1904), 'வயித்-திய கை முறைகள்' (பதிப்பு:. 1896) ஆகிய சில முனிசாமி அவர்களால் உருவாக்கப்பட்ட மருத்துவம் தொடர்பான நூல்களாகும். இவரை ஆயுர்வேத வைத்தியர் என்று குறித்திருப்ப-தைக் காணமுடிகிறது. வெகுசனப் பண்பாட்டில் உடல்நலம் குறித்து வெகுமக்கள் கொண்டி-ருந்த ஈடுபாட்டை இவ்வகை அச்சு ஆக்கங்கள் காட்டுகின்றன. இந் நூல்களின் பெயர்கள், பேச்சுமொழியில் இருப்பதையும் பண்புப் பெயர் அடைகள் சேர்த்து நூல்பெயர் அமைக்கப்-

பட்டிருப்பதை யும் காணமுடிகிறது. செவ்வியல் நூல்களின் பெயர்கள் இவ்வகையில் அமை-வதில்லை. இந்நூல்களின் மறு அச்சு இன்றும் தொடர்வதைக் காண்கிறோம். இவ்வகை-யில் உடல்சார்ந்த நம்பிக்கைகளுக்கும் வெகுசன அச்சுப்பண்பாட்டிற்குமான உறவை அறிய இயலும்.

வெகுசனப் பண்பாடு சார்ந்து அச்சான வடிவங்களில் மிகவும் இழிவாகப் பதிவு செய்-யப்படுவது பெண்உடல். பெண் குறித்து இழிவு மொழியில் ஆக்கப்படும் அச்சு ஆக்கங்-களை மிக இயல்பான ஒன்றாகவே கருதி உள்ளனர். முனிசாமியும் இதற்கு விதிவிலக்கல்ல. இவரது ஆக்கங்களில் இடை இடையே இதனைக் காணமுடியும். 'குடும்ப சனியன் என்-னும் அகடவிகட சம்சாரி' (1906), 'சித்திரகுளா வென்னும் பெண்ணின் கெடையாட்டாம்' (1908) ஆகியவை இவ்வகையில் அமைந்தவை.

வெகுசனப்பண்பாட்டில் மிகுதியாக இன்றும் அச்சாகும் நூல்கள் ஜோதிடம் தொடர்பா-னவை. 'ஜோதிடச்சுவடிகள்' இன்று பெரும் தொழிலாக நடைபெறுகிறது. ஜோதிடத்திற்கான பஞ்சாங்கங்கள் உருவாக்கப்பட்டன. கெவர்மெண்டு நட்சத்திர பஞ்சாங்கம், ஆர்க்காடு சர்வ-முகூர்த்த பஞ்சாங்கம், கஞ்சனூர் பஞ்சாங்கம், பாக்கெட் பஞ்சாங்கம், சிறுமணவூர் முனிசாமி முதலியார் காலண்டர் பஞ்சாங்கம் என்று பல பஞ்சாங்கங்களைத் தமது நூலில் முனிசாமி குறிப்பிடுகிறார். 'தருமருக்கு பீஷ்மாச்சாரி உபதேசித்த சகாதேவ சாஸ்திரம் -மரணக்குறிப்பு -சகுனப்படம் -பல்லி சாஸ்திரம்' (1893), மானிடக் குறியென்னும் திரேசக்குறி புருஷலஷ்ண-மென் றும் வழங்கிய அங்கக்குறி சாஸ்திரம் (1893) ஆகிய சில நூல்கள் முனிசாமி இயற்-றியவை. எழுத்துக் கூட்டி வாசிக்கத் தெரிந்தவர்கள் இவ்வகையான நூல்களைக் கோயில் தளங்கள், சந்தைகள், தெருவோரக் கடைகள், நாட்டு மருந்துக் கடைகள் ஆகிய இடங்க-ளில் இன்றும் வாங்குகின்றனர். அச்சு வடிவத்தில் வாய்மொழிப் பாரம்பரியம் இடம் மாறு-வதை இதன் மூலம் அறியமுடிகிறது. தர்க்கங்களை மறுக்கும் இவ்வகை நம்பிக்கைகள் வெகுசனப் பண்பாட்டின் அடிவேராக இருப்பதைக் காண்கிறோம்.

வழிபாடுகளை நடத்துவதற்கு அச்சிடப்படும் பதிகங்கள், அலங்காரங்கள், கும்மிகள், ஏராளம் "சிறுமணவூர் முனிசாமி முதலியாராலியற்றிய திருவொற்றியூர் தியாகேசர் பதிகம்" (1888), சிதம்பரம் நடராஜர் பஞ்சாட்சரப்பதிகம், நடராஜப் பத்து, சங்கப்புலவர் கண்ட சுத்தி இம்மூன்றும் அடங்கியிருக்கின்றன (1893). 'மதுரை சொக்கர் அலங்காரம்' (1894), 'இஃது நாகூர் ஆண்ட வர் தெரிசனக்கும்மி, நாகூர்«க்ஷத்திர அலங்காரம், ஆநந்தக் களிப்பு இரண்-டும் அடங்கியிருக்கின்றன (1897). 'ஸ்ரீவைகுண்ட ஏகாதசி விரதக்கும்மி என்னும் உருக்கு மாங்காத மகாராஜன் சரித்திரக் கும்மி' (1896) ஆகியவை முனிசாமி நூல்களாகும். வெகு-சனங் களின் இசையோடு கூடிய பாடல்களாகச் சிந்து, கும்மி வடிவங்கள் அமைகின்றன. வெகுசனப் பண்பாட்டில் இவ்விரு வடிவங்களே மிகுந்த செல்வாக்குடன் செயல்பட்டிருப்ப-தைக் காண்கிறோம்.

சமூக நிகழ்வுகள் குறித்த மதிப்பீடுகள் வெகுசனத் தளத்தில் பரவலாகச் செயல்படுவதைக் காண்கிறோம். 'கலியுகச்சிந்து: கடன் பத்திரம், கலிகாலக் கண்ணாடி இம்மூன்றும் அடங்-கியிருக்கின்றன' (1896), 'கள்ளுக்கடைச்சிந்து என்றும் குடியர் சிந்து, புகையிலைச் சிந்து, கெஞ்சாவின் மகத்துவம் இம்மூன்றும் அடங்கியிருக்கின்றன (1896)'. 'திருட்டுப் பிடிக்கும் சாஸ்திரமென்னும் களவுநூல்' (1897), 'தடிக்கழுதை பாட்டும் ஆண் பிள்ளை வீண்பிள்ளை

சிந்தும் அடங்கியிருக்கின்றன.' (1900) ஆகிய சில முனிசாமி உருவாக்கியவை. இவைகள், புகையிலை, கஞ்சா, திருட்டு ஆகிய பிற தொடர்பான வெகுசன மதிப்பீடுகளைப் பதிவு செய்திருப்பவை. இவற்றில் இவை நியாயப்படுத்தப்படுவதும் விமரிசனம் செய்யப்படுவதும் பகடி மொழியில் அமைந்திருக்கும்.

கி. பி. பத்தொன்பதாம் நூற்றாண்டிற்குப் பிறகு தமிழ்ச் சமூகத் தில் பாரதக்கதையின் செல்வாக்கு மிகுதியாகும். கும்மி வடிவங்கள், நிகழ்த்தும் கூத்து வடிவங்கள், கதைப்பாட்டு வடிவங்கள், கதை வடிவங்கள் ஆகிய அனைத்து வடிவங்களிலும் பாரதக்கதை மீண்டும் மீண்டும் உருவாக்கப்படுவதை அறிகிறோம். 'வியாசர் விபரீதம்' (1908) எனும் நூலை முனிசாமி உருவாக்கியுள்ளார். மகாபாரதம் தொடர்பான பதிவுகளைத் தமது நூல்களில் இவர் ஆங்காங்கே செய்துள்ளார்.

'பெங்களூரில் உடன் கட்டையேரிய உத்தமிச்சிந்து' (1893), 'மதிராஸ் தூக்குப்பாட்டு' (1893), 'மூடமதி திறவுகோல்' (1895), 'சென்னை பீபில்ஸ்பார்க்கு காலேஜ் பத்திய சிந்து' (1898), 'ஈட்டிக் காரனிடத்தில் கடன்பட்டு ஓட்டம் பிடிக்கும் சிந்து' (1902); 'துர்முகி வருடத்தின் தொந்திரவு' (1905), 'நந்தன வருட சிந்து'(1900), 'தாரண வருஷத்திய வெள்ளம்', 'திருநெல்வேலி கொட்டாய் பத்திய சிந்து' (1906), '1906 அக்டோபர் 20 சனிக்கிழமை மூடப்பட்ட அர்பத் நெட்டவுசின் அனியாயச் சிந்து'(1908) ஆகிய சில நூல்கள் முனிசாமி அவர்களால் உருவாக்கப்பட்டவை. சமகாலச் செய்திகள் எவ்வாறு அச்சு வடிவம் பெற்றன என்பதை இதன் மூலம் அறிய முடிகிறது. வாய்வழிச் செய்தியாக அறியப்பட்ட வற்றை வெகுசனங்களும் வாசித்து அறியும் வடிவங்களில் இவை உருவாக்கப்பட்டுள்ளன. வாய்வழி உருப்பெறும் செய்திகள் எவ்விதம் அச்சு மரபாக வெகுசனப்பண்பாட்டில் இடம் பெறுகிறது என்பதை இதன் மூலம் அறிகிறோம். இப்பண்புகள் இன்னும் கிராமங்களில் உள்ள சாவடிகளில் நடைபெறும் உரையாடல்கள், முடிதிருத்தும் கடைகளில் நடைபெறும் உரையாடல்கள், தேநீர் கடைப் பெஞ்சுகளில் அமர்ந்து செய்யும் உரையாடல்கள் ஆகியவற்றோடு தொடர்புடையவை. 'தினத்தந்தி' பத்திரிகையின் செய்திகளும் அதன் மொழிநடையும் இத்தன்மை மிக்கன. இவ்வகையான மொழிக்கு ஆதித்தனார் உருவாக்கியுள்ள 'பத்திரிகை நடைக் கையேடு' எனும் நூல் நல்ல தரவு.

வெகுசனப் பண்பாட்டில் மிகவும் அதிகமாக இடம்பெறுவது நகைச்சுவைப் பண்பு. முனிசாமியவர்கள் இவ்வகையில் பல நூல்களை எழுதியுள்ளார். 'செல்வப் பிள்ளை அகட விகட கல்யாணச் சிந்து' (1892), 'குடும்ப சனியன் என்னும் அகடவிகட சம்சாரி' (1906), 'நாரதர் கலகம்' (1910) ஆகிய சில நூல்கள் வெகுசனப் பண்பாட்டில் நகைச்சுவை குறித்து அறிய உதவும். 'கொழுத்த சிறிப்பு என்னும் அகசிய நாடகம்' (1908) ஒன்றை முனிசாமி எழுதியுள்ளார். துஷ்டத்தூதன், சமயசாம்பிராணி, தனியாய மகாராஜன், கொலை பாதக மந்திரி, கிரககார பஞ்சாங்க புரோகிதன் ஆகியோர் நாடகப் பாத்திரங்கள் ஆகும். இந்நூலில் ஆத்திசூடியை 'கீத்துச்சுவடி' என்று எழுதுகிறார். அந்நூல் கீழ்வரும் வகையில் அமைந்துள்ளது. (பார்க்க: பக்115)

இவ்வளவும் என் சொந்த புத்தகமாகையால் விற்பனைக்குத் தயாராய் வைத்திருக்கின்றேன் இதுவுமன்றியில் சிறுவர்களுக்கு இன்பமான சில்லரைப் புத்தகங்கள் எத்தனையோ தினுசுகளிருக்கிறது இவை தேவையானவர்கள் சென்னை சூளை போஸ்டு, சட்டண்ணநாய்க்-

கன் தெருவு, 12-வது நெம்பர்வீடு சிறுமணவூர்-முனிசாமியென்பவரிடத்தில் பெற்றுக்கொள்ளலாம்.

தமிழில் பத்தொன்பதாம் நூற்றாண்டின் இறுதி தொடங்கி, இரண்டாம் உலகப்போர் நிகழ்ந்த காலம் வரையில் செயல்பட்ட அச்சுச்செயல்பாடுகளை முனிசாமி அவர்களின் ஆக்கங்களை அடிப்படையாகக் கொண்டு புரிந்துகொள்ள முடிகிறது. சமயப் பரப்பல் சார்ந்தும் செவ்விலக்கிய மரபு சார்ந்தும் செயல்பட்ட தமிழ் அச்சுப் பண்பாடு எவ்வகையில் வெகுசன நுகர்வுப் பண்பாடாக வடிவம் பெற்றது என்ற உரையாடலே மேலே நாம் மேற்கொண்டதாகும். இவ்வுரையாடல் தமிழ் அச்சுப்பண்பாடு உருவாக்க வரலாற்றில் மூன்றாம் கட்டமாக அமைந்த பகுதியை மட்டும் கவனத்தில்கொண்டு செய்யப்பட்டுள்ளது. இக்காலச் சூழலில் தமிழில் புதிதான அச்சுப்பண்பாடு உருவானது. இதனை முனிசாமி அவர்களின் ஆக்கங்களை எடுகோளாகக் கொண்டு நாம் புரிந்துகொள்ள முடியும். இக்காலத்தில் அச்சுப்பண்பாட்டைப் புரிந்துகொள்ள முனிசாமி அவர்களின் ஆக்கங்களை அடிப்படை யாகக் கொண்ட குறுநூல் (னீஷீஸீஷீரீக்ஷீணீஜீலீ) ஒன்றை உருவாக்கலாம். இதற்கான தரவுகளை ரோஜா முத்தையா நூலகம் கொண்டி ருக்கிறது.

சான்றாதாரங்கள்:

- ரோஜா முத்தையா நூலகத்தில் உள்ள சிறுமணவூர் முனிசாமி முதலியார் ஆக்கங்கள்.
- A catalogue of the Tamil books in the library of the British Museum (3 vols.)
- தமிழ்நூல் விவர அட்டவணைகள். (மூன்று தொகுதிகள், 11 பகுதிகள்)
- Classified catalogue of Tamil printed books with introduction notices, compiled by John Murdoch (1865).
- Catalogue of the Christian vernacular literature of India, compiled bu John Murdoch (1870)
- The South Asia and Burma retrospective bibliography, stage 1:1556-1800, compiled by Graham Shaw.

குறிப்பு

இயக்குநர் க. சுந்தர், நண்பர் பிரகாஷ், திருமதி. மாலா மற்றும் கணேஷ் (ரோஜா முத்தையா நூலக ஊழியர்கள்) ஆகியோர் உதவி இல்லாவிடில் இக்கட்டுரையை உருவாக்கியிருக்க முடியாது. அவர்களுக்கு எனது மனப்பூர்வமான நன்றி.

(பேரா. அரசு சென்னைப் பல்கலைக் கழகத்தின் தமிழ் இலக்கியத் துறையின் தலைவராகப் பணியாற்றுகிறார். பல நூல்களும் கட்டுரைகளும் எழுதியிருக்கிறார். தமிழ்ப் பதிப்புத்துறையிலும் தமிழியல் ஆராய்ச்சியிலும் ஒரு முக்கிய அங்க

6. சைவப் புலமைப் பாரம்பரியம் (சைவ அச்சுப் பண்பாடு - ஆவணம், ஆய்வு)

சமூகப் பொதுவெளியில் செயல்படும் நிறுவனங்கள், புதிது புதிதாக உருப்பெறும் சமூக நிகழ்வுகளைத் தமதாக்கிக் கொள்வது இயல்பு. சைவ சமயம் எனும் நிறுவனம், ஐரோப்பிய மறு-

மலர்ச்சியால் உருவான அச்சுக் கருவியை எவ்வாறெல்லாம் தனதாக்கிக் கொண்டது என்பது சுவையான வரலாறு. சமயங்கள் தம்முள் உள்வாங்கிக் கொண்டுள்ள நம்பிக்கைகள், சடங்குகள் மற்றும் வழிபாட்டு முறைகள் ஆகியவற்றைப் பொதுவெளியில் பரப்புரை செய்ய வேண்டியது அவற்றின் அடிப்படைத் தேவை. அதற்கு நவீன கருவிகளை எவ்வாறு பயன்படுத்துகின்றன என்ற புரிதல் அவசியம். ஒலி வாங்கிகள், இணையங்கள், அச்சு மரபுகள் ஆகிய பிறவற்றைப் பயன்படுத்தும் முறை குறித்த விவரணத் தொகுப்பும் உரையாடலும் தேவை. அச்சு மரபை அடிப்படையாகக் கொண்ட அச்சுப் பண்பாடு குறித்த ஆய்வு மற்றும் ஆய்விற்கான அடிப்படை மூலங்களின் தொகுப்பு என இரு தளங்களில் உள்ள செய்திகள் இவ்வகை ஆய்வின் அடிப்படைகளாகும். இந்தப் பின்புலத்தில், சைவமரபு சார்ந்த அச்சுப் பண்பாட்டை ஆவணப்படுத்தி, உரையாடலுக்குட்படுத்துவது பற்றி இந்நூல் முன்னிறுத்தும் சில பரிமாணங்களைப் பின்கண்டவாறு தொகுக்கலாம்.

- காலனியம் நிலைபேறு கொண்ட பத்தொன்பதாம் நூற்றாண்டில், காலனியத்தின் சமயமாக இருந்த கிறித்தவம் சார்ந்த அச்சுச் செயல்பாடுகள் விரிவாக முன்னெடுக்கப் பட்டன. கிறித்துவத்தின் இவ்வகையான நிலைபாட்டை எதிர்கொள்ள சைவ மரபு மேற்கொண்ட அச்சு மரபு சார்ந்த செயல்பாடுகள் குறித்து உரையாடுவது அவசியம். இத்தன்மை தமிழ்ச் சூழலில், அச்சுப் பண்பாடு, சமயம் சார்ந்து தொழிற்பட்டதைப் புரிந்துகொள்ள உதவும். இதனைத் தமிழகம், ஈழம் என்று வேறுபடுத்திக் காண்பது அவசியம்.

- சமயம் சார்ந்த ஆய்வுகள் என்பவை, சமயம் எனும் நிறுவனத்தின் செயல்பாடுகளை மட்டும் அடிப்படையாகக் கொண்டுள்ளன. மாறாக சமய மரபில் நிகழும் செயல்களை சமூக வரலாறு, பண்பாட்டு மானிடவியல் ஆகிய பிற துறைகள் சார்ந்து ஆய்வு செய்வதும் அவசியம். பக்தியின் அடிப்படைகளான நம்பிக்கை, சடங்கு, வழிபாடு ஆகியவை சமயம் சார்ந்த ஆய்வுகளாக நிகழ்த்தப்படுகின்றன. இவ்வாய்வுகளும் அகநிலை (Subjective) சார்ந்தே அமைகின்றன. புறநிலை (Objective) சார்ந்த ஆய்வுகள் மிகக் குறைவாகும். இந்நூல் சைவம் எனும் நிறுவனம் தனது இருப்பை, அச்சு எனும் பௌதீகக் கருவி சார்ந்து நிகழ்த்தும் முறையியலைப் பதிவு செய்வதைக் காண்கிறோம். இசை மரபு, கட்டிடக்கலை மரபு, காண்பிய மரபுகள் ஆகிய பலவற்றிலும் சமயம் சார்ந்து நிகழும் செயல்களைப் பௌதீக மரபு சார்ந்த தர்க்க வரலாற்று முறைமைகளில் புரிந்து கொள்வது அவசியம். இதில் இவ்வாய்வு அச்சு மரபு சார்ந்த அச்சுப் பண்பாட்டை பௌதீக புறநிலை மரபாக, சைவம் சார்ந்தவற்றை உரையாடலுக்கு உட்படுத்துகிறது.

- சைவக் கருத்துப் பரப்புரை செய்வதற்கு அச்சு மரபுகள் உள் வாங்கப்படுகின்றன. இவ்வாறு உள்வாங்கும்போது ஓலை மரபில் இருந்த பல்வேறு கூறுகள், அச்சு மரபிற்குள்ளும் தொடர்கின்றதா? அல்லது நவீன வசதி கருதி புதிய வடிவங்கள் உருவாக்கப்படுகின்றனவா? என்ற உரையாடல் அவசியம். அந்த வகையில் எப்போதும் பிரதிகளை தன்னோடு வைத்திருத்தல், மனனம் செய்ய எளிதாகப் பயன்படுத்தல், புனிதமாகக் கட்டமைக்கத் தேவைப்படும் வடிவங்கள், அச்சுருக்கள் மற்றும் தாள் பயன்படுத்துதலில் மேற்கொள்ளப்படும் முறைமைகள் ஆகிய பிற குறித்தும் அறிவது அவசியமாகும். இந்நூல் அந்த நோக்கில் மிக விரிவான தரவுகளை முன்னிறுத்தி ஆய்வு செய்திருப்பதைக் காணலாம்.

- மேல் கணக்கு, கீழ்க்கணக்கு, திருமுறைகள், பிரபந்தங்கள், சாத்திரங்கள், திரட்டுகள் எனும் வளமான தொகுப்பு மரபுகள் தமிழில் செயல்பட்டு வந்திருப்பதைக் காண்கிறோம். சைவம் எனும் நிறுவனம், அச்சு சார்ந்து தமது பரப்புரையை மேற்கொள்ளும் போது பல்வேறு தொகுப்பு மரபுகளையும் உள்வாங்கிக் கொள்கிறது. அவை பெரும்பாலும் திரட்டுக்களாக அமைகின்றன. சைவ அச்சுப் பண்பாட்டில் மேற்குறித்த தன்மைகள் எவ்வாறு தொழிற்பட்டுள்ளன என்பதை இந்நூல் பேசுகிறது. இத்தன்மை வெவ்வேறு சமயங்களில் தொழிற் பட்டுள்ளதை / தொழிற்படுவதை ஒப்பீட்டு நோக்கில் பதிவு செய்வது அவசியம். இவ்வகையில் சைவ மரபு மேற்கொண்ட நவீன தொகுப்பு மரபுகள் அச்சுவழி நடைமுறைப் படுத்தப்பட்ட பல்வேறு கூறுகளை இந்நூல் ஆவணப்படுத்தியுள்ளது.

- கி. பி. பதினான்காம் நூற்றாண்டுக்குப் பின் சமய நிறுவனங்களாக 'மடம்' எனும் அமைப்புகள் உருவாயின. இவை நவீன வளர்ச்சிகளை தமது நிறுவனம் சார்ந்த செயல்களுக்கு எவ்வாறு உள்வாங்கின? என்ற உரையாடல் அவசியம். அவ்வகையில் தமிழில் உருவான சைவ மடங்கள், அச்சு சார்ந்து எவ்வாறு செயல்பட்டன என்பது தொடர்பான விரிவான விவரணங்கள் இந்நூலில் தொகுக்கப்பட்டுள்ளன (இரண்டாம் பகுதி). இதன்மூலம் மடங்கள் நிகழ்த்திய சைவ அச்சுப் பண்பாட்டு வரலாற்றைப் புரிந்து கொள்ள முடிகிறது.

- அச்சு மரபு உருவான பத்தொன்பதாம் நூற்றாண்டிலேயே அச்சிடப்பட்டவற்றைப் பட்டியலாக உருவாக்கிடும் பண்பு உருவானது. சைவ மரபு சார்ந்து உருவான நூல்களின் அரிய பதிவாக இந்நூல் செய்துள்ள அட்டவணைப் படுத்தம் (cataloguing) அமைந்துள்ளது. இதில் நம்பகத் தன்மை வலுவாக இருப்பதை அறிய முடிகிறது. இவ்வாறு அமைந்த அச்சுத் தரவுகள், இந்நூல் உருவாக்கத்திற்கு அடிப்படைகளாக அமைந்திருப்பதைக் காண்கிறோம்.

***

காலனியம், கிறித்தவ சமயத்தைப் பரப்பும் நோக்கில் செயல்பட்டது. பதினாறாம் நூற்றாண்டு முதல் சமயப் பரப்புரை செய்து, கிறித்தவ சமயத்தை ஆசிய நாடுகளில் நிலைபேறு கொள்ளச் செய்வதற்கு தொண்டூழியர்கள் (Missionaries) பலர் வந்தனர். அவர்களைத் தொடர்ந்து, வணிக நோக்கில் ஐரோப்பியர் வந்தனர். அவர்களது சமயம் கிறித்தவம். வணிகர்கள் ஆட்சி அதிகாரத்தைக் கைப்பற்றிய பின் தொண்டூழியர்கள் சமயப் பரப்புரை செய்வது இலகுவாயிற்று. இதன்மூலம் சைவத்திற்கும் கிறித்துவத்திற்குமான முரண் பல்பரிமாணங்களில் செயல்பட்டது. இதனைக் கீழ்க்காணும் குறிப்பு உறுதிப் படுத்துகிறது.

"அசற் சமயங்களாகிய கிறித்தவர்கள் இக்காலத்திலே நமது சைவ சமயிகளைத் தம்மதத்திற்குப் புகுவிக்க முயன்று கோட்டங்கள்தோறும் பள்ளிக் கூடங்களைத் தாபித்துத் தம்முடைய துன்மார்க்க நூலாகிய விவிலிய நூலையே சிறுவர்களுக்குப் பெரும்பாலும் கற்பித்துச், சிவ நிந்தை, சிவ சாத்திர நிந்தை, திருநீறணியாமை, எச்சிற் கலப்பு முதலிய துராசாரங்களையே அவர்களுக்குப் பயிற்றலானும், அவர்க்கும் பிறர்க்கும் அடிக்கடி துர்ப்போதனைச் செய்து திரிதலானும், அநியாயமாகிய தூஷணங்களைப் பொதிந்த சிறுபுத்தகங்களை வெளிப்படுத்தலானும், பிறவற்றானும் பெருங்கேடு செய்வார் ஆயினார்கள். " (தி. செல்வ மனோகரன் (பதி), சிவசங்கர பண்டிதம். கிறிஸ்துமத கண்டனம்: 2016:141.)

யாழ்ப்பாணத்தைச் சேர்ந்த, நாவலரின் நெருங்கிய நண்பரான சிவ சங்கர பண்டிதரின் மேல்காணும் குறிப்பில், பள்ளிக்கூடம் திறக்கப்படுதல், சிறு புத்தகங்கள் அச்சிடுதல் எனும்

இரு குறிப்புகள் முக்கியமானவை. இவ்விரு பணிகள் அச்சுப் பண்பாட்டோடு நேரடித் தொடர்புடையவை. இவ்வகையில் சமயம் சார்ந்த உரையாடல்களில் அச்சு நூல்கள் பெறும் இடத்தை அறிய முடிகிறது. இந்நூலில் காணக் கிடக்கும் கீழ்க்கண்ட கண்டன நூல்கள் சைவர்களால் அச்சிடப்பட்டவை. கண்டன நூல் சார்ந்த அச்சுப் பண்பாடு பத்தொன்பதாம் நூற்றாண்டின் இறுதிக்காலம் தொடங்கி இருபதாம் நூற்றாண்டின் நடுப்பகுதிவரை செயல்பட்-டதைக் காண்கிறோம். இதனை உறுதிப்படுத்த இவ்வாய்வு உதவுகிறது. இந்நூலில் பதிவாகி-யுள்ள கண்டன நூல்கள் வருமாறு:

சைவ தூஷண பரிகாரம் (1884), சைவ பூஷண சந்திரிகா (1900), பூதிருந்திராக்க தூஷண கண்டநம் (1901), புத்த மத கண்டனம் (1903), உச்சிர தண்டமும் தாந்திரிக துண்ட கண்ட கண்டனமும் (1910), சிவாகம தூஷண பரிஹாரம் (1911), தூஷணா `நாவுக்கோர் சூட்டுக்கோல் (1918), சைவ பூஷண சந்திரிகை (1929), தீண்டாதார் ஆலயப் பிரவேச நிக்ரஹம் (தடை) (1932) ஆகியவை சைவத்திற்கு எதிராக எழுதப்பட்டவைகளை மறுப்-பதற்காக எழுதப்பட்ட கண்டன நூல்கள். இந்நூல்களை நா. கதிரைவேற் பிள்ளை மற்றும் செந்திநாதையர் ஆகியோர் பெரும்பகுதி எழுதினர். இவ்வகையில் சமய முரண்கள் அச்-சுவழி வெளிப்பட்டதைக் காண முடிகிறது. ஆறுமுக நாவலர் (1823-1879) காலம் முதல் இவ்வகையான நிகழ்வுகள் தொடர்ந்து நிகழ்ந்தன. இந்நிகழ்வு குறித்த சான்றாதாரங்களை அறியும் வகையில் இந்நூல் அமைகிறது. இவ்வகையில் சைவ சமய மரபு சார்ந்த அச்சுப் பண்பாட்டில் எவ்வகையான அச்சு நிகழ்வுகள் நடந்தேறின என்பதற்கான எடுத்துக்காட்டுகள் மேல்குறித்த கண்டன நூல்கள். இவ்வகையில் பல்வேறு பரிமாணங்களில் சைவ அச்சு மரபு செயல்பட்டதைக் காணலாம்.

***

சமயங்கள் குறித்த ஆய்வு என்பது பக்தனின் உணர்ச்சி சார்ந்து, அச்சமயத்தில் உள்ள பல்வேறு பிரதிகளைப் பற்றிப் பேசுவதாகவே அமைகிறது. சமய மரபு சார்ந்த நம்பிக்கைகள், சடங்குகள் மற்றும் வழிபாட்டு முறைகளை சமயப் பிரதிகள் எவ்வாறு வெளிப்படுத்துகின்றன என்ற உரையாடல் ஒருபுறம்; பிறிதொருபுறம் இவற்றை எவ்வாறு நடைமுறை வாழ்க்கையில் நிகழ்த்துவது என்பது குறித்த விவரணங்கள். இத்தன்மைகளே சமய ஆய்வில் பெரும்பகு-தியாக உள்ளன. மாறாக இச்சமயமரபு வரலாற்றுப்போக்கில் உருப்பெற்றமை, இச்சமய நூல் உருவாக்க முறைகள் ஆகியவை தொடர்பான உரையாடல்கள் மிகுதியாக நிகழவில்லை. சைவ அறிவுப் பாரம்பரியம் குறித்துப் பேரா. கா. சிவத்தம்பி அவர்களின் பதிவு பின்வரு-மாறு.

“திராவிட இனவுணர்வு, தமிழக வரலாற்றுத் தொன்மையுணர்வு ஆகியன காரணமாக வளர்ந்த அறிவியக்கம் தமிழர்க்கும் பாரம்பரிய இந்து மதத்திற்குமுள்ள உறவினை எடுத்து விளக்க முனைந்தபொழுது, தமிழகத்து இந்து மதப் பாரம்பரியம் ஆரிய பிராமண வழிவரும் வைதீக நெறிப்பட்டது அல்லவென்றும் அது தமிழர்க்கே உரித்தான தனிமத நெறியன்றினைச் சார்ந்தது என்றும் அந்த மதச் சிந்தனை நெறியைச் சைவ சித்தாந்தத்தில் காணலாம் என்று வற்புறுத்திற்று. தமிழ், தமிழ்நாடு தனித்துவம் பற்றிய அறிவு வாதத்திற்குச் சைவ சித்தாந்தம் மிக முக்கியமான பண்பாட்டு அம்சமாக அமைந்தது. ” (தனித் தமிழ் இயக்கத்தின் அரசியற் பின்னணி: 1979, 34)

சமய மரபு என்பது ஒரு குறிப்பிட்ட தேசிய இனத்தின் அடையாளமாக சில வேளைகளில் அமைவதைக் காண்கிறோம். அவ்வகையான மரபை கண்டறிவதற்கு, அப்பிரதி தொடர்பான 'வழிபாட்டுத் தன்மை சார்ந்த அணுகுமுறை' மட்டும் போதாது; மாறாக அப்பிரதி, நவீன வளர்ச்சிகளை உள்வாங்கி, எவ்வாறு உற்பத்தி செய்யப்படுகிறது என்பது குறித்த உரையாடலும் அவசியம். இந்நூல் அப்பின்புலத்தில் பதிப்பிக்கப்படும் முறைமைகள் குறித்தும் பேசுகிறது. அச்சுப் பண்பாட்டு மரபில் பதிப்பு என்பது முதன்மையான கூறாகும். அதனை பின்வருமாறு இவ்வாய்வு பதிவு செய்கிறது.

சுத்தப் பாடப் பதிப்பு, பொருண்மைத் தொடர்பான தரவுகளுடன் உருவான பதிப்பு, அச்சு வடிவப் பதிப்பு, எளிய பதிப்பு, உண்மை ஞான விளக்க உரைப் பதிப்பு, குறியீட்டுப் பதிப்பு, விரிவுரைப் பதிப்பு, சஞ்சிகைப் பதிப்பு, அகராதிப் பதிப்பு, தல யாத்திரைப் பதிப்பு, விழா மற்றும் குறைந்த விலைப்பதிப்பு என பதினோரு வகையான வெளியீட்டு முறைகளை அறிய முடிகிறது. இம்முறைமைகள், சைவ சமயம் எனும் நிறுவனத்தின் அடையாளமாக அமையும். பிரதிகளை எவ்வாறு அச்சுப் பண்பாடு எதிர் கொண்டது என்பதை உணர்த்துகிறது. இதில் காணும் ஒவ்வொரு முறையும் ஒரு வகையான அறிவுச் செயல்பாடாக அமைகிறது. சைவப் பாரம்பரியத்தின் அறிவு மரபை புரிந்து கொள்ள இவ்வகைச் செயல்கள் உதவுகின்றன. இவ்வாறு இப்பிரதிகளை அணுகும் போது, அவை பல்பரிமாணங்களைக் கொண்டுள்ளதைக் காணலாம்.

***

சமயம் என்பது கணப்பொழுதும் பக்தனின் உணர்வு நிலையோடு இணைந்திருப்பது ஆகும். தான் வேறு - தான் சார்ந்து இருக்கும் சமயம் வேறு என்று தனித்துப் பார்க்கும் மரபு பக்தர்களுக்கு இல்லை. இந்தப் பின்புலத்தில் தங்களின் சமயம் சார்ந்த பிரதிகளை எப்போதும் தன்னுடன் எடுத்துச் செல்வதை விரும்புகின்றனர். சமயம் சார்ந்த பாடல்களை மனனம் செய்வதும் சதா அவற்றை முணுமுணுப்பதும், சிலவேளை வாய்விட்டுப் பாடுவதும் உண்டு. இவ்வகையான தன்மைகளை அச்சு வழி மரபில் கைக்கொள்வதற்கென அச்சு வடிவத்தில் பல்வேறு பிரதிகளை உருவாக்குகிறார்கள். இவ்வகை மரபு கிறித்தவம் பைபிள் பிரதியை உருவாக்கும் முறை, இஸ்லாம் குர்ரான் பிரதியை உருவாக்கும் முறை ஆகியவற்றின் செல்வாக்கிலிருந்து வருவதாகும். பைபிள் கருத்துக்களைப் பரப்ப பல்வேறு துண்டுப் பிரசுரங்களையும், சிறு குறு நூல்களையும் அச்சிட்டு வழங்கி வருகின்றனர். இதற்கென உலகம் தழுவிய அமைப்புகளை பத்தொன்பதாம் நூற்றாண்டிலேயே, அச்சு வெகுவாகப் புழக்கத்திற்கு வந்த போதே உருவாக்கினர். இதனைப் பைபிள் துண்டுப் பிரசுரக் கழகம் (Bible Tract Society) என அழைப்பர். சென்னை நகரில் செயல்பட்ட அமைப்பு 'சென்னைக் கிறித்தவ துண்டுப்பிரசுரக் கழகம் (Madras Christian Tract Society) ஆகும். இந்த முறையில் சைவ சமயத்தினரும் கையடக்கப் பதிப்புகள், பையடக்கப் பதிப்புகள், சிறு வெளியீடுகள் ஆகியவற்றை வெளியிட்டமை தொடர்பான ஆவணப்படுத்தும் இந்நூலில் மேற்கொள்ளப்பட்டிருப்பதைக் காண்கிறோம். இதனை வெளியிடும் அமைப்பை இந்து துண்டறிக்கை வெளியிடும் கழகம் (Hindu Tract Society) என்று அழைத்துக் கொண்டனர்.

சைவ சித்தாந்த நூற்பதிப்புக் கழகம் வெளியிட்டுள்ள கையடக்கப் பதிப்பு ஒன்றில் (1940), 245 சிறு நூல்களின் பட்டியல் உள்ளதையும் அதில் நீதி கூறும் அட்டைகள்,

திருக்குறள் நீதி கூறும் அட்டைகள், திருவுருவப் படங்கள், சமயப் பொன்மொழிகள் இடம் பெற்றிருப்பதை இந்நூல் கவனப்படுத்தியுள்ளது. (பார்க்க: இந்நூல் ப. 221-222) இவ்வகையில், சைவம் அச்சுப் பண்பாடு, நவீன வடிவங்களையும் உள்வாங்கிக் கொண்டதை அறிய முடிகிறது. இம்மரபுகள் இன்றைக்கும் சிறிய அளவில் தொடரவே செய்கின்றன. சமயம் சார்ந்த செயல்பாட்டில் சமயப் பிரதிகள் எந்தெந்த முறைகளில் வெளிப்படுத்தப்பட்டன என்பதைப் புரிந்து கொள்ளமுடிகிறது.

தமிழின் செவ்விலக்கியத் தொகுப்பு மரபு, அற இலக்கியத் தொகுப்பு மரபு ஆகியவை வளமானவை. அவற்றில் செயல்பட்டுள்ள புலமை சார்ந்த வினைப்பாடுகள் பெரிதும் வியந்து பேசத்தக்கவை. இம்மரபின் தொடர்ச்சியாகப் பக்தி இலக்கியத் தொகுப்பு மரபும் செயல்பட்டிருப்பதைக் காண்கிறோம். சைவம் இவ்வகையான செயல்பாட்டில் வளமாகவே தொழிற் பட்டிருப்பதைக் காண்கிறோம். பாடல்கள் தோத்திர மரபாகி, அவை பன்னிரு திருமுறைகளாக வடிவம் பெற்றுள்ளன. இதன் வழி உருப்பெறும் சாத்திரங்கள் - மெய்கண்ட சாத்திரங்களாக வடிவம் பெற்றுள்ளன. செவ்விலக்கியம் மற்றும் அற இலக்கியம் சார்ந்த தொகுப்பு மரபுகளிலிருந்து சைவத் தொகுப்பு மரபு கால வளர்ச்சியோடு வளர்ந்திருப்பதைக் காணமுடிகிறது.

பன்னிரு திருமுறை, புராண நூல்கள், பிரபந்த வகைமை நூல்கள், திரட்டுகள் என்ற வகையில் அமைந்துள்ள சைவத் தொகுப்பு மரபு, நிறுவனமாகச் செயல்பட்ட சைவத்தின் பல்பரிமாணங்களை அறிந்து கொள்ள உதவுகிறது. தமிழகத்தில் செயல்பட்ட வேறு எந்த சமய அமைப்புகளும் மேற்கொள்ளாத முறையியலை சைவம் மேற்கொண்டிருப்பதைக் காண்கிறோம். இதன்மூலம் நடைமுறைச் செயல்பாட்டிற்கு உதவும் வகையில் சைவப் பிரதிகளை எந்தெந்த பாங்கில் தொகுத்து அச்சிடுவது என்பதை சைவம் வளமாகச் செய்துள்ளது. இதனை இந்நூல் கீழ்க்காணும் வகையில் பதிவு செய்துள்ளது. “சைவ சமயத்தைக் கடைபிடிக்கின்றவர்கள் என்ன செய்யணும், செய்யக் கூடாது என்பதைக் கற்றுத் தரக் கூடியவை இந்நூல்கள். கிறித்தவம் வளர்ந்து கொண்டிருந்த கால கட்டத்தில் சைவ சமயத்தை நிலை நிறுத்துவதற்கான பணிகள் இத்தொகுப்பில் உள்ள நூல்கள் மூலமாகவே மேற்கொள்ளப்பட்டுள்ளன. இதனைச் சிவாலய தரிசன விதி, கண்டன நூல்கள், சைவ ஒழுக்கங்கள், சைவ உணவு, வினா - விடை, சைவ சங்கங்கள் போன்ற பொருண்மை கொண்ட நூல்களைத் தொகுத்து நோக்கும் போது சைவ சமயத்திற்கான இயங்கியலைப் புரிந்து கொள்ள முடியும்”. (ப. 286-87).

சைவ சமயம் தொடர்பான அச்சுப் பண்பாட்டை கவனத்தில் கொள்வது அவசியம். கிறித்தவம் எனும் சக்தி நவீன வளர்ச்சியோடு, சைவம் புழக்கத்தில் இருக்கும் மண்ணில் கால் கொள்ளத் திட்டமிடும்போது, அச்சமயம் அச்சுப் பண்பாடு சார்ந்து செயல்பட்ட அனைத்து முறைகளையும் சைவமும் கைக்கொள்ளத் தொடங்கியது. தமிழின் வளமான தொல் மரபை, குறிப்பாகத் தொகுப்பு மரபை, அச்சு வழி எவ்வாறெல்லாம் முன்னெடுப்பது என்பதை சைவம் திட்டமிட்ட முறைசார்ந்து நடைமுறைப்படுத்தியிருப்பதைக் காண்கிறோம். இச் செயல்பாடுகள் ஈழத்தில்தான், தமிழ்நாட்டை விட வீரியமாக நடைமுறைப் படுத்தப்பட்டதாகக் கருதலாம்.

***

நிலவுடைமைப் பண்பாட்டோடு நேரடித் தொடர்பு உடையவர்களாக வேளாளர் சமூகத்தினர் இருந்தனர். நிலவுடைமையாளர்களான இவர்களிடம் தான் சைவ சமயம் கால்கொண்டிருந்தது. இவர்கள் சைவ சமயத்தை வலுவான நிறுவனமாகக் கட்டமைக்க மடங்களை ஏற்படுத்தினர். இம்மடங்கள் கோயில் நிர்வாகங்களைத் தனதாக்கிக் கொண்டன. வளமான செல்வம் இதன் மூலம் மடங்களுக்குக் கிட்டியது. தமிழகம் முழுவதும் உருவாகிய சைவ மடங்கள் இவ்வகையில் சைவ வளர்ச்சிக்குப் பல்வேறு வகைகளில் உதவின. இதில் இவர்கள் மேற்கொண்ட அச்சுச் செயல்பாடு முக்கியமானது.

சைவ மடங்கள், ஓலைச் சுவடிகளைத் தொகுத்துப் பாதுகாத்தன. 'பண்டாரம்' என்று அழைக்கப்படும் ஓலைச்சுவடி நூலகத்தை மடங்கள் உருவாக்கின. இந்நூலகப் பண்பு இல்லையேல் நமது சுவடிகளின் அழிவு மிகுதிப்பட்டிருக்கும். தனி நபர்களை விட இவ்வகையான நிறுவனம் சார்ந்த ஓலைச் சுவடிகளே நமக்குப் பல தமிழ்நூல்களை அச்சிட உதவியது. திருவாவடுதுறை ஆதீனம் சேகரித்த சுவடிகளின் எண்ணிக்கை அதிகம். தருமபுரம் ஆதீனமும் இவ்வகையான சேகரிப்பை செய்தது. இம் மடங்களில் சேகரிக்கப்பட்ட சைவ ஓலைப் பிரதிகளால் தான், இன்று வளமான சைவப் பிரதிகள் அச்சு வடிவில் நமக்குக் கிடைத்தன. பல்வேறு மடங்களில் கிடைத்த சுவடிகளை ஒப்பிட்டு தரமான பதிப்பை உருவாக்க முடிந்தது. இவ்வகையில் சைவ அச்சுப் பண்பாட்டு வரலாற்றில் சைவ மடங்களுக்கான பங்களிப்பு முதன்மையானது. இது குறித்து தனியாக விரித்து எழுதும் தேவையுண்டு.

***

தமிழ் அச்சுப் பண்பாட்டை வரன்முறையாக அறிவதற்குத் தமிழில் அச்சிடப்பட்ட நூல்களின் அட்டவணை மற்றும் ஓலைச் சுவடிகளின் அட்டவணை ஆகியவை அடிப்படைத் தரவுகளாக அமைகின்றன. இவ்வகையான பட்டியல்களின் பட்டியல் ஒன்றை பேரா. கமில் சுவலபில் கொடுத்துள்ளார். (Tamil Literature Leiden / Kölh. 1975: 18-20.) இதில் 22 பட்டியல் நூல்கள் தொடர்பான குறிப்புகள் உள்ளன. இந்த நூலில் உருவாக்கப்பட்டுள்ள பட்டியல், நூலின் இரண்டாம் பகுதியாக அமைந்துள்ளது. பன்னிரு திருமுறை 85, சைவ சித்தாந்த நூல்கள் 113, புராண நூல்கள் 170, பிரபந்த வகைமை நூல்கள் 73, திரட்டுகள் 43, பிற சைவ நூல்கள் 137, கையடக்கப் பதிப்புகள் 165, பையடக்கப் பதிப்புகள் 39, சிறு வெளியீடுகள் 155 ஆகியவை பட்டியலில் இடம் பெற்றுள்ளவை. மொத்தம் 980 சைவ நூல்கள் குறித்த அனைத்து விவரணங்களும் பட்டியலாக உருவாக்கப்பட்டுள்ளன.

பதினாறாம் நூற்றாண்டு தொடக்கம் பதினெட்டாம் நூற்றாண்டு வரை தமிழில் அச்சிடப்பட்ட நூல்களை அறிய, அச்சிட்ட தமிழ் நூல் பட்டியல்களே உதவுகின்றன. இதன் மூலம் தமிழ் அச்சுப் பண்பாட்டு வரலாற்றை அறிய முடியும். (பார்க்க. வீ. அரசு. தமிழ் அச்சுப் பண்பாட்டு வரலாறு. 'உங்கள் நூலகம்' இதழ் தொடர் கட்டுரைகள் 2010, 1-10) இந்த வகையில் 1800 - 1950 ஆண்டுகளில் வெளிவந்த சைவ நூல்கள் (980) அனைத்தையும் இந்நூல் அட்டவணைப் படுத்தியுள்ளது. இதன் மூலம் சைவ அச்சுப் பண்பாடு குறித்த அடிப்படையான தரவுகள் இந்நூலில் ஆவணமாக்கப்பட்டுள்ளன. இந்த ஆவணம் சார்ந்தே சைவ அச்சுப் பண்பாட்டு வரலாற்றை இந்நூல் பேசுகிறது. இத்தன்மை இந்நூலின் விதந்து பேசத்தக்க ஒன்று. சைவ அச்சுப் பண்பாடு, துல்லியமான தரவுகள் வழி ஆய்வுக்கு உட்படுத்தப்பட்டுள்ளமை இந்நூலின் பெறுமதியாக அமைகிறது.

***

தமிழகத்தில் உள்ள பல்வேறு சைவ மடங்கள் (குறிப்பாக திருவாவடுதுறை மடம்), மறை-மலை அடிகள் நூலகம், ரோஜா முத்தையா நூலகம், பிரெஞ்சிந்திய ஆய்வு நூலகம் ஆகி-யவற்றில் பல ஆண்டுகள் தொடர்ந்து உழைத்து, அதன் வழிப் பெறப்பட்ட தரவுகளை ஆவணப்படுத்தி, தமது அச்சுப் பண்பாடு குறித்த முனைவர் பட்ட ஆய்வை திரு. கு. கலைவாணன் முடித்தார். அந்த ஆய்வு இப்போது நூல் வடிவம் பெறுகிறது. சைவ புல-மைப் பாரம்பரியம் குறித்த அரிய ஆவணமாக இந்நூல் அமைகிறது. வரலாற்றில் இவ்-வாய்வு பேசப்படும். தமிழ்ப் பண்பாட்டு வரலாறு, தமிழ்ச் சமூக வரலாறு, தமிழக சமயங்க-ளின் வரலாறு, தமிழ்த் தத்துவ மரபுகளின் வரலாறு எனப் பல்வேறு துறை சார்ந்த தேடலில் ஈடுபடுவோருக்கு இந்நூல் அரிய ஆவணமாக அமையும். கலைவாணனின் உழைப்பு முறை-மையை நான் அறிவேன். அவரது உழைப்பு வளமாகவே வெளிப்பட்டுள்ளது. தமிழ்ச் சைவப் புலமை மரபை எம்போன்றோர் அறிவதற்கு கலைவாணன் நூல் அடிப்படையாக அமைகிறது.

7. இருபதாம் நூற்றாண்டின் தொடக்கக் கால அச்சுப் பண்பாடு (1900 - 1930)

பத்தொன்பதாம் நூற்றாண்டின் இடைக் காலத்தில், அச்சிடுதல் என்பது முதலீடு செய்து செய்யும் தொழிலாக உருப்பெறத் தொடங்கியது. அதற்கு முன் பிரித்தானிய ஆட்சியாளர்கள் மற்றும் கிறித்தவச் சமய நிறுவனங்கள் ஆகியவற்றின் கட்டுப் பாட்டில் மட்டும் செயல்பட்டது. பத்தொன்பதாம் நூற்றாண்டின் இறுதிக்காலங்களில், அச்சுத் தொழில் பரவலாகியது; அச்சுக் கூடங்கள் உருவாயின. புதிதாக உருவாகிய தொழில், சமூகத்தில் எவ்வகையில் எதிர்-கொள்ளப்படுமோ, அவ்வகையில் எதிர் கொள்ளப்பட்டது. இலாபகரமான தொழிலாக அச்சுத் தொழில் வளர்வதற்குப் பலரும் அதில் முதலீடு செய்தார்கள். இவ்வகையில், ஆட்சியா-ளர்கள் மற்றும் சமய நிறுவனங்களின் வழி அச்சு செயல் பட்ட முறைகளிலிருந்து வேறு முறைகளில் அச்சு செயல்படத் தொடங்கியது.

அச்சுக் கருவியை வாங்கி, அச்சுத் தொழிலை மேற்கொள்வோர், இத்தொழிலையே இலாபகரமாகச் செய்வதற்கான வழிமுறைகளைக் கண்டறிந்து செயல்படத் தொடங்கினர். அச்சு வழி உருப்பெறுவதை நுகர்வோர் யார்? அவர்களது நுகர்வை எவ்வகையில் திருப்தி செய்து, இலாபம் பெறுவது? ஆகிய பல கண்ணோட்டங்களில் செயல்படத் தொடங்கினர். வெகுசன நுகர்வுப் பண்டமாக அச்சு வழி உருப் பெறுவதை எவ்வகையில் கட்டமைப்பது என்ற புரிதலை நோக்கிச் செயல்பட்டனர். எழுத்தறிவுப் பெருக்கம், வாசிப்புப் பழக்கம் ஆகி-யவை அச்சுத் தொழில் வளர உதவும் அடிப்படையான தேவை களாகும். இந்தப் பின்புலத்-தில் இருபதாம் நூற்றாண்டின் தொடக்கத்தில் (1900-1930) உருவான அச்சுப் பண்பாட்டைப் புரிந்துகொள்ள, நமது வசதி கருதி கீழ்க்காணும் பாகுபாடுகளைச் செய்து கொள்ளலாம்.

- வெகுசன நுகர்வாக அச்சுவழி உருவானவை, எவ்வகையில் அமைந்தன என்பது குறித்த உரையாடல்
- வாசிப்புப் பழக்கம் உருவான சூழலில் அதற்கென இதழியல் எனும் துறை அச்சின் உதவியோடு உருப்பெறுதல் குறித்த புரிதல்

- சமயம் வெகுசனங்களிடம் செல்வாக்குப் பெற வேண்டும் என்பதற்காக, சமயங்கள் தொடர்பான செய்திகளை மிகுதியாக அச்சு ஊடகத்தில் வெளிப்படுத்தத் தொடங்கினர். பல்வேறு சமயங்களின் கருத்துக்கள் அச்சுவழி உரையாடலுக்கு உட்படுத்தப்பட்டதன் மூலம் அச்சுப் பண்பாடு உருப்பெற்ற முறை.

- கதை வாசித்தல் மரபு, கதை கேட்டல் மரபிலிருந்து உருவானது. கதைப் புத்தகங்களை வெளியிடும் பதிப்பகங்கள் உருவாயின. இம்மரபு தமிழில் புதிய அச்சுப் பண்பாடு உருவாவதற்கு எவ்வகையில் உதவின? என்பது குறித்த உரையாடல்.

- பத்தொன்பதாம் நூற்றாண்டின் இறுதியில் ஏடுகளிலிருந்து அச்சுக்கு வரத் தொடங்கியதன் மூலம் பதிப்பு என்னும் புலமைத் துறை அச்சு வழி உருப்பெற்ற வரலாறு குறித்த புரிதல்

- பத்தொன்பதாம் நூற்றாண்டின் இடைக் காலத்தில் உருவான பள்ளிக் கல்வி முறை சார்ந்து, பாடப் புத்தகங்கள் உருவாக்கப்பட்டன அச்சுப் பண்பாட்டைக் கட்டமைப்பதில் பாடப்புத்தகங்கள் குறிப்பிடத்தக்க இடத்தைப் பெற்றன. இருபதாம் நூற்றாண்டின் தொடக்கத்தில் பாடநூல் உருவாக்கம் இலாபம் தரும் அச்சுத் தொழிலாக உருப்பெற்றது. இத்தன்மை குறித்த உரையாடலும் கவனத்தில் கொள்ளுதல் அவசியமாகும்.

மேற்குறித்த பல்வேறு பரிமாணங்களில் உருவான அச்சுப் பண்பாடு, இருபதாம் நூற்றாண்டின் தொடக்கக் கால அச்சுப் பண்பாடாக நாம் புரிந்து கொள்ள முடியும்.

'தமிழ்நூல் விவர அட்டவணைகள்' 1867-ஆம் ஆண்டு முதல் உருவாக்கப்பட்டுள்ளன. 1900-1910 காலங்களில் வெளிவந்த நூல்கள் குறித்த விவரங் களைக் கூறும் தமிழ்நூல் விவர அட்டவணை 3626 நூல்களை பற்றிய விவரங்களைக் கொண்டுள்ளன. இந்நூல்களில் அதிகமான எண்ணிக்கை கீழ்க் காணும் பொருண்மைகளில் அமைந்திருப்பதைக் காண்கிறோம். மாந்திரிகம், ஜாலவித்தை, சோதிடம், தொடுகுறி சாத்திரம், மனையடி சாத்திரம், கை ரேகை சாத்திரம் ஆகியவை குறித்த நுல்கள் கணிசமான அளவில் அச்சிடப்பட்டிருப்பதை அறிகிறோம். இவ்வகையில், வெகுசனங்களின் நம்பிக்கை சார்ந்த அடிப்படையில், வாய்மொழி மரபாகச் சமூகத்தில் புழக்கத்தில் இருப்பவை, அச்சிடப்பட்டதைக் காண்கிறோம். வாய்மொழி யாக இருப்பதை அச்சிடுவதன் மூலம், பெரும்பான்மை யோரின் நுகர்வுகளை அச்சுவழி கொண்டு வந்தனர். இதனால், இத்தொழில் இலாபகரமான தொழிலாக உருப்பெற வாய்ப்பு ஏற்பட்டது. வெகுசனங்கள் கூடும் சந்தைகள், நடைபாதைகள், கோயில் அருகில் உள்ள இடங்கள், நாட்டு மருந்துக் கடைகள் ஆகிய பிற இடங்களில் இவை விற்பனை செய்யப்பட்டன. இவ்வகையில் உருவான அச்சுப்பண்பாடே இன்றும் கூட செல்வாக்குடன் இருப்பதைக் காண்கிறோம். தமிழில் அதிக அளவு விற்பனையாவது சோதிட நூல்கள் என்பதை நாம் இங்குக் கவனத்தில் கொள்வது அவசியம்.

எழுத்துக்கூட்டி வாசிக்கும் வாசிப்பாளர்கள், நமது சூழலில் மிகுதியாக உருவாயினர். வட்டார மொழிகள், புலமையான செயல்பாடுகளுக்கு இக்காலத்தில் பயன்படுத்தப்பட்டதாகத் தெரிய வில்லை. புலமைசார் மொழியாக ஆங்கிலமே கருதப்பட்டது. எனவே, குறைந்தபட்ச எழுத்தறிவு பெற்றவர்களின் தேவை கருதியே தமிழ் அச்சுக் கூடங்கள் செயல்பட்டன. இதனால் 'பெரிய எழுத்துப் புத்தகங்கள்' உருவாயின. கூத்து நூல்களும், சித்த மருத்துவ நூல்களும் மிகுதியாக உருவாக்கப் பட்டன. இவ்வகையில், வாய்மொழி மரபின் நேர்வாரிசாக அச்சு மரபு மேற்குறித்தவகையில் செயல்பட்டதை அறிகிறோம். தமிழில் உருவான வெகுசனப்

பண்பாட்டிற்கும் இவ்வகையான நூல்கள் உருவாக்கத்திற்கும் தொடர்பு இருப்பதை நாம் புரிந்து கொள்வது அவசியம். இருபதாம் நூற்றாண்டின் தொடக்கத்தில் செயல்பட்ட தமிழ் அச்சுப் பண்பாடு ஒரு சில இந்திய மொழிகளோடு ஒப்பிடும்போது, நமக்கெனத் தனி மரபு-களைக் கொண்டு செயல்பட்டதைக் காண்கிறோம்.

பத்தொன்பதாம் நூற்றாண்டில், கிறித்தவம் போன்ற சமய நிறுவனங்கள் இதழ்களை நடத்-தின. இவை முதன்மையாக சமயப் பரப்புதலுக்காவே நடத்தப்பெற்றன. ஓய்வாகப் படிக்கும் வாசகனுக்கான இதழியல் கூறுகளை அவை பெற்றிருக்கவில்லை. ஆனால், எழுத்தறிவு வளர வளர, வாசிப்புப்பழக்கமும் உருப்பெறத் தொடங்கிற்று. இத்தன்மை, கால ஒழுங்கிற்-குட்பட்ட அச்சிடுதல் உருவாக வழி கண்டது. இதுவே இதழியல் என உருவானது. பரு-வம் என்பது இதழியலின் அடிப்படையாகும். எனவே எழுத்தறிவு, அச்சுக்கருவி இவற்-றின் இணைவால் உருவான அச்சுப் பண்பாடுதான் இதழியலில் புரிந்துகொள்ளப்படுகிறது. தமிழ்ச் சூழலில் இச் செயல்பாடு, சமய மரபுகளிலிருந்து படிப்படியாக விடுபட்டு இருபதாம் நூற்றாண்டின் தொடக்கத்தில் இதழியலாக முழுமை பெற்றது. அச்சுப் பண்பாட்டின் முதன்-மையான துறை இதழியலே. சமயங்கள் தொடர்பான கருத்துக்கள் நீண்ட நெடிய பாரம் பரியத்தைக் கொண்டவை அச்சுக்கருவி வருகை யோடு, சமயக் கருத்துப்பரப்பில் சொல்-பாடுகள் புதிய முறைகளைக் கண்டுபிடித்தன. இவ்வகையில் அச்சுக் கருவி சமயவாதிக-ளுக்கு, மிகவும் உதவும் ஊடகமாக உருப்பெற்றது. புத்தகங்கள் என்பவை புனிதமானவை. அவற்றை ஒருசிலரே வாசிக்க முடியும். எல்லோரும் வாசிக்க இயலாது என்ற கருத்துப்பிரச்-சாரம், மதவாதிகளிடம் காணப்பட்டது. பத்தொன்பதாம் நூற்றாண்டில் 'கூசயஉவள' எனப்ப-டும் குறுநூல்கள் சமயப் பரப்பலுக்காகவே உருவாக்கப் பட்டன. ஒரு சமயத்தைச் சேர்ந்தவர், இன்னொரு சமயத்தை விமர்சனம் செய்வதற்குக் குறுநூல்களை உருவாக்கி வெளியிட்டனர். இச்செயல்பாட்டை தனித்த அச்சுப் பண்பாடாகக் கருத இடமுண்டு.

மனிதர்களின் அடிப்படையான பண்புகளில் ஒன்று, யாரிடமாவது கதைகேட்க ஏங்குவது ஆகும். இப்பண்பு மிகப் பழமையான மரபு. இருபதாம் நூற்றாண்டின் தொடக்கத்தில் சுமார் இருபது பெண் எழுத்தாளர்கள் இருந்துள்ளனர். இவர்கள் எழுதிய நாவல்கள் பரபரப்பாக விற்பனை ஆயின. எழுத்தறிவு பெற்ற பெண்கள் வாசித்தல் என்பது இயல்பாக நடைமுறை-யில் இருந்தது. இதன் தொடர்ச்சியாகவே விறுவிறுப்புப் பண்பு கொண்ட துப்பறியும் நாவல்-கள் உருவாக்கப் பட்டன. 'நாவல் டெப்போ' எனும் நிறுவனம்

1920-களில் உருவாக்கப்பட்டு, அது மிகுதியான துப்பறியும் நாவல்களை வெளியிட்டது. இத் தன்மை வழி உருவான அச்சுப் பண்பாடு தமிழ்ச் சூழலில், குறிப்பிடத்தக்க தாக்கங்களை உருவாக்கியது.

தமிழ்த்தொல்பழம் இலக்கிய, இலக்கண நூல்களைச் சுவடிகளிலிருந்து அச்சுக்குக் கொண்டு வரும், பதிப்புத்துறை அச்சுச் செயல்பாட்டில் உருவானதுதான். இத்துறை வழி உருவான நூல்கள், எவ்வகையில் மதிப்பிடப்படுகின்றன? என்ற கேள்வியை எழுப்பலாம். அச்சுப் பண்பாட்டின் செழுமையான மரபாகவே பதிப்புத்துறையைக் கருதவேண்டும். தமிழ்ச்-செவ்வியல் நூல்களைப் பதிப்பித்துக் கொண்டு வந்ததன் மூலம், தமிழின் தொல்பழம் மரபு கண்டறியப் பட்டது. இச்செயல் அச்சுச் செயல்பாட்டின் முதன் மையான செயல். எனவே, ஏடு அச்சு பதிப்பு என்ற போக்கில் அச்சுப் பண்பாட்டை விரிவாகக் கற்றறியும் தேவை-

யுண்டு.

பள்ளிக்கூடம் வழி உருவான எழுத்துப் பயிற்சி, வாசிக்கும் பழக்கத்தை உருவாக்கி, அதன் வழி இதழியல் போன்ற அச்சுப் பண்பாட்டை உருவாக்குகிறது. ஆனால், எழுத்துப் பயிற்சி பெறு வதற்கெனத் தேவைப்படும் புத்தகங்கள், மற்றும் குறிப்பு ஏடுகள் ஆகியவற்றின் உற்பத்தி, அச்சுப் பண்பாட்டின் அடிப்படைகளாக அமைகின்றன. 'பாடநூல்கள்' என்பவை, நவீன அச்சுமரபின் விளைவுகளே. இக்கூறுகள் வழி உருப்பெறும் அச்சுப் பண்பாட்டைப் புரிந்துகொள்ளும் தேவை உண்டு. இருபதாம் நூற்றாண்டின் தொடக்கத்தில் உருவான அச்சுப் பண்பாடு, பத்தொன்பதாம் நூற்றாண்டின் விளைபொருளே. இருப்பினும், இக்காலத்தின் தனித்தன்மைகளையும் அச்சுப் பண்பாடு உள்வாங்கி, தனதாக்கியுள்ளது.

8. தமிழ் அச்சுப் பண்பாடு (1930 - 1950)

அச்சுப் பண்பாடு உருப்பெறுவதில் பல்வேறு அடிப்படைத் தன்மைகள் செயல்படுகின்றன. ஐரோப்பியப் புத்தொளி மரபால் உருவான இப் பண்பாடு, நமது அச்சுப் பண்பாடாக உருப்பெறுவதில், 1930-1950 இடைப்பட்ட காலத்தில் நிகழ்ந்தவைகளை நமது புரிதலுக்காகக் கீழ்க்காணும் முறையில் தொகுத்துக் கொள்ளலாம்.

-அச்சு மரபில் உருவான தமிழ் இதழியல் துறை, நிறுவனமாக உருப்பெறும் சூழல் உருவானது.

-முழு நேரமாக எழுத்துத் துறையில் ஈடுபட்டு, புதிய புதிய ஆக்கங்களை நவீனத் தன்மையுடன் உருவாக்குவோர் உருவாயினர்.

-1930களில் உலகம் முழுவதும் உருவான நெருக்கடி சார்ந்து, இரண்டாம் உலகப் போர் உருவான சூழலில், 'தமிழ் அச்சிடுதல் துறை புதிய பரிமாணங்களை உள்வாங்கிச் செயல்படத் தொடங்கியது.

பத்தொன்பதாம் நூற்றாண்டின் இறுதிக் காலங்களில் பருவ இதழியல்துறை தமிழில் உருவானது. மாத அளவில் இதழ்களைக் கொண்டு வரத் தொடங்கினர். இவ்விதம் வெளிவந்தவை பெரிதும் சமயம் சார்ந்த உரையாடல்களே இடம் பெற்றன. சமயக் கருத்தாக்கங்களைத் தத்துவம் என்னும் நோக்கத்திலும் பல்வேறு உரையாடல்கள் இவ்விதழ்களில் இடம்பெற்றன. புதிதாக உருவான நிறுவனம் சார்ந்த கல்வி முறை சார்ந்தும் பல்வேறு பருவ இதழ்கள் இக்காலங்களில் உருப்பெற்றன. கிறித்தவச் சமயச் சார்பில் தான் மேற்குறித்த செயல்பாடுகள் விரிவாக நடைபெற்றன. இதனை எதிர்கொள்ள வைதீகச் சமயத்தவர்களும் இவ் வகையான இதழியல் பணியில் இந்நூற்றாண்டில் செயல்பட்டனர். கிறித்தவ சமயம் தொடர்பான இதழ்களே பெரிதும் தொடர்ச்சியாக வந்திருப்பதை அறிகிறோம். 1870 - 1900 என்ற காலப் பகுதியில், மேற்குறித்த வகையில் சுமார் ஐம்பது இதழ்கள் வெளிவந்தன என்று கூறமுடியும். இவ்விதழ்களில் 'ஜனவிநோதினி' என்ற இதழ் நீண்ட காலம் வெளி வந்த இதழ். இதில் பல்வேறு வெகுசனப் பண்பாட்டுக் கூறுகள், இதழியல் துறை சார் பண்புகளோடு இடம்பெற்றிருப்பதைக் காண்கிறோம்.

இருபதாம் நூற்றாண்டின் தொடக்கத்தில் இதழியல் பரவலாகும் வாய்ப்பு உருவானது. கிறித்தவ நிறுவனங்கள் உருவாக்கிய பள்ளிக் கூடங்களைப் போலவே, பிரித்தானிய அரசும்

பள்ளிக் கூடங்களை உருவாக்கத் தொடங்கியது. எழுத்துப் பயிற்சி பரவலாகும் வாய்ப்பு கூடியது. இதனால் வாசிப்புப் பழக்கம் பரவலாகும் சூழல் உருவானது. விறுவிறுப்புச் சுவையுடன் கதை வாசிக்கும் பழக்கம் உருவானது. இதன் உச்ச வளர்ச்சியாக 1915-1930 இடைப்பட்ட காலங்களில் தமிழில் மிகுதியான மர்ம நாவல்கள் வெளிவந்தன. 1920களில் 'நாவல் டெப்போக்கள்' செயல்பட்டு வடுவூர் துரைசாமி அய்யங்கார், ஆரணி குப்புசாமி முதலியார் உருவாக்கிய விவரண முறையில் அமைந்த கதைகளை வெளியிட்டன. 1920களுக்கு முன்பு தமிழில் சுமார் இருபது பெண் எழுத்தாளர்கள் செயல்பட்டனர். இவர்களது ஆக்கங்கள், பெரும் பகுதி நேர்க்கோட்டுக் கதைசொல்லல் மரபில்தான் உருப்பெற்றன. இம்மரபு 1930களில் மடைமாற்றம் பெறத் தொடங்கியது.

1920களின் இறுதிக் காலங்களில், ஐரோப்பிய நாடுகளில் செயல்பட்ட, செய்தி நிறுவனங்களின் (சூநறள ஹபநnஉல) தொடர்புகள் இந்தியச்சூழலில், குறிப்பாகத் தமிழ்ச்சூழலில் ஏற்பட்டன. தந்தி வழிச் செய்திகள் பெறும் வாய்ப்பு உருவானது. இவ்வகையான செய்தி நிறுவனம் ஒன்றில் திரு சா. சதானந்தன் என்பவர் பம்பாயில் பணிபுரிந்தார். 'விவேக சிந்தாமணி' இதழை இருபதாம் நூற்றாண்டின் தொடக்கத்தில் நடத்திய திரு. சாமிநாத அய்யரின் மகன் இவர். செய்தி நிறுவனத்தில் பணியாற்றும் அனுபவப் பின்புலத்துடன், தமிழில் இதழ்களை நடத்தும் திட்டங்களைநடைமுறைப்படுத்தியவர் இவர். 'தினமணி', 'மணிக்கொடி', 'தமிழ்நாடு', 'பாரத தேவி' ஆகிய பல்வேறு இதழ்களுக்கும் (1930-1945) இவருக்கும் தொடர்புண்டு. இதழியல் துறை 'கம்பெனிச் சட்டங்கள்' என்னும் நடை முறைகளை மேற்கொண்டு, பணியாளர்களை வேலைக்கு அமர்த்திச் செயல்பட்டனர். மாத ஊதியம் பெறும் பத்திரிகைத்துறைப் பணியாளர்கள் உருவாயினர். இதழியலில் விளம்பரம் என்பது தொழிலாக வடிவம் பெற்றது. விளம்பரம் சேகரிக்கும் முகவர்கள் (ஹபநவேள) உருவாயினர். இவ்வகையில் இதழியல்துறை நிறுவனமாக உருப்பெற்றது. ஒரு நிறுவனம் பல இதழ்களை நடத்தும் சங்கிலித் தொடர் இதழியல் முறை தமிழில் உருவானது.

1930களில் உருவான மேற்குறித்த தன்மைகள், தமிழ் அச்சுப் பண்பாட்டில் பல்வேறு புதிய போக்குகள் உருப்பெற வழிகண்டதாகக் கூற முடியும். இவ்விதம் உருவான தமிழ் இதழியல் வெறும் வாசிப்பு நோக்கியதாகச் செயல்பட வில்லை. மாறாகப் பல்வேறு புதிய ஆக்கங்கள், இதழியலுக்குத் தேவைப்பட்டன. வீட்டில் இருந்து கதைவாசிக்கும் பிரிவினர் உருவாயினர். குறிப்பிட்ட சாதிப் பிரிவினர் அதிகம் வாசிக்கும் பழக்கம் உடையவர்களாக உருப்பெற்றனர். அச்சுவழிப் பிரிவினர் மொழி மற்றும் நம்பிக்கைகள் சார்ந்து இதழ் ஆக்கங்கள் உருவாயின. இத்தன்மை தமிழ் அச்சுப்பண்பாட்டில் புதியது. இதழியல் நிறுவனங்களை நடத்திய முதலாளிகளில் ஒருவராகிய எஸ்.எஸ். வாசன் அவர்களின் செயல்பாடுகளை அறிவதின் மூலம், தமிழில் புதிதாக உருவான நிறுவனம் சார்ந்த இதழியல் பண்பாட்டைப் புரிந்துகொள்ளமுடியும். இவ்விதம் உருவான அச்சுப் பண்பாடு, தமிழ் வெகுசன இதழியல் அச்சுப் பண்பாடாக இன்றுவரை தொடர்கிறது என்று கூறமுடியும்.

1920களின் இறுதிக் காலங்களில் நுகர்வுப் பண்பாடு வெகுசனத் தளத்தில் விரிவானது. அழகு சாதனப் பொருட்கள் புதிது புதிதாக அறிமுகமாயின. பெண்கள் பயன்படுத்தும் கூந்தல் தைலங்கள் மற்றும் உடல்நலம் சார்ந்த மருந்துகள் என்று அறிமுகப்படுத்தப்பட்டன. இவ்வகையில் வெளி வரும் பொருட்களின் பட்டியல் ஒன்றை நுகர் வோருக்கு அனுப்பி, அதில்

அவர் விரும்பும் பொருள் தேர்வு செய்யப்பட்டது. இவ்விதம் பட்டியலை அனுப்பி நுகர்வுப்பொருட்களை விற்பனை செய்யும் முகவர்கள் உருவாயினர். திரு. எஸ். எஸ். வாசன் இவ்வகையான முகவராக தனது வாழ்க்கையைத் தொடங்கினார். அச்சு ஊடகத்தின் மூலம், இவ்வகையான பட்டியலை வெளிப் படுத்துவது எளிதாகியது. எனவே, இதழ்களில் இவ்வகையான பட்டியலை வெளியிட்டு, நுகர்வுப் பொருள் வணிகம் நிகழத் தொடங்கியது. இவ் வணிகத்தில் ஈடுபட்டிருந்த வாசன், 'ஆனந்த விகடன்' என்னும் இதழை வைத்தீஸ்வர அய்யர் என்பவரிடமிருந்து 1928இல் வாங்கினார். பின்னர் அவ்விதழ் 1930களில், வெகுசன வாசிப்புப் பண்பாட்டுக் கட்டமைக்கும் இதழாக வடிவம் பெற்றது. மனிதர்கள் எப்போதும் மகிழ்ச்சியாக இருப்பதாகக் காட்டும், அவ்விதழின் படம், வெகுசனப் பண்பை அடிப்படையாகக் கொண்ட வாசிப்புப் பழக்கத்திற்கு வித்திட்டது.

குறிப்பிட்ட சாதி மொழி மற்றும் அச்சாதியின் பண்புகளைக் காட்டும் கோட்டுருவப் படங்கள் மற்றும் கருத்துப் படங்கள் ஆகியவற்றை வடிவமைத்து அவ்விதழ் செயல்படத் தொடங்கியது. 1930களில் தமிழ் அச்சுப் பண்பாட்டின் புதிய தன்மை இதுவாகும். இத்தன்மையிலிருந்தே, தமிழ் வெகுசன வாசிப்பு இதழியல் உருவானது. இவ்விதழில் பயிற்சி பெற்றவர்களே பின்னர் தாங்களாகவே இதழ் நடத்தத் தொடங்கினர். 'கல்கி' கிருஷ்ணமூர்த்தி இவ்வகையில் உருவானவர். 1940களில் 'கல்கி' உருவாக்கிய வாசிப்புப் பழக்கம், தமிழ் அச்சுப் பண்பாட்டில் நிலையான இடத்தைப் பெற்றது. இத்தொடர்ச்சி, 1920களில் உருவான துப்பறியும் கதை வாசிக்கும் பழக்கத்தின் வேறு பரிமாணமாக அமைந்தது என்று கூறமுடியும். இவ்வகையான அச்சுப்பண்பாடு 1930களில் உருப் பெற்று, 1940களில் நிலைபேறு கொண்டதாகக் கருதமுடியும், இவ்வகையில், தமிழ் இதழியல் நிறுவனமாக உருப்பெறவும் அதனைச் சார்ந்த தமிழ் அச்சுப் பண்பாடு உருப்பெற்றமையும் புரிந்து கொள்ள முடியும்.

1930களில் முழுநேர எழுத்தாளர்கள் தமிழில் உருவாயினர். இதழ்களை நடத்துவது அல்லது இதழ்களில் வேலை செய்வது என்ற அடிப்படையில், எழுதுவதை தமது முழுநேரப் பணியாகக் கருதும் எழுத்தாளர்கள் உருவாயினர். ஐரோப்பியப் புத்தொளி மரபின் செல்வாக்கிற்குட்பட்ட படைப்பாளர்கள், பத்தொன்பதாம் நூற்றாண்டின் இறுதிக்காலம் முதல் தமிழில் செயல்படத் தொடங்கினர். புத்தொளி மரபு, நமது பாரம்பரிய மரபு என்ற இருநிலைகளில் செயல்பட்ட தமிழ்ச்சூழலில், படைப்பாளி எதைத் தேர்வு செய்வது? என்ற ஒருவகையான குழப்பச்சூழலே 1930கள் வரை தமிழ்ப்படைப்புச் சூழலில் நிலவியது என்று கூற முடியும். இவ்வகையான சூழலை அடிப்படையாகக் கொண்டு, தமிழ் அச்சுப் பண்பாட்டைப் புரிந்து கொள்ளுதலும் குழப்பமாகவே இருந்தது எனலாம். 1930களில் இத்தன்மையில் மடைமாற்றம் ஏற்பட்டது என்று கூறமுடியும்.

முழுநேரப் படைப்பாளிகளாக இருந்த புதுமைப்பித்தன், க.நா. சுப்பிரமணியம் ஆகிய பலர் செயல்பட்ட தமிழ் அச்சுச் சூழல், இதற்கு முன் இருந்த பண்பாட்டுச் சூழலிலிருந்து வேறுபட்ட தாகவே செயல்படத் தொடங்கியது. புதுமைப் பித்தன் உருவாக்கிய ஆக்கங்கள், ஐரோப்பியப் புத்தொளி மரபின் தொடர்ச்சியாக அமைந்த அதே வேளையில், தமிழின் புதிய மரபாக உருவானது. புதுமைப்பித்தன் புனைவுகள், தமிழில் இதுவரை இல்லாத, புதிய மொழியை அறிமுகப்படுத்தியது. எழுத்தறிவு பெற்றவர்களின் வாசிப்புப் பழக்கம் சார்ந்து புனைவுடன் உருவாயின. வாசிப்பவர் களுக்காகப் புனைவுகள் உருவாக்கப்படும் தமிழ்ச் சூழல்

இருந்தது. இதுவே தமிழின் அச்சுப் பண் பாடாகவும் இருந்தது. ஆனால், புதுமைப்பித்தன் போன்றவர்கள், வாசிப்புப் பழக்கத்தை நோக்கி தமது ஆக்கங்களை உருவாக்கவில்லை; மாறாக புதிய ஆக்கங்களை உருவாக்கினர். இதனை வாசிக்கும் இன்னொரு புதிய வாசிப்பு மரபு தமிழில் உருப்பெற்றது என்று கூறமுடியும். இவ்வகையான பண்பு, தமிழ் அச்சுப்பண்பாட்டின் புதிய முகமாகக் கருத இயலும். இதனால், தமிழில் ஆக்கங்கள் என்பவை முதல்முறையாக, தமிழ் மரபு சார் ஆக்கங்களாக உருப்பெற்றன. இப்புனைவுகள் தமிழுக்கேயுரிய புதிய தன்மைகளைக் கொண்ட வையாக வடிவம் பெற்றன. இதனைத் தமிழ் அச்சுப்பண்பாட்டின் புதிய பரிணாமமாகக் கருத இயலும்.

மணிக்கொடி இதழில் முதன் முறையாகச் செயல்பட்ட டி.எஸ். சொக்கலிங்கம், வ.ரா., மற்றும் சீனிவாசன் ஆகியோர் எழுத்தாளர்களாய் இருந்து கொண்டு பத்திரிகையாளராகச் செயல்பட்டனர். புதுமைப் பித்தன், பி.எஸ். இராமையா, க.நா.சு.,

சி.சு.செல்லப்பா என்று மேற்குறித்த பின்புலத்தில் செயல்படுவோர் எண்ணிக்கை பெருகத் தொடங்கியது. புதிய வாசிப்பை நோக்கி இவர்களது ஆக்கங்கள் உருப்பெற்றன. வெகுசன மரபில் உருவான வாசிப்புப் பழக்கம், இவர்களது ஆக்கங்களை எவ்வகையில் எதிர்கொண்டது? என்ற உரையாடல் முக்கியம். கல்கி அவர்களுக்கும் மேற்குறித்த படைப்பாளர் களுக்கும் இடையில் நடைபெற்றதாகக் கருதப்படும் உரையாடல் இதனைப் புரிந்துகொள்ள உதவும். இதழியல் சார்ந்த வாசிப்புப் பழக்கம் சார் பண் பாட்டைக் கல்கி முன்னெடுக்கும்போது, க.நா.சு. உள்ளிட்ட குழுவினர், புதிய ஆக்கங்களை உருவாக்கி, புதிய வாசகர்கள் உருவாக வழி கண்டனர். இவ் வகையில் 1930களில் உருவான இத்தன்மைதான், தமிழ்ப் புனைவின் புத்தொளியாக அமைகிறது. இப்பின்புலத்தில் புதிய தமிழ் அச்சுப்பண்பாடு உருப்பெற்றது. புதுமைப்பித்தன் உள்ளிட்ட படைப் பாளர்கள் சேர்ந்து, தங்களுக்கான வெளியீட்டு நிறுவனம் ஒன்றை உருவாக்கினர். இதன் மூலம் தமிழில் புதிய அச்சுப் பண்பாடு உருவாக வழி கண்டனர். இந்தப் பண்பாடு, பிற்காலத்தில் தமிழ்ச் சிறுபத்திரிகைப் பண்பாடாக உருவானது என்று கருத முடியும்.

அச்சுத் துறைசார்ந்த நிறுவனங்கள் உருவாகி, அதன்வழி உருவாகும் அச்சுசார் ஆக்கங்களுக்கு மாற்றாக, இன்னொரு வகை ஆக்கங்களை உருவாக்க வேண்டும் என்னும் உரையாடல் இக்காலங்களில் உருவானது. இப்பண்பைத் தமிழின் புதிய அச்சுப் பண்பாட்டு மரபாகக் கருதமுடியும். இப்பண்பாட்டின் மூலம்தான், பிற்காலங்களில் மாற்றுத்தமிழ் அச்சுப் பண்பாடு தமிழில் உருவானது. தமிழின் நவீனகால மூல ஆக்கங்கள் இவ்வகையான செயல்பாட்டின் விளைவுகளாக உள்ளன.

புதிய இதழியலும் புதிய எழுத்தாளர்களும் உருவான இரண்டாம் உலகப்போர் சார்ந்த தமிழ் அச்சுச் சூழலில், தென்கிழக்காசிய நாடுகளிலிருந்து நாட்டுக்கோட்டைச் செட்டியார் என்னும் வணிக மரபினர், தமிழகத்தில் மீண்டும் குடியேறினர். 1940களில் இப்பிரிவினர் தமிழ் அச்சிடுதல் துறையில் கவனம் செலுத்தத் தொடங்கினர். புத்தக வாசிப்பு மற்றும் புத்தகச் சேகரிப்பு ஆகியவற்றில் இவ்வணிக மரபினர் இயல்பாகவே ஆர்வம் உடையவர்களாக இருந்தனர். தங்கள் வீடுகளில் சொந்த நூலகத்தை உருவாக்கும் பண்பும் இவர்களிடம் இன்றும் தொடர்வதைக் காணலாம். ரோஜா முத்தையா ஆய்வு நூலகம் உருவாக அடிப்படையாக அமைந்த ரோஜா முத்தையா செட்டியாரின் நூல்சேகரிப்பை இப்பின்புலத்தில்

புரிந்துகொள்ள முடியும். மறைமலையடிகள் நூலகத்திற்குள் பல அரிய இதழ்கள், செட்டி-நாட்டுப்பகுதியிலிருந்துதான் திரட்டப்பட்டன.

பர்மா, மலேசியா, இலங்கை ஆகிய பகுதிகளி லிருந்து தமிழகம் திரும்பிய நாட்டுக்-கோட்டைச் செட்டியார் மரபினர் 1940களில் தமிழ் நூல் வெளியிடும் துறையில் ஈடுபடத் தொடங்கினர். தமிழில் இன்று செயல்படும் பாதிக்குமேற்பட்ட, நூல்வெளியீட்டு நிறுவனங்கள் இப்பின்புலத்தில் உருப்பெற்றவைதான். இம்மரபைப் புரிந்துகொள்ள சக்தி.வை. கோவிந்தன் அவர்களின் தமிழ் அச்சுச் செயல்பாட்டை, இங்கு எடுத்துக்காட்டாகக் கொள்ளவும்.

திரு. வை. கோவிந்தன் ‘சக்தி’ என்னும் இதழை 1939 முதல் நடத்தினார். 1940களில் தொடங்கி 1950களின் தொடக்கம் வரை சக்தி வெளியீடுகள் என்று சுமார் நூறுவெளி-யீடுகளைக் கொண்டு வந்துள்ளார். இவர் மூலம் உருவான வெளியீடுகள், தமிழின் புதிய அச்சுப்பண்பாட்டு மரபை உருவாக்கியுள்ளது என்று கருத முடியும். இதழ் நடத்துவதின் தொடர்ச்சியாகவே நூல் வெளியீட்டை இவர் கட்டமைத்தார். இன்று இப்பண்பு, இதழ்களில் வருவதைத் தொகுத்து நூலாக்குவது என்ற பரிமாணத்தில் இதழ் நடத்துபவர்களால் கைக் கொள்ளப் பெறுகிறது. தாம் வெளியிடும் நூலின் கருத்தியல் சார்ந்த அக்கறை உடையவராக இருந்தார். எந்தத் துறையில், எப்படியான நூலை, எந்த வடிவத்தில் வெளியிடுவது என்பது குறித்த அக்கறையுடன் செயல்பட்ட முதல் தமிழ் வெளி யீட்டாளர் என்று சக்தி வை. கோவிந்தன் அவர் களைக் கூறமுடியும்.

1930களின் இறுதி 1940களில், ‘தினமணிப் பிரசுரம்’ என்ற பெயரில் பல சிறுசிறு நூல்-களை தினமணிப் பிரசுராலயம் வெளியிட்டது. இவை பல்துறை சார்ந்த நூல்கள். இந்த மரபில் சக்தி வெளியீடுகள், பல்துறை சார்ந்த நூல் வெளியீட்டு வரிசைக்கு முன்னோடியாக அமைந்திருப்பதைக் காணமுடியும். தமிழ் அச்சுப் பண்பாட்டை மிகச் சிரத்தையான பணியா-கத் தலைமேல் போட்டுக் கொண்டு செயல்பட்டவர் சக்தி. வை.கோவிந்தன் ஆவார். இவரே தமிழில் புதிய அச்சுப் பண் பாட்டை 1940களில் உருவாக்கியவர். பின்னர் வெளிவந்த ‘வாசகர் வட்டம்’ வெளியீடுகளை முன்னோடியாக சக்தி வெளியீடுகளைக் கொள்ள முடியும். இரண்டாம் உலகப் போரின் விளைவால், தாள் நெருக்கடி ஏற்பட்ட சூழலிலும் மேற்குறித்த வகையில் செயல்பட்டவர் வை. கோவிந்தன். இக்காலகட்டத்தின் ஒரு குறியீடாக இவரைக் கருத முடியும். இவரைப் பின்பற்றி சமகாலத்திலும் பின்னரும் தமிழ் நூல்வெளியீட்டில் புதிய மரபை பலர் உருவாக்கினர். இம்மரபை உருவாக்கி, தமிழில் புதிய அச்சுப் பண்பாட்டை உருவாக்கிய வராக வை. கோவிந்தன் அவர்களைத் தமிழ் அச்சுப் பண்பாட்டு வரலாறு நினைவில் கொள்வது தவிர்க்க இயலாது. இவ்வகையில் 1930-50 கால கட்டம் என்பது புதிய தமிழ் அச்சுப் பண்பாட்டு உருவாக்க காலமாக அமைகிறது.

9. பின் காலனியச் சூழலும் அச்சுப் பண்பாடும்

பின் காலனியக்காலம், இந்தியா போன்ற நாடுகளில் பல்வேறு புதிய தன்மைகள் உருப்-பெறுவதற்கான சூழலை உருவாக்கிற்று. தமிழில் அச்சுச் செயல்பாடு, அரங்கச் செயல்பாடு, கல்வி நிறுவனங்களின் செயல்பாடு ஆகியவை பல்வேறு புதிய பரிமாணங்களை உள்வாங்கிச் செயல்படத் தொடங்கின. இச்சூழுலுக்கான காரணங்களாக பின் கண்டவற்றை நாம் தொகுத்-

துகொள்ளக் முடியும்.

சுமார் இருநூறு ஆண்டுகள் பிரித்தானியர்கள் மற்றும் பிற ஐரோப்பியர்களின் கட்டுப்பாடுகளில் இயங்கியோர்; அவர்களின் கட்டுப்பாடுகள் இல்லாத சூழலில், தங்களது மறைக்கப்பட்ட அடையாளங்களைப் புதிய கண்ணோட்டத்தில் புரிந்துகொள்ள முயலும் எத்தனம் உருவானது.

- ஐரோப்பியர்கள் மூலமாகப் பெற்றுக் கொண்டவற்றையும் பின் காலனியச்சூழலில் மேலும் மேலும் வளர்த்தெடுக்கும் செயல்கள் நடைபெற்றன. இவை நவீனமாகப் புரிந்துகொள்ளப்பட்டுச் செயல்படும் நிலை ஏற்பட்டது.

- சோவியத் மற்றும் சீனாவில் உருவான புதிய ஆட்சிமுறை, பின் காலனியச் சூழலில், மூன்றாம் உலக நாடுகளில் செல்வாக்குப் பெற்றது. அந்நாடுகளில் உரையாடலுக்கு உட்பட்ட கோட்பாடுகள் குறித்த புரிதலும் அதனை நடைமுறைப்படுத்தும் செயல்களும் உருப்பெற்றன.

- ஆங்கிலமொழி அறிந்தவர்கள் மட்டும் செயல்பட்ட பொதுவெளியில் மாற்றம் உருவானது. ஆங்கில மொழி அறியாத, வட்டார மொழி மட்டும் அறிந்தவர்கள் பொதுவெளியில் செயல்படத் தொடங் கினார்கள். மொழி வயப்பட்ட நுண் அதிகாரம் ஓரளவு குறையத் தொடங்கியது.

- நவீன கருவிகள் பல்வேறு ஊடகங்களிலும் பரவலாகப் பயன்பாட்டிற்கு வந்தது. இச்சூழல் புதிய முறையிலான வெகுசனப் பணியை உருவாக்கிற்று.

பின் காலனிய காலங்களில் மேற்குறித்த பல்வேறு தன்மைகளைப் பல பரிமாணங்களிலும் உரையாடலுக்கு உட்படுத்தமுடியும். ஆனால், இங்கு அச்சு ஊடகத்தில் மேற்குறித்த தன்மைகள் செயல்பட்ட பாங்கு உரையாடலுக்கு உட்படுத்தப் படுகிறது. அதன்வழி உருவான அச்சுப் பண்பாட்டை நாம் புரிந்துகொள்ளமுடியும். மிக விரிவான கள ஆய்வுத் தரவுகளின் மூலம் இத்தன்மைகளை விரிவான உரையாடலுக்கு உட்படுத்த வேண்டிய தேவையுண்டு.

பின் காலனிய காலத்தில் பள்ளிக்கூடங்களின் எண்ணிக்கை பெருகியது. வெகுசன எழுத்துப் பயிற்சி பெறுவதின் மூலம் புத்தொளி பெறுவர் என நம்பப்பட்டது. சாதிய படிநிலைகளைக் கடந்து எழுத்துப் பயிற்சி பெறும் வாய்ப்பு உருவானது. இவ்வகைப் பயிற்சியால் வாசிப்புத்தளம் விரிவடைந்தது. வாசிப்புப் பழக்கம் பழம் பெருமைகளில் திருப்தி பெறும் மனநிலையை உருவாக்கிற்று. இந்தச் சூழலில் தான் திராவிட முன்னேற்றக் கழகம், பழந்தமிழரின் பெருமையைப் பொதுமேடைகளில் முன்னெடுத்துப் பேசியது. கல்கி போன்றவர்கள் எழுதிய வரலாற்றுப் புனைவுகளுக்குச் செல்வாக்கு ஏற்பட்டது. தமிழ் வெகுசன வெளியில் பொன்னியின் செல்வன் விரிவாக வாசிக்கப்பட்டதை மேற்குறித்த பின்புலத்தில் புரிந்துகொள்ள முடியும். வரலாற்றுப் புனைவு என்ற பெயரில் பெண் உடலை வகைவகையாகச் சித்திரித்த சாண்டில்யன் போன்றவர்களும் விரிவாக வாசிக்கப்பட்டனர். எனவே தமிழ் வாசிப்புச் சூழல் பழம் பெருமைகளை வாசிக்கும் சூழலாக அமைந்தது. புதிதாக உருப்பெற்றுவந்த சினிமாவில் வரலாற்றுக் கதைகள் மிகுதியாக இடம்பெற்றதை இங்கு இணைத்துப் பார்க்கலாம்.

ஆங்கிலமொழி மூலமாக அறிந்தவற்றைத் தமிழ்ச் சூழலில் அறிமுகப்படுத்தும் பணியும் உருவானது. தமிழ் மொழிபெயர்ப்புச் செயல்பாடுகளின் போக்கு களை இதன் மூலம் புரிந்துகொள்ள முடியும். இதழ்களில் மொழிபெயர்ப்புத் தொடர்கள் வெளிவரத் தொடங்கின. க.நா.

சுப்பிரமணியம், சி.சு. செல்லப்பா போன்றோர் ஆங்கில நூல்வழி பெற்ற பல்வேறு செய்திகளையும் தமிழ்வழி கொண்டு வர விரும்பினர். சி.சு. செல்லப்பா நடத்திய 'எழுத்து' இதழும் அதன் மூலம் அவர் முன்னெடுத்த விமர்சனம் பற்றிய கருத்தியலும் இவ்வகையில் புரிந்து கொள்ளத்தக்கவை. இவ்வகையில், தமிழ் அச்சுச் சூழலில் ஆங்கிலமொழி செல்வாக்கு செயல் பட்டது. தமிழ் அச்சுப் பண்பாட்டைப் புரிந்து கொள்ள ஆங்கில மொழியில் சிந்தித்து, தமிழில் எழுதியவர்களின் ஆக்கங்களை வாசிக்க வேண்டும். இத்தன்மை சிரத்தையான தமிழ்ச் சிறுபத்திரிகைச் சூழலிலும் வெகுசனச் சூழலிலும் வெவ்வேறு பரிமாணங்களில் நடைபெற்றது. இதற்குள் செயல் பட்ட தமிழ் அச்சுப் பண்பாட்டை நாம் இனம் காணும் அவசியமுண்டு. நவீனத்துவம் என்பதை இப்பின்புலத்தில் புரிந்துகொள்ள வேண்டும். இத்தன்மை, நமது மரபுகளை உள்வாங்கிய கோட் பாட்டுத் தன்மை உடையதா? அல்லது வெறும் இறக்குமதியாகச் செயல்பட்டதா? தமிழ் அச்சுப் பண்பாட்டை அடிப்படையாகக் கொண்டு இத் தன்மையை விரிவான உரையாடலுக்கு உட்படுத்த முடியும்.

பின்காலனியச் சூழலில் இந்தியாவில் சோவியத் மற்றும் சீன நாடுகளின் நேரடிச் செயல்பாடுகள் உருப்பெற்றன. சோவியத் நாட்டின் தூதரகங்கள் உருவாக்கப்பட்டன. இரஷ்யமொழி படிப்பதற்காக, அந்நாட்டிற்கு இந்தியாவிலிருந்து பலர் அனுப்பப் பட்டனர். இரஷ்ய மொழி பயின்று, அம்மொழியிலிருந்து இந்தியமொழிகளுக்கு மொழிபெயர்க்கும் செயல் உருவானது. நேரு காலத்தில் இச்செயல்கள் வேகமாக நடைபெற்றன. சோவியத் நூல்கள் இந்தியாவிற்கு அனுப்பப்பட்டன. நேரு தலைமையில் செயல்பட்ட அரசு, சோசலிச அரசாகப் பிரச்சாரம் செய்யப்பட்டது. இதற்கு சோவியத் நூல்கள் தேவைப்பட்டன. இவ்வகையான செயல் பாடுகள் தமிழ்ச்சூழலில் வேகமாக நடைபெற்றன. இந்திய மொழிகளில் மிக அதிகமான சோவியத் நூல்கள் மொழிபெயர்க்கப்பட்டது தமிழில்தான். நியூ செஞ்சுரி புத்தக நிறுவனத்தின் மூலம், மிக அதிகமான சோவியத் நூல்கள் விற்பனை செய்யப் பட்டதும் தமிழ்நாட்டில்தான். வங்கமொழியை விட அதிகமான சோவியத் நூல்கள் தமிழில் மொழிபெயர்க்கப்பட்டதை இங்கு நினைவில் கொள்வது அவசியம். பின் காலனியக் காலத்தில் நடைபெற்ற இவ்வகையான செயல்பாடுகள் தமிழ் அச்சுப் பண்பாட்டில் குறிப்பிடத்தக்க தன்மையாக உருப்பெற்றது. இத்தன்மை குறித்து விரிவான உரையாடலை முன்னெடுக்க முடியும். அறுபது ஆண்டுகளாகச் செயல்படும் நியூ செஞ்சுரி புத்தக நிறுவனத்திற்கும் இடதுசாரி கருத்துரு சார்ந்த நூல்கள் வாசிப்பிற்குமான உறவைத் தமிழ் அச்சுப் பண்பாடாகக் கட்டமைக்கும் தேவையுண்டு.

மேற்குறித்த சூழலை எதிர்கொள்ளும் வகையில் அமெரிக்க மற்றும் பிரித்தானிய நூலகங்கள் இந்தியாவில் உருவாக்கப்பட்டன. சென்னையில் அவ்வகையில் உருவாக்கப்பட்ட நூலகங்களை க.நா.சு. மற்றும் சி.சு. செல்லப்பா போன்றோர் எவ்வகையில் பயன்படுத்திக் கொண்டனர்? என்பது குறித்து அவர்களது பதிவுகளில் விரிவான குறிப்பு களைக் காண முடியும். சோவியத் மூலம் கொண்டு வரப்படும். அச்சு ஆக்கங்களை எதிர்கொள்ளும் வகையில் 'யுனெஸ்கோ' நிறுவனம் உருவாக்கப்பட்டது. ஒரு ரூபாய் விலையில் மொழிபெயர்க்கப்பட்ட நூல்களை யுனெஸ்கோ நிறுவனம், பல்வேறு பதிப்பகங்கள் மூலம் விற்பனை செய்தது. கூரியர் இதழும் இந்திய மொழிகளில் வெளியிடப்பட்டது. மிகஅதிகமான கூரியர் இதழ்கள் தமிழில் தான் விற்பனை செய்யப்பட்டதை, அவ்விதழில் பல ஆண்டுகள் ஆசிரியராக இருந்த மணவை முஸ்தபா பதிவு செய்துள்ளார்.

உலகின் வல்லரசுகளாக அன்று அறியப்பட்ட இருநாடுகள் வழி, தமிழ்ச்சூழலில் செயல்பட்ட அச்சுப் பண்பாடு குறித்த செய்திகள் சுவையானவை. இருபதாம் நூற்றாண்டின் இறுதிக் காலம் (1980 வரை) வரை செயல்பட்ட இத்தன்மை குறித்து, தமிழ் அச்சுப் பின்புலத்தில் விரிவான உரையாடலுக்கு உட்படுத்தவேண்டும். தமிழ் அச்சுப் பண்பாட்டின் முதன்மையான பண்பாக, அத்தன்மை செயல் பட்டதை நாம் அறிந்துகொள்ள முடியும். தமிழில் புனைவுகளை உருவாக்கியர்கள் ஆங்கிலமொழியை அறிந்தவர்களாக இருந்தனர். காலனியத்தின் நேரடித் தாக்கமாக அவர்கள் செயல்பட்டனர். காலனிய அதிகாரங்களைப் புரிந்துகொண்டவர்களாக இல்லை. மாறாக இதனை நவீனத்துவமாக ஏற்றுக்கொண்டனர். மலையாளம், வங்காளம், கன்னட மொழிகளில் இவ்வகையான செயல்பாடுகள், இருபதாம் நூற்றாண்டின் தொடக்கத்தில் குறைவாகவே இருந்தன; ஆனால் தமிழ்ச்சூழலில் அப்படியில்லை. இதனால்தான் மேற்குறித்த மொழிகளில் உருவான வளமான புனைகதை மரபு, தமிழில் முப்பது ஆண்டுகளுக்குப் பின்னர்தான் உருவானது. சங்கர குறுப்பு, பொற்றேக்காடு, தகழி சிவசங்கரம் பிள்ளை, எம்.டி வாசுதேவன்நாயர், ஓ.என்.வி. குறுப்பு ஆகியோர் ஞான பீடப்பரிசைப் பெற்றிருப்பதை இப்பின்புலத்தில் புரிந்துகொள்ள வேண்டும்.

தமிழ்ச் சூழலில், ‘தாமரை’ இதழ் வழிதான் முதன்முதலாக ஆங்கிலமொழி அறியாத படைப் பாளிகள் உருவாயினர். தமிழ்நாட்டுச் சாதாரண மக்கள் பற்றிய பதிவைத் தாய்மொழி மட்டும் அறிந்தவர்கள் செய்யத் தொடங்கினர். இவ்வகை யான பதிவுகளை இதற்குமுன் செய்தவர்கள், ஆங்கிலமொழி மரபு அறிந்தவர்களாக இருந்தனர். சாதாரண மக்களைப் பற்றிய அவர்களது பதிவுகள், தாய்மொழி மட்டும் அறிந்தவர்கள் செய்த பதிவுகளிலிருந்து வேறுபட்ட மொழியாக உருவானது. பூமணி தொடங்கி கோணங்கி வரை இத்தன்மையை அடிப்படையாகக் கொண்ட புனைவாக அமைந் திருப்பதைக் காணலாம். தமிழ்ச் சூழலின் வாசிப்பு மரபில் இத்தன்மையைப் புதிதாகவே பதிவு செய்ய வேண்டும். தாமரை இதழும், குறிப்பாக தி.க.சியும் இத்தன்மை உருவாக்கத்தில் முதன்மையாகச் செயல்பட்டவர்கள். இதனைத் தமிழின் புதிய அச்சுப் பண்பாடாகக் கருத முடியும். தமிழ்ச் சிறுபத்திரிகையும் தமிழில் உருவான புனைகதைகளும் செயல் பட்ட வரலாற்றை இப்பின்புலத்தில் புரிந்துகொள்வது அவசியம். மண்வயப்பட்ட நவீனத்துவமாக இதனைக் கட்டமைக்க முடியும்.

மேற்குறித்த பல்வேறு பரிமாணங்களில் செயல்பட்ட அச்சுப் பண்பாட்டிற்கு மாறான, பிறிதொரு, வெகுசன தமிழ் அச்சுப்பண்பாடும் பின் காலனிய சூழலில் உருவானது. ‘குமுதம்’ இதழ் உருவாக்கத்தை இப்பண்பாட்டின் குறியீடாகக் கொள்ளமுடியும். 1930களில் உருவான ‘ஆனந்தவிகடன்’, 1940களில் உருவான ‘கல்கி’ ஆகியவை பழக்கப்படுத்திய வெகுசன வாசிப்பு மரபை, முழுவதுமாக வேறு தளத்திற்கு ‘குமுதம்’ பத்திரிகை 1950களில் எடுத்துச் சென்றது. திரைப்படம் சார்ந்த இதழியல் பெருக்கம், துணுக்குகளை வாசிக்கும் மனநிலை, பிற இதன்வழி உருவானது. தமிழ் சினிமாவின் தொங்குதசையாகவும் இவை உருப்பெற்றன. சினிமா நடிகையரை முதல் பக்கப் படமாகப் போடும், ‘தினந்தந்தி’ நாளிதழின் போக்கை, வேறு வகையில் விரிவாக வளர்த்தெடுத்தது குமுதம். சினிமா பார்த்த சந்தோஷத்தை, குமுதம் வாசிப்பதின் மூலம் வாசகன் பெறத் தொடங்கினான். இப்பண்பு தமிழ் வெகுசன அச்சு மரபில் ஆழமான தாக்கத்தை உருவாக்கிற்று.

தமிழில் உருவான இதழ்களை நடத்தும் அச்சு வணிக நிறுவனங்கள் மற்றும் குழுமங்களுக்கு 'குமுதமே' மாதிரியாக அமைந்தது. அரசுப் பணிகளில் பணிபுரியும் மேல்மட்ட அதிகாரிகள், குடும்பப்பெண்கள், அலுவலகங்களில் பணிபுரியும் நடுத்தரப் பிரிவினர், பள்ளிப் படிப்புடன் நிறுத்திக் கொண்ட வாசகர்கள் ஆகியோர் வாசிக்கும் மரபாக குமுதம் மரபு உருப்பெற்றுள்ளது. கணினி வழி உருப்பெற்ற அச்சுச் சூழலில் இத்தன்மை மிக விரிவாக வளர்ச்சி பெற்றிருப்பதைக் காண்கிறோம். தமிழ் அச்சுப் பண்பாடு, கடந்த அறுபது ஆண்டுகளில் மேலும் மேலும் வளர்ந்து, கொழுத்த இலாபம் தரும் விளம்பரத் தொழிலாக உருப்பெற்றுள்ளது. விளம்பரம் என்னும் வணிகமும் வாசிப்பு மரபும் தம்முள் இரண்டறக் கலந்து செயல்படுவதைக் காண்கிறோம். இப்பண்பு, 'மாற்றுச்செயல்பாடு' என்று சொல்லிக்கொள்வோரிடத்திலும் அண்மையில் செல்வாக்குப் பெற்றுள்ளது.

பின் காலனிய அச்சுச் செயல்பாடு என்பது பல்வேறு பரிமாணங்களில் செயல்படுகிறது. எழுத்துப் பயிற்சி மட்டும் கொண்டு செயல்பட்ட அச்சு ஊடகம், இன்று காட்சி ஊடகமாகவும் செயல்படுகிறது. வாசிப்பது என்பது பார்ப்பதின் துணைச் செயலாக உருப்பெற்றுள்ளது. 'குமுதம் வாசித்தேன்' என்பது தவறான தொடர். 'குமுதத்தைப் பார்த்தேன்' என்பதே சரியான தொடர். இவ்வகையில் தமிழ் அச்சுப்பண்பாடு பல்வேறு கூறுகளில் செயல்படுவதை அறிய முடிகிறது. இத்தன்மைகள் குறித்த பல்வேறு விவரணங்கள் அடிப்படையில் விரிவாக உரையாடும் தேவையுண்டு. அதற்கான முன்னறிவிப்பாக இக்கட்டுரைத் தொடரைக் கருத வேண்டும்.

10. தமிழ் அச்சுப் பண்பாடு: நிறுவனமயமாதல் நோக்கி... (1860 - 1900)

இன்று நிறுவனங்களாகச் செயல்படும் பல்வேறு கூறுகளும் பத்தொன்பதாம் நூற்றாண்டின் இடைக் காலத்தில்தான் தோற்றம் பெற்றன. கல்வி நிறுவனங்கள் உருப்பெற்று, அதிலிருந்து ஆங்கிலக் கல்வி பெற்ற பலர், தமிழ்ச் சூழலில் செயல்படத் தொடங்கினர். 1834 இல் சென்னையில் உருவாக்கப்பட்ட சென்னைப் பள்ளிக்கூடம் சமூகத்தின் மேல் மட்டத்தில் இருந்தவர்களுக்கு ஆங்கிலவழிக் கல்வி போதிக்க வழிகண்டது. 1843இல் ஆறுமுக நாவலர் கிறித்தவ நிறுவனங்களுக்கு எதிரான பண்பாட்டு நடவடிக்கைகளில் ஈடுபடத் தொடங்கினார். 1830இல் உருவாக்கப்பட்ட 'இந்து இலக்கியச் சங்கம்', 1940களில் கிறித்தவ நிறுவனங்களின் செயல்பாடுகளுக்கு மாற்றாகச் செயல்படத் தொடங்கியது.

கல்கத்தாவில் செயல்பட்ட பிரித்தானிய இந்தியச் சங்கத்தின் கிளை 1952இல் சென்னையில் உருவாக்கப்பட்டது. இவ்வமைப்பு பிரித்தானியர்களுக்கு எதிரான மனநிலையில் செயல்பட்டது. 'சென்னை வாழ்வோர் சங்கம்' என்ற அமைப்பு 1851இல் உருவாக்கப் பட்டது. இப்பின்புலத்தில் சென்னை நகரம் என்பது, நவீன சிந்தனை மரபுகளை உள்வாங்கி நவீன கல்வி பெற்றவர்கள் செயல்படும் நகரமாக உருப்பெறத் தொடங்கியது. வெறும் சமய மரபுகளில் செயல்படுவோரிலிருந்து கொஞ்சம் மாற்றாகச் செயல்படும் பிரிவினர் உருப்பெற்றனர். வட்டார மொழியைச் சார்ந்து தொடர்பாடல்கள் (ஊடிஅஅரniஉயவiடிளே) உருவாயின. ஐரோப்பிய புத்தொளி மரபு வழி உருவான நவீன கருவிகளில் ஒன்றான அச்சு, மேற்குறித்த பின்புலத்-

தில் உருவான, தொடர்பாடல் முறைகளுக்குப் பெரிதும் அடிப்படையாக அமையத் தொடங்கியது. பத்தொன்பதாம் நூற்றாண்டின் இறுதியில் இத்தன்மை வலுப்பெற்றதை 'விவேக சிந்தாமணி' இதழின் ஆசிரியர் சி.வி.சாமிநாதய்யர் கூற்று உறுதிப்படுத்துகிறது.

"நாம் 1892ஆம் வருஷத்தில் அறிவைப் பரவச் செய்வதற்கான ஏற்பாடு ஒன்று தயார் செய்து பிரசுரித்ததில், அவ்வேற்பாடு பயன்படுவதற்கு இன்றியமையாததாக அமைய வேண்டியது பத்திரிகையாதலால் அதற்காக வென்று நாம் பிரத்தியேகமாக வெளிக்கொண்டு வரவிருக்கும் விவேகசிந்தாமணி என்னும் பத்திரிகை நிலை பெறுவதற்கு அவசியமான முயற்சியை செய்ய வேண்டியது நம் முதற்கடமையாக நியமித்துக் கொண்டோம்." (1892 : 1 : 1 : 33)

'அறிவைப் பரவச் செய்தல்' என்னும் மனநிலை உருப்பெற்றதைக் காண்கிறோம். சமய மரபு சார்ந்த சிந்தனை முறை என்பது நவீன கருவிகள் உருப்பெறும் காலங்களில், விரிசல் ஏற்படுத்துவதை இதன் மூலம் புரிந்துகொள்ளமுடியும். இந்தப் பின்புலத்தில் பத்தொன் பதாம் நூற்றாண்டின் கடைசி நாற்பது ஆண்டுகளில் உருவான அச்சுப் பண்பாட்டைப் புரிந்துகொள்ள கீழ்க்காணும் வகையில் தொகுத்துக் கொள்வோம்.

- கிறித்தவ நிறுவனங்களில் செயல்படும் அச்சுச் செயல்பாடுகளுக்கு இணையான பிற அச்சு மரபுகள் உருவாதல்.
- ஓலைச்சுவடிகளைப் பதிப்பித்து வெளியிடுதலில் கவனம் குவிதல்.
- நவீன தொகுப்பு மரபு உருப்பெறுதல்.
- வாய்மொழி மரபில் செயல்பட்ட வெகுசன நுகர்வு சார்ந்த பிரதிகள், அச்சுப் பிரதிகளாக உருவாதல்.

கிறித்தவ நிறுவனங்கள் மற்றும் பிரித்தானிய ஆட்சியாளர்கள் மட்டுமே அச்சிடும் உரிமையை 1835 வரை பெற்றிருந்தனர். அச்சுப் புழக்கத்திற்கு வரும்போது அது சனநாயகப்படுத்தலாக இல்லை. எனவே கிறித்தவம் தொடர்பான அச்சு ஆக்கங்கள்தான் அதிகமாக வெளி வந்தன. பைபிள் மொழியாக்கங்கள், கிறித்தவத் தோத்திரப் பாடல்கள், கிறித்தவப் போதனைகள் எனப் பல நிலைகளில் அச்சிடப்பட்டன. ஏறக்குறைய பத்தொன்பதாம் நூற்றாண்டின் இடைக்காலம் வரை, இதுவே தமிழ் அச்சுப் பண்பாட்டின் தன்மையாக இருந்தது. கல்வி நிறுவனங்கள் உருவாக்கப்பட்டு அவை தொடர்பானவை அச்சாகின. அரசாங்க நிறுவனச் செயல்பாடுகளை நடைமுறைப் படுத்தும் அறிக்கைகள் அச்சு வடிவம் பெற்றன. சனநாயகத் தன்மையோடு அச்சு ஊடகம் 1850-க்கு முன் செயல் பட்டதாகக் கூறமுடியாது. இத்தன்மை 1850களுக்குப் பின் உடையத் தொடங்கியது. கிறித்தவச் சமயப் பரப்புரைக்கென அச்சிடப்படும் துண்டறிக்கைகள் (கூசயஉவள) மிகுதியாக அச்சிடப்பட்ட நேரத்தில், அதனை எதிர்கொள்ளும் வகையில், இந்து சமயப் பரப்புரை சார்ந்த அச்சுச் செயல்பாடுகள் உருவாயின. இதனைப் புரிந்துகொள்ள 1867-1900 ஆண்டுகளில் வெளிவந்த இந்து சமயப் பரப்பலுக்கான இதழ்களைக் கூறலாம். சுமார் நாற்பது இதழ்கள் இக்காலத்தில் இந்து சமயப் பிரச்சாரத்திற்காக நடத்தப்பட்டன என்று கூற முடியும்..

அமிர்தவசனி (1872), அருணோதயம் (1898), சத்ய வேதானுசாரம் (1884), தரங்கம்பாடி மிஷன் பத்திரிகை (1887), நட்புப் போதகன் (1867) விவிலிய நூல் விளக்கம் (1889) ஆகிய பிற கிறித்துவ இதழ்கள் தொடர்ந்து வெளிவந்து கொண்டிருந்தன. நூற்றுக்கணக்கில் கிறித்தவச் சமயப் பரப்புச் சபைகள், துண்டறிக்கைகளை, சிறு பிரசுரங்களை 'கூசயஉவள'

என்னும் பெயரில் அச்சிட்டு வெளியிட்டன. இதனை எதிர்கொள்ளும் இந்து சமயம் தொடர்பான இதழ்களும் வெளிவரத் தொடங்கின. 'தத்துவ போதினி' (1864) என்னும் இதழின் முதல் இதழ் தலையங்கம் பின்வருமாறு அமைகிறது.

"இக்காலத்தில் நம்முடைய மதத்தை நிலைநிறுத்து வதற்காக என்னதான் செய்யலாகாது? நம்முடைய மதத்தில் ஓரெழுத்துத் தெரியாது, தெளிவாய் அச்சிடப்பட்ட கிரீஸ்துமத புஸ்தகங்களைக் கண்டும், பாதிரிகளுடைய ஆதாரமற்ற தூஷணை களைக் கேட்டுமல்லவோ, நம்முடைய சிறியோர்கள் மதிமயங்கிப் போகிறார்கள். இச்சமயத்திலும் நாம் அசிரத்தையாயிருப்பது, நியாயமா, தர்மமா, கடவுளுக்குத்தான் இஷ்டமா, வேதார்த்தங்களை வெளிப்படுத்துவதற்கு இன்னும் பல ஹேதுக்

களுளவாயினும் இது (இதழ்) ஒன்றே போதுமான தாயிருக்கிறது." (தத்துவபோதினி.1864.மே.முதல் இதழ்)

இதன் மூலம் அச்சு ஊடகத்தில் இந்து மதம் தொடர்பான பரப்புரை எவ்விதம் வேர் கொண்டது என்பதை அறிய முடியும். இப்பின்புலத்தில் இந்து சமய இதழ்கள் இக்காலத்தில் வெளிவந்தன. 'இந்து மதப் பிரகாசிகை' (1883), உபநிஷதார்த்த தீபிகை (1898), உபநிஷத்துவித்யா (1898), சித்தாந்த தீபிகை (1898), சித்தாந்த சங்கிரகம் (1877), சித்தாந்த ரத்நாகரம் (1879) சிவபக்தி சந்திரிகா (1890), கிவார்சனா தீபிகை (1900), ஞானபாநூ (1871), ஞான போதினி (1897), பிரம்ம வித்யா பத்திரிகை (1886), வைதீக சித்தாந்த தீபிகை (1889) ஆகிய இதழ்கள் இந்து மதப் பரப்புதலுக்காகவே இக்காலத்தில் வெளிவந்தவை. இவை கிறித்தவ இதழ்களில் எழுதப்படுவதை மறுத்து எழுதிவந்தன. இவ்வகையில் கிறித்தவப் பரப்புரைகளுக்குச் சமமான இந்து சமயப் பரப்புரைகளும் தமிழ் இதழியலில் இடம்பெற்றன. கிறித்தவம் சார்ந்த மொழி ஒன்றை உருவாக்கினார்கள். இதைப் போலவே வேதங்கள் சார்ந்த மொழியை இந்துக்கள் உருவாக்கினர்.

கிறித்தவ, இந்து சமயங்களை அடிப்படையாகக் கொண்டே தமிழ் இதழியல் உருவானது. சமயங்களில் மட்டும் செயல்படாமல், அதிலிருந்து கொஞ்சம் வேறு பட்ட இதழ்களும் வெளிவந்தன. இவ்வகையில் தமிழ் இதழியல் உருவாக்கம் அதன் தொடக்க காலம் முதல் பல்வேறு பரிமாணங்களை உள்வாங்கிச் செயல்பட்டதாகக் கருத முடியும். புதிதாக உருவான பள்ளிக்கூடங்கள், அங்குப் போதிக்கப்படும் கல்விக்கு உதவும் வகையிலும் இதழ்கள் இக்காலத்தில் வெளிவரத் தொடங்கின. 'தமிழ்க் கல்வி பத்திரிகை' (1897), கிராமப் பள்ளி உபாத்தியாயர் (1887), இடைநிலைப் பள்ளி உயர்நிலைப் பள்ளி நண்பன் (1880), இடைநிலைப் பள்ளி உயர்நிலைப் பள்ளி துணைவன் (1881) ஆகிய இதழ்கள் இவ்வகையில் அமைந்தவை. ஆங்கிலக் கல்வியின் ஊடாக உருவான புதிதான சிந்தனை மரபுகளில் ஒன்றாகப் பெண் பற்றிய சிந்தனைகளைக் கூறலாம். பெண் கல்வி, மறுமணம், குழந்தை மண எதிர்ப்பு ஆகிய பல கூறுகள் முன்னெடுக்கப்பட்டன. எனவே, பெண்களுக்கென இக்காலத்தில் இதழ்கள் வரத் தொடங்கின. 'மகாராணி' (1887) என்னும் இதழ் வெளி வந்தது. "இந்தப் பத்திரிகை இந்து பள்ளி மாணவிகளின் உபயோகத்திற்கெனவும் மற்றும் வீட்டுப் படிப்புக்கெனவும் பல வகை வர்ண விளக்கக் குறிப்புகளுடன் எளிய பாடல் களுடனும் கதைகளுடனும் கூடி வெளிவருவதாகும்". இக்குறிப்பு தமிழ் இதழியல் உருவாக்கத்தில் பெண் பற்றிய மதிப்பீடுகள் வெளிப்படுவதைக் காணமுடியும். 'மாதர் மித்திரி' (1888) எனப் பிறிதொரு பெண்களுக்கான

இதழ் வந்ததையும் அறிகிறோம்.

கிறித்தவப் பரப்பல், இந்து சமய உரையாடல்கள், கல்வி மற்றும் பெண் குறித்த மரபிலேயே தமிழ் இதழியல் இக்காலங்களில் செயல்பட்டதாகக் கூறமுடியாது. இத்தன்மையை மீறி 'அறிவைப் பரப்புதல்', தாய்மொழி வழி செயல்படுதல்' என்னும் கண்ணோட்டத்தில் இதழ்கள் வந்தன. வெகுசனங்களின் ரசனை மரபுகளையும் உள்வாங்கி இதழில் உருப்பெறத் தொடங்கியது. 'விவேக சிந்தாமணி' (1892-1915) இதழ், ஆங்கிலத்திற்கு மாற்றாகத் தமிழில் செயல்படுவது குறித்து வெளிப்படுத்தும் குறிப்பு கவனத்தில் கொள்ளத்தக்கது.

"அறிவை அன்னிய பாஷையின் மூலமாகவே கற்க வேண்டிய அவசியமில்லை. சுயபாஷை மூலமாகவே கற்கலாம். அதற்கு ஆங்கில பாஷையே திருஷ்டாந்தம். ஆங்கிலேய பாஷையானது சுமார் 1500 வருஷங் களுக்கு முந்தி அநாகரிக ஜாதியாரின் பாஷையாக இருந்தது..... இப்போது நாம் ஆங்கில பாஷையை எப்படிப் படிக்கிறோமோ அவ்வாறே அவர்களும் கிரீக், லத்தீன் பாஷைகளைப் படித்து வந்தனர். அவ்வாறு படித்து தம் தேச பாஷையை அபிவிருத்தி செய்துகொண்டார்களேயொழிய நம்மைப் போலத் தேச பாஷையைக் கைவிட்டு, அந்நிய தேசத்து பாஷையின் மூலமாய்க் கடைத்தேறப் பார்த் தாரில்லை." (விவேக சிந்தாமணி.1889.8.2)

இவ்வகையில், கிறித்தவச் செல்வாக்கில் செயல்பட்டுக் கொண்டிருந்த அச்சு ஊடக மரபு என்பது தமிழ் மரபில் கால் ஊன்றியது. தமிழில் புத்தக உருவாக்கமும் இதழியல் உருவாக்கமும் நடந்தேறியது. தமிழ் நூல் விவர அட்டவணையில் காணும் பதிவுகளின் அடிப்படையில், 1867 - 1900 ஆண்டுகளில், 8578 புத்தகங்கள் அச்சில் வந்திருப்பதைக் காண்கிறோம். விடுபடுதல்களோடு இணைத்து நாற்பது ஆண்டுகளில் (1860-1900) சுமார் பத்தாயிரம் நூல்கள் தமிழில் அச்சிடப்பட்டிருப்பதை அறிகிறோம். சென்னை இராஜதானி என்று அழைக்கப் பட்ட பகுதியில் 335 அச்சுக் கூடங்கள் செயல்பட்டதை அறிகிறோம். பருவ இதழ்கள் சுமார் ஐம்பது வெளி வந்துள்ளன. எனவே பிரித்தானியர் நமக்கு வழங்கிய அச்சு மரபு, நமது மரபாக வடிவம் பெற்றுவிட்டது. இதன்மூலம் அறிவுப்புல வளர்ச்சி சார்ந்து, தமிழகத்தில் உருவான புதிய மரபுகளைப் புரிந்துகொள்ள முடியும்.

* * *

தமிழ் அச்சு மரபில் பெரிதும் விதந்து பேசவேண்டிய பகுதி, ஓலைச்சுவடிகளிலிருந்தும் தாள் சுவடிகளிலிருந்தும் சாசனங்களிலிருந்தும் இலக்கியங்கள், இலக்கணங்கள், கிறித்தவ சமய நூல்கள், மெய்க்கீர்த்திகள் - ஆகிய பிற அச்சு வடிவம் பெற்றமை ஆகும். தமிழ் அச்சுப் பண்பாட்டின் பல பரிமாணங்களைப் புரிந்துகொள்ள சுவடிகளிலிருந்து அச்சு வடிவம் பெற்ற பல்வேறு நூல்கள் உதவுகின்றன.

தமிழ்ச் சூழலில் மிகுதியான பிரபந்த நூல்கள் பதினைந்தாம் நூற்றாண்டு தொடங்கி பதினேழு மற்றும் பதினெட்டாம் நூற்றாண்டுகளில் சுவடிகளில் எழுதப் பட்டன. இச்சுவடிகள் தனிப்பட்ட மனிதர்கள் மற்றும் மடங்களில் சேகரித்துப் பாதுகாக்கப்பட்டன. இச் சுவடிகள் பற்றிய கவன ஈர்ப்பு மெக்கென்சி போன்றவர்கள் தொகுக்கத் தொடங்கிய காலங்களில் ஏற்பட்டது. சி.இராமலிங்க வள்ளலார், ஆறுமுக நாவலர், ஆகிய பிறர் பத்தொன்பதாம் நூற்றாண்டில் இச்சுவடிகளைப் பதிப்பிக்கும் பணியைத் தொடங்கினர். சுவடிகள் குறித்த புனித மனநிலை வெகுசனங்கள் மத்தியில் நிலவியது. பாதுகாத்து வைத்திருப்போர், அதனை வழி-

படு பொருளாகக் கருதினர். இத்தன்மையை மாற்றி, அவை நமது மரபின் அறிவுசார் வளங்கள் என்பதை அச்சிடுதல் முதல் சாத்தியப்படுத்தும் செயல் நிகழத் தொடங்கியது. ஒவ்வொரு துறை சார்ந்தும் இத்தன்மை குறித்து விரிவாக உரையாடலுக்கு உட்படுத்த வாய்ப்புண்டு. மருத்துவம், கணிதம், இலக்கணம், இலக்கியம் ஆகியவை முதன்மையான துறைகளில் சில. இலக்கியப் பனுவல்கள் அச்சிட்ட மரபின் மூலம், தமிழ் அச்சுப் பண்பாட்டில் ஏற்பட்ட புதிய தன்மைகளை மட்டும் இங்கு எடுத்துக்காட்டாகக் கொண்டு உரையாடலாம்.

1887இல் கலித்தொகையைச் சுவடியிலிருந்து சி.வை.தாமோதரம்பிள்ளை பதிப்பித்து அச்சு வடிவில் கொண்டுவந்தார். 1940இல் பேரா.ச.வையாபுரிப்பிள்ளை பதினெட்டு சங்கப் பனுவல்களையும் ஒன்றாக இணைத்து, புலவர் அகர வரிசையில் 'சங்க இலக்கியம்' என்று பதிப்பித்தார். மிக அதிகமான சங்க நூல்களை உ.வே.சா. பதிப்பித்தார். சுவடியில் இருந்த தொகையும் பாட்டும் அச்சு வடிவம் பெற்றபின் பல புதிய பரிமாணங்களில் தமிழ்ச் சூழல் குறித்துப் புரிந்துகொள்ளப்பட்டன. இவ்விதம் நிகழ்ந்த அச்சுப் பண்பாட்டின் மூலம் கீழ்க்காணும் கூறுகள் புதிதாக மேற்கிளம்பின.

- தமிழ்மொழி பேசும் இனத்தின் பழமை கிறித்துவிற்கு முற்பட்ட காலத்தைச் சேர்ந்தது.
- உலகத்தில் உள்ள தொல்சீர்பழம் மொழிகளில் உள்ள செவ்விலக்கியங்கள் போல் தமிழிலும் உள்ளது.
- சமசுகிருத மரபுக்கு இணையான தமிழ் மரபு; வரலாற்றுக்கு முந்தைய காலம் தொடங்கி செயல்பட்டு வந்துள்ளது.

சங்க இலக்கியச் சுவடிகள் அச்சிடுதல் மூலம் மேலும் பல்வேறு புதிய செயல்பாடுகள் உருப்பெற்றன. திராவிடர்கள் என்னும் இனத்தின் அடையாளங்கள் மீள்கண்டுபிடிப்புக்கு ஆளானது. திராவிட மொழிகளில் தமிழின் இடம் குறித்த மதிப்பீடுகள் உருப்பெற்றன. இப்பின்புலத்தில் தமிழகத்தில் தேசிய இன மறுமலர்ச்சிக் கருத்தாக்கங்கள் உருப்பெற்றன. சங்க இலக்கியம் அச்சு மரபில் உருவான பின்புலத்தில் சைவ மரபுகள் புதிய கண்ணோட்டத்தில் அணுகப்பட்டன. திராவிட இயக்கம், சங்க இலக்கியப் பெருமைகளை வெகுசனத் தளத்தில் முன்னெடுக்கத் தொடங்கியது. அதன் உச்ச கட்டம் அண்மையில் நடந்தேறிய செம்மொழி மாநாடு என்று கூறமுடியும். இவ்வகையில் ஓலைச்சுவடிகளிலிருந்து அச்சு வாகனம் ஏறியதன் விளைவாக உருவான பண்பாட்டுக் கூறுகளை விரித்துப் பேச வாய்ப்புண்டு.

* * *

செவ்விலக்கியங்கள் உருவான மொழிகள் அனைத் திலும் தொகுப்பு மரபு உருப்பெற்றிருப்பதை அறிகிறோம். ஒவ்வொரு கால வளர்ச்சியிலும், குறிப்பிட்ட பிரதியை வாசிப்பவர்கள் அணுகும் முறையியலாக அதனைப் பார்க்க முடியும். தமிழ் மரபில் தொடக்ககால செவ்வியல் தொகை நூல்கள் இவ்வகையில் உருப்பெற்றன. பின்னர் சமயப் பிரதிகள் இவ்வகையில் தொகுக்கப்பெற்றன. அறநூல்கள் பதினைந்தாம் நூற்றாண்டில் தொகுக்கப் பட்டன. இவற்றில் 'புறத்திரட்டு' குறிப்பிடத்தக்க நூல். இவ்வகையில் தொகை முதல் திரட்டு வரை கி.பி.எட்டாம் நூற்றாண்டு தொடங்கிப் பதினைந்தாம் நூற்றாண்டு வரை உருவான தமிழ்த் தொகுப்பு மரபு குறித்து அறிய முடிகிறது. அச்சுப் புழக்கத்திற்கு வந்த பத்தொன்பதாம் நூற்றாண்டுக்கு முன்பும் பதினைந்தாம் நூற்றாண்டுக்குப் பின்பும் தமிழில் தொகுப்பு மரபு செழுமையாகச் செயல்பட்டதாகக் கூறமுடியவில்லை. பிரபந்தங்கள் உருவாக்கப்பட்டன. அதற்குள்

ஒருவகையான தொகை மரபு செயல்பட்டதைக் காண்கிறோம். தொகுப்பு மரபை இலக்கிய வகைகளாகக் கட்டமைக்கும் பணி நடைபெற்றதாகக் கூறலாம். கோவை, சதகம் உள்ளிட்ட வடிவங்களை இவ்வகையில் நாம் அணுகமுடியும்.

மேற்குறித்த பின்புலத்தில் பத்தொன்பதாம் நூற்றாண்டில், அச்சு வருகைக்குப் பின் புதிய தொகுப்பு மரபு உருப்பெற்றதைக் காண்கிறோம். இம்மரபு அச்சுப் பண்பாட்டின் மூலம் உரு-வானதாகக் கருதலாம். அருணகிரிநாதர், குமரகுருபரர், தாயுமானவர், வள்ளலார், குணங்குடி மஸ்தான் சாகிபு ஆகிய பிற மனிதர்களின் ஆக்கங்கள் பல்வேறு சூழல்களில் உருவானவை. அடிப் படையில் உணர்ச்சியை முதன்மைப்படுத்தும் தனிப்பாடல் தன்மையை உள்வாங்கி-யவை. வாய்மொழி மரபில் பலர் ஆங்காங்கே பாடி வந்த பாடல்கள் இவை. ஒட்டு மொத்-தமாக இப்பாடல்கள் சுவடிகளில் எழுதப்படவும் இல்லை. சுவடிகளின் பௌதிகத் தன்மை சார்ந்து அவற்றை அப்படித் தொகுப்பதும் சாத்தியமில்லை. ஆனால் பத்தொன்பதாம் நூற்-றாண்டின் இடைக்காலம் முதல், குறிப்பாக பத்தொன்பதாம் நூற்றாண்டின் இறுதி, இருபதாம் நூற்றாண்டின் தொடக்கத்தில் அருணகிரி

நாதர் தோத்திரத் திரட்டு, குமரகுருபரர் பாடல்கள் திரட்டு, தாயுமானவர் பாடல் திரட்டு, வள்ளலாரின் அருட்பா - ஆறு தொகுதிகள், குணங்குடி மஸ்தான் பாடல் திரட்டு என்று புதிய மரபு உருவானது. இம்மரபை அச்சுக் கருவியே சாத்தியப்படுத்தியது. பல சூழல்களில், பல மனநிலைகளில் உருவான ஆக்கங்களை அச்சிட்டு இவ்வகையான திரட்டு நூல்களை உருவாக்கினர். இவ்விதம் உருவான திரட்டு நூல்கள் பழம் தொகுப்பு மரபோடு தொடர்பு-டையவை யாகக் கருத இயலாது. இதில் திரட்டுதல்தான் முதன்மை யான செயல். வகுத்துத் தொகுத்தல் மரபு இரண்டாம் பட்சமானது. அச்சும் தாளும் இம்மரபு வளமாகச் செயல்பட உதவியாக அமைந்ததைக் காண்கிறோம்.

தமிழ்ச் சூழலில் உருவான 'சித்தர் ஞானக் கோவை' என்னும் சித்தர்கள் பாடல்கள் இவ்-வகையில் உருப் பெற்றவை. தனித்தனியாகப் பாடப்பட்ட பாடல்கள் பத்தொன்பதாம் நூற்-றாண்டின் இறுதியில் 'சித்தர் ஞானக் கோவை', 'பதினெட்டுச் சித்தர் பாடல்கள்' எனத் தொகுக்கப்பட்டன. இதனைக் கொண்டு தமிழில் சித்தர் மரபு தொடர்ந்து செயல்படுவதான கருத்துநிலை ஒன்று உருவாக்கப்பட்டுள்ளது. அச்சுப் பண்பாட்டின் விளை வாக உருவான கருத்துநிலை இதுவாகும். பத்தொன்பதாம் நூற்றாண்டுக்கு முன் சித்தர்கள் என்ற பதிவைத் தனித்துப் பார்க்க ஆவணங்கள் இருப்பதாகக் கருத முடியாது. 1976இல் சித்தர் பாடல்க-ளைத் தொகுத்த கோவேந்தன், தனது பாடல்கள் சில, தனது நண்பர் இல.தங்கப்பா பாடல்-கள் சில ஆகியவற்றையும் சித்தர் பாடல்கள் தொகுப்பில் இணைத்துள்ளார். இதன் மூலம் அச்சுப் பண்பாடு எவ்வகையான புதிய புதிய மரபுகளை உருவாக்கும் என்பதைப் புரிந்து-கொள்ள முடியும். நவீன தொகுப்பு மரபு பத்தொன்பதாம் நூற்றாண்டின் இறுதிக் காலங்களில் உருப்பெறுவதற்கு அச்சுக் கருவியே மூலமாக அமைந்திருப்பதைப் புரிந்து கொள்ள வேண்-டும்.

* * *

வரலாற்றில் உருவான அரசு உருவாக்கம் பல்வேறு அதிகாரப் படிநிலைகளைக் கொண்-டது. அதிகாரமுடைய மேல் தட்டுப் பிரிவு, அதிகாரத்தைச் செலுத்த உதவும். கீழ்த்தட்டுப் பிரிவு என்னும் படிநிலை உருவாக்கப்பட்டது. அரசன், மன்னன், தலைவன் என்னும் பெயர்-

களில் அதிகாரம் செய்பவன் கட்டமைக்கப் பட்டான். மேல் மட்டத்தைச் சேர்ந்தவர்களின் செயல் பாடுகள் மட்டும்தான், பல்வேறு வடிவங்களைப் பதிவு செய்யப்பட்டன. அவை கல்வெட்டு, செப்பேடு, காசு எனப் பலவகைகளில் அமைந்த சாசனங்கள் ஆயின. ஆனால், குறிப்பிட்ட மன்னன் காலத்திலிருந்த ஆளப்படுவோரின் பண்பாட்டு நிகழ்வுகள் தொடர்பான பதிவுகள் இல்லை என்றே கூறமுடியும். மேல்தட்டில் உள்ளோர் குறித்துப் பதிவுகளைச் செய்யும்போது, அதற்கு உதவும் வகையில் மிகக் குறைவான வெகுசனங்கள் குறித்த பதிவுகள் காணக் கிடைக்கின்றன.

பத்தொன்பதாம் நூற்றாண்டின் அச்சு மரபு, வெகு சனங்களின் குரல்களையும் பதிவு செய்யத் தொடங்கியது. வாய்மொழி மரபில் இருந்த பாடல்கள்; அவர்களிடம் இருந்த நம்பிக்கைகள் மற்றும் சடங்குகள் ஆகிய அனைத்தும் அச்சு வடிவில் உருப்பெற்றன. இத்தன்மை அச்சுப் பண்பாட்டில் புதிய ஒன்றாகும். பல்லி எழுப்பும் ஒலியைக் கேட்டவுடன் அதன் பலனைப் பற்றி வெகுசனங்கள் தமக்குள் பேசிக் கொள்வர்; ஆனால் பல்லி சொல் பலன் என்னும் அச்சு நூல் வந்தவுடன் அதனை எடுத்து வாசிக்கின்றனர். தமக்கு அந்நூல் உதவும் என்று நம்புகின்றனர். இவ்வகையில் வெகுசனங்களின் நுகர்வில் உள்ள நூற்றுக் கணக்கான நம்பிக்கை மற்றும் சடங்குகள் அச்சு வாகனம் ஏறி உலா வருவதைக் காண்கிறோம். இதில் மருத்துவம் முதன்மையான இடத்தைப் பெற்றுள்ளது. ஜோதிடங்கள் தொடர்பான நூல்களே இன்னும் மிகுதியாக அச்சிடப் படுபவை. உடல் நலத்திலும் நாள்தோறும் நிகழும் நிகழ்வு களிலும் கவனம் செலுத்தும் வெகுசனங்கள், அத்தன்மைகள் சார்ந்த நூல்களைத் தேடி வாங்குவர். இதனால்தான் ஜோதிட நூல்களும் மருத்துவம் தொடர்பான நூல்களும் மிகுதியாக விற்பனை ஆகின்றன. இத்தன்மை பத்தொன்பதாம் நூற்றாண்டின் இறுதிக் காலம் முதலே தொடங்கி, இன்றும் தொடர்கிறது. நம்பிக்கைகள் தொடர்பானவற்றை அச்சிட்டு விற்பனை செய்கின்றனர். பஞ்சாங்கம் தொடங்கி கிளி ஜோதிடம் வரை இவ்வகையில் அமைவன. இதில் அச்சுக் கருவி செயல்படும் விதம் மிகவும் குறிப்பிட்டுச் சொல்ல வேண்டியதாக அமைகிறது.

நுகர்வுப் பண்பாடு, சமய மரபுகளோடும் இணைந் தவை. எனவே மனித நம்பிக்கை சார்ந்த அனைத்தும் அச்சு வடிவில் வெளிவருகின்றன. இவை ஓலைகளிலும் ஓரளவு எழுதப்பட்டன; ஆனால் அச்சிடுதல் மூலம் இவை மிகப் பரவலாகியது. இவ்வகையான நூல்களை அச்சிடாத பதிப்பகம் வணிக ரீதியில் நிலைபேறு கொள்வதும் இயங்குவதும் சாத்தியமில்லை என்னும் சூழல் உருப் பெற்றுள்ளது. நுகர்வுப் பண்பாடு சார்ந்த இதழியல் செயல் பாடுகளும் விரிவானவை.

* * *

பத்தொன்பதாம் நூற்றாண்டின் இறுதிக் கால அச்சுப் பண்பாடு என்பது புத்தக உருவாக்கம், இதழியல் எனப் பல பரிமாணங்களில் செயல்பட்டிருப்பதைக் காண்கிறோம். வணிகமாக ஒரு பண்பாடு கட்டமைக்கப்படுதலில், அப் பண்பாடு தொடர்பான ஊடகங்கள் பெரும் பங்காற்றுகின்றன. தமிழ் அச்சு ஊடகம் அவ்வகையில் செயல் பட்டதை விரிவாகப் பேச வேண்டும்.

11. தமிழ் அச்சுப் பண்பாடு - சீகன் பால்குவின் வகிபாகம்

தமிழ்ச் சமூகம் தொன்மையான வரலாற்றைக் கொண்டது. இதனால் ஒலி வடிவங்களுக்கான குறியீடுகள் வரலாற்றுக்கு முந்தைய காலங்களிலேயே உருவாக்கப்பட்டிருப்பதைக் காண்கிறோம். குறியீடு களின் வளர்ச்சியாக அமைந்த எழுத்து வடிவங்களை கற்பாறைகளில் பதிவு செய்தனர். சுமார் கி.மு. 500 முதல் தமிழ்ச் சமூகம் தொடர்பான எழுத்து வடிவங்கள் உருவாகி பதிவாகியுள்ளன. இவ்வளர்ச்சியில் கி.பி. 7ஆம் நூற்றாண்டு முதல் ஒழுங்குபடுத்தப்பட்ட பனை ஓலைகளில் புத்தகங்களை உருவாக்கும் பண்பாடு தமிழ்ச் சமூகத்தில் உருவானது. ஓலைப் பண்பாட்டிலிருந்து தாள் பண்பாட்டிற்கு மாறிய தமிழ்ச் சமூகத்தின் அச்சுப் பண்பாட்டு வரலாறு விரிவாக எழுத வேண்டிய தேவை உள்ளது. சுமார் 450 ஆண்டுகளில் (1556 - 2014) உருவான இப்புதிய பண்பாட்டு வரலாறு தொடர்பான ஆவணங்களைத் தொகுக்கும் தேவையும் நம்முன் உள்ளது. தமிழ் அச்சுப் பண்பாட்டு வரலாற்றில் பர்தொலோமியோ சீகன்பால்கு (1682 - 1719) என்னும் கிறித்தவத் தொண்டரின் பங்களிப்பு விதந்து பேசும் தன்மையுடையது. அவர் தமிழ் அச்சுப் பண்பாட்டு வரலாற்றில் பெறுமிடம் குறித்த உரையாடலாக இப்பகுதி அமைகிறது. இதனைப் பின்வரும் வகையில் பகுத்துக் கொண்டு நம் புரிதலைத் தெளிவாக்கிக் கொள்ளலாம்.

- சீகன்பால்கு காலத்திற்கு முன்பான தமிழ் அச்சுச் செயல்பாடுகள் (1576 - 1707)
- சீகன்பால்கு மூலம் உருவான தமிழ் அச்சுப் பண்பாடு (1708 -1719)
- சீகன்பால்கு உருவாக்கிய அச்சுப் பண்பாடு, அவருக்குப்பின் தொடர்ந்த வரலாறு (1720 - 1800)

அன்ட்ரிக் அடிகளார் (1520 - 1600) (Henrique Henriques) எனும் கத்தோலிக்கக் கிறித்தவத் தொண்டர், முதன் முதலாக 1577இல் கோவாவிலும் பின்னர் கொல்லத்திலும் அச்சு இயந்திரத்தை நிறுவினார்.

1578 இல் தமிழ் அச்சிடுதலைத் தொடங்கி வைத்தார். இதற்கு முன் 1554 இல் லிஸ்பன் நகரில், ரோமன் எழுத்துக்களில் தமிழ்ச் சிறுநூல் ஒன்றும் அச்சிடப் பட்டது. தமிழ் மொழியில் அச்சிடப்பட்ட மூன்று நூல்கள் பின்னர் வெளிவந்தன. அவை தம்பிரான் வணக்கம் (1578) கிரீசித்தியானி வணக்கம் (1579), அடியார் வரலாறு (1586) ஆகியவை. இந்நூல்கள் வெளி வருவதில் அன்ட்ரிக் அடிகளார் சிறந்த பங்களிப்பைச் செய்துள்ளார். இந்நூல்கள் 1965 வாக்கில் தூத்துக்குடியில் மறுபதிப்பு பெற்றுள்ளன.

கத்தோலிக்கத் திருச்சபைகள் மூலம் அன்ட்ரிக் அடிகளாரால் அம்பலக்காடு, பின்னர் புன்னைக்காயல் ஆகிய இடங்களிலும் அச்சிடுதல் நடைபெற்றதாக அறிகிறோம். ஆனால் இப்பணி தொடர்ச்சியாக நடை பெறவில்லை. 1576 - 1586 இடைப்பட்ட காலங்களில் மட்டும் தமிழ்நூல் அச்சிடுதல் நடைமுறையில் இருந்ததை அறிய முடிகிறது. திரு.கிரஹாம் ஷா (1987), பிரிட்டிஷ் நூலகம் மூலம் தொகுத்துள்ள தென் ஆசியா மற்றும் பர்மாவில் அச்சிடப் பட்ட நூற்பட்டியலில் 1556 - 1586 இடைப்பட்ட காலங்களில் 266 தமிழ் நூல்கள் அச்சிடப்பட்டிருப்பதை அறிகிறோம். இந்நூல்கள் கோவா, கொல்லம், புன்னைக்காயல், யாழ்ப்பாணம், கொழும்பு ஆகிய இடங்களில் அச்சிடப்பட்டன. இதில் மிக அதிகமான நூல்கள்

தரங்கம்பாடியில்தான் அச்சிடப்பட்டன.

அன்ட்ரிக் அடிகளால் தொடங்கப்பட்ட தமிழ் அச்சுப்பணி மிகக் குறுகிய காலத்திலேயே தடைப் பட்டது. 1586 - 1706 என்ற இடைப்பட்ட காலங்களில் யாழ்ப்பாணம், கொழும்பு போன்ற பகுதிகளில் அச்சிடுதல் நடைபெற்றது. தமிழகத்தில் அதிகமாக நடைபெறவில்லை. 1706 இல் தரங்கம்பாடியில் அச்சு எந்திரத்தை சீகன்பால்கு கொண்டு வந்து சேர்த்தார். அக்காலம் முதல் தமிழ் அச்சிடுதல் மரபு வளம்பெறத் தொடங்கியது என்று கருத முடியும். சீகன்பால்கு உருவாக்கிய இவ்வகையான அச்சுப் பண்பாட்டு மரபை பின்வரும் வகையில் பகுத்துக் கொள்ளமுடியும்.

- தரங்கம்பாடியில் அச்சுக்கூடத்தை உருவாக்கிய வரலாறு.
- அச்சிற்குத் தேவையான அடிப்படைக் கச்சாப் பொருளான காகிதம் உற்பத்தி செய்யும் தொழிற்சாலை உருவாக்கியமை.
- ‘புதிய ஏற்பாட்டை’ மொழியாக்கம் செய்து அதனை அச்சிட்டதின் மூலம் தமிழில் புதிய உரைநடை மரபை உருவாக்கிய முறைமை.
- பள்ளிக் கல்விக்கும் அச்சுப் பண்பாட்டிற்கு மான உறவை வளர்த்தெடுத்த பாங்கு.
- சீகன் பால்குவின் நூல்கள் அச்சு வடிவம் பெற்ற முறைமை.
- தரங்கம்பாடி நூலகம்: அதிலுள்ள நூல்கள் தொடர்பாக சீகன் பால்கு உருவாக்கிய முதல் தமிழ் நூற்பட்டியல்.

மேற்குறித்த விவரணங்கள் அடிப்படையில்தான் அச்சுப் பண்பாட்டின் போக்குகளைக் கண்டறிய இயலும். சீகன்பால்கு தரங்கம்பாடியை (1706) வந்தடைந்த போது அச்சு எந்திரம், கிறித்தவ தொண்டு நிறுவனங்களில் இல்லை. அன்ட்ரிக் அடிகள் மறைவோடு அச்சு மரபும் மறைந்து போனது. அம்மரபை புதுப்பிக்க வேண்டிய தேவை இருப்பதை சீகன்பால்கு உணர்ந்தார். அதற்கான அடிப்படைப் பணிகளைச் செய்யத் தொடங்கினார். தரங்கம்பாடியில் முதன் முதல் சீர்த்திருத்தக் கிறித்தவ மரபுக்கான கால்கோள் சீகன்பால்கு அவர்களால் நாட்டப்பட்டது. டென்மார்க் நாட்டின் நான்காம் பெர்டரிக் மன்னன்தான் சீகன்பால்குவை தரங்கம்பாடிக்கு அனுப்பியவர்.

எனவே மன்னரிடம் தரங்கம்பாடியில் அச்சுக்கூடம் உருவாக்குவதற்கு உதவ வேண்டும் என்று 19.09.1707 இல் கடிதம் எழுதினார். அச்சு எந்திரத்தின் மாதிரி வடிவம் மற்றும் அதற்குத் தேவையான காகிதம் ஆகியவை குறித்து விரிவாக மன்னருக்கு எழுதினார். சீகன்பால்கு கோரிக்கையை ஏற்று அச்சு எந்திரம் தரங்கம்பாடியில் வந்திறங்கியது. இதன் மூலம் சீர்த்திருத்தக் கிறித்தவம் தொடர்பான பல்வேறு செயல்கள் தொடர்ந்து நடைபெற வழிவகுக்கப்பட்டது என்று கூற முடியும்.

அச்சிடுவதற்குத் தேவையான காகிதத்தின் தேவையை உணர்ந்து காகிதம் உற்பத்தி செய்யும் தொழிற்சாலையை தரங்கம்பாடிக்கு அருகில் உள்ள பொறையாறில் உருவாக்கப்பட்டது. அன்றைய சூழலில் இந்தியாவில் காகித உற்பத்தி குறித்து அறிய பின்வரும் தகவல்கள் உதவும்.

“இந்தியாவில் காஷ்மீரை ஆட்சிபுரிந்த சசிகான் என்னும் மன்னன் தான் முதன்முதலில் காகித தொழிற்சாலையை உருவாக்கியவன். (1417 - 1467) திமூர் காஷ்மீருக்கு வந்தபோது சசிகான் அவரோடு செல்ல வேண்டிய சூழல் உருவானது. அதன் மூலம், காகித உற்பத்தி,

புத்தகம் உருவாக்குதல், மற்றும் தாதியர் பணி ஆகியவற்றை சசிகான் அறிந்துகொள்ள முடிந்தது” (திவாரி.2006)

இவ்வகையில் இந்தியாவில் காகிதத் தொழிற் சாலைகள் 15 ஆம் நூற்றாண்டில் உருவாயின. பின்னர் பல இடங்களிலும் பரவியது. கிறித்தவ தொண்டு நிறுவனங்களும் காகித தொழிற்சாலைகளை உருவாக்கின. பொறையாற்றில் உருவாக்கப்பட்ட காகித தொழிற் சாலையில் பல்வேறு சோதனை முயற்சிகளை மேற் கொண்டு காகித உற்பத்தியை செய்யத் திட்டமிட்டனர். ஐரோப்பிய முறையிலான காகித உற்பத்தி முறை இங்கு மேற்கொள்ளப்பட்டது. 1716 இல் உருவாக்கப்பட்ட தொழிற்சாலையில், காகிதம் உருவாக்குவதற்கான பல்வேறு மரக்கூழ் மூலங்களை உருவாக்கினர். இத் தொழிற்சாலை இயங்கிய முறை பின்வருமாறு:

- தொழிற்சாலையை கண்காணிப்பு செய்வதற்கு ஒருவர் நியமிக்கப்பட்டார்.
- காகிதக் கூழ் உருவாக்குவதற்கு நான்கு பேர் தேவைப்பட்டனர்.
- தயாரித்தக் கூழைப் பதப்படுத்த நால்வர் தேவைப்பட்டனர்.
- எந்திரத்தை இயக்குவதற்கு நாட்கூலிகளாக இருவர் நியமிக்கப்பட்டனர்.
- இரண்டு வெளுப்பவர்கள் தேவைப்பட்டனர்.
- நான்கு சிறுவர்கள் எடுபிடி பணிக்கு அமர்த்தப்பட்டனர்.
- இரண்டுபேர் காகிதக் கூழை குழாயில் ஊற்றுவதற்கு தேவைப்பட்டனர்.
- இரண்டு பேர், உற்பத்தி செய்யப்பட்ட காகிதத்தை வழுவழுப்பாக செய்யும் பணியில் ஈடுபட்டனர்.
- பணியாளர்களுக்கு ஊதியம் வழங்குவதற்கான கணக்காளர் ஒருவர் நியமிக்கப்பட்டார்.

(டேனியல் ஜெயராஜ்:2001)

மிகவும் சிரத்தையாக மேற்கொள்ளப்பட்ட மேற்குறித்த பணி வெற்றிகரமாக நடைபெறவில்லை. பொறையாற்றில் உற்பத்தி செய்யப்பட்ட காகிதத்தின் தரம் அச்சிடுவதற்கு ஏற்றதாக அமையவில்லை. உற்பத்தி அளவும் மிகமிகக் குறைவாக இருந்தது. தொழிற் சாலையைத் தொடராமல் மூடவேண்டிய சூழலும் உருவானது.

1940 இல் தினத்தந்தி பத்திரிகை தொடங்கிய சி.பா.ஆதித்தனார், அப்பத்திரிக்கைக்கான காகிதத்தை உற்பத்தி செய்யும் தொழிற்சாலையை திருநெல்வேலிக்கு அருகில் உருவாக்கினார். அதன் மூலம் தினத்தந்தி வெற்றி கரமாக தமிழ்ச் சூழலில் செயல்பட முடிந்தது. சீகன் பால்கு பதினெட்டாம் நூற்றாண்டில் மேற்கொண்ட முயற்சி வெற்றி பெறவில்லை. அச்சிடுவதற்கு காகிதத்தை ஐரோப்பாவில் இருந்தே பெற வேண்டி யிருந்தது. ஆதித்தனார் வெற்றி பெற்றதைப் போல் சீகன்பால்குவால் வெற்றி பெறமுடியவில்லை; இருந் தாலும் தொடர்ச்சியாக அச்சிடுதல் பணி தரங்கம் பாடியில் நடைபெற்றதை அறிகிறோம். தமிழ் அச்சுப் பண்பாட்டு வரலாற்றில் அச்சிடுதலின் கச்சாப்பொருள் உற்பத்திக்கும் அச்சிடுதல் தொழிலுக்குமான உறவு குறித்த உரையாடல் அவசியமாகும். கச்சாப்பொருள் உற்பத்தி சார்ந்தே எவ்விதமான உற்பத்தியும் வளம்பெற முடியும். காகிதம் இல்லாமல் அச்சு எந்திரம் செயல்பட முடியாது.

அச்சு எந்திரத்தைத் தமிழ்ச் சூழலில் பயன்படுத்து வதற்கு சீசன்பால்கு முயற்சி மேற்கொண்டதற்கானக் காரணங்களை டேனியல் ஜெயராஜ் (2006) மிக விரிவாகப் பதிவு செய்துள்ளார். நவீன கருவிகளை பயன்படுத்துவதின் மூலம் சமயப் பரப்புதலை விரைவாகவும்

செம்மையாகவும் செய்ய முடியும் என்று அவர் நம்பினார். தரங்கம்பாடியில் முதன்முதல் உருவாக்கப்பட்ட சீர்திருத்தக் கிறித்தவ சபையின் வளர்ச்சிக்கு அச்சு எந்திரம் அடிப்படைத் தேவையாக அமைகிறது என்றும் அவர் கருதினார்.

சீகன்பால்கு தமிழ் மொழியைக் கற்ற பின்பு தமிழ் நூல்கள் குறித்த பெரும் மதிப்பு உடையவராக மாறினார். ஓலைகளில் இருக்கும் தமிழ் நூல்கள் அச்சு வடிவம் பெறுவது அவசியம் என்று கருதினார். பத்தொன்பதாம் நூற்றாண்டின் இறுதியில் சி.வை. தாமோதரம்பிள்ளை (1832-1901) போன்றவர்கள் கொண் டிருந்த மனநிலையை பதினெட்டாம் நூற்றாண்டின் தொடக்கத்தில் கொண்டிருந்தவராக சீகன் பால்குவைக் கருத முடிகிறது. தமிழ் நூல்கள் அழிந்துபோகும் நிலையில் ஒரு சில படிகள் மட்டுமே இருப்பதை அறிந்த அவர், அவற்றை அச்சிடுவதன் மூலம் நூற்றுக்கணக்கில் படிகளை உருவாக்க முடியும் என்று நம்பினார். பள்ளியில் படிக்கும் குழந்தைகளுக்கு அச்சிட்ட நூல்களைக் கொடுப்பதையும் தமது நோக்கமாகக் கொண்டிருந்தார்.

மேற்குறித்த பின்புலத்தில், அவர் மொழியாக்கம் செய்த புதிய ஏற்பாட்டை அச்சிடுவதற்கான முயற்சியை மேற்கொண்டார். தென் ஆசியமொழிகளில் பைபிள் முதன் முதல் மொழியாக்கம் செய்யப்பட்டது தமிழில் தான். அப்பணியைச் செய்தவர் சீகன்பால்கு. புதிய ஏற்பாட்டை மொழியாக்கம் செய்வதில் சீகன்பால்கு மேற்கொண்ட முறைகள் விதந்து கூறத்தக்கவை. மொழியாக்கத்திற்கு தமிழ் அறிந்த எவரையும் அவர் துணையாகக் கொள்ளவில்லை. தமிழ் அறிந்தவர்கள் உரைநடை வடிவத்தில் எழுதும் பயிற்சி அற்றவர்களாக இருப்பதாகக் கருதினார். இதனை மறுப்பதற்கில்லை. செய்யுள் வடிவில் எழுதுவதே தமிழ் மரபாக இருந்த காலம் அது. எனவே உரைநடை மரபை தான் மட்டுமே உருவாக்க முடியும் என்று அவர் கருதினார்; அதனால் தமிழ் அறிந்தவர்களின் துணையைத் தவிர்த்தார்.

சீகன்பால்கு அவர்களின் மொழியாக்கம் பேச்சு மொழியில் அமைந்திருந்தது, இதற்கான காரணம், அவ்விதம் மொழியாக்கம் செய்தால் தான், சாதாரண மக்களும் அதனை வாசிக்க இயலும் என்று அவர் நம்பினார். இவ்வகையில் புதிய ஏற்பாட்டை மொழி யாக்கம் செய்து அச்சிட்டதன் மூலம் தமிழ் அச்சுப் பண்பாட்டில் புதிய வடிவம் ஒன்றை உருவாக்கிய மரபுக்கு சீகன்பால்கு உரியவர் ஆகிறார். இவர் உருவாக்கிய இந்த மரபு குறித்து விரிவான உரையாடல் தமிழ்ச் சூழலில் பதிவு செய்யப்பட்டிருப்பதாகக் கூற முடியாது. இவரது மொழியாக்கத்தை வீரமாமுனிவர் (1680 -1747) கடுமையாக விமரிசனம் செய்தார். இதற்கான பின்புலம் சுவையுடையதாக அமைகிறது.

சமசுகிருத மொழி கடவுள் மொழி என்பதால் அதனை எல்லோரும் பேசுவதோ, பதிவு செய்வதோ கூடாது என்று ஒரு காலத்தில் மநுநீதி வைதிகர்கள் கூறினர். அதுவே அம்மொழி, பேச்சு வழக்கை இழப்பதற்கு காரணமாக அமைந்தது. ஏறக்குறைய அவ்வித மனநிலையாளராக வீரமாமுனிவர் இருந்தார். சீர்திருத்தக் கிறித்தவத்தில் இருக்கும் எளிமை என்பது கத்தோலிக்கத்தில் இல்லாமல் இருந்த சூழல் அன்று நிலவியது. செம்மொழி மரபில் தான் பைபிள் மொழி யாக்கம் செய்ய வேண்டும். பேச்சு மொழியில் செய்வது தேவனுக்கு செய்யும் அவமரியாதையாக அமைந்து போகும் என்று வீரமாமுனிவர் கருதினார். இந்தப் பின் புலத்தில்தான் சீகன்பால்கு மொழியாக்கத்தை அவர் ஏற்றுக்கொள்ளவில்லை. இந்தியாவில் செயல்பட்ட கத்தோலிக்கக் கிறித்தவம், சீர்திருத்தக் கிறித்தவம் ஆகிய வற்றின்

பண்பாட்டு அணுகுமுறைகளைப் புரிந்து கொள்ள இத்தன்மை உதவக்கூடும். இந்தியாவில் நிலவிய சாதியக் கட்டுமானங்கள், இந்து மத சடங்குகள் ஆகியவற்றை கிறித்தவ மதப்பிரிவு-கள் எதிர்கொண்ட முறைகளையும் இப்பின்புலத்தில் புரிந்துகொள்ள முடியும். தமிழ் அச்சுப் பண்பாட்டு வரலாற்றிற்கும் பைபிள் தமிழில் மொழியாக்கம் செய்யப்பட்ட முறை மைக்கும் நெருக்கமான உறவு உண்டு. இதனை மட்டும் தனித்து விரிவாக எழுதும் தேவை உண்டு. எனவே கிறித்தவம் உருவாக்கிய தமிழ் அச்சுப் பண்பாட்டு மரபில், கிறித்தவ மதப்பிரிவுக-ளின் அணுகுமுறைகள் ஏற்படுத்திய தாக்கங்கள் குறித்து உரையாடுவது அவசியம். இந்தப் பின்புலத்தில் தமிழ் அச்சுப் பண்பாட்டு வரலாற்றில் சீகன்பால்கும் வீரமாமுனிவரும் பெரிதும் கவனத்தில் கொள்ள வேண்டியவர்களாக உள்ளனர்.

எழுத்தைக் கற்றறியும் பயிற்சிதான் வாசிப்புப் பழக்கத்திற்கு மூலமாக அமைகிறது. எழுத்-தைக் கற்றல் என்பது நிலவுடைமை சமூக அமைப்பில் ஓர் அதிகார மாகவே செயல்-பட்டது. அதற்குப் புனிதம் என்ற கருத்துரு கட்டமைக்கப்பட்டது. சிலர் மட்டுமே எழுத்துப் பயிற்சி பெறவேண்டும். வேறுசிலர் பெறக் கூடாது என்ற மநுச்சட்டம் எழுதப்படாத விதி-யாக இருந்தது. இக்கொடுமையை ஒழித்தது ஐரோப்பிய புத்தொளி மரபு. எல்லோருக்குமான எழுத்துப் பயிற்சியின் நிறுவனமே கிறித்தவ தொண்டு நிறு வனங்கள் உருவாக்கிய பள்-ளிக்கூடங்கள்; ஒடுக்கப் பட்டோர் மற்றும் பெண்களுக்கான பள்ளிக்கூடங்களை உருவாக்கிய மரபை இப்பின்புலத்தில் புரிந்து கொள்வது அவசியம். இம்மரபில் மிக முக்கியமான மனி-தராக சீகன்பால்கு அமைகிறார். அவர் உருவாக்கிய பள்ளிக்கூடங்களே அதற்குச் சான்று. அவர் உருவாக்கிய பள்ளிக்கூடங்கள் மூலமாக, தமிழ் அச்சுப் பண் பாட்டிற்கான அடிப்ப-டைத் தரவுகளை கீழ்க்காணும் வகையில் தொகுக்கலாம்.

- பள்ளிக்கூடக் குழந்தைகள் ஓலைகளில் எழுதப்பட்ட சுவடிகளுக்குப் பதிலாக அச்சிட்ட புத்தகங்களைப் பயன்படுத்த வேண்டும் என்று விரும்பினார்.

- புத்தகங்களைப் பயன்படுத்துவதன் மூலம், வாசிப்புப் பழக்கம் வேகமாக வளருவதற்கான சாத்தியக் கூறுகள் மிகுதி என்றும் நம்பினார். அது நடைமுறையில் சரியென்றே கூற முடி-யும்.

- தரங்கம்பாடியில் இருக்கும் போர்ச்சுகீசிய மொழி பேசும் பள்ளிக் குழந்தைகள் அச்சு நூலைப் பயன்படுத்தும்போது, தமிழ் பேசும் குழந்தைகளும் அவ்வகையான அச்சு நூல் களைப் பயன்படுத்த வேண்டும் என்று கருதினார்.

- வேகமான எழுத்தறிவுக்கும் அதன் மூலம் வாசிப்புப் பழக்கம் உருப்பெருவதற்கும் இதன் வழி அறிவுவளம் பெறுவதற்கும் அச்சுப் பண்பாடு வழிவகுக்கும் என்ற அடிப்படை உண்-மையை அறிந்தவராக சீகன்பால்கு செயல்பட்டார். இதனால் ஒடுக்கப்பட்டவர் மொழிக்கு அங்கீகாரம், ஒடுக்கப்பட்டவருக்கு கல்வி ஆகிய மிக முக்கியமான அச்சுப் பண்பாடு சார்ந்த அரசியல் பண்பாட்டை அவர் கட்டமைத்தார். இவ்வகையான அரசியல் பண்பாட்டைக் கட்-டமைத்தவரில் அவரே முதல்வராக இருக்கிறார். இவ் வகையான காலனிய மரபின் வளங்-களை நமக்கு முதன்முதல் கொண்டுவந்தவராகவும் சீகன்பால்குவைக் கருதவேண்டும்.

சீகன்பால்கு தான் உருவாக்கிய ஆக்கங்களை தமிழில் அச்சிட்டதன் மூலம் உருவாக்கிய தமிழ் அச்சுப் பண்பாட்டு மரபுகளையும் விழுமியங்களையும் விதந்து பேசும் அவசியம் இருப்-பதாகக் கூற முடியும். கடித வடிவில் அச்சிட்ட அவரது குறுநூல் இவ்வகையில் குறிப்பி-

டத்தக்கது. "தரங்கம்பாடியில் இருக்கும் குருமார்கள் - தமிழ் சாதியார்கள் எல்லோருக்கும் எழுதின நிரூபம்" (1712) என்பது இக்குறு நூல். ஒரே கடவுள் என்றும், அவன் சர்வேசுவரன் என்றும் கூறுகிறார். இதனைச் சமணர்கள் கூறுவதாகவும் சொல்கிறார். ஆனால் இந்து மதத்தைச் சேர்ந்தவர்கள் பல்வேறு மூட நம்பிக்கைகளுக்கு ஆட்பட்டிருப்பதாகவும் அதிலிருந்து விடுதலை பெற வேண்டும் என்றும் கூறுகிறார். சர்வேசுவரன் என்பவன் மனிதனை நேசிப்பவன். அவனும் ஒரு மனிதன். அவனால் அனுப்பப்பட்ட ஏசுவை நாம் புரிந்து ஏற்க வேண்டும், என்று எளிமை யான மொழியில் அவர் எழுதுகிறார்.

சீகன்பால்கு கூறும் சமயக் கருத்துக்களை நாம் ஏற்கவேண்டும் என்னும் அவசியமில்லை; ஆனால் எழுதும் மொழி மூலம் கிடைக்கும் அச்சுப் பிரதி என்பது, நமது மொழிசார்ந்த புதிய அச்சுப்பண்பாடு மரபை உருவாக்கியிருப்பதை நாம் கவனத்தில் கொள்வது அவசியமாகும். இதே மரபை அவர் பைபிள் மொழியாக்கத்திலும் கைக்கொண்டுள்ளார். இவ் வகையில் அச்சான அவரது பிரதிகள் நமக்கு வழங்கும் புதியமொழி என்பது நமது புதிய அச்சுப் பண்பாடு, என்ற புரிதல் நமக்கு அவசியமாகும். சமயத்தை மீறிய அச்சுப் பண்பாட்டு மரபு பின்னர் உருவாவதற்கு அவர் உருவாக்கிய மொழி மூலமாக அமைகிறது. இவர் கட்டமைத்த உரையாடல் மரபில் அமைந்த உரைநடை மொழிதான் பின்னர் வளமான உரைநடை மரபு தமிழில் உருவாக வழிகண்டது. இம்மரபு தமிழில் உருவான வளமான அச்சுப் பண்பாடு என்று கருத இயலும்.

சீகன்பால்கு லூத்தரன் சீர்த்திருத்தக் கிறித்தவ சபை மூலம் உருவாக்கிய அச்சு மரபு அவருக்குப்பின் எவ்வகையான வளர்ச்சியை உள்வாங்கியது என்பதை அறிய விரிவான தரவுகள் உள்ளன. அவற்றை கீழ்க் கண்டவாறு தொகுக்கலாம்.

- கிறித்தவ நிறுவனங்கள் மூலம் உருவான வெளியீட்டு நிறுவனங்கள்.
- தரங்கம்பாடி அச்சுக்கூடம் மூலம் அச்சிடப் பட்ட அச்சு வடிவங்கள்.
- கத்தோலிக்க அச்சு மரபிலிருந்து சீர்த்திருத்தக் கிறித்தவ அச்சு மரபு வேறுபடும் கூறுகள்.
- பத்தொன்பதாம் நூற்றாண்டில் செயல்பட்ட தமிழ் அச்சு மரபிற்கு தரங்கம்பாடி அச்சுக் கூடம் கையளித்த மரபுகள்.

மேற்குறித்தவை குறித்து விரிவான பதிவுகளைச் செய்யும் தேவையுண்டு. சீகன்பால்கு மரபு எவ்விதம் தொடர்ந்தது என்பதைக் கோடிட்டுக் காட்ட சில தரவுகளை மட்டும் நாம் நினைவுபடுத்திக் கொள்வது அவசியம். பத்தொன்பதாம் நூற்றாண்டில் செயல்பட்ட கிறித்தவ அச்சுநிறுவனங்கள் மிக வளமானவை. அவை உருவாக்கிய மரபை சுருக்கமாகத் தொகுக்க இயலும்.

- சிறுநூல் வெளியிடுவதற்கு என்று உருவாக்கப்பட்ட நிறுவனங்கள் பலவாகும். TheTract and Book Societyஎன்பது குறிப்பிடத் தக்க ஒன்று.
- பள்ளிகளுக்குத் தேவையான நூல்களை வெளியிடும் நிறுவனங்கள் பல உருவாயின. The South Indian Christian School Book Society என்பது அதில் ஒன்று.
- தரங்கம்பாடியில் செயல்பட்ட அச்சுக்கூடம் இவ்வகையில் குறிப்பிடத்தக்கது. Tranquebar Evang Lutheran Mission Press மிக அதிகமான நூல்களை வெளியிட்டுள்ளது.

- கிறித்தவ சமய நூல்களை வெளியிடும் பல அச்சுக்கூடங்கள் உருவாயின எ.டு. Christian knowledge socities press - Madras.

மேற்குறித்தவை அனைத்தும் பத்தொன்பதாம் நூற்றாண்டுத் தமிழ்ச் சூழலில் செயல்பட்டவை. இவை இவ்விதம் செயல்பட மூலமாக அமைந்த மரபை உருவாக்கியவராக சீகன்பால்கு அவர்களைக் கருத முடியும். 1865இல் வெளிவந்த ஜான்மர்டாக் (1819 - 1904) நூற்பட்டியலில் கத்தோலிக்க கிறித்தவ நூல்கள் 87 என்றும் சீர்திருத்தக் கிறித்தவ நூல்கள் 587 என்றும் புள்ளிவிவரம் தந்துள்ளார். இதில் சீர்திருத்தக் கிறித் துவம் கத்தோலிக்கத்தைவிட பன்மடங்கு அதிகமான சமயநூல்களுக்கு அச்சிட்டிருப்பதைக் காண்கிறோம். இதற்கு மூல வளத்தை உருவாக்கியவராக சீகன்பால்கு அமைகிறார். தமிழ் அச்சுப் பண்பாட்டு வரலாற்றைக் கட்டமைக்கும்போது, அதில் பர்த்திலோமியா சீகன் பால்குவின் வகிபாகம் முதன்மையாக அமைவதைக் காணமுடிகிறது.

தமிழில் முதற் நூற்பட்டியலை உருவாக்கியவர் சீகன்பால்கு ஆவார். தரங்கம்பாடியில் சுமார் 300 நூல்கள் (பெரும்பகுதி ஓலைச்சுவடிகள்) அடங்கிய நூலகம் ஒன்றை அவர் தமது இறுதிக் காலத்தில் உருவாக்கியிருந்தார். அந்நூல்களின் பாதுகாப்புக் கருதி கோபர்கென் நூலகத்திற்கு அனுப்பி வைத்தார். அனைத்து நூல்களையும் அனுப்பி வைத்தாரா? அல்லது தெரிவு செய்யப்பட்ட சில நூல்களை மட்டும் அனுப்பினாரா? என்பதை அறிந்து கொள்ள முடிய வில்லை. அவ்விதம் அவர் அனுப்பிய நூல்களுக்கான குறிப்புகளுடன் கூடிய அட்டவணை ஒன்றை அவர் உருவாக்கியுள்ளார். அந்த அட்டவணையில் 112 நூல்கள் தொடர்பான விவரங்கள் உள்ளன. சீகன்பால்கு அவர்கள் தமிழில் எந்தெந்த நூல்களை வாசித்தார் என்பதை இதன் மூலம் அறிந்து கொள்ள முடிகிறது. "A Catalogue of Malabari Books" என்னும் இப்பதிவில் முதல் நூலாக தொல்காப்பியம் அமைந்துள்ளது. அரிஸ்டாட்டிலின் கவிதை இயல் போன்றது தொல்காப்பியம் என்று குறித்துள்ளார். மூன்றாவது நூலாக நன்னூல் அமைந் துள்ளது. தமிழ் இலக்கண மரபை அறிந்துகொள்ள நன்னூல் உதவும் என்று குறித்துள்ளார். திவாகர நிகண்டு பற்றிய குறிப்பு இடம்பெற்றுள்ளது. திருக்குறள் என்ற குறிப்பு இல்லை; ஆனால் திருவள்ளுவர் என்ற குறிப்பு ஏழாவது வரிசையில் இடம்பெற்றுள்ளது. தமிழர்கள், திருவள்ளுவர் எழுதிய நூல் குறித்து பெருமையுடன் பேசுகிறார்கள் என்று குறிப்பிட்டுள்ளார். திருவள்ளுவர் எழுதிய நூலை சமூகத்தில் செல்வாக்காக உள்ள அனைவரும் தங்கள் கைவசம் வைத்திருப்பதாக எழுதுகிறார். கிறித்தவ தொண்டர் தாமஸ் இருந்த இடத்திலேயே (மைலாப்பூர்) திருவள்ளுவர் வாழ்ந்தார் என்ற குறிப்பையும் தருகிறார்.

சிந்தாமணி காவியம் உரையோடு உள்ள பிரதி அவருக்குக் கிடைத்தது. அது பற்றியும் விரிவான குறிப்பைப் பதிவு செய்திருக்கிறார். திருத்தக்கதேவர் குறித்தும் பரிமேலழகர் குறித்தும் இப்பகுதியில் எழுதியுள்ளார். கந்தபுராணம் உரையுடன் கூடிய பிரதி அவருக்குக் கிடைத்தது. அது குறித்தும் மிக விரிவாக எழுதியுள்ளார். இதில் பேசப்படும் கற்பனைக் கதைகளை விமர்சனம் செய்துள்ளார்.

இவ்வகையில் தமிழின் மிக முக்கியமான நூல்களின் சுவடிப் பிரதி சீகன்பால்கு அவர்களுக்குக் கிடைத் திருக்கிறது. இவற்றை எல்லாம் ஓலையிலிருந்து மாற்றித் தாளுக்குக் கொண்டு வர வேண்டும் என்று கருதினார். தரங்கம்பாடியில் அச்சுக் கூடம் உருவாக்குவதற்கு முதற்காரணம், அரிய தமிழ் நூல்களை அச்சு வடிவில் கொண்டுவர வேண்டும் என்-

பதே. இவ்வகையில் தமிழ் அச்சுப் பண்பாடு வளம்பெற பலவகையில் உழைத்தவர் சீகன்-பால்கு.

12. தமிழ் இதழியல் வரலாறு (1842-1950): ரோஜா முத்தையா நூலகத் தரவுகள்

நூல்களைத் தளமாகக் கொண்டு தமிழிலக்கிய வரலாற்றினை நோக்கும் இயல்பு நம்மிடையே இருந்து வந்துள்ளது. இலக்கிய வரலாறென்பது அந்த மொழியில் எழுதப்பட்ட எல்லா எழுத்-துக் களினதும் வரலாறு ஆகும். கி.பி. 18ஆம் நூற்றாண்டுக்குப் பிறகான வரலாறு என்பது தமிழிலக்கிய வரலாற்றில் பல மாற்றங்களைக் கொண்டுவந்து சேர்த்தது.

காலனிய ஆட்சிக்காலத்தில் அச்சு ஊடகத்தின் வருகையால் அச்சுப் பண்பாடு உருப்பெ-றத் தொடங்கியது.அதாவது, தமிழில் முன்னர் நிலவாத இரு முக்கிய மாற்றங்கள் நிகழ்ந்தன. ஒன்று அனைவருக்குமான கல்வி, இரண்டாவதாகத் தொழில்முறை மாற்றங்கள். இவற்றில் கல்வி சார்ந்து உருவான எழுத்தறிவு, அது சார்ந்த வாசிப்புமுறை இவற்றின் அடிப்படை-யில் தமிழிலக்கிய வரலாறு பல்வேறு பரிணாமங்களை அடைந்தது. அதனூடாக எழுத்தறிவு வளர்ச்சிபெறத் தொடங்கியதுடன் இரு வாசிப்பு நிலை உருவாகியது.

காத்திரமான வாசிப்பு நிலை, ஜனரஞ்சக வாசிப்பு நிலை. இவ்விரு வாசிப்பு நிலையும் நம் சமூகத்தில் மிகப்பெரிய மாற்றங்களைக் கொண்டு வந்தது. அதன் பின்னணியில் அச்சு சார்ந்த செயல்பாடு தீவிரமடையத் தொடங்கின. பிரித்தானிய ஆட்சிக்காலத்தில் கிறித்து-வப் பாதிரிமார்களின் பணியையும், சேவையையும் உள்வாங்குதல் அவசியம். சமயப்பணியை முதன்மையாகக் கொண்டு செயல்படத் தொடங்கிய இவர்கள் பள்ளிக்கூடங்களை உருவாக்-கியதன் மூலம் ஒரு சாராரே பெற்று வந்த கல்வியை மற்ற பிரிவினரைப் பெறச்செய்ததன் மூலம் எழுத்தறிவைப் பரவலாக்கம் செய்கின்றனர். இவை ஒருபுறமிருக்க, அச்சு ஊடகத்தின் மூலம் தொடக்கக் காலகத்தில் கிறித்துவச் சமயக் கருத்துக்களும் கொள்கைகளும் சிறுபிரசு-ரங்களாகவும் துண்டறிக்கைகளாகவும் அச்சிடப்பட்டு விநியோகிக்கப்பட்டன.

இந்தப் பின்புலத்தில் தமிழில் உருவான அச்சிதழ்களின் வரலாற்றையும் அவற்றின் ஊடாகப் பெறப்படும் விடயங்களை உள்வாங்குதல் எளிது.

இதழ்களின் அடிப்படை தரவுகளைப் பட்டியலிடாமல், ஒட்டு மொத்த இதழியல் வரலாற்றை விரித்துரைக்காமல்(உலகளவில் இதழ்களின் தோற்றம்), தமிழ் இதழியல் வரலாற்றை மீள்வாசிப் பிற்கு உட்படுத்தியும், அதன்மூலம் உருபெறும் தமிழியல் வரலாறு குறித்தான நுண்ணாய்வாகவும் அமைகிறது. 'தமிழ் இதழ்கள் தோன்றிய நாள்முதல் இன்று-வரை ஒருமித்து ஒருசேரத் தொகுத்திருக்கும் ஒரு நூல்நிலையத்திடமோ தனியார் இடமோ காணக்கிடைக்கவில்லை' என்று மா.சு.சம்பந்தன் கூறியதற்கு எதிர்நிலையில் ரோஜா முத்-தையா செட்டியாரும் அவருக்குப் பின் ரோஜா முத்தையா ஆராய்ச்சி நூலகமும் செயல்பட்-டிருப்பதைப் பிரதானமாக இங்கு முன்வைக்கப்படலாம்.

ரோஜா முத்தையா சேகரித்த இதழ்களும் அவற்றின் ஊடாக பெறப்படும் தமிழியல் ஆய்-விற்கான ஆதாரங்களின் மீதான கவன ஈர்ப்பாகவே இதனைக் கருதலாம். தமிழ் இதழியல் வரலாறு குறித்துக் காண்பதற்கு முன் 'இதழ்' என்ற சொல் செய்திப் பத்திரிகைகள், சஞ்சி-

கைகள் ஆகிய இரண்டையும் பொதுப்படக் குறிப்பதாக உள்ளது. சஞ்சிகைகளையும் நாளிதழ்களையும் மிகத் துல்லியமாகப் பிரித்து நோக்க வேண்டும். நாளிதழ்க்கும் சஞ் சிகைக்குமான தொடர்பியல் வேறுபாடுகளையும் அவதானித்துக் கொள்ளல் வேண்டும்.

தமிழ் இதழியல் வரலாறு என்பது கி.பி.19 நூற்றாண்டு முற்பகுதியில் தொடங்கி இன்றுவரை நீடித்துவந்திருப்பதைக் காணலாம். சுமார் 170 ஆண்டுகால இவ்விடைப்பட்ட காலங்களில் ஆயிரக்கணக்கான இதழ்கள் தோன்றியும் மறைந்தும் வந்து கொண்டிருக்கின்றன.

ஒரு இதழைத் தொடங்கி நடத்தி வருவதில் பல்வேறு சிக்கல்கள் ஏற்பட்டுள்ளன. அவ்வாறு வந்த இதழ்களை ஒருசேரத் தொகுத்து, பாதுகாப்பது என்பது அரசு சார்ந்த ஆவணக்காப்பகம் மட்டுமே முழுமையாகச் செய்யக்கூடிய ஒன்று. ஆனால், ரோஜா முத்தையா ஆராய்ச்சி நூலக அடைவில் (கணினி மூலமான பதிவில்)1842 தொடங்கி இன்று வரை சுமார் 3000த்திற்கும்(தமிழ், ஆங்கிலம் இரண்டும் சேர்த்து) மேற்பட்ட இதழ்களின் பட்டியலைப் பார்க்க முடியும்.

இதில் தமிழ் இதழ்கள் மட்டும் சுமார் 2500க்கும் மேற்பட்டவை. அவ்வெண்ணிக்கை என்பது சாதாரண விடயமாக எடுத்துக்கொள்ள முடியாது. தமிழ் இதழியல் வரலாற்றை மீள் கட்டமைப்பதற்கான தளமாக இந்நூலகம் விளங்கும் என்றால் அது மிகையாகாது. அவ்வனைத்து இதழ்களின் பெயர்களைப் பட்டியலிடுவது என்பதோ அல்லது அவற்றின் அடிப்படைத் தரவுகளை விவரணமுறையில் இங்கு கொடுப்பது என்பதோ சாத்தியமில்லாத ஒன்று. எனவே இந்நூலகச் சேகரிப்பின் ஊடாக இதுவரை அறியப்பட்டு வந்த இதழியல் வரலாற்றின் ஆய்வுக்கோப்புகள் குறித்தும் இனி எதிர்காலத்தில் உருவாக்கப்பட வேண்டிய தமிழ் இதழியல் வரலாற்றிற்கான ஆய்வுக் களங்கள் குறித்தும் எடுத்தியம்புவது இக்கட்டுரையின் நோக்கம்.

இந்நூலகச் சேகரிப்பில் 1842இல் வெளிவந்தது முதல் இன்று வரையுள்ள அனைத்து இதழ்களையும் ஆராயவில்லை. தொடக்க கால இதழ்களின் மையப்போக்கு அக்காலக்கட்டங்களில் உருவான சமூகச் சிக்கல்கள் காலனிய ஆட்சிக்காலத்தில் இந்திய விடுதலைக்கு முன்பான காலகட்டம் எழுந்து இதழ்களின் போக்குக்குகள் மட்டுமே இங்கு முன்வைக்கப்படுகிறது.

ரோஜா முத்தையா ஆராய்ச்சி நூலகச் சேகரிப்பில் 1842 முதலே பதிவுகள் காணப்படுகின்றன. 1842 முதல் 1899 ஆம் ஆண்டு வரையிலான இதழ்களின் எண்ணிக்கை மிகக் குறைவே. இந்த ஐம்பத்தேழு ஆண்டுகளில் 14 இதழ்கள் மட்டுமே இச்சேகரிப் பில் இடம்பெற்றுள்ளன. ஆனால் இவை மீதான பதிவுகள் என்பது வரலாற்றில் மிகக் குறைவே. 1900 முதல் 1942 வரையிலான காலக் கட்டத்திலேயே அதிகளவில் இதழ்கள் தோற்றம் பெற்றுள்ளன. சுமார் 400க்கும் மேற்பட்ட இதழ்களின் பெயர்களைப் பட்டியலிட முடியும். ஒரு நூற்றாண்டுக் கால அளவில் இதழ்களின் போக்கைக் கீழ்க்கண்டவாறு பகுத்துக்கொள்ளலாம்.

- கிறித்துவ சமய இதழ்கள்
-- பெண்கள் நடத்திய இதழ்கள்
-- சைவம் / வைணவம் சார்ந்த சமய இதழ்கள்
-- தமிழ்ச்சங்கங்களின் வாயி லாக வெளி வந்தவை.
-- இந்திய விடுதலையை முன்நிறுத்திய இதழ்கள்.
-- மொழி, தமிழ்தேசீயம் தனித்தமிழ் சார்ந்த இதழ்கள்

- - பகுத்தறிவு இதழ்கள்
- - இந்துத்துவ சாதீய இதழ்கள்
- - விளிம்புநிலை சார்ந்த இதழ்கள்
- - வெகுசன, அறிவியல், மருத்துவ இதழ்கள்
- அயலக_புலம்பெயர்ந்தோர் இதழ்கள்

என இவ்வாறு சில புரிதலுக்காக 1842 முதல் 1942 வரையிலான இதழ்களின் பின்புலத்தை வகைப்படுத்தலாம். இவ்வாறான பகுப்பு முறை அவ்விதழ்களின் அரசியல் கருத்தாக்கங்களை அடிப்படையாகக் கொண்டும், அவை வெளிவந்த மட்டங்கள் சார்ந்த புரிதலின் அடிப்படையிலேயே பகுத்துக் கூறப்பட்டுள்ளன.

ஒரு நூற்றாண்டு கால இதழியல் வரலாற்றை ஒட்டுமொத்தமாக வைத்துப் பார்க்கும்போது சில வினாக்களை முன்வைக்க வேண்டியுள்ளது.

பெண் இதழியலாளர்கள் குறித்தும் காலனிய காலகட்டத்தில் பெண்களுக்கான கல்வி என்பது முன்வைக்கப்பட்டது. குறிப் பாக பெண்களுக்கான இதழ்களும் பெண்களே இதழ்களை நடத்தியும் வந்துள்ளனர். இதழி யல் வரலாற்றில் இன்று பெண்களால் நடத்தப் படும் இதழ்கள் குறைவே. பெண்ணியம் குறித்து தீவிரமாகப் பேசப்பட்டு வரும் நிலையில் பெண்கள் இதழ்களை ஏன் நடத்தவில்லை? என்பது காத்திரமாக முன்வைக்க வேண்டிய கேள்வி.

- 1900க்குப் பிறகே பெரும்பாலான இலக்கிய இதழ்களும் வெளிவரத்தொடங்கின. இவை பாடசாலையின் வருகையால் என்பது ஒருபுறமிருந்தாலும் இதழியல் தடைச்சட்டம் வந்தபிறகு பெரும்பாலான இதழ்கள் தங்களை இலக்கி யம், சமயம், சாதியம் சார்ந்து மாற்றிக்கொண்டன.

- இரண்டாம் உலகப்போர் காலக்கட்டங்களில் ஏற்பட்ட தாள் தட்டுப்பாடு களில் பெரும்பாலான இதழ்கள் நின்றுவிட்டன. இருப்பினும் ஒரு சில சமூகம் பிரித்தானிய அர சிடம் கொண்ட உறவால் தங்களின் இதழ்களைத் தடையற வெளியிட்டனர். குறிப்பாக அதில் நகரத்தார் சமூகத்தின் செயல் போக்கு ஊன்றி கவ னிக்கத் தக்கது. பார்ப்பனிய, வேளாள சமூகத்திற்குப் பிறகு தங்களை பலதுறைகளிலும் நிலை நிறுத்திக் கொண்டவர்கள். பதிப்புத் துறையிலும் இதழியல் துறையிலும் வடிவ ரீதியாகவும் வியாபார ரீதியாகவும் பெரும் மாற்றங்களை கொண்டு வந்தனர்.

இவ்வாறு தொடக்ககால இதழ்களின் செல்நெறிகளை மேலோட்டமாக முன்வைத்த பின்னர் தமிழ் இதழியல் வரலாற்றைக் கட்டமைப்ப தில் ரோஜா முத்தையா ஆராய்ச்சி நூலகம் எவ்வாறான செயல்பாடுகளை மேற்கொண்டுள்ளது என்பதைக் காணலாம். ரோஜா முத்தையா செட்டியாருக்குப் பிறகான இதழ்களின் சேக ரிப்பு என்பது அந்நிறுவன செயல்பாடுகளில் அளவிடற்கரியது. ஆனால், இத்தொகுப்பில் இதழ்கள் அனைத்தும் முழுமை பெற வில்லை. அதாவது ஒரு இதழின் ஆரம்பம்முதல் இறுதிவரை முழுத் தொகுப்பும் இல்லை. இந்நூலகச் சேகரிப்பில் விடுபடல்கள் உள்ளன. 3000 இதழ்களில் ஒரு தலைப்பிலான இதழ்கள் கூட முழுமையாக இல்லை என்று உதவி நூலகர் திருமதி. மாலா அவர்கள் தெரிவித்தனர்

ஆனால், அவை எதிர்காலத்தில் அவ்வாறான சிக்கல்கள் ஏற்படாது என்பதை அந்நூலகச் செயல்பாடுகள் நம்பிக்கையை ஏற்படுத்துகின்றன. குறிப்பாக Library Survey

மூலம் விடுபட்ட அனைத்து இதழ்களும் சேகரிக்கப்பட்டு வருகிறது. இந்தச் செயல்பாடு தமிழ் இதழியல் வரலாற்றை கட்டமைப்பதற்கான தளமாகத் திகழ்வதற்கான அவதானிப்பு ஆகும்.

மேலும், இதழ்களை அடைவுப்படுத்துவதோடு இதழ்களில் வரும் கட்டுரைகளையும் அடைவுப் படுத்தி வருகின்றனர். இவ்வாறான பணிகள் இதழியல் ஆய்வாளர்களின் ஆய்வுக் களத்தை விரிவுபடுத் துணைபுரியும்.

இதழியல் தொகுநிலை ஆய்வுகளும் நவீன தமி ழிலக்கியத்திற்கான முக்கிய ஆக்க வடிவங்களான சிறுகதை, நாவல், கவிதை, ஆகியனவற்றின் வரலாறு தொக்கி நிற்பதை இக்கூறுகள் உணர்த்துகின்றன.

வெகுசன இதழ்களின் மீதான ஆய்வுகள் என்பது கொண்டுள்ள வாசக மட்டங்களையும் உள்ளடக்கியதாகவே நிகழ்த்தப்பட வேண்டும். மேலும், அவற்றின் ஊடான விளம்பரங்கள் , குறிப்புகள் போன்ற வெகுசன மற்றும் வியாபாரம் இவ்விரண்டின் உள்ளார்ந்த விடயமாகக் கொள்ளல் வேண்டும். இலங்கை, மலேசியா, சிங்கப்பூர், போன்ற அயல்நாடுகளில் தமிழ் இதழியல் வளர்ந்த வரலாற்றிற்கான ஆதாரங்கள் சேகரிக்கப் படவில்லை அல்லது குறைந்தளவே சேகரிக்கப்பட்டுள்ளன எனறே செல்ல வேண்டும்.

இவையனைத்தையும் ஒன்றாகச் சேர்த்துக் காண்கையில் தனி மனித சேகரிப்பின் ஊடாக நிகழ்ந்த வரலாற்று ஆவணங்களின் மீட்டுருவாக்கத்தின் குறியீடும், நிறுவனமயமாக்கப்பட்டதன் எதிர்விளைவாகக் கணினி பயன்பாட்டின் ஊடான தமிழியல் மற்றும் இதழியல் ஆய்வுப் போக்குகளை மாற்று வழிகளை நோக்கிச் செலுத்தவும் ரோஜா முத்தையா ஆராய்ச்சி நூலகத்தின் மீதான கவன ஈர்ப்பாக இக்கட்டுரையைக் கொள்ளலாம்.

பின்னிணைப்பு

ரோஜா முத்தையா ஆராய்ச்சி நூலக அடைவிலுள்ள 1842 - - 1942 வரை வெளிவந்த இதழ்களில் தேர்ந்தெடுக்கப்பட்ட இதழ்களின் பட்டியல் மட்டுமே இங்கு கொடுக்கப்பட்டுள்ளது.

இதழ் தொடக்க ஆண்டு

உதயதாரகை 1841/தத்துவபோதினி 1864
ஜநவிநோதிநி 1869/தத்துவவிவேசினி 1886
மாதர் மித்திரி 1887/விவேகச் சிந்தாமணி 1891
மாதர் மனோரஞ்சனி 1899/விவேகபாநு 1901
ஞானசாகரம் 1902/செந்தமிழ் 1902
பிரஜாநுகூலன் 1904/நல்லாசிரியன் 1905
தமிழகம் 1905/ஒரு பைசாத் தமிழன் 1907
விவேகபோதினி 1908/வேதாந்த தீபிகை 1911
வைசியமித்திரன் 1911/பெண்கல்வி 1912
சிந்தாந்தம் 1912/ஞானபாநு 1913
வன்னிகுல மித்திரன் 1913/கலைமகள் 1913
நாட்டுக்கோட்டை வைசியம் 1914
வைத்திய கலாநிதி 1914/வர்த்தகமித்திரன் 1915
சைவம் 1915/ஆனந்தபோதினி 1915

விவேகோதயம் 1916/மனோரஞ்சனி 1917
தமிழர் நேசன் 1917/நாவல் 1917
தருமசீலன் 1918/பாலவிநோதினி 1918
தமிழ்நாடு 1920/தனவைசிய ஊழியன் 1920
தத்துவ இஸ்லாம் 1921/தாருல் இஸ்லாம் 1922
குமரன் 1922/புஸ்தக சமாச்சாரம் 1922
செந்தமிழ்ச் செல்வி 1923/ஆரோக்கிய தீபிகை 1924
சிந்தாமணி 1924/பஞ்சாமிர்தம் 1924
பாலபாரதி 1924/தமிழர் 1925/குடிஅரசு 1925
தமிழ்ப்பொழில் 1925/கருணிகமித்திரன் 1925
ஆனந்தவிகடன் 1926/அருட்பிரகாசம் 1927
சிவநேசன் 1927/கள்வர் கோமான் 1928
கலாநிலயம் 1928/சுதேமித்திரன் 1929
வீரசைவம் 1929/யாதவமித்திரன் 1929
விமோசனம் 1929/செந்தமிழ்ப்பாநு 1929
பித்தன் 1929/தனவணிகன் 1930
சுதந்திரச் சங்கு 1930/ஈழகேசரி ஆண்டு மடல் 1930
காந்தி 1931/குலாலமித்திரன் 1931
கலைமகள் 1931/பிரசண்டவிகடன் 1933
சந்ரோதயம் 1933/நாரதர் 1933
மணிக்கொடி 1933/சித்தர் களஞ்சியம் 1934
தமிழ்ப்பெருமாட்டி 1934/கொங்குமலர் 1934
கைத்தொழில் 1934/புதுஉலகம் 1935
சினிமா உலகம் 1935/ஆடல் பாடல் 1935
பகுத்தறிவு 1935/ஸில்வர் ஸ்கிரீன் 1936
பாலர் கல்வி 1936/மாதர் மறுமணம் 1936
சினிமா ரஸிகன் 1936/ஜெயபாரதி 1936
கிரஹலக்ஷ்மி 1937/ஜோதி 1937
குடிநூல் 1937/வானொலி 1938
தமிழ் விவசாய சஞ்சிகை 1938
சக்தி 1939/காவேரி 1941
கல்கி 1941/கலாமோகினி 1942
வசந்தம் 1942
மொத்த இதழ்கள்: 92

(கணேஷ் சென்னைப் பல்கலைக்கழகத்தில் ஆய்வில் நிறைஞர் பட்டம் பெற்றவர். ரோஜா முத்தையா ஆராய்ச்சி நூலகத்தில் திட்ட உதவியாளராகப் பணிபுரிகிறார்.)

2

வீரகேசரி பிரசுர நாவல்கள்

-ஒரு பொது மதிப்பீடு!

கலாநிதி நா.சுப்பிரமணியன்

தமிழ் நாவல் நூற்றாண்டு நிறைவையொட்டி இழத்துத் தமிழ் நாவல்களின் நூல்விபரப் பட்டியலொன்று தயாரிக்கும் முயற்சியிலீடுபட்டிருந்த வேளையில், தகவல் தோட்ட எல்லைக்-குட்பட்ட நாவல்களில், 'ஒரு பிரசுரக்கள'த்தின் வெளியீடுகள் என்ற வகையில் வீரகேசரி பிரசுரங்கள் குறிப்பிடத்தக்க எண்ணிக்கையில் அமைந்திருந்தமையை அவதானிக்கக் கூடிய-தாக இருந்தது. கடந்த சுமார் தொண்ணூறாண்டுக் காலப்பகுதியில் (1885-1976) ஈழத்தில் நூல் வடிவில் வெளியிடப்பட்ட தமிழ் நாவல்களின் மொத்தத்தொகையில் இருபது வீதத்-துக்கு மேற்பட்டவை வீரகேசரி பிரசுரங்கள். கடந்த ஏழாண்டுக் காலப்பகுதியில் நூல் வடிவில் வெளிவந்த எண்பத்தைந்து நாவல்களில் நாற்பத்தைந்து நாவல்கள் வீரகேசரி பிரசுரங்களாக-வும், பதின்மூன்று நாவல்கள் வீரகேசரியின் துணை வெளியீட்டு நிறுவனமான 'ஜனமித்திரன்' பிரசுரங்களாகவும் அமைகின்றன என்ற உண்மை, அண்மைக்காலத்தில் நாவல் வெளியீட்-டுத்துறையிலே வீரகேசரி நிறுவனம் வகிக்கும் முக்கியத்துவத்தை உணர்த்துவதாக அமைகின்-றது. இலக்கியத்தரம் என்பது புள்ளிவிபரத்தை அடிப்படையாகக் கொண்டதல்ல வெனினும் வெளியீட்டுச் சாதனத்தின் தாக்கத்தைக் கருத்திற் கொள்ளாமல் மதிப்பிடக் கூடியதுமல்ல. இவ்வகையில், ஈழத்துத் தமிழ் நாவல் வரலாற்றிலே, கடந்த சுமார் ஐந்து ஆண்டுக் காலத்-தின் வரலாற்றுப் போக்கினை நிர்ணயித்துள்ள காரணிகளுள் ஒன்றாக வீரகேசரி புத்தக வெளியீட்டுத்துறை இயங்கிவந்துள்ளதென்பது மிகையுரையல்ல. சமகால இலக்கியப் போக்-கைப் புரிந்து கொள்ளும் முயற்சி என்ற வகையில் வீரகேசரி பிரசுர நாவல்களைப் பொதும-திப்பீடு செய்வதாக இக்கட்டுரை அமைகின்றது.

பிரசுரக்களம்: கலைப்படைப்பை ரசிகனிடம் இட்டுச் செல்வது வெளியீட்டுச்சாதனம். எழுத்தாளனின் கற்பனையில் உருவாகிக் கையெழுத்துப் பிரதியாக மாறும் படைப்பு அச்சு-வாகன மேறி நூல்வடிவில் வெளிவரும் பொழுதே எழுத்துலகத்தின் கவனத்தைக் கவருகின்-றது. எழுதுவது எழுத்தாளனின் கலை@ பிரசுரிப்பது வெளியீட்டாளரின் தொழில், ஈழத்துத்

தமிழ்நாவலின் வரலாற்றிலே கடந்த சுமார் ஐந்தாண்டுகட்கு முன்வரை எழுத்தாளனே பிரசுரிப்பாளனாகவும் தொழிலாற்ற வேண்டிய துர்ப்பாக்கிய நிலை நிலவியது. எழுத்தார்வத்தின் காரணமாக, சீதனப் பணத்தை அல்லது மனைவியின் நகைகளைத் தியாகம் செய்து இலக்கியப் பணிபுரிந்த வரலாறுகள் பல. வசதிபடைத்த ஒரு சிலர் தமிழ் நாட்டில் பிரபல வெளியீட்டாளர்களின் துணையுடன் தமது படைப்புக்களை வெளிக் கொணர்ந்தனர். வசதியெதுவுமற்ற நிலையில் கையெழுத்துப் பிரதிகளாகவே தமது படைப்புக்களை வைத்துக்கொண்டு 'அஞ்ஞாத வாசம்' புரிந்த நாவலாசிரியர்கள் பலரையும் நாமறிவோம். சொந்தச்செலவில் நாவல்களை வெளியிட்டவர்கள் அவற்றை வாசகரிடையில் கொண்டுசெல்வதற்கான வியாபார வசதியற்றவர்களாக இருந்தனர். அத்துடன் தமிழ் நாட்டிலிருந்துவரும் மலிவு விலைப் புத்தகங்களுடன் வியாபார ரீதியில் ஈழத்து எழுத்தாளர்களின் படைப்புக்கள் போட்டியிட்டு வாசகர்களது கவனத்தைக் கவர முடியாதிருந்தது.

எழுபதில் நிகழ்ந்த அரசியல் மாற்றத்தினையடுத்து, தேசிய இலக்கிய உணர்வு வலுப்பெற்றபோது ஈழத்துத் தமிழிலக்கியத்திலே 'சுய தேவைப் பூர்த்தி' ஒரு முக்கிய பிரச்சினையாயிற்று தனிப்பட்ட எழுத்தாளர்களின் முயற்சியாக ஆண்டு ஒன்றுக்கு இரண்டு அல்லது மூன்று நாவல்களே நூல்வடிவில் வெளிவரக் கூடிய நிலை காணப்பட்டது. நாடறிந்த நாவலாசிரியர்கள் பலரும், தொடர்கதைகளின் மூலம் நாவலிலக்கியத் துறையில், அடியெடுத்து வைத்தவர்களும் நூற்பிரசுரத்துறையிற் சிந்தனை செலுத்தமுடியாத அளவுக்கு அச்சுக்கூலியும் தாள் விலையேற்றமும் அச்சுறுத்தின. சிறுகதை எழுதி, அதன்மூலம் பெற்ற அனுபவ ஆர்வத்துடன் நாவல் எழுத முயன்ற இளம் எழுத்தாளர்களின் ஊக்கமும் மேற்படி சூழ்நிலையால் மட்டுப்படுத்தப்பட்டிருந்தது. இத்தகையதொரு சூழ்நிலையிலேதான் வீரகேசரி நிறுவனம் புத்தகப் பிரசுர முயற்சியில் கவனம் செலுத்தியது.

ஈழத்து வாசகரிடையில், ஈழத்து எழுத்தாளர்களைப் பிரபல்யம் அடையச் செய்வதும். ஈழத்து எழுத்தாளர்களது படைப்புக்களை விலைக்கு வாங்கி வாசிக்கும் பழக்கத்தை ஏற்படுத்துவதும், அஞ்ஞாத வாசம் செய்யும் எழுத்தாளர்களையும் இளம் எழுத்தாளர்களையும் வெளிக்கொணர்ந்து இயங்க வைப்பதும், ஈழத்தின் பலபாகங்களிலும் பரவியிருக்கும் வாசகர்களுக்குக் கையடக்க விலையில் நூல்களைக் கிடைக்கச் செய்வதும் ஆகிய முக்கிய குறிக்கோள்களை முன்வைத்து, தொடங்கப்பட்ட இம் முயற்சி வர்த்தகரீதியில் 'திட்டமிடப்பட்ட'தாகவும். காலத்தின் தேவைக்கு கைகொடுப்பதாகவும் அமைந்தது. முதலில் சிறு கதை, நாவல், நாடகம் ஆகிய பல்துறைகளிலும் நூல்களை வெளியிட முயன்றபோதிலும் சில பிரசுரங்களின் பின்னர் நாவல்களை வெளியிடும் நோக்கே முதன்மை பெற்றது. 1972 ஆம் ஆண்டில் தொடங்கிய வீரகேசரி பிரசுர முயற்சி ஆரம்பத்தில் ஆண்டொன்றுக்கு சுமார் ஆறு பிரசுரங்களாகத் தொடங்கி, அதிகரித்து வந்து இப்பொழுது மூன்றாண்டுகளாக ஆண்டு ஒன்றுக்குப் பத்து நாவல்கள் என்ற அளவில் விரிவடைந்துள்ளது.

கடந்த சுமார் ஐந்தாண்டுக் காலப்பகுதியிலே இருபத்தொன்பது எழுத்தாளர்களின் நாற்பத்தைந்து நாவல்கள் வீரகேசரி பிரசுரங்களாக வெளியிடப்பட்டுள்ளன. கே.வி.எஸ். வாஸ் (ரஜனி), க.குணராஜா (செங்கை ஆழியன்), கே.டானியல், க. அருள் சுப்பிரமணியம், வ.அ.இராசரத்தினம், அன்னலட்சுமி இராசதுரை, பா.பாலேஸ்வரி, கோகிலம் சுப்பையா, கே. எஸ். ஆனந்தன், அருள் செல்வநாயகம் ஆகிய நாடறிந்த நாவலாசிரியர்களின் எழுத்துக்-

கள் வீரகேசரிமூலம் பிரசுரமாகியுள்ளன. க.சொக்கலிங்கம் (சொக்கன்), பி.கே. இரத்தினசபாபதி (மணிவாணன்), உதயணன், பொ. பத்மநாதன் ஆகியோர் ஒரு சில தொடர் கதைகள் எழுதியதோடு அமைந்து, பின்னர் வீரகேசரி பிரசுரக்களத்தைப் பயன்படுத்தி நாவலாசிரியர்களானவர்கள்.வீரகேசரி பிரசுரமூலம் புதிதாக அறிமுகப்படுத்தப்பட்ட நாவலாசிரியர்கள் என்ற வகையில் அ. பாலமனோகரன், தெணியான், இந்துமகேஷ்.

நயிமா ஏ. பஷீர், எஸ். ஸ்ரீ ஜோன்ராஜன், வை. அஹ்மத், தெளிவத்தை ஜோசப், ஞானரதன், இந்திராதேசி சுப்பிரமணியம், கே. ஆர். டேவிட். வி. ஆர். நீதிராஜா, புரட்சிபாலன், கே. விஜயன் ஆகியோர் அமைகின்றனர். இவர்களைத்தவிர. உருதுமொழி நாவலாசிரியர் கிருஷன் சந்தர் காலஞ்சென்ற செ. கதிர்காமநாதனின் தமிழாக்கத்தின் மூலமும், சிங்கள நாவலாசிரியர் கருணாசேன ஜயலத் தம்பிஜயா தேவதாஸின் தமிழாக்கத்தின் மூலமும் தமிழ் வாசகர்களுக்கு அறிமுகமாயினர்.

வீரகேசரி நூற் பிரசுரக்களத்தைப் பயன்படுத்தி நாவல்களைப் படைத்த எழுத்தாளர்களுட் பலர் சமூக, பொருளாதார நிலையில் கீழ் நடுத்தர வர்க்கத்தினர். ஈழத்தின் பல்வேறு பிரதேசங்களையும் சார்ந்தவர்கள். தாம் பிறந்த மண்ணையும் மக்களையும் நேசிப்பவர்கள். இவர்களது நாவல்கள் ஒவ்வொன்றும் சுமார் நாலாயிரம் பிரதிகளுக்குமேல் வெளியிடப்பட்டு சுமார் எண்பதாயிரம் வாசகர்கள் வரை செல்கின்றன என அறிய முடிகின்றது. இத்தகைய வாசகர் பெருக்கம் தமிழ்நாட்டு நாவலாசிரியர்கள் பலருக்கு இல்லை என்பது சிந்திக்கற்பாலது. இப்பெருஞ்சாதனையை, திட்டமிட்ட விநியோக முயற்சிகள் ஈட்டித் தந்துள்ளன.

தமிழ் நாட்டில் 'ராணி முத்து' பிரசுரங்கள், மலிவுப் பதிப்பு என்றவகையில், நாடறிந்த நாவலாசிரியர்களின் பழைய நாவல்களின் மறுபிரசுரங்களாகவே வெளிவருகின்றன. உயர்ந்த பதிப்பில் தரமான நூல்களை வெளியிடும் 'வாசகர் வட்டம்' நாவல்களுடன் பல்துறை வெளியீடுகளிலும் கவனம் செலுத்திவருகின்றது. கலைமகள், ஆனந்த விகடன் ஆகிய சஞ்சிகை நிறுவனங்களும், வேறு பல பிரசுராலயங்களும் 'தத்தமக்கு அமைந்த' குறிப்பிட்ட சில 'பிரபல்யம்' பெற்ற நாவலாசிரியர்களது படைப்புக்களையே சுமார் இரண்டாயிரம் பிரதிகள் வரையில் வெளியிடுகின்றன. இத்தகையதொரு சூழ்நிலையிலே தமிழ் நாவல்களை வெளியிடுவதையே முக்கிய குறிக்கோளாகக் கொண்டு, ஈழத்தில் பல்வேறு பிரதேசங்களையும் சார்ந்த படைப்பாளிகளுக்கும் பிரசுரக் களமமைத்துக்கொடுத்து, பரந்ததொரு வாசகர் வட்டத்தை உருவாக்கிவரும் 'வீரகேசரி புத்தக வெளியீட்டுத்துறை'யின் பணி குறைத்து மதிப்பிடுவதற்குரியதொன்றல்ல. வெளியீட்டுக்காக நாவல்களைத் தேர்ந்தெடுக்கும்போது எழுத்தாளனின் 'பிரபல்ய'த்திற்குப் புறம்பாக எழுத்தின் தரமும் வாசகர் மத்தியில் கிடைக்கக்கூடிய வரவேற்புமே கவனத்திற்கு எடுத்துக்கொள்ளப்படுவதால் 'புதிய முகங்கள்' அறிமுகமாவதற்குரிய வாய்ப்பையும் விநியோகரீதியிலான வெற்றிவாய்ப்பையும் அதிகரிக்க முடிகிறது.

நாவல் வகைகள்: இப்பிரசுரங்களின் இலக்கியத்தரத்தை மதிப்பீட செய்வதற்கு. இவற்றைப் பண்படிப்படையில் வகைப்படுத்தி வரலாற்றுக் கண்ணோட்டத்தில் ஆராண்வது அவசியம். வரலாற்றுக் கற்பனை, மொழிபெயர்ப்பு ஆகியவகைகளில் அமையும் சில நாவல்களைத்தவிரப் பெரும்பாலானவற்றை இரு முக்கிய வகைகளில் அடக்கலாம். சமூகத்தை அதன் இயல்பான சூழலும், பிரச்சினைகளும் புலப்படும் வண்ணம் சித்திரிக்கும் கதைப்பண்பு கொண்டனவும், சமூக இயக்கப் போக்கை உணர்த்தும் வகையில் சமூகவர்க்கங்ளின் பிரதிநி-

திகளான கதைமாந்தரைப் படைத்து இயக்கிச் செல்லும் பண்பினவுமான நாவல்கள் முதல்வகையின. தனிமனித உணர்வுகளுக்கு முக்கியத்துவமளித்து அமையும் கதைப் பண்புடைய 'குடும்ப நாவல்'களும், சம்பவச் சுகை உடைய மர்ம நாவல்களும் இரண்டாவது வகையின. முதல்வகை நாவல்கள் 'யதார்த்த' அம்சமும் சமூக விமர்சன நோக்கும் கொண்டமைவன. இரண்டாவது வகை நாவல்கள் பொழுது போக்கு நோக்கத்தை முதன்மைப்படுத்தி உணர்ச்சி அம்சத்திற்கு உருவம் தருவன.

முதலாவது வகை நாவல்களை, அவற்றி;ன் கதையம்சத்திற்குக் களமாக அமையும் சமூகச் சூழலுக்கு ஏற்ப பிரதேச அடிப்படையில் வேறுபடுத்திநோக்குவது ஆய்வுக்குத் துணைபுரியும். இன்றைய தமிழ் நாவலின் புவியியற் பரிணாமத்தைக் கோடிட்டுக் காட்டுவதற்கும் இவ்வகை ஆய்வு அவசியம்.

ஈழத்தில் தமிழ்மக்கள் பெரும்பான்மையினராக வாழும் வடக்கு. கிழக்கு மாகாணங்களிலும் மலையகத்திலும் அவ்வப்பிரதேசச் சூழல் சார்ந்த காரணிகளுக்கிடையே வாழ்க்கை முறைகளிலும் பிரச்சினைகளிலும் குறிப்பிடத்தக வேறுபாடுகள் உள. குறிப்பிட்ட ஒரு பிரதேசத்தைச் சேர்ந்த எழுத்தாளன் அல்லது புதிய பிரதேசத்தில் தொழில் புரியும் வாய்ப்பைப் பெற்ற எழுத்தாளன் தன்னைச் சூழவுள்ள சமூகத்தைப் புரிந்து கொண்டு எழுத்தில் வடிக்க முயலும் போக்கு இன்று பெருமளவு காணப்படுகின்றது. சமூகப் பிரச்சினைகள் பற்றிய தேசியரீதியான கணிப்புக்கு பிரதேசரீதியான அவதானிப்புக்கள் அவசியம். இவ்வகையில் தேசிய உணர்ச்சி வலுவடைந்த, 1970 ஆம் ஆண்டை அடுத்த காலப்பகுதியில் ஈழத்துத் தமிழ் எழுத்தாளர்கள் பலரும் பிரதேசங்கள் பற்றிய கண்ணோட்டத்தை வளர்த்து வந்துள்ளனர். இவ்வகையில் வீரகேசரி பிரசுரங்களாக வெளிவந்த மேற்படி நாவல்களை யாழ்ப்பாணம், வன்னி, கிழக்கிலங்கை. மலையகம் ஆகிய நான்கு பிரதேசப் பிரிவுகளில் பொருத்தி நோக்கலாம்.

யாழ்ப்பாணப் பிரதேச நாவல்கள்: யாழ்ப்பாணப் பிரதேசப் பகைப்புலத்தில் எழுதப்பட்ட நாவல்களாக 'சொக்க'னின் செல்லம் வழி இருட்டு, சீதா, 'செங்கை ஆழியா'னின் வாடைக்காற்று, பிரளயம், இரவின் முடிவி 'தொணியா'னின் விடிவை நோக்கி.... கே. டானியலின் போராளிகள் காத்திருகின்றனர், ஞானரதனின் ஊடை உள்ளங்கள் ஆகியன அமைகின்றன. இவற்றுள் சீதா, பிரளயம், விடிவை நோக்கி மூன்று சமூகக் குறைபாடான சாதிப் பிரச்சினையைப் பொருளாகக் கொண்டவை. செல்லும் வழி இருட்டு, இரவின் முடிவு, ஊமை உள்ளங்கள் ஆகிய மூன்றும் பொருளாதாரப் பிரச்சினையைப் பொருளாகக் கொண்டவை. வாடைக்காற்று போராளிகள் காத்திருக்கின்றனர் ஆகியன முறையே நெடுந்தீவு, பாஷையூர் ஆகிய பிரதேசங்களின் மீனவர் சமூகத்தின் கதைகள்.

சாதிப் பிரச்சினையை மேலெழுந்தவாரியான சமரச உணர்வினாலோ அல்லது உணர்ச்சி வசப்பட்ட எழுத்தினாலோ தீர்க்கமுடியாது என்றும், அது உண்மையான, பகிரங்கமான, சுயநலமற்ற தியாகத்தின் மூலமே தீர்க்கப்படவேண்டும் என்றும் சீதா நாவலின் மூலம் வற்புறுத்தப்படுகின்றது. சாதி ஏற்றத்தாழ்வை உயர் சாதியினரின் கண்ணோட்டத்தில் நோக்கும் இந்த நாவலிலே தாழ்த்தப்பட்ட மக்களின் பிரச்சினைகளில் கவனம் செலுத்தப்படவில்லை. உயர் சாதியினரிடத்தில் அப்பிரச்சினை எழுப்பும் அலைகளையே சொக்கன் காட்டுகிறார். பகிரங்கமான, சுயநலமற்ற தியாகமெதுவும் நாவலிலே எவராலும் செய்யப்பட்டதாகத் தெரியவில்லை.

இதன்காரணமாக, சாதிப்பிரச்சினை பற்றிய கருத்துக்களைக் கூறும் இந்நாவல், கோழையான எழுத்தாளனொருவரின் 'தோல்வியுற்றதாக'லின் கதையாகவும். சக்களத்தி பெற்ற பிள்ளைக்குத் தனது பாலையூட்டி வளர்த்த தாய்மையின் கதையாகவும் அமைந்துவிடுகின்றது.

யாழ்ப்பாணப் பிரதேசக் கிராமப்புறமொன்றில் தாழ்த்தப்பட்ட சாதிப் பிள்ளைகளின் கல்வித் தேவைகளைப் பூர்த்திசெய்வதற்கு சமூகரீதியாக ஏற்படும் தடைகளையும், அவற்றிற்கெதிராக அவர்களது சமூகத்தவனான ஆசிரியனொருவன் போராட முயல்வதையும், அடையும் முன்னேற்றங்களையும் கூறுவதாக தெணியானின் விடிவை நோக்கி.... நாவல் அமைகின்றது. சமூக முக்கியத்துவம் வாய்ந்த இப்பிரச்சினை ஆழமாக ஆராய்ந்து சித்திரிக்கப்படவில்லை. "உரிமைகளைப் பெறும் போராட்டங்களில் இரு தரப்பினரிடத்தும் மனிதாபிமானமும், நிதானமும் வேண்டும் என்ற கொள்கையின் அடிப்படையில்" இந் நாவலை எழுதியதாகக் கூறும் ஆசிரியர் அந்த மனிதாபிமான, நிதான அம்சங்களை நாவலில் தெளிவாக்கத் தவறிவிட்டார். உயர் சாதியினரான தலைமையாசிரியரின் வியத்தகு மனமாற்றமும், கதையின் ஒருமைப்பாட்டுக்கு ஊறுவிளைவிக்கும் வகையில் அமையும் காதல் அம்சமும் நாவலைப் பாதித்துள்ளன. கதைப் பண்பு நிறைவு பெறவில்லை.

"ஒரு சமூகத்தின் விழிப்பையும் மாற்றத்தையும் பேசுகின்றது" என்ற குறிப்புடன் வெளிவந்த செங்கை ஆழியானின் பிரளயம் நாவல் முன்னர் 'சிரித்திரன்' இதழில் மயானபூமி என்ற தலைப்புடன் தொடர் கதையாக வெளிவந்தது. இந் நாவலின் களம் வண்ணார்பண்ணை. அங்கு சலவைத் தொழிலாளியாகவுள்ள ஒருவரின் குடும்பத்தில் நிகழும் மாற்றங்களை இந் நாவல் பேசுகின்றது. தாழ்வு மனப்பான்மையுடன் கூடிய சமூகக் கட்டுப்பாடுகளின் பிடியிலிருந்து விடுபட்டு முன்னேறத் துடிக்கும் ஒரு இளைய பரம்பரையின் கதை இது. கல்வியும் பிறதொழில் முயற்சிகளும் இதற்குப் பயன்படுகின்றன. உயர் சாதியினரால் இம் முயற்சிகட்கு எதிராக அடிக்கடி இன்னல்கள் இழைக்கின்றனர். அவற்றை நீக்கி அக்குடும்பம் முன்னேறுவதற்கு உயர் சாதியைச் சார்ந்த ஒருவனே கைகொடுக்கிறான்.

தமையன் செய்த துரோகத்திற்குப் பிராயச் சித்தமாகத் தன்னையே கொடுக்க முன் வரும் தம்பி மகாலிங்கம் வாசகர் நெஞ்சை விட்டகலாத பாத்திரமாகிறான். தனிமனித தியாகங்கள் சமூகமாற்றத்தை — பிரளயத்தை — ஏற்படுத்தவல்லனவல்ல வெனினும் சமூகமாற்ற உணர்வின் ஒரு பொறியாக மின்னும் இப்பண்புகள் அலட்சியப் படுத்தப்படக்கூடியனவல்ல. இந்நாவலில் 'பிரதேச' மண் வாசனையும் ஓரளவு காணப்படுகின்றதெனினும் சலவைத் தொழிலாளியின் குடும்பம், இயல்பான தன்மைகளுடன் சித்திரிக்கப்படாமல் ஒரு 'தூரப்பார்வை'யாகவே காட்டப்படுகின்றதெனலாம். இந்த நாவலுக்கு 1975ம் ஆண்டுக்கான சாகித்திய மண்டலப் பரிசு வழங்கப்பட்டதென்பது இங்கு குறிப்பிடத்தக்கது.

சாதிப் பிரச்சினையைப் பொருளாகக் கொண்டெழுந்த ஈழத்துத் தமிழ் நாவல்களில் செ. கணேசலிங்கனின் நீண்ட பயணம் (1965) போர்க் கோலம் (1970) கே. டானியலின் பஞ்சமர் (1972) ஆகியன முக்கியமானவை. இவை இப்பிரச்சினையை அணுகிய முறைக்கும் சீதா, விடிவை நோக்கி..., பிரளயம் ஆகியன அணுகிய முறைக்கும் குறிப்பிடத்தக்க வேறுபாடுண்டு, சமூக வர்க்கங்களோடு சாதி ஏற்றத் தாழ்வை இனங்கண்டு அதன் 'புரையோடிய' புன்மைகளை எதிர்த்த இயக்கரீதியாகத் திரண்டெழும் போராட்ட உணர்வை நீண்ட பயணம் சித்திரித்தது. போர்க்கோலம் அதன் தொடர்ச்சியாக அமைந்தது. பஞ்சமர் சிற்சில வேறுபாடு-

களுடன் அப்பணியையே செய்தது. சீதா நாவல் பிரச்சினையை ஆழமாக அணுகவில்லை. விடிவை நோக்கி... ஒரு கிராமப்புற சம்பவங்களைப் படம்பிடிக்க முயன்றதேயொழிய இயக்க ரீதியாக அணுகவில்லை. பிரளயம் இயல்பாக நிகழும் சமூக மாற்றத்தை ஒரு குடும்பத்தை உதாரணமாக வைத்துச் சித்தரிக்கின்றது. நீண்ட பயணம், போர்க் கோலம் ஆகியன எழு-தப்பட்ட காலத்தில் சாதிப்பிரச்சினை கொழுந்துவிட்டெரிந்தது. பஞ்சமார் நாவலின் கதை நிகழ்ச்சிகளும் அக்காலத்தனவே. எழுபதுக்குப் பின் அப்பிரச்சினை சமூகரீதியில் போராட்ட உணர்வை வலுப்படுத்தாமை காரணமாக சீதா முதலியவற்றிலே அணுகல் முறை வேறுபடு-கின்றதெனலாம். இம் மூன்று நாவல்களிலும் பிரளயம் ஓரளவு தரமானது. பொருளாதாரப் பிரச்சினைகள் என்ற வகையிலே கீழ் நடுத்தர வர்க்கம், தொழிலாள வர்க்கம் ஆகியவற்-றைச்சார்ந்த குடும்பங்களின் அன்றாட வாழ்க்கைப் பிரச்சினைகளையும், குடும்ப உறவுகள், மனித உணர்வுகள் என்பவற்றில் அப் பிரச்சினைகள் ஏற்படுத்தும் தாக்கத்தையும் சித்தி-ரிப்பனவாக செல்லும்வழி இருட்டு, ஊமை உள்ளங்கள், இரவின்முடிவு ஆகிய நாவல்கள் அமைகின்றன.

ஈழத்தில் பாடசாலைகளை அரசாங்கம் பொறுப்பேற்குமுன் (1961 க்கு முன்) சமயநிறு-வனங்களாலும் தனியாராலும் அவை நடத்தப்பட்ட சூழ்நிலையில் எழுதப்பட்ட கதை செல்-லும் வழி இருட்டு. அக்காலப் பகுதியில் பாடசாலை முகாமையாளர்களின் அடக்குமுறை ஆசிரியர்களை எந்த அளவுக்குப் பாதித்தது என்பதை இந்நாவலின் மூலம் சொக்கன் விப-ரிக்கிறார். ஏழை ஆசிரியனொருவன்இப்பாதிப்புக்களிலிருந்து தன்னை விடுவித்துக்கொண்டு எழுத்தாளனாக வாழ முன்வருகிறான். கற்பனாவாத முடிவுடன் அமைந்ததும் உளப்போராட்-டங்களுடன் கதைவளர்த்துச் செல்லப்பட்டதுமான இந்த நாவல் ஒரு குறிப்பிட்ட காலப் பகு-திக்குரிய சமூகப் பிரச்சினைகளைக்காட்டுகின்றதென்ற அளவிலே குறிப்பிடத்தக்கது. தினக-ரன் இதழில் தொடராக வெளிவந்து பல ஆண்டுகளுக்குப் பின் நூலுருப் பெற்ற நாவல் இது.

ஞானரதனின் ஊமை உள்ளங்கள் நாவல் வர்க்க முரண்பாடும் பொருளாசையும் உறவு-ணர்ச்சிகளை எங்ஙனம்பாதிக்கின்றன என்பதைக் காட்டுகின்றது. கிராமப்புறமொன்றில் இன்-றும் நிகழ்ந்துவரும் கதையாக இதைக்கொள்ளலாம். சந்திரசேகரனும் அகிலாவும் காதலர்கள். குடும்பத் தேவைகள் காரணமாக அந்தஸ்தை மீறி ஜெயராணியை மணம் முடித்த சந்திர-சேகரன் அவளின் அந்தஸ்து உணர்வினால் பாதிப்புக்குள்ளாகிறான். பல இன்னல்களுக்கு மத்தியில் அகிலா உழைத்து வாழ நேர்கிறது. கணவனை மதிக்காத ஜெயராணி இறுதியில் கீழிறங்கி வந்து இணைகிறாள். இந்நாவலில் கதைப் பண்பைவிட அதற்குக் களமாக அமைந்துள்ள சமூகத்தினதும் அதன் உறுப்பினர்களதும் இயல்பைச் சித்திரிக்கும் பண்பு குறிப்பிடத்தக்கது.

செங்கை ஆழியானின் இரவின் முடிவு என்ற நாவல் 'ஈழ நாடு' நாவல் போட்டியில் 'போராடப் பிறந்தவர்கள்' என்ற தலைப்புடன் பரிசு பெற்றுத் தொடராக வெளிவந்தது. சிற்சில மாற்றங்களுடன் நூலுருப் பெற்றது. இந்நாவலின் கதை யாழ்ப்பாணக் கிராமப்புற மொன்-றின் சுருட்டுத் தொழிலாளர் சமூகத்தைச் சித்திரிப்பது. வறுமையிலும் செம்மையாக வாழ முயகிறார் சுருட்டுத் தொழிலாளியான ஐயாத்துரை. கிடைக்காத ஆடம்பர வாழ்க்கைக்-காக ஏங்கும் மனிவி பாக்கியலெட்சுமி குடும்பப் பொறுப்பை அலட்சியம் செய்கிறாள். மூத்த

மகன் பொறுப்புக்களிலிருந்து விலகிச் சீரழிகிறான். தொடரான துன்பங்களின் முடிவில் மகள் மகேஸ்வரியும் இளைய மகன் சண்முகநாதனும் குடும்ப பாரத்தைச் சுமக்கின்றனர். தொழிலாளர் குடும்ப அவல வாழ்க்கையைக் காட்டும் இந் நாவலில் கதையம்சம் நிறைவு பெறவில்லை.

மேற்படி மூன்று நாவல்களும் கதையம்சத்தை விட சமூகத்தை அவற்றின் ஆசிரியர்கள் கண்ட வகையிலே காட்டிய அளவிலேயே குறிப்பிடத்தக்கன. சமூகப் பிரச்சினைகளின் பொருளாதார அம்சங்களையும், சமூக இயக்கப் போக்கையும் ஆழமாக நோக்கவில்லை. ஒரு வகையில் இம் மூன்று படைப்புக்களிலும் ஆசிரியர்களது 'முதிரா இளமை' புலப்படுகின்றதெனலாம்.

நெடுந்தீவுக் கடற்கரையின் மீனவ சமூகத்தினரையும் அங்கு மீன்பிடிக்க வரும் மீனவ சமூகத்தினரையும் கதை மாந்தர்களாகக் கொண்டு, அப்பிரதேசத்தின் இயற்கைச் சூழலின் பின்னணியில் புனையப்பட்ட காதல் கதையாக வாடைக் காற்று ஆசிரியரது எழுத்தாற்றலாற் சுவை பெறுகின்றது. மீன் பிடிப்பதில் சம்மாட்டிமாரிடையில் நிலவும் போட்டியும், உள்@ர்ப் பெண்கள் மீது அவர்கள் கொள்ளும் காதலுமே கதையை வளர்த்துச்சொல்கின்றன. இந்நாவலின் சம்வங்கள் இயற்கையுடன் பொருந்தவில்லை என்று பிரதேச மாந்தரது வாழ்க்கையுடன் இணையாமல் ஒரு வெளிப்புறக்காட்சிப் படப்பிடிப்பாகவே காணப்படுகின்றன என்றும் திறனாய்வாளர் கருதுவர். வாசகர் மத்தியில் பெரும் பரபரப்பையும் இந்நாவல் ஏற்படுத்தியது.

பாஷையூர்க் கடற்கரையின் மண் வாசனையும், கடல் வாசனையும் புலப்படும் வண்ணம் எழுதப்பட்ட, கே. டானியலின் போராளிகள் காத்திருக்கின்றனர் நாவல் 1958ம் ஆண்டைப் பின்னெல்லையாகக் கொண்ட சுமார் இருபதாண்டுக்கால சம்பவங்களைக் கொண்ட கதை. தொழில் திறன், குடும்ப உறவு, காதல், வர்க்க உணர்வு என்ற பல்வேறு அம்சங்களையும் கொண்ட பல கதைகளின் இணைப்புருவமான இந் நாவலின் கதைப் பண்பில் ஒருமைப்பாடில்லை. ஆசிரியர் சார்ந்துள்ள வர்க்க உணர்வு நாவலில் சிறப்புறச் சித்திரிக்கப்படவில்லை என்ற குறை கூறப்படுகின்றது. பேச்சுவழக்குமொழி, தொழில் நுணுக்க விவரணம், பிரதேச மணம் என்பன இந்நாவலின் சிறப்பம்சங்கள்.

ஈழத்துத் தமிழ் நாவல் முயற்சிகளில் மீனவக் களம் இதுவரை காலம் தீண்டப்படாத ஒரு துறையாகவே விளங்கி வந்துள்ளது. காலஞ்சென்ற வை.அ.கைலாசநாதன் மண்டைதீவுப் பிரதேச மீனவர் வாழ்க்கையைச் சித்திரிக்கும் வகையில் எழுதிய கடற்காற்று இவ்வகையில் முதல் முயற்சியெனக்கருதலாம். கதைப் பண்புகளில் நிறைவில்லாதிருந்தாலும் வாடைக்காற்று, போராளிகள் காத்திருக்கின்றனர் ஆகிய நாவல்கள் ஈழத்துத் தமிழ் நாவலுலகிற்கு புதிய பிரதேசங்களை அறிமுகம் செய்து வைத்துள்ளன என்பதை மறுப்பதற்கில்லை.

வன்னிப்பிரதேச நாவல்கள்: யாழ்ப்பாணக் குடா நாட்டிற்குத் தெற்கிலும் அநுராதபுர பிரதேசத்திற்கு வடக்கிலும் அமைந்துள்ளதும் பொதுவாக வவுனியா, மன்னார் மாவட்டங்களை உள்ளடக்கியதுமான நிலப்பரப்பு வன்னிப்பிரதேசம் என்று வழங்கப்படுகிறது. இப்பிரதேசத்தின் பரப்பும் மக்கள் குடியேற்றம் பற்றிய வரலாறும் இன்னமும் விரிவான ஆய்வுக்குட்படவில்லை. இலக்கியத் துறையிலே நாட்டுப் பாடல்கள், நாட்டுக் கூத்துகள், நாடகங்கள் என்பனவற்றைத் தவிர, நவீன இலக்கிய மணம் வீசாத ரதேசமாகவே அண்மைக்காலம் வரை இப்பகுதி விளங்கியது. வீரகேசரி பிரசுரங்களான 'மணிவாண'னின் யுகசந்தி, 'அ.பாலமனோகர'னின்

நிலக்கிளி, குமாரபுரம் ஆகியன இந்நிலையை மாற்றியமைத்தன. நாவல் போட்டியில், பரிசுபெற்றுப் பிரசுரமாகும் 'செங்கை ஆழியா'னின் காட்டாறு நாவலும் வன்னிப்பிரதேச மண்ணின் கதையே என்பது குறிப்பிடத்தக்கது.

தருமபுரப் பிரதேசச் சூழலக் களமாகக் கொண்டெழுதப்பட்ட யுகசந்தி பிரதேசத்துடன் ஒட்டாத ஒரு குடும்பக் கதையாகவே அமைந்துவிடுகின்றது. தண்ணீர் முறிப்புக் கிராம விவசாயிகளது வாழ்க்கை முறையைச் சித்திரிக்கும் நாவலான நிலக்கிளி. பிரதேச நாவல் வரிசையில் குறிப்பிடத்தக்க றிப்புடையது. நாகரிகத்தின் சாயலோ அன்றேல் புறவுலகின் கள்ளங்கபடங்களின் நிழலோ படியாத கிராமியச் சூழலும், அச் சூழலுடன் அமைந்த மாந்தரின் மனப் பண்புகளுமே நிலக்கிளி யின் அடித்தளம். தான் வாழும் பொந்தும் அதைச் சுற்றியுள்ள சிறுபிரதேசமுமே பிரபஞ்சம் என வாழ்வதும், உயரத்தில் எழுந்து பறக்கமுடியாத இயல்பால் எளிதில் பிறரால் அகப்படுத்திக்கொள்ளக் கூடியதுமான "நிலக்கிளி" என்ற பறவைபோல ஒரு பெண் பதஞ்சலி. தனது கணவனைத் தவிரப் பிற ஆடவரைத் தொட்டுப்பழகுவது தவறு என்று கூடத் தெரியாத அவள் தவறு நேர்ந்தபின் பல விடயங்களைப் புரிந்துகொள்ளத் தொடங்குகிறாள். இந்த நாவலில் கதையம்சத்தைவிட அதன் சூழல் பற்றிய சித்தரிப்புத் திறனே முதன்மை பெற்றுள்ளது. ஒரு விவசாயக் கிராம வாழ்க்கை முறையை ஒரு சில குடும்பப் பாத்திரங்களையும், சமூக மாந்தரையும் கொண்டு புனைந்து காட்டும் இந்நாவல் இயற்பண்பு பொருந்தியது,

வன்னிப் பிரதேச விவசாயிகளது அடிப்படைப் பிரச்சினைகளையோ, சமூக இயக்கப் போக்கையோ இந்நாவலில் காண்பதற்கில்லை. நிலக்கிளி யாசிரியரின் மற்றொரு படைப்பான குமாரபுரம் பிரதேசப் பகைப்புல வருணனைகளுடன் கூடிய ஒரு 'குடும்பக் கதை' குலப்பெருமையைக் காப்பாற்றும் முயற்சியில் ஒரு பெண் வகிக்கும் முக்கிய பாத்திரத்தையும், அவளது மனப்போராட்டங்களையும் இந் நாவலிற் காணலாம். பிரதேச மரபுக் கதையொன்று நாவலின் கதையம்சத்திற்குதவியாகக் கையாளப்பட்டுள்ளது. இந்நாவலிலும் சமூக இயக்கப் போக்கைக் காண்பதற்கில்லை. இவ்வகையில் 'செங்கை ஆழியா'னின் காட்டாறு விதந்துரைக்கத்தக்கது. வன்னிப் பிரதேச விவசாயிகளது அடிப்படைப் பிரச்சினைகளைச் சற்று ஆழமாக அலசும் இந்நாவலில் அதற் கேற்ப சமூகவர்க்கங்களை இனங்கண்டகாட்டும் பண்பு அமைந்துள்ளது. வன்னிப்பிரதேச நாவல் வரலாற்றிலும் செங்கை ஆழியானின் நாவல் வரலாற்றிலும் ஒருதிருப்புமுனை எனலாம்.

விளைந்து வரும் பயிருக்குத் தண்ணீர் பெறமுடியாமல் ஏழை விவசாயிகள் வாடி வருந்தும் பொழுது, பணம்படைத்தவர்களும் கிராமத்தின் தலைமைப் பொறுப்பில் உள்ளவர்களும், மக்கள் நலன் கருதிப் பணியாற்ற வேண்டிய அரசாங்க அலுவலர்களும் சகல வசதிகளையும் வாய்ப்புக்களையும் தமக்குப் பயன்படுத்திக் கொள்கிறார்கள்@ ஏழைகளைப் பல வகையிலும் சுரண்டுகிறார்கள். இச் சுரண்டல்களால் பாதிக்கப்பட்ட கிராம விவசாயிகளின் இளைய தலைமுறை வர்க்க உணர்வுபெறத் தொடங்குகின்றது. சுரண்டுவோருக்கு எதிராக வன்முறை தலை தூக்குகிறது.

'கடலாஞ்சி' என்ற கற்பனைக்கிராமமே கதை நிகழிடம். இக் கிராமம் வவுனியா, மன்னார், செட்டிகுளம் ஆகிய பிரதேசங்களுக்கு புவியியற் சூழலைப் புலப்படுத்துவதாகக் கொள்ள முடிகின்றது. யாழ்ப்பாணக் குடா நாடு, தீவுப்பகுதிகள் ஆகியவற்றிலிருந்து 'நிலம-

களைக் தேடி' வந்து குடியேறியவர்களும், தொழில் நாடி வந்த இந்திய வம்சாவழியினரும் விவசாயம் செய்து வாழ்கின்றனர். சந்தனம், கணபதி, தாமரைக்கண்டு ஆகிய பாத்திரங்கள் இச் சமூகப் பிரதிநிதிகள். புதுப் பணம் படைத்தவர்களும் கிராமத்தின் தலைமைப் பொறுப்பிலுள்ள 'சியாமன்', விதானை போன்றோரும், பாடசாலை ஆசிரியர்கள், மருத்துவ அலுவலர்கள், நீர்ப்பாசன காணி அலுவலர்கள் முதலிய அரச பணிபுரியும் நடுத்தர வர்க்கத்தினரும் சுரண்டும் சமூக விரோதப்போக்குடையோராகக் காட்டப்படுகின்றனர். மக்களையும் அரசையும் ஏமாற்றி இவர்கள் புரியும் சமூகவிரோதச் செயல்கள் நாவலின் கதையம்சமாக அமைகின்றன. இவற்றை எதிர்த்து கிராம இளைஞரிடையே வன்முறை தலைதூக்குகின்றது. சந்தனம் இளைஞரியக்கத்தைத் தூண்டும் பாத்திரமாக அமைந்துள்ளான். விவசாயிகளது அன்றாட வாழ்க்கை முறை, வேட்டையாடுதல், புதுக்காடு வெட்டிப் பயிர் செய்தல் முதலிய தொழில்முறை விவரணங்கள் நாவலில் முக்கிய இடத்தைப் பெற்றுள்ளன. காதல், நட்பு முதலிய உணர்ச்சிகளும் கதை வளர்ச்சிக்குத் துணை புரிகின்றன.

நிலக்கிளி ஈழத்து நாவல் வாசகர்களுக்கு ஒரு புதிய பிரதேசத்தைக் காட்டிய அளவில் வரவேற்புப் பெற்றது. காட்டாறு புதிய பிரதேசத்தைப் புதிய பார்வையில் புலப்படுத்தியுள்ளது. இவற்றுடன் விவசாயிகளது சமூகநாவல் என்ற வகையில் செ.கணேசலிங்கனின் மண்ணும் மக்களும் (1970) நாவலை ஒப்புநோக்குவது பொருந்தும். நிலமற்ற விவசாயிகள் நிலவுடைமையாளருக்கெதிராகப்போராட்ட உணர்வுடன் எழுச்சிபெறுவதைச் சித்தரிப்பது மண்ணும் மக்களும், கோட்பாட்டை முன்வைத்து எழுதப்பட்ட இந்நாவல் அனுபவபூர்வமற்ற அணுகல்முறையினாலே இயற்பண்பைப் பெறத் தவறியது. கணேசலிங்கன் கற்பனையினால் படைத்த அரசங்குடி, பழங்குடியிருப்பு ஆகிய கிராமங்களின் விவசாயிகளது வாழ்க்கைமுறை மண்ணோடு இணையவில்லை. நிலக்கிளி மண்ணோடியைந்த வாழ்க்கையின் வெளித் தோற்றத்தை மட்டுமே காட்டியது. காட்டாறு மண்ணையும் மக்களையும் உள்ளும் புறமுமாகக் காட்டும் முயற்சியில் ஈடுபட்டது. ஓரளவு வெற்றியும் பெற்றுள்ளதெனலாம். அனுபவபூர்வமான அணுகல் முறையும், சமுதாயத்தின் இயக்கத்தை அவதானிக்கும் மனிதாபிமானக் கண்ணோட்டமும் இதற்குத் துணை புரிந்துள்ளன. நாவலின் முடிவு, முடிவாக அமையாமல் இடையில் நிற்பதுபோல உணர வைக்கின்றது. இயக்கபூர்வமான எழுச்சி தெளிவாகக் காட்டப்படாத பொழுதும் அதற்கான அடித்தளம் அமைக்கப்பட்டுள்ளது போலத் தெரிகின்றது.

கிழக்கிலங்கைப் பிரதேச நாவல்கள்: அருள் சுப்பிரமணியத்தின் நான் கெடமாட்டேன், எஸ். ஸ்ரீ ஜோன்ராஜனின் போடியார் மாப்பிள்ளை, வை. அஹ்மத்தின் புதிய தலைமுறைகள் என்பன முறையே திருக்கோணமலைப் பிரதேசக் கீழ் நடுத்தர வர்க்கம், கன்னன்குடாக் கிராம போடியார்சமூகம் வாழைச்சேனைக்கிராம மீனவக்களம் ஆகியவற்றைச் சித்திரிப்பன. இவர்கள் பிரதேசச் சூழலையும், வாழ்க்கைமுறை சம்பந்தப்பட்ட நுணுக்க விபரங்களையும், சமூகமாந்தரின் மனப்பண்புகளையும் சித்திரிப்பதில் காட்டிய அளவு ஊக்கத்தைக் கதையம்சத்திலே காட்டவில்லையென்றே தெரிகிறது. பருவத் தவறினால் அந்தஸ்துக் குறைவான கணவனை அடைய நேர்ந்த ஒரு பெண்ணின் குடும்ப உறவுச் சிக்கலே நான் கெடமாட்டேன் நாவலின் கதையம்சம். இதனால், சமூகப் பகைப்புலத்தில் சித்திரிக்கப்பட்ட ஒரு குடும்பக் கதையாகவே இது அமைந்து விடுகிறதெனலாம். போடியார் குடும்பத்தைச் சேர்ந்த பெண்ணொருத்தியின் காதல் கதையாக அமையும் போடியார் மாப்பிள்ளையில் அச்சமூக மாந்த-

ரின் சமூக மதிப்பீகள், வாழ்க்கை முறை என்பவை பற்றி அறிய முடிகின்றது. புதிய தலைமுறைகள் நாவலில் உள்@ர் அரசியல் காரணமாக இரு தலைமுறைகளைச் சார்ந்தோரிடையில் நிலவும் போட்டியும் காதலுமே கதையம்சங்கள். தலைப்பின் பெறுமதிக்கேற்ப தலைமுறை வேறுபாட்டுக்கான சமூக, பொருளாதார காரணிகள் நோக்கப்படவில்லை.

ஈழத்துத் தமிழ் நாவல் பரப்பிலே கிழக்கிலங்கையைக் களமாகக் கொண்டவை மிகச் சிலவே காணப்படுகின்றன. வ.அ. இராசரத்தினத்தின் கொழுகொம்பு (1959), அருள் சுப்பிரமணியத்தின் அவர்களுக்கு வயது வந்துவிட்டது (1973) போன்றன அவற்றிற் குறிப்பிடத்தக்கன. இவை இரண்டும் திருக்கோணமலைப் பிரதேசத்தைச் சித்தரிப்பவை. பதிய தலைமுறைகள். போடியார் மாப்பிள்ளை இரண்டும் புதிய பிரதேசங்களைச் சித்திரிப்பன என்ற வகையிலே குறிப்பிடத்தக்கவை.

மலையக நாவல்கள்: 'கோகிலம் சுப்பையா'வின் தூரத்துப் பச்சை, 'தெளிவத்தை ஜோசப்'பின் காலங்கள் சாவதில்லை, 'கே.ஆர். டேவிட்'டின் வரலாறு அவளைத் தோற்றுவிட்டது ஆகிய மூன்றும் மலையகத்தின் தோட்டத்தொழிலாளர்களது அவல வாழ்க்கையின் சித்தரங்கள். இந்தியாவினின்று கடந்த நூற்றாண்டில் ஈழத்தில் வந்து குடியேறிய தோட்டத் தொழிலாளரது பரம்பரை வரலாற்றை அவலச்சுவை ததும்பக் கூறுவது தூரத்துப் பச்சை, தேயிலைத் தோட்டங்களில் 'கொட்டிக் கிடக்கும் செல்வ'த்தை அள்ளும் ஆவலுடன். பிறந்த மண்ணை விட்டு ஓடி வந்த ஏழைத் தொழிலாளர்களின் குடும்பங்கள் பரம்பரை பரம்பரையாக அனுபவித்த துன்பங்களே கதைப்பொருள். நான்கு தலைமுறைகளின் வரலாற்றினைக் கூறும் இந்நாவல் வரலாற்றுப் பண்பும் கொண்டுள்ளது. 1964 ஆம் ஆண்டு சென்னையில் வெளியிடப்பட்ட இந்த நாவல் வீரகேசரியால் 1973ல் மறுபிரசுரம் செய்யப்பட்டது என்பது குறிப்பிடத்தக்கது.

தோட்டத் தொழிலாளர்களது வாழ்க்கையின் இன்னல்களை ஒரு சம்பளப் போராட்டத்தின் அடிப்படையில் சித்திரிக்கும் நாவலான காலங்கள் சாவதில்லையின் முதற்பாதி கதையிலுள்ள சிறப்பு பிற்பாதியில் இல்லை. பிரச்சினையுடன் தொடங்கி, காதல் போராட்ட உணர்வு என்பவற்றில் வளர்ந்து இறுதியில் மர்மப் பண்புக் கதையாக நிறைவு பெறுகின்றது. இதில் எடுத்தாளப்பட்ட சம்பளப் பிரச்சினை காலாவதியானறென்றும், சமகாலப் பிரச்சினைபோல அது கையாளப்பட்டது தவறு என்றும் கதையம்சத்தில் விமர்ச்சிக்கப்படுகின்றது. ஆசிரியர் பிரச்சினைகளைக் காட்டும் முறையில் இன உணர்வால் பாதிக்கப்பட்டுள்ளார் என்றும் குறை கூறப்படுகின்றது. வரலாறு அவளைத் தோற்றுவிட்டது நாவலின் கதை தோட்டத்துரையின் கொடுமைகளை எதிர்த்துப் பழிவாங்கும் ஒரு பெண்ணின் மனவுறுதியைக் காட்டுவது. இந்நாவலில் கதையம்சமும் களமும் நிறைவாக அமையவில்லை.

கே.விஜயனின் விடிவுகால நட்சத்திரம் என்ற நாவல் மலையகம், கொழும்புப் பிரதேசம் ஆகியவற்றினைக் களமாகக் கொண்ட 1971ஆம் ஆண்டு ஏப்ரலில் நிகழ்ந்த பயங்கரவாத நிகழ்ச்சிகளின் பின்னணியில் எழுதப்பட்டது. உயர் வர்க்கத்தினரின் அடக்கு முறைக் கொடுமைகளையும் சமூக ஊழல்களையும் சித்திரிக்கும் இந்நாவலின் கதை மண்ணோடு இணையவில்லை@ ஒரு சில தனி மனிதர்களது குண தோஷங்களைச் சித்திரிப்பதுடன் அமைந்து விடுகின்றது. பயங்கரவாத நிகழ்ச்சிப் பின்னணி கதையம்சத்தோடு பொருந்தவில்லை. அதில் ஈடுபட்டோர் தவறான முறையில் வழிநடத்தப்பட்டனர் என்ற கருத்து நாவலில் புலப்படுத்-

தப்பட்டுள்ளது. மலையகத்தின் தோட்டத் தொழிலாளர்களுடைய பிரச்சினைகளுக்கு வடிவம் தந்தது என்ற வகையில் யோ. பெனடிக்ற் பாலனின் சொந்தக்காரன் நாவலுடன் வைத்தெண்ணப்படக் கூடிய சிறப்பு தூரத்துப் பச்சைக்கு மட்டுமே உண்டு.

பிரதேச நாவல்கள் என்ற வகையில் மேலே குறிப்பிட்ட பல்வேறு படைப்புகளையும் தொகுத்து நோக்கும்பொழுது அவற்றிற் பெரும்பாலானவை பிரதேச இலக்கியத்திற்கான பலபண்புகளைப் பெற்றிருக்கவில்லை யென்பது புலனாகின்றது. பல நாவல்களில் கதைப் பண்பு நிறைவு பெறாமற் போனமைக்குக் கருத்துத் தெளிவின்மையே காரணம் எனலாம். பிரதேச இலக்கியத்தின் இன்றியமையாத பண்பு மண்வாசைன. இது வெறுமனே இயற்கை வர்ணனையோ அல்லது பேச்சு வழக்கு ஆட்சியோ அல்ல. குறிப்பிட்ட மண்ணுக்கே சிறப்பாகவுரிய சமூக அமைப்பையும் அதன் பிரச்சினைகளுக்கான சமூகக்காரணிகளையும் அறிவு பூர்வமாக அணுகிப் பெற்ற அனுபவத் தரவுகளின் உணர்வு பூர்வமான கதைப் பொருளைக் கொண்டமைவதே முக்கியம். இவ்வகையில் மேற்படி நாவல்கள் பல, தரத்தை எட்டத் தவறிவிடுகின்றன. தமிழ் நாட்டில் ஆர். சண்முகசுந்தரம், ஹெப்ஸிபா ஜேசுதாசன், நீல பத்மநாபன், டி.செல்வராஜ், கு.சின்னப்பபாரதி முதலியோரின் நாவல்களின் தரத்துடன் வீரகேசரி பிரசுரங்களான பிரதேச நாவல்களின் நிலக்கிளி, காட்டாறு, தூரத்துப்பச்சை ஆகியவற்றை ஒப்பிடமுயற்சிப்பது கூட சுயதிருப்தி உணர்வுசார்ந்ததே. இரண்டாவது வகை நாவல்களைக் குடும்ப நாவல்கள் என்ற தலைப்பிலும் மர்மப் பண்பு நாவல்கள் என்ற தலைப்பிலும் நோக்கலாம்.

குடும்ப நாவல்கள்: ந.பாலேஸ்வரியின் பூஜைக்கு வந்த மலர், உறவுக்கப்பால், பொ. பத்மநாதனின் புயலுக்குப் பின், யாத்திரை, கே.எஸ். ஆனந்தனின் காகித ஓடம், இந்துமகேஷின் ஒரு விலைமகளைக் காதலித்தேன். நன்றிக்கடன், கே.வி.எஸ்.வாஸ் எழுதிய அஞ்சாதே என் அஞ்சகமே, நயிமா ஏ.பஷீர் எழுதிய வாழ்க்கைப் பயணம் அன்னலட்சுமி இராசதுரையின் உள்ளத்தின் கதவுகள், மொழிவாணன் (வி.ஆர்.நீதிராஜா) எழுதிய யாருக்காக, உதயணனின் பொன்னான மலரல்லவோ, அந்தரங்ககீதம், கவிதா (இந்திரா தேவி பாலசுப்பிரமணியம்) எழுதிய கனவுகள் வாழ்கின்றன, புரட்சிபாலனின் உமையாள்புரத்து உமா ஆகிய நாவல்களில் குடும்பம் என்ற தளத்தில் தனி மனித உணர்வுகள் சித்திரிக்கப்படுகின்றன. இவற்றில் பெரும்பாலானவை காதல், தியாகம் போன்ற உணர்ச்சிகளைப் பொருளாகக் கொண்டவை. பல கதைகள் பருவகாலத்தில் வழுக்கி விழுந்த பெண்களை முக்கிய பாத்திரங்களாகக் கொண்டவை.

பூஜைக்கு வந்த மலர் நாவலில் பருவத் தவறினால் தாய்மை யெய்திய கோமதி அதைப் பழயென விலகியோடிய வேளையில் அவளது குழந்தையை வளர்க்கத் தானே தாயாக வந்த மாலதி என்ற பெண்ணின் தியாகமே கதையின் அடிப்படை. உறவுக்கப்பால் நாவலிலும் தியாகமே கதைப்பொருளாக அமைகின்றது. புயலுக்குப் பின் கோகிலா என்ற பெண் தனது பருவத்தவறால் பெற்றெடுத்த மகள் பார்வதியிடமிருந்து பிரிந்து வாழ்வதையும், பார்வதியின் மனப்போராட்டாங்களையும் சித்தரிப்பது. தனது குடும்பத்தின் பராமரிப்பில் வாழ்ந்த ஒரு பெண்ணுடன் சந்தர்ப்பவசத்தால் தவறுதலாக நடந்து கொண்டதற்குப் பிரதியுபகாரமாக அவளையே மணம் புரிய முன் வந்த இளைஞனின் கதை யாத்திரை. காதலர்களின் மணவாழ்வின் தொடக்கத்தில் எழும் சந்தேகம் தாம்பத்திய வாழ்க்கையைப் பாதிப்ப-

தைக் காட்டுவது காகித ஓடம். விலைமகளொருத்திக்கு வாழ்வளிக்கும் இளைஞனொருவனது உளப்பாங்கைச் சித்திரிப்பது ஒரு விலைமகளைக் காதலித்தேன் நாவல். நன்றிக்கடன் நாவல் சந்தர்ப்பவசத்தால் கற்பிழந்த ஒரு பெண் தனது தங்கையின் நல் வாழ்விற்காகத் தன்னை விபசாரத்தில்ஈடுபடுத்திக்கொள்வதையும், ஈற்றில் தங்கையும் தவறான வழியிற் செல்வதைக் கண்டு அவளையும் தன்னையும் ஒருசேர அழித்துக்கொள்வதையும் காட்டுகின்றது. சாதி வேற்றுமையை மீறி எழும் காதல், பெற்றோரது நல்லாதரவுடன் நிறைவு பெறுவதைக் காட்டுகின்றது அஞ்சாதே என் அஞ்சுகமே நாவல். காதல் நிறைவு பெறுவதற்குச் சமூகம் தடை விதிப்பதையும், அத்தடையை மீறிக் காதல் இணைக்கூடிய வாய்ப்பு ஏற்படும் போது விதி குறுக்கிடுவதையும் வாழ்க்கைப பயணம் நாவலில் காணலாம். காதல் பெற்றோரால் தடைப்பட்டு, பின்னர் அவாகளது மனமாற்றத்தால் நிறைவேறுவதை விவரிக்கிறது உள்ளத்தின் கதவுகள் நாவல். காதல் தோல்வியால் வாழ்க்கையை முடித்துக்கொள்ளும் ஒருவனின் கதை யாருக்காக. சந்தர்ப்பவசத்தால் பிரிந்த காதலர்கள் இணைவதான கதை பொன்னான மலரல்லவோ. பணத்திற்காக காதரைப் பிரிக்கும் சமூகக் கொடுமையை அந்தரங்க கீதத்திற் காணலாம். சந்தர்ப்பவசத்தால் தனது காதலனைப் பிரிந்த ஒரு பெண், அவனது குழந்தைக்குத் தானே தாயாகிக் கனவுகளில் வாழ்வதைச் சித்திரிப்பது கனவுகள் வாழ்கின்றன. பெற்ற அன்னையின் ஆத்மசாந்திக்காக, பிரிந்துபோன இரு குடும்பங்களின் இணைப்புப் பாலமாக விளங்கிய இளம் பெண்ணின் கதை உமையாள்புரத்து உமா. காதல், பாசம், தியாகம் போன்ற உணர்ச்சி மோதுதல்களுக்கும், பருவகாலத்தில் தவறிழைக்கப்படுவதற்கும் ஆன காரணிகளைச் சமூகவியல் ரீதியில் நுணுகி நோக்கினால் அரிய கருத்துக்கள் உருவாக இடமுண்டு. நிகழ்ச்சியொன்றின் வெளிப்பரிமாணத்தை உணர்ச்சி முனைப்புடன் மட்டும் அணுகும் போது மேற்கூறிய வகைப் படைப்புக்கள் வெளிவருகின்றன. சமூகப் பிரச்சினைகளை அவ்வப்போதையஉணர்ச்சிகளைச் சார்ந்த பொது நோக்கில் கண்டு, கற்பனையில் உருக்கொடுக்கும் மேற்படி நாவலாசிரியர்கள் தமது எழுத்தாற்றலைச் சமூகப் பார்வையுடன் விரிவுபடுத்த முயற்சிப்பார்களானால் ஈழத்து தமிழ் நாவலுலகம் பயன் பெறும்.

மர்ம நாவல்: பழம்பெரும் எழுத்தாளரான கே.வி.எஸ்.வாஸ் (ரஜனி) இழத்து மர்மநாவல் துறையில் தனியிடம் வகிப்பவர். சுமார் பதினைந்துக்கு மேற்பட்ட நாவல்களை எழுதிய இவரின் நான்கு மர்ம நாவல்கள் வீரகேசரி பிரசுரங்களாக வெளிவந்துள்ளன. கணையாழி, மைதிலி, நெஞ்சக்கனல், தாரிணி ஆகிய நாவல்கள் இவரது வழக்கமான பாணியில் தமிழ் நாட்டின் சிரஞ்சீவி, மேதாவி போன்றோரின் மர்மநாவல்களுக்கு நிகராக வாசகர் மத்தியில் வரவேற்புப் பெற்றுள்ளன. வரலாற்றுச் சிறுகதைகளும் நாவல்களும் எழுதி எழுத்துலகில் இடம்பிடித்த அருள் செல்வநாயகம் மர்மமாளிகை நாவல் மூலம் மர்மநாவல் துறையிலும் அடியெடுத்து வைத்துள்ளார். மேற்கூறிய குடும்ப நாவல்களுக்கும் மர்மநாவல்களுக்கும் இலக்கியத் தரத்தில் குறிப்பிடத்தக்க சிறப்பில்லையெனினும் வாசகரது ரசனையைப் பொறுத்தமட்டில், தமிழ் நாட்டிலிருந்து இறக்குமதியாகும் இவ்வகைப் படைப்புகளுடன் போட்டியிட்டு சுயதேவைப் பூர்த்திக்கு உதவுகின்றன என்பதை மறுப்பதற்;கில்லை.

வரலாற்று நாவல்கள்: ஈழத்துத் தமிழ்நாவல் துறையில் வரலாற்று நாவல் என்ற பிரிவு தனிப்பண்புடன் வளர்ச்சி பெறவில்லை. ஈழத்துத் தமிழரின் வரலாற்றுப் பாரம்பரியம் தக்க முறையில் வெளிக்கொணரப்படாமை இதற்கு ஒரு காரணமாகலாம். கே.வி.எஸ். வாஸ் எழு-

திய ஆஷா என்ற வரலாற்று நாவல் கி.மு. ஐந்தாம் நூற்றாண்டுக்குரிய வட இந்திய அரசியல் பின்னணியில் எழுதப்பட்ட ஒரு சம்பவச் சுவைக் கதை. வ.அ. இராசரத்தினம் எழுதிய கிரௌஞ்சப் பறவைகள் ஈழத்துப் பின்னணியில் எழுதப்பட்ட தரமான வரலாற்று நாவலாக அமைகின்றது. கி.மு. மூன்றாம் நூற்றாண்டின் 'ராஜரட்டை' அரசியற் சூழலில் எழுதப்பட்ட இக்கதையில் — அரசுரிமைப் போட்டி, ராஜதந்திர முயற்சிகள். கிராம ஜனநாயக இலட்சியப் போராட்டம், காதல் ஆகியவற்றின் இணைப்பாக அமையும் இந்த நாவலில் — வரலாற்றுச் சான்றுகள் முறையாகப் பயன்படுத்தப்பட்டுள்ளன. தென்னிந்தியாவினின்று வந்த இரு குதிரைப் படை வீரர்களான சேனன், குட்டகன் என்போர் ஈழத்தின் அரியணையைக் கைப்பற்றுவதற்குக் காரணமாக இருந்த சூழ்நிலையை இந்த நாவல் புலப்படுத்துகின்றது.

தமிழாக்கங்கள்: காலஞ்சென்ற செ. கதிர்காமநாதன் மொழி பெயர்த்த கிருஷ்ணசந்தரின் நான் சாகமாட்டேன் பாராட்டத்தக்க முயற்சி. 1942 ம் ஆண்டில் வங்காளத்தில் நிலவிய கொடிய பஞ்சத்தின் பின்னணில் எழுதப்பட்ட உருதுமொழி நாவலான இதன் ஆங்கில ஆக்கத்திலிருந்து தமிழ் வடிவம் கொடுக்கப்பட்டது. இத்தகைய நாவல்கள் மொழிபெயர்க்கப்படுவது ஈழத்து இலக்கியத் தரத்தை வளர்க்கப் பயன்படும்.

'கருணாசேன ஜயலத்'தின் சிங்கள நாவலின் தமிழ் வடிவமான நெஞ்சில் ஓர் இரகசியம் ஒரு காதல் கதை. மூல மொழியில் பல பரிசுகள் பெற்ற படைப்பு என அறிகிறோம் கல்லூhயில் அரும்பி மலரும் காதலை இயற்பண்புடன் சித்திரிக்கும் இந் நாவல் சிங்க சமூக வாழ்க்கை முறைகளைத் தமிழ் வாசககள் அறிந்துகொள்ளப் பயன்படுகின்றது என்ற வகையில் பாராட்டத்தக்கது. தம்பிஜயா தேவதாஸ் அவர்களின் மொழிபெயர்ப்பாற்றல் மேலும் செழுமையடைய இடமுண்டு. தொடர்ந்து மொழி பெயர்ப்பு நோக்கில் சிங்கள நாவல்களை அணுகும்போது, அச்சமூகத்தின் இயக்கப் போக்கையும் வர்க்க முரண்பாடுகளையும் இனங்காட்டவல்ல படைப்புகளைத் தேர்ந்தெடுக்க முயன்றால் தமிழ் பயன் கிடைக்கும்.

மதிப்பீட •••: இலக்கிய வரலாற்றிலே ஐந்து ஆண்டு காலம் என்பது மிக மிகக் குறுகிய காலப்பகுதியாகும். வரலாற்றுப் போக்கையோ, தர மதிப்பீட்டையோ அறுதியிட்டுக் கூறுவதற்கு மேலும் கால அவகாசம் தேவை. எனினும், சமகால இலக்கியப் போக்கை உணர்ந்துகொள்ளும் முயற்சி என்ற வகையில் சில கருத்துக்களைக் கூறவேண்டியது அவசியமாகின்றது. வெளியீட்டுச் சாதனம் கலைப் படைப்பினது வரலாற்றில் விளைவித்த தாக்கம் என்ற வகையில் கடந்த ஐந்து ஆண்டுக் கால ஈழத்துத் தமிழ் நாவலின் போக்கை வீரகேசரி பிரசுரக்களம்' பெருமளவு நிர்ணயித்து வந்துள்ளதென்பதை மறுப்பதற்கில்லை. அறுபதுகளில் சாதிப் பிரச்சினை, வர்க்கப் போராட்டம் என்பவற்றைப் பொருளாகக்கொண்டு எழுச்சிபெற்ற ஈழத்துத்தமிழ் நாவல், எழுபதுகளில் ஈழத்தின் பல்வேறு பிரதேசங்களையும் சார்ந்த மக்களது வாழ்க்கை முறைகளைச் சித்திரிப்பதாகப் பரிணாமம் பெற்றுள்ளது. வரலாற்றுப் போக்கிலே குறிப்பிடத்தக்க இம்மாற்றத்தில் வீரகேசரியின் பங்களிப்பே அதிகம். வீரகேசரி பிரசுரங்களுக்குப் புறம்பாக வெளிவந்த நாவல்களில் கே. டானியலின் பஞ்சமர் (1972), எஸ்.பொ.வின் சடங்கு (1971), செ. கணேசலிங்கனின் மண்ணும் மக்களும் (1970), அருள் சுப்பிரமணியத்தின்அவர்களுக்கு வயது வந்துவிட்டது (1973), சி. சுதந்திரராஜாவின் மழைக்குறி (1975. ஏ.ரீ. நித்தியகீர்த்தியின் மீட்டாத வீணை(1974) முதலியன தரமானவை. இவற்றின் தரத்திற்கு நிகராக நிலக்கிளி, கட்டாறு, பிரளயம், போராளிகள் காத்திருக்கின்றனர்,

வாடைக்காற்று, சீதா, குமாரபுரம், நான் கெடமாட்டேன், புதிய தலைமுறைகள், போடியார் மாப்பிள்ளை, தூரத்து பச்சை, ஊமைஉள்ளங்கள், விடிவைநோக்கி ஆகியவற்றை எடுத்துக்காட்டமுடியும்.

வீரகேசரி நூல் வெளியீட்டுத்துறையின் மூலம் புதிதாக அறிமுகமான நாவலாசிரியர்களில் தெணியான், எஸ்.ஸ்ரீ ஜோன்ராஜன், வை. அஹ்மத், ஞானரதன், கே.ஆர். டேவிட் ஆகியோரது படைப்புக்களில் 'முதிரா இளமை' புலப்படுகின்றதெனினும் அவர்களைக் கடுமையான விமர்சனத்துக்கு உள்ளாக்குவது பொருந்தாது. இவர்களின் எழுத்துக்களின் ஊற்றுக் கண்ணாக உள்ளடங்கியிருக்கும் சமூகப் பார்வையும், ஊக்கமும் வளர்க்கப்பட வேண்டியன.

அ.பாலமனோகரன், தெளிவத்தை ஜோசப், அருள் சுப்பிரமணியம் முதலியவர்களது எழுத்தாற்றலால் இலக்கிய உலகம் பயன்பெற வேண்டுமாயின் இவர்களின் சமூகப் பார்வை விரிவடைய வேண்டும். கே.டானியல், வ.அ. இராசரத்தினம் இருவரிடமிருந்தும் சம கால சமூக வரலாற்று நாவல்களை இலக்கிய உலகம் எதிர்பார்க்கின்றது. வீரகேசரி பிரசுரக்களத்தைத் தக்க வகையில் பயன்படுத்திக்கொண்டவர் செய்கை ஆழியான். பல்வேறு பிரதேச, சமூகங்களை ஈழத்து நாவலுக்கு இவர் அறிமுகம் செய்து வைத்துள்ளார். மீனவர்கள், சலவைத் தொழிலாளர், சுருட்டுத் தொழிலாளர், விவசாயிகள் ஆகியோரது சமூகப் பார்வை விரிவடைந்து வருவதை பிரளயம், காட்டாறு இரண்டிலும் நன்கு அவதானிக்க முடிகிறது.

முடிவுரை: திறனாய்வாளரிடையிலும் படைப்பாளிகளிடையேயும் வீரகேரி பிரசுரங்களின் தரம் பற்றி வேறுபட்ட அபிப்பிராயங்கள் நிலவலாம். ஆயின் கடந்த ஐந்தாண்டுக்காலப்பகுதியில் அதனால் பிரசுரிக்கப்பட்ட கணிசமான அளவு படைப்புக்கள் சமகால ஈழத்து தமிழ் நாவலின் போக்கை இனங்காட்டுகின்றன என்பதையும், நிலக்கிளி, காட்டாறு இரண்டும் ஈழத்து நாவலுக்குப் புதிய பரிமாணங்களை அளித்துள்ளன என்பதையும் மறுப்பதற்கில்லை. எதிர்காலத்தில் தரமான படைப்புக்களைத் தரவல்ல வகையில்ம் எழுத்தாளர்களையும், நாடறிந்த நாவலாசிரியர்களையும் வீரகேசரி 'பிரசுரக்களம்' இயங்க வைத்துள்ளதென்பதை வரலாற்று நோக்கில் உணர முடிகின்றது.

வீரகேசரி பிரசுரங்கள்

பிரசுர இல. புத்தகத்தின் பெயர் எழுதியவர்

1. கதைக்கனிகள் சிறுகதை தொகுப்பு
2. குந்தளப் பிரேமா கே.வி.எஸ்.வாஸ்
3. கணையாளி கே. வி. எஸ். வாஸ்
4. பூஜைக்கு வந்த மலர் திருமதி. என். பாலேஸ்வரி
5. மைதிலி கே. வி. எஸ். வாஸ்
6. பண்டார வன்னியன் முல்லைமணி
7. தீக்குள் விரலை வைத்தால் கே. எஸ். ஆனந்தன்
8. யுகசந்தி மணிவாணன்
9. நான் சாகமாட்டேன் செ. கதிர்காமநாதன்
10. ஆஷா கே. வி. எஸ். வாஸ்
11. தூரத்துப்பச்சை திருமதி கோகிலம் சுப்பையா
12. நிலக்கிளி ஏ. பாலமனோகரன்

13. மர்ம மாளிகை அருள் செல்வநாயகம்
14. விடிவை நோக்கி தெணியான்
15. புயலுக்குப் பின் பொ. பத்மநாதன்
16. மனக்கோலம் டாக்டர் கோவூர்
17. செல்லும் வழி இருட்டு என். சொக்கலிங்கம்
18. வாடைக்காற்று செங்கை ஆழியன்
19. தாரிணி கே. வி. எஸ். வாஸ்
20. உலகங்கள் வெல்லப்படுகின்றன கே. டானியல்
21. காலங்கள் சாவதில்லை தெளிவத்தை ஜோசப்
22. காகித ஓடம் கே. எஸ். ஆனந்தன்
23. ஒரு விலைமகளைக் காதலித்தேன் இந்து மகேஷ்
24. அஞ்சாதே என் அஞ்சுகமே கே.வி. எஸ். வாஸ்
25. சீதா என். சொக்கலிங்கம்
26. கோர இரவுகள் டாக்டர் கோவூர்
27. வாழ்க்கைப் பயணம் நயீமா சித்திக்
28. குமாரபுரம் ஏ. பாலமனோகரன்
29. உள்ளத்தின் கதவுகள் அன்னலட்சுமி இராஜதுரை
30. பிரளயம் செங்கை ஆழியன்
31. நெஞ்சக்கனல் கே.வி.எஸ்.வாஸ்
32. யாருக்காக மொழிவாணன்
33. போராளிகள் காத்திருக்கின்றனர் கே. டானியல்
34. பொன்னான மலரல்லவோ உதயணன்
35. கிரௌஞ்சப் பறவைகள் வ.அ. இராசரத்தினம்
36. நன்றிக்கடன் இந்து மகேஷ்
37. உறவுக்கப்பால் நா. பாலேஸ்வரி
38. புதிய தலைமுறைகள் வை. அஹ்மத்
39. போடியார் மாப்பிள்ளை எஸ். ஸ்ரீ. ஜோன்ராஜன்
40. ஊமை உள்ளங்கள் ஞானரதன்
41. நான் கெடமாட்டேன் க. அருள் சுப்பிரமணியம்
42. யாத்திரை பொ. பத்மநாதன்
43. கனவுகள் வாழ்கின்றன இந்திராதேவி சுப்பிரமணியம்
44. உமையாள் புரத்து உமா புரட்சி பாலன்
45. இரவின் முடிவு செங்கை ஆழியான்
46. நெஞ்சில் ஓர் இரகசியம் கருணசேன ஜயலத்
47. வரலாறு அவளைத் தோற்றுவிட்டது கே.ஆர்.டேவிட்
48. அந்தரங்க கீதம் உதயணன்
49. விடிவுகால நட்சத்திரம் கே.விஜயன்
50. காட்டாறு செங்கை ஆழியான்

3

ஈழத்துப் பாடநூல் உரைமரபு

- செல்லத்துரை சுதர்சன்

அறிமுகம்: ஈழத்தில் வெளிவந்த உரைநூல்கள் தொடர்பான ஆய்வுகளை மீள்நோக்கும்போது, 'ஈழத்தில் பாடநூல்சார் உரைமரபு' ஒன்று வளமிக்கதாக இருந்துள்ளமை புலனாகின்றது. ஆனால், இம்மரபுமீது, ஆய்வுப்புலத்தின் கவனம் இதுவரை செல்லவில்லை. இதனை, ஈழத்து உரைமரபு தொடர்பாக ஆராய்ந்த, எஸ்.சிவலிங்கராஜா "ஈழத்துத் தமிழ் உரைமரபிலே பாடநூல் உரைமரபு இதுவரை கவனிக்கப்பட்டதாகத் தெரியவில்லை." (2010:iv) எனக் குறிப்பிடுகிறார். ஈழத்து இலக்கியப் பரப்பில் வித்துவான் வேந்தனாரைக் கவிஞராக முன்னிறுத்தி வெளிவந்த எழுத்துக்கள் அதிகமானவை. அவரது நூற்றாண்டு நிறைவுற்ற இக்காலத்தில், அவரது தமிழ்ப் பணியைக் கௌரவிக்குமுகமாக, அவரின் புலமைத்துவம் அதிகம் வெளிப்படும் பாடநூல் உரைகளை மையப்படுத்தி, பாடநூல் உரைமரபுசார்ந்த, வரலாற்றுநிலைப்பட்ட ஆய்வுக் குறிப்பொன்றை எழுதுவது அவசியமானதெனத் தெரிகிறது.

ஈழத்தின் மரபார்ந்த தமிழ்க் கல்வி மரபில் பாட நூல்களாக, பழந்தமிழ் உரைநூல்களைக் கற்றல் மற்றும் பழந்தமிழ் நூலுக்கு உரை எழுதுதல் என்பனவும் முதன்மை பெற்றிருந்தன. பின்னர், காலனிய எதிர்ப்புக் காலத்திலும் தேசியவாத காலத்திலும் உருவான புதிய கல்வி முறைக்கேற்ற பாட விதானம் (curriculum), பாட நூல், பாட வேளை, பாடப் பரீட்சை, பாட வகுப்பறை முதலியவற்றை முன்னிறுத்தி உருவான பாட நூல் உரைகள், ஈழத்துப் புலமைச் சூழலில் முதன்மை பெறத் தொடங்கின. அந்த உரைகள் ஆழமானதும் விரிவானதுமான ஆய்வுக்குரியவை. அந்தவகையில், ஈழத்துத் தமிழ்க் கல்வி மரபில் பாட நூலின் முக்கியத்துவம், பாட நூலாக உரையைக் கொள்ளுதல், பாட நூல் உரையின் முக்கியமான வரலாற்றுக் கட்டங்கள் முதலாயவற்றைச் சுருக்கமாக நோக்கி, வேந்தனாரின் பாட நூல் உரைகள்பற்றியும் அவரின் உரைத்திறன்பற்றியும் விரிவாக ஆராய இக் கட்டுரை முயல்கிறது. ஈழத்துப் பாட நூல் உரைமரபுசார்ந்த இந்த ஆய்வுக் குறிப்பு, முன்னோடி முயற்சி

என்பதால் அறிமுகமாகவும் சுருக்கமாகவும் விடுபடல்கள் கொண்டதாகவும்கூட இருக்கலாம். ஒரு முன்வரைபு எனும் நிலையில் இத்துறைசார்ந்து விரிவாக ஆராய்வதற்கு இச்சிந்திப்பு முயற்சி வழிகோலும்.

இலங்கையில் பாட விதானம் - வரலாற்றுச் சுருக்கம்: பத்தொன்பதாம் நூற்றாண்டில் உருவான காலனியப் பொருளாதார முறைமை, காலனிய காலத்திலும் அதற்குப்பின்னான காலத்திலும் பாட விதான உருவாக்கத்தில் பெருஞ் செல்வாக்குச் செலுத்தியது. காலனியம் உருவாக்கிய ஆட்சி மற்றும் நிர்வாக அலுவல்களின் தேவையைப் பூர்த்தி செய்வது பாட விதானத்தின் முக்கிய நோக்கமாக அமைந்தது. நாட்டை நிர்வகிப்பவர்களை உருவாக்கம் செய்வதிலும் நாட்டை இயக்குவதில் அவர்களின் பாத்திரத்தைத் தீர்மானிப்பதிலும் பாட விதானம் முக்கிய அச்சாகத் தொழிற்பட்டது. இலங்கையின் இற்றைக் காலக் கல்விமுறையின் கால்கோள் காலம் பத்தொன்பதாம் நூற்றாண்டே ஆகும். 1900ஆம் ஆண்டில் இலங்கையில் பாட விதானம் ஒரு நியம அமைப்பைப் பெற்றதெனினும், காலனிய ஆட்சியின் நலன் பேணுதல் அதன் வெளித்தெரியா இலக்கு என்பது முக்கியமாக அவதானிக்கப்பட வேண்டிய ஒன்று. நிர்வாகம், பண்பாடு மற்றும் சமயத் துறைகளுடன் தொடர்பானதாகவும் ஆங்கிலேயச் சாயல் பெற்றதாகவும் நூற் படிப்புக் கல்வி மற்றும் இலக்கியம் முதலியவற்றோடு தொடர்பானதாகவும் நகர்வாழ் மக்கள் அல்லது மத்தியதர வர்க்கத்தினருக்குரியதாகவும் — மத்தியதர வர்க்கமே பாட அமைப்பில் செல்வாக்குச் செலுத்துவதாகவும் இலங்கைப் பாட விதான உருவாக்கத்தின் ஆரம்பம் இருந்தமை அவதானிக்கத்தக்கது.

1930இல் பத்தாண்டுக்கான பாட விதானமுறை அறிமுகமாகியது. வரலாற்று ஒழுங்கில் நோக்கும்போது, 1930 முதல் 1944 வரை சுயமொழிப் பாடசாலைகள் மற்றும் ஆங்கிலப் பாடசாலைகள் பெருமளவு மேலெழுதலும் 1945 முதல் 1956 வரை இலவசக் கல்வி மற்றும் தாய்மொழிமூலக் கல்வி முதலாய கல்வித் துறையில் உண்டான மாற்றங்களும் 1957 முதல் உருவான கல்வித் துறைசார்ந்த புரட்சிகர மாற்றங்களும் பாட விதானத்தை வடிவமைக்கும் காரணிகளாயின.

பாட நூல்கள் கல்விக்குரிய இன்றியமையாத துணைக்கருவி நூல்களாகின. இன்றைய நிலையிலிருந்து கடந்த காலப் பாட நூல்களை நோக்கும்போது, ஈழத்துத் தமிழ்க் கல்வி வரலாறு வெளிப்படுவது மட்டுமன்றி, பாட நூலானது கல்வியின் உயிர் மையமாகியதும் புலப்படும். சுயமொழிப் பாடசாலைகளில் கற்பிப்பதற்குப் போதியளவு பாட நூல்கள் இல்லாமையால் பண்டிதர்கள் ஆசிரிய நியமனம் பெறுவதுடன், பாட நூல் எழுதும் குழுவிலும் அவர்கள் உள்வாங்கப்பட்டனர்.

வரலாற்றில் முதன்முதலாக 1879ஆம் ஆண்டு பாட நூல்கள் முறையாக உற்பத்தி செய்யப்பட்டன. இதன்போதுதான் திணைக்களப் பணிப்பாளர்கள், வித்தியாதரிசிகள், மொழிபெயர்ப்பாளர்கள், புலமையாளர்கள் முதலியோர் பாட நூல் ஆசிரியராக அவதாரமெடுத்தனர். பாட நூல் ஆசிரியர்கள், கல்விப் பரப்பில் நட்சத்திர அந்தஸ்துடையவர்களாக வலம்வரத் தொடங்கும் காலம் இங்கிருந்துதான் ஆரம்பமானது. பாட நூல்கள் பல எழுதியும் மொழிபெயர்த்தும் வெளிவரத் தொடங்கிய சூழலில், பாட நூலாக்க மொழித் தகுதி பற்றிய பிரச்சினைகள் கிளம்பியதையும் மறந்து விடலாகாது. வாசிப்பு நூல், வினாவிடை நூல், சுருக்க நூல், உரை நூல், பயிற்சி நூல் முதலாய வகைகளில் பாட நூல்கள் தோன்றின.

1943இல், பருவப் பத்திரம் IV என வெளியிடப்பட்ட பாடப் புத்தக ஆணைக்குழு அறிக்கையின் பிரகாரம், "பாடப் புத்தகக் குழு" புதிதாக இயங்கத் தொடங்கியது. இதில் திணைக்கள உத்தியோகத்தர்கள் பலரும் அங்கத்தவரானார்கள். பாட நூல் ஆசிரியர்களும் பாட நூல் வெளியீட்டாளர்களும் வெளியிட்ட பாட நூல்களை, பாடசாலை மாணவர்களின் உபயோகம் கருதி, பணிப்பாளருக்கு விதப்புரை செய்யும் பணியை, இத்தகைய பாடப் புத்தகக் குழு மேற்கொண்டிருந்தது. தாய் மொழியில் பாடப் புத்தகங்கள் எழுதுவதற்கு, உள்ளூர் எழுத்தாளர்களுக்கு ஆதரவும் வழங்கப்பட்டது.

1950இல் கல்வி வெளியீட்டுச் சபை ஆரம்பமானதுடன், விதப்புரை செய்யும் பொறுப்பை அச்சபையே மேற்கொண்டது. 1955இல் சுயமொழிப் பாட உற்பத்தி அலகு ஒன்று ஆரம்பிக்கப்பட்டது. 1960இல் கல்வி வெளியீட்டுத் திணைக்களம் நிறுவப்பட்டது. அதன் பின்னர், அந்தத் திணைக்களமே பாட விதானத்திற்கு அமைவான பாட நூல் வெளியிடும் அதிகாரத்தைப் பெற்றது. எனினும், ஆசிரியர்கள் மற்றும் மாணவர்களின் புலமை விருத்தி கருதி, அரசின் பாட விதானத்துக்கு அமைவாகப் பாட நூல்களை ஆக்குவதில் தமிழ்ப் புலமையாளர்கள் முனைப்போடு ஈடுபட்டனர். தாய்மொழிக் கல்வி முதன்மை பெறத் தொடங்கிய சூழலில், தாய்மொழிக்கான பாடவேளைகள் ஏனைய பாட வேளைகளைவிடவும் அதிகமாயின. உதாரணமாக, 1967ஆம் ஆண்டின் 48ஆம் இலக்கச் சுற்றறிக்கையில். ஆறாம் வகுப்பில், தமிழ் மொழி ஒரு வாரத்தில் ஆறு பாட வேளைகளைக் கொண்டமைந்ததைக் குறிப்பிடலாம். இத்தகையதொரு வரலாற்றுப் புரிதல், ஈழத்துத் தமிழ்ப் பாடநூலாக்க மரபைப் புரிந்து கொள்ள அவசியமாகிறது.

ஈழத்தில், காலனிய காலம் முதல் இற்றைக் காலம்வரை, தமிழ்ப் பாட நூலாக்கம் மற்றும் தமிழ்ப் பாட நூலாக்கத்தில் தமிழ் உரைநூல்களின் வகிபாகம்பற்றி நோக்கும்போது, சில முக்கியமான வரலாற்றுக் கட்டங்களை இனங்காண முடிகிறது. அவைபற்றித் தனித்தனியே சுருக்கமாக நோக்கலாம்.

முதலியார் பள்ளிக்கூடம் - பாடத் திட்ட ஆசிரியப்பா

நாவலருக்கு முந்தைய கால யாழ்ப்பாணக் கல்வி மரபில், கல்விசார் நிறுவனம் எனும் வகையில் முன்னோடியாக விளங்கியது, யாழ்ப்பாணத்து உடுப்பிட்டியில் 'திண்ணைப் பள்ளிக்கூடம்' எனும் நிலையில் இயங்கி, பின்னர் 'தருமப் பள்ளிக்கூடம்' எனப் பெயர் பெற்ற சிவசம்புப் புலவரின் தந்தையார் அருளம்பல முதலியார் நடாத்திய பாடசாலை ஆகும்.(சிவலிங்கராஜா,எஸ்.1984:29) அமெரிக்க மிஷனரிமார் வட்டுக்கோட்டைச் செமினறியை ஆரம்பித்த காலத்தில், இப்பாடசாலை 'முதலியார் பாடசாலை' என்ற புகழோடு, யாழ்ப்பாணத்தில் அறிவொளி பரப்பி, ஈழத்துப் புலமைப் பண்பாட்டில் ஆழ வேரூன்றி இருந்தது.(நீலகண்டன், கா.1999:4)

இப்பாடசாலையில் யாழ்ப்பாணம் மற்றும் தமிழ் நாட்டுப் புலமையாளர்கள் மாணவரோடு உடனுறைந்து கற்பித்தனர். ஈழத்துக் கல்வி மரபில் நிறுவனநிலைப்பட்ட சுதேசிகளின் பாடசாலை என்ற வகையில், வயதால் மிக மூத்த பாடசாலை, அருளம்பல முதலியாருடையதே என்பதை, மக்கள் கவிமணி மு.இராமலிங்கம்பிள்ளை எழுதிய, 'நாவலருக்கு முந்திய கல்வி முயற்சிகள்' போன்ற பிரசுரங்கள் மற்றும் உதயதாரகைப் பத்திரிகைச் செய்திகள், தெரிவிக்கின்றன.

இப்பாடசாலை ஆரம்பிக்கப்பட்ட காலத்திலிருந்து நிலவி வந்த பாடத் திட்டம் மிக நீண்ட காலமாக ஓலைச் சுவடியிலிருந்தது. அது, முதன்முதலாக 1844ஆம் ஆண்டு உதயதாரகைப் பத்திரிகையில் அச்சில் வெளியாகியது. இப்பாடத் திட்டம் ஓர் ஆசிரியப்பாவில் அமைந்துள்ளது. "திருவள ருடுவைவாழ் சீரரு ளம்பல மகிபன்றா பித்து மகிழுறச் சாலையி லாதி வகுப்பினில்......." எனத் தொடங்கும் மிக நீண்ட அந்த ஆசிரியப்பா, "துவாதச வகுப்பருந் துவாத சம்மே அரிவரி யாகு மவர்கற் பதுவே" என நிறைவடைகிறது. இந்த ஆசிரியப்பாவின்மூலம், அருளம்பல முதலியாரின் தருமப் பாடசாலையில் வகுப்புவாரியான பாடத்திட்டம் இருந்ததை அறிய முடிகிறது. கல்வி நிறுவனத்தின் பாடத் திட்டத்தை விவரிப்பதால் இதனைப் 'பாடத் திட்ட ஆசிரியப்பா' எனச் சிறப்புக் கருதிக் குறிக்கலாம்.

அரிவரியிலிருந்து துவாதச வகுப்பாகிய பன்னிரண்டாம் வகுப்புவரைக்குமான பாடத் திட்டத்தில், தமிழ் மற்றும் வடமொழி இலக்கிய இலக்கணங்களும் உரைநூல்கள் மற்றும் நிகண்டுகளும் சைவசித்தாந்த சாத்திரங்களும் சங்கீதம், பரதம், சோதிடம், மருத்துவம் முதலிய நூல்களும் பூமிசாஸ்திரம் முதலியனவும் கற்பிக்கப்பட்டன.

மாணவரது வகுப்பு நிலைக்கேற்ப, நேர்த்தியான முறையில் கற்பித்தல் நிகழ்ந்ததை, இப்பாடசாலையின் பாடத் திட்டம் காட்டி நிற்கிறது. ஓலைச் சுவடிகளை முதன்மையாகக் கொண்ட இக்கல்வி நிலையத்தில் பாட நூல்களாகப் பழந்தமிழ் உரைகள் கற்பிக்கப்பட்டதையும் பழந்தமிழ் நூல்களுக்கான உரைகள் எழுதப்பட்டு, அவை அச்சேறத் தொடங்கிய காலத்தில், அவ்வுரை நூல்கள் பாடத் திட்டத்தில் சேர்த்துக் கொள்ளப்பட்டதையும் அறிய முடிகிறது.(நீலகண்டன், கா.1999:4) எனவே, முதலியார் பள்ளிக்கூடத்தில் பழந்தமிழ் உரைகளும் பழந்தமிழ் நூல்களுக்கான புதிய உரைகளும் பாட நூல்களாக இருந்தமை புலப்படுகிறது.

முன்னோடிப் பாட நூல்கள் - பாலபோதமும் பாலபாடமும்: கூழங்கைத் தம்பிரானிலிருந்து உருவாகிய ஈழத்துக்கே உரித்தான தமிழ்ப் புலமை மரபு, பத்தொன்பதாம் நூற்றாண்டில் நாவலர் புலமை மரபு, சிவசம்புப் புலவர் புலமை மரபு என இருபெரும் மரபுகளாக வளர்ச்சி பெற்றது. இக்காலத்தில், மரபுவழிக் கல்வி மற்றும் நிறுவனரீதியான கல்வி ஆகிய இரண்டும் ஒன்றுடன் ஒன்று ஊடாடி வளரும் நிலைக்கு, யாழ்ப்பாணத்திலிருந்து தென்கிழக்காசியா வரையும் அறிவுக் கோலோச்சிய ஐரோப்பிய மிஷனரிகளும் அவற்றின் புலமைசார் செயற்பாடுகளும் காரணமாய் அமைந்தன.

இங்கு தமிழ் கற்கைக்கான பாடத் திட்டத்தில், உரைநூல்களை மூன்று நிலைகளில் அவதானிக்க முடிகிறது. அவற்றுள் முதலாவது, சுதேசிகளின் மரபுசார் புலமை நிறுவனங்களின் பாடத் திட்டம். இப்பாடத் திட்டத்தில் பழந்தமிழ் உரைகளே முதன்மை பெற்றன. எனினும், உரையெழுதி அச்சாகிய நீதி நூல்களும் கற்பிக்கப்பட்டதை அறிய முடிகிறது. சிவசம்புப் புலவரின் பாடசாலையை இதற்கு உதாரணமாகக் குறிப்பிடலாம். இதுபோன்ற பாடசாலைகள் நல்லூர், தெல்லிப்பளை, வட்டுக்கோட்டை, அராலி முதலிய இடங்களிலும் வடமராட்சியின் உடுப்பிட்டி, கரணவாய், பருத்தித்துறை, புலோலி, நவிண்டில், வல்வெட்டித்துறை, தும்பளை, மாதனை முதலிய இடங்களிலும் இருந்தன. இரண்டாவது, ஐரோப்பியப் பாணியை மையமாக வைத்து, சுதேசியத் தமிழ்ப் புலமையாளர் உருவாக்கிய பாடத் திட்டம். இப்பாடத் திட்டத்தில், மாணவரின் வயதுசார் அறிவுநிலை கருதி எழுதப்பட்ட உரைநூல்கள் முதன்மை பெறத்

தொடங்கின. எனினும், அறிவு முதிர்ச்சியடைந்த மாணவர்களுக்குப் பழந்தமிழ் உரைகள் கற்பிக்கப்பட்டிருந்தன. நாவலர் மற்றும் அவரைப் பின்பற்றியோர் தமது பாடத் திட்டத்தில் இந்த முறையைக் கடைப்பிடித்தனர். மூன்றாவது, மிஷனரிகளின் பாடத் திட்டம். இப்பாடத் திட்டம் பெரும்பாலும் மேலைத்தேயப் பாட உள்ளடங்கல் முறையைக் கொண்டமைந்திருப்பி-னும், பழந்தமிழ் உரைநூல்களின் சில பகுதிகளையும், புதிதாக உரையெழுதப்பட்ட நீதி நூல் உரைகள் மற்றும் இலக்கண நூல் உரைகளையும் உள்ளடக்கியிருந்தது.

மேற்குறித்த மூன்று நிலைகளிலும் உரைநூல்களைப் பாட நூலாகக் கற்பிப்பதில் மூன்று-விதமான எல்லைப்படுத்தல்கள் இருந்ததமையை அவதானிக்க முடிகிறது. அவற்றுள் ஒன்று, வகுப்பறையில் அமுலாகிய வரையறையான நேரக் கட்டுப்பாடு. குறித்த நேரக் கட்டுப்பாட்-டிற்குள் கற்பிக்க வேண்டிய தேவை, உரைநூல்களை முழுமையாகக் கற்பிக்க முடியாதநி-லையை உருவாக்கியது. எஸ்.சிவலிங்கராஜா முதலியோர் கூறுவதுபோல் தலைமை மற்றும் உதவி ஆசிரிய மரபினருக்கு ஏற்பட்ட "உத்தியோக நிர்ப்பந்தம்"(2008:59) இந்த எல்-லைப்பாட்டிற்குக் காரணமாகியது. இரண்டாவது, பரீட்சை முறையின் அறிமுகம். நிறுவன வழிவரும் பாடசாலைகளில் அறிமுகப்படுத்தப்பட்ட பரீட்சை முறைமைகள், மரபுசார் பாடசா-லைகளிலும் பின்பற்றப்பட்டன. பரீட்சையை மையப்படுத்தி, பாடத்திட்டத்தில் அமைந்த நூற் பகுதிக்கான உரையைக் கற்பிக்கும் அம்சம் இங்கு முதன்மை பெற்றது. இதன் காரணமாகப் பாடத்திட்டத்தில் அமைந்த உரைப் பகுதிகளை, மாணவரின் வாய்மொழி மற்றும் எழுத்-துப் பரீட்சைக்கு ஏற்ற கால அளவினைக் கருத்திற்கொண்டு கற்பிக்கும்நிலை உருவாகியது. மூன்றாவது, ஒழுங்குறவும் ஆழமாகவும் குறித்த பகுதியைக் கற்பிக்கும் முறை. இது மிகவும் முக்கியமானது. 'பாடத்தை ஒழுங்குறப் பயிற்றும் முறையே பாடத் திட்டம்' என்பதற்கமைய, புதியதொரு வகுப்பறைச் சூழலில், குறித்த நேரத்திற்குள், பாட நூல் உரைப் பகுதிகளைக் கற்பிக்க வேண்டியநிலை, உரைநூல்களைக் கற்கும் மரபில் மாற்றத்தை ஏற்படுத்தியது. இதன்-போதுதான், மாணவரது வகுப்புத் தரங்களுக்கேற்பவும் நேர சூசிக்கேற்பவும், பாடத் திடத்தில் அமைந்த உரைநூல்கள் அல்லது உரைநூற் பகுதிகளைக் கையாளுதல் இடம்பெற்றது. முக்-கியமாக, பாடத் திட்டத்தில் அமைந்த நூல்களுக்கான உரைகளை, வகுப்புகளின் தரங்களை மனங்கொண்டு எழுதுதல் முதன்மை பெறத் தொடங்கியது.

ஈழத்துத் தமிழ்ப் பாட நூல் வரலாற்றிலே, மாணவரின் அறிவுநிலையை மனங்கொண்டு, நவீன கல்வி முறைக்கேற்பத் தயாரிக்கப்பட்ட முதல் தமிழ் பாட நூல்கள், நாவலரின் பாலபா-டங்களே.(சிவலிங்கராஜா,எஸ்.,சரஸ்வதி,சி.2008:41) அதுபோல, நீதி நூல்களுக்கான நாவ-லரது உரைகள், மாணவரை மையமாகக் கொண்டிருத்தலால், பாட நூலாக்க உரைகளுக்கு முன்னோடியாகவும் அமைந்தன. ஆயினும், அமெரிக்கன் சிலோன் மிஷன் வெளியிட்ட 'பாலபோதம்' எனும் பெயரிலான பாட நூல்கள், பாட நூலாக்கத் துறையில் ஆறுமுகநாவ-லருக்கு முன்னோடியாக அமைந்ததோ எனும் ஐயம் தெளியப்பட வேண்டிய ஒன்று.

பாட நூலாக்க முன்னோடி - போதனாசிரியரான பதிப்பாசிரியர்: ஈழத்துப் பாட நூலாக்க மரபில், பதிப்பாசிரியர்கள் மிகுந்த கரிசனையோடு செயற்பட்டுள்ளதை அவர்களின் எழுத்-துக்கள் காட்டி நிற்கின்றன. தனியே பதிப்புத் துறையோடு நின்று விடாமல், பதிப்பித்த நூல்-களை, காலத் தேவைக்கு ஏற்றவாறு, கல்வி முறைக்குள் புகுத்திப் பயன்படுத்துவதிலும் அவர்கள் முன்னோடிகளாக இருந்தனர். நவீன வகுப்பறைக்கு ஏற்ற விதத்தில், அச்சிடப்-

பட்ட உரைநூல்களின் பகுதிகளை, பாடப் புத்தகங்களாகக் கொண்டுவருவதற்கும் அவர்கள் உழைத்தனர். அந்தவகையில், ஏட்டு வடிவில் கற்ற தமிழ் நூல்களை, தமிழ் கற்பித்தலின் தொடர்ச்சியறாதவாறு, நவீன வகுப்பறைக் கல்விக்கு மடை மாற்றிய பெருமை பதிப்பாசிரி-யர்களைச் சாரும்.

தமிழ்ப் பதிப்புலகின் தலைமகனாகிய ஈழத்துப் பதிப்பாசிரியர் சி.வை.தாமோதரம்பிள்ளை அவர்கள், பதிப்புத் துறையில் மட்டுமல்லாது பாட நூலாக்கத் துறையிலும் தமிழ் நாட்டவ-ருக்கு முன்னோடியாக விளங்கினார். காலனிய காலச் சென்னை அரசின் கல்வித் துறை அதிகாரியாகிய மார்ஸ்டென் என்பவரோடு இணைந்து பாட நூல்களைப் பிள்ளையவர்கள் எழுதுவதில் மிகுந்த அக்கறை காட்டினார். பல விதங்களில் உ.வே.சாமிநாதையருக்கு ஓர் இலட்சிய புருஷராகத் திகழ்ந்த சி.வை.தாமோதரம்பிள்ளை, 10.01.1899, 20.11.1899 ஆகிய இரு திகதிகளில், ஐயருக்கு எழுதிய கடிதங்கள், பாட நூலாக்கத்திலும் 'சி.வை.தா.வே ஐயருக்கு உபதேசி'யாக இருந்தார் என்பதைப் புலப்படுத்துகின்றன. சி.வை.தா.வுக்கு மிகவும் இளையவராக, நவீன கல்வி மரபு பற்றியே சிந்திக்காத, மரபுவழிக் கல்வி மட்டுமே அறிந்-தவராக ஐயர் இருந்தபோதிலும், ஐயரிடமும் ஆலோசனை பெறச் சி.வை.தா. முயன்ற-மையானது காலத்தோடு ஒட்டிய கல்வித் தேவையை நிறைவேற்றுவதிலும் அதற்குத் தக்க-வாறு தமிழைத் தகுதிப்படுத்துவதிலும் அவருக்கு இருந்த அக்கறையைப் புலப்படுத்துகின்றன. சி.வை.தா. எழுதிய கடிதங்களின் பின்வரும் பகுதிகள் குறிப்பிடத்தக்கவை.

"1902 இல் பீ.ஏ பரீட்சைக்குப் புறநானூற்றில் ஒரு பாகமும் வைத்திருக்க வேண்டு-மென்று பேசியிருக்கிறேன். தங்கள் காலிஜின் அபிப்பிராய நிருபத்திலும் புறநானூறு கண்-டிருப்பது மட்டுமன்றி, அதற்குத் துணையாக இலக்கண விளக்கத்துப் புறத்திணையியலும் நியமிக்கும்படி தாங்களும் எழுதுவித்தால் உத்தமம். 1901 இத்து எம்.ஏ.க்குச் சூளாமணி பிற்-பாகம் நியமிக்கும்படி தங்கள் அபிப்பிராயம் சொல்லும்படி வேண்டுகின்றேன். இலக்கியத்தில் சிந்தாமணி அல்லது சிலப்பதிகாரமும் இதிகாசத்தில் ஆழிய நுண்பொருள் நோக்கமாக இரா-மாயணமும் செம்பாகமாக வசன நடைப் பயிற்சிக்காகக் கந்தபுராணமும் நீதி நூலிற் குற-ளும் எப்போதும் பீ.ஏ. பரீட்சையில் இருக்க வேண்டுமென்று வற்புறுத்தி நான் பேசியும் 1901 வருடத்திற்குக் கந்தபுராணத்தைத் தள்ளிவிட்டார்கள். ... பஞ்சலக்கியத்தில் ஒன்றும், இரா-மாயணம், கந்தபுராணம் திருக்குறளும் எப்போதுமிருக்க வேண்டுமென்று அதிகம் வற்புறுத்தி இவ்வருடம் எழுதியிருக்கின்றேன். .." (10.01.1899)

"இன்றைத் தபாலில் ஆறாமேழாம் வாசக புத்தகங்கள் தங்கள் பார்வைக்கு அனுப்பு-கின்றேன். அவைகளின் குணாகுணங்களைக் குறித்தும் மிஷன் ஸ்கூல் மேல் வகுப்பினர்க்கு அவைகளின் பாஷை நடைத் தகுதியைக் குறித்தும் தங்கள் அபிப்பிராயத்தை நவெம்பர் மாதம் முடியுமுன் தெரிவிக்கும்படி வேண்டுகின்றேன். அபிப்பிராயத்தை எனக்கு எழுதும் கடி-தத்தில் ஒரு பாகமாய் வரையாது தனியே ஒரு துண்டில் அனுப்புக. வேறாகப் பதிற் கடித-மெழுதினால் அதற்குள்ளே வைத்தனுப்பலாம்."(20.11.1899)

நூலாசிரியர், உரையாசிரியர், போதனாசிரியர் என வரும் தமிழ் மரபில் பரிசோதனாசிரிய மரபை உருவாக்கிய பதிப்பாசியரான சி.வை.தா., பாட நூலாக்க மரபிற்கும் பங்களிப்புச் செய்துள்ளமை, மேற்படி கடிதப் பகுதிகளின்வழி தெளிவாகிறது.

உரைநூலும் பாட நூல் உரையும் - கல்வித் தேவை: ஈழத்தில் உரைநூல்களின் தோற்றத்துக்கான காரணிகள் பல உண்டெனினும் அவற்றுள் கல்வித் தேவை(சிவலிங்கராஜா,எஸ்.,2004:12-26) முதன்மையானது. ஈழத்தில் பெருமளவு உரைகள், கல்வித் தேவை கருதியே எழுந்தன. மூலநூலை மட்டும் அல்லாது உரையினைக் கற்றலையும் "பாடங் கேட்டல்" எனும் தொடரால் குறிக்கும் வழக்கம் இருந்தது. உரைநூல் ஆசிரியர், தமது ஆசிரியரிடம் கற்றபோது குறித்து வைத்த குறிப்புக்களையும் தமது மாணவர்களுக்குக் கற்பிக்கும்போது தயாரித்த குறிப்புக்களையும் துணைக்கொண்டு, உரை விளக்க நூல் எழுதும் பண்பு ஈழத்தில் நிலவியது. இதற்குச் சான்றாகக் கணேசையர் தமது தொல்காப்பியப் பதிப்பில் எழுதும் முகவுரையின் ஒரு பகுதியைக் குறிப்பிடலாம்.

"இவ்விளக்கவுரைக் குறிப்புக்கள், யாம் படிக்குங் காலத்தில் எமது ஆசிரியர்களாகிய வித்துவ சிரோமணி ந.ச.பொன்னம்பலபிள்ளை, சுன்னாகம் அ.குமாரசாமிப் புலவர் என்பவர்களிடம் கேட்டுக் குறித்தனவும், யாம் படிப்பிக்குங் காலத்தில் பலமுறை யாராய்ந்து குறித்து வைத்தனவுமாகும்." (தொல்-எழுத்து-முகவுரை 1937:xiv)

பாடம் சொல்லல் மற்றும் கேட்டல் மரபில், உரைநூல்களைச் சொல்லலும் கேட்டலும் முக்கிய இடம் பெற்றிருந்ததையும் உரைநூல்கள் அம்மரபினடியாகவே உருப்பெற்றதையும் கணேசையரின் மேற்படி கூற்றுத் தெளிவுபடுத்துகிறது..

பழந்தமிழ் உரையும் பாட நூல் உரையும் கல்வித் தேவை கருதியதே எனினும், பாட நூல் உரை மரபு முற்குறிப்பிட்ட பழந்தமிழ் உரைநூல் எழுத்து மரபிலிருந்து பெரிதும் மாறுபட்டது. பாட விதானத்தில் இடம்பெறும் நூற்பகுதி ஒன்றிற்கு, மாணவனின் வகுப்புநிலையை மனங்கொண்டும், பாடவேளை மற்றும் பரீட்சைத் தேவையை மனங்கொண்டும் எழுதுவது பாட நூல் உரையாகும். அதாவது, உரைநூல்கள் பாடத் திட்டத்தில் அமைந்த நிலையிலிருந்து மாறி, பாடத் திட்டத்தில் அமைந்த நூற் பகுதிக்கு உரையெழுதுதல் என இது நிலைபெற்றது.

1950இல், கல்வி வெள்ளை அறிக்கையின் பிரகாரம், கல்வியானது ஆரம்ப நிலை, இடைநிலை மற்றும் உயர்கல்வி எனத் தரம் பிரிக்கப்பட்டது. இலவசக் கல்வியின் வருகையுடன் பாட நூல்களின் தேவை பெரிதும் அதிகரிக்கத் தொடங்கியபோதுதான், பாட நூல் உரைகளும் பெருகி, பாட நூல் உரைமரபு எனும் தனித்துவமான போக்கொன்று ஈழத்தில் உருவாகியதை அடையாளங் காண முடிகிறது. இந்த உருவாக்கம் நவீன கல்விச்சூழல் சார்ந்து நிகழ்ந்தமையால் அச்சூழலுக்கே உரிய போதனை மற்றும் விளக்க முறைகளையும் எளிமைத் தன்மையையும் பெற்றிருந்ததுடன், பரீட்சை மதிப்பீடுசார் அம்சங்களையும் பெற்றிருந்தது. சுதந்திர இலங்கையில் பாட நூல் உரைமரபின் தொடக்க காலமாக 1950களைக் குறிக்கலாம். பொதுப் பரீட்சை முக்கியத்துவம் பெற்றதும் பாட நூல் உரைகள் பெருஞ் செல்வாக்குப் பெற்றன. 1950, 1960 களில் வெளிவந்த க.பொ.த (சாதாரண), க.பொ.த. (உயர்தர) வகுப்புக்களுக்கான பாட நூல்களில், பெரும் எண்ணிக்கைக்குரியவை உரைநூல்களே என்பதும் குறிப்பிடத்தக்கது.

பாடநூல் உரையாசியர்கள் ஆழமான இலக்கிய, இலக்கணப் புலமையாளராக விளங்கினர். பழந்தமிழ் உரைகளை எளிமையாக்கி எழுதுதல் என்பதற்கும் அப்பால், எழுதுபவர் பண்டிதராகவும் புலவராகவும் வித்துவானாகவும் அறிஞராகவும் இருந்தமையால், தமது புலமைத் திறனை வெளிப்படுத்தும் விதத்திலும் உரைநூல்களை எழுதினர்.

சுன்னாகம் அ.குமாரசுவாமிப் புலவர், வித்துவசிரோமணி சி.கணேசையர், பண்டிதர் க.பே.முத்தையா, புலமையாளர் நாவலர் கோட்டம் ஆ.முத்துத்தம்பிப்பிள்ளை, பண்டிதர் ம.வே. திருஞானசம்பந்தபிள்ளை, பண்டிதர் மு. நல்லதம்பி, பண்டிதர் எஸ்.பி. சாமிநாதன், கவிஞர் மு. செல்லையா, அ.சே. சுந்தரராஜன், வித்துவான் க.வேந்தனார், வித்துவான் பொன்.முத்துக்குமாரன், பண்டிதர் சு.வேலுப்பிள்ளை, பண்டிதர் க.வீரகத்தி, வித்துவான் க.கி.நடராசா, இரசிகமணி கனக. செந்திநாதன், சைவப் புலவர் வே.சிவக்கொழுந்து, வித்து-வான் க. சொக்கலிங்கம் முதலியோர் பாட நூல்களையும் பாட நூல் உரைகளையும் எழுதி-னர்.

தமிழ் மலர் மாலை(1950), தமிழ் அமுதம்(1956), தமிழ் மஞ்சரி(1958) முதலாய பல பாட நூல்கள், செய்யுட்களுக்கான உரைப் பகுதிகளையும் தாங்கி வெளிவந்தன. நல்லூர் த.கைலாசபிள்ளை எழுதிய 'வசனத் தொடை — முதற் புத்தகம்', நாவலர் கோட்டம் ஆ.முத்துத்தம்பிப்பிள்ளையின் 'பாரதச் சுருக்கம்'(1903), பண்டிதர் மு. நல்லதம்பி, பண்டி-தர் எஸ். பி. சாமிநாதன் ஆகியோர் ஆக்கிய 'செந்தமிழ் இலக்கியக் கோவை — தமிழ் வியாசங்கள் என்பவற்றின் உரைகள்'(1933), பண்டிதர் ம.வே. திருஞானசம்பந்தப் பிள்ளை தொகுத்தளித்த 'செந்தமிழ் மொழி வளம்'(1954), அ. சே. சுந்தரராஜன் எழுதிய 'தமிழ் அமுதம்' (1933). க.பே. முத்தையா அவர்கள் தொகுத்தளித்த 'தமிழ் அறிவு'(1955), கவி-ஞர் மு. செல்லையா எழுதிய 'பரீட்சைச் சித்திற்கேற்ற பாஷைப் பயிற்சி'(1953) முதலாய பல நூல்கள் முன்னோடிப் பாட நூல்களாய் அமைந்தன எனினும் அவற்றில் சிலவற்றில் மாத்திரமே உரைப் பகுதிகள் வெளிவந்தன. (இப்பட்டியல் இன்னும் நீளும். கட்டுரையின் விரிவஞ்சித் தவிர்க்கப்படுகிறது.)

இன்று பிரபலமாக அறியப்படும், நாவலர் கோட்டம் ஆ. முத்துத்தம்பிப்பிள்ளையின் பார-தச் சுருக்கம், 1903இல் வெளியாகி, வெளிவந்த காலத்தின் கல்வித் தேவைக்கும் பிற்காலக் கல்வித் தேவைக்கும் பெரிதும் பயன்படுத்தப்பட்டது. அரசினரின் கல்வித் தேவை கருதியே இது எழுதி அச்சிடப்பட்டு, அனுமதி பெறப்பட்டது என்பதை, நூலில் வரும் "Approved for use in Schools by the Educational Publications Board of Ceylon on 31-12-1958"எனும் தொடர் காட்டி நிற்கிறது.

அறிஞர்களின் அபிப்பிராயம் பெற்று வெளியிடலும் வெளிவந்தவுடன் அறிஞர்கள் பத்-திரிகைகளில் அபிப்பிராயம் எழுதுதலும் பாட நூலுக்கான புலமைசார் அங்கீகாரமாகக் கரு-தப்பட்டன. பேரறிஞர் வண.சேவியர் தனிநாயக அடிகள், பண்டிமணி சி.கணபதிப்பிள்ளை, தமிழறிஞர் செ.வே. ஜம்புலிங்கம்பிள்ளை, வித்துவான் ந.சுப்பையாபிள்ளை, அகில இலங்-கைத் தமிழ் ஆசிரியர் சங்கத் தலைவராயிருந்த அறிஞர் நா. தம்பிரத்தினம், பண்டிதர் வீ.ஏ. யோன்பிள்ளை, பண்டிதர் பொன். கிருஷ்ணபிள்ளை முதலியோர் பாட நூல்களைப் பற்றிய அபிப்பிராயங்களைப் பத்திரிகைகளில் எழுதினர். இவர்களது இக்குறிப்புகள் பாட நூல்கள் தொடர்பான மதிப்பீடுசார் குறிப்புக்களாகவும் அமைந்தன. சிறந்ததாகக் கருதப்படும் பாட நூல் ஒன்றைக் கல்விச் சமூகத்திற்கு அடையாளங் காட்டியதில், பத்திரிகைகளின் பங்கு அளப்பரியதாயிருந்தது. உதாரணமாக, ம.வே. திருஞானசம்பந்தப்பிள்ளையின் செந்-தமிழ் மொழிவளம்' எனும் பாட நூலுக்கு, இந்து சாதனம் (25.06.1954), சத்திய வேத பாதுகாவலன் (01.07.1954), ஈழகேசரி (18.07.1954), வீரகேசரி (15.08.1954), ஆனந்தன்

(1954 யூலை), Hindu Organ (30.07.1954) ஆகியவற்றில் வெளியான மதிப்பீட்டுக் குறிப்புக்கள் நோக்கத்தக்கவை.

தமிழ்த்தூது தனிநாயக அடிகள், அறிஞர் க.பே. முத்தையா எழுதிய தமிழ் அறிவு(1955) எனும் பாட நூலுக்கான வாழ்த்துரையில் பின்வருமாறு குறிப்பிடுகிறார்:

"குடியாட்சியில் மக்கள் இன்புற வாழ வேண்டுமாயின் அவர் தம்மொழியைப் பிழையின்றிப் பேசவும் எழுதவும் பயின்று, தம் கருத்துக்களைப் பிழையின்றி வெளிப்படுத்தல் வேண்டும். இந்நோக்கங்களை நிறைவேற்றும் பொருட்டு இலங்கையின் புதுக் கல்வித் திட்டத்தையும் அரசியலமைப்பையுங் கருதி, சில துணைநூல்கள் வெளிவந்துள்ளன. ஆசிரியர் முத்தையா தொகுத்துள்ள 'தமிழ் அறிவு' என்னும் நூல் உயர்நிலை வகுப்பு ஆசிரியர்க்கும் மாணவர்க்கும் பெரிதும் பயன்படும்."(1955:3)

இதிலிருந்து, பாட நூல் மற்றும் பாட நூல் உரை முதலியன புலமைச் சமூகத்தால் அங்கீகரிக்கப்பட்ட கல்விசார் செயற்பாடுகள் என்பது தெளிவாகிறது.

பாட நூல் உரையாசிரியர்கள் குறித்த பாடப் பகுதிகளுக்குத் தாமாகவே உரை எழுதி வெளியிட்டனர் எனினும், அச்சக உரிமையாளர் மற்றும் வெளியீட்டாளர் கேட்டுக் கொண்டபடி எழுதிய உரைகளே ஏராளம். ஈழத்தில் தமிழ்ப் பாட நூல் உரைகளின் பரம்பலில் நாவலர் அச்சுக்கூடம், ஸ்ரீ காந்தா அச்சகம், தனலக்குமி புத்தகசாலை, ஸ்ரீ லங்கா புத்தக சாலை, வட லங்கா புத்தகசாலை, சுப்பிரமணிய புத்தகசாலை முதலாய நிறுவனங்கள் அதிக அக்கறை காட்டின. "ஈழகேசரி நா.பொன்னையா அவர்கள் உத்தியோகப் பற்றற்ற முறையில் பாட நூல் எழுதும் குழுவொன்றை நியமித்துச் செயற்பட்டார்."(சிவலிங்கராஜா,எஸ். 2010:iஎ) பொருளாதாரத் தடை அமுலில் இருந்த யுத்த காலத்தில், கோடிட்ட எழுது தாள்களில் பாட நூல் உரைகள் அச்சிட்டு வெளியாகின. பண்டிதர் சு.வேலுப்பிள்ளையின் தேர்ந்த செய்யுட்கோவை முதலிய நூல்களும் வித்துவான் சொக்கனின் சில நூல்களும் இவ்வாறு வெளிவந்தன.

உரைநூல்கள் பாடத் திட்டத்தில் அமைந்த நிலையிலிருந்து மாறிப் பாட விதான நூற் பகுதிகளுக்கு உரையெழுதும் 1950, 60களில், வித்துவான் க. வேந்தனார் வளம்மிக்க பாட நூல் உரையாசிரியராக அடையாளம் காணப்படுகிறார்.

வேந்தனார் - பாட நூல் உரையும் உரைத் திறனும்: வேந்தனார் பண்டிதர்(1941), சைவப்புலவர்(1942), வித்துவான்(1944), சித்தாந்த சிரோமணி(1964) முதலாய புலமைசார் தகுதிகளைப் பெற்றவர் என்பதனூடு அவர் ஈழத்தின் செம்மாந்த புலமை மரபிற்குரிய புலமையாளராகத் தன்னை நிலைநிறுத்தியவர் என்பது புலப்படுகிறது. 1943இல் பயிற்றப்பட்ட ஆசிரியராகி, 32 ஆண்டுகள் தமிழ் மற்றும் சைவாசிரியப் பணி புரிந்தவர். 1964இலிருந்து இலங்கை அரசாங்கப் புத்தக வெளியீட்டுச் சபையின் தமிழ்ப் பகுதி உறுப்பினராகக் கடமையாற்றியவர். எனவே புலமைவழி, தொழில்வழி, நிறுவனவழி வரும் இம்மூன்று அம்சங்களும் தேர்ந்த பாடநூல் உரையாசிரியராக வேந்தனாரை, ஈழத்துத் தமிழ்க் கல்விப் புலத்தில் நிலைநிறுத்தின.

பாட நூல் உரைகுறித்த அவரது கொள்கை பற்றிய பதிவுகள் கிடைத்தில எனினும் அவரது சமகாலப் பாட நூல் உரையாசிரியர்களுக்குரிய நோக்கத்தினையே குறித்த காலத்திற்குரிய பொதுவான கொள்கையாக வரித்துக் கொள்ள வேண்டும். அதேவேளை வேந்-

தனாரின் பாட நூல் உரைகளிலிருந்தும் அவரின் உரை நெறிமுறைகளை அறிய வேண்டும். அவ்வாறான அறிதல், அகச்சான்றுகளின் வழியான அறிதலாக அமையும். அதுவே வேந்தனாரின் உரை நெறிமுறைக் கொள்கையாக இருக்கும்.

மாணவர் வகுப்புநிலை, தமிழ்ப் புலமை, அறிவு விருத்தி, இலக்கிய ஆர்வத்தினைத் தூண்டுதல், இலக்கிய இரசனை விருத்தி, பரீட்சை நோக்கு முதலாயவற்றை அடிப்படையாக்கொண்டு உரையெழுதும் போக்கு, அக்காலப் பாடநூல் உரையாசிரியர்களிடம், ஒரு கொள்கையாகவே இருந்தது. இந்தப் பொதுவான அம்சம் வேந்தனாருக்கும் உரியது. எனினும் பாட நூல் உரை குறித்த அவரது பிரத்தியேக நெறிமுறைகளை அவர் எழுதிய உரைகளின் வாயிலாகவே அறியமுடியும்.

வேந்தனாரின் பாடநூல் உரைகள் என வரும்போது, தனியே பாடநூல் உரைகளாக வெளிவந்தவற்றை மாத்திரம் கருதக்கூடாது. இந்து சமய பாடம் என்னும் நூலில், பாடநூல்களாக இருந்த இலக்கியப் பகுதிகளுக்கு அவர் எழுதிய உரைகளையும் கவனத்திற் கொள்ளவேண்டும். அப்போதுதான் அவரது விரிந்து பரந்த உரையறிவு புலப்படும். அந்தவகையில், பாட விதானத்துக்கு வேந்தனார் எழுதிய உரைகளைப் பின்வருமாறு பகுத்துக் கொள்ளலாம்.

வேந்தனாரின் பாட நூல் உரைகளும் வகையும்

1. திருக்குறள் உரை

அறத்துப்பால் — துறவறவியல் — 25 தொடக்கம் 28 வரையான அதிகாரங்களுக்குரிய உரைகள். (இவை இந்து சமய பாடம் -1954 எனும் நூலில் உள்ளடங்கியவை)

2. தேவாரப் பதிக உரை

1. திருஞானசம்பந்தமூர்த்தி நாயனார் — திருப்பாசுரம் மூன்றாம் திருமுறை 54ஆம் பதிகம்,

திருகோணமலைத் திருப்பதிகம் ஆகியவற்றுக்கான உரைகள்.

2. திருநாவுக்கரசு நாயனார் — ஆறாம் திருமுறை 98ம் பதிகம் — மறுமாற்றுத் தாண்டகம்,

திருவாரூர்ப் பதிகம் ஆகியவற்றுக்கான உரைகள்.

3. சுந்தரமூர்த்தி நாயனர் — திருப்பாச்சிலாச்சிராமத் திருப்பதிகம்,

திருத்தினை நகர்ப் பதிகம், திருக்கேதீச்சரப் பதிகம் ஆகியவற்றுக்கான உரைகள்.

(இவை இந்து சமய பாடம் -1954 எனும் நூலில் உள்ளடங்கியவை)

திருவாசக உரை

போற்றித் திருவகவல் (1-87 அடிகள்), திருச்சாழல், பிடித்த பத்து, யாத்திரைப் பத்து ஆகியவற்றுக்கான உரைகள். (இவை இந்து சமய பாடம் -1954 எனும் நூலில் உள்ளடங்கியவை)

4) கம்பராமாயண உரை

1. கம்பராமாயணம் — சுந்தர காண்டம் — காட்சிப் படலமும் நிந்தனைப் படலமும் (159 செய்யுட்கள்) — விளக்கவுரை — 1956

2. கம்பராமாயணம் — யுத்த காண்டம் — கும்பகருணன் வதைப் படலம் (1 முதல் 170 செய்யுட்கள்) — விளக்கவுரை — 1959

3. கம்பராமாயணம் — அயோத்தியா காண்டம் — மந்தரை சூழ்ச்சிப் படலமும் கைகேயி சூழ்வினைப் படலமும் (199 செய்யுட்கள்) — விளக்கவுரை — 1960

5) மெய்கண்ட சாஸ்திர உரை

உமாபதி சிவாச்சாரியாரின் திருவருட்பயன் முழுமைக்குமான உரை.

(இது இந்து சமய பாடம் — 1954 எனும் நூலில் உள்ளடங்கியது)

6) பாரதியார் பாடல்களுக்கான உரை

பாரத தேசம், நடிப்புச் சுதேசிகள், சுதந்திரப் பெருமை, சுதந்திரதேவியின் துதி, புதுமைப் பெண், தொழில், தமிழ்த்தாய், தமிழ், மூன்று காதல், வெண்ணிலாவே, முரசு ஆகிய பதி-னொரு பகுதிகளுக்கான விளக்கவுரைகள். — 1965.

வேந்தனாரின் உரைநூல்களை மேற்படி பகுத்து நோக்கும்போது பின்வரும் நான்கு அம்-சங்கள் புலப்படுகின்றன.

அற நூல், பக்தி நூல், காப்பிய நூல், தத்துவ நூல், நவீன கவிதை முதலாய எல்லைப் பரப்பில் அவரது உரைகள் எழுதப்பட்டுள்ளன.

சில நூல்களின் பகுதிகளுக்கு (துறவறவியல், காட்சிப் படலம் முதலாயின) மட்டுமல்லாது நூல் முழுமைக்கும் (திருவருட் பயன்) உரைகள் எழுதப்பட்டுள்ளன.

பழந்தமிழ் மற்றும் இடைக்கால இலக்கியங்களுக்கு மட்டுமல்லாது மரபினின்றும் உதித்த நவீன கவிதைகளுக்கும் (பாரதியார் பாடல்கள்) உரைகள் எழுதப்பட்டுள்ளன.

ஈழத்துத் தேவராத் திருப்பதிகங்களுக்கு (திருகோணமலைத் திருப்பதிகம் திருக்கேதீச்சரப் பதிகம்) முழுமையாக உரையெழுதப்பட்டுள்ளது.

வேந்தனாரின் உரைநூல் எழும் பின்னணி: வேந்தனாரின் உரைநூல் எழும் பின்னணியை அறிந்து கொள்வது, அவரது உரைத்திறனை அறிய வழி சமைக்கும். அந்த அடிப்படையில் கம்பராமாயணம் — கும்பகருணன் வதைப் படலத்திற்கு அவர் எழுதிய உரைநூலின் பதிப்-புரையின் ஒரு பகுதியை இங்கு குறிப்பிட்டு, அவற்றிலிருந்து சில முடிவுகளைப் பெற்றுக் கொள்ளலாம்.

"கம்பராமாயணம் — கும்பகர்ணன் வதைப்படலம் 1-170 பாக்களும் 1957 — 1960ம் ஆண்டுகளில் நிகழவிருக்கும் கல்விப் பொதுத் தராதரப் பத்திரத் (G.C.E)) தேர்வுக்குரிய இலக்கியப் பாடமாக இருக்கின்றன. இந்த இலக்கிய நூலுக்குச் புதிய முறையில் ஒரு சிறந்த விளக்கவுரை எழுதி, மாணவர் உள்ளத்தில் இலக்கிய உணர்ச்சியைப் பெருக்க வேண்டும் என்ற எண்ணம் எமக்குத் தோன்றியது. இந்த எண்ணத்தை ஏற்றுப் பரமேஸ்வராக் கல்லூரித் தமிழ் விரிவுரையாளர், வித்துவான், பண்டிதர், சைவப்புலவர், திரு.க. வேந்தனார் அவர்கள், நனி சிறந்த விளக்கவுரை ஒன்றினை எழுதி உதவினார்கள். இலக்கிய உணர்ச்சியும் கவிதை வளமும் நிரம்பிய வித்துவான் அவர்களின் உள்ளத்திலே நின்று சுந்தர விளக்கவுரையை, இலக்கிய உலகுக்கோர் புது விருந்தாக வெளியிட்டுள்ளோம்.

ஒவ்வொரு செய்யுளுக்கும் கொண்டுகூட்டு, பொருள், பொழிப்பு, விளக்கம், குறிப்பு எனும் உறுப்புக்கள் அமைய உரை எழுதப்பட்டுள்ளது. விளக்கத்தில் செய்யுள் நயம் விரிக்கப்படு-கின்றது. செய்யுள்களை, நுகர்ந்து நுகர்ந்து தீட்டிய செய்யுள் நயம் மாணவர்க்கு இலக்கிய

நயப்பை அளிக்கும் இனிய விருந்தாகும். உவமான, உவமேய விளக்கம் மாணவர் உள்ளத்தில் பதியக் கூடிய முறையில் தரப்பட்டுள்ளது. குறிப்பில் இலக்கண முடிவுகள் கூறப்படுகின்றன. இவற்றுடன், 170 பாக்களையும் அவற்றின் பொருள் நிலைக்கேற்பப் பத்தொன்பது பிரிவுகளாக வகுத்து. அப்பிரிவுகள் ஒவ்வொன்றிற்கும் தனித் தனி தலையங்கங்கள் கொடுத்துப் பின் ஒவ்வொரு பிரிவுகளின்கீழ் உள்ள பாக்களின் பொருளையும் தொகுத்துத் தெளிவான உரைநடையில் எழுதப்பட்டுள்ளது. இதனால் மாணவர்கள் மிக எளிதாகப் பாட்டின் பொருளை விளங்கிக் கொள்வார்கள். இப்புதிய விளக்க உரையினை, ஆசிரியர்களும் மாணவர்களும் மிக ஆர்வத்துடன் வரவேற்று, எம்மை ஆதரித்து ஊக்குவார்கள் என எதிர்பார்க்கின்றோம். தேர்வு வினாக்களும் ஈற்றில் சேர்க்கப்பட்டுள்ளன."(1956:2)

மேற்படி பதிப்புரைப் பகுதியிலிருந்து வேந்தனாரின் உரைநூல் தொடர்பாகப் பின்வரும் அம்சங்களைக் குறித்துக் கொள்ளலாம்.

வெளியீட்டாளர்கள் கேட்டுக் கொண்டதன் பிரகாரம்
பாட நூல் உரைகள் எழுதப்பட்டுள்ளன.

க.பொ.த. சாதாரண மற்றும் உயர்தரக் கல்வித் தேவையைப்
பூர்த்தி செய்யும் நோக்கோடு அவை எழுதப்பட்டுள்ளன.

உரைகள், இலக்கு வாசகர்களாக மாணவர்களையும் அவர்களுக்குக்
கற்பிக்கும் ஆசிரியர்களையும் கொண்டிருந்தன.

செய்யுட்களுக்கான உரைகள், கொண்டுகூட்டு, பொருள், பொழிப்பு, விளக்கம்,
குறிப்பு முதலிய அடிப்படையில் எழுதப்பட்டுள்ளன.

நூற்பகுதியைப் பொருள்நிலைக்கேற்ப பகுதிகளாகப்
பிரித்து உரையெழுதப்பட்டுள்ளது.

கல்வியுடன் இணைந்த பரீட்சைத் தேவையும் உரை எழுதும் நோக்கமாதலால் தேர்வு வினாக்களும் அநுபந்தமாகச் சேர்க்கப்பட்டுள்ளன.

வேந்தனாரின் உரைக்கான பாடத் தெரிவு: பாடநூற் பகுதிக்கு உரை எழுதுதல் என்பதை மனங்கொள்ளாது, குறித்த இலக்கியத்தின் செய்யுட் பகுதிக்கு உரை எழுதுவது எனக் கருதி, செய்யுள் நிலையிலும் பொருள் நிலையிலும் நலிவுற்ற பாட நூல்கள் வரும் இக்காலத்தில், வேந்தனார் உரை எழுதுவதற்கான தமது பாடத் தெரிவை மேற்கொண்ட தன்மை வியப்புக்குரியது. வேந்தனாரிடம், ஒரு செய்யுளுக்கே பல பாட பேதங்கள் உள்ளபோது அவற்றில் எதைத் தெரிவு செய்து உரை எழுதுவது என்ற புலமைசார் வினாவின் அடிப்படையிலான தேடல் நிகழ்ந்ததை அவதானிக்க முடிகிறது. அத்தேடலால், பலரும் ஏற்கும் வகையில் அங்கீகரிக்கப்பட்ட பாடமொன்றிற்கு உரையெழுதும் முடிவிற்கு அவர் வந்திருப்பதையும் அறிய முடிகிறது. இது தேர்ந்த உரையாசியனுக்குரிய பண்புகளுள் ஒன்றாகும். இவ்விடத்தில், 'கம்பராமாயணம் — அயோத்தியா காண்டம் — மந்தரை சூழ்ச்சிப் படலமும் கைகேயி சூழ்வினைப் படலமும்' எனும் நூலில் வரும் பதிப்புரையின் பின்வரும் பகுதியைக் குறிப்பிடுவது பொருத்தமானது.

"இந்நூலில் உள்ள மந்தரை சூழ்ச்சிப் படலம், கைகேயி சூழ்வினைப் படலம் என்னும் இரு பகுதிகளிலும் இடம் பெற்றிருக்கும் செய்யுள்கள், பல வேறுபட்ட பாட பேதங்களுடன் காணப்பட்டபடியால், மாணவர் உள்ளத்தில் மலைவு தோன்றாவண்ணம், அண்ணாமலைப்

பல்கலைக்கழகத்தால் 1959ஆம் ஆண்டு பல பிரதிகளை ஒப்பு நோக்கி ஆராய்ந்து வெளியிட்ட அயோத்தியா காண்டத்தில் உள்ள பாடல்களையே மூலபாடமாக வைத்து உரையெழுதப்பட்டுள்ளது. ஆங்கு, பிற பாட பேதங்களும் எடுத்துக் காட்டப்பட்டுள்ளன." (1960:பதிப்புரை)

வேந்தனாரின் பாட நூல் உரையின் அமைப்பு: வேந்தனாரின் பாட நூல் உரைகள், பின்வரும் ஐந்து படிமுறைகளைக் கொண்ட அமைப்பினை உடையது. அவை பற்றிச் சுருக்கமாக நோக்கலாம்.

1. செய்யுளைப் பதம் பிரித்துக் கொண்டுகூட்டல்: பாடலைப் பதம் பிரித்து, பொருள் விளக்கம் ஏற்படும் வகையில் கொண்டு கூட்டுவது அவர் மேற்கொள்ளும் முதற்படியாகும். செய்யுளில் அமைவு பெற்றிருக்கும் சொற்களை, அவை செய்யுளில் அமைந்தவாறு பொருள் கொண்டால், எல்லாச் செய்யுள்களுக்கும் சரியான பொருள் கிடைக்காது. யாப்புநிலைக்கேற்ப சொற்களும் தொடர்களும் செய்யுளில் மாறுபட்ட நிலையில் அமைந்திருக்கும். எனவே, பாடலில் அமைவு பெற்றிருக்கும் வாக்கிய அமைதியை பொருள் இலகுவில் புரியும் வகையில் கொண்டு கூட்டுகிறார். பொருள்நிலை கருதிப் பதம் பிரித்துக் கொண்டு கூட்டுவதன்மூலம், மாணவர்களுக்குச் செய்யுளிலில் வரும் சொற்கள் மற்றும் தொடர்களின் பொருளை அண்மைப்படுத்துகிறார்.

2. செய்யுளின் பொருளை எழுதுதல்: பதம் பிரித்துக் கொண்டு கூட்டியதை வைத்தும் கதையோட்டத்தை மனதிற் கொண்டும் செய்யுளுக்கான பொருளை எழுதுவது அவரது இரண்டாவது படிமுறையாகும். கதையோட்டத்தை மனங்கொண்டு பொருள் கொள்ள வேண்டும் என்பதற்காக, குறித்த செய்யுளில் இடம்பெறாத, வருவித்துப் பொருள் கொள்ளும் இடங்களை அடைப்புக்குறியுள் இட்டு, பொருளை எழுதுகிறார். முன்னைக் கதையோட்டம் புரியும் வகையிலும் கதைச் சூழமைவில் கவனம் குவியும் வகையிலும் மாணவருக்குச் செய்யுட் பொருளை தெளிவுபடுத்தி விடுகிறார்.

3. செய்யுளின் பொருளுக்குப் பொழிப்பு எழுதுதல்: பொருளுக்கு அடுத்த படிமுறையில் பொழிப்பை எழுதுகிறார். முன்னர் கூறிய பொருளைத் திரட்டிக் கூறும் பகுதியாகப் பொழிப்பு அமைகிறது. இப்பகுதி செறிவானதாகவும் எளிமையான மொழி நடையிலும் அமைந்துள்ளது. இதன்மூலம், மாணவர்களுக்குச் செய்யுளின் சாராம்சத்தைப் புகட்டி விடுகிறார்.

4. செய்யுளைக் குறித்த விளக்கம் எழுதுதல்: பொழிப்புக்கு அடுத்த படிமுறையில் விளக்கம் எழுதுகிறார். இதில், குறித்த செய்யுளின் கூற்று முறை, பாத்திர உணர்ச்சி, குறித்த தொடர்கள் மற்றும் சொற்களை, செய்யுளை எழுதிய புலவர் அமைத்ததன் நோக்கம், அணிநயம் முதலியவற்றையும் குறித்த செய்யுளுடன் தொடர்பான கதை நிகழ்ச்சிகளையும் குறித்த செய்யுளில் வரும் தொடர்களுடன் ஒப்புமையாகி வரும் பிற இலக்கியங்களின் தொடர்களையும் எழுதுகிறார். இதன்மூலம் தான் எழுதிய உரையை வலிமையாக்குகிறார். எந்த ஒரு கோட்பாட்டையும் பின்பற்றாமல், தன் கோட்பாட்டை நிலைநாட்டும் இந்த முறையை இலக்கண நூலார் 'தன் மதம் கொளல்' எனக் குறிப்பிடுவர். தன்மதம் கொள்ளலோடு நின்று விடாது, மாணவருக்கும் குறித்த செய்யுளை ஆழமாக நோக்கும் முறைக்கு வழிகாட்டுகிறார். மாணவர் நயக்கத்தக்க வகையிலும் அவர்களது இலக்கிய இரசனை மேம்பாடு அடையும் வகையிலும் விளக்கம் அமைந்திருப்பது சிறப்பிற்குரியது.

5. செய்யுள் பற்றிய மேலதிக குறிப்புகள் தருதல்: இறுதியாக, குறிப்பு எனும் பகுதியில் செய்யுளில் வரும் சொற்கள் மற்றும் தொடர்களுக்கு இலக்கணக் குறிப்புகளை எழுதுகிறார். மாணவரின் இலக்கண அறிவை, அவர்கள் விரும்பிக் கற்ற செய்யுட் பகுதியின் வாயிலாக விருத்தி செய்ய முயன்றுள்ளார். குறிப்பு எனும் பகுதியிலேயே அரும்பதச் சொற்களையும் குறித்து விடுகிறார்.

மேற்படி படிமுறையில் உரையெழுதுதலை, கம்பராமாயணம் சார்ந்த பாட நூல்களுக்கான உரைகளில் மேற்கொண்டுள்ளார். திருக்குறள், தேவாரம், திருவாசகம், திருவருட்பயன் ஆகி-யவற்றுக்கான பாட நூல் உரைகள், சமயப் பாடத் தேவை கருதி எழுதப்பட்டமையால், நயம் மற்றும் இலக்கண, இலக்கிய விளக்கங்களைத் தவிர்த்துள்ளார். அவற்றுக்கு, சமயச் செய்தி-களுக்கு முதன்மை வழங்கும் வகையில், பொருளையும் பொழிப்பையும் மாத்திரமே எழுதுகி-றார். ஆனால், பாரதியார் பாடல்களுக்கான விளக்கவுரையில், குறித்த கவிதையின் தோற்றப் பின்னணியையும், அக்கவிதை எழுந்த காலச் சூழலையும் சுருக்கமாக அறிமுகப்படுத்திய பின்னர், பாடலுக்கான பொருளையும் விளக்கத்தையும் எழுதும் முறையைக் கையாள்கிறார்.

வேந்தனார் உரையில் வரும் குறிப்புக்கள் பொருளாலும் நயத்தாலும் மேம்பட்டவை. அவரது சிந்திக்கும் பாங்கைப் புலப்படுத்துபவை. உதாரணத்திற்கு பாடல் ஒன்றிற்கு அவர் எழுதும் குறிப்புப் பகுதியின் மேன்மையை இங்கு காட்டலாம்.

கும்பகருணன் வதைப் படலத்தில், இராவணன் கும்பகருணனை அழைத்து வருமாறு ஏவலாட்களை அனுப்புகிறான். அவர்கள் கும்பகருணன் அருகில் சென்று தண்டாலும் கையாலும் தாக்கியும் அவன் எழுந்திருக்காமை கண்டு, கோபங் கொண்ட ஏவலாட்கள் கூற்-றில் அமைந்த பாடல் பிரசித்தமானது. அப்பாடல் வருமாறு.

“உறங்குகின்ற கும்ப கன்ன உங்கள் மாய வாழ்வெலாம்
இறங்கு கின்ற(து) இன்று காண் எழுந்திராய் எழுந்திராய்
கறங்கு போல விற்பிடித்த கால தூதர் கையிலே
உறங்குவாய் உறங்குவாய் இனிக் கிடந்து உறங்குவாய்” (கம்ப:1263)

உரையாசிரியர் வை.மு. கோபால கிருஷ்ணமாச்சாரியார் இப்பாடலுக்கு “கிங்கிரர் வெகு-ளியாற் கூறுவன” என்று தலைப்பிட, வேந்தனார் “கிங்கிரர் கூறும் வஞ்சின உரைகள்” என நயம்மிக்க தலைப்பிட்டுள்ளார். இப்பாடலுக்கு, பாடசாலை மாணாக்கருக்காக வேந்-தனார் எழுதிய உரையின் அருகில்கூட வர முடியாதவாறு, கம்பராமாயணம் முழுமைக்கும் உரை கண்டு புகழ் பெற்ற, உரையாசிரியர் வை.மு.கோபாலகிருஷ்ணமாச்சாரியாரின் உரை அமைந்திருப்பது இங்கு குறிப்பிடத்தக்கது. கட்டுரையின் சுருக்கம் கருதி இப்பாடலுக்கான இருவரது உரை முழுவதையும் ஒப்பு நோக்குவதைத் தவிர்த்து, குறிப்பு எனும் ஒரு பகுதியை மட்டும் இங்கு ஒப்பு நோக்கலாம்.

ஏவலாட்கள் கும்பகருணனை எழுப்பும் மேற்படி பாடலில், ‘எழுந்திராய்’ என்பது இரு முறையும் ‘உறங்குவாய்’ என்பது மும்முறையும் வருகின்றன. இதற்கு, கோபாலகிருஷ்ண-மாச்சாரியார் தமது குறிப்பில், “பணியாளராக அமைந்தவர் தேவராதலால் இராவணனில்லாத மறைவான இடத்திலே ‘உறங்குகின்ற..... எழுந்திராய்”(2011:633) என்ற என்பதோடு மாத்-திரம் நின்று விடுகிறார். வேந்தனார் பின்வருமாறு நயம் மேம்படச் குறிப்பு வரைகிறார்.

“எழுந்திராய் எழுந்திராய் என இரண்டு சொற்கள் விரைவைக் காட்டுதற்காக அடுக்கி வந்தன. விரைவாக எழுந்திடல் வேண்டுமென்ற கட்டாயத்தைக் காட்டுகின்றன. உறங்குவாய், உறங்குவாய், உறங்குவாய் என்ற அடுக்கு மொழிகள், இனிமேல் நீ இப்படிக் கிடந்து உறங்க மாட்டாய்;;;;, விரைவில் அழியப் போகின்றாய் என எதிர்மறைப் பொருளில் வந்திருக்கின்றன. எனவே இந்த அடுக்கு மொழிகள் கும்பகருணன் தவறாமல் அழிவான் என்னும் துணிவுபற்றி மும்முறை அடுக்கி நின்றன. மாய வாழ்வு — இரண்டாம் வேற்றுமை உருபும் பயனும் உடன் தொக்க தொகை அது. மாயையை உடைய வாழ்வு என விரியும். எழுந்திராய், உறங்குவாய் என்பன முன்னிலை ஒருமை எதிர்கால வினை முற்றுக்கள்.”(:93)

வேந்தனார் கம்பன் கவிதையின் சந்த அமைப்பைக் கவனத்திற் கொள்ளும் அதேவேளை கதைச் சூழமைவைக் கருத்திற் கொண்டும் குறிப்பு எழுதுவதை அவதானிக்க முடிகிறது.

வேந்தனாரின் பாரதியார் பாடல்களுக்கான விளக்கவுரை, அவருக்கு நவீன கவிதை பற்றிய புரிதல் நன்கிருந்ததைக் காட்டி நிற்கிறது. இன்றுவரையும் இலங்கையில் தமிழ்ப் பாடத் திட்டத்தில் பாரதியார் பாடல்கள் இடம்பெற்று வருகின்றன. ஆயினும், அவற்றை விளக்கும் வகையில் வரும் பாட நூல்கள், பாரதியார் பாடல்களின் நயத்தையும் பொருள் உயர்வையும் மாணவர் புரியும் விதத்தில், அவர்களிடம் கொண்டு சேர்ப்பதில்லை. 1961 — 1962காலப் பகுதியிலும், 1965-1966காலப் பகுதியிலும் க.பொ.த. சாதாரண தரத்திற்கான பாட விதானத்தில், பாரதியாரின் பாடல்களிருந்து தெரிவு செய்யப்பட்ட பதினொரு பகுதிகள் இடம்பெற்றன. இவற்றிற்கு, வேந்தனார் எழுதிய விளக்கம் பரவலான வரவேற்பைப் பெற்றிருந்தது. பின்னாளில், இப்பாரதியார் பாடற் பகுதியில் இருந்த புதுமைப் பெண், தொழில் கவிதைகள், மறுபடியும் 1996 முதல் 2009 வரை நடைமுறையிலிருந்த க.பொ.த. உயர்தரத்திற்குரிய பாடத் திட்டத்தில் இணைக்கப்பட்டன. அதற்குச் சிலர் உரை விளக்கம் எழுதினர். அவர்களில் பண்டிதர் சு.வேலுப்பிள்ளையும் முக்கியமானவர். இங்கே பாரதியின் புதுமைப் பெண் எனும் கவிதையில், முதலாவது பாடலில் வரும் ஒரு பகுதிக்கு, வேலுப்பிள்ளையும் வேந்தனாரும் உரை செய்யும் திறத்தைச் சிறிது நோக்கலாம்.

“சேற்றிலே புதிதாக முளைத்ததோர்
செய்ய தாமரைத் தேமலர் போலொளி
தோற்றி நின்றனை பாரத நாட்டிலே”(புதுமைப் பெண்: 3-5)

மேற்படி பகுதிக்கு, “சேற்றிலே புதிதாக முளைத்ததோர் செய்ய தாமரை போல் தோன்றிய புதுமைப் பெண்”(1996:33) என விளக்கவுரைக் குறிப்பு எழுதினார், வேலுப்பிள்ளை. ஆனால், வேந்தனார் பின்வருமாறு விளக்கவுரைக் குறிப்பு எழுதினார்.

“உரிமை வாழ்வைப் பறிகொடுத்து அடிமைப்பட்டு அல்லல் உற்றுச் சிதறிச் சிதைந்து கிடக்கும் பாரத நாட்டைச் சேறாகவும் அப்பாரத நாட்டின்கண் தோன்றிச் சுதந்திரக் குரலை எழுப்பும் புதுமைப் பெண்ணைச் சேற்றில் தோன்றிய செந்தாமரை மலராகவும் கூறும் பாரதியாரின் உவமைத்திறன் பாராட்டுக்குரியதாகும். சேறு — உவமானம். அடிமைப்பட்டுக் கிடக்கும் பாரத நாடு — உவமேயம். இழிவும் அருவருப்பும் மதிப்பின்மையும் — பொதுத்தன்மை. சேற்றிலே புதிதாகத் தோன்றிய செந்தாமரை மலர் — உவமானம். பாரத நாட்டில் தோன்றிய புதுமைப் பெண் — உவமேயம். இழிந்த இடத்தில் தோன்றியமையும் சிறப்பும்

பொதுத் தன்மைகளாகும்."(1965:61-62)

மேற்குறித்த பகுதிக்கு, 1996ஆம் ஆண்டில் வேலுப்பிள்ளையவர்கள் க.பொ.த. உயர் தரத்திற்கும் 1965ஆம் ஆண்டில் வேந்தனார் க.பொ.த. சாதாரண தரத்திற்கும் விளக்கவுரைக் குறிப்பு எழுதினர் என்பதை மனத்திருத்தி நோக்கும்போது, வேந்தனாரின் பாட நூல் உரைத் திறனின் மேன்மை புலப்படுகிறது.

வேந்தனார் எழுதிய பாட நூல் உரைகளின் முக்கியத்துவத்தினை அமுதுப் புலவர் பின்வருமாறு குறிப்பிடுகிறார்.

"ஈழநாட்டின் இணையற்ற உரையாசிரியர் ஒருவர், எங்கள் காலத்தில் இருந்தார் என்றால், அவர் வித்துவான் வேந்தனார்தான்.... அவரை உரையாசிரியர் என்பதே முற்றும் பொருந்தும். பொதுத் தராதரப் பரீட்சைக்கு எனக் குறிப்பிட்டிருந்த இலக்கியப் பகுதிக்குப் பல ஆண்டுகளாக உரை எழுதி வந்தவர் வித்துவான் வேந்தனார். வேறு சிலரும் இந்தத் துறையில் முயன்றனராயினும், வேந்தனாரின் உரை ஆற்றலுக்கு ஈடு கொடுக்க இயலாமற் போய்விட்டனர். அரும்பத உரை, பொழிப்புரை, தெளிவுரை, இலக்கணக் குறிப்பு, எடுத்துக் காட்டு, வரலாறு, நயம் உரைத்தல் என்பனவாக அவர் குறிப்பிட்டு எழுதிய திரவியங்கள் தேடக் கிடைக்காதவை."(2010:40)

முடிவுரை: இதுவரை நோக்கியவற்றின் அடிப்படையில், ஈழத்துப் பாட நூல் உரைமரபை எழுதும்போது 1. உடுப்பிட்டி முதலியார் பள்ளிக்கூட உரைநூற் கல்வி, 2. ஆறுமுகநாவலர், சிவசம்புப் புலவர் ஆகியோர் உருவாக்கிய உரைநூற் கல்வி, 3.மிஷனரிகளின் கல்விச் செயற்பாட்டில் உரைநூற் கல்வி, 4. நவீன கல்வி நிறுவனங்களில் உரைநூற் கல்வியைப் பாட நூலாக்கும் சி.வை.தாமோதரம்பிள்ளையின் செயற்பாடு, 5. இலங்கையின் பாட விதானத்துக்கு அமைவாக எழுந்த பாட நூல் உரைகளும் உரையாசிரியர்களும் எனும் ஐவகை அம்சங்களை அதிகம் கவனத்தில் எடுக்க வேண்டும். இவை, ஈழத்துப் உரை வரலாற்றில் முக்கியமான கட்டங்கள். இத்தகையதொரு வரலாற்றுப் பின்புலத்தில் வேந்தனார் முக்கியத்துவமிக்க பாட நூல் உரையாசிரியராக அடையாளம் காணப்படுகிறார். அவரது பாட நூல் உரைகள், அவற்றின் வகைப்பாடு, உரைநூல்கள் எழும் பின்னணி, உரைக்கான பாடத் தெரிவு, உரையின் கட்டமைப்பு, உரைத் திறன் முதலாய பல்வேறு அம்சங்களை அவதானிக்கும்போது, அவரளவுக்குப் பிறர் அதிக கரிசனையுடன் ஈடுபட்டதாகத் தெரியவில்லை. ஈழத்துப் பாட நூல் உரைமரபில் வேந்தனார் தனித்து நோக்கப்பட வேண்டியவர். ஈழத்து இரசனை முறைத் திறனாய்வு வரலாறு ஒன்று எழுதப்படுமானால், அதில் வேந்தனாரின் பாட நூல் உரைகள் அதிக கவனிப்புப் பெறும். பாட நூல் உரையை, கல்வி மற்றும் பரீட்சைத் தேவைக்குரியதாக மட்டும் கருதாது, வித்துவத் திறன் நிரம்பிய புலமை ஆக்கமாகவும் வேந்தனார் கருதிச் செயற்பட்டமை, அவரின் உரைகளின்வழி அறிய முடிகிறது. ஈழத்துப் பாட நூல் உரையாசிரிய மரபை, வரலாற்று நிலைநின்று நோக்கும்போது, நவீன இலங்கையின் பாட நூல் உரைமரபில் அவர் வீற்றிருந்த சிம்மாசனநிலை புலப்படுகிறது. வேந்தனாரின் உரை மழையை, "விரிவுரை யமுதப் பெருமழை பொழியும்தெரிதமிழ்க் கொண்டல்" (1964:6) எனச் சோ. இளமுருகனார் பாராட்டுகிறார். திருவருட்பயன் முழுமைக்கும் வேந்தனார் எழுதிய உரை, இந்து சமய பாடம் எனும் நூலுள் அமிழ்ந்து, வெளித் தெரியாதிருக்கிறது. அதனைத் தனி நூலாக்கி, வெளிக்கொணர்வது தக்கோர் பணி.

4

தேவன்-யாழ்ப்பாணம்!

- வ.ந.கிரிதரன்

[தேவன் (யாழ்ப்பாணம்) பற்றிய இக்கட்டுரை குறுகிய காலத்தில் கிடைக்கப்பெற்ற அவர் பற்றிய தகவல்களின் அடிப்படையில் எழுதப்பட்டுள்ளது. அவரைப் பற்றிய விரிவானதொரு ஆய்வுக்கு அடிகோலுமொரு ஆரம்பக் கட்டுரையாக இதனைக் குறிப்பிடமுடியும். இக்கட்டுரை எழுத்தாளர் முல்லை அமுதனால் தொகுக்கப்பட்டு வெளிவரவிருக்கும் 'இலக்கியப் பூக்கள் -2' நூலுக்காக எழுதப்பட்ட கட்டுரை. ஏற்கனவே முல்லை அமுதனால் தொகுக்கப்பட்டு வெளியான 'இலக்கியப் பூக்கள்' தொகுப்பு நூலின் தொடர்ச்சியாக வெளிவரவுள்ள நூலிது. - வ.ந.கி] நான் யாழ் இந்துக் கல்லூரியிலும், வவுனியா மகாவித்தியாலயத்திலும் கல்வி பயின்றிருக்கின்றேன். இவற்றில் என் எழுத்தார்வம் தொடங்கியது வவுனியா மகா வித்தியாலய மாணவனாகவிருந்த சமயத்தில்தான். அப்பொழுதுதான் ஈழநாடு, சுதந்திரன் ஆகியவற்றில் என் ஆரம்பகால, சிறுவர் படைப்புகள் வெளிவந்தன. அப்பொழுதுதான் அகில இலங்கைரீதியில் நடைபெற்ற கட்டுரைப் போட்டியில் முதலாவதாக வந்ததும் நிகழ்ந்தது. பின்னர் என் உயர்தரக் கல்வியை யாழ் இந்துக் கல்லூரியில் தொடர்ந்தபொழுது அங்கே இலங்கைத் தமிழ் இலக்கிய வரலாற்றில் கால் பதித்த எழுத்தாளர்கள் சிலர் ஆசிரியர்களாகக் கடமையாற்றிக் கொண்டிருந்தார்கள். சொக்கன் என அறியப்பட்ட சொக்கலிங்கம், தேவன் - யாழ்ப்பாணம் என்று அறியப்பட்ட மகாதேவன் ஆகியோர் அவர்களில் முக்கியமானவர்கள். எனக்கு எப்பொழுதுமே ஒரு வருத்தம். என் எழுத்தின் வளர்ச்சிக்கு உறுதுணையாக யாழ் இந்துக் கல்லூரியில் ஆசிரியர்களாகப் பணிபுரிந்த எழுத்தாளர்கள் எவரிடமும் மாணவனாகக் கல்வி கற்கவில்லையே என்பதுதான் அந்த வருத்தம். என எழுத்தார்வதிற்கு முழுக்க முழுக்கக் காரணமாகவிருந்தது என் வீட்டுச் சூழலே. அப்பாவின் வாசிக்கும் பழக்கமும், வீடு முழுக்க அவர் வாங்கிக் குவித்த பத்திரிகைகள், சஞ்சிகைகளும்தாம் என் எழுத்தார்வத்தின் பிரதானமான காரணங்கள். இருந்தாலும் யாழ் இந்துக் கல்லூரியில் ஆசிரியர்களாக அப்பொழுது கடமையாற்றிக் கொண்டிருந்தவர்களில் ஒருவரான தேவன் - யாழ்ப்பாணம் அவர்களை அவ்வப்போது யாழ்நகரில் நடைபெற்ற நிகழ்வுகளின் மூலம், அவரது படைப்புகளின் மூலம் அறிந்து கொண்டிருந்தேன். ஆச்சியின் வீட்டில் கிடந்த பரணைத் தேடியபொழுது பழைய தினத்தந்தி பத்திரிகைப் பிரதிகள், மறைமலைய-

டிகளின் நாகநாட்டரசி குமுதவல்லி, கோகிலாம்பாள் கடிதங்கள், திப்புசுலதான் கோட்டை , தேவன் -யாழ்ப்பாணம் அவர்களால் புகழ்பெற்ற ஆங்கில செவ்விலக்கியங்களிலொன்றான Treasure Island நாவல் தமிழில் மொழிபெயர்க்கப்பட்டு வெளியாகியிருந்த 'மணிபல்லவம்' நாவல் என பல படைப்புகள் கிடைத்தன. மேற்படி மணிபல்லவம் நாவலை அன்றைய காலகட்டத்தில் விரும்பி வாசித்துள்ளேன்.

தேவன் - யாழ்ப்பாணம் மிகச் சிறந்த பேச்சாளர். ஆங்கிலத்திலும், தமிழிலும் நன்கு பேசும் ஆற்றல் வாய்த்தவர். இதனால் அன்றைய காலகட்டத்தில் யாழ்நகரில் நடைபெற்ற கலை, இலக்கிய நிகழ்வுகளில் , அந்நிகழ்வுகளைத் தொகுத்து வழங்கும் பிரதான தொகுப்பாளராக அப்பொழுது அவர் அனைவராலும் அழைக்கப்பட்டுக்கொண்டிருந்தார். யாழ் திறந்தவெளி அரங்கில் நடைபெற்ற நிகழ்வுகள் சிலவற்றில் தேவன் அவர்கள் ஆங்கிலத்திலும் , தமிழிலும் நிகழ்வுகளைத் தொகுத்து வழங்கியதைச் சிறுவயதில் கேட்டிருக்கின்றேன். அவரது குரல்வளம் அற்புதமானது. 6-10-70 செவ்வாய்க் கிழமை மாலை 7 மணி புதுவைத்தமிழிலக்கிய மன்றம் நடாத்தும் இலக்கிய விழாவில் "தேவன்- யாழ்ப்பாணம்" அவர்கள் "பாரதியின் எண்ணத்திலே" என்னுமுரை இடம்பெற்றுள்ளதை அறிய முடிகிறது.

இது தவிர தேவன் - யாழ்ப்பாணம் என்றால் உடனே ஞாபகம் வருவது அவரது புகழ்பெற்ற 'ஸ்கோடா' (Skoda) மோட்டார் வாகனமாகும். அதன் காரணமாக அன்றைய காலகட்டத்து மாணவர்களால் அவர் 'ஸ்கோடா' என்னும் பட்டப்பெயரால் அழைக்கப்பட்டதும் நினைவுக்கு வருகின்றது. யாழ் இந்துக் கல்லூரியின் ஆசிரியர்கள் பலருக்கு மாணவர்கள் பல்வேறு பட்டப்பெயர்கள் வைத்திருந்தார்கள். அந்தப் பெயர்களாலேயே அவர்கள் அவ்வப்போது அழைக்கப்பட்டுக்கொண்டிருந்தார்கள். அந்தக் கண்ணாடி அணிந்த முகமும், அந்த 'ஸ்கோடா' மோட்டார் வாகனமும் இப்பொழுதும் ஞாபகத்திலிருக்கின்றன. ஈழத்துத் தமிழ் இலக்கியவரலாற்றில் தேவன் - மகாதேவனின் - பங்களிப்பாகவிருப்பவை அவரது நாவலகள், சிறுகதைகள், நாடகங்கள், கட்டுரைகள் மற்றும் மொழிபெயர்ப்பு ஆக்கங்களே. இன்னுமொரு முக்கியமானதொரு விடயத்திற்காகவும் தேவன் - யாழ்ப்பாணம் நினைவு கூரப்படவேண்டும். பல முக்கியமான எழுத்தாளர்கள் உருவானதற்கு ஒருவிதத்தில் அவர் காரணமாகவிருந்திருக்கின்றார்.

யாழ்ப்பாணத்தில் 1924இல் பிறந்த இளையப்பா மகாதேவன் தன் புனைபெயராக தேவன் என்று வைத்துக் கொண்டார். அவரைத் தமிழ்நாட்டு எழுத்தாளரான தேவனிடமிருந்து வேறுபடுத்துவதற்காக அவரே தேவன் - யாழ்ப்பாணம் என்று அழைத்துக்கொண்டாரா அல்லது பிறரால் அவ்விதம் அழைக்கப்பட்டாரா? எழுத்தாளர் மகாதேவன் என்னும் தன் பெயரிலுள்ள தேவன் என்னும் பெயரைத் தனது புனைபெயராக வைத்தாரா அல்லது தமிழகத்துத் தேவன் மேல் கொண்ட பற்றுக் காரணமாக அப்பெயரை வைத்துக் கொண்டாரா? இது பற்றி எழுத்தாளர் தேவன் ஏதாவது கட்டுரைகளில் எழுதியிருக்கின்றாரா என்பது ஆய்வுக்குரிய விடயம். இவ்விதமாக தேவன் - யாழ்ப்பாணம் என்று அவர் அழைக்கப்படுவது பற்றி முனைவர் நா.சுப்பிரமணியம் தனது 'ஈழத்துத் தமிழ் நாவல் இலக்கியம்' என்னும் நூலில் (அப்பொழுது முனைவர் நா. சுப்பிரமணியம் யாழ் பல்கலைக்கழக வளாகத்தின் தமிழ்த்துறையில் உதவி விரிவுரையாளராகக் கடமையாற்றிக்கொண்டிருந்தார்.) பின்வருமாறு குறிப்பிட்டிருக்கின்றார்:

“ஈழத்து எழுத்தாளர்கள் தமிழ்நாட்டுப் பிரபல நாவலாசிரியர்களை ஆதர்சமாகக் கருதினர் என்பதற்கு யாழ்ப்பாணம் ‘தேவன்’, ஆனந்தவிகடன் ‘தேவன்’ இருவருக்குமிடையில் நிலவிய ‘ஏகலைவன்’-‘துரோணர்’ தொடர்பு எடுத்துக்காட்டாகும். ஈழத்தின் பிரபல நாவலாசிரியரான இளங்கீரன் தமிழ்நாட்டிலே சிலகாலம் வாழ்ந்து திராவிட முன்னேற்றக் கழகத்தின் பகுத்தறிவுப் பாசறையைச் சார்ந்து நாவல்கள் படைத்தவர் என்பதும் மர்ம நாவல்களைப் படைத்த ‘ரஜனி’, எம். ஏ. அப்பாஸ் இருவரும் தமிழ்நாட்டினர் என்பதும் ‘தமிழக-ஈழ’ நாவலிலக்கியத் தொடர்பின் இயல்பை விளக்கப் பொருத்தமான சான்றுகளாகும். ஐம்பதுகளின் முடிவிலே ஈழத்துத் தமிழிலக்கியம் தனக்கெனத் தனிப்பண்புடையதாக அமைய வேண்டுமென்ற தேசிய உணர்வடிப்படையிலான கருத்து வளர்ச்சியடைந்த பின்னருங்கூட ஈழத்துத் தமிழ் நாவலாசிரியர்களும் திறனாய்வாளரும் தமிழ் நாட்டு நாவலாசிரியர்களுடன் நெருங்கிய இலக்கிய உறவு கொண்டிருந்தனர். 1960இல் ‘தினகரன் தமிழ் விழா’வுக்குக் க. கைலாசபதியும் செ. கணேசலிங்கனும் அகிலனை வரவழைத்துச் சிறப்பித்தனர்.1965இல் செ. கணேசலிங்கன் தனது நீண்ட பயணம் நாவலை அகிலனின் முன்னுரையுடனேயே வெளியிட்டார். அறுபதுகளில் வெளிவந்த ஈழத்தின் சிறந்த நாவல்களிற் பெரும்பாலானவை தமிழ் நாட்டுப் பிரசுரக் களங்களின் மூலம் வெளியானவையே என்பதும் ஈண்டு அவதானிக்கத் தக்கது.”

தேவன் - யாழ்ப்பாணம் அவர்களொரு எழுத்தாளராக உருவாவதற்கு அவரது அம்மாவின் பங்களிப்பு முக்கியமானது. அதனை அவரே ‘வானவெளியிலே’ என்னும் அவரது வானியல் பற்றிய கட்டுரைகளை உள்ளடக்கிய நூலுக்கான சமர்ப்பணத்தில் குறிப்பிட்டுள்ளார். ஸ்ரீ சண்முகநாதன் அச்சகத்தில் அச்சடிக்கப்பட்டு வெளியான இந்நூலினை தேவன் அவர்கள் தனது தாயாருக்குச் சமர்ப்பணம் செய்துள்ளார். அச்சமர்ப்பணத்தில் அவர் ‘இளமையிலிருந்து நான் பாடசாலையில் கற்ற நாள் முதல் எனக்குத் தெரிந்த அனைத்தையும் ஒப்புவிக்கும்போது, தெரிந்த விஷயமானாலும், தெரியாத விஷயமானாலும், அலுத்துக் களைத்திருந்தாலும், கேட்டு ரசித்து, என் பிதற்றல் பிரசங்கங்களுக்கு சபையோராய் வாழ்ந்து, தலையாட்டி, பேருவகை கொண்டு அதன் மூலம் எனக்குத்தெரிந்ததை பிறருக்கு எடுத்துக் கூறும் வல்லமையையும், ஆவலையும், ஆர்வத்தையும் என்னிடத்தில் வளர்த்துவிட்ட என் அம்மாவுக்கு’ என்று குறிப்பிட்டிருப்பார். அவரது ஆளுமையில் அவரது அம்மாவின் பங்கினை, பாதிப்பினை தேவனின் இக்கூற்று புலப்படுத்துகிறது.

தேவன் (யாழ்ப்பாணம்) சிறுகதைகள்: எழுத்தாளர் தேவன் (யாழ்ப்பாணம்) எழுதிய ‘மனச்சாட்சியின் தண்டனை’, ‘நேர்வழி’, ‘மாமி’, ‘இருதார மணம்’ போன்றஅவரது சிறுகதைகள் வெளிவந்த இதழ்கள், பத்திரிகைகள் பற்றி விரிவானதொரு தேடலைச் செய்ய வேண்டிய நிலையிலிருக்கின்றோம். அண்மையில் எஸ்.பொ.வின் மித்ர பதிப்பகத்தால் வெளியிடப்பட்ட காந்தீயக் கதைகள் சிறுகதைத் தொகுதியிலும் தேவன்-யாழ்ப்பாணம் அவர்களின் சிறுகதையும் பிரசுரமாகியுள்ளது. மேற்படி தொகுதியானது 1969இல் காந்தி நூற்றாண்டு விழாவையொட்டி இலங்கையில் அரசு பதிப்பகத்தால் வெளியான தொகுதியின் மீள்பதிப்பாகுமென்பது குறிப்பிடத்தக்கது. அமரர் திருமதி பூரணபாக்கியம் சங்கர் நினைவாக வெளியிடப்பட்ட சுதந்திரனில் பிரசுரமான பத்துச் சிறுகதைகளின் தொகுப்பு நூலில் தேவன் - யாழ்ப்பாணத்தின் கதையான ‘மனச்சாட்சியின் தண்டனை’ என்னும் சிறுகதையும் உள்ளடங்கியுள்ளது. இந்நூலில் தி.ச. வரதராசனின் மாதுளம்பழம், வ.அ.இராசரத்தினத்தின் சரிவு, எஸ்.பொ. வின்

களரி, புதுமைலோலனின் அப்பேலங்கா, சிற்பியின் பிறந்த மண், அன்புமணியின் இதயக் குரல், செங்கை ஆழியானின் ஏதோ ஒன்று, செம்பியன் செல்வனின் கிழக்கும் மேற்கும், க.நவசோதியின் அன்பின் அணைப்பில் ஆகிய சிறுகதைகளும் இடம்பெற்றுள்ளன.

தேவனின் நாவல்கள்: தேவன் (யாழ்ப்பாணம்) நாவல் துறையிலும் தன் பங்களிப்பினைச் செய்திருக்கின்றார். 'கேட்டதும் நடந்ததும்', 'வாடிய மலர்கள்' மற்றும் 'அவன் சுற்றவாளி' ஆகிய நாவல்கள் வெளிவந்திருக்கின்றன. 'கேட்டதும் நடந்ததும்' நாவல் 1956இலும் , 1965இலும் சண்முகநாதன் புத்தகசாலையினால் அவர்களது அச்சகத்திலேயே அச்சடிக்கப்பட்டு வெளியிடப்பட்டுள்ளது. 1958இல் வெளியான 'வானவெளியிலே' நூலிலும் இந்நாவல் பற்றியும், 'வாடிய மலர்கள்' நாவல் பற்றியும் , 'மணிபல்லவம்' நாவல் பற்றியும் குறிப்பிடப்பட்டுள்ளது. 'அவன் சுற்றவாளி' நாவல் 1968இல் அவன் சுற்றவாளி?: ச. கிருஸ்ணசாமி புத்தகக் கடையினால் வெளியிடப்பட்டுள்ளது. .

தேவனின் நாடகங்கள்: தேவன் (யாழ்ப்பாணம்) தென்னவன் பிரமராயன், விதி, கூடப்பிறந்த குற்றம், பத்தினியா பாவையா, வீரபத்தினி ஆகிய நாடகங்களை எழுதியிருக்கின்றார். நாடகங்களை எழுதுவதோடு மட்டுமின்றி அவற்றின் இயக்குநராகவுமிருந்திருக்கின்றார். இப்சனின் பொம்மை வீடு' (The Doll House) நாடகத்தைத் தழுவிப் 'பெண்பாவை' என்ற பெயரில் தேவன் நாடகத்தை எழுதியிருப்பதாகவும் அறியப்படுகிறது. இது பற்றி அந்தனி ஜீவா அறிஞர் அ.ந.கந்தசாமி பற்றி 'சாகாத இலக்கியத்தின் சரித்திர நாயகன்' என்னும் தலைப்பில் எழுதிய கட்டுரைத்தொடரில் பின்வருமாறு கூறியிருக்கின்றார்.

'தகவல்பகுதியினரால் வெளியிடப் பெற்ற 'ஸ்ரீலங்கா' சஞ்சிகையிலும் ஆராய்ச்சிக் கட்டுரைகளையும் சரித்திர நிகழ்ச்சிகளையும் நிலைக்களனாகக் கொண்ட கதைகள் எழுதியுள்ளார். வானொலியில் மேல் நாட்டு நாடக ஆசிரியர்களைப் பற்றிச் செய்த விமர்சங்கள் தினகரனில் தொடராக வெளிவந்த பொழுது நாடகத்துறையிலீடுபட்டவர்கள் அதனைவிரும்பிப் படித்தார்கள். ஹென்றிக் ஹிப்சனின் அமர நாடகமான 'பொம்மை வீடு' (The Doll House) நாடகத்தைத் தழுவிப் 'பெண்பாவை' என்ற பெயர் (நாடகத்திற்குத் தமிழ் வடிவம் கொடுத்தவர் தேவன் - யாழ்ப்பாணம்) கொடுக்கப்பட்டது. வானொலியில் இப்ஸனின் பொம்மை வீட்டைப் பற்றி அறிஞர் அ.ந.கந்தசாமி செய்த நாடக விமர்சனம் 'பெண்பாவை'யைப் பார்த்த நாடக அபிமானிகளுக்கு இப்ஸனின் 'பொம்மை வீட்டை'ச் சரியாக இனம் கண்டு கொள்ள உதவியது'

தேவனின் கட்டுரைகள்: தேவன் (யாழ்ப்பாணம்) கட்டுரைகள் பலவும் எழுதியிருக்கின்றார். அவை பற்றிய விரிவான தகவல்கள் கிடைக்கவில்லை. ஆனால் 'வானவெளியிலே' என்னும் அவரது விஞ்ஞானக்கட்டுரைகள் அடங்கிய தொகுதியினை 'நூலகம்' இணையத் தளத்தில் வாசிக்கலாம். ஈழகேசரியில் தேவன் -யாழ்ப்பாணம் எழுதிய 'வானவெளி' சம்பந்தமான விஞ்ஞானக் கட்டுரைகளின் தொகுப்பான இந்நூல் 1958இல் வெளிவந்துள்ளது. கட்டுரைகள் அனைத்துமே சுவையாக, வானியல் பற்றி நிறைய தகவல்களை உள்ளடக்கியதாக எழுதப்பட்டிருக்கின்றன. எழுத்தாளர் தேவனின் பரந்த வாசிப்பைப் புலப்படுத்தும் கட்டுரைகள் இவை.

தேவனின் மொழிபெயர்ப்புகள்: முனைவர் நா. சுப்பிரமணியம் அன்று இலங்கைப் பல்கலைக்கழகத்தின் யாழ்ப்பாண வளாகத்தின் தமிழ்த்துறைப் பிரிவில் உதவி விரிவுரையாளராகவிருந்-

தபொழுது எழுதிய 'ஈழத்துத் தமிழ் நாவல் இலக்கியம்' என்னும் ஆய்வு நூலில் தேவன் - யாழ்ப்பாணம் அவர்களின் மொழிபெயர்ப்பு நாவலான 'மணிபல்லவம்' பற்றிப் பின்வருமாறு குறிப்பிட்டிருக்கின்றார்:

'யாழ்ப்பாணம் 'தேவன்' ரொபேட் லூயி ஸ்டீவன்ஸனின் Treasure Island நாவலை மணிபல்லவம் (1949) என்ற தலைப்பிலே தமிழாக்கினாள். இது முதலில் கேரளத்திலும் பின்னர் யாழ்ப்பாணத்திலும் நூலாகப் பிரசுரமாகியது. இந்தியாவின் பாஞ்சாலத்தைச் சேர்ந்த நாவலாசிரியர் முல்க் ராஜ் ஆனந்தின் Untouchable நாவலை கே. கணேஷ் தீண்டாதான் (1947) என்ற தலைப்பிலே தமிழாக்கினார். இந்நாவல் தமிழ் நாட்டிற் காரைக்குடிப் புதுமைப் பதிப்பகத்தாற் பதிப்பிக்கப்பட்டது. எமிலி ஜோலாவின் பிரெஞ்சு நாவலான நானா அ. ந. கந்தசாமியால் மொழிபெயர்க்கப்பட்டு 1951இல் சுதந்திரனில் வெளிவந்தது. பேராசிரியர் க. கணபதிப்பிள்ளை ஜெர்மனிய மொழியில் தியோடர் சுதாம் எழுதிய இம் மென் சே நாவலைத் தழுவிப் பூஞ்சோலை (1953) நாவலையும் பிரெஞ்சு நாவலாசிரியர் சபூ எழுதிய இரட்டையர் நாவலைக் கற்ற கற்பனையில் வாழ்க்கையின் வினோதங்கள் (1954) நாவலையும் எழுதினார். இவை இரண்டும் நூல் வடிவில் வெளிவந்தன.'

எழுத்தாளர்களை ஊக்குவித்த தேவன்...

எழுத்தாளர் தேவன் - யாழ்ப்பாணம் இன்னுமொரு விடயத்திற்காகவும் குறிப்பிடப்பட வேண்டியவராகின்றார். பல எழுத்தாளர்களது மாணவப் பிராயத்தில் அவர்களை எழுதுமாறு ஊக்குவித்தவர் தேவன். இது பற்றி எழுத்தாளர்களான செங்கை ஆழியான், சுதாராஜ் ஆகியோர் தமது நேர்காணல்களில் மறக்காமல் குறிப்பிட்டிருக்கின்றனர். 'யாழ்மண்' இணையத்தளத்திற்கு வழங்கிய நேர்காணலில் செங்கை ஆழியான் 'யாழ். இந்துக் கல்லூரியில் படிக்கும் காலத்தில் ஆசிரியர்கள் தூண்டுதலாக இருந்தனர். ஏரம்பமூர்த்தி மாஸ்டர், தேவன் யாழ்ப்பாணம், மு.கார்த்திகேசன் போன்றவர்களைக் குறிப்பிடலாம்.' என்று குறிப்பிட்டிருப்பது குறிப்பிடத்தக்கது.

மானுடநேயமிக்க எழுத்தாளர் சுதாராஜ்; [எழுத்தையும் வாழ்வையும் சமாந்திரமாய் நகர்த்தும்மானுடநேயமிக்க எழுத்தாளர் சுதாராஜ்; SUNDAY DECEMBER 11, 2011]' என்னும் அ.பரசுராமனின் கட்டுரையில் எழுத்தாளர் சுதாராஜ் 'கல்லூரி நாட்களில் பெற்ற அனுபவங்கள்தான் உங்களை ஓர் எழுத்தாளனாக்கியதா?' என்ற கேள்விக்குப் பின்வருமாறு பதிலிறுத்திருப்பார்: 'அப்படியும் கொள்ளலாம். சிறு பராயத்தில் படித்த நீதி போதனைக் கதைகள், அவை எவ்வளவு தூரம் சரியோ, பிழையோ என்ற ஆராய்ச்சிக்கும் அப்பால் மனதை செம்மைப்படுத்தி உண்மையாகவும் நேர்மையாகவும் வாழ்வை எதிர்கொள்ளும் பக்குவத்தைத் தந்திருக்கின்றன. கார்த்திகேசன் மாஸ்டர், தேவன் - யாழ்ப்பாணம், சொக்கன் போன்ற ஆசிரியர்களிடம் இந்துக் கல்லூரியில் பாடம் படிக்கும் வாய்ப்புக் கிடைத்தது. கார்த்திகேசன் மாஸ்டர் ஒரு கம்யூனிஸ்ட்வாதி என்பது வெளியில் எல்லோருக்கும் தெரியும். தனது கலகலப்பான நகைச்சுவையூட்டல்கள் மூலம் சமூக நோக்குகள் சிந்தனைகளை போதித்து மாணவர்களின் மனங்களைக் கொள்ளை கொண்டிருந்தவர் கார்த்திகேசன் மாஸ்டர், இவையெல்லாம் ஒரு சமூக நோக்குள்ள மனிதனாகவோ எழுத்தாளனாகவோ ஆவதற்கு உதவியிருக்கின்றன.' இவையெல்லாம் தேவன் - யாழ்ப்பாணம் அவர்களின் அன்றைய இளைய தலைமுறை எழுத்தாளர்கள் மீதான பாதிப்பினை, தமிழ் எழுத்துலகின் மீதான அர்ப்பணிப்பினை எடுத்துக்

காட்டுவன. இளம் எழுத்தாளர்களுக்கு முன்மாதிரியாக, உற்சாகமூட்டுபவராக விளங்கிய தேவனின் ஆளுமையானது ஆரோக்கியமான ஆளுமை.

தேவன் - யாழ்ப்பாணம் யாழ்ப்பாண எழுத்தாளர் சங்கத்தின் உபதலைவராகவும் செயற்பட்டிருக்கின்றார்.

இவ்விதமாக ஈழத்துத் தமிழ் இலக்கிய வரலாற்றில் தேவன் - யாழ்ப்பாணத்தின் பங்களிப்பு நாடகம், சிறுகதை, நாவல், கட்டுரை, மொழிபெயர்ப்பு, நாடக இயக்கம், சொற்பொழிவு எனப் பரந்த அளவில் விரிந்து கிடக்கின்றது. அவர் சிறுகதைகள், கட்டுரைகள் போன்ற படைப்புகள் பற்றிய விபரங்கள் மேலும் திரட்டப்பட்டு, அவை சேகரிக்கப்பட்டு வெளியிடப்பட வேண்டியதவசியம்.

மகாஜனாவும் ஈழத்து இலக்கியப் பாரம்பரியமும்

கலாநிதி நா. சுப்பிரமணியன் - கலாநிதி கௌசல்யா சுப்பிரமணியன்

இலங்கை, தெல்லிப்பழை மகாஜனக் கல்லூரியானது 2010ஆம் ஆண்டிலே தனது நூறாவது ஆண்டை நிறைவுசெய்தது. அச்சந்தர்ப்பத்திலே அதன் கல்விசார் பன்முக இயங்குநிலைகளின் சாதனைகளை நுனித்து நோக்கி மதிப்பிடும் முயற்சிகள் அதன் பழையமாணவர்களால் அனைத்துலக மட்டத்தில் பல நிலைகளில் முன்னெடுக்கப் பட்டன. அக்கட்டத்திலே கனடாவில் வெளிவந்த மகாஜனன் நூற்றாண்டு மலருக்காக எழுதப்பட்டு, அதில் இடம்பெற்ற கட்டுரை இது. அக்கல்லூரி சார்ந்தோர் தமிழ் இலக்கியம் சார்ந்து இயங்கிநின்ற மற்றும் இயங்கி நிற்கின்ற நிலைகள் பற்றிய ஒரு சுருக்கமான வரலாற்றுப் பார்வையாக இது அமைகின்றது. இத்தலைப்பிலான ஒரு கட்டுரை எழுதவேண்டுமென்ற எண்ணத்தை எமக்கு விதைத்தவர் மேற்படி கல்லூரியின் முன்னாள் அதிபர்களுள் ஒருவரான மதிப்புயர் திரு.பொ. கனகசபாபதி அவர்களாவார். அவருக்கு எமதுமனம்நிறைந்த நன்றியைத் தெரிவித்துக்கொண்டு இக்கட்டுரையை (சில புதுத்தகவல்களையும் உள்ளடக்கியதாக) இங்கு மீள்பிரசுரமாக முன்வைக்கிறோம்.

1. ஈழத்து இலக்கியமும் மகாஜனக் கல்லூரியும் — ஒரு தொடக்கநிலைக் குறிப்பு

ஈழத்தின் தமிழிலக்கிய மரபானது ஏறத்தாழ ஈராயிரமாண்டு பழமைகொண்டது. சங்கப் புலவரான ஈழத்துப் பூதந்தேவனாரைத் தொடக்கப் புள்ளியாகக் கொண்டு தொடரும் இந்த மரபானது 19ஆம் நூற்றாண்டின் இறுதிப் பகுதியில் 'நவீன இலக்கியம்' எனப்படும் புதிய வரலாற்றுப் பாதையில் அடி பதிக்கத் தொடங்கியது. இப்புதிய பாதையிலே கடந்த நூறாண்டுக்காலப்பகுதியில் ஈழத்திலக்கியம் கடந்துவந்த வரலாற்றை மூன்று முக்கிய கட்டங்களாக வகைப்படுத்தலாம்.

இதன் முதலாவது கட்டம் 19ஆம் நூற்றாண்டின் இறுதிப்பகுதியிலிருந்து 20ஆம் நூற்றாண்டின் முதல் 40ஆண்டுகள்வரையான காலப்பகுதியை உள்ளடக்கியதாகும். ஈழத்துத் தமிழிலக்கியம் பாரம்பரிய குணாம்சங்களிலிருந்து படிப்படியாக விடுதலை எய்தி நவீனமயப்படத் தொடங்கிய கால கட்டம் இது. மேலைப்புலக் கல்விமுறைமையால் கிட்டிய 'சீர்திருத்த சிந்தனை'களே இந்த நவீனமயப்பாட்டுக்கான அடிப்படைகளாக அமைந்தன. சைவம், இஸ்லாம் மற்றும் கிறிஸ்தவம்; ஆகிய சமயங்களைச் சார்ந்த நடுத்தரவர்க்க 'கற்றோர் குழா'த்தி-

னருள் (Elite Group) ஒரு சாரார் (தத்தம் சமய அடிப்படைகளில் ஆழமாகக் காலூன்றி நின்றவாறே) ஆங்கிலக் கல்வியினூடாகப் பெற்ற உலகநோக்குடன் தம்மைச் சூழவுள்ள சமூகத்துக்கு அறிவூட்டவும் சமூகக்குறைபாடுகள் எனக்கருதப்படுவனவற்றைக் கண்டிக்கவும் முற்பட்டனர். அவ்வகை முயற்சிகளின் இலக்கிய நிலைப்பட்ட ஒரு வெளிப்பாடாகவே ஈழத்து நவீன இலக்கியம் உருவாகத் தொடங்கியது.

இவ்வாறு உருவாகத் தொடங்கிய ஈழத்து நவீன இலக்கியமானது அழகியல் அம்சங்கள் மற்றும் சமூகப்பார்வைசார் அம்சங்கள் என்பவற்றில் புதிய பரிமாணங்களை எய்தத்தொடங்கிய காலகட்டமே இரண்டாவது காலகட்டமாகும். இலக்கியம் என்பது சீர்திருத்தக் கருத்துகளைப் போதிப்பதற்கான ஒரு செயன்முறை என்ற புரிதலைக் கடந்து அநுபவவெளிப்பாடு என்ற புரிதலை நோக்கி ஈழத்திலக்கியம் வளர்ச்சி எய்திய கால கட்டம் இது. இவ்வாறான இரண்டாவது காலகட்டம் 1930களின் பிற்பகுதிகளில் தொடங்கியது. இந்த இரண்டாவது காலகட்டத்தின் தொடக்கக்கட்டத்தை ஈழத்திலக்கிய வரலாற்றிலே 'மறுமலர்ச்சிக்காலம்' எனச் சுட்டுவது மரபு. 1943 — 48 காலப்பகுதியில் வெளிவந்த மறுமலர்ச்சி என்ற இதழ் ஆற்றியுள்ள இலக்கியப் பங்களிப்பின் வரலாற்று முக்கியத்துவமே இதற்கான காரணியாகும்.

மேற்சுட்டியவாறு 1930களின் இறுதியில் உருவாகத் தொடங்கிய 'புதிய புரிதல்'சார்ந்த படைப்பாக்க முறைமையில், உள்ளடக்க நிலையில் ஈழத்து மண்சார் வாழ்வியலைப் பிரதிபலித்தல் மற்றும் சமுதாயப்பிரச்சனைகளை விமர்சித்தல் ஆகிய அம்சங்கள் முக்கியத்துவம் பெறத்தொடங்கின. சமுதாய விமர்சனத்தை முன்னெடுத்தவர்களில் ஒருசாரார் மார்க்ஸியம் என்ற தத்துவத்தளம் சார்ந்து செயற்பட்டனர். இச்செயற்பாடு 'முற்போக்கு' என்ற ஒரு இலக்கிய இயக்கமாக வடிவங்கொள்ளத் தொடங்கியது. சமுதாய விமர்சனத்தை முன்னெடுத்தவர்களுள் இன்னொருசாரார் பொதுவான மனிதநேய நோக்குடன் அநுபவ அம்சங்களுக்கு முதன்மை தரும் படைப்பாக்க முறைமையை மேற்கொண்டனர். இவ்வாறான இருநிலைகளையும் சார்ந்தவர்களின் படைப்பாக்கங்களின் வரலாறாகவும் அவை தொடர்பான விவாதங்களின் வரலாறாகவுமே இந்த இரண்டாவது கட்ட வரலாறு தொடர்ந்தது. இவ்வாறான சூழலில் ஈழத்திலக்கியமானது அழகியல் மற்றும் சமூகச்சார்பு ஆகிய நிலைகளில்; குறிப்பிடத்தக்க புதிய பரிணாமங்களை எய்தியது.

இந்த இரண்டாவது கட்ட இயங்குநிலையிலே ஒரு தனிவகைமை எனத்தக்க வகையில் ஏறத்தாழ 1980களிலிருந்து புதியதொரு வரலாற்றுக்கட்டம் உருவாவதை அவதானிக்க முடிகிறது. ஈழத்தின் இனப்பிரச்சினையானது ஆயுதப்போராட்டமாக வடிவெடுத்த சூழல் சார்ந்த வரலாற்றுக்கட்டம் அது. அச்சூழலில் அம்மண்ணின் தமிழர்சமூகம் பல்வகையான இன்னல்களை அநுபவித்தது. அதன் எதிர்விளைவாக வீறார்ந்த உணர்வெழுச்சிகளையும் எய்தியது. அன்றைய சூழலில் ஈழத்தமிழர் சமூகத்தினருள் குறிப்பிடத்தக்க தொகையினர் புலம்பெயர்க்கப்பட்ட நிலையில் புகலிடம் நாடும் முயற்சிகளில் பல்வேறு 'துன்ப-துயர' அநுபவங்களளை எய்தினர். இத்தைய பலநிலை அநுபவங்களையும் பிரதிபலிக்கத் தக்கவாறு உள்ளடக்க நிலையிலும் வெளிப்பாட்டு முறைமைகளிலும் ஈழத்திலக்கியம் புதுவகை பரிமாணங்களை எய்தத் தொடங்கிய காலகட்டம், இது. ஈழத்தில் வாழ்ந்துவருபவர்களும் புலம்பெயர்ந்தவர்களுமான பல இலக்கியவாதிகள் இப் புதுவகைப் பரிமாணங்களைத் தமது ஆக்கங்களில் இனங்காட்டினர். இவ்வகையில் புலம்பெயர்ந்த ஈழத்தவர்களால் மேற்கொள்ளப்பட்ட இலக்கி-

யமுயற்சிகள், (புகலிடநாடுகள் பலவற்றின் புதுவகை அநுபவங்களையும் உளவாங்கியநிலையிலே) 'புலம்பெயர் இலக்கியம்' என்ற வகையிலான தனி அடையாளத்தை எய்தின என்பதும் சமகால வரலாறாகும்.

இவ்வாறு ஏறத்தாழ நூறாண்டுகளுக்கு மேலாகத் தொடரும் ஈழத்து நவீன தமிழிலக்கியத்தின் வரலாற்றிலே மேற்படி மூன்று காலகட்ட இயங்குநிலைகளிலும் முக்கிய பங்களிப்புச் செய்துவந்துள்ள — பங்களிப்புச் செய்து வருகின்ற 'கல்விக் களம்' என்ற பெருமைக்குரியது தெல்லிப்பழை மகாஜனக் கல்லூரி என்பது இங்கு அழுத்தமாகச் சுட்டிக்காட்டப்படவேண்டிய முக்கிய செய்தியாகும்.

இக் கல்லூரி 1910 ஆம் ஆண்டில் — ஈழத்து நவீனதமிழிலக்கியத்தின் தொடக்க காலகட்டத்தில் — நிறுவப்பட்டது. அதனை நிறுவியவரும் அதன் முதலாவது அதிபராகப் பணியாற்றியவருமான தெ.அ.துரையப்பாபிள்ளை(1872-1929) அவர்கள் இலக்கியத்துறைகளிலும் கவனம் செலுத்திநின்றவர் ஆவார். மேற்சுட்டிய 'கற்றோர் குழா'த்தினருள் (Elite Group) ஒருவரான இவர் சமூக சீர்திருத்த சிந்தனைகளை முன்வைத்து பாடல்கள் இயற்றுவதில் ஆர்வங்கொண்டு செயற்பட்டவர்;. அத்துடன் நாடகம் மற்றும் இதழியல் துறைகளிலும் ஈடுபாடுகொண்டிருந்தவர், இவர். இவ்வாறாகப் பாவலர் மேற்கொண்ட இலக்கியம்சார் செயற்பாடுகள் சமகால(20ஆம்நூற்றாண்டின் தொடக்க காலப்பகுதியின்) ஈழத்திலக்கியத்தின் நவீனமயப்பாட்டை முன்னெடுக்கும் வகையிலான முக்கிய வெளிப்பாடுகளாக அமைந்தனவாகும். பாட்டியற்றுதலில் புலப்படுத்திநின்ற தனி ஈடுபாடு காரணமாக 'பாவலர்' (பாட்டியற்றுதலில் வல்லவர்) என அடைசுட்டி குறிப்பிடப்படும் கணிப்பையும் பின்னாளில் இவர் பெற்றுள்ளார். பாவலருக்குப்பின் இக்கல்லூரியில் அதிபராகத் திகழ்ந்த திரு. கா. சின்னப்பா அவர்களும் இலக்கியத்துறையில் — பாடல்கள் இயற்றுவதில் — ஈடுபாடுகொண்டிருந்தவராவார். (இவரது எழுத்தாக்கங்கள் தொகுக்கப்பட்டு வெளிக்கொணரப்படாமையால் அவற்றின் வரலாற்று முக்கியத்துவம் பற்றிய கணிப்புக்கு வாய்ப்பு கிட்டவில்லை என்பதை இங்கு பதிவுசெய்வது அவசியமாகிறது)

ஈழத்து நவீன இலக்கியமானது அழகியல் அம்சங்கள் மற்றும் சமூகப்பார்வை அம்சங்கள் என்பவற்றில்; புதிய பரிமாணங்களை எய்தத் தொடங்கியதான 'மறுமலர்ச்சி'க்காலகட்டத்தில் பங்களிப்புச் செய்தவர்களில் முக்கிமான மூவர் மகாஜனக் கல்லூரி சார்ந்தோராவர். அ.செ.முருகானந்தன், அ.ந.கந்தசாமி1, 'மஹாகவி' (து.உருத்திர மூர்த்தி) ஆகிய இம்மூவரும் புனைகதை, கவிதை ஆகியவற்றைப் படைப்பதில் தீவிர ஈடுபாடு காட்டி நின்றவர்களாவர். இவர்களில் முதலிருவரும் இதழியல் துறையிலும் செயற்பட்டுநின்றவர்களாவர். இவ்வாறு இலக்கியத்தின் பல்வேறு துறைகள் சார்ந்தும் இம்மூவரும் ஏறத்தாழ 30 ஆண்டுகள் தொடர்ச்சியாக மேற்கொண்ட செயற்பாடுகள் அழகியல் மற்றும் சமூகப்பார்வை ஆகிய அம்சங்களில் ஈழத்து இலக்கியச் செல்நெறியின் திசைவழியை அடையாளம் காட்டுவனவாக அமைந்தன என்பது வரலாறு தரும் செய்திகளாகும். இவ்வாறாக இம் மூவரும் இலக்கியநிலையில் ஆற்றியுள்ள பங்களிப்பைக் கருத்துட்கொண்டு இவர்களை, 'மகாஜனக்கல்லூரி பெற்றெடுத்த மும்மணிகள்' எனவும் 'மறுமலர்ச்சிக்கால மும்மணிகள்' எனவும் மதித்துப் போற்றும் மரபு உருவாகிவிட்டது. 1

மேற்சுட்டியவாறு ஈழத்து நவீன தமிழிலக்கியத்தின் செல்நெறியிலே அதன் தொடக்க காலம் முதலே தொடங்கித் தொடரும் மகாஜனக் கல்லூரியின் பங்களிப்பானது அடுத்துவரும் காலகட்டங்களிலும் தொய்வின்றி தொடர்வதை வரலாறு உணர்த்துகிறது. அக்கல்விக்களம் காலத்துக்குக்காலம் ஆளுமைமிக்க இலக்கியவாதிகளைத் தோற்றவித்து ஈழத்தின் நவீன இலக்கியச்செல்நெறியை வளம்படுத்தியுள்ளது. இலக்கியப் படைப்பு மற்றும் அது தொடர்பான திறனாய்வு என்பவற்றோடு மட்டும் அமையாமல் நாடகம், பண்பாடுசார் சிந்தனைகள், வரலாற்றாய்வு, இதழியல் முதலான பல துறைகளிலும் மகாஜனக்கல்லூரியினர் தீவிர ஈடு-பாடு காட்டிவந்துள்ளனர். அவ்வகையில் ஈழத்து இலக்கிய வரலாற்றியக்கத்தில் அக் கல்-விக்களம் பல்துறைப் பங்களிப்புகள் மூலம் ஆழமான தடங்களைப் பதித்துள்ளது என்பதை வரலாறு தெளிவாகவே உணர்த்திநிற்கிறது. அத்துடன், இன்று ஈழத்திலும் உலகநாடுகள் பலவற்றிலும் வாழும் தமிழ் இலக்கியவாதிகளுள் குறிப்பிடத்தக்க தொகையினர் தம்மை, ‘மகாஜன இலக்கிய பாரம்பரியத்தினர்’ என ‘உரிமையுணர்வு’டனும் பெருமையுடனும் அடை-யாளப்;படுத்தி நிற்பவர்களாவர் என்பதும் இங்கு நாம் மனங்கொள்ள வேண்டிய ஒரு சமகாலச் செய்தியாகும.

இவ்வாறாக ஈழத்து இலக்கிய பாரம்பரியத்துடன் மகாஜனக் கல்லூரி கொண்டிருந்த — கொண்டிருக்கும் — தொடர்பு மற்றும் அத்தொடர்பில் அது பதித்துவந்துள்ள முக்கிய வரலாற்றுத் தடங்கள் என்பவற்றை வரலாற்று முறைமையில் சற்று விரிவாக நோக்கலாம்.

2. பாவலர் தெ.அ.துரையப்பா பிள்ளை அவர்களின் வரலாற்றுப் பாத்திரம்

ஈழத்திலக்கியம் நவீனமயப்பட்டுக்கொண்டிருந்த காலப்பகுதியில் ஆங்கிலம் கற்ற ஒரு கல்வியாளராக — கல்லூரி ஆசிரியர் மற்றும் அதிபர் ஆகிய நிலைகளில் — சமூகத் தொடர்புகொண்டு செயற்பட்டுநின்றவர் இவர். உதய தாரகை மற்றும் இந்துசாதனம் ஆகிய பத்திரிகைகளில் சில ஆண்டுகள் (முறையே 1901... மற்றும் 1917... கலப்பகுதிகளில்) ஆசிரியப்பணியும் புரிந்துள்ளார். இவர், சகலகுண சம்பன்னன் என்ற ஒரு நாடகநூலை 1905 இல் எழுதி நெறிப்படுத்தி மேடையேற்றியுள்ளார். தமது சமகால சமூகம் தொடர்பாகக் கொண்டிருந்த நோக்குகளைப் புலப்படுத்தும் வகையில் இதோபதேசக் கீதரச மஞ்சரி (17-10-1901), யாழ்ப்பாண சுவதேசக் கும்மி, எங்கள் தேசநிலை ஆகிய பாவடிவப் படைப்-புகளையும் இயற்றியுள்ளார். தனது வாழ்நாளின் முதற்பகுதியில் கிறிஸ்தவராகத் திகழ்ந்த இவர், பின்னர் சைவத்துக்கு மீண்டவராவர். சிவமணிமாலை(1927) என்ற பிரபந்தம் இவரு-டைய சைவசமயச் சார்பை உணர்த்திநிற்பது. Jaffna Present and Past (யாழ்ப்பாணம் அன்றும் இன்றும்) என்ற தலைப்பிலான சமூகவரலாற்றுப் பார்வை சார்ந்த ஆங்கிலக்கட்டு-ரையொன்றும் அவரால் Ceylon National Review — Jan 1907 இதழில் எழுதப்பட்-டுளது.

சகலகுண சம்பன்னன் என்ற நாடகம் ஆங்கில நாடகமரபைத் தழுவி எழுதப்பட்ட ஒரு ‘ராஜா-ராணி’க்கதையாக அமைந்தபோதும் அதனுடைய மொழிநடையானது யாழ்ப்பாணத்-தின் பேச்சுவழக்கு கலந்ததாகும். அவ்வகையில் ஆங்கில நாடக மரபைத் ஈழத்தமிழர் மத்-தியில் தமிழ்ச் சூழலுக்கேற்பத் தொடக்கிவைத்த ஒருவராக இவர் கணிக்கப்படுகிறார்.

இவரது இதோபதேசக் கீதரச மஞ்சரி, யாழ்ப்பாண சுவதேசக் கும்மி, எங்கள் தேசநிலை ஆகியன அக்காலகட்டத்தின் 'நவீனமயமாதல்' என்ற இயங்குநிலைக்கான முக்கிய சான்றுக-ளாகத் திகழ்வனவாகும். இவை நோக்கிலும் வெளிப்பாட்டிலும் சமகால சமூகச்சார்பு கொண்-டனவாகும். சமகால சமூகக்குறைபாடுகளான தனிமனித ஒழுக்கக் கேடுகள், பொய்ம்மைகள் மற்றும் பொருளாசை சார்ந்தனவாகிய கைக்கூலி மற்றும் சீதனமுறைமை ஆகிய பலவும் இவற்றில் கண்டனத்துக்குள்ளாகின்றன. மாறாக, இன்சொல் மற்றும் ஈகை முதலான மனி-தநேய அம்சங்கள் எடுத்துரைக்கப்படுகின்றன. வெளிப்பாட்டுநிலையிலே, சாதாரண பொது மனிதரும் எளிதில் பொருள்விளங்கிக் கற்பதற்கான இலகுநடையில் — குறிப்பாகக் கீர்த்-தனை, பதம் மற்றும் கும்மி ஆகிய இசைப்பாடல் வடிவங்களில் — இவை அமைந்துள்ளன. இவ்வகையில் பாவலர் சராசரி மாந்தரைக் கருத்துட் கொண்டிருந்தமையை யாழ்ப்பாண சுவ-தேசக் கும்மியில் இடம்பெற்றுள்ளதான,

" தேசோபசாரங் கருதியிக் கும்மியைச்/செப்புகிறேனாத லாலெவரும்
லேசாய்விளங்க இலகுதமிழில்/இயம்புவதே நலம் சங்கமின்னே."

என்ற அவையடக்கப் பாடல் தெளிவாகவே உணர்த்திநிற்பது. இவருடைய சமூக சீர்தி-ருத்த நோக்கின் பதச்சோறாக ஒரு பாடல்:

"மிக்க பெருந்தொகைச் சீதனமில்லாது/மேதினியில்மண வாழ்விலராய்
துக்கமுறும் பெண்கள் யாழ்ப்பாண நாட்டிற்/தொகையா யிருக்கிறார் சங்கமின்னே"

(சங்கமின்னே! என்ற விளியானது மகாஜனக் கல்லூர்ரி என்றகல்விச் சமூகத்தை ஒரு பெண்ணாக உருவகித்துச் சுட்டிநின்றதாகும்)

இவ்வாறாகப் பாவலர் அவர்கள் இலக்கியத் துறை சார்ந்து இயங்கிய முறைமைகள் அவரை ஈழத்திலக்கியத்தின் நவீனமயமாதற்சூழலின் முக்கிய பங்களிப்பாளர்களில் ஒருவ-ராகக் காட்டி நிற்பனவாகும். சமய தத்துவப் பொருண்மைகளில் பல்வேறு பிரபந்தங்களைப் பாடிவந்த அக்காலப் புலவர்கள் பலரின் மத்தியில் சமூக உணர்வை வெளிப்படுத்தியவர்களில் ஒருவர் என்பது தெளிவாகவே தெரிவது

மரபுப்பாவடிவங்களான 'வெண்பா' மற்றும் 'கட்டளைக்கலித்துறை' முதலியவற்றைப் பாடும் திறன் இவருக்கு இருந்தமையை இவருடைய பாடற்பரப்பில் நோக்கமுடியும். (சிவம-ணிமாலையின் 94 பாடல்களும் 'கட்டளைக்கலித்துறை' யாப்பில் அமைந்தனவாகும்.) இவ்-வாறு மரபுப்பாவடிவங்களைக் கையாளும் திறனிருந்தபோதும் பொதுமக்கள் சுவைக்கத் தக்க 'கீர்த்தனை', 'பதம்' மற்றும் 'கும்மி' முதலியவற்றைக் கையாண்டுள்ளமை அவருடைய மக்-கட்சார்பை உணர்த்துவதாகும். இச் செயற்பாடுகளால் பாவலர் அவர்கள் தமது சமகால ஈழத்திலக்கியத்தின் நவீனமய இயங்குநிலையில் தம்மை இணைத்துக்கொண்ட ஒருவராகக் கணிப்புக்குரியவராகிறார்.

மகாஜனக் கல்லூரியின் பொன்விழாவை ஒட்டி 1960இல் பாவலரின் ஆக்கங்கள் தொகுக்கப்பட்டு சிந்தனைச் சோலை என்றதலைப்பில் நூலாக்கப்பட்டன. பாவலர் அவர்க-ளின் நூற்றாண்டு நிறைவின் நினைவாக பாவலர் துரையப்பாபிள்ளை நூற்றாண்டுவிழா மலர் 1972இல் வெளியிடப்பட்டது. இவை பாவலரின் இலக்கிய ஆளுமை பற்றிய ஆய்வுக்கான அடித்தளத்தை இட்ட முக்கிய முதற்கட்ட முயற்சிகளாகும்.

•

3. மறுமலர்ச்சிக்கால மும்மணிகளின் பங்களிப்பு

'மகாஜனக்கல்லூரி பெற்றெடுத்த மும்மணிகள்' எனப்படும் அ.செ.முருகானந்தன், அ.ந.கந்தசாமி மற்றும் மஹாகவி ஆகியோரின் இலக்கியப் பங்களிப்புகளின் தகுதிப்பாடுகளையும் முக்கியத்துவங்களையும் தெளிந்துகொள்வதற்கு முதற்கண் ஈழத்து நவீன இலக்கிய வரலாற்றில் 'மறுமலர்ச்சிக்கால'த்தின் முக்கியத்துவத்தைப்பற்றிய ஒரு குறிப்பை இங்கு முன்வைப்பது அவசியமாகிறது. ஈழத்திலே 19ஆம்நூற்றாண்டின் இறுதியிலிருந்தே நவீன இலக்கிய உருவாக்கத் துக்கான தொடக்கநிலை முயற்சிகள் தொடங்கிவிட்டன எனினும் நவீன இலக்கியத்தின் முக்கிய அடிப்படைகளான காலவுணர்வு, மாறிவரும் சமூகநிலை பற்றிய சிந்தனைகள் மற்றும் இயல்பான உணர்வெழுச்சியின் வெளிப்பாடாக அமையும் படைப்பாக்க முறைமை என்பன 1930களின் இறுதிவரை உருவாகியிருக்கவில்லை என்பது இங்கு நாம் கவனத்துட் கொள்ளவேண்டிய முக்கிய வரலாற்றம்சமாகும். இதனைத் தெளிந்துகொள்வதற்குச் சமகாலத் தமிழகச் சூழல் ஒப்புநோக்கப்படவேண்டியதாகிறது.

சமகாலத்திலே — 19ஆம்நூற்றாண்டிறுதியிலே — தமிழகச் சூழலிலும் இவ்வாறான நவீனமயப்பாடு உருவானது என்பதை அறிவோம். அங்கு அது உணர்வுபூர்வமான 'புயல்வேக'ச்செயற்பாடாக வடிவங்கொண்டதாகும். முதலில் மாயூரம் ச. வேதநாயகம் பிள்ளை அவர்களின் பிரதாபமுதலியார்சரித்திரம் (1879), சுகுணசுந்தரி பி.ஆர் .ராஜமையரின் கமலாம்பாள் சரித்திரம்(1896), அ.மாதவையாவின் பத்மாவதி சரித்திரம் (1910) முதலிய புனைகதை(நாவல்)களில் சமூகஉணர்வு, என்ற பண்புடன் வெளிப்படத் தொடங்கி, பின்னர் 'மகாகவி'சி.சுப்பிரமணிய பாரதியாரின் (1882-1921) கவிதையாக்கங்களில் 'சமூகவிடுதலை' மற்றும் 'தேசவிடுதலை' ஆகிய உணர்வுந்துதல்களின் பின்புலத்தில் — 'சுவை புதிது, பொருள்புதிது, சொற்புதிது' என்றவகையிலான ஒரு புரட்சிக்குரலாக — வெளிப்பட்டது. தொடர்ந்து, மணிக்கொடிக்காலத்தில்(1930-40களில்) 'புதுமைப்பித்தன்', கு.ப.ராஜகோபாலன், 'மௌனி' முதலியோர் எழுதிய சிறுகதைகளுடன் இந்நவீனமயமாக்கம் படைப்பாக்க முறைமையில் ஒரு நிறைவான நிலைபேற்றை அங்கு(தமிழகத்தில்) எய்தியது.

சமகாலத்தில் ஈழத்தில் நிகழத் தொடங்கிய நவீனமயமாதல் இயங்குநிலையானது தமிழகத்தில் நிகழத்தொடங்கிய அளவு உணர்வுந்துதல்களுடனும் 'சமூக-தேசிய' உணர்வுப் பரிமாணங்களுடனும்; உருவானதன்று. இங்கு(ஈழத்தில்)அது மேலைப்புலக் கல்விமுறைமையால் கிட்டிய 'சீர்திருத்தச் சிந்தனைக'ளின் அடிப்படையிலான போதனை முறைமைகளிலேயே வெளிப்படத் தொடங்கியதாகும். பாவலர் முதலியோர் அந்நிலைமையையே பிரதிபலித்தனர்

காலவுணர்வு, மாறிவரும் சமூகச் சூழல் பற்றிய சிந்தனைகள் மற்றும் இவற்றினடியாக உருவாகும் இயல்பான அநுபவநிலைப்பட்ட படைப்பாக்க முறைமை முதலான நவீனமயமாதல் அம்சங்களைத் தமிழகத்தில் பாரதி மற்றும் புதுமைப்பித்தன் முதலியோர் உணர்ந்திருந்ததைப்போல பாவலர் உட்பட்ட ஈழத்தின் சமகால இலக்கியவாதிகள் பலரும் 1930களின் இறுதி வரையான காலகட்டத்தில் உரியவாறு உணர்ந்திருக்கவில்லை என்பது இங்கு குறிப்பிடப்படவேண்டிய முக்கிய வரலாற்றம்சமாகும். ஈழத்து மண்சார்ந்த சமூகப்பிரச்சினைகளை மையப்படுத்தி எழுதப்பட்ட முக்கிய முதலாவது படைப்பான மங்களநாயகம் தம்பையாவின் நொறுங்குண்ட இருதயம் நாவல் உட்பட 1930களின் இறுதிவரையான இலக்கிய முயற்சிகள்

பலவும் மேற்படி நவீனமயமாதல் அம்சங்கள் சார்ந்த அருட்டுணர்வுகளுடனமைந்த வெளிப்பாடுகளல்ல என்பது இங்கு நமது கவனத்துக்குரியது. அவை 'சீர்திருத்த சிந்தனைச்சார்பு' என்ற அளவிலேயெ நவீனமயமாதற் பண்புகளைப் பிரதிபலித்து நின்றவையாகும்.

இந்நிலையில், 1930களின் இறுதியிலிருந்தே மாற்றம் நிகழத் தொடங்கியது. நவீன கவிதை மற்றும் புனைகதை என்பவற்றுக்குரிய உணர்வுத்தளம், மொழி மற்றும் உத்திமுறைமைகள் என்பனசார்ந்த 'புரிதல்' ஈழத்தில் ஏற்படத் தொடங்கிய காலம் இதுதான். தமிழகத்தின் மணிக்கொடிச் சூழல்சார்— 1930-40கள் காலகட்ட — எழுத்துகளே ஈழத்து இலக்கியவாதிகள் மத்தியில் மேற்சுட்டிய புதியவகைப் புரிதல்களையும் அருட்டுணர்வுகளையும் ஏற்படுத்தின. 1930இல் வெளிவரத் தொடங்கிய ஈழகேசரி முப்பதுகளின் இறுதியில் மேற்சுட்டிய மாற்றத்தைப் பிரதிபலிக்கத் தொடங்கியது. அதன் தொடர்ச்சியாக மறுமலர்ச்சி இதழ் அதனை முன்னெடுத்தது. மறுமலர்ச்சி இதழ் கையெழுத்து சஞ்சிகையாக 1943ஆம் ஆண்டில் உருவாகி 1946 பங்குனி முதல் இவ்விதழ் 1948 ஐப்பசிவரை எல்லாமாக 24 இதழ்கள் வெளிவந்து நிறைவுபெற்றதாகும். மேற்சுட்டியவாறான புரிதலை உரியவாறு பிரதிபலித்துநின்ற முக்கிய இதழ் இது என்றவகையிலேயே இக்காலகட்டத்தை 'மறுமலர்ச்சிக்காலம்' என அடையாளப்படுத்தும் வகையிலான கணிப்பு ஈழத்திலக்கிய உலகில் உருவானது.

இவ்விதழில் தொடக்கமுதலே தொடர்புகொண்டு இலக்கியப் பயணத்தை மேற்கொண்டவர்கள் என்ற வகையிலேயே 'மகாஜனக்கல்லூரி பெற்றெடுத்த மும்மணிகளான அ.செ.முருகானந்தன் ,அ.ந.கந்தசாமி மற்றும் மஹாகவி ஆகியோருக்கு உரியது. இம் மூவரும் மறுமலர்ச்சிக்கால மும்மணிகள் என்ற கணிப்புக்க உரியவரகளாயினர். இவர்களுள் அ.செ.மு அவர்கள் அச்சில் வெளிவந்த மறுமலர்ச்சி யின் முதல் 17 இதழ்களுக்கு அதன் ஆசிரியரான தி.ச.வரதராசன் அவர்களுடன் 'இணையாசிரிய'ராகப் பணியாற்றி வந்துள்ளார்.4 ஏனையஇருவரும் அதில் தமது ஆக்கங்களை வெளியிட்டுவந்துள்ளனர். அ.செ.மு அவர்கள் சில இலக்கிய நண்பர்களுடனிணைந்து திருகோணமலையிலிருந்து எரிமலை என்ற மாதமிருமுறை இதழையும் 1948இல் வெளிக்கொணர்ந்துள்ளார். அ.ந.க அவர்கள் தேசாபிமானி மற்றும் சுதந்திரன் ஆகிய இதழ்களிலும் ஆசிரியப்பணி புரிந்துள்ளார்.

படைப்பாளிகள் என்ற வகையிலே மூவரும் சமகால சமூகச் சூழல்சார் அம்சங்களிலிருந்து தமக்கான இலக்கியப் பொருண்மைகளைத் தேர்ந்துகொண்டவர்கள். அப் பொருண்மைகளை மையப்படுத்தி சமகால ஈழத்து மண்ணின் வாழ்வியல் கோலங்களை எழுத்தில் வடித்தவர்கள, இவர்கள். சமூகக்குறைபாடுகள் எனப்படுபவற்றை விமர்சனம்செய்வதில் முன்னின்ற இவர்கள் இத்தொடர்பிலான இயல்பான உணர்வெழுச்சிகளின் வெளிப்பாடுகளாக இலக்கியங்களைப் படைக்க முற்பட்டவர்களாவர்.

இவ்வாறான இயங்குநிலையிலே இலக்கியக் கொள்கை என்ற நிலையில் அ.செ. மு மற்றும் மஹாகவி ஆகிய இருவரும் சமுதாயக் குறைபாடுகளை விமர்சித்தல் என்ற பொதுவான மனிதநேயப் பார்வையைக் கொண்டவர்கள். திறனாய்வியலில் இப்பார்வை 'விமர்சன யதார்த்தம்'எனப்படும். இவ்வகையில் சமகாலத்தமிழகத்தின் மணிக்கொடிச் சூழல்சார் நவீன இலக்கியப் பண்புகளை ஈழத்தில் பிரதிபலிக்க முற்பட்டவர்கள், இவ்விருவரில் அ. செ. மு அவர்கள் புனைகதையைத் தமது முக்கிய ஊடகமாகக் கொண்டவர். பல சிறுகதைகளும், வண்டிச்சவாரி(1944), புகையில் தெரிந்த முகம் (1950), யாத்திரை (1958) ஆகிய தலைப்-

புகளிலான குறுநாவல்களும் இவரால் எழுதப்பட்டுள்ளன. வில்ஹெல்ம் ஸ்மித், டொரதி ஏ. செயர்ஸ் ஆகிய ஐரோப்பிய நாவலாசிரியர்களின் ஆக்கங்களை போட்டி (ஈழகேசரி-1941) அலிபாபாவின் குகை(1943) ஆகிய தலைப்புகளில் இவர் மொழிபெயர்த்து வெளியிட்டுள்ளார். 1940களிலிருந்து இவரால் எழுதப்பட்டுவந்த சிறுகதைகள் மனித மாடு என்ற தலைப்பில் தொகுக்கப்பட்டன. 1986இல் நூலுருப்பெற்ற இத்தொகுப்பானது ஈழத்துச் சிறுகதைமரபின் தொடக்க நிலையை இனங்காட்டும் முக்கிய ஆவணங்களிலொன்றாகும்.

" முருகானந்தன், சரியான யாழ்ப்பாணக் களமும், பண்பாடும், கருவுங்கொண்ட கதைகளைப்படித்துப் புகழீட்டினார்." 5.

என்பது 'இரசிகமணி' கனக.செந்திநாதன் அவர்கள் இவரைப்பற்றித் தந்துள்ள கணிப்பாகும். தமிழகத்தில் அல்லயன்ஸ் குப்புசாமி ஐயர் வெளியிட்ட கதைக்கோவை -3 இல் அ.செ.மு. அவர்களுடைய மனிதமாடு என்ற சிறுகதை இடம்பெற்றுளது என்பதும் இங்கு குறிப்பிடப்படவேண்டிய முக்கிய செய்தியாகும். இவருடைய படைப்பாற்றல் பற்றிய அக்கால இலக்கிய உலகின் கணிப்புக்கு இவை முக்கிய சான்றுகளாகும்.

கவிதை, காவியம், பாநாடகம் மற்றும் வில்லிசைப்பாடல் ஆகிய துறைகளில் ஈடுபாடு காட்டியவரான மஹாகவி அவர்கள் ஈழத்தின் நவீன கவிதையின் உள்ளடக்கம் உருவம் உணர்த்துமுறை முதலிய கூறுகளில் முக்கிய பண்புகள் பலவற்றைத் தோற்றுவித்து வளர்த்தெடுத்தவர் என்ற கணிப்புக்குரியவராவார். இவருடைய தனிக்கவிதைகளிலொரு பகுதியானவை வள்ளி (முதற்பதிப்பு—1955), வீடும் வெளியும் (முதற்பதிப்பு-1973) ஆகிய தொகுதிகளாக நூலுருப்பெற்றுள்ளன. 'குறும்பா' என்ற புதுவகை யாப்பில் அமைந்த நூறு கவிதைகள் குறும்பா (1966) என்ற தொகுதியாக நூல்வடிவெய்தின. காவியங்கள் என்ற வகையிலே கந்தப்பசபதம், சடங்கு, ஒரு சாதாரணமனிதனின் சரித்திரம் (1974) என்பன நூலுருவில் வெளிவந்துள்ளன. இவற்றில் முதலிரண்டும் இரண்டு காவியங்கள் என்ற தலைப்பில் ஒரே நூலுள் அமைந்தனவாகும்.(1974). இவரது கண்மணியாள் காதை என்ற தலைப்பிலான வில்லிசைப்பாடல் 1978இல் நூலுருப்பெற்றது. இவர் எழுதியுள்ள பல்வேறு பாநாடகங்களில் கோடை, புதியதொருவீடு என்பவை முறையே 1970 மற்றும் 1979ஆம் ஆண்டுகளில் நூலுருப்பெற்றன.

மஹாகவியின் மேற்படி கவிதையாக்கங்கள் பலவற்றுக்கும் அடிநாதமாக அமைந்த அம்சம் ஆழமான மனிதநேயம் ஆகும். தாம்வாழ்ந்த சூழல், அதன் பல்வகைப் பண்பாட்டம்சங்கள் மற்றும் வாழ்வியல் முறைமைகள் என்பவற்றின் மீது மிகுந்த ஈடுபாடுகொண்டிருந்த அவர், அவற்றை கவிதைக@டாகக் காட்சிப்படுத்த விரும்பியவர். அத்துடனமையாது அச்சூழலின் சமூகக்குறைபாடுகள் மீதான தமது வெறுப்புணர்வையும் விமர்சனங்களையும் பதிவுசெய்வதிலும் மிகுந்த ஈடுபாடு கொண்டிருந்தவர். இவ்வகையில் சமகால சமூக யதார்த்தங்களைப் பிரதிபலிக்கும் ஒரு இலக்கியவாதியாக இவர் திகழ்ந்துள்ளார். மஹாகவி அவர்களைப்பற்றி மதிப்பீடுசெய்த முக்கிய விமர்சகரான கலாநிதி எம்.ஏ.நுஃமான்அவர்கள், "புனைகதைக்குரியதாகிய யதார்த்தம் என்ற அம்சத்தைக் கவிதைக்குக் கொண்டுவந்தவர்" எனவும் "சாதாரண மக்களின் வாழ்க்கை அநுபவங்களை நாவல் சிறுகதைகள் உரைநடையில் சித்திரிப்பது போல செய்யுள் நடையில் சித்திரித்த" வர் எனவும் அவரைப்பற்றிக் குறிப்-

பிட்டுள்ளார்.6.

மஹாகவி அவர்களின் படைப்பாளுமையின் முக்கிய அம்சங்களாகக் கருதப்படுவற்றுள் ஒன்று சமகாலப் பேச்சுவழக்கு மொழியைப் பாவடிவங்களிற் பயிலச் செய்த — அதாவது சராசரி பேச்சோசையுடனான மொழியை பாவடிவங்களுக்குரிய ஓசையைசயுடன் பெர்ருத்த-முற இணைத்த — செயற்பாங்காகும். இவ்வாறான பேச்சோசைக்கவிதைக்கு ஒரு சான்று:

"சேலைஒன்று சரசரப்புற்றது/திறப்பும் பூட்டும் கறகறப்புற்றன
வேலியோ கறையான்படர்ந்துள்ளது/மெல்லவே அதன் மண் அதிர்வுற்றது
வாழை நட்டுள பாத்தியுள் ஈரமோ/வைத்த காலிற் சளசளப்புற்றது
மூலை ஒன்றினில் ஓலைக்கிடுகினை/முன்விரிக்க,அது நெரிவுற்றது."
(கண்மணியாள்காதை —ப.46)

மஹாகவி அவர்களின் படைப்பாளுமையின் இன்னொரு சிறப்பம்சம் நாடகப்பாங்கான ஆக்கமுறைமையாகும். கோடை, புதியதொருவீடு முதலான அவருடைய பாநாடகங்கள் இவ்வாறான படைப்பாளுமையின் பெறுபேறுகளேயாகும்.

மேற்சுட்டியவாறாக பேச்சுமொழியைப் பாவடிவங்களிற் கையாளும் திறன் மற்றும் பாநாடக ஆக்கத்திறன் என்பவற்றை மஹாகவி அவர்களின் சமகால முக்கிய ஈழக் கவிஞர்களான நீலாவணன், இ. முருகையன் முதலிய பலரும் கொண்டிருந்தனர் என்பது இங்குகுறிப்பிடப்-படவேண்டிய முக்கிய வரலாற்றம்சமாகும்.

மஹாகவி அவர்களின் படைப்பாளுமையின் மற்றொரு சிறப்பம்சம் புதியன புரியும் ஆர்-வமாகும். இதற்குச் சிறந்த எடுத்துக்காட்டாக அமைவது அவருடைய குறும்பா என்ற கவி-தைத் தொகுப்பாகும். ஆங்கிலத்தில் 'லிமெரிக்ஸ்' டுiஅநசiஉமள என்ற பெயரில் அமைந்த பாவடிவமானது உள்ளடக்கத்தில் குறும்புத்தன்மையும் எடுத்துரைப்பில் சந்தச் சிறப்பும்கொண்-டதாகும். வாழ்வியலை அங்கதச்சுவையுடன் தரிசனத்துக்கு இட்டுவரும் ஆற்றல் கொண்ட இவ்வடிவத்தை தமிழில் இட்டுவந்த முதல்வர் மஹாகவி ஆவர். மூன்று அடிகள் கொண்ட இப்பாவடிவம் பொருளமைதிப்படி ஐந்து அடிகளாகப் பிரித்து எழுதப்படுவது. முதலடி பாவின் விடயத்தைத் தோற்றவித்து நிற்கும். இரண்டாமடி விடயத்தை வளர்த்துச் செல்லும் மூன்றா-மடி ஒரு திடீர்த் திருப்பமாக அமைந்து பாப் பொருண்மையை நிறைவுசெய்யும். மஹாகவி அவர்களின் குறும்பாவுக்கு ஒரு சான்று:

முத்தெடுக்க மூழ்குகிறான் சீலன்/முன்னாலே வந்துநின்றான் காலன்
சத்தமின்றி வந்தவனின்/கைத்தலத்திற் பத்துமுத்தைப்
பொத்திவைத்தான் போனான் முச்சூலன் .

'லஞ்சம்' என்ற சமூகக் குறைபாடு மரணத்தையும் வெல்லக்கூடிய அளவுக்கு வியாபித்-துவிட்டதென்பதைக் குறும்புடன் உணர்த்துவது இக் குறும்பா.

இவ்வாறாகப் படைப்பாளுமைகளால் மஹாகவி அவர்கள் தாம் வாழ்ந்த காலத்தின் முக்-கிய கவிதைப்பண்புகளை உருவாக்கியவராகக் கணிக்கப்படுகிறார்.

"ஈழத்தில் மட்டுமன்றி தமிழகம் உட்பட நவீனதமிழ்க்கவிதை
வரலாற்றிலே மஹாகவி தானே ஒரு சகாப்தமாகின்றார்"

என எம்.ஏ.நுஃமான் அவர்கள் குறிப்பிடுவார். மஹாகவியின் கோடை என்ற பாநாடக நூலுக்கு பின்னுரை எழுதிய திரு. சண்முகம் சிவலிங்கம் அவர்கள், 'பாரதி வளர்த்த சில கவிதைப்பண்புகளை இன்னொரு கட்டத்திற்கு உயர்த்தியவ'ராக மஹாகவியைக் கணித்துள்ளார்.

மேற்சுட்டிய இவ்விருவரிடமிருந்தும் அ.ந.கந்தசாமி அவர்கள் இலக்கியக் கொள்கைநிலையில் முக்கிய வேறுபாடுகொண்ட ஒருவராவார். மேற்படி இருவரும் 'விமர்சன யதார்த்த'ப் படைப்பாளிகளாகத் திகழ, இவர் 'சோசலிஸயதார்த்தவாத' சிந்தனையாளராகவும் படைப்பாளியாகவும் திகழ்ந்தவர். மார்க்ஸியம் என்ற தத்துவத்தளத்தில் உருவான இந்த இலக்கியக் கொள்கை இது. ஈழத்தமிழ்ச் சூழலில் இது அறிமுகமான காலகட்டத்தில்(1940-50களில்) அதனை முதலில் வரித்துக்கொண்டவர்களில் முக்கியமான ஒருவர் இவர். இதனை அவர், "மக்கள் இலக்கியம் என்ற கருத்தும் சோசலிஸ்ட் யதார்த்தம் என்பனவுமே என்மனதைக்கவர்ந்த இலக்கிய சித்தாந்தங்களாக விளங்குகின்றன." 9 என வெளிப்படையாகப் பிரகடனம் செய்துள்ளார். இவ்வாறான கொள்கைத்தளத்தில் நின்று 1940களிலேயே தமது எழுத்துகளில் 'பாட்டாளிவர்க்கச்சார்பு', 'தீண்டாமை ஒழிப்பு' முதலிய வற்றுக்காக அவர் குரல்கொடுக்கத் தொடங்கிவிட்டார். இலக்கியத் துறையில் இவருடைய பங்களிப்பு பன்முகப்பட்டதாகும். கவிதை , சிறுகதை ,நாவல், நாடகம் , மொழிபெயர்ப்பு மற்றும் விமர்சனம் ஆகிய பலதுறைகளிலும் ஈடுபட்டதோடு தாம் சார்ந்து நின்ற ஈழத்து 'முற்போக்கு இலக்கிய' அணியைக் கட்டமைத்து வளர்ப்பதிலும் தனிக்கவனம் செலுத்தியவர் இவர். அ.ந.கந்தசாமி அவர்கள் தமது சொந்தப் பெயருடன் கவீந்திரன் மற்றும் பண்டிதர் திருமலைராயர் ஆகிய புனைபெயர்களிலும் தமது ஆக்கங்கள் தந்துள்ளார் ஏறத்தாழ முப்பது ஆண்டுக்காலம் தொடர்ச்சியாக எழுத்துப்பணி பணியும் ஆற்றிவந்த இவர் முப்பதுக்கும் மேற்பட்ட தலைப்பகளில் கவிதைகள் புனைந்தவர். ஈழகேசரி, தினகரன் , வீரகேசரி, சுதந்திரன்,தேன்மொழி முதலிய இதழ்களிலும் வேறும்பல சிறப்பிதழ்களிலும் இவருடைய கவிதையாக்கங்கள் அச்சேறிகியுள்ளன. தேன்மொழி (21-03-1955) இதழில் 'எதிர்காலச் சித்தர் பாடல்' என்ற தலைப்பில் பதிவான,

" அரசெல்லாம் ஒழிந்துலகில் ஓரரசே உண்டாம்
அறங்கூறும் ஒருமதமே உலகெல்லாம் ஆகும்
விரசமொடு விகற்பங்கள் வளர்க்கும்மொழி எல்லாம்
வீழ்ந்துவிடும் ஒரு மொழியே இவ்வுலகில் உண்டாம்.
சரசமொடு உலகத்து மக்களெல்லாம் தம்மைச்
சமானர்கள் மனிதகுலம் என்ற இனமென்பார்
அரசர்கள் ஏழைபணக் காரன்என்ற பேதம்
அத்தனையும் ஒழிந்துவிடும் எதிர்கால உலகில்"

என்ற கவிதையிலே எதிர்காலம் பற்றிய அ.ந.க. அவர்களின் கனவுகள் வெளிப்படுகின்றன.

அ.ந.க அவர்கள் ஏறத்தாழ அறுபது சிறுகதைகள் எழுதியள்ளார்;.இவை வீரகேசரி , பாரதி சுதந்திரன், தேசாபிமானி முதலிய இதழ்களில் வெளிவந்துள்ளன. இவருடைய மனக்கண் என்ற நாவல் 1960களில் தினகரனில் தொடராக வெளிவந்தது. பின்னர் இது சமகால

முக்கிய முற்போக்க இலக்கியவாதியான சில்லையூர்ச் செல்வராசன் அவர்களால் வானொலி நாடகமாக்கப்பட்டு ஒலிபரப்பாகியது. கழனிவெள்ளம் என்ற தலைப்பில் இவரால் எழுதப்பட்ட நாவலொன்றின் மூலப்பிரதி 1983 கலவரத்தில் எரியுண்டு போனதாக அறியப்படுகின்றது. அ.ந.க. அவர்கள் சங்கீதப் பிசாசு என்ற தலைப்பிலான சிறுவர் நாவலொன்றையும் சிரித்திரன் இதழில் எழுதியுள்ளார். மதமாற்றம், தாஜ்மகால் உதயம் ,அரச நட்பு, கடைசி ஆசை ஆகிய தலைப்புகளிலான நாடகங்களை இவர் எழுதியுள்ளார். எமீல் சோலா(1840-1902) என்பாரின் பிரெஞ்சு நாவலான நாநா இவரால் தமிழாக்கம் செய்யப்பட்டு, 1951 சுதந்திரன் இதழில் வெளிவந்தது. பொம்மை மாநகர் என்ற தலைப்பிலான சரித்திர நாவலொன்றும் இவரால் மொழிமொழிபெயர்க்கப் பட்டதாகத் தெரிகிறது.10.

மேற்சுட்டியவாறான அவருடைய ஆக்கங்கள் திரு அ.ந.க அவர்களின் இலக்கியத் துறைசார் பன்முக ஆளுமையின் சான்றுகளாகத் திகழ்வன. இவ்வகையான எழுத்துத் துறைசார் ஆளுமைகளைவிட ஒரு 'இயக்கவாதி' என்றவகையில் — ஈழத்து 'முற்போக்கு இலக்கிய' இயக்கத்தை கட்டமைத்து வளர்ததெடுத்தவர்களுள் முக்கியமான ஒருவர் என்ற வகையில்- இவர் புலப்படுத்திநின்ற ஆளுமை மிகப் பெரிது.ஈழத்தின் முற்போக்கு இலக்கிய அணிசார்ந்தவர்களான பிரபல விமர்சகர் கலாநிதி க.கைலாசபதி மற்றும் மல்லிகை ஆசிரியர் டொமினிக் ஜீவா, பல்துறைக்கலைஞரும் கவிஞருமான சில்லையூர்ச் செல்வராசன் , எழுத்தாளர் எஸ் அகஸ்தியர் முதலிய பலராலும் பெரிதும் மதித்துப் போற்றப்பட்டவர் இவர் என்பது இங்கு நமது கவனத்துக்குரியது. கைலாசபதி அவர்கள் தமது ஒப்பியல் இலக்கியம் என்ற நூலை இவருக்கே சமர்ப்பணம் செய்துள்ளார்.

" பல்லாண்டுகளாக எனது இலக்கிய முயற்சிகளை நேர்மையுடன் விமர்சித்து ஊக்கங்கொடுத்து வருபவரும், இன்றைய ஈழத்து எழுத்தாளர்களின் முன்னோடிகளில் ஒருவரும், பிறமொழி யிலக்கியங்களைக் கற்றுமகிழ்ந்து அவற்றைத் தழுவியும் மொழிபெயர்த்தும் தமிழுக்கு அணி செய்தவரும் ,பலதுறை வல்லுனருமான காலஞ்சென்ற அ.ந. கந்தசாமி அவர்களது நினைவுக்கு இந்நூலைச் சமர்ப்பிக்கிறேன்" என்பது கைலாசபதி அவர்களின் சமர்ப்பண வாசகம்.அகஸ்தியரும் தமது நாவலொன்றை இவருக்குச்சமர்ப்பித்துள்ளார். டொமினிக் ஜீவா அவர்கள், "நான் படித்த பல்கலைக்கழகம் அ.ந.க." எனக் குறிப்பிட்டுள்ளார். இவ்வாறாக இவர்கள் அ.ந.க.அவர்களுக்கு அளித்துள்ள கௌரவமானது உண்மையில் மகாஜனாவின் இலக்கியப் பாரம்பரியத்துக்கு அளித்த கௌரவமாகவே கொள்ளப்படத்தக்கது. இவ்வாறு முற்போக்கு இலக்கிய அணிசார்ந்து இயங்கிநின்ற அ.ந.க. அவர்களை 'முற்போக்கு இலக்கியத்தின் மூத்தபிள்ளை' எனக்கூறுவது மரபாகிவிட்டது.

மும்மணிகளில் ஒருவரான மஹாகவி அவர்களும் தமது படைப்புகளிலொன்றான கண்மணியாள்காதையை அ.ந.க. அவர்களுக்குச் சமர்ப்பணம் செய்துள்ளார் என்பதும் இத்தொடர்பில் சுட்டப்படவேண்டிய முக்கிய செய்தியாகிறது.

மேற்கண்டவாறாக இம் மும்மணிகளும் ஏறத்தாழ 30ஆண்டுகள் தொடர்ச்சியாக மேற்கொண்ட இலக்கியச் செயற்பாடுகள் ஈழத்து இலக்கியச் செல்நெறியின் வரலாற்றில் மகாஜனக்கல்லூரியின் பெயரை அழுத்தமாகப் பதிவுசெய்வனவாக அமைந்தன. இம்மூவருள்ளும் மஹாகவி மற்றும் அ.ந.க. ஆகியோர் வரலாற்றில் பதித்துள்ள தடங்கள் ஆழமானவை.

இவை சமகால ஈழத்திலக்கிய வரலாற்றை வழிநடத்திய பெருமைக்குரியவையுங்கூட.

4. 'மும்மணி'களின் சமகாலத்திலும் அதனைத் தொடர்ந்தும் மகாஜனாவின் இலக்கிய இயங்குநிலை

அ.செ.மு, மகாகவி, அ.ந.கந்தசாமி ஆகியோர் இலக்கியத்துறையில் தீவிரமாக இயங்கிநின்ற காலப்பகுதியில் — குறிப்பாக 1940 — 70 காலப்பகுதியில் — மகாஜனக்கல்லூரியானது உயிரோட்டமுள்ள ஒரு இலக்கியக்களமாகத் தொடர்ந்தது. அக்கல்லூரியில் அதிபர்களாகவும் ஆசிரியர்களாகவும் பணியாற்றிய பலரும் கலை மற்றும் இலக்கியத் துறைகளில் ஈடுபாடுகொண்டவர்களாகத் திகழ்ந்தமையே இதற்கான முக்கிய காரணியாகும். ஆசிரியர்களிற் பலர் தாமே கலை மற்றும் இலக்கியத்துறைகளில் ஈடுபாடு கொண்டவர்களாகத் திகழ்ந்தனர். அத்துறைகளில் அவர்கள் தாம் இயங்கியதோடமை யாமல் மாணவர்களையும் இயக்கிநின்றனர். இவ்வாறான இயங்குநிலைக்கு இக்கல்லூரியின் அதிபர்களாகத் திகழ்ந்தவர்கள் பலரும் ஆக்கமும் ஊக்கமும் அளித்துநின்றனர்.

குறிப்பாக, மும்மணிகளின் சமகாலத்தில் அக்கல்லூரியில் அதிபராகத் திகழ்ந்தவர்களில் முக்கிமான ஒருவரும் பாவலரின் புதல்வருமான தெ.து. ஜெயரத்தினம் அவர்கள் மகாஜனாவின் கலை, இலக்கிய பாரம்பரியம் தொடர்வதற்கான அடித்தளத்தை அமைத்தளித்த ஒருவராவார். 1960இல் தமது தந்தையாரின் பாடல்களைச் சிந்தனைச்சோலை என்ற தொகுப்பாக வெளிக்கொணர்ந்தமை மற்றும் நாடகத்துறையில் கல்லுரி மாணவர்கள் ஈடுபாடுசெலுத்தவும் அகிலஇலங்கை ரீதியான போட்டிகளில் பங்குபற்றவும் வாய்ப்பளித்தமை முதலிய பல செயற்பாடுகள் அக்கல்விக் களமானது கலை, இலக்கியக் களமாகவும் திகழ்வததற்கான — மகாஜன இலக்கிய பாரம்பரியத்தைத் தொடர்வதற்கான — உணர்வுநிலைச் சூழலை அமைத்தளித்தன.

1950கள் காலகட்ட யாழ்ப்பாணக் கல்விச்சூழலில் மகாஜனக்கல்லூரியில் உயர்தர மாணவர் தமிழ்மன்றம் என்ற அமைப்பு உருவாக்கப்பட்டமையும் இங்கு குறிப்பிடப்படவேண்டிய வரலாற்றம்சமாகும்.14. ஆங்கிலவழிக்கல்விக்கு முதன்மை தந்துநின்ற அக்காலப்பகுதியில், உயர்தரவகுப்பு மாணவர்கள் தமிழைப்பேசவும் அதில் இலக்கியம் படைக்கவும் அதுபற்றி உரையாடவும் தமிழ் நாடகங்களில் நடிக்கவும் வாய்ப்பான ஒரு சூழலை இவ்வாறான மாணவர்மன்ற உருவாக்கம் ஏற்படுத்தியிருக்கும் என்பது உய்த்துணரக்கூடியது. மும்மணிகளின் சமகாலத்திலும் அதன்பின்னரும் மகாஜனா இலக்கிய பாரம்பரியம் உயிரோட்டத்துடன் தொடர்வதற்குப் பின்புலங்களாக அமைந்த முக்கிய சூழல்சார் காரணிகள் இவை எனலாம்.

4.1 1940 கள் முதல் 70களின் நடுப்பகுதி வரை தொடர்ச்சியும் தளவிரிவும்

இவ்வாறான சூழற்பின்புலத்திலே, 1940-70 காலப்பகுதியில் இலக்கியத்துறையில் அடிபதித்து பங்களிப்பு செய்தோர் என்றவகையில் திருவாளர்கள் செ.கதிரேசர்பிள்ளை, த.சண்முகசுந்தரம், ஏ.ஜே.கனகரத்னா, புலவர்.நா.சிவபாதசுந்தரனார், சி.நாகலிங்கம், தெல்லியூர் நடராசா, வ.குகசர்மா, நா.சோமகாந்தன்(ஈழத்துச் சோமு), புலவர் ம.பார்வதி நாதசிவம், மயிலங்கூடலூர் பி.நடராசன், ஆ.சிவநேசச் செல்வன், க.சண்முகலிங்கம், மயிலங்கூடலூர் த.கனகரத்தினம் என ஒரு பெயர்வரிசை நீள்கிறது. (இப்பட்டியல் நிறைவானதன்று.) இவர்களில் ஒருசாரார் நாடகம், கவிதை, புனைகதை முதலியவற்றில் ஈடுபாடு காட்டியவர்கள். இன்னொருசாரார் இலக்கியஆய்வு, பண்பாட்டாய்வு மற்றும் திறனாய்வு மற்றும் மொழிபெ-

யர்ப்பு முதலிய துறைகளில் தனிக்கவனம் செலுத்தி நின்றவர்களாவார். மற்றொரு சாரார் இதழியலிற் கவனம் செலுத்தினர்.

மகாஜனாவுக்கு ஒரு நாடக இலக்கிய பாரம்பரியம் உளது என்பதை, பாவலர், அ.ந.கந்தசாமி, மஹாகவி ஆகியோர் பற்றிய குறிப்புகளிலே நோக்கியுள்ளோம். இந்த மரபைச் சமகாலத்திலே அங்கு ஆசிரியப்பணி புரிந்தவர்களான புலவர் நா.சிவபாத சுந்தரனார்;, திருவாளர்கள்.சி.நாகலிங்கம், த.சண்முகசுந்தரம் மற்றும் செ.கதிரேசர்பிள்ளை முதலிய பலர் மேலும் வளம்படுத்தியுள்ளனர். புலவர் நா. சிவபாதசுந்தரனார் எழுதிய எது உறுதி?(1948), மறக்குடிமாண்பு(1963)சி.நாகலிங்கம் அவர்களால் எழுதி நெறிப்படுத் தப்பட்ட அணையாத சுடர்(1951), த.சண்முகசுந்தரம் அவர்களின் வாழ்வுபெற்ற வல்லி (1962), பூதத்தம்பி(1964), இறுதிமூச்சு(1965) செ.கதிரேசர் பிள்ளையவர்களின் காங்கேயன் சபதம்(1965), ஜீவமணி (1966), அம்பையின் வஞ்சினம் (1967), கோமகளும் குருமகளும் (1968),குருதட்சணை(1969) முதலிய பல ஆக்கங்களால் மகாஜனக்கல்லூரிச் சூழலின் நாடக இலக்கிய மரபு தொடர்ந்தது — வளர்ந்தது.15(இப்பட்டியல் நிறைவானதன்று.)

புலவர் சிவபாதசுந்தரனார் அவர்கள் பண்டைய இலக்கியங்களிலிருந்து தமது நாடகங்களுக்கான கருப்பொருள்களைத் தேர்ந்துகொண்டவர். திரு.சண்முகசுந்தரம் அவர்கள் ஈழத்து வரலாற்றுச் செய்திகளிலிருந்து தமது நாடகங்களுக்கான கதையம்சங்களை எடுத்துக்கொண்டுள்ளார். திரு.செ.கதிரேசர்பிள்ளையவர்களுக்கு கதையம்சங்களை வழங்கியது மஹாபாரத இதிஹாஸமாகும். அவருடைய மேற்சுட்டிய நாடகங்கள் இலங்கை அரசின் கலைக்கழக நாடகப்போட்டிகளில் மகாஜனக் கல்லுர்ரியின் மாணவர்கள் நடிப்பதற்காக 1965-69 காலப்பகுதியில் எழுதப்பட்டவை. அத்துடன் அவ்வவ்;வாண்டுப் போட்டிகளின் முதற்பரிசுகளுக்காகத் தேர்வுபெற்றவை அவை என்பதும் குறிப்பிடப்படவேண்டிய முக்கியத்துவமுடைய செய்தியாகும். இந்நாடகங்களின் பிரதிகள் பாரதம் தந்த பரிசு என்ற தலைப்பில் மகாஜனக்கல்லுர்ரிப் பழையமாணவர் சங்கத்தினால் 1980இல் நூலாக வடிவம் பெற்றுள்ளன.

புலவர் சிவபாதசுந்தரனார் அவர்கள் நாடகாசிரியராகத் திகழ்ந்ததோடமையாது பழந்தமிழ் நூல்கள்தொடர்பான ஆய்விலும் கால்பதித்தவர். அவர் எழுதிய புறப்பொருள் வெண்பாமாலை ஆராய்ச்சி(1972) என்ற நூலாக்கம் ஈழத்தறிஞர்களால் மட்டுமன்றி, பேராசிரியர் தெ.பொ. மீனாட்சிசுந்தரனார், டாக்டர் சி.இலக்குவனார் முதலிய தமிழகப் பேரறிஞர்களாலும் பாராட்டப்பெற்ற சிறப்புடையதாகும். (மகாஜனாவின் 'கல்லூரிகீத'த்தை எழுதியவரும் புலவர் சிவபாதசுந்தரனார் அவர்களே என்பது இங்கு பதிவுபெறவேண்டிய முக்கிய தகவல் ஆகும.)

கதிரேசர் பிள்ளை அவர்கள் கவிஞராகவும் திகழ்ந்தவர். மறுமலர்ச்சிக்காலக் கவிஞர்களுள் ஒருவரான இவர், 1960-70கள் காலப்பகுதியில் யாழ்ப்பாணச்சூழலில் நிகழ்ந்த கவியரங்குகள் பலவற்றில் பங்குகொண்டு இசையுணர்வுடன் கவிதைகள் வழங்கியவர்.

திரு. த.சண்முகசுந்தரம் அவர்கள் நாடகாசிரியராகத் திகழ்ந்ததோடமையாமல் புனைகதை மற்றும் நடைச்சித்திரங்கள் என்ற வகைசார் படைப்புகளையும் தந்துள்ளார். இவ்வாறான செயற்பாடுகளுடன் ஈழத்தின் நாட்டாரியல்சார் கலை இலக்கிய முயற்சிகள் தொடர்பான தேடல்களில் ஈடுபட்டவர். இத் தொடர்பில் இவரால் எழுதப்பட்ட கட்டுரைகள் சில நூலவடிவம் எய்தியுள்ளன. பேராதனைப் பல்கலைக்கழகத்தின் தமிழ்ச்சங்க வெளியீடான இளங்கதிர் சஞ்சிகையின் முதலாவது இதழின் ஆசிரியராகத் திகழ்ந்தவர் இவர் என்பதும் இங்கு குறிப்-

பிடப்படவேண்டிய முக்கிய தகவல் ஆகும்.

மகாஜனாவின் பழைய மாணவரும் பின்னர் சில ஆண்டுகள் அங்கு ஆசிரியப்பணி புரிந்தவருமான மயிலங்கூடலுர்ர் பி. நடராசன் அவர்கள் ஆடலிறை என்ற புனைபெயர் பூண்டவர். படைப்பாளி, தொகுப்பாசிரியர்,பதிப்பாசிரியர்,பண்பாட்டாய்வாளர் மற்றும் உயர்நிலை ஆய்வுகளுக்குத் துணைநிற்பவர் முதலான பல்தளப்பரிமாணங்களைக் கொண்டவர். பலருடைய படைப்பாக்கங்களுக்கும் ஆய்வுமுயற்சிகளுக்கும் 'செவிலித்தாய்' ஆகத்திகழ்ந்துவருபவர்,இவர். ஈழத்தின் குழந்தை இலக்கியத் துறையில் தனிக்கவனம் செலுத்தி நிற்பவரான இவரின், ஆடலிறை குழந்தைப்பாடல்கள் என்ற நூல் யாழ். இலக்கியவட்ட வெளியீடாக 2005இல் வெளியாகியுள்ளது. 'மகாஜனக்கல்லூரியின் இலக்கிய பாரம்பரியம்' உருவாக விதையிட்டவர்களில் முக்கியமான ஒருவர் இவர்.

60களில் மகாஜனாவில் பயின்ற மாணவர்களுள் முக்கிமான ஒருவரான திருஆ.சிவநேசச்செல்வன் அவர்கள் தமிழ் மற்றும் நூலகவியல் என்பவற்றில் உயர்நிலைப் பட்டங்களைப் பெற்ற ஒரு கல்வியாளர். ஈழத்தமிழியல் தொடர்பான ஆய்வுகளில் தனி ஈடுபாடுகாட்டிநின்றவர். ஈழத்தின் முக்கிய நாளிதழ்களான வீரகேசரி மற்றும் தினக்குரல் ஆகியவற்றின் ஆசிரியராகத் திகழ்ந்தவர் இவர். மயிலங்கூடலுர்ர் பி.நடராசன் அவர்களுடன் இணைந்து 'மகாஜனக்கல்லூரியின் இலக்கியப்பாரம்பரியம்' என்ற எண்ணக்கருவை உருவாக்கியதில் இவருக்கு முக்கிய பங்கு உளது. 1972இல் பாவலர் துரையப்பாபிள்ளை நூற்றாண்டு விழாமலர் தயாரிக்கப்பட்டபோது அதற்;கு ஆசிரியராக அமைந்தவர் இவரே என்பது இவருடைய பங்களிப்பின் வரலாற்று முக்கியத்துவத்துக்குத் தக்கதொரு சான்றாகும். தற்பொழுது கனடாவில் வதிகின்ற இவர் இங்கு முகவரி என்ற ஒரு மாத இதழின் பிரதம ஆசிரியராகச் செயற்பட்டுவருகிறார்.

மகாஜனாவிற் பயின்றவர்களில் ஒருவரான புலவர்.ம. பார்வதிநாதசிவம் அவர்கள்,ஈழத்துத் தமிழ்ப் புலமை மரபின் வாரிசாக அமைந்தவர். 'பரீட்சை எடாத பண்டிதர்' எனவும் 'குருகவி' எனவும் சிறப்பித்துப்பேசப்படும் ம.வே.மகாலிங்கசிவம் அவர்களின் புதல்வாரன இவர் சமகால சமூக அநுபவங்களுடன் மனிதநேயக்கவிதைகள் பலவற்றை வடித்தவர். காதலும் கருணையும் என்ற இவருடைய கவிதைத் தொகுதி பிரபல விமர்சகரான கலாநிதி. க.கைலாசபதி அவர்களின் பாராட்டைப்பெற்றதாகும்.

இக்காலப்பகுதியல் மகாஜனாவிற் பயின்றவர்களில் புனைகதைத்துறையில் ஈடுபட்டவர்கள் என்றவகையில் நா.சோமகாந்தன்(ஈழத்துச் சோமு) முக்கியமான ஒருவராவார். ஆகுதி (சிறுகதைத் தொகுதி- 1986) விடிவெள்ளி பூத்தது(நாவல்-1989;) ஆகிய இவருடைய ஆக்கங்கள் ஈழத்தின் சாதியாசார மதிப்பீடுகளில் நிகழத்தொடங்கிய மாற்றங்களின் பதிவுகள் என்றவகையில் வரலாற்று முக்கியத்துவமுடையனவாகும். ஒரு இலக்கியவாதி என்றவகையில் முற்போக்கு இலக்கிய அணியின் முக்கிய தூணாகத் திகழ்ந்தவர் இவர். அவ்வகையில் இவர் அ.ந.கந்தசாமி அவர்களின் வழிதொடர்ந்தவர் ஆவார். நாவலர்சபையின் இலக்கியச் செயற்பாடுகளிலும் இவர் முக்கிய பங்களிப்பு செய்துவந்துள்ளார்.

திரு. ஏ.ஜே.கனகரத்னா அவர்கள் இலக்கியத் திறனாய்வுத்துறையில் ஆழமான ஈடுபாடுகாட்டியவர். மகாஜனாவில் சிலகாலம் ஆசிரியப்பணிபுரிந்தவகையில் மகாஜன இலக்கிய பாரம்பரியத்துடன் இவர் தொடர்புபூண்டவராகிறார். இவர் நவீன இலக்கியத்திறனாய்வை

மார்க்ஸிய சிந்தனைத் தளங்களை மையப்படுத்தி முன்னெடுத்தவர்களில் முதல்வரிசையாளர் என்ற கணிப்புக்குரியவர். குறிப்பாக கலை, இலக்கியம் என்பவற்றுக்கும் சமூகத்துக்கும் உள்ள உறவு தொடர்பாக ஆழமாகச் சிந்தித்து எழுதியவர் இவர். மத்து(1970),மார்க்சியமும்இலக்கியமும் — சில நோக்குகள் (1975),செங்காவலர் தலைவர் யேசுநாதர் (2000) ஆகிய தொகுப்புகளாக வெளிவந்துள்ள இவருடைய கட்டுரையாக்கங்கள் திறனாய்வியல் ஆர்வலர்களுக்குப் பெருவிருந்தாக அமைவன.

மகாஜனாவின் பழைய மாணவரும் இலங்கை நிர்வாக சேவைத்துறையில் பல்லாண்டுகள் பணியாற்றி ஓய்வுபெற்றுள்ளவருமான திரு. க.சண்முகலிங்கம் அவர்கள் அரசியல்,சமூக அறிவியல் ஆகிய துறைகளில் ஆழ்ந்த ஈடுபாடுகொண்டவர். குறிப்பாக ஐரோப்பிய நவீன அரசியற்சிந்தனைகளை நுனித்து நோக்கி விமர்சனமுறைமையில் எடுத்துரைக்கும் ஆய்வாளர்,இவர். இவ்வாறான அறிவுத்துறைப் புலமையூடாகத் தமிழ் இலக்கிய விமர்சனத்திலும் இவர் அடிபதித்தவர். அந்தோனியோ கிராம்சி மற்றும் அல்தூசர் ஆகியோர் தொடர்பாக இவர் தந்துள்ள அறிமுகங்கள் சமகால தமிழ் இலக்கியத்; திறனாய்வுத் தளத்தை வளம்படுத்தி நிற்பன. இவருடைய இவ்வகைக் கட்டுரைகள் அடங்கிய நூல்: நவீன அரசியற் சிந்தனை — ஓர் அறிமுகம் (2009)

மகாஜனாவின் மாணவரான மயிலங்கூடலூர்ர் த.கனகரத்தினம் அவர்களின் இலக்கியநிலைப்;பங்களிப்பு என்றவகையில் முக்கியமாகக் குறிப்பிடத்தக்க ஒன்று அவர் சிங்களஇலக்கியம் — தமிழ் இலக்கியம் ஆகியவற்றுக்கு உறவுப்பாலமாக அமைந்தமையாகும். இவ்வகையில் சேதுபந்தனம் என்ற அவருடைய தொகுப்பு முக்கியமானது.

மேலே குறிப்பிட்டோருள் தெல்லியூர் நடராசா அவர்கள் புனைகதைத்துறை உட்படப் பல்வேறு எழுத்துத்துறைகளில் ஈடுபட்டவருங்கூட. 'பௌராணிக வித்தகர்' பிரமஸ்ரீ வ. குகசர்மா அவர்கள் பல சிறுகதைகள் எழுதியுள்ளார்.

1940கள் முதல் 70 கள் வரையான காலப்பகுதியில் மகாஜனா சார்ந்தியங்கியவர்களில் கலை இலக்கியத் துறைகளில் சிறப்புறச் செயற்பட்டு நின்றவர்கள் என்றவகையில் மேற்சுட்டியவர்களைத்தவிர மேலும்சிலர் இங்கு நமது கவனத்துக்கு வருகின்றனர். திரு. ஏ . செல்லத்துரை,பண்டிதர் சி.அப்புத்துரை, சைவப்புலவர் சி . செல்லத்துரை, பேராசிரியர் சபா.ஜெயராசா ஆகியோர் இவ்வகையில் குறிப்பிடத்தக்க முக்கியத்துவமுடையோராவர். 1940களின் பிற்பகுதியில் மகாஜனாவில் பட்டதாரி ஆசிரியராகத் திகழ்ந்தவரான திரு.ஏ. செல்லத்துரை அவர்கள் இசையறிவும் நாடகத் திறனும் வாய்த்தவராவார். இவரின் நெறிப்படுத்தலில் சபா முதலியார் ,துரோகி யார் ? ஆகிய நாடகங்கள் அக்கல்லூரியில் அரங்கேற்றப்பட்டன.

1940களின் ஈற்றில் பிற்பகுதியில் மகாஜனாவில் பயின்றவர்களில் ஒருவரான பண்டிதர் சி.அப்புத்துரை அவர்களும் 1970இல் சில மாதங்கள் மகாஜனாவில் கற்பித்தவரான சைவப்புலவர் . சி . செல்லத்துரை அவர்களும் சமயம் மற்றும் கலை,இலக்கியத்துறைகளில் தனிக்கவனம் செலுத்திநிற்பவர்களாவர். இத்துறைசார் செயற்பாடுகளில் 'இரட்டையர்' எனத்தக்க வகையில் இணைந்து செயற்படும் இவர்கள் ஈழத்துத் தமிழ்ப் புலமைமரபின் சமகால ஆளுமைகளாகத் தம்மை இனங்காட்டி நிற்பவர்களுமாவர். இவர்கள் நவீன கலை இலக்கியச் சூழலுடனும் -குறிப்பாக குழந்தை இலக்கியத் துறையுடன் -நெருக்கமான உறவுகொண்டவர்களாவர். சைவப்புலவர் அவர்கள் நாடகத் துறையிலும் ஈடுபாடு காட்டிநிறபவர்.

சமகாலக் கலை இலக்கியச் செயற்பாடுகள் சார்ந்த சிந்தனைக்களமாக 1980களில் 'வலிகாமம்-வடக்கு'ச் சூழலை மையப்படுத்தி உருவான ' தெல்லிப்பழைக் கலை இலக்கியக்களம்' என்ற அமைப்பைத் தொடக்கியவர்களில்; முக்கியமானவர்கள் இவர்கள். இன்றுவரை தொடரும் இக்களச் செயற்பாடுகள் இவர்களது செயல்திறனுக்கச் சான்று பகர்வன. பண்டிதர் சி.அப்புத்துரை அவர்களால் அண்மைக்காலத்தில்(2007-8 ஆம் ஆண்டுகளில்) இக்களத்தால் வெளியிடப்பட்டதான ,இருபதாம் நூற்றாண்டில் வாழ்ந்த ஈழத்துத் தமிழ்ப் புலவர் வரலாறு (பாகங்கள் 1,2)என்ற நூலாக்கம் மகாஜனாவின் இலக்கிய பாரம்பரியத்துக்குப் பெருமை சேர்ப்பதான ஆய்வுச் செயற்பாடாகும்.

1960களில் மகாஜனாவில் படித்தவர்களில் ஒருவராக அறியப்படும் திரு சபா. ஜெயராசா அவர்கள் 70களில் ஆரம்பத்தில் சிலகாலம் அங்கு ஆசிரியப்பணி புரிந்தவருமாவார். படிப்பித்தவர. கல்வித்துறையில் புலமைபெற்றுக் கலாநிதியாக உயர்ந்த இவர் அத்துறையில் பல்கலைக்கழகப் பேராசிரியராகவும் திகழ்ந்தவராவார். கல்வியியலசார் மேலைத்தேயச் சிந்தனைகளைத் தமிழுக்கு இட்டுவரும் பெரு முயற்சியின் ஒருகூறாக அந்நாடுகளின் கலை,இலக்கியப் பார்வைகளைத் தமிழ்ச் சூழலுக்குப் பல்லாண்டுகளாகத் தொடர்ந்து அறிமுகம் செய்வுவருபவர் இவர். குழந்தைக் கவிதைத் துறையிலும் இவர் நாட்டங்கொண்டுள்ளார்.

மகாஜனாவிலே 1960களின் பிற்பகுதியிலே ஒரு புதிய இலக்கிய பரம்பரை ஒன்று முளைவிட்டது. மகாஜனாவின் நாடகங்களிற் பங்குபற்றி நடித்தவர்களும் மற்றும் புனைகதை கவிதை நாடகம் முதலியவற்றில் ஈடுபாட்டை வளர்த்துக்கொண்டவர்களுமான மாணவர்களுட் சிலர் இலக்கியத்துறைகளில் அடிபதித்தனர். இவ்வகையில் மாவை. தி. நித்தியானந்தன், திருமதி கோகிலா மகேந்திரன், கலாநிதி கௌசல்யா சுப்பிரமணியன், பேராசிரியர் கலாநிதி நா.சண்முகலிங்கன் மற்றும் வேல் அமுதன், கலாநிதி மு.க.சிவகுமாரன், குரும்பசிட்டி கே.எஸ் சிவகுமாரன் என இவர்களின் பெயர்ப்பட்டியல் நீளும.

திரு மாவை தி. நித்தியானந்தன் அவர்கள் கவிதை,புனைகதை மற்றும் நாடகம் ஆகிய துறைகளில் ஈடுபட்டவர். புலம்பெயர் இலக்கியச் சூழலில் முக்கிய படைப்பாளிகளுள் ஒருவராகத் திகழ்பவர் இவர். 60களில் மகாஜனாவில் கற்று,பின்னர் அங்கு பலகாலம் ஆசிரியராகப் பணியாற்றியவரான கோகிலா சிவசுப்பிரமணியம் (பின்னாளில் திருமதி கோகிலா மகேந்திரன் அவர்கள் புனைகதை மற்றும் நாடகம் ஆகிய துறைகளில் மிகுந்த ஈடுபாடுகொண்டவர். கவிதை மற்றும் அறிவியல் ஆக்கங்கள் எழுதுவதிலும் கவனம் செலுத்தியவர். அவருடைய எழுத்தாக்கங்கள் பலவும் நூலுருப்பெற்றுள்ளன. ஈழத்து நாடகத்துறையில் !970களில் புதியவரவாக அமைந்த நாடக அரங்கியல் கற்கைநெறிக்குள் தன்னை ஈடுபடுத்திக்கொண்டதன் மூலம் மகாஜனாவின் நாடகத்துறைக்குப் புதிய பரிமாணத்தை ஏற்படுத்தியவர். இவர் முற்சுட்டிய ' தெல்லிப்பழைக் கலை இலக்கியக் கள'த்தின் தொடக்க உறுப்பினர்களுள் முக்கியமான ஒருவர் என்பதும் அதனை இன்றுவரை தொடர்ந்து இயக்கிவருபவர் என்பதும் இங்க குறிப்பிடப்படவேண்டியமுக்கிய செய்திகளாகும். 'கலைஞர்' மற்றும் 'இலக்கியவாதி' ஆகிய நிலைகளுக்கு மேலாக, பெண்ணியம்(Feminism) மற்றும் சீர்மியம் (Counciling) ஆகியவை சார்ந்தும் அவருடைய சமூகத்தொடர்புநிலை விரிந்து சென்றுளது. இவ்வகையில் கோகிலா அவர்கள் மகாஜனாவின் இலக்கிய பாரம்பரியத்தை முன்னெடுத்துவரும் முக்கிய ஆளுமைகளுள் ஒருவர் என்ற கணிப்புக்குரியவராகிறார்.

இவரின் சமகாலத்தில் மகாஜனாவில் பயின்ற கௌசல்யா ஜம்புகேஸ்வரக் குருக்கள் அவர்கள் (பின்னாளில் திருமதி கலாநிதி கௌசல்யா சுப்பிரமணியன்) இசை மற்றும் நாடகம் — அரங்கியல் ஆகிய துறைகளில் தனது புலமையை வளர்த்துக்கொண்டவர். இசைத்துறையில் கலாநிதிப்பட்டம் பெற்றவரான இவர் அத்துறையில் தொடர்ந்து நுண்ணாய்வுகளை மேற்கொண்டுவருபவர். இவற்றுக்கு மேலாக, 'இதழியல் மற்றும் பொதுசனத் தொடர்பியல்' என்ற துறையிலும் தனிக்கவனம் செலுத்திய இவர் அத்துறையில் முதுகலைப் பட்டம் பெற்றவருமாவார். தமிழகப் பல்கலைக் கழகங்களின் கலாநிதிப்பட்ட ஆய்வேடுகளை மதிப்பீட்டறிக்கை வழங்கும் வெளிநிலைத் தேர்வாளர் (External Examiner) ஆகவும் இவர் திகழ்ந்துவருகிறார். மேற்சுட்டிய 'தெல்லிப்பழைக் கலை இலக்கியக்கள'த்தின் தொடக்க உறுப்பினர்களில் முக்கியமானவர்களில் இவரும் ஒருவர் என்பதும் இங்கு குறிப்பிடத்தக்கது. இவர் தமது துணைவரான கலாநிதி நா. சுப்பிரமணியன் அவர்களோடு இணைந்து எழுதிய இந்தியச் சிந்தனை மரபு(1993, 96) என்ற நூல் இந்தியப் பல்கலைக்கழகங்கள் சிலவற்றில் உயர்பட்டங்களுக்கான பாடநூலாகக் கொள்ளப்பட்டுளது. இவர் மேற்குறித்த புலமைசார் செயற்பாடுகளோடு நூற்பதிப்பு மற்றும் திறனாய்வு ஆகிய துறைகளிலும் தனது ஆளுமையை விரிவுபடுத்தி வருகிறார்.

யாழ்ப்பாணப்பல்கலைக்கழகத்தின் துணைவேந்தராகத் திகழ்ந்த பேராசிரியர் கலாநிதி நா.சண்முகலிங்கன் அவர்கள் 60களில் மகாஜனாவில் பயின்றவர். சமூகவியல் துறையில் புலமைபெற்றுள்ள இவர் அத்துறைசார்ந்து பல நூல்களையும் கட்டுரைகளையும் வெளியிட்டுள்ளார். படைப்புநிலையிலே இவர்,இசைப்பாடல்,கவிதை,சிறுகதை ஆகியவற்றில் ஈடுபாடுகாட்டிவருபவர். 'இலங்கைவானொலி' வெளியிட்ட இசைத்தட்டுகளில் இவருடைய தன்னுணர்ச்சிக் கவிதைகள்; சில பதிவாகியுள்ளன.17 உயர்கல்விநிர்வாகியாகப் பணிபுரியும் இப்பேராசிரியர் ஒரு கலைஞராகவும் திகழ்பவராவார். மகாஜனாவின் இலக்கியமரபுக்கு பெருமை சேர்த்து நிற்பவர்களில் முக்கியமான ஒருவராக இவர் திகழ்கிறார்.

புனைகதை நாடகம் ஆகிய துறைகளில் பல ஆக்கங்களை எழுதி வெளியிட்டுள்ள திரு. வேல் அமுதன் அவர்கள் தகவம் (தமிழ்க்கதைஞர்வட்டம்) என்ற அனைத்திலங்கை நிலையிலான அமைப்பின் முக்கிய தூண் ஆவார். அவ்வகையில் இலக்கிய இயக்கச் செயற்பாட்டாளர் என்ற கணிப்புக்கும் உரியவர்.

60களில் மகாஜனாவில் பயின்று பின்னர் அங்கு ஆசிரியராகவும் பணியாற்றியவரான கலாநிதி.மு.க.சிவகுமாரன் அவர்கள் குரும்பசிட்டி கிராமத்தின் இலக்கிய பாரம்பரியத்தில் வந்தவர். இப்பொழுது ஜெர்மனியில் வதியும் அவர், தந்தையார் முன்னர் ஈழத்தில் வெளியிட்ட வெற்றிமணி என்ற சஞ்சிகையை ஜெர்மனி மண்ணில் தொடர்ந்து வெளியிட்டு வருகிறார். 70களின் ஆரம்ப ஆண்டுகளில் மகாஜனக் கல்லூரியிலே பயின்றவரான திரு. குரு அரவிந்தன் அவர்கள் அக்காலகட்டத்திலேயே எழுத்துலகில் அடிபதித்தவர். சமகாலத்தில் யாழ்ப்பாணச்சூழலின் 'கல்லூரி மாணவர் இலக்கியமன்றங்'களுடன் தொடர்புகொண்டு இலக்கிய ஆளுமையை வளர்த்துக்கொண்டவர். 90களிலிருந்த புலம்பெயர் சூழலிலே முக்கி படைப்பாளியாகத் தன்னை இனங்காட்டிநிற்பவர்.

1940 — 70 காலப்பகுதியில் மகாஜனாவின் இலக்கியப் பாரம்பரியம் உயிரோட்டத்துடன் தொடர்ந்தது என்பதை மேலே நோக்கினோம். அத்தொடர்ச்சியிலே படைப்-

புநிலை,குழந்தை இலக்கிய முயற்சி,ஆய்வு மற்றும் திறனாய்வுச் செயற்பாடுகள்,மொழி-பெயர்ப்பு,இதழியல் மற்றும் வானொலி ஆகிய தொடர்புசாதனநிலைகள்,கலை இலக்கிய நிறுவன அமைப்புச் செயற்பாடுகள் முதலான பல தளங்களில் மகாஜனா மரபின் இலக்கிய ஈடுபாடு விரிவுபெற்றுச்சென்றது என்பதும் சான்றுகளினூடாக உணர்த்தப்பட்டது. அத் தொடர்பிற் செயற்பட்டுநின்றவர்களுள் முக்கியமானவர்கள் என்ற கணிப்புக்குரிய சிலர்பற்றிய சுருக்கக் கணிப்பீடுகளும் முன்வைக்கப்பட்டன. (அவர்களுட் சிலரின் ஆளுமைவெளிப்பா-டுகள் 1970க்குப் பிற்பட்டகாலங்களைச் சார்ந்தனவேயெனினும் அவர்கள் மகாஜனாவுடன் மாணவ மற்றும் ஆசிரிய நிலைகளில் தொடர்புகொண்டிருந்த ஆரம்ப காலகட்டத்தை கருத்-துட்கொண்டே மேலே சுட்டப்பட்டனர்.)

4. 2. எழுபதுகளின் மத்தியிலிருந்து ஒரு புத்தெழுச்சி:மேற்சுட்டியவாறு மறுமலர்ச்சிக் காலம் முதல் இலக்கியத்துறையில் தொடர்ச்சியும் தளவிரிவும் எய்திவந்துள்ள மகாஜனாவின் இலக்-கிய இயங்குநிலையில் 1970களின்; மத்தியில் புதியதொரு செயலூக்கம் உருவானதை வரலாறு உணர்த்திநிற்கிறது. குறிப்பாக,நாம் மேலேநோக்கிய புலவர் நா. சிவபாத சுந்-தரனார்,திருவாளர்கள் செ.கதிரேசர்பிள்ளை, த.சண்முகசுந்தரம், மயிங்கூடலூர்.பி.நடராசன், ஆ.சிவநேசச்செல்வன் முதலியோரும் செ.இராஜகுலேந்திரன் முதலான சமகால ஆசிரியர்க-ளும் தந்த ஊக்கமும் வழிகாட்டலும் 1960களிலே மகாஜனாவின் மாணவர்கள் மத்தியிலே இலக்கிய ஆர்வத்தை ஆழமாக விதைத்தன. இந்த விதை முறையாக முளைவிட்டுப்பயிரா-கிப் பலன் தரத் தொடங்கியதை மேலே நாம்நோக்கிய திரு.மாவை. நித்தியானந்தன், திருமதி கோகிலா மகேந்திரன், கலாநிதி கௌசல்யா சுப்பிரமணியன், பேராசிரியர் கலாநிதி நா.சண்-முகலிங்கன் மற்றும் வேல் அமுதன், கலாநிதி மு.க.சிவகுமாரன் முதலியவர்களின் இலக்கிய இயங்குநிலைகளினூடாகத் தெளிந்துகொள்ளலாம்.

இவ்வாறான வரலாற்றியக்கத்திலே 1972இல் பாவலர் துரையப்பாபிள்ளை நூற்றாண்டு-விழா கொண்டாடப்பட்டதும் அதில் பாவலர் துரையப்பாபிள்ளை நூற்றாண்டு நினைவுமலர் வெளியிடப்பட்டதுமான நிகழ்வுகள் புதியதொரு எழுச்சிக்குக் கட்டியம் கூறுவனவாக அமைந்தன. ஈழத்து இலக்கிய வரலாற்றில் மகாஜனக் கல்லூர்ரிக்கு ஒரு 'தனி இடம்' உளது என்பதை மேற்படி மலரில் இடம்பெற்ற எழுத்துகள் உணர்த்திநின்றன. அந்த 'வரலாற்று இட' த்தைப் பேணிக்கொள்ளவேண்டும் என்ற உணர்வுந்துதல் அக் கல்லூரியில் பணி-யாற்றிய ஆசிரியர்கள் மற்றும் மாணவர்கள் ஆகியோரிடம் உருவாகத்தொடங்கியது. இதன் பேறாக மாணவர்களிடையே இலக்கிய ஆர்வத்தை வளர்ப்பதற்கான பல்வகைச் செயன்மு-றைகள் கல்லுர்ரிநிர்வாகத்தால் முன்னெடுக்கப்பட்டன. கவிதைப்போட்டி,சிறுகதைப் போட்டி முதலியவற்றை நடத்தவது,அவற்றில் தேர்வாகும் ஆக்கங்களை நூல்வடிவில் வெளிக்கொ-ணர்வது,இதழ்வெளியீட்டு முயற்சிகளில் மாணவர்களைத் துர்ண்டிச் செயற்படுத்துவது முதலி-யனவாக இச் செயன்முறைகள் அமைந்தன.

சமகாலத்தில் உயர்கல்விப் பாடத்திட்டமாக அமைந்திருந்த 'தேசிய உயர் கல்விச் சான்-றிதழ் கற்கை நெறி'(H.N.C.E) க்கான கல்வியில் மாணவர் செயலூக்கத்தை மையப்படுத்து-வதான செயல்திட்டப்பணி என்ற ஒரு பகுதி அமைந்திருந்தது. மகாஜனக் கல்லூரி நிர்வாகம் இதற்கான செயற்பாடுகளில் இலக்கியத்தை முன்னிலைப்படுத்தியது. சூழலிலுள்ள இலக்கி-யவாதிகள் தொடர்பான தகவல்களைத் தேடித்திரட்டல், அவற்றினூடாக ஒப்படைகள் தயா-

ரித்தல் என்பனவாக இவ்வகைச் செயல்திட்டக்கல்வி அக்கல்லுர்ரியில் வடிவமைக்கப்பட்டது. புலவர் சிவபாத சுந்தரனார் மயிலங்கூடலூர் பி.நடராசன் முதலிய ஆசிரியர்கள் மாணவர்களை இச்செயற்பாடுகளில் வழிநடத்தினர்.

இக்காலகட்டத்தில் மகாஜனாவின் அதிபர்களாகத் திகழ்ந்த பலரும் மாணவர்களின் இலக்கியச்செயற்பாடுகளுக்குப் பேரூக்கமளித்நின்றனர் என்பதும் இங்கு குறிப்பிடப்படவேண்டிய முக்கியசெய்தியாகும். அக்காலப்பகுதியில் அதிபராகத் திகழ்ந்தவர்களில் ஒருவரான திரு. பொ. கனகசபாபதி அவர்கள் இலக்கிய ஆர்வங்கொண்ட மாணவர்களை அவர்களின் வகுப்பறைகளுக்கே சென்று பாராட்டி ஊக்கமளித்து நின்றவர் என்பதும் இங்கு நினைவில் கொள்ளப்படவேண்டிய ஒரு வரலாற்றுத் தகவல் ஆகும். இவ்வாறான பின்புலத்திலே, படைப்பாளுமைக்கு ஊக்கமளிக்கும் வகையில் கல்லூரியில் நடைபெற்றுவந்த போட்டிகள்; மூலம் மாணவர்கள் பலர் இலக்கியத்துறையில் தீவிர ஈடுபாடுகாட்டினர். படைப்பு மற்றும் சஞ்சிகை உருவாக்கம் ஆகிய தளங்களில் இவர்களின் ஆர்வம் செயற்படத் தொடங்கியது. இவ்வகையில் இக்காலப்பகுதியில் இலக்கியத் துறைகளில் அடிபதித்த மாணவர்கள் என்ற வகையில், பொ.இரகுபதி, .நாகேஸ்வரன், சி.சே.சண்முகநாதன், சு.சரவணபவன், ஸ்ரீகதிர்காமநாதன், சேரன், ஆதவன், நா.சபேசன், விஜயேந்திரன், அ.ரவி, பாலசூரியன்,யுவனேஸ்வரி (ஊர்வசி), திருமகள், சுதந்திரச் செல்வி என ஒரு பெயர்வரிசை தொடர்கிறது.

1977ஆம் ஆண்டில் உயர்வகுப்பு மாணவர்களிடையே நடத்தப்பட்ட சிறுகதைப் போட்டிகளில் பரிசுபெற்ற கதைகள் இளம் முல்லை என்ற தொகுப்பாக நூலுருப்பெற்றன. இந்நூலுருவாக்க முயற்சிக்கு பின்புலமாக நின்று செயற்பட்வர் ஆசிரியர் திரு.த.சண்முகசுந்தரம் அவர்கள். இதனை அடுத்து 1981இல் இவர்கள் என்ற தலைப்பிலான சிறுகதைத் தொகுப்பு மாணவர்களால் வெளியிடப்பட்டது. இவ்வாக்கத்திற்குப் பின்னணியிலிருந்து செயற்பட்டவர் ஆசிரியர் செ. இராஜகுலேந்திரன் அவர்களாவர். இத் தொகுதிகளின் கதைகள் பலவும் மகாஜனாவின் இலக்கியபாரம்பரியத்தின் படைப்பாளுமை தொய்வின்றித் தொடர்கின்றது என்பதை உறுதிசெய்வனவாக அமைந்தனவாகும்.

மகாஜனாவுக்கெனச் சிறப்பான கையெழுத்துச் சஞ்சிகை மரபு இருக்கின்றது எனவும் மகாஜனப்படைப்பாளிகளின் பயிற்சிக்களங்களாக அவற்றைக் குறிப்பிடலாம் எனவும் கலாநிதி நா. சண்முகலிங்கன் குறிப்பிடுவர்.19. இத்துறையில் மாணவர்களை வழிப்படுத்தியவர்களில் முக்கியமான ஒருவராக ஆசிரியர் திரு. ச.விநாயகரத்தினம் அவர்கள் திகழ்ந்துள்ளார் என்ற தகவலையும் இவர் பதிவுசெய்துள்ளார.20.

இக்கல்லுர்ரி மகாஜனன் என்ற இதழை ஆண்டுதோறும் வெளியிட்டுவருகிறது. இது மாணவர்களின் எழுத்து முயற்சிகளுக்கு முக்கிய களமாகத் திகழ்ந்துவருவது. மகாஜனனுக்குப் புறம்பாக மாணவர்களால் முதன் முதலில் 1974இல் சங்கமம் என்ற தலைப்பில் ஒரு சஞ்சிகை வெளியிடப்பட்டது. பொ.இரகுபதி, க.நாகேஸ்வரன், சி.சே.சண்முகநாதன், சு.சரவணபவன், ஸ்ரீகதிர்காமநாதன் முhலிய மாணவர்களின் முயற்சியால் வெளிவந்த இதழ்,இது. திரு. த.சண்முகசுந்தரம் மற்றும் ஆ.சிவநேசச்செல்வன் ஆகியோரரை ஆலோசகர்களாகக்கொண்டு வெளிவந்த இவ்விதழில் கலை, இலக்கியம், அகழ்வாராய்ச்சி, அறிவியல் முதலான பல்துறைகளைச்சார்ந்த எழுத்தாக்கங்கள் மற்றும் நேர்காணல்கள் என்பன இடம்பெற்றன. உயர்ந்த தரத்தைப் பேணிநின்ற இச் சஞ்ககை 1974-75 ஆம் ஆண்டுகளில் சில இதழ்களே வெளி-

வந்து நிறைவுபெற்றுவிட்டதெனினும் ஈழத்து இலக்கிய வரலாற்றில் நிலையான தடம்பதித்த ஒன்றாகும்.

மகாஜனாவின் இதழியல் வரலாற்றில் அடுத்து குறிப்பிடத்தக்க முக்கியத்துவமுடைய சஞ்சிகை புதுசு ஆகும். உயர்வகுப்பு மாணவர்களான திரு நா. சபேசன், இளவாலை விஜயேந்திரன், பாலசூரியன், அ.ரவி ஆகியோரை ஆசிரியர்களாகக் கொண்டு 1980களில் வெளிவரத் தொடங்கிய இச்சஞ்சிகை அவர்கள் பழைய மாணவர்களாகிவிட்ட நிலையிலும்கூட ஆறு ஆண்டுகளுக்குமேல் தொடர்ந்து வெளிவந்தது. "ஈழத்து இலக்கியத்தின் தரமான பரப்புகளை அதிகரிக்கவும்,அதிகரிக்கும் எண்ணத்தில் முயலும் ஏனையோருக்குத் தோள்கொடுக்கவும் முன் நிற்கிறோம்" என்பது இதன் முதலாவது இதழில் ஆசிரியர்களின் முன்வைப்பாக அமைந்த நோக்கங்களிலொன்றாகும். சமகால ஈழத்திலக்கியத்தின் தரம் தொடர்பானதும் அதில் தாங்கள் பங்களிப்புச்செய்வதற்குள்ள வாய்ப்புகள் தொடர்பானதுமான இக்குறிப்பானது மகாஜனக்கல்லூரி மாணவருலகு சமகால ஈழத்து இலக்கியம் தொடர்பாக எய்தியிருந்த 'சிந்தனை முதிர்ச்சி'யை உணர்த்திநிற்பதாகும். படைப்பிலக்கியம்,திறனாய்வு மற்றும் 'சமூக —அரசியல்' சிந்தனைகள்சார் எழுத்துகள் எனபவற்றைத் தாங்கி வெளிவந்த இச் சஞ்சிகை சமகால — 1980களின் — ஈழத்திலக்கியச் செல்நெறியைக் கட்டமைப்பதில் முக்கிய பங்களிப்புச்செய்துள்ளது.

மேற்சுட்டியவாறு 70களின் மத்தியில் மகாஜனாவில் ஏற்பட்ட புத்தெழுச்சியினூடாக இலக்கியப் பிரவேசம் செய்தவர்களில் பலர் தொடர்ந்து தமது ஆளுமைகளை வளர்த்துக்கொண்டு மகாஜனாவின் இலக்கிய பாரம்பரியத்தின் சிறப்பை ஈழத்திலும் புலம்பெயர் சூழல்களிலும் பரவச்செய்துள்ளனர் என்பதை வரலாறு தெளிவாக இனங்காட்டிநிற்கிறது.

சங்கமம் இதழின் ஆசிரியர் குழுசார்ந்தவர்களும் கவிஞர்களாகவும் புனைகதையாளர்களாகவும் அக்காலப்பகுதியில் எழுத்துத்துறையில் அடிபதித்தோரும் ஆகிய அக்கால மகாஜன இலக்கியவாதிகளுட் பலர் தமது கல்லூரி நாட்களின்பின்னரும் அவ்வத் துறைகளில் தீவிரமாக இயங்கித் தமது ஆளுமையை நிறுவிக்கொண்டனர். அவர்களுள் ஒருசாரார் புலம்பெயர் சூழல்களிலும் தொடர்ந்து இலக்கிய முயற்சிகளை முன்னெடுத்துவருகின்றனர். திரு க. நாகேஸ்வரன்,சேரன்,நா.சபேசன்,அ.ரவி(அ. இரவி),இளவாலை விஜயேந்திரன் முதலிய பலரை இவ்வகையிற் பெயர்சுட்டிக் குறிப்பிடலாம்.

இவர்களுள் திரு க. நாகேஸ்வரன் அவர்கள் தமிழைச் சிறப்புப்பாடமாகப்பயின்று அத்துறையில் கலாநிதிப் பட்டம் ஈட்டியவர். ஈழத்தில் பல்கலைக்கழகமட்டத்தில் தமிழியலாய்வை முன்னெடுப்பதன் மூலம் மகாஜனாவின் இலக்கிய பாரம்பரியத்தைத் தொடர்கிறார். திரு. பொ இரகுபதி அவர்கள் தொல்லியலில் கலாநிதிப்பட்டம் பெற்று அனைத்துலகமட்டத்தில் ஒரு ஆய்வறிஞனாகத் தனது ஆளுமையை விரிவுபடுத்தியுள்ளார் மஹாகவியின் புதல்வரான சேரன் அவர்கள் தந்தையார் வழியில் ஒரு கவிஞராகத் திகழ்வதோடு 'இதழியல்' மற்றும் 'சமூகவியல்' துறைகளில் இன்று அனைத்துலக மட்டத்தில் கவனத்துக்குரிய ஒருவராகத் தமது ஆளுமையை விரிவுபடுத்தியுள்ளவர். சபேசன், இரவி, இளவாலை விஜயேந்திரன் மற்றும் ஆதவன் முதலியோர் ஐரோப்பிய நாடுகளில் புகலிட வாழ்வை மேற்கொண்ட நிலையில் கடந்த பல ஆண்டுகளாகப் புலம்பெயர் இலக்கியத்துறையில் தனிக்கவனம் செலுத்திவருகின்றனர். இரவி அவர்கள் எழுதியுள்ள காலம் ஆகிவந்த கதை(2003) என்ற ஆக்கம் சுயவர-

லாற்றுப்பாங்கில் யாழ்ப்பாணச் சூழலின் கடந்த அரைநூற்றாண்டுச் சமூக வரலாற்றியக்கத்தை ஒரு சிறுவனுடைய பார்வையூடாக நினைவுக்கு இட்டுவருவது.ஈழத்துப் புனைகதைத் துறையின் புலம்பெயர் சூழல்சார் இயங்குநிலையின் முக்கிய வகைமாதிரிகளுளொன்றாகக் கணிப்பெய்தியுள்ள ஆக்கம் இது.

மகாஜனாவிலே 1970களின் மத்தியில் உருவான புத்தெழுச்சி 80களின் பிற்பகுதிவரை தொடர்ந்தது. 80-90கள் காலப்பகுதியில் ஔவை, ஸ்ரீரஞ்சனி(பின்னாளில் ஸ்ரீரஞ்சனி விஜேந்திரா), “இளங்கோ ”(மு.மதிமாறன்) பிரணவன் மகேந்திரராஜா, பா.மகாலிங்கசிவம், பா.பாரதி முதலிய பலர் மகாஜனக் களத்தினூடாகஇலக்கிய உலகில்அடிபதித்தனர்.

80களின் ஈற்றில் ஈழத்தமிழர்களின் போராட்ட உணர்வும் அதற்கெதிரான அரசின் இராணுவ நடவடிக்கைகளும் வீறுகொண்ட நிலையில் போர்ச்சூழல் கல்லூரியை இடம்பெயரவைத்தது. இதன்காரணமாக இலக்கியம் உட்பட அக்கல்லூரியின் பல்வகை இயங்குநிலைகளிலும் செயற்பாடுகளிலும் பாதிப்புகள் எற்பட்டன.

அந்நிலைமைகளிலுங்கூட அக்கல்லுர்ரி தனது இலக்கிய உணரவோட்டத்தைத் தொடர்ந்து பேணிவந்துளது. அண்மைக்காலத்தில் அக்கல்லூரி மீளவும் தெல்லிப்பழையில் தனது பாரம்பரிய தளத்தில இயங்கத் தொடங்கியுள்ளது. இந்நிலையில் அதன் இலக்கிய பாரம்பரியம் மீளவும் அதன் மையக்களத்திலிருந்து புத்தெழுச்சிபெறும் என்பது இலக்கிய ஆர்வலர்களின் எதிர்பார்ப்பாகும்

5. புலம்பெயர் இயங்குநிலையில்...: மகாஜனக் கல்லூரியின் இலக்கிய பாரம்பரியம் கடல்கடந்த நிலையில் புகலிட நாடுகளில் உயிரோட்டத்துடன் தொடர்வதைக் கடந்த கால்நூற்றாண்டு வரலாற்றி யக்கத்தில் தெளிவாகவே இனங்காண முடிகின்றது. இக்கட்டுரையின் தொடக்கப்பகுதியில் நாம் ஏலவே சுட்டியதுபோல உலகநாடுகள் பலவற்றிலும் வாழும் ஈழத்தமிழ் இலக்கியவாதிகளுள் குறிப்பிடத்தக்க தொகையினர் தம்மை,‘மகாஜன இலக்கிய பாரம்பரியத்தினர்’ என ‘உரிமையுணர்வு’ டனும் பெருமையுடனும் அடையாளப்;படுத்தி நிற்பவர்களாவர்.

இவ்வாறாக புலம்பெயர் நாடுகளில் இயங்கிவரும் மகாஜன இலக்கிய பாரம்பரியத்தினருட் பலரும் கலை, இலக்கியம் ஆகிய துறைகளில் அனைத்துலகநிலையில் நிகழ்ந்துவரும் வளர்ச்சிப் பரிமாணங்களையும் நன்கு தெரிந்து தெளிந்து செயற்பட்டுவருகின்றனர். குறிப்பாக,இவர்களுட்பலரும் கலைää இலக்கியம் எனபன தொடர்பான உலகுதழுவிய பார்வைகளை; உள்வாங்கியவர்களாக செயற்படுகின்றனர். அத்துடன் தொடர்புசாதன தொழில்நுட்பத் திறன்களையும் வளர்த்துக்கொண்டுள்ளனர். இவர்களுள் ஒருசாரார் வளர்ச்சியடைந்துள்ளநாடுகளின் அறிவியல்ääதொழில்நுட்பம் மற்றும் சமூகவியல் முதலிய பல்வேறுதுறைகளின் அறிவுப்பரப்புகளை அருகிருந்து தரிசிக்கவும் பெற்றுக்கொள்ளவும் வாய்ப்புகள் பெற்றுள்ளவர்களாவர். அவ்வாறு பெற்றுக்கொண்டவற்றைத் தமிழ்ப்பண்பாட்டுத்தளத்துக்கு மடைமாற்றம் செய்ய இவர்கள் முனைந்துவருகின்றனர். இவ்வாறான புலம்பெயர் இயங்குநிலையிலே மகாஜன இலக்கிய பாரம்பரியம் புதிய திசைவழிகளில் முன்னோக்கிச் செல்வது தெளிவாகவே தெரிகின்றது.

இவ்வாறான முன்னோக்கிய செயற்பாட்டினர்; என்றவகையிலே அதிபர் பொ.கனகசபாபதி, பேராசிரியர்கள் உ.சேரன், ஆ.க.சி.கந்தராசா மற்றும் கந்தையா முருகதாசன், இளவாலை விஜயேந்திரன், இளவாலை ஜெகதீசன், க.நவம், நா. கணேசபிள்ளை, கௌசல்யா சுப்பிரமணியன், குரு அரவிந்தன், ஸ்ரீரஞ்சனி விஜேந்திரா, பொ.இரகுபதி,'வெற்றிமணி' மு.க.சிவகுமாரன், நா. சபேசன், மு.இளங்கோ, குரும்பசிட்டி.ஜெகதீஸ்வரன், கதிர் துரைசிங்கம், சிவ ஞானநாயகன, அம்மா மனோகரன், ப.வை.ஜெயபாலன், "இளங்கோ"(மு.மதிமாறன்), பிரணவன் மகேந்திரராஜா என பலர் பெயர்களை இங்கு முன்வைக்கமுடியும். (மேற்படி பெயர்ப்பட்டியல் முழுமையானதன்று என்பதை இங்கு குறிப்பிடுவது அவசியமாகிறது. எமது கவனத்திற்குவந்த குறிப்பிடத்தக்க சிலரின் பெயர்கள் மட்டுமே இங்கு பதிவு பெற்றுள்ளன. இவர்களுள் ஒருசாரார் முன்னரே ஈழத்தில் இலக்கியவுலகில் கால் பதித்து இயங்கிநின்று,அதன் தொடர்ச்சியாக புலம்பெயர் சூழல்களிலும் தம் ஆளுமையை விரிவுபடுத்தி வருபவர்களாவர்.இவர்கள் அனைவரையும் பற்றித் தனித்தனி நிலையில் எடுத்துப்பேசுதற்கு ஆர்வம் உளது. இக்கட்டுரை எழுதிய சூழலில் அதற்கான வாய்ப்பு அமையவில்லை. எனவே குறித்த சிலரைப்பற்றிய தகவல்களே தனித்தனி நிலையில் இங்கு முன்வைக்கப்படுகின்றன. எதிர்காலத்தில் இக்கட்டுரை நூல்வடிவில் விரிவுறும்போது ஏனையவர்களைப்பற்றிய தகவல்களும் தனித்தனி நிலையில் பதிவாவது சாத்தியமாகலாம்.)

மகாஜனக் கல்லூரியில் 1960களில் சில ஆண்டுகள் ஆசிரியராகவும் 1970களின் பிற்கூற்றில் அதிபராகவும் திகழ்ந்த திரு.பொ.கனகசபாபதி அவர்கள் அக்காலப்பகுதிகளில் மாணவர்களின் இலக்கிய ஈடுபாட்டுக்கு ஊக்கமளித்து நின்ற ஒருவர் என்பதை முன்னர் நோக்கியுள்ளோம். புலம்பெயர் சூழலிலே, கனடாவை மையப்படுத்திநின்று அனைத்துலகப் பார்வையுடன் இயங்கும் அவர், புனைகதை சார்ந்த எழுத்தாக்கங்கள் மற்றும் விமர்சனம் முதலியவற்றை நோக்கித் தமது ஆளுமையை விரிவுபடுத்தியுள்ளார். விமர்சனம் என்றவகையிலே அவர் கலை,இலக்கியம்,'சமூக-பண்பாட்டு' வரலாறு, அறிவியல் அம்சங்கள் மற்றும் விளையாட்டு முதலிய பல்துறைகள் சார்ந்து கட்டுரைகளும் எழுதி வருகிறார். மாறன் மணிக் கதைகள், திறவுகோல் (இதுஒருவிண்ணாணம்), மனம் எங்கே போகிறது.?, மரம் மாந்தர் மிருகம், எம்மை வாழவைத்தவர்கள் ஆகிய தலைப்புகளில் எழுதப்பட்டுள்ள நூல்கள்; இவருடைய விரிந்துசெல்லும் ஆளுமையின் முக்கிய பதிவுகளாகும். இவ்வாறான செயற்பாடுகள் மூலம் 'புலம்பெயர் சூழல்சார் மகாஜன இலக்கிய பாரம்பரிய'த்தை சிறப்பாக முன்னெடுத்துவரும் இவர், அனைத்துலக நிலையிலான மகாஜன இலக்கியவாதிகளை இணைக்கும் ஒரு 'இலக்கியப்பால'மாகவும் திகழ்கிறார்.

சேரனின் ஆளுமை அம்சங்கள் தொடர்பாக முன்னரே நோக்கியுள்ளோம். 'புலம்பெயர் இலக்கியச் சூழல்' என்றவகையில் இங்கு நாம் சிறப்பாகச் சுட்டவேண்டிய அம்சம் ஒன்றுளது. 80களின் மத்தியிலிருந்து உருவாகத் தொடங்கிய புலம்பெயர் இலக்கியமானது 'தனக்கெனத் தனி அடையாளங்களைக் கொண்டது' என்பதையும் அதனால் அதுச்ச்'கவனிக்கப்படவேண்டியதான முக்கியத்துவமுடைய தனியொருவகைமை' என்பதையும் 90களில் பொதுவான தமிழிலக்கியச்சூழலில் எடுத்துப்பேசியவர்களில் முக்கியமான ஒருவர் அவர். தமிழரின் பாரம்பரியமானதும் தமிழகப் புவிச் சூழலை மையப்படுத்தியதுமான 'ஐந்திணை' என்ற சிந்தனைக்கு மேலாக புலம்பெயர் நிலைமையின் நிலைகளின் 'ஆறாந்திணை' (ஆறாவது திணை) மற்றும்

'ஏழாந்திணை'என்ற ஆகிய கருத்தாக்கங்களை முன்வைத்தவர்.இக்கருத்தாக்கங்கள்சமகால வரலாற்றில் நிலைத்துவிட்டன. சேரன் அவர்களூடாக மகாஜனக்கல்லூரி சமகாலத் தமிழிலக்கியச் சூழலுக்கு வழங்கிய முக்கிய பங்களிப்பு இது என்பது குறிப்பிடப்படவேண்டிய முக்கிய செய்தியாகும். சேரனின் ஆளுமை தொடர்பாக இங்கு குறிப்பிடவேண்டிய மற்றொரு செய்தி ரொறன்ரோ பல்கலைக்கழகத்தை மையமாகக்கொண்டு அனைத்துலக மட்டத்தில் தமிழியலாய்வை முன்னெடுக்கும் செயற்பாடாகும். பேராசிரியர் செல்வா கனகநாயகம் முதலிய அறிஞர்களுடனிணைந்து கடந்த ஐந்தாண்டுகளுக்கு மேலாக இவர் இப்பணியைச் சிறப்புற மேற்கொண்டு வருகிறார்.

1950-60களில் மகாஜனக்கல்லூரியில் பயின்றவராக அறியப்படும் கந்தையா முருகதாசன் அவர்கள் புனைகதை, நாடகம் மற்றும் இதழியல் முதலிய துறைகளில் ஈடுபாடுகொண்டவர். ஜெர்மனியைத் தளமாகக்கொண்டுள்ள இவர் புலம்பெயர் இலக்கிய வாதிகளை இணைக்கும் செயற்பாட்டாளராகவும் திகழ்பவராவார் .

கனடாவைக் களமாகக் கொண்டு இலக்கியத்துறையில் இயங்கிநிற்கும் குரு அரவிந்தன் அவர்கள புலம்பெயர் சூழலில் அதிக வாசகர்களால் அறியப்பட்ட ஒரு படைப்பாளியாவார். புனைகதைத் துறையில் தீவிர ஈடுபாடு காட்டிநிற்பவரான ;இவர் குறிப்பாக, கனடா மற்றும் 'யு.எஸ்.'உட்பட்ட வடஅமெரிக்கச் சூழலில் வாழும் தமிழர்களின் சமூக — குடும்ப உறவுகளின் உணர்வோட்டங்களை எழுத்தில் வடித்துவந்துள்ளார். அறிவியல்சார்; கண்ணோட்டமும் சமூக யதார்த்தப்பார்வையும் கொண்ட படைப்பாளியாக இவர் வளர்த்துவருவது தெரிகிறது. புனைகதைப் படைப்பு என்பதற்கு மேலாக, கலை இலக்கிய ஆய்வு- திறனாய்வு,திரைப்படப் பிரதியாக்கம் மற்றும் ஒளிப்பட இயக்கம் முதலான துறைகளையும் நோக்கி இவருடைய கலைஃஇலக்கிய ஆளுமை விரிவடைந்து செல்கின்றது.

ஸ்ரீரஞ்சனி அவர்கள் கனடாச் சூழலின் தமிழ்க் குடும்பங்களில் சமகாலத் தலைமுறையினர் மற்றும் புதிய தலைமுறையினர் ஆகியோருக்கிடையில் ஏற்படும் 'உளமுரண்' அம்சங்களை மையப்படுத்திப் புனைகதைகள் படைத்துவருகிறார். குறிப்பாகப் 'பெண்மை' மற்றும் 'பெற்றோரியம்' முதலியன தொடர்பான அம்சங்கள் இவருடைய கவனிப்புக்கு உட்பட்டுள்ளமையை அவருடைய ஆக்கங்களில் நோக்கமுடிகின்றது. ஒரு படைப்பாளி எனபதற்கு மேலாக கலைஇலக்கியஆய்வு-திறனாய்வு ஆகிய துறைகளையும நோக்கி இவருடைய எழுத்துத்துறை இயங்குநிலை விரிவுபெற்று வருகின்றது.

கனடாவில் வாழும் இலக்கியவாதிகளுள் முக்கியமான ஒருவரான க.நவம் (க.நவரத்தினம்) அவர்கள் படைப்பு, திறனாய்வு மற்றும் இதழியல் ஆகியவற்றில் தீவிர ஈடுபாடு கொண்டவர். இவர் பதினைந்தாண்டுகளின் முன் தொடர்ச்சியாக வெளிவந்து நிறைவுபெற்றதான நான்காவது பரிமாணம் என்ற புலம்பெயர் இதழின் ஆசிரியர் என்பதும் அவ்வகையில் புலம்பெயர் இதழியல் வரலாற்றியக்கத்துக்கு முக்கியபங்களிப்பு செய்துள்ளவர் என்பதும் இங்கு நமது கவனத்துக்குரியன. இத்தகு ஆளுமை கொண்ட திரு.க. நவம் அவர்கள் மகாஜனக்கல்லுரியில் 1970களில் சில தினங்;கள் (பயிற்சி ஆசிரியர் நிலையில்) கற்பித்தவர் என்ற வகையில், 'மகாஜனாவின் இலக்கியப்பாரம்பரியத்துடன் அவர் தொடர்புடையவராகிறார்.

6. திரைத்துறை ஈடுபாடு - சுருக்கக்குறிப்பு: மேற்சுட்டியவாறான மகாஜன இலக்கிய பாரம்பரியத்தினரின புலம்பெயர் சூழல்சார் இயங்குநிலையிலே தனிக் கவனத்துக்க வரும் ஒரு

முக்கிய அம்சம் திரைப்படம் என்ற துறைசார்ந்த ஈடுபாடாகும். (குரு அரவிந்தன் அவர்கள் 'திரைக்கதையாக்கம்' , ஒளிப்பட இயக்கம் என்பவற்றில் ஈடுபாடுகொண்டிருப்பவர்; என்பதை மேலே நோக்கினோம்.)

1950கள் காலப்பகுதியிலே மகாஜனாவிற் பயின்ற ஒருவரான திரு. விஜயசிங்கம் அவர்கள் தமிழகத்தின் திரைப்படத்துறையில் அடிபதித்து, இயக்குநராக வளர்ந்துள்ளார்.. கொல்லங்கலட்டி என்ற கிராமத்தைச் சார்ந்த இவர் இளம்வயது முதல் 1959வரை மகாஜனாவிற் பயின்றவர். சென்னையில் தேவர் பிலிம்ஸ் நிறுவனத்தில் ஊழியராகச் சேர்ந்து பின்னர் இயக்குனர் என்ற நிலைக்குவளர்ந்தவர் இவர். 'பணம் பத்தும் செய்யும்'. முதலிய சில என்ற படங்களை இவர் இயக்கியுள்ளார்.

மேலும் மாவை நித்தியானந்தன், கதிர். துரைசிங்கம், சேரன் ,க. நவம், மு.க.சிவகுமாரன், அ.கேதீஸ்வரன், சுரேஸ்ராஜா, மா.தியாகேஸ்வரன், 'ரொலெக்ஸ்'நடராசா, இராமநாதன், ஜெயசிங்கம் , சுமங்கலி அரியநாயகம் என திரைத் துறையில் ஈடுபாடுகாட்டிநிற்கும் மகாஜனர்களின் பெயர்வரிசை விரிந்துசெல்கிறது மகாஜனா பல்லாண்டுகளாக வளர்த்துவந்துள்ள நாடக மரபின் தொடர்ச்சியும் வளர்ச்சியுமாக இதனை நாம் கருதமுடிகின்றது;

7. மகாஜனக் கல்லூரியின் இலக்கிய பாரம்பரியம் என்ற கருத்தாக்கம்

1960இல் வெளிவந்ததான துரையப்பா பிள்ளையவர்களின் பாடல்களின் தொகுப்பான சிந்தனைச்சோலை மற்றும் 1972இல் வெளிவந்த பாவலர் துரையப்பாபிள்ளை நூற்றாண்டு நினைவு மலர் ஆகியன மகாஜனாவின் இலக்கிய பாரம்பரியம் தொடர்பான ஆய்வுகளுக்குத் தோற்றுவாய் செய்வனவாக அமைந்தவை என்பதை மேலே நோக்கியுள்ளோம். 'மகாஜனக்கல்லூரியின் இலக்கியப்பாரம்பரியம்' என்ற எண்ணக்கருவை உருவாக்கயதில் திரு ஆ.சி. சிவநேசச் செல்வன் மற்றும் மயிலங்கூடலூர் பி.நடராசன் ஆகியோருக்க முக்கிய பங்கு உளது என்பதும் முன்னர் சுட்டப்பட்டது.

1970களின் மத்தியில் உருவான புத்தெழுச்சியைத் தொடர்ந்து 'மகாஜனாவின் இலக்கிய பாரம்பரியம்' என்ற உணர்வோட்டம் வலுப்பெற்றுவந்தது. 1981இல் நூலுருப்பெற்ற இவர்கள் என்ற சிறுகதைத் தொகுப்புக்கு அன்று யாழ்ப்பாணப்பல்கலைக்கழக தமிழ்விரிவுரையாளராகத் திகழ்ந்தவரான எம். ஏ. நுஃமான் அவர்கள் வழங்கிய அறிமுகவுரையானது அக்காலப்பகுதிவரையான மகாஜனாவின் இலக்கியப் பங்களிப்பு தொடர்பான ஒரு வரலாற்றுக் குறிப்பாக அமைந்தது. மகாஜனாவின் இலக்கியவரலாறு பற்றிய ஆய்வுநிலைப்பட்ட 'முதல் வரைவு' இதுவே எனலாம்.

யாழ்ப்பாணப் பல்கலைக்கழகத்திலே தமிழ்ச் சிறப்புப் பட்டத்துக்குப் பயின்றவரான சி.சுமத்திரி அவர்கள் அப்பட்டத்தேர்வின் ஒருபகுதியாக மஹாகவியின் வாழ்க்கையும் கவிதையும் என்ற தலைப்பிலான ஆய்வேட்டை 1979இல் சமர்ப்பித்துள்ளார் என்ற தகவலையும் இங்கு பதிவுசெய்வது அவசியமாகிறது. பாவலரின் நினைவுகளைப் பேணிக்கொள்ளும் வகையில் இக் கல்லூரியிலே ஆண்டுதோறும்; நிகழ்த்தப்பட்டுவந்துள்ள நினைவுப் பேருரைகளில் 'மகாஜனாவின் இலக்கியப் பாரம்பரியம்' தொடர்பான அம்சங்கள் கவனத்திற் கொள்ளப்படலாயின. இவ்வகையில், 'பாவலரும் பாரதியும்' — நா.சுப்பிரமணியன்(24-06-1982), பாவலர் துரையப்பா பிள்ளையின் யாழ்ப்பாணம் — அன்றும் இன்றும் பேராசிரியர் — கலாநிதி ஆ.வேலுப்பிள்ளை(1986) 'மகாஜனக் கல்லூரியின் இலக்கியப் பாரம்பரியம்' —

நாகலிங்கம் சண்முகலிங்கன்(24-06-1988), 'ஈழத்துத் தமிழ் நாடகமரபில் மகாஜனக்கல்லூரி' — கலாநிதி சி.மௌனகுரு (29-10-1989) ஆகிய தலைப்புகளிலமைந்த 'பாவலர் நினைவுப் பேருரை'ப் பதிவுகள் குறிப்பிடத்தக்கன.

.

இவை தவிர,இலண்டனில் வாழும் மகாஜனக் கல்லூரியின் பழையமாணவர்கள் 'வாணியின் வீடு' என்ற தலைப்பிலே 1988இல் வெளியிட்ட சிறுநூலும் 'மகாஜனவின் இலக்கியப பாரம்பரியம்' பற்றிய பார்வையில் குறிப்பிடத்தக்கமுக்கியத்துவமுடையதாகும். 'தெல்லிப்பழை மகாஜனக்கல்லூரியின் இலக்கிய உலகப் பணிகள் பற்றிய மதிப்பீடுகள்' என்ற துணைத்தலைப்புடன் அமைந்த இவ்வாக்கம் பேராசிரியர் ஆ.வேலுப்பிள்ளை, கலாநிதி நா.சுப்பிரமணியன், எம். ஏ. நுஃமான் ஆகியோர் எழுதிய கட்டுரைகளை — உள்ளடக்கிய தொகுப்பாகும். பாவலர் மறைந்த 75ஆம் ஆண்டு நினைவாக 2004இல பிரான்சிலுள்ள மகாஜனாவின் பழைய மாணவர் சங்கம் வெளியிட்ட பவளமல்லி என்ற தொகுப்பும் இவ்வகையில் முக்கியமான ஒரு பதிவாகும். பாவலர் தொடர்பான முக்கிய பார்வைகள் சில இதில் பதிவாகியுள்ளன. 'ஈழத்தின் தமிழிலக்கிய வரலாற்றியக்கத்தலே மகாஜனக் கல்லூரி சார்ந்த முன்னோடி இலக்கியவாதிகளுட் பலரும் முக்கிய இயக்குவிசைகளாகத் திகழ்ந்துள்ளனர்;' என்பதற்கான தரவுகளைப் பேணி நிலைப்படுத்தும் செயற்பாடுகளாக இவை அமைந்தன.

இவ்வாறாகப் பல ஆண்டுகளாக நிகழ்ந்துவந்த 'மகாஜனக் கல்லூரியின் இலக்கிய பாரம்பரியம்' என்ற கருத்தாக்கங்களின் 'அஞ்சலோட்டத்தொடர்ச்சி'யாகவே, அக்கல்லூரியின் நூற்றாண்டு நிறைவை முன்வைத்து 'மகாஜனாவும் ஈழத்து இலக்கிபாரம்பரியமும்' என்ற தலைப்பிலான இக்கட்டுரை கருவாகி உருவாகியுள்ளது. இத்தொடர்பிலான தேடல்களில் அண்மைக்காலம்வரை கிடைத்துள்ள தகவல்களின் அடிப்படையிலேயே இந்த வரலாற்றுப்பார்வை அமைந்துளது. குறிப்பாக 1980களின் இறுதிப்பகுதி முதலான கடந்த 20ஆண்டுகளுக்கு மேற்பட்ட காலகட்டத்தின் மகாஜனக் கல்லூரித்தள இலக்கிய நிகழ்வுகள் தொடர்பான தகவல்கள் இக்கட்டுரை உருவாகும் கட்டம்வரை கிடைக்கவில்லை என்பதை இங்கு பதிவுசெய்வது அவசியமாகிறது. இவ்வகையில் மேலும் தகவல்கள் கிடைக்கும் நிலையில் எமது இந்த வரலாற்றுப்பார்வையானது விரிவு, ஆழம் மற்றும் மாற்றம் என்பவற்றை எய்தும்.

பாவலர் தெ.அ.துரையப்பாபிள்ளை அவர்களை முதல்வராகக்கொண்டு தொடர்கின்றதான மேற்படி மகாஜனாவின் நூறாண்டுகால இலக்கிய பாரம்பரியத்தினை ஒட்டுமொத்தமாகத் தொகுத்து நோக்கும் பொழுது,ஈழத்து இலக்கியத்தின் கடந்த நூறாண்டுகால வரலாற்றின் பொதுவான செல்நெறியிலே அக்கல்லூரியின் இலக்கியச்செயற்பாடுகள் மிக முக்கியமான தடங்களைப் பதித்துள்ளன என்பதையும் தொடர்ந்து பதித்து வருகின்றன என்பதைத் தெளிவாகவே இனங்காணமுடிகின்றது. மேலும் குறிப்பாக, புகலிடச் சூழல்களிலும் மேற்படி கல்லூரி சார்ந்தோரின் இலக்கிய இயங்குநிலைகள் சீரானகதியில் தொடர்கின்றன என்பதும் தெளிவாகவே தெரிகின்றது. இவ்வாறான மகாஜனாவின் பங்களிப்பு நிலை எதிர்காலத்திலும் தொய்வின்றித் தொடரவேண்டுமென விழைகின்றோம். அவ்வாறே தொடரும் என்பதே எமது நம்பிக்கையுமாகும்.

5

கைலாசபதி

மாற்று செல்நெறிக்கான பிரயோகச் சிந்தனை முறை

- ந .இரவீந்திரன்

பேராசிரியர் கைலாசபதி அவர்களின் 29 வது நினைவு தினம் டிசெம்பர் 6.2011. எமது தெற்காசிய சூழலில் செப்டம்பர் 26 என்பது அண்மைக் காலத்தில் வேறொரு வகையில் முக்கியத்துவம் பெற்றுள்ளது. இந்தியாவில் முஸ்லீம் தீவிரவாத தாக்குதலின் நினைவு கூர-லுக்குரியது அது. சர்வதேச ரீதியாக செப்டம்பர் 11 என்பது இதுபோல முக்கியத்துவம் பெற்-றுள்ளமையை அறிவோம். உலக மேலாதிக்க வாத நாடான அமெரிக்க மீது முஸ்லிம் தீவிர வாதத் தாக்குதல் மேற்கொள்ளப்பட்ட நாள் செப்டம்பர் 11. எமது பிராந்திய மேலாதிக்கவாத நாட்டுக்கும் உலக மேலாதிக்கவாத நாட்டுக்கும் முஸ்லிம் தீவிரவாதம் பிரதான அச்சுறுத்-தலாக மாறியுள்ள சூழலில் , இனி உலக செல்நெறி வர்க்க மோதலாக அன்றிப் பண்-பாட்டு மோதலாகவே அமையும் , என்ற தர்க்கமும் முன்வைக்கப்பட்டு வருவதை அறிவோம். இலங்கையில் சிங்கள- தமிழ் -முஸ்லிம் -மலையக தேசியவாதப் பிளவில் சமூக வேறுபா-டுகள் வலுபெற்றுள்ளது. தமிழியல் இன்று அதிகம் கரிசனைகொல்வதாக வர்க்க அக்கறை இன்றி தலித்தியம் ,பெண்ணியம் ,தேசிய இனப்பிரச்சனை என்பனவே மேலோங்கி உள்ளன.

இத்தகைய சூழலில் கைலாசபதியின் வர்க்கபார்வை சார்ந்த சிந்தனை முறை பொய்த்துப் போய் விட்டதா? தமிழியலை வர்க்க அடிப்படையில் அணுகி புதிய பார்வைகளை வெளி-கொனர்ந்ததில் அவர் முன்னோடியாக அமைந்த அம்சங்கள் வேண்டபடாதவையாக ஒதுக்-கத்தக்கனவா? இல்லை! அவரது ஆய்வு முறையியல் இன்னும் வலுமையாக கற்றரியப்பட்டு வளர்தெடுக்கப்படுவது வாயிலாக மட்டுமே இன்றைய குழப்பமான சூழல் கடக்கப்பட்டு மக்-கள் விடுதலை எட்டப்பட இயலும் என்ற நிதர்சனமே மென்மேலும் உறுதிப்பட்டு வருகிறது. கைலாசபதி வர்க்க பார்வை என்ற முட்டு சந்தில் முடங்கிப்போய் சாதி , தேசம் பற்றிய ஏனைய சமூகப் பிரச்சனைகளை புறந்தள்ளியவர் என்ற குற்றசாட்டு முன்வைக்கப்படுவ-துண்டு. அவரை முழுமையாக அணுக முயலாமல் சொல்லப்படும் அபாண்டம் அது.

இன- மத- சாதி- பாலின பேதங்கள் கடந்து ,உற்பத்திஉறவில் சொத்துடையோர்க்கு எதிராக இழப்பதற்கு எதுவுமற்ற பாட்டாளி வர்க்க சக்திகள் ஒன்றிணைந்து முன்னெடுக்கும் போராட்டம் வாயிலாக சமத்துவ சமூகம் படைக்கப்பட இயலும் . அத்தகைய புதிய உலகம் ஒன்றில் இன-மத- சாதி -பாலின பேதங்கள் தகர்க்கப்பட்டு "எல்லோரும் ஓர்நிறை, எல்லோரும் ஓர்விலை எல்லோரும் இந்நாட்டு மன்னர்" எனும்நிலை சித்திக்கும் எனக் கைலாசபதி வலியுறுத்தி வந்தார் என்பது உண்மைதான்.அதற்காக இன-மத -சாதி-பாலின பேதங்கள் சார்ந்த சமூகப் பண்பாட்டு மோதல்களை அவர் கவனம் கொள்ளாதுவிட்டார் என்பது பொருளில்லை. இவ்விடயத்தில் இலங்கை நிலைவரத்தில் இருதினங்கள் வரலாற்று முக்கியத்துவம் பெற்றுள்ளன.அவற்றில் அவரது நிலைப்பாட்டினை அறியும்போது மட்டுமே அவரது வரலாற்றுப் பங்களிப்பினை முழுமையாக விளங்கிக் கொள்ளமுடியும். அவை ஒக்ரோபர் 21 மற்றும் மே 18 . சாதி முறை தகரட்டும் சமத்துவ நீதிஓங்கட்டும் என்ற முழக்கத்துடன் 1966 ஒக்ரோபர் 21 எழுர்ச்சி ஊர்வலம் முட்டிய தீச்சுவாளையிளிருந்து தீண்டாமைக் கொடுமையின் அடிப்படைகளை தகர்க்க இயலுமாயிற்று.முதலாளித்துவ ஜனநாயகத்தை வேன்றேடுக்கவேண்டுமாயின் முதலில் தீண்டாமை எனும் அநாகரிகம் ஒழிக்கப்பட்டு சாதிகளிடையே சமத்துவம் பேணப்படுதல் அவசியம்.இந்த முதல்படி சாத்தியமானால் புனிதமான ஏதாயினும் சாதி அல்லது சாதிகள் என்றகருத்தியல் தகர்க்கப் படுவதற்கான தடை அகலும்.அதற்கான வாய்ப்பை ஒக்ரோபர் 21 மார்க்கம் வகுத்துத் தந்தது.அதன் வழியை வளர்த்து எடுத்தது."தீண்டாமை ஒழிப்பு வெகுஜன இயக்கம் " . தீண்டாமை ஒழிப்பு வெகுஜன இயக்கம் முதல் மாநாடு 1969 இல் இடம் பெற்றது. சாதியத் தகர்ப்பு போராட்டத்தை ஒருமுகப் படுத்தி வலி ப்படுத்துவதாய் அது அமைந்தது.மாநாட்டு சிறப்புமலர் இந்தக் கைங்கரியத்தை சிறப்பாக செய்திருந்தது. சாதியத் தகர்ப்பு போராட்டத்தை ஆரம்பம் முதலாக ஆதரித்து வந்த க.கைலாசபதி இம்மாநாட்டு மலருக்கு அரியதொரு கட்டுரையை வழங்கி இருந்தார்."சாதிப் பிரச்சினை அடிப்படையில் ஒரு தேசியப் பிரச்சினை "எனும் அதிமுக்கியத்துவம் மிக்க கருத்தினை அக் கட்டுரையில் வலியுறுத்தியிருந்தார்.

ஒடுக்கப் பட்ட மக்களின் பண்ணை அடிமைத் தனத்தை தகர்க்கும் தேசியப் பிரச்சினைக்கு எதிராக வெறும் மொழிவெறியை தமிழின தேசியப் பிரச்சினையாக காட்டமுயன்ற ஆளும் சாதித் தேசியம் அன்றைய மக்கள் விடுதலை செல்நெறிக்கு எதிராக இயங்கியது. ஆக, ஒடுக்கப் பட்ட மக்களின் தேசியம் ,எதிர் ஆளும் சாதித் தேசியம் என்ற இரட்டைத தேசிய நிதர்சனமுடையது எமது வரலாறு என்பதைக் கண்டறியும் வண்ணம், வளர்த்து எடுக்கத் தக்கதாக க.கைலாசபதியின் "சாதிப்பிரச்சினை அடிப்படையில் ஒரு தேசியப் பிரச்சினை "எனும் கருத்து அமைந்துள்ளது.

ஆளும் சாதித் தேசியத்தின் அகங்காரம் பிறர் எனக் கருதப் படுவோரை தீண்டாமை நோக்கில் புறந்தள்ளி ஐக்கியப்படுத்தத் தவறுவதால் எத்தகைய அவலத்துக்கு உள்ளாகும் என்பதற்கான இலங்கை அனுபவம் மே 18.ஒன்பது நாடுகள் கூட்டாகச் சேர்ந்து ஒருவனைக் கொலைபண்ணுவது வீரமல்ல; துரோகம்" எனப் புலம் பெயர் நாடுகளில் பணம் பறிக்க வசனம் எழுதுகிறவர்கள் தொடரும் அவலத்தில், குளிர் காய்பவர்கள் சொந்த மக்களையும் "ஒன்பதுனாடுகளையும்" பகைத்துத் தனிமைப்பட்டு ,போராட்டம் பெறு பேற்றைக் கழித்தல்

பெறுமானத்திற்கு இட்டுச் சென்ற கருத்தியல் பலவீனங்களை அவர்கள் கவனத்தில் கொள்ளப் போவதில்லை. மக்கள் விடுதலையை நேசிக்கிறவர் மே 18 இன் படிப்பினையைக் கற்பது அவசியம்.

அந்த ஆளும் சாதிப் பண்பு மேவிய தமிழ் இனவாத தேசியத்தை க.கை. ஒரு போதும் ஏற்றவரல்ல.அதேவேளை அதிகார வர்க்க -ஆளும் சாதி எதிர்ப்புடன் மக்கள் நல நாட்டமுள்ள தமிழ்த் தேசியம் எழுச்சி கொள்ள இருந்த வாய்ப்பை அவர் ஆதரித்துள்ளார். தமிழார் விடுதலைக் கூட்டணியின் ஆளும் சாதி -அதிகார வர்க்க தமிழினவாத தேசியத்திற்கு இளைஞர் எழுச்சியை வேண்டிநிற்பவராக அவர் இருந்தார். அதற்கான அரும்பு நிலை தோன்றிய 1982 இல் அவர் மறைந்தார். முன்று வருடங்களுக்குள் அந்த அரும்பு நிலையம் கருகிப் போனது.

அந்த அரும்பு நிலை வளர்ச்சி கண்டு மார்க்சிய வழியில் தமிழ்த் தேசிய வரலாற்றை முன்னெடுத்து இருப்பார்களாயின் ஒக்ரோபர் 21 எழுச்சி மார்க்கத்தைக் கற்றிருப்பார். சாதி முறையைத் தகர்க்கும் அந்தப் போராட்டத்தில் எந்த ஒரு சாதியையும் எதிரிச் சாதியாக கட்டமைக்கப் படவில்லை. பிராமணரை அல்லது ஆளும் சாதியினரை எதிரிச் சாதியாக கட்டமைக்கும் இந்தியப் போராட்ட வழிமுறைகள் இறுதியில் தோல்விகளைத் தழுவுகின்றன. இந்த 'எதிரிச் சாதி ' என்ற தேடல் அருகில் உள்ள ஐக்கியத்துக்குரிய சாதியை எதிரியாகக் காண வழிப்படுத்துவதால் ஒவ்வொரு தனித்தனி சாதிகளுமே அங்கு போராட வேண்டியுள்ளது. தலித்திய வாதம் எழுச்சி கொள்ளத் தொடங்கி ஏறத்தாள முன்று தசாப்தங்கலாகியும் தமிழகத்தில் குறைந்த பட்சம் தலித்சாதிகள் இரண்டை எனும் ஐக்கியப் படுத்தி ஒரு அமைப்பை உருவாக்க இயலவில்லை. மாறாக,ஒக்ரோபர் 21 எழுச்சி மார்க்கம் ஆளும் சாதியினரான வேளாளரையும் ஐக்கியப்படுத்தி தீ-ஒழிப்பு -வெகுஜன இயக்கம் ஐக்கியக் கட்டமைத்துத் தனது இலக்கை வெற்றிகண்டது. சாதிப் போராட்டம் ஒன்றை சாதிகளுக்கிடையே ஆனதாய் ஆகாமல், விடுதலை உணர்விற்கான திசை வழிகளில் முன்னெடுக்க இயலுமானதாக ஆக்கியது எப்படி? அங்கே தான் மார்க்சியம் பயனுள்ள சிந்தனை முறையாக அமைந்தது .வர்க்க அணுகுமுறையில் சமூக மாற்ற போக்கின் ஓரங்கமாக சாதிதகர்ப்பு போராட்டத்தை முன்னேடுத்தமையால் சாதிகளுக்கிடையேயான மோதலாக அல்லாமல் ஆரோக்கியமான திசையில் வளர்தெடுக்கப்பட்டது .அதன் வளர்ச்சியாக இரட்டைத் தேசிய கோட்பாட்டை வந்தடைய இயலுமாயிற்று.

மட்டுமன்றி ,சமூக ஏற்றத்தாழ்வு ஐரோப்பாவைப் போன்று ,வர்க்கப்பிளவால் மட்டுமே ஏற்ப்பட்டதில்லை; எமக்குரியதான ஒடுக்கப்பட்ட சாதிகளைச் சுரண்டும் ஆளும் சாதி வரலாறு தனித்துவமானது என்பதையும் கண்டறிய முடிந்தது. இங்கு ஆளும் சாதிகளுக்கிடையேயான சமூக மாற்றம் பண்பாட்டுப் புரட்சிகள் வாயிலாகவே சாத்தியமாயின. செட்டி பனியா அதிகாரத்தை ஏற்படுத்திய பௌத்த — சமண எழுர்ச்சிக்கான புரட்சி வணிக ஆதிக்க சமூக அமைப்பைக் கட்டமைத்தது; சைவ- வைணவ பக்தி பெரியக்கப் புரட்சி வெள்ளாளர்- பிராமணர் போன்ற நிலப்பிரபுத்துவ சாதிகளது அதிகாரத்தைக் கட்டமைத்தது. இனியும், ஐரோப்பாவில் போல அரசியல் புரட்சியைத் தேடிக்கொண்டிருக்காமல் பண்பாட்டுப் புரட்சியை முன்மைப் படுத்தும் அரசியல் செல்நெறியைத் தேடவேண்டியவர்கலாகவே இருக்கிறோம்.

“பண்டைத்தமிழர் வாழ்வும் வழிபாடும்”, “அடியும் முடியும்” , “ஒப்பியல் இலக்கியம்” என்ற நூல்கள் வாயிலாக எமது வரலாற்றுப் போக்கின் தனிப் பண்புகளை எடுத்துணர்த்திய க. கை ., தீ ,ஒ ,வெ, இ மலர்க் கட்டுரை வாயிலாக மேலும் வளர்த்தெடுக்கப்பட இயலுமான சிந்தனை முறையை வழங்கிச் சென்றார். சாதி சமூகமாயினும் ,சாதிய (தலித்திய) சிந்தனை முறை அழிவுகளைத் தரும் என்பதற்கு இந்திய அனுபவங்கள் நிறைய உண்டு; மாறாக சாதித் தகர்ப்பு போராட்டத்தை வர்க்கப் பார்வையில் முன்னேடுத்தமையால் ,இலங்கையில் பெற்ற அனுபவம் மார்க்சியப் பிரயோகத்திலான வளர்ச்சியைக் குறிப்பதாகும்.

இன்றும்கூட ஏற்றத் தாழ்வுச் சமூக உருவாக்கத்தை வர்க்க முறையில் மட்டுமே காண்பவர்கள் இருக்கிறார்கள். அவர்கள் மார்க்ஸ்- லெனின் -மாவோ சேதுங் ஆகியோர்களது வசனக்கள் மீற இயலாத பக்தி விசுவாசத்துக்கு உரியன என அழுங்குப் பிடியாக இருப்பார். மாறாக மார்சிய -லெனினிச -மாவோ சேதுங் சிந்தனை வாயிலான ஆய்வுநெறி ,பகவத்கீதையோ ,பைபிளோ போன்ற புனித நூல் வகைப் பட்டதல்ல. மாறிவரும் சூழலுக்கும், வரலாற்றுக் கட்டத்துக்கும் ஏற்றதாக வளர்த்தெடுத்துப் பிரயோகிகப்படவேண்டிய சிந்தனை முறை அது.

மார்க்சியத்தைத் தேங்கிப் பாசி படரும் குட்டையாக அன்றி வார்ந்தோடும் நிரூடையாக அர்தப்படுத்திய கைலாசபதியின் சிந்தனைக் கருவூலங்களைக் கற்றுச் செயலாற்றும் வகையில் வளர்தெடுத்துப் பிரயோகிக்கும் போது எமக்கான தேசிய- இன -சாதிய- பாலின -வர்க்கப் பிரச்சனைகளை வெற்றிகொண்டவர்களாவோம்!

வன்னிப் பிரதேசத் தமிழ் இலக்கியம்

- கலாநிதி நா. சுப்பிரமணியன்

(நோர்வேயில் வதியும் ஈழத்தமிழரான திரு. கணபதிப்பிள்ளை சுந்தரலிங்கம் என்பாரின் பதிப்பு முயற்சியில் 2014இல் வெளிவந்ததான வன்னி வரலாறும் பண்பாடும் என்ற தலைப்பிலான பெருந் தொகுப்பில் (675 பக்கங்கள்) இடம்பெற்ற கட்டுரை. எழுதியனுப்பிய நாள் 29-03-2014)

தோற்றுவாய்: ஈழத்திலே தமிழர் பெருந்தொகையினராக வாழும் நிலப்பரப்புகளிலொன்றாகத் திகழ்வது வன்னிப் பிரதேசம் ஆகும். இப்பிரதேசமானது பண்டைக்காலம் முதலே தமிழரின் கலைகள் மற்றும் இலக்கியம் ஆகியவற்றைச் சிறப்புற வளர்த்துவந்துள்ளது. இன்றும் வளர்த்துவருகின்றது. ஈழத்தின் ஒட்டுமொத்த தமிழ்ப் பண்பாட்டு வரலாற்றிலே வன்னிப்பிரதேசத்திற்;கு ஒரு தனி இடம் உளது என்பது அழுத்திப் பேசப்படவேண்டிய முக்கிய அம்சமாகும். இவ்வகையில் இம்மண்ணின் இலக்கிய ஆக்கங்கள் தொடர்பான ஆய்வுப் பார்வையானது தனியாக ஒருநூலாக விரிவுபெறக்கூடிய பொருட்பரப்புடையதாகும். இத்தொகுப்புநூலின் இடச்சுருக்கம் கருதி பண்டைய இலக்கியங்களின் தோற்றம் தொடர்ச்சி என்பன தொடர்பான மிக முக்கிய செய்திகளை மையப்படுத்திய ஒரு வரலாற்றுக் குறிப்பாக மட்டுமே எனது இக் கட்டுரை முயற்சி அமைகிறது.1

1. வன்னி என்ற நிலப்பரப்பும் அதன் இலக்கிய வளமும்: வன்னிப் பிரதேசம் என்று இன்று நாம் குறிப்பிடும் நிலப்பரப்பானது, வடக்கில் யாழ்ப்பாணக் கடலேரியையும் தெற்கில்

வடமத்திய மாகாணப்பகுதி மற்றம் அருவியாறு ஆகியவற்றையும் கிழக்கிலும் மேற்கிலும் முறையே திருக்கோணமலை மற்றும் மன்னார் மாவட்டங்களையும் எல்லைகளாகக் கொண்ட-தாகும். ஏறத்தாழ 2000சதுரமைல் பரப்பளவுடையதான இந்நிலப்பரப்பில் பெரும்பகுதி இன்-றைய 'வன்னி' மற்றும் 'முல்லை' மாவட்டங்களுள் அடங்கியதாகும்.

ஆயினும், கடந்தசில நூற்றாண்டுகளுக்கு முன்வரை-குறிப்பாக 12ஆம் 13ஆம் நூற்-றாண்டுக்காலப்பகுதிகளில்- 'வன்னி' என்ற அடையாளச் சுட்டானது மேற்சுட்டிய எல்-லைகளுக்கு அப்பாலும் விரிந்து பரந்ததாக அமைந்திருந்தது என்பது இங்கு நினைவிற் கொள்ளப்படவேண்டியதாகிறது. குறிப்பாக மன்னார் மற்றம் திருக்கோணமலை மாவட்டப் பகு-திகளையும் உள்ளடக்கி , தெற்கே புத்தளம் மற்றும் மட்டக்களப்பு ஆகிய மாவங்கள் வரை விரிந்து பரந்த நிலப்பரப்புகளும் 'வன்னி' என்ற அடையாளம் அக்காலப்பகுதிகளில் பெற்றி-ருந்தன. வன்னிபம் அல்லது வன்னிமை எனப் பெயர்தாங்கிய குறுநில ஆட்சியாளர்களின் ஆட்சிப்பிரதேசங்களாக இந்நிலப்பரப்புகள் திகழ்ந்துவந்துள்ளன. எனவே ஈழத்தின் வன்னிப் பிரதேசமானது பண்டைய நிலையில் பரந்து விரிந்ததாகத் திகழ்ந்தது என்பதையும் நாளடை-வில் அதன் எல்லைகள் சுருங்கிவந்துள்ளன என்பதையும் இங்கு கருத்துட்கொள்வது அவசி-யமாகும்.

இலக்கியம் என்ற அடையாளத்துக்க உட்பட்ட ஆக்கங்களை, வாய்மொழி இலக்கியம் , எழுத்திலக்கியம என இருவகைப்படுததும் மரபு உளது. இவற்றுள் முதல்வகையின சமூ-கமத்தியில் வாய்மொழியாக வழங்கிவந்து பின்னர் ஒரு குறித்த காலகட்டத்திலே எழுத்தில் பதிவாகி, நிலைத்த வாழ்வுபெற்றவையாகும். இவற்றைமக்கள் இலக்கியம் ,நாட்டார் இலக்கி-யம் முதலான பெயர்களிலும் வழங்குவது மரபு. இவ்வகைப்படைப்புகள் 'யாரால் படைக்கப்-பட்டன?' என்பதை அறியமுடியாதவை. இரண்டாவது வகையின குறித்த ஒருவரின் அல்லது சிலரின் படைப்புகள் என்றவகையில் எழுத்தில் பதியப்பட்டுப் பேணப்பட்டுவருவனவாகும். ஈழத்தின் மேற்சுட்டிய வன்னிப்பிரதேசமானது மேற்படி இருவகை இலக்கியங்ளையும் தோற்-றுவித்துள்ளது என்பது இங்கு நமது கவனத்துக்குரிய செய்தியாகும்.

2. வன்னியின் வாய்மொழி இலக்கியம்

இவ் வகைமைச்குச் சான்றாகப் பேணப்பட்டனவாக நமக்குக் கிடைப்பவை பள்ளு ,சிந்து, கும்மி முதலான நாட்டார் பாடல்கள் என்பதான வகைமையில் அமைந்தனவாகும் இவ்வ-கைப் பாடல்களை அவற்றின் உள்ளடக்க நிலை சார்ந்து தொழில்சார் பாடல்கள், சமயச் சார்பான பாடல்கள், மற்றும் வரலாற்றுக்கதைப் பாடல்கள் என மூவகைப்படுத்தலாம்.

தொழில்சார் பாடல்கள்: பன்றிப்பள்ளு, குருவிப்பள்ளு, குருவிச் சிந்து, கமக்காரன் வயந்-தன்

சமயம் சார் பாடல்கள்: பிள்ளையார் சிந்து, பரமசிவன் சிந்து, அம்மன் சிந்து, நாகதம்பி-ரான் சிந்து, ஐயனார் சிந்து, வீரபத்திரன் சிந்து, அண்ணமார் சிந்து, வதனமார் சிந்து,நாச்சி-மார் சிந்து,முறிகண்டியான் சிந்து, ஐவர்சிந்து, கல்லடியான் காதல், கொட்டுக்கிணத்தடி பிள்-ளையார் கும்மி.

வரலாற்றுக்கதைப் பாடல்கள்: வேலப்பணிக்கன்ஒப்பாரி, குளக்கோட்டன்சிந்து.

மேற்சுட்டிய நாட்டார் பாடல்கள் என்ற வகைமையில் அமைந்த ஆக்கங்களுட்பலவும் வன்னிப் பிரதேசத்தின் விவசாயக் களம் மற்றும் சமய நம்பிக்கைகள் என்பன சார்ந்தவை

யாகும். விவசாயச் சூழலின் பல்வேறு தொழில் நிகழ்வுகளில் உணர்வு பூர்வமாக இணைந்து உற்சாகத்துடன் பங்குகொள்வதற்கும் சமய வழிபாட்டுநிகழ்வுகளின்போது அத்தொடர்பிலான நம்பிக்கைகளை உறுதிப்படுத்திக் கொள்வதற்குமாக இவ்வகைப்பாடல்கள் பலவும் காலங்காலமாகப் பாடப்பட்டுவந்துள்ளன.

தொழில்சார் பாடல்கள் என மேலே சுட்டப்பட்டவற்றுள் பன்றிப்பள்ளு, குருவிப்பள்ளு மற்றும் குருவிச் சிந்து ஆகியவை அம்மண்ணின் விவசாயச் சமூகமானது விலங்குகள் பறவைகள் முதலியவற்றால் எதிர்கொள்ளும் இழப்புகளை மையப்படுத்தியவை. விவசாயிகளின் முக்கிய உற்பத்திப் பொருளான நெல்லின் ஒருபகுதி வனவிலங்குகளுக்கும் பறவைகளுக்கும் உணவாகின்றமை தொடர்நிகழ்வாகும். இவற்றிலிருந்து நெல்லைப் பாதுகாப்பதற்கு விவசாயிகள் இரவும் பகலும் காவல் புரிவது அவசியமாகிறது.இவ்விழப்புகளுக்குக் காரணமான முக்கிய விலங்கினமாகவும் பறவையினமாகவும் அமைபவை பன்றி மற்றும் குருவி என்பனவாகும். அவ்வினங்கள் தத்தம் உறவுகளோடு சுவைபட உரையாடும் பாங்கில் உருவானவையே பன்றிப்பள்ளும் குருவிப்பள்ளும் ஆகும். பன்றிப் பள்ளு என்பதை வன்னிப் பிரதேசப் பேச்சு மொழியிலே பண்டிப்பள்ளு என்றே வழங்குவர்.(இவ்வாக்கங்கள் பள்ளு எனப்படும் சிற்றிலக்கிய வகைமைக்குள் அமையாதவை என்பது இங்கு குறிப்பிடப்படவேண்டிய முக்கிய செய்தியாகும்.)

நெல்லை உண்ணவரும் குருவிகளின் வகைமை, அவை எவ்வௌ;விடங்க@டாக வருகின்றன என்பன தொடர்பான விபரம் மற்றும் விவசாயிகள் மேற்கொள்ளும் பாதுகாப்பு முயற்சிகள் என்பவற்றைப் பாடல்வடிவில் சுவைபட எடுத்துரைப்பது, குருவிச் சிந்து என்ற ஆக்கம்.

பிள்ளையார் சிந்து முதலாக அமையும் கடவுள்பெயர்கொண்ட சிந்துப்பாடல்கள் வன்னிமண்ணின் தெய்வநம்பிக்கைகள் மற்றும் வழிபாட்டு முறைமைகள் என்ப வற்றுடன் தொடர்புடையவையாகும். இந்து சமயம் சார்ந்த- குறிப்பாகச் சைவசமய மரபுகளுடன் தொடர்புடைய ― பல்வேறு புராணச்செய்திகளைப உள்ளடக்கிய மேற்படி சிந்துப்பாடல்களிற் பலவும் விவசாயச் சூழல்களில் பாடப்படுபவையாகும் . வன்னிப்பிரதேசத்தின் பல்வேற தெய்வத்தலங்கள் பற்றிய தகவல்களை இச்சிந்துப்பாடல்கள் நமக்கு அறியத்தருகின்றன. குறிப்பாக,அம்மன் சிந்து என்ற ஆக்கம் வன்னியின் அன்னைத்தெய்வமான வற்றாப்பளைக் கண்ணகை அம்மனின் வழிபாட்டு மரபுபற்றிய செய்திகளைத் தருவதாகும். கொட்டுக் கிணத்தடிப் பிள்ளையார் கும்மி எனற பாடலானது குமழமுனை என்ற கிராமத்திற் கொட்டுக்கிணற்றடி என்ற இடத்தில கோயில்கொண்ட விநாயகப் பெருமானின் வரலாற்றைப் பேசும் வகையில் அமைந்ததாகும்.

வரலாற்றுக்கதைப்பாடல்களில் முதலாவதான வேலப்பணிக்கன் ஒப்பாரியானது சின்னவன்னியன் என்ற வன்னி மன்னனின் ஆட்சிச் சூழலில் ஒரு பெண்ணின் வீரம் வெளிப்பட்ட பாங்கை உள்ளடக்கமாகக் கொண்டது. யானைப்பணிக்கர்களால் கட்டுப்படுத்தமுடியாதிருந்த கொம்பன் யானையொன்று அரியாத்தை என்ற பெண்ணால் அடக்கப்பட்டது என்பதே இங்கு பேசப்படும் வீரச்செய்தியாகும். குளக்கோட்டன் சிந்து என்ற பாடல் வன்னிப் பிரதேச வரலாற்றுடன் தொடர்புடைய குளக்கோட்டன் என்ற மன்னனைப்பற்றிய தகவல்களைத் தருவது. அவன் குளங்கட்டிய செய்திமற்றும் அக் குளக்கட்டில் ‘தென்கோண நாதர்’ என்ற

இறைவருக்கு சிலை நிறுவிய செய்தி என்பன இச்சிந்துப்பாடலில் இடம்பெற்றுள்ளன.

இவ்வாறு பலவகைகளிலும் எழுந்த இவ் வாய்மொழி இலக்கியப்பரப்பை ஒன்றுதிரட்டி நூல்வடிவில் அச்சேற்றி வெளிக்கொணர்வதற்கான முயற்சிகள் இலக்கிய ஆர்வலர் சிலரால் அவ்வப்போது மேற்கொள்ளப்பட்டுவந்தன. முள்ளியவளை என்ற கிராமத்தைச் சார்ந்த திரு. சி.ச. அரியகுட்டிப்பிள்ளை என்பார் 20ஆம்நூற்றாண்டின் முற்பகுதியில் அருவிச்சிந்து ,கதிரையப்பர் பள்ளு, பண்டிப் பள்ளு, குருவிப் பள்ளு என்ற தலைப்பில் ஒருநூலை வெளியிட்டார்.(இந்நூலில் இத வெளிவந்த ஆண்டு குறிப்பிடப்படவில்லை). வேலப்பணிக்கன் ஒப்பாரியானது கீழ்கரவை திரு. வ. கணபதிப்பிள்ளை என்பாரால் 'பவ வரு~'த்தில் (1934) வெளியிடப்பட்டது.

இவ்வாறு முன்னோர் வெளியிட் நூல்களையும் வாய்மாழியில் மட்டும் வழங்கியவையும் கையெழுத்துப்படிகள் மற்றும் ஏட்டுப் பிரதிகள் ஆகியவற்றில் இருந்தவையையும் தொகுத்து ஒப்புநோக்கிப் பதிப்பிக்கும் முயற்சியை பின்னாளில் திரு. செல்லையா மெற்றாஸ்மயில் என்பார் மேற்கொண்டார். இதற்கான ஆய்வுநிலை உதவிகளை முல்லைமணி வே. சுப்பிரமணியன் மற்றும் கலாநிதி நா.சுப்பிரமணியன் (இக்கட்டுரையாளர்)ஆகியோர் வழங்கினர். வன்னிவளநாட்டுப்பாடல்கள் என்ற தலைப்புடனான இத் தொகுப்புநூல் ஒட்டுசுட்டான் முல்லை இலக்கியவட்ட வெளியீடாக 1980இல் வெளிவந்தது. அதன்பின்னர் இத்தகு தொகுப்புகள் எவையும் வெளிவந்தனவா என்பது பற்றித் தெரியவில்லை.

3. வன்னிமண்ணின் எழுத்திலக்கியம்: தோற்றமும் உருவாக்கப் பின்புலமும்: வன்னி சார்ந்த எழுத்திலக்கியம் என்ற வகைமையில் அமைந்தவற்றுள் காலத்தால் முற்பட்டவையாக எமக்குக் கிடைப்பவை கண்ணகி வழக்குரை,தக்~pண கைலாச புராணம், திருக்கரசைப்புராணம், கதிரைமலைப் பள்ளு, வெருகல் சித்திரவேலாயுதர் காதல் வையாபாடல், கோணேசர் கல்வெட்டு, என்பனவாகும்.இவை ஏறத்தாழ 14-17ஆம் நூற்றாண்டுகளுக்கு இடைப்பட்ட காலப்பகுதிகளில் எழுந்தனவாக அறியப்படுவன. இவற்றுள் முதல் ஐந்து ஆக்கங்களே இலக்கியம் என்ற சொல்லுக்குச் சிறப்புரிமை பூண்டனவாகும். னின்னைய இரண்டும் பொதுவாக இலக்கியம் எனப் பேசப்படினும் அவை மொழியமைப்பைக் கருவியாகக் கொண்ட வரலாற்றுப் தகவற்பதிவுகளாக மட்டுமே கணிபக்கப்படுவனவாகும்.

கண்ணகி வழக்குரை என்பது தமிழகத்தின் முதற் காப்பியமான சிலப்பதிகாரத்தின் கதையம்சத்தைத் தழுவி ஈழத்தில் உருவானதாகும்.இப் பேரிலக்கியமானது சிலப்பதிகார மூலக்கதையினின்று குறிப்பிடத்தக்க அளவில் வேறுபாடுகளைக் கொண்டதாகும். சிலப்பதிகாரக் கதையானது மானிடப்பெண்ணொருத்தி தனது கற்பின் திறனால் தெய்வநிலை எய்துவதைப் பேசுவதாகும். இதன் கதையம்சம்மானது தெய்வமே மானுடமாக வருவதான — அதாவது சைவசமயத்தின் அன்னைத் தெய்வமாகிய உமையம்மையே கண்ணகியாக அவதரிப்பதான — செய்தியை; தருவதாகும்.

கிழக்குமாகாணத்திலே கண்ணகி வழக்குரை என்ற பெயரில் வழங்கப்பட்டுவரும் இவ்விலக்கியமானது யாழ் குடாநாட்டுச் சூழலில்; கோவலனார் கதை என்ற பெயரிலும் வன்னிமண்ணிலே சிலம்பு கூறல் என்ற பெயரிலும் வழங்கப்பட்டுவருவது. வன்னியில் முள்ளியவளைக் காடடுவிநாயகர் ஆலயத்திலும் வற்றாப்பளைக் கண்ணகையம்மன் ஆலயத்தின் பொங்கல் விழா நாட்களில் சிலம்பு கூறல் ஏடுகள் அவற்றுக்கரிய தனி வாசிப்பு முறையுடன்

படிக்கப்படுவது மரபாக வழங்கிவரும் வழிபாடுசார் நிகழ்வாகும். அவ்வகயில் இது வன்னி-மண்ணுடன் மிகநெருக்கமான தொடர்புடையதாகிறது.

மேற்சுட்டிய புராண நூல்கள் தலபுராணம் என்ற வகைமை சார்ந்தனவாகும்.இவை முறையே ஈழத்தின் கீழ்த்திசைச் சிவதலங்களான திருக்கோணமலை (கோணேஸ்வரம்)மற்றும் திருக்கரைசை ஆகியவற்றைச் சார்ந்து உருவான வையாகும். தக்~pண கைலாச புராணம்-என்ற ஆக்கத்தின் கதையம்சம் வடமொழியிலமைந்த மச்சேந்திய புராணம் என்பதிலிருந்து பெறப்பட்டதாகும். கோணேசர் கோவிலின் தோற்றம் பற்றிய புராணநிலைப்பட்ட வரலாற்றை இது எடுத்துரைக்கிறது. மேருமலையின் சிகரமொன்றும் கயிலைமலையின் சிகரமொன்றும் காற்றினால் பறித்து தென்கடல்நோக்கி வீசப்பட்டபோது அவை முறையே ஈழமாகவும் திருக்-கோணமலையாகவும் அமைந்தன என்பதும் கயிலையிலிருந்து இராவணனால் கொணரப்-பட்டு நிறுவப்பட்ட இலிங்கமே கோணேஸ்வரத்தில் பூசனைக்குரியதாகத் திகழ்கிறது என்பது-மமே இப்புராணத்தில் முன்வைக்கப்பட்டுள்ள அடிப்படையான செய்திகளாகும். பின்னாளில் கயவாகு மற்றும் குளக்கோட்டன் ஆகியோர் செய்த திருப்பணிகள் தொடர்பான செய்திக-ளையும் இவ்வாக்கம் பேசுகிறது.

கிழக்கிலங்கையிலுள்ள 'திருக்கரசை' என்ற தலம் சார்ந்து உருவான புராணமே திருக்க-ரசைப்புராணம். இத்தலம் அகத்தியமுனிவரால் நிறுவப்பட்டது என்பதான புராணச்செய்தியை இவ்வாக்கம் எடுத்துரைக்கிறது.

கதிரைமலைப்பள்ளு மற்றும் வெருகல் சித்திரவேலாயுதர் காதல் ஆகியன முறையே பள்ளு மற்றும் காதல் ஆகிய சிற்றிலக்கிய வகைசார்ந்த ஆக்கங்களாகும். கதிரைமலைப்-பள்ளு என்ற ஆக்கம் கதிரையப்பர் பள்ளு எனவும் வழங்கப்படுவதாகும். இது கதிர்காமத் தலத்தின் வேலவப் பெருமானைப் பாட்டுடைத்தலைவராகக் கொண்டதாகும். பள்ளு என்ற இலக்கிய வகையானது விவசாயச் சூழலின் குடும்ப சமூக உறவுள் சார்ந்துதாகும். விவசாய நிலவுடைமையாளர் ,அவரது பண்ணைக்காரன் மற்றும் அவனது இருமனைவியர் ஆகி-யோரைக் கதைமாந்தராகக் கொண்ட நாடகப்பாங்கான இலக்கியவகையே, இது. இல்விலக்-கிய வகைசார்ந்த முதலாவது ஆக்கமாக இக்கதிரைமலைப்பள்ளு நூலே ஆய்வாளர்களாற் கணிக்கப்படுகிறது.

இவ்வாக்கமானது ஈழத்தின் விசாயச் சூழலொன்றை எமது கவனத்துக்கு இட்டுவருகின்-றது. இச்சூழலானது முல்லை மாவட்டம் சார்ந்ததென ஊகிக்க முடிகின்றது. இதன் பாடல்-கள்சில இம்மாவட்டத்தின் முள்ளியவளைக் கிராமத்தின் காட்டுவிநாயகப் பெருமானைக் குறிப்பிடுகின்றன. இக்கிராமப் பகுதியிலேயே இது வாய்மொழியாகப் பாடப்பட்டும் வந்துளது. இதன் ஏட்டுப்பிரதிகள் சிலவும் இச் சூழலிலேயே கிடைத்துள்ளன. இவற்றால் இவ்விலக்கிய ஆக்கமானது இப்பிரதேசம் சார்ந்து உருவாகியிருக்கலாம் என ஊகிக்கப்படுகின்றது.

திருக்கோணமலைக்குத் தென்பகுதியிலுள்ள 'வெருகல்' என்ற கிராமத்தில் உறைந்துள்ள சித்திரவேலாயுதப் பெருமான் மீது பாடப்பட்ட ஒரு அகப்பொருள் தழுவிய ஆக்கமே வெரு-கல் சித்திரவேலாயுதர் காதல் ஆகும். 421 கண்ணிகளையுக் கொண்ட .இவ்வாக்கம் தம்-பலகாமத்தைச் சேர்ந்த வீரக்கோன் முதலி என்பவரால் பாடப்பட்டதாகும். இவ்வாக்கம் 16 அல்லது 17ஆம் நூற்றாண்டில் எழுந்ததாகக் கருதப்படுகிறது.

வரலாற்றுப் பதிவுகளாக அமைந்தவற்றுள் வையாபாடல் என்ற ஆக்கம், முல்லைத்தீவு மற்றும் திருக்கோணமலை ஆகிய மாவட்டப் பகுதிகளிலும் அவற்றோடு மருவியுள்ள வடமாகாணம் மற்றும் வடமத்திய மாகாணம் ஆகியவற்றின் பகுதிகளிலும் வன்னியர் குடியேற்றங்கள் நிகழ்ந்தமை பற்றிய செய்திகளைத் தொல்நினைவுகளிலிருந்த மீட்டளிக்கும் பதிவாக அமைந்ததாகும். வையாபுரி ஐயர் என்பாரால் இயற்றப்பெற்றதாக அறியப்படும் இவ்வாக்கம் கி.பி. 16ஆம் நூற்றாண்டில் எழுந்திருக்கலாம் என்பது ஆய்வாளர்கருத்தாகும்.

கவிராஜவரோதயர் என்பாரால் இயற்றப்பெற்றதாக அறியப்படும் கோணேசர் கல்வெட்டு என்ற ஆக்கமானது கோணேஸ்வரம் கோயிலுக்குச் சோழவேந்தன் வரராமதேவன் மகன் குளக்கோட்டனும் இலங்கை மன்னனான கயவாகு என்பானும் மேற்கொண்ட திருப்பணிகளை எடுத்துரைப்பதாகும். இது 17ஆம்நூற்றாண்டில் எழுந்திருக்கலாம் என ஆய்வாளர் கருதுவர்.

மேற்படி எழுத்திலக்கிய ஆக்கங்கள் வன்னிப்பிரதேசத்தின் சமயமரபுகளோடு தொடர்புடையவை என்பது வெளிப்படை. சைவசமயத்தைப் பேணிநிற்கும் சமூக மாந்தரின் நம்பிக்கைகள் மற்றும் வழிபாட்டுமரபுகளுடன் தொடர்புடையவையே இவை என்பது அவற்றின் தெலைப்புகளிலிருந்தே உணர்ந்துகொள்ளக் கூடியதாகும். வன்னிப் பிரதேசத்தில் பல ஆண்டுகளாக தமிழர் சமூகம் பண்பாட்டுவளத்துடன் வாழ்ந்துவந்துளது என்பதை உறுதிப்படுத்திநிற்கும் வரலாற்று ஆவணங்கள் என்பதான கணிப்பு இவ்விலக்கிய ஆக்கங்களுக்கு உரியது என்பது இங்கு சுட்டிக்காட்டப்படவேண்டிய முக்கிய செய்தியாகும்.

இத் தொடர்பிலே மேற்சுட்டிய வரலாற்றுப் பதிவுகளான வையாபாடல், கோணேசர் கல்வெட்டு ஆகியன உருவாவதற்குப் பின்புலமாக அமைந்த அரசிற் சூழல் தொடர்பான சிறப்புக் குறிப்பொன்றையும் இங்கு அவசியமாகிறது.

இலங்கையின் ஆதிக்குடிகள் தமிழர்கள் என்பதும் அவர்கள் தொப்புள்கொடி உறவு கொண்டவர்கள் என்பதும் ஏலவே நிறுவப்பட்டுவிட்ட வரலாற்றுச் செய்திகளாகும். காலத்துக்குக் காலம் தமிழகத்திலிருந்து இம்மண்ணுக்கு படையெடுத்து வந்த தமிழக வேந்தர்களில் ஒருசாரார் (சோழர்கள்) ஒருகாலகட்டத்தில் — கிபி.1017 இல் — ஈழம் முழுவதையும் தம் ஆதிக்கத்துள் கொணர்ந்தனர். இவ்வாறு ஈழத்தில் சோழர்கள் நிறுவிய ஆதிக்கமானது கி.பி 1070இல் சிங்கள இளவரசனான முதலாம் விஜயபாகுவால் முடிவுக்குக் கொணரப்பட்டது. இவை வரலாற்றில் பதியப்பட்ட செய்தியாகும் .

இவ்வாறு சோழருக்கெதிராக முதலாம் விஜயபாகு பெற்ற வெற்றியைத் தெடர்ந்து பல கட்டங்களில் ஈழத்தின் அன்றை தலைநகராகத் திகழ்ந்த பொலநருவைக்கு வடபகுதியிலமைந்த தமிழ்ப் பிரதேசங்கள் பலவும் சிங்களவர்களின் ஆக்கரமிப்புகளுக்கு உட்பட்டிருக்க வேண்டும் என்பது உய்த்துணரக்கூடியதாகும். அவ்வப்பிரதேசங்களின் தமிழர் தத்தம் இருப்பை நிலைநிறுத்திக் கொள்வதற்குப் போராட்டங்களையும் பண்பாட்டுப் பாதுகாப்பு முயற்சிகளையும் மேற்கொண்டிருப்பர். அதே வேளை சோழர் ஆட்சியிலும் அதற்கு முன்னும் பின்னும் தமிழகத்தினின்ற புலம்பெயர்ந்து ஈழத்தின் பல்வேறு பாகங்களில் குடியேறிக்கொண்டிருந்த தமிழர்கள் தத்தம் ஆட்சியதிகார எல்லைகளை வலுப்படுத்திக்கொள்ள முயன்றிருப்பர்.

இவ்வாறான அரசியற் சூழலில் தமிழ்ப் பண்பாட்டு மரபுகளைத் தொகுத்துப் பேணிக்கொள்வதற்கும் அவற்றினூடாக வரலாற்றைக் கட்டியமைத்துக் கொள்வதற்குமான ஆர்வம்

உண்டாவது இயல்பே.இவ்வார்வத்தின் அடிப்படையாக அமைவது பிரதேச உரிமையுணர்வு ஆகும். இவ்வுணர்வுநிலையிலேயே வரலாற்றுப் பதிவுகள் எனத்தக்க ஆக்கங்கள் உருவாகின்றன. வையாபாடல், கோணேசர் கல்வெட்டு ஆகிய உருவான அரசியற் சூழலை இவ்வாறு நாம் ஊகிக்க வேண்டியுள்ளது. இத்தொடர்பிலே பேராசிரியர் ஆ.வேலுப்பிள்ளையவர்கள் தந்துள்ள ஒரு கணிப்பை இங்கு பதிவுசெய்வது பொருத்தமாக இருக்கும் எனக் கருதுகிறேன்

" தகராறு இருந்து உரிமை நிறுவப்படும்போது ,உறுதி எழுதிவைக்கும் எண்ணம் ஏற்படுகிறது. இலங்கை வரலாற்றுத் தொடக்க காலத்தில் தகராற இரந்தது. உரிமை பெற்ற சிங்களவரிடையே தீபவம்சம், மகாவம்சம், சூளவம்சம் என்பன தோன்றின. .இடைக்காலத்திலே தகராறு இருந்து உரிமைபெற்ற தமிழரிடையே கைலாயமாலை, வையாபாடல், கோணேசர் கல்வெட்டு...முதலியன தோன்றின.2

பேராசிரியரவர்களின் இவ்வுரைப்பகுதியிலே கைலாயமாலை எனப்படுவது வையாபாடல், எழுந்த காலப்பகுதியை ஒட்டி அதைப்போலவே யாழ்ப்பாணப் பகுதியிலெழுந்த ஒரு வரலாற்றுப்பதிவு ஆகும்.

4.. நிறைவாக...

வன்னி மண்ணின பண்டைய இலக்கியங்களின் தோற்றம் தொடர்ச்சி என்பன தொடர்பான மிக முக்கிய செய்திகளை இதுவரை நோக்கினோம். இவற்றின் தொடர்ச்சியாக கடந்த 19ஆம்நூற்றாண்டின் இறுதி முதல் நவீன இலக்கியங்கள் என்ற அடையாளப்படுத்தப்பெறும் நாவல்,சிறுகதை,கவிதை மற்றும் நாடகம் ஆகிய வகைகளும் வன்னிமண்ணில் உருவாகத் தொடங்கின. இவை தொடர்பான வரலாறு தனிநிலையில் நோக்கப்படவேண்டியதாகும். என்ற குறிப்புடன் இக்கட்டுரை நிறைவடைகிறது.

யாழ்ப்பாண வட்டாரப் பேச்சுவழக்குகள்

- மு.சித்ரா

முன்னுரை: மொழி என்பது பேசுவதற்கானது. கருத்துகளைப் பரிமாறிக் கொள்வதற்கானது. ஒரு பொருளை, இடத்தை உச்சரிப்பதற்காக அல்லது புரிந்துகொள்வதற்கானது மட்டுமல்ல. ஒரு குறிப்பிட்ட இனக்குழுவின் ஒட்டுமொத்த வாழ்வின் சாரம்சம். ஒருமொழியில் ஒரு படைப்பு உருவாக்கப்படுகிறது என்றால் அதுவொரு தனிமனித வாழ்க்கையை மட்டுமே விவரிப்பதாகக் கொள்ள முடியாது. ஒரு குறிப்பிட்ட சமூகத்தின் வாழ்க்கை முறையை விவரிப்பதாகவே கொள்ளமுடியும். அப்படி விவரிக்கின்ற ஒரு படைப்பைத்தான் சிறந்த இலக்கியப் படைப்பு என்கிறோம். அவ்விலக்கியப் படைப்பின் மூலம் ஒரு சமூகத்தை, அதன் வாழ்க்கை வரலாற்றை அறிந்து கொள்வதற்கான வாசல்தான் மொழியாகும்.

தமிழ்மொழி பேச்சுத் தமிழ், எழுத்துத் தமிழ் என இருவேறு வடிவங்களைக் கொண்டுள்ளது. எழுத்துத் தமிழ், உலகில் தமிழ் வழங்கும் எல்லாப் பகுதிகளிலும் ஏறத்தாழ ஒன்றுபோலவே, வேறுபாடுகள் அதிகம் இன்றி இருக்கின்றது, பேச்சுத் தமிழ், இடத்துக்கிடம் குறிப்பிடத்தக்க வேறுபாடுகளுடன் அமைந்துள்ளது. இத்தகைய வேறுபாடுகளுடன் கூடிய மொழி வழக்குகள் வட்டார வழக்குகள் எனப்படுகின்றன.

தமிழ்மொழிப் பேச்சு வழக்கில் இடம் அல்லது சமூகம் அல்லது தொழில் சார்ந்து வழங்கும் வழக்குகள் தமிழ் வட்டார வழக்குகள் ஆகும். பெரும்பாலான தமிழ்மொழி வட்டார வழக்குகளின் சொல் அகராதியில் குறிப்பிடத்தக்க மாற்றங்கள் இல்லை என்றாலும், சில சொற்கள் பெரிதும் மாறுபடுகின்றன. தமிழகத்தில் வழங்கப்படும் சில சொற்களின் ஒலிகள் வட்டாரத்திற்கு வட்டாரம் வேறுபடுகின்றன. சான்றாக, இங்கே என்ற சொல் தஞ்சாவூரில் "இங்க" என்றும், திருநெல்வேலியில் "இங்கனே" என்றும், இராமநாதபுரத்தில் "இங்குட்டு" என்றும், கன்னியாகுமரியில் "இஞ்ஞு" என்றும், யாழ்ப்பாணத்தில் "இங்கை" என்றும் வழங்கப்படுகின்றன.

வட்டார நாவலின் தனித்தன்மை: நாவல் வகைகளில் வட்டார நாவல்கள் ஒரு தனித்தன்மையுடன் சிறப்பிடம் பெற்றுத் திகழ்கின்றன. மொழிவாரியாக மாநிலம் பிரிக்கப்பட்டு உள்ளதைப் போலவே மொழிபேசும் எல்லைக்குள்ளே ஒரு குறிப்பிட்ட பொருண்மை பொதுவாகக் காணப்படும் பகுதிகளை வட்டாரம் என்பர். அங்குள்ள படைப்பாளிகளாலோ அல்லது அப்பொருண்மை புரிந்த வாசகர்களாலோ அவ்வட்டார மொழியில் படைக்கப்படும் நாவல்களே வட்டார நாவல்கள் ஆகும்.

வட்டார நாவல் என்பது ஒரு குறிப்பிட்ட வட்டாரத்தின் பேச்சுவழக்கைப் பயன்படுத்தி, கதையைக் கூறுவதாகும். இதன்மூலம் ஒரு குறிப்பிட்ட வட்டாரத்தின் பேச்சுவழக்குகள், கலாச்சாரம், பண்பாடு, பழக்கவழக்கங்கள் போன்றவற்றை அறிந்து கொள்ள முடியும். ஒரு பகுதியில் வசிக்கும் மக்களின் பிரச்சனைகளை அவர்களின் மாறுபட்ட வாழ்க்கை முறைகளோடும், அவர்கள் வாழும் பகுதிகளின் அழகுகளோடும் யதார்த்தமாக வெளிப்படுத்துவதே வட்டார இலக்கியத்தின் நோக்கமாகும். இதனை,

"இலக்கியத்தை மண்மணத்துடனும், வேரோடும் காட்டும் முயற்சியே இது. இதுவொரு நுணுக்கமான அருங்கலை"

என்பார் இரா. தண்டாயுதம் (சு. சண்முகசுந்தரம், தமிழில் வட்டார நாவல்கள், ப.2). ஒரு குறிப்பிட்ட பகுதியில் காணப்படும் தன்மைகளைக் கலைஇலக்கிய வடிவில் வெளிப்படுத்த வேண்டியதன் அவசியம் ஏற்பட்டதினால் வட்டார இலக்கியங்கள் தோற்றம் பெற்றன எனலாம்.

தமிழில் வட்டார நாவல்கள்: தமிழில் 1942ல் ஆர். சண்முகசுந்தரம் எழுதிய "நாகம்மாள்" நாவலே தமிழின் முதல் வட்டார நாவலாகும். கொங்கு நாட்டுப் பேச்சு வழக்கைப் பயன்படுத்தி, கிராமியச் சூழலை மையப்படுத்தி இந்நாவல் படைக்கப்பட்டுள்ளது. இதற்கு முன்னர் சு. வே. குருசர்மாவின் "பிரேம கலாவத்யம்" (1893), கே.எஸ். வேங்கடரமணியின் "முருகன் ஓர் உழவன்" (1927) ஆகிய நாவல்கள் கிராமங்களை மையப்படுத்தி எழுந்தபோதிலும், முழுக்க முழுக்கக் கிராமியச் சூழலைப்பயன்படுத்தி ஒரு குறிப்பிட்ட வட்டாரத்தின் மண்வாசனையை வீசும் ஒரு முன்மாதிரியான நாவலாக இருப்பது "நாகம்மாள்" நாவலேயாகும்.

இலங்கையில் தமிழ் வட்டார நாவல்கள்: இலங்கையில் பெரும்பான்மையான தமிழர்கள் வாழ்ந்து வருகின்றனர். அவர்களின் மொழிக்கலப்பிற்கு ஏற்றபடியும், அங்கு வந்து குடியேறியவர்களின் மொழிக்கேற்பவும், பல்வேறு மொழிவழக்குகள் அங்கு பயன்படுத்தப்படுகின்றன.

தொடக்கநிலையில் சி.வை. சின்னப்பிள்ளை ஈழநாட்டவரின் பழக்கவழக்கங்களையும், பேச்சுமரபையும் எடுத்துக்காட்ட விரும்பி, 1905ல் "வீரசிங்கன்" என்ற நாவலை எழுதினார். இதுவே ஈழநாட்டைக் களமாகக் கொண்ட முதல் வட்டார நாவலாகும். பின்னர், 1914ல் மங்களநாயகம் தம்பையர் என்கிற பெண்மணி எழுதிய "நொறுங்குண்ட இதயம்" என்ற நாவலும், 1927ல் திருஞானசம்பந்தப்பிள்ளை எழுதிய "துரைரத்தின நேசமணி" என்ற நாவலும் யாழ்ப்பாண மக்களது வாழ்க்கை முறைகளையும், பேச்சு வழக்குகளையும் பிரதிபலிக்கின்றன. 1948ற்குப் பிறகு ஈழத்து தமிழ் எழுத்தாளர்களின் எழுத்துகளில் அந்நாட்டின் தனிப்பட்ட வாழ்க்கை முறை, சூழ்நிலை, பண்பாடு, பழக்கவழக்கம் போன்றவை வெளிப்படலாயின. இவ்வாறு வெளிப்பட்ட நாவல்கள்,

யாழ்ப்பாண வட்டார நாவல்கள்

மட்டக்களப்பு வட்டார நாவல்கள் - என்றழைக்கப்படுகின்றன.

எஸ். பொன்னுத்துரையின் சடங்கு நாவல்

ஈழத்துப் புனைகதை இலக்கிய வரலாற்றிலே முன்னணியாகத் திகழ்பவர் எஸ்.பொ. என்று செல்லமாக அழைக்கப்படும் எஸ். பொன்னுத்துரை ஆவார். இவருடைய எழுத்தில் ஈழத்து மண்வாசனை எப்போதும் கலந்திருக்கும். இவருடைய எழுத்தைப் பற்றிக் கூறுகையில் இரசிகமணி கனக. செந்திநாதன் "ஈழத்து எழுத்துலகின் சிம்ம சொப்பனமாகவும், பிரச்சனைக்குரிய எழுத்தாளராகவும், விளங்குபவர் எஸ்பொ. நாவலாசிரியர், நாடகாசிரியர், விமர்சகர், நெருப்புகக்கும் கண்டனத்துக்காரர், கட்டுரையாளர் என அவரது எழுத்தாற்றல் பரந்துபட்டது. எஸ்.பொவுக்கு முன்னால் தமிழ்சொற்கள் கைகட்டி சேவகம் செய்கின்றன" என்கிறார். (தொகுப்பு. இந்திரன், எஸ்.பொ ஒரு பன்முகப் பார்வை, பக். 408)

ஈழத்தின் மிகச்சிறந்த படைப்பாளியான எஸ்.பொன்னுத்துரை அவர்கள் தமது தீ, சடங்கு, தேடல், மாயினி போன்ற நாவல்களில் யாழ்ப்பாண வட்டாரத் களமாகக் கொண்டு யாழ்ப்பாண வட்டாரப் பேச்சுவழக்கினைப் பயன்படுத்தியுள்ளார். எஸ்.பொவின் நாவல்கள் அனைத்தும் ஈழத்தின் மண்வாசனையையும், அனுபவங்களையும் வெளிப்படுத்துவனவாக உள்ளன. அவருடைய எழுத்துகளில் இருப்பது யாழ்ப்பாணமே. எனவேதான் அவரது நாவல்களிலும் யாழ்ப்பாண வட்டாரக் கலாச்சாரம், பண்பாடு, பேச்சுவழக்கு போன்றவையே காணப்படுகின்றன.

"சடங்கு" நாவலின் கதைக்கரு: எஸ்பொவின் "சடங்கு" நாவல் 1966ல் வெளியானது. நடுத்தரவர்க்கத்து குடும்பத்தினை மையமாகக் கொண்டு அவர்களின் குடும்பச்சூழல், பொருளாதார நெருக்கடி, இவற்றிற்கு இடையே ஏற்படும் பாலுணர்ச்சி இவருகளுடைய வாழ்வின் இயக்கவிசையாக அமைவதை இந்நாவல் சித்தரிக்கின்றது.

கொழும்பிலிருந்து மனைவியின் உறவினை நாடி யாழ்ப்பாணம் வரும் செந்தில்நாதன் குடும்பச்சூழல், பிள்ளைகள் இவற்றின் காரணமாகத் தனது பாலுணர்வு விருப்பத்தை நிறைவேற்ற இயலாமல் போகிறது. எனவே அவர் தனது ஆறுநாள் விடுமுறையை ஒரு வெற்றுச்சடங்காக கழித்துவிட்டு ஊருக்குத் திரும்புகிறார். இதில் அவர் வீட்டிலிருக்கும் ஆறுநாட்களில் நிகழும் ஒவ்வொரு நாளின் நிகழ்வுகளே கதையாக அமைந்துள்ளது.

யாழ்ப்பாண வட்டாரப் பேச்சுத்தமிழ்: ஒரு வட்டாரத்தின் பேச்சுமொழி என்பது பேச்சுவழக்குச் சொற்கள், அவை வெளிப்படுத்தும் பண்பாட்டுக் கூறுகள் என்ற நிலையில் வழங்கப்படும். இங்குப் பேச்சுவழக்குச் சொற்கள் மட்டுமே ஆய்வுக்கு எடுத்துக்கொள்ளப்படுகின்றன. சிறப்பாகச் சொற்களை உபயோகிப்பதில் மட்டுமின்றி உச்சரிப்பு, ஒலி ஆகியவற்றிலும் ஈழத்துப் பேச்சுத்தமிழ், இந்தியத் தமிழ் வழக்குடன் வேறுபட்டு நிற்கின்றன. இதற்குக் காரணம் அரசியல், சமூக, வரலாற்றுக் காரணிகளேயாகும். இலங்கையின் வடப்பகுதியில் பெரும்பான்மையாகத் தமிழர் வாழும் பகுதியான யாழ்ப்பாணப் பகுதியில் பேசப்படும் தமிழே யாழ்ப்பாணத்துப் பேச்சுத்தமிழ் என்றழைக்கப்படுகிறது. இப்பேச்சுவழக்குச் சொற்கள், அவை வெளிப்படும் சூழலுக்கு ஏற்ப கீழ்க்கண்ட வகைகளாக வகைப்படுத்தப்படுகின்றன.

மரியாதைக்குரிய பேச்சு வழக்கு: வயதில் சிறியவர் சிலசமயம் பெரியோரிடமும், பெரியோர் சிலசமயம் சிறியோரிடமும், பாசத்திலும், கோபத்திலும் மரியாதையுடன் பேசப்படுவது உண்டு. அவை, வாருங்கள் அல்லது வாருங்கோ என்றும் சொல்லுங்கள் அல்லது சொல்லுங்கோ என்றும் பன்மையில் வரும்.

"கொஞ்சம் நெருங்கி நில்லுங்கோ" (சடங்கு ப. 63)

"நீங்களும் கோப்பி குடியுங்கோவன்" (சடங்கு ப. 67)

இதில் வரும் நில்லுங்கோ, குடியுங்கோ போன்ற சொற்கள் மரியாதைக்குரியன.

சாதாரணப் பேச்சு வழக்கு: இப்பேச்சு வழக்கு இயல்பாக எல்லா இடங்களிலும் பயன்படுத்தப்படும். வா, சொல், கேள், கதை போன்ற சொற்களாகும்.

இடைநிலைப் பேச்சு வழக்கு: இவ்வகைப் பேச்சு வழக்குகள் யாழ்ப்பாணத்தமிழரிடையே காணப்படும் ஒரு தனிச்சிறப்பாகும். நண்பர்கள், சமவயதினரிடையே இவ்வழக்கு அதிகமாக வெளிப்படும். மேலும் தொழிலில் உயர்நிலையில் இருப்போர் மக்களைப் பேம்போது இவ்வழக்கு வெளிப்படும்.

"என்னவும் உமக்கு அவசரமோ" (சடங்கு ப. 37)

"அருக்காணி காட்டாமல் வாரும்" (சடங்கு ப. 37)

இதிலுள்ள உமக்கு, வாரும் போன்றவை இடைநிலைப் பேச்சு வழக்குச் சொற்களாகும். சிலசமயங்களில் இருவருக்கும் இடையே ஏற்படும் கருத்து முரண்பாட்டின் போதும், கோபத்தின் வெளிப்பாடாகவும், மரியாதை குறைந்து இரும், வாரும், சொல்லும் போன்ற சொற்கள் வெளிப்படும்.

மரியாதையற்ற பேச்சு வழக்கு: இது நண்பர்கள், இளையசகோதரர்கள், பரியோர்கள் வயதுகுறைந்தவர்களிடம் பயன்படுத்தப்படுவது. "வாடா", "போடா" போன்ற சொற்கள் இதில் அடங்கும்.

"டேய் பொடியல் புழுதியைக் கிளப்பாதையுங்கோடா" (சடங்கு ப. 83)

இதில் வரும் கிளப்பாதையுங்கோடா என்ற சொல் மரியாதையற்ற சொல்லாகக் கருதப்படுகிறது.

பிறமொழி வட்டாரக் கலப்பு வழக்குகள்: ஒரு மொழியானது பிறமொழிக் கலப்புகளினோடும் வருவதற்குக் காரணம் பிறநாடுகளோடு கொண்ட தொடர்பும், பிறநாடுகள் அந்நாட்டை ஆண்டதும் ஆகும். இதன் காரணமாக யாழ்ப்பாணத்திலும், போர்த்துக்கீசியம், டச்சு, ஆங்-

கிலம் போன்ற பிறமொழிச் சொற்களின் கலப்பு பேச்சுவழக்கில் உள்ளது.

போர்த்துக்கீசிய மொழிக் கலப்பு சொற்கள்: யாழ்ப்பாணத்துடன் தொடர்பு கொண்ட முதல் மேலைநாட்டவர்கள் இவர்கள் என்பதால் போர்த்துக்கீசிய மொழிச் சொற்கள் பல இங்கு அறிமுகமாயின. அவை,

"உப்பிடிச் சாப்பிடாமல் கிடந்தால் பேந்து காங்கேசன்துறை ஆசுபத்திரியிலைதான் போய்க்கிடப்பீர்" - மருத்துவமனை (Hospital) (சடங்கு ப. 86)

"நான் குசினிக்கை இருந்து சாப்பிடறன்" - அடுக்களை (Cozinha) (சடங்கு ப. 76)

"அடுப்படி விறாந்தையோரம் போடப்பட்டிருக்கும் அம்மி" - வராந்தா (Varanda) (சடங்கு ப.116)

"நேரங்காலத்தோடை போனால் பிள்ளையளுக்கு ஏதாவது விசுக்கோத்து கிசுக்கோத்து எண்டாலும் அங்கேயே வாங்கியெடுக்கலாம்" - பிஸ்கட் (Biscoito) (சடங்கு ப. 11)

இவை மட்டுமின்றி துவாய் - Toalha (தூவாலை), கடுதாசி - Carta (கடிதம்), போன்ற பல சொற்கள் கலந்திருக்கின்றன.

டச்சுமொழிக் கலப்பு சொற்கள்: டச்சுமொழிச் சொற்கள் யாழ்ப்பாணத் தமிழில் அதிகம் இல்லையெனினும் சில சொற்கள் இன்னும் புழக்கத்தில் உள்ளன. அவை,

"கத்தோர் ஊழியர்கள் அவ்வப்போது நடத்தும் பார்டிகளிலே தாகந்தீரக் குடித்துவிடுவார்" - அலுவலகம் (சடங்கு ப. 56)

"எட, ஒரு ஆத்திகேட்டுக்கு ஒரு மனிசன் தேத்தண்ணி குடிக்கப் போறேல்லியே?" - தேநீர் (சடங்கு ப. 73)

போன்ற சொற்களாகும்.

ஆங்கிலமொழிக் கலப்பு சொற்கள்: ஆங்கிலேயர்கள் அதிக ஆண்டுகள் யாழ்ப்பாணத்தை ஆண்டமையால் யாழ்ப்பாணப் பேச்சு வழக்கில் ஆங்கிலமொழி அதிகம் கலந்துள்ளது. மக்கள் தமிழ்மொழியைப் போலவே ஆங்கிலமொழிச் சொற்களையும் பேச்சுமொழியில் பயன்படுத்துகின்றனர்.

"அவன் கொமிஷனல்லோ அடிக்கிறன்" - கமிஷன் (சடங்கு ப. 35)

"செந்தில்நாதன் இப்படியாக ஹோட்டேலுக்குச் சென்று குடிப்பவரல்லர்" - ஹோட்டல் (சடங்கு ப. 37)

"முடக்கிலே டாக்ஸி சென்று திரும்பியது" -டாக்ஸி (சடங்கு ப. 41)

"போன வருஷம் அனுப்பின மணியோடர் துலைஞ்சு போக" - மணியார்டர் (சடங்கு ப. 41)

"ரெஸ்ட்ரோறண்டுக்குள்ளே போய் ரெண்டு பான் துண்டுகடிப்பம்" - ரெஸ்ட்டாரண்ட் (சடங்கு ப. 44)

"வீக் - என்ட் டிக்கட் எடுக்கிறதா? இல்லை சிங்கிள் டிக்கட் எடுப்பமா?" - டிக்கட் (சடங்கு ப. 37)

"ஒருதடவை கான்மிச்சேல் தீவிற்கு பிக்னிக் சென்றனர்" - பிக்னிக் (சடங்கு ப. 40)

"றெயின்ட் டீச்சரோ?" - டீச்சர் (சடங்கு ப. 50)

பிறமொழிச் சொற்கள் வட்டாரத்தின் பேச்சுமொழிச் சொற்களாகவே மாறிவிட்டமையால், அங்குத் தோன்றும் இலக்கியங்களிலும் அப்பேச்சு வழக்குகள் இடம்பெறலாயின.

யாழ்ப்பாணத்திற்கேயுரிய சிறப்புச் சொற்கள்: பிறமொழிச் சொற்களின் கலப்பு யாழ்ப்பாண வட்டாரவழக்கிலே மிகுதியாக இருப்பினும், அவ்வட்டார மொழிக்கேயுரிய சில சிறப்புச் சொற்களும் அங்குக் காணப்படுகின்றன. அவை,

"அவள் மருமகனுக்குக் கொடுத்த அந்தப் பழைய வீடும் வளவும்" - வீட்டுநிலம் (சடங்கு-ப. 53)

"றோட்டுக்கரையிலே கிடந்த நல்ல காணித்துண்டொன்றை" - நிலம்(சடங்குப.153)

"பேந்து நறையல் தலையன் எண்டு" - பிறகு (சடங்குப. 49)

"பொடிச்சியள் மாட்டன் எண்டு" - சிறுமி (சடங்குப. 49)

"வளர்ந்தபிறகு செந்தில்நாதனே கொடிஏற்றி பறக்கவிட்டு இருக்கிறார்" - பட்டம் (சடங்-குப. 69)

போன்றவையாகும். இவைமட்டுமின்றி கதிரை - நாற்காலி, கதை - பேசு, கெதியா - விரைவாக, கமம் - விவசாயம் (அ) வயல், கமக்காரன் - விவசாயி, திகதி - தேதி, சடங்கு - விவாகம் போன்றவை சிறப்பான சொற்களாகும்.

முடிவுரை: "இன்று பொய்யாய் பழங்கதையாய் மறைந்து போய்விட்ட ஈழத்தின் பண்பாட்டை நமக்குப் படம்பிடித்துக் காட்டும் ஒரே இலக்கிய ஆவணம் எஸ். பொன்னுத்துரையின் எழுத்துகளே" என்று ஜெயமோகன் (சு. ஜெயமோகன், ஈழஇலக்கியம் ஒரு விமர்சனப் பார்வை, ப.27) கூறுவதைப் போல "சடங்கு" நாவல் யாழ்ப்பாண வட்டாரப் பேச்சுவழக்குகளை அவற்றிற்கேயுரிய சிறப்புடனும், பிறமொழிக்கலப்புச் சொற்கள், சிறப்புச் சொற்கள் போன்றவற்றைக் கொண்டும் யாழ்ப்பாண வட்டார மாந்தரை அவர்களது இயல்பான குணபேதங்களுடன் சித்தரித்துள்ளது என்பது குறிப்பிடத்தக்கது.

புராதனம் முதல் பொதுவுடைமை வரை -புதியவன்

(சமூக விஞ்ஞானக் குறிப்புகள்)

இக்கட்டுரை சமூகவிஞ்ஞானம் விளக்குகின்ற உற்பத்திநிலை குறிப்புகளின் புதுப்பிக்கப்பட்ட வடிவமாகும். மார்க்சிய சமூகவிஞ்ஞானம் கண்டறிந்த சமூக முடிவுகள் மனிதகுல வரலாற்றில் முப்பெரும் பிரிவுகளாக அறியப்படுகின்றது.

1. வர்க்கங்கள் தோன்றாத சமூகம்
2. வர்க்கச் சமூகங்கள்
3. எதிர்காலத்தில் அமையவுள்ள வர்க்கமற்ற பொதுவுடைமை சமூகம்

1.வர்க்கங்கள் தோன்றாத சமூகம்: மனித மூதாதையர்கள் வாழ்ந்த வர்க்கங்கள் தோன்றாத சமூகம். அதாவது, தனிச்சொத்துடைமை தோன்றாத சமூகம். இதனை ஆதிப் பொதுவுடைமை சமூகம் அல்லது புராதன பொதுவுடைமைச் சமூகம் என்பர். இக்காலக்கட்டத்தில் மனிதர்களுக்குள் வர்க்கப்பிரிவு தோன்றியிருக்கவில்லை. அதாவது, உழைப்பவர்கள், பிறர் உழைப்பைச் சுரண்டுபவர்கள் என்கின்ற பிரிவு தோன்றியிருக்கவில்லை. தாய் தலைமையில்

காடு சார்ந்த பொருட்களைச் சேகரித்து வாழ்ந்தார்கள். வேட்டை, கால்நடை வளர்ப்பு, விவசாயம் ஆகியன கரு வடிவில் தோன்றியிருந்தன. பல லட்சம் ஆண்டுகளாக மனிதர்கள் இத்தகைய வர்க்கமற்ற புராதன பொதுவுடைமை சமூகத்திலேயே வாழ்ந்தார்கள்.

புராதனப் பொதுவுடைமை சமூகம்: காடு சார்ந்த பொருள் சேகரிப்பு நாகரிக படிநிலையில் தோன்றிய சமூகம். கருத்துக்களையும் கருவிகளையும் உருவாக்கிக்கொண்டு சகமனிதர்களாகக் கூடி உழைத்து வாழ்கின்ற உயிரினமாக மனித இனம் புராதனப் பொதுவுடைமை சமூகத்தில் வளர்ந்து கொண்டிருந்தது. புராதனப் பொதுவுடைமை சமூகத்தில் வர்க்கங்கள் தோன்றியிருக்கவில்லை. அதாவது, மனிதர்களிடையே உழைப்பவர்கள் உழைப்பைச் சுரண்டுபவர்கள் என்ற பிரிவு தோன்றியிருக்கவில்லை. புராதனப் பொதுவுடைமை சமூக மனிதர்கள் காடுகளில் வாழ்ந்தார்கள். நார், கூடை, முறம், கட்டை, எலும்பு, கல் ஆகியவற்றை கருவிகளாகக் கையாண்டார்கள். ஈட்டி, வேல் ஆகியன புராதன மனிதர்களின் மேன்மையான ஆயுதங்களாகத் திகழ்ந்தன. காய், கனி, கொட்டை, கிழங்கு, இலை போன்ற காட்டுப் பொருட்களைச் சேகரிப்பதை முதன்மையானத் தொழிலாளகக் கொண்டிருந்தார்கள். வேட்டைத் தொழிலில் ஈடுபட்டு படிப்படியாக வளர்ச்சியடைந்தார்கள். கால்நடை மந்தை வளர்ப்பும் விவசாயமும் கரு வடிவில் வளரத் தொடங்கின. தேவைக்கு அதிகமானப் பொருட்களைச் சேகரிக்க முடியாத வாழ்க்கையைப் புராதன மனிதர்கள் வாழ்ந்தார்கள். கூட்டத்தின் மூத்த தாய் புராதன மனிதர்களுக்கு வழிநடத்தும் தலைவராகத் திகழ்ந்தார்.

புராதன மனித சமூகத்தில் இரு வேறு .இனக்குழுக்கள் சந்திக்க நேர்ந்ததால் போர்கள் நிகழ்ந்தன. எதிரி குழு முற்றிலும் அழியும் வரையிலோ, தப்பித்து ஓடும் வரையிலோ போர்கள் நிகழ்ந்தன. தேவைக்கு அதிகமான சொத்துக்கள் படிப்படியாக உருவாகத் தொடங்கியதன் விளைவாக இனக்குழு கலவர போர்களும், பாலுறவு உரிமையின் மாற்றமும், தந்தையதிகார ஆரம்பமும், தாய்தலைமையின் தடுமாற்றமும், வர்க்கச் சமூகம் உருவாக வழியமைத்தன. ஆண்டான் அடிமை சமூகமே வர்க்கச் சமூகத்தின் தொடக்கமாக அமைந்தது.

2. வர்க்கச் சமூகங்கள்: மனிதர்களுக்குள் வர்க்கம் தோன்றி சில ஆயிரம் ஆண்டுகளே ஆகின்றன. தாய் தலைமையின் காடுசார்ந்த பொருட் சேகரிப்புமுறை முதன்மையிழந்தது. ஆண்களின் அதிகபட்ச உழைப்பில் புதிய கருவிகளின் வளர்ச்சியுடன் வேட்டைதொழிலும் கால்நடை மந்தை வளர்ப்பு தொழிலும் வளர்ச்சியடைந்தன. தேவைக்கதிகமான பொருட்கள் சொத்துக்களாகப் பெருகின. தாயின் பாரபட்சமற்ற தலைமையினால் சொத்துக்கள் சமச்சீர்நிலையில் இருந்தது. சொத்து உருவாக்கத்தில் ஆண்களின் அதிகப்பட்ச உழைப்பும், குழந்தை உருவாக்கத்தில் ஆண்களின் பங்கும் கண்டறியப்பட்டன. ஆண்களில் ஒருபகுதியினர் தாய்தலைமையை எதிர்க்கத் தொடங்கினர். தாய்தலைமையிடமிருந்து சொத்துக்களின் பராமரிப்பை ஆண்கள் பறித்தனர். சொத்தின் மீதான தலைமைப் பண்பு அதிகாரமாக உருமாறியது. சொத்ததிகாரம் தோன்றியதால் தந்தை என்ற புதிய உறவு தோன்றியது. உழைப்பவர் உழைக்காதவர் என்ற வர்க்கப் பிரிவு தோன்றியது. சொத்ததிகாரம் தந்தை அதிகாரமாகச் செயல்படத் தொடங்கியது. பாலினச் சமத்துவத்தை அழித்து பெண்களை வெறும் சொத்துக்களாக உருமாற்றினர். ஆணதிகாரம் வர்க்கச் சமூகத்தின் அடையாளமாக நிலைப்பெற்றது. கீழ் வரும் நான்கு சமூகங்களும் வர்க்கச் சமூகங்களே.

1.ஆண்டான்களின் சுகங்களுக்காக அடிமைகள் துன்புறுகின்ற அடிமை உழைப்பு முறை அல்லது ஆண்டான் அடிமை சமூகம். இந்தச் சமூக அமைப்பிலிருந்து பொதுச்சொத்து முறை மாறி தனிச்சொத்துமுறை நிலைக்கத் தொடங்கியது.

2.நிலத்தின் எஜமானர்களுக்காகப் பண்ணை அடிமைகள் பாடுபடுகின்ற பண்ணை அடிமை உழைப்பு முறை அல்லது நிலப்பிரபுத்துவச் சமூகம்.

3.முதலாளிகளின் இலாபங்களுக்காகத் தொழிலாளர்கள் துயருறுகின்ற கூலி அடிமை உழைப்பு முறை அல்லது முதலாளித்துவச் சமூகம்.

4.உழைக்கும் மக்களின் அதிகார ஒற்றுமையால் சொகுசாக வாழ்ந்தவர்கள் சலிப்படைகின்ற மக்கள் தலைமை சமூகம் அல்லது சோசலிச சமூகம். தனிச்சொத்துடைமையைப் பாதுகாக்க உருவான அரசு இயந்திரத்தில் சொகுசாக வாழ்ந்தவர்களின் அதிகாரம் இந்தச் சமூக அமைப்பிலிருந்து உடைக்கப்பட்டது. மனிதத்தோல் போர்த்தியுள்ள மிருகங்களிடமிருந்து அரசு இயந்திரத்தை உழைக்கும் மக்கள் பறித்தெடுத்தார்கள். பொதுவுடைமை இலட்சியத்தின் அடிப்படையில் ஒன்றுபட்டு முளைத்த அதிகாரமே இவர்களைச் சாதிக்க வைத்தது. எதிர்காலத்தில் அமையவுள்ள வர்க்கமற்ற சமூகத்திற்கு பாதையமைப்பதே மக்கள் தலைமைச் சமூகத்தின் நோக்கம். அதாவது, எதிர்காலத்தில் அமையவுள்ள வர்க்கமற்ற சமூகமே சோசலிசச் சமூகத்தின் இலட்சிமாகும்.

ஆண்டான் அடிமை சமூகம்: கால்நடை மந்தை வளர்ப்பு நாகரிக படிநிலையில் தோன்றிய சமூகம். ஆண்டான் அடிமை சமூகத்திலிருந்து வர்க்கங்கள் தோன்றிவிட்டன. அதாவது, மனித இனத்தில் உழைப்பவர்கள், உழைப்பைச் சுரண்டுபவர்கள் என்ற பிரிவு தோன்றிவிட்டது. வர்க்க சமூகத்தில் ஆண்கள் உயர்ந்தவர்கள் பெண்கள் தாழ்ந்தவர்கள் என்ற பாலினப் பாகுபாடும் தோன்றிவிட்டது. ஆண்களின் அதிகபட்ச உழைப்பால் தேவைக்கு அதிகமான சொத்துக்கள் உருவாகின. கர்பக் காலங்களிலும் இரத்தப் போக்கு காலங்களிலும் பெண்களின் உழைப்பு குறைவாக இருந்தது.

சொத்துக்களைத் தாய் தலைமையிடமிருந்து ஆண்கள் பறித்தார்கள். தாய்தலைமையால் பராமரிக்கப்பட்ட பொதுச்சொத்துக்கள் ஆணின் தனிச்சொத்துக்களாக உருமாறின. தனிச்சொத்தின் மீது அதிகாரம் பெற்ற ஆண் தந்தை எனப் போற்றப்பட்டான். தந்தையதிகாரம் வர்க்கச் சமூகத்தின் அடையாளமாக நிலைபெறத் தொடங்கியது. சொத்துக்கள் மீது அதிகார உரிமை கொண்ட ஆண்களே ஆண்டான்கள். போர் கைதிகளும் சொத்துக்களை இழந்தவர்களும் அடிமைகளாக்கப்பட்டார்கள்.

ஆண்டான்களின் முதன்மை சொத்துக்களாக அடிமைகளே திகழ்ந்தார்கள். சொத்துக்கள் மீதான முழு உரிமைகளும் ஆண்டான் வர்க்கத்திடம் இருந்தது. உழைக்கும் அடிமைகளும் வெண்கலம், செம்பு, பித்தளை போன்ற உலோகங்களும் வலிமையானக் கருவிகளாகத் திகழ்ந்தன. வில், அம்பு, கோல் ஆகியன ஆண்டான் அடிமை சமூகத்தின் மேன்மையான ஆயுதங்கள் ஆகும். வலிமையான வேட்டையும் மந்தை வளர்ப்பும் முதன்மைத் தொழில்களாக அமைந்தன. விவசாயம் சிறிய அளவில் வளர்ச்சி பெற்றது. நாடோடி நிலை கடந்து ஓரிடத்தில் தங்கி வாழும் பண்பாடு உருவாகி வளர்ந்தது. எந்த உரிமைகளும் சுதந்திரமும் இல்லாதவர்களாக அடிமைகள் வாழ்ந்தார்கள். ஆண்டான்களுக்கு வேலை செய்யும் இயந்திரங்களைப்போல அடிமைகளைப் பயன்படுத்தினார்கள்.

அடிமைகளை ஒடுக்கி ஆண்டான்களின் நலன்களைப் பாதுகாப்பதற்காக "அரசு" என்ற சமூக நிறுவனம் முதன்முதலாக உருவெடுத்தது. இந்த அரசு அனைத்து வர்க்கச் சமூகங்களுக்கும் அச்சாணியாகத் திகழத் தொடங்கியது. அரசின் மீதான முழு அதிகாரமும் ஆண்டான்களிடம் இருந்தது. ஆண்டான்களுக்கு இடையிலான அதிகாரப் போரும் ஆண்டான்களுக்கு எதிரான அடிமைகளின் போரும் நிகழ்ந்துகொண்டிருந்தன. ஆண்டான்களின் அரசுகளைச் சிதைத்த அடிமைகளின் போர்கள் நிலப்பிரபுத்துவ சமூகம் உருவாக வழியமைத்தன.

நிலப்பிரபுத்துவ சமூகம்: விவசாய நாகரிகப் படிநிலையில் தோன்றிய சமூகம். நிலங்களே முதன்மையானச் சொத்துக்களாகத் திகழ்ந்தன. நிலத்தை ஆள்பவர்களே நிலபிரபுக்கள் ஆவர். நிலப்பிரபுக்களின் நிலங்களில் சிறிதளவு நில உரிமையுடன் அடிமைகளாக உழைத்து வாழ்பவர்களே பண்ணை அடிமைகள் ஆவர். முதன்மைக் கருவிகள் அனைத்தும் இரும்பு உலோகத்தால் உருப்பெற்றன. இரும்பினாலான வாள், வேல், வில் ஆகியன மேன்மையான ஆயுதங்களாகத் திகழ்ந்தன.

விவசாயமே முதன்மைத் தொழிலாகும். நீர்விசை ஆலை, காற்றுவிசை ஆலை, நவீன குதிரை சேணம் ஆகியன தொழில்நுட்ப மேம்பாடாகத் திகழ்கின்றன. பண்ணை அடிமைகள் ஓரளவு சுதந்திரத்துடன் வாழ்கிறார்கள். அரசின் மீதான முழு அதிகாரமும் நில பிரபுக்களிடம் இருக்கின்றது. பண்ணை அடிமைகளை ஒடுக்கி நிலப்பிரபுக்களின் நலன்களைப் பாதுகாப்பதே அரசின் அதிகாரப் பணியாகத் திகழ்ந்தது. ஓரிடத்தில் தங்கி வாழ்வது முதன்மையானப் பண்பாடாக உருப்பெற்றது. விவசாயத்தை முதன்மையாகக் கொண்டு கிளைத் தொழில்கள் வளர்ந்தன. வெவ்வேறு நிலப்பிரதேசங்களில் உற்பத்தியாகும் பொருட்களைப் பரிமாற்றுகின்ற வர்க்கமாக வணிகர்கள் தோன்றினார்கள்.

நாணய பயன்பாடும் அடிமை வாணிகமும் வளர்ந்தன. கடன், வட்டி முறைகள் தோன்றின. சொத்துக்கள் மீதான அதிகார உறவு நிலப்பிரபுக்களிடம் இருக்கின்றது. நிலப்பிரபுத்துவ அரசர்களுக்கு இடையிலான அதிகாரப் போரும், நிலப்பிரபுக்களுக்கு எதிரான பண்ணை அடிமைகளின் போரும் நிகழ்ந்துகொண்டிருந்தன. நிலப்பிரபுத்துவ அரசுகளைச் சிதைத்த பண்ணை அடிமைகளின் போர்கள் முதலாளித்துவ சமூகம் உருவாக வழியமைத்தன

முதலாளித்துவ சமூகம் வணிக இலாபத்திற்காக உற்பத்தி செய்தல் படிநிலையில் தோன்றிய சமூகம். இயந்திரங்களும் தொழிற்சாலைகளுமே முதலாளித்துவ சமூகத்தின் முதன்மையானச் சொத்துக்கள். முதலாளியின் தொழிற்சாலைகளில் உழைப்பை விற்பவர்களே தொழிலாளர்கள். இலாப வெறியைக் கூர்மைப்படுத்துகின்ற நவீன விஞ்ஞானக் கருவிகளே முதன்மையானக் கருவிகளாகத் திகழ்கின்றன. துப்பாக்கி, வெடிகுண்டு, அணுஆயுதம், செயற்கை நுண் கிருமிகள், மனித இயந்திரங்கள் ஆகியன மேன்மையான ஆயுதங்களாகத் திகழ்கின்றன. நீராவி இயந்திரம், மின் இயந்திரம், மீப்பெரும் தகவல் மையம், செயற்கை நுண்ணறிவு கணினி, மனித இயந்திரம், அணுசக்தி ஆகியன தொழில் நுட்ப மேம்பாடாகத் திகழ்கின்றன. தொழிற்சாலையில் பணி செய்தலே முதன்மையானத் தொழிலாகும். கூலி அடிமைகள் என்ற பாட்டாளி வர்க்கம் தோன்றுகிறார்கள். அரசின் மீதான முழு அதிகாரமும் முதலாளிகளிடம் இருக்கின்றது. தொழிலாளிகளை ஒடுக்கி முதலாளிகளின் நலன்களைப் பாதுகாப்பதே அரசின் அதிகாரப் பணியாகத் திகழ்கின்றது. தனிமனித உரிமை, சுதந்திரம்,

சமத்துவம், சகோதரத்துவம் ஆகியன நடைமுறைக்கு பொருத்தமற்ற வெற்று முழக்கங்களாகத் திகழ்கின்றன.

மனிதர்களின் வாழ்க்கை தொழிற்சாலைகளை மையமிட்டதாக அமைகின்றது. அறிவியல் தொழில்நுட்பக் கண்டுபிடிப்புகள் வளர்ச்சியடைகின்றன. நடுத்தர வர்க்கங்கள், குட்டி முதலாளித்துவ வர்க்கங்கள் தோன்றுகின்றன. வட்டித் தொழிலே வங்கி நிறுவனமாக உருவெடுக்கின்றது. வணிகக் கடன்கள் வளர்ச்சியடைகின்றன. சொத்துக்கள் மீதான அதிகார உறவு முதலாளித்துவ வர்க்கத்திடம் இருக்கின்றது. முதலாளித்துவ வளர்ச்சியின் முதுமை பருவத்தில் அரசு, வங்கி, தொழில் ஆகிய மூன்றும் ஒன்றிணைந்து ஏகாதிபத்தியமாக உருவெடுக்கின்றது. சரியான பொதுவுடைமை கட்சியின் தலைமையில் தொழிலாளர்களை முதன்மைப்படுத்தி சோசலிச சமூகத்தைப் படைப்பதற்கான திட்டமிட்ட அறிவியல்பூர்வமான நடவடிக்கைகள் வளர்ச்சியடைகின்றன. முதலாளித்துவ முதிர்ச்சிக்கும் சோசலிச முயற்சிகளுக்கும் இடையிலான உலகளாவிய போர்கள் நிகழ்கின்றன. கருவிகள், ஆயுதங்கள் போன்ற உற்பத்தி சக்திகள் நவீனமடைதலில் பலவீனம் இருக்கும்வரை தேசிய இனவெறி, மதவெறி போன்ற பேரழிவு நடவடிக்கைகளைக் கையாள்வதன் வழியாக முதலாளித்துவம் உயிர் பிழைத்திருக்கும்.

முதலாளித்துவம் தனது உயிர் பிழைத்தல் நடவடிக்கைக்காக கையாள்கின்ற பேரழிவு நடவடிக்கைகளே பாசிசம் ஆகும். முசோலினியின் பாசிசம், ஹிட்லரின் நாசிசம், மோடியின் இந்துத்துவம் ஆகியன முதலாளித்துவம் கையாள்கின்ற பாசிச நடவடிக்கைகள் ஆகும். உற்பத்தி சக்தியின் வளர்ச்சியின் விளைவாக முதலாளித்துவத்தின் பாசிச நடவடிக்கைகள் முடக்கப்படும்.1 முதலாளிகளுக்கு இடையிலான அதிகாரப் போர்களும், முதலாளித்துவத்திற்கு எதிரான தொழிலாளர்களின் போர்களும் நிகழ்கின்றன. முதலாளித்துவ அரசுகளைச் சிதைக்கின்ற தொழிலாளர்களின் போர்கள் சோசலிச சமூகம் உருவாக வழியமைக்கும்

சோசலிச சமூகம்: மக்கள் தலைமை கட்டுப்பாட்டில் சமூக உற்பத்தியைக் கட்டமைத்தல் படிநிலையில் தோன்றிய சமூகம். சோசலிச சமூகத்தில் நிலங்கள், தொழிற்சாலைகள், முதலாளிகளுக்கு வரையறுக்கப்பட்ட தனிச்சொத்துக்கள் உட்பட அனைத்து வகையான உற்பத்தி சாதனங்களும் சோசலிச அரசுக்கு கட்டுப்பட்டதாக அமையும். அரசின் மீதான செல்வாக்கு பாட்டாளி வர்க்கத்துக்கே உண்டு. சொத்துக்கள் மீதான அதிகார உறவு பாட்டாளி வர்க்கத்திடம் இருக்கும். சோசலிச சமூகம் முதலாளித்துவ மீட்சியிலிருந்து தற்காத்துக்கொள்வதற்கும், உலகளாவிய நிலையில் பொதுவுடைமை சமூகத்தை எட்டுவதற்கும் சோசலிச அரசு பொறுப்பேற்கும். உலகம் முழுதும் சோசலிச நாடுகளைக் கட்டமைக்க துணை செய்யும்.

முதலாளித்துவவாதிகள் மீது சர்வாதிகாரமும், பாட்டாளிவர்க்கம் சார்ந்த பெரும்பான்மை மக்களுக்கு ஜனநாயகமும் நடைமுறையில் இருக்கும். முதலாளித்துவத்தை ஒடுக்கி பாட்டாளி வர்க்கத்தின் நலன்களைப் பாதுகாப்பதே சோசலிச அரசதிகாரத்தின் பணியாகத் திகழ்கின்றது. சமூகப் பொருளுற்பத்தியை மேன்மைப்படுத்துகின்ற நவீன விஞ்ஞானக் கருவிகளே முதன்மையானக் கருவிகளாகத் திகழ்கின்றன. மேன்படுகின்ற சமூகப் பொருளுற்பத்தியைத் தற்காக்கும் ஆற்றலுடைய ஆயுதங்களே மேன்மையான ஆயுதங்களாகத் திகழ்கின்றன. சமூகப் பொருளுற்பத்திற்குத் தேவையான மிகை உற்பத்திக்குப் பங்காற்றுகின்ற அனைத்து தொழில்களும் முதன்மையானத் தொழில்களே.

சோசலிச சமூகத்தில் வாழும் மனிதர்களுக்கு திறமைக்கேற்ற வேலையும் தகுதிக்கேற்ற கூலியும் கிடைக்கும். அறிவியல் தொழில்நுட்பக் கண்டுபிடிப்புகள் சமூகத் தேவையின் அடிப்படையில் விரிவடைகின்றன. மனிதர்களின் ஆழ்மனம் முதல் கருத்துநிலைவரை பாட்டாளி வர்க்கப் பண்பாட்டை வீரியப்படுத்தும். இயற்கையின் நலன்களையும் சமூக மேன்மையையும் பொறுப்பேற்று பாதுகாக்கும். மனிதர்களின் தனித்துவமான வேற்றுமைகளுக்கு இடையிலான அனைத்துவிதமான கருத்தியல் ஏற்றத்தாழ்வுகளும் ஒழிக்கப்படும். பெண்களுக்கும் ஆண்களுக்கும் இடையிலான பாலினச் சமத்துவம் உறுதிசெய்யப்படும். உடல் உழைப்பாளர்களுக்கும் மூளை உழைப்பாளர்களுக்கும் இடையிலான உழைப்பின் சமத்துவம் உறுதிசெய்யப்படும். தாய்மொழிகளுக்கு இடையிலான சமத்துவம் உறுதி செய்யப்படும். அறிவியல் தத்துவத்தின் அடிப்படையில் வாழ்வதற்கான கல்விமுறை விரிவுபடுத்தப்படும்.

பொதுவுடைமை இலக்கை அடைவதற்கு ஏற்றவாறு, மனித உணர்வுகளில் சமூக மேன்மை விருப்பத்தை முதன்மைப்படுத்தி சுயநல விருப்பத்தைக் கீழ்மைப்படுத்துகின்ற உள்ளத்தியல் கட்டமைக்கப்படும். சோசலிச சமூக மனிதர்கள் உடலாலும் உள்ளத்தாலும் ஆரோக்கியத்துடன் வாழ்வதற்கான நடைமுறைகள் உறுதிசெய்யப்படும். குழந்தைகள் வளர்வதற்கும் எதிர்காலத்தில் உழைப்பதற்கும் தேவையான கடமைகளைச் சோசலிச அரசு பொறுப்பேற்று செயல்படுத்தும். உழைப்பில் ஈடுபட முடியாத முதியவர்களைப் பாதுகாத்து பராமரிக்கும் பொறுப்பை சோசலிச அரசே ஏற்கும்.

தேசிய இனங்களின் சுய நிர்ணய உரிமை பாதுகாக்கப்படும். சோசலிச நாடுகள் விரிவடைவதற்கும் ஏகாதிபத்தியம் நிலைபெறுவதற்கும் இடையிலான அதிகாரப் போர் நிகழும். சோசலிச அரசு உறுதிப்படுவதற்கும் முதலாளித்துவ அரசு மீட்சியடைவதற்கும் இடையிலான விடுதலை போர் நிகழும். உலக ஏகாதிபத்திய அரசுகளை வீழ்த்தும் சோசலிச நாடுகளின் போர்கள் பொதுவுடைமை சமூகம் உருவாக வழியமைக்கும்.

3.எதிர்காலத்தில் அமையவுள்ள வர்க்கமற்றச் சமூகம்! பொதுவுடைமை சமூக (உடைமைப் பண்பற்றச் சமூகம்) உற்பத்தி நிலை குறிப்புகள்!

புதிய சமூகத்தின் தேவைகளுக்கு ஏற்ப நவீன இயந்திரக் கருவிகள் மேன்மையடைந்திருத்தல்.

இரும்பு, செப்பு, பித்தளை, கல், எலும்பு, மரம், கட்டை, முறம், கூடை, நார் ஆகியன முதன்மையற்ற கருவிகள்.

சமூக உற்பத்தி முறையின் மேன்மையை தற்காப்பதற்கும் இயற்கையின் பாதுகாப்பை உறுதிப்படுத்துவதற்கும் உரிய மேன்மையான ஆயுதங்கள் இயல்பாக இருத்தல்.

உடைமை அதிகாரமின்றி உற்பத்தி சாதனங்கள் இயக்கப்படுதல் இயல்பாக இருத்தல்.

சமூகத் தேவையின் அடிப்படையில் திறமைக்கேற்ற வேலை இயல்பாக இருத்தல்.

சமூகத் தேவையின் அடிப்படையில் தேவைக்கேற்ற கூலி இயல்பாக இருத்தல்.

சொத்துடைமை பண்பற்ற வாழ்க்கை இயல்பாக இருத்தல்.

அரசு நிறுவனமற்ற சமூக வாழ்க்கை இயல்பாக இருத்தல்.

தொழில் நிறுவனங்களை மேன்மைப்படுத்தி வாழ்தல் இயல்பாக இருத்தல்.

வர்க்க உறவுகளின் அதிகாரமின்றி சமூக நிறுவனங்களின் தலைமையில் சமச்சீர் பண்புடன் சொத்துக்கள் இயல்பாக இருத்தல்

அறிவியல் தொழில்நுட்பக் கண்டுபிடிப்புகள் இயல்பாக இருத்தல்

அறிவியல் தத்துவக் கண்ணோட்டத்துடன் வாழ்கின்ற பண்பு இயல்பாக இருத்தல்

பாட்டாளி வர்க்க பண்புகள் மட்டுமே மனித இயல்பாக இருத்தல்

மனித சமூக மேன்மைகள் இயற்கை சூழலின் அங்கமாக இயங்கும் நிலை இயல்பாக இருத்தல்

வர்க்க முரண்களின் போர்களற்ற புதிய முரண்பாடுகளுடைய சமூகமாக இயங்கும் நிலை இயல்பாக இருத்தல்

புதிய சமூகத்தின் தேவைகளுக்கேற்ப புதிய பண்பாடுகளுடன் வாழும் நிலை இயல்பாக இருத்தல்

பழைய வர்க்கச் சமூகங்களின் சகிக்க முடியாத பண்புகளிலிருந்து விடுபட்டு, புதிய வர்க்கமற்றச் சமூகத்தின் மேன்மைமிக்க பண்புகளுடன் மனித வாழ்க்கை இயல்பாக இருத்தல்.

பொதுவுடைமைச் சமூகத்தின் உற்பத்தி நிலை குறிப்புகள் அனைத்தும் எமது அனுமானங்களே. எதிர்காலத்தில் அமையவுள்ள வர்க்கமற்ற சமூகத்தின் மேன்மைக்கு சமூகவிஞ்ஞானம் நல்கும் உத்திரவாதத்தை இக்குறிப்புகளுக்கு நல்க முடியும் என்று எம்மால் உறுதியளிக்க முடியாது. இலாபவெறி பிடித்த முதலாளித்துவ உற்பத்தி என்பது ஒரு கொடூரமான மிருகம். தனியுடைமை சமூகத்தின் முதிர்ந்த பருவம். வயது முதிர்ந்த இந்தக் கிழட்டு மிருகம் மரணிக்கும்வரை உலகை கொல்லும். கொல்லப்படுவது மனிதகுலம் மட்டுமல்ல, உலக உயிர்களையும் இயற்கை வளங்களையும் இணைத்துதான். அந்த மிருகத்தின் இலக்கு என்பது தனது அழிவினை உலகையே கொல்லும் பேரழிவாக உறுதிப்படுத்துவதாகும்.

இந்த மிருகத்திற்குச் சவாலாக இருப்பதும் உலகின் வாழ்வை காப்பாற்றும் ஆற்றலும் பொதுவுடைமையை படைக்க முயல்கின்ற மார்க்சிய சமூகவிஞ்ஞானிகளுக்கு மட்டுமே இருக்கின்றது. ஏனெனில் இந்த மிருகத்தை கோடிக் கரங்களுடைய மக்கள் தேவதையைக் கொண்டு ஒரேயடியாக வீழ்த்தும் ஆற்றல் பொதுவுடைமைக்கு மட்டுமே உண்டு.

தனியுடைமை என்பது செயற்கையின் ஆக்கமாக மனிதகுலத்தை இயக்குகிறது. பொதுவுடைமை என்பது இயற்கையின் அங்கமாக மனிதகுலத்தை இயக்குகிறது. தனியுடைமைக்கும் பொதுவுடைமைக்கும் இடையிலான மனிதகுலத்தின் போர் ஒட்டுமொத்த உலகிற்கும் வாழ்வா? சாவா? பிரச்சனையாகும். தனியுடைமைக்கு உலகப் பெருமுதலாளிகளும், பொதுவுடைமைக்கு உலகின் மார்க்சிய சமூகவிஞ்ஞானிகளும் தலைமையேற்று போரிடுகிறார்கள். இந்தப் போரில் மார்க்சிய சமூகவிஞ்ஞானிகள் வென்றால் உலகும் இயற்கையின் அங்கமாக மனிதகுலமும் மேன்மையான வாழ்வை அடையும். தோற்றால் உலகம் முற்றிலும் அழிந்து வேறொரு இயக்க வடிவை எட்டும். இரண்டில் எந்த ஒன்றும் நிகழ வாய்ப்பிருக்கின்றது. எனினும் பொதுவுடைமை சமூகம் பற்றிய இத்தகைய முடிவுகள் மார்க்சிய சமூகவிஞ்ஞானிகளின் சிந்தனை வெளிச்சத்தில் தவிர்க்க முடியாதவை. ஆதிமனிதர்கள் வாழ்ந்த பொதுவுடைமைச் சமூகமே வர்க்கச் சமூகம் முளைப்பதற்குரிய விதையாக இருந்தது. எனவே இந்த விதை இயங்குதலின் நான்காம் தன்மையை அடையும். அதாவது, பொதுவுடைமை சமூகம் உயர்ந்த நிலையைச் சந்திப்பது உறுதி. எனவே மனிதகுலம் நீடித்தால் எதிர்காலத்தில் பொதுவுடைமை சமூகம் தவிர்க்க முடியாதபடி உறையும் என்பது எமது உறுதியான முடிவு.

6

கவிதைக்குரல்

1. புலம்பெயர் ஈழத்து பெண்கவிஞர்களின் படைப்புகளில் போர் எதிர்ப்புக் குரல்

- முனைவர் இரா.செங்கொடி

மனித இனத்துக்கு எதிராக ஒடுக்குமுறை எந்த வடிவத்தில் வந்தாலும் அதை எரித்துப் போராடுவது மனிதனின் இயல்பு என்பதை உலக வரலாறு காலந்தோறும் நிரூபித்துள்ளது. தொடக்க காலம் தொட்டே சமூகத்தின் சரிபாதியான பெண் இனத்தின் மீதான ஒடுக்குமுறை மனிதகுலத்துக்கே அவமானச் சின்னமாக இன்றுவரை இருந்து வருகிறது. போரின் போது முதலாவது பாதிக்கப்படுவதும் பெண், இரண்டாவது பாதிக்கப்படுவதும் பெண் என்ற ஒரு கருத்து உண்டு. போரின் போது பெண்கள் பாலியல் வன்முறைகளுக்கு உள்ளாக்கப்படுதல் என்பது உலக வரலாறு முழுக்க பதிவாகியுள்ளது. இதை ஹிட்லரின் நாசிப்படைகள் முதற்கொண்டு அண்மைய ஈழப்போர் வரையிலும் காணமுடியும். போர்க்காலங்களில் பெண்களை சிறையில் அடைத்து கொடுமை செய்தல், பாலியல் வன்முறைகளுக்கு உள்ளாக்குதல் உள்ளிட்ட கொடுமைகளைச் செய்வது அன்று முதல் இன்று வரை நடைபெற்ற எல்லா போர்களிலும் இந்நிகழ்வுகள் பதிவாகியுள்ளது.

ஈழத்துப் பெண்களை நோக்கினால், தமிழினத்துக்கு எதிரான சிங்கள அரசின் அடக்குமுறையும், அதன் விளைவான ஆயுதப் போராட்டமும், பெண்களின் வாழ்க்கையை மேலும் கேள்விக்குள்ளாக்கியது. தமிழீழ மக்களின் விடுதலைப் போராட்டம் தொடங்கப்பட்ட நாளிலிருந்து ஈழத்துப் பெண்கள் அனைத்து நிலைகளிலும் தங்களது பங்களிப்பைத் தந்துள்ளனர். இந்திய இராணுவத்தின் ஆதின் ஆக்கிரமிப்பு வெறிக்கு எதிராக உண்ணாவிரதம் இருந்து மரணம் அடைந்த அன்னை பூபதி முதல் போர்க்களத்தில் மரணம் அடைந்த பெண்போராளிகள் வரை தமது உயிரை ஏராளமான பெண்கள் அர்பணித்துள்ளனர். அண்மையில் நடைபெற்ற தேசியவிடுதலைப் போராட்டம் வரையிலும் தம்மை இணைத்துக் கொண்டு போராடிய பெண் போராளிகள் பலரும் மடிந்து போயுள்ளனர். 1983-இல் உச்சத்தை அடைந்த இலங்கை இனக்கலவரமும், அதன் தொடர்ச்சியாக இலங்கையில் நடை-

பெற்று வரும் தமிழினத்துக்கு எதிரான அரச அடக்குமுறையும், அதன் விளைவான ஆயுதப் போராட்டமும் பெண்களின் வாழ்வியலை பலநிலைகளிலும் துன்பத்திற்குள்ளாக்கி இருக்கிறது. இத்தகு பிரச்சினைகளுக்கு ஈடுகொடுக்க முடியாமல் நாட்டை விட்டு வெளிநாடுகளுக்கு புகலிடம் தேடிவந்த பெண்களுக்கு தாய்மண் சூழலில் மறுக்கப்பட்ட உணர்வுகள், புகலிடச் சூழல் சுதந்திரமாக வெளிப்படுத்துவதற்கான வாய்ப்பைத் தந்துள்ளது. தாய்நாட்டின் இனப்போராட்டச் சூழல், அது தந்த இழப்பு இந்திய இராணுவத்தின் கொடுமைகள், உள்நாட்டு இடம்பெயர்வுகள், இவற்றால் அதிகமாகப் பாதிக்கப்படும் பெண்களின் நிலை, போரை எதிர்கொள்ளும் மனநிலை என இப்பாடுபொருள் நீண்டு செல்வதைக் காணமுடிகிறது. ஈழத்துப் பெண்களால் பேசப்படும், படைக்கப்படும் பெண்ணிய இலக்கியம் எவ்விதமான மேற்கத்திய கோட்பாடுகளின் தாக்கமும் இன்றி உண்மையான பெண்விடுதலையைப் பேசுவதாக இருப்பதற்கு காரணம் போரின் வலியை உணர்ந்த அவர்களின் அனுபவமே படைப்பாக வெளிப்படுவதாலேயே ஆகும். இதனாலேயே புகலிட ஈழத்துப் பெண் கவிஞர்களின் கவிதைகள் தனித்த கவனம் பெறுகின்றன. இலங்கை இராணுவத்தின் வக்கிரமான செயற்பாடுகளை வெளிப்படுத்தியதன் மூலம் பெரிய அளவில் அதிர்வலையை ஏற்படுத்தியது. கலாவின் `கோணேஸ்வரிகள்' என்ற கவிதை தமிழ்ப்பெண்களே இந்தத் தீவின் சமாதானத்திற்காக எதாவது செய்யவேண்டுமென்று நினைத்தால், உடைகளை கழற்றி நிர்வாணப்படுத்திக் கொள்ளுங்கள். என் தாயே நீயும் தான், சமாதானத்திற்காய் போராடும் புத்தரின் வழிவந்தவர்களுக்காய் உங்கள் யோனிதையத் திறவுங்கள், அவர்களின் வக்கிரங்களைத் தீர்த்துக்கொள்ளப்படும்.

''வீரர்களே வாருங்கள்
உங்கள் வக்கிரங்களைத்
தீர்த்துக் கொள்ளுங்கள்
என் பின்னால் என் பள்ளித் தங்கையும் உள்ளாள்
தீர்ந்ததா எல்லாம்
அவ்வளவோடு நின்றுவிடாதீர்கள்
எங்கள் யோனிகளின் ஊடே
நாளைய சந்ததி துளிர்விடக் கூடும்
ஆகவே, வெடிவைத்தே சிதறடியுங்கள்
இனிமேல் எம்மினம் துளிர்விடாதபடி
சிங்கள சகோதரிகளே
உங்கள் யோனிக்கு இப்போது வேலையில்லை''

இவ்வாறே போர்க்களத்தில் ஒவ்வொரு வீரனிடமும், எதிரியின் தாயை, தாரத்தைத மகளைப் புணரும் விலங்கு மனம் வார்த்தெடுக்கப்பட்டுள்ளது. சிங்கள இராணுவம் இறந்த பெண்ணுடல் மீதான தங்களது பாலியல் வக்கிரங்களைக் கொட்டித்தீர்க்கும் இராணுவமாக அம்பபப்பட்டிருக்கிறது. அதுமட்டுமல்ல பாலியல் வல்லுறவு செய்து விட்டு பெண்ணின் பிறப்புறுப்பில் கிரானைட் வைத்துக் கொலை செய்த காட்டுமிராண்டி இராணுவமாகவும் வெளிப்பட்டிருப்பதை இக்கவிதை வரிகள் வெளிப்படுத்துகின்றன. (கர்ப்பிணிப் பெண்களை பாலியல் கொடுமைகளுக்கு உள்ளாக்கிய இராணுவமாகவும்) மன்னம்பேரியை நிர்வாணமாக்கி வீதிவீதியாக இழுத்துச் சென்று, பாலியல் சித்ரவதை செய்து, பின் கொலை செய்த வரலாற்று

நிகழ்வு இலங்கை இராணுவத்தையே சாரும்.

மணிப்பூர் மாநிலத்தின் பெண்கள் இந்திய இராணுவத்தினால் படுகொலை செய்யப்பட்ட மனோரமாவின் படுகொலைக்குப் பின் இந்திய இராணுவத்தை எதிர்த்து நிர்வாணத்தையே ஆயுதமாக ஏந்தி இந்திய இராணுவத்தின் வெறிச்செயல்களை அம்பலப்படுத்தினர். இதே அனுபவத்தையே கலாவின் `கோடுணஸ்வரிகள், கவிதையிலும் நம்மால் காணமுடிகிறது. புற-நானூற்றுத் தாயின் வீரத்தை பெருமிதமாகச் சொல்லி ஆண்படைப்பாளர்கள் பேற்ப்பரணி எழுதியுள்ளனர். கலாவின் `விதைத்தவைகள்' என்ற தலைப்பிலான கவிதை இன்றைய போர்முனையிலிருக்கும் ஒரு தாயின் வலியைக் கூறுவதாக அமைந்துள்ளது. கசாப்புக் கடைக்காரனின் வாசலில் காத்திருக்கும் ஆடுகளைப் போலக் காத்திருக்கிறோம். நம்மையே பலிகொண்டு ஒரு தேவதையின் ஆட்சியை நிலைநிறுத்துவதாகச் சொல்லுவதை நம்ப வேண்டாம்.

"ஆனால் என் தாய்
மண்டியிட்டுக் கதறுகிறாள்
சிதறுண்டு போன
உடலங்களையாவது
தன்னிடம் தரும்படி
அவள் அழுது புலம்புகிறாள்.
இரத்தத்தில் குளித்து
பிய்ந்து போய் இருக்கும்
உடல்களின் மென் நெற்றி
பொட்டுகளில்முத்தமிட்டு
புதைகுழியில் மூடுவதற்காய்.

இப்போதும் மடுமாதா தன்
வயிற்றிலும் மார்பிலும்
அடித்துக் கதறுகிறாள்.
அந்த 38 பேரின் சாட்சியாக
அவள் உள்ளாள்.

நீங்கள் என் தாயின்
வயிற்றில் விதைத்தவைகள்
அவள் கால்களுக்கிடையால்
இரத்தமாய் கொட்டும்
அப்போது நீங்கள்
அதிர்ச்சியடைய வேண்டாம்"

தாய்நிலம் தன் பெண்களின் உயிர்குடிக்கும் எமனாகிவிட்டதையும், தமிழ்ப்பெண்களை ஈனப்பிறவியாய் நடத்தும் பேரினவாதிகளின் இழிசெயலையும், அவர்களின் கொலைவெறிச் செயலையும் துக்கம் கலந்த குரலில் வெளிப்படுத்தியிருக்கிறார். இந்நிலையில் உலக அளவில் யுத்தம் பெண்கள் மீது திணித்திருக்கும் அநீதியைப் பின்வரும் புள்ளிவிபரம் தெரி-விக்கின்றது.

*"யுத்தத்தினால் இடம்பெயர்ந்தவர்களில் பெண்களும், சிறுவர்களுமே அதிகளவு இருக்கிறார்கள். யுத்தம் இடம் பெறும் பகுதிகளில் இருந்து பெண்கள் மற்றும் சிறுமிகள் கடத்திச் செல்லப்படுவது 85 சதவீதமாக இருக்கின்றது.

*கொங்கோவின் உள்நாட்டுப் போரில் யுவிரா பிரதேசத்தில் 2002 ஆம் ஆண்டில் நாளொன்றுக்கு 40 பெண்கள் வீதம் பாலியல் வல்லுறவுக்கு உட்படுத்தப்பட்டிருக்கிறார்கள்.

*உகாண்டாவில் 1994இல் இடம்பெற்ற பாரிய இனச்சுத்திகரிப்பு நடவடிக்கைகளில் 250000 முதல் 500,000 வரையான பெண்கள் பாலியல் வல்லுறவுக்கு உட்படுத்தப்பட்டிருக்கிறார்கள்.

*சியராலியோனில் இடம்பெயர்ந்த பெண்கள் 94 சதவீதத்தினர் பாலியல் பலாத்காரத்துக்கு உட்படுத்தப்பட்டிருக்கிறார்கள்.

*ஈராக்கில் 2003-இல் இடம்பெற்ற யுத்தத்தின் போதும், அதன் பின்னரும் பெண்களும் சிறுமிகளுமாகக் குறைந்தது 400 பெண்கள் பாலியல் வல்லுறவுக்கு உட்படுத்தப்பட்டிருக்கிறார்கள். அவ்வாறு வல்லுறவுக்கு உட்படுத்தப்பட்ட சிறுமிகளில் 8வயது நிரம்பிய சிறுமிகளும் அநேகம்.

*கொசோவாவில் 30 முதல் 50 சதவீதம் வரையான பெண்கள் சேர்பிய இராணுவத்தினரால் பாலியல் வல்லுறவுக்கு உட்படுத்தப்பட்டனர்.

இவ்வாறாக போர்க் காலங்களில் எதிரித் தரப்பின் பெண்கள் இராணுவப் படையினருக்கு விருந்தாக ஆக்கப்படுவதும், பலருக்கான பாலியல் போகப் பொருளாக, பாலுறவு இயந்திரமாக ஆக்கப்படுவதும், உலகம் முழுவதிலும் நடைபெற்ற அனைத்துப் போரிலும் தெரிய வருகிறது. இதைப் போலவே அண்மையில் முடிவுற்ற இலங்கைப் பேரிலும் பெண்கள் மீது வன்மம் திணிக்கப்பட்டுள்ளது பின்வரும் செய்திகள் உறுதிசெய்கின்றன.

இலங்கை வாழும் தமிழர்களை முற்றாக அழிக்கும் இனவெறி நடவடிக்கைகளை மேற்கொண்ட சிங்கள அரசு போரினால் மட்டும் இன்றி பல்வேறு வழிகளிலும் தமிழ் இனத்தின் வளர்ச்சியை முடக்கியது. இலங்கையில் போர் நடைபெற்ற வன்னிப் பகுதியில் இருந்து வெளியேறி வவுனியாவுக்கு வந்த கருவுற்றிருந்த தமிழ் பெண்களின் கருக்களை கலைக்குமாறு சிங்கள இராணுவ அதிகாரிகளால் வவுனியா மருத்துவமனை அதிகாரிகளுக்கு உத்தரவிடப்பட்டது. இது தமிழர்களின் வருங்கால சந்ததியினரும் இலங்கையில் இருக்கக்கூடாது என்பதற்காக திட்டமிட்ட நடவடிக்கையாகும். மேலும் அது ஒரு இனத்தை கருவிலேயே அழித்தொழிக்கும் செயலுமாகும். இத்தகு கொடுமையான மனிதகுலச் சீரழிவையே தன் கவிதைகளின் சுட்டுகிறார் ஆஸ்திரேலியாவில் இருந்து கவிதை எழுதி வருகின்ற பாமதி. அவருடைய `சமாதானம்' என்ற தலைப்பிலான கவிதை பின்வருமாறு,

"சமாதானப் பறவைகளே
உங்கள் இறக்கைகள்
எம் மக்களுக்காய வலுப்பெற வேண்டும்.
விடியாத அகதி முகாமில்
காத்திருக்கும் சிறுவர்களைப் பார்
கூட்டுப் புழுக்களானார்கள் பார்
....
உடைமைகளையும் குழந்தைகளையும்

தொலைத்துவிட்டுச்
சமாதிகளுக்கு முன் வாய்பொத்தி அழும்
தாயுடன் நீ பேசு!
சமாதானத்தின் தேவை பற்றி
ஊதியத்திற்காய் விடை பெற்றான்
சடலமாய் ஒப்படைக்கப்பட்டான்
அங்கே தலை அடித்து அழும்
அந்தச் சிங்களத் தாயுடன் நீ பேசு!
எங்கள் மண்ணில்
குதறப்பட்டுக் கிடக்கும்
இயற்கையின் பாடலைக்கேள்
அது பேசும்

யுத்தபூமியில் சமாதானத்தின் தேவை பற்றி பார்க்குமிடமெல்லாம் மனித உயிர்கள் அழிக்கப்படுகையில், மனிதநேயமே இப்பூமியில் தொலைந்து விட்டதாக எண்ணிய படைப்புமனம் அமைதி பற்றியும், அமைதியின் தேவை பற்றியும் வலியுறுத்திப் பேசுகிறது. `யுத்தத்தால் தொலைந்தோம்' என்ற தலைப்பிலான பாமதியின் கவிதை போரினால் சீரழிந்து கொண்டிருந்த தமிழ்ச் சமுதாயத்தினை அடையாளம் காட்டுகிறது.

“மழலைகளையும் முட்களையும் ஒன்றாகப் புதைத்து
மூடிய குப்பை மேடுகளுடன்
என் தேசம் பிணக்காடாகும்
நானை மனிதர்கள் நடக்கவுள்ள தெருக்களில்
தேசியக் கொடிகள் மட்டுமே மிஞ்சிக் கிடக்கும்
ஆயிரக் கணக்கான இந்தச் சமாதிகளிடமா
விடுதலையைக் கொண்டாட முடியும்?
விட்டு வையுங்கள்
யாராவது ஒரு மனிதனையாவது விட்டு வையுங்கள்
யுத்தத்தால் அடிந்து போன எனது மண்ணையற்றி
எழுதக் குருதி நிரம்பிய பேனாவையும்
மனித நேயத்தை
உணர்த்த விட்டுவையுங்கள்

என்பதாக அமைந்துள்ள வரிகள் போரைத் தமிழ் மக்கள் மீது திணித்தவர்களின் மீதான கோபத்தின் வெளிப்பாடாக அமைந்துள்ளது.

“உனது வாழ்வு இனம் மதம் பால்'
அடிப்படையின் கீழ்
இக்கணத்தில் இருந்து நிர்ணயிருக்கப்படும்
உன் காலங்கள்
அக முகாம்களிலோ
ஆயுதங்களுடன் பயிற்சி முகாம்களிலோ?

நாங்கள் வாழ்வதற்கான அர்த்தத்தைத்
தொலைத்துப் பல நாட்கள் ஆகின்றன
எங்களிடம் பகிர்ந்து கொள்ள நம்பிக்கைகளோ
வசந்தங்களோ இல்லை
நீ உறங்கிக் கொண்டிருக்கும்
இப்பரப்பில்
எக்கணமும் குண்டுகள் வீசப்படலாம் என்பதே
இப்போதெல்லாம் உண்மை''

என்று ஈழத்தில் பரிதவித்துக் கொண்டிருக்கும் எத்தனையோ ஆயிரம் தாய்மார்களின் உள்ளக்குமுறலை, பதட்டத்தை இக்கவிதை வெளிப்படுத்தியுள்ளது.

தெருவில் போகும் ஒவ்வொரு பெண்ணையும், இச்சையான பார்வையுடன் அலையும் ஆண்களை, நாய்மாதிரி வாலை ஆட்டிக்கொண்டு பெண்களின் பின்னhல் சுற்றுபபன், இரத்த வெறியுடன் அலையும் ஓநாய் போன்றவன் என்று பல வகைகளாக பிரித்துக் காட்டு-கிறது. ஆழியாளின் `மன்னம்பேரிகள்' என்ற கவிதை. இக்கவிதையில் வரும் பெண்ணுக்கு தெருவில் உலாவும் தன்னைத் துரத்தும் மிருகங்களைக் கண்டவுடன் மன்னம்மேரியையும், கோணேஸ்வரியையும் துரத்திய மிருகங்கள் நினைவுக்கு வருகிறது.

"காலைப் பொழுதுகள் பலவற்றில்
வீதி வேலி ஓரங்களில்
நாற்சந்திச் சந்தைகளில்
பிரயாணங்கள் பலவற்றில் கண்டிருக்கிறேன்..........
அதன் கண்கள்
நான் அறியாததோர்
மிருகத்தின் கண்களைப் பறைசாற்றிற்று
அவற்றின் பாலைத்தாகம்
அறியாப் பாஷையை
எனக்குள் உணர்த்திற்று
அழகிய மன்னம் பேரிக்கும்
அவள் கோணேஸ்வரிக்கும்
புரிந்த வன்மொழியாகத்தான்
இது இருக்குமென
அவதியாய் எட்டிக் கடந்து போனேன்''

(கவிதையில் வருகிற மன்னம் பேரி (22), 1971 ஏப்ரல் 16இல் படையினரால் கைது செய்யப்பட்டுப் பாலியல் வன்முறைக்கு உள்ளாக்கப்பட்டுக் கொல்லப்பட்டவர் என்கிற குறிப்-பையும், கோணேஸ்வரி (33) அம்பாறைசென்றல் கேம்ப்-1 ஆம் காலனியைச் சேர்ந்தவள். 1997 மே 17ஆம் நாள் இரவு படையினர் பாலியல் வல்லுறவுக்கு உள்ளாக்கியப் பின்னர் அவளின் பெண்உறுப்பில் கிரனைட் வைத்து வெடிக்கச் செய்துச் சென்றனர்.

போர் எந்த அளவிற்கு ஈழத்து பெண்களின் வாழ்வியலைப் பாதித்துள்ளது என்பதை சோகம் ததும்பவெளிப்படுத்துவதாக வறம்சவத்தினியின் `விசும்பும் வாழ்க்கை' என்ற தலைப்-

பிலான கவிதை அமைகின்றது.

"மண்ணில் வேர்விட முடியாத
வாழ்க்கை விசும்பிற்று
வேதனைப் புண்களைத் தின்றன
இழவு வீட்டுக்குள் எப்படிச் சோறாக்குவது?
என்பதைக் கற்றுக் கொண்டனர் மக்கள்
இடிவிழுந்த அதிர்வில்தான
இப்போ எல்லாம் நடக்கிறது
துலாக்களுக்கும் வளைகளுக்குமாக
வெட்டப்பட்ட நான்
பதுங்கு குழிகளுக்காகவுந்தான்
பிணங்கள் (அ) அரிசியை வேகவைப்பதற்கும்
கால காலத்துக்கும் சபிக்கப்பட்ட
ஒரு நிலத்தின் மனச்சாட்சியாக
நான் புலம்பிக் கொண்டிருக்கிறேன்"

போர்ச்சூழலில் தன் உடமைகளை இழந்து வெட்ட வெளியில் குடும்பம் நடத்தும் நிலையிலும், அடிப்படை வசதிகள் கூட இல்லாத அகதிகள் முகாம்களில் வாழும் நிலையில் பெண்கள் மிக மோசமான சூழலையே அனுபவிக்கக்கூடும். ஒரு பெண் வெட்டவெளியில் நின்று குடும்பம் நடத்துவது அவலமான பல பிரச்சினைகளைத் தோற்றுவிக்கும். இவ்வாறான ஒரு சூழலில்அதனை அனுபவித்தே ஆகவேண்டிய நிலையில் உள்ள அகதியாக்கப்பட்ட ஒரு பெண்ணின் அவலக்குரலாக இக்கவிதை ஒலிக்கிறது.

இவ்வாறில்லாமல் யுத்தங்கள் பலவற்றின் போது தனக்கும் தனது குடும்பத்தினருக்கும் அடிப்படைத் தேவைகளை நிறைவு செய்வதற்காக பெண் பாலியல் தொழிலில் தள்ளப்படுகிறாள். இலங்கை அநுராதபுரத்தில் இராணுவத்தனரை நம்பியே மிகப்பெரிய அளவில் பாலியல் விடுதிகள் நடத்தப்படுகின்றதாம். எல்லையோர கிராமங்களில் யுத்தத்தால் பாதிக்கப்பட்ட பெண்களும், கணவனை இழந்தப் பெண்களும் இதில் ஈடுபடுத்தப்பட்டனர். இவ்வாறான விடுதிகள் இராணுவ அதிகாரிகள் சிலரது சொந்த விடுதிகளாகவும் உள்ளதாக பெண்கள் அமைப்பின் அறிக்கைகள் பலவற்றில் சுட்டிக்காட்டப்பட்டுள்ளன.

இவ்வாறான வாழ்க்கை வாழ்கின்ற பெண்களின் வாழ்வியலுக்கு பாலியல் தொழிலில் ஈடுபடுத்தப்பட்டு உக்ரைனைச் சேர்ந்த 19வயது நிரம்பிய அகதிப் பெண் தமாராவின் கூற்றை இங்கே பதிவு செய்யலாம். இவள் இஸ்ரேலின் பழைய தலைநகரமான ரெரல அவின் மசாச் நிலையம் ஒன்றில் பணிபுரியும் பால்வினைத் தொழிலாளி.

"என்னால் முடிந்தாலும், நான் இப்போது திரும்பிப் போவேன் என்பதில் எனக்கு நிச்சயம் இல்லை. நான் அங்கு போய் என்ன செய்வேன்? ஒரு பாலுக்காக கியூவில் நிற்பது அல்லது எந்த கூலியுமற்று ஒரு தொழிற்சாலையில் வேலை செய்வது" இப்படியாக அவளுடைய கருத்துக்கள் வெளிப்படுகின்றன.

புகலிடப் படைப்பாளிகளில் முக்கியமான பெண் படைப்பாளியான லஷ்மி சொல்வதைப் போல, அமெரிக்காவில் செவ்விந்தியர்களுக்குப் பின், ஆப்பிரிக்காவில் நீக்ரோக்களுக்குப்-

பின், ஜெர்மனியில் யூதர்களுக்குப் பின், இன்னும் இன அழிப்புகளுக்குப்பின், இன்று பெண் இனத்திற்கு எதிரான மானிட அழிப்புகள் என்றும் இல்லாதவாறு மிகப்பெரிய பரிமாணத்தை அடைந்துள்ளது என்று கூறுவது நோக்கத்தக்கது. முடிவாக ஒரு பண்பாட்டின் மனச்சாட்சியாக அமைவது கலையும், இலக்கியமுமே என்ற வகையில் இன்றைய காலச்சூழலில், போருக்கு எதிரான குரலாகப் புகலிட ஈழத்துப் பெண்கவிஞர்களின் கவிதைகளை நோக்க முடிகிறது.

2. திருமாவளவன் கவிதைகள்:

முதுவேனில் பதிகம் (2013) தொகுதியை மையப்படுத்திய ஒரு பார்வை.

- கலாநிதி. நா. சுப்பிரமணியன்

(05-10-2013 அன்று ஸ்காபரோ ஸிவிக் சென்டர் மண்டபத்தில் திரு. க. நவம் அவர்களின் தலைமையில் நிகழ்ந்த கவிஞரின் முதுவேனில் பதிக அறிமுகவிழாவில் என்னால் நிகழ்த்தப்பட்ட உரையின் கட்டுரை வடிவம் இது. கவிஞர் நீண்டநாள்கள் வாழ்ந்து எமது நெஞ்சை நிறைவிப்பார் என்பதான ஆர்வத்துடன் மேற்படி உரை நிகழ்த்தப்பட்டது. அதனை-இன்று அவர் நம்மைப் பிரிந்துவிட்ட சோகச் சூழலில் அவரது நினைவைப் பதிவுசெய்யும் நோக்கில் வாசகர்கள் பார்வைக்கு முன்வைத்து எனது இதயபூர்வமான அஞ்சலியைச் செலுத்துகிறேன்.

தோற்றுவாய்: கனகசிங்கம் கருணாகரன் என்ற இயற்பெயர் தாங்கியவரான திருமாவளவன் அவர்கள் தமிழ்க் கலை இலக்கியத் துறைகளில் கடந்த ஏறத்தாழ இருபதாண்டுகளாக தொடர்ந்து இயங்கிவருபவர். பனிவயல் உழவு (2000)அஃதே இரவு அஃதே பகல் (2003)இருள்- யாழி (2008) மற்றும் முதுவேனில் பதிகம் (2013) ஆகிய தொகுதிகள் ஊடாக தமது கவித்துவ ஆளுமையை நமது கவனத்துக்கு இட்டுவந்துள்ள இவர், சேரன், சி.சிவசேகரம், வெங்கட்சாமிநாதன் , மோகனரங்கன், இராஜமார்த்தாண்டன் மற்றும் கருணாகரன் ஆகிய சமகால இலக்கிய வாதிகளால் தரமான ஒரு கவிஞராக அடையாளம் காட்டப்பட்டவருமாவார். கனடா இலக்கியத் தோட்டத்தின் கவிதைக்கான விருதை 2010இல் இருள் யாழி தொகுதிக்காக இவர் பெற்றுக்கொண்டவர். ஒரு படைப்பாளியாக மட்டுமன்றி இதழியலாளராகவும் நாடகக்கலைஞராகவும்கூடத் திகழ்பவரான திருமாவளவன் அவர்கள் (1995—1997காலப்பகுதியில்) கனடா எழுத்தாளர் இணையத்துக்குத் தலைமைதாங்கி அதனை வழிநடத்தியவருமாவார். இவ்வாறு கடந்த ஏறத்தாழ இருபதாண்டுகளாக கலை இலக்கியத் துறைகளில் செயற்பட்டுநிற்கும் திருமாவளவனின் 'கவித்துவப் ஆளுமை' தொடர்பான எனது அவதானிப்பு இங்கே முன்வைக்கப்படவுள்ளது. அவரது அண்மை வெளியீடாக இங்கு அறிமுகமாகும் 'முதுவேனில் பதிகம்' (2013) என்ற தொகுதியை முன்னிறுத்தி அமையும் இவ்வுரையானதுஅவரது ஒட்டுமொத்த கவித்துவப் பயணத்தையும் கருத்துட்கொண்டதாகும் .

1. கவிதையின் இயல்பும் திருமாவளவன் அதிற் கொண்டிருந்த ஈடுபாடும் தொடர்பாக...

கவிதை என்பது ஒரு மொழியின் உச்சநிலை வெளிப்பாடாகும். உரைநடையில் உணர்த்த முடியாததை உணர்த்தும் மனஉந்துதலின் விளைபொருளே கவிதையாகும். உரைநடை

பொருளை முன்னிறுத்துவது. கவிதை உணர்ச்சியை முன்னிறுத்துவது. மன ஆழத்தில் சொற்களுக்கு வசப்படாத நிலையில் உள்ள உணர்வுகளை இயன்றவரை சொற்களில் வசப்பட வைப்பதான முயற்சியே கவிதையாகிறது. இத்தொடர்பில், கவிதையின் தனித்தன்மை பற்றிய இன்னொரு அம்சமும் நமது கவனத்துக்கரியதாகும். கவிதை என்பது முற்றிலும் தனிமனிதப்பாங்கானது என்பதே அந்த அம்சமாகும். கவிதைக்குரிய இந்த அடிப்படைகளை உணர்ந்து தம்மை வெளிப்படுத்தி வரும் பல படைப்பாளிகளள் ஒருவராகவே திருமாவளவன் நமது பார்வை வட்டத்துள் வருகிறார். ஒரு கவிஞனாகத் திகழவேண்டும் என்ற ஒரு தாகம் கொண்டஒருவராக அவர் திகழ்வதை இத்தொகுதிகளின் சில கவிதைகள் வெளிப்படையாகவே உணர்த்திநிற்கின்றன.இத்தொடர்பில் குறிப்பாக, முதுவேனில் பதிகம் தொகுதியிலமைந்த மறுத்தல்- (ஒன்று) என்ற 13வது கவிதை கவனத்துக்குரியது. “நீ கவிதை கேட்கிறாய் •••எனத் தொடங்கும் இக்கவிதை அவரது கவிதை மீதான தாகத்தை உணர்த்துவது. அத்துடன் , அது (கவிதை) தனிமனித மனச்சான்றின் பிரதிபலிப்பே என்பதை அவர் உணர்ந்திருந்தமையையும் உணர்ததிவிடுகிறது.இதனை அக்கவிதையின்நிறைவுப்பகுதியிலமைந்தவையான ,

என் சொற்களையும்
குரலையும்
காலத்தின் கரங்களில் காவுகொடுத்ததன்
பிற்பாடு
எசமானனின் குரலில்பாட என்னால் முடியாது
வேண்டுமாயின்
சற்ற அழவிடு”

என்ற அடிகள் தெளிவுற உணரலாம்.

இவ்வாறு கவிதைத் தாகங்கொண்டவராக இயங்கிவரும் திருமாவளவன் அவர்களை; சமகாலத் தமிழ்க் கவிஞர் வரிசையில் குறிப்பாக, புலம்பெயர் படைப்பாளிகள் என்ற அடையாளத்துக்குள் வருபவர் என்பதை நாமனைவரும் அறிவோம். எனவே அந்த அடையாளத்துக்குள் அவரை மையப்படுத்தி நோக்குவதே மதிப்பீட்டுநொக்கில் வசதியான ஒன்றாகும்.

2. புலம்பெயர் இலக்கியத்தின் பரிமாணங்களும் திருமாவளவன் தந்துநிற்கும் தரிசனங்களும்

தமிழின் புலம்பெயர் இலக்கியம் என்பது ஈழத்தமிழிலக்கியத்தின் ஒரு நீட்சி என்பதே இன்றுவரையான நிலையாகும். தமிழ் இலக்கியப் பொதுப் பரப்பிலே புலம்பெயர் இலக்கியத்துக்குத் ஒரு தனி அடையாளம் உளது. தமிழக எழுத்துகளையும் உள்ளடக்கிய தான தமிழ் இலக்கியப் பொதுப் பரப்பானது சமூக- பொருளியல் ஏற்றத்தாழ்வு நிலைகள், பாலின ஆதிக்கம் மற்றும் தலைமுறை மாற்ற வேறுபாடுகள்சார் உணர்வம்சங்கள் முதலியன தொடர்பான பல்வேறு பிரச்சினைகளை உள்ளடக்கியதாகத் திகழ்வது வெளிப்படை. இவற்றை யெல்வாம் உள்ளடக்கி இவற்றின் மேலாக, சில தனி அடையாளங்களையும் கொண்டதாகத் திகழ்வதே புலம்பெயர்; இலக்கியம் ஆகும். குறித்த ஒரு வாழ்நிலம் சார்ந்த மக்கள் தம் இருப்பிடங்களை இழந்தும் உற்றார் உறவினர்களைப் பிரிந்தும் புதிய புகலிடங்களில் புதிய வாழ்வாதாரங்களை நாடுவதான ‘நெஞ்சு நடுக்குறும் பெருவலி’யே ‘புலம்பெயர் இலக்கிய’த்தின் தனி

அடையாளம் எனச் சுட்டலாம்.

வேரோடு பிடுங்கியெறியப்பட்ட நிலையில் முற்று முழுதான புதிய சூழலில்- புதிய நிலத்தில்- வேர்கொள்ள முயலும் பயிரொன்றின் வலிசுமந்த இதயத்துடிப்பின் பதிவு என்பதே புலம்பெயர்; இலக்கியம் என்பதற்கான பொது வரைவிலக்கணமாகக் கொள்வதே பொருந்தும். ஏறத்தாழ முப்பதாண்டுக்கால வரலாறுகொண்ட-1980களின் நடுப்பகுதியிலிருந்து தொடர்கின்றதான — இந்த இதயத்துடிப்புக்கு வரலாற்று நிலையிலான பல பரிமாணங்கள் உள.

போர்ச்சூழல்தந்த அதிர்வுகள் மற்றும் புலப்பெயர்வு சார்ந்த அலைவுகள்என்பனவாக வெளிப்பட்டவை, ஒருவகை.

அலைவுகளைத் தொடர்ந்து புகலிடங்களின் புதிய 'தட்ப-வெப்ப' நிலைகளுடனான சமூகபண்பாட்டுச் சூழல்களில் வாழ்க்கை வசதிகளைத் தேடிக்கொள்வதிலும் அதேவேளை தமக்குரிய அடையாளங்களைப் பேணிக்கொள்வதிலும் எதிர்கொண்ட உடல் மற்றும் மன உளைச்சல்கள், இன்னொரு வகை.

புதியசூழல்களில் காலூன்றி நிலைத்தபின்னரும் அச் சூழல்களின் பண்பர்டுநிலைகளில் ஒன்றிப் போய்விட முடியாதுள்ள- அதாவது புதிய தேசத்தின் குடிமக்களாக உணர்வுபூர்வமாக ஒன்றிவிடமுடியாததான — மனத்தடை,மற்றொரு வகை. 'நிலத்தால் பிரிந்தாலும் உணர்வால் பிரிவுபட முடியாதுள்ளதான நிலை'யே, இது. பழையநிலைக்கு மீளும் நோக்கும் இல்லை.(புலம்பெயர் தமிழரின் புதிய தலைமுறை அவ்வாறான மீட்சிக்கான வாய்ப்பை முதிய தலைமுறைக்கு வழங்கும் வாய்ப்பும் இல்லை). முதிய தலைமுறையால் புலம்பெயர் சூழல்கள்சார் அநுபவங்களோடு மனப்பூர்வமாக ஒன்றிவிடவும் முடிவதில்லை.

(இவ்வாறான முத்தள உணர்வுப் பரிமாணங்கள் சார்ந்தவை என்ற வகையில் மிகப் பெருந்தொகையான அக்கங்கள் எம்து பார்வைக்குக் கிடைத்துள்ளன. இவற்றுள் குறிப்பாகக் கவிதைகள் மற்றும் சிறுகதைகள்- ஆகியவற்றின் தொகையே அதிகமாகும்.)

மேற்படி வலிசுமந்த அநுபவபத்தளங்களுள் குறிப்பாக, மூன்றாவது தளநிலைசார் உணர்வுகளின் பலநிலைப் பரிமாணங்களையே திருமாவளவன் அவர்களின் கவிதைப்பரப்பின் மிகப் பெரும் பகுதி நமக்குக் காட்சிப்படுத்துகின்றது.

அவர் கனடாவில் வாழ்கிறார். ஆனால் புதிய தேசத்தின் குடிமக்களாக உணர்வுபூர்வமாக ஒன்றிவிடமுடியாததான மனத்தடைகொண்டவராக - அந்நியப்பட்டுநிற்பவராக வாழ்கிறார். அவ்வாழ்வை ஒரு இயந்திரப் பாங்கான இயக்கமாகவே அவர் தரிசிக்கிறார். (அவரால் புலம்பெயர்சூழலில் ஒன்றமுடியாமைக்கான முக்கியகாரணி இது) அதேவேளை பிரிந்துவந்த தாயக மண்ணின் போர்க்கால அவலங்கள் மற்றும் பண்;பாட்டு உணர்வுகள் சார்ந்த நினைவோட்டங்கள் அவரை வலிந்து இழுக்கின்றன. இந்த இழுப்புவிசைகளுக்கிடையிலே வாழும் கணத்தை நிறைவாக அநுபவித்துவிடல் என்ற எண்ணமும் அவரிடத்தில் அலையடிக்கிறது. இவ்வகையில் அவர்இயற்கையில் ஒன்றி அமைதிகாணவும் விழைகின்றார். மேலும் வாழ்வியல் மாற்றங்களை உணர்வு பூர்வமாக ஒப்புக்கொள்ளவும் அவர் முற்படுகிறார். இடையிடையே கனடியத் தமிழரின் சமூகவெளியிற் புலப்படும் முரண்பாட்டம்சங்கள் பற்றிய தமது விமர்சனங்களையும் அவர் பதிவுசெய்கிறார். இவற்றுடன் அவ்வப்போது எதிர்காலத் தலைமுறை பற்றிய அவரது நம்பிக்கை ஒளியும் சில கவிதைகளில் பளிச்சிடுகிறது. இவைதவிர பாலுறவுசார் இன்ப நாட்டம்,காதல் மற்றும் அறவுணர்வு முதலியன சார்ந்த மானுடத்தின்

பொதுவான மன அசைவுகளையும் கூட இவரது கவிதைப்பரப்பில் தரிசிக்க முடிகின்றது.

பனிவயல் உழவு முதல் முதுவேனில் பதிகம் வரையான கவிதைப்பயணத்திலே திருமாவளவன் அவர்கள் நமக்குத் தரும் தரிசனங்களின் வகைமைகளை இவ்வாறுதான் எம்மால் தொகுத்துக்கொள்ள முடிகின்றது. இவ்வாறான தரிசனங்களுள் அமைந்த சில உணர்வம்சங்கள் தொடர்பான சில விளக்கங்களை முன்வைப்பது அவசியமாகிறது.

2.1. கனடிய வாழ்வில் ஒன்றிவிடமுடியாத மனத்தடை

கனடிய வாழ்வில் ஒன்றிவிட முடியாது அவர் தவிப்பதையம் அவ்வாழ்வை ஒரு இயந்திரப் பாங்கான இயக்கமாக அவர் தரிசிப்பதையும் பலகவிதைகள் புலப்படுத்திநிற்கின்றன. பனிவயல் உழவு தொகுதியிலமைந்ததான இனி இன்னொரு தேசியன் (பக் 117-119) என்ற கவிதை இவ்வகையில் முக்கியமான ஒன்றாகும். கனடியக் குடிமகனாக உறுதியுரை எடுத்த நிகழ்வை நினைவில் மீட்கும் இக்கவிதை அக்குடியுரிமை நிகழ்வை ஒரு அடிமை வாழ்வுநிலைக்கான சடங்காகத் தரிசிப்பது. பாரதக்கதையிலே சூதாட்டத்தில் உடைமைகளனைத்தையும் இழந்து வனம்புகுந்த தருமனாக அவர் தன்னை அடையாளப்படுத்திக் கொள்கிறார். புதிய சூழலில் தான்பெற்ற குடியுரிமையை தன்தலைமீது இறுக்கப்பட்ட ஒரு ‘முள்முடி’யாக அவர் உணர்கிறார்.இக்கவிதையில்,

“எனக்காக
எனக்குப்பின் எழுகின்ற
ஏழேழு தலைமுறைக்காக
என்தலையில்
முள்முடி இறுக்கப்படுகின்றது”

எனவரும் அடிகள் ‘தான்விரும்பாமலே தம்மீது திணிக்கப்பட்ட ஒரு நிலையாக’வே அப்புதியதேசியத்தை அவர் உணர்ந்தமையை உணர்த்துவன. மேலும் இந்நிலைமையை ஒரு அடிமைநிலையாகவே அவர் கருதிநின்றமையையும் இக்கவிதை சுட்டியமைகிறது

“முந்நூறாண்டுகள்
உழுதோம்
எங்கள் நிலத்தை அவர்க்கு.
இனியும்
உழுவோம்
அவர்கள் நிலத்தை அவர்க்கே.

எனவரும் அடிகள் இதற்குச்சான்று. இங்கே அவர்கள் என்பது ஈழத்தை அடக்கியாண்ட ஐரோப்பிய சமூகத்தினரைக் குறிப்பதாகவே தெரிகிறது. இதற்கு மேலதிக விளக்கம் தேவை என நான் கருதவில்லை.

திருமாவளவன் புலப்படுத்திநிற்கும் இவ்வாறான ‘ஒன்றிவிட முடியாத உணர்வுநிலை’யானது புகலிடச் சூழல்களில் புதிதாகக்குடியேறிய பலருக்கும் ஏற்பட்டிருக்கக்கூடிய ஒன்றுதான். எனினும் நாளடைவில் அது படிப்படியாக மாறியிருக்கக்கூடியதே. எனினும் திருமாவளவன் பதிவுகளில் அம் மாற்றத்திற்;கான சான்றுகள் தெளிவான வகையில் புலப்பட்டில என்பது இங்கு பதிவுசெய்யப்படவேண்டிய எனது முக்கிய அவதானிப்பாகும்.

அவரது இந்த ஒன்றாத உணர்வுநிலை தொடர்வதற்கு இந்த மண்ணின் உழைப்புநிலை ஒரு காரணியாக அமைந்துளது என்பதை வதை அவரது கவிதைகள் பல உணர்த்தியமை-கின்றன. குடும்பத் தேவைகளை நிறைவுசெய்வதற்கான தொழில்சார் தொடர்புகள் கனடியச் சூழலின் குடும்பவாழ்க்கையின் மகிழ்ச்சிசார் அம்சங்களை வற்றவைத்துவிடுகின்றன என்ப-தையும் அதனால் அவ்வாழவியலானது இயந்திரப்பாங்கானதாக மாறிவிடுகின்றது என்பதை-யும் அவரது கவிதைமனம்; எமது கவனத்துக் முன்வைக்கிறது. மீண்டும் மீண்டும பலமுறை இது நமது கவனத்தை ஈர்ப்பதைக்காணலாம். சான்றுகளாக குறிப்பாக செக்குமாடு, கூதல் தேசக் கறவை, பந்தயம்,காலை (அஃதே இரவு அஃதே பகல்- .பக்..11-13, 38-41, 55-57, 62-63) முதலியவற்றைச் சுட்டலாம.;

வசதிகள் பலவற்றுடன் கூடிய பெரிய வீடுகளில் வாழ முடிந்தாலும் அவ்வாழ்க்கையை அநுபவிப்பதற்கு வாய்ப்பின்றி இரவுபகல் பாராது ஒடியோடி உழைக்கவேண்டியுள்ள நிலையை செக்குமாடு கவிதை காட்சிப்படுத்துகிறது. அத் தலைப்பே பலசெய்திகளை உணர்த்திவிடு-கின்றமை வெளிப்படை.

“ ....

பேரிரைச்சலுடன் உருளும் உலகில்
எந்திரமாய் உழல்கிறேன்
காதலி பதித்த முத்தங்கூட
உலர்ந்து கிடக்கிறது
இந்தக் கவிதையில்
ஒரு துளி உயிர்ப்பை ஒட்டிவைக்க
முயன்று தோற்றுப் போகிறேன்.
..........”

எனவரும் கூதல் தேசக் கறவை கவிதை அடிகள்(அஃதே இரவு அஃதே பகல்-ப.39) உணரத்;தும் செய்திகளுக்கு விளக்கம் தேவை என நான் கருதவில்லை.

2.2 தாயக நினைவுகளின் சுமையும் அறச் சீற்றமும்

புதிய தேசத்தின் குடிமக்களாக உணர்வுபூர்வமாக ஒன்றிவிடமுடியாததான — மனத்தடைக்-கான முக்கிய காரணிகளள் ஒன்றாக ‘நிலத்தால் பிரிந்தாலும் உணர்வால் பிரிவுபட முடி-யாதுள்ளதான ‘தாயக உணர்வு நிலை’ என்பதனை முன்னரே நோக்கினோம். இத் தாயக உணர்வானது சின்னஞ்சிறு வயதுமுதல் வாழ்ந்து பழகிய மண்மீதும் அதன் பண்பாட்டுக்கூ-றுகள் மற்றும் சமூக வழக்காறுகள் முதலியவை மீதான பற்றாக வெளிப்படுவதாகும். இவ்-வகையில் திருமாவளவன் அவர்கள் தான் வாழ்ந்து சிறந்த தாயகத்தின் வடபுலக் கிராமச் சூழலொன்றுக்கு பலமுறை நம்மை இட்டுச்செல்கிறார். பனிவயல் உழவு தொகுதியிலிடம்-பெற்ற மழை: (92-95) வேள்வி-(105) அஃதே இரவு அஃதே பகல் தொகுதியிலிடம்பெற்ற ஈரம் முதலிய பல கவிதைகள் இவ்வகையிற் குறிப்பிடத்தக்கன. இவ்வகை நினைவு மீட்பு முயற்சிகளுக்குச்ஒரு சான்றாக இங்கு ஈரம் கவிதையின் சில பகுதிகளைச் சுட்ட விழைகின்-றேன்.

"இன்னும் இருக்கிறது
எங்கள் ஊர்.
தாழம்பூ மணங்கமழ
இதழ் பரப்பி
றங்குப்பெட்டியுள் பத்திரப்படுத்திய
அம்மாவின் கூறைச் சேலையைப் போலும்

எனத்தமது கிராமத்தின் இருப்பை உணர்த்தத் தொடங்கிய இக்கவிதை,

•••••••..
சங்கக்கடையின் ஒற்றைக்கதவு
திறந்தபடி
காற்றோடு பறைகிறது
முற்றத்து முருங்கையில்
உலாந்தாக்காய் நெற்றாகித் தொங்குகிறது
வீணில்
வேலியோரப் பூவரசெல்லாம்
பூத்துச் சொரிகிறது
தன்னாரவாரம்
கொத்தியாலடிச் சுடலை மடச் சுவரில்
கிள்ளிப்பிடிக்க இடமிலா தளவுக்கு
கரித்துண்டால் நிறைத்துவைத்த
தோற்றம்- மறைவுக் குறிப்புகள்
ஆனாலும்
ஆனி பன்னிரண்டு 1990ற்;குப்பின்
எவர் குறிப்பும் இல்லை" (அஃதே இரவு அஃதே பகல்- பக் 81-84)

என நிறைவடைகிறது. திருமாவளவன் தரும் இத் தரிசனம் ஈழத்து வடபுலத்தின் ஒரு கிராமத்தின் இருப்பு மட்டும் அல்ல என்பதை எம்மால் உணரமுடிகிறது. ஒரு வரலாற்றுச் சான்று எனத்தக்கவகையில் ஆண்டுக்குறிப்பையும் இது தந்துள்ளமை கவனத்திற் கொள்ளப்-படவேண்டியதாகும் .

திருமாவளவன் அவர்கள் முதுவேனில் காலம் என்ற தொகுதிக்கு வருத்தலைவிளான் கிரா-மத்தின் மருதமரத்தையே 'காப்பு' என்ற தலைப்பில் காவலாக நிறுத்துகிறார் என்பதும் இங்கு பதிவுபெறவேண்டியதாகும்.

திருமாவளவனது தாயக நினைவுசார் கவிதைகளில் ஒரு முக்கியபகுதியின போர் அழி-வுகள் தொடர்பான — குறிப்பாக அதில் சிறுவர் பயன்பட்ட நிலை மீதான- கண்டனங்க-ளாக வெளிப்பட்டனவாகும். நாளைய தலைமுறையாக உருவாக வேண்டிய இளைய பரம்-பரை —அதாவது பச்சிளம் பாலகர்கள் சமூகம் — அநியாயமாகப் பலியிடப்படுகின்றதே என்பதான இயல்பான மன எழுச்சியின் வெளிப்பாடுகளாக அமைந்த கவிதைகள் இவை. சத்திரியம் நச்சுக்nhடி முல்லைத்தீவு , எச்சம் முதலிய பல கவிதைகள் இவ்வகையில் நமது கவனித்துக்குரியனவாகும். சான்றாக ணரு கவிதையின் சிலபகுதிகள்:

"....
அழு பெண்ணே அழு
உன் ஒப்பாரிப் பாடல்
ஏழு கடல் தாண்டி
எழுகிறது (வி)
என்செவியில்
....
கண் மூடி விழிக்கு முன்னெழுந்த
கணப்பொழுதுள் களத்துள் பாய்ந்து
வெடித்து சிதறி
காற்றில் கலந்துவிட்டான்
உன்பாலன்
......
வெடிவால் முளைக்கும் முன்னர்
அழைத்து
மூளை நீக்கி
கபாலத்தைக் கோதாக்கி
சலவையிட்டு;
துடைத்து
வெடிமருந்தை நிரப்பி
ஏவிவிடும் கலையும்
மாவிரம் செய்கின்ற
வல்லமையும்
வாய்த்திருக்கு
அவர்க்கு (எச்சம்- பனிவயல் உழவு பக்.20-21)

பூரண மனவளர்ச்சியடையும் முன்பே மூளைச்சலவை மூலம் போர்க்கோலத்துக்குத் தள்ளப்படட இளந்தலைமுறையினர் பலியாகிவந்த பரிதாபநிலைக்கான ஒரு பதிவு இது. இவ்வாறான கொடுமைகள தொடர்ந்துவந்த சூழலில் இவற்றை விமர்சிக்கும் அறச்சீற்றமாக வடிவுகொண்ட கவிதைகளாகவே மேற்சுட்டியவகையின வெளிப்பட்டன என்பது வெளிப்படை. அஃதே இரவு அஃதே பகல் தொகுதியிலமைந்த நிலம் என்ற தலைப்பிலான 5 வது கவிதை சிறுவர்; போராளிகளாக்கபப்படும் நடைமுறையைப் பனை மரத்தின் பாளை சீவிக் கள்ளிறக்கும் முயற்சியாக உருவகிக்கிறது.

".........
இப்பொழுதுங்கூட
பதம்பார்த்துக்
கசக்கியெடுத்து கசக்கியெடுத்து
காக்கிக்குள் புகுத்தி
சீவுகிறார்கள்

சின்னப் பொடியள் குரதியில்
வீறுகொண்டெழுகிறது வீரம்
.....'' (நிலம்- அஃதே இரவு அஃதே பகல்- ப. 17)

இத்தகு கவிதைகள் முக்கியத்துவம் யாதென்றால், 'இலக்கிய உலகினரிற் பெரும்பாலோர் கவனத்துட் கொள்ளாத — அல்லது கவனத்துட்கொண்டிருந்தாலும்கூட வெளிப்படையாகப் பேசமுற்பட்டிராத' — ஓர் அம்சத்தை இவை எடுத்துப்பேச முற்பட்டவை இவை என்பதாகும். இதற்கான முக்கிய காரணம் போராட்டத்தை மறுதலிப்பவர்களாகத் தாம் கணிக்கப்பட்டுவிடுவோமோ என்ற அச்சநிலையே வெளிப்படை.

இத்தகைய அச்சமின்றித் அக்காலப் போராட்ட அரசியலின் பிடிக்குள் அடங்காது தமது மனச்சான்றுகளை ஆரம்ப காலம் முதலே பதிவுசெய்துவந்தவர்கள் சிலரே.இச்சிலருள் முக்கியமான ஒருவராகக் கவிஞர் திருமாவளவன் திகழ்கிறார் என்பது இங்கு நமது கவனத்துக்குரியதாகும். (முக்கியமான மற்றொருவர் குமார் மூர்த்தி.அவருடைய முகம்தேடும் மனிதன் என்ற சிறுகதைத் தொகுதிக்குப பதிப்பாளர் குறிப்பு வழங்கிய காலம் இதழாசிரியர் செல்வம் அவர்கள் அதில் , ''அரசியலின் அசுரப் பிடியில் சிக்குண்டு அல்லலுறும் ஈழத்தமிழர் வாழ்வின் அவலங்களையும் கோரங்களையும் தனிமனித —குடும்ப-சமூகப் பின்புலங்களினூடாகவும் அவற்றின் உள்ளும் புறமுமான ஊடுபாவலின் மூலமாகவும்; குமார் மூர்த்தியவர்கள் வெளிப்படுத்தியுள்ளார்'' என்ற கணிப்பை பதிவுசெய்துள்ளார்).

திருமாவளவன் வெளிப்படுத்திய இந்த அறச்சீற்றத்துக்கு கவிஞர் சேரன் அவர்கள அங்கீகாரம் வழங்கியுள்ளார் என்பது இங்கு நமது கவனத்துக்குரியது பனிவயல் உழவு தொகுதியிலமைந்த அவரது முன்னுரையில் இதனை நோக்கலாம்.

''திருமாவளவனுடைய சில கவிதைகள் சில பலத்த சர்சசைக்குள்ளானவை. குறிப்பாக சத்திரியம் ,முல்லைத்தீவு நச்சுக்கொடி போன்றவை நமது சமகால அரசியலையும் யுத்தத்தையும் விமர்சிக்கின்றன.
(எனச்சுட்டி ,அதனையடுத்து இத்தொடர்பில் அரசியலாரும் ஊடகத்தினரும் அக்கறைகொள்ளா
திருந்த நிலையைச் சுட்டியபின்னர்,
''இந்தச்சூழலில் கவிதைக்கூடாக இத்தகைய விமர்சனங்களை எழுப்புகிற திருமாவளவன் மதிக்கப்படவேண்டியவர் எனவும்
அவர்,ஆவேசத்திலுங்கூட தமது அறிவுபூர்வமான அலசலை விலக்கிவிடவில்லை எனவும் குறிப்பிடுகிறார் (பனிவயல் உழவு ப. 7-8)

2.3 வாழும்கணம் பற்றிய உணர்வு

கனடிய வாழ்வின் இயந்திர இயக்கம் மற்றும் தாயகம் பற்றிய உணர்வுநிலைகளில்ன் இடையே தவிக்கும் கவிஞருக்கு வாழும்கணத்தை நிறைவாக வாழுதல் என்பதான உணர்வும் அவ்வப்பொழுது ஏற்படுகிறது. இவ்வகையில் குறிப்பாக மீன்குஞ்சுகளின் அவருடைய கவனத்துக்குவருகின்றன. இவ்வகையில் இரு கவிதைகள் நமது கவனத்துக்குரியன. ஒன்று கண்ணாடிச் தொட்டிக்குள் சகல உபசரிப்புகளோடும் சிறைப்பட்டிருக்கும் மீன் பற்றியது. இன்னொன்று நீர்நிலையொன்றிலே ஆபத்துகள் வரப்போவதை எதிர்பார்க்காமல் வாழும்கணத்தை

நிறைவாக வாழும் மீன்குஞ்சு பற்றியது.இவை முறையே, அஃதே இரவு அஃதே பகல் மற்றும் இருள்—யாழி ஆகிய இரு தொகுதிகளின் முதலாவது கவிதைகளாக இவை உள்ளன.

“சிறுதொட்டி
சுவர் நான்கும் கண்ணாடி
நஞ்சு நீக்கி வடிகட்டி நிரப்பிய நீர்
....
பதனிட்டுத் தயார் செய்யப்பட்ட உணவு
நேரம் தவறாத உபசரிப்பு
சொகுசுச் சிறைக்குள் ளிருந்து
தன்வாழ்வின் துயரைப் பாடுகிறது
மீன் குஞ்சு (இருப்பு -அஃதே இரவு அஃதே பகல் -ப.7)

“வெய்யில்
நீர்வற்றிக்கொண்டே போகிறது
....
தப்புத் தண்ணியில் அள்ளிப் போவதற்கு
பறியொடு காத்திருக்கிறான் செம்படவன்
நீரிடைத் துலங்கும் திட்டில்
ஓடும்மீன் ஓடி உறுமீன் வருமென
ஒற்றைக்காலில் தவங்கிடக்கிறது கொக்கு
எஎவ்வித சலனமுமின்றி
வாழுமிக் கணத்தை நீந்திச் சுகிக்கிறது
மீன் குஞ்;சு” (சுயம் -இருள்—யாழி-ப.11)

இருப்பு என்ற தலைப்பிலான முதலாவது கவிதை 'சொகுசுச் சிறை'யாகவும் சுயம் என்ற தலைப்பிலான இரண்டாவது கவிதை கவலையற்ற இயல்பான தன்னியக்க நிலையாகவும் உணர்த்தப்படுகின்றன. வாழ்க்கை பற்றிய கவிஞரின் நோக்குநிலைக்கான குறியீடுகளாக இம்மீன்குஞ்;சுகளை நாம் கருதமுடியமா? சொகுசுச் சிறை என்பதைப் புகலிடநிலையாகவும் ஆபத்துகளின் மத்தியிலும் வாழுங்கணத்தை நிறைவாக வாழுதல் என்பது தாயக நிலையாகவும் கவிஞர் காட்ட முற்படுகிறாரா? இவ் வினாக்கள் வாசகர்களின் முடிவுகளுக்கு முன்வைக்கப்படுகின்றன.

இருள்-யாழி தொகுதியில் 3வதாக இடம்பெற்றுள்ள மரம் என்ற தலைப்பிலான கவிதையிலே மேற்படி 'வாழும் கணம்'பற்றிய உணர்வானது துருவப் பனிச் சூழலின் இயற்கை நியதி பற்றிய பார்வையொன்றினூடாக முன்னிறுத்தப்படுகிறது.

“பனிப் படுகையின் மேல் விறைத்துப்
பிணமாகக் கிடந்தது
மரம்.
பனி உருகக் கிடைத்த சிறுதுளி வெப்பத்தில்
துளிர்க்க விரைகிறது இன்று.

இனியென்ன
பிஞ்சு விரல்களென முகையரும்பும்
மொட்டவிழும்
•••••••••
பழுக்கும்
சருகாய் உதிரும்
மீளப் பிணமாகும்
நாளைய உதிர்தல் தெரிந்தும்
இக்கணத்தில்
மகிழ்ந்து துளிர்க்க விரைகிறது
மரம் (இருள்-யாழி —ப.14)

திருமாவளவன் கவிதைகள் தொடர்பான பொது வான தரிசனம் இதுவரை இங்கு முன்வைக்கப்பட்டது. மேலே எம்மால் வகைப்படுத்தி நோக்கப்பட்ட அவர்கள் நமக்குத் தரும் அவரது தரிசனங்கள் அனைத்துக்குமான சான்றுகளை இங்கு எடுத்துக்காட்ட முடியமாயினும் இவ்வுரையின் கால அளவைக் கருத்துட்கொண்டு இம் முயற்சியைச் சுருக்கிக்கொள்கிறேன். இத்தொடர்பில் அடுத்ததாக இன்று அறிமுகமாகும் முதுவேனில் பருவம் தொகுதி தொடர்பான ஒரு சுருக்கக் குறிப்பைமட்டும் இங்கு பதிவுசெய்ய முற்படுகிறேன்.

3. முதுவேனிற்பருவம் பற்றிய ஒரு சுருக்கக் குறிப்பு

பொதுவாக ஏனைய தொகுதிகளிற் புலப்படும் திருமாவளவனது கவித்துவ ஆளுமையின் தொடர்ச்சியையும் வளர்ச்சியையும் இத்தொகுதியில் நாம் தரிசிக்கிறோம் எனக் கூறுவது பொதுவான விமர்சனமாகும். அதற்கு மேலாக இத்தொகுதியிற் புலப்படும் சிறப்புக் கூறுகளை எடுத்துப் பேசுவதற்கு இன்னும் கால அவகாசம் தேவை. எனவே உடனடியாக எனது கவனத்துக்கவந்த சில அம்சங்களை இங்கு உங்களுடன் பகிர்ந்துகொள்ள முற்படுகிறேன்.

முதுவேனிற்பருவம் தொகுதியில் இடம்பெற்ற கவிதைகள் 2008ஆம் ஆண்டுக்குப் பின்னர் எழுந்தவை. அவ்வகையில் ஈழத்தினல் போராட்டம் உக்கிரமாக நடைபெற்று ஒரு முடிவுக்கு வந்த காலகட்டம் சார்ந்த கவிதைகள் இவை என்பது இங்கு முதலிற் குறிப்பிடப்பட வேண்டிய செய்தியாகும். அப் போர்ச் சூழல் மற்றும் அது முடிவுக்கக் கொண்டுவரப்பட்ட முறைமை என்பன ஈழத் தமிழர் வாழும் அனைத்துப் புகலிடங்களிலும்சிந்தனை நிலையிலான பாரிய அதிர்வுகளை ஏற்படுத்தின. அவ்வதிர்வுகள் கலை,இலக்கியங்களிலும் பல பரிமாணங்களிற் பிரதிபலித்தன. திருமாவளவன் கவிதைகளிலும் அப்பிரதிபலிப்புகளை ஆழமாகவே உணரமுடிகிறது. கவிஞரின் பின்னுரைக் குறிப்பிலும் இந்த அதிர்வு தெரிகிறது.

இத் தொகுதியின் ஒருவகைக் கவிதைகள் மேற்சுட்டியவாறு யுத்தமுடிவின் அதிர்வுகள் சார்ந்தவை. குறிப்பாக ,கிளிநொச்சி, தோற்கடிக்கப்பட்ட நிலம், முள்ளிவாய்க்கால்-2009,மறுத்தல்- (இரண்டு) முதலிய கவிதைகளை; இவ்வகையிற் சுட்டலாம். போராட்டத்தின் முடிவை, பலகாலம் தொடர்ந்து பெய்த கொடிய மழையொன்று நிறைவுபெற்ற நிலையாக அவர் காண்கிறார்.

"•••.
மூன்று தசாப்தம் கொட்டிய கொடுமழை யின்

ஈரம்
பாறி வீழ்ந்த பெருமரங்கள்
கட்டடங்கள்
　இன்னும்
புதிதாக 'அரச'மரக்கன்றுகள்
அவற்றின் அடிகளிலெல்லாம் முளைவிட்டிருக்கிறது
வெள்ளைக் காளான்கள்
சிறிதும் பெரிதுமாய் ஒவ்வொன்றும்
புத்தன் வடிவம்
　எனச் செல்லும் இக்கவிதை,
　இனியும்வேண்டாம்
எமக்கோர் பெருமழை (முதுவேனில் காலம் — 19-20)
　என்று நிறைவடைகிறது.

யுத்தத்தை மையப்படுத்திச் சந்நதமாடும் மரணவியாபாரிகள் மீதான கவிஞரின் கொடும் சினத்தை மறுத்தல்- (இரண்டு) கவிதையில் உணரமுடிகின்றது. அதன் சில அடிகள் வருமாறு:

"——— ———- ——

தொலைவில் ஒரு தேவன் வருகிறான் என விளிக்கும்
ஒலிகளிடையில்
இருளை விழித்தபடி விழித்திருக்கிறேன்
விழி வற்றவில்லை .
—— ——- ——-

சாமியாடிச் சாமியாடிச் சந்நதம் அடங்க
பூசாரிகள்
எந்தத் தேவன் வருகைக்காக இன்னமும் கூவுகின்றனர்?
வியாபாரிகளே ஒழிந்து போங்கள்!
என் பாட்டன் உழுத நிலத்தில்
இனி
புற்களாவது முளைக்கட்டும்! (முதுவேனில் பதிகம் — பக். 30-31)

இக்கவிதைகள் உணர்த்தும் செய்திகளுக்கு விளக்கம் அவசியமில்லை.

இவ்வாறான யுத்தநிலை சார் அதிர்வுகளுக்கு அப்பால் இத்தொகுதியில் குறிப்பிடத்தக்கதாக வெளிப்பட்டுள்ள முக்கிய உணர்வம்சங்களிலொன்று அடுத்த பரம்பரை பற்றிய நம்பிக்கைச் சுடராகும். பின் மழைக்காலம் என்ற தலைப்பிலமைந்த கவிதையில் ஒரு மின்னல் தெறிப்பாக இது வெளிப்பட்டுள்ளது.

" அந்த சாய்கிறது
யன்னலினோரம் வெளியை வெறித்திருந்தேன்
…….

எனத் தொடங்கித் தொடரும் இக்கவிதை வாழ்வின் பெரும்பகுதியைக் கடந்துவிட்ட-நிலையில் விக்தியும் துயரும் மண்டியிருந்த ஒரு கட்டத்தை நினைவுக்கு இட்டுவருகிறது. அதன் தொடர்ச்சியாக ,

மனசு துயருறுமிக்கணத்தில்
விளக்கில் ஒளியூட்டி
தன் பிஞ்சு மகவைக் கைகளில் தருகிறாள்
என்மகள்
சிற புலனிக் குஞ்சென
மெல்லிதழ் நெளித்துப் பூக்கிறாள்
புன்னகை
நீளக் கொடிவிட்டு வீழ்கிறது
மின்னல் என்னுள் (முதுவேனில் பதிகம் — பக்.92-93)

எனச்சென்று நிறைவடைகிறது.

முதுவேனில் பதிகம் தொடர்பான எனது பார்வையை இத்துடன் நிறுத்தி, இவ்வுரையின் நிறைவான குறிப்பை இங்கு முன்வைக்கிறேன்

4. நிறைவுக் குறிப்பு

திருமாவளவனது கவிதைகள் தொடர்பான இப்பார்வையை நிறைவுசெய்யம் சந்தர்ப்பத்-தில் திறனாய்வு நிலைசார்ந்த மூன்று முக்கிய குறிப்புகளை இங்க முன்வைக்க விழை-கின்றேன் . ஒன்று இக்கவிதைகளின் ஆக்கநிலை-அதாவது அழகியல்- தொடர்பானது. இன்னொன்று இப்படைப்புகளைப் பண்பாட்டுப்பிரதியாகக் கொள்ளலாமா? என்ற வினாவை முன்னிறுத்திய விளக்கமாகும் என்பது தொடர்பானது. மற்றது அவர்பற்றிய கணிப்பு தொடர்-பானதாகும்.

கவிதையின் ஆக்கநிலை என்ற வகையில் வரிகளை அமைப்பதில் அவரிடம் ஒரு வளர்ச்சிப்போக்க காணப்படுகின்றதென திறனாய்வாளர் ராஜமார்தாண்டன் குறிப்பிடுகிறார். படிமங்களைக் கையாள்வதில் இவர் புலப்படுத்தியள்ள சிறப்பை திறனாய்வாளர் வெங்கட்சா-மிநாதன் விதந்துரைத்துள்ளார். (பார்க்க:இருள்யாளி பின்னிணைப்பு பக். 73-74,71) இத்-தொடர்பில் மேலும் விரிவான விளக்கங்களுக்கு இடமுண்டு. (இவ்வுரையில் அதற்கான நேரவாய்ப்பு இல்லை).

இக் கவிதையாக்கங்களை 'பண்பாட்டுப்பிரதிகள்' எனக் கொள்ள வாய்ப்புளதா? என்ற-வினா திறனாய்வு நோக்கில் அவசியமானது. குறித்த படைப்பானது அது எழுந்த காலத்தின் பண்பாட்டம்சங்கள் பற்றிய நிறைவான முக்கியகூறுகளையும் மதிப்பீடுகளையும் கொண்டதாக அமைந்துள்ள நிலையே 'பண்பாட்டுப்பிரதி' என்பதன் அர்த்தமாகும். இவ்வாறான கணிப்பா-னது படைப்பாளியின் சமூக-பண்பாட்டு நோக்கு மற்றும் சமூக இயங்குநிலைகள் சார்ந்தது. இக்கவிதைகள் அவருடைய சமூக ஈடுபாட்டையும் பண்பாட்டுநிலை உணர்வுகளையும் தெளிவாகவே உணர்த்திநிற்கின்றன. குறிப்பாகப் பல கவிதைகள் சமகால சமூகத்தின் மனச்-சான்றின் குரல்களாகவே வெளிப்பட்டுள்ளன. எனவே இக்கவிதைகளை 'பண்பாட்டுப்பிர-திகள்' என ஏற்றுக்கொள்வதில் தடையேதுமில்லை. இதனையே திருமாவளவன் அவர்கள் சமகாலத்தின் முக்கிய கவிஞர் என்பதான எனது மதிப்பீடாக முன்வைக்கிறேன்.

இம்மதிப்பீட்டிலே அவரது வரலாற்று இடத்தை உரியவாறு தீர்மானிப்பதற்கு அவர் புலப்படுத்திய உணர்வுப் பொருண்மைகள் சார்ந்தனவாகப் பிறகவிஞர்களின் தந்துள்ள ஆக்கங்களுடன் தொடர்புறுத்தி ஒப்புநோக்கவேண்டிய தேவை உளது. இது மிகவிரிவான தளத்திலான ஆய்வாகும். புலம்பெயர் சூழலின் தொழில்சார் வாழ்நிலையை இயந்திரப்பாங்கானதாக திருமாவளவன் கருதுகிறார் என்பதை மேலே நோக்கினோம். இத்தகைய பார்வை இவருடையது மட்டுமன்று வேறு பலரும் இவ்வகைப் பார்வைகளை வெள;வேறு வகைகளில் வெள;வேறு பரிமாணங்களில் வெளிப்படுத்தியிருப்பார்கள். குறிப்பாக, புலம்பெயர் கவிஞர்களிலொருவரான த.பாலகணேசன் என்பவர் தமது கவிதைகளில் இவ்வாறான பார்வையைப் பதிவுசெய்துள்ளார்.(பார்க்க: தா.பாலகணேசன் -வண்ணங்கள் கரைந்த வெளி -2004 -இயந்திரன்) திருமாவளவன் கவிதைகளில் பரதேசியின் பாடல் என்ற தலைப்பிலான ஒரு கவிதை உளது. புலம்பெயர் கவிஞர்களில் முக்கியமான மற்றொருவரான கி.பி. அரவிந்தன் அவர்கள் பரதேசிகளின் பாடல்கள்(2006)என்ற தலைப்பில் பலரது ஆக்கங்களைக் கொண்ட ஒரு கவிதைத் தொகுப்பை வெளியிட்டுள்ளார் என்பதையும் நாமறிவோம். இவ்வாறான பொதுமைகளை மையப்படுத்திய விரிவான ஒப்பியல் பார்வைக@டாகவே திருமாவளவனுடைய வரலாற்று இடத்தை நாம் உறுதிசெய்துகொள்வது சாத்தியமாகும். இவ்வகை முயற்சியானது தனிநிலையில் விரிவாகவும் ஆழமாகவும் மேற்கொள்ளப்படவேண்டியதொன்றாகும்.

திருமாவளவன் அவர்கள் மீதான முக்கிய கணிப்பு ‘துயர்சுமந்த கவிஞர்’ என்பதாகும் முதுவேனில் பதிகம் தொகுதிக்கமைந்த கருணாகரனுடைய கணிப்பு இதுவே. துயர்வெளிக் கவியின் வேரோடிய நிலம் என்பது அவர் தந்துள்ள தலைப்பு இதனையே உணர்த்துவது இக்கணிப்பிற்கு அவருடைய சுய பதிவுகளும் சான்றாவன.

“ எல்லாக் கவிதையின் மீதும் ஒரு ஆற்றின் போக்கென மெல்லிய துயரம் நகர்ந்தும் ஓடியும் குமுறியும் பாய்ந்தும் இருப்பது தெரிகிறது. என் வாழ்வே கவிதை என்பதில் இக்கண்ணீரைத் தவிர்க்க முடியவில்லை.”

(அஃதே இரவு அஃதே பகல் -திருமாவளவன் வாசிப்பு ப.121)

யிலும் இதே துயரமும் சலிப்புமாகவே அமைகிறது.

“ இந்த அவசர உலகில் வேறு எதிர்பார்ப்புகளுக்க இடம்வைக்கக்கூடாது.அதன் திசையில் ஓடிஅடங்கவேண்டியதேநியதி.இந்த மனவோட்டத்தின் வெளிப்பாடுதான் இந்தத் திரட்டு முழுவதிலும் அடங்கியிருக்கிறது. சலிப்பூட்டுகிற வாழ்வு . இக்கவிதைகளும் அப்படியே. எனவே மேலும் சலிப்பூட்ட இதற்கு ஒரு பின்னிணைப்பு தேவையா என்ற எண்ணம்; எழவேசெய்கிறது”

(முதுவேனில் பதிகம்- பின்னுரைப.107)

இக்கணிப்பு மாற்றப்பட வேண்டியது என்பதே ஒரு திறனாய்வாளன் என்றநிலையிலான எனது ஆலோசனையாகும்.புலப்பெயர்வு வாழ்வானதுவெறும் ‘பனிவயல்உழவு’மட்டுமன்று. அது தாயக வாழ்வு தொடர்பான பலகுறைபாடுகள் மற்றும் துன்ப-துயரங்கள் என்பவற்றினின்று நம்மை விடுவித்ததுமாகும் தலை தந்ததும் கூட. கவிஞர்கள் பொதுவாகக் கலைஞர்கள் சமூகயதார்த்தங்கள் சார்ந்த துன்பதுயரங்களைச் சுமப்பவர்கள மட்டும்; மட்டும்அல்ல. புதிய சூழல்சார் சமூகத்தின் உள்ளுறைந்திருக்கும் உயர் பண்புகளையும் நலன்களையும் அறவுணர்வுகளையும் வெளிக்கொணர்ந்து — திரைவிலக்கி உணரவைக்கவேண்டிய

பொறுப்புடையவர்களுங்கூட.

அ. மூடப்பட்ட சமுதாய உணர்வு நிலை.குறிப்பாக சாதிமுறை மற்றும் சீதனமுறைகள்

ஆ. கல்விசார் இலட்சியங்களின் வரையறைகள்-குறிப்பாக மருத்துவக் கல்வி மற்றும் பொறியியற் கல்வி என்பவற்றுக்கு மட்டும் முதன்மை தந்த மனோநிலை ஆகிய இவற்றையெல்லாம் கடக்கவைத்தமை புலப்பெயர்வு தந்த வாய்ப்பல்லவா. மேலும் பரந்த உலகநோக்கை முன்வைத்தமை, தாயகமண்ணில் பல்லாண்டுகள் உழைத்தாலும் அடைய முடியாத வீட்டுவசதி மற்றும் வாகன வசதிகள், பலநூல்களை அனைத்துலகத் தரத்தில் உயர் கட்டமைப்பில் வெளியிடக்கூடிய வாய்ப்புகள் வசதிகள் முதலிய இவை யாவும் புதிய புகலிடச் சூழல்களின் பேறுகள் அல்லவா? இவற்றையெல்லாம் உணர்வில் இருத்தி கனடாவை நேசிக்கும் கவிஞனாகவும் திருமாவளவன் மலரவேண்டும். (இரண்டு ஆண்டுகளின் முன் நான் அவரிடம் நட்புரிமையுடன் முன்வைத்த அன்புக் கோரிக்கை இது. இவ்வளவு விரைவில் அவர் எம்மைப் பிரிந்து விடுவார் என்பதை அறிவேனா! விண்ணிலிருக்கும் அந்த அன்புக் கவிஞருக்கு எனது அஞ்சலியைத் தெரிவித்துக்கொள்கிறேன்.)

3. ஈழத்தமிழர்களின் வலியினை எழுதிச்செல்லும் தீபச்செல்வன் கவிதைகள்

- சு.செல்வகுமாரன், அண்ணாமலைப்பல்கலைக்கழகம், சிதம்பரம் -

கவிதை கவிஞனின் அகத் தேடலில் விழைவது. கவிதை கவிஞனுக்குள் நிகழ்ந்த பாதிப்பிலிருந்து விடுபட்டுவிட முடியாத ஒரு மையத்திலிருந்து உருவாக்கம் பெறுவது. கவிதை உருவாக்கப்படுபவை அல்ல, மனித உணர்வினில் உருவாவது. காட்டிடை வைக்கப்பட்ட சிறுகனல் காடெங்கும் பரவுவது போல மனிதனின் உணர்வினைத் தாக்கிய சிறுவடு கவிதையெனும் தீயாய் பற்றிப் படர்கிறது. அந்த சிறுவடுவே கவிதைக்கான தொடக்கப்புள்ளி. அந்த வடு இல்லாமல் கவிதையும் இல்லை. கவிஞனும் இல்லை. கவிஞனை உரசி காயப்படுத்திய அந்த நிகழ்வே கவிஞனுக்கான முகமும், அவனது அடையாளமும் கூட. இவ்வாறாக கவிதைக்கு ஆயிரம் விளக்கங்களை அவரவர் அனுபவத்தில் இருந்து அள்ளிக் கொடுக்கலாம்.

ஈழத்துப் போர்ச்சூழலில் கவிதையின் உருவாக்கம் பற்றி குறிப்பிடும் பெண்கவிஞர் கவிதா,

“ஒரு சமூகத்தின்
சோகம் சுமந்த பாரத்தில்
கூனிமுடமாகி
உருக்குலைந்து
கண்களைக் குருடாக்கிய
கொலைக் களத்திலிருந்து
உயிர் தப்பிய கவிதை இது”
(முள்ளிவாய்க்காலுக்குப்பின், ப-37)

என்று குறிப்பிடுகின்றார். இப்பதிவு ஈழத்தமிழர்களின் கவிதைகளை ஒரு சமூகத்தின் வலிநிறைந்த வரலாற்று ஆவணமாக நம்மை நோக்கச் செய்கின்றது. இது போன்ற அழுத்தமும் அடர்த்தியும் நிறைந்த பதிவுகள் இன்னும் வேறுபட்ட நிலைகளில் வெவ்வேறு படைப்-

பாளிகளால் பதிவு செய்யப்பட்டிருப்பதும் கவனத்திற்குரியதாகும். ‘வலி’ மனிதனுக்கு மனிதன் பல நிலைகளில் ஒத்தும், அனுபவம், உணர்வுகளின் அடிப்படையில் வேறுபட்டும் தோன்றக்கூடியவை. ஈழத்தமிழர்களைப் பொறுத்தமட்டில் இனப்போரில் ஏற்பட்ட சிதைவினால், அழிவினால் உருவான உறவின் இழப்பு, பிரிவு, உடமைகளின் இழப்பு, சொந்த மண்ணில் அகதியாக்கப்பட்டமை, அந்நிய நாடுகளுக்கு தஞ்சம்கோரி புலம்பெயர்ந்த பயணங்கள் நெடுகிலும் சந்தித்த சொல்லொணாத் துயரங்கள், புகலிட நாடுகளில் சந்தித்த இனவெறி அல்லது நிறவெறி சார்ந்த ஒடுக்குதலின் வலி, உழைப்பை சுரண்டிய முதலாளித்துவத்தின் வலி என்பதான பொதுமை சார்ந்த எல்லோருக்குமான வலிகளும், காதல் பிரிவு, சாதி, மதம் சார்ந்த ஒடுக்குதலின் மூலம் ஏற்படுகின்ற தனித்த வலிகளையும் ஈழத்தமிழர்களின் எழுத்துக்களில் நாம் கண்டடைய முடிகிறது. குறிப்பாக இவற்றை ஈழத்தின் தொடக்க கால நவீன கவிஞர்களான வ.ஐ.ச.ஜெயபாலன், சு.வில்வரத்தினம், சேரன் உள்ளிட்டோரோடு, சமகாலத்தில் ஏராளமான கவிதைகளை எழுதிக்கொண்டிருக்க கூடிய தீபச்செல்வனின் கவிதைகளிலும் மிகுதியாகக் காண முடிகின்றது. அவை போருக்கான ஆயுதமாக, தீர்வாக, கூர்மையான விமர்சனமாக, விடுதலைப்பொருளாக செயல்படுவதையும் உணரமுடிகின்றது.ஈழத்தில் 1948 ல் மலையகத் தமிழர்களின் உரிமை பறிக்கப்பட்டமை, 1961- ல் சிங்களம் மட்டுமே சட்டத்தை நடைமுறைப்படுத்தியமை, 1983 -ல் தமிழர்களுக்கு எதிராக நிகழ்த்திய வெலிக்கடைச்சிறை படுகொலை தொடங்கி இன்னபிற நிகழ்வுகளின் ஊடாக ஈழத்தமிழர்கள் மீது சிங்களவர்கள் தொடர்ந்து செயல்படுத்திய அடக்குமுறைகளும், அதனை எதிர்த்து செயல்பட்ட தமிழ்அமைப்புகள், அரசியல் கட்சிகளின் விடுதலைப் போராட்டமுமே கால வளர்ச்சியில் வெவ்வேறு விதமான முகங்களைக்கொண்ட இன அழித்தொழிப்பாகவும், விடுதலைக்குரலாகவும் ஒலித்ததையும், செயல்பட்டதையும் காணமுடிகின்றது. இவற்றின் தொடர்ச்சியே பல்கிப் பெருகி 2009 -ல் முள்ளி வாய்க்காலில் வந்து முற்று பெறுவதையும் காணமுடிகின்றது. இவைகள் நெடுகிலுமாக நடைபெற்றுள்ள நிகழ்வுகள் குறித்த பதிவுகளும் அவைகள் தொடர்பான விமர்சனங்களுமே ஈழத்துக் கவிஞர்களின் கவிதைகளில் மிக அதிகமாக அடையாளப்படுத்தப்பட்டுள்ளன. இவற்றின் வலி நிறைந்த பகுதிகளை விவாதிப்பதே இக்கட்டுரையின் நோக்கமாகும்.

ஈழத்தின் சமகாலப் பிரச்சனைகளை கவிதைகள் மூலமாக வெளிப்படுத்துவதில் தீபச்செல்வனின் பங்களிப்பு கணிசமானது. அவர் கவிதைகளாகவும், கட்டுரைகளாகவும், தமது கருத்தியலை படைப்புகளின் ஊடாக வெளிப்படுத்தி வருவதில் தொடர்ந்து முன்நிற்பவர். அவரது கவிதைகள் ஈழத்தின் பிரச்சனையினால் அம்மக்கள் படுகின்ற துயரினை மிக அடர்த்தியாக வெளிப்படுத்தக் கூடியன. அவர் தம்மைப் பற்றியும் ஈழத்துப் போர்ச் சூழல் பற்றியும் தமது நேர்காணல் ஒன்றில் தமது அனுபவத்திலிருந்து குறிப்பிடும் வரிகள் ஈழம் என்றாலே அது வலி நிறைந்த ஒரு சொல் என்பதனை நாம் அறிந்து கொள்ள ஏதுவாக இருக்கும் என்றே கருதுகிறேன்.

“பள்ளியில் குண்டு வீசப்பட்ட உடைந்த வகுப்பறை. காணியில் வெற்றுத் துப்பாக்கி ரவைகளைப் பொறுக்கி விளையாடுவது. இராணுவம் அலைந்த சப்பத்துகளின் அடையாளங்களை காலையில் தேடுதல் என்றுதான் என் குழந்தைப் பருவம் கழிந்தது. இப்படி நடந்த யுத்தம் என்னை அழிவுகளால், சத்தங்களால் இராணுவங்களால் அஞ்சும் ஒரு குழந்தை-

யாக்கியது. சிறிய வயதில் இராணுவம் ஷெல் மழை பொழியப் பொழிய பொதிளைத் தூக்கிக் கொண்டு ஓடும்பொழுது எனக்குள்ளால் நிகழ்ந்த துயர் வாழ்க்கை, யுத்தம் கையளித்த பெரு அபாயங்களாக, அச்சுறுத்தல்களாக மனதில் படிந்து விட்டன.

யுத்தம் மீண்டும் மீண்டும் துயர் மிக்க வாழ்க்கையை விரித்துக் கொண்டே சென்றது. யுத்தம் மீண்டும் மீண்டும் அலைச்சல்களையும், இழப்புகளையும் தந்தது. பதுங்குக் குழிகளை வெட்ட முடியாத வயதில் தரைகளில் பதுங்குவதும், பின்னர் நிலமெங்கும் பதுங்கு குழிகளை வெட்டுவதுமாகக் கழிந்தது எங்கள் வாழ்க்கை. (ஷோபாசக்தி, நேர்காணல்கள் , நான் எப்போது அடிமையாயிருந்தேன், பக் — 51,52) என்பதாக அவர் தமது அனுபவத்தை பகிர்ந்து கொள்வது நாம் கவனத்தில் கொள்ளத்தக்கனவாகும். மேலும் ஈழத்தின் மூத்த கவிஞர்களான சேரன், வ.ஐ.ச. ஜெயபாலன் உள்ளிட்ட கவிஞர்களும், ஷோசபாசக்தி உள்ளிட்ட இன்னும் பல எழுத்தாளர்களும் தமிழீழ விடுதலைப்புலி அமைப்பினர், அதன் தலைவரான பிரபாகரன் மீதும் கடுமையாக விமர்சனங்களை வைக்கின்ற வேளையில் தீபச்செல்வனின் பார்வை தனித்துவம் மிக்க ஒன்றாக விளங்குவது அவரின் தெளிவினையும், கவிஞனுக்கே உண்டான நெஞ்சுரத்தையுமே விளங்கிக்கொள்ள செய்கின்றன.

தீபச்செல்வன் கவிதைகளில் குழந்தைகள் சார்ந்த துயரம் மிக அதிகமாக முன்வைக்கப்பட்டுள்ளன. தனித்துவம் நிறைந்தது குழந்தைகள் உலகம். குழந்தைகள் உலகினை பார்க்கின்ற, ரசிக்கின்ற விதமும் அதற்குள் விரிகின்ற கனவுகளும் ஏராளம். ஆனால் ஈழத்தில் பிறந்த தமிழ் குழந்தைகளுக்கு அவை சாத்தியப்படாத கேள்வியாகவே உள்ளன. அவற்றை உறுதிப்படுத்தும் விதமாகவே அவர் தனது கவிதைகளில் விவாதத்தை நிகழ்த்துகின்றர். அவர் தனது இரண்டு தொகுப்பிற்கு குழந்தைகள் தொடர்பாகவே பெயர் வைத்துள்ளார். ஒன்று பதுங்கு குழியில் பிறந்த குழந்தை. இன்னொன்று எனது குழந்தை பயங்கரவாதி என்பதாக அமைகிறது. இந்த தலைப்புகளின் ஊடாக ஓராயிரம் அர்த்தங்களை அவர் வெளிப்படுத்துகின்றார். ஈழத்தில் குழந்தை பிறப்பும், வளர்ப்பும், வாழ்வும் பல தருணங்களில் பதுங்கு குழிக்குள்ளாகவே நிகழ்ந்து விடுகின்றன. அந்த வலியினை நமக்கு காட்சிப்படுத்துவதாக இவரது கவிதைகள் பலவும் அமைகின்றன. சடங்குகளும், சம்பிரதாயங்களும், தனித்துவமான பார்வைகளும், கொண்டாட்டங்களின் ஊடாகவும் பிறக்க வேண்டிய ஒரு தமிழினக் குழந்தை ஈழத்தில் பதுங்கு குழியில் பிறக்கின்றது. தேவையான மருத்துவ பயன்பாடின்றி பதுங்கு குழியினுள்ளே இறந்து போகின்ற குழந்தைகளும், தாய்களும் நமக்கு வரலாற்றில் சாட்சியங்களாக உள்ளனர். அது போலவே தமிழின விடுதலைக்காக பத்து வயதிற்குள்ளாகவே இயக்கங்களால் கைப்பற்றபடுகின்ற குழந்தைகளும், தாமாக விரும்பி இணைந்த குழந்தைகளும் ஆண்புலிகளாக, பெண்புலிகளாக, கரும்புலிகளாக என பல நிலைகளில் உருமாற்றம் பெற்று போராட்டக்களத்தில் தம் வாழ்வை அர்ப்பணித்து நிற்கின்றனர். ஆனால் அந்த குழந்தை உலகத்தின் பார்வைக்கு ஒரு பயங்கரவாதியாக தெரிகின்ற பேரவலத்தை இந்த தலைப்பின் ஊடாக கவிஞர் இந்த சமூகத்திற்கு உணர்த்த முற்படுகின்றார். 'குழந்தைகளை உண்ணும் பூதங்கள்' என்ற கவிதையில்

"அச்சத்தைத் தவிர எதையும் அறியாத குழந்தைகள்
படிக்கும் கதைகளைக் கிழித்துக் கொண்டு வந்த பூதங்கள்
இரத்தத்தை உறிஞ்சியபடி

குழந்தைகளோடு பாலூட்டும் மார்புகளையும்
அறுத்து விழுங்கின.
இருளைக் கண்டஞ்சிய குழந்தைகளின்
கண்களைப் பிடுங்கிச் செல்ல
கூரிய கத்தி பொருத்தப்பட்ட நகங்களுடன்
நிலத்திற்குள் புகுந்தன". (எனது குழந்தை பயங்கரவாதி, ப — 20)

என்பதாக குழந்தைகளை சூழ்ந்துள்ள அச்சத்தை பிரதிபலிக்கின்றார். அத்தோடு தொடர்ச்சியாக சுவர்களின் ஓரங்களிலும், கதவுகளுக்கு பின்னாலும் மறைந்திருந்து வீடுகளை தின்பதற்கு பூதங்கள் பதுங்குவதாகவும், பூதங்கள் கிணற்றுக்குள் தங்கி வெளியேறக் கண்டனர் என்றும், இதுவரையிலும் எந்த தாய்மார்களும் குழந்தைகளும் பாத்திராததும், கதைகளில் படித்திராததுமான பூதங்களை இந்தக் குழந்தைகள் எதிர் கொள்ளும்படியாக சபிக்கப்பட்ட குழந்தைகளாக கவிஞர் இந்த கவிதையில் இனங்காட்டுகின்றார். இந்த கவிதையிலே வருகின்ற பூதமானது இயக்கப் போராளிகளாகவும், இந்திய அமைதிப்படையினராகவும், சிங்கள காடையர்களாகவும் எண்ணிப் பார்க்கத்தக்க ஆழமான ஒரு குறியீட்டுப் பொருளாக கவிதையில் பூதத்தை தீபச்செல்வன் முன்நிறுத்துகின்றார்.

'பதுங்குக் குழியில் கொல்லப்பட்ட குழந்தை' கவிதையும் ஏதுமறியாத குழந்தைகள் மீது நிகழ்த்தப்படுகின்ற குழந்தையின் வலி தொடர்பாகவே நம்மிடம் பேசுகின்றன. கவிதையில் வெளிப்படுகின்ற குழந்தையானது ஒரு பாலகனாக இருந்ததைத்தவிர நான் வேறொன்றையும் செய்யவில்லை என்பதும், நிராயுதமான இந்த களத்தில் அணிந்திருந்த காற்சட்டையையும் மூடியிருந்த போர்வையையும் தவிர வேறு எதுவுமில்லை என்பதும், ஏதுமறியாத இந்த பாலகார்கள் இம்மண்ணில் பிறந்திருந்ததைத் தவிர வேறெதையும் செய்திருக்கவில்லை என்றும் உறுதி கூறும் கவிதை வரிகள் பின்னர் தனித்து பிடிபட்ட அந்த சிறுவனிடம் ஏக்கம் மிகுந்த இரண்டு கண்கள் மட்டுமே இருந்தன என குறிப்பிடுகின்றன. அந்த ஏக்கமே கவிதைக்கான உள்ளீடுகளை, கேள்விகளை கொண்டுள்ளன. சிதறடிக்கப்பட்டதில் மந்தையிலிருந்து தப்பிய ஆட்டுக்குட்டியின் ஏக்கமா? அல்லது தாயை, தந்தையை பிரிந்த துக்கத்தின் ஏக்கமா? தன் உடன் விளையாடித்திரிந்த அண்ணனை இழந்த ஏக்கமா எதுவென அறிவதற்கில்லை. கண்டிப்பாக அது நாடு குறித்த ஏக்கமாக இருப்பதற்கில்லை. அதற்கான வயது பாலகன் எனும் அச்சொல்லில் இடம்பெறவில்லை. ஆக இறுதியாக அந்தக் கவிதை சாட்சியமற்ற ஒரு சாட்சியை முன்நிறுத்தி அந்த பாலகனின் கொலையை இவ்வாறாக உறுதி செய்கின்றது.

"நெஞ்சில் இரும்புத் துப்பாக்கிகள்
அப்பாலகன் இறுதிக் குரலெடுக்கையில்
உடைந்த நிலவைத் தவிர
எந்த சாட்சியுமில்லை"
(எனது குழந்தை பயங்கரவாதி, ப — 67)

என்று இனப்போரின் உக்கிரத்தில் துடைத்தெறியப்படும் தமிழின அழித்தொழிப்பின் வலியினை கவிதை நுட்பமாய் எடுத்துரைக்கின்றது.

'கண்ணீர் யுகத்தின் தாய்' என்ற அவரது இன்னொரு கவிதை முழுக்க முழுக்க குழந்தையை இழந்த தாய்களைப் பற்றியும், தாயை இழந்த குழந்தையினைப் பற்றியுமான வலி

நிறைந்த கவிதையாக மிளிர்கின்றது. வலியின் உச்சத்தில் இருந்து எழுதப்படுகின்ற கவிதைகள் ஆதலால் தீபச்செல்வன் போன்றவர்களுக்கு மொழி மிக எளிதாகவும், அடர்த்தியாகவும் கிடைத்து விடுகிறது. மொழி அவர்கள் கைகளில் பின்னிப்பிணைந்து கிடக்கின்றன என்றே சொல்ல வேண்டும். அந்த அளவிற்கு கவிதைக்குரிய காட்சிப்படுத்தல் மொழி கவிதை எங்கும் வலியாய் பரவிக் கிடக்கின்றன.

"குழந்தைகள் அலைய
பூமியில் வெளிச்சம் அணைய
ஒரு யுகத்தின் தாய் இறந்திருந்தாள்"
(எனது குழந்தை பயங்கரவாதி, ப — 41)
என்று குறிப்பிடுகின்றார்.

தீபச்செல்வனின் 'நிலமற்ற வாழ்வு' இனப்போரினால் ஈழத்தமிழ் மக்களிடையே ஏற்பட்ட புலப்பெயர்வின் அவலத்தை வலியுறுத்துகின்ற கவிதையாக உள்ளது. தன் சொந்த மண்ணில் இருப்பதற்கு ஒரு இடமின்றி அலைந்து திரிகின்ற அவலத்தை விவரிக்கின்ற கவிதையாக அது உள்ளது. ஒரு மனிதன் தன் வாழ்வில் இரத்த உறவால், தன் இனத்தால், மொழியால், வட்டாரத்தால், நட்பால், பழக்கவழக்கத்தால் ஒன்றிப் போன சொந்தங்களை ஒவ்வொருத் தருணங்களிலும் சந்திக்க விரும்புவதும், அவர்களோடு தனது இன்ப துன்பங்களை, அனுபவங்களை பகிரவும், உரையாடவும் விரும்புகின்றான். இவை யாதொன்றும் சாத்தியமற்று போகின்ற ஒரு அந்நிய நிலத்திற்கு துரத்தப்படுகின்ற போது உடலால் வாழினும் உள்ளத்தால் அழிந்தொழிகின்றான். தன் மன எண்ணங்களை வெளிப்படுத்த இயலாத கழிவிரக்கத்துக்குரிய வலியால் பீடிக்கப்படுகின்றான். இங்கு புலம்பெயர் கவிதை குறித்து எனது நூலில் பதிவு செய்துள்ள நான் "புலம்பெயர் தமிழர்களின் இருப்பு குறித்து விவாதிக்கின்ற போது புலம்பெயர் பயணமும், புகலிடத்து அந்நியப்பட்ட வாழ்வும் மனித உணர்வுகளும் எதிர்கால சந்ததி குறித்த சிந்தனைகளும் மேலைநாட்டு இனவெறியும், துயரத்தின் விழிம்பிலும் வாழ்வின் நிலைப்படுத்தல் சார்ந்த நம்பிக்கைகளும் என ஒவ்வொன்றும் புகலிடத் தமிழர்களின் வாழ்வில் பின்னிப் பிணைந்து அவர்களின் இருப்பு என்பது கேள்விக்குரிய ஒன்றாக, இருப்பதற்கான புதிய அர்த்தங்களைத் தேடுவதாக இருப்பதைப் புலம்பெயர் கவிதைகள் நமக்கு புலப்படுத்துகின்றன. (ஈழத்து புலம்பெயர் இலக்கியம் பன்முகவாசிப்பு, பக் — 44, 45) என்று குறிப்பிடுவது கவனத்திற்குரியனவாகும்.

யாருமற்ற நிலத்தில் உறைந்திருக்கின்றன வேருடன் பிடுங்கி எறியப்பட்ட மரத்தின் உதிர்ந்து கொட்டிய இலைகள், பறவைகள் குந்தியிருப்பதற்கு கிளைகளற்று அழிந்த வானத்தில் அலைந்தபடி இருக்கின்றன. எங்கிருந்தோ வந்த கொடும் பறவைகள் மகிழ்வோடு வேட்டையாடுகின்றன. நிலத்தின் சிறகுகள் இழந்த சிறுபறவைகள் கனவை பொந்துகளில் பெருக்கி வைத்திருக்கின்றன என்று புலம்பெயர்ந்த மக்களின் வலியினை பேசும் இக்கவிதை ஒருநிலையில் போர் படர்ந்த நிலம் சார்ந்ததாகவும் அர்த்தப்படுகின்றது.

"வாழ்வெனப்படுவது
நிலத்திலிருந்து அறுந்து அந்தரத்தில் தொங்குகிறது
வெறும் நிலத்தில் சிறகிழந்த பறவைகள் மேலலைய

வீழ்ந்த மரத்தின் கருகிப் போன இலைகள் கீழலைகின்றன''
(எனது குழந்தை பயங்கரவாதி, ப — 63)

தீபச்செல்வனின் கவிதைகளை நாம் வாசிக்கின்ற போது கவிதைளை பேசுகின்ற பாத்திரங்கள், அகப்புற சித்தரிப்புகள், கவிஞனின் மனம், வாசகனின் மனம் என எல்லாத்தளங்களிலும் ஒரு வலியும், செயல்படமுடியாத கழிவிரக்கமும் மேலோங்கியிருப்பதைக் காணமுடிகின்றது. 'சாம்பலாக்கப்பட்ட நிலத்தின் நடுவிலிருக்கிற சிதைக்கப்பட்ட நகரம்' கவிதையில், நிலம் திரிந்து கிடப்பதை, யுத்தத்தின் இரத்த நெடிவீசுவதை பதிவு செய்யும் அவர் மேய்தலுக்கு செல்லும் மாடுகள் கண்ணி வெடிகளையும், மண்ணையுமே மேய வேண்டியிருப்பதால் அவை நகரத்தின் பக்கம் திரும்புவதாக பதிவு செய்வதன் மூலம் ஈழத்தில் நிலம் முழுக்க கண்ணி வெடிகள் பரப்பப்பட்டிருப்பதனை உணர்த்துகின்றார். அத்தோடு நிலம் எரிக்கப்பட்டு சரிந்து போயிருப்பதாகவும், மக்கள் வாழ வேண்டிய சனங்களின் நிலம் அழிக்கப்பட்டு சமதரையாக்கப்பட்ட நிலையில் அதில் பேய்கள் குடியிருப்பதாகவும் குறிப்பிடுகின்றார். அத்துடன்

''உப்பு விளைந்த வாடிகளில்
இல்லாத சனங்களின்
குருதியும் துயரும்
சோர்ந்து விளைந்து கொண்டிருக்கின்றன''
(பெருநிலம், ப — 17)

என்னும் வரிகளும், ஈழ மண்ணில் ஏற்கனவே நிகழ்த்தப்பட்டிருந்த அழிவினையும், இன்று மக்களில்லாத நிலமாக அவை திகழ்வதையும் கவிதையில் தீபச்செல்வன் அடையாளப் படுத்துகின்றார். மேலும்,

''புத்தர் கண் விழித்திருக்கின்ற
அரசமரங்களைத் தவிர எங்கும் நிழலில்லை
வாசல் மறைத்து கறுப்பு திரையிடப்பட்ட
கோயில்கள் இராணுவ நிறங்களால்
தீட்டப்பட்டிருக்கின்றன
சனங்களின் கடவுள் வெளியேற்றப்பட்ட
ஊரில் அலைகின்றன மிருகங்கள்''
(பெருநிலம், ப — 18)

என்பதான காட்சிப்படுத்தல்களும் ஈழத்தின் நிலம் சார்ந்த பல்வேறு அபிப்பிராயங்களை நமக்குள் ஏற்படுத்துவனவாய் உள்ளன. நீண்டு செல்லும் இந்தக் கவிதையானது மக்களை இழந்த நிலமும், தனக்கான இயல்பான வாசனையை இழந்த நிலமும், நிறத்தை இழந்த நகரமும் தமிழினத்தை எரித்த சாம்பலில் குளித்து அலைகின்றன என்று குறிப்பிடுகின்றன. தமிழ்க் கவிதை உலகில் ஈழத்துக் கவிதைகள் பெரும்பாலும் நீண்ட கவிதைகளாக அமைகின்றன. வெவ்வேறு பட்ட கவிஞர்களால் வெவ்வேறு பட்ட கருத்தியல்களைக் கொண்டதாக அவை அமைந்திருந்தாலும் அவை எல்லாவற்றின் ஊடாகவும் யுத்தம் சார்ந்த ஒரு வலி இருப்பதனை மறுப்பதற்கில்லை. அந்த வலி கவிதையினை நிறைவு செய்துவிடாதபடி நீட்சியடையச்செய்வதும் இங்கு குறிப்பிடத்தக்கதாகும்.

தீபச் செல்வனின் 'கொலைக் காட்சிகளின் நிழல்' இராணுவம் சார்ந்த கருத்தியல்களை பதிவு செய்யும் கவிதையாக விளங்குகின்றது. இராணுவம் அரசனுக்கும், படைத்தளபதிக்கும் கட்டுப்பட்ட ஒன்றாக வெறியூட்டி வளர்க்கப்படும் விதத்தை விவரணை செய்கின்றது. மேலும் அரசு — இராணுவம் — மக்கள் என்ற மையங்களின் இடைவெளி சார்ந்த செயல்பாடும் அதன் விளைவினையும் உணர்த்த விளைகின்றன. மனிதம், மனிதாபிமானம் என பல்வேறு விதமாக உலகில் அறம் சார்ந்த விஷயங்கள் கட்டமைக்கப்பட்டு வந்தாலும், படைகள் எந்த அறத்தின் அடிப்படையில் மக்களை கொலை செய்கின்றன என்பது விவாதப் பொருளாகவே உள்ளது. படைகள் சடலங்கள் முன்பாக நின்று வெற்றியைக் கொண்டாடுவதோடு, பெருமிதம் கொள்வதோடு, புகைப்படம் எடுப்பதோடு நின்று கொள்வதில்லை. அவர்கள் அழிவுக்கான புதிய கட்டங்களை நிறைவேற்றவும், இரத்தக் கனவுகளையுமே வளர்த்துக் கொண்டிருப்பதையும் தீபச்செல்வன் இந்த கவிதையில் புலப்படுத்துகின்றார். தொடரும் கவிதைகளிலும், படைகளைப் பார்த்து கவிஞர் கேட்கின்ற ஒவ்வொரு கேள்விகளும் வலியும் அவலமும் நிறைந்த துயரக் குரல்களாகவே ஒலித்துக் கொண்டிருக்கின்றன. இத்தகைய போர்ச் சூழலின் அவலத்தை சண்முகம் சிவலிங்கம் தனது கவிதை ஒன்றில்,

"எல்லோரின் கண்களிலும்
துன்பத்தை யார் விதைத்தார்;"
(நீர்வளையங்கள், ப — 65)

என்பதாக கேள்விக்குட்படுத்துவது முக்கியத்துவம் பெறுகின்றது.

ஆக மேற்சுட்டிய நிலையில் தமிழன் ஒவ்வொருவரின் கண்களிலும் துயரமும், வலியும் நிறைந்திருப்பதை இந்த கவிதைகள் நமக்கு உணர்த்த முற்படுகின்றது.

தீபச்செல்வனின் 'கிழக்கில் கிடந்த பச்சைச் சூரியன்' முள்ளிவாய்க்காலில் தமிழினம் தோற்றுப் போகும் நிலையில் அவர்களுக்குள் நிகழ்ந்திருந்த மனக்கொந்தளிப்பை, அவர்களின் இயலாமையை, தோல்வியை வலியின் நுட்பங்களோடு விவாதிக்கின்றது. அந்த கவிதையானது இவ்வாறாக பொருள்பட பேசுகின்றது. குருதி படர்ந்த அந்த மணல் வெளியில் சனங்கள் மிகத் தாமதமாகவே வெளியேறினர். நடுச்சாமம் வரையிலும் துப்பாக்கியை தூக்கிப் பிடித்திருந்த போராளியும் இறுதி நம்பிக்கையை இழக்கின்றான். மக்கள் பிணங்களின் வீதிகளில் நகர்ந்து கொண்டிருக்கின்றனர். புன்னகை இன்னும் முள்ளிவாய்க்காலில் மீதம் இருப்பதாக கருதிய ஒரு பெண் துயர் வழிதல்களின் ஊடே போகத்தொடங்குகிறாள். வானம் பெரிய அளவில் இருளத் தொடங்குகிறது என்று குறிப்பிடுவதன் மூலமாக வாழ்வின் இருள் நிறைந்த பக்கங்களை பதிவு செய்கின்றார். மேலும்,

"யாரும் நம்பாத முடிவுகள் வெளியாகிக் கொண்டிருக்கின்றன
யாராலும் தாங்க முடியாத கண்ணீர்;
பெருக்கெடுத்துக் கொண்டிருந்தது
மாபெரும் காயம் ஏற்பட்டுக்
குருதி வழிந்து கொண்டிருந்தது"
(பெருநிலம், ப — 58)

என்பதாக தொடரும் அந்த கவிதையானது முள்ளிவாய்க்கால் போரில் உலக வல்லரசுகளின் ஒட்டுமொத்த சூழ்ச்சியோடு தமிழினம் தோற்கடிக்கப்பட்டதின் மூலமாக அவர்களிடம்

அது வரையிலுமாக இருந்த நம்பிக்கையும், கனவும் அந்த கடைசிப்பொழுதில் கண்ணாடித் துகள்களாக தகர்ந்து சிதறி அவர்களுக்குள் ஏற்பட்ட பெருவலியினை இந்த கவிதை மீண்டும் மீண்டுமாய் விவரணை செய்கின்றது. ஈழத்து கவிதைகளில் நாம் பார்க்கின்ற இந்த வலியானது ஈழத்தமிழ் மக்களின் பன்முகப்பட்ட வலி என்பதை நாம் நினைவில் கொள்ளத்தக்கது. சிங்கள அரசால், அரசு எந்திரத்தால், இராணுவத்தால், சிங்கள இனவெறியர்களால் நசுக்கப்பட்டபோது ஏற்பட்ட வலி, விடுதலை கோரிய எதிர்ப்பின் விளைவாக அவை யுத்தமாக மாற அதனால் ஏற்பட்ட வலி, விடுதலைக்குழுக்களிடையே ஏற்பட்டிருக்கும் உள் அரசியல் முரண்களால் அவர்களே ஒருவரை ஒருவர் விமர்சிக்கின்ற, தாக்கிக்கொள்வதனால் ஏற்பட்ட வலி என்பதாக நாம் பர்க்கமுடிகின்றது. விடுதலைக்குழுக்களின் தீவிர உள்முரண்கள் அவர்களை அத்தகைய நிலைக்கு கொண்டு சென்றுள்ளது. கருணா போன்ற போராளிகளும், இன்னும் பல படைப்பாளிகளின் செயல்பாடுகளும் இந்த பின்னணியில் தொடர்வதை நாம் காணலாம். இவற்றைப் பற்றிய தனது கருத்தினை முன்வைக்கும் நிலாந்தனின் கூற்று முக்கியமாக நாம் அறியவேண்டிய ஒன்றாகும்.

“இங்கு முக்கியமாகக் கவனிக்கப்பட வேண்டியது எதுவெனில், விடுதலைப்புலிகள் இயக்கம் எனப்படுவது ஒரு மூலக்காரணம் அல்ல என்பது தான். மூலக்காரணம் இனஒடுக்கு முறைதான். புலிகளும் ஏனைய இயக்கங்களும் விளைவுகள் தான். ஆயுதப் போராட்டத்தில் நிகழ்ந்த மனித உரிமை மீறல்கள் அனைத்தும் அந்த விளைவின் விளைவுகள் தான்.

புலிகள் இயக்கம் தோன்றும் முன்பே அந்த மூலகாரணம் இருந்தது. அந்த இயக்கம் தோற்கடிக்கப்பட்ட பின்னரும் கடந்த ஐந்தாண்டுகளாக அது மாறாதிருக்கிறது. அது முன்னெப்பொழுதும் பெற்றிராத உச்சவளர்ச்சியைப் பெற்றதால் தான் புலிகள் இயக்கம் தோற்கடிக்கப்பட்டது. இன ஒடுக்குமுறையின் உச்சகட்டமே முள்ளிவாய்க்கால்” (எவராலும் கற்பனை செய்யமுடியாத நான், பக் — 19,20) என தமிழினத்தின் மீது நிகழ்த்தப்பட்ட வன்மத்தின் அடிப்படையை தொட்டுக்காட்டுகின்றர்.

இன்னொரு கவிதையில் இனப்போரின் விளைவாக தமிழினம் அடைந்த துயரினைப் பற்றி பேசுகின்ற தீபச்செல்வன் காலம் தமிழ் மக்களை ஏமாற்றி விட்டதாகவும், தம் சொந்த-மண்ணிலே அவர்கள் அகதிகளாக குடியமர்த்தப் பட்டிருப்பதையும் சுட்டுகின்றார்.

“காலம் எங்களை இழுத்தடித்து ஏமாற்றியிருக்கிறது
ஒன்று மில்லாத நிலத்தில்
சூறையாடப்பட்ட நமது பொருட்களை இழந்து
நிவாரணத் தகரங்களில் வெந்து கொண்டிருக்கிறது
மீளத் தொடங்குகிற வாழ்வு.
முகாம்களில் கட்டி வைத்திருந்த மூட்டைகளுடன்
இன்னும் இன்னும் சனங்கள் வந்திறங்குகின்றனர்
பதிவுகளும் புகைப்படங்களும்
பேருந்துகளும் என்று
துயரமும் பரிசாக வழங்கப்படுகிறது.
கடும் சித்திரவதைகளுக்குப் பின்னால்
அவர்கள் தங்களைத்

தகரங்களால் மூடிக் கொள்கிறார்கள்'' (பெருநிலம், ப — 43)

என்று பதிவு செய்கின்றார். இந்த கவிதை வரிகளானது நம் நெஞ்சை திகைக்கச் செய்கின்ற ஒரு நெடிய தாங்கொணாத் துயரத்தை, இயலாமையை, வஞ்சிக்கப் பட்டதைப் பற்றி குறிப்பிட்டிருப்பதைக் காணமுடிகிறது. மேலும் இந்த கவிதையில் ஓட்டுவதற்கு ஆளில்லாத சிதைந்த சைக்கிள்கள் பற்றியும், முன்பு எடுக்கப்பட்ட புகைப்படங்கள் குறித்துமாக நினைவுத்தடங்களாக மீளப்பார்க்கின்ற மன எண்ணங்கள் குறித்த பதிவும் விரிகின்றன. 'படரும் துயர் நிழல்' என்ற கவிதையும் இது போன்றே நினைவுத்தடம் சார்ந்த துயரினையே பேசுகின்றது. குறிப்பாக கவிதையினை நகர்த்தி செல்லுகின்ற அந்த பாத்திரம் இவர்கள் என் சனங்கள், இது என் நகரம், இது எனது நிலம், எதற்கும் சான்றுகள் மறுக்கப்பட நாடற்றவனைப் போல் கைதாகியிருக்கிறேன் என்பதாக அது தன் வலி நிறைந்த சோகத்தினை நீட்டி உரைக்கின்றது.

ஈழத்தில் நவீனக் கவிதைகளைப் பொறுத்தமட்டில் இத்தகையதான ஒரு இறுக்கமான அரசியல், சமூக, வரலாற்று பின்னணியிலேயே உருவாக்கம் பெற்று வளர்ந்தது. மரணத்துள் வாழ்வோம் கவிதைத் தொகுதிக்கான முன்னுரையில் இதனைப்பற்றி குறிப்பிடும் சேரனின் உரை மிகவும் முக்கியத்துவம் வாய்ந்த ஒரு பதிவு ஆகும். "ஒரு தேசிய விடுதலைப் போராட்டம் என்ற வகையில் எமது போராட்டம், தேசத்தை அதனுடைய பௌதீக அம்சங்களில் மட்டுமே மீட்பது என்று பொருள் கொள்ள முடியாது. மாறாக எமது மொழி, எமது நிலம், எமது கலைகள், இலக்கியம், கலாச்சாரம் இவையனைத்தினதும் சுதந்திரமான விகசிப்பை உருவாக்கும் ஒரு போராட்டமாகும். அந்நிய ஒடுக்குமுறை என்பது எமக்கென்றொரு பலமான பாரம்பரிய செழுமைமிக்க கலாச்சார வாழ்வு இருக்கின்றவரை வெற்றி பெறவே முடியாது.

தேசிய ஒடுக்குமுறை என்பது ஒட்டு மொத்தமாக ஒரு மக்கள் திரளினால் உணரப்பட்டு, விடுதலை வேட்கை பரவலாக கிளர்ந்தெழுவதற்கு முன்பாக ஒடுக்குமுறையின் ஆரம்ப நிலைகளிலேயே அபாயத்தை இனங்கண்டு கலைஞர்கள் குரலெழுப்பத் தொடங்கி விடுவதை உலகின் பல்வேறு பகுதிகளிலும் நாம் பார்த்திருக்கிறோம். குறிப்பாக கவிஞர்கள் வருமுன் சொல்பவர்களாக இருந்துள்ளனர். ஆரம்பத்திலேயே வெளிக்காட்டப்படும் இத்தகைய கலாச்சார ரீதியான எதிர்ப்பே பின்னர் பல்வேறு படிகளுடனான ஆயுதப் போராட்டமாக பரிணாமம் பெறுகிறது. இந்தப் பரிணாமத்திலிருந்து மறுபடியும் கலைகளும், இலக்கியமும் பதிய எதிர்காலத்திற்கு ஒரு முன் மொழிதலை வழங்கும்.

எமது அரசியல், கலை, இலக்கிய வரலாற்றிலும் இத்தன்மையைக் காணக் கூடியதாயிருக்கிறது. தேசிய ஒடுக்குமுறையின் ஆரம்ப நிலைகளில் தமிழ் மொழிக்குரிய உரிமைகள், தமிழ் மொழிப்பயன்பாடு என்பவை மறுக்கப்பட்ட போது அதற்கெதிராக கவிதைக் குரல்கள் நிறையவே எழுந்தன. மஹாகவி, முருகையன், நீலவாணன்; உட்பட ஈழத்தின் அனைத்து முக்கியமான கவிஞர்களும் இவை பற்றி வலுவுடன் எழுதியுள்ளனர். தமிழ் மொழி மீதான காதல், இனப்பற்று, இனவிடுதலை என்று தமிழ் நிலைப்பட்ட ஒரு வெளிப்பாடாகவே இவை இருந்தன'' (மரணத்துள் வாழ்வோம், ப — 6) என்பார். சேரன் குறிப்பிடுகின்ற கவித்துவத்தின் தொடர்ச்சியான கண்ணியாக செயல்படும் தீபச்செல்வன் சமகாலப் பிரச்சனைகளின் வலி நிறைந்த பகுதிகளை வரலாற்றை உள்வாங்கி எழுதுவதில் முன்நிற்பவராகின்றார்.

4. நவீனத் தமிழ்க்கவிதைப் புலத்தில் ஈழத்துப்பெண் கவிஞர்கள் - தி. சுதேஸ்வரி

முன்னுரை: பெண்கள் அன்று முதல் இன்றுவரை ஆணாதிக்கத்தில் சிக்குண்டு துன்புறுத்தப்படுகின்றனர். இதனை ஈழப்பெண் படைப்பாளிகள் தங்கள் படைப்புகளில் ஆணாதிக்கம் மற்றும் பெண்கள் பாலியல் வன்முறைக்கு ஆளாக்கப்படுவதை எதிர்த்து போர்க்குரல் கொடுப்பதையும் இதழ்களின் பங்களிப்பு பற்றியும் இக்கட்டுரையில் பின்வறுமாறு காணலாம்:

ஆதிகாலம் முதல் இன்றைய காலம் வரை மதம், சாதி, இன கலாச்சார பண்பாடுகள் அனைத்துமே பெண்களுக்கு எதிரான நிலையைத் தோற்றுவிக்கின்றன. உடல், உளம், உணர்வு நிலை, மொழி வயப்பட்ட அதன் கருத்தியல், இருப்பு என ஒரு பெண்ணின் அத்தனை கூறுகளையும் இயக்கும் சூத்திரதாயாக ஆண்மையக் கோட்பாடே செயற்பட்டது. இக்காலப் பகுதியில் பெண்கள் தாம் அடிமைப்பட்டு கிடக்கின்றோம் என்னும் உணர்வின்றிப் பெண்கள் அதிகார மையத்துக்கு உட்பட்டு அடங்கி ஒடுங்கி நசுங்கி வாழ்ந்தனர்.

ஐரோப்பா கண்டத்தில் ஏற்பட்ட தொழிற்புரட்சியின் விளைவாகவும், பெண் கல்வியின் தாக்கத்திலும் சமூகப் பொருளாதார, மத, அரசியல் மாற்றங்கள் ஏற்பட்டன. இதனால் பெண் மீதான மரபுசார்ந்த சமூகக் கட்டுமானம் தகா;க்கப்பட்டுப் பெண், பெண்ணியம், பெண்ணுரிமை குறித்தான விழிப்புணர்வுகள் ஏற்படத் தொடங்கின. ஐக்கிய நாடுகள் சபை 1975ம் ஆண்டை மகளிர் ஆண்டாக அறிவித்ததையும் 1975 தொடங்கி 1985 வரையான பதினொரு ஆண்டுகளை அனைத்துலக மகளிர் ஆண்டாகக் கருதலாம்.

ஈழத்துப் பெண்ணிய எழுச்சி: ஈழத்துப் பெண் கவிதைகள் 1980 களுக்குப்பின், அமைப்பாலும் அனுபவ வெளிப்பாட்டாலும் மொழி நடையாலும் மாற்றம் கண்டன. இம்மாற்றங்களுக்கான அடிப்படைக் காரணங்களாக ஆயுதப் போராட்டம், தமிழ்த் தேசியத்தின் எழுச்சி, பெண்நிலைவாதச் சிந்தனைக்கூடாக ஏற்பட்ட விழிப்புணா;வு, ஊடக சுதந்திரம், கல்வித் தகைமைக்கூடான தொழில்சார்நிலையின் மீள் உருவாக்கம் போன்றவற்றைக் கூறலாம். இக்காலக்கட்டத்தில் வெளிவந்த பெண் விடுதலை, தாகம், தோழி, விளக்கு, செந்தழல், சுதந்திரப் பறவைகள், நங்கை, மருதாணி, நிவேதினி, பெண் போன்ற ஈழத்துப் பெண் சஞ்சிகைகளும், 'நமது குரல்' (ஜேர்மனி), 'கண்' (பிரான்ஸ்), 'சக்தி' (நார்வே) போன்ற புகலிடப் பெண்நிலைவாதச் சஞ்சிகைகளும், பெண்ணியக் கருத்துக்களை உள்வாங்கி வெளிவந்ததுடன் ஆளுமைமிக்க பெண்ணிலக்கியப் படைப்பாளிகளையும் ஈழத்திலக்கிய உலகுக்கு அறிமுகம் செய்தன. **ஈழத்துப் பெண்ணியப் படைப்புகள்:** 'சொல்லாத சேதிகள்' 'சுவட்'டில் வெளியான 'மறையாத மறுபாதி'... பெண் ஒடுக்குமுறைக்கு எதிரான ஆணாதிக்க வழி வந்த பழமைக் கோட்பாட்டின் வகுப்புவாத ஏற்றத்தாழ்வுகளையும் எழுந்தமுகமாக 'மறையாத மறுபாதி' பெண்ணுரிமை, பேச்சு சுதந்திரம், எழுத்துச்சுதந்திரம், ஆணாதிக்க எதிர்ப்பு, சீதனக் கொடுமை முதலான இன்னோரன்ன விசயங்களையும் பேசுகின்றன. உளரீதியாகவும், உடல்ரீதியாகவும் பெண்ணிற்கு இழைக்கப்படும் கொடுமைகளையும் அதிலிருந்து விடுதலையும் விளக்கி நிற்கும் இன்நூல் பெண்ணியக் கருத்துகளினூடாகப் பெண் மன உணர்வுகளையும், அதன் எதிர்பார்ப்புகளையும் ஏக்கங்களையும் வெளிப்படுத்தி நிற்கிறது.

தமிழகத்திலிருந்து முதன்முதலில் வெளிவந்த இலங்கை, இந்தியப் புலம்பெயர் பெண் கவிஞர்களின் தொகுப்பாக 'பறத்தல் அதன் சுதந்திரம்' காணப்படுகிறது. சமூக மறுதலிப்பும் நிராகரிப்பினூடாக எழும் வலியும் ஆற்றாமையின் துயரங்களாக இத்தொகுப்பெங்கும் விரிந்து செல்கின்றன.

மலையக மக்களின் வாழ்வியல் பிரச்சனைகளைப் பெண்மொழிக் கூடாக வெளிப்படுத்திய தொகுப்புகளில் மிகச்சிறந்த தொகுப்பாக இசை பிழியப்பட்ட வீணை... கருதப்படுகிறது. ஆளும் வர்க்கத்தினராலும், அரசியல்வாதிகளாலும் முதலாளிமக்களாலும், உடல், உள, பொருளாதாரரீதியில் சுரண்டப்பட்டு, அடக்கப்பட்டு, ஒடுக்கப்பட்டு, வஞ்சிக்கப்பட்ட மலையக மக்களின் வாழ்வியல் அவலங்களை மென்னுணர்வுத் தளத்தில் வெளிப்படுத்தும் இந்நூல் அம்மக்களின் பண்பாட்டு, கலாச்சார வாழ்வியல் அம்சங்களையும் எடுத்துரைக்கிறது.

ஈழத்தின் போராட்டச் சூழலில் பெண்களின் அனுபவங்களை உணர்வுப்பூர்வமாக வெளிப்படுத்திய தொகுப்பாக எழுதாத உன் கவிதை... போராளிகளின் போரியல் வாழ்வையும் போருக்குள் வாழ்பவரின் வாழ்வாதாரப் பிரச்சனைகளையும் எடுத்துரைக்கின்றன.

பெண்ணிருப்பின் அடையாளத்தை வெளிப்படுத்தி நிற்கும் பிறிதொரு தொகுப்பான 'பெயல் மணக்கும் பொழுது' ஈழத்தில் யுத்தம் உக்கிரமடைந்த காலகட்டடத்தில் அதன் அகோரத்தையும், அதன் விளைவுகளையும் போரின் வன்முறைக்கூடாக வெளிப்படுத்தும் இத்தொகுப்பு ஈழத்து நவீனக் கவிதையின் வீச்சைப் புடமிட்டுக் காட்டுகிறது. பெண்ணுடல், மனம், அவள் அகப்புற அனுபவங்கள், அவ்வனுபவங்களுக்கூடாக விளையும் உணர்வுகள் கிளர்ச்சிகள் என்பனவற்றைக் காட்சிப்படுத்துகிறது.

1990களின் பின் தனித்துவ அடையாளங்களுடனும், ஆளுமைகளுடனும் ஈழத்தில் வெளிவந்து கவிஞர்களின் தொகுப்புகளாக வானதியின் கவிதைகள் (1990), கஸ்தூரியின் ஆக்கங்கள் (1992), பாரதியின் 'காதோடு சொல்லிவிடு' (1992), சிவரமணி கவிதைகள் (1993), தூயவளின் 'நிமிர்வு' (1993), சுல்பிகாவின் 'விலங்கிடப்பட்ட மானிடம்' (1995), 'உயிர்த்தெழல்' (2001), செல்வி-சிவரமணி கவிதைகள் (1997), ஔவையின் 'எல்லை கடத்தல்' (2000), ஆழியாளின் 'உரத்துப் பேச' (2000), 'துவிதம்' (2006), நாகபூசனி கருப்பையாவின் 'நெற்றிக்கண்' (2001), தாளமினியின் 'உதயத்தை தேடி' (2002), மைதிலியின் 'இரவில் சலனமற்றுக் கரையும் மனிதர்கள்' (2003), மைத்ரெயின் 'கல்லறை நெருஞ்சிகள்' (2004), அனாரின் 'ஓவியம் வரையாத தூரிகை' (2004), 'எனக்குக் கவிதைமுகம்' (2007), 'உடல் பச்சைவானம்' (2009), அம்புலியின் 'மீண்டும் துடிக்கும் வசந்தம்' (2004), ஆதிலட்சுமி சிவகுமாரின் 'என்கவிதை' (2000), பஹீமா ஜஹானின் 'ஒரு கடல் நீருற்றி' (2007), 'அபராதி' (2009), 'ஆதித்துயா' (2010), பெண்ணியாவின் 'என் கவிதைக்கு எதிர்த்தல் என்று தலைப்பு வை' (2006), 'இது நதியின் நாள்' (2008), ரஞ்சனி கவிதைகள் (2005), மலராவின் 'புதிய இலைகளால் ஆதல்' (2009), வி.கலைமகளின் 'முடிவில்லாப் பேச்சுக்கள்' (2007), யோகார்த்திகாவின் 'ஆணிவேராகிடுமோ' நளாயினி தாமரைச் செல்வனின் 'நங்கூரம்' (2005) போன்றவற்றைக் கூறலாம். தொகுப்புகள் வெளிவரா நிலையில் சிற்றிதழ் ஊடாகவும் இணையத்தளங்கள் ஊடாகவும் அடையாளம் காணப்பட்டு தனிமுத்திரை பதித்த கவிஞர்களாகப் பிரதீபா தில்லைநாதன், தான்யா, துர்க்கா, ராசு, கலா ஆகாயா, உருத்திரா, வினோதினி, தமிழ்நதி, ரபீக்கா, உலகமங்கை, லானா, ஏ.க.விஜய-

லட்சுமி சேகா (சினேகா) தில்லை, ஜெயந்தி தளையசிங்கம், கற்பகம், யசோதரா, யாழினி, ரேவதி, நிவேதா, கமலாவாசுகி போன்றோரைக் குறிப்பிடலாம். [*பிரதீபா தில்லைநாதன், யசோதரா, தான்யா போன்றவர்களின் கவிதைத் தொகுப்புகள் வெளியாகியுள்ளன.- பதிவு-கள்-]

இதழ்களின் பங்களிப்பு: ஈழத்துப் பெண்கவிதை பிரதான படைப்பியல் தளமாக மூன்றாவது மனிதன், சாருநிகா, யாத்ரா, வெளிச்சம், சுதந்திரப் பறவை, கலைமுகம், களம் ஞானம், மறுபாதி, கவிதை, ஜுவநதி போன்ற சிறு சஞ்சிகைகளும் வீரகேசர், தினக்குரல், சுடர் ஒளி, ஈழநாதம் போன்ற வாரப் பத்திரிகைகளும் களம் அமைத்துக்கொடுதன.

போர் எதிர்ப்புக்குரல்: மனித இனத்துக்கு எதிராக ஒடுக்குமுறை எந்த வடிவத்தில் வந்தாலும் அதை எதிh;த்து போராடுவது மனிதனின் இயல்பு. தொடக்க காலம் தொட்டே சமூகத்தின் சரிபாதியான பெண் இனத்தின் மீதான ஒடுக்குமுறை மனிதகுலத்துக்கே அவமானச் சின்னமாக இன்றுவரை இருந்து வருகிறது. போரின் போது முதலாவது பாதிக்கப்படுவதும் பெண், இரண்டாவது பாதிக்கப்படுவதும் பெண் என்ற கருத்து உண்டு. போரின் போது பெண்கள் பாலியல் வன்முறைகளுக்கு உள்ளாக்கப்படுதல் என்பது உலக வரலாறு முழுக்க பதிவாகியுள்ளது. இதை ஹிட்லரின் நாசிகப்படைகள் முதற்கொண்டு அண்மைய ஈழப்போர் வரையிலும் காணமுடியும் போர்க் காலங்களில் பெண்களை சிறையில் அடைத்து கொடுமை செய்தல், பாலியல் வன்முறைகளுக்கு உள்ளாக்குதல் உள்ளிட்ட கொடுமைகளைச் செய்வது அன்று முதல் இன்று வரை நடைபெற்ற எல்லா போர்களிலும் இந்நிகழ்வுகள் பதிவாகியுள்ளது.

மழலைகளையும் முட்களையும் ஒன்றாகப் புதைத்து மூடிய குப்பை மேடுகளுடன் என் தேசம் பிணக்காடாகும் நாளை மனிதர்கள் நடக்கவுள்ள தெருக்களில் தேசியக் கொடிகள் மட்டுமே மிஞ்சிக் கிடக்கும் ஆயிரக் கணக்கான இந்தச் சமாதிகளிடமா விடுதலையைக் கொண்டாட முடியும்? விட்டு வையுங்கள் யாராவது ஒரு மனிதனையாவது விட்டு வையுங்கள் யுத்தத்தால் அழிந்து போன எனது மண்ணையற்றி எழுதக் குருதி நிரம்பிய பேனாவையும் மனித நேயத்தை உணா;த்த விட்டுவையுங்கள்" என்பதாக அமைந்துள்ள வரிகள் போரைத் தமிழ் மக்கள் மீது திணித்தவர்களின் மீதான கோபத்தின் வெளிப்பாடாக அமைந்துள்ளன.

உன்னத வாழ்வு இனம் மதம் பால் அடிப்படையின் கீழ் இக்கணத்தில் இருந்து நிர்ணயிக்கப்படும் உன் காலங்கள் அக முகாம்களிலோ ஆயுதங்களுடன் பயிற்சி முகாம்களிலோ நாங்கள் வாழ்வதற்கான அர்த்தத்தைத் தொலைத்துப் பல நாட்கள் ஆகின்றன எங்களிடம் பகிர்ந்து கொள்ள நம்பிக்கைகளோ வசந்தங்களோ இல்லை நீ உறங்கிக் கொண்டிருக்கும் இப்பரப்பில் எக்கணமும் குண்டுகள் வீசப்படலாம் என்பதே இப்போதெல்லாம் உண்மை" என்று ஈழத்தில் துன்பப்பட்டுக் கொண்டிருக்கும் எத்தனையோ ஆயிரம் தாய்மார்களின் உள்ளக்குமுறலை, பதட்டத்தை இக்கவிதை வெளிப்படுத்தியுள்ளது.

பெண் எதிர்ப்புக் குரலினைக் கவிநயத்துடன் வெளிப்படுத்தும் சண்முகம் சிவலிங்கத்தின் 'ஆலம் இலை' என்ற கவிதையும், பெண் உழைப்பினை சிறப்புற வெளிப்படுத்தும் நுமானின் 'இலைக்கறிக்காரி'யும், யேசுராசாவின் 'நல்லம்மாவின் நெருப்புச் சட்டியும்' குறிப்பிடத்தக்க கவிதைகளாகும்.

அறுபதுகளில் குறிப்பிடத்தக்க புதுக்கவிஞருள் முதன்மையானவர்களுள் ஒருவராக விளங்குபவர் தா.இராமலிங்கம் அவர்கள். யாழ்ப்பாணச் சமூகப் பண்பாட்டின் மூடுதிரையி-னையும் பெண்களது வாழ்வின் அவலங்களையும் ஆக்ரோஷத்துடனும் யதார்த்தப் பாங்கில் வெளிப்படுத்தியவர் எவருமிலர் புதுக்கவிதைகள் எழுபதுகளில் ஈழத்தில் செல்வாக்குப் பெறத் தொடங்கிய காலக்கட்டத்தில் வ.ஐ.ச ஜெயபாலன், சிவசேகரம், சௌமினி ஆகியோர் புகழ் பெற்றவராவர்.

ஈழத்துக்கவிஞருள் பெண்கள் பற்றி பெண்ணடிமை நிலை, பெண்விடுதலை பற்றி அதிகம் சிந்தித்தவா; சிவசேகரமே. இவருடைய கவிதைகளில் பெரும்பாலானவை எண்பதுகளுக்குப் பிற்பட்டவை. இவரின் மூன்று கவிதைகள் மலையகப் பெண்கள் விடுதலை பற்றி குன்றத்துக்-கும்மி, அன்னையா முன்னனி ஊர்வலம் பற்றிய 'தேவி எழுந்தாள்', பெண் விடுதலையின் விலை போன்றவை முக்கியமானவையாகும்.

ஈழத்தில் பெண்நிலைவாதச் சிந்தனைகள் பரவுவதற்ககுரிய முன்பே பெண்களின் மன உணர்வுகளைக் கவிதைகளில் வெளிப்படுத்திய கவிஞர் சௌமின்

எண்பதுகள் ஈழக்கவிதை வரலாற்றில் முக்கிய காலகட்டமாகும்.

1. பேரினவாத ஒடுக்குமுறைக் கெதிரான குரல்.
2. இனரீதியான தமிழ்த்தேசியம்.
3. புகலிட அனுபவங்கள்.
4. பெண் விடுதலை

போன்ற புதிய போக்குகள் காணப்படுகின்றன.

முடிவுரை: ஈழத்துபெண்கவிஞர்களின் படைப்புகள் பெண் அடிமைதனத்தை எதித்து குரல் கொடுத்தும் விழிப்புணர்வு ஏற்படுத்தி பெண்கள் தங்கள் உரிமையும் சுதந்திரத்தையும் பெற-வதற்கு தூண்டுகோளாக அமைகின்றன பெண்கவிஞர்களின் படைப்புகள் மட்டுமல்லாமல் இதழ்களும் பெண்ணிய எழுச்சிக்காக பெரும்பங்கு ஆற்றியதை இக்கட்டுரை மூலம் அறிய-முடிகின்றது.

5. பூக்களை சூடிக்கொண்ட கவிதையல்ல

இது ஈழத்துப் பெண் எழுத்து - முனைவர் சு.செல்வகுமாரன்

ஈழத்தில் நிகழ்ந்த போர் அங்கு பல பெண் கவிஞைகளை உருவாக்கியுள்ளது. இவர்கள் போர்ச்சூழல்சார் அரசியல் விமர்சனக் கவிதைகளையும், போர் ஏற்படுத்தியுள்ள துயரினை-யும், காதலையும் பேசுவதோடு பெண் விடுதலையினையும் மிகநுட்பமாக தமது கவிதைவழி மொழிகின்றனர். ஈழத்துப் பெண் கவிஞர்களின் எழுத்துக்களில், அம்புலியின் கவிதை ஒன்று ஈழத்துப்போரின் ஊடாக வாழ எத்தனிக்கும் ஒரு பெண்ணின் முயற்சியாக புரிந்து கொள்-ளமுடிகிறது. அம்புலியின் நாளையும் நான் வாழ வேண்டும், எரிமலைக் குமுறல், தேடி அடைவாய், நான் எப்பொழுதும் மரணிக்கவில்லை உள்ளிட்ட பல கவிதைகள் இத்தகைய பாடுபொருளையே கொண்டுள்ளன. "தேடி அடைவாய்" போரின் நெருக்குதலில் ஒரு தாய் தன் குழந்தைக்கு வழங்க வேண்டிய எதையும் வழங்க முடியாத இயலாமையின் வெளிப்-பாடாக விரிகின்றது. மாரிக்குளிரில் நனைந்திடினும் உள்ளம் தணல் பூத்துக் கிடக்கின்றது.

துயரங்களின் நடுவினில் நான் உன்னை வாரியணைக்க முடியாத தாயாகியுள்ளேன். ஓர் அழகிய காலையை உனக்குக் காட்டமுடியாத, உன்னோடு விளையாட முடியாத பாலைவன நாட்களையே உனக்கு பரிசளிக்கிறேன் என்று கழிவிரக்கத்தைப் பதிவு செய்கின்றது.

மேலும் எந்த நேரமும் வீழ்ந்து வெடித்து உயிர்குடிக்கும் எறிகணைக்குள், மேகம் கலைய வானத்துள் வட்டமிடும் போர் விமானங்களுக்கிடையில், துப்பாக்கி வெடியோசையின் சத்தங்களுக்கிடையில் எப்படி உனக்கு இனிமையை வழங்கிடமுடியும் என்னும் கேள்வியினையும் எழுப்புகின்றது. இது ஒரு பெண்ணின் மூலமாக எழுப்பப்படுவதன் மூலம் குழந்தைகளை வளர்ப்பதற்கான எந்த ஒரு சூழலும் ஈழத்தில் இல்லாமலிருப்பதை கவிதை அடையாளப் படுத்துகின்றது. இறுதியாக தீயச்சூழல் மாய்ந்து புதிய வாழ்வு பிறக்கட்டும் என்று ஒரு தாயின் ஏக்கமாக, வாழ்த்தாக நீளும் கவிதை என்னால் பரிசளிக்க முடியாத வாழ்வை நீயே சென்றடைவாய். வழிகளில் சிவப்பும் இறக்கைகளில் நெருப்பும் உனக்குச் சொந்தமாகட்டும். எம்மை வேகவைத்த காலம் உன்னால் வேகி சாம்பராகட்டும். ஒரு புதிய வாழ்வு உன் கரங்களில் மலரட்டும் என்பதாக எதிர்ப்புணர்வினையும் நம்பிக்கையினையும் ஒருங்கே வெளிக்கொணர்கின்ற கவிதையாக அம்புலி இந்த கவிதையினை முடிவுக்கு கொண்டு வருகின்றார்.

“எரிமலைக் குமுறல்” போரினால் அனுபவிக்க முடியாது போன பாலியல் சார் எண்ணங்களை ஏக்கங்களை அதன் துயரினை பதிவு செய்கின்றது. என் தோழர் எல்லையில் துயிலாமல் நானோ வெம்புகிறேன் நள்ளிரவில். தனியாக உரத்த குரலில் கானம்பாடுவதற்கு சத்தம் வரவில்லை என்பதாக பேசுகின்றது. “நான் எப்பொழுதும் மரணிக்கவில்லை” எனக்கு யுத்தம் பிடிப்பதில்லையாயினும் அதன் முழக்கத்தினிடையே எனது கோபம் காலநிர்பந்தத்தில் மாற்றமடைந்து விட்டது என போர் மனித வாழ்வில் ஏற்படுத்தியுள்ள மாற்றத்தை முன்வைக்கின்றது. தொடர்ச்சியாக குண்டுகளின் அதிர்வோசை கேட்காத ஒரு தேசத்தை தேடும் அம்புலி ஒரு மயானத்திலிருந்து மீட்டெடுக்கப்பட்ட மகிழ்வோடு பூரிக்கும் என் தேசத்தை தேடி கால்கள் விரைகின்றன என்கிறார். அம்புலியின் கவிதை ஆக்கத்தில் துயரின் ஊடாக தேசத்தைக் காக்கின்ற எண்ணங்களும், போரிலிருந்து முற்றிலுமாய் விடுபட்டு ஒரு புனரமைக்கப்பட்ட தேசத்தை கண்டடைய முயற்சிப்பதும் அதன் மீது முழு நம்பிக்கை கொள்வதும் பெரிய விஷயமாக தென்படுகிறது.

‘ஒரு வண்ணத்துப் பூச்சியின் சிறகடிப்பில்
எனை மறக்கவும்
ஒரு குழந்தையை மென்மையாக
தாலாட்டவும்
என்னால் முடியும்
குளத்தடி மரநிழலில்
எனது புல்லாங்குழலைத் தழுவும்
காற்றோடு கதை பேச
நான் தயார்” 1

என்னும் பதிவும், எனது மரத்துப் போன கரங்களுள் பாய்வது துடிப்புள்ள இரத்தம், நான் இன்னமும் மரணிக்கவில்லை என்று குறிப்பிடும் வரிகளும் நெகிழ்வான ஒரு வாழ்க்கையை வாழ்வதற்கான பன்முக அர்த்தப்பாடு மிக்க கவிதையாகவே வெளிப்படுகின்றது.

ஜெயாவின் "நிமிரும் எங்கள் தேசம்" அரசியல் முக்கியத்துவம் வாய்ந்த ஒரு கவிதையாக விளங்குகின்றது. ஈழப்போர் குறித்த கவிதை படைப்புகள் அரசியல் ரீதியாக வெவ்வேறு முகங்களையும் விமர்சனங்களையும் உடையவை. ஈழத்தின் இனஒடுக்கு முறை, அவற்றை எதிர்கொண்ட இயக்கங்கள் குறித்த முரண்பட்ட பார்வைகளை ஈழத்துப் கவிதைகளில் காணலாம். குறிப்பாக சேரன், ஷோபாசக்தி போன்றவர்கள் விடுதலைப்புலி இயக்கத்தின் மீது மிகக் கடுமையான விமர்சனங்களை முன்வைக்கின்றனர். ஜெயாவின் இக்கவிதை மக்களும் இயக்கங்களும் ஒன்றோடு ஒன்று கைகோர்த்து வேலை செய்வதானப் பதிவை யதார்த்தமாக புலப்படுத்துகின்றது. நண்டுவந்து வளை அமைத்து ஒடுங்குகின்ற மணற்பரப்பில் அரண் அமைத்து எதிரி வரவை எதிர்நோக்கி நின்ற ஓர் பெண் போராளியிடம் ஒரு மூதாட்டி அவள் அருகில் வந்து பிள்ளைக்கு சாப்பாடு வேளைக்கு வந்ததுவோ? சோறும், புளிமாங்காய் போட்ட சிறுமீன் குழம்பும் நான் தரட்டோ? வாங்கோ என்பதாய் தொடர்கிறது கவிதை. கவிதையில் உரையாடும் அந்த மூதாட்டி நாளை நான் இந்த மண்ணில் நாறிப்போகாமல் தலைசாய, சுடுகாட்டில் வேக, நாட்டிற்காய் பணிசெய்யும் குழந்தைகளே என்று உள்ளம் விரும்புகின்றாள்.

மூதாட்டி போராளியிடம் கொஞ்சம் காலற வேண்டுகின்றாள். அருகிலிருக்கும் தன் வீட்டிற்கு உணவு உண்ண போகச் சொல்லி அங்கே இருக்கிறதெல்லாம் உங்களுக்கே என்று பசியாறச் சொல்லுகின்றாள். கொஞ்சம் படுத்திருங்கோ, பொழுது விடிகின்ற வேளை வரை நான் பார்ப்பேன் போங்கோ என அவள் தலையைக் கோதி விடுவதுமாக முடிவுக்கு வருகின்றது கவிதை. தமிழீழ விடுதலைப் போரில் பெண்ணின் கணிசமான, உயிர்த்துவமான பங்களிப்பை இது புலப்படுத்துகின்றது. பெண்கள் மண்ணின் மக்களாகவும், போராளிகளாவும், இருந்து செய்துள்ள சேவையை இக்கவிதை அடையாளப்படுத்துகின்றது. இது ஒரு வரலாற்றுப் பதிவு இத்தகைய தன்மையிலானப் பதிவை எந்த ஒரு படைப்பாளியிடமும் குறிப்பிடும் படியாக காண முடியவில்லை என்றே சொல்லலாம். இந்நிலையில் அதனை ஒரு பெண் கவிஞர் பதிவு செய்திருப்பது இந்த சமூகமும், வரலாறும் சமநிலை அடைவதை உணர்த்துகின்ற ஒன்றாகின்றது.

ஆதிலெட்சுமியின் "நிழல் விரிக்கும் நினைவுகள்" ஈழத்தில் தாங்கள் சிறுவயதில் சுற்றித்திரிந்து விளையாடிய நினைவுத் தடங்களாக விளங்குகின்றன. புளியமரத்தடியில் நின்றிருந்த ஐஸ்கிரீம் தாத்தா, புழுதிகுடித்து விளையாடிய மைதானம், வைரவர் சூலத்தைப் பார்த்து செருப்பை கழற்றி வைத்த பக்தி. புத்தகப்பையை புளியங்கொப்பில் தொங்கவிட்டமை யானவை. நினைவுகள் பதிவு செய்யப்பட்டுள்ளன. மேலும் இவை எல்லாவற்றையும் சடமாகப் பார்த்துக் கொண்டிருந்த பாடசாலைக் கட்டிடம், ஊரில் காசுபிரித்து எழுப்பிய மாடிகட்டிடத்தின் அரைகுறை உருவம் என பலவற்றையும் நம் நினைவில் கொண்டு வந்து சேர்க்கிறது பின்னர் பாடசாலையைச் சுட்டி இங்கேதான் இந்திய ஆமி குடியிருந்தது. மேசை, நாற்காலி, கதவு, சன்னலை உடைத்து சப்பாத்தி சுட்டது. பள்ளி காம்பவுண்டில் நின்ற தென்னை மரத்தையேத் தறித்து வீதிக்கு தடையாய் போட்டது என்பதான வரிகள் ஆமி புகுந்த வீடும் ஆமை புகுந்த வீடும் கடைத்தேறாது என்ற பழமொழியை நினைவு படுத்துவதாகவே உள்ளது.

"எல்லாம் இப்போது கனவாய்
எனது நண்பர்களில் பலர்
களத்தில்
சிலர் கல்லறையில்
நான் மட்டும்
கையில் பேனாவுடன் கவிஞையாய்!" 2

எனத் துயரம் சுமந்த வரிகளோடு கவிதை முடிவுறுகின்றது.

மண் ஒன்றாயினும் மனங்கள் வேறுதானே. பிரச்சனை ஒன்று என்றாலும் புரிதல் வேறுதானே. காதலை, புணர்ச்சியை ரசித்துத் திழைக்கும் அனாரின் கவிதையும் போருக்குள் இருந்துதான் பிறந்திருக்கிறது. காதலின் புதிய பரிணாமத்தைப் பாடும் நாமகளின் கவிதையும் போருக்குள் இருந்துதான் பிறந்திருக்கிறது. ஆக பாடுபொருளில் மிகப்பெரிய இடைவெளி இவர்களிடம் இருக்கின்றது. போரின் வலைப் பின்னலில் காதல் எண்ணிப்பார்க்க முடியாத ஒன்றாகிறது. ஆனாலும் நாமகளின் கவிதை காதல் செய்கிறது. தமிழீழ விடுதலைப் படையில் பணி செய்கிறான் காதலன். அவனைக் காண்பதே கடினம். கட்டுப்பாடுகள் ஏராளம். சிரிக்கவும், சிறகசைக்கவும் முடிவதில்லை. அதனையும் தாண்டி காதலியின் தேடலில் அகப்படும் அவனைக் கவிதைப் பூடகமாய் மொழிகின்றது. எப்போதாவது தெருவில் அவசர கதியில் கண்டுவிட நேர்கையில் சந்திப்பை வரவேற்பதாய் அவன் கண்கள் ஒருமுறை விரியும். மறுகணம் ஆழ்ந்து மூடிக்கொள்ளும். அவனுக்குத் தெரியும் எனக்கு அது போதுமென்று என்னும் கவிதை வரிகள் மனவியலை காலம், இடம், சூழலின் பின்னணியோடு விவரிக்கின்றது.

கவிதாவின் "எமது கவிதை" கவிதைக்கான வீரியத்தோடும், ஈழத்துக் கவிதை எந்தச் சூழலில் இருந்து உருவாகிறது என்பதை உலகுக்கு உணர்த்துவதாகவும் உள்ளது. எழுத, பேச, செயல்பட, உயிர்வாழ என அனைத்து நிலைகளிலிருந்தும் அப்புறப்படுத்தப்பட்ட ஈழத்தமிழ்ச் சமூகத்திலிருந்து இந்தக் கவிதை வந்துள்ளதை கவிதா மிக அழுத்தமாக உணர்த்துகின்றார்.

பூக்களையும்
பனித்துளிகளையும்
சூடிக் கொண்ட கவிதையல்ல
இது.
நிமிர்ந்து நடந்தே
நாட்களாகிப் போன
நரகத்திலிருந்து வந்திருக்கிறது
குண்டுச் சத்தத்தில்
செவிடாகியதில்
இசையும் சந்தமும்
இது அறியாது" 3

என்பதோடு மொழி இழந்த ஊமையின் அலறலாக கவிதை ஒலிக்கின்றது. ஒரு சமூகத்தின் சோகம் சுமந்த பாரத்தில் கூனிமுடமாகி உருக்குலைந்து போன கொலைக்களத்திலிருந்து

உயிர் தப்பிய கவிதையாக விளங்குகின்றது. போர்ப்பூமியில் மொழியப்பட்ட உதிரத்திலிருந்து ரத்தம் சொட்ட சொட்ட வந்து நிற்கின்ற கவிதையாக நம்மிடம் அது வந்து சேர்ந்துள்ளது. தம்மை ஆற்றுப்படுத்திக் கொள்ள சில வார்த்தைகளும், ஒரு மடியும் வேண்டி வந்துள்ளதாக கவிதை நம்மிடையே உரையாடுகின்றது. கவிதாவின் கவிதைகள் சொற்சிக்கனமும் அதே நேரம் அடர்த்தியும், வீரியமும், கருத்தை நேரடியாக உணர்த்தி விடுகின்ற தன்மையும் மிக்கவையாக விளங்குகின்றன.

றஞ்சனியின் "நாடற்றவனின் இயலாமை" செல்வீச்சில் எரிந்த உடல்களும், சிதறிய குழந்தைகளும் அரைகுறை உயிருடன் புதை குழிக்குள் மௌனிப்பதையும், இறந்த உடல்கள் ஆவியாக நாதியற்று அலைவதையும், இருக்கும் உயிர்களும் உறுப்புகளை இழந்து அரைகுறை மனிதராக மீதமுள்ள உயிருக்காக ஓடிக்கொண்டிருப்பதையும் குறிப்பிடுகின்றது. அத்தோடு முகாம்களில் அடைக்கப்பட்டவர்களின் பீதியை, அவர்களின் கூக்குரலை, ஏக்கங்களை, பசியையும் நினைவு படுத்துவதோடு, யாதுமற்று அங்கும் இங்குமாய் அலையும் என் மக்களை யார் காப்பாற்றுவார் என்பதான கேள்வியும் பெண்ணுக்கே உரித்தான கேள்வியாக இனங்காணத்தக்கது. இறுதியாக இந்நிலைக்கு காரணமானவர்களை தன் கவிதையில் அடையாளம் காட்டும் அவள் மனிதவாடைகளை சுவாசித்தபடி, குருதியை சுவைத்தபடி பெண்களைத் தின்று கொண்டு ஆவேசமாக நகருகிறது அரச பயங்கரவாதம் என இனங்காட்டுவதும் பெண் மீது நிகழ்த்தப்படும் வன்மத்தை புலப்படுத்துகின்றது.

நளாயினியின் "புரியும் வேதனை" பெண்ணின் துயரத்தைப் புரிந்து கொள்ள ஆணே நீ சற்றே வாழ்வில் பெண்ணாக மாறிப்பார் என்பதாக வற்புறுத்துகின்றது. வேலை முடித்து காலுக்குள் இருந்து ரீவி பார்த்தபடி அதிகாரம் செய்யும் கணவனே சற்று நேரம் நீ மிதிக்கும் மனைவியாக மாறு புரியும் வேதனை என்று அறிவுறுத்துகிறது. தொடர்ச்சியாக வேலைக்குப் போய்வா, சமைத்துப் போடு, சலவை செய், பிள்ளைகளைப் பராமரி பாடம் சொல்லிக்கொடு, கணவனுக்காய் நடுங்கு, தூக்கம் வந்தாலும் கணவனுக்காய் தூங்காமல் நடுநிசி வரை சாப்பாட்டுக் கோப்பையுடன் காத்திரு, உடம்பை சோர்வு தாக்கினாலும் கணவனின் உடற்பசி தீர்த்து ஜடமாய்த் தூங்கு, காலையிலே கண் எரிய விழித்து அரக்கப் பரக்க சமையல் உள்ளிட்ட வேலைகளை முடித்து வேலைக்கு புறப்படு என்பதாக சொல்லப்படும் கவிதை பெண்ணின் துயரை வெட்ட வெளிச்சமாய் அடையாளப்படுத்துவதோடு ஆணினத்தை கேள்விக்கு உள்ளாக்கு வதுமாக பெண்ணிய நோக்கில் முதன்மை பெறுகின்ற கவிதையாகின்றது.

பஹீமா-ஜகானின் "எனது சூரியனும் உனது சந்திரனும்..." ஈழத்துப் போரின் வன்மமும் அதனால் விளைந்த புலப்பெயர்வும் ஏற்படுத்திய காதலர்களின் பிரிவுத் துயரைப் பாடுகின்றது. அன்பு பொங்கி பிரவாகித்த அபூர்வ நாட்களில் நிழல் போலப் பிரிவைச் சொல்லி பின் வந்தது காலம். நான் வரச் சாத்தியமற்ற இ4டங்களில் நீயும், நீவரத் தேவையற்ற இடங்களில் நானும் என்பதாக பதிவாகியுள்ள கவிதைவரிகள் தமிழ்ச் சூழலில் பொருத்திப் பார்க்கின்ற சாதி, மதம், பொருளியலைத் தாண்டி ஈழத்துப் போர் சார்ந்த ஒரு துயரமான சூழலுக்குள் நம்மைப் பயணிக்கச் செய்கின்றது. மட்டுமல்லாது இயலாமையாகவும், கையறு நிலையாகவுமே கவிதை விரிகின்றது. போரின் உக்கிரத்தில் சிதைவுற்றுப் போன ஈழ மக்களின் வாழ்வு இதுவரையில் மறுகட்டமைப்பு செய்து மேம்படுத்தப்படாத நிலையில் இங்கு போரின் தன்மையே மீள மீள மறுகட்டமைப்பு செய்யப்பட்டுள்ளமையும் குறிப்பிடத்தக்கதாகும்.

இந்நிலையில் அங்கு வாழும் மக்களைக் காட்சிப்படுத்தும் பஹிமாஜஹான், பறத்தலையும் மறந்து பாடலையும் இழந்து வெட்டி வீழ்த்தப்பட்ட மரத்தின் அடிக்கட்டை மீது அமர்ந்துள்ளது பறவை என குறியீட்டு நிலையில் அடையாளப்படுத்துவது கவனத்தில் கொள்ளவேண்டியதாகிறது.

அரங்கமல்லிகாவின் "உழைப்பு" முற்றத்தில் புல்லுக்கட்டை இறக்கி நிமிர முடியாமல் களைப்போடு தண்ணீர் கேட்க, பதில் ஏதும் சொல்லாமல் முகம் திருப்பிச் செல்லும் மருமகளை வேடிக்கை பார்க்கும் பக்கத்தூட்டு இளஞ்சியத்தின் உரையாடல் மூலம் பெண்ணியத்தின் உள்முரண்களையும் பன்முக எதிர்வினைகளையும் அடையாளப்படுத்து கின்றது.

பொதுவாக தமிழ்ச்சூழலில் எழுதப்படும் தமிழ்ப்பெண் கவிஞர்களின் கவிதைகளுக்கும் ஈழத்திலிருந்து வெளிவரும் பெண்கவிஞர்களின் கவிதைக்கும் நிரம்பவே வேறுபாட்டை உணரமுடிகிறது. ஈழத்துக் கவிதைகளில் பெண்விடுதலையானது தலித் பெண்களின் விடுதலை, இஸ்லாமியப் பெண்களின் விடுதலையென பல தனித்துவ அடையாளக்குரல்களோடு ஒலித்திருப்பினும் அடிப்படையில் ஈழத்துப் பெண் கவிதைகள் ஒரு நிலையில் போரில் இருந்து உருவாவதால் இதனை நாம் போர் இலக்கியமாகவே பார்க்கமுடிகிறது.

கற்பகம் யசோதராவின் கவிதை ஒன்று போரின் எதிர்ப்பை பெண் உடல் மொழி சார்ந்து பேசுகின்ற போது. என் யோனி அடைத்துக் கொண்டு அதனுதடுகள் பிறப்பின் இன்பச் சொற்களை மறந்தன என்கிறது. உணர்ச்சிகள் செத்து நாங்கள் மரங்களாக எழுகிறோம். எங்கள் பிள்ளைகளின் பிணங்களின் மேல். இதைவிட அரிதாக பெண் எழுத்தில் போர் எதிர்ப்பை தனனுடைய உடல் மொழி சார்ந்து பேசிவிட முடியாது. மேலும், கொலை செய்யப்பட்ட உன்னுடைய இரத்தம் என் முலைகளில் வடிய நான் கொலை நடந்த இடத்தை மறந்து செல்வேன். எப்படி எனில் தாரில், புல்லில் காய்ந்திருக்கும் இரத்தத்தை ஓர் நாயென முகரத் திரியும் ஆழ்மனதுடன் என்கிறார். போரும் குறிப்பாக குழந்தைகளின், ஆண்களின் இறப்பும் எப்படி ஒரு பெண்ணை பாதிக்கிறது என்பதனை இந்தக் கவிதை பேசுகின்றது. ரத்தம் முலைகளில் வடிகிறது என்பதும், யோனிகள் பிறப்பின் சொற்களை மறத்தல் என்பதும் பெண்ணின் போர் சார்ந்த நேரடிப் பாதிப்புகளாகவே விளங்குகின்றன. எனினும் நிர்கதியற்ற நிலையில் இத்தகைய பாதிப்புகளைத் தாண்டி உயிர்வாழ்தல் பழக்கத்துக் குள்ளாதவையும் இந்தக் கவிதை பேசிவிடுகின்றது.

"வீடு
தன் உள் ஒடுங்குதலைப் பழக்குகையில்
குடும்பம்
பழக்கத்தை நீட்சிப்பதையும் போல்
மரணத்தைப் பழக்குது சூழல்
உணர்ச்சியோ மரக்குது ஒவ்வொன்றாய்•••.." 4

"நீத்தார்" பாடல் ஒரு நெடுங்கவிதையாக நீள்கின்றது. ஈழத்தின் இறப்பு என்னென்ன வகையில் எல்லாம் நிகழ்ந்தன என்பன குறித்து பேசும் இந்த கவிதை பன்முகம் சார்ந்த விரிவு கொண்ட ஒரு கவிதையாகிறது. போரில் கணவனை இழந்த துணைவியை, தந்தையை இழந்த மகளின் குரலை பதிவு செய்துள்ளது. ஈழத்தில் திசையெங்கும் துப்பாக்கி முளைத்துள்ளது. அதன் சுடுவிசைக்கு கருத்தியல் ரீதியாக வெவ்வேறு நோக்கங்கள் இருக்குமாயி-

னும் அதன் பொதுமை இலக்கு என்பது மனிதக் கொலைதான். ஒவ்வொரு கொலைகளின் பின்னாலும் எத்தனையோ இழப்புகளும், கண்ணீரும் நமக்கு காட்சியாகின்றன. மரணிப்புக-ளில் வடிகின்ற இரத்தங்கள் எல்லாமும் சிவப்பாயினும் அதன் அடர்த்தியிலும் அழுத்தத்தி-லும் வேறுபாடுகள் நிறையவே உள்ளன. துவக்குகளை சுமந்து திரியும் கொலைக்காரர்களைப் பார்த்து துவக்குகளின் எசமான்களே என கூச்சலிடும் யசோதராவின் வார்த்தைகளின் அதிர்-வுகளால் ஈழம் மட்டுமின்றி உலகெங்குமாய் நிகழ்த்தப்படும் கோடான கோடி பெண்களின் கதறல் கசிந்து உருகின்றன.

'உயிருடன் எறியுங்கள்
எத்தனையோ நாளாகப்
பவளமல்லிப் பந்தலின் கீழ்
நான் வெறி பிடித்து முத்தமிட்ட
அவனினது சுந்தர உதடுகளோ
ஆலிங்கித்துக் களைத்திராச் சிறு தோளுகளோ
பிரிய மகளின் ஸ்பரிசம் தருகிற வாஞ்சை கொண்ட
விழுந்த சிறு துண்டொன்றை
நாய்க்குப் போடும் எலும்பொன்றாக
எறியுங்கள்'' 5

வாசுகி குணரத்தினத்தின் "உரிமைகளின் கருவாவாள்" பெண் வளர்ப்பு, திருமணம் தொ-டர்பான பிரச்சனையை பேசுகின்றது. கவிதையில் அப்பா, அம்மா, சகோதரன், மாமிதான் எனது திருமணத்தை நிச்சயிப்பார்களா? என்னிடம் எதுவுமே கேட்கமாட்டார்களா என்ற கேள்வியினை எழுப்பும் கவிதை இறுதியாக எது எப்படியாயினும் எனது பெண் குழந்தையை எப்படி வளர்ப்பது என்பதை நானே நிச்சயிக்க வேண்டும் என்பதாக முடிவுக்கு கொண்டு வருவது பெண்ணிடத்திலே இன்னும் பெண்ணுக்கெதிராக விடுபடாமல் கிடக்கின்ற மாயையை உணர்த்துகின்றது.

ஈழத்துக்கவிதை வெளியில் கவிதைவழி கருத்தியலைச் சொல்லும் முறையில் தனித்த அடையாளங் கொண்டிருப்பவர் தமிழ்நதி. அவருடையக் கவிதைகள் போர், புலப்பெயர்வு, பெண் விடுதலைக் கருத்தினைப் பதிவு செய்வதில் முதன்மை வகிப்பன. போர்ச்சூழலை விவ-ரிக்கும் அவரின் கவிதை ஒன்று நேற்றிரவை குண்டு தின்றது. மதில் விளக்கு அதிர்ந்து சொரிந்தது. சூரியன் தனித்தலையும் இன்றையப் பகலில் குழந்தைகளுக்குப் பாலுணவும் தீர்ந்-தது. பூட்டப்பட்ட வீடுகளைச் சுற்றி பசியோடு அலைந்து கொண்டிருக்கின்றன வளர்ப்புப்-பிராணிகள். சோறு வைத்து அழைத்தாலும் விழியுயர்த்திப் பார்த்து விட்டுப் படுத்திருக்கும் நாய்க்குட்டியிடம் எப்படிச் சொல்வது? திரும்பமாட்டாத எசமானர்கள் குறித்து என்று அவர் எழுப்புகின்ற கேள்விக்கு மானுடர்கள் எவரிடத்திலும் விடை கிடைப்பதில்லை. இன்னொரு கவிதையில் பொதுவான வாழ்வியல் பற்றி பேசும் தமிழ்நதி,

"குறுக்கித் தறித்து
இதை எழுதிக் கொண்டிருக்கிற போது
காட்டுப்பு+ போல மலர வேண்டும் கவிதை...
என்ற வரி உள்ளோடிச் சுடுகிறது

காற்றில் தனித்தசையும் காட்டுப்பு+வை
நின்று கவனிக்க எவருமில்லை
எல்லோருக்கும்
வேண்டித்தானிருக்கிறது வெளிச்சம்!" 6

என்கிறார். கவிதையில் தமிழ்நதி குறிப்பிடும் காட்டுப்பூ குறியீடாக அமைகின்றது. பெண், ஏழைப் பெண், விதவைப் பெண், அனைத்தையும் இழந்து நிற்கும் ஈழத்து அகதித் தமிழன் என்பதாகப் பல்வேறு பரிமாணங்களில் அர்த்தம் பெறுகின்றது.

சந்திரா இரவீந்திரனின் "பிணவலி" பெண்வாழ்வில் திருமணம் ஏற்படுத்துகின்ற விரிசலை, வலியினை பறை சாற்றுகின்றது. திருமணத்திற்கு முன்னான வாழ்வு முற்பகுதியில் நினைவுவழி கவிதையாக்கப்பட்டுள்ளது. எங்கோ தொலைந்து போயிருக்கும் சுகமான கற்பனைகளும் என்னை விட்டுப் பிரிந்திருக்கும் இனிய உலகமும் வெறும் நினைவுகளாகவே மீளவும் மீளவும் என்று கவிதை தம்மை முன்னிலைப்படுத்துகின்றது. இழப்பின் வதையில் அழுவதைத் தவிர என்னால் வேறெதுவும் செய்ய முடியவில்லை என்று கழிவிரக்கமாகவும் தம்மை வெளிப்படுத்திக் கொள்கின்றது. சட்டப்படியாகவும் சடங்கியல் ரீதியாகவும் செய்யப்பட்ட திருமணத்தில் என்னோடு இரண்டறக் கலந்துவிட்ட இன்னுயிருக்காக என் சுயங்களை அழித்து அர்ப்பணமாக்கிய பொழுதுகளிலிருந்து என்னிடமிருந்து விலகிச்சென்ற இனிய வாழ்வை எண்ணி நேற்று வரையிலும் நான் கண்ணீர் சிந்தியதில்லை என்று குறிப்பிடும் கவிதை பெண்ணின் வாழ்விலிருந்து அவள் அடைகின்ற துயரினை மிக நுட்பமாக பேசி விடுகின்றது.

"முதிர்ந்து போன நினைவுகளில்
என்னிதய சிம்மாசனத்தில்
ராஜாவாயிருந்த
எனதருமை ஆத்மாவின்
இன்னோர் முகத்தில்
முளைத்திருந்த கோரப்பற்கள்
நானறியாமலே என்றோ என்னைக்
கொன்று விட்ட சேதியினை
கொல்லைப் புறத்தில் உலாவும்
பழைய மூச்சுக் காற்றும்
பறக்கும் சேலைத் துண்டுகளும்
மெல்ல மெல்லக்
கதை சொல்லிக் கொண்டிருக்கின்றது" 7

பெண்ணைச் சூழ்ந்துள்ள அடர்ந்த இருள் பக்கங்களை "பட்டஞ்சூட்டல்..." கவிதையில் பதிவு செய்யும் தர்மினி பெண்ணுக்கான சுயவிடுதலையின் புதியவரையறைகளை கவிதையில் வெளிப்படுத்துகின்றார். பெண்ணுக்கானப் பாதுகாப்பு வளையத்தை காட்சிப்படுத்துகின்ற போது அகழி போல் வீடு, சுற்றி உள்வேலி, வெளிவேலி, அப்பா, அண்ணன், தம்பி, அயற்சிறுவன் தெருவில் நடந்தால் உதவிக்கு வருவர் என்று குறிப்பிடுகின்றார். மேலும் அவளின்

சுயமுடிவுக்குத் தடை ஏற்படுத்தும் விதமாய் அவளிடம் மயக்கத்தை ஏற்படுத்தும் குடும்ப ஆணாதிக்கத்தைப் பதிவு செய்யும் அவர், கன்னி மாடத்தைப் போல நம் வீடு கட்டப்பட்டதென்பதும், அதிகப்படியான பாதுகாப்பு கருதி மேலும் ஒரு காவலனை அதிகரிப்பதும், அவனையே கணவனாக அறிவிப்பதும், சம்மதமில்லையெனில் கோட்டைக்கு நீ இளவரசி இல்லை என்பதான அறிவித்தலும் ஆணாதிக்கத்தின் வரம்பு மீறியச் செயலாக இனங்காணத்தக்கவையாகும். மேலும்,

கோட்டையும் கொத்தளமும் சூழ
அவர்கள் கொடி பறக்க
அவளிருந்தாள்.
பின்னொரு நாளில்
காதலின் வெக்கையில்
காமத்தின் தகிப்பில்
கட்டிய கோட்டை தணலாயிற்று
வீதிகளில் அவளுமொரு வேசியாய்
பாடகியாய்
பிச்சைக்காரியாய்அவளிருந்தாள்
இப்போது இளவரசி இல்லை
இராணியாக அவளிருந்தாள்." 8

என்பதன் மூலம் பெண்விடுதலைக்கான ஒரு சமூகப்புரட்சியை தர்மினி இந்த கவிதையில் நிகழ்த்தி காட்டியிருக்கிறார் என்றே தோன்றுகிறது.

ஆகப் பல்வேறு களங்களில், பல்வேறு முகங்களில் வெளிப்பட்டுள்ள ஈழத்துப் பெண்கவிஞர்களின் கவிதைகள் பெண்ணிய எழுத்தாகவும், சமூகத்தை கூர்ந்து கவனித்து பன்முகப்பட்ட பிரச்சனைகளுக்கான கேள்வியினை எழுப்பி தீர்வினைக் கோருகின்ற பெண்ணால் எழுதப்பட்ட எழுத்தாகவும் பரிணமிப்பதை இக்கவிதைகள் நமக்கு உணர்த்துகின்றன.

7

இலக்கிய அறிவியல்

(இலக்கியத்தின் சமூக விஞ்ஞான வரைவியல்)

- புதியவன்

இலக்கியம் என்பது ஒரு மொழியின் வெளிப்பாடாகும். மொழி என்பது ஒரு சமூகத்தின் முழுமையான வெளிப்பாடாகும். சமூகம் என்பது சகமனிதர்களின் வாழ்வியல் திரட்சி ஆகும். மனித வாழ்வியல் என்பது சமூகப் பொருளுற்பத்தியையும் சமூகப் பண்பாட்டு நிறுவனங்களையும் சார்ந்து இயங்குதல் ஆகும். சார்ந்து இயங்குதலை சமூகக் கருத்தியல்கள் நெறிப்படுத்துகின்றன. கருத்தியல்களின் ஆகச்சிறந்த களமாக இலக்கியம் திகழ்கிறது. எனவே இலக்கியம் என்பது சமூக வாழ்வியலின் அதி முக்கியக் களமாகச் செயலாற்றுகின்றது. இலக்கியங்களை அணுகுதல் என்பது சமூகப் பண்பாட்டு நிறுவனங்களை அணுகுதல் என்பதன் அங்கமாகும். இதனால் மனித குலத்தின் சமூக வாழ்வியலை மதிப்பிடுவதற்கு ஒரு பொருத்தமானக் களமாக இலக்கிய அறிவியலை உணரலாம்.

இலக்கிய அறிவியல் என்ற தலைப்பிற்குள் இரண்டு சிந்தனைகளை முதன்மைப்படுத்துகிறோம்.

1. இலக்கியத்தை வரையறுத்து விளக்குதல்.
2. இலக்கியங்களை அணுகுகின்ற சுற்றிவளைக்கும் பார்வைகள்

இலக்கியத்திற்கு வரையறை கொடுப்பதென்பது மொழித் துறையில் சமூகவிஞ்ஞானம் ஆற்ற வேண்டிய அதிமுக்கியக் கடமையாகும். எனவே இங்கு இலக்கியத்தை விளங்கிக்கொள்ள வரையறை செய்துகொள்வோம்.

இலக்கியத்தை வரையறுத்து விளக்குதல்

எது இலக்கியம்? - இலக்கியம் என்பது இலக்கினை இயம்புதல் ஆகும். இலக்கு என்பது கருத்தியல் வெளிப்பாடாகும். இயம்புதல் என்பது பேசுதல் ஆகும். எனவே கருத்துக்களைப் பேசக்கூடிய களமாக இலக்கியம் இயங்குகிறது. இலக்கியத்தைத் துல்லியமாக வரையறுக்க முயலலாம்.

இலக்கியம் என்பது

சகமனிதர்களது வாழ்வியல் மேம்பாட்டிற்கான
ஒரு மொழியின் படைப்புகளாகும்

(சிவக்குமார்,கே.2016:25)

இலக்கியம் மூன்று நிலைப்படும்.

1.வரலாற்று நிலை 2.செயல் நிலை 3.கொள்கை நிலை

மூன்று நிலைப்படுதலும் இரண்டு வகைப்படும்.

1.வாய்மொழி இலக்கியம் 2.எழுத்திலக்கியம்

இவை இரண்டும் வரலாற்று நிலைப்பாடாகும்.

1.கலை இலக்கியம் 2.அறிவியல் இலக்கியம்

இவை இரண்டும் செயல் நிலைப்பாடாகும்

1.தன்னிச்சை இலக்கியம் 2.சமூகளாவியஇலக்கியம்

இவை இரண்டும் கொள்கை நிலைப்பாடாகும்

(சிவக்குமார்,கே.2016:25-28)

வாய்மொழி இலக்கியம்: எழுத்து உருப்பெறாத காலத்திலிருந்து சகமனிதர்கள் தங்களது கற்பனைகளையும் கருத்துக்களையும் வாய்மொழி வாயிலாக பரிமாறிக்கொண்டிருக்கின்ற இலக்கிய வடிவமே வாய்மொழி இலக்கியமாகும். பழமொழி, கதைப்பாடல், உழைப்பாளர்களின் களப்பாடல், விடுகதை, தாலாட்டு, ஒப்பாரி, கதை கூறல் போன்றன வாய்மொழி இலக்கியங்களில் அடங்கும்.

எழுத்திலக்கியம்: எழுத்து உருப்பெற்ற காலத்திலிருந்து சகமனிதர்கள் தங்களது கற்பனைகளையும் கருத்துக்களையும் எழுத்துமொழி வாயிலாக பரிமாறிக்கொண்டிருக்கின்ற இலக்கிய வடிவமே எழுத்திலக்கியம் ஆகும். ஓலைச்சுவடி பதிவுகள், மரபுக்கவிதைகள், நவீனக் கவிதைகள், சிறுகதைகள், புதினங்கள், கட்டுரைகள், இலக்கண இலக்கியச் செய்யுட்கள், மருத்துவச் செய்யுட்கள் போன்றன எழுத்திலக்கியங்களில் அடங்கும்.

கலை இலக்கியம்: கலை இலக்கியம் என்பது சகமனிதர்களது வாழ்வியல் மேம்பாட்டிற்காக அவர்களது உணர்வுநிலையில் உந்துதல் ஏற்படுத்துகின்ற ஒரு மொழியின் வாழ்வியல் படைப்பாகும். கலை என்பது மனிதர்களது புலனறிவு நிலையில் அழுத்தத்துடன் செயலாற்றுவது குறைவு. மாறாக மனித ஆழ்மனக்குழியோடு உறவாற்றுகின்ற உணர்வு நிலையில்தான் அழுத்தமாகச் செயலாற்றும் திறனைப் பெற்றுள்ளது. இவ்வாறு உணர்வு நிலையில் ஆழ்மனதிற்கு நெருக்கமாக செயலாற்றுகின்ற இலக்கியப் படைப்புகளே கலை இலக்கியமாகும்.

அறிவியல் இலக்கியம்: அறிவியல் இலக்கியம் என்பது சகமனிதர்களது வாழ்வியல் மேம்பாட்டிற்காக அவர்களது புலனறிவு நிலையில் உண்மைகளை உணர்த்துகின்ற ஒரு துறை சார்ந்த மொழியின் விளக்கங்களாகும். அறிவியல் என்பது மனிதர்களது ஆழ்மனக்குழியின் உணர்வுநிலையில் அழுத்தத்துடன் செயலாற்றுவது குறைவு. மாறாக மனிதர்களது புலனறிவு நிலையில்தான் துல்லியமாகச் செயலாற்றும் திறனைப் பெற்றுள்ளது. இவ்வாறு புலனறிவு நிலையில் அறிவிற்கு துல்லியமாக செயலாற்றுகின்ற இலக்கியப் படைப்புகளே அறிவியல் இலக்கியமாகும்.

தன்னிச்சை இலக்கியம்: சமூக மேன்மையில் இலக்கற்ற படைப்பாளர், தனது தன்னிச்சை கொள்கையை வெளிப்படுத்துவதற்காகப் படைக்கின்ற இலக்கியமே தன்னிச்சை இலக்கியம் ஆகும்.

சமூகளாவிய இலக்கியம்: சமூக மேன்மையில் இலக்குடைய படைப்பாளர், சமூகத்தே-வையின் அவசியம் குறித்த தனது புரிதல்களை உணர்த்துவதற்காகப் படைக்கின்ற இலக்கி-யமே சமூகளாவிய இலக்கியம் ஆகும். (சிவக்குமார்,கே.2016:25-28)

இத்தகைய வரையறை மற்றும் விளக்கங்கள் நமக்கு இலக்கியத்தைப் பற்றிய துல்லிய-மான அறிமுகமாக அமையலாம். ஆனால் இலக்கியத்தை முழுமையாக உணர இத்தகைய முகவரி போதாது. இலக்கியத்துடன் ஒன்றி வாழ்வதற்கான வாய்ப்பைப் பெற வேண்டும். இத்-தகைய வாய்ப்பே சகமனிதரை அவரது சமூக அறிவிலும் உணர்விலும் உரமுடையவராக உருமாற்றும். கற்பனை வளத்திலும் கருத்துச் செறிவிலும் ஆற்றலுள்ளவராக நிலைப்படுத்தும். இத்தகைய நிலையினை அடைவதற்கு இலக்கியத்தைப் புரிந்துகொள்வது இன்றியமையாத சமூகக் கடமையாகும். அதாவது இலக்கியத்தைப் படைப்பவரும் படிப்பவரும் ஒருவருக்கொ-ருவர் சமூகளாவிய நிலையில் புரிந்துகொள்ள முயல வேண்டும். இத்தகைய புரிதலுக்கு சுற்றி வளைக்கும் பார்வைகள் அவசியப்படுகின்றன. படைப்பாளரும் படிப்பாளரும் சுற்றி வளைக்-கும் பார்வைகளுடன் இலக்கியத்தை அணுகுவது அவசியம். இலக்கிய அறிவியலின் இப்-பார்வைகள் அறிவியல் கலை படைப்புகளுக்கும் முழுமையாகப் பொருந்தும். மேலும், இப்-பார்வைகள் சொந்த வாழ்க்கை குறித்த மதிப்பீடுகளுக்கும் வழியமைக்கின்றன.

இலக்கியங்களை அணுகுகின்ற சுற்றிவளைக்கும் பார்வைகள்

1. மனிதவரலாற்றுப் படிநிலை 2.பண்பாட்டு உறவுகள்
3.இயற்கை வர்ணனைகள் 4.மொழி நேர்த்தி
5.சமூக ஏற்றத்தாழ்வுகள் 6.பாலின ஏற்றத்தாழ்வுகள்
7.சாதி மத பேதங்கள் 8.பேதமை கடந்த உடன்பாடுகள்
9.எதார்த்தம் மீதான இலட்சியம் 10.முற்போக்கின் எழுச்சி
11.அரசியல் நோக்கு 12.தன்னிச்சை வெளிப்பாடு
13.கொச்சை பாலுறவு குறியீடு 14.பொருளாதார ஒடுக்குமுறை
15.கருத்தாக்கக் கட்டமைப்பு 16.ஆழ்மனப் பிரதிபலிப்பு
17.சமூகளாவிய விமர்சனங்கள் 18.தாய்தலைமை சமூகம்
19.தந்தையதிகாரச் சமூகம் 20.குழந்தைகளின் சமூக ஆக்கம்

இத்தகைய சுற்றி வளைக்கும் பார்வைகள் எத்தகைய சமூக இலக்குகளை முதன்மைப் படுத்துகின்றன? சமத்துவ சமூகத்தைக் கட்டியமைப்பதற்காக மனித வாழ்வியலைப் பக்குவப்-படுத்துகின்ற இலக்குகளை முதன்மைப்படுத்துகின்றன. ஏனெனில் மனித சமூகத்தில் மனிதர்-களுக்கு இடையிலான ஏற்றத்தாழ்வுகள் நிறைந்த பகையுறவுகளை களைந்து, தனித்துவங்கள் நிறைந்த நட்புறவுகளை படைத்து, இயற்கை முரண்களோடு சமத்துவமாய் சங்கமிப்பதே சமூ-கத்தின் தேவைகளாக இருக்கின்றன. இந்தத் தேவையை அடைவதற்கு மாறாக ஆபத்தாக அமைவது எது? பகையுறவுகளைக் கூர்மைப்படுத்தி, செயற்கைகளின் ஆக்கிரமிப்பால் இயற்-கைக்கு சமாதி கட்டி, இயற்கையோடு அடக்கமாகும் தான்தோன்றித்தன முயற்சிகளே சமூ-கத்திற்கு ஆபத்தாக இருக்கின்றன. சமூகத்தின் தேவைக்கும் சமூக ஆபத்திற்கும் இடைப்-பட்ட உறவானது சமூகப் பொருளுற்பத்தியின் இயக்கங்களால் தீர்மானிக்கப்படுகின்றன. சமூகத் தேவையை நிறைவேற்றுவது நோக்கி சமூகப் பொருளுற்பத்தியை முன்னேற்றுவதா? சமூக ஆபத்தில் மூழ்குவது நோக்கி விட்டுவிடுவதா? இவைகள்தான் நம் முன்னுள்ள கேள்-

விகள். இந்தக் கேள்விகளிலிருந்து மனித வாழ்வியல் இயங்குகின்றது. சமூகத்தின் தனித்துவங்களைச் சமத்துவம் நோக்கி முன்னேற்றி, இயற்கையின் அங்கமாகப் பாதுகாக்கின்ற முயற்சிகளும் நிகழ்கின்றன. சமூகத்தின் ஏற்றத்தாழ்வுகளைப் பாதுகாத்து, ஆபத்துகளில் மூழ்கி, இயற்கையைவிட்டு அழிவதற்கான வாய்ப்புகளும் தொடர்கின்றன. பாதுகாப்பிற்கும் அழிவிற்கும் இடையிலான போர்கள் சமூகப் பண்பாட்டு வாழ்வியலில் தொடர்ந்து நிகழ்ந்துகொண்டிருக்கின்றன.

" பொருளாதார அடித்தளம் மாறுதல் அடைகிற பொழுது, அதன் மீது எழுப்பப்பட்டிருந்த பிரம்மாண்டமான மேற்கட்டுமானம் முழுவதும் வேகமாக மாற்றப்படுகிறது. இந்த மாறுதல்களைக் கவனிக்கும் காலத்தில் இரண்டைஉம் அதாவது, ஒரு புறத்தில் இயற்கை அறிவியலை எவ்வளவு கணக்காக வரையறுக்க முடிகிறதோ, அவ்வளவு கணக்காக வரையறுக்கப்படக் கூடிய உற்பத்தியின் பொருளாதார நிலைமைகளில் ஏற்படும் பௌதீக மாறுதலையும் — இன்னொரு புறத்தில் சட்டம், அரசியல், மதம், அழகியல், தத்துவம் முதலான — சுருக்கமாகச் சொன்னால் சித்தாந்த சீதியான வடிவங்களையும் — எப்பொழுதும் வேறுபடுத்திப் பார்க்க வேண்டும். இந்தச் சித்தாந்த வடிவங்களுக்குள்ளேதான் இந்த மோதல் பற்றிய உணர்வு மனிதர்களுக்கு ஏற்பட்டு ஒரு முடிவைக் காணும்வரை போராடுகிறார்கள்." (ஸ்டாலின்,ஜே.வி.2013(2001):55)

இந்தப் போர்களின் உயிரோட்டமான இயக்கம் இலக்கியம். இலக்கியப் போர்க்களத்தில் படிப்பாளர்களும் படைப்பாளர்களும் விருப்பு வெறுப்புகளைக் கடந்த பொறுப்பாளர்களாவர். ஏனெனில் இலக்கியம் வெறும் திரைச்சித்திரம் அல்ல, மனித வாழ்வியலின் இதயத்துடிப்பு. உயிரோட்டமான போர்க்களத்தில் நாம் பொறுப்பாளர்களாக இல்லாவிட்டால் பலியாகிப்போதல் எளிதாகிவிடும். எனவே இலக்கியத்தை வெறும் பார்வையாளர்களாகக் கடந்து செல்லுவது கூடாத காரியமாகும். சமூக அக்கறையுள்ள படைப்பாளர்களும் படிப்பாளர்களும் இலக்கியத்தை வாழ்வியல் சார்ந்த பொறுப்புணர்வுடன் அணுக வேண்டும். இலக்கிய அறிவியலின் பொறுப்பாவது சமூக அழிவிற்கு பாடம் புகட்டி மேன்மையடைவதும், சமத்துவம் நோக்கி வெற்றியடைந்து சமூகப் பாதுகாப்பை உறுதி செய்வதும் ஆகும். (சிவக்குமார்,கே.2016:75)

நாட்டில் இலக்கியங்கள் இருந்தால் அது நாகரிகத்திற்கு, அறிவு வளர்ச்சிக்கு, புரட்சிக்கு, முற்போக்கு மாறுதலுக்கு உதவிட வேண்டும். (பெரியார்.2017:531)

இத்தகைய பொறுப்பை சாதிப்பதற்கு சுற்றி வளைக்கும் பார்வைகள் அவசியப்படுகின்றன. இத்தகையப் பார்வைகள் இலக்கியம் பற்றிய நமது சமூக அறிவையும் உணர்வையும் வளப்படுத்தும். வாழ்வை நெறிப்படுத்தும்.

1. மனிதவரலாற்று படிநிலை: மனித வரலாறானது சமூக உற்பத்தி முறையியலின் அடிப்படையில் எட்டு படிநிலைகளாக அமைகிறது. சமூக உற்பத்தி முறையியல் என்பது சமூக பண்பாட்டை முழுமையாகச் சுமந்திருக்கின்ற அடித்தளமாகும். சமூகப் பண்பாடு என்பது சமூகளாவிய நிறுவனங்களின் முழுமையாகும். (சிவக்குமார்,கே.2016:8) இம்முழுமை பற்றி பண்பாட்டு உறவுகள் என்ற தலைப்பில் அறியப்போகிறோம். சமூக உற்பத்தி முறையியலும் சமூகப் பண்பாட்டியலும் இணைந்ததே சமூக அறிவு ஆகும். இலக்கியம் படைப்பவருக்கும் படிப்பவருக்கும் சமூக அறிவு இன்றியமையாததாகும். சமூக அறிவின் முழுமை பற்றி அறிவெனும் பெரும் பசி என்ற கட்டுரையில் வரைபடத்துடன் விவரித்துள்ளோம். இலக்கிய

அறிவியல் குறித்த நமது சிந்தனைக்காக அவ்வரைபடம் இணைக்கப்படுகிறது. மேலும் சமூக உற்பத்தி முறையியல், சமூகப் பண்பாட்டியல் குறித்து அறிவெனும் பெரும் பசி என்ற கட்டுரையின் விவரிப்புகளை இலக்கிய அறிவியலின் அவசியம் கருதி முழுமையாகக் கையாள்கிறோம். (புதியவன் 2015:45-49)

சமூக உற்பத்தி முறையியல் என்பது சமூகத்தில் நிகழும் சமூகப் பொருளுற்பத்தி பற்றிய அறிவாகும். அதாவது உழைப்பில் இருந்து மனிதன் தோன்றினான். உற்பத்தியில் இருந்து சமூகம் தோன்றியது. பொருளாதார உற்பத்தியே சமூகத்தின் இதயத்துடிப்பு. சமூகம் உயிர் வாழ உற்பத்தி தொடர்ந்து நிகழ வேண்டும். உற்பத்தி நின்றுவிட்டால் சமூகம் இறந்துவிடும். எனவே, சமூகப் பொருளாதார உற்பத்தி எப்படி நிகழ்ந்துக் கொண்டிருக்கின்றது? ஒரு சமூகம் எத்தகைய மனிதக் கூட்டத்தால் உற்பத்தியை நிகழ்த்திக் கொண்டிருக்கிறது? எத்தகைய அறிவும், ஆற்றலும், அனுபவமும் நிறைந்த மனிதர்களால் உற்பத்தி நிகழ்கிறது? எத்தகைய இயற்கை வளங்களைக் கொண்டு உற்பத்தி நிகழ்த்தப்படுகிறது? எத்தகையக் கருவிகளும் அறிவியல் தொழில்நுட்பங்களும் பயன்படுத்தப்படுகின்றன? உழைப்பாளர்கள் உற்பத்திப் பொருட்களை எத்தகைய முறையில் பகிர்ந்துகொள்கிறார்கள்? உற்பத்திச் சாதனங்கள் மீதும், உற்பத்திப் பொருட்கள் மீதும் உழைப்பவர்களுக்கு எத்தகைய உரிமை நிலவுகிறது? சமூக உற்பத்தியில் நிகழ்கின்ற உடன்பாடுகளும் முரண்பாடுகளும் எத்தகைய விளைவுகளை உருவாக்கப் போகின்றன? இவற்றைப் பற்றிய அறிவே சமூக உற்பத்தி முறையியல் ஆகும். இதனை சமூகத்தின் அடிக்கட்டுமானம் என்பதாகசமூகவிஞ்ஞானம் விளக்குகின்றது. இந்தியச் சூழலில் சாதியக் குலத்தொழில் பற்றிய அறிவும் சமூக உற்பத்தி முறையில் இன்றியமையாததாகும். (சிவக்குமார்,கே.2016:8)

இவற்றின் அடிப்படையிலேயே மனித சமூகத்தின் முழுமையான வரலாறு கட்டமைந்துள்ளது. சமூக உற்பத்தி முறையியலின் வளர்ச்சி மனிதகுல வரலாற்றை எட்டு நிலைகளாகக் கட்டமைத்துள்ளது. சிவக்குமார் அவர்களது ஆய்வேட்டில் குறிப்பிடப்படுகின்ற சமூகப் பொருளாதார படிமலர்ச்சியின் ஆறு கட்டங்களும் மேலும் ஆய்விற்கு உட்படுத்தப்பட்டு இக்கட்டுரையில் மனிதகுல வரலாற்றின் எட்டு நிலைகளாக விளக்கம் பெறுகின்றது (சிவக்குமார்,கே.2016:223)

1.1.காடுசார்ந்த பொருள் சேகரிப்பு நாகரிகம் (தாய்தலைமை சமூகம்)-காடுகளில் வாழ்ந்த மனித மூதாதையர்களிடமிருந்து மனிதர்கள் பரிணமித்தார்கள். மனிதர்களின் தாய் கூட்டத்தை வழநடத்தினாள். ஆண்கள் பெண்கள் அனைவரும் பாகுபாடின்றி உழைத்தார்கள். உழைப்பு என்பது பெரும்பாலும் பொருள்களைப் புதிதாக உற்பத்தி செய்கின்ற நடவடிக்கைகளாக அமையவில்லை. காடுகளில் கிடைக்கின்ற காய், கனி, கொட்டை, கிழங்கு, இலை, தேன், இறைச்சி போன்ற பொருட்களை சேகரிக்கின்ற நடவடிக்கைகளாகவே அமைந்தன. வேட்டைக் கருவிகளைக் கண்டடையாதக் காரணத்தால் பெரும்பாலும் வேட்டையாடுவதில் ஈடுபடவில்லை. சிறிய ஆயுதங்களைப் பயன்படுத்தி மிக எளிய உயிரினங்களைக் கொன்று சேகரித்திருக்கலாம். ஆனால் இத்தகைய வேட்டை துணை தொழிலாக மட்டுமே இருந்திருக்கின்றது. ஏனெனில் கூட்டத்தில் அனைவரின் தேவைகளையும் நிறைவு செய்கின்ற ஆற்றலாக வேட்டைத் தொழில் தொடங்கியிருக்கவில்லை. ஆற்றலுள்ள வேட்டைக் கருவிகளைக் கண்டடைய பல தலைமுறை காலங்கள் பரிணமிக்க வேண்டியிருந்தன. அதுவரை

காடு சார்ந்த பொருட்களைச் சேகரிப்பதே தாய்தலைமை சமூகத்தின் சாத்தியமான நடவடிக்கையாக அமைந்தது. இலை தழைகள், நார்கள், மரப்பட்டைகள் போன்ற பொருட்களால் உருவாக்கப்பட்ட சேகரிப்புக் கருவிகளே மனிதர்கள் பயன்படுத்திய ஆரம்பகாலக் கருவிகளாக இருந்திருக்க முடியும். இதற்கான ஆதாரங்களை தொல்லியல் துறையில் பெற முடியாதது வரலாற்றின் பலவீனமாகவே உணர முடிகின்றது. ஏனெனில் கற்கருவிகளைப்போல காலத்தால் நீடித்திருக்கும் ஆற்றலை இத்தகைய சேகரிப்புக் கருவிகள் பெற்றிருக்கவில்லை.

மறுஉற்பத்தியைச் சுட்டும் கருத்தாக்கம் பெண்பால் தொழிற் பாகுபாட்டில் காணப்படுவதை புரோவர் இனங்காண்கிறார். பெண்கள் செய்யும் புழங்கு பொருட்கள் பாய், கூடை, முறம், ஓலைப்பெட்டி போன்றவை நீண்ட காலம் உழைக்காதவை. (பக்தவத்சலபாரதி.2005:347)

நவீன காலத்திலும்கூட பெரும்பாலும் பெண்கள் உற்பத்தி செய்கின்ற மூங்கில் கூடை, நார் பை, முறம் போன்ற பொருட்கள் காலத்தால் நீடிக்காமல் விரைந்து அழிந்துவிடுகின்றன. அவை மீண்டும் மீண்டும் மறுஉற்பத்தி செய்யப்படுகின்ற பொருட்களாகவே இருந்திருக்கின்றன. எனவே வரலாற்று அறிஞர்களுக்கு தாய்தலைமை சமூகத்தின் காடுசார்ந்த பொருட்சேகரிப்புக் கருவிகள் கிடைக்காத காரணத்தினால், மனித வரலாறை கற்கருவிகளின் வேட்டை நாகரிகத்திலிருந்து தொடங்குகிறார்கள். இவர்களின் இவ்விளக்கங்களை வரலாற்று விடுபடுதலாகவே கருத வேண்டியுள்ளது. ஏனெனில் மனித இனம் தோன்றும்போது வேட்டை உயிரினமாக தோன்றியிருக்கவில்லை. ஆற்றலுள்ள வேட்டைக் கருவிகளைக் கண்டடையும்வரை மனிதர்கள் தாயின் அரவணைப்பில் காடுசார்ந்த பொருட்சேகரிப்பில் ஈடுபட்டு வாழ்ந்துள்ளார்கள். தாய் தலைமையின் இயற்கையால் மனித வாழ்க்கை வழிநடத்தப்பட்டுள்ளது. வேட்டை நாகரிகம் தோன்றி கால்நடை மந்தை வளர்ப்பு நாகரிகமாக வளர்ந்து தந்தையதிகாரச் சமூகமாக கட்டமையும்வரை தாய்தலைமை சமூகமே மனித வரலாற்றுக் காலத்தில் பெரும்பகுதியாக இருந்துள்ளது. தாய்தலைமை சமூகம் பற்றி இரண்டு வசன இலக்கியங்களில் விவரித்துள்ளோம்.

1.2.வேட்டை நாகரிகம் (தாய்தலைமை சமூகம்) - காடுசார்ந்த பொருள் சேகரிப்பில் வாழ்ந்த மனிதர்கள் படிப்படியாக இயற்கையில் கிடைத்த கற்களை தற்காப்பிற்கான கருவிகளாகவும் வேட்டையாடுவதற்கான ஆயுதங்களாகவும் பயன்படுத்தும் அறிவைக் கண்டடைந்தனர். கருவிகளைப் பற்றிய அறிவு மனிதர்களின் செயல்களைத் தொடர்ந்து செதுக்கியதால் கருவிகள் படிப்படியாக நவீனமடைந்தன. வேல், வில், அம்பு போன்ற நவீன வேட்டைக் கருவிகளால் வேட்டையாடுதல் முதன்மையானத் தொழிலாக உருமாறத் தொடங்கியது. மனிதர்கள் ஒன்றுபட்டு திட்டமிட்டு வேட்டையாடும் பக்குவத்தை அடைந்தார்கள். மனிதர்களின் தாய் இயல்பாக வழிநடத்தினாள். வேட்டையில் கிடைத்தப் பொருட்களைத் தாயின் அரவணைப்புடன் பரிமாறிக்கொண்டார்கள். வேட்டை முதன்மைத் தொழிலானதால் காடுசார்ந்த பொருள் சேகரிப்பு துணைத் தொழிலாக உருமாறியிருந்தது. (புதியவன் 2017:31-32)

1.3.கால்நடை மந்தை வளர்ப்பு நாகரிகம் (தந்தை அதிகார சமூகம்)- வேட்டை நாகரிகத்தின் விளைவாக கால்நடை வளர்ப்பு முறை தோன்றியது. காடுசார்ந்த பொருள் சேகரிப்பிலும் வேட்டையாடுதலிலும் மனிதர்கள் தங்களது சமூகத்தேவைகளை நிறைவேற்றிக்கொள்வதில் மேன்மையடைந்தனர். ஆனால், சமூகச் சொத்துக்கள் உருவாக்கம் பெறவில்லை. அதாவது, தேவைக்கு அதிகமானப் பொருட்களைச் சேகரித்துக் குவிக்கின்ற நிலைமை உரு-

வாகவில்லை. கால்நடை மந்தை வளர்ப்பு நாகரிகத்தில் இத்தகைய நிலைமை மாறத்தொடங்கியது.

வேட்டையாடப்பட்ட மிருகங்களின் குட்டிகள் மனிதர்களின் கால்களைச் சுற்றிவந்த அனுபவங்களில் மந்தை தொழில் உருவெடுக்கத் தொடங்கியது. குட்டிகளை வளர்த்து மந்தையாக பராமரிக்கும் அறிவை படிப்படியாக கண்டடைந்தார்கள். கால்நடை வளர்ப்பு முதன்மைத் தொழிலாக உருவெடுத்ததால் வேட்டையாடுதலும் காடுசார்ந்த பொருள் சேகரிப்பும் துணை தொழில்களாயின. உணவிற்காகவும் வேட்டைக்காகவும் மனிதர்கள் காடுகளில் ஓடித்திரிய வேண்டிய அவசியம் குறைந்து போயிற்று. தேவைக்கு அதிகமான இறைச்சிகள் கால்நடை மந்தைகளாகக் குவியத் தொடங்கின. கால்நடை மந்தைகள் சமூகச் சொத்துக்களாக உருவெடுத்தன.

சமூகச் சொத்துக்களைத் தாயின் தலைமைப் பண்பே இயல்பாக வழிநடத்தியது. கால்நடைகளைப் பராமரிப்பதற்கு மேய்ச்சல் தொழிலில் ஈடுபடத் தொடங்கினார்கள். மனிதர்கள் தங்கள் கால்நடைகளுடன் காடுகளை வலம் வரத் தொடங்கினார்கள். சமூகச் சொத்துக்கள் உழைப்பை எளிமைபடுத்தியதால் ஓய்வுக்கால உணர்வு உரமேறியிருந்தது. ஓய்வுக்காலம் மனிதர்களின் புதிய தேடல்களுக்கு வழியமைத்தது.

தேடல்களுடன் மேய்ச்சலில் ஈடுபட்ட மனிதர்களுக்கு துல்லியமான சிந்தனைகளும் அடர்த்தியானக் கற்பனைகளும் விரிவடைந்தன. பயணங்களால் மனித எண்ணங்களும் உணர்வுகளும் உரமேறிக்கொண்டிருந்தன. மேய்ச்சல் அனுபவங்களில் மண்ணில் தலைகாட்டி வளர்கின்ற இளம் பயிர்களைக் கண்டுணர்ந்தனர். தாவரங்களின் வளர்ச்சி பற்றிய துல்லியமான அறிவைக் கண்டடைந்தனர். கால்நடைகளுக்குத் தேவையானப் பயிர்களை விதைத்து பயிரிடும் அறிவைக் கண்டடைந்தனர். தாய்தலைமை சமூகத்தின் மக்களால் மேய்ச்சலுக்கு பயன்படும் வகையிலான தொடக்கநிலை வேளாண்மை மேற்கொள்ளப்பட்டது.

மேய்ச்சலுக்கு மையமான இடத்தில் குடியேறி நிலைத்து வாழப்பழகினர். குடியமர்ந்த இடத்தை மையமாகக் கொண்டு மேய்ச்சலுக்கான பயிர் தொழிலிலும், மேய்ச்சல் தொழிலிலும், மந்தை பராமரிப்பிலும் ஈடுபட்டனர். காடுசார்ந்த பொருள் சேகரிப்பும் வேட்டையும் முக்கியமற்றுப் போயின. கால்நடை மந்தை வளர்ப்பு நாகரிகம் நிலைபெறத் தொடங்கியது. இந்த நாகரிக காலத்தில் ஏற்பட்டுள்ள சமூகச் சொத்துக்களின் அதிகரிப்பும் பாலுறவு உரிமைகளில் நிகழ்ந்துள்ள மாற்றங்களும் தந்தையதிகாரச் சமூகம் உருவெடுக்க வழியமைத்தன. (புதியவன்.மே2016:22)

வரைமுறையற்ற பாலுறவு உரிமையைக் கடந்து தாய் பிள்ளை மீதான பாலுறவு உரிமை தடை, உடன் பிறந்தவர் முதல் தூரத்து சகோதர சகோதரிகள் வரையிலான பாலுறவு உரிமை தடை போன்ற தடைகளைக் கடந்து, இருவேறு கூட்டத்து மனிதர்கள் பாலுறவு உரிமைகளில் ஈடுபடத் தொடங்கினர்.இதற்கான வரலாற்றுக் காரணங்களை காதல் வரலாறு என்ற வசன இலக்கியத்தில் விவரித்துள்ளோம். (புதியவன்.மே 2016:20-25)

இரு வேறு கூட்டத்து மனிதர்களுடனான பாலுறவு உரிமையால் ஒரு சமூகத்தின் சொத்துக்களை மறு சமூகத்தின் மனிதர்கள் உரிமை கொண்டாடுவதற்கான வாய்ப்பினைப் பெற்றார்கள். தாயின் தலைமைப்பண்பு இரு கூட்டத்தாரையும் ஒரே சமூகமாக அரவணைத்தது. ஆனால் சமூகச் சொத்துக்கள் மீதான புதிய மனிதர்களின் உரிமையை ஆண்கள் வெறுத்-

தார்கள். தாய்தலைமையின் பராமரிப்பிலிருந்து சமூகச் சொத்துக்களைப் பறிக்க முயன்றார்கள். அவர்களின் முயற்சிக்கு இரண்டு கண்டுபிடிப்புகளை ஆதரவாக்கினார்கள்.

1.சமூகச் சொத்துக்கள் ஆண்களின் அதிகபட்ச உழைப்பால் உருவாகின்றன. பெண்களின் சமூக `உழைப்பு குறைந்தபட்சமாக உள்ளது. ஏனெனில் ரத்தப் போக்கு காலத்திலும் கற்பக் காலத்திலும் உழைப்பில் ஈடுபட முடிவதில்லை. ஆகவே ஆண்களே சமூகச் சொத்துக்களுக்குத் தலைமையேற்க வேண்டும். (சிவக்குமார்,கே.2016:84)

2.மனிதர்களைப் பெற்றெடுக்கும் பெண்கள் இனப்பெருக்க தெய்வத்தின் அருளால் குழந்தைகளைப் பெறுவது இல்லை. மாறாக ஆணுடனான பாலுறவு உரிமையால் மட்டுமே குழந்தைகளைப் பெறுகிறார்கள். விதை இல்லாமல் பயிர் இல்லை என்பதுபோல ஆண்கள் விதைக்காமல் பெண்களுக்கு குழந்தைகள் இல்லை. எனவே சமூக வாரிசுகளாகக் குழ்ந்தைகளைப் பெற்றுத்தந்த பெண்கள் கொண்டாட்டத்திற்கு உரியவர்கள் அல்ல என்பதாக வாதிடுகிறார்கள். (புதியவன்.டிசம்பர்2016:35)

தாய் தலைமையின் மீது ஆண்கள் வெறுப்பை தொடர்ந்து உமிழ்ந்தார்கள். உமிழ்தலிலிருந்து ஆணதிகாரச் சமூகம் உருவெடுக்கத் தொடங்கியது. தாய்க்கு மறுப்பாக தந்தை அடையாளத்தை ஏற்றுக்கொண்டது. தாய்தலைமையின் சமூகச் சொத்துக்கள் தந்தையதிகாரத்தின் தனிச்சொத்துக்களாக அங்கிகாரம் பெற்றன. சொத்தாதிக்கமுள்ள ஆண்களுக்கு சொத்தாதிக்கமற்ற அனைவரும் அடிமைகளாகப் பணிந்தனர். பெண்களே முதன்மை அடிமைகளாகப் பணிந்தார்கள். தாய்தலைமைப் பண்பிலிருந்து படிப்படியாக பாலுறவு அடிமையாகவும் பொருளாதார அடிமையாகவும் முடங்கிப்போயினர். தாய்தலைமையின் வீழ்ச்சியும் தந்தையதிகாரத்தின் நீட்சியும் கால்நடை மந்தைவளர்ப்பு நாகரிகத்தில் தவிர்க்க முடியாத அநாகரிகங்களாக அடையாளம் பெற்றன. கால்நடை மேய்ப்பாளர்களின் அரசராகிய செங்கோல் அரசர்கள் சமூகத்தை ஆட்சி செய்தனர். வரலாற்றின் புதிய கட்டங்களுக்கும் தந்தை அதிகாரமே முகமாக நிலைக்கத் தொடங்கியது.

1.4.விவசாய நாகரிகம்ள: மந்தை வளர்ப்பில் தோன்றிய தந்தையதிகாரச் சமூகம், தனது ஆணாதிக்கப் பண்புகளால் ஒட்டுமொத்தப் பெண் சமூகத்தையும் நிலைத்த அடிமைகளாக உருமாற்றியிருந்தது. பெண்மையின் சகமனிதத்துவம் மூவகை உரிமை இழப்புக்களால் கருவறுக்கப்பட்டிருந்தது. ஆணின் சொத்தாக முடங்கியதில் சுயப் பொருளாதார உரிமையை பறிகொடுத்தனர். ஆணின் பாலிச்சைப் பொருளாக ஒடுங்கியதில் பாலுறவிற்கான சுய தேர்வு உரிமையை இழந்தனர். ஆணாதிக்கக் கருத்தாக்கங்களால் சுயசிந்தனை உரிமைகள் அடக்கம் செய்யப்பட்டன.

பெண் சமூகத்தின் உடலுக்கும் மூளைக்கும் உடைக்க முடியாதப் பெரும் பூட்டை தந்தையதிகாரம் பூட்டிற்று. தந்தையதிகாரத்தின் வேர்களில் முறிக்கப்பட்ட தாய்தலைமை மட்கிப்போனது. ஆணதிகாரச் சமூகத்தின் அடிமைச் சொத்துக்களாக பெண்கள் நிலைத்துவிட்டார்கள். பெண்களின் சமூகச்சிந்தனை தந்தையதிகார எல்லைகளுக்குள் வட்டமிடப் பழகியது. ஆணின் இச்சைக்கு மசிகின்ற அலங்கார பொம்மையாகவும், வாரிசை பெற்றுத்தருபவளாகவும், ஆணின் குடும்பத்திற்காக ஓய்வின்றி உழைப்பவளாகவும் பெண்கள் வாழ வேண்டும். இத்தகைய வாழ்க்கை முறையே பெண்ணிற்கான சமூக மரியாதையாக அங்கீகாரம் பெற்றன.

சமூகத்தின் சரிபாதிப் பெண்களின் உணர்வும் அறிவும் செயலும் முடக்கப்பட்டன. மறுபாதி ஆண்களுக்கோ பிரபஞ்சம் தழுவிய அளவில் உந்தப்பட்டன.

இயற்கை, சமூகம், பண்பாடு, தத்துவம், சொத்தாதிக்கம், போர், புதிய கருவிகள், புதிய ஆயுதங்கள், கண்டுபிடித்தல், கண்டு படைத்தல், முக்காலச் சிந்தனை என ஆண்களின் வாழ்க்கை வட்டம் விரிவடையத் தொடங்கின. பெண்ணடிமைத்தனம் என்ற அநாகரிகத்தைப் பற்றிக்கொண்டு தந்தையதிகாரச் சமூகம் முன்னேறிக்கொண்டே சென்றது. கால்நடைகளின் மேய்ச்சலுக்கான விவசாயத் தொழில்நுட்பங்கள் வளர்ச்சியடைந்தன. புதிய உலோகங்கள், இரும்புக் கருவிகள், புதிய கைவினைத் தொழில்கள் போன்ற கண்டுபிடிப்புகள் மேய்ச்சலுக்கான விவசாய தொழில்நுட்பத்தை படிப்படியாக பரிணமிக்கச் செய்தன.

மேய்ச்சலுக்கான விவசாய தொழில்நுட்பங்களின் பரிணமிப்பு மனித உணவுத் தேவைகளுக்கான விவசாயத் தொழில்நுட்பங்களாக நிலைபெற தொடங்கின. விவசாய நிலங்களே முதன்மைச் சொத்துக்களாகக் கருதப்பட்டன. செங்கோல் அரசர்களிடமிருந்த அரசு படிப்படியாக வேளாண் விவசாயத்தை ஆட்சி செய்கின்ற நில வேந்தர்களின் அரசாக நிலைபெறத் தொடங்கியது.(புதியவன்.2017:31)

1.5.உற்பத்தியின் மீதாக வணிக நாகரிகம் (தந்தை அதிகார சமூகம்)- தந்தையதிகாரச் சமூகத்தில் சொத்தாதிக்க ஆண்களின் சொத்துக்கள் பெருகியிருந்தன. விவசாய கைவினைப் பொருட்கள் சொத்துக்களாகக் குவியத் தொடங்கின. பயண அனுபவங்களில் முதிர்ச்சி பெற்ற சொத்தாதிக்க ஆண்கள், வணிக நடவடிக்கையைக் கண்டடைந்தனர். பொருள்களின் துணை மதிப்பாக பணத்தைக் கண்டறிந்தனர். காடுசார்ந்த பொருட்களும், கால்நடை மந்தைகளும், விவசாயப் பொருட்களும், கைவினைப் பொருட்களும் பணத்தின் துணையுடன் பரிமாற்றம் பெற்றன. பொருள் பரிமாற்றத்தை தொழிலாக வளர்த்தவர்கள் வணிகர்களாயினர். உற்பத்தியானப் பொருட்களை வணிகர்கள், வணிகத்திற்காகப் பெற்று வணிகத்திற்காக விற்றார்கள். சமூகத் தேவையின் அடிப்படையில் உற்பத்தியான பொருட்களைப் பரிமாறுவதற்கு வணிக நடவடிக்கைகள் இன்றியமையாததாக அமைந்தன. சமூகளாவிய நிலையில் வணிக நாகரிகம் விரிவடைந்தது.(புதியவன்.2017:31)

1.6.வணிக இலாபத்திற்காக உற்பத்தி செய்தல்: விவசாய நாகரிகத்தின் சொத்திக்கத்தைவிட வணிக நாகரிகத்தின் சொத்தாதிக்கம் வலிமை பெற்றிருந்தது. விவசாய நிலங்களை சொத்தாக வைத்திருப்பதைவிட அவற்றில் உற்பத்தியாகின்ற பொருட்களை வாங்கி விற்பதில் கிடைக்கும் இலாபங்கள் வலிமையான சொத்தாதிக்கமாக உருமாறியிருந்தன. சமூகத் தேவையிலான பொருட்கள் வணிக இலாபத்திற்காகவே திட்டமிட்டு உற்பத்தி செய்யப்பட்டன. சமூகத் தேவையிலான பொருட்கள் சரக்குகளாக உற்பத்தி செய்யப்பட்டு பொருட்களாக விற்கப்பட்டன. பொருட்களை இலாபத்திற்காகவே வாங்கவும் விற்கவும் செய்தார்கள். நேரடி பயன்பாட்டிற்காக அல்லாமல் இலாபத்திற்காக உற்பத்தியாவதும் வாங்கப்படுவதுவும் சரக்குகளே ஆகும். நேரடி பயன்பாட்டிற்கு உட்படும்போதே சரக்குகள் பொருள்களின் தன்மையை அடைகின்றன. பொருள்களின் துணை மதிப்பாக உருப்பெற்ற பணம் சரக்குகளின் முதல் மதிப்பாக நிலைப்பெற்றுவிட்டது. பொருளுக்காகப் பணம் என்ற நிலை மாறி பணத்திற்காகப் பொருள் என்ற நிலை உருவெடுத்திருந்தது. வணிக இலாபத்திற்காகவே சமூகத்திற்கு தேவையான அனைத்துப் பொருட்களும் உற்பத்தியாகின. சமூகப் பொருளுற்பத்தியைக் குவிப்ப-

தற்காக அறிவியல் கண்டுபிடிப்புகளும், நவீன இயந்திரத் தொழில்நுட்பங்களும் முடுக்கிவிடப்பட்டன. ஏராளமான வணிகக் குழுக்கள் போட்டிபோட்டுக்கொண்டு இலாப வேட்டையில் ஈடுபட்டன. மனிதர்களின் சமூகத் தேவையை புறக்கணித்துவிட்டு, இலாபத்திற்காக சமூகப் பொருளுற்பத்தியைத் தொடங்கிய கொடும் நாகரிக காலம் இக்காலக்கட்டத்தில்தான் நிலைபெறத் தொடங்கியது. .(புதியவன்.2017:31-32)

இந்திய சமூகத்தில் இக்காலக்கட்டம் உருவெடுக்காமல் தடுக்கப்பட்டது. வணிக நாகரிகத்தின் எழுச்சியை முடக்கி, விவசாய நாகரிகத்தின் நில வேந்தர்களே சமூக அதிகாரத்தில் நீடித்திருந்தார்கள். நில வேந்தர்களுக்கு ஆதரவாக ஆரியர்கள் உருவாக்கிய அநாகரிகமான வர்ணாசிரமக் கோட்பாடே இதனை சாதித்தது. வர்ண சாதிப் படிநிலைகளே இந்திய சமூகத்தின் வணிக எழுச்சியைத் தடுத்து முடக்கியது. இந்த வரலாறை இரண்டு வசன இலக்கியங்களில் விவரித்துள்ளோம்.

1.சாதி ஸ்வாக (புதியவன்.2018.)

2.இந்தியாவில் சாதிகளின் சதி (புதியவன்.2019.)

1.7.நிதி மூலதனப் பிரிவு தோன்றி சமூகஉற்பத்தி மீது ஆதிக்கம் செய்தல்: நிதி மூலதனப் பிரிவு என்பது வணிக உற்பத்தியின் முதிர்ந்த பருவம் ஆகும். இந்தப் பருவத்தில் வணிகமானது ஒட்டுமொத்த சமூகத்தையும் அதிகாரம் செய்கின்ற இலாப வெறிபிடித்த நிறுவனங்களின் இயக்கமாகக் கட்டமைகின்றது. இத்தகைய இயக்கமானது சமூக அதிகாரத்தின் மூன்று மையங்களின் ஒன்றிணைவாகும். 1.தொழிலுக்கான மூலதனம் 2.வங்கி 3.அரசு. இந்த மூன்றும் ஒன்றிணைந்த வடிவமே இலாபவெறி பிடித்த நிறுவனங்களின் இயக்கமாகும். தனது இலாப வெறிக்காக எத்தகைய அழிவையும் முன்னின்று நிகழ்த்துகின்றன. சமூகத்தேவைகளைப் புறக்கணித்து இலாப வெறியின் அடிப்படையில் மட்டுமே சமூக பொருளுற்பத்தியை நிகழ்த்துகின்றன.

“மூலதனம் இலாபமின்மையை அல்லது கறைந்த இலாபம் என்ற நிலையை ஒதுக்குகிறது. போதுமான இலாபம் கிடைத்தால் மூலதனம் மிகவும் துணிவு பெறுகிறது. 10 சதவீதம் உறுதியான இலாபம் அது எங்கு வேண்டுமென்றாலும் முதலீடு செய்யப்படுவதை உறுதி செய்யும். 20 சதவீதம் உறுதியான இலாபம் ஆர்வத்தை தூண்டும். 50 சதவீதம் கிடைக்குமென்றால் அது திமிராய் நடந்துகொள்ளும். 100 சதவீதம் கிடைக்குமென்றால் எல்லா மனித நியதிகளையும் காலில் போட்டு மிதிக்கத் தயாராகிவிடும். 300 சதவீதம் கிடைக்குமென்றால் குறுகுறுப்பே இல்லாமல் எந்தக் குற்றமும் செய்யத் தயாராகிவிடும். மூலதனத்தின் உடைமையாளர் தூக்கிலிடப்படும் அபாயம் இருந்தாலும்கூட எந்த நச்சுப் பரிட்சையிலும் துணிந்து இறங்கும்” (அப்துல்.நவ.2017:11)

தமது நிறுவனங்களின் சரக்குகளை நுகர்பவர்களாக மட்டுமே மனிதர்களை மதிக்கின்றன. மாறாக, மனிதர்களின் சமூக உற்பத்திக்கான உழைப்பை அவமதிக்கின்றன.

இலாப வெறியின் நலன்களுக்காக வேலையில்லா திண்டாட்டத்தைக் கூர்மைப்படுத்துகின்றன. மக்களை உழைப்பூதியப் போதாமைக்கு ஆட்படுத்தி, வாங்கும் சக்தியற்றவர்களாக உருமாற்றுகின்றன. வாங்கும் சக்தியற்ற மக்களின் முடக்கத்தால் உற்பத்தியான சரக்குகளைத் தேக்குகின்றன. சரக்குகளின் தேக்கத்தால் சமூக பொருளுற்பத்தியை நிறுத்தி சமூகு வேலையிழப்புகளைப் பெருக்குகின்றன.

தேக்கத்தை சமாளிப்பதற்காக சமூகத்தில் செயற்கைத் தேவைகளை உருவாக்குகின்றன. தேவையற்றப் பொருட்களாயினும் பொய்யானத் தகவல்களின் கவர்ச்சிகர விளம்பரங்களால், ஆழ்மன தூண்டுதலுக்கு ஆளாக்கி, வாங்கும் நிலமையை நிர்பந்திக்கின்றன. வாங்கும் சக்தியற்றவர்களுக்காக கடன் முறையில் கொடுத்து, சுயமரியாதையுள்ள மனிதர்களை கடனாளியாக உருமாற்றுகின்றன.

செயற்கைத் தேவைகளைக் கூர்மைப்படுத்துவதற்காக திட்டமிட்ட அழிப்பு நடவடிக்கைகளில் ஈடுபடுகின்றன. உலகப் போர்களை நிகழ்த்துகின்றன. மறுவாழ்வுத் திட்டங்கள் என்ற பெயரில் இலாப வேட்டையில் ஈடுபடுகின்றன. ஒப்பந்தங்களின் வழியாக இலாப வெறியைப் புதுப்பித்துக்கொள்கின்றன. இலாப வெறியின் நனனுக்காகவே மனிதப் பண்பாட்டில் நுகர்வு வெறியைத் திணிக்கின்றன. தமது சரக்குகளை நுகர முடியாமல் இலாபவெறிக்குப் பயன்படாத மனிதர்களைப் பிணம் போன்று நடத்துகின்றன.

நுகர்வென்றால் தாய்போன்றும், சமூக நலனென்றால் பேய்போன்றும், ஒரே காலத்தில் இரு வேடமிட்டு கூத்திடுகின்றன. இலாப வெறியை எதிர்த்து சமூக நல மேன்மையை நோக்கியும், மக்களை முன்னேற்றுகின்ற சமூகவிஞ்ஞானச் சக்திகளை ஒழிக்க முடியாமல் திணறுகின்றன. சமூகநல சக்திகளைக் கண்டறிந்து ஒழிப்பதற்காக, பொய்யான சமூகநல அமைப்புகளுக்கு நிதி வழங்கி வளர்க்கின்றன. சமூகவிஞ்ஞானச் சக்திகளுக்கும் இலாப வெறிபிடித்த நிறுவனங்களுக்கும் இடையிலான சமூகப்போர் இறுதியை நோக்கி விரைகின்றன.

மக்கள் தலைமை முயற்சிகளும் உற்பத்தி சக்திகளும் தகுதியான வளர்ச்சியை எட்டாவிட்டால், இலாப வெறி விம்மி விம்மி எழும். இலாப வெறியின் விம்மல்கள் பேரழிவு நடவடிக்கைகளின் ஆற்ற முடியாதச் சமூகத் தழும்புகளாகக் காய்த்துவிடுகின்றன. தேசிய இனவெறி, மதவெறி, நிறவெறி போன்ற வழிமுறைகளில் பேரழிவை நிகழ்த்துகின்றன. முசோலினியின் பாசிசம், ஹிட்லரின் நாசிசம், சமகால மோடியின் இந்துத்துவம் ஆகியன இலாபவெறியின் உயிர் பிழைப்பு நடவடிக்கைகளாக உருப்பெற்ற பேரழிவு நடவடிக்கைகளே ஆகும்.

உற்பத்தி சக்திகளின் தகுந்த வளர்ச்சிகளும், மக்கள் தலைமைக்கான முயற்சிகளும், இலாபவெறியின் இதயத்துடிப்பை வெடித்துக் கொன்றாக வேண்டும். சமூகவிஞ்ஞானிகளால் உருப்பெற்றுவரும் மக்கள் தலைமை முயற்சிகளால் இதயம் வெடித்து சாவதா? அல்லது வெறும் மந்தைகளாகவே மக்களைப் பராமரித்து, இயற்கை அனுமதிக்கும் எல்லைவரை நீடித்து அழிவதா? இவற்றைத் தீர்மானித்துக் கொண்டிருக்கின்ற சமூகப் பொருளுற்பத்தியில் தனது பாதுகாப்பிற்கான இலாப வெறியை நீடித்திருக்க முயன்று வருகிறது நிதி மூலதனப் பிரிவு.(புதியவன்.மே2019)

1.8.மக்கள் தலைமையின் கீழ் சமூக உற்பத்தியைக் கட்டமைத்தல்: இலாப வெறிபிடித்த நிறுவனங்களின் சமூக அதிகாரத்திற்கு எதிராக நிகழ்கின்ற சமூகவிஞ்ஞானப் போர்களால், மக்கள் தலைமை அரசுகள் உலகம் முழுதும் உருவாகத் தொடங்குகின்றன. மக்கள் தலைமை அரசு சமூக அதிகாரத்தை அடையத் தொடங்கியுள்ளதால், வணிக நடவடிக்கைகளில் இலாப வெறியை அடக்கத் தொடங்கியிருக்கின்றன. சமூகத்தேவையின் அடிப்படையில் மட்டுமே சமூகப் பொருளுற்பத்தியையும் பரிமாற்றத்தையும் திட்டமிட்டு நிகழ்த்தியிருக்கின்றன. மனிதர்களின் சமூக உழைப்பிற்கும் படைப்பாற்றலுக்கும் சமூகளாவிய மரியாதைகளை வழங்கியிருக்கின்றன. மனிதர்களின் அனைத்து சமூக உரிமைகளுக்கும் உத்திரவாதம் அளித்தி-

ருக்கின்றன.

அறிவியல் கண்டுபிடிப்புகளையும் நவீன தொழில்நுட்ப முன்னேற்றங்களையும், மனித வள மேம்பாட்டிற்காகப் பயன்படுத்தியிருக்கின்றன. மனிதர்களின் சமூக வேலை நேரத்தைக் சராசரியாகக் குறைத்து, சமத்துவ உலகம் நோக்கி முன்னேறுவதற்கான பண்பாட்டு முயற்சிகளை ஊக்கப்படுத்தியிருக்கின்றன. உலகளாவிய இலாபவெறி நிறுவனங்களுக்கு எதிராக, உலகளாவிய மக்கள் தலைமை அரசுகளின் ஒன்றியம் உருவாகத் தொடங்கியிருக்கின்றன. போர்களற்ற உலகை அடைவதற்காகத் தவிர்க்க முடியாதப் போர்களைத் தொடங்கியிருக்கின்றன. சமத்துவ உலகை அடைவதற்காக, மக்கள் தலைமை அரசுகளின் சமூகவிஞ்ஞானப் போர்கள் வீரியமடைந்திருக்கின்றன.

விடாமுயற்சியுடனும் படைப்பாற்றலுடனும் அர்ப்பணிப்புடனும் நிகழ்வுறும் இப்போர்களில், மக்கள் தலைமை அரசு வெற்றி காண வேண்டும். சமூகப் பொருளுற்பத்தியிலிருந்து இலாப வெறியை ஒழித்துக்கட்ட வேண்டும். ஏற்றத்தாழ்விற்கு மதிப்பே இல்லாத, சமத்துவச் சமூகம் நோக்கி முன்னேறுவதற்கு வசதியாக, சமூகத் தேவையின் அடிப்படையில் சமூகப் பொருளுற்பத்தியைக் கட்டியமைக்க வேண்டும். (புதியவன். 2017:32-33)

இது நிகழ்ந்தால் மட்டுமே மனித இனம் இயற்கையின் அங்கமாக நீடித்து தழைக்கும். இல்லாவிட்டால் நிதிமூலதனப் பிரிவின் இலாப வெறியால் இயற்கையின் நலன்கள் சூறையாடப்படும். உயிரினங்களின் சூழல் மண்டலம் பேரழிவிற்கு ஆட்படும். இயற்கையின் உயிரினப் பட்டியல்களிலிருந்து பெரும்பான்மை உயிரினங்கள் உதிர்ந்துவிடும். பேரழிவை ஊக்கப்படுத்திய மனித இனம் வரலாறு இல்லாமல் ஒட்டுமொத்தமாகப் புதைந்துவிடும். நிதிமூலதன அரசா? மக்கள் தலைமை அரசா? என்பது மனிதகுலத்திற்கு வாழ்வா? சாவா? பிரச்சனையாகும். இரண்டில் எந்தவொன்றும் சாத்தியப்படுவதற்கு வசதியாக இருக்கின்றது. சமத்துவ உலகை எட்டுதல் நோக்கி மக்கள் தலைமையை உந்துதலே, சமூகமேன்மையின் வரலாற்றுத் தேவையாக அமைந்துள்ளது. வரலாற்றுத் தேவையை நிறைவேற்றுதல் நோக்கி இலக்கிய அறிவியல் உந்தப்பட வேண்டும். (புதியவன். 2017:32-33)

2.பண்பாட்டு உறவுகள்

பண்பாடு என்பது பண்படுத்துதல் ஆகும். மனித மூதாதையர்களிடமிருந்துத் தோன்றிய மனிதர்கள் இயற்கையைத் திட்டமிட்டு மாற்றத் தொடங்கினார்கள். இத்தகைய முயற்சியிலிருந்து மனித வரலாறு தொடங்குகிறது. மனித இனம் தன்னையும் தன் சமூகத்தையும் பண்படுத்துகின்ற முயற்சியே மனிதப் பண்பாடாகும். இத்தகையப் பண்படுத்துதல்கள் சமூகத்தின் எல்லாத் தளங்களிலும் தொடர்ந்து நிகழ்ந்துகொண்டே இருக்கின்றன. சமூக உற்பத்திமுறையியலை அடித்தளமாகக் கொண்டு பண்பாடு ஆறு தளங்களாகக் கட்டமைந்திருக்கின்றது. (சிவக்குமார்,கே.2016:8)

1.சமூக வாழ்வியல்

2.சமூக உள்ளத்தியல்

3.சமூகக் கருத்தியல்

4.தனிமனிதக் கருத்து நிலைப்பாடு

5.தனிமனித உலகப்பார்வை

6.தத்துவ அடிப்படை

இதனை சமூகத்தின் மேல்கட்டுமானம் என்பதாக சமூகவிஞ்ஞானம் விளக்குகின்றது.

2.1.சமூக வாழ்வியல்: சமூக வாழ்வியல் என்பது மனிதர்கள் இணைந்து வாழ்கின்ற செயலமைப்புகள் ஆகும். மனிதர்கள் இணைந்து வாழ்வதற்கு மூளையே முக்கியக் காரணம் என்கிறார்கள். இயற்கையுடன் இணைந்து எல்லா உயிரினங்களும் பாதுகாப்பாக வாழ முயன்றிருக்கின்றன. உயிரினங்களின் உடலமைப்பில் ஏதேனும் சிறப்புநிலை ஆற்றல் முக்கிய ஆயுதமாகச் செயல்பட்டுள்ளது. இத்தகைய ஆற்றல் இல்லாதவை உயிரின வரலாற்றில் மறைந்து போயுள்ளன. ஆற்றலுள்ளவை மட்டுமே தலைமுறை தொடர்ந்து வாழ்ந்து வந்துள்ளன. கூரிய நகங்கள், பற்கள், கொம்புகள், ஓட்டத்தில் வேகம், பாய்ச்சலில் வீரம் என்பதாகச் சிறப்பு நிலை ஆற்றல்களைப் பட்டியலிட முடியும். ஆனால் மனித இனத்தின் சிறப்பாற்றலாக எதைக் குறிப்பிடுவது?

மனித மூளையே மனித இனத்திற்குச் சிறப்பாற்றலாக உருவெடுத்தது. வாழ்க்கைச் சூழல்களை ஆராய்ந்து, அவற்றைப் பற்றியக் கருத்துக்களை உருவாக்கிக்கொண்டு, கருத்துக்களின் அடிப்படையில் செயல்படும் ஆற்றல் மனித இனத்திற்கு மட்டுமே பொருந்தியது. ஆயினும் மனித இனம் தொடர்ந்து வாழ முடியாதச் சூழ்நிலைகளே நீடித்தன. இவற்றை எதிர்கொண்டு மனித இனம் சமாளிப்பதற்கு ஒற்றை மூளை போதவில்லை. மனிதக் கூட்டத்தின் மூளைகள் ஒன்றுபட்ட ஆயுதமாகச் செயல்பட வேண்டியத் தேவை இருந்தது. இந்தத் தேவையை வரலாறு நிறைவேற்றத் தொடங்கியது. மனிதர்கள் சகமனிதக் கூட்டங்களாக வாழத் தொடங்கினார்கள். இவற்றைச் சமூக விஞ்ஞானிகள் விவரித்து விளக்குகிறார்கள். இத்தகைய சமூக வாழ்க்கை பலவிதமான வளர்ச்சிகளைக் கண்டுள்ளது. வாழ்க்கை முறையில் பல்வேறு அமைப்புகளும் வடிவங்களும் உருவாகியுள்ளன.பாலுறவுஉரிமையின்வரையறை, குடும்பம், திருமணம், சடங்கு, சாதியக்கட்டுப்பாடுகள், சமயம், கல்வி, அரசு, இராணுவம், சட்டம், நீதி, காவல், சிறை, சுற்றுச்சூழல், இலக்கியம், கலை, அறிவியல், தொல்லியல், மொழியியல், வரலாற்றியல், விளையாட்டு, வர்க்கப்பிரிவு, இயற்கை விஞ்ஞானம், சமூகவிஞ்ஞானம் என்பதாகப் பட்டியல் நீண்டு செல்கிறது. இவற்றைப் பற்றிய அறிவே சமூக வாழ்வியல் ஆகும். இவற்றில் அரசு என்பதற்கு ஒரு தனிச்சிறப்பு உண்டு. ஒரு சமூகம் புரட்சி நிலை மாற்றம் அடைகின்ற தருணத்தில் மட்டும் அரசு தன் வரையறையை மீறுகிறது. அதாவது சமூக உற்பத்திமுறையில் அழுத்தம் செலுத்தும் பண்பிலிருந்து மாறி தீர்மானிக்கும் பண்புடன் இயங்குகிறது. (புதியவன்.ஜூன் 2015:34)

2.2 சமூக உள்ளத்தியல்: சமூக உள்ளத்தியல் பற்றிய புரிதலுக்கு அடிப்படையாக மனித மூளையைப் பற்றிய புரிதலை உருவாக்கிக் கொள்வோம். மனித மூளைக்கு இரண்டு பண்புண்டு. 1. எண்ணங்களின் உருவாக்கங்களைப் பாதுகாத்தல். இது ஆழ்மனதில் அளவிட முடியாதக் கருங்குழியாகச் செயல்படுகின்றது. இதனை உள்ளம், மனது போன்ற வார்த்தைகளால் குறிப்பிடுகிறோம், 2. சிந்தித்துக் கருத்துக்களை உருவாக்குதல். இதனை அறிவு என்ற வார்த்தையால் குறிப்பிடுகிறோம். மனிதர்கள் சிந்தித்து உருவாக்கியக் கருத்துக்களைவிட, சிந்திக்கப்படாமல் ஆழ்மனக்குழியில் தொகுத்திருக்கின்ற எண்ணங்கள் அதிகம். மனித மூளையில் கவனித்துச் செய்கின்ற பதிவுகளைவிட கவனிக்காமல் செய்கின்ற பதிவுகள் ஏராளம்.

ஒரு எழுத்தை எழுதுகின்ற நேரத்தில் கடந்து செல்கின்ற வாகனச் சத்தம், மின்னல் வேகத்தில் பறக்கின்ற ஈ, மின்விசிறியின் சுழல் சத்தம், காற்றில் பறக்கும் நாள்காட்டிச் சத்தம், நாற்காலியின் அதிர்வு, கண்ணாடிக் கதவின் அசைவு ஆகிய அனைத்தும் மூளையின் ஆழ்மனக்குழியில் எண்ணங்களாகப் பதிவாகின்றன. ஆர்ப்பரிக்கின்ற பெருங்கடலாக எண்ணங்கள் இருக்கின்றன. சிந்தனைக் கப்பலில் நிதானமாகப் பயணிக்கின்றன கருத்துக்கள். ஆனால், மூளையில் பதிவாகும் எண்ணங்களுக்கும் சிந்தனையின் கருத்துக்களுக்கும் அடிப்படைக் காரணங்கள் எவை? வாழ்வியல் சூழலும் உலகளாவிய நிகழ்வுகளுமே காரணங்களாக அமைகின்றன.

எனவே, உலகம் முழுதும் வாழக்கூடிய மனிதர்கள் தங்களது வாழ்க்கைச் சூழலில் எத்தகைய எண்ணங்களுக்கு ஆளாக்கப்பட்டிருக்கிறார்கள்? உலகளாவிய நிகழ்வுகளும் மனிதர்களது பங்கேற்பும் எத்தகைய எண்ணங்களை உருவாக்குகின்றன? இவற்றால் சமூக நிகழ்வுகளில் ஏற்படுகின்ற விளைவுகள் என்ன? சமூகத்தின் வாழ்க்கைத் தேவைக்கும், மனித எண்ணங்களுக்கும் இடையிலான உடன்பாடுகளும் முரண்பாடுகளும் எத்தகையவை? இவற்றைப் பற்றிய அறிவே சமூக உள்ளத்தியல் ஆகும்.

சமூக உள்ளத்தியலின் அடிப்படையில் ஒவ்வொரு தனிமனிதரின் தனித்துவமான உள்ளத்தியலையும் விளங்கிக்கொள்ள முடியும். தனிமனிதரின் பிறப்பு, வளர்ச்சி, வாழிட சூழல், பல்வேறு வாழ்வியல் சந்தர்ப்பங்கள் எனப் பன்முகப் படிநிலையில் தனிமனித உள்ளத்தியல் கட்டமைகின்றன. இதனை விவரிக்கும் திட்டமின்றி சமூகத்தின் ஆழ்மனக்குழி பற்றிய அறிவியலோடு சுருங்கிக்கொள்வது பெருங்குறைதான். எனினும் சமூக அறிவு பற்றிய சமூகவிஞ்ஞான முயற்சியில் சமூக உள்ளத்தியல் பற்றிய விவரிப்பிலேயே தனிமனித உள்ளத்தியலை விளங்கிக்கொள்தல் போதுமானதாக உணர்கிறோம். எனவே இப்பெருங் குறையைக் கடந்துவர முயலவும். (புதியவன்.ஜூன் 2015:35)

2.3.சமூகக் கருத்தியல்: சமூகக் கருத்தியல் என்பது மனிதர்களின் அறிவாக்க இயக்கங்களின் தொகுப்புகளாகும். மனிதர்களின் ஒவ்வொரு செயலும் அறிவைத் தூண்டுகின்றன. எல்லா அறிவும் செயலைச் செதுக்குகின்றன. இத்தகைய அறிவும் செயலும் மனிதர்களின் கருத்துக்களால் கட்டமைகின்றன. உலகம் முழுவதும் வாழக்கூடிய மனிதர்கள் தங்களது செயல்களிலிருந்தும், பல்வேறு நிகழ்வுகளிலிருந்தும் எத்தகையக் கருத்துக்களை உருவாக்கிக் கொள்கிறார்கள்? எத்தகையக் கருத்துக்களுடன் தொடர்ந்து செயல்படுகிறார்கள்? சமூகத்தில் உருவாகிக்கொண்டே இருக்கின்ற பல்வேறு கருத்துக்களால் சமூக நிகழ்வுகளில் ஏற்படுகின்ற விளைவுகள் என்ன? சமூகத்தின் வாழ்க்கைத் தேவைக்கும் உலகளாவியக் கருத்துக்களுக்கும் இடையிலுள்ள உடன்பாடுகளும் முரண்பாடுகளும் எத்தகையவை? இவற்றைப் பற்றிய அறிவே சமூகக் கருத்தியல் ஆகும். (புதியவன்.ஜூன் 2015:35)

2.4.தனிமனிதக் கருத்து நிலைப்பாடு: தனிமனிதக் கருத்துநிலைப்பாடு என்பது சமூகளாவிய நிலையில் ஒரு தனிமனிதரை மதிப்பீடு செய்கின்ற அறிவாகும். அதாவது தன்னையோ அல்லது ஒரு சகமனிதரையோ மதிப்பீடு செய்கின்ற அறிவாகும். ஒரு மனிதர் தனது செயலை எத்தகையக் கருத்துக்களைப் பற்றிக்கொண்டுச் செய்கிறார்? சமூகத்தின் பல்வேறு கருத்துக்களில் அவர் எத்தகையக் கருத்துக்களைச் சார்ந்தவராக இருக்கின்றார்? இவற்றைப் பற்றிய அறிவே தனிமனிதக் கருத்து நிலைப்பாடு ஆகும் (Individual Concept Stage).

ஒரு நபர் நேர்மையாகப் பேசுபவரைப்போலத் தோன்றலாம். தான் இத்தகையக் கருத்து நிலைப்பாடு கொண்டிருப்பதாகச் சொல்லலாம். ஆனால், அவரது உணர்வுப் பூர்வமானச் செயல்பாடுகளைக் கவனிக்க வேண்டும். அவரது செயலுக்கும் சொல்லுக்கும் இடையிலுள்ள உடன்பாடுகளையும் முரண்பாடுகளையும் மதிப்பிடுவதன் மூலமாகவே அவரது கருத்து நிலைப்பாட்டை உறுதி செய்ய முடியும். (புதியவன்.ஜூன் 2015:35)

2.5.தனிமனித உலகப்பார்வை: தனிமனித உலகப்பார்வை என்பது கருத்துக்களை உருவாக்குகின்ற மனித நடவடிக்கைகளாகும். எல்லா உயிரினங்களும் உலகைப் பார்க்கின்றன. ஆனால் எல்லா உயிரினங்களுக்கும் கருத்துக்கள் உதிப்பதில்லை. மனிதர்களுக்கு மட்டுமே கருத்துக்கள் உருவாகின்றன. மனித உலகப்பார்வைக்கு தத்துவம் அடிப்படையாக இருப்பதால் மட்டுமே கருத்துக்கள் உருவெடுக்கின்றன. எனவே எல்லா உயிரினங்களின் உலகப்பார்வையிலிருந்தும் மனித உலகப்பார்வைக்கு தனிச்சிறப்பு இருக்கின்றது. தான் அல்லது ஒரு சகமனிதர் தன்னையும் இந்த உலகத்தையும் எத்தகையப் பார்வையில் பார்த்துக் கொண்டிருக்கிறார்? சிறிய நடவடிக்கை முதல் பிரபஞ்ச மாற்றங்கள் வரையிலான அவரது பார்வையின் புரிதல்கள் எவ்வாறு அமைந்திருக்கின்றன? உள்ளூர் பிரச்சனை முதல் உலகளாவிய நிகழ்வுகள் வரை எப்படிப் புரிந்துகொண்டிருக்கிறார்? இவற்றைப் பற்றிய அறிவே தனிமனித உலகப் பார்வையாகும். (புதியவன்.ஜூன் 2015:36)

2.6.தத்துவ அடிப்படை: தத்துவ அடிப்படை என்பதற்கு மனித உலகப்பார்வையின் அடிப்படை என்பது பொருள். ஏனெனில் மனிதர்களது உலகப்பார்வைக்கு தத்துவங்களே அடிப்படையாக இருக்கின்றன. அதாவது மனித உலகப்பார்வையின் புரிதல்கள் தத்துவத்திலிருந்தே தொடங்குகின்றன. இதனையேத் தத்துவ அடிப்படை என்கிறோம். உலகளாவியத் தத்துவங்களை இரண்டு வகையாகப் பிரிக்க முடிகின்றன. 1. அறிவெதிர் தத்துவம் (Nescience philosophy), 2. அறிவியல் தத்துவம். (சிவக்குமார்,கே.2016:11)

ஒரு மனிதரின் பல்வேறு கருத்துக்கள் ஏதேனும் ஒரு தத்துவத்தின் அடிப்படையில் அமைந்திருக்கின்றன. அல்லது, இரண்டும் கலந்ததாகக் குழம்பியிருக்கின்றன. அறிவெதிர் தத்துவம் என்பது இயங்காவியலும் கருத்து முதல் வாதமும். அறிவியல் தத்துவம் என்பது இயங்கியலும் பொருள் முதல் வாதமும். இவற்றைப் பற்றிய அறிவே தத்துவ அடிப்படை ஆகும். தம் வாழ்வின் சமூக வசதிகளுக்காக மனிதர்கள் அறிவியல் தொழில்நுட்பங்களைச் சார்ந்து வாழ்கிறார்கள். அறிவெதிர் நுட்பங்களைப் புறக்கணிக்கிறார்கள். அதுபோல வாழ்வின் சமூக உணர்வுகளில் மேன்மையடைவதற்காக அறிவியல் தத்துவத்தைச் சார்ந்து வாழப் பழகுதல் வேண்டும். அறிவெதிர் தத்துவ உணர்வுகளை ஆழ்மனக்குழியில் எட்டும் தூரம்வரை அறுத்தெறிய வேண்டும். இதற்காக ஆரம்பநிலை முயற்சியாளர்களுக்கு அறிவியல் தத்துவத்தை அறிமுகம் செய்ய முயன்றுள்ளோம். நீங்களும் சமூகவிஞ்ஞானி ஆகலாம் (புதியவன்.2014) என்ற நூலில் சமூகவிஞ்ஞானத் தத்துவம் என்ற பெயரில் ஐந்து வழிமுறைகளாக அறிமுகம் செய்துள்ளோம்.

1.இயங்குதலின் நான்கு தன்மைகளை உணர்தல், 2.பொருளையும் கருத்தையும் உணர்தல், 3.வரலாற்றை உணர்தல், 4.பொதுத்தன்மையையும் தனித்தன்மையையும் உணர்தல், 5.நடைமுறையையும் தத்துவத்தையும் உணர்தல் ஆகியனவாகும். இத்தகைய அறிமுகத்தை சமூக அறிவாக மாற்றிக்கொள்வது அவரவரது சமூகவிஞ்ஞான முயற்சியால் மட்டுமே சாத்-

தியப்பட முடியும். (சிவக்குமார்,கே.2016:7)

இத்தகைய ஆறு தளங்களுக்கும் இடையிலான முழுதளாவிய உறவுகளே பண்பாட்டு உறவுகளாகும். இதனை அறிவெனும் பெரும்பசி என்ற கட்டுரையில் சமூகப் பண்பாட்டியல் என்பதாக விளக்கியுள்ளோம். இக்கட்டுரையின் விவரிப்புகளையே இலக்கிய அறிவியலின் அவசியம் கருதி முழுமையாகக் கையாண்டிருக்கிறோம். (புதியவன்.ஜூன் 2015:36)

3.இயற்கை வர்ணனைகள்

இயற்கை என்பது செயற்கையின் முரண். செயற்கை என்பது மனித இயற்கை. இயற்கையின் அங்கமாகிய மனிதர்களின் அறிவுகள் செயற்கையின் ஆக்கங்களால் கட்டமைந்துள்ளன. எனினும் மனித உணர்வுகள் இயற்கையின் அடித்தளத்தில் கட்டமைந்துள்ளன. திட்டமிட்ட செயல்களால் மனிதர்கள் தம் உலகைக் கட்டமைத்துக் கொண்டுள்ளார்கள். எனினும் பிரமாண்டமான இயற்கையைச் சார்ந்தே தம் உணர்வுகளைப் புதுப்பித்துக்கொள்கிறார்கள். மனித உணர்வுகளின் வரலாறு இயற்கையை வணங்குவதிலிருந்தே தொடங்குகிறது. மனித இனத்தின் தொன்மையான வழிபாடாக இயற்கை வழிபாடு அமைந்திருப்பதே இதன் சான்று. மனிதர்களின் எண்ண அலைகளும், கற்பனை வளமும், கருத்துச் செறிவும் நேர்த்தியாக வெளிப்படுவதற்காக இயற்கையைத் தழுவிக்கொள்கின்றன. மனிதக் கருத்தியல்கள் இயற்கை வர்ணனைகளுடன் வடிக்கப்படும்போது எத்தகைய கருத்தாக்கங்களுடன் வடிக்கப்படுகின்றன என்பதைக் கவனிக்க வேண்டும். சமூகத் தேக்கக் கருத்தாக்கங்களுடன் வெளிப்படுவதை இலக்கிய அறிவியல் எதிர்க்கின்றது. சமூக மேன்மைக் கருத்தாக்கங்களை இயற்கை வர்ணனைகளோடு வெளிப்படச் செய்வதிலேயே, இலக்கிய அறிவியலின் ஆக்கம் அமைகின்றது.

4.மொழி நேர்த்தி: மொழி என்பது மனித சமூகத்தின் முழுதளாவிய கருத்துக்களின் வெளிப்பாடாகும். மொழியின் தனித்துவம் இலக்கணத்தில் அமைந்துள்ளது. மொழியின் பொதுத்துவம் மொழியியலில் அமைந்துள்ளது. மொழியின் வினைத்துவம் கருத்தியலில் அமைந்துள்ளது. இலக்கணமும் மொழியியலும் கருத்தியலும் இணைந்த வடிவமே மொழியாகும். மொழியின் ஆளுமை அதன் வெளிப்பாட்டு நேர்த்தியில் அமைகின்றது. மொழியின் வெளிப்பாடு என்பது சொல் வங்கியையும் மையக் கருத்தின் சமூகத்தேவையையும் சார்ந்துள்ளது. சொல் வங்கியை வளப்படுத்துவதும் மையக் கருத்தில் தெளிந்திருப்பதும் மொழி பயன்பாட்டாளர்களின் இன்றியமையாதக் கடமை. இந்தக் கடமையைச் செயல்படுத்துபவர்கள் மட்டுமே தகுதியான சொற்களில் கருத்துக்களைக் கோர்த்து மனித உணர்வுகளில் சூடுதல் முடியும். மனித உணர்வுகளை சமூக மேன்மை நோக்கி உந்துவதே இலக்கிய அறிவியலின் மொழி நேர்த்தியாகும்.

5.சமூக ஏற்றத்தாழ்வுகள்: சமூகம் என்பது சகமனிதர்களின் சார்ந்து வாழும் ஒருமையாகும். இந்த ஒருமை, மனிதர்களின் தனித்துவங்களுக்கு இடையிலான சமத்துவமாக கட்டமைவது சமூகத்தின் தேவையாகும். ஆனால், மனிதர்களின் தனித்துவங்களை புறக்கணித்து, ஏற்றத்தாழ்வுகளாகக் கட்டமைந்தது சமூகத்தின் வேதனையாகும். சமூகம் ஏற்றத்தாழ்வுகளால் திணறிக்கொண்டிருக்கிறது. சமூகப் பொருளுற்பத்தியைச் சார்ந்த பொருளாதார ஏற்றத்தாழ்வுகள் ஏராளம். சமூகப் பண்பாட்டைச் சார்ந்த பாலினம், சமயம், சாதியம், இனம், நிறம் என்பது போன்ற பண்பாட்டு ஏற்றத்தாழ்வுகள் ஏராளம். ஏற்றத்தாழ்வுகளைக் களைவதற்கும்

சமத்துவ உலகை அடைவதற்கும் சமூகளாவிய முயற்சிகள் அவசியம். மனித உணர்வுகளை சமூகளாவிய முயற்சிகள் நோக்கி உந்துவதே இலக்கிய அறிவியலின் செல்நெறி ஆகும்.

6.பாலின ஏற்றத்தாழ்வுகள்: உயிரினத் தோற்றத்தில் ஆண்பாலுக்கு இடமில்லை. உயிரினங்கள் அனைத்தும் பெண்ணினமாக மட்டுமே இருந்தன. பெண்ணினங்கள் தனித்திருந்தே இனப்பெருக்கத்தை நிகழ்த்தின. இனவீழ்ச்சிப் போக்கில் இனநிலைப்பு சாத்தியமற்று திணறியது. இனநிலைப்பைச் சாத்தியப்படுத்த படிமலர்ச்சி உந்துதல் பெற்றது. இனவீழ்ச்சிப் போக்கில் வீழாமல், புதிய மரபணுக்களை உருவாக்கும் போக்கில் படிமலர்ச்சி முன்னேறியது. படிமலர்ச்சியின் முன்னேற்றத்தில் ஆண் பாலினம் உருவெடுத்தது. ஆண்பாலினம் என்பது புதிய மரபணுவை உருவாக்கும் வழிமுறையாக இயற்கையில் நிலைபெற்றது. (ஷாலினி.செப்.2018.)

பாலினம் பற்றிய இத்தகைய வரலாற்று அறிவின் கருத்தாக்கம், உயிரின இயக்கத்திற்கு அவசியப்படவில்லை. கருத்தாக்கங்கள் மனித சமூகத்திற்காகவே கட்டமைகின்றன. மனித சமூகம் தோன்றிய காலத்தில் இத்தகைய கருத்தாக்கம் கட்டமையவில்லை. கருத்தாக்கமற்ற காலத்தில் தாய்தலைமையே மனித சமூகத்தை வழிநடத்தியது. தாயின் தலைமைப் பண்பு இயற்கையின் அங்கமாக இருந்ததால், பாலின ஏற்றத்தாழ்வு சாத்தியமற்றதாயிற்று.

கால்நடை மந்தை நாகரிகம் தோன்றியபோது தந்தையதிகாரச் சமூகம் ஆக்கம் பெறத் தொடங்கியது. தந்தையதிகாரச் சமூகத்தின் விளைவாக பாலின ஏற்றத்தாழ்வுகள் உருவெடுத்தன. தாய் தலைமையைத் தந்தையதிகாரம் வன்மமாக ஒடுக்கியது. சமூகம் முழுதும் ஆணின் ஒருமையாகக் கட்டமைக்கப்பட்டது. பெண்மை ஆண்களின் துணைமையாக ஒடுக்கப்பட்டது. தாயின் குழந்தைகள் தந்தையின் வாரிசுகளாக உரிமையாக்கப்பட்டார்கள். பெண்ணுலகம் முழுதும் ஆணதிகாரத்திற்கு அடிமைப்படுவது இயல்பான பண்பாயிற்று.

ஆணுலகின் சொத்தாதிக்கத்திற்கு உட்பட்டு பெண்கள் பொருளாதார அடிமைகளாயினர். ஆணுலகின் பாலிச்சைகளுக்குக் கீழ்பட்டு பெண்கள் பாலுறவு அடிமைகளாயினர். பண்பாட்டின் மீதான ஆணாதிக்க விளைவு பெண்களைப் பண்பாட்டு அடிமைகளாகச் சிதையச் செய்தது. பாலின ஏற்றத்தாழ்வுகள் சமூக எதார்த்தமாயிற்று. பாலின ஏற்றத்தாழ்வுகளைக் களைந்து பாலினச் சமத்துவத்தை உருவாக்குவதே சமூக மேன்மையின் அவசியமாகும். பாலினச் சமத்துவம் நோக்கி மனித உணர்வுகளை உந்தச் செய்வதே இலக்கிய அறிவியலின் கடமையாகும். (புதியவன்.மே 2016:20-25)

7.சாதி மத பேதங்கள்

“இல்லாத ஊருக்கு வழி சொன்னால்...
ஊர் அழைக்கவா போகிறது?
பாதை அனுப்பவா போகிறது?” என்பது புதுமொழி.

இல்லாத ஊருக்கு வழி சொல்வதும், ஊர் அழைப்பதுவும், பாதை அனுப்புவதுவும், ஊர் இல்லையே என்று உணர்வதற்குள் சொந்த ஊரையே இழப்பதுவும் சாதி மத பேதங்களில் வேடிக்கையாகக் காண முடிகின்ற அவலங்களாகும். சாதியும் மதமும் மனிதர்களின் புலனறிவுக்கு எட்டாத பேதங்களாகும். கற்பனைகளில் வடித்துக்கொண்டு நம்பப்படுகின்ற சூழ்ச்சிகளாகும். இந்தச் சூழ்ச்சிகளால் பின்னப்பட்டுள்ள சமூக அதிகாரங்களும், அடிமைத்தனங்களும், சமூக மேன்மையின் முயற்சிகளுக்கு இடப்பட்டுள்ள மின்வேலிகளாகும். இத்தகைய மின்வேலிகளால் சமூகம் கலவர பூமியாய் உழன்று கொண்டிருக்கின்றது. மனிதர்களுக்கு

இடையிலான உறவுகளில் புலனுக்கு எட்டாத பகைமுரண்கள் கூர்மையடைந்துகொண்டே செல்கின்றன. இந்தப் பகைமுரண்களைப் பற்றிக்கொண்டுள்ள சமூகப் பொருளுற்பத்தியின் இலாபவெறி, மனித வாழ்வியலின் இரத்தம் குடித்துப் பெருத்துகொண்டே இருக்கின்றது. இந்தியாவில் சாதிகள்தான் இந்து மதத்தின் இரத்த நாளங்களாக இயங்குகின்றன. இந்து மதம்தான் சாதிகளைப் பாதுகாக்கும் அரணாக இயங்குகின்றது. சமூகமேன்மையின் எழுச்சிகளால், இறுதி மூச்சுத் திணறி மரணித்துக் கொண்டிருக்கிறது இலாபவெறிபிடித்த முதலாளித்துவம். எப்பேற்பட்ட பேரழிவை நிகழ்த்தியாவது தன் மரணத்திலிருந்து தற்காத்துக்கொள்ள முடியுமா என்று முதலாளித்துவம் முயல்கிறது. இத்தகைய முயற்சியைத்தான் வரலாறு பாசிசம் என்று வரையறுக்கின்றது. இலாபவெறிபிடித்த முதலாளித்துவம் தனது பாசிச முயற்சியின் கருவியாக, இந்தியாவின் இந்து மத சாதி வெறியைக் கையாளத் தொடங்கியுள்ளது. கார்ப்பரேட் பாசிசத்தைப் பாதுகாக்கும் அரணாக, இந்து மத சாதி வெறியானது காவி பாசிசமாக உருவெடுத்துள்ளது. (மருதையன். மார்ச்.2019.)

சமூக மேன்மையின் அடிப்படையில் சமூகப் பொருளுற்பத்தியில் இலாபவெறியை அழிப்பதற்கும், மக்கள் தலைமையை அடைவதற்கும், சாதிமத பேதங்களை ஒட்டுமொத்தமாகத் துடைத்தெறிவது இன்றியமையாத நிபந்தனையாக இருக்கின்றது. சமூகத் தேவைக்கு அவசியமற்ற பெருஞ்சுமையாக சாதி மத பேதங்கள் நிலவுகின்றன. அறிவியல் தத்துவ முயற்சிகளுடன் இத்தகைய பேதங்களை எட்டித் தள்ளுவதே சமூக மேன்மையாக அமைகிறது. அறிவியல் தத்துவ வெளிப்பாட்டினால், மனித ஆழ்மனக் குழியிலிருந்து சாதி மத பேதங்களை அறுத்தெரியும் முயற்சிகளில், இலக்கிய அறிவியலுக்குத்தான் பெரும் பொறுப்பு இருக்கின்றது.

8.பேதம் கடந்த உடன்பாடுகள்: பேதம் என்பது வெறும் வேற்றுமைகள் அல்ல. பகை முரண்களாக ஆக்கம் பெற்றுள்ள வேற்றுமைகளே பேதங்களாக உணரப்படுகின்றன. மனிதர்களுக்கு இடையிலான பகை முரண்களைப் பட்டியலிட்டால் பட்டியல் நீளும். பாலின பேதம், இன பேதம், நிற பேதம், அறிவு பேதம், வயது பேதம், பணி பேதம், உறவு பேதம், ஊர் பேதம், உணவு பேதம், சாதி மத பேதங்கள் என அடுக்கிக்கொண்டே போகலாம். ஆனால் இத்தனை பேதங்களையும் கடந்து பிழைப்பிற்கான உடன்பாடுகளுடன் மனிதர்கள் ஒன்றியே வாழ்கிறார்கள். இத்தகைய உடன்பாடுகள் இலாபவெறிபிடித்த சமூகச் சூழ்ச்சிகளால் எப்போது வேண்டுமானாலும் நொறுக்கப்படலாம். இத்தகைய ஆபத்துக்களை அங்கீகரித்துக்கொண்டுதான், பேதம் கடந்த உடன்பாடுகள் சமூகளாவிய நிலையில் நிலவுகின்றன. இலாப வெறி நலன்களுக்கு சாதகமாக நிலவுகின்ற, பேதம் கடந்த உடன்பாடுகளை சமத்துவச் சமூக இலக்குகளுக்குச் சாதகமானதாக உருமாற்ற வேண்டியது, சமூகமேன்மையின் அவசியமாக இருக்கின்றது. இத்தகைய அவசியத்தின் அடிப்படையில், சமத்துவச் சமூகத்தை எட்டுவதற்கான முயற்சிகளில், பேதம் கடந்த உடன்பாடுகளை மனித உணர்வில் உந்துவதற்கு, இலக்கிய அறிவியல் கலங்கரையாகும்.

9.எதார்த்தம் மீதான இலட்சியம்: எதார்த்தம் என்பது நிகழ்காலத்தின் நிதர்சனம். கடந்தகால வாழ்வியலை பரிசீலிக்கும் ஆய்வகம். எதிர்கால மாற்றங்களுக்கு வழியமைக்கும் நுழைவகம். ஒட்டுமொத்த சமூக நிலைமைகளுக்குமான சாராம்சம். மனித சமூகத்தின் பேராற்றல் என்பது சமூக நிலைமைகளின் எதார்த்தங்களுடன் ஊடாடி முன்னேறுவதில் இருக்கின்றது.

மனித முன்னேற்றம் என்பது திட்டமிட்ட மாற்றங்களால் எதிர்நோக்கப்படும் இலட்சிங்களாகும். இலட்சியம் என்பது சமத்துவச் சமூகத்தை எட்டுவதாகும். இலட்சியங்கள் நோக்கி முன்னேறும்போது, சமூக நிலைமைகளில் நிலவும் உடன்பாடுகளும், முரண்பாடுகளும், வளர்ச்சிகளும், வீழ்ச்சிகளும், எத்தகைய சமூகத்தேவைகளுடன் இணைந்திருக்கின்றன என்பதை கண்டுணர்வது அவசியம். சமூகத்தேக்கத்தைச் சார்ந்திருப்பவைகளைக் களைவதும், சமூகமேன்மையைச் சார்ந்திருப்பவைகளை உந்திச் செலுத்துவதும், சமூக எதார்த்தங்களின் இயக்கமாக கட்டமைய வேண்டும். இத்தகைய கட்டமைவுகளிலிருந்து சமூகமேன்மையின் இலட்சியம் சாத்தியப்பட வேண்டும். இத்தகைய சாத்தியப்படுத்தலுக்கான களமாக இலக்கிய அறிவியல் முடுக்கப்பட வேண்டும்.

10.முற்போக்கின் எழுச்சி: முற்போக்கு என்பது பிற்போக்கின் எதிர்மறை. பிற்போக்கான சமூக முயற்சிகளுக்கு மாற்றாக முற்போக்கு அமைகிறது. பிற்போக்கு என்பது சமூகத் தேக்கத்தை உணரச் செய்கிறது. முற்போக்கு என்பது சமூகமேன்மையை உணரச் செய்கிறது. பிற்போக்கு என்பது வாழத் தகுதியற்ற, சுயநல வெறிபிடித்த, இலாப வெறிக்கான சமூகப் பொருளுற்பத்தியைப் பாதுகாத்துத் தேங்கச் செய்கின்ற, முயற்சிகளாக அமைகின்றது. முற்போக்கு என்பது சமூக அக்கறையுள்ள மக்கள் நல பொருளுற்பத்தியை ஊக்கப்படுத்தி, சமத்துவச் சமூகம் நோக்கி முன்னேறுகின்ற, சமூக மேன்மை முயற்சிகளாக அமைகின்றது. சமூகளாவிய நிலைமைகளில் பிற்போக்கின் முயற்சிகளை செயலிழக்கச் செய்து, முற்போக்கின் செயல்களை எழுச்சி பெறச் செய்வதே, இலக்கிய அறிவியலின் எழுச்சியாக அமைகிறது.

11.அரசியல் நோக்கு: அரசியல் நோக்கு என்பது அரசின் இயக்கம் பற்றிய முழுதளாவிய புரிதலாகும். மனித குல வரலாற்றில் காடுசார்ந்த பொருள் சேகரிப்பு நாகரிகத்திலும் வேட்டை நாகரிகத்திலும் அரசு என்ற சமூக நிறுவனம் தோன்றியிருக்கவில்லை. சமூகத்தின் அனைத்து நிலைமைகளும் பாரபட்சமின்றி அனைவருக்கும் பொதுவானதாகவே இருந்தது. தந்தையதிகாரமும் சொத்தாதிக்கமும் உருப்பெற்ற கால்நடை மந்தை வளர்ப்பு நாகரிகத்திலேயே, அரசு என்ற சமூக நிறுவனம் உருவெடுத்தது. உழைக்காமல் உண்டு கொழுப்பவர்களின் தனிச்சொத்தின் ஆதிக்கத்தைப் பாதுகாக்கவே அரசு தோன்றியது. தனிச்சொத்தின் ஆதிக்க நலனைப் பாதுகாப்பதே அரசியலின் மையக் கொள்கையாக அமைந்திருக்கிறது.

"அரசு எந்திரமானது எல்லோருடைய நலன்களையும் பாதுகாப்பது, அதற்காக ஏற்பட்டது எனும் முதலாளித்துவ பொய்யை உணர்வுப்பூர்வமான நயவஞ்சகரும் அறிவியல்வாதிகளும் மதகுருமார்களும் மட்டும்தான் ஆதரிக்கிறார்கள் என்றில்லை, பழைய தப்பெண்ணங்களில் உண்மையிலேயே ஒட்டிக்கொண்டு பழைய முதலாளித்துவ சமுதாயத்திலிருந்து சோசலிசத்திற்கு நிகழும் மாறுதலை புரிந்துகொள்ளாமல் இருக்கும் பெருந்திரளான மக்களும் அவ்வாறே செய்கிறார்கள்..." என்று மக்களிடம் ஏற்படுத்தப்பட வேண்டிய அரசியல் கடமைகளையும் சேர்த்தே முன்னிறுத்துகிறார் லெனின்." (துரைசண்முகம். 2016)

அரசு தோன்றிய காலம் முதல் சமூக அமைப்பின் மாற்றங்களுக்கு ஏற்ப அரசின் வடிவங்கள் பலவாறாக மாறியிருக்கின்றன. ஆனால் மையக் கொள்கை மாறியதில்லை. அரசின் இன்றைய நிலைமைகளும் இலாப வெறிபிடித்த நிறுவனங்களுக்குச் சேவை செய்வதாகவே அமைந்திருக்கின்றன. சமத்துவச் சமூகத்தை நோக்கி மக்கள் தலைமை அரசை தோற்றுவிப்பதற்கு தடையாகச் செயலாற்றுகின்றன. இதன் செயல்பாடுகளை எதிர்கொண்டு சமூகமேன்-

மைக்கு வசதியாக மக்கள் தலைமை அரசை உருவாக்குவதற்கான முயற்சிகளுக்கு உந்துதல் அளிப்பதே இலக்கிய அறிவியலின் அரசியல் நோக்காகும்.

12.தன்னிச்சை வெளிப்பாடு: தன்னிச்சை வெளிப்பாடு என்பது சமூகளாவிய வெளிப்பாட்டின் எதிர்மறையாகும். சுயநல வெறிபிடித்த பண்பாட்டில் உழன்று கொண்டிருக்கும் சமூகத்தில், சமூகஅக்கறை மறத்துப்போன மனிதர்களின் வெளிப்பாடாக, தன்னிச்சை வெளிப்பாடு அமைகிறது. இலக்கிய முயற்சியில் ஆரம்பநிலையாளர்களின் வளர்ச்சியில் ஓர் அங்கமாக தன்னிச்சை வெளிப்பாடு அமைகிறது என்பதல்ல பிரச்சனை. மாறாக தான்தோன்றித்தனத்தையே ஒரு கொள்கையாகக் கொண்டு இயங்குபவர்களின் இலக்கிய வெளிப்பாடாக அமைவதுதான் பிரச்சனை.

சமூகத்தேக்கக் கொள்கைகளுடன் படைக்கப்படுகின்ற படைப்புகளைவிட இவர்களின் வெளிப்பாடுகள் ஆபத்தானவை. ஏனெனில், இவர்களின் வெளிப்பாடுகள் வெளிப்படையாக அல்லாமல் மறைமுகமாக, சமூகத்தேக்க முயற்சிகளுக்கு ஊக்கமளித்து, இலாபவெறிப் பண்பாட்டைப் பாதுகாக்கின்றன.

சமூகமேன்மையின் தேவையோ தான்தோன்றித்தனம் அல்ல, திட்டமிடப்படாத இயக்க முறைகளுக்கு இடையில் திட்டமிட்ட செயல்முறைகளைச் சாதிப்பதற்கான முயற்சிகளாகும். சமத்துவச் சமூகம் நோக்கிய இத்தகைய முயற்சிகளுக்கு சமூகளாவிய வெளிப்பாடே அவசியப்படுகின்றது. தன்னிச்சை வெளிப்பாட்டிற்கு முரணாக அமைவதே இலக்கிய அறிவியலின் வெளிப்பாடாகும்.

13.கொச்சை பாலுறவு குறியீடு: பாலுறவு என்பது இனப்பெருக்க உந்துதலான உயிரியல் நடவடிக்கையாகும். ஒவ்வொரு மனிதரும் குழந்தையாக பிறந்ததற்கு காரணமாக அமைந்த அழகுணர்ச்சி மிகுந்த நடத்தையாகும். இத்தகைய நடத்தைகளின் இலக்கிய வெளிப்பாடானது, பெண்ணடிமைச் சமூகத்தில் பெண்களைப் பாலுறவுப் பிண்டங்களாகக் கொச்சைப்படுத்துகின்றன. ஆண்களின் பாலியல் இச்சைகளை ஊதிப்பெருக்குகின்றன. பெண் சமூக விடுதலை பற்றிய தெளிவற்ற பெண்களிடத்தில், பாலியலின் கொச்சை வார்த்தைகளே பெண்ணியமாக வெளிப்படுகின்றன.

“சங்ககால ஆண் புலவர்களுக்கு நிகரான பெண்பாற் புலவர்களையும் சமகால பெண் கவிஞர்களையும் ஒப்பிட்டு சில முடிவுகளை இந்நூலாசிரியர் தருகிறார். சமகால வாழ்நிலையில் பெண்களின் பாலுணர்வை வெளிப்படுத்தும் கவிதைகளில் உணர்வுக்கு முதன்மை இல்லை. வெறும் வார்த்தைகள் மட்டுமே கவிதையாகிவிட முடியாது என்பதைச் சுட்டிக் காட்டுகிறார்” (சிவக்குமார்,கே.மார்ச்.2014:36-37)

பெண் பாலினச் சீண்டுதல்களும் வன்புணர்ச்சிப் படுகொலைகளும் ஆணாதிக்கச் சமூக வெளியில் தவிர்க்க முடியாதபடி நிலைபெற்றுவிட்டன. இத்தகையச் சமூக நிலைமைகளில், பாலுறவுச் சொல்லாடல்களைப் பயன்படுத்துவதில் அதிக கவனம் தேவை. பாலினச் சமூக மேன்மை முயற்சிகளுடனும், பாலுறவு வன்முறை எதிர்ப்புகளுடனும் இணையாத பாலுறவுச் சொல்லாடல்களைக் கொச்சைப் பாலுறவு குறியீடுகளாக மட்டுமே கவனப்படுத்த முடியும். கொச்சைப் பாலுறவுக் குறியீடுகளை இலக்கிய அறிவியல் அங்கீகரிப்பதில்லை.

14. பொருளாதார ஒடுக்குமுறை: மனிதர்களுக்குச் சமூகம் நிறைவேற்ற வேண்டிய பொருளாதாரத் தேவைகள் நிறைவேற்றப்படாமல் நிலைத்திருப்பதே பொருளாதார ஒடுக்-

குமுறையாகும். மனித வாழ்வானது சமூகப் பொருளுற்பத்தியால் இயங்குகின்றது. சமூகப் பொருளுற்பத்தி இயற்கை ஆதாரங்களைச் சார்ந்துள்ளது. இயற்கை ஆதாரங்கள் அனைத்தும் இயற்கையின் அங்கமாகிய மனிதர்களுக்கும் உரியது. சமூகப் பொருளுற்பத்தி என்பது செயற்கைக்கு ஆக்கமாகிய மனித இனத்திற்கு மட்டுமே உரியது. எனவே இயற்கையும் செயற்கையும் மனித வாழ்வியலுக்கு தவிர்க்கக் கூடாத வாழ்வுரிமைகளை நிர்ணயித்துள்ளன.

தாகத்திற்கு நீரருந்தும் உரிமை, தூய்மையான காற்றை சுவாசிப்பதற்கான உரிமை, சுகாதாரமான சூழ்நிலைகளில் வாழ்வதற்கான உரிமை, உணவு உண்பதற்கான உரிமை, வேலைவாய்ப்புரிமை, பொருளீட்டுவதற்கான உரிமை போன்ற எண்ணற்ற உரிமைகள் சமூக வாழ்வியலின் பொருளாதாரப் பாதுகாப்பிற்காக நிர்ணயம் பெற்றுள்ளன. ஆனால், அத்தகைய உரிமைகள் இலாபவெறிபிடித்த சமூகப் பொருளுற்பத்தியின் அதிகாரத்தால், எளிதாக மறுக்கப்பட்டு வருகின்றன.

இத்தகைய மறுப்புகள் மனித சமூகத்தின் மீதான பொருளாதார ஒடுக்குமுறைகளாக நிலவுகின்றன. இத்தகையப் பொருளாதார ஒடுக்குமுறைகளை களைந்து, வாழ்வுரிமைகளை எட்டுதல் நோக்கி, மனித உணர்வுகளை முன்னேற்றுவதற்கே இலக்கிய அறிவியல் அவசியப்படுகின்றது.

15. கருத்தாக்கக் கட்டமைப்பு: மனிதர்களின் உலகம் கருத்துக்களின் உருவாக்கங்களால் கட்டமைந்துள்ளது. கருத்துக்களைப் பற்றிக் கொண்டே மனித செயல்கள் ஒழுங்கமைகின்றன. மனிதர்கள் எத்தகையக் கருத்துக்களை ஏற்றுக்கொள்கிறார்களோ அவற்றையே செயல்களாக உருமாற்றுகிறார்கள். மனித செயல்கள் கருத்துக்களால் வழிநடத்தப்படுகின்றன. எனவே, மனித செயல்களை வழிநடத்த சமூக மேன்மை கருத்தாக்கங்களைக் கட்டமைக்க வேண்டும். சமூக மேன்மையின் இலக்காகிய சமத்துவச் சமூகத்தை அடைவதற்கான முயற்சிகள், கருத்தாக்கங்களின் கட்டமைப்பிலிருந்தே தொடங்குகின்றன. மனித செயலாக்கங்களில் சமூக மேன்மைக் கருத்தாக்கங்களைக் கட்டமைப்பதே, இலக்கிய அறிவியலின் செயலாக்கம் ஆகும்.

16. ஆழ்மனப் பிரதிபலிப்பு: ஆழ்மனம் என்பது மனித மூளையின் பெரும்பகுதியாகும். மனித மூளையை மூன்று பகுதியாக விளங்கலாம். 1.அறிவு நிலை, 2.உணர்வு நிலை, 3.ஆழ்மனக்குழி. அறிவு நிலை என்பது புலன்களால் அறியப்படும் நிலையாகும். உணர்வு நிலை என்பது உணர்ச்சி வெளிப்பாட்டுடன் அறிவு ஒன்றும் நிலையாகும். அறிவு நிலைக்கும் ஆழ்மனக்குழிக்கும் இடைப்பட்ட உறவாக உணர்வு நிலை அமைகின்றது. ஆழ்மனக்குழி என்பது எட்ட முடியாத எண்ண ஓட்டங்களின் கருங்குழியாகும். எல்லாவற்றையும் உள்வாங்கிச் செரித்துவிடும் கருங்குழியைப்போல ஆழ்மனக்குழியும் மூளையின் ஒட்டுமொத்த பதிவுகளையும் உள்வாங்கிச் செரிக்கிறது.

மனித செயல்களை உயிரோட்டமாக அமைப்பது அறிவுநிலை அல்ல, மாறாக ஆழ்மனக்குழியின் உணர்வு நிலையே ஆகும். எனவேதான், சமூகமேன்மைக் கருத்துக்களை மனித சமூகத்தின் ஆழ்மனக்குழிவரை பற்றும்படிச் செய்துவிட்டால் ஆரம்பமாகிவிடும் சமூக விடுதலை என்கிறோம். சமூக விடுதலைக்கான முயற்சிகளனைத்தும் அறிவுநிலையின் வெளிப்பாடாக அமைவதல்லாமல், ஆழ்மன உணர்வின் உயிரோட்டமான பிரதிபலிப்பாக அமைய வேண்டும். சமூக மேன்மைக்கான இத்தகைய பிரதிபலிப்புகளை இலக்கிய அறிவி-

யல் முன்னெடுக்க வேண்டும். (புதியவன்.ஜூன் 2015:35)

17.சமூகளாவிய விமர்சனங்கள்: விமர்சனம் என்பது சகமனிதர்களைச் செதுக்கும்போது கருவியாக அமையும். சமூக மேன்மையின் துரோகிகளுக்கு ஆயுதமாகக் குடையும். சமூக மேன்மையைச் செதுக்கும் கலையில் விமர்சனத்தைக் கருவியாகக் கையாள வேண்டும். சமூகத் தேக்கத்தை எதிர்க்கும் போரில் விமர்சனத்தை ஆயுதமாகக் கையாள வேண்டும். விமர்சனங்களால் மட்டுமே மனித வாழ்வியலின் அற உணர்வைப் புதுப்பித்துக்கொள்ள முடியும். அறம் என்பது மனிதர்கள் இணைந்து வாழ்வதற்குத் தேவையான சமூக ஒழுக்கங்களின் முழுமையாகும். விமர்சிக்கப்படாத வாழ்வியல்கள் விளைவிக்கப்படாத விளைநிலங்களுக்குச் சமமாகும். உணவை விளைவித்தல் உலகின் பசி நீக்கும் உழுவோரின் கடமை. உணர்வை புதுப்பித்தல் சமூகப்பிணி நீக்கும் சமூகவிஞ்ஞானிகளின் கடமை. இலக்கிய அறிவியல் சமூகவிஞ்ஞானத்தின் இன்றியமையாதக் களமாகும். விமர்சனக் கலையின் வழியாக சமூக மேன்மையை எட்டிப்பிடிப்பதற்கு வினையாற்றும்.

18. தாய்தலைமை சமூகம்: தாய்தலைமைச் சமூகம் என்பது தந்தையதிகாரச் சமூகத்திற்கு முந்தைய சமூக எதார்த்தமாகும். காடுசார்ந்த பொருள் சேகரிப்பும் வேட்டை நாகரிகமும், தாய்தலைமையின் நாகரிகமாக அமைந்துள்ளன. ஆனால், தந்தையதிகாரச் சமூகம் மனித வரலாற்றில் தாய்தலைமை நிலவிய உண்மையை மூடி மறைக்க முயல்கிறது. பெண்ணடிமைத்தனத்தை நியாயப்படுத்துவதற்கும், தந்தையதிகாரத்தை நிலை நிறுத்துவதற்கும் இத்தகைய முயற்சியை விடாப்பிடியாக நிகழ்த்துகிறது. ஆனால், பெண் விடுதலையே சமூக மேன்மைக்கு முன் நிபந்தனையாக இருக்கின்றது. ஏனெனில், பெண் விடுதலையின்றி சமூக விடுதலை சாத்தியமில்லை.

தாய்தலைமை சமூகம் நிலவிய வரலாற்றுண்மையை அங்கீகரிப்பது, பெண்ணின் சமூக மரியாதைக்கு ஊக்கமளிக்கும் நடவடிக்கையாகும். சமூகளாவிய நிலையில் ஆணாதிக்கத்தை உடைப்பதற்கும், பாலினச் சமத்துவத்தை நிறுவுவதற்கும், தாய்தலைமையைக் கொண்டாடுதல் அவசியமாகின்றது. தாய் தலைமை என்பது இயற்கையின் அங்கமாகவே அமைந்திருந்தது. செயற்கையின் ஆக்கமாக அமையவில்லை.

தாய் அதிகாரச் சமூகம், தாய் ஆதிக்கச் சமூகம், பெண்ணதிகாரச் சமூகம், பெண்ணாதிக்கச் சமூகம் போன்ற மாற்றுச் சொல்லாடல்கள் வரலாற்றுண்மைகளை தவறுகின்றனவாக அமைகின்றன. ஆதிக்கம், அதிகாரம் போன்ற திட்டமிட்டச் சமூக நடவடிக்கைகள் தோன்றாத காலத்தில் நிலவிய தாயின் சமூக முதன்மையைத் தாய்தலைமை என்று சுட்டுவதே வரலாற்றுண்மைக்கு பொருத்தமானதாக அமையும். தாய்தலைமைச் சமூகத்தின் வாழ்வியல் உண்மைகளை விவரிக்க முயல்வது இலக்கிய அறிவியலுக்குச் சவாலாக அமைகின்றது. (புதியவன்.மே 2016:24-26)

19. தந்தையதிகாரச் சமூகம்: தந்தையதிகாரம் மனித வரலாற்றுப் படிநிலையில் மூன்றாம் கட்டத்திலேயே தொடங்கியுள்ளது. சரியாகக் கால்நடை மந்தை வளர்ப்பு நாகரிகத்தில் தொடங்கியது. இயற்கையின் அங்கமாகத் திகழ்ந்த தாய் தலைமையை ஒழித்துவிட்டு, செயற்கையின் ஆக்கமாகத் தொடங்கியது. சமூகளாவியச் சொத்துக்களின் மீதும், பண்பாட்டின் மீதும், குழந்தைகள் மீதும் ஆண்களின் அதிகாரத்தை நிறுவுவதற்காக தந்தையதிகாரம் தொடங்கியது.

செயற்கையான சொத்தாதிக்க நலன்களால் ஆக்கம் பெற்ற ஆண்களின் சமூக அதிகாரத்தை தந்தை தலைமை, ஆண் தலைமை போன்ற சொற்களால் சுட்டுவது வரலாற்று முரணாகவே அமைகின்றன. மாறாக தந்தையதிகாரம், தந்தையாதிக்கம், ஆணதிகாரம், ஆணாதிக்கம் போன்றச் சொல்லாடல்களே வரலாற்றுண்மைகளுக்குப் பொருந்துகின்றன.

தந்தையதிகாரத்தின் தொடக்கம் சமூக அநாகரிகத்தின் தொடக்கமாகவே அமைந்துள்ளது. சமூகமேன்மையில் சமத்துவ உலகை எட்டுவதற்கும், பாலினச் சமத்துவத்தை அடைவதற்கும், தந்தையதிகார அநாகரிகத்தை ஒழித்துக்கட்டுவது அவசியமாகின்றது. தந்தையதிகார அநாகரிகத்தை ஒழித்துக்கட்டுவதே இலக்கிய அறிவியலின் நாகரிகமாகும். (புதியவன்.மே 2016:24-26)

20. குழந்தைகளின் சமூக ஆக்கம்: சமூக மேன்மையின் வளர்ச்சி குழந்தைகளின் வளர்ச்சியோடு இணைந்திருக்கின்றது. குழந்தைகளின் வளர்ச்சியோ, மனித வாழ்வியலின் முதிர்ச்சியோடு இணைந்திருக்கின்றது. பழைய மனிதர்களின் புதிய குழந்தைகளிடமிருந்தே சமூக ஆக்கம் மேன்மையடைகின்றது. சமூகளாவிய இலக்குகளுடையவர்களாக குழந்தைகள் ஆக்கம் பெற வேண்டும். குழந்தைகளின் தனித்துவங்களை ஊக்கப்படுத்துவதிலிருந்து கற்றல் திறனையும் வெளிப்பாட்டுத் திறனையும், மேம்படுத்த வேண்டும். குழுந்தைகளின் தனித்துவங்களை குழந்தைகளுக்கு உணர்த்துவதன் மூலம் உருவாகும் தன்னம்பிக்கையை ஊக்கப்படுத்த வேண்டும்.

எல்லா தனித்துவங்களையும் கடந்து சமூக மேன்மைக்காகப் பாடுபடுகின்ற நல்ல மனிதர்களாகவும் சமூக ஆளுமைகளாகவும் உருவாக வேண்டும். குழந்தைகளின் கல்வி முறைகள் மதிப்பெண்களில் சுருங்குதல் கூடாது. ஏனெனில் மதிப்பெண்களின் மதிப்பென்பது பயணங்களில் வாங்கப்படும் டிக்கட்டின் மதிப்புதான். பயணங்கள் டிக்கட் வாங்குவதற்காக நிகழ்பவை அல்ல. அனுபவங்களை வளர்ப்பதற்காகவே பயணங்கள். அறிவுலக பயணங்களுக்கு மதிப்பெண்கள் வெறும் டிக்கட்களே.

நல்ல வகுப்பறை குழந்தைகளின் தனித்துவங்களையும் சமூக ஆற்றல்களையும் குழந்தைகளுக்கே உணர்த்துவதாக அமைய வேண்டும். குழந்தைகளின் கல்வி அவர்களின் தாய்மொழியில் அமைதல் வேண்டும். சமூக ஏற்றத்தாழ்வுகளுக்கு எதிராக சமத்துவ இலக்குகளுடன் குழந்தைகளை வளர்க்க வேண்டும். பெண், ஆண் குழந்தைகள் சமூகளாவிய நிலையில் வளர்க்கப்படும்போதே பாலின பாகுபாடு கற்பிக்கப்படாமல் வளர்க்கப்பட வேண்டும். பெண்களை ஆண்களும் ஆண்களைப் பெண்களும் சமத்துவமாக மதித்து வாழ பழக்கப்படுத்த வேண்டும்.

வளர் பருவங்களின் உடல் மாற்றங்களையும் மன மாற்றங்களையும் கையாளும் சூழலைக் கற்பிக்க வேண்டும். சமூக உழைப்பில் பங்கேற்பதே சுயமரியாதை என்றுணர்த்த வேண்டும். உழைக்காமல் உண்பது அவமானம் என்ற கருத்தை விதைக்க வேண்டும். குழந்தைகளை சமூகளாவிய விளையாட்டுகளில் பங்கேற்கச் செய்ய வேண்டும்.

உடல் மேன்மைக்கு ஓடுதல், குதித்தல், பிடித்தல் போன்ற விளையாட்டுகளோடு முடித்துவிடக் கூடாது. உள்ளம் மேண்மைக்கான விளையாட்டுக்களில் ஈடுபடுத்த வேண்டும். படைப்பாற்றல் சிந்தனைகளை ஊக்கப்படுத்துகின்ற கலை அறிவியல் கொண்டாட்டங்களில் பங்கேற்கத் தூண்ட வேண்டும். பாடல், ஆடல், நாடகம் நடித்தல், ஓவியம் படைத்தல், கவிதை

படித்தல், கதை பேசுதல் என்பதாக பங்கேற்பதற்கான அனைத்து வாய்ப்புகளையும் விரிவுபடுத்த வேண்டும்.

குழந்தைகளோடு கதைபேசுவது மிக முக்கியமான சமூக நிகழ்வாகும். ஏனெனில், குழந்தைகளின் மேன்மைக்கு கதையே விதை. நேசமிக்க மனிதர்களுக்கும் குழந்தைகளுக்கும் இடையில் மிகப்பெரிய பள்ளத்தாக்குகள் உருப்பெற்றமைக்கு கதை பேசும் பண்பாட்டை கைவிட்டதும் ஓர் காரணமாகும்.கதை பேசுதல் என்பது குழந்தைகளின் சமூக உணர்வை அவர்களது அறிவிலிருந்து ஆழ்மன உணர்வுவரை, கற்பனை வளத்துடனும் கருத்து செறிவுடனும் பற்றும்படி செய்து, சக மனிதராக உயர்த்துவதாகும்! குழந்தைகளோடு கதை பேசுதலை நிகழ்த்தாவிட்டால்... அது மனித வளர்ச்சியை கொலை செய்தலுக்கு இணையாக்கும்!

சமூகளாவியத் திட்டங்களின் முழுதளாவிய பங்கேற்புகளுடன் குழந்தை வளர்ப்பு ஆக்கம் பெற்றால் மட்டுமே சமூக மேன்மையின் இலக்கு நோக்கி சமூக வளர்ப்பு வெற்றி பெறும். சமூக வளர்ப்பை உந்திச் செலுத்த இலக்கிய அறிவியல் துணை செய்யும்.

இலக்கிய அறிவியலின் சுற்றி வளைக்கும் இத்தகையப் பார்வைகளை முழுதளாவிய நிலையில் நோக்கும்போது நமக்கு மொழி குறித்த ஓர் உண்மை புலப்படும்.

மொழி என்பது சமூகத்தின் தனித்த உறுப்பு அல்ல.
மாறாக, நமது உடலில் ஓடுகின்ற ரத்தம் போன்றது.

உடலின் சகல உறுப்புக்களுக்கும் பாயாவிட்டால் ரத்தத்திற்கு ஏது பெருமை? சகல துறைகளுக்கும் அறிவைப் பாய்ச்சாவிட்டால் மொழிக்கும் இல்லை பெருமை! உடலின் அனைத்து உறுப்புக்களையும் உயிர்த்திருக்கச் செய்வது ரத்தத்தின் கடமை. சமூகத்தின் அனைத்து துறைகளையும் உயிர்த்திருக்கச் செய்வது மொழியின் கடமை. ஏனெனில் மக்களின் மொழியே அவர்களது சமூக உணர்வைக் கட்டமைக்கின்றது. கற்பனை வளங்களிலிருந்து கருத்துச் செறிவுவரை மக்களின் உணர்வுகள் மொழியால் கட்டமைகின்றன. எனவே சகல துறைகளுக்கும் மொழி செயலாற்ற வேண்டும். அறிவியலும் கலையும் சகல துறைகளிலும் நீக்கமற நிறைந்திருக்கின்றன. அறிவியலுக்கும் கலைக்கும் மொழியே உருவம் தருகின்றது. அறிவியல் இலக்கிய அறிஞர்கள் கலை இலக்கியப் படைப்புகளை உணர வேண்டும். கலை இலக்கிய அறிஞர்கள் அறிவியல் இலக்கியப் படைப்புகளை உணர வேண்டும். இரு அறிஞர்களும் தங்களுக்குள் ஒருவருக்கொருவர் பரஸ்பரமாக வினையாற்றிக்கொள்வது, மொழியின் சமூக மேன்மைக்கு இன்றியமையாதத் தேவையாகும்.

கலையை வழிநடத்துதல் அறிவியலின் கடமை!
அறிவியலுக்குச் சேவை செய்தல் கலையின் கடமை!

“அறிவை ஒழுக்கத்தை வளர்க்கும் இலக்கியமே தேவை. ஆகவே, இனிமேல்தான் நமக்கான இலக்கியம் தோன்ற வேண்டும்” (பெரியார்.2017:532)

மொழியின் கடமையைச் செயல்படுத்துகின்ற ஆற்றல் இலக்கிய அறிவியலுக்கே இருக்கின்றது. செயல்படுத்துகின்ற கடமை அம்மொழிக்கு உரிமையுள்ள மக்களுக்கும், படைப்பாளர்களுக்கும், படிப்பாளர்களுக்கும், கருத்தாளர்களுக்கும், கடனாக அமைகின்றது. நம் கடன் பணி செய்து சிறப்பதே!

8

பழந்தமிழ்ப் பதிப்புகள் வரலாறு

முன்னையோரின் புலமையையும் அவர்களுடைய கல்வி பண்பாட்டுப் பெருமை முதலியவற்றையும் அறிந்து கொள்வதற்குத் துணை நிற்பது அவர்கள் விட்டுச் சென்ற அறிவுசார்ந்த சொத்துக்களேயாகும். கல்வெட்டுகளிலும், செப்பேடுகளிலும், ஓலைச்சுவடிகளிலும் அவர்கள் தங்களுடைய எண்ணங்களைப் பொறித்து அடுத்த தலைமுறைக்கு விட்டுச் சென்றனர். அவற்றின் வழியாகவே நாம் இன்று பண்மையோரின் வரலாற்றுப் பெருமையை உணர்ந்து கொள்ள முடிகின்றது.

தமிழின் தொன்மையை அறிவதற்குத் துணையாக நிற்கும் சங்க நூல்களைச் சுவடிகளில் எழுதிப் போற்றிப் பாதுகாத்தனர். பனை ஓலையை நன்கு பதப்படுத்தி ஒழுங்குபட நறுக்கிச் சுவடி வடிவில் அமைத்து எழுதினர். இன்றும் தமிழகத்தில் பல்லாயிரக் கணக்கான ஓலைச் சுவடிகள் பண்டையோரின் புலமை நயத்தை நமக்கு எடுத்துக் காட்டுகின்றன.

கிரேக்கர், பினிஷ்'யர், உரோமர், எபிரேயர், அர்மீனியர், அராபியர் ஆகியோர் கி.பி. ஏழாம் நூற்றாண்டு வரை "பைரஸ்" என்னும் புல்லையே எழுதப்படும் பொருளாகப் பயன்படுத்தினர். பேப்பர் என்ற சொல்லும் "பைபரஸ்" என்னும் சொல்லிலிருந்து உருவானது என்பர். கிறித்தவ வேத நூலான விவிலிய நூலுக்கும் அதுவே (பைபிள்) பெயராயிற்று என்பர்.

நம் நாட்டில் பயன்படுத்தப்பெற்ற பனையோலைச் சுவடிகள் ஏறத்தாழ முந்நூறு ஆண்டுகளுக்கு மேலாகவும் அழியாமல் இருக்கும் தன்மை வாய்ந்தவை. உலகம் முழுவதும் பல்வேறு நூலகங்களில் தமிழ்ச் சுவடிகள் உள. கிரிகோரி ஜேம்ஸ் என்பவர் அயல்நாட்டு நூலகங்களில் உள்ள தமிழ்ச் சுவடிகளைப் பட்டியலிட்டுத் தந்துள்ளார். பேராசிரியர் அ. கிருஷ்ணமூர்த்தி அவர்களும் இதுபற்றிய விவரங்களைத் தந்துள்ளார். ஐரோப்பிய நாட்டில் 88 முன்னோடிகளுள் ஒருவராகப் புகழ் பூத்த டாக்டர் உ.வே. சாமிநாதையர் அவர்கட்குப் பாரிசில் இருந்த பேராசிரியர் ஜூலியன் வின்சோ 7.5.1891 ஆம் நாளில் எழுதிய கடிதத்தில் இச்சுவடிகளைப் பற்றிய விவரங்களைத் தந்துள்ளார்.

பழஞ்சுவடிகளுள் பல போற்றுவாரின்றி அழிந்து போனமையால் நமக்குக் கிடைக்க வேண்டிய பல அரிய நூல்களும் கிடைக்கவில்லை. இலக்கண இலக்கியங்கள், மருத்துவம்,

சோதிடம், வானசாத்திரம் முதலான பல்வேறு சுவடிகள் இன்னும் அச்சிடப் பெறாத நிலையில் இருக்கக் கூடும். அவற்றையெல்லாம் தொகுத்து முறைப்படுத்தி ஆராய வேண்டியது இன்றியமையாததாகும்.

சுவடிகளைப் படித்து அவற்றைப் படியெடுத்துப் பாதுகாக்கும் அரிய கலையைப் பயிற்றுவிக்க வேண்டும். தமிழறிஞர்கள் பலர் இத்துறையில் முன்பு சிறந்து விளங்கினர். பதிப்பு முன்னோடிகளான அ. தாண்டவராய முதலியார், சிவக்கொழுந்து தேசிகர், திருத்தணிகை விசாகப் பெருமாளையர், களத்தூர் வேதகிரி முதலியார், புஷ்பரதஞ்செட்டியார், ஆறுமுகநாவலர், சி.வை. தாமோதரம் பிள்ளை, மழவை மகாலிங்கையர், உ.வே. சாமிநாதையர், ச. வையாபுரிப்பிள்ளை ஆகியோர் இத்துறையில் உழைத்துப் பல அரிய தமிழ் நூல்களைப் பதிப்பித்துத்தந்தனர்.

பழஞ்சுவடிகளில் ஒற்றெழுத்துகளுக்குப் புள்ளி இருக்காது. நெட்டெழுத்தைச் சுட்டும் கொம்பு வேறுபாடுகளும் சுவடிகளில் இரா. இவற்றை அறிந்து எழுதுவதற்குத் தக்க பயிற்சி வேண்டும். பொறுமையும், பயிற்சியும், புலமையும் இப்பணிக்குத் தேவையாகும். சுவடிகளில் எழுதப்பெறும் எழுத்து வடிவங்களை எப்படியெல்லாம் படிக்க வேண்டும் என்பது பற்றியும் வேறுபாடங்களைத் தந்தால் வரும் பொருள் மாற்றங்கள் குறித்தும் பதிப்பாசிரியர்கள் நூலின் முன்னுரைகளில் விவரம் குறித்துள்ளனர்.

பலநூறு ஆண்டுகளுக்குப் பின்னர் ஒரு நூலினைப் பதிப்பிக்கும் போது ஆசிரியரின் உண்மைப்பாடத்தைத் தெரிந்து பதிப்பிப்பது அரிய பணியாகும். பல்வேறு சுவடிப் பிரதிகளையும் திரட்டி மூலபாடத்தைத் தெரிவு செய்து பதிப்பித்தல் வேண்டும். இவ்வரிய பணியின் அருமையைப் பின்வரும் பாடல் நன்கு காட்டும்.

ஏடுபடித்தல் என்பது ஒருகலை
எல்லோரும் ஏடுபடித்தல் இயலாது
அதற்குத்தக்க நூற்பயிற்சி பெரிதும்
உழைத்துப் பெறுதல் வேண்டும்
செல்லும் பூச்சியும் ஏட்டைச் சிதைக்கும்
ஏடுகள் ஒடிந்தும் கிழிந்தும் இருக்கும்
மெய்யெழுத்துகள் புள்ளி எய்தா
ஒற்றைக் கொம்பும் சுழியின் கொம்பும்
வேறுபாடின்றி ஒத்து விளங்கும்
காலும் ரகரமும் ஒன்றே போலும்!
பகர யகரம் நிகருறத் திகழும்
கசதநற என்பவை வசதியாய் மாறி
ஒன்றன் இடத்தை மற்றொன்று கவரும்
எழுதுவோர் பலப்பல பிழைகளைப் புரிவர்
பக்கங்கள் பலப்பல மாறிக் கிடக்கும்
ீரும் தளையும் செய்யுள் வடிவம்
சரிவரத் தெரியா வரிகள் விடுபடும்
இத்தகு நிலைகளால் எத்தனையோ பலகுழப்பமும்

கலக்கமும் விளைத்து நிற்கும்

என்று சுவடிபடித்துப் பதிப்பிக்கும்போது ஏற்படுகின்ற பல்வேறு இடர்களையும் அறிஞர் ந.ரா. முருகவேள் குறிப்பிடுவார். சுவடிப் பயிற்சியும் புலமையும் இல்லாதவர்கள் பதிப்பிக்-கும்போது சொற்களும் மாற்றம் பெறும் என்பர்.

தொன்று மொழி அந்தோ தோன்றுமொழி ஆகும்
எதிபங்கம் அச்சோ எதிர்பங்கம் எனஆம்!
யவமத்திமம் எனும் எழிற் பெருஞ்சொல்தான்
பவமத்திமம் எனப் பண்பிற் பிறழும்
அரிய வழக்கு, அன்னோ ஆரிய வழக்காம்
போரவை மாறிப் போர்வை எனப்படும்
தகர சகரம் குறிக்கும் தச்சகரம்
தசக்கரம் ஆகித் தரங் கெட்டு நிற்கும்

என எழுத்தின் வேறுபாடு அறியாது பல்வேறு சொற்களைப் பதிப்பிப்போர் பயன்படுத்-திவிடுவதால் சொல்லின் பொருளே மாற்றம் பெற்றுவிடும். எனவே பதிப்பாசிரியர்கள் இப்பி-ழைகளை எல்லாம் களைந்து ஆய்ந்து பதிப்பிக்கும் பணி பெரிது பெரிது எனப் பாராட்டுவார்.

தமிழாய்வு இன்று பலநிலைகளிலும் வளர்ச்சி பெற்றுத் தொடங்குவதற்கு அடிப்படையாய் அமைவது பதிப்புப் பணியாகும். தமிழ் நூல்களின் அச்சு வரலாற்றில் முதலில் நமக்குக் கிடைத்த நூல் தம்பிரான் வணக்கம் (1557) என்னும் நூலாகும். தொடக்க காலத்தில் கிறித்தவ சமயநூல்களை வெளியிட்டனர். தமிழகத்தில் 1712 இல் தரங்கம் பாடியில் முதன் முதலில் அச்சுக் கூடம் நிறுவப்பட்டது. தரங்கம்பாடி அச்சகம் பல சமய நூல்களையும் அகராதிகளையும் வெளியிட்டது.

1810 ஆம் ஆண்டிற்குப்பின் தமிழில் புதிய பதிப்பு முயற்சிகள் தொடங்குகின்றன. 1812 ஆம் ஆண்டில் திருக்குறள் மூலபாடமும் நாலடியார் மூலபாடமும் வெளியிடப் பெற்றன. இந்நூல்களே தமிழில் அச்சுருவம் பெற்ற முதல் இலக்கிய நூல்களாகும்.

சென்னையிலிருந்த ஆங்கில அலுவலர்களான எஃப்.டபுள்யு. எல்லீஸ் என்பவரும் காலின் மெக்கன்சி என்பவரும் சென்னைக் கல்விச் சங்கம் என்னும் ஓர் அமைப்பினை நிறுவி அரிய நுல்களை வெளியிடத் தொடங்குகின்றனர். 1812ஆம் ஆண்டு எல்லீசு திருக்-குறளை ஆங்கிலத்தில் மொழிப்பெயர்க்கின்றார். 1811ஆம் ஆண்டில் திருவேற்காடு சுப்பு-ராய முதலியார் தமிழ்விளக்கம் என்னும் உரைநடை இலக்கணநூலினை வெளியிட்டார். தொடர்ந்து வெளியிடப் பெற்ற சில நூல்கள் அக்காலக் கல்விச் சூழலை வெளிக்காட்டுவதாக அமைகின்றன.

சிற்றம்பல தேசிகரின் இலக்கணச் சுருக்கமும் (1813), 1824 இல் சதுர் அகராதியும் (பெஸ்கி) 1827 இல் தமிழ் அரிச்சுவடியும் (திருவேங்கட முதலியார்) 1828 இல் இலக்கண வினா விடையும் (தாண்டவராய முதலியார்) 1835 இல் நன்னூலும் (தாண்டவராய முத-லியார்) 1847 இல் நன்னூல் விருத்தியுரையும் (இராமாநுச கவிராயர்) பதிப்பிக்கப்பெற்றன. தமிழ்க் கல்வியை அறிமுகப் படுத்த இவ்வச்சு நூல்கள் பெரிதும் பயன்பட்டன.

மேலைநாட்டாருக்கும் தமிழ் மொழியறிவு தேவையான நிலையில் ஜி.யு.போப், பெஸ்கி போன்றோர் இலக்கண வினாவிடை (1888) கொடுந்தமிழ் (1848) ஆகிய நூல்களை

வெளியிட்டனர். ஹெண்டிரிக் பாதிரியார் (1520-1600)இதற்கு முன்னரே தமிழுக்கு இலக்கண நூலினை ஆக்கித்தந்தார். ரேனியஸ் ஐயர் 1832 இல் இலக்கண நூற் சுருக்கம் எழுதினார். தமிழ் கற்கும் ஐரோப்பியருக்காக A Grammer of Tamil Language என்னும் நூலினை 1836 இல் அவர் வெளியிட்டார். இவர் திருப்பாற் கடல் நாத கவிராயர், இராமநுச கவிராயர் ஆகியோரிடம் தமிழ் இலக்கணத்தைக் கற்றவர் என்பர்.

பத்தொன்பதாம் நூற்றாண்டின் பிற்பகுதியில்தான் தொல்காப்பிய இலக்கண நூல் அச்சாகியது. மழவை மகாலிங்க ஐயர் 1848 இல் தொல்காப்பிய எழுத்ததிகார நச்சினார்க்கினியர் பதிப்பை வெளியிட்டார். அதற்குப் பின்னர் 1885 இல் யாழ்ப்பாணம் சி.வை. தாமோதரம்பிள்ளை தொல்காப்பிய பொருளதிகார நச்சினார்க்கினியர் உரையை வெளியிட்டார். எஸ். சாமுவேல் பிள்ளை 1858 இல் வெளியிட்ட தொல்காப்பிய நன்னூல் பதிப்பானது ஒப்பியல் பார்வைக்குப் பெரிதும் பயன் தருவதாகும்.

தொல்காப்பிய முதல் பதிப்பாசிரியரான மழவை மகாலிங்க ஐயர் ஓரளவு ஏடுகளிலிருந்த நூற்பா நிலையை நன்கு புரிந்து கொள்வதற்காக முற்றுப்புள்ளி, காற்புள்ளி முதலிய குறியீடுகளை அமைத்துப் பதிப்பித்தார். நூற்பாவும் உரையும் ஒரேவகை எழுத்தினால் அமைக்கப்பட்டுள்ளன. தொல்காப்பிய பதிப்பு வரலாற்றில் இந்நூலே முதன்முயற்சி (1855) என்பதையும் நினைவில் கொள்ள வேண்டும். இப்பதிப்பிற்குப் பின்னர் தோன்றிய சோட சாவதானம் சுப்பராயச் செட்டியாரின் எழுத்ததிகாரப் பதிப்பு (1868), சி.வை. தாமோரம் பிள்ளையின் சொல்லதிகார சேனாவரையர் பதிப்பு (1868) கோமளபுரம் இராச கோபாலப் பிள்ளை சொல்லதிகாரப் பதிப்பு (1868) முதலியன குறிப்படத்தக்கன.

சி.வை.தாமோதம்பிள்ளை அவர்கள் வெளியிட்ட பதிப்பு நூல்கள் படிப்போர்க்குப் பேரளவில் துணைபுரியுமாறு பல சிறப்புக் கூறுகளைப் பெற்றிருந்தன. எல்லாப் பதிப்பகளிலும் அரிய பதிப்புரைகள் உள்ளன. மூலபாடம் பெரிய அளவிலும், உரை அதனின் வேறான வடிவத்திலும் அமைந்தன. நுற்பாவின் கருத்து, விளக்கம், பொருள் சான்றுகள் ஆகியன தனித்தனிப் பத்திகளில் அமைந்து தெளிவைத் தந்தன. பதிப்பு நூல்களுக்கு இவருடைய பதிப்புகள் முன்மாதிரியாக விளங்கின.

அச்சு ஊடகம் தோன்றியபின் தமிழாராய்ச்சியின் வளர்ச்சியில் பல்வேறு மாற்றங்கள் ஏற்பட்டன. இவ்வசதி பல்வேறு நூலாக்கங்களுக்கு வழிவகுத்தது. 1850களில் ஏற்பட்ட பல்கலைக் கழகக் கல்வி (சென்னைப் பல்கலைக்கழகம் தோன்றிய ஆண்டு 1857) மொழிக் கல்வியிலும் புதிய பரிமாணங்களைத் தோற்றுவித்தது. சென்னைப் பல்கலைக் கழகத்தின் முதல் பட்டதாரிகளுள் ஒருவரான யாழ்ப்பாணம் சி.வை.தாமோதரம் பிள்ளை தொல்காப்பியம் மட்டுமின்றி சங்க நூல்களுள் ஒன்றான கலித் தொகையையும் 1887 ஆம் ஆண்டில் வெளியிட்டார்.

சங்க இலக்கியங்களுள் முதன்முதலாகத் திருமுருகாற்றுப்படையை (1851) வெளியிட்டவர் ஆறுமுகநாவலர். சங்க நூல்களுள் பெரும்பாலானவற்றைப் பதிப்பித்துப் பெரும் புகழ் கொண்ட உ.வே.சா. அவர்கள் பத்துப்பாட்டு முழுவதையும் 1889 ஆம் ஆண்டில் வெளியிட்டார். தொடர்ந்து புறநானூறு (1894), ஐங்குறுநூறு (1903), பதிற்றுப்பத்து (1904), ஆகிய நூல்களையும் பதிப்பித்தார். மறைமலையடிகளார் (முல்லைப்பாட்டு 1903, பட்டினப்பாலை 1906) வா. மகாதேவமுதலியார் (பொருநராற்றுப்படை 1907), சௌரிப் பெருமாள்

அரங்கனார் (குறுந்தொகை 1915), பின்னத்தூர் நாராயணசாமி அய்யர் (நற்றிணை 1915), ரா. இராகவையங்கார் (அகநானூறு 1918) ஆகியோர் சங்க நூல் பதிப்புகளின் முன்னோடிகளாவர்.

பேராசிரியர் வையாபுரிப்பிள்ளை அவர்களின் ''சங்க இலக்கியம் - பாட்டும் தொகையும்'' என்னும் சமாஜப்பதிப்பு (1940) சங்க இலக்கியப் பதிப்பு வரலாற்றில் ஒரு திருப்பு முனையாகும். தொகை நூல்களைப் பழைய உரையுடனோ அல்லது புதிய எளிய உரையுடனோ தொகை வாரிகயாகக் கற்றநிலையிலிருநுத் மாறிப் புலவர் வாரியாகக் கற்கும் நெறியை இப்பதிப்பு புதுநெறியாகக் காட்டியது. சங்கப் பாடல்களை உரையின்றி உணர்ந்து கொள்வதற்கு ஏற்பச் சந்தி பிரித்துப் பதிப்பிக்கும் முறையினையும் பேராசிரியர் அறிமுகம் செய்தார். மரபுப்பாங்கான முறைவைப்பிலிருந்து மாற்றி முற்றும் புலவர் வரிசையில் சங்கப் பாடல்களைப் பதிப்பித்தார். இவ்வகைப் பதிப்பு பல்வேறு ஆய்வுகளுக்கு வழிவகுத்தன.

சுவடிகளில் உள்ள பாடல்களைப் பதிப்பிக்கும் போது தொடக்ககாலத்தில் சந்தி பிரிக்காமலும், குறியீடுகளை அமைக்காமலும் பதிப்பித்தனர். இன்று காற்புள்ளி, அரைப்புள்ளி, முற்றுப்புள்ளி எனப் பல்வேறு குறியீடுகளைப் பயன்படுத்துகின்றோம். 1875 ஆம் ஆண்டில் பதிப்பிக்கப் பெற்ற ''நிட்டானுபூதி'' என்னும் நூலில் இக்குறியீடுகளை அமைத்து அக்குறியீட்டுகளுக்கான விளக்கங்களையும் தர முயற்சி செய்துள்ளனர்.

(,) இம்முளை கூட்டுச்சொல் முதலியவற்றின் பின்னும்

(-) இச்சிறுகீற்று சொற்களின் பிரிவுக்குப் பின்னும்

(_) இப்பெருங்கீற்று பதசாரத்திற்குப் பின்னும்

( ) இவ்விருதலைப் பிறை வருவிக்கப்பட்ட சொற்களுக்குப் பின்னும்

[ ] இவ்விருதலைப் பகரம் தாத்பரியத்திற்கும்

* - இத்தாரகை அடியிற் காட்டப் பட்டவற்றிற்கும் வைக்கப்பட்டன.

பதிப்பாசிரியரின் இக்குறிப்புகள் காலச் சூழலுக்கு ஏற்ப அவர்கள் கண்ட பதிப்பு முயற்சியைக் காட்டும்.

பதிப்பாசிரியர்கள் பல்வகைத் திறனும் பெற்றிருந்தமையை பழம்பதிப்புகள் நமக்கு நன்கு காட்டுகின்றன. பழமையும் புதுமையும் இணைந்த பார்வையினால் புதிய நூல்கள் எளிமையாக ப் படிப்போரைச் சென்றடைந்தன.

தமிழ் நூல்கள் பதிப்பு வரலாறு பரந்து பட்டது. ஏறத்தாழ இருநுறு ஆண்டுகளின் கல்வி வரலாற்றைக் காட்டுவது. பழைய சுவடிகளில் உள்ள புலமைச் செல்வத்தை மீட்டுருவாக்கம் செய்த அவர்களின் பணி என்றும் நினைந்து போற்றற்குரியதாகும். பழம் பதிப்புகள், புதிய சிந்தனைகளுக்குக் களங்களாக விளங்குகின்றன. சமூகக் கல்விப் பண்பாட்டு இயக்கப் பின்னணிகளில் பழம் பதிப்புகளைக் காணும்போது அவற்றின் தோற்றத்திற்கான காரணம் சிந்தனை வளர்ச்சியில் மாற்றம் ஆகியவற்றைக் காண முடியும். காலந்தோறும் பல்வேறு நிறுவனங்கள் பதிப்புப் பணிகளில் ஈடுபட்டுவந்திருக்கின்றன. இன்றைய அறிவியல் வசதிச் சூழலில் பதிப்புப் பணியை மேலும் தரமுள்ளதாக்கலாம்.

முன்னையோர் அரும்பாடுபட்டுப் பெரிதும் ஈடுபாட்டோடும் புலமையோடும் பதிப்பித்த பழந்தமிழ்ப் பதிப்புகளை, அடுத்த தலைமுறைக்கும் கொண்டு செல்வது இன்றையத் தலைமுறையின் கடமையாகும். பழந்தமிழரின் வரலாறு, பண்பாடு குறித்தும், மொழியின் தொன்மை

குறித்தும் ஆராயும் இன்றைய செம்மொழிச் சூழலில் பழந்தமிழ்ப் பதிப்புகளின் பயன்பாடும் பெரிது அன்றோ!

ஈழத்து தமிழ் நூற்பதிப்பு முயற்சிகள்

செல்வமனோகரன், தி.

பத்தொன்பதாம் நூற்றாண்டில் ஏற்பட்ட நவீன கல்விவிருத்தி, ஆங்கில அறிவு என்பவற்றின் வழி உருவான புதிய அறிவார்ந்த ஈழத்துத் தமிழ்ச் சமூகம் தன்னடையாளங்களை மீட்டெடுக்கும் முயற்சியில் ஈடுபட்டது. அச்செயற்பாடுகளில் ஒன்றாக நூற்பதிப்பு முயற்சிகள் முன்னெடுக்கப்பட்டன. பழைய ஏடுகளில் இருந்த இலக்கியங்களை அச்சியந்திரத்தினூடாக நூற்பதிப்புச் செய்யப்பட்டது. பல்வேறு ஏடுகளை ஒப்பு நோக்கிப் பதிப்பிக்க வேண்டிய - பாடபேதங்களை அறிந்து செம்பதிப்பை மேற்கொள்ள வேண்டிய சூழலே அதிகம் இருந்தது. காலவோட்டத்தில் அச்சூழ்நிலை மாறி மீள்பதிப்பு செய்தல், பதிய நூல்களை எழுதிப் பதிப்பித்தல், தொகுப்பு நூல்களைப் பதிப்பித்தல், உரை எழுதிப் பதிப்பித்தல் என நூற்பதிப்பு விரிந்த தளத்தை நோக்கி நகரத் தொடங்கியது. இவை செய்யுள்களாகவும் உரைநடை நூல்களாகவும் அமைந்தன. பல்வேறு மொழிபெயர்ப்பு நூல்களும் பதிப்பிக்கப்பட்டன. சைவசமயம் சார்ந்த சமஸ்கிருத குறிப்பாக கிரந்த நூல்கள் - மூலநூல்கள், கருவி நூல்கள், பாடநூல்கள் என்பனவும் பதிப்பிக்கப்பட்டமை குறிப்பிடத்தக்கது. பத்திரிகைகளின் உருவாக்கம் பதிப்பு வரலாற்றில் முக்கியமானது.

19ஆம் நூற்றாண்டில் உதயதாரகை, பாதுகாவலன், இந்துசாதனம் போன்றன முதன்மையுற 20ஆம் நாற்றாண்டின் ஆரம்பத்தில் தமிழில் பல பத்திரிகைகள் தோற்றம் பெற்றன. இவை சமயச்சார்புடையனவாகவும் சமயச்சார்பற்ற பொதுத்தன்மை வாய்ந்தவையாகவும் அமைந்தன. மேலும் தினசரிப்பத்திரிகைகள், வாராந்தப்பத்திரிகைகள், சஞ்சிகைகள் என்பனவற்றின் வரவும் பதிப்புத்துறையை ஆழ அகலப்படுத்தின. இவற்றின் - வழி மரபிலக்கியங்களும் புத்திலக்கியங்களும் உருவாக்கம் பெற்று மக்கள் மயப்படுத்தப்பட்டன. அதேவேளை நவீன இலக்கிய நூல்களும் உருவாக்கம் பெற்று பதிப்பிக்கப்பட்டன. கூத்துக்கள், புராணங்கள், பிரபந்தங்கள், இலக்கணநூல்கள், புனைகதைகள், கட்டுரைகள், நாடகங்கள், கவிதைகள், ஆய்வுநூல்கள், நாட்டார் இலக்கியங்கள் போன்றன பதிப்பின் வழி நூல் நிலைப்படுத்தப்பட்டன.

இவ்வாறான பதிப்புத்துறை சார்ந்த வளர்ச்சி, தேவை போன்றன பல பதிப்பகங்களைத் தோற்றுவித்தன. கிறிஸ்தவ மிஷனரிகள், சைவபரிபாலனசபை, விவேகா னர் தர்சபை, இராமகிருஷ்ணமிஷன் போன்ற சமயம் சார்ந்த நிறுவனங்கள் தத்தம் கபம் சார்ந்த பதிப்புக்களை வெளியிட்டன. கலை இலக்கியம் சார்ந்தும் தொழில் துறை சார்ந்தும் பல்வேறு பதிப்பகங்கள் தோற்றம் பெற்றன. அவற்றின் வழி இலக்கண நூல்களும் நவீன இலக்கியங்களும் பதிப்பிக்கப்பட்டன. இவ்வாறான பதிப்பு நடவடிக்கைகளை கவனத்தில் எடுத்து சமகாலத்தில் இப்பதிப்புப் பணியின் | லை தொடர்பாகவும் இவ்வாய்வு அமைகிறது.

9

இலங்கையின் தமிழ் இலக்கியம்

- கருணாகரன்

இலங்கை, சிறிலங்கா, சிலோன், தாமிரபரணி என்றெல்லாம் சொல்லப்படும் ஈழத்தின் தமிழிலக்கியம் 14ஆம் நூற்றாண்டுடன் தொடங்குகின்றது என்கிறார் பேராசிரியர் ஆ.வேலுப்பிள்ளை. ஆனால், ஈழத்தின் வரலாறு அதற்கும் அப்பால் 2000 ஆண்டுகளுக்கும் முற்பட்டது. ஈழ வரலாறு நீண்டதாக இருந்தாலும் அந்த அளவுக்கு இலக்கிய ரீதியாக அதனுடைய அடையாளத்தைக் காண முடியவில்லை. 14 ஆம் நூற்றாண்டுக்குப் பின்னர் கூட அது செழித்துப் பொலியவில்லை. என்றபோதும் இலங்கையின் வடபுலத்தை ஆட்சி செய்த ஆரிய சக்கரவர்த்திகளின் காலத்தில்தான் ஓரளவுக்கு மருத்துவம், சோதிடம் ஆகியவற்றில் கவனம் செலுத்தப்பட்டிருக்கிறது. இதற்கான செய்யுள்கள் பல இயற்றப்பட்டன. இதேவேளை இந்தக் காலகட்டத்தில்தான் ரகுவம்சம், கதிரமலைப்பள்ளு, சரசோதிமாலை என்ற நூல்கள் எழுதப்பட்டன. சரசோதி மாலையே ஈழத்து இலக்கியத்தின் முதலாவது முகம். ரகுவம்சம் மொழிபெயர்ப்பு நூலாகும். 'கதிரமலை' என்பது யாழ்ப்பாணத்தின் சிற்றரசைக் குறிக்கும்.

இதற்குப் பிறகு, போர்த்துக்கேயரின் காலம். ஐரோப்பியர் வருகை. இதன்போது பள்ளு இலக்கியங்கள் எழுச்சியடைந்தன. சைவசமயத்துக்குப் போட்டியாக ஞானப்பள்ளு, வேதப்பள்ளு என கிறிஸ்தவ இலக்கியங்கள் எழுதப்பட்டன. இதற்கு மறுத்தானாக சைவசமயத்தவர்கள் எழுதினார்கள். இப்படியாக அமைந்த போட்டிநிலை பல நூல்களை எழுதுவதற்கான அடிப்படையாகியது.

இதை அடுத்து ஒல்லாந்தர் காலம். இந்தக் காலகட்டத்தில்தான் ஒப்பீட்டளவில் சமூக மயப்பட்ட சிந்தனையோடு முற்போக்கு இலக்கியங்கள் உருவாகின. சின்னத்தம்பிப் புலவர், வரதபண்டிதர் போன்ற பலர் புராண இலக்கியத்தின் வழியாக சமுதாயச் சிந்தனைகளை — சமகால நிகழ்ச்சிகளைப் பிரதிபலிக்கும் புராண இலக்கியங்களை உருவாக்கினார்கள். இதற்கிணையாக கிறிஸ்தவ இலக்கியங்களும் எழுதப்பட்டன. இதெல்லாம் ஒரு மெல்லிய வளர்ச்சி-

யாகவும் மாற்றங்களாகவும் அமைந்து கொண்டிருந்தனவே தவிர, பேரெழுச்சியாகவோ, பேரடையாளங்களை உருவாக்கியதாகவோ அமையவில்லை.

19ஆம் நூற்றாண்டில்தான் கவனிக்கத்தக்க — வியப்பூட்டும் விதமாக ஈழத்தமிழ் இலக்கியம் உருவாகியிருக்கிறது. இந்தக் காலகட்டத்தில் இலங்கையில் உருவாகிய இலக்கியங்களையும் ஆளுமைகளையும் கண்டு தமிழ்நாடே வியந்ததாக சி. வையாபுரிப்பிள்ளை குறிப்பிடுகிறார். முக்கியமாக பெண் விடுதலையை முதன் முதலில் தமிழ் இலக்கியத்தில் கவனப்படுத்திய 'தத்தை விடு தூது' 19ஆம் நூற்றாண்டின் விளைச்சல். இதை சரவணமுத்துப் புலவர் எழுதினார். ஏறக்குறைய இந்தக் காலப்பகுதியில் இன்னொரு முக்கியமான ஆளுமையாக பாவலர் துரையப்பா பிள்ளை விளங்கினார். பாரதிக்கு முன்னோடியாக, பாரதியாரே குறிப்பிடும் ஒருவராக துரையப்பா பிள்ளை இருந்திருக்கிறார்.

19ஆம் நூற்றாண்டில் பல அதிசயிக்கத்தக்க நிகழ்ச்சிகள் ஈழத்தைச் சேர்ந்தவர்களால் நடந்திருக்கின்றன. ஆறுமுகநாவலர் தமிழில் உரைநடையை ஆரம்பித்தார். இதனால் ஆறுமுகநாவலர் ஈழத்துக்கு அப்பால் தமிழகத்திலும் அறியப்பட்டவராகவும் கொண்டாடப்பட்டவராகவும் இருந்திருக்கிறார். நாவலரோடு கொண்டாடப்பட்ட இன்னொரு ஆளுமை, சி.வை. தாமோதரம்பிள்ளை. இவர்தான் தமிழில் பதிப்புத்துறையின் முன்னோடி. இலங்கையில் பிறந்த சி.வை.தா தமிழிலக்கியத்தின் பால் ஈர்க்கப்பட்டவராக மாறியதால், ஏட்டுச்சுவடியாக இருந்த தமிழ் இலக்கியத்தை நூல்வடிவில் கொண்டு வர விரும்பி, அவற்றைப் பதிக்க முனைந்தார். இதற்காக அவர் இலங்கையிலிருந்து தமிழ் நாட்டிற்குச் சென்று, அங்கே கிடைத்த பழைய ஏட்டுச்சுவடிகளையெல்லாம் தேடி எடுத்து, ஒப்பு நோக்கி, அவற்றைச் செம்மைப்படுத்திப் பதித்தார். சி.வை. தாவின் பதிப்புப் பணி தமிழ் இலக்கியத்தில் ஒரு பெரிய புரட்சிக்கான வித்தாகியது. இதேவேளை ஆறுமுகநாவலர் உள்ளிட்டோரின் பதிப்பு மற்றும் பாடசாலை உருவாக்கப்பணிகளும் கிறிஸ்தவ மிசனரிகளின் பாடசாலைகளும் வாசிப்புக்கும் எழுத்துக்கும் அதிக சாத்தியங்களை வழங்கின. இக்காலத்தில் இலங்கையில் சைவத்துக்கும் கிறிஸ்தவத்துக்குமிடையில் பெரும்போட்டி நிலவியது. இந்தப் போட்டியே பாடசாலைகளின் உருவாக்கத்துக்கும் படைப்பு மற்றும் அச்சு முயற்சிகளுக்கும் பெரும் பங்களிப்பை வழங்கின. எழுதுவதை வாசிக்க வைக்கவேண்டும் என்ற தேவை ஏற்பட்டபோது, தங்கள் பரப்புரைகளை மேற்கொள்வதற்கான அடித்தளமாக மொழியறிவை மக்களிடையே பரப்ப வேண்டியேற்பட்டது. இதற்காக கிறிஸ்தவ மிசனரிகளும் அவற்றுக்கு மாற்றாக இந்து சபைகளும் பாடசாலைகளை ஆரம்பித்து நடத்தின.

ஐரோப்பியருடைய வருகையின் பின்னரே ஈழத்தமிழிலக்கியம் அடர்த்தி கூடியது. 19ஆம் நூற்றாண்டுக்கு முன்னரான வரலாற்றில் ஈழத்துப் பூதந்தேவனார், சின்னத்தம்பிப் புலவர் என்ற கவியாளுமைகளே முக்கியமானவர்களாக உள்ளனர். இதைத் தொடர்ந்து நவாலியூர் சோமசுந்தரப் புலவர், ஆசுகவி வேலுப்பிள்ளை போன்றோர் ஈழத்திலக்கியத்தின் இரண்டாம் காலகட்ட முன்னோடிகளாக உள்ளனர்.

ஈழத்தில் தமிழிலக்கியம் என்பது, தமிழ்நாட்டின் — இந்தியாவின் இலக்கியமாகவே நீண்டகாலமாக இருந்தது. இன்றும் தமிழிலக்கியம் என்றோ, தமிழிலக்கிய வரலாறு என்றோ படிக்கும்பொழுதும் பேசும்போதும் எழுதும்போதும் தமிழக இலக்கியத்தையும் அதன் வழியான பண்பாட்டுக் கூறுகளையும் அதன் வரலாற்றையுமே கருதும் வழக்கமுண்டு.

இதன்பிறகு நவீன இலக்கிய முயற்சிகள் கருக்கொள்கின்றன. முதற் சிறுகதையை ஆர்னோல்ட் சதாசிவம்பிள்ளை என்பவர் எழுதியிருக்கின்றார். அறிஞர் சித்திலெப்பை அசன்பே சரித்திரம் என்ற நாவலை எழுதியிருக்கின்றார். இவை இரண்டும் பத்தொன்பதாம் நூற்றாண்டின் இறுதிப்பகுதியில் படைக்கப்பட்டன. 1885இல் அசன்பே சரித்திரம் அச்சிட்டு வெளியிடப்பட்டது. இதைத் தொடர்ந்து மங்களநாயகம் தம்பையா என்ற பெண் எழுத்தாளர் நொருங்குண்ட இதயம் என்ற நாவலை எழுதினார். அப்படியே நாவல், சிறுகதை என்ற புனைவிலக்கியம் பரவலாக வாசிக்கப்படவும் எழுதப்படவும் தொடங்கின.

000

புனைவிலக்கியத்தின் செம்மையுற்ற வடிவத்தில் சிறுகதைகளை இருபதாம் நூற்றாண்டின் முற்பகுதியில் இலங்கையர்கோன், சம்மந்தன், சி.வைத்திலிங்கம் ஆகியோர் எழுதத் தொடங்கினர். இவர்களை ஈழத்துச் சிறுகதை மூலவர்கள் என்றும் மூவர் என்றும் சொல்லப்படுவதுண்டு. இலங்கையர்கோனின் வெள்ளிப்பாதசரம், பாற்கஞ்சி போன்ற கதைகள் காலவியப்பூட்டுவன. இவர்களுக்குரிய களத்தை அல்லது இவர்களுடைய எழுத்து முயற்சிகளை அப்பொழுது ஈழகேசரி என்ற பத்திரிகை ஆதரித்தது. ஒரு பத்திரிகையாக இருந்த போதும் இலக்கியம் மற்றும் சமூகவியல் சிந்தனைகளையும் செறிவாக விவாதிப்பதற்கும் பரவலாக்குவதற்கும் ஈழகேசரி முக்கிய பங்களிப்பை வழங்கியது. தொடர்ந்து வரதர், அ.செ.மு, அ.ந.கந்தசாமி, கனக செந்திநாதன் எனப் பலர் ஈழகேசரியில் இயங்கினர். ரசனை விமர்சனத்தை கனக செந்திநாதன் ஈழகேசரியில் முன்வைத்தார். இந்தக் காலகட்டத்தில்தான் மரபுப் பண்டிதர்களுக்கும் புதிய நோக்கிகளுக்குமான எழுத்துப் போராட்டம் நடந்தது.

ஈழகேசரியைத் தொடர்ந்து மறுமலர்ச்சி என்ற இதழை அன்று எழுத்தியக்கத்தில் இருந்தவர்கள் ஆரம்பித்தனர். இலக்கிய இயக்கமாக மறுமலர்ச்சி இருந்தது. எதனொன்றிலும் தீவிர நிலை உருவாகும்போது அதற்கான வடிவங்கள் உருவாகுவதுண்டு. அப்படித்தான் அன்று எழுத்தியக்கத்தில் இயங்கத்தொடங்கிய இளைஞர்கள் மறுமலர்ச்சியை உருவாக்கினர். மறுமலர்ச்சி வசன கவிதைகளுக்கும் இடமளித்தது. ஏறக்குறைய தமிழகத்தில் வெளியான மணிக்கொடிக் காலத்தை ஒத்ததே ஈழத்தின் மறுமலர்ச்சிக் காலம். மணிக்கொடியில் புதுமைப்பித்தனைப்போல மறுமலர்ச்சியில் அ.செ.மு இருந்தார். புதுமைப்பித்தன் எழுத்தின் உச்சத்தைத் தொட்டார். அ.செ.மு பத்திரிகையாளராகவே தன்னை நிறுத்திக்கொண்டார். இதனால் தன்னை முழுமையாக இலக்கிய எழுத்தில் ஈடுபடுத்திக்கொள்வதற்கே அ.சொ.முவினால் முடியாமற் போய்விட்டது. மறுமலர்ச்சி முக்கியமான பல படைப்பாளிகளை உருவாக்கியது.

மறுமலர்ச்சியை அடுத்து சிற்பி என்ற சரவணபவன் கலைச்செல்வி இதழை வெளியிடத் தொடங்கினார். கலைச்செல்வி ஏறக்குறைய 100 இதழ்கள் வரையில் வெளியானது. பவானி ஆழ்வார்ப்பிள்ளை என்ற முக்கியமான பெண் எழுத்தாளர் தொடக்கம் அன்று இளைஞர்களாக இருந்த செங்கை ஆழியான், செம்பியன் செல்வன், செ.யோகநான் எனப் பலரும் கலைச்செல்வியில் எழுதினார்கள். ஈழகேசரி காலம், மறுமலர்ச்சி காலம் என்பதைப்போல கலைச்செல்வி காலகட்டம் என ஒன்று உருவாகியது. இதேவேளை கவிதைக்காக மஹாகவியுடன் இணைந்து தேன்மொழி என்ற கவிதை இதழை வரதர் வெளியிட்டார். 1940களின் இறுதியில் சுதந்திரன் பத்திரிகை இலக்கிய ரீதியாகப் பலருக்குக் களம் கொடுத்தது. டொமினிக் ஜீவா, டானியல் போன்ற முக்கியமான இடதுசாரிப் படைப்பாளிகளே அந்த நாட்க-

ளில் சுதந்திரனில் எழுதியிருக்கிறார்கள். ஆனால் பின்னாளில் சுதந்திரன் ஒடுங்கி, இனவாத பத்திரிகையாகிவிட்டது. இந்தக் காலகட்டத்தில் அரசியல் ரீதியாகவும் சமூக ரீதியாகவும் போராட்டங்கள் நடைபெறத் தொடங்கின. முன்னர் வெளியாருக்கு எதிரான குரலும் உணர்வுமே இலக்கியத்தில் பிரதான பொருளாக இருந்தது. பிறகு, சமூகத்தில் நிலவுகின்ற போலித்தனங்களையும் ஆசாரங்களையும் ஏற்றத்தாழ்வுகளையும் பேசிய இலக்கியம், இடதுசாரிய இயக்கங்களின் எழுச்சியோடு, மாற்றுக்குரலாக ஒலிக்கத்தொடங்கியது. அப்பொழுது இந்த மாற்றுக்குரலுக்கான களம் அவசியமாகியது. இந்த மாற்று இலக்கியத்துக்கான களத்தேவையை உணர்ந்தே டொமினிக் ஜீவா மல்லிகையை ஆரம்பித்தார். மல்லிகை விமர்சனத்துக்கான அரங்கையும் திறந்தது. தமிழிலக்கியத்தில் முக்கியமான ஆளுமைகளாகக் கருதப்படும் க. கைலாசபதி, கா. சிவத்தம்பி போன்றோர் மல்லிகையை தங்கள் விமர்சனத்துக்கான களமாகப் பயன்படுத்தியிருக்கிறார்கள். மார்க்ஸிய விமர்சனம், சோசலிச யதார்த்தவாதம் என்ற அடையாளங்களோடு விவாதங்கள் நடந்தன. மல்லிகை அந்த நாட்களில் மிகப் பெரிய விவாதங்களின் மேடையாக இருந்தது.

ஆனாலும் மல்லிகை பின்னர் ஒடுங்கி இடதுசாரிய அரசியல் முதன்மைப்பாட்டை வலியுறுத்துகிறது என்று ஒரு பலமான குற்றச்சாட்டை சில இளைஞர்கள் முன்வைத்தனர். இலக்கியத்தில் பிரச்சாரத்துக்கு — பொருளுக்குக் கொடுக்கப்படும் முக்கியத்துவத்தை வடிவத்துக்கு கொடுக்கவில்லை என்று கருதிய இளைஞர்கள் சிலர் அலை என்ற இதழை ஆரம்பித்தனர். படைப்புகளில் கலைச்சிறப்பு இருக்க வேண்டும் என்பதை அலை முதன்மைப்படுத்தியது. படைப்புகளில் அதீத புனைவுகளையும் வலிந்த யதார்த்தத்தையும் மறுத்தது. இதேவேளை தமிழின் முக்கியமான சிந்தனையாளராக மு. தளையசிங்கம் மேலெழுந்தார். 'மெய்யுள்' என்ற இலக்கியக்கோட்பாட்டை முன்னிறுத்திய தளையசிங்கம் அது தொடர்பாகவும் இலக்கியத்தின் பல்வேறு வடிவப் பரிசோதனைகளிலும் நிறைய எழுதினார். சி.வை. தாமோதரம்பிள்ளை, ஆறுமுகநாவலர் ஆகியோருக்குப் பின்னர் தமிழ்நாட்டையும் வியப்புக்குள்ளாக்கிய இன்னொரு ஆளுமை மு. தளையசிங்கம். இவருடைய மெய்யுள் தொடர்பாக இன்னும் பலர் எழுதி வருவது குறிப்பிடத்தக்கது. இன்னொரு முக்கியமான ஆளுமையான தருமு சிவராம் என்ற பிரமிள், 1950களில் இலங்கையில் இருந்தே எழுதினார். இலங்கையின் கிழக்கே திருகோணமலை நகரில் இருந்து எழுதத் தொடங்கிய பிரமிள், பின்னர் தமிழ்நாட்டுக்குச் சென்று அங்கேயே தங்கிவிட்டார்.

இதேவேளை 1950களின் இறுதியில் புதிய கவிதை இயக்கத்தில் முதலாவது நூலை காணிக்கை என்ற தலைப்பில் ஒரு நூலாக வெளியிட்டார் தா. இராமலிங்கம். பின்னர் இவருடைய இரண்டாவது தொகுதி புதுமெய்க்கவிதைகள் என்ற பெயரில் வெளியாகியிருந்தது. தமிழ் நாட்டில் எழுத்து இதழ் புதிய கவிதைக்கு ஆதாரமாக நின்றது. அதில் பிரமிள் உட்பட ஈழத்தைச் சேர்ந்த பலர் எழுதி வந்தனர்.

இன்னொரு பக்கத்தில் இலங்கையின் மலையகப் பகுதியில் சி.வி. வேலுப்பிள்ளை முக்கியமான ஆளுமையாகத் தொழிற்பட்டார். இந்தியாவிலிருந்து இலங்கையின் மலையகப்பகுதிக்கு வருகை தந்திருந்த கோ. நடேசய்யர் உருவாக்கிய அடித்தளத்திலிருந்து சி.வி. வேலுப்பிள்ளை புதிய படைப்புகளை உருவாக்கினார். மலையக மக்களின் துயரமும் அடையாளமும் சி.வி மூலமாக வெளிப்பரப்பின் கவனிப்புக்குள்ளானது. மலையக இலக்கியத்தின்

தோற்றம் கருக்கொண்டது, இது பின்னர் தனி அடையாளத்துடன் செழித்தது. இதில் பின்னர் தெளிவத்தை யோசப், சாரல் நாடன், அந்தனி ஜீவா எனப் பல ஆளுமைகள் இயங்கினர்.

1950கள் இலங்கை அரசியலிலும் சமூக ரீதியிலும் பல மாற்றங்களை உண்டாக்கிய காலம். 1948இல் இலங்கை சுதந்திரம் பெற்றது. சுதந்திரம் பெற்றதைத் தொடர்ந்து இலங்கையில் வாழ்கின்ற தமிழ் — சிங்களச் சமூகங்களிடையே அதிகாரப் போட்டிகள் ஏற்படத் தொடங்கின. இரு சமூகங்களையும் சேர்ந்த தலைவர்கள் அப்படியான பிரிகோட்டுணர்வை மக்களிடையே ஏற்படுத்தினர். இது இனரீதியாக எதையும் அணுகுகின்ற ஒரு நிலையை உண்டாக்கியது. இலக்கியத்திலும் இது உள்ளோடியது. இதனால் தமிழ்த் தேசிய — தமிழ் இனமான உணர்வு அரசியலும் அதற்கான இலக்கியமும் உண்டாகியது. 1958இல் நடந்த இனக் கலவரமும் தமிழரசுக் கட்சியின் உதயமும் இதை இன்னும் தீவிரப்படுத்தின. இதற்கு எதிராக இன்னொரு முகாம் உருவாகியது. அது உலக அளவில் ஏற்பட்ட அரசியல் மாற்றங்கள், புரட்சிகளைத் தன்னுடைய அகத்தில் கொண்டு உருவாகி வந்த இடதுசாரிய — மார்க்ஸிச அரசியலும் இலக்கியமுமாகும். சுதந்திரன் பத்திரிகையில் எழுதி வந்தவர்களில் ஒரு சாரார் இடசாரி அரசியல் இயக்கங்களுடனும் அவற்றின் இலக்கிய முகாம்களுடனும் இணைந்தனர். அல்லது அத்தகைய இடங்களை உருவாக்கினார்கள். இரண்டு தரப்பிலும் வாதப்பிரதிவாதங்கள் உருவாகின. எனினும் அறிவியக்கமாக இடதுசாரிகளே முன்னிலை வகித்தனர். இலக்கிய விமர்சனத்திலும் அவர்களுடைய பாத்திரம் முக்கியமானதாக இருந்தது. இந்த அணியில் க. கைலாசபதி, கா. சிவத்தம்பி, எம்.ஏ.நுஃமான் போன்றவர்கள் இருந்தனர். பின்னர் சி. தில்லைநாதன், சி.சிவசேகரம், நா. ரவீந்திரன் என இந்தப் பட்டியல் நீளும்.

இலக்கியத்தின் புதிய போக்குகளும் துலக்கமான அடையாளங்களும் இவற்றுக்கான இயங்கு தளங்களும் அதிகரித்தன. படைப்பும் விமர்சனமும் என்ற தீவிர செயற்பாடு ஈழத்து இலக்கியம் என்ற அடையாளத்தை நிறுவத்தொடங்கியது. அதுவரையிலும் மெல்லிய — மங்கலான ஒரு சித்திரமாக இருந்து வந்த ஈழத்து இலக்கியம் இப்பொழுது துலக்கமான அடையாளத்தைப் பெற்றது.

கவிதையில் மஹாகவி, நீலாவணன், சண்முகம் சிவலிங்கம், சு.வே, முருகையன், தா. இராமலிங்கம் எனப் பல ஆளுமைகள் மேலெழுந்தனர். நாவல் இலக்கியத்தில் டானியல், செ.கணேசலிங்கன் போன்றவர்கள் இயங்கினர். சிறுகதையில் டொமினிக் ஜீவா, எஸ். பொன்னுத்துரை, நீர்வை பொன்னையன், நந்தி, என். கே. ரகுநாதன், பவானி ஆழ்வார்ப்பிள்ளை எனப் பலர் எழுதினர். 1970கள் இதை இன்னும் விரிவாக்கியது. இதழ்களும் எழுதுவோரும் அணிகளும் இயக்கங்களும் பல்கிப் பெருகின. இனப்பிரச்சினையும் இனப்போராட்டமும் மேலும் தீவிரமடைந்தது. இன்னொரு புறத்தில் இலங்கையின் வடக்கே நடந்த சாதிய ஒடுக்குமுறைக்கு எதிரான போராட்டங்கள் தீவிரம் பெற்றிருந்தன. சாதியத்துக்கு எதிரான போராட்டங்கள் 1960 களில் இருந்தே நடந்தன. இந்தப் போராட்டங்கள் எல்லாம் புத்திலக்கியத்துக்கு வித்திட்டன. பஞ்சமர் இலக்கியம் (தலித் இலக்கியம்) என்றும் ஈழப்போராட்ட இலக்கியம் என்றும் இருவேறு போக்குகள் — அல்லது இரண்டு அடையாளங்களைக் கொண்ட இலக்கியங்கள் வலுப்பெற்றன. சாதிய ஒடுக்குமுறைக்கு எதிராக டானியல், டொமினிக் ஜீவா, என். கே. ரகுநாதன், சுபத்திரன் போன்றவர்கள் எழுதினர். இனஒடுக்கு-

முறைக்கு எதிராக வ.அ. இராசரத்தினம், பிரான்ஸிஸ் சேவியர், வரதர், மு. தளையசிங்கம், காசி. ஆனந்தன் எனப் பலரும் எழுதினர்.

1970களில் இலக்கியத்தில் பிரவேசித்த இளைஞர்களில் அநேகமானவர்கள் இனரீதியான ஒடுக்குமுறைக்கு எதிரான இலக்கியத்தையே அழுத்தமாக உண்டாக்கினர். இது தேசிய இன விடுதலைக்கான இலக்கியம் — ஈழப்போராட்ட இலக்கியம் என்ற அடையாளத்தை உண்டாக்கியது. தனிநாட்டுக்கான — தமிழீழத்துக்கான கோரிக்கையும் போராட்டமும் பிரகடனப்படுத்தப்பட்டு அரசியல் எழுச்சி உண்டாகியபோது அதை முன்னிறுத்திய இலக்கியப்போக்கும் உருக்கொண்டது. ஈழத்திலக்கியத்தில் அரசியல் வெளிப்படையாகவும் ஆழமாகவும் மையப்படுத்தப்பட்டது. அரசியல் நெருக்கடிகள் அதிகரிக்க அதிகரிக்க படைப்புகளிலும் அதன் தாக்கம் கூடியது. தீயும் புகையும் கண்ணீரும் குருதியும் வாழ்க்கையில் நிகழும்போது அதன் தாக்கமும் பிரதிபலிப்பும் படைப்புகளிலும் இருந்தே தீரும் என்ற நிலை உண்டானது. இந்தப் போக்கு சாதிய ஒடுக்குமுறைக்கு எதிரான போராட்டத்திலும் இனப்போராட்டத்திலும் இருந்தது.

இந்தக் காலகட்டத்தில் மண்வாசனை என்ற உணர்வோட்டத்துடன் பிரதேச ரீதியான படைப்புகள் எழுச்சியடைந்தன. இலங்கை முழுவதிலும் இருந்து பிரதேச அடையாளங்களை, அந்தந்தப் பிரதேசங்களின் நிலவியல், மொழி, தொழில் மற்றும் வாழ்க்கைமுறை போன்றவற்றை அடையாளப்படுத்தும் வகையிலான இலக்கியப்போக்கு வளர்ச்சியடைந்தது. இந்தப் போக்கிற்கு வீரகேசரி என்ற பத்திரிகை களம் கொடுத்தது. வீரகேசரி இதற்காக நூற்றுக்கும் மேற்பட்ட படைப்புகளை — நாவல்களை வெளியிட்டது. மண்வாசனை இலக்கியம் என்ற ஒரு போக்கு இந்தக் காலகட்டத்தில் பேசப்பட்டது.

1970களும் அதன் பின்வந்த காலமும் இலங்கையின் இனப் பிரச்சினையைத் தீவிரமாக்கின. இதனால் ஈழப்போராட்ட இலக்கியம் முதன்மைக் கவனத்தைப் பெற்றது. 1980கள் யுத்தத்தின் தொடக்க காலமாகியது. ஆயுதப்போராட்டம் சர்வதேசியப் போராட்டங்களின் மீதான கவனத்தைக் குவித்தது. லத்தீன் அமெரிக்கப் படைப்புகளும் பாலஸ்தீனக் கவிதைகளும் தமிழ்ச் சூழலில் பகிரப்பட்டன. எம். ஏ. நுஃமான் மொழி பெயர்ந்திருந்த பாலஸ்தீனக் கவிதைகள் அந்தக் காலகட்டத்தில் (1980களில்) இளைஞர்களை மிகவும் ஆகர்ஸித்தது. காலமறிந்து செய்த செயல் என்றவாறாக அந்தக் கவிதைகள் போராட்டத்துக்கும் புதிய இலக்கியத்துக்கும் ஊக்கமாக இருந்தது. விளைவாக மரணத்துள் வாழ்வோம் கவிதைகள் உண்டாகின.

அலை, களம், வயல், கவிஞன், புதுசு, சமர் என்று ஏராளம் இதழ்கள் இலங்கையின் எல்லாப் பிரதேசங்களில் இருந்தும் வெளியாகத்தொடங்கின. இலக்கிய அணிகளும் முகாம்களும் உண்டாகின. விமர்சனம் ஒரு முக்கிய செயற்பாடாகியது. கோட்பாட்டு ரீதியான எழுத்தியக்கங்கள் செயற்பட்டன.

இந்தக் காலகட்டத்தில் வ.ஐ.ச.ஜெயபாலன், எம்.ஏ.நுஃமான், அ.யேசுராசா, சேரன், இளவாலை விஜயேந்திரன், மு. பொன்னம்பலம், சு.வில்வரெத்தினம், சாருமதி, புதுவை இரத்தினதுரை, சுபத்திரன் என்று ஏராளாமானவர்கள் பலவிதமான கவிதைப்போக்குகளுடன் எழுதினார்கள். சிறுகதைகளிலும் செம்பியன் செல்வன், செங்கை ஆழியான், செ. யோகநாதன், க. சட்டநாதன், தெணியான், சொக்கன், எஸ்.எல்.எம். ஹனீபா, எம்.எல்.எம். மன்சூர்

என ஏராளமானவர்கள் எழுதினர்.

ஈழப்போராட்டம் ஈழப்போராக மாறியபோது அது முஸ்லிம்களை நெருக்கடிக்குள்ளாக்கியது. இதனால் முஸ்லிம்கள் தங்களுடைய இருப்பை — அடையாளத்தை முன்னிறுத்த வேண்டிய நிலைக்குத் தள்ளப்பட்டனர். முஸ்லிம் இலக்கியம் என்ற தனி அடையாளமாகவும் எதிர்ப்பிலக்கியம் என்ற முகமாகவும் இந்தப் போக்கு அமைந்தது. இதற்கு ஈசான் கட்டைப் பாடல்கள் என்ற கவிதைத் தொகுப்பு முக்கியமான ஒரு அடையாளமாகும். மரணத்துள் வாழ்வோம் என்ற கவிதைத்தொகுப்பு சிங்கள இனஒடுக்கு முறைக்கும் அதற்கு எதிரான போராட்டத்துக்கும் எப்படி ஒரு அடையாளமாகியதோ அதைப்போன்று தமிழ் ஒடுக்கு முறைக்கும் முஸ்லிம்களின் எதிர்ப்புணர்வுக்கும் ஈசான்கட்டைப் பாடல்கள் அமைந்தது.

இலங்கையின் இனப்பிரச்சினை இன்னொரு பக்கத்தில் பலரையும் நாட்டை விட்டு வெளியேறத்தூண்டியது. பிரித்தானியர் ஆட்சிக்காலத்தில் சிறிய எண்ணிக்கையான மேட்டுக்குடியினர் லண்டனுக்குச் சென்று படித்து வந்தனர். அல்லது அங்கே குடியேறினர். ஆனால், 1970களின் இறுதியும் 1980களும்தான் பெருவாரியான தமிழர்கள் நாட்டை விட்டு வெளியேறுவதற்குரிய களத்தைத் திறந்தன. இப்படிப் புலம்பெயர்ந்து போனவர்கள் உலகின் பல திசைகளிலும் குடியேறினார்கள். அப்படித்அதாங்கள் குடியேறிய இடங்களில் இருந்து கொண்டே எழுதத் தொடங்கினர். எனினும் இவர்களின் தொடக்ககாலப் படைப்புகள் பெரும்பாலும் ஊர் நினைவில் உருகுதல் என்றமாதிரி தங்கள் சொந்த மண்ணைப் பற்றிய கதைகளாகவே இருந்தன. ஆனாலும் 1990களின் பின்னர் இந்த நிலை மெல்ல மெல்ல மாறி, புலம்பெயர் சூழலில் தாம் எதிர்கொள்கின்ற சவால்களையும் நெருக்கடிகளையும் கலாசார முரண்களையும் ஒத்திசைவுகளையும் மையப்படுத்தி எழுதும் போக்கு உருவாகியது. இப்பொழுது புலம்பெயர் இலக்கியம் என்ற தனி வகை அடையாளம் ஒன்று துலக்கமாக உருவாகிவிட்டது. இந்தப் போக்கில் பலரை நாம் அடையாளம் காணக்கூடியதாக உள்ளது. முக்கியமாக இந்தப் புலம்பெயர் இலக்கியம், ஆறாவது திணையைத் தமிழுக்குத் தந்தது. அதுவரையிலும் பாலை, நெய்தல், மருதம், குறிஞ்சி, முல்லை என்ற ஐந்திணைகளே இருந்தன. இப்பொழுது பனிவிழும் தேசங்களும் அந்த வாழ்க்கையும் தமிழறியாக பிற நிலங்களும் தமிழில் படைப்பாகின.

புலம்பெயர்ந்தவர்கள் இன்னொன்றையும் செய்தனர்.

ஈழப்போரின்போது நடந்த தவறுகளையும் ஆயுதப்போராட்ட இயக்கங்களின் அதிகாரப்போக்கையும் விமர்சித்த படைப்புகளை உருவாக்கியது. நாட்டில் இருந்து கொண்டு இதைச் செய்ய முடியாது. எதிர்ப்பும் அச்சுறுத்தலும் அதிகமாகும். எழுதியவரையே பலியிடும் நிலையும் இருந்தது. இதனால் புலம்பெயர்ந்தவர்கள் அங்கிருந்து கொண்டு ஜனநாயக விரோதப்போக்கிற்கும் அதிகாரத்திற்கும் எதிராக எழுதினர். இது ஈழத்திலக்கியத்தில் இன்னொரு அடையாளத்தை உண்டாக்கியது. எதிர்ப்பிலக்கியம் என்ற வகை இதன் மூலம் உருவாகிற்று. சக்கரவர்த்தி, ஷோபாசக்தி, நட்சத்திரன் செவ்விந்தியன், சுகன், கற்சுறா போன்றவர்கள் இதில் முக்கியமானவர்கள்.

இதேவேளை ஈழப்போர் பல படைப்புகளையும் படைப்பாளிகளையும் உருவாக்கியது. போராளிகளாக இருந்தவர்கள் பலர் படைப்பாளிகளாக எழுதினார்கள். போர்ச்சூழலில் வாழ்ந்தவர்களும் தங்களுடைய போர் அனுபவங்களை எழுதினார். இந்தவகை எழுத்துகள்

போர் இலக்கியமாகிற்று. மலைமகள், மலரவன், கவியழகன், புதுவை இரத்தினதுரை, தூயவன், யோ.கர்ணன் போன்றவர்கள் இதில் முக்கியமானவர்கள்.

1980களில் இன்னொரு விசயமும் ஈழ இலக்கியத்தில் நடந்தது. பெண்கள் கவிதையிலும் எழுத்து இயக்கத்திலும் புதிய அலையாக மேற்கிளம்பியது இந்தக் காலகட்டத்தில்தான். இதற்கொரு அடையாளம் 'சொல்லாத சேதிகள்' என்ற கவிதைத் தொகுதி. ஊர்வசி, மைத்ரேயி, சிவரமணி, செல்வி, ஔவை எனப் பல பெண்கள் தங்கள் குரல்களை இலக்கிய வெளியில் — சமூகத்தில் அழுத்தமாகப் பதிவு செய்யத்தொடங்கினர்.

ஈழத்திலக்கியம் இனம் (தமிழ் — முஸ்லிம் மற்றும் சிங்களம்) நிலம் (மலையகம், புலம்பெயர்ந்து வாழும் தேசங்கள்) சாதி, பால் சார்ந்தும் எனப் பல வகையான அடையாளங்களோடும் தொனிகளோடும் வளர்ச்சி பெற்றுள்ளது. 20ஆம் நூற்றாண்டு ஈழத்திலக்கியத்துக்கு தனியான ஒரு அடையாளத்தை ஏற்படுத்தியது. இதேவேளை தாங்கள் எழுதிய எழுத்துக்காகவே தங்கள் உயிரைக் கொடுக்கும் நிலையும் ஈழத்திலக்கியதில் நடந்திருக்கிறது. கோவிந்தன், நா. சபாலிங்கம், இளையவன், பாண்டியூரான், மலைமகள், மலவரன் எனப்பலர் இந்தவகையில் உள்ளனர். பலருக்கு மரணதண்டனையும் கொலை அச்சுறுத்தலும் விதிக்கப்பட்டிருந்தது. இன்னும் அந்த நிலை நீங்கியதென்றில்லை. ஜனநாயக வெளி குறைவடைந்த ஒரு சூழலில்தான் இன்னும் ஈழ இலக்கியச் செயற்பாடுகள் நடந்து கொண்டிருக்கின்றன. அதே ஜனநாயக நெருக்கடிகள்தான் நல்ல பல படைப்புகளையும் படைப்பாளிகளையும் உருவாக்குவதையும் நாம் அவதானிக்கலாம்.

சாமிநாத ஐயருக்குப் பின்னர் ஓர் 'ஐயர் '-கலாநிதி சுதர்சன்

"தன் தந்தை கொல்லப்பட்டதைத் தனயன் மறந்துபோவான். ஆனால், தன் பூட்டனின் சொத்துக்கள் சூறையாடப்பட்டதை, அவன் ஒருபோதும் மறந்துபோகமாட்டான்."

— **மாக்கியவல்லி.**

பண்பாட்டு விடுதலைக்கான தேசியப் போராட்டங்கள் உலகில் நடைபெறும்போதெல்லாம் பண்பாட்டழிப்பே ஆதிக்கவாதிகளின் ஒரேகுறியாக இருந்துவந்துள்ளது. அழிக்கப்பட்டதும் அழிக்கப்பட்டுக்கொண்டிருப்பதுமான பண்பாட்டை மீள நிலைநிறுத்துவதற்காக உலகெங்கிலும் நிகழும் போராட்டங்கள் இருவகை. ஒன்று, ஆயுதத்தால் நிகழ்வது. மற்றையது, எழுத்தினால் நிகழ்வது. முன்னையதை ஆயுத அரசியல் என்றும் பின்னையதை எழுத்து அரசியல் என்றும் குறிக்கலாம். பண்பாட்டு அழிப்புக்கு எதிரான போராட்டங்களில் ஆயுத அரசியலைவிடவும் எழுத்து அரசியலுக்கு அதிக முதன்மை உள்ளது. எழுத்து என்பது அர்த்தம் நிறைந்த அரசியல் சமூக பண்பாட்டு இயக்கியாக, வலுவுள்ள பேசும் சாதனமாக, சுடுகுழலைவிடவும் வன்மையான ஆயுதமாக எல்லாம் விடுதலைக்காகப் போராடும் நிலத்தில் முக்கியமான பாத்திரமேற்றலை நிகழ்த்துகிறது. காலனித்துவம், பேரரசுவாதம் என்பவற்றுக்கெதிரான வரலாற்றுரீதியான பண்பாட்டுப் போராட்டங்கள் வெற்றிபெற்றனவோ, இல்லையோ அப்போராட்டங்களில் இடம்பெற்ற எழுத்து அரசியலுக்கு, அப்போராட்டங்களை இயக்கின என்பதிலும் பதிவாக்கின என்பதிலும் முக்கிய பங்குண்டு.

எழுத்து அரசியல் என்பது வெறுமனே மலினமானதும் பொதுவானதுமான கட்சி அரசியல் பற்றியதல்ல. அது ஓர் இனத்தின் அனைத்துப் பண்பாட்டுக்கூறுகளையும் முதன்மைப்படுத்திய, கவிதையிலிருந்து விமர்சனம்வரையும், சடங்கிலிருந்து நவீன ஆற்றுகைக்கலைகள்வரையும், துண்டுப்பிரசுரத்திலிருந்து சுவரொட்டிவரையும், இனவரலாற்றிலிருந்து இலக்கிய வரலாறுவரையும், பதிப்பிலிருந்து விநியோகம்வரையும் நீண்டு விரிந்த அர்த்தப்பரப்பைக் கொண்டது. முக்கியமாக, காலந்தோறும் வரலாறு சுமந்த பண்பாட்டு ஆவணங்களைக் கொண்டு உரையாடுவதாக அது அமைந்திருக்கும். ஓர் இனத்தின் உரிமை, அழிவுக்கும் அச்சுறுத்தலுக்கும் உள்ளாகும்போது, அந்த இனம் தனது பண்பாட்டு முதுசொத்திலிருந்து தனக்கான அரசியலை வடிவமைத்துக்கொள்ளும்.

பண்பாட்டு அழிப்புக்கு எதிரான கலாசார எதிர்ப்புமுகமாக மட்டுமன்றி, புவியியல்சார் எல்லைகளால் வரையறுத்துக்கொள்ளப்படும் தேசத்துக்கு அப்பால் அரசியல், சமூக, பண்பாட்டுக் கருத்துநிலைகள் நிர்ணயிக்கும் தேசத்தை, அறிவுநிலையில் கட்டியெழுப்புவதும் நிலைநிறுத்துவதும் எழுத்து அரசியலே. ஆயுதப் போராட்ட அரசியல் வரலாற்றினை அதிகம் பேசியும் எழுதியும் விவாதித்தும்வரும் சூழலில், அதைவிடவும் முக்கியமான, ஆயுதப் போராட்டத்திற்கும் அடிப்படையான, ஆயுதப் போராட்டம் முடிவுற்ற பின்னரும் வலிமையோடு விளங்குவதும் இயங்குவதுமான எழுத்துவழி நிகழ்ந்த பண்பாட்டழிப்புக்கு எதிரான போராட்டங்களைப் பேசுவதும் எழுதுவதும் விவாதிப்பதும் அரிது என்றே கூறலாம்.

உலகின் பொதுப்புத்தியைக் கேள்விக்குள்ளாக்கி, தேசத்தின் கருத்தியல் உறுதிபாட்டைக் கண்டம் தாண்டி அகலித்து உரைக்கும் ஆற்றல் கொண்ட எழுத்து அரசியலை நிகழ்த்தியவர்கள், போராடும் எல்லாச் சமூகங்களிலும் கவனிப்புக்கு உரியவர்கள். கவிஞர்கள், கதாசிரியர்கள், விமர்சகர்கள், ஆய்வாளர்கள் முதலிய அனைவருமே எழுத்து அரசியல்காரர்தாம் எனினும், இவர்களின் கருத்தியல் உலக இயக்கியாக, இவர்களைவிடவும் முக்கியமானவர்களாக இலக்கியச் செயற்பாட்டுக்காரரே விளங்குகின்றனர். பண்பாட்டு எதிரிகளை எதிர்ப்பதுதான் சிறந்த வழி என்பதை இலக்கியச் செயற்பாட்டுக்காரர் தெரிவு செய்கின்றனர். அதற்கான எழுத்து அரசியலை அவர்கள் இடைவிடாது முன்னெடுக்கின்றனர். இவ்வாறு, ஈழத்துத் தமிழ்ச் சூழலில், தொடர்ச்சியாக எழுத்தரசியலை முன்னெடுத்த, பத்மநாப ஐயரின் 75ஆவது அகவை நிறைவைக் குறித்து வெளியான, அவர் பற்றிய கட்டுரைகள் மற்றும் ஆவணங்கள் அடங்கிய அரிய நூலாக, விம்பம் மற்றும் காலச்சுவடு இணைவெளியீடாக வெளிவந்திருப்பதுதான் ‘‘நூலை ஆராதித்தல்’’. கே.கிருஷ்ணராஜா, மு.நித்தியானந்தன் ஆகியோர் இதைச் செம்மையுறப் பதிப்பித்துள்ளார்கள். உலகெங்கிலும் உள்ள எழுத்தாளர்கள், அறிஞர்கள், பதிப்பாளர்கள் பலரதும் கட்டுரைகள் இந்நூலில் இடம்பெற்றுள்ளன. ஐயரது நேர்காணல் ஒன்றும் இயல் விருது ஏற்புரையும் ஐயர் வெளியிட்ட நூல்களில் உள்ள நூல்மதிப்புரைகளும் இதில் இடம்பெற்றுள்ளதுடன் ஆவணப்படங்கள், சாதனைகள், ஒளிப்படங்கள் முதலிய பகுதிகளும் இடம்பெற்றுள்ளன. நூலின் வடிவமைப்பு பிரமிக்கவைக்கிறது. கே.கே. ராஜா இந்த நூலை தனக்கேயுரித்தான எண்ணக்கருவுடன் சிறப்புற வடிவமைத்துள்ளார். இந்த நூலை வாசித்து முடிந்தவுடன,; மனதில் தோன்றிய எண்ணங்களைப் பதிவுசெய்ய எண்ணியதன் நோக்கமே இக் கட்டுரை.

பத்மநாப ஐயர், 1941 ஆவணி 24ஆம் திகதி யாழ்ப்பாணத்தின் வண்ணார்பண்ணையில் இரத்தின ஐயர், யோகாம்பாள் தம்பதியருக்கு மகனாகப் பிறந்தவர். ஆரம்ப மற்றும் இடைநிலைக் கல்வியை யாழ்ப்பாணம் நாவலர் பாடசாலை, வைத்தீஸ்வரா வித்தியாலயம், பண்டாரவளை புனித சூசையப்பர் கல்லூரி ஆகியவற்றில் பெற்றவர். பேராதனைப் பல்கலைக்கழகப் பௌதீக விஞ்ஞானப் பட்டதாரி. சிறிதுகாலம் மாத்தளை ஸாஹிராக் கல்லூரியில் விஞ்ஞான ஆசிரியராகப் பணிபுரிந்தபின் காணி ஆணையாளர் திணைக்களத்தில் பிரதேச அலுவலராகப் (Divisional Officer) பணிபுரிந்தவர். இதற்கு அப்பால் இவரது இலக்கிய ஈடுபாடு, பாடசாலைக் காலத்தில் இவருக்குக் கிடைத்த இலக்கிய நண்பர்களாலும் தீவிர வாசிப்பினாலும் முளைகொண்டது என்பர். பாடசாலைக் காலத்தின் பின்னரும் இவரது விரிந்து பரந்த இலக்கிய நண்பர்கூட்டம், இலக்கியச் செயற்பாடுகள் முதலியனவும் இவரது இலக்கியப் பயணத்தை தமிழியல்சார் பணிநோக்கித் திசைதிருப்பின. எழுத்தாளர்களுடனான தொடர்பு, நூல்கள் மற்றும் சிற்றிதழ் வாசிப்பு முதலியவற்றில் ஆர்வத்துடன் செயற்பட்டுவந்த ஐயர், கணையாழி முதலிய இதழ்களுக்கு விமர்சனபூர்வமான வாசகர் கடிதங்கள் சிலவற்றை எழுதி அதற்காகப் பரிசில்களும் பாராட்டும் பெற்றுக்கொண்டவர். அறிவொளி எனும் விஞ்ஞானச் சஞ்சிகையில (1967); 'இராமன் விளைவு' எனும் கட்டுரை ஒன்றும், வீரகேசரியின் நவீன விஞ்ஞானி எனும் பெயரில் வெளிவந்த பத்திரிகையில் விஞ்ஞானிகள் தொடர்பான சில கட்டுரைகளும், யாழ்ப்பாணத்திலிருந்து வெளிவந்த மேகம் இதழில் (ஜனவரி — பெப்ரவரி 1983) 'இரந்து நிற்கும் இரவல் தாய்நாடு' எனும் தலைப்பில் தரம்மிக்க விமர்சனக் கட்டுரை ஒன்றும் எழுதியவர்.

1965ஆம் ஆண்டு தமிழகத்தில் லஷ்மி கிருஷ்ணமூர்த்தி நடாத்திய வாசகர் வட்டத்தில் தன்னை உறுப்பினராக இணைத்துக்கொண்டதுடன் ஈழத்து எழுத்தாளர் பலரையும் அதில் இணையச்செய்தார். இந்திய மொழிச் சிறுகதைகளின் தேர்ந்த தொகுப்பாக 'மறுகதைகள்' என்ற தொகுதியை வாசகர் வட்டம் வெளியிட்டபோது "ஈழத்துப் படைப்புக்கள் சிலவற்றைத் தொகுத்து அவ்வாறானதோர் தொகுப்பினைக் கொண்டுவந்தால் என்ன?" என்று லஷ்மி கிருஷ்ணமூர்த்திக்கு ஐயர் கடிதம் எழுதினார். 1968 மார்கழியில் 'அக்கரை இலக்கியம்' என்ற தொகுதியை வாசகர் வட்டம் வெளியிட்டது. 470 பக்கங்கள் கொண்ட இந்த நூலில் அரைவாசிக்கும் மேற்பட்ட பக்கங்களை இலங்கைத் தமிழ் எழுத்தாளர்களின் படைப்புக்கள் பிடித்துக்கொண்டன. இதில் வெளிவந்த கதைகள் தொடர்பான தெரிவில் செ.யோகநாதனுடன் இணைந்து ஐயர் செயற்பட்டார். இதற்கு முக்கிய காரணராய் அமைந்தவர் ஐயர் என்பதை, "இலங்கை எழுத்தாளர்களின் படைப்புக்களைத் தொகுப்பதில் பேரார்வம்காட்டி பல கதைகள், கட்டுரைகளின் பிரதிகளை அனுப்பிவைத்த ஸ்ரீ. ஆர். பத்மநாபனுக்கு எங்கள் நன்றி உரித்தாகுக" எனும் அக்கரை இலக்கியம் தொகுப்பின் நூல் பதிப்புரைப் பகுதி காட்டிநிற்கிறது. பின்னர் 'ஒடுக்கப்பட்ட தமிழினத்தின் குரலை உலகறியச் செய்யவேண்டும் எனும் நோக்கில்' வெளிவந்த 'திசை' வாரப் பத்திரிகையுடன் இணைந்து செயற்பட்டார். அதன் பின்னர், 'அலை' சிற்றிதழ்சார்ந்து இயங்கி அதன் பரவலாக்கத்துக்கும் சிறப்பான வெளிவருகைக்கும் பணியாற்றினார்.

இவ்வாறு இயங்கிய ஒருவர், மாபெரும் இலக்கியச் செயற்பாட்டுக்காரராக மேலெழுவதற்கான பின்புலம்பற்றிய தேடல் மிகவும் சுவாரசியமானது. அது, நூல் மற்றும் நூலகப் பண்-

பாட்டுடனும் வாசிப்பு மற்றும் வாசிப்புப் பண்பாட்டுடனும் இணைவுபெற்றது. இவ் இரண்டு விடயங்களையும் சற்று நோக்குவது பயனுடையது.

ஈழத்து இனப்பிரச்சினை வரலாற்றில் தனிச் சிங்களச் சட்டம், பௌத்தம் அரச மதமாக்கப்படல், திட்டமிட்ட சிங்களக் குடியேற்றம், அரச பயங்கரவாதம் முதலியனவும் அவற்றுடன் தொடர்பான பெருவிளைவுகளும் பேசப்படுகின்றன எனினும், யாழ் பொதுநூலக எரிப்பே, உலக அரங்கில் அறிவுசார் பண்பாட்டுக் கொலையாக வருணிக்கப்பட்டது. 1982இல் லெபனான் தலைநகரான பெய்ரூட்டில் இஸ்ரேலியப் பாதுகாப்புப் படைகள் நுழைந்தபோது, அவர்களின் முதல் இலக்காகப் பலஸ்தீன மக்களது பண்பாடு மற்றும் வரலாற்றினைக் கொண்ட PLO ஆய்வு மையம், சுவடிகள் திணைக்களம் முதலியவை அமைந்தமையும், 1985இல் அமெரிக்கப் பொலிசார், Puerto ricoஇல் வங்கிக் கொள்ளைகளுக்கும் சர்வதேசச் சட்டங்களை மீறியமைக்கும் தண்டனைகள் வழங்கியது மட்டுமன்றி அவர்களுடைய சஞ்சிகையான Pensamiento Critico காரியாலயத்துள் நுழைந்து அச்சஞ்சிகையின் மூலங்களையும் உற்பத்திக் கருவிகளையும் கைப்பற்றிக் கொண்டமையுமான பல நிகழ்வுகளை வரலாறு முழுவதிலும் படிக்க முடிகிறது. இலங்கைப் பேரினவாத அரசு மேற்கொண்ட யாழ் பொதுநூலக எரிப்பும் இதுபோன்ற ஒன்றுதான். இச் செயல் அன்றைய அரசின் நாசகாரச் செயலாக (Vandalism) அமைந்தது. தொண்ணூற்று ஏழாயிரம் அரிய நூல்கள் மற்றும் பெருந்தொகையான வரலாற்று ஆவணங்களுடன், தென்கிழக்கு ஆசியாவிலேயே அரிய நூலகமாகத் திகழ்ந்த யாழ் நூலகம் 01.06.1981இல் பேரினவாதிகளால் எரிக்கப்பட்டது. ஈழத் தமிழரின் அறிவுக் கேந்திரநிலையமான அந்த நூலகம் மட்டுமன்றி வடபகுதியின் பாடசாலைகள் மற்றும் கல்லூரிகளின் நூலகங்களும், புத்தகக் கடைகளும்கூட இவ்வாறு எரியூட்டப்பட்டன. 'நூலக எரிப்பு' என்ற அரசியல் அபாய நிகழ்வைவிடவும் அதை எரிப்பதற்குப் பின்புலமாயமைந்த, எரித்தவர்களின் உளவியல் அவதானிக்கப்படவேண்டிய ஒன்று.

பாரம்பரிய மரபுக்கல்வியிலும் மிஷனறிகள் வளர்த்த மேலைக்கல்வி மரபிலும் யாழ்ப்பாணம் செழுமைபெற்றதற்கான அடையாளமே யாழ் நூலகம். யாழ்ப்பாணத்தவரின் கல்வியறிவுபற்றி, இலங்கைத்தீவில் உருவாகியிருந்த மேம்பட்ட ஒரு படிமமே, அந்த நூலகம்பற்றிய பிரேமைகளைப் பேரினவாதிகளிடம் உருவாக்கி, அதை அழிக்கும்நிலைவரை கொண்டுசென்றது.

எரிப்புப் பற்றிய வெளிப்படையான அரசியல் நிகழ்வுக்குப் பின்னாலான, எரித்தவரின் மன அமைப்பில் உள்ள ஆழ்ந்த உளவியல் இது. நூலகத்தை எரித்துவிட்டால் எல்லாம் முடிந்துவிடும் எனும் உளவியல் திருப்தி எரித்தவரிடம் இருந்தது எனினும், அதற்குப் பின்னரேயே, நூலை ஆராதித்து வழிபடுகின்ற தமிழ்ச் சமூகத்தில், நூல் மற்றும் நூலகம்பற்றிய உணர்கை மிகவும் அதிகரித்ததும் இன்றுவரையான புலமைசார் அரசியல் அரங்கில் முக்கிய பேசுபொருளானதும் ஆழநோக்கவேண்டிய அம்சங்கள். எரித்தவரின் அறிவு, பண்பாடு, மனப்பாங்கு பற்றிய கேள்விகளை உருவாக்கி, அவர்களுக்கு மிருகநிலைப் படிமத்தைப் பொதுஅரங்கில் உருவாக்கியதும்கூட அவதானிக்கத் தக்கது.

அந்த அழிப்பு (Destruction) ஒரு கட்டுமானத்துக்கு (Construction) வழிவகுத்தது. ஈழத் தமிழரிடம் நூல் மற்றும் நூலகம்பற்றிய பண்பாட்டுச் சிரத்தையை, பெருவளமிக்க பண்பாட்டு வலைப்பின்னலாகக் கட்டியெழுப்பியது. இந்த இடத்தில்தான் பண்பாட்டு மூலதன-

மாக, நூல் மற்றும் நூலகங்கள் மேலெழுந்தன. ஒருவிதத்தில் ஓர் இனக்குழுவின் புலமைசார் பண்பாட்டுக் களரியாக, அந்த இனத்தின் இன விடுதலைப் போராட்டத்தில், நூல் மற்றும் நூலகங்கள் 'தற்கிழமை' ஆகியன. அந்த 'எரிப்பு நிகழ்வு' வரலாற்றின் மனத்தில் இன்னும் இன்னும் பூதாகாரமாகிக் கடத்தப்படுவதாயும், அதுவே ஒரு அரசியல் கட்டுமானத்திற்கு உதவுவதாயும் அமைந்துவிட்டது. நூல்தொடர்பான செயற்பாட்டில் ஆர்வமுடையோருக்கு, இந்த நிகழ்வு, அரசியல் பண்பாட்டுத் தளத்தில், தீவிர இயங்குநிலைக்கான வெளியைத் திறந்தது. ஐயர், மாபெரும் இலக்கியச் செயற்பாட்டுக்காரராக மேலெழுவதற்கான காரணங்களில் இது முக்கியமான அடிப்படை.

இன்னொரு முக்கியமான அடிப்படை, வாசிப்பு மற்றும் வாசிப்புப் பண்பாடு சார்ந்தது. யுhழ் நூலகம் எரிவுற்ற காலத்தில், அரசுசார்புச் சிந்தனை நூல்களே வாசிப்புத்தளத்தில் கோலோச்சின. 1980களில் ஈழத்தமிழர்களின், குறிப்பாக யாழ்ப்பாணப் புத்திஜீவிகளினதும் கல்வியாளர்களதும் வாசிப்பு மனத்தினை அரச இயந்திரமே இயக்கக்கூடியதாக அமைவு பெற்றிருந்தது எனில் அது மிகையாகாது. 'இலங்கைத் தேசியம்' என்ற கருத்தியலை மாற்றுவழியே இல்லாத கருத்தியலாகப் பின்பற்றக்கூடிய அளவிற்கு, வாசிப்புப் பண்பாட்டின் அரசியல் இருந்தது. கைத்தொழில் வளர்ச்சியற்ற இலங்கைத் தீவில், கல்வியைத் துடுப்புச்சீட்டாகப் பயன்படுத்தி முன்னேறிய, அரசாங்கச்சார்பு உத்தியோகத்தர் வர்க்கமே, மேட்டுக்குடிச் சமூகமான மத்தியதர வர்க்கமாக அமைந்ததில் வியப்பெதுவும் இல்லை. இத்தகைய ஒரு சமூகத்தில், மாற்று அரசியலுக்கான கருத்தியல்சார் வாசிப்பு எவ்வாறு நிகழும் என்பதும் அவ்வாறு நிகழ்ந்தால் அதன் விளைவுகள் எங்கு சென்று முடியும் என்பதும் வர்க்க நலனை நாடிச் செயற்படுபவர்களுக்குப் புரிந்திருக்காத ஒன்றல்ல.

எனவே, இலங்கை அரசாலும் அரசசார்பு உத்தியோகத்தனத்தாலும் உருவாக்கிக் கட்டமைக்கப்பட்ட கருத்தியல் அமைந்த நூல்களை வாசிக்கும் பண்பாட்டை உடைத்துத் திசைமாற்றம் செய்யவேண்டிய தேவை அவசியமானதாகக் கருதப்பட்டது. ஒருவிதத்தில், ஆக்கிரமிப்புச் செய்யும் அரச யந்திரத்திற்குச் சார்பாகச் சிந்தித்தவர்களை, அதற்கு எதிராகச் சிந்திக்க வைப்பதற்கான, மாற்றுச் சிந்தனைக்கான வாசிப்புத் தளத்தை உருவாக்க வேண்டும் எனச் சிந்திப்பதும் சிறுபான்மையினத்தின் எழுத்தரசியலின்பாற்பட்ட ஆரோக்கியமான சிந்தனைதான்.

தமிழ்நாட்டுடன் ஒப்பிடும்போது, மிகச் சிறியளவு எல்லைகொண்ட இலங்கைத் தமிழ் வாசகப்பரப்பை ஆக்கிரமித்திருந்த, இலங்கையின் சிங்கள மேலாதிக்கத் தேசியவாதக் கருத்தியல் உலகை உடைக்கவும் அதன்வழி சிறுபான்மை இனம் ஒன்றிற்கே உரித்தான அரசியல் மற்றும் பண்பாட்டுக் கருத்துலகை உருவாக்கவும் வேண்டிய தேவை அவசியமாக உணரப்பட்டது. நூலக எரிப்பைத் தொடர்ந்து உருவாகவேண்டிய, தமிழரின் வாசிப்புத்தள மாற்றமாகவும் இன்னும் வரலாற்றின் தேவையாகவும்கூட இது இருந்தது.

தமிழரின் சுயநிர்ணய உரிமைக் கருத்தியலைப் பிற்போக்கு எனத் தேசியவாதத்தை ஆதரித்த இடதுசாரிகள் வலுவாக நம்பிய நிலையிலும், அரசுசார்பு மத்தியதரவர்க்கம் தனது நலனுக்காகத் தமிழ்த்தேசிய எதிர்ப்பை ஒரு கவசமாகக் கொண்ட நிலையிலும் ஏற்கனவே இறுகிப்போயிருந்த வாசிப்புத் தளத்தை உடைப்பதென்பது எவ்வளவு கடினமான செயல் என்பதை உணர்ந்துகொள்ள அதிக விளக்கம் தேவையில்லை.

தமிழ்த்தேசியவாதத்தையும் அதன்வழியான சுயநிர்ணய உரிமையையும் ஏற்றுக்கொள்ளாமல் இலங்கைத் தீவில் முற்போக்கான பாத்திரத்தை வகிக்கமுடியாத சூழ்நிலைக்கு, ஈழத்தமிழ் எழுத்தரசியற்காரர் நிர்ப்பந்திக்கப்படுகின்றனர். இங்குதான், அடக்குமுறைக்கு உள்ளாகும் இனமொன்றிலிருந்து, அந்த இனத்திற்குரிய உரிமையைப் பேணும், வலியுறுத்தும் எழுத்தரசியற்காரரின் மேலெழுகை அதிகம் உணரப்படுகிறது. ஈழத்தமிழ்ச் சூழலில் எழுத்தரசியல் என்பது அரசயந்திரம் கட்டமைத்ததும் அதற்குச் சார்பானவர்கள் பேணிப்போற்றியதுமான வாசிப்புத்தளத்தை உடைத்தெறியும் ஆயுதமாக மாறியது.

நூலக எரிப்புக்குப் பின் உடன்விளைவாக நிகழ்ந்த நூல் மற்றும் நூலகப் பண்பாடு பற்றிய சிரத்தையும் புதிய வாசிப்புப் பண்பாட்டை உருவாக்கும் சிரத்தையும் ஒன்றிணையும் புள்ளியில், பத்மநாப ஐயரின் நூலை ஆராதிக்கும் கனதிமிக்க பயணம் மிகத் தீவிரங்கொள்கிறது என உறுதியாகக் கூறமுடியும்.

“இலங்கைத் தீவில் அனைத்துப் பிற்போக்குகளுக்கும் எதிரான புரட்சிகரப் பாத்திரம் சுயநிர்ணய உரிமையின்பால் மையங்கொண்டது. இதில் ஐயருக்கு வரையறைக்கு உட்பட்ட நற்பாத்திரம் உண்டு. நேரடி அர்த்தத்தில் சிங்கள அரசை எதிர்க்கின்ற போராட்டத்தைவிடவும் தமிழ்ப் புத்திஜீவிகளை எதிர்க்கின்ற போராட்டம் உள்ளடக்கத்தில் கடினமானதாக இருந்தது. 1980களில் இந்தக் கடினமான பாத்திரத்தை ஏந்தியவர்களுள் ஐயரும் ஒருவர்” என மு. திருநாவுக்கரசு கூறுவதும் இங்கு மனங்கொள்ளத்தக்கது.

தனது செயற்பாடுகள்மூலமாக, தேசத்தைக் கட்டியெழுப்பும் பணியிலேயே ஐயர் ஈடுபட்டார் என்பதை, அவர் தினக்குரலுக்கு 31.8.2003 அன்று வழங்கிய நேர்காணலின் பின்வரும் பகுதியும் நிரூபணம் செய்கிறது.

“போரும் புலப்பெயர்வும் அலைக்கழிப்பும் தமிழுக்குப் பல புதிய சிந்தனைகளைக் கொண்டுவந்திருக்கிறது. ஆயுதப் போராட்டம் ஒருபுறம் நடந்துகொண்டிருக்கும் அதேசமயம் அதற்குச் சமாந்தரமாகத் தேசத்தைக் கட்டியெழுப்பும் பணியில் என்னுடைய துறைசார்ந்து நான் பங்களிக்கவேண்டியது அவசியம்”

இந்தவகையில்தான் ஐயர் செயற்பட்டார் என்பதை “ஈழத்துத் தமிழ் இலக்கியப் பண்பாட்டு அடையாளங்களை முதன்மைப்படுத்துகின்ற எழுத்து எதுவானாலும் அதை ஊக்குவிப்பதும் நூல்வடிவில் கொண்டுவருவதும் அவருடைய அடிப்படை நோக்கு” என்று சி. சிவசேகரம் குறிப்பிடுவார். இதனை, சுந்தர ராமசாமி இன்னும் வெளிப்படையாகப் பின்வருமாறு குறிப்பிடுவார். “பத்மநாபனுக்கு ஆயுதப் புரட்சியில் எப்போதும் ஒரு காதல் உண்டு. எந்தத் தேசத்தைச் சேர்ந்த புரட்சியாகவும் அது இருக்கலாம். புரட்சிகள்பற்றிய புத்தகங்கள் என்றால் கண்ணைமூடிக்கொண்டு எடுத்துவைப்பார். இந்தக் காதலுக்கும் மாவீரர் பிரபாகரனுக்கும் எந்தச் சம்பந்தமும் கிடையாது. பிரபாகரனுடைய பெயர் காதில் விழுவதற்கு முன்பே பத்மநாபனின் காதைப் பற்றி எனக்கு உள்ளுணர்வுகள் இருந்திருக்கின்றன.”

ஐயர் தமிழ்த் தேசியத்தின்பாற்பட்ட சுயநிர்ணய உரிமையைத் தனது கருத்துநிலையாக வரித்துக்கொண்டதும் அந்தக் கருத்துநிலைக்காகவே ஈழத்துத் தமிழ் எழுத்தரசியலுக்கான செயற்பாட்டுத்தளத்தை, நூல் மற்றும் நூலகப் பண்பாட்டை முன்னிறுத்தி, முன்னெடுத்து, விரிவாக்கி, வளர்த்தெடுத்திருப்பதும் மேற்கண்டவழி புலனாகிறது. ஐயருக்கு 2004ஆம்

ஆண்டு வாழ்நாள் சாதனையாளருக்கான இயல் விருதினை, கனடியத் தமிழ் இலக்கியத் தோட்டமும் ரொறொன்ரோ பல்கலைக்கழகத் தென்னாசிய மையமும் இணைந்து வழங்கியது. இதனை, பத்மநாப ஐயர் என்ற தனி மனிதருக்கு வழங்கப்பட்ட கௌரவமாகப் பார்க்காது, ஈழத்தமிழரின் சுயநிர்ணய உரிமைப் போராட்டத்துக்கான அங்கீகாரமாகப் பார்க்கவேண்டும். அந்தவகையில் பண்பாட்டு அழிப்பு நடவடிக்கைகளுக்கு எதிராகச் செயற்படும் சிறுபான்மை இனத்தினையும் அந்த இனத்தைச் சார்ந்த இலக்கியச் செயற்பாட்டுக்காரரையும் இயல் விருதுக் குழு கௌரவித்திருப்பதுடன், ஈழத்தமிழ் இன உரிமைப் போராட்டத்தை அங்கீகரித்துமிருக்கிறது எனக் கருதுவதுதான் யதார்த்தத்தின்பாற்பட்டது. இந்தப் பின்புலத்தில், இன்றைய ஈழத்து எழுத்து அரசியலில், ஐயரின் பிரசன்னத்தினை "அந்தர்ஜாமிச் சின்னம்" என வரையறுக்கலாம். தமிழவனின் வார்த்தைகளில் கூறுவதானால், நவீன ஈழத்துப் புலமை வரலாற்றில் 'ஐயர்' என்ற அடையாளம் "தமிழுக்கான முத்திரை" (Icon) என அமைந்துவிடுகிறது எனலாம்.

பத்மநாப ஐயர் 'படைப்பாளியா?' எனப் பலரும் வினா எழுப்புகின்றனர். இதற்கு 'இல்லை' என்ற பதிலைத் தவிர வேறு பதில் இல்லை எனினும் 'இல்லை' என்ற பதிலிறுப்புக்கான காரணம், 'படைப்பு' எனும் பதம் குறித்த மாறாத, திட்டவட்டமான பொருள் கொள்ளலே. ஒருவகையில் மரபுரீதியாக வழங்கிவரும் பொருளை, 'படைப்பு' என்ற பதத்திற்குப் பலரும் கொடுத்துவிடுகின்றனர் என்றே சொல்லத்தோன்றுகிறது. மறுமலர்ச்சிக் காலத்தில் படைப்பு என்பதற்கு வழங்கிய மேற்குறித்த பொருள் கொள்ளலின் இன்றைய காலத்திற்கான ஏற்புடைமைபற்றிய புலமைசார் உரையாடல்கள் பல மேலைநாட்டில் நடைபெற்றுள்ளன. தமிழ்ச்சூழலில் இவ்வாறான உரையாடல்கள் பெருமளவு நடைபெறவில்லை என்றே எண்ணத் தோன்றுகிறது. எனினும் சிலர் இதுகுறித்த தமது சிந்தனைகளை முன்வைத்துள்ளனர்.

இரா. முருகன் 'படைப்பு' என்பதற்கான பொருளைப் பின்வருமாறு விபரிக்கிறார். 'ஒரு வழங்கு மொழியை அடிப்படையாகக் கொண்டு அமைந்த நுண்ணிய ரசனையின்பாற்பட்டுத் தொடங்கி, அந்த அடிப்படையையும் கடந்து விரியும் பரப்பில் நேர்த்தியான வாசிப்பு, காட்சி, கேள்வி அனுபவத்தை ஓர் இனக்குழு பெறவும் அதை முன்னெடுத்துச்செல்லவும், செழுமையுறப் பேணவும், அதன்வழியே பெற்ற ஊக்கத்தை ஊற்றுக்கண்ணாகக்கொண்டு சமுதாய வாழ்க்கையின் பன்முகப் பிரதிபலிப்பாக இலக்கியமும் கலையும் பெருமைக்குரிய இன அடையாளங்களாகத் தொடர்ந்து காத்திரமாகப் பெருகி வெளிப்படவும் வழிவகையை உருவாக்குகிறவரும் படைப்பாளியே.'

இவ்வாறு முருகன் பொதுப்படையாகக் கூறுவதை ஐயர், 'இரண்டாம் வகைப் படைப்பாளி' எனக் குறிக்கிறார். ஐயர் தனது இயல் விருது ஏற்புரையில் பின்வருமாறு குறிப்பிடுகிறார். 'தூலமான படைப்பை உருவாக்கி அளிக்கும் முதல்வகைப் படைப்பாளியின் பணியைவிட, இவ் இரண்டாம் வகைப் படைப்பாளியின் இயங்கு நெறியும் களமும், செயல்பாடும் அறுதியிட்டு வகைப்படுத்தல் சற்றே கடினமானது'. எனவே, இரண்டாம் வகைப் படைப்பாளி முதலாம் வகைப் படைப்பாளியின் உற்பத்தியையும் அதன் பெறுமதியையும் நுகர்வினையும் தீர்மானிப்பவராகிறார்.

தாமோதரம்பிள்ளை சனாதனன் "படைப்பு என்பது சமூகத்தின் பல்வேறு காரணிகளினதும் செல்வாக்குகளினதும் இடைத்தொடர்பின் வலைப்பின்னலால் ஆனது. எனவே,

கலை வரலாறு என்பது படைப்பு, படைப்பாளி என்பவற்றுடன் அவற்றுக்குப் பின்னாலிருந்த போஷகர்கள், அனுசரணையாளர்கள், இடையீட்டாளர்கள், நிறுவனங்கள் என்பவற்றையும் சமூக வரலாற்று பொருளாதார, அரசியல் சூழலையும் கருத்திலெடுத்ததாக அமைகிறது'' என்று கூறுவதும் நோக்கத்தக்கது. அந்த வகையில் ஐயர் ஈழத்துக் கலை இலக்கியப் புலத்திலும் அரசியல், சமூக வரலாற்றுப் புலத்திலும் முக்கியமான இரண்டாம்நிலைப் படைப்பாளியாகின்றார்.

'இலக்கியப் பாலம்;' என்ற தலைப்பில் ஜெயமோகன் எழுதிய குறிப்பில், 'பத்மநாப ஐயருக்கு இயல் விருது அளித்ததன் மூலம் இயல் விருது அமைப்பு ஒரு முக்கியமான இலக்கியப் பணியை ஆற்றியுள்ளது. ஒருவர் எழுதியோ பேசியோ இலக்கியத்துக்குப் பங்களிப்பு ஆற்ற வேண்டியது இல்லை. அர்ப்பணிப்பும் ஆர்வமுமே போதுமானவை. நீண்டகால நோக்கில் அவை பெரிய விளைவுகளை உருவாக்கும் என்ற செய்தி இப்பரிசின் மூலம் உறுதிப்படுத்தப்பட்டுள்ளது.'

'எழுத்தரசியற்காரர்' எனும் பதம் குறிக்கும் பலருள், 'இரண்டாம்நிலைப் படைப்பாளி' அல்லது 'இலக்கியச் செயற்பாட்டுக்காரர்' எனும் அடையாளங்கொண்ட ஐயர், யாழ் நூலக எரிப்புக்குப் பின்னான ஈழத்தமிழ் கலை இலக்கியப் போக்கைத் திசைவழிப்படுத்தலில் முக்கியமான பாத்திரமேற்றலை நிகழ்த்தியுள்ளார். அவரின் முக்கியமான பல பணிகளுள் சிலவற்றைமட்டும் தனித்தனியே சற்று விரிவாக இங்கு நோக்கலாம்.

யாழ் நூலகம் எரிந்தபின்னர் ஐயரின் செயற்பாடு மிகத் தீவிரமடைந்தது. அவர் நூலகத்தைப் புதுப்பிக்க மேற்கொண்ட முயற்சிகள் காலத்தால் நினைவுகூரப்படவேண்டியவை. அறிவுச் சமுதாயத்தின் மேன்மைச் சொத்தாகிய நூல்களை மறுபடி சேகரிப்பதற்கான தமிழகப் பயணத்திற்கு, மு. நித்தியானந்தன் உட்பட்ட யாழ் பல்கலைக்கழகச் சமூகம் ஐயரே அதிகம் பொருத்தமானவர் எனத் தெரிவுசெய்ததென்பது, அக்காலகட்டத்தினை மனதிற்கொண்டு கூறுவதாயின் அதுவும் ஒரு 'போராளி'த் தெரிவுதான். யாழ்ப்பாணப் பல்கலைக்கழக மாணவர்கள் மற்றும் நலன்விரும்பிகள் சேர்த்த பணத்தினைக்கொண்டு, தரையிலும் கடலிலும் இலங்கை அரசு படைவிரித்துத் தரித்திருந்த மரணத்துள் வாழும் காலத்தில், தமிழ்ப் போராளிகளின் படகுகள் மூலமாகத் தமிழகத்திற்குப் பயணங்கள் மேற்கொண்டவர், ஐயர். இதன் முக்கியத்துவத்தைக் கி.பி. அரவிந்தன் பின்வருமாறு பதிவு செய்கிறார்.

'ஈழப் போராட்டம் வேகம்பெறத் தொடங்கிய அந்த 80களின்போது, ஈழப்போராளிகள் தமிழ்நாட்டில் தளமமைத்து நிலைகொண்டிருந்தனர். ஈழத்திற்கும் தமிழகத்திற்கும் இடையேயான போராளிகளின் கடல்வழிப் பயணம் பல சவால்களை எதிர்கொண்டு நடைபெற்று வந்தது. இப்பயணங்களின்போது ஏற்பட்ட உயிர், உடைமை இழப்புக்கள் சொல்லிமாளாதவை. ஆதலால், இப் பயணத்தில் பங்கேற்பதற்கு நெஞ்சுரமும் துணிச்சலும் கட்டாய தேவைகளாகும். நெருக்கடிகள் மிக்க இக்கடல்வழியாக இரு தடவைகள் பத்மநாப ஐயர் பயணம் செய்தார் என்பதை இவ்வேளையில் பதிவு செய்வது முக்கியம் என்று கருதுகிறேன். இத்துணிகரமும் மரணத்தை எதிர்கொள்வதும் தனித்த புத்தகப் பிரியத்திலும் பதிப்புத்துறை ஆர்வத்திலும் நிகழும் ஒன்றல்ல. இன்றைக்கு மேல்நோகாமல் இலக்கியம்வழி அரசியல் செய்யும் பலருக்கும் இது புரியக்கூடிய ஒன்றல்ல.'

யாழ் நூலக மீள் உருவாக்கத்திற்காக அக்காலகட்டத்தில் ஐயர் ஒரு 'புத்தகப் போராளி' எனும் நிலையில் செயற்பட்டமையானது மகத்தான ஒரு காரியமாகும்.

தமிழ்க் கல்விப் புலத்திலும் வெகுஜனத் தளத்திலும் தமிழ்த்தேசியக் கருத்தியலுக்கு வலுச்சேர்க்கும் ஆய்வுகள், கவிதைகள், கட்டுரைகள், கதைகள், விமர்சனங்களைப் பெற்றுக்கொள்வதிலும் பதிப்பிப்பதிலும் ஐயர் பலவிதங்களில் முன்னின்று உழைத்தார். ஒருசிலவற்றை மட்டும் இங்கு குறிப்பிடலாம்.

ஈழத்தின் முதலாவது அரசியல் கவிதைகளின் தொகுதியான 'மரணத்துள் வாழ்வோம்' (1985) இலக்கிய அரசியலைத் திசை திருப்பிய முக்கிய நூல்களுள் ஒன்று. இதன் பதிப்பாசிரியருள் ஒருவரான ஐயர் அதனை வெளியிடுவதற்கான பகீரதப் பிரயத்தன முயற்சிகளையும் மேற்கொண்டவர். ஐயரின் தமிழியல் வெளியீடாக இது வெளிவந்தது. இந்த நூல் ஐயாயிரத்துக்கும் மேற்பட்ட பிரதிகள் அச்சிடப்பட்டுத் தீர்ந்துபோனமை இலக்கியத்தில் தமிழ்த்தேசிய அரசியலின் வருகைக்கான எதிர்ப்பார்ப்பைத் தெளிவாகக்காட்டுகிறது. கேணல் கிட்டு (மூத்த தளபதி) மற்றும் சில இலக்கிய அன்பர்களின் நிதிநல்கையும் இந்த நூல் வெளிவர ஓரளவு உதவிற்று.

"சர்வதேச அரசியலுடனும் இந்து சமுத்திரப் பகுதி பூகோள அரசியலுடனும் நிபந்தனையற்றுப் பிணைக்கப்பட்டுவிட்ட எமது விடுதலைப் போராட்டம் அரைகுறைத் தீர்வுகள் மூலம் அல்லது வல்லரசுப் பின்னணிகளின் விளைவான சமரசங்கள் மூலம் பின்தள்ளப்படுகிற அபாயம் இருந்துகொண்டேயிருக்கிறது. இவ்வாறான ஒரு பின்தள்ளல் நிகழ்ந்துவிட்டாலும்கூட இந்தக் கவிதைகள் காலங்காலமாக நின்று எமது துயரங்களையும் சொல்லில் மாளாத இழப்புக்களையும் மரணத்துள் வாழ்ந்த கதையையும் சொல்லி உலகின் மனச்சாட்சியை அதிரவைத்துக்கொண்டேயிருக்கும். அந்த அதிர்வுகள் விடுதலைப்போரின் எத்தகைய பின்தள்ளல்களையும் வெறுப்புடன் பார்த்துக் கவிதா அனல் உமிழ்ந்து கொண்டேயிருக்கும். நமது விடுதலைக்கு மட்டுமல்ல தென்னாசியாவிற்கே ஒரு விடுதலைப்பொறியை அவை ஒருநாள் ஏற்றும்" எனக் கவிஞர் சேரன், ஐயரின் தமிழியல் வெளியீடான 'மரணத்துள் வாழ்வோம்;' பற்றிச் சொல்வது இன்றைய காலத்திலிருந்து பார்க்கும்போது அர்த்தம்மிக்க தீர்க்கதரிசனமாகியுள்ளது.

யாழ் பல்கலைக்கழகத்தில் வரலாற்றுத்துறை விரிவுரையாளராய் இருந்த இரகுபதி என்பார் எழுதிய, 'யாழ்ப்பாணத்தின் பூர்விகக் குடிகள் தமிழர்களே' எனும் ஆய்வுமுடிவை அறிவிக்கும் Early Settlements in Jaffna: An Archaeological Survey எனும் தலைப்பிலமைந்த ஆய்வேட்டை, அச்சிட்டு வெளிப்படுத்துவது தமிழரின் தாயகம்பற்றிய வலுவான ஒரு கருத்தியலைப் பரப்புவதற்கு உதவும் என்றவகையில், அந்த ஆய்வேட்டை எடுத்துக்கொண்டு புலிகளின் படகில் வேதாரண்யம் சென்று இறங்கியவர், ஐயர். இந்த நூல் வெளிவருவதில் தமிழீழத் தேசியத் தலைவர் வே. பிரபாகரன் அவர்களும் ஆர்வம்காட்டியதோடு அக்காலத்தில் தன்னாலியன்ற உதவியையும் செய்திருந்தார். எனினும், நூற்பிரதி செப்பனிட்டு அச்சுக்குத் தயாராகும் நிலையில், ஆசிரியர் தமிழியல் வெளியீடாக அன்றி, தனது விருப்பப்படி வெளியிட்டார். ஆயினும், ஆய்வேட்டைப் புத்தக வடிவில் வெளிக்கொணரப் பாடுபட்டோரில் ஐயரின் பெயரைக்கூடக் காணமுடியவில்லை என்பதை மு. நித்தியானந்தன் பின்வருமாறு குறிப்பிடுவார்.

"ஒரு யுத்த சூழலில், இயக்கப் படகுகளின் போக்குவரத்துக்களை இலங்கைக் கடற்படையினர் கண்ணுக்குள் விளக்கெண்ணைவிட்டு ரோந்துபார்த்துக் கொண்டிருந்தநிலையில், ஒரு ஆய்வேட்டைத் தமிழகத்தில் அச்சிடுவதற்காக, உயிராபத்தையும் பொருட்படுத்தாமல் இயக்கப் படகில் தமிழகக் கரைக்குக் கொண்டுவந்து சேர்த்திருக்கிறார். அந்நூல் இறுதியில் வெளியான போது ஐயரின் பெயரைக்கூட அந்நூலில் காணமுடியவில்லை."

இந்திய இராணுவம் அமைதி காக்கும் படை என்ற போர்வையில் இலங்கையின் தமிழர் பகுதிகளுக்கு அனுப்பப்பட்டவேளையில் அதன் செயற்பாடுகள் தமிழர்களுக்குப் பாரிய பாதகமான விளைவுகளை ஏற்படுத்தும் என்பதை மக்களுக்கும் புத்திஜீவிகளுக்கும் தெரிவிக்கவேண்டிய தேவை இருந்தது. இந்தத் தேவையின் முக்கியத்துவம்கருதி இயங்கியவர்களில் ஐயரும் ஒருவர்.

மு. திருநாவுக்கரசுவின் 'தமிழீழ விடுதலைப் போராட்டமும் இந்தியாவும்', 'இந்து சமுத்திரப் பிராந்தியமும் இலங்கை இனப்பிரச்சினையும்' முதலிய நூல்கள் இக்காலத்தில் அரசியல் புலத்தில் பெரும்செல்வாக்குப் பெற்றிருந்தன. 1987இல் இந்தோ லங்கா ஒப்பந்தத்தையொட்டி 'யாருக்காக இந்த ஒப்பந்தம்' என்ற தலைப்பில் மு. திருநாவுக்கரசு எழுதிய பிரசுரம் ஒன்றை யாழ்ப்பாணத்தில் இந்திய இராணுவம் நிலைகொண்டிருந்த சூழலில் வெளியிட எண்ணிய ஐயர் அதனை 'கண்ணீர் விட்டோ வளர்த்தோம்' என்ற தலைப்பிட்டு அச்சிட்டு வெளிப்படுத்தினார். இதனை அசச்சிட்டுக்கொண்டிருந்தபோது இந்திய இராணுவத்தினர் அச்சகத்தைச் சூழ்ந்திருந்தனர். எனினும், அச்சிடப்பட்ட எண்பத்தையாயிரம் பிரதிகளும் மக்களிடம் சென்று சேர்ந்தன. இவ்வாறு அறிவுப் புலத்தில் தமிழ்த் தேசியத்திற்கான வாசிப்பு மற்றும் சிந்தனைத் தள விரிவுக்குத் தொடர்ச்சியாகச் செய்றபட்டவர், ஐயர்.

பொதுவாகத் தமிழ் இலக்கியம் என்று பேசும்போதெல்லாம் தமிழக இலக்கியத்தை மட்டும் பேசி, திருப்திகொள்ளும் ஒரு நிலைமை எண்பதுகள்வரை இருந்தது. இன்றும்கூட, தமிழகத்தில் ஓரளவு அந்த நிலைமை காணப்படுகிறது. ஆனால், உயர்கல்வி மற்றும் புலமை மட்டத்திலும் எழுத்துலகத்திலும் அந்த நிலைமை காணப்படுவதில்லை. இத்தகைய சீரிய நிலை ஏற்படுவதற்கு உழைத்தவர்களில் ஐயரும் முக்கியமானவர். அதற்கு அவர் செய்த காரியங்கள் இரண்டு.

ஒன்று, புத்தகப் பரிவர்த்தனையும் வெளியீடும். மற்றையது, ஈழத்து எழுத்துக்கள் பற்றி ஈழத்தின் காத்திரமான இலக்கியவாதிகளைக்கொண்டு உரையும் வாதமும் நிகழ்த்துவதற்கான களத்தை ஏற்படுத்துதல். இவ் இரு அம்சங்களில் ஐயரின் செயற்பாடு குறிப்பிடத்தக்கது.

1982இல் "இலக்கு அமைப்பு" ஏற்பாடு செய்திருந்த 'எழுபதுகளில் கலை இலக்கியம்' என்னும் கருத்தரங்கிற்கு ஈழத்து எழுத்தாளரைப் பங்குபெறவைத்ததில் ஐயரின் பங்கும் குறிப்பிடத்தக்கது. இக்கருத்தரங்கிற்கு முதல்நாளே 'எழுபதுகளில் தமிழ் இலக்கியமா? தமிழக இலக்கியமா' என்ற கேள்வியை எழுப்பி, ஈழத்து இலக்கியங்கள் பற்றிய அக்கறை போதியளவில் காட்டப்படாததைச் சுட்டுவதற்கு ஐயரின் முயற்சி பயனளித்தது.

அம்ஷன் குமாரின் வார்த்தைகளில் கூறுவதானால் "தமிழ் — ஈழ இலக்கியங்களைப் பாகுபடுத்தி அணுகுகின்ற சிந்தனையை என்னால் அவரிடம் காணமுடியவில்லை. இரண்டு நாடுகளின் இலக்கிய மரபுகளுடனும் தன்னை இணக்கத்துடன் பொருத்திக்கொண்டுள்ள ஒரு செழுமையைத்தான் அவரிடம் காண்கிறேன். சில தசாப்தங்கள்வரை தமிழ் இலக்கியம் என்-

றால் தமிழ்நாட்டு இலக்கியம் என்ற அளவில் உரையாடல்களும் கருத்துப் பரிமாற்றங்களும் நடைபெற்ற இயல்புநிலை மாறி, இன்று ஈழப் படைப்புகளையும் சேர்த்து எண்ணுகிற நடைமுறை உருவாகியிருப்பதற்கும் பத்மநாப ஐயரின் பங்கு கணிசமானது என்பதைத் தமிழ்கூறும் நல்லுலகம் அறிந்துள்ளது''. ஜெயமோகனும் இதனையே ''பத்மநாப ஐயரை ஈழ — தமிழ்நாட்டு இலக்கியப் பாலம் என்பார்கள்'' என்ற அர்த்தத்தில் கூறுகிறார்.

எனவே, ஈழத்து இலக்கியங்கள் தமிழ்ச்சூழலில் அதிக கவனிப்புப் பெற உழைத்தவர்களில் ஐயர் முதன்மையானவர் எனலாம்.

ஈழப் பிரச்சினைகளை எழுதுவதும் அவற்றைப் பிரசுரிப்பதும் இன்று தமிழகத்தில் பெரும்பாலும் வியாபார நோக்கில் அமைந்துவிட்டன. மலினமான அரசியல் மேடைகள்போலப் புத்தக நிறுவனங்கள் சிலவும் இயங்குகின்றன. ஆனால், ஐயர் போன்றவர்கள் ஈழ எழுத்துக்கள்மீது கொண்டிருக்கும் கரிசனை மண்ணின்மீதான கரிசனை சார்ந்தது.

சுந்தர ராமசாமி ''காசுமீது சென்னை வெளியீட்டாளர்கள் கொண்டிருக்கும் கரிசனம்பற்றி அறிந்தவர்களுக்குதான் அவரது வெற்றிகள் பெரிய சாதனைகள் என்பது புரியும்.'' என்று ஐயரின் செயலை விதந்து குறிப்பிடுகிறார்.

இலங்கைத் தமிழ் எழுத்தாளர்களின் படைப்புகளைத் தமிழக வெளியீட்டாளர்கள் வெளியிடுவதன்மூலம் ஈழத்து எழுத்துக்களின்பாலான கவனம் மேலும் அதிகரிக்கும் எனக் கருதி ஐயர் செயற்பட்டார்.

தமிழக — ஈழம் புத்தகப் பரிவர்த்தனையைக் காத்திரமான தளமாகக் கட்டமைத்தவர்களில் ஐயரும் ஒருவர். அம்ஷன் குமார் ஐயரை சி.சு. செல்லப்பாவுடன் ஒப்பிடுகின்றார்.

'சி.சு. செல்லப்பாவும் சிறுபத்திரிகைகளுடன் சம்பந்தப்பட்ட எழுத்தாளர்களின் புத்தகங்களைச் சுமந்துசென்று பலரிடமும் அவற்றை அறிமுகப்படுத்தி விற்றவர். ஐயர் தமிழ்நாட்டில் வெளிவந்த சிறு பத்திரிகைகளை ஈழத்துச் சூழலுக்குள் கொண்டுசென்றவர். அதைப் போலவே ஈழத்துச் சிற்றிதழ்களைத் தமிழகத்திற்கும் அனுப்பிவைத்தார். ஊடகப் பரிமாற்றங்களும் இணைய வசதிகளும் இல்லாத ஒரு காலகட்டத்தில் ஒரு இலக்கியத் தூதுவராகத் தனித்துச் செயற்பட்டிருக்கிறார் என்பது எண்ணிப் பார்க்கப்பட வேண்டியது. இன்னும் ஐயர் ஈழத்து வாசகரின் இலக்கிய வாசிப்புத்தளத்தை மேலோங்கச் செய்வதராகவும் விளங்குகிறார்.

இலங்கைத் தமிழ்ப் பதிப்புச் சூழல் எண்பதுகளில் பாடநூல் பதிப்புச் சூழலாகவே பெரும்பாலும் இருந்தது. பதிப்பாளர்கள் பலரும் பாடநூல் பதிப்புப் பணியில் ஈடுபட்ட காலமாக அது விளங்கியது. கல்வியும் அதனூடாகக் கிடைக்கும் பெரிய லாபமும் இதன் பெரும் இயக்கத்திற்குக் காரணங்கள் எனலாம். இத்தகைய சூழலில் ஈழத்து எழுத்தாளர்களின் எழுத்துக்களைத் தேடிப் பதிப்பிக்கும் பணி என்பது எண்ணிப்பார்ப்பதே கடினம்தான். இந்தக் காலத்தில் ஐயர் ஈழத்துப் பதிப்புலகப் போக்கையே ஒரு புதுவிதத்தில் திசை திருப்பினார்.

மூத்த கவிஞர் சண்முகம் சிவலிங்கம். 'நூல் வெளியீட்டின் புதிய தொடுவானங்களைத் தம் நுட்பமான நுண் உணர்வால் புரிந்து புதிய பயன்பாடுகளைக் காட்டியிருக்கிறார்' என்று குறிப்பிடுவது நோக்கத்தக்கது.

க்ரியா ராமகிருஷ்ணன் ஐயரைப் பற்றிக் குறிப்பிடும்போது 'அவர் வெற்றி என்று கண்டவை தமிழ்ச் சமூகத்தின் ஆரோக்கியத்திற்கு மிகத் தேவையானவை தமிழ்ப் பதிப்புத்துறையின் வரலாறு எழுதப்பட்டால் அவருக்கும் அவர் முன்னெடுத்துச்சென்ற பதிப்பு முயற்சிக-

ளுக்கும் ஒரு முக்கியமான இடம் இருக்கும்' என்று கூறும் கணிப்பு முதன்மையானது.

ஐயரது பதிப்பு முயற்சிகள் தரமானவையாக அமைவதற்காக இணை முயற்சிகளாக நடைபெற்றன. தமிழியல் — காலச்சுவடு இத்தகைய இணை வெளியீடுகளுள் ஒன்று. இத்தகைய இணை வெளியீட்டு முயற்சிகள் தமிழ் இலக்கிய உலகிற்குப் புதியது. கண்ணன் பின்ருமாறு கூறுகிறார்.

'தமிழியல் — காலச்சுவடு வெளியீடுகள் தேர்வு ஐயருடையது. பதிப்பித்தல் காலச்சுவட்டின் பொறுப்பு. இத்தகைய தொடர்ச்சியான இணை வெளியீட்டு முயற்சி தமிழுக்குப் புதிது. அதிலும் இது தமிழகம் — ஈழம், இந்தியா — இங்கிலாந்து என்ற இணைப்புக்களை உள்ளடக்கிய முயற்சி'

மு. நித்தியானந்தன் ஐயரின் புத்தகப் பதிப்பு முயற்சி தொடர்பாகக் கூறுவது இன்றைய இளந்தலை முறையினரும் பின்பற்ற வேண்டிய ஒன்றாகும்.

'நூலின் பதிப்பில் இவர் காட்டும் அக்கறை மிகமிக நுட்பமானது. கையெழுத்துப் படிகளை நுணுக்கமாகப் பார்த்து, சொற்களின் பிரயோகம் அனைத்திடங்களிலும் ஒரே தன்மையாக — சீராக அமைந்துள்ளதா என்று பார்ப்பதில் ஐயர் சமர்த்தர். "அங்கும் இங்கும் பிழை பிடிப்பதில் இவர் ஒரு சீத்தலைச் சாத்தனார். Penguin போன்ற இந்தியாவின் பெரும் பதிப்பகங்களின் ஈழத்து இலக்கிய ஆங்கிலத் தொகுப்புக்களில், எண்ணற்ற பதிப்புப் பிழைகளை அவர்களுக்குச் சுட்டிக்காட்டி அவற்றை வெளிக்கொணர்ந்ததில் ஐயரின் பங்கு கணிசமானது"

'பார்மதித்த செந்தமிழ் நூல் ஏடுகளை ஆராய்ந்து பதிப்பித்தோர்கள் யார் பதிப்பித்தாலும் அங்கே பிழை நுழைதல் உண்டாகும். அவைகளின்றிச் சீர்பதித்த நற்பதிப்பு நாவலர் தம் பதிப்பு என்று செப்பும் மேன்மை' மிக்க ஈழத்துப் பதிப்புப் பாரம்பரியத்தில் மேன்மைமிக்க நவீன இலக்கியப் பதிப்பாளராக ஐயர் விளங்கினார்.

ஐயரது தமிழியல் வெளியீடு ஈழத்து இலக்கியத்தை வளம் சேர்த்த முக்கியமான பிரசுர நிறுவனங்களில் ஒன்றாகியது. காலத்தோடொட்டிய காத்திரமான வெளியீடுகளை அதன்மூலம் ஐயர் தமிழுக்கு வழங்கினார். 1985இல் ந. சபாரத்தினம் அவர்களின் 'ஊரடங்கு வாழ்வு' என்ற நூல் வெளியாகியது. இதனைத் தொடர்ந்து இன்றுவரையும் ஐயர் வெளியீடுகள் 'தமிழியல்' என்ற பெயரால் சிறப்புப்பெற்று வெளிவந்திருக்கின்றன. கவிதை, சிறுகதை, சமயம், பண்பாடு, அரசியல், கல்வி, ஓவியம், விமர்சனம் முதலாய பொருண்மைகளில் பல நூல்களை ஐயர் 'தமிழியல்' என்ற வெளியீட்டின் மூலம் வெளிக்கொணர்ந்தார். பல முக்கியமான படைப்பாளர்களின் எழுத்துக்கள் இதன்மூலம் அறிமுகமும் அங்கீகாரமும் பெற்றன.

மயிலங்கூடலூர் பி. நடராசன் ஐயரின் தமிழியல் வெளியீடு பற்றிப் பின்வருமாறு குறிப்பிடுகிறார்.

'தமிழியல் பதிப்பு முயற்சிகள் பத்மநாப ஐயரின் பேருழைப்பின் அறுவடை. அவரின் கனவுகள் விசாலமானவை. தொடுவான எல்லையில் விரிவது.'

இவ்வாறு எழுத்து நூலாக்க முயற்சிகளுக்குப் பலம் சேர்ப்பதாக ஐயரின் தமிழியல் வெளியீடு அமைந்துள்ளது.

ஐயரின் வெளியீட்டு முயற்சிகள் தமிழியலோடு மட்டுமன்றிப் பிற வெளியீடுகளுக்கு இணைத்துணை புரிவதாயும் அமைந்தன. அந்த வகையில் அலை வெளியீடாக வெளிவந்த மார்க்சியமும் இலக்கியமும் (1981), ஒரு கோடை விடுமுறை (1981), தேசிய இனப்பிரச்சி-

னையும் முஸ்லிம் மக்களும் (1983), அலை இதழ்கள் — மறுபதிப்பு (1986), அகங்களும் முகங்களும் (1985) முதலியன குறிப்பிடத்தக்கன. 1975 முதல் 1978வரை வெளிவந்த 12 அலை இதழ்களை மறுபதிப்பாகக் கொணர்ந்தமை ஒரு சாதனை. தமிழ் இலக்கிய வரலாற்றில் 'சிற்றிதழ்களின் நூலாக்கம்' எனும் வகையில் அத்தொகுப்பு மிகுந்த கவனிப்புக்குரியது.

தமிழ்நாட்டில் வாசகர் வட்டம், நர்மதா பதிப்பகம், பொதுமை வெளியீடு, பூரணி வெளியீடு, அன்னம் — சிவகங்கை வெளியீடு, காவ்யா பதிப்பகம், சமுதாயப் பிரசுராலயம், க்ரியா, மித்ர வெளியீடு, மீனாட்சி புத்தகாலயம் என்பவற்றோடு தொடர்புகொண்டு ஐயர் இலங்கைத் தமிழ் நூல்கள் பலவற்றையும் வெளிக்கொணர்ந்தார். இவை தமிழ் உலகில் அவதானிப்புப் பெற்ற நூல்களாக வெளிவந்தன.

ஐயர் காண்பியக் கலைகளில் ஓவியத்திற்கு அதிக பங்களிப்புச் செய்தவர் எனக் கலைவரலாற்று ஆய்வாளர் குறிப்பிடுவர். ஐயரின் இப் பங்களிப்பானது ஈழத்து ஓவியர்களின் ஓவியங்களைத் தாம் வெளியிட்ட நூல்களில் இணைத்து வெளிப்படுத்துபவையாக அமைந்தன. 'தேடலும் படைப்புலகமும்' என்ற ஓவியக் கட்டுரைத் தொகுப்பும் இவரது முயற்சியில் வெளிவந்தது. ஆங்கிலேயர் காலத்துக்குப் பின்னர் சமயம்சாராத கலைவெளிப்பாடுகள் பற்றிய முன்னோடி வரலாற்றுச் சான்றாகவும் இந்த நூல்கள் கவனிப்புப்பெறுகின்றன. ஐயர் வெளியிட்ட 'கண்ணில் தெரியுது வானம்' எனும் புலம்பெயர் இலக்கியத் தொகுப்பிலும் ஈழத்து ஓவியர் பலரின் ஓவியங்கள் வெளியாகின. அந்த வகையில் புலம்பெயர்ந்த ஈழத்து ஓவியர்களின் ஓவிய முயற்சிகளைக் கலை உலகுக்கு ஐயர் வெளிக்காட்டியுள்ளார். கலை வரலாற்று ஆய்வாளரான தாமோதரம்பிள்ளை சனாதனன் என்பார் ஓவியத்துக்கான ஐயரின் பங்களிப்புக்கள் தொடர்பாக 'மங்காத வண்ணங்கள்' தலைப்பில் எழுதிய ஆழம்மிக்க கட்டுரையாக விளங்குறது. அக்கட்டுரையின் நிறைவில் சனாதனன் பின்வருமாறு குறிப்பிடுகிறார்.

"சான்றாதார ரீதியில் குறுகிய வரலாறுகொண்ட யாழ்ப்பாணத்து ஓவியத்தின் தடமாற்றங்களைத் தீர்மானிப்பதில் ஐயரின் முயற்சிகள் தெரிந்தோ தெரியாமலோ சீரிய பங்கு வகித்துவருகின்றமை மேற்சொன்ன அவதானங்களிலிருந்து தெளிவாகின்றன. காலத்தின் தேவையைப் பூர்த்திசெய்யும் இவை அனைத்தும் எடுத்துக்காட்டுவது பத்மநாப ஐயர் என்ற தனியாளின் உணர்கொம்பையும் தொடர் முயற்சியையுமே. அத்துடன் இந்த முயற்சிகள் நேரடியாக ஐயருக்கு எந்தப் பயனையோ கீர்த்தியையோ பெற்றுத்தரவில்லை என்பதுடன், இவை குறித்த நபரை அல்லது கூட்டத்தினை எதிர்பார்த்து ஐயரால் நிகழ்த்தப்பட்டவையும் அல்ல. இந்த முயற்சிகளுக்குப் பின்னால் அவரின் சொந்த அர்ப்பணிப்பும் உழைப்பும் திருப்தியும் காணப்பட்டாலும், இவற்றினூடு அவர் தனது சொந்த விருப்பு, வெறுப்புக்களையும் அழகியல் தீர்ப்பினையும் மற்றவர்கள்மீது திணிப்பதையும் அதனூடு அதிகாரம் செலுத்துவதையும் இயலுமானவரை தவிர்த்துள்ளார். இது, அவரது முயற்சிகளுக்குப் பன்முகப்பட்ட பலாபலன்களையும் வாசிப்புமுறைகளையும் தந்துள்ளது. புதிய கலை வரலாற்று அணுகுமுறையின் அடிப்படையில் யாழ்ப்பாணத்துச் சமகால கலை இலக்கிய வரலாறு இனங்காணப்படுகையில் பத்மநாப ஐயரின் பங்களிப்பு மேலும் தெளிவாக மேற்கிளம்பும்."

அனைத்துலகப் பரப்பில் ஈழத் தமிழரின் புலம்பெயர் இலக்கியத்தைக் கவனப்படுத்தியதில் ஐயரின் பணி முதன்மையானது. லண்டன் நலன்புரிச் சங்கத்தின் மூலம் ஐயர் வெளிக்கொணர்ந்த 10ஆவது ஆண்டுச் சிறப்பு மலர் (1996), கிழக்கும் மேற்கும் (1997), இன்னுமொரு

காலடி (1998), யுகம் மாறும் (1999), கண்ணில் தெரியுது வானம் (2001) ஆகியவை இலக்கிய உலகிலேயே அதிக கவனிப்புப் பெற்றவை. இவற்றின் பின்னர் புலம்பெயர் இலக்கியம் பற்றியும் அவற்றின் கனதி மற்றும் முக்கியத்துவம் பற்றியும் பரவலான உரையாடல்கள் இடம்பெற்றன. ஐயர் கவனப்படுத்தியவர்கள் புலம்பெயர் தமிழ் இலக்கியத்தின் முக்கிய படைப்பாளிகளாகப் பின்னர் அவதானிப்புப் பெற்றார்கள். ஓவியம், ஒளிப்படம், கவிதை, கட்டுரை, சிறுகதை முதலிய பலவற்றை இப் பெருந்தொகுப்புகள் தாங்கி வெளிவந்தன.

புலம்பெயர் இலக்கியம் என்பது 'ஈழத் தமிழர் புலம் பெயர் இலக்கியம்' என்ற அடையாளத்துடன் மேலெழவும், இன்றைய தமிழ் இலக்கியப் போக்கினைத் தீர்மானிக்கும் வலுவுள்ள சக்தியாக அது மாற்றமடையவும் தமிழின் இலக்கியம் பல்தேசியத் தன்மை அடையவும் ஐயரின் இந்த முயற்சிகள் அடிப்படையாகவும் முன்னோடியாகவும் அமைந்தன. இன்னொருவிதத்தில் புலம்பெயர் இலக்கியச் சூழலில் எழுத்தாளர்கள் தமிழ்த் தேசியத்திற்கு ஆதரவாகவும் எதிராகவும் ஆக்கபூர்வமாக மோதிக்கொள்வதற்கு ஐயரது நூல் பதிப்பு மற்றும் விநியோகச் செயற்பாடுகளும் காரணமாய் அமைந்தன.

ஐயர், ஈழத்துத் தமிழ் இலக்கியம் பிறமொழிகளில் மொழிபெயர்ப்புச் செய்யப்பட வேண்டும் என்ற எண்ணத்தோடு எடுத்த முயற்சிகள் முக்கியத்துவம் வாய்ந்தவை. ஒரு தேசிய இனத்தின் தனித்தன்மைகளைப் படைப்புக்கள் வாயிலாகப் பிறமொழியினரிடம் சேர்ப்பிக்க வேண்டுமென ஐயர் அயராது உழைத்தவர். உழைத்துக்கொண்டிருப்பவர். ஈழத்து எழுத்தாளர் பலரின் கவிதைகள், கதைகள் முதலாயவற்றை ஆங்கில மொழியில் கொணர ஐயர் தீவிரமாக முயற்சி செய்தவர். அந்த வகையில் Lutesong and Lament (2001), The Rapids of a Great River (2009), Mirrored Images (2013), Many Roads through Paradise (2014), Time will write a song for you (2014), Lost Evening, Lost Lives (2016), Uprooting the Pumpkin (2016)ஆகியவை குறிப்பிடத்தக்கவை. இன்று ஆங்கில மொழியில் ஈழத்து இலக்கியம் ஆய்வுக்கும் விமர்சனத்துக்கும் எடுத்துக் கொள்ளப்படுகிறதெனின் அது ஐயரது அயராத முயற்சியின் விளைவே ஆகும்.

புலம்பெயராத தாயகத்து எழுத்தாளர் பலரையும் புலம்பெயர் சூழலுக்கு அழைத்து அந்நாட்டு இலக்கியச் சூழலில் அனுபவம்பெற வைப்பது ஐயரது முக்கிய நோக்கங்களில் ஒன்று. புலம்பெயர் நாடுகளின் கலை, இலக்கியப் பண்பாட்டுகளையும், அவற்றின் போக்குகளையும் புரிந்துகொண்டு ஈழத்து எழுத்தளார்கள் உலகத் தரத்துக்கு இணையான படைப்புகளைத் தரவேண்டும் என ஐயர் விரும்பியதன் விளைவாக இந்த முயற்சி சிலகாலம் நடந்தேறியது.

முதன்முதலில் தமிழ் தகவல் நடுவம் மூலமாக லண்டன் வரும் வாய்ப்பினைப் பெற்று சு. வில்வரத்தினம் முதலியோர் சென்றனர். அதனைத் தொடர்ந்து தெளிவத்தை ஜோசப் சென்றார். இவர்களுடனான இலக்கியக் கலந்துரையாடலைப் புலம்பெயர் இலக்கியவாதிகளுக்கு ஏற்படுத்தியும் கொடுத்தார் ஐயர். இந்த முயற்சி ஒரு அரசு செய்வதற்கு இணையானதொரு முயற்சி எனலாம். தமிழ் இலக்கிய மின்தொகுப்பு முயற்சியான மதுரைத் திட்டத்தில் (Project Madurai) ஈழத்து நூல்கள் வெளிவர உதவியவர் ஐயர். இன்று பதினைந்திற்கும் மேற்பட்ட ஈழத்து நூல்களை மதுரைத் திட்டத்தில் இலவசமாகப் படிக்க முடிகிறது என்றால் அது ஐயரின் முயற்சியும் அர்ப்பணிப்பும் இன்றி இயலாது.கவனிக்கப்படாத கலை உலக ஆளுமைகள் மேலும் ஐயரின் கவனம் இருந்தது. எழுதப்படாத அவர்களது வரலாறு எழு-

தப்பட வேண்டும் எனும் நோக்கில் அதற்கு அடிப்படையான ஆவணப்படங்களைத் தயாரிக்கும் முயற்சியிலும் அவர் முன்னின்றார். ஐயர் ஒரு தீவிர இசை ரசிகர் என்பதால் தனது முன்னோடி முயற்சிகளாக இசைக் கலையைத் தெரிந்தார்.

மணக்கால் ரங்கராஜன் பற்றிய ஆவணப்படமும், தவில்மேதை தெட்சிணாமூர்த்தி பற்றிய ஆவணப்படமும் இவ்வகையில் கலையுலகில் பெரும வரவேற்புப் பெற்றவை.

தவில் மேதை தெட்சிணாமூர்த்தி எனும் பெயரை அறியாத தமிழுலகு இருக்கமுடியாது எனினும் அவர் பற்றிய வாழ்க்கை வரலாறு ஆவணமாக்கப்படவில்லை. அந்த வகையில் தவில்மேதையின் ஆவணப் படத்தையும் அவர் தொடர்பான அரிய பல தகவல்கள் அடங்கிய நூலையும் அவரது இசை அடங்கிய இறுவட்டையும் கொணர்ந்ததில் ஐயருக்குப் பெரும் பங்குண்டு. ஐயரின் இந்தக் கனவை இயக்குநர் அம்ஷன் குமார் தமிழ் உலகே போற்றும் வகையில் திறம்பட நிறைவேற்றினார். ஆவணப்படங்களிற்கான ஐயரின் கடின உழைப்புப் பற்றி மு.நித்தியானந்தன் பின்வருமாறு பதிவுசெய்கிறார்.

"மணக்கால் ரங்கராஜன், தவில்மேதை தெட்சணாமூர்த்தி ஆகியோர் பற்றிய ஆவணப்படங்கள் ஐயரின் எண்ணக்கிடங்கிலே உருக்கொண்டவை. ஐயர் இல்லையேல் இந்த ஆவணங்கள் என்றுமே சாத்தியமாகி இராது. இந்த ஆவணப்படங்களைத் தயாரிப்பதில் எல்லாத் தளங்களிலும் இவர் சிந்திய உழைப்பு மதிப்புமிக்கது."

ஈழத்தமிழர்களின் பாதுகாப்பு மிக்க அரும்பெரும் நூல் தேட்டமாக விளங்குவது நூலகம் எனும் பெயரிலான இணைய நூலகம். இந்த நூலகத்திற்கு ஆளுமையும் செயல்திறனும் மிக்க தலைவராக ஐயர் விளங்குகிறார். இந்த நூலகத்தை விரிவாக்கவும் இயங்கச் செய்யவும் ஐயர் எடுத்துவரும் முயற்சிகள் தமிழ்கூறும் நல்லுலகில் உள்ள அனைவராலும் விதந்து போற்றப்படுகிறது. நூலகத்திற்கான ஐயரின் பகீரதப்பிரயத்தன முயற்சிகள் பற்றி மு.நித்தியானந்தன் பின்வருமாறு பதிவுசெய்கிறார்.

"நூல்களின்மீது கொண்டிருக்கும் அவரது பேரார்வத்தின் விஸ்தரிப்பாகவே நூலகம் என்ற எண்ணிம ஆவணவலைத்தளத்தில் ஐயரின் ஈடுபாட்டைக் காணவேண்டும். நூலகம் இன்றும் ஆற்றலுடன் செயற்பட்டுவருவதற்கு ஐயரின் அர்ப்பணிப்பும் பேருழைப்புமே காரணமாகும். நூலகத்தின் நிதிக்காக அவர் நண்பர்கள், ஆலயங்கள், சமூக அமைப்புக்கள் என்று அனைவரையும் அணுகி நூலகத்திற்காக அவர் யாசித்துநிற்பதை நான் எப்போதும் எண்ணிப் பார்ப்பதுண்டு. ஒரு பொதுப்பணிக்காகத் தன் சுயத்தைக் கரைக்கும் அரிதான பண்பு இது. நூலகத்தின் தேவை கருதி ஈழத்து நூல்களை, துண்டுப் பிரசுரங்களை, அறிக்கைகளை, விளம்பரத்தாள்களை, அழைப்பிதழ்களைத் தேடிச் சேகரிப்பதில் தனது வயதை மீறிய உற்சாகத்துடன் செயற்படுபவர் அவர்."

தமிழுலகில் பெயரின் பின்னொட்டாக வரும் 'ஐயர்' என்பதைக் கொண்டு நிலையான பணி செய்து நிலைத்தவர்கள் பலர். ஆரியத்தை எதிர்த்த புரட்சிக்கவிஞர் பாரதிதாசன்கூட பாரதியாரை 'ஐயர்' என்று அழைத்ததோடு மட்டுமல்லாமல் 'ஐயர்' என்றே எழுதியும் பேசியும் வந்துள்ளார். வித்துவசிரோமணி கணேசையர், டாக்டர் உ.வே. சாமிநாதையர் ஆகியோரை ஐயர் அடைகொண்டே தமிழ் உலகு போற்றிநிற்கிறது. கண்டமெங்கும் அகலித்த இன்றைய தமிழ் இலக்கிய உலகில் ஐயர் என்றால் அது பத்மநாப ஐயரைக் குறிப்பதாகிவிட்டது. பத்மநாபன் என்ற அவரது இயற்பெயர் கொண்டு அவரைத் தமிழுலகு கொண்டாடுவதில்லை.

பத்மநாப ஐயர் என்றும் அதிகம் கொண்டாடுவதில்லை. ஐயர் என்றே புகழ்ந்தேத்துகிறது. நூல்களைப் பதிப்பித்து, நூல்களைப் பாதுகாத்து, நூல்களை வெளியிட்டு, நூல்களை விநி-யோகித்து, நூலாசிரியர்களோடு உறவாடி, நூல்களே தனது வாழ்க்கை என்று வாழும் நவீன தமிழ் இலக்கியத்தின் அசாதாரண ஆளுமைமிக்க அடையாளமான பத்மநாபனை “ஐயர்” என்றே கொண்டாடுகிறது. “சாதாரண காரியங்களைத் தொடர்ந்து செய்து, அசாதாரணமான விளைவுகளை ஏற்படுத்த முடியும் என்று நிரூபித்த ஐயர் போன்ற அசாதாரணமான மனி-தர் வேறுயாரையும் எனக்குத் தெரியாது” என்று தமிழவன் குறிப்பிடுவது பொருத்தம்மிக்கது. ஈழத்துக் கவிஞர் ஒருவரும் “ஐயர்” என்றே தமிழ்த்தாயும் பதிவுசெய்வாள் என்று பின்வரு-மாறு பாடுகிறார்.

“மூச்சதுவும் பேச்சதுவும் ஈழமதன்/முழுமதியாம் தமிழ்ப்பொலிவே என்றுதினம்
வீச்சதுவே முதுமையிலும் பூண்டுநின்று/வீறுமிகு ஈழமணி இலக்கியத்தை
காச்சுகின்ற கருப்பணியும் நாணுமாறு/கைகளினால் கடல்தாண்டிக் கண்டமெல்லாம்
பாச்சுகின்ற பத்மநாப ஐயர்வாழ்க/பதிவுசெய்வாள் தமிழ்த்தாயும் “ஐயர்” என்றே.

ஞாயிறு இதழ்

“ஈழத்தின் தமிழ் வளர்ச்சிக்கு ஆறுமுக நாவலர் செய்த தொண்டை சிற்பத்துக்கு ஸ்ரீ நவரத்-தினம் செய்துள்ளார்” என்று எழுத்தாளரும் பத்திரிகையாளருமான கல்கியால் விதந்து கூறப்-பட்டவர் கலைப்புலவர் க. நவரத்தினம் அவர்கள். 1898 இல் இலங்கையின் வடபுலத்-தில் உள்ள வண்ணார்பண்ணை என்கிற கிராமத்தில் பிறந்த இவர் இலங்கை, இந்தியாவின் கலைகள், சிற்பங்கள் குறித்தும் சமயவியலிலும் குறிப்பாக சைவசித்தாந்தத்திலும் முக்கிய-மான நூல்களை எழுதியவர். இவர் எழுதி 1941இல் வெளியான “தென்னிந்திய சிற்பக் கலைகள்” என்கிற நூலே தமிழில் சிற்பக்கலைகள் குறித்து வெளியான முதலாவது விமர்சன நூல் என்று கருதப்படுகின்றது. இந்நூலைப்பற்றி கல்கி கூறும்போதே

“தமிழ்மொழிக்கு ஸ்ரீலஸ்ரீ ஆறுமுகநாவலர் அவர்கள் செய்த தொண்டை ஸ்ரீ நவரத்தினம் தமிழ்ச் சிற்பத்துக்குச் செய்திருக்கின்றார் என்று சொல்லலாம். தமிழ் நாட்டில் எந்தப் புத்த-கசாலையில் இந்த, அரிய புத்தகம் வைக்கப்படவில்லையோ, அந்தப் புத்தகசாலையை மூடி விடுவதே உத்தமமாகும்”

என்று குறிப்பிடுகின்றார். தொழில் முறையால் வணிகவியல் ஆசிரியராகக் கடமையாற்-றிய இவர் தமிழில் வணிகவியல் குறித்து முதலில் நூல்களை எழுதியவராகவும் குறிப்பிடப்-படுகின்றார். காலனித்துவ காலத்தில் விடுதலை உணர்வொன்று பரவியிருந்த காலப்பகுதி-யில் சுதேச சிந்தனைகளும், இன உணர்வும் மிளிரப்பெற்றவராக இருந்தவர்களில் ஒருவராக நவரத்தினம் அவர்களும் இருந்தார். இலங்கை பிரித்தானியர் ஆட்சியில் இருந்து விடு-தலை பெற்றபோதும் மக்கள் சிந்தனையளவில் காலனித்துவத்துக்கு அடிமைப்பட்டே இருந்-தனர். இதிலிருந்து விடுபட்டு சுதேசக் கலைவடிவங்களையும் பண்பாட்டையும் மக்களிடத்தில் கொண்டுசெல்லவேண்டும் என்கிற பிரக்ஞை பூர்வமான தெளிவு அவரிடம் இருந்தது. 1954 இல் ஈழகேசரி பொன்னையா நினைவு வெளியீட்டு மன்றத்தால் வெளியிடப்பட்ட “இலங்-

கையில் கலை வளர்ச்சி'' நூலின் முன்னுரையில் அவர் முன்வைக்கின்ற கருத்தானது இன்றளவும் கவனத்திற்கொள்ளத்தக்கது.

"நாட்டில் கலாசார வாழ்வு மறுமலர்ச்சி அடைய வேண்டுமெனின், இந்நிலை (இதற்கு முன்னைய பந்தியில் "இலங்கை மக்களாகிய நாம், எமது பண்டைய நாகரிகச் சிறப்புகள் யாவற்றையும் மறந்து, பிறநாட்டு நாகரிகத்தில் மயங்கி வாழ்கிறோம்'' என்று குறிப்பிடுகிறார். அதுவே ''இந்நிலை'' என்பதால் குறிப்பிடப்படுகின்றது — இக்கட்டுரை ஆசிரியர்) மாறுதல் அடையவேண்டும். இலங்கையின் பூர்விக சரித்திர வரலாற்றையும் கலைவளர்ச்சியையும் எடுத்துக்கூறும் நூல்கள் நாட்டில் தோன்றுதல் வேண்டும். இக்கால ஆராய்ச்சி முறைகளைப் பின்பற்றித் தமிழிலும் சிங்களத்திலும் கலை, சமயம், கலாசாரம், சரித்திரம் முதலிய துறைகளிற் பல நூல்கள் வெளிவருதல் வேண்டும். இலங்கையின் சரித்திர நூல்கள் சிறந்த முறையில் இன்னும் எழுதப்படவில்லை. இன்று காணப்படும் சரித்திர நூல்கள் யாவும் பள்ளிக்கூட மாணவர்களின் தேவைக்காகச் சுருக்கமாக எழுதப்பட்டனவேயாகும். அவையும் பெரும்பாலும் ஆங்கில மொழியிலேயே ஆக்கப் பெற்றிருக்கின்றன.''

இந்நூல் வெளிருவதற்கு முதற்கொண்டே இத்தகைய நிலைப்பாட்டிலேயே நவரத்தினம் அவர்கள் இருந்திருக்கின்றார் என்பதனை அவரது எழுத்துகள் மற்றும் அவற்றின் உள்ளடக்கத்தின் ஊடாக அறிந்துகொள்ளக் கூடியதாக இருக்கின்றது. அவரது வீட்டில் சமயம், கலை, தத்துவஞானம், சரித்திரம் சம்பந்தமான 2000 புத்தகங்களை சேகரித்தும் ஒன்பது அலமாரிகளில் அடுக்கி வைத்திருந்ததாக நான் கண்ட கலைப்புலவர் நூலை எழுதிய கா. மாணிக்கவாசகர் பதிவு செய்கின்றார். இந்தப் பின்னணியும், கலை வளர்ச்சி பற்றிய ஆர்வமும் கொண்டிருந்த நவரத்தினம் அதே கருத்தியல் பின்னணியுடன், தன்னிடமிருந்த பெரும்பாலான நூல்களையும் வழங்கி, அறிவுத்தேடலுக்கான அமைப்பாக 1930 டிசம்பர் மாதம் 5ம் திகதி உருவாக்கியதே கலா நிலையம் என்கிற அமைப்பாகும். இதன் தலைவராக பரமேஸ்வராக் கலாசாலைத் தலைவராக இருந்த சு. நடேசபிள்ளை அவர்களும் செயலாளராக க. நவரத்தினம் அவர்களும் இருந்துள்ளனர். அத்துடன் அதன் சிறப்பு வகை அங்கத்தினர்களாக சுவாமி விபுலானந்தர், சுவாமி ஞானப்பிரகாசர், டாக்ரர் அன்றியாஸ் நெல், முதலியார் செ. இராசநாயகம் (Ancient Jaffna நூலாசிரியர்) ஆகியோர் இருந்துள்ளனர். கலா நிலையம் அடிப்படையில் மூன்று நோக்குகளைக் கொண்டிருந்ததாகத் தெரிகின்றது. அவையாவன,

இலக்கியம், தத்துவஞானம், பௌதிக சாஸ்திரம், ஓவியம், நாகரிகம், சரிதம் என்னும் இவற்றில் இந்தியாவும் இலங்கையும் அடைந்த பெறுபேறுகளை ஆராய்ந்தறிதல்

இவற்றை இக்கால ஆராய்ச்சி முறையில் விளக்குதல்

கலைகளின் புத்துயிர்ப்புக்கும், நாட்டின் நோக்கங்கள் கைகூடுவதற்கும் முயலுதல்

1930களில் கலா நிலையம் ஆரம்பிக்கப்பட்டபோது நிலவிய அரசியல், சமூக, பண்பாட்டுப் பின்னணிகளுடன் வைத்து நோக்குகின்றபோது கலா நிலையம் எத்தனை தீர்க்கமான முன்னெடுப்புகளுடன் ஆரம்பிக்கப்பட்டது என்பதைப் புரிந்துகொள்ளக் கூடியதாக இருக்கும். கலா நிலையம் தன்னிடத்தில் மிகப்பெரிய நூலகம் ஒன்றினைக் கொண்டிருந்தது. அத்துடன் அங்கே இலக்கியம், தத்துவம், கலை, சமயம், பொருளாதாரம் போன்ற தலைப்புகளில்

தொடர்ச்சியாக விரிவுரைகளும் இடம்பெற்றிருக்கின்றன. அன்றைய காலத்தில் வாழ்ந்த முக்கியமான ஆளுமைகள் அங்கே வந்து விரிவுரையாற்றியிருக்கின்றனர். அதன் இரண்டாவது ஆண்டு அறிக்கையின் படி, அவ்வாண்டில் மாத்திரம் தமிழில் 21 விரிவுரைகளையும், ஆங்கிலத்தில் 3 விரிவுரைகளையும் அது ஒருங்கிணைத்திருக்கின்றது என்று தெரிகின்றது. அத்துடன் அதன் நூல் நிலையத்தில் 1035 நூல்கள் இருந்திருக்கின்றன என்றும் அவற்றில்

தமிழ் நூல்கள் 421 ஆங்கில நூல்கள் 614

ஏட்டுப் பிரதிகள் 41 அச்சில் இல்லாத தமிழ் நூல்கள் 76

அச்சில் இல்லாத ஆங்கில நூல்கள் 92 என்றும் பட்டியலிடப்பட்டுள்ளது.

கலா நிலையத்தின் நோக்குகளை முன்னெடுக்கும் நோக்குடன் 1933 இல் அவர்களால் ஆரம்பிக்கப்பட்ட இதழே ஞாயிறு ஆகும். ஞாயிறு அதன் உள்ளடக்கத்தால் மட்டுமன்றி அதன் தோற்றத்தின் பின்னணியாலும் முக்கியமானது என்பதனால் அதனை சற்றே விரிவாக அலசவேண்டியது அவசியமானதே. கலா நிலையத்தின் இரண்டாவது ஆண்டு அறிக்கையில் ஞாயிறு இதழின் அறிமுகமாகக் கொள்ளத்தக்கதாக பின்வரும் பகுதி அமைகின்றது.

"தமிழ்க் கலை ஆக்கத்தின் பொருட்டு முயலுதற்குச் சிறந்த தமிழ் வெளியீடு ஒன்று இன்றியமையாத கருவியாகும். ஆதலினால், ஒரு சிறந்த தமிழ் இதழ் வெளியிடவேண்டுமென்பது எங்கள் நோக்கங்களிலும் ஒன்றாய் இருந்தது. இந்நோக்கம் நிறைவேறுவதற்கேற்ற பொருத்தங்கள் சில வாய்ப்புற்றமையை நினைத்து நாம் மகிழ்ச்சியடைதல் வேண்டும். "ஞாயிறு" என்னும் பெயருடன் இரு திங்கட்கொருமுறை ஒவ்வொரு பெரும் பொழுதிலும் வெளிவரும் சிறந்த செந்தமிழ்க் கட்டுரை வெளியீடு ஒன்று அச்சிடப்பட்டு வருகின்றது. இளவேனிற் காலமாகிய சித்திரைத் திங்கள் முதல் வாரத்தில் முதற்கதிர் வருமென எதிர்பார்க்கின்றோம். "

ஞாயிறு ஆரம்பம் முதலே தனக்கென ஒரு உள்கட்டுமான ஒழுங்கினைச் செய்திருந்தது என்பதை அதன் நிர்வாக ஒழுங்கிற்கு நல்லதோர் சான்றெனக் கொள்ளலாம்.

தனக்குரிய குறிக்கோளினையும் தனது வகிபாகம் என்னவென்பதையும் தீர்க்கமாக முன்வைத்திருந்த ஞாயிறு இதழ் அதற்கேற்ற உள்ளடக்கத்துடனேயே வெளியாகியது. கலா நிலையம் ஆரம்பிக்கப்பட்டு, ஞாயிறு இதழ் ஆரம்பிக்கப்படுவதை ஒட்டிய காலப்பகுதிகளில் இலங்கையின் பத்திரிகைத்துறையில் ஏற்பட்ட வளர்ச்சிகளை இங்கே நோக்குவதும் பொருத்தமானதே. தினகரன் பத்திரிகையின் முன்னாள் ஆசிரியர்களில் ஒருவராக இ. சிவகுருநாதன் "இலங்கையில் தமிழ்ப் புதினப் பத்திரிகையின் வளர்ச்சி" என்கிற நூலில் பதிவுசெய்வதன்படி 1930 இலிருந்து 1932 மார்ச் மாதம் தினகரன் பத்திரிகை ஆரம்பிக்கும்வரை பஞ்ச சக்தி, தினத்தபால், ஈழகேசரி, வீரகேசரி, தமிழர் தொண்டன், தொழிலாளி, ஜனதர்ம போதினி, கமத்தொழில் விளக்கம், தப்லிக்குள் இஸ்லாம், லங்கா, தமிழன், தேசபக்தன் ஆகிய பத்திரிகைகள் ஆரம்பிக்கப்பட்டிருக்கின்றன. இலங்கையில் இனங்களுக்கிடையிலான முரண்பாடுகள் உணரப்பட்டும் அதிகமாகிக்கொண்டுமிருந்த இந்தக் காலப்பகுதியில் தொடங்கிய இதழ்கள் தெளிவான கருத்தியல் பின்னணியுடனேயே இயங்கியிருக்கின்றன என்பதனையும் இந்த நூலினூடாக அறிந்துகொள்ளமுடிகின்றது. அந்த அடிப்படையில் ஞாயிறு இலங்கையர் என்கிற அடையாளத்துக்கும், தமிழர் என்கிற அடையாளத்துக்கும் இடையில் தனது நிலையை எவ்விதம் முன்னிறுத்தியது என்பது உறுதியாகத் தெரியாதபோதும், அது கலை, இலக்கியம்

பற்றிய ஆய்வுகளை முன்னெடுப்பதிலும் வரலாற்றினூடாகவும் பண்பாட்டு வரலாற்றைப் பற்றிய புரிதலை உருவாக்குவதிலும், காலனித்துவகாலம் ஏற்படுத்திய அடிமைத்தனத்திலிருந்து மக்களை விடுதலை பெறச்செய்வதிலும் நவீன ஆய்வுகளைக் கைக்கொண்டு முயன்றது என்பது தெளிவாகின்றது. ஞாயிறு இதழுக்கான ஆக்கங்களை வழங்குவோருக்கான அறிவுறுத்தலைப் பின்வருமாறு அது பிரசுரித்திருக்கின்றது:

கட்டுரை அனுப்பும் அன்பர்கள் தமிழ்மக்கள் வரலாறு, ஏனையோர் வரலாறு, தமிழ் இலக்கிய இலக்கண நூலுரைகள், பக்தி ஞான நூலுரைகள், சம்ஸ்கிருத காவிய அலங்கார நாடகங்கள், தத்துவ தருக்க நூலுரைகள், சங்கீத சித்திர சிற்பக் கலைகள், மேற்றிசை நவீன பௌதீக நூல்கள் முதலான பொருள்களைக் குறித்து இஞ்ஞான்றை அறிவொளியால் சரித்திர முறையில் ஆராய்ச்சி உரைகளால் வரைந்தனுப்புவார்களாக.

அந்த வகையில் ஞாயிறு ஒரு ஆய்விதழுக்காக தரத்தையும், வரையறையையும் கொண்டிருந்ததை அறியமுடிகின்றது.

இக்கட்டுரையை எழுதுவதற்காக ஞாயிறு இதழ்களைத் தேடியபோது நூலக நிறுவனத்தால் (http://www.noolaham.org) ஆவணப்படுத்தப்பட்டுள்ள 1933 ஆனி-ஆடி, 1933 ஆவணி-புரட்டாதி, 1933 ஐப்பசி-கார்த்திகை, 1933 மார்கழி-1934 மாசி ஆகிய காலப்பகுதிகளுக்குரிய 4 இதழ்களே எனது அணுக்கத்துக்குக் கிடைத்தன. சந்தாதாரர்களை பிரதானமாக நம்பியே ஆரம்பிக்கப்பட்ட ஞாயிறு இதழ், சந்தாதாரர் ஒழுங்காக பணம் செலுத்தாமையினால் அதன் இரண்டாவது இதழ் முதலே மிகுந்த சிரமத்துடனேயே வெளிவந்திருப்பது தெரிகின்றது. அதன் ஐந்தாவது இதழிலேயே தேக்கம் ஒன்று ஏற்பட்டு இரண்டு காலப்பகுதிகளுக்கான இதழ்கள் இணைந்து ஓரிதழாகவே வெளியாகி இருக்கின்றன. அது தொடர்பான விளக்கமும் அந்த இதழில் காணக்கிடைக்கின்றது. ஞாயிறு தனது உள்ளடக்கத்தில் மிகவும் தரமான ஆக்கங்களையே பிரசுரித்து வந்ததால் அந்நாளைய தீவிர வாசகர்களுக்கும், ஆய்வாளர்களுக்குமே இந்த இதழ் தேவையானதாகவிருந்திருக்கும் என்பதுவும் அதன் விற்பனை மற்றும் பரம்பலில் தாக்கம் செலுத்தியிருக்கக் கூடும். அதேநேரம் அதில் அந்நாளைய முக்கியமான அறிஞர்கள் பலரும் எழுதிய வாசகர் கடிதங்கள் பிரசுரமாகி இருப்பதனால் அது அறிஞர்கள் மத்தியில் நன்கு அறியப்பட்டிருந்தது என்பதுவும் புலனாகின்றது.

தனது ஒவ்வொரு இதழிலும் சிற்பங்களின் படங்களைப் பிரசுரிப்பதையும் அது பற்றிய சிறுகுறிப்பினை எழுதுவதையும் ஞாயிறு வழக்கமாகக் கொண்டிருந்தது. அகத்தியர், கௌதம புத்தரின் பரிநிர்வாணம், புலத்திய முனிவரின் உருவச் சிலை, புத்தபகவான் ஆகிய படங்களும் சிறுகுறிப்புகளும் இவ்வாறு பிரசுரமாகியிருக்கின்றன. சிற்பக் கலை தொடர்பான கௌதம புத்தரின் பரிநிர்வாணம் அதன் மூன்றாவது இதழில் வெளியான கட்டுரை முக்கியமான ஒன்றாகும். அதுபோல ஞாயிறு இதழ்களில் வெளியான மிக முக்கியமான கட்டுரைகளில் ஒன்றாக 1933 ஐப்பசி-கார்த்திகை இதழில் இடம்பெற்றுள்ள ''பராக்கிரமபாகுவின் உருவச்சிலையன்று, மற்று ஒரு முனைவரின் உருவச் சிலையே'' என்கிற கட்டுரையைக் குறிப்பிடமுடியும். பொலநறுவை பொற்கல் விகாரைக்கு அருகாமையில் அமைந்திருக்கின்ற நின்ற கோலத்திலிருக்கின்ற சிலையானது முதலாம் பராக்கிரமபாகுவின் சிலை என்றே பரவலாக நம்பப்பட்டுவருகின்றது. ஆயினும் வரலாற்றாய்வாளர்கள் காலத்துக்கு காலம் அது பராக்கிரமபாகுவின் சிலை அல்ல என்று மறுத்துரைத்திருக்கின்றனர். இன்று, அது பராக்கிரமபாகுவின் சிலை

அல்ல என்பது ஆய்வாளர்களால் பெரும்பாலும் ஏற்றுக்கொள்ளப்பட்டாலும், ஞாயிறில் 1933 இலேயே இது தொடர்பான ஆய்வினைச் செய்வதாக இக்கட்டுரை அமைகின்றது. அச்-சிலை பராக்கிரமபாகுவின் சிலை அல்ல என்பதை மறுத்துரைக்கின்ற அதேவேளை, அது அகத்தியர் சிலையாக இருக்கக்கூடும் என்கிற வாதத்தையும் நிராகரிக்கின்ற இக்கட்டுரை அது "முனிவர்" ஒருவரது சிலையாக இருக்கலாம் என்கிற வாதத்தை முன்வைக்கின்றது. இக்கட்டுரை புறவயமாக, ஆய்வுநோக்குடன் எழுதப்பட்டிருப்பது இன்றளவும் அதனை ஆர்-வத்துடன் படிக்கத்தூண்டுகின்றது. துரதிஸ்ரவசமாக இந்தக் கட்டுரையை எழுதியவரது பெயர் இதழில் இடம்பெறவில்லை.

சென்னை அரசினர் பள்ளிச்சங்கத்தினரால் ஒப்புக்கொள்ளப்பட்ட பாடத்திட்டத்தில் பண்-டைத் தமிழரின் நெசவுத்திறனைப் பற்றி கூறும் கட்டுரையொன்றில் சிலப்பதிகாரம் உள்ளிட்ட பழந்தமிழ் இலக்கியங்களை ஆதாரம் காட்டி எலிமயிர்ப் போர்வை செய்கின்ற அளவு நுட்-பமான திறன் இருந்ததாகவும், எலிமயிர்ப் போர்வை என்று ஒன்று இருந்ததாகவும் குறிப்-பிடப்பட்டிருந்திருக்கின்றது. அந்நாளையை உரைகாரர்கள் பலரும் அவ்விதமான பொரு-ளைக் கையாண்டும் இருந்திருக்கின்றனர். இந்தப் பின்னணியில் எலிமயிர்ப் போர்வை என்று ஒன்று அந்நாளில் செய்யப்படவில்லை என்பதை வலியுறுத்தி இதனைப் பள்ளிச்சங்கத்துக்கு எடுத்துரைக்கும் நோக்குடன் ஞாயிறுக்கு அனுப்பப்பட்ட கடிதங்களின் சுருக்கம் ஞாயிறில் வெளியிடப்பட்டிருக்கின்றது. எலிமயிர்ப் போர்வை என்று ஒன்று இருந்திருக்கவில்லை என்-பதை ஏற்றுக்கொள்ளுக்கின்ற இந்த அறிஞர்கள், எலிமயிர்ப் போர்வை என்ற பதம் எப்படி உருவானது என்பது குறித்து ஞாயிறின் இரண்டாவது, மூன்றாவது இதழ்களில் எழுதியிருக்-கின்றனர். காஞ்சிபுரம் வே. ஸ்ரீநிவாச முதலியார், சேனாபதி நடேசமுதலியார் ஆகியோர் எழுதிய கட்டுரைகளைத் தொடர்ந்து ஈழத்தில் பயிலப்பட்ட சொல்வழக்குகளை வைத்து செ. இராசநாயகம் எழுதிய விரிவான கட்டுரை வெளியிடப்பட்டிருக்கின்றது. நான்காவது இதழில் சுவாமி ஞானப்பிரகாசர் எழுதியுள்ள செம்மலியும் கம்பலமும் என்கிற கட்டுரையையும் இந்த உரையாடலின் தொடர்ச்சியாகக் கொள்ளமுடியும்.

திருக்கோணமலை க. விசுவலிங்கம் என்பவர் எழுதிய "சாங்கிய தத்துவ ஆராய்ச்சி" என்கிற கட்டுரை அதன் முதல் நான்கு இதழ்களில் வெளியாகி நிறைவடைந்திருக்கின்றது. இக்கட்டுரையை வாசிக்கின்றபோது இக்கட்டுரை ஆசிரியர் திருக்கோணமலை க. விசுவ-லிங்கம் என்பவர் சாங்கிய இலக்கியத்திலும், சாங்கிய தத்துவத்திலும், மதங்களினது வரலாறு பற்றியும் அவற்றின் தத்துவங்கள் பற்றியும் ஆழ்ந்த புலமை கொண்டவர் என்பது புலனா-கின்றது. சாங்கியம் பற்றிய அறிமுகம் எனக்கு தேவிபிரசாத் சட்டோபாத்யாயா ஊடாகவே நிகழ்ந்தது. இந்தியத்தத்துவம் பற்றிய இந்தியர்களது ஆய்வுகள் அனேகம் 1950களிலேயே நடந்ததாகவும், அதன் மூலகர்த்தாக்களில் ஒருவர் தேவிபிரசாத் சட்டோபாத்யாயா என்-றுமே படித்திருக்கின்றேன். அப்படியிருக்கின்றபோது 1933 இலேயே இத்தனை விளக்கமா-கவும், ஆழமாகவும் கட்டுரையொன்று ஈழத்தவர் ஒருவரால் எழுதப்பட்டிருக்கின்றது என்-பது வரலாற்று முக்கியமானது. இந்தக் கட்டுரை தொடர்பாக மாத்திரமல்ல, இக்கட்டுரையை எழுதிய திருக்கோணமலை க. விசுவலிங்கம் என்பவர் கூட இன்னும் தெரியப்படவில்லை என்பது வருத்தத்துக்குரியது.

ஞாயிறு இதழ்களில் தொடர்ந்து எழுதியவர்களின் சுவாமி ஞானப்பிரகாசரும் ஒருவர். ''சொற்களின் வரலாறு'' என்று அவர் எழுதிய தொடர் கட்டுரைகளில் கொடுத்தலும் வாங்கலும், தொன்மை போன்ற சொற்களின் வரலாறு பற்றி எழுதியுள்ளார். முன்னர் குறிப்பிட்ட செம்மலியும் கம்பலமும் என்கிற கட்டுரையும் இந்த விடயப் பரப்பினைச் சார்ந்ததுவே. ''பெருங்காப்பிய ஆராய்ச்சி'' என்பது ஞாயிறில் இடம்பெற்ற இன்னொரு தொடர். இதனை அப்போது யாழ் மத்திய கல்லூரி அதிபராக இருந்த வியாகரண மஹோபாத்தியாயர் வை. இராமசாமி சர்மா அவர்கள் எழுதியிருக்கின்றார். இத்தொடர் தமிழ்க் காப்பியங்கள் பற்றியும் காப்பியம் பற்றியும் ஆராய்கின்ற அதேநேரம் மணிமேகலையை முன்னிறுத்திய ஆய்வாகவும் அமைகின்றது.

தொடர்கட்டுரைகளுக்குக் கொடுத்த முக்கியத்துவம் போல ஞாயிறில் ஒவ்வொரு இதழிலும் நிறைவான பல கட்டுரைகளும் மிகப்பெரிய வீச்சுடன் அமைந்திருப்பது இன்னொரு முக்கிய அம்சமாகும். அதன் வெவ்வேறு இதழ்களில் இடம்பெற்ற ''சார்ள்ஸ் டார்வின் என்பாரும் உயிர்களின் உருவத்தோற்றத்தைப் பற்றிய அவரது கொள்கையும்'' என்கிற தா. ஆபிரகாம் எழுதிய கட்டுரையும், ''உரோமரின் வாழ்க்கை வரலாறு'' என்கிற ரி. இராமநாதனின் கட்டுரையும் ''சங்ககாலத்துத் தெய்வ வழிபாடு'' என்கிற சுவாமி விபுலானந்தரின் கட்டுரையும், ''தமிழகத்துத் தர்க்கநூல் வளர்ச்சி'' என்கிற திரு. பொ. கைலாசபதியின் கட்டுரையும், சாளுக்கிய அரசர்களின் சிற்பக் கோயில்கள் என்கிற திரு. சி.கு. நாராயணசாமி முதலியாரின் கட்டுரையும், யோகதர்சனம் என்கிற திருக்கோணமலை க. விசுவலிங்கம் எழுதிய கட்டுரையும் இவ்வகையில் முக்கியமானவை. பன்மணிக்கோவை என்கிற பகுதியில் தமிழரின் அரங்கமேடை என்பது பற்றி வருகின்ற விவரணம் இன்றைய திரைப்படங்களுடனும் ஒப்பிட்டு நோக்கக்கூடியது. ஆரம்பகால தமிழ்நாட்டு நடிகர்கள் ஒவ்வொரு கதையையும் பலபாகங்களாகப் பிரித்து அவற்றில் என்ன என்ன ரசங்கள் நிறைந்திருக்கின்றன என்று அவதானித்து அதன் அடிப்படையிலேயே காட்சி அமைப்பையும் உரையாடல்களையும் பாடல்களையும் மெட்டுக்களையும் அமைத்தனர் என்றும் சிருங்காரம், சோகம், வீரம், ஹாஸ்யம் என்கிற ரசங்கள் முக்கியமானவையாக உணரப்பட்டு காட்சிகள் அமைக்கப்பட்டன என்று இப்பகுதி கூறுகின்றது. ஆரம்பகாலத் திரைப்படங்களில் நேரடியாக இருந்த இந்த உத்தி இன்றும் கூட தாக்கம் செலுத்துகின்றது என்பது உண்மையே.

இதழ்கள் வரும்போது அவற்றின் பக்கங்களை இதழ்களுக்கு இதழ் தொடர்ச்சியாக வழங்குவது அந்நாளைய மரபாக இருக்கவேண்டும். அதாவது, முதலாவது இதழ் நூறு பக்கங்களுடன் நிறைவுற்றால் அடுத்த இதழ் நூற்றியொராவது பக்கத்துடன் ஆரம்பிக்கும். இந்த மரபு ஞாயிறிலும் பின்பற்றப்பட்டிருக்கின்றது. அச்சுத்துறை வளரத் தொடங்கிய ஆரம்பகாலங்களில் வெளிவந்த இதழ் என்பதால் அதன் எழுத்துருக்கள் இன்னொருவிதமான ஆய்வுக்கு உட்படுத்தப்படவேண்டியன. அதுபோல நூலில் கிடைக்கின்ற விளம்பரங்களிலும் அறிக்கைகளும் உள்ள புத்தகங்களினதும் பத்திரிகைகளினதும் இதழ்களினதும் பெயர்கள் பட்டியலாக்கம் செய்யப்படவேண்டியன. இக்கட்டுரையை வாசிப்பவர்களுக்கு புரிதலை ஏற்படுத்தும் முகமாக சில விளம்பரங்கள் இக்கட்டுரையுடன் இணைக்கப்பட்டுள்ளன.

இக்கட்டுரைத் தொடருக்காக ஈழத்தின் ஆரம்பகால இதழ்களைத் தொடர்ச்சியாக வாசித்-துவருபவன் என்றவகையில் ஞாயிறு எனக்கு பெரும் ஆச்சரியத்தைத் தந்த இதழ் என்றே சொல்லவேண்டும். ஞாயிறு என்று ஒரு பத்திரிகை வெளியானது என்பதனை மங்களம்மாள் மாசிலாமணி பற்றியும் கலைப்புலவர் க. நவரத்தினம் பற்றியும் தேடுதல்களில் ஈடுபட்டபோது அறியக்கிடைத்தது. ஆயினும் அதன் வீச்சம் இத்தனை வீரியமாக இருந்திருக்கும் என்று நினைக்கவில்லை. க. நவரத்தினம், சுவாமி விபுலானந்தர், சுவாமி ஞானப்பிரகாசர், செ. இராசநாயகம், சு. நடேசபிள்ளை, பண்டிதர் கா.பொ. இரத்தினம் என்கிற பெரும் ஆளுமை-கள் இந்த இதழ்களில் பங்கேற்றுள்ளார்கள். திருக்கோணமலை க. விசுவலிங்கம் என்பவர் பற்றி இதுவரை அறிந்திலன் எனினும் அவர் பற்றிய தேடலுக்கான உந்துதல் ஏற்பட்டுள்ளது. இந்த இடத்தில் இதுபோன்ற நூல்களை ஆவணப்படுத்தி இலகுவான அணுக்கத்துக்கு வழிச-மைத்துத் தரும் நூலக நிறுவனத்துக்கும் என் நன்றிகள். அதற்குமப்பால் ஞாயிறு இதழ்களை முழுமையாகத் தொகுக்கவும் அவற்றை முறையாக ஆய்வுசெய்து மீள்பதிப்பிக்கவும் வேண்டி-யது முக்கியமானது. அதுபோலவே ஞாயிறில் எழுதியவர்களில் அறியப்பட்ட பெயர்கள் தவிர ஏனையவர்கள் குறித்த விபரங்களைத் திரட்டுதலும் அவசியம். ஞாயிறு என்ன நோக்கிற்கா-கத் தொடங்கப்பட்டதோ அதற்கான எல்லாத் தேவைகளும் இப்போதும் இருக்கின்றன.

இளங்கதிர்

கல்விப்புலம் சார்ந்த வெளியீடுகளில் பல்கலைக்கழகங்களின் ஊடாக வெளிவருகின்ற இதழ்-களுக்கு தனித்துவமாக வரவேற்பு எப்போதுமே உண்டு. ஆய்விதழ்களாகவும், பருவ இதழ்-களாகவும் பல்கலைக்கழகங்கள் செய்யும் வெளியீடுகள் பற்றிய பரிச்சயம் எம்மில் பலருக்கு நிச்சயமாக இருக்கும். இந்த வகையில் 1948 ஆம் ஆண்டு முதல் பேராதனைப் பல்கலைக்-கழகத்தின் தமிழ் சங்கத்தால் வெளியிடப்படும் "இளங்கதிர்" என்கிற ஆண்டுமலர் "தமிழ் இலக்கியம் பண்பாடு ஆகியவற்றை வளர்ப்பதையும், தமிழறிவைப் பரப்புவதையும் கலை ஆக்கங்களை ஊக்குவிப்பதையும் பிரதான நோக்கமாகக்கொண்டு இச்சஞ்சிகை வெளியிடப்-படுகின்றது" எனும் நோக்குடன் வெளியாகின்றது.

குறிப்பாக பெரியளவில் இதழ்களோ, பத்திரிகைகளோ வெளிவரத்தொடங்கியிராத 1948 ஆம் ஆண்டிலிருந்தே பல ஆய்வுக்கட்டுரைகளையும், இன்றளவும் முக்கியம் வாய்ந்தவை-யாகக் கொண்டவையாக இருக்கின்ற ஆக்கங்களையும் உள்ளடக்கி இளங்கதில் வெளி-யாகியிருக்கின்றது. இந்தக் காலப்பகுதியில் இலங்கையில் பல்கலைக்கழகங்களில் மிகக் குறைவான மாணவர்களே கற்றுவந்தனர். குறிப்பிட்ட சில துறைகளிலேயே பல்கலைக்கழக வகுப்புகளும் இடம்பெற்றனர். இதனால் நிறைய மாணவர்கள் இந்தியா சென்று கற்கின்ற நிலைமையே அப்போது வழமையாக இருந்தது. இப்படியான சூழலில் "தமிழ் இலக்கியம் பண்பாடு ஆகியவற்றை வளர்ப்பதையும், தமிழறிவைப் பரப்புவதையும் கலை ஆக்கங்களை ஊக்குவிப்பதையும் பிரதான நோக்கமாகக்கொண்டு இலங்கைப்பல்கலைக்கழகம் தோன்றுவ-தற்கு 16 ஆண்டுகளுக்கு முன்னர் இலங்கைப்பல்கலைக்கழகக் கல்லூரியில் தமிழ்ச்சங்கம் ஒன்று ஆரம்பிக்கப்படுகின்றது" என்று 2000 ஆம் ஆண்டு மலரின் பெரும் தலைவர் உரையில் குறிப்பிடப்படுகின்றது. இச்சங்கம் 1926 ஆம் ஆண்டு உருவாக்கப்பட்டதை 1950

ஆம் ஆண்டு இதழில் இளங்கதிர் பற்றி இருக்கின்ற ஆக்கம் ஒன்றில் இருந்தும் உறுதி செய்யமுடிகின்றது.

இவ்வெளியீடுகள் கலை இலக்கியத் துறை சார்ந்தவையாகவே ஆரம்பிக்கப்பட்டபோதும் பிற்காலத்தில் விஞ்ஞான, விவசாய, பொறியியல், மருத்துவ, பல்மருத்துவ, கால்நடை வைத்தியத்துறைகளைச் சேர்ந்தவர்களது ஆக்கங்களும் இளங்கதிரில் இடம்பெற்றிருக்கின்றன. ஆனால் இதழ்களைத் திரும்பிப் பார்க்கின்றபோது கலை இலக்கியத் துறை தவிர பிறதுறைகளைச் சார்ந்தவர்களும் இளங்கதிரில் பங்காற்றியபோதும் அவர்களது துறைசார்ந்த விடயங்களையோ, கட்டுரைகளையோ பெரியளவில் எழுதியதாகத் தெரியவில்லை. இதனால் ஒருவிதத்தில் ஓர் ஆய்விதழ் தரத்தில் இருக்கவேண்டிய — ஆரம்ப காலங்களில் இருந்த இளங்கதிர் பிற்காலங்களில் ஆண்டுமலர்களின் உள்ளடக்கத்திற்கும் ஆய்விதழ்களின் உள்ளடக்கத்திற்கும் இடையில் தடுமாற்றமாக நிற்கின்றதாக வகையில் அமைந்துவிடுகின்றது. ஆரம்பத்தில் இலங்கைப் பல்கலைக்கழகத்தின் தமிழ்ச்சங்கம் என்று அழைக்கப்பட்டபோதும் பின்னர் பேராதனைப் பல்கலைக்கழகத்தின் தமிழ்ச்சங்கம் என்றே குறிப்பிடப்படுகின்றது..

எனது பார்வைக்குக் கிடைத்த ஆகப்பழைய இதழானது 1950/51 ஆம் ஆண்டு வெளியான 3வது இளங்கதிர் இதழாகும். இந்த இதழில் இருக்கின்ற "இலண்டனில் கீழைத்தேச மொழிக்கல்வி" என்கிற சு. வித்தியானந்தன் எழுதியுள்ள கட்டுரை இக்காலத்திற்கும் ஏற்புடையதான கருத்துகளைக்கொண்டிருக்கின்றது. குறிப்பாக கீழைத்தேச மொழி ஆராய்ச்சிக்காக மேலைத்தேசத்துக்காக ஏன் போகவேண்டும் என்கிற அவரது வாதம் அக்காலத்தில் பண்டிதமரபினருக்கும் பல்கலைக்கழக மரபினருக்கும் இடையில் இருந்த விவாதங்களின் தொடர்ச்சியாக அமைந்திருக்கலாம். அது போலவே அ. சந்தியாப்பிள்ளை எழுதிய "சிங்களமொழியில் தமிழ் மொழி" என்கிற கட்டுரையும் கவனத்தை ஈர்க்கின்றது. ஆயினும் சொற்பிறப்பு பற்றிய ஆய்வுகள் பெருமளவு முன்னேற்றமடைந்துவிட்ட இன்றையகாலப்பகுதியில் இக்கட்டுரையின் பல கருத்துகள் ஏற்றுக்கொள்ளமுடியாதவையாகவும் மிகவும் மேலோட்டமானவையாக அமைந்துவிடுகின்றன.

இந்த இதழுக்கு அடுத்ததாக பார்வைக்குக் கிடைத்த இதழ் 1953-54 ஆம் ஆண்டு வெளியான 6 ஆவது இதழாகும். இந்த இதழில் "சமணத்துறவிகள் தமிழுக்காற்றிய தொண்டு" என்கிற மிக நீண்ட, முக்கியமான கட்டுரை "ஈசன்" என்கிற பெயரில் எழுதப்பட்டிருக்கின்றது. இந்த இதழின் முக்கியமான கட்டுரையென்று அதையே குறிப்பிடமுடிகின்றது.

இதற்கு அடுத்ததாகப் பார்வைக்குக் கிடைத்த 1956/57ம் ஆண்டுக் காலப்பகுதிக்குரிய இளங்கதிர் (மலர் 9) பல்வேறு விடயங்களில் முக்கியத்துவம் வாய்ந்த ஆக்கங்களைக் கொண்டிருக்கின்ற தனித்ததொரு ஆவணத்தொகுப்பாக மிளிர்கின்றது. 1956 ஆம் ஆண்டு கொண்டுவரப்பட்ட தனிச்சிங்கள ஆட்சிமொழிச்சட்டம் பற்றியும் அதனைத் தொடர்ந்து இடம்பெற்ற கலவரம் பற்றியும் இவை தொடர்பான இளங்கதிரின் நிலைப்பாடு பற்றியும் இந்த இதழின் ஆசிரியர் குறிப்புகளில் கூறப்படுகின்றது. தனிச் சிங்களச்சட்டத்தைத் தொடர்ந்து, பல்கலைக்கழகத்தின் ஆசிரியர்பீடம் ஆங்கிலத்தை போதனாமொழியாக்கியதை வரவேற்றுள்ள அதேநேரம், பல்கலைக்கழக மாணவர்கள் அனைவரும் சிங்களத்தைக் கட்டாயமாகக் கற்கவேண்டும் என்ற செனட் முடிவினை பாரபட்சமானதென்றும் கூறுகின்றது. பல்கலைக்கழ-

கத்தில் சுயமொழியைப் போற்ற முற்பட்டால் தமிழர்க்குத் தமிழும் சிங்களவர்க்குச் சிங்களமும் கட்டாய பாடமாக்கப்படவேண்டும் என்றும் இந்த ஆசிரியர் குறிப்புகளில் குறிப்பிடப்படுகின்றது.

இதே இதழில் "ஆறுமுகநாவலரும் தமிழ்ப்பல்கலைக்கழகமும்" என்கிற கலாநிதி சு. வித்தியானந்தனின் கட்டுரையும் இடம்பெற்றுள்ளது. இலங்கைவாழ் தமிழர்க்கென பல்கலைக்கழகம் ஒன்றினை அமைப்பது தொடர்பாக உரையாடல்கள் நடந்துகொண்டிருந்த காலப்பகுதியில் இந்தக் கட்டுரையும் வெளிவந்திருக்கின்றது. ஆயினும் கிட்டத்தட்ட இதற்கு நூறாண்டுகளுக்கு முன்னரே தமிழ்ப்பல்கலைக்கழகம் ஒன்றினை அமைக்கவேண்டும் என்ற தொலைநோக்குத்திட்டத்துடன் ஆறுமுகநாவலர் செயற்பட்டார் என்றும்; தமிழர்கள் மேற்படிப்புப் படிக்கவேண்டும் என்றும் அதனைத் தமிழிலேயே கற்பதே அனேகமக்களுக்குப் பயனுடையதாகும் என்பதையும் மக்களின் வாழ்க்கை சமயத்தோடு இணைபிரியாமல் இருந்ததால் சமயக்கல்வியும் அவசியம் என்பதையும் உணர்ந்த ஆறுமுகநாவலர் இவற்றை அடிப்படையாகக்கொண்டு கல்வி அமையவேண்டும் என்பதைத் தன் கல்வித்திட்டமாய்க்கொண்டதாயும் இந்தக் கட்டுரையில் கூறப்படுகின்றது. ஆயினும் அப்போது பல்கலைக்கழகக் கல்வியைத் தமிழில் கற்பதற்குத் தேவையான மாணவர் தொகை குறைவாக இருந்ததால் மாணவர்களை தயார்ப்படுத்தும் நோக்குடனேயே சிதம்பரம், வண்ணார்பண்ணை, கோப்பாய், புலோலி, முல்லைத்தீவு ஆகிய இடங்களில் தமிழ்ப்பாடசாலைகளையும் நிறுவியதோடு, ஆறுமுகநாவலர் நிறுவிய அச்சியந்திரசாலையும் பிறநாட்டுப் பல்கலைக்கழகங்களில் உள்ள பல்கலைக்கழக அச்சகங்கள் (University Press) போல தாம் அமைக்க இருந்த பல்கலைக்கழகத்துக்காக பாடப்புத்தகங்களையும் ஆராய்ச்சிநூல்களையும் வெளியிடும் நோக்கத்துடனேயே அமைக்கப்பட்டது என்றும் கலாநிதி சு. வித்தியானந்தன் கூறுகின்றார். ஆறுமுகநாவலரின் சாதிய மனப்பாங்கும் அவரது சைவப் பாடசாலைகளின் ஊடாக வெளிப்பட்டிருக்கின்றது என்றாலும் அன்றைய காலனித்துவ சூழலுக்கான ஆறுமுகநாவலரது எதிர்வினையாக கல்வித்துறையூடாக அவர் செய்த இந்த முன்னெடுப்புகளைக் கருதலாம். இந்த இடத்தில் "சிவமும் செந்தமிழும்" என்ற பெயரிலேயே இந்த இதழின் ஆசிரியர் தலையங்கம் இடம்பெற்றிருப்பதும் கவனத்திற்கொள்ளத்தக்கது.

பல்கலைக்கழகங்களின் போதனாமொழி, தமிழ்ப் பல்கலைக்கழகத்தின் தேவை முதலிய கட்டுரைகளுடன் கலாநிதி ஆ. சதாசிவம் எழுதிய "பல்கலைக்கழகங்கள்" என்கிற கட்டுரை பல்கலைக்கழகங்கள் எவ்விதம் அமையவேண்டும், அவற்றின் கல்வித்திட்டங்கள் எவ்விதம் இருக்கவேண்டும் என்று ஆராய்வதுடன் ஏன் இலங்கைப் பல்கலைக்கழகங்களில் வெளிநாட்டுப் பல்கலைக்கழகங்கள் போல பெருமளவு ஆய்வுநூல்கள், ஆய்வு இதழ்கள் என்பன வெளிவருவதில்லை என்பதை ஆராய்கின்றது. இதேநிலை இன்றும் தொடர்கின்றபோதும் சமகாலத்தில் பல்கலைக்கழகங்களின் ஆய்வுகளுக்காக நிதிகள் வழங்கப்படுவதில் இருக்கின்ற அரசியலையும் இலங்கை போன்ற நாடுகளில் உள்ள பல்கலைக்கழகங்கள் போதிய நிதிவசதிகள் இல்லாமல் இருப்பதையும் மாணவர்கள் உயர்கல்விக்கென நாட்டைவிட்டு வெளியேறுவதையும் சேர்த்தே இன்றைய நிலையை ஆராயவேண்டியுள்ளது.

இன்பமான நாட்கள் என்கிற பேராசிரியர் க. கணபதிப்பிள்ளை எழுதிய கட்டுரை அவர் மாணவராகக் கல்விகற்ற நாட்களைப்பற்றிய நனவிடை பகிர்தலாக உள்ள அதேநேரம் இக்-

கட்டுரை பாரதியார் பாடல்கள் மற்றும் விபுலானந்தர் தொடர்பான வரலாற்றுப்பதிவாகவும் உள்ளது. பேராசிரியர் கணபதிப்பிள்ளை மாணவராக அண்ணாமலைப் பல்கலைக்கழகத்தில் முதலாவது ஆண்டில் சேர்ந்திருந்த காலப்பகுதியில் பாரதியார் பாடல்கள் இலக்கண வழு நிறைந்தவை என்றும் பழைய யாப்பு அமைதிக்கு அமையாதன என்றும் கூறப்பட்டு புலவர்களால் ஒதுக்கப்பட்டுவந்தன. ஆயினும் பாரதியார் பாடல்களின் உண்மைத்தன்மை பற்றி நன்கறிந்திருந்த விபுலானந்த அடிகள் தலைமையில் அண்ணாமலைப் பல்கலைக்கழகத்தில் பாரதியார் சங்கம் என்னும் பெயருடன் ஒரு கழகம் நிறுவப்பட்டது. அதன் முதலாவது கூட்டத்தில் விபுலானந்த அடிகள் பாரதியாரைப்பற்றி அரியதோர் சொற்பொழிவாற்றியதோடு பாரதியார் பாடல்கள் பலவற்றையும் மேற்கோளாகப் பாவித்திருக்கின்றார். இவ்வாறு பாரதியார் புகழ் தமிழ்நாடெங்கும் மீண்டும் பரப்பப்பட்டிருக்கின்றது. இந்தச் செய்திகளை தனது கட்டுரையில் குறிப்பிட்டுள்ள பேராசிரியர் க. கணபதிப்பிள்ளை அத்துடன் அண்ணாமலை நகருக்கு அருகில் இருந்த ஆதிதிராவிட மக்கள் வாழும் சேரிக்கு தன்னிடம் பயிலும் சில முற்போக்கான மாணவர்களுடன் சென்ற விபுலானந்தர் அங்கிருந்த ஆதி திராவிட சிறுவர்களை அண்ணாமலைப் பல்கலைக்கழகத்துக்கு அழைத்துவந்து அவர்களை ஆசனங்களில் அமரவைத்து தமிழ் சொல்லிக்கொடுத்தார் என்றும் அவர்களுக்கு முதன் முதலாக சொல்லிக்கொடுக்கப்பட்டது பாரதியாரின் "அச்சமில்லை அச்சமில்லை அச்சமென்பதில்லையே" என்றும் பதிவுசெய்கின்றார். இது விபுலானந்தரின் முற்போக்குச் செயற்பாடுகளின் இன்னொன்றையும் பதிவுசெய்வதாக அமைகின்றது. இந்த இதழில் பாரதிக்குப்பின் என்கிற பொதுத் தலைப்பின் கீழ் தேசிய இலக்கியம், காதல் இலக்கியம், பெண்மைபற்றிய இலக்கியம், குழந்தை இலக்கியம், வசன இலக்கியம் என்கிற 5 கட்டுரைகளும் இடம்பெற்றிருக்கின்றன. அக்காலத்தைப் பொறுத்தவரை இது ஒரு புதுமுயற்சி என்றும் இந்த இதழிலேயே பதிவுசெய்யப்படுகின்றது.

புதிய சொல்லின் "பதிகை" என்கிற பிரிவிற்காக இளங்கதிர் பற்றி எழுதுவதற்காக தரவுகளைத் தேடியபோதும் அவற்றை இலகுவாகப் பெறமுடியவில்லை. அந்த வகையில் நூலகம் திட்டத்தின் கீழ் ஆவணப்படுத்தப்பட்டிருகின்ற இருபது இதழ்களில் காலத்தாற்பழைய மூன்றுமே இங்கே பெரிதும் கவனத்திற்கொள்ளப்பட்டன. இன்று வரை இளங்கதிர் வெளிவந்துகொண்டிருப்பதாகவே அறியமுடிகின்றது. ஆயினும் அது என்ன வடிவிலும் என்ன உள்ளடக்கங்களுடனும் வருகின்றது என்று தெரியவில்லை. இதுபோன்ற பழைய இதழ்கள் தாங்கிவருகின்ற விடயங்கள் பழையதாகிவிட்டாலும் அவை வெளியான வரலாற்றுச்சூழலுடன் வைத்து வாசிக்கின்றபோது அவை முக்கிய ஆவணங்களாகிவிடுகின்றன. அதையும் தாண்டி இளங்கதிரில் வெளியாகியுள்ள பல ஆக்கங்கள் இன்றும் சமகாலத்தன்மை உடையனவாக விளங்குகின்றன.

10

தொடக்க காலத் தமிழ் பதிப்பாசிரியர்கள்

தமிழ்நூல்களின் தொகையாக்க முயற்சி-களும் காலங்களும் பெற்ற முக்கியத்துவத்தை விட-வும் அந்நூல்கள் அச்சுவடிவம் பெற்ற காலம் தமிழ்ச் சமூக வரலாற்றிலும் வாசிப்பு முறையி-லும் முக்கியத்துவம் வாய்ந்தன. பதினெட்டாம் நூற்றாண்டின் நடுப்பகுதியிலிருந்துதான் இத்-தகைய பதிப்பு முயற்சிகள் வீரியம் பெறு-கின்றன. பதினாறாம் நூற்றாண்டின் இறுதியி-லேயே தமிழில் அச்சு முயற்சிகள் தொடங்கி-னாலும், அச்சிடும் உரிமை உள்நாட்டினருக்கு வழங்-கப்படவில்லை. தொடக்கத்தில் வெளியான தமிழ்நூல்கள் பெரும்பாலும் கிறித்துவச் சமயம் சார்ந்ததாகவே இருந்தன. 1835 ஆம் ஆண்டில் உள்நாட்டு மக்கள் அச்சிடும் உரிமை பெற்ற பிறகே, தேசிய விடுதலை, சமூக நீதி, பாடநூல்கள் உருவாக்கம், பழந்தமிழ் நூல்கள் பதிப்பு எனப் பல தளங்களில் அச்சு ஊடகம் பயன்படுத்தப்-பட்டது.

இதே காலகட்டத்தில் தான் பிரித்தானிய வணிகக் குழுக்கள் ஆசிய நாடுகளில் தங்க-ளுடைய மேலாண்மையை நிலையாக்கிக் கொண்டனர். இந்த ஆதிக்கத்தை உறுதிப்படுத்த 'ஆசிய நாடுகளில் இருக்கக்கூடிய மக்களைப் பற்றியும் மொழியைப் பற்றியும் தெரிந்து கொள்-வது அவர்களின் அடிப்படைத் தேவையாக இருந்தது.

தவிரவும், கிழக்கிந்தியக் கம்பெனியார், ஆங்கிலேய அலுவலர்கள் அவர்கள் ஆட்சி செய்யும் உள்நாட்டு மொழிகளை அறிந்திருக்க வேண்டும் எனும் சட்டம் இயற்றினர். வட்டார மொழி-யைப் பயின்று தேர்வுகளில் வெற்றி பெறுபவர்களுக்கே ஊதியம் உயர்த்தப்பட்டது. இதனால் தமிழ்நாட்டில் இருந்த ஆங்கிலேய அலுவலர்களுக்குத் தமிழ் படிக்க வேண்டிய நிர்பந்தம் ஏற்பட்டது. அவர்கள் தென்னிந்திய மொழிகள் படிப்பதற்காகவும் அவர்களைச் சோதிப்பதற்-காகவும் 1812இல் சென்னைக் கல்விச் சங்கத்தையும்சென்னை இலக்கியக் கழகத்தையும், எல்லீஸ் (1778_1819) நிறுவுகிறார். 'இந்த இரண்டும் கல்கத்தா இன்னொரு வடிவமாகச் செயல்பட்டன. சென்னைக் கல்விச்சங்கம் பாடநூல் தேவைக்காக சில தமிழ்நூல்களையும் அச்சிட்டு வெளிப்படுத்-தியது. மேலும் எல்லீஸ், தென்னிந்தியாவில் பேசப்படுகின்ற தமிழ், தெலுங்கு, கன்னடம் முதலான ஆறு மொழிகளுக்கும் சமஸ்கிருதத்-திற்கும் அடிப்படையில் தொடர்பிருக்க வாய்ப்பில்லை எனவும் நிறுவுகிறார். திராவிட மொழிக் குடும்பம் குறித்த

இவருடைய பதிவுகள் அச்சாகி வெளிவரவில்லை. 1856இல் கால்டு-வெல்லின் 'திராவிட மொழிகளின் ஒப்பிலக்-கணம்' வெளிவந்தது. இவர் மொழிகளுக்கான உறவையும் தூய்மை-யையும் அம்மொழி பேசும் மக்களுக்கும் பொருத்தினார். இவ்வாறு பத்தொன்பதாம் நூற்-றாண்டின் பிற்பகுதி மொழி பற்றியும் இனம் பற்றியுமான கருத்தாடலைக் கொண்டிருந்தது.

பழந்தமிழ் நூல்களின் முக்கியத்துவம்

தற்போது இந்தியா என்றழைக்கப்படும் பிரதேசங்கள் முழுவதும் பிரித்தானிய ஆளுகையின் கீழ் வந்ததும், இந்தியா முழுவதற்-குமான பண்பாட்டு, வரலாற்று ஒருமை குறித்த உரை-யாடல் தொடங்கியது. இதில் வட இந்தியாவும் சமஸ்கிருதமும் முதன்மைப்-படுத்தப்பட்டன. புறக்கணிக்கப்பட்ட தென்-னிந்தியாவிற்கு _ குறிப்பாக சமஸ்கிருதத்தைப் பயன்படுத்தாத பிராமணரல்லாதாருக்குத் _ திராவிட மொழிக் குடும்பம் குறித்த பதிவுகளும் தென்னிந்தியப் பண்பாட்டு ஒருமையும் உற்சாகம் அளித்தன. இப்பின்புலத்-தில் சமஸ்கிருத மரபோடு எவ்-விதத் தொடர்புமற்ற பழந்தமிழ் இலக்கியங்-களை அச்சில் கொண்டு வருவதானது தமிழ-ரின் தனித்த மரபை அடை-யாளப்படுத்தியது. இதனை பேரா. வீ. அரசு அவர்கள் 'நமது பாரம்பரியமான மரபுகளை நவீனமாக உருப்-பெற்றவற்றில் கொடுப்ப-தற்கும் அதன்மூலமாக வட்டாரத்தன்மை பெற்-றிருந்த நமது வளம்/மரபு என்பது வட்டாரத் தன்மை மீறி உலக அளவில் சென்றடைவதற்-கான வாய்ப்பும் (மேலது, ப.52) கிடைத்ததாகக் குறிப்பிடுகிறார். இத்தகைய பின்புலத்தில்தான் பழந்தமிழ்ப் பதிப்புகளில் ஆர்வம் கொண்ட சி.வை.தா. முக்-கியத்துவம் பெறுகிறார். சி.வை.தா. பதிப்பு முயற்சியில் ஈடுபடும் சூழலை வையாபுரிபிள்ளை கீழ்க்கண்டவாறு குறிப்பிடுகிறார்:

'ஸ்ரீ ஆறுமுக நாவலர் சைவ சமய நூல்கள், குறள், பாரதம் வெளியிடுவதோடு அமைந்து விட்டார்கள். வித்வான் தாண்டவராய முதலியார் திவாகரம் முதலிய நூல்களையும் பள்ளி மாணவர்களுக்கு வேண்டும் வசன நூல்களையும் அச்சியற்றுவதில் ஒடுங்கிவிட்டார்கள். மழவை மகாலிங்கையர் தொல்காப்பியம் எழுத்ததி-காரத்தை நச்சினார்க்கினியர் உரையோடு பதிப்பித்து, வேறு சில நூல்களையும் வெளி-யிட்டு அத்துடன் நின்றுவிட்டார்கள். களத்தூர் வேதகிரி முதலியார் நாலடி, நைடதம் முதலிய நூல்களை வெளியிட்டு அவ்வளவில் திருப்-தியுற்-றார்கள். திருத்தணிகை விசாகப்பெருமாளையர் முதலியோர் குறளுக்குத் தெளிபொ-ருள், பிரபு-லிங்கலீலை, சூடாமணி நிகண்டு முதலியவற்றைப் பிரசுரித்து அவ்வளவில் தங்கள் முயற்சியைச் சுருக்கிக் கொண்டார்கள். திருவேங்கட முதலியார், இராச-கோபாலப்பிள்ளை முதலானவர்கள் இராமா-யணம் வெளியிடுவதிலும் நாலடி முதலியன பதிப்-பித்தலிலும் ஈடு-பட்டு நின்றனர். ஸ்ரீ உ.வே. சாமிநாதஐயரவர்கள் அப்பொழுதுதான் சீவக-சிந்தாமணிப் பதிப்பு முயற்சியில் போராடிக் கொண்டிருந்தார்கள். (1959; ப. 233)

சி.வை.தா. - பழந்தமிழ் நூல்கள்

தமிழ்ப் பதிப்புலகம் பாடநூல், நீதிநூல், சமயநூல், நிகண்டு மற்றும் சிற்றிலக்கியங்களை வெளியிடுவதில் முனைப்புக் காட்டிய காலத்தில் சி.வை.தா. மட்டும் தொல்காப்பியம், எட்-டுத்-தொகை முதலான பழந்தமிழ் நூல்களின் மீது ஆர்வம் செலுத்தி-னார். சங்க இலக்கி-யங்-களையும் காப்பியங்களையும் பதிப்பித்த உ.வே.சா.வும் முப்பத்து நான்கு பிரபந்தங்களை-யும் பதினான்கு தலபுராணங்-களையும் மூன்று பிரபந்தத் திரட்டுகளையும் பதிப்பித்துள்ளார். 'என் சரித்திரம் இரண்டாம் பதிப்பின் பின்னிணைப்-பாகத் தரப்பட்டுள்ள ஐயரவர்கள் பதிப்-

பித்த நூல்களின் பட்டியலைப் பார்க்கும்போது தரப்பட்ட 100 நூல்களிலும் கி.பி. 600க்கு முந்தியாகவுள்ளவை பதினொரு நூல்களே என்பதும் கி.பி. 600 _ 1200 காலப் பிரிவுக்கு உரியனவாக ஏழே உண்டு என்பதும் மிகுதி பெரும்பாலும் 13_18ஆம் நூற்றாண்டுக் காலப்-பிரிவுக்குரியன எனக் கொள்ளப்படத்-தக்கனவாகவுள்ளன என்பதுவும் சுவாரசியமான ஒரு தரவாகும்'' (2007; ப.40) என பேரா. சிவத்தம்பியும் குறிப்பிடுகிறார்.

இங்குதான் சி.வை.தா. பிரபந்தங்களையும் பாடநூல்களையும் தவிர்த்துவிட்டு, பழந்தமிழ் நூல்களைப் பெருமுயற்சியெடுத்து பதிப்பிப்-பதற்கான காரணத்தைத் தேட வேண்டியுள்ளது. இவரது பதிப்புரையில் சங்க இலக்கியம், தொல்-காப்பியம் உள்ளிட்ட பழந்தமிழ்ச் சுவடிகள் அழிகிறதே என ஏங்கும் வார்த்தை-களை வெற்றுப் புலம்பல்களாக மட்டுமே ஒதுக்கிவிட முடியுமா எனும் கேள்வியும் எழுகிறது.

சி.வை.தா. பதிப்பித்த நூல்களின் பட்டியலைப்1 பார்க்கும்போது, இவர் பதிப்பித்த நூல்களுள் நீதிநெறி விளக்கம், தணிகைப் புராணம், இலக்கண விளக்கம் ஆகியனவே பிற்காலத்துக்கு உரியனவாக உள்ளன. சி.வை.தா. நீதிநெறி விளக்கத்தை 1854ஆம் ஆண்டு இலங்கை கோப்பாய் பள்ளியில் ஆசிரியராக இருந்தபோது பதிப்பித்தார். ஆயினும் தொடர்ந்து இவர் பதிப்புப் பணிகளில் ஈடுபடவில்லை. இக்காலக்-கட்டத்தில் ஆறுமுக நாவலருடன் இருந்து அவரது பதிப்புப் பணிகளுக்கு உதவிபுரிந்து வருகிறார். பதினான்கு ஆண்டுகள் கழித்து 1868இல் தொல்காப்பியம் சொல்லதிகாரம் சேனாவரையர் உரையை ஆறுமுக நாவலரைப் பார்வையிடச் செய்து பதிப்பிக்கிறார். ஆங்கி-லேயக் கல்வி மற்றும் நிர்வாகப் பணிகளி-னூடான நவீன தன்மைகளைப் பெற்ற சி.வை.தா., ஆறுமுக நாவலரின் இறப்பு (1879) மற்றும் தனது ஓய்வுக்குப் (1881) பிறகே தொடர்ச்சியான பதிப்புப் பணிகளில் ஈடுபடுகிறார்.

உ.வே.சா.வைப் போன்று குரு_சிஷ்ய முறையிலான கல்வியைப் பெறாத சி.வை.தா. சுவ-டிகளிலிருந்து அச்சில் பதிப்பிக்கும் நுட்பங்-களை ஆறுமுக நாவலரிடமிருந்து தான் கற்றுக் கொள்கிறார். அதே சமயம் பதிப்புப் பணிகளில் இறங்குவதற்கு நாவலருக்கு சைவப் பற்றும் சி.வை.தா.வுக்குத் தமிழ்ப்பற்றும் காரணமாக இருந்தன என்பதையும் குறிப்பிட வேண்டும். ஏனெனில் நாவலர் 1851ஆம் ஆண்டில் பத்துப்-பாட்டின் முதல் பாடலான திருமுருகாற்றுப்-படையை நச்சினார்க்கினியர் உரையைத் தழுவிப் பதிப்பிக்கிறார். தனது திருக்குறள் பதிப்பில் 'எந்நன்றி கொன்றார்க்கும் உய்வுண்டாம்' எனத் தொடங்கும் குறளுக்கு உரையெழுதும்போது அடிக்குறிப்பில் 'குரவர் தப்பிய கொடுமை யோர்க்கும்'2 எனத் தொடங்கும் புறநானூற்றுப் பாடலைக் -குறிப்பிடுகிறார். இவ்வாறு சங்க இலக்கியங்களை அறிந்திருந்தும் அதனைப் பதிப்பிக்க ஆறுமுக நாவலர் எவ்வித முயற்சியும் எடுக்கவில்லை.

பயில்வுப் பாரம்பரியம்

இவ்விடத்தில், 'சங்க இலக்கியங்கள் எந்த பயில்வுப் பாரம்பரியத்தினூடே நமக்கு கைய-ளிக்கப்பட்டன' என்று பேரா. சிவத்தம்பி எழுப்பும் ஐயம் முக்கியமானது. ஏனெனில் சங்க இலக்கியத் தொகையாக்கங்களில் _ குறிப்பாக புறநானூறு, பத்துப்பாட்டு, கலித்தொகை, பரி-பாடல் தொகுப்புகளில் _ வைதீகக் கூறுகள் முதன்மை பெறுகின்றன. அதைப் போல சங்க இலக்கியங்களுக்கு உரையெழுதிய நச்சினார்க்-கினியர், பரிமேலழகர் முதலானோர் வைதீக சமயம் சார்ந்தவர்களாகவே உள்ளனர். அதே-சமயம் நமக்குக் கிடைத்திருக்கும் பெயரறி-யப்-படாத உரைகளை வைதீக சமயம் சார்ந்ததாக அடையாளப்படுத்திவிட முடியாது. 19,

20ஆம் நூற்றாண்டுகளில் இவ்விலக்கியங்கள் பதிப்பிக்-கப்படும்போதும் கணிசமான -சுவடி-கள், வைதீக மடங்களிலிருந்தே பெறப்பட்டன. மேற்கூறிய காரணங்களால் சங்க இலக்கியங்-கள் வைதீகம் சார்ந்தவை எனக் கூறிவிட முடியாது. ஏனெனில் சைவமடங்கள், சமணரான பவணந்தியாரின் நன்னூலையே இலக்கணப் பாடநூலாகக் கொண்டிருந்தன. எவ்வாறாயினும் வைதீக மடங்கள் சங்க இலக்கியங்களைப் பேணி வந்தன என்பதையும் பயில்வுப் பாரம்பரி-யத்தின் இடையீட்டிற்கும் அம்மடங்களே காரணம் என்பதையும் மயிலை சீனி. வேங்கடசாமி3 (2003; ப.90) குறிப்பிடுகிறார்.

பயில்வுப் பாரம்பரியத் தொடர்ச்சியற்ற பழந்தமிழ் நூல்களையே சி.வை.தா. பதிப்பிக்க எண்-ணுகிறார். தான் பதிப்புப் பணியில் ஈடுபடு-வதற்கான காரணத்தை 'நமது தமிழ்நூல்களுக்கு வந்த விதியையும் கையெழுத்துப் பிரதிகளின் கதியையும் அவை அடைந்திருக்கும் ஸ்திதி-யையும் பார்த்து சகிக்கமாட்டாமையன்றே என்னை இத்தொழிலில் ஈடுபடுத்தியது' (2004; ப.60) என கலித்தொகைப் பதிப்புரையில் -குறிப்பிடுகிறார்.

சி.வை.தா. பழந்தமிழ் இலக்கணமான தொல்-காப்பியச் சொல்லதிகாரத்தை சேனாவரையர் உரையுடனும், தொல்காப்பியம் முழுமையையும் நச்சினார்க்கினியர் உரையுடனும் பதிப்பித்-தார். இவருக்கு முன்பு மழைவை மகாலிங்கையர், நச்சினார்க்கினியர் உரையுடன் தொல்-காப்பியம் எழுத்ததிகாரத்தைப் (1847) பதிப்பித்துள்ளார். பின்னர் சாமுவேல் பிள்ளை, மூலம் முழுவது-முள்ள 'தொல்காப்பிய நன்னூல்' ஒப்பீட்டுப் பதிப்பை 1858இல் வெளியிடுகிறார். இதுவரை-யிலான பதிப்புகள் நூற்பாவுக்கும் உரைக்குமான வேறுபாடின்றிப் பதிப்பிக்கப்பட்டி-ருந்தன. சி.வை.தா.வின் தொல்காப்பியம் _ சொல்லதிகாரம் _ சேனாவரையம் பதிப்பில்-தான் (1868) நூற்பா பெரிய எழுத்திலும் உரை சிறிய எழுத்திலும் வேறுபாடு தெரியுமாறு பதிப்பிக்கப்பட்டுள்ளது. '1886 ஆம் ஆண்டு வெளிவந்த இதன் மறுபதிப்பில் நூற்பாக்கள் பாடல்முறையிலும் உரை பொருண்மை கருதி பத்தி பத்தியாகப் பிரிக்கப்-பட்டும் பதிப்பிக்கப்-பட்டன-' (ப.27; 1990) என்று கோ. கிருட்டிணமூர்த்தி குறிப்பிடுகிறார்.

1891ஆம் ஆண்டு மழைவை மகாலிங்கையரின் தொல்காப்பியம் பதிப்பை சி.வை.தா. மறு-பதிப்பு செய்கிறார். 'ஒரு முறையாயினும் பிறர் பிரசுரித்த நூல்களை மீள அச்சிடுவிக்காத எனக்கு இவ்-வெழுத்ததிகாரம் ஒரு விலக்காயிற்று' (2004; ப.134) என்று குறிப்பிட்டுள்ள-தைப் போல பிறர் பதிப்பித்த வேறு எந்த நூலையும் இவர் பதிப்பிக்க-வில்லை. நச்சினார்க்-கினியர் உரையுடன் பொரு-ளதிகாரத்தை இதற்கு முன்பும் (1885) சொல்-லதிகாரத்தை இதற்குப் பின்பும் (1892) பதிப்பித்-துள்ளார். சி.வை.தா. தொல்காப்பியம் பொரு-ளதிகாரம் முழுமையுமே நச்சினார்க்கினியர் உரையென்றெண்ணி பதிப்பிக்கிறார். ரா.இராக-வையங்கார் இதனை மறுத்து பின்னான்கு இயல்களும் பேராசிரியருடையன என 1902ஆம் ஆண்டு டிசம்பரில் எழுதுகிறார். சி.வை.தா. அப்பொழுது உயிருடனில்லை. 1887ஆம் ஆண்டு கலித்தொகையையும் 1889ஆம் ஆண்டு சூளாமணியையும் பதிப்பித்துள்ளார்.

சி.வை.தா. எட்டுத்தொகையில் கலித்தொகை மட்டுமல்லாமல் மற்ற ஏழு நூல்களைப் பதிப்-பித்தலிலும் ஆர்வம் கொண்டிருந்தார். கலித்தொகைப் பதிப்புரையில் 'கலித்தொகைப் பிர-திகள் விற்பனையாகும் பணத்தைக் கொண்டு பின்னர் குறிக்கப்படும் எட்டுத்தொகையில் இரண்டொரு நூலை அவர்கள் (அ. சேஷைய சாஸ்திரி) பெயரால் அச்சிடுவிக்க உத்தேசித்-திருக்கிறேன்' (2004; ப. 88) எனக் குறிப்பிடுகிறார். மேலும் தொல்காப்பியம் எழுத்ததிகாரப்

பதிப்புரையில் 'எட்டுத்தொகை பரிசோதனையி-லிருக்கின்றது. இதில் புறநானூற்றுரை ஈற்றில் 140 செய்யுளும் பரிபாடல் பூரணபிரதியும் பதிற்றுப்பத்தில் முதற்பத்தும் கடைசிப் பத்தும் இன்-னும் அகப்படவில்லை' (மேலது ப.134) எனவும் குறிப்பிடுகிறார்.

சி.வை.தா.வின் வாழ்க்கை வரலாற்றை எழுதிய டி.ஏ. இராஜரத்தினம் பிள்ளை 'அவர், சென்னையில் 1897ஆம் ஆண்டு அகநானூற்றைத் தமிழ்ப் பண்டிதர் இருவரைக் கொண்டு பரிசோதித்துக்கொண்டு வரும்பொழுது 1894ஆம் ஆண்டு புறநானூற்றை, உ.வே.சாமிநா-தையர் பதிப்பித்-துவிட்டார். அதனால் அதனை அறவே விடுத்து, அகநானூற்றை மணிமி-டைப் பவளம் வரை பரிசோதித்தார். அப்பொழுது பிள்ளை-யவர்களுக்கு உடல்நிலை மிகவும் பாதிக்கப்-பட்டதாலும் வசன சூளாமணியை அச்சிடும் வேறொரு வேலையில் ஈடுபட்டிருந்-தமையாலும் அகநானூற்றை முழுதும் பரிசோதித்துப் பார்த்-திலர்' (1934, பக். 82 _ 84) என்று குறிப்பிடுகிறார்.

மேலும் எட்டுத்தொகை, பத்துப்பாட்டு, பதினெண்கீழ்க்கணக்கு நூல்களைத் 'தக்க வித்வாம்-சர்களைக் கொண்டு வெளியிட வேண்டு-மென' சீமான்களுக்கு வேண்டுகோள் விடுக்கிறார். தமது கலித்தொகைப் பதிப்பைக் குறைகூற எண்ணுவோர் இன்னும் அச்சிலேறாத நற்றிணை, பரிபாடல், அகம், புறம் முதலானவற்றைப் பதிப்-பித்து அதன்மேற் குறைகூறிக் கொள்ளும்-படி தமிழ்த் தண்டனை தருகிறார். இதனால்தான் பழந்தமிழ் நூல்களை எப்படியாவது யார் மூலமாவது அச்சிலேற்றிப் பாதுகாக்க வேண்டும் எனும் மன அவஸ்தை உடையவராகவே சி.வை.தா.வைப் புரிந்துகொள்ள முடிகிறது.

இவர் பதிப்பித்த 'இறையனாரகப் பொருளும் இலக்கண விளக்கமும் பிற்காலத்தனவாயினும் பண்டைத் தமிழோடு தொடர்புடையன; தொல்காப்பியப் பயிற்சிக்கு உதவக்கூடியன. இறை-யனாரகப்பொருள் பொருளதிகாரத்தின் திறவுகோல் எனக் கருதப்படுவது. இலக்கண விளக்-கம் குட்டித் தொல்காப்பியம் என்று போற்றப்படுவது. எனவே, தொல்காப்பியப் பதிப்பாசிரியர் இறையனாரகப் பொருளையும் இலக்கண விளக்கத்தையும் பதிப்பித்தார்'. (1970 பக்122_123) என பொ. பூலோகசிங்கம் கூறுவதும் இங்கு குறிப்பிடத்தக்கது.

பதிப்புரைகள்

சி.வை.தா. 1881ஆம் ஆண்டு வீரசோழியத்தைப் பதிப்பிக்கும்பொழுது விரிவான பதிப்புரை-யன்றைத் தருகிறார். இதற்கு முன்னர் எவரும் இவ்வாறான பதிப்புரையினைத் தந்ததில்லை. சி.வை.தா.வின் பதிப்புரைகள்4 தான் நூலைப் பதிப்பிப்-பதற்கான காரணம், நூலின் காலம், அதனைப் புலமையாளர்கள் எதிர்கொண்டவிதம், பயில்வு மரபு, சுவடிகள் எங்கிருந்து பெறப்-பட்டன, பாடபேதங்களைப் பற்றிய தரவுகள் முதலான செய்திகளைத் தருவதோடு வரலாற்று உணர்வுள்ளதாகவும் விளங்குகிறது.

சி.வை.தா. வீரசோழியம் குறித்துப் பேசும்-போது தமிழிலக்கிய வரலாற்றை அபோத காலம், அக்ஷர காலம், இலக்கண காலம், சமுதாய காலம், அநாதர காலம், சமண காலம், இதிகாச காலம், ஆதீன காலம் என எட்டுவகையாகப் பகுக்கிறார். இதற்குமுன் கால்டு-வெல்லும் கூட இவ்வாறான காலப் பகுப்பைச் செய்துள்ளார். இருவருமே நூல் தோன்று-கின்ற காலகட்டத்தை முதன்மைப்படுத்தாமல், குறி-ப்-பிட்ட காலத்தில் தோன்றும் நூலுற்பத்தி முறைமையினை முதன்மைப்படுத்துகின்றனர். கால்டுவெல்லைப் போலவே இவரும் சமணர்க-ளின் இலக்கியப் பங்களிப்பினை முக்கியப்படுத்துகிறார். அதே-சமயம் சி.வை.தா.வுக்கு சங்க

இலக்கியம், தொல்-காப்பியம் பற்றியான பிரக்ஞை இருந்தது என்பது முக்கியம்.
தவிரவும், கால்டுவெல் திராவிட மொழிகள் சமஸ்கிருதத்திலிருந்து வேறான மொழிக் குடும்பம் எனக் கூறுவதைப் போலவே சி.வை.தா.வும் தமிழுக்கும் வடமொழிக்கும் அடிப்படையிலேயே சம்பந்தம் இல்லையென்றும், வடமொழி தமிழின் தோற்றத்துக்கு மூலமில்லை-யென்றும் கூறு-கிறார். மேலும் ஆரியரின் வருகைக்குப் பின்னர் வட இந்தியாவில் வசித்த தமிழர்கள் பற்பல இடங்களிலும் சிதறி வாழ்ந்-தனர் என்றும், அவர்களில் தென்னாட்டிற்கு வந்தவர்களே சேர, சோழ, பாண்டிய அரசுகளை ஏற்படுத்தினரென்றும் கூறுகிறார். 'மதுரைச் சங்கத்தில் வளர்ந்து விருத்தியடைந்து சிறப்புற்ற தமிழோடு அவ்வாறு சிறப்புறாதனவாய்க் கால-வேற்றுமை சிறி-தடைந்து வழங்குந் தென்மேற்கிற் புக்கு உறைந்த மலையாளரதும், மேற்கிற் புக்கு உறைந்த குடகரதும் உதகமண்டலத்துப் புக்கு உறைந்த தோடரதும் வடக்கிற் புக்கு உறைந்த இமயம-லைச்சாரலில் ஒருவகை வேடரதும் பாஷைகளுக்குள்ள ஒற்றுமையான் விளங்கும்' (2004; ப.114) என திராவிட மொழிக்குடும்பம் குறித்துப் பதிவு செய்கிறார்.
கால்டுவெல் தமிழைப் பெண்மைத் தன்மை வாய்ந்ததாகச் சித்திரிப்பது போலவே சி.வை.தா.-வும் குறிப்பிடுகிறார். இவ்வாறான ஒப்புமைகளால் சி.வை.தா. கால்டுவெல்லைப் படித்திருக்-கலாம் என அவதானிக்க முடிகிறது; அதே போல சி.வை.தா. திராவிட மொழிக் குடும்பம் குறித்த பிரக்ஞையோடு பதிப்புப் பணிகளில் ஈடுபட்-டுள்ளார் என்பதை உறுதியாகச் சொல்ல முடியும்.
சி.வை.தா. ஜ் உ.வே.சா.
உ.வே.சா.வின் மாணவரான கி.வா.ஜ. தொடங்கி வெ.சா., அவரது பரம்பரையினர் என உ.வே.சா.வுக்கு ஒளிவட்டம் கட்டி சி.வை.தா.வை மௌனப்படுத்தப் பார்த்தனர்; பார்க்-கின்றனர். இதற்கான எதிர்வினைகளும் தொடர்ச்சியாக வந்தன; வருகின்றன. பழந்தமிழ் நூல்களைப் பதிப்பித்து வெளிக் கொணர்ந்ததும் தமிழ்ச் சமூக வரலாற்றுப் பின்புலத்தில் அவை பெறும் முக்கியத்துவம் காரணமாகவுமே சி.வை.தா.வும் உ.வே.சா.வும் தமிழ்ப் பதிப்பு வரலாற்றில் முக்கியத்-துவம் பெறுகின்றனர். இத்தகைய வரலாற்றுப் பிரக்ஞையுடன் செயல்-பட்டவராக சி.வை.தா.-வையே நாம் அடையாளப்படுத்த முடியும். இவர் திராவிட மொழி-கள்_குறிப்பாகத் தமிழின் தனித்தன்மை _ குறித்த பிரக்ஞையோடு பழந்-தமிழ் நூல்கள் அழி-கிறதே எனும் உணர்வுடனும் செயல்பட்டார். இந்தப் பின்புலத்தை உள்வாங்கிக் கொண்டால் அவரது பதிப்புரைகள் வெற்றுப் புலம்பல்களல்ல என்பது உணரப்படும். உ.வே.சா. பாடி-னோர் வரலாறு, பாடப்பட்டோர் வரலாறு, சொற்பொருள் அகராதி என ஆய்வாளர்-களுக்-குத் தேவையான தரவுகளைத் தொகுத்தார். ஆனால் வரலாற்றுணர்வுடன் செயல்பட்டாரா எனும் ஐயம் எழுகிறது. அவரது என் சரித்திரத்-திலும் இதற்கான ஆதாரங்கள் இல்லை.
தவிரவும் சி.வை.தா.வுக்கு முன்னர் ஆறுமுக நாவலர் இருந்தாலும் பாடநூல்கள் எழுதுதல், சமயநூல்கள் முதலானவற்றோடு தம் பதிப்புப் பணியை நிறுத்திக் கொண்டார். பழந்தமிழ் நூல்களைப் பதிப்பிப்பதில் சி.வை.தா. தானாகவே முயன்றார். உ.வே.சா. பதிப்புப் பணியில் ஈடுபடு-வதற்கு முன்னரே தொல்காப்பியம் _ சொல்-லதிகாரம் _ சேனாவரையர் உரை (1868), வீரசோழி-யம் _ பெருந்தேவனார் உரை (1881), இறைய-னாரகப் பொருள் (1883), கலித்தொகை _ நச்சினார்க்கினியர் உரை (1887) ஆகியவற்றை வெளிக்கொ-ணர்ந்து பழந்-தமிழ்ப் பதிப்புப் பணிக்கு வழிகாட்டினார். மேலும் சி.வை.தா. பிற தமிழறி-

ஞர்களின் பதிப்புகளில் உதவியாயிருந்-ததையும் 'வேறுசிலர்' அவ்வாறு பதிப்பிக்க முயன்-றவர்களை சபித்ததையும் வையாபுரிப்-பிள்ளை 'தமிழ்ச்-சுடர்மணிகள்' நூலில் கூறுவதும் இவ்விடத்தில் குறிப்பிடத்தக்கது.

பாடவியல் ஆய்வு

மூலபாடத் திறனாய்வு முறை வளர்ந்திராத காலத்திலேயே சி.வை.தா.வின் பதிப்புகளில் தொடர்ச்சியான வளர்ச்சி இருப்பதனை அவரது பதிப்புகள், பதிப்புரைகள் வாயிலாகப் புரிந்து கொள்ள முடியும். வீரசோழிய பதிப்புரையிலே கம்பன் சேரனாட்டுக்குச் சென்று இருபது முப்-பது வருடங்கள் கழித்து வரும்பொழுது, தான் எழுதிய இராமாயணத்தையே யாரோ ஒருவர் எழுதியது என எண்ணிக் கேட்கு-மளவுக்குப் பாட வேறுபாடுகள் பெருகுவதைக் கதைவழி சொல்கிறார். ஒரே நாட்டில் வழங்கும் பிரதிகளும் ஒவ்வொரு பிரதேசத்திற்கும் வேறுபடும் என்றும் அவற்றில் சேர்த்தல், நீக்கல், மாற்றுதல் நடைபெறும் என்றும் குறிப்பிடுகிறார். பிரதி எத்துணைப் பழமையானதோ அத்துணை மாறுபாடுகள் குறைவாயிருக்கும் என்றும் கூறுகி-றார். திருவாவடுதுறை ஆதீனப் பிரதியைப் பாடமாகக் கொண்டு பிற பிரதிகளை அதனுடன் ஒப்பிட்டு பரிசோதனை செய்து பதிப்பித்ததாகக் குறிப்பிடுகிறார்.

பின்னர் கலித்தொகைப் பதிப்புரையிலே, சுவடிகளில் முறையே முதற்குறிப்பு, கிளவி, பாட்டும் உரையும் இடையிடையே வருதலை மாற்றி பாட்டு, கிளவி, உரையென அச்சிட்டிருப்-பதைக் கூறுகிறார். மூலநூலைப் பதிப்பிப்போர் ஓர் எழுத்தை மாற்றுவது கூடப் பெருந்த-வறு என்று குறிப்பிடுகிறார். ஆனாலும் கலித்தொகை பள்ளிகளிலும் கல்லூரிகளிலும் பாட-நூலாக5 இடம்பெற வேண்டும் என்பதற்காக இந்நூல் முழுதும் பதினோரு இடங்களில் வரும் 'குஃறொடர்ந்த அன்மொழிகளை' நீக்கிவிட்டு அதற்குப் பதிலாக வேறு உறுப்புகளின் பெயரை இட்டு நிரப்பியிருக்கிறார். இதனைப் பதிப்புரையில் குறிப்பிடுவதோடு அதற்கான பட்டியலையும் தருகிறார். மேலும் 'இயன்றளவும் பூர்வ ரூபம் பெறச் செய்வதும் இயலாதவி-டத்து இருந்தபடி உலகிற் கொப்பிப்பதுமே யான் தலையிட்ட தொழிலென்பதை உலகத்தார் முன் விண்ணப்பஞ் செய்து கொள்கிறேன்' (மேலது. ப.80) எனக் குறிப்பிடுகிறார்.

சூளாமணிப் பதிப்புரையிலே ஆசிரியரின் மூலபாடம் என எதுவும் இன்று நமக்குக் கிடைப்-பதில்லை என்பதனைச் சொல்லியிருக்-கிறார். 'இதுகாறும் அச்சிட்ட பழைய நூல்களில் ஒரு பிரதியின் ஆதாரமாவது இல்லாது பாடபேதத்தைத் திருத்துதல் ஒழிந்த யான், இப்பொழுது பிரதிகள் அனைத்தும் பிழை-யென்றும் பிரதிகளில் இருக்கும் பாடம் ஆக்கியோன் வாய்-மொழியாய் இருக்கமாட்டா-தென்றும் எந்தப் பிரதி வழிச் சென்றாலும் அச்சில் வருவது ஆசிரியனின்றும் வேறுபட்ட பிழைபாடமென்றும் நிச்சயிக்க ஏதுவும் உண்டான இடங்களில் இரண்டொரு எழுத்-தையாவது மொழியையாவது சந்தர்ப்பத்திற்கும் பொருளுக்கும் இயையு-மாறு திருத்தத் துணிந்தேன். அவ்வாறு செய்யாவிடின் நூலின் சிறப்பு அழிவதுமின்றிச் சில பாடங்கள் ஒரு பயனும் தராமலுஞ் சில முன் பின்னோடும் பிற நூல்களோடும் விரோதப்பட்-டும் நிற்குமாத-லிற்றிருத்தம் அத்தியாவசியமாயிற்று. இதனை உலகம் அறியச் சொல்லாமல் விடுவதே தப்-பென்று உணர்ந்து இங்ஙனம் தெரிவிக்கலா-யினேன்' (மேலது, ப. 122_123) எனத் தான் செய்த மாற்றத்தையும் அதற்கான காரணத்தையும் தெரியப்படுத்துகிறார்.

உ.வே.சா.வை விட சி.வை.தா. விடமே மூலபாட ஆய்வுத் திறம் அதிகமாகக் காணப்படு-வதாக க.கைலாசபதியும் (2001; பக்.31_32) குறிப்-பிட்டுள்ளார்.

கண்டனங்கள் - விளைவுகள்

சி.வை.தாமோதரம் பிள்ளையின் பதிப்பையும் பதிப்புரைகளையும் கண்டனஞ் செய்தவர்களுள் முதன்மையானவர் சபாபதி நாவலர். 'சி.வை.தா.வின் வரலாற்று மெய்ம்மை நாட்டம் 'வரம்-பழித்த லென்பதாக' வசை பாடப்பட்டது. சி.வை.தா. காலத்தில் யாழ்ப்பாணத்துக் கோப்பாய் சபாபதி நாவலர் அவரது ஆராய்ச்சி முறைகளை-யும் முடிவுகளையும் காலமுற், பிற்பாடு கணிப்புகளையும் வேதவழக்கொடு மாறுபடுஞ் செயல் எனவே மீண்டும் மீண்டும் வலியு-றுத்தி வந்தார். இதனையே முதனோக்காகக் கொண்டு தாமோதரக் கண்டனமாகவே 'திரா-விடப் பிரகாசிகை-'யினை முன்வைத்தார். (பொதிய-வெற்பன், 2005; ப.25) சபாபதி நாவ-லர் சமஸ்-கிருதத்தை முதன்மைப்படுத்தும் திருவாவடுதுறை ஆதீனம் சார்ந்து செயல்பட்டவர்; பாஸ்கர சேது-பதியின் ஆதரவுள்ளவர் என்பது குறிப்பிடத்-தக்கது.

ஆறுமுக நாவலர் திருவாவடுதுறை ஆதீனம் சார்ந்த சுப்பிரமணிய தேசிகரது இலக்கணக் கொத்தையும் சிவஞான முனிவரது தொல்-காப்பியச் சூத்திரவிருத்தி மற்றும் இலக்கண விளக்கச் சூறாவளியையும் பதிப்பித்தார். ஆனால் பிற்காலங்களில் திருவாவடுதுறை ஆதீனம் சார்ந்து செயல்படும் சபாபதி நாவலருக்கும் ஆறுமுக நாவலரது வட்டத்தினருக்கும் முரண்-பாடுகள் ஏற்பட்டுள்ளன. இதன் காரண-மாகவே, சி.வை.தா. இலக்கண விளக்கத்தைப் பதிப்-பிக்கிறார்; மேலும் 'இலக்கண விளக்கச் சூறாவளியை' அநியாயக் கண்டனம் என்று கூறி சிவஞான முனிவரது கூற்றிலிருந்து ஐந்து மறுப்பு-களை எடுத்துக்கொண்டு அதனை மறுத்து எழுதுகிறார். மடாலயத் தொடர்பு காரண-மாகவே சி.வை.தா.வுக்கும் சபாபதி நாவலருக்கும் பிரச்சனை எழுகிறது.

திருவாவடுதுறை ஆதீனத் தொடர்பாலும், சபாபதி நாவலர் பாஸ்கர சேதுபதியின் ஆதரவு பெற்றவர் என்பதாலும் 'செந்தமிழ்' இதழும் சி.வை.தா.வைக் கண்டிக்கிறதோ எனும் ஐயம் எழுகிறது. 1906இல் அ. கோபாலையன் 'சேனாவரையர் ஆராய்ச்சி' எனும் கட்டுரையில் சி.வை.தா.வின் பதிப்பை இராசகோபால பிள்ளை-யின் பதிப்புடன் ஒப்பிட்டு இராசகோபால பிள்ளையின் பதிப்பையே6 பாராட்டுகிறார்.

இது தவிர வைணவத்தைக் குறை கூறியதாக சுதேசமித்திரனும் ஆறுமுக நாவலரின் மீதான கோபத்தினால் கோமளபுரம் இராசகோபால பிள்ளை, தொழுவூர் வேலாயுத முதலியார், வீரா-சாமி முதலியார் உள்ளிட்ட அருட்பா குழுவினரும் சி.வை.தா.வுக்குக் கண்டனங்கள் எழுதி-யுள்ளனர். இவற்றுள் சபாபதி நாவலருக்-கும் சுதேசமித்திரனுக்கும் மட்டுமே கலித்-தொகைப் பதிப்புரையில் சி.வை.தா. மறுப்பு எழுதுகிறார். மற்றபடி இதற்கான மறுப்பு நூல்-களையோ, கண்டனங்களையோ எழுதியதாகத் தெரியவில்லை. இது குறித்து விரிவாக ஆராய வேண்டிய தேவையுள்ளது.

கண்டனம் - நேர்மை

சி.வை.தா. கலித்தொகை பதிப்புரையில் பதினெண்கீழ்க்கணக்கு நூல்கள் எவை எவை எனும் ஆராய்ச்சியில் ஈடுபட்டு தன் முடிவை வெளியிடுகிறார். சி.வை.தா. கருத்தை கொ.ஸ்ரீநிவா-சராகவாசாரியார் தனது நாலடியார் நூல் வரலாற்றில் மறுத்து எழுகிறார். தனது கருத்தைத் தவறு என ஒப்புக் கொள்வதோடு தனக்குப் பின்னாளில் கிடைத்த சுவடிகளும் 'மகாமகா ஸ்ரீ கொ.ஸ்ரீநிவாசராகவாசாரியாரின்' கருத்தை உறுதிப்படுத்துவதாகப் பதிப்புரையில் சி.வை.தா. குறிப்பிடுகிறார்.

சி.வை.தா. தனது பதிப்பில் ஏற்படும் பிழை-களை யாராவது கண்டுபிடித்துச் சொன்னால், அப்பிழையை அடுத்த பதிப்பில் திருத்திக் கொள்வதோடு அவரது பெயரையும் வெளிப்-படுத்துவேன் என்றும் கூறுகிறார். தி.த.கனக-சுந்தரம் அவர்கள் இறையனார் அகப்பொருளில் உள்ள பிழைகளைச் சுட்டிக்காட்டினார். 1899 இல் வெளியிடப்பெற்ற இறையனார் அகப்-பொருள் இரண்டாம் பதிப்பில் அவரது பெயரை மிகுந்த மரியாதையோடு குறிப்பிட்டு அவருக்கு நன்றியும் தெரிவிக்கிறார். உ.வே.சா. மறுபதிப்பில் பிறர் கண்டனங்களால் திருத்-தங்களைச் செய்துகொண்டாலும் அவர்களின் பெயரைக் கூட குறிப்பிடுவதில்லை என வையாபுரிப்பிள்ளை குறிப்பிடுவதோடு இதனை இணைத்துப் பார்க்க வேண்டும்.

மதிப்பீடு

பத்தொன்பது, இருபதாம் நூற்றாண்டுகளில் தமிழக வரலாற்றை மீள்கட்டுமானம் செய்வதி-னூடாக அரசியல், சமூக, இலக்கிய வெளிகளில் எழுச்சி ஏற்பட்டது. அவ்வகையான மீள்-கட்டு-மானத்திற்கு உதவிய பழந்தமிழ்ப் பிரதிகளை சி.வை.தா.வும் உ.வே.சா.வும் பெரு-மளவில் பதிப்பித்தனர். உ.வே.சா.விற்கு நூலகம், சிலை, வெண்கல உருவச்சிலை எனப் பருண்மையான அங்கீகாரமும் தமிழறிஞர் முதற்கொண்டு வெகுசனங்கள் வரையிலும் பதிப்பு முன்னோடி, தமிழ்த் தாத்தா என மன அளவிலான அங்கீகார-மும் தரப்பட்டுள்ளது. அதே-சமயம் பழந்தமிழ் நூல்களைப் பதிப்பிப்பதன் மூலம் தமிழின் தனித்தன்மையை நிலைநிறுத்த முடியும் எனும் வரலாற்றுப் பிரக்ஞையுடன் செயல்பட்ட சி.வை.தா.விற்கு உரிய அங்கீகா-ரம் வழங்கப்பட-வில்லை. உ.வே.சா.வின் மாணவரான கி.வா.ஜ. நாற்பதுகளில் ‘கலைமகள்’ இதழ் மூலம் உ.வே.சா.-வுக்கு ஒளிவட்டம் கட்டத் தொடங்கினார். பின்னர் வெங்கட்சா-மிநாதனும் அவரது பரம்பரையினரும் இன்றுவரை உ.வே.சா.வைக் கொண்டாடிக் குதூக-லித்துவிட்டனர். உ.வே.சா.வுக்கு முன்பே பதிப்பு நுட்பங்களுடனும் தமிழ்ப் பிரக்ஞையுடனும் செயல்பட்ட சி.வை.தா.-வின் பெயரைக் கூட சுட்டாமல் பதிப்பு வரலாறு குறித்த தனது ‘நடு-நிலை விமர்சனத்தை’ முன்வைக்கின்றனர். பதிப்பு வரலாற்றின் பின்புலம் தெரியாமல் இரு-வரும் பதிப்பித்த நூல்களின் எடையளவைக் கொண்டு முக்கியத்துவம் தரவேண்டும் எனவும் வாதிடுகின்றனர் என்பதை ஆய்வுலகம் கவனத்தில் கொள்ள வேண்டும்.

அதேசமயம் உ.வே.சா.வுக்கு மாற்றான ‘திருவுரு’வாக சி.வை.தா.வைக் கட்டமைக்க வேண்-டிய அவசியமில்லை. தொல்காப்பிய பொருளதிகாரத்தின் பின்னான்கு இயல்களையும் நச்சி-னார்க்கினியர் உரையாகவே பதிப்பித்தது, ‘புத்த’மித்திரனார் இயற்றிய வீரசோழியத்தை சமண நூலாக அடையாளப்படுத்தியது முதலான குறைகள் இவரிடம் இருக்கின்றன என்பதையும் மனதில்கொண்டே பதிப்பு வரலாற்றில் இவர் பெறும் முக்கியத்துவத்தை மதிப்பிட வேண்டும். இம்மதிப்பீடு இவர் தன் வாழ்நாளின் பிற்பகுதியி-லேயே (49 வயதிற்குப் பிறகே) பழந்தமிழ்ப் பதிப்புகளில் ஈடுபட்டார் என்பதையும் மறு-பதிப்பு செய்வதற்கான காலஅவகாசம் இவருக்குக் கிடைக்கவில்லை என்பதையும் கவனத்தில் கொள்ள வேண்டியது அவசியம்.

கலாநிதி: ஈழத்து இதழ்கள்

“இலங்கையில் தமிழ்க் கலையாக்கங் கருதி வெளிவரும் பத்திரிகை கலாநிதி ஒன்றே” என்ற பிரகடனத்தைத் தாங்கிக்கொண்டு 1942ம் ஆண்டு சித்திரைமாதம் தொடக்கம் மும்மாத

வெளியீடாக “ஆரிய திராவிட பாஷா அபிவிருத்திச் சங்கம் (The Jaffna Oriental Studies Society)” வெளியிட்ட இதழே கலாநிதி ஆகும். இதன் நிர்வாக ஆசிரியராக சுன்னாகத்தைச் சேர்ந்த தி. சதாசிவ ஐயரும், பத்திராசிரியர்களாக சு. நடேசபிள்ளை, சுவாமி ஞானப்பிரகாசர், பண்டிதமணி சி. கணபதிப்பிள்ளை, வே. நாகலிங்கம், வை. இராமசுவாமி சர்மா, தி. சதாசிவ ஐயர் ஆகியோரும் இருந்திருக்கின்றார்கள். ஈழத்துத் தமிழ் இதழ்களின் முன்னோடிகளில் ஒன்றான கலாநிதி பற்றி அறியும் ஆவலுடன் அதன் இதழ்களைத் தேடியபோது நூலகம் இணையத் தளத்தில் கிடைத்த 1943ம் ஆண்டு சித்திரை மாதத்தின் பிரதி தவிர்ந்த வேறு எந்தப் பிரதியையும் கண்டறிய முடியவில்லை. இணையத் தேடுகைகளின் ஊடாகவும், இத்துறையில் அக்கறை கொண்டவர்கள் சிலரிடமும் பேசியபோதும் கூட ஆசிரியர் குழு, வெளியிடப்பட்ட காலம் முதலிய தகவல்கள் தவிர வேறு எந்தத் தகவல்களும் கிடைக்கவில்லை. எனது பார்வைக்குக் கிடைத்த 1943 ஆம் ஆண்டு ஏப்ரல் மாதம் வெளியிடப்பட்ட இதழின் உள்ளடக்கத்தை வைத்துப் பார்க்கின்றபோது இவ்விதழின் முக்கியத்துவத்தை உணர முடிகின்றது. மரபுரிமைகள் பற்றிய கவனயீர்ப்பு அதிகரித்து வருகின்ற சமகாலத்தில் இவ்விதழானது 1940களிலேயே “தொன்மை மறவேல்” என்பதைத் தன் மகுடவாக்கியமாகக் கொண்டுள்ளது குறிப்பிடத்தக்கது. கலாநிதியின் தொடக்கம் பற்றியும் இடையில் ஏற்பட்ட தடங்கல்கள் குறித்தும் இவ்விதழில் வெளிவந்துள்ள ஆசிரியர் குறிப்பைக் கீழே உள்ள மின் வருடலில் காணலாம்.

இந்த இதழைப் படித்தபோது புத்தகவரவு என்கிற பகுதியில் இருந்த “போரும் காதலும்” என்கிற புத்தகத்தின் அறிமுகம் முக்கியமானதாக இருந்தது. அதன் மின்வருடல் பிரதி கீழே இணைக்கப்பட்டுள்ளது.

டால்ஸ்டாயின் War and Peace இனை தமிழாக்கம் செய்தவராக பொதுவாக டி. எஸ். சொக்கலிங்கமே குறிப்பிடப்படுவது வழக்கம். இவரது மொழிபெயர்ப்பின் முதலாவது பதிப்பு போரும் வாழ்வும் என்ற பெயரில் 1957 இல் வெளியானதாகவும் நீண்டகாலத்துக்குப் பின்னர் மீள்பதிப்பு போரும் அமைதியும் என்ற பெயரில் வெளியானதாகவும் அறியமுடிகின்றது. அப்படி இருக்கின்ற சந்தர்ப்பத்தில் பொ. திரிகூடசுந்தரம் அவர்களின் வெளியீடானது — ஒப்பீட்டளவில் 421 பக்கங்களில் சுருக்கமானதாக இருப்பினும் — டி. எஸ். சொக்கலிங்கம் அவர்களின் மொழிபெயர்ப்பு வெளியாவதற்கும் 14 ஆண்டுகளுக்கு முன்னரே வெளியாகியிருக்கின்றது என்பது முக்கியமான விடயமாகும். டால்ஸ்டாய் பற்றியும், போரும் அமைதியும் பற்றியும் தமிழிலக்கிய உலகில் பரவலான பேச்சுகள் இருப்பினும் கூட பொ. திரிகூடசுந்தரம் அவர்களின் மொழிபெயர்ப்புப் பற்றிய விபரங்கள் சரியானமுறையில் பதிவுசெய்யப்படவில்லை என்றே புலனாகின்றது. இதில் குறிப்பிடவேண்டிய விடயம் என்னவென்றால் டி. எஸ். சொக்கலிங்கம் மொழிபெயர்த்த War and Peace இன் முதலாவது பதிப்பினை போரும் வாழ்வும் என்ற பெயரில் முதலில் பதிப்பித்த சக்தி வை. கோவிந்தனே பொ. திரிகூடசுந்தரத்தின் மொழிபெயர்ப்பினையும் பதிப்பித்திருக்கின்றார். இந்தப் பின்புலத்தின் வைத்துப் பார்க்கின்றபோது பொ. திரிகூடசுந்தரத்தின் சுருக்கமான மொழிபெயர்ப்பு தந்த உந்துதலே டி.எஸ். சொக்கலிங்கத்தின் மொழிபெயர்ப்புக்கோ அல்லது அதனை சக்தி வை. கோவிந்தன் பதிப்பிக்கவோ தூண்டுதலாக அமைந்திருக்கலாம் என்று கருத இடமுண்டு.

இதே கலாநிதி இதழில் பேராசிரியர் க. கணபதிப்பிள்ளை எழுதிய "பண்டைக்காலத்து இலங்கையின் பிறநாட்டு வணிகம்" என்கிற கட்டுரை இலங்கை பண்டைக்காலத்திலேயே (கி.பி. முதலாம் நூற்றாண்டு மற்றும் அதற்கும் முற்பட்ட காலங்களிலேயே) இந்தியா, கிரேக்கம், ரோம், சீனா, எத்தியோப்பியா உள்ளிட்ட மேற்கிலிருந்து கிழக்கு வரையான பல்வேறு நாடுகளுடன் வணிகத் தொடர்புகளைப் பேணியதையும் இந்நாடுகளுக்கிடையிலான வணிகத் தொடர்புகளுக்கான வலையமைப்பின் மையமாக விளங்கியது என்பதையும் வரலாற்றுக் குறிப்புகளில் இருந்து நிரூபனம் செய்கின்றார். சந்திரகுப்தன் காலப்பகுதியிலேயே அவனது அவையில் இருந்த சாணக்கியரின் அர்த்த சாஸ்திரத்தில் இலங்கையின் முத்து வணிகம் பற்றியும் அதே காலப்பகுதியைச் சேர்ந்த மெகத்தினியின் குறிப்புகளில் இலங்கையில் இருந்து யானைகள் இந்தியாவிற்கு விற்கப்பட்டமை பற்றியும் குறிப்புகள் இடம்பெற்றிருப்பதையும், பின்னர் கி.பி. முதலாம் நூற்றாண்டில் பட்டினப்பாலையில் உருத்திரங்கண்ணனால் இலங்கையில் இருந்து உணவுப்பொருட்கள் இந்தியாவிற்கு ஏற்றியனுப்பப்பட்டமை பற்றியும் இக்கட்டுரை குறிப்பிடுகின்றது. மேலும் அந்நாளைய வரலாற்று ஆசிரியர்களாகவும் பதிவுகளை மேற்கொண்டவர்களாகவும் கொள்ளத்தக்க பிளினி, திராபோ, பெரிபிளஸ், தொலமி ஆகியோர்களின் குறிப்புகளில் அந்நாளைய இலங்கையின் வணிகத்தொடர்புகள் பற்றிக் குறிப்பிடப்பட்டிருப்பதையும் இக்கட்டுரை சுட்டிக்காட்டுகின்றது.

பேராசிரியர் க. கணபதிப்பிள்ளை அவர்களைப் பின்தொடர்ந்து வந்த அவரது மாணவர்களால் கூட அவரது எழுத்துக்கள் முழுமையாகத் தொகுக்கப்படவில்லை என்பது துரதிஸ்டவசமானதே. 1974 இல் த. சண்முகசுந்தரம் எழுதிய "கலையருவி கணபதிப்பிள்ளை" என்கிற நூலிலே பேராசிரியர் எழுதியவைகளில் சில என்கிற பட்டியல் ஒன்று இடம்பெற்றுள்ளது. அந்தப் பட்டியலிலே கலாநிதியில் வெளிவந்திருக்கின்ற "பண்டைக்காலத்து இலங்கையின் பிறநாட்டு வணிகம்" என்கிற இக்கட்டுரை இடம்பெறவில்லை. அந்தப் பட்டியலின் நிறைவில் வேண்டிக்கொள்ளப்பட்டவாறு பேராசிரியரின் அன்பர்களும் ஆய்வாளர்களும் இணைந்து அந்தப் பட்டியலை முழுமையாக்குவதற்கு உழைக்கவேண்டும். "பேராசிரியர் க. கணபதிப்பிள்ளையின் புலமைப்பாரம்பரியம் பற்றிய ஓர் அறிமுக ஆய்வு" என்கிற குறுநூலை இருபது ஆண்டுகளுக்கு முன்னர் எழுதிய பேராசிரியர் கா. சிவத்தம்பி அவர்கள் அதன் முன்னுரையிலே "பேராசிரியர் பற்றிய ஒரு பூரணமான ஆய்வு முயற்சி விரைவில் தொடங்கப் பெறல் வேண்டும்" என்பதை வேண்டுதலாக முன்வைத்திருந்தார். துரதிஸ்டவசமாக பேராசிரியர் க. கணபதிப்பிள்ளை பற்றிய முழுமையாக ஆய்வுகள் இன்னமும் நடக்கவில்லை என்பதோடு தற்போது காலஞ்சென்றுவிட்ட பேராசிரியர் கா. சிவத்தம்பியின் இறுதிக்கால எழுத்துகளும் இன்னமும் முழுமையாக தொகுக்கப்படவில்லை என்பதை வேதனையுடன் குறிப்பிடவேண்டி இருக்கின்றது.

1942 இல் இலங்கைப்பல்கலைக்கழகம் உருவாக்கப்பட்ட பின்னரே இலங்கைப்பல்கலைக்கழகத்தில் பேராசிரியர் பதவி உருவாக்கப்பட்டது. அதற்கு முன்னர் தமிழ்த்துறைக்கு விரிவுரையாளர் பதவியே இருந்தது. இவ்வாறு நியமிக்கப்பட்ட முதலாவது பேராசிரியர் விபுலானந்த அடிகள் ஆவார். "சர்வகலாசாலையார் இவர்களை நியமித்ததும் இந்நியமனத்துக்கு அடிகள் இசைவுகொண்டதும் இலங்கைத் தமிழ்மக்களது அரும் பெறலாகிய பாக்கியமே

ஆகும்'' என்று குறிப்பிட்டு இதனை ஒரு செய்திக்குறிப்பாக கலாநிதி வெளியிட்டிருக்கின்றது.

1940களில் வெளியான இந்த இதழின் உள்ளடக்கத்தை நோக்கும்போது அந்நாளிலேயே சிறுகதை, கவிதை என்கிற புனைவிலக்கியங்களுடன் பண்பாட்டு ஆய்வு, வரலாற்று ஆய்வு, இலக்கியம் பற்றி கோட்பாட்டு ரீதியாக அணுகுகின்ற கட்டுரைகள், ஓவியம் போன்ற கலைகள் பற்றிய கட்டுரைகள் என — சமகாலம் வரை பேணப்படுகின்ற சிற்றிதழ்களின் அல்லது இலக்கிய இதழ்களின் வடிவத்தில் வெளியாகிருப்பது ஆச்சரியமூட்டுகின்றது. குறிப்பாக பி. கோதண்டராமன் (இந்தியக் கலைகள்) எழுதியிருக்கின்ற "நாவல் கலை'' என்கிற கட்டுரை இன்றளவும் நாவல் பற்றி தொடர்கின்ற புள்ளிகளைத் தொட்டும், விவாதித்தும் பேசியிருக்கின்றது. இக்கட்டுரை "கலாநிதி''இல் தொடர்ச்சியாக மீள்பிரசுரமாகியிருக்கின்றது. ஆயினும் அது முதலில் எங்கே பிரசுரமானதென்று குறிப்பிடப்படவில்லை. அதன்பிறகே பி. கோதண்டராமனின் இக்கட்டுரைத்தொடர் நூலாகவும் தொகுக்கப்பட்டிருக்கவேண்டும். இக்கட்டுரை மாத்திரமன்றி தென்னாட்டு மொழிகள், இருபதாம் நூற்றாண்டில் வசனம், யாழ்ப்பாண சரித்திர சந்திரிகை, பல்லவ ஓவியங்கள் ஆகிய கட்டுரைகளும் மீள்பிரசுரமான தொடர்கட்டுரைகளே. இவ்வாறான கட்டுரைகள் தேர்ந்தெடுக்கப்பட்டு பிரசுரமானதை வைத்து நோக்கின்றபோது கலாநிதி 1940களின் சமகாலத்திய இலக்கியச் செல்நெறி பற்றியும் கலை, பண்பாடு பற்றிய வரலாற்றுப் பார்வையுடனும் கூடிய தெளிவான நோக்குடனேயே வெளிவந்திருக்கின்றது என்பதை அறியமுடிகின்றது. கலாநிதியின் ஓர் இதழ் மாத்திரமே பார்வைக்குக் கிடைத்தபோதும், அதனூடாக கலாநிதியின் முக்கியத்துவத்தை உணர்ந்துகொள்ள முடிகின்றது. இதனை ஓர் ஆதாரமாகவும் முன்மாதிரியாகவும் வைத்துக்கொண்டு கலாநிதியின் இதர இதழ்களைத் தொகுக்கவும், கலாநிதி இதழ் குறித்த தகவல்களைத் திரட்டவும் தீவிரமாகச் செயற்படவேண்டியிருக்கின்றது. அத்துடன் ஈழத்தின் இதழ்கள் குறித்தும் புலமைச் செயற்பாடுகள் குறித்ததுமான விபரங்களைத் திரட்டிப் பட்டியல்படுத்துவதன் அவசியத்தையும் இது வலியுறுத்துகின்றது.

பதிகை என்கிற பெயரில் புதிய சொல் இதழில் நான் எழுதுகின்ற தொடரின் மூன்றாவது கட்டுரை இது. இக்கட்டுரை ஜூலை — செப்ரம்பர் 2016 புதிய சொல் இதழில் இடம்பெற்றிருந்தது. இக்கட்டுரைக்காக நான் பார்த்த கலாநிதி இதழானது நூலகம் இணையத்தளத்தில் இருந்து பெறப்பட்டது.

சிறு வயதில் இருந்த எனது வாசிப்புப்பழக்கத்தில் முதலாவது மடைமாற்றம் நண்பன் குணாளனுடனான எனது நட்பின் ஆரம்பத்துடன் தொடங்கியது. இப்போதும் எப்போது சந்தித்தாலும், பேசினாலும் முதல்நாள் மாலையில் விட்ட உரையாடலைத் தொடர்வது போன்ற நெருக்கத்தைத் தருகின்ற நட்பு குணாளனுடன் சாத்தியமாகின்றது. இன்று பிறந்தநாள் கொண்டாடும் குணாளனை இங்கே நினைவுகூர்கின்றேன்.

கலைச்செல்வி: ஈழத்து இதழ்கள்

ஈழத்தில் இருந்து வெளிவந்த இலக்கிய இதழ்களின் முன்னோடிகளில் ஒன்றான கலைச்செல்வி 1958 ஓகஸ்ற் மாதம் முதல் 1966 வரை அண்மையில் காலமான சிற்பி அவர்களை ஆசிரியராகக் கொண்டு வெளியானது. மாத இதழ் என்றே அறிவிக்கப்பட்டாலும் பல்வேறு

சவால்களின் காரணமாக அதனால் தொடர்ச்சியாக ஒவ்வொரு மாதமும் வெளிவரமுடி-யவில்லை. சிலதடவைகள் மாதாந்தமும், சிலதடவைகள் இரு மாதங்களுக்கு ஒன்றாகவும் இதழ் வெளியாக இருப்பதை அறியமுடிகின்றது.

கலைச்செல்வி இதழ் ஆரம்பிக்கப்பட்ட நோக்கம் பற்றியும் சூழல் பற்றியும் தெளிவத்தை ஜோசப் அவர்கள் பின்வருமாறு பதிவுசெய்கின்றார்:

“ஈழத்தமிழர்கள் இந்தியத்தமிழ் இலக்கியங்களுடன் லயித்திருந்த அந்த இலக்கியப் பாரம்பரியத்தின் ஒரு நீட்சியே நமது இலக்கியம் என்று எண்ணிக் கிடந்த காலம் ஒன்றிருந்-தது.

1956 இல் பண்டாரநாயக்காவின் ஆட்சிமாற்றம் இந்த இந்திய மயக்கங்களை உடைத்-தது. 1958 இன் இனக்கலவர அடி, நமக்காக நாம், நமக்கென பாரம்பரியமிக்க பண்புகள், நமக்கான இலக்கியம் என்னும் உணர்வுகளுக்கு உருவம் கொடுத்தது. நமது எழுத்தாளர்கள், நமது இலக்கியம், நமது பத்திரிகைகள் என்று ஏங்கிக்கிடந்த சிற்பியும் இந்த உணர்வின் உருவங்களுடன் தன்னை இணைத்துக்கொண்டவர். நமக்கான பத்திரிகைகள் தோன்றவேண்-டும் என்று தான் கட்டுரை வரைந்த ஈழகேசரியும் ஓய்ந்துவிட்ட சோகத்துடனும் சோர்வின்றி கலைச்செல்வியை நடத்த முன்வந்தவர்.”

1957-58 காலப்பகுதிகளில் களுத்துறையில் இருந்து ஈழதேவி எனும் இதழ் வெளிவந்து-கொண்டிருந்தது. இதன் நிதி, நிர்வாகப் பொறுப்புகளைக் கவனித்துவந்தவர் நா. பாலசுப்பி-ரமணியம் என்பவர். 1958ம் ஆண்டு மேமாதம் ஏற்பட்ட இனக்கலவரங்களின்போது களுத்-துறையில் வாழ்ந்துவந்த தமிழரும் கடுமையான பாதிப்புகளுக்கு உள்ளாகினர். இப்படியான நிலையில் தமக்கு ஆபத்து வரலாம் என்று அஞ்சி ஈழதேவி இதழை நிறுத்திவிடும் முடிவெ-டுக்கப்படுகின்றது. இப்படியான சூழலில் நா. பாலசுப்பிரமணியன் தனது நண்பரும், தற்போது கனடாவில் வாழ்ந்துவரும் எழுத்தாளருமான உதயணனைச் சந்திக்கின்றார். அது குறித்துப் பின்வருமாறு உதயணன் பதிவுசெய்கின்றார்:

“பாலா என்னிடம் வந்து ஈழதேவியை நிறுத்தமுடியாது என்று துன்பப்பட்டார். வெகு-நாட்கள் யோசித்தபின்னர் பாலாவும் நானும் யாழ்ப்பாணம் போய் சிற்பியைச் சந்தித்து விப-ரத்தைச் சொன்னோம்.

களுத்துறையில் வெளிவந்த ஈழதேவி இதழை ஒரு குழு அமைத்து நடத்துவது பற்றி பல தடவைகள் கூடி ஆலோசித்தோம். அந்தக் குழுவில் சிற்பியின் ஆசிரியரான பொன்னம்பல-மும் இருந்தார். முடிவில் ஈழதேவி என்ற பத்திரிகைப் பெயரைக் கலைச்செல்வி என்று மாற்-றுவது என்றும் ஈழதேவியில் வெளிவந்த தொடர் அம்சங்களைத் தொடர்ந்து கலைச்செல்-வியில் வெளியிடுவது என்றும் முடிவுசெய்யப்பட்டது. உதாரணமாக ஈழதேவியின் கடைசி இதழில் இதய வானிலே எனும் எனது தொடர்கதையின் முதலாம் அத்தியாயம் வெளியா-துன். அதன் இரண்டாம் அத்தியாயம் கலைச்செல்வி முதலாம் இதழில் வெளியானது. இதுவே கலைச்செல்வியின் ஆரம்பகால வரலாறு!”

கலைச்செல்வியில் சிறுகதைகள், தொடர்கதைகள், கட்டுரைகள், கவிதைகள் என்கிற பல்வேறு அம்சங்களுடம் இடம்பெற்றாலும் அதில் கட்டுரைகளுக்கு நிறைய முக்கியத்துவம் கொடுத்திருக்கின்றனர். அதில் பல முக்கியமான தொடர்கட்டுரைகள் நிறைவடையாமல் இடையில் நின்றிருப்பதையும் காண முடிகின்றது, பொருளாதார நெருக்கடிகளால் இதழ்

ஒழுங்காக வெளிவராததன் காரணமாக எழுத்தாளர்களுக்கு ஏற்பட்டிருக்கக்கூடிய சோர்வு இதற்குக் காரணமாக இருக்கலாம் என்று இதழாசிரியர் சிற்பி ஞானம் இதழில் எழுதிய கலைச்செல்விக்காலம் என்கிற தொடரில் குறிப்பிட்டிருக்கின்றார்.

எழுத்துலகில் நான் என்ற பெயரில் எழுத்தாளர்கள் தம் சுய அனுபவனங்களை எழுதும் தொடர் ஒன்றும் அதன் ஆரம்ப இதழ்களில் இருந்து வெளியாகியிருக்கின்றது. அதுபோல எஃப்.எக்ஸ்.சி. நடராசா எழுதி பின்னாளில் புத்தக வடிவில் வெளியான ஈழத்துப் பத்திரிகை வளர்ச்சி என்ற கட்டுரைத்தொடரும் மன்றுகிழார் என்ற புனைபெயரில் கலைச்செல்வி இதழிலேயே வெளியாகியிருக்கின்றது. கனகி புராணம் அனேகமானவர்கள் அறிந்திருக்கக்கூடிய நூல். யாழ்ப்பாணம் வண்ணார்பண்ணையில் வாழ்ந்த நட்டுவச்சுப்பையனார் என்பவர் வண்ணை வைத்தீஸ்வரன் கோயில் “தேவதாசியாக” இருந்த கனகி என்பவர் குறித்துப் பாடியதாக இந்நூல் குறிப்பிடப்படுகின்றது. கனகி புராணத்தின் பாடல்கள் முதன்முதல் அச்சேறியதும் கலைச்செல்வி இதழின் ஊடாகவே என்பது கலைச்செல்வி இதழுக்கு பண்பாட்டு வரலாறு குறித்து இருக்ககூடிய முக்கியத்துவத்தை குறிக்கின்றது.

கலைச்செல்வி வெளியிட்ட சிறப்பிதழ்களும் முக்கியமானவை. 1959 சித்திரை மாத இதழினை “வளரும் எழுத்தாளர் மலர்” என்று வெளியிட்டிருக்கின்றது கலைச்செல்வி. அதைத்தொடர்ந்து 1959 ஓகஸ்ற் மாத இதழை முதலாம் ஆண்டு மலராக வெளியிட்டிருக்கின்றது. இந்த ஆண்டு மலருக்கான விளம்பரம் அதற்கு முந்திய இதழில் வெளியாகி இருந்தது. அதனை படமாகக் காணலாம்.

அதைத்தொடர்ந்து 1960 ஓகஸ்ற் மாத இதழை “மகளிர்மலராக” வெளியிட்டிருக்கின்றது. இந்த மலரில் பவானி ஆழ்வாப்பிள்ளை, உமா, யாழ் நங்கை, புதுமைப் பிரியை, பத்மா சோமகாந்தன், எம் ஏ மக்கான் உள்ளிட்ட பலர் எழுதியிருக்கின்றனர். இவர்களில் அனேகமானவர்கள் கலைச்செல்வியில் இம்மலருக்கு முன்னும் பின்னுமாக தொடர்ச்சியான பங்களிப்புகளை நல்கியோர் ஆவர்.

பழைய இதழ்கள் ஆவணப்படுத்தப்படும்போது அவை வரலாற்று எழுதியலுக்கான உறுதியான பதிவுகளாக மாறுகின்றன. கலைச்செல்வியின் ஆரம்ப இதழ்களைப் பார்க்கின்றபோது அவற்றி விளம்பரங்களினூடாக அக்காலகட்ட வாழ்வியலின் பல்வேறு அம்சங்களையும் அறிந்துகொள்ளலாம். உதாரணமாக 1958ம் 1959ம் ஆண்டுகளில் வெளியான கலைச்செல்வி இதழ்களில் சுன்னாகத்தில் இயங்கிய மக்கள் வைத்தியசாலையின் விளம்பரத்தைக் குறிப்பிடலாம். மின்சாரம் பரவலாக வழங்கப்படாத அன்றைய காலத்தில் கூட இரவு 8மணி வரை ஒரு சிறு வைத்தியசாலை இயங்கியிருக்கின்றது என்பது அதிசயம் தான். இதன் விளம்பரம் ஒரு விதமான பதிவென்றால் பிறின்ஸ் படப்பிடிப்பாளர்கள் என்கிற வியாபார நிலையத்தின் விளம்பரம் இன்னொருவகையான சான்று. அதன் அழகியல் தன்மையை நேரடியாகப் பகிர்ந்துகொள்ள விளம்பரத்தையும் இத்துடன் இணைத்துள்ளோம்.

நமது நாடு, நமது இலக்கியம் என்கிற நிலைப்பாட்டுடன் இயங்கிய கலைச்செல்வி செய்த இன்னொரு முக்கிய முயற்சி எழுத்தாளர் விபரங்களைத் திரட்டும் முயற்சியாகும். இன்றுவரை இவ்வாறான முயற்சிகள் எதிர்பார்த்த வெற்றிகளை எட்டாமல் இருக்கின்ற சூழலில் கலைச்செல்வியின் முன்னோடியான முயற்சி அதிசயிக்க வைக்கின்றது.

ஈழத்தின் மிகமுக்கியமான இதழ்களில் ஒன்றாக கலைச்செல்வி 1958 முதல் 1966 வரையாக 8 ஆண்டு காலத்தில் கிட்டத்தட்ட 70 இதழ்கள் வரை வெளியானது. இதழ்களில் தொடர்ச்சியாக செலவுகளைச் சமாளிக்க எதிர்நோக்கும் சிரமம் குறித்தும், கட்டணங்களின் விலை ஏற்றம் குறித்தும் குறிப்பிடப்பட்டிருக்கின்றது. 1965 நவம்பர் இதழில் "சந்தாப்பாக்கியைப் பற்றித்தான் மீண்டும் மீண்டும் நாம் நினைவூட்டவேண்டியுள்ளது. பத்திரிகைத்தாளின் விலை மலைபோல ஏறியுள்ள இக்காலத்தில் "கலைச்செல்வியை: இத்தனை குறைந்த விலையில் வாசகர்களுக்குக் கொடுப்பது நஷ்டத்தைத் கொடுக்கும் என்பதைப் பலர் அறிவர். இந்த நிலையில், கொடுக்க வேண்டிய பாக்கியையே அனுப்பாது விட்டால், நாம் தொடர்ந்து இலக்கிய சேவை செய்யமுடியுமா என்பதை அன்பர்கள் எண்ணிப்பார்க்க வேண்டும்." என்பதாக ஆசிரியர் தலையங்கம் உள்ளது. இந்த இதழ் வெளியாகி சிலமாதங்களில் கலைச்செல்வி நின்றும் போனது!

19ஆம் நூற்றாண்டில் ஈழத்து இலக்கியம்

ஈழத்து இலக்கிய வரலாற்றைப் பொறுத்தவரையில் மேனாட்டாராட்சியில் ஆங்கிலேயராட்சியே பெரும் புரட்சி செய்ததென்பதை எவரும் மறுப்பதற்கில்லை. பிரித்தானியர் ஆட்சியும் கத்தோலிக்க மதமும் ஈழத்தில் சமூகம், அரசியல், பொருளாதாரம் என்ற கட்டமைப்புக்களில் பாரிய தாக்கத்தினை உண்டுபண்ண, அதன்விளைவாக தமிழ் இலக்கியமும் நவீனமயவாக்கத்துக்குள் படிப்படியாக உள்வாங்கப்பட்டது.

பத்தொன்பதாம் நூற்றாண்டென்ற இவ் இலக்கியப் பயில் நெறியானது விரிந்து பரந்து இருபதாம் நூற்றாண்டின் முதல் இரண்டு, மூன்று தசாப்தங்களினையும் தன்னகத்தே கொண்டு, பல புதுமைகளைச் செய்து தமிழிலக்கியத்தில் மாற்றங்களினை உண்டுபண்ணியதுடன் பிற்காலத்தில் 'நவீனத்துவம்' என்ற செல்நெறியில் தன்னையும் இணைத்துப் புதுமை படைக்க வழிகோலியது.

"தமிழ் இலக்கிய வரலாற்றின் வளர்ச்சியில், 1835-1929க் காலகட்டமே சிக்கல் மையப்பட்ட காலமென்று கொள்ளப்படத் தக்கதாகும். தமிழ் இலக்கிய வரலாற்றை விளங்கிக் கொள்வதற்கும் அதனைத் தமிழர்களுக்கு எடுத்துக் கூறுவதற்கும், மேனாட்டு அணுகுமுறைகளையும் கைக்கொண்டு தொழிற்பட்ட 'உருவாக்க காலம்' என்ற வகையில், இக்கால கட்டத்தில் மேற்கொள்ளப்பட்ட வரலாற்றெழுது நெறிகள், தமிழிலே இப்பாடத்தின் அணுகுமுறையில் நிரந்தரமான தாக்கத்தை ஏற்படுத்தியுள்ளன."(1)

எனப் பேராசிரியர் கா.சிவத்தம்பி அவர்கள் கூறுவது இவ்விடத்தில் நினைவில் கொள்ளப்படவேண்டியதாகும். இவ்வகையில் 19ஆம் நூற்றாண்டானது ஈழத்து இலக்கியச் செல்நெறியில் ஓர் மாறுங்காலப் பிரிவாக நின்று பிற்கால இலக்கியங்களுக்கு வழிகாட்டிய வகையிலும் அவற்றுக்கான அத்திபாரமாக இருந்த நிலையிலும் ஈழத்து இலக்கிய வரலாற்றின் பொற்காலமாகத் திகழ்கின்றது.

ஆங்கிலேய நேரடித் தொடர்பானது தமிழ்ச் சமூகத்தை மீளக் கட்டியெழுப்ப பின்வரும் மூன்று வழிகளில் துணைபுரிந்தது.

1. தமிழ்ச் சமூகத்தின் தனித்துவம்
2. தமிழர்களை ஒருங்கிணைத்தல்
3. தமிழ்ச் சமூக ஒருங்கமைப்பு

என்ற நிலையில் பாரிய மாற்றங்களினை உண்டுபண்ணியது. அதுவரைகாலமும் ஈழத்தறிஞர் பலர் தமிழகத்துடன் சிற்சில தொடர்புகளைக் கொண்டிருப்பினும் 'தமிழர்' என்ற பரந்துபட்ட நிலையில் 'தமிழ்த்தேசியம்' ஒருங்கிணைக்கப்பட்ட நிலையினை நாம் ஆறுமுகநாவலர், சி.வை.தாமோதரம் பிள்ளை அவர்களின் ஈழத்து-தமிழக பணிகளிலிருந்து அறிய முடிகின்றது. இதற்குக் களம் அமைத்த 19ஆம் நூற்றாண்டானது ஈழத்துத் தமிழ் இலக்கிய வளர்ச்சியில் சிறப்புப்பெறுகின்றது.

4.1.இலக்கிய வகைகள்

19ஆம் நூற்றாண்டின் மாறுபட்ட சூழலும் அச்சியந்திர விருத்தியின் பன்முகப்பாடும் ஆங்கிலக்கல்வி விருத்தியும் திண்ணைக்கல்வி முறைகளினைப் பாடசாலைக் கல்வியாக மாற்றியமைத்தன. நாடு முழுவதையும் ஒரே அரசு ஆட்சி புரிந்தமையானது புதுமையான கருத்துக்களுக்கு முதன்மையளிப்பதாக இருந்தது. இதனால் இலக்கியங்களிலும் புதுமைக்கான தேடல் இடம்பெறத் தொடங்கியது. அவ்வாறு படைக்கப்பட்ட இலக்கியங்கள் மூன்று பெரும் பிரிவுகளைக் கொண்டதாக விளங்கக் காணலாம்.

1. செய்யுள் இலக்கியம்

அ. சமயச் சார்புடையன

இளவசப் புராணம்
நகுலமலைக் குறவஞ்சி
முகைதீன் புராணம்

ஆ. மக்கள் சார்புடையன

கனகி புராணம்
கோட்டுப் புராணம்
தால புராணம் போன்றன.

இ. நவீனத்தினூடே பழமை பேணுவன

தத்தைவிடு தூது
சுவதேச கும்மி
தனிப் பாடல்கள் சில போன்றன.

2. உரைநடை இலக்கியம்

அ. பழைய உரைநடை காரர் நடையில் அமைந்த நூல்கள்.
ஆ. நாவல்கள்
இ. சமயச் சார்புடைய நூல்கள்
ஈ . பாடநூல்கள்
உ. நாடகங்கள்
ஊ. பத்திரிகைகள் போன்றன.

3. பன்முக வளர்ச்சி

அ. பத்திரிகைகள்

ஆ. பதிப்பு முயற்சிகள்

இ. அகராதி முயற்சிகள்

ஈ . மொழி பெயர்ப்பு

உ. இலக்கண நூல்களின் உருவாக்கம்

ஊ. புலவர்களின் வாழ்க்கை வரலாறு எழுதுதல்

எ. அரசியல் சார்பாக எழுதுதல் என நீண்டு செல்லும்

4.2. அச்சியந்திர விருத்தியும் பன்முக வளர்ச்சியும்

கி.பி. 1835ஆம் ஆண்டில் அப்போது மகா தேசாதிபதியாக இருந்த சேர் "சார்ள்ஸ் மெக்காஃவ்" என்பவரினால் 'அச்சுச்சுதந்திரம்'(2) இந்தியா எங்கணும் வழங்கப்பட்ட பின்னர் ஈழத்திலும் பல அச்சுச்சாலைகள் நிறுவப்பட்டன. இவ்வாறு சுதேசிகளினால் அச்சியந்திர சாலைகள் நிறுவப்பட்ட பின்னர் அச்சுக்கலையின் செயற்பாடும் விரிவடையத் தொடங்கியது. 1849இல் ஆறுமுக நாவலர் அவர்கள் நல்லூரில் அச்சியந்திர சாலையை நிறுவி(3) ஈழத்தவரின் இலக்கியச் சாதனைகள் பலவற்றுக்கு களம் அமைத்துக் கொடுத்தார். அச்சியந்திர விருத்தியானது அதிசயிக்கத்தக்க வகையில் ஈழத்தில் பெரும் இலக்கியப் புரட்சியை ஏற்படுத்தியது.

அ. பத்திரிகைத் துறைவளர்ச்சி

ஆ. உரைநடை இலக்கியங்களின் பெருக்கம்

இ. பதிப்பு முயற்சி

ஈ . புத்தாக்க முயற்சி

உ. மொழிபெயர்ப்பும் ஆய்வுமுயற்சியும்

போன்ற பல துறைகளும் பாரியளவில் வளர்சிசியடைந்தன.

அ. பத்திரிகைத்துறையின் வளர்ச்சி

19ஆம் நூற்டறாண்டில் ஆங்கிலேயரின் வருகையுடன் சுதேசிகளுக்கான அச்சியந்திரப் பயன்பாட்டு வசதிகள் உண்டாகின. இவ் அச்சுச் சுதந்திரமானது பத்திரகை, சஞ்சிகை போன்றவற்றின் வெளியீட்டு முயற்சியில் பெரிதும் செல்வாக்குச் செலுத்தியது.

அக்கால ஊடகத்துறையில் அரசியலும், சமயமும், சமூகமும் பெற்றளவு செல்வாக்கினை அறிவியல் பெறவில்லை என்பது வருந்தப்பட வேண்டிய விடயமே. அமெரிக்க மிசநெறிமார் ஆரம்பித்த 'உதயதாரகை' (அழசniபெ ளவயச) 1841இல் வெளியான முதல் பத்திரிகை ஆகும். ஆர்னோல்ட் சதாசிவம்பிள்ளை ஆசிரியராகப் பொறுப்பேற்ற பின்னர் தான் ஆறுமுகநாவலரின் துணையுடன் உதயதாரகை புதுப்பொலிவு பெறத் தொடங்கியது. உதயதாரகையின் பின்னர் பல பத்திரிகைகள் வெளிவரத் தொடங்கின. 1841-1900ஆம் ஆண்டு வரை வெளிவந்த சில குறிப்பிடத்தக்க பத்திரிகைகள், சஞ்சிகைகளினை இவ் அட்டவணையில் நோக்குக.

சஞ்சிகையின் பெயர் விடயம் ஆண்டு

உதயதாரகை கிறிஸ்தவபிரச்சாரம் 1841

உதயாதித்தன் இந்துசமய பிரச்சாரம் 1841

உரைகல்லு கத்தோலிக்கம் 1845
இலங்கை நேசன் பொது 1848
வித்தியா தர்ப்பணம் பொது 1853
தின வர்த்தமானி செய்தி,அறிவியல் 1855
பாலியர் நேசன் சிறுவர் இதழ் 1859
பிறீமன் பொது 1862
இலங்காபிமானி சமயம், பொது 1863
புதினாதிபதி செய்தி 1870
யாழ்ப்பாணச் செய்தி அரசியல், சமயம், அறிவு 1871
உதயபானு சைவம் 1880
சைவசம்போதினி சைவம் 1881
விஞ்ஞானவர்த்தனி சைவம் 1882
முஸ்லீம்நேசன் முஸ்லீம் முன்னேற்றம் 1882
இஸ்லாம்மித்திரன் இஸ்லாம் 1893
மாணவன் கிறிஸ்தவம் 1896
முஸ்லீம் பாதுகாவலன் முஸ்லீம் முன்னேற்றம் 1900
திராவிடகோகிலம் சைவம் 1900
சத்தியவேத பாதுகாவலன் சைவம் 1901
(-நூற்பட்டியலாக்க உதவி-'ஈழத்தமிழ் இலக்கியத்தில் அறிவியல் நூல்கள்' வல்வை ந.அனந்தராஜ்-)

அறிவியல் சார் அம்சங்கள் குறைவாக இருப்பினும், பொதுவாக இக்காலப்பகுதியில் எழுந்த பத்திரிகைகளில் ஒருவிதமான பன்முகப்பாட்டைக் காணமுடிகின்றமை விசேடமானது. எளிமையான உரைநடை, புதமையாக்கம், உரைநடையில் நெகிழ்ச்சி, வசன அமைப்பில் மாற்றம் போன்ற தன்மைகளினையும் இப்பத்திரிகைகள் வெளிக்கொணர்ந்தமையினால் பிற்கால உரைஇலக்கிய வளர்ச்சிக்கும் வழிசமைத்த சாதனமாக விளங்குகின்றன.

ஆ. உரைநடை இலக்கியங்களின் பெருக்கம்: 19ஆம் நூற்றாண்டில் சிறப்புடன் வளர்ந்த துறைகளுள் ஒன்றாக உரைநடை இலக்கியமும் அமைகின்றது. செய்யுள் இலக்கியத்தின் இடத்தினை வசனநடை கைப்பற்றியமையே இக்கால இலக்கியத்தின் வெற்றியாகும். அரசநிர்வாகம், மதப்பிரச்சாரம், நவீனகல்விமுறை, பத்திரிகைகளின் தோற்றமும் வளர்ச்சியும் போன்ற செயற்பாடுகள் காரணமாக வசன இலக்கியங்கள் பல எழுந்தன.

அச்சியந்திர விருத்தி, ஆங்கிலக்கல்வி விருத்தி, மொழிபெயர்ப்பு, துண்டுப்பிரசுரப் பயன்பாடு, பாடப்புத்தக அறிமுகம் போன்றனவும் உரைநடை இலக்கிய வளர்ச்சிக்கான காரணங்களாக அமைந்தன. சுதேசிகள் புதிய இலக்கியங்களினை எளிமையுடன் படைக்க முற்பட்டமையும் பண்டைய ஏட்டுச் சுவடிகள் நூலுருப் பெற்றமையும் எனப் பல்வேறு புறக் காரணிகளும் ஈழத்தில் வசனநடை வளர்ச்சிக்கான உந்துசக்கியாகச் செயற்பட்டன.

செய்யுள்களை உரைநடையில் எழுதுதல், சமயச்சார்பான உரைநடை ஆக்கங்கள், நாவல், நாடகம், தனித்தமிழ் இலக்கியங்களின் தோற்றம், புலவர்களையும் பழைய நூல்களையும் ஆய்வுக்குட்படுத்தியமை எனப்பல புத்தாக்க முயற்சியில் ஈடுபட்டமையாலும் உரைநடை

இலக்கியம் புதுமையான மெருகுடன் செல்லத் தலைப்பட்டது.

ஆறுமுக நாலலர், சி.வை.தாமோதரம்பிள்ளை, அறிஞர் சித்திலெப்பை முதலியோரின் பங்களிப்பு இத்துறையில் முக்கியத்துவம் பெற்றிருந்தது. ‘வசனநடை கைவந்த வல்லாளர்’ என நாவலர் போற்றப் பட்டமையும், சி.வை.தாமோதரம்பிள்ளையின் கலித்தொகைப் பதிப்புரையும் இவற்றுக்குத் தக்க சான்றுகளாம்.

இ. பதிப்பு முயற்சி: 19ஆம் நூற்றாண்டில் தான் ஈழத்தில் மிகச்சிறந்த பதிப்பாசிரியர்கள் தோன்றினர். பண்டைத்தமிழ் நூல்கள் பல அழிந்தொழிந்து போகாமல், பதிப்பு முயற்சியில் தமிழகத்துக்கு வழிகாட்டும் வகையில் ஈழத்தறிஞர்களின் பணிகள் அமைந்தன. ‘நாவலர் பதிப்பு’ சுத்தத் தமிழில் அமைந்து காணப்பட்டதனால் அவரது பதிப்புக்கு ‘மவுசு’ கூடுதலாக இருந்தது.

நாவலரின் பின்னர் சி.வை.தா, ச.சரவணமுத்துப்பிள்ளை போன்ற பலர் பதிப்பு முயற்சியில் ஈடுபட்டனர். சி.வை.தா. வின் பதிப்பு முயற்சிக்குச் சிறப்பான ஓர் இடமுண்டு. தமிழகத்தில் முன்னின்றுழைத்த உ.வே. சாமிநாதஐயருக்கு வழிகாட்டியாக இருந்த பெருமையும் இவரைச் சாரும்.

தொல்காப்பியம், சேனாவரையம் (1868), வீரசோழியம் மூலமும் பெருந்தேவனார் உரையும்(1881), இறையனார் அகப்பொருள் மூலமும் நக்கீரர் உரையும்(1883), தணிகைப்புராணம்(1883), தொல்காப்பியம் பொருளதிகாரம் நச்சினார்க்கினியமும் பேராசிரியமும்(1885), கலித்தொகைப் பதிப்பு முதலியவற்றை இனிதே பதிப்பித்த பதிப்புப் பேராசான் சி.வை.தா. அவர்கள், நிறைய ஏட்டுப் பிரதிகளினையும் தேடித் தொகுத்துப் பதிப்பித்தும் வெளியிட்டார்.(4) ஏட்டுப்பிரதிகளைத் தந்த தமிழன்பர்கள் பற்றிய குறிப்புக்களையும், அவர்களுக்கான நன்றியறிதலையும் தமது பதிப்புரைகளில் பொறித்து வைத்தார்.

தமிழின் தொன்மை தேடும் முயற்சிக்கு சி.வை.தா. பல ஆதாரங்களினை முன்வைத்துள்ளார். ‘திரமிள’ என்ற ஆரியச்சொல் ‘தமிழ்’ எனத் திரிந்ததென்றும், ‘சங்கதமொழி’யே தமிழின் தாய்மொழி என்று மொழிப் பயிற்சியுடைய மேலைத்தேச அறிஞர்கள் தெரிவித்த காலத்தில்: ‘எல்லீஸ்’(கு. று. நுடடளை — 1819) போன்றோர், ‘இந்தோ-ஐரோ மொழியிலிருந்து திராவிட மொழிகள் வேறுபட்டுச் செல்கின்றன’ என்ற கருத்தை முன்வைத்தனர். ‘தமிழ்மொழியிலே திராவிடத் தாய்மொழியின் பண்டைய கூறுகள் பல காப்பாற்றப்பட்டிருக்கின்றன.’(5) என்று ‘கால்டுவெல்’ தனது ஒப்பிலக்கண நூலில் கூறியுள்ளார். கால்டுவெல்லின் ஆதாரங்களினை எடுத்து சி.வை.தாமோதரம்பிள்ளையவர்கள் ‘தனக்கிணையில்லாப் பாசை தமிழ்’ என்று நிறுவிக் காட்டினார்.

இவ்வாறு ஈழத்தில் மரபுவழி, நவீன நிறுவனவழி என இருவழிக் கல்வி மூலம் புகழ்பெற்ற சி.வை.தாமோதரம்பிள்ளை அவர்களின் பதிப்பு முயற்சியினைத் தொடர்ந்து 20ஆம் நூற்றாண்டின் முன்னரைப் பகுதிவரை ஈழத்தில் பழந்தமிழ் நூல்கள் பல ஆர்வமுள்ள தமிழறிஞர் பலரால் பதிப்பிக்கப்பட்டன.

ஈ. புத்தாக்க முயற்சிகள்: 19ஆம் நூற்றாண்டில் ஈழத்தில் புதுமையான இலக்கியங்கள் பல தோன்றியுள்ளன. குறிப்பாக: பாடநூல்கள், அகராதி முயற்சிகள், நவீன நாடகங்கள், அறிவியல்சார் அம்சங்;களை உள்ளடக்கிய நூல்கள் போன்றன இவற்றுள் அடங்கும். இக்காலத்தில் கல்விப்பணிகள் நிறுவன மயப்படுத்தப் பட்டன. பாடசாலைகளுக்கென ‘பாடத்திட்ட

வரைபு' அறிமுகமானது. பாடநூல்கள் அச்சிட்டு வெளியிடப்பட்டன. பாரம்பரியமாக நிலவி-வந்த மொழி, இலக்கண, சமயக் கல்வியுடன் இணைந்த நிலையில் நவீன அறிவியல் சார் கல்வியும் போதிக்கப்பட்டது. அறநூல்களுடன் வசன நூல்களும் பாடசாலைகளில் பயிற்று-விக்கப் பட்டன.

ஆறுமுக நாவலர் திருத்தமாகவும் செம்மையாகவும் வயதுக்கேற்ற முறையிலும் பாலர் பாடங்களை வெளியிட்டு கல்வியியற் சிந்தனையில் சிறந்த தரத்தினைப்பெற வழிசெய்தார். 1849இல் அமெரிக்க மிசநெறிமார் 'பாலகணிதம்' என்ற நூலை வெளியிட்டனர்.(6)

அச்சியந்திர விருத்தியானது 'அகராதி'களின் புதுமையான தோற்றத்துக்கு வழிபுரிந்தது. தமிழ்-தமிழ், தமிழ்-ஆங்கிலம், ஆங்கிலம்-தமிழ் என மூன்று விதமான அகராதிகள் தோன்-றின. "மானிப்பாய் அகராதி, தமிழ்ச் சொல்லகராதி, தமிழ்ப் பேரகராதி, இலக்கியச் சொல்ல-கராதி, சொற்பிறப்பு-ஒப்பியல் தமிழகராதி"(7) முதலிய தமிழ் அகராதிகளும், உவிஞ்சிலோ, பேர்சிவல் பாதிரிகள் பதிப்பித்த ஆங்கிலம்-தமிழ் அகராதிகளும் இக்காலப் பிரிவில் தோன்-றின.

விசுவநாத பிள்ளை அவர்களின் தமிழ்-ஆங்கில அகராதி 1870இல் வெளிவந்ததைத் தொடர்ந்து கதிரவேற்பிள்ளை, சுன்னாகம் அ.குமாரசுவாமிப் புலவர், ஆ.முத்துத்தம்பிப்-பிள்ளை முதலியோர் இணைந்து 'கதிரவேற்பிள்ளை அகராதி'யை வெளியிட்டனர். பின்னர் சுன்னாகம் அ.குமாரசுவாமிப் புலவர் அவர்கள் 'இலக்கியச் சொல்லகராதி' ஒன்றினை வெளியிட்டார்.(8)

பேர்சிவல் பாதிரியாரின் தொகுப்பு நூலான 'பழமொழி அகராதி'யும் ஆ.முத்துத்தம்பிப்பிள்-ளையின் 'அபிதானகோசம்' என்ற கலைக் களஞ்சியமும் வல்வை ச.வைத்திலிங்கம் பிள்-ளையின் 'சிந்தாமணி நிகண்டு'ம் இசை நாடகங்களும், விலாசங்களும் 19ஆம் நூற்றாண்டை அலங்கரித்தன. நாவலரின் தந்தையான 'கந்தப்பிள்ளை' பல நாடக நூல்களை எழுதி-னார் எனினும் அவற்றில் ஒன்றுதானும் இன்று கிடைத்தில. ஊசோன் பாலந்தை கதை, மோகனாங்கி, அழகவல்லி, சுந்தரன் செய்த தந்திரம் போன்றனவும் இக்காலக் கதைநூல்-களே. அமெரிக்க நாட்டவரான 'டாக்டர்.கிறீன்' அவர்களின் பங்களிப்பு ஈழத்து மருத்துவத் துறையில் காத்திரமான ஓர் இடத்தினைப் பெறுகின்றது. 1850இல் 'ர்ரஅயn யுயெவழஅல' என்ற ஆங்கில நூலைத் தமிழில் மொழிபெயர்த்த இவர் மானிப்பாயில் தன் வாழ்நாள் முழு-வதும் இருந்து வைத்தியப் பணி புரிந்தார். 'மருத்துவ அறிவியலின் தந்தை' என ஈழத்தவ-ரால் புகழப்பட்ட இவர் 'உடற்கூற்று உளநலத் துறை' என்ற நூலை மொழிபெயர்த்துத் தந்-தார்.(9) இவருடைய வழியைப் பின்பற்றி தரமான நூல்களைத் தந்த பேராசிரியர்.வைத்திய கலாநிதி.அ.சின்னத்தம்பி அவர்களும் இவ்விடத்தில் பாராட்டப்பட வேண்டியவரே.

உ. மொழிபெயர்ப்பும் ஆய்வு முயற்சியும்: '19ஆம் நூற்றாண்டினை ஈழத்துக்கே உரியது.' என்று கூறும் வகையில் மொழிபெயர்ப்பு முயற்சிகளும் சிறப்பான முறையில் நடைபெற்றன. தமிழில் இருந்து ஆங்கிலத்துக்கு அரிச்சந்திர நாடகம், யாழ்ப்பாண வைபவமாலை, சிவஞா-னபோதம், சிவப்பிரகாசம், திருக்கோவையார், பகவத்கீதை, தாயுமானவர் பாடல்கள் போன்ற பல நூல்கள் மொழிபெயர்க்கப் பட்டன. முத்துக்குமார சுவாமி, பிறிற்றோ போன்றோர் மொழி-பெயர்ப்புத் துறையில் முன்னின்றுழைத்தனர்.

ஆங்கிலத்தில் இருந்து தமிழுக்கு நாவலரால் 'பைபிள்' மொழிபெயர்க்கப் பட்டமை மகத்தான

பணியாகும். அதன்பின் டாக்டர் கிறீன், கறோல் விசுவநாதபிள்ளை, தி;.த.சரவணமுத்துப்பிள்ளை போன்றோர் பல நூல்களை மொழிபெயர்த்து தமிழுக்குப் புதுமெருகூட்டினர்.
இவ்வாறு 19ஆம் நூற்றாண்டிலேயே ஆய்வுப் பணிகள், மொழிபெயர்ப்பு முயற்சிகள் இடம் பெற்றிருப்பினும், இருபதாம் நூற்றாண்டில் பேராசான் க.கைலாசபதியின்(1933-1982) வரவுடன்தான் அவற்றில் பன்முக வளர்ச்சியினை அவதானிக்க முடிகின்றதெனலாம்.

ஆறுமுக நாவலர் புரிந்த தமிழ் இலக்கியப் பணிகள்

யாழ்ப்பாண நல்லூரில் கந்தர்-சிவகாமி தம்பதியரின் மகனாக 'ஆறுமுகம்' என்ற பிள்ளைத் திருநாமத்துடன் பிறந்து பின்னை நாளில் உலகம் போற்றும் நாவலராகத் திகழ்ந்த பேராளன் உதித்த பொன் நாள் 1822-12-18 ஆகும். இவர் சைவமும் தமிழும் இரண்டு கண்கள் எனக் கொண்டு வாழ்ந்தவர். மிகச் சிறந்த உரை ஆசான், உரைநடை வல்லாளர், பதிப்பாசிரியர், நல்லாசான், நாவன்மைப் பேச்சாளர், சைவ வாழ்வு வாழ்ந்த தண்ணளியான்.
நாவலர் அவர்கள் எழுதியும் பிரசுரித்தும் வெளியிட்ட நூல்கள் 73, தாமே எழுதிய நூல்கள் உட்பட உரைநடை நூல்கள் எனப்பட்டன 22, இவற்றுள் உரைநடை ஆற்றலுக்கு உன்னத எடுத்துக் காட்டாய் கொள்ளத் தக்கன 10, அவை 1ஆம், 2ஆம், ; பால பாடங்கள், பெரிய புராண வசனம், சைவ சூசன பரிகாரம், யாழ்ப்பாணச் சமயநிலை, திருவிளையாடற் புராண வசனம், நல்லூர் கந்தசுவாமி கோயில், பெரிய புராண சூசனம், போலியருட்பா மறுப்பு, நாவலர் பிரபந்தத் திரட்டு(10) ஆகியனவாகும்.
நாவலர் தமிழ் மாணவர்கள் படிக்க வேண்டும் என்பதற்காகப் பாடசாலைகள் அமைத்தும் அருந் தொண்டாற்றியுள்ளார். திண்ணைப் பள்ளிக்கூடங்கள் அமைத்து இலவசக் கல்வி சொல்லிக் கொடுத்துள்ளார். அச்சியந்திர சாலைகளை அமைத்து நூல்களைப் பதிப்பித்துள்ளார். இவருடைய இலக்கியப் பணிகள் காலச் சூழலோடும் சமயப் பணிகளோடும் இணைந்தவை. தற்கால உரைநடையின் தந்தையாக விளங்கும் இவர் 'வசனநடை கைவந்த வல்லாளர்'(11) எனப் பாராட்டப் படுகின்றார். இலக்கிய உரை நடையை வளர்த்து, இலக்கியப் பணி புரிந்தவர்.
இவருடைய பதிப்புத் துறை சார்ந்த பணிகள் மிகவும் பலம் வாய்ந்தவை. இவர் பரிசோதித்துப் பதிப்பித்த நூல்கள் இவருடைய இலக்கியப் பணியின் குறிகாட்டியாய் அமைவன. சூடாமணி நிகண்டு, நன்னூல் விருத்தியுரை, கந்தரலங்காரம், கந்தரனுபூதி, சிதம்பர மும்மணிக் கோவை, கந்தபுராணம், பெரியபுராணம், திருச்சிற்றம்பலக்கோவையுரை, முதலான 35க்கு மேற்பட்ட நூல்கள் இவர் பரிசோதித்துப் பதிப்பித்தவை ஆகும். இவர் உரை எழுதி வெளியிட்ட நூல்களும் இவருடைய இலக்கியப் பணியின் சிறப்புக்குச் சான்று. திருமுருகாற்றுப் படை, கோயிற்புராணம், ஆத்திசூடி, நல்வழி, நன்னெறி, கொன்றை வேந்தன் போன்றனவற்றை சான்றாகக் காட்டலாம்.(12)
சொற்பொழிவுகள் மூலமும் இலக்கியப் பணியாற்றியவர். நாவன்மைப் பேச்சாளராகத் திகழ்ந்தவர். இதனால் இவருக்குத் "திருவாவடுதுறை ஆதீனம்"; "நாவலர்" என்ற சிறப்புப் பட்டம் சூட்டியது. இவருடைய சொற்பொழிவு முயற்சி பிற்காலத்தில பலரைத் தூண்டியது. விவாதங்கள் வழக்காடு மன்றங்கள் போன்றனவற்றின் அடிப்படையாகியது.

இவருடைய உரை நூல்கள் அக்காலத்தில் கொடுமுடியாய் விளங்கின. பெரியபுராண வசனம், கந்தபுராண வசனம், பால பாடங்கள், சைவ வினா விடைகள், கட்டுரைகள் போன்றன குறிப்பிடத் தக்கவை. சமய உணர்ச்சியூட்டக் கூடிய நூல்களை எழுத்துப்பிழை, வசனப்பிழை, இல்லாது இலகு உரைநடையில் எழுதி வெளியிட்டும் அச்சிலும் ஏட்டுப் பிரதிகளில் உள்ள நூல்களைப் பரிசோதித்தும் வெளியிட்டார்.

பொருள்த் தெளிவை முக்கிய நோக்கமாகக் கொண்டிருந்ததனால் சொற்களை வலிந்து கொள்ளாது சொல்லும் பொருளும் திரியாதபடி பொருள் இனிது விளங்க உரைகளை எழுதினார். இவருடைய வசனங்கள் ஒன்றுடனொன்று தொடர்புற்று தேவையற்ற சொற்களும் அடைகளும் இல்லாமல் தர்க்க ரீதியாக அமைந்திருந்தன.

தர்க்க முறையிலும் சிலேடையிலும் எழுதும் வன்மை அவருக்கு இயல்பாகவே இருந்தது. தமது கொள்கைகளை நிலைநாட்டும் போதும் பிறர் கோட்பாட்டை மறுக்கும் போதும் மிடுக்கு நடையில் தர்க்க ரீதியாக வசனங்கள் அமையும்.(13) வெறும் அடைமொழிகளைச் சேராதும் அளபெடைகளை கூட்டாதும் அவர் உரைநடைகளைக் கையாண்ட பொழுதும் வசனங்கள் ஓசை நயம் பொருந்தியனவாய் படிக்கும் போது தட்டுத் தடையின்றிச் செல்லும் எதுகை மோனைச் சொற்களை வழங்கியும் ஏகாரத்தினைப் பலவிடங்களில் நயம்படச் சேர்த்தும் சாரியைகளை இன்பம் பயக்கப் புகுத்தியும் உரைநடைகளை அமைத்தார்.(14)

நாவலர் இன்றியமையாத இடங்களில் வடசொற்களைத் தமிழ் மரபுக்கு ஏற்பக் கையாண்டுள்ளார். ஆனால் அவ் வடசொற்களை யாரும் இலகுவில் புரிந்து கொள்ள முடிகின்றமை சிறப்பானது. அத்துடன் அக்கால வழக்கிலிருந்த கச்சேரி, கமிசனர், துரை போன்ற மேலை நாட்டுச் சொற்களையும் தெளிவு கருதிப் பயன்படுத்தியிருந்தார்.

குறியீட்டு இலக்கணத்தை பொருள்த் தெளிவும் விரைவும் கருதி அதனை முழுவதும் தழுவிக் கொண்டார். உறுப்பிசைக்குறி, தொடரிசைக் குறி, விளக்கக் குறி, முற்றுப் புள்ளி, வினாவிசைக் குறி, மெய்ப்பாட்டிசைக் குறி, அனுதாபக் குறி முதலியவற்றைப் பயன்படுத்தினார். நாவலர் கற்றோருக்கும் மற்றோருக்கும் விளங்கும் வகையில் தமிழ் உரைநடையை எழுதினார்.(15) அவர் எழுதிய பெரியபுராண சூசனம் பண்டிதர்களுக்கு எழுதப் பட்டது.

நாவலரைப் போல முன்னும் பின்னும் பல்துறை சார் தமிழ் வித்துவான்கள் இல்லை எனலாம். 1879 இல் நாவலர் இறந்த போது தமிழ் உலகு கதறிக் கண்ணீர் வடித்து மெய்யுருகியது. அந்த இரங்கற் கூட்டத்தில் சி.வை. தாமோதரம்பிள்ளை எழுதி வாசித்த "நல்லை நகர் நாவலர் பிறந்திடரேல் சொல்லு தமிழ் எங்கே? சுருதி எங்கே?" என்ற வரிகள் நாவலரின் புகழை என்றும் எடுத்துரைப்பன.

19ஆம் நூற்றாண்டானது ஈழத்து இலக்கிய வரலாற்றில் ஓர் திருப்பு மையமாக, பொற்காலமாக விளங்குகின்றமையால் தனித்துவமான முறையில் அக்காலம் ஈழத்துக்கே உரியதாக விளங்குகின்றது. அக்காலத்தில் தோன்றிய இலக்கியங்களினை நுணுகி ஆராய்வோர் அவ்விலக்கியங்களினூடே அக்காலத்தில் நிலவிய அரசியல், பொருளாதார, சமய, பண்பாட்டம்சங்களினை தெளிவாக அறிந்து கொள்வர்.

முன்னைய காலத்து இலக்கியங்களில் இடம் பிடித்த சமயமே ஆங்கிலேயர் காலத்திலும் இலக்கியப் பொருளாக நின்று தனியாட்சி செலுத்தியது என்று கூறின் மிகையாகா. மேலைத்தேசத்துச் சமயம் இலங்கையிலும் காலூன்ற முற்பட்டதன் விளைவாக ஏற்பட்ட விழிப்புணர்வு

இலக்கிய நெறியின் போக்கில் பெரும் மாற்றத்தை ஏற்படுத்தியது.

கதிர்காமப்புராணம், திருகோணாச்சலப் புராணம், நல்லூர் கந்தசுவாமி கிள்ளைவிடு தூது, வல்வைக் கலித்துறை, கதிரேசர் பதிகம், சுன்னாகம் ஐயனாரஞ்சல், நல்லை வெண்பா, போன்ற தலச் சார்புடைய நூல்களும் எண்ணற்ற சிறு புராணங்களும் மறைசைக் கலம்பகம், யேசுநாதர் பிள்ளைத்தமிழ், அஞ்ஞானக் கும்மி, பஞ்ச பட்சித் தூது, போன்ற நூல்களும் மரபிலக்கிய வடிவங்களுக்கு மீளுருக் கொடுத்துப் பாடியனவாகவுள்ளன.(16)

சமயத்தினை அடிப்படையாகக் கொண்டு கிறிஸ்தவ மதக் கண்டனம், சிவதூசன கண்டனம் போன்றனவும் பல்கிப்பெருகின. தமது வித்துவச் செருக்கினைப் புலப்படுத்தச் சிலர் பாடல்களைப் பாடினர் போன்றும் தெரிகின்றது.

சமயக்கல்வி விருத்தியும், மொழிபெயர்ப்புக் கலையின் தோற்றமும் இக்காலத்தின் இலக்கியங்களில் பெரும் தாக்கத்தினை உண்டுபண்ணியிருந்தன. இக்காலப் புலவர்கள் உலகியல் சார்புடைய நூல்களை எழுதியபோது தம்மை ஆதரித்த புரவலரை அல்லது பிரபுக்களைப் பாடிய போதிலும் ஆங்கிலேயரைப் போற்றிப் பாடியதாக ஆதாரங்கள் இல்லை.

அகராதி முயற்சிகள், நிகண்டு இலக்கியங்களின் தோற்றம் என்பனவும் ஆய்வு முயற்சிகளும் மொழிபெயர்ப்பு முயற்சியும் ஈழத்து இலக்கியம் 19ஆம் நூற்றாண்டின் பின் புதிய மெருகுடன் வளரத் துணைபுரிந்தன. இதற்கு அச்சியந்திர-ஆங்கிலக் கல்வி விருத்திகள் காரணமாக அமைந்தன.(17)

அச்சியந்திர விருத்தியின் காரணமாக பதிப்புத்துறை துரிதமாக முன்னேறி வளர, மறுபுறம் பத்திரிகை தோன்றி புதிய இலக்கியங்களுக்குக் களம் அமைத்துக் கொடுத்தது. சோதிடம், எண்கணிதம், வானசாஸ்திரம், தருக்கம், வைத்தியம், போன்ற துறைகள் ஆங்கிலேயர் காலத்தில் வளர அவை சார்புடைய பத்திரிகைகள், சஞ்சிகைகள், போன்றனவும் காரணமாக அமைந்தன.(18)

அக்காலத்தில் பெரும் புரட்சி செய்த நூல்களுள் ஒன்றாக 'கனகிபுராணம்' விளங்குகின்றது. சமூகச் சீரழிவைச் சாடுவதே இப்புராணத்தின் நோக்கமாகும். வண்ணார் பண்ணையைச் சேர்ந்த நட்டுவச் சுப்பையரினால் 'தாசி'யான கனகியைப் பாட்டுடைத் தலைவியாகக் கொண்டு பாடப்பட்ட இப்புராணத்தில் பிரபுக்கள், அறிஞர்கள் முதலியோரின் பெயர் சுட்டி அவர்களின் சீர்கேடு சொல்லப்பட்டிருக்கின்றது.(19)

"...நன்னியர் உறியறுத்தார் நடுவிலார் பூண்டுகொண்டார்
சின்னியோ டொன்றி விட்டார் செங்கை ஒன்றிலாச் சொத்தி
முன்னுளோர் கதையைக் கேட்டு முத்தரும் அகஞ் சலித்தார்
நன்னிய கனகி பாடும் நடுராசி ஆச்சுதன்றே

நட்டுவனொருவனாலே நாடகசாலை வந்தாள்
செட்டியில் ஒருவன் பட்டான் சேணியர் இருவர் பட்டார்
மட்டுவில் குருக்கள் பட்டார் கொக்குவிற் சுப்பன் பட்டான்
மட்டிகள் இவரைப்போலப் பட்டவர் பலபோர் அறிந்தோ"

என அங்கதமாக எழுதப்பட்ட வரிகளின் மூலம் கனகிபுராணத்தில் பிரபுக்களின் ஒழுக்கச்

சீர்கேடுகள் சுட்டப்பட்டன. சிலேடை, யமகம், திரிபு, மடக்கு போன்ற சொல்லணிகளும் அக்காலத்தில் எழுந்த தனிப் பாடல்களில் ஆங்காங்கே பயன்பாட்டில் இருந்திருக்கின்றன. ஒருவிதமான மனத்திருப்தியை நோக்கமாகக் கொண்டும் அக்காலப் புலவர்கள் பாடல்களைப் பாடியுள்ளனர் போலத் தெரிகின்றது. மொழிபெயர்ப்பு நூல்களினைத் தொடர்ந்து தமிழில் ஆங்கிலம், வடமொழி போன்றவற்றின் கலப்பு அதிகரிக்க, மறுபுறத்தில் மேலைத்தேச மொழிக் கலப்பானது தமிழில் கலைச் சொற்களின் வருகைக்கும் காரணமாக அமைந்து விட்டது.

பதிப்புத் துறையின் முன்னோடி

சி.வை.தாமோதரம் பிள்ளை

தமிழ் இலக்கியங்கள்

இருநூறு ஆண்டுகளுக்கு முன்பு தமிழ்நாட்டில் கோயில்களிலும், மடங்களிலும், கவிராயர் இல்லங்களிலும், அரண்மனைகளிலும் முடங்கிக்கிடந்த பழந்தமிழ்ச் சுவடிகளை வெளியுலகுக்குக் கொண்டு வந்த பெருமை ஆறுமுக நாவலர், சி.வை.தாமோதரம் பிள்ளை, 'தமிழ்த்தாத்தா' உ.வே.சா ஆகியோரைச் சாரும்!

தமிழறிஞர்கள் ஒவ்வொருவரும் ஒவ்வொரு வகையில் தாய்மொழியாம் தமிழுக்கு அருந்தொண்டு ஆற்றியுள்ளனர். ஓலைச்சுவடிகளிலிருந்து பண்டைய தமிழ் இலக்கிய, இலக்கணங்களைக் கண்டெடுத்து சரிபார்த்து, திருத்தம் செய்து, பதிப்பித்த பெருமை 'பதிப்புத்துறையின் முன்னோடி' என்று புகழ்ந்துரைக்கப்படும் சி.வை.தாமோதரம் பிள்ளையையே குறிக்கும்.

தமிழ் இலக்கண, இலக்கியச் சுவடிகள் பதிப்பிக்கத் தொடங்கிய பின்பு தான், தமிழ் மொழியின் பரந்துபட்ட பரப்பு தெரியவந்தது. தமிழ் நூல்களை அழியாமல் காத்துப் பாமர மக்களிடையே பரவலாக்கிய பெருமை தமிழ்ச் சுவடிகளைப் பதிப்பித்த பதிப்பாசிரியர்களையே சாரும். தமிழ்ச்சுவடிப் பதிப்பு வரலாற்றில் ஆறுமுக நாவலருக்குப்பின் சி.வை.தாமோதரம் பிள்ளையின் பதிப்புப்பணி போற்று தற்குரியது. அவர் தமிழ் நூல்கள் பலவற்றை முதன் முதலில் பதிப்பித்து தமிழுலகம் அறியச் செய்தார்.

சுவடியில் உள்ளவற்றை அச்சில் கொண்டு வருவதே பதிப்புப் பணியாய்த் திகழ்ந்த காலத்தில், சுவடிப்பதிப்பிற்கு ஆராய்ச்சி நோக்கில் அரிய பதிப்பு முன்னுரைகளை எழுதி சுவடிப்பதிப்பை ஆய்வு நிலைக்கு உயர்த்தியவர். அவருடைய பதிப்புகளின் சிறப்பியல்பு களில் முத்தாய்ப்பாய் விளங்குவது அவரது பதிப்புரைகள். அவர் பதிப்புரை களை மூலபாடத் திறனாய்வுடனும், வரலாற்று அணுகுமுறையுடனும் கால ஆராய்ச்சியுடனும் அணுகியுள்ளார்.

"ஓலைச் சுவடிகள் சிதைந்த நிலையில், பிரித்தவுடன் 'பொல பொல' என்று உதிர்ந்து கொட்டும். கட்டை அவிழ்க்கும்போது கட்டு கயிற்றோடு பிய்த்துக்கொண்டு வரும் ஏடுகள் பல. ஏட்டைப் புரட்டினால் நுனிகள் ஒடிந்து கீழே உதிரும். ஒட்டிக் கொண்டுள்ள இரண்டு ஏடுகளைப் பிரிக்க முயன்றால் இரண்டும் கிழிந்து போகும். இத்தனை அவதிகளையும் பட்டு, நூலை முறைப்படுத்திப் பார்க்கும் போது பக்க எண்கள் இல்லாமல், ஏடு முன்னும் பின்னு-

மாக இருக்கும். ஒரு பக்கத்தில் அல்லது ஓலையின் கடைசி எழுத்தை வைத்துக்கொண்டு அடுத்த ஓலையின் முதல் எழுத் தையும் வைத்துக்கொண்டு இதற்கடுத்து இதுதானா என்று ஆராய்ந்து உறுதிகொண்டு இணைக்க வேண்டும். சிலமுறை தவறான இணைப்பை ஏற்படுத்தி விட்டால் அவற்றை மறுபடியும் ஆரம்பம் முதல் ஆய்ந்து வரிசைப்படுத்த வேண்டும்.'' இவ்வாறு கடினப்பட்டு தான் பழந்தமிழ் நூல்களை சி.வை.தாமோதரம் பிள்ளை பதிப்பித்தார் என்று முக்தா சீனிவாசன் பதிவு செய்துள்ளார்.

சி.வை.தாமோதரம் பிள்ளை நூல் பதிப்பிக்கும் பணிக்கு வந்ததற்குப் பொருள் ஈட்டும் முயற்சியோ, புலமை காட்டும் உயர்ச்சியோ காரணங்கள் இல்லை. தாய்மொழியாம் தமிழின் மீது கொண்ட தணியாக் காதல் ஒன்றே காரணம் ஆகும்.

ஓலைச்சுவடிகளிலுள்ள எழுத்துக்களின் நிலைமை, ஓலைச்சுவடிகள் இருந்த அமைப்பு ஆகியவற்றைக் கண்டு மனம் வருந்தி கண்ணீர் சொரிந்தார். அன்னைத் தமிழுக்கு நேர்ந்த அலங்கோல நிலைமை கண்டு அங்கமெல்லாம் நொந்தார். இத்தகைய அவலநிலையை மாற்றித் தமிழன்னை எழிற்கோலம் கொள்ள வேண்டும் என்னும் உயர்ந்த நோக்கத்தினாலேயே நூல் பதிப்புப் பணியில் ஈடுபட்டவர் சி.வை.தாமோதரம் பிள்ளை.

இலங்கையில் உள்ள யாழ்ப்பாணத்துக்கு அருகில் அமைந்துள்ள புத்தூரைச் சேர்ந்த சிறுபிட்டி என்னும் ஊரில் 12.09.1832 அன்று, வைரவநாதபிள்ளை பெருந் தேவி அம்மாள் வாழ்விணையருக்கு மகனாகப் பிறந்தார்.

இளவயதில் வட்டுக்கோட்டையில் உள்ள பள்ளியில் தொடக்கக் கல்வியைக் கற்றார். வாக்குண்டாம், நன்னெறி, மூதுரை, திவாகரம், உரிச்சொல் நிகண்டு முதலிய நூல்களை தமது தந்தையாரிடம் பயின்றார். இவரது தந்தை மிஷின் பாடசாலையில் தலைமை யாசிரியராகவும், வட்டுக்கோட்டை யாழ்ப்பாணக் கல்லூரியில் கணிதப் பேராசிரியராகவும் பணியாற்றியவர்.

சி.வை.தாமோதரம்பிள்ளை சுன்னாகம் முத்துக் குமாரக் கவிராயரிடம் நைடதம், பாரதம், கந்தபுராணம், நன்னூல், தொல்காப்பியம் முதலிய இலக்கிய, இலக்கணங் களை தெளிவுறக் கற்றார். பின்னர் தெல்லியம்பதி மிஷன் பள்ளியில் சேர்ந்து ஆங்கிலக் கல்வி பயின்றார். பிறகு புகழ்பெற்ற யாழ்ப்பாணத்து வட்டுக்கோட்டைக் கல்லூரியில் சேர்ந்து 1844 முதல் 1852 வரை கணிதம், தத்துவம், வானவியல், அறிவியல் ஆகிய பாடங்களை ஆர்வமாகக் கற்றார்.

சென்னைக்கு 1857ஆம் ஆண்டு சி.வை.தாமோதரம் பிள்ளை வந்தார். அப்போது தொடங்கப்பட்ட சென்னைப் பல்கலைக்கழகத்தில் சேர்ந்து பி.ஏ. பட்டப்படிப்பில் சேர்ந்து, சென்னைப் பல்கலைக் கழகத்தில் முதல் பட்டதாரிகள் மூவரில் ஒருவராக மாநிலத்தின் முதல் மாணவராகத் தேர்ச்சி பெற்றார். பின்னர் 1871 ஆம் ஆண்டு வழக்கறிஞருக்குரிய பி.எல். பட்டமும் பெற்றார்.

சி. வை. தாமோதரம்பிள்ளை கோப்பாய் ஆசிரியர் கல்லூரியில் ஆசிரியர் பணி, கள்ளிக்கோட்டை அரசினர் கல்லூரித் தலைமை ஆசிரியர் பணி, சென்னை அரசினர் மாநிலக் கல்லூரியில் தமிழ்ப் பேராசிரியர் பணி ஆகிய பணிகளைச் சிறப்புடன் ஆற்றினார்.

இதழாசிரியர் பணி, வழக்கறிஞர் பணி, புதுக்கோட்டை சமஸ்தானத்தில் திவான் பணி, நீதிமன்றப் பணி, சென்னை அரசு வரவு செலவுக் கணக்கு நிலையத்தில் கணக்காளர் பணி முதலிய பணிகளை திறம்பட ஆற்றினார். 'உதய தாரகை', 'தினவர்த்தமானி' ஆகிய இதழ்-

களின் ஆசிரியராகவும் பணியாற்றினார்.

தமிழ், ஆங்கிலம் ஆகிய இரு மொழிகளிலும் வல்லமை படைத்த சி.வை.தாமோதரம் பிள்ளை, பேராசிரியர் பர்னல், சர். வால்டர் எலியட், லூசிங்டன் முதலிய ஆங்கிலேயப் பெருமக்களுக்குத் தமிழ் கற்பித்தார்.

சி.வை.தாமோதரம் பிள்ளை, நீதிநெறி விளக்கம், திருத்தணிகைப் புராணம், கலித்-தொகை, சூளாமணி, ஆதியாகம கீர்த்தனம் முதலிய இலக்கிய நூல்களை பதிப்பித்து வெளி-யிட்டார். மேலும், தொல்காப்பியம் - சொல்லதிகாரம் சேனாவரையர் உரை, வீரசோழியம், இறையனார் அகப்பொருள், தொல்காப்பியம் - பொருளதிகாரம் நச்சினார்க்கினியர் உரை, இலக்கண விளக்கம், தொல்காப்பியம் - எழுத்ததிகாரம் நச்சினார்க் கினியர் உரை முதலிய இலக்கண நூல்களைப் பதிப்பித்தார்.

தமிழ் மொழியில் மட்டுமே காணப்படும் பொருள் இலக்கணம் பற்றிய கருத்துகளைக் கொண்ட தொல் காப்பியப் பொருளதிகாரத்து நச்சினார்க்கினியர் உரையை 1885ஆம் ஆண்டு பதிப்பித்தார்.

பௌத்த மதத்தைச் சேர்ந்த புத்தமித்திரர் என்பவரால் எழுத்து, சொல், பொருள், யாப்பு, அணி என்ற தமிழின் ஐந்திலக்கணத்தையும் சுருக்கமாக உணர்த்தும் முறையில் எழுதப்பட்ட வீரசோழியம் என்ற இலக்கண நூலைப் பதிப்பித்தார்.

பாலைக்கலி, குறிஞ்சிக்கலி, மருதக்கலி, முல்லைக் கலி, நெய்தல் கலி முதலிய பகுதிக-ளைக் கொண்டது கலித்தொகை. ஒவ்வொரு பகுதியிலும் கலித்தொகை தொடர்பாகவும் ஒரு கட்டுரை எழுதியுள்ளார். பாடல், பாடலுக்குப் பொருள், குறிப்புரை, இலக்கிய இலக்கண மேற்கோள், அதிகமான பாடவேறுபாடுகள், செய்யுள் முதற் குறிப்பகராதி, ஆசிரியர்கள் வரலாறு, உரை யாசிரியர் வரலாறு, அரும்பதம் அதன் பொருள், பதிப்பில் கையாண்டுள்ள பிற நூல்களின் பெயர் போன்றவற்றுடன் செம்மையான, புதிய ஆய்வுப் பதிப்பைச் சுவடியி-லிருந்து கலித்தொகையைப் பதிப்பித் துள்ளார். இவரது கலித்தொகைப் பதிப்பினை முழுமை யான உரையுடன் தஞ்சை தமிழ்ப் பல்கலைக்கழகம் 1984 ஆம் ஆண்டு வெளியிட்டுள்ளது.

தமிழில் முழுமையாகக் கிடைத்த முதல் இலக்கண நூலாகிய தொல்காப்பியத்தைத் தாம் பதிப்பித்ததன் நோக்கம், “தமிழ்நாடு முழுவதும் உள்ள தொல்காப்பியப் பிரதிகள் மிகச் சிலவே. அவை யாவும் நான் தேடிக் கண்டவரை சிதிமலடைந்து இருந்தது, இன்னும் சில ஆண்டுகளுக்குள் அழிந்துவிடுமென அஞ்சியே, பயனுடைய வகையில் அச்சிடலானேன்” என்று கூறியுள்ளார்.

சி.வை.தாமோதரம் பிள்ளை கலித்தொகை பதிப்புரையில், ஏடு எடுக்கும் போது ஓரம் சொரிகிறது. கட்டு அவிழ்க்கும் போது இதழ் முறிகிறது. ஒன்றைப் புரட்டும் போது துண்டு துண்டாய்ப் பறக்கிறது. இனி எழுத்துக்களோ என்றால் வாலுந் தலையுமின்றி நாலா புற-மும் சிதிலமடைந்து உள்ளது. பழைய சுவடிகள் யாவும் அழிந்து போகின்றன. எத்தனையோ அரிய நூல்கள் காலப்போக்கில் அழிகின்றன. சீமான்களே! இவ்வாறு இறந்தொழியும் நூல்க-ளில் உங்களுக்கு சற்றாவது கிருபை பிறக்கவில்லையா? தமிழ் மாது நும் தாயல்லவா? இவள் அழிய நமக்கென்ன? என்று வாளாவிருக்கின்றீர்களே! தேசாபிமானம், பாஷாபிமானம் என்று இல்லாதவர் பெருமையும் பெருமையா? இதனைத் தயை கூர்ந்து சிந்திப்பீர்களாக!

மேலும், நூல் பதிப்பிப்பதில் உள்ள சிக்கல்களை, தடைகளை சி.வை.தாமோதரம் பிள்ளை, “சொத்தைச் சேர்த்துவிடலாம், எழுத்தைச் சேர்ப்பது எளிதல்ல. மண்ணை அளந்து வரப்புகள் வகுத்துவிடலாம். பொன்னைப் போன்ற எழுத்துகளுக்கு அணைகட்டிப் பார்ப்பது முடியாத காரியம். கடுமையான உழைப்பு மட்டும் போதாது. ஆண்டவன் அருளும் இருந்தால் தான் அடுத்த ஓலை முன் ஓலைக்கு உண்மையாகவே அடுத்த ஓலையாக இருக்கும். இடம் பெயர்ந்து இருந்தால் இலக்கியம் உயிர் புரண்டு நிற்கும்” என்று தெரிவித்துள்ளார்.

யாழ்ப்பாணத்தில் பிறந்து தமிழ்நாட்டிற்கு வந்து, தன்னந்தனியாகத் தமிழ்ப் புதையலைத் தேடித்திரிந்து தமிழ் மக்களுக்குத் தரும் அரிய, பெரிய முயற்சியில் ஈடுபட்டவர் சி.வை.தாமோதரம் பிள்ளை. மேலும், அக்காலத்தில் ஏட்டுப் பிரதிகளைப் படித்துப் பிழையின்றி எழுதித்தரும் திறமையுள்ளவர் கிடைப்பதே அரிது. இதனால் அவரே ஏடுகளைப் படித்துப் பார்ப்பது. நகல் எடுத்து, பொருள் ஆராய வேண்டிய பணியிலும் ஈடுபட்டார்.

நூல்களைப் பதிப்பிப்பதற்கு தமது கைப் பணத்தையும், ஊதியத்தையும் செலவிட்டார். அதனால் கடன் பட்டதுண்டு. இவரது வேண்டுகோளை ஏற்று, நூல்களைப் பதிப்பிப்பதற்கு, சென்னை பூ.அரங்கநாத முதலியார், புதுக்கோட்டை அ.சேசைய சாத்திரியார், கொழும்பு அத்வக்காத் பொ.இராமநாத முதலியார், திருவாவடுதுறை சுப்பிரமணிய தேசிகர் முதலியவர்கள் நிதிஉதவி செய்தனர்.

நூல்களைப் பதிப்பித்து வெளியிடுவதில் பல பொருளாதாரப் பிரச்சினை இருந்த போதிலும் மாணவர்கள் தமிழ் இலக்கணத்தைக் கற்றுணர்தல் வேண்டும் என்பதற்காக, பல மாணவர்கள் ஏழைகள் என்பதாலும் நூல் விலையில் சலுகை அளித்தார்.

பதிப்பில் பிழைகள் இருப்பின், ஐம்பது பிழை களைச் சுட்டிக்காட்டுபவர்களுக்கு நூலின் ஒரு பிரதி நன்றிக் கடனாக வழங்கினார். மேலும், பதிப்புத் திருத்தத்தையும் வெளியிட்டார்.

சி.வை.தாமோதரம் பிள்ளையின் பணிகளைப் பாராட்டி ‘இராவ் பகதூர்’ என்ற பட்டத்தை 1895 ஆம் ஆண்டு அரசு அளித்துச் சிறப்பித்தது. ஈழத்து இலக்கிய வரலாற்றில் மரபுக்கும், நவீனத்திற்கும் பாலம் அமைத்த பேரறிஞர்களுள் சி.வை. தாமோதரம் பிள்ளை குறிப்பிடக் கூடியவர்.

தமிழறிஞர் உலகம் சி.வை.தாமோதரம் பிள்ளையின் சிறந்த தமிழ்த் தொண்டினைப் பாராட்டி, ‘செந்தமிழ்ச் செம்மல்’ என்ற பட்டத்தை வழங்கிச் சிறப்பித்தது.

சென்னைப் பல்கலைக்கழகப் பாடநூல் குழு, பதிப்புக்குழு, சட்டக்குழு, தேர்வுக்குழு, ஆட்சிக்குழு ஆகியவற்றில் உறுப்பினராகத் திகழ்ந்தார். தமிழ்ப்பாடத் தேர்வுக் குழுவின் தலைவராகவும் விளங்கினார்.

“இன்று அவர் இயற்றிய நூல்கள் மறக்கப்பட்ட போதிலும், பனை ஓலையில் இருந்த பழைய தமிழ் ஏடுகளை பெருமுயற்சியுடன், படித்து முதன்முதலாக அச்சிட்டு வெளியிட்ட அவருடைய அரிய தொண்டு மறக்கப்படவில்லை” என்று தமிழறிஞர் மு. வரதராசனார் சி.வை.தாமோதரம் பிள்ளையின் தமிழ்ப்பணியைப் போற்றியுள்ளார்.

“சி.வை. தாமோதரம் பிள்ளையின் சரித்திரம் தமிழ்ச் சரித்திரம்” என்று குறிப்பிட்டுள்ளார் பண்டிதமணி சி.கணபதிப் பிள்ளை.

“இருபதாம் நூற்றாண்டின் தமிழிலக்கிய வரலாற்றில் உ.வே.சாமிநாதையர், சி.வை.தாமோதரம்பிள்ளை ஆகிய இருவரும் போற்றப்படுவதற்கான காரணம் அவர்கள் பதிப்பித்த பழந்தமிழ் நூல்கள் அனைத்திந்திய வரலாற்றுப் பின்புலத்தில் முக்கியமானவையாக அமைவதேயாகும்” - என மார்க்சிய இலக்கியத் திறனாய்வாளர் கலாநிதி கார்த்திகேசு சிவத்தம்பி தமது ஆய்வில் பதிவு செய்துள்ளார்.

“பழந்தமிழ் இலக்கிய வெளியீட்டுக்குக் கால் கண்டவர் ஆறுமுக நாவலர்; சுவர் எழுப்பியவர் சி.வை. தாமோதரம் பிள்ளை. கூரை வேய்ந்து, நிலையம் கோலியவர் உ.வே.சா” எனப் பதிப்புலகம் பதிவு செய்துள்ளது.

இன்று பார்க்கும் போது தாமோதரம் பிள்ளையின் காலப்பாகுபாடு பல குறைபாடுடையதாய்த் தோன்றி னாலும், வரலாற்றுணர்வும், காலநிர்ணய அறிவும் அவருக்கு இருந்தன என்பதை எவரும் மறுக்கவியலாது. அன்றைய நிலையில் அது ஆராய்ச்சி நெறியின்பாற் பட்டதாகவே இருந்தது.

தனது கல்வியையும், சுய சிந்தனையையும், ஆராய்ச்சியையும் ஆதாரமாகக் கொண்டு மரபு கூறும் செய்திகளையும் மறுத்துரைக்க வேண்டுமிடங்களில் தயங்காது உரைத்தார் தாமோதரம் பிள்ளை. சூளாமணிப் பதிப்புரையில் கூறியுள்ள சில கருத்துகள் அவரது சுதந்திரப் போக்கையும், அவசியமேற்படின் மரபையும் நிராகரித்து உண்மையை நாடும் மனோபாவத்தையும் ஐயத்துக்கிடமின்றிக் காட்டுகின்றன.

“தமிழிலே மூலபாடத் திறனாய்வு தவழும் பருவத்திலிருந்த வேளையிலே தாமோதரம் பிள்ளை அந்நூதனமானதும், துணிகரமானதுமான முயற்சியை மேற்கொண்டது. அவரது முதிர்ச்சியையும் ஆய்வறிவுப் போக்கையும் துல்லியமாக்குகிறது” எனவும் “பதிப்புப் பணியிலும், அதனையட்டிய மூலப்பாடத் திறனாய் விலும் (Textual Criticism) சி.வை.தாமோதரம்பிள்ளை மிகப்பெரும் பங்களிப்பைச் செய்துள்ளார்” எனவும் மார்க்சிய இலக்கியத் திறனாய்வாளர் பேராசிரியர் க. கைலாசபதி சுட்டிக்காட்டியுள்ளார்.

பழந்தமிழ் இலக்கிய, இலக்கண நூல்களைப் பதிப்பித்து தமிழ் மொழிக்குத் தொண்டாற்றி தனி முத்திரையினைப் பதித்த சி.வை.தாமோதரம் பிள்ளை 01.01.1901 அன்று சென்னை புரசைவாக்கத்தில் இயற்கை எய்தினார்.

11

தாமோதரம்பிள்ளை

தமிழ்தந்த தாமோதரம்பிள்ளையின் பரமோபகாரம்

பண்டிதமணி சி. கணபதிப்பிள்ளை - ஈழகேசரி: ஞாயிறு, 17-09-1950

ஸ்ரீ இற்றைக்கு நூறு வருடங்களின் முன்னே, 1847ம் ஆண்டு பிலவங்க ௵ ஆவணி மீ முதன் முதல் மழைவை மகாலிங்கையர் அவர்கள் தொல்காப்பியம் எழுத்ததிகாரத்தை நச்சினார்க்கினியர் உரையோடு அச்சிற் பதிப்பித்தார்கள். பன்னீராயிர வருச காலம் கற்றோர் மனதிலும் ஏட்டுச் சுவடிகளிலும் இருந்து வந்த தொல்காப்பிய மூலத்தில் எழுத்ததிகாரமும், பலநூறு வருசங்களாக அவ்வாறு இருந்து வந்த நச்சினார்க்கினியர் உரையும் அச்சுவாகனமேறின.

அந்த மகாலிங்கையர் அவர்கள் தாம், ஆறுமுக நாவலர் அவர்கள் நாவலர் பட்டம் பெறமுன், இளமைப்பருவத்தில் பார்சிவல் பாதிரியாருக்கு நல்ல நடைப்படுத்திக் கொடுத்த பைபிளை, சென்னைப் புலவர்கள் அமைத்த நடையிலும் சிறந்ததென்று வியந்து நாவலர் அவர்களையும், அவர்கள் பிறந்த யாழ்ப்பாணத்தையும் பாராட்டினவர்கள். மகாலிங்கையர் அவர்கள் பழுத்த தமிழ் அறிஞர். அவர்களைப்போல அக்காலத்திருந்த வேறு இரு அறிஞர்கள், விசாகப்பெருமாளையர், சரவணைப்பெருமாளையர் என்பவர்கள். இவர்கள் இருவரும் சகோதரர்கள். கந்தப்பையர் என்பவரின் புத்திரர்கள். கந்தப்பையர் சிறந்த வித்துவான்; சிவாஞானசுவாமிகளின் மாணவரான தணிகைப்புராணம் பாடிய கச்சியப்ப முனிவரின் மாணவர். விசாகப்பெருமாளையர் மூத்தவர். நாவலர் அவர்கள் ஒரு சமயம் விசாகப்பெருமாளையரை மெய்புலவர் என்று பாராட்டியிருக்கின்றார்கள். அன்றி நேரிலும் சந்தித்து அடிக்கடி சம்பாஷித்துமிருக்கிறார்கள். விசாகப்பெருமாளையர், இளமையில் தந்தையாருடன் சென்று — தந்தையாரின் குரு கச்சியப்ப முனிவர், முனிவரின் குரு சிவஞானசுவாமிகள் — சுவாமிகளை வணங்குபவர். சுவாமிகளின் பெருமையை நன்கு தெரிந்தவர். பல வரலாறுகள் சிவஞானசுவாமிகளைப்பற்றி நாவலர் அவர்களுக்குச் சொல்லியிருக்கின்றார். இழவுகளிற் சந்தேகமானவர்கள் — ளகர ழகர பேத சந்தேகங்கள் — விசாகப்பெருமாளையரோடு சம்பாஷித்தால், எளிதிற் சந்தேகம் தீர்த்துக்கொள்ளலாமென்று நாவலரவர்கள் விசாகப்பெரு-

மாளையரின் உச்சரிப்பை அடிக்கடி பாராட்டுவார்களாம். இது நிற்க,

மகான் மகாலிங்கையர் அவர்கள் எழுத்ததிகாரம் நச்சினார்க்கினியம் பதிப்பித்து இருபது ஆண்டுகள் கழிந்தும், ஏனைய அதிகாரங்கள் தமிழுக்கு இன்றியமையாதனவும், தலைசிறந்-தனவுமாம் என்பதை அறிந்து வைத்தும், தமிழ்நாட்டுப்புலவர்கள் அவற்றை அச்சிற் பதிப்-பிக்க முன்வரவில்லை. அவர்கள் முன்வராமைக்குப் பொருண் முட்டுப்பாடு ஒரு காரணமே-யாயினும், தொல்காப்பியந் தொலைந்தாலும் தமது புகழ்க்காப்பியந் தொலையக்கூடாதென்ற அந்தரங்க எண்ணமே முக்கிய காரணமென்பது கருதத்தக்கது. இந்த பைத்திய நிலையில் ஆங்கில மோகமும் அதிகரிக்கத் தொல்காப்பியப் பிரதிகள் வரவர அருகித் தமிழ்நாடு முழு-வதிலும் விரல்விட்டு எண்ணத்தக்க அளவில் சுருங்குவதைத் தமிழ்த் தாமோதரம்பிள்ளை கண்டார்; கண்ணீர் வடித்தார். தமக்கு வரும் அவமானங்கள் ஏளனங்களுக்கு இளைக்காது, தமிழ் அன்னைக்குப் பிராணவாயுப் பிரயோகஞ் செய்ய முன்வந்தார்; தொல்காப்பியக் கடலில் இறங்கினார். சென்னைத் தமிழ் வித்துவச் சூடாமணிகள் சிலர், தாமோதரம்பிள்ளை இமாச-லத்தையும் கங்கையையும் யாழ்ப்பாணம் கொண்டு போகப்போகின்றார் என்று சிரித்தார்கள்.

1868ம் ஆண்டு புரட்டாதி மாதம் இற்றைக்கு எண்பது வருடங்களுக்கு முன் முதன் முதல் தமிழ் மன்னன் தாமோதரம்பிள்ளை, தமிழ்நாடு உய்யும்பொருட்டுத் தொல்காப்பியம் சொல்லதிகாரத்தைத் தலைசிறந்த உரையாகிய சேனாவரையர் உரையோடு, நாவலர் அவர்-களை கொண்டு பரிசோதிப்பித்து, அச்சிற் பதிப்பித்தார். 1868ம் ஆண்டு ஒக்டோபர் மாதம் 31ம் தேதி முதல் சென்னைத்தினவர்த்தமானியில் தொடர்ந்து சேனாவரையப்பதிப்பைப் பற்றிய விளம்பரம் வந்தது.

சூரியநாராயண சாஸ்திரியார் "தாமோதரம்பிள்ளை சால்பெடுத்துச் சாற்ற எவர் தாமோத-ரம்" என்றும், வேதநாயகம்பிள்ளை "கோடிபுலவர்கள் கூடினும் நின்புகழ் கூறரிதே" என்றும் பிள்ளையைப் புகழ்ந்து பாடினார்கள். மனொன்மணியம் சுந்தரம்பிள்ளை, கலாநிதி பூண்டி அரங்கநாத முதலியார், செஷைய சாஸ்திரி, சேர். பொன். அருணாசலம், தமிழ் தெரிந்த ஹைகோட் நீதிபதிகள், ஜமீந்தார்கள், மகாராசாக்கள் முதலிய பிரபலஸ்தர்கள் குதூகலித்தார்-கள். ஸ்ரீலஸ்ரீ சுப்பிரமணிய தேசிகர் முதலிய மடாதிபதிகள் திருநோக்கஞ்செய்தார்கள்.

ஆனால், வித்துவசூடாமணிகளான கோபாலபுரம் இராசகோபாலப்பிள்ளை, தொழுவூர் வேலாயுதமுதலியார் என்பவர்களுக்கு அடிவயிற்றிலே அக்கினிச்சூடாமணி வேலைசெய்யத் தொடங்கிற்று. அந்த அழுக்காற்று மன்னர்கள் திரை மறைவில் நின்று, நரசிங்கபுரம் வீரா-சாமி முதலியாரை கிள்ளிவிட்டார்கள். இந்த வீராசாமி முதலியார் யாவரோ என்றால், அவர்தாம் இன்னாரென்று இதோ விளம்புகின்றேன். இவர், இராமலிங்கசுவாமியின் முதற்சீ-டர். அருட்பாப்புராணத்தில், "தவக்கொழுந்து" என்று புகழப்பட்டிருக்கின்றார். இராமலிங்க-ரின் அடுத்த வாரிசு இவரேயென்று சுத்தானந்தபாரதியார் முழங்குகின்றார். இந்த வீராசாமி முதலியார் யாழ்ப்பாணத்தையும், நாவலரையுந் திட்டி பன்னிரண்டு நூல்கள் அருளியிருக்-கின்றார். "தீவாந்தர சைவவிநோதம்" என்ற நூலிலே நாவலரை படு கிறீஸ்தவர் என்றும், நாவலருக்கு கிறீத்தவப்பெயர் "பைராட்" என்றும் வாய்க்கு வந்தபடி வர்ணித்திருக்கின்றார். இந்த அருட்பாப் புலவராகிய வீராசாமி முதலியார், அந்த இரு இலக்கண மேதைகளின் உதவிகொண்டு, தாமோதரம்பிள்ளையின் சேனாவரைய விளம்பரத்தில் இலக்கணப்பிழைகள்

கண்டுபிடித்து, "இலக்கண இலக்கியங்களில் மகாவல்லவரும், சென்னை முதல் ஈழமீறாகவுள்ள தமிழ்நாட்டு வித்துவான்களில் தமக்கு இணையில்லாதவருமாகிய" என்ற நாவலர் அவர்களுக்குத் தாமோதரம்பிள்ளை கொடுத்த விஷேடணத்தை ஆஷேபித்து, "இணையில்லாதவர்" என்பதற்குப் "பெண்சாதியில்லாதவர்" என்று மெய்ப்பொருள் பண்ணி, தமோதரம்பிள்ளையையும் நாவலரையும் தூஷித்து, 1869ம் ஆண்டு பிப்பிரவரி மாதத்திலே "விஞ்ஞாபனப் பத்திரிகை" என்று ஒரு தூஷணப் பத்திரிகை வெளியிட்டிருக்கின்றார்.

தாமோதரம்பிள்ளை கறையான் வாயிலிருந்து சேனாவரையத்தை மீட்டு வெளியிட்டதற்கு, இராசகோபாலப்பிள்ளை முதலிய சென்னைப்பண்டிதமணிகள் சிலர் செய்த கைம்மாறு, "பெண்சாதி" நியாயம் பேசும், இந்த "விஞ்ஞாபனப் பத்திரிகை"த் தூஷணந்தான்.

இந்த இராசகோபாலப்பிள்ளை, ஒருவர் பதித்த புத்தகத்தில் நாலு ஆறு பக்கங்களை மாற்றி, முகப்பை புதிது பண்ணித் தாமும் ஒரு பதிப்புப் பண்ணியதாகப் பாசாங்கு செய்ய வல்லவர்; கை வந்தவர். அவருடைய யோக்கியதை அவர் தேசத்தாராகிய கூடலூர்க் குமரகுருபர சுவாமிகள் இயற்றி அச்சிற் பதிப்பித்த "பரமோத்தர ராசா பாச தருப்பணத்"தில், 35ம், 36ம் பக்கங்களிலிருந்து அறிந்து கொள்ளலாம். அது வருமாறு:-

"இராசகோபாலப்பிள்ளை திருத்தி யச்சிற் பதிப்பித்த புத்தகத்தை பாராதீர். ஏனெனில், அவர், முதனூற் கருத்தறியாதவராகையால், வில்லிபுத்தூராழ்வார் செய்த பாரதத்தைப், பெரியோர் செய்த வாக்கை அழிக்க்கூடாதென்று சிறிதும் அஞ்சாது, சிவபரமாயிருந்த பாடல்கள் அனேகத்தைத் தள்ளியும், சில அடிகளை மாற்றியும், சில சொற்களைத் திரித்தும், மனம்போன வாறே அச்சிற் பதிப்பித்தனர். ஆதலால், அதனை நீக்கி வில்லிபுத்தூரர் பாடினபடியே ஆறுமுக நாவலர் அச்சிற் பதிப்பித்திருக்கும் புத்தகம் ஒன்று சம்பாதித்துப் பாரும் பாரும். உமது சந்தேகம் தீரும் தீரும். நாவலர் என்னும் பட்டம் அவருக்குத் தகுமேயன்றி உமக்கெல்லாமா தகும்! புலியை நோக்கிப் பூனை சூடிக்கொண்டால் புழுத்துச் சாமேயன்றிப் புலியாமா! அதுபோலக் கல்விக் கடலாகிய ஆறுமுக நாவலரை நோக்கி நீரும் அப் பெயர்தரித்துக் கொண்டாற் பழியும் பாவமும் அடைவீரேயன்றிப் புகழ் அடைவீரா! அடையீர் அடையீர்."

இத்துணைப் பெருஞ் சிறப்பினராய இராசகோபாலப்பிள்ளை யாழ்ப்பாணத்தில் எங்கேயோ ஒரு மூலைமுடக்கிலிருந்து வந்த தாமோதரம்பிள்ளை சென்னை மாநகரில் வீற்றிருந்து கொண்டு, அதுவும் ஒப்புயர்வில்லாததொரு சேனாவரையம் பதிக்கப் பார்த்துக்கொண்டிருப்பதா? மனிதர் ஒரு சூழ்ச்சி செய்தார். நினைக்க முடியாத சூழ்ச்சி; திகைக்கக் கூடிய சூழ்ச்சி. அஃதாவது தம் பெயராலும், ஒரு சேனாவரையப் பதிப்பு வழங்க ஒரு முயற்சி செய்தார். சிலர் இன்னுந்தான், இராசகோபாலப்பிள்ளையும் சேனாவரையம் பதித்தார் என சொல்லப்பார்க்கின்றார்கள். அப்படியொரு பதிப்பு தமிழ்நாட்டில் வழங்கியதாக... வழங்குவதாகத் தெரியவில்லை. சென்னை அரசாங்க புத்தகப் பதிவில், சி. வை. தாமோதரம்பிள்ளை சேனாவரையம் பதித்தார் என்று இருக்கின்றதேயன்றி, இராசகோபாலபிள்ளை பெயரேயில்லை. சென்னை சர்வகலாசாலையில் தமிழப் பகுதி முக்கியஸ்தர்களான திரு. வையாபுரிப்பிள்ளை முதலியவர்கள், இராசகோபாலப்பிள்ளை சேனாவரையம் பதிப்பித்ததாக தாங்கள் கேள்விப்பட்டதுமில்லை; அப்படி ஒரு பதிப்பை கண்டதுமில்லை என்கின்றார்கள்.

மதுரைத் தமிழச்சங்கத்துச் செந்தமிழ்ப் பத்திராசிரியர் இராமானுஜையங்கார் அவர்கள், "சென்னை நார்மல்ஸ் ஸ்கூல் தலைமைத் தமிழ்ப் புலவர் கோமளபுரம் இராசகோபாலபிள்ளையால் பரிசோதித்து, மு. கந்தசாமி முதலியார் வர்த்தமானதரங்கிணீசாகை அச்சுக்கூடத்தில் பதிப்பிக்கப்பட்டது" என்ற முகப்புடன் ஒரு சேனாவரையம் தம்மிடம் இருக்கின்றது என்று தெரிவிக்கின்றார்கள். அந்த இராசகோபாலப்பிள்ளை பதிப்பு "எப்பொழுது பதிப்பிக்கப்பட்டது என்று கேட்டபோது, (1868) விபவ ௵ கார்த்திகை ௴ என்று அம்முகப்பில்தானே குறிப்பிடப்பட்டிருக்கின்றது என்கின்றார்கள். இராசகோபாலப்பிள்ளை பதிப்பு ஒன்று இருக்கவேண்டும் என்பவர்களுக்கு, இது மகிழ்ச்சிக்குரிய ஒரு சம்பவமேயாயினும், "தாமோதரம்பிள்ளை பதிப்புக்கு முன் இராசகோபாலப்பிள்ளை பதிப்பித்திருக்க வேண்டும்" என்று மனப்பால் குடிக்கின்றவர்களுக்கு, மெல்ல வாயை மெல்லுதற்கோ — மகிழ்ச்சி கொள்ளுதற்கோ இடமேயில்லை. தாமோதரம்பிள்ளை பதிப்பு இரண்டு மாதங்களுக்கு முன் (1986) விபவ வருஷம் புரட்டாதியிற் பதிப்பிக்கப்பட்டுவிட்டது. ஆகவே, இராசகோபாலப்பிள்ளை சேனாவரைய பதிப்பு பதித்தால் அது ஏடுகளை பரிசோதித்துப் பதித்த பதிப்பு என்று சொல்ல முடியாது. 1906ல் மதுரைச்சங்கத்தில் படித்த கோபாலையர் என்பவர் "சேனாவரைய ஆராய்ச்சி" என்று ஒரு கட்டுரை "செந்தமிழ்"ப் பத்திரிகையில் எழுதியிருக்கின்றார். அந்தக்கட்டுரை தாமோதரம்பிள்ளை பதிப்பிலும் பார்க்க, ஒரு சில திருத்தம் சொல்லி இராசகோபாலப்பிள்ளை பதிப்பை பாராட்ட முயற்சிக்கின்றது. ஆனால், இராசகோபாலப்பிள்ளையும் சேனாவரையம் பதித்திருக்கின்றார் என்று அறுதியிட்டுக்கூறாது, "இராசகோபாலப்பிள்ளை பதிப்புப் புத்தகம்" என்று கருகல் செய்து நடக்கின்றது. இக்கருகலாலும், அரசாங்க புத்தகப்பதிவில் இராசகோபாலப்பிள்ளை பெயரால் சேனாவரையப்பதிப்பு இல்லாமையாலும், இராசகோபாலப்பிள்ளை திருட்டு பிரசித்தமாகையாலும், தாமோதரம்பிள்ளை பதித்து இரண்டு மாசத்துக்கிடையில் திடீரென்று தோன்றினமையாலும், தமிழ்நாட்டில் ஏட்டுப்பிரதி கிடைத்தாலும், இராசகோபாலப்பிள்ளை பதிப்பு கிடையாமையாலும், தாமோதரம்பிள்ளை முதலிய யாழ்ப்பாணத்து அறிஞர்களில் இராசகோபாலப்பிள்ளைக்கு மாற்சரியம் உண்மையாலும், திரு. இராமானுஜையங்கார் அவர்களிடமிருக்கும் இராசகோபாலப்பிள்ளை பெயராலுள்ள சேனாவரையம், "புதிய பதிப்புத்தானோ, தாமோதரம்பிள்ளை பதிப்புச் சிலதாள்கள் வேறுபட்டுத் தோற்றுந் தோற்றமோ" என்பதை அறிஞர்கள் ஊகிக்கக் கடவர்கள். எங்ஙனமாயினும், என்னைப் பொறுத்தவரையில், இராசகோபாலப்பிள்ளைக்கு நன்றி தெரிவிக்க விரும்புகின்றேன். ஏனென்றால் தாமோதரம்பிள்ளை பதிக்குமுன், தாம் பதித்ததாகக் காலத்தை முன்னுக்குத் தள்ளாமல், எக்காரணத்தினாலோ, (தாமோதரம்பிள்ளை பதிப்பில் பிழை காண்பான் போலும்) தம் பதிப்பை காலத்தால் பின்னுக்குத் தள்ளியதற்காக நன்றி செலுத்த வேண்டாமா! என்கின்றேன். இராசகோபாலப்பிள்ளை வாழ்க.

அதே விபவ ௵ (1868) கார்த்திகை ௴ மற்றொரு தொல்காப்பியப்பதிப்பு வெளிவந்தது. அது தொல்காப்பியம் எழுத்ததிகாரம் இளம்பூரணர் உரை. இதனை பதித்தவர்கள் மகாவித்துவான் மீனாட்சி சுந்தரம்பிள்ளை அவர்களின் மாணவர் சுப்புராயச் செட்டியார் அவர்கள். எழுத்ததிகாரம் இளம்பூரணத்தை ஏட்டிலிருந்து எடுத்து முதன்முதல் அச்சில் கொணர்ந்தவர்கள் செட்டியார் அவர்களே.

தமிழ்நாடு, தொல். எழுத்தையும் சொல்லையும், எழுத்துக்கு நச்சினார்க்கினியம் இளம்பூரணம் என்கின்ற உரைகளையும், சொல்லுக்குச் சேனாவரையத்தையும் பெற்றுக்கொண்டது. இவற்றை முதன்முதற் பதித்த பெருமக்களை காலக்கிரமம் செய்தால், மழவை மகாலிங்கையர், சி. வை. தாமோதரம்பிள்ளை, சுப்புராயச் செட்டியார் என்றே கிரமஞ்செய்ய வேண்டும். எழுத்தையும் அதற்கு நச்சினார்க்கினியத்தையும் முதன்முதல் அச்சில் தந்த பெருமை மகாலிங்கையருக்குரியது. அவ்வாறே சொல்லையும் அதற்குச் சேனாவரையத்தையும் முதன்முதல் அச்சில் தந்த பெருமை சி. வை. தாமோதரம்பிள்ளைக்குரியது. எழுத்துக்குரிய இளம்பூரணத்தை முதன்முதல் அச்சில் தந்த பெருமை சுப்புராயச் செட்டியார்க்குரியது. சந்தேகப்பேர்வழியான இராசகோபாலப்பிள்ளைக்குப் பதிப்பாளர் நாமாவலியில் இடங்கொடுக்க இடமில்லை. அப்படிக்கொடுப்பினும் முதன்முதல் அச்சில் தந்த பெருமை அவருக்கு கிடையவே கிடையாது. இல்லையே இல்லை! இராசகோபாலப்பிள்ளையின், அரசாங்க பதிவு புத்தகத்தை ஏமாற்றிய கள்ளச் சேனாவரையப் பதிப்புக் காலம் (1868) விபவ ௵ கார்த்திகை ௴. தாமோதரம்பிள்ளையின் அரசாங்க பதிவுப்புத்தகத்தை ஏமாற்றாத களவில்லாத சேனாவரையப் பதிப்புக் காலம் (1868) விபவ ௵ புரட்டாதி ௴. இரண்டு மாதங்கள் முந்தி.

மழவை மகாலிங்கையர் எழுத்ததிகாரம் நச்சினார்க்கினியம் பதித்து இருபது வருஷங்களுக்குப் பிறகு, சுப்பராயச் செட்டியார் (1868) விபவ ௵ கார்த்திகை ௴ எழுத்து இளம்பூரணம் அச்சிற் பதிக்க இரண்டு மாசங்களுக்கு முன், அஃதாவது இற்றைக்கு 80 வருஷங்களுக்கு முன்னமே,

இந்தப்பூமண்டலத்திலே, தமிழ்நாட்டிலே தொல்காப்பியம் சொல்லதிகாரம் சேனாவரையத்தை, "தமிழ்நாட்டிலே தமக்கிணையில்லாத" ஶ்ரீலஶ்ரீ ஆறுமுகநாவலர் அவர்களை கொண்டு பரிசோதிப்பித்து, முதன்முதல் அச்சுவாகனத்தில் ஆரோகணிப்பித்தவர்கள் தமிழ்மகார் சி. வை. தாமோதரம்பிள்ளை அவர்களே! ஒரு மயிர் நுனியை கோடாநுகோடி கூறிட்டு, அக்கூறுகளிலே, ஒரு கூறாகிய ஒரு மயிர்நுனி சந்தேகமும் இதில் இல்லையே இல்லை! இஃதிங்யனமாக,

எழுத்து சொல் பதித்தவர்கள் நாமாவலியை,

"மழவை மாகலிங்கையர், சுப்புராயச்செட்டியார், இராசகோபாலப்பிள்ளை, சி. வை. தாமோதரம்பிள்ளை"

ஏன்று வரிசைப்படுத்தி, காலத்தால் இரண்டாம் இடத்தினராய் முதன்முதல் பதித்தலாகிய செய்கையால், மகாலிங்கையரோ டொப்ப முதலாம் இடத்தினராய சி. வை. தாமோதரம்பிள்ளையை, நான்காம் இடத்தினராக்கி, இராசகோபாலப்பிள்ளை பதிப்பையே தாமோதரம்பிள்ளை பார்த்து பதித்திருக்க வேண்டும் என்று, படிக்கிறவர்கள் உணரும்படி வைப்புக் கிரமம் செய்யாமற் செய்து,

செய்ந்நன்றி கொல்வோரும் இப்பூமிக்கு பாரமாய் உளராயின், அவர்தம் அதோகதிக்கு இரங்கி, (1868) விபவ வருஷத்திலும், ஏனைய வருஷத்திற்போலவே, கார்த்திகைக்கு முன் ஐப்பசி; ஐப்பசிக்கு முன் புரட்டாதி, என்று விரல்விட்டுக்காட்டுவதோடு, மாகாலிங்கையர் பதிப்பு 80 வருஷத்திற்கு முந்தியதன்று; நூறு வருஷத்திற்கு முந்தியது; தாமோதரம்பிள்ளை பதிப்புத்தான் 80 வருஷத்திற்கு முந்தியதென்றும் தெரிவித்துக்கொள்ளுகின்றேன்.

உலகத்தா ருண்டென்ப தில்லென்பான் வையத்
தலகையா வைக்கப் படும்

இனி அப்பாற் செல்வோம்.

“எழுத்துஞ் சொல்லும் ஆராய்வது பொருளதிகாரத்தின் பொருட்டன்றே! பொருளதிகாரம் பெறேமெனின் இவை பெற்றும் பெற்றிலேம்”

என்று ஒரு குரல் கடைச்சங்க காலத்துப் பாண்டிய அரசனொருவன் வாயிலிருந்து கேட்கின்றோம். கடைச்சங்கத்துத் தலைமைப் புலவோராகிய நக்கீரரே அக்குரலை பெருக்குகின்றார்.

இக் குரலில் தொல்காப்பியத்தின் உயிர் நிலையம் எந்த அதிகாரம் என்பதை எவருந் தொட்டுக்காட்டலாம். அந்த உயிர்நிலையமாகிய பொருளதிகாரம் 1868ம் ஆண்டு கழிந்து, 1878ம் ஆண்டும் போய், 1884ம் ஆண்டும் நீங்கி இன்னும் அச்சில் வெளிவரவில்லை. ஓர் இராசகோபாலப்பிள்ளையோ, ஒரு தொழுவூர் வேலாயுத முதலியாரோ, இவர்களின் சூத்திரப்பார்வையான வீராசாமி முதலியோ திருவுளம் இரங்கவில்லை! வெறுங்கைக்கு முழம் ஏது!

தமிழ்நாடு முழுவதிலும் பொருளதிகார ஏடு ஒருசிலவாய், அவையும் நெரிந்தும் முரிந்தும் சிதல்வாய்ப் பட்டும் சிதைந்து, இறுதி மூச்சு விடுவதைத் தமிழமகன் ஒரே ஒரு தாமோதரன் தான் கண்ணுற்றான்; கண்ணீர் சொரிந்தான். 1885ம் ஆண்டு பொருளதிகாரம், முதல் ஐந்தியல்கள் நச்சினார்க்கினியர் உரையோடும், பின்னான்கியல்கள் பேராசிரியர் உரையோடும் அச்சுவாகனம் இவர்ந்தது. தாமோதரம்பிள்ளை பதிப்புத் தமிழ்நாட்டில் பவனி வந்தது.

பல்காற் பழகினுந் தெரியா உளவேல்
தொல்காப் பியந்திரு வள்ளுவர் கோவையார்
மூன்றினும் முழங்கும்

அன்றோ!

நாவலர் பதிப்புக்களான திருவள்ளுவர் கோவையார் என்பவைகளோடு, தொல்காப்பியம் முழு உருத்தரித்துக், கைகோத்துக் குதூகலித்தது. தமிழ் அன்னை புன்னகை பூத்தாள்.

1891ம் ஆண்டில் பலருடைய வேண்டுகொளின்படி, மழைவை மகாலிங்கையர் பதித்த எழுத்து நச்சினார்க்கினியத்தை மிக அருகினமையால் திருப்பிப் பிள்ளை அச்சிட்டார். அடுத்த ஆண்டு சொல்லதிகாரம் நச்சினார்க்கினியம் பிள்ளையால் முதன்முதல் அச்சிடப்பட்டது. எழுத்ததிகாரம் நச்சினார்க்கினியம் தவிர, சி. வை. தாமோதரம்பிள்ளை பதிப்பெல்லாம், மற்றொருவர் பதியாத புதிய பதிப்புக்களே.

“ஒருமுறையாயினும் பிறர் பிரசுரித்த நூல்களை மீள அச்சிடுவிக்காத எனக்கு இவ்வெழுத்ததிகாரம் ஒரு விலக்காயிற்று. அன்றியும் ஒரு பெருநூலின் முதலேயுள்ளதோர் சொற்ப பாகத்தை மாத்திரம் ஒருவர் பிரசுரஞ்செய்து காலகதியடைந்துவிட்டால், பின்னர் அந்நூல் முழுவதையும் அச்சிடுவோர் முதற் பாகத்தையுஞ் சேர்த்து அச்சிடுதல் தவறன்றாகும். உலக வழக்கும் அதுவே.” என்ற பிள்ளையவர்களின் கூற்றுங் கரிபோக்கும்.

1881ல் வீரசோழியமும், 1883ல் தொல்-பொருளதிகாரத்திற்கு திறவுகோலான இறையனார் களவியல் உரையும், அவ்வாண்டில்தானே, சிவஞான சுவாமிகளின் மாணவரான கச்சியப்ப முனிவர் இயற்றிய தணிகைப்புராணமும், 1887ல் கற்றோரேத்துங் கலியும் உரையும், 1889ல் குட்டித் தொல்காப்பியமாகிய இலக்கண விளக்கமும், சூளாமணியும் பிள்ளை அவர்கள் அச்-

சிட்ட புத்தம் புதிய பதிப்புக்களே.

நா. பொன்னையா அவர்கள், மகா வித்துவான் கணேசையர் அவர்களின் மரபுநெறிப்பட்ட ஆன்ற அறிவை பயன்படுத்தி, சி. வை. தாமோதரம்பிள்ளை அவர்களின் ஞாபகமாக, தற்காலத்து சனநாயகத் தமிழுக்குத் தலைக்கெட்டாத "கூடலினாயந்த ஒண்டீந்தமிழாவாய்" நுழைவார்க்கு அரியதொரு சாதகமாக, பிள்ளையவர்கள் பதித்த தெல்காப்பியம் முழுவதையும் நாற்பெருங் கூறிட்டு, அழகிய முறையில் அச்சிட்டுபகரித்து, பழந் தமிழறிஞர்கள் பாராட்டியமையாது.

திரு. பொன்னையா அவர்கள் தேச கைங்கரியங்கள் செய்து வருவதையிட்டு அரசாங்கம் ஜே.பி ஆக நியமித்திருக்கின்றது. நான் அவர்களுடைய சாஸ்திர கைங்கரியங்கள் குறித்து, "வராகம்" என்கின்ற பட்டத்தை வழங்க விரும்புகின்றேன்.

விஷ்ணுவின் பத்த அவதாரங்களில், கற்கி (கல்கி) அவதாரம் போல, "வராகம்" என்பதும் ஒரு விஷ்ணு அவதாரம். அறிவுப் பொக்கிஷங்களாகிய தொல்காப்பியம் போன்ற நூல்களை அசுரர்கள் சிதைத்து ஆழ்த்தும் காலங்களிலே, விஷ்ணு வராக மாய்த் தோன்றித், தனது வக்கிர தந்தங்களில், ஆழ்த்திய அறிவுப்பொக்கிஷங்களை தேடி எடுத்து, ஏந்தி உபகரிப்பது புராணப் பிரசித்தம்.

தொல்காப்பியம் சிதைந்து மறையுங் காலத்தில் அதனைத்தேடி எடுத்து ஏந்திப் பரமோபகராஞ் செய்த சி. வை. தாமோதரம்பிள்ளை அவர்கள் ஆதிவராகம். பிறகு தாமோதரம்பிள்ளை எடுத்து ஏந்திய தொல்காப்பியம் மறைகிற சமையத்திலே, நன்றிமறவாமல் அதனை எடுத்துத் தாங்கிப் பயன்படுமுறையில் உபகரித்த திரு. பொன்னையா அவர்கள் "உத்தரவராகம்".

திரு. நா. பொன்னையா அவர்கள் செய்த புண்ணியத்தோடு புண்ணியமாக, சி. வை. தாமோதரம்பிள்ளை பதிப்புக்களில், பிள்ளை அவர்கள் எழுதிய பதிப்புரைகளை ஒன்றுசேர்த்து, ஒரு தக்க முன்னுரையோடும் அடிக்குறிப்புக்களோடும் வெளியிட வேண்டுமென்று கேட்டுக்கொள்ளுகின்றேன். பிள்ளை அவர்களின் பதிப்புரைகள், தமிழ் வரலாறு தமிழ்நாட்டு வரலாறுகளையும், அவற்றில் பிள்ளை அவர்களின் பங்கையும் புலப்படுத்துவதேயன்றி, உயரிய வகுப்புக்களுக்கு வரலாற்றுப் பாடமும் தமிழ் இலக்கியமுமாய் அமைந்து பயன்படுமென்பதைச் சொல்லவேண்டியதில்லை.

இந்த கட்டுரையை எழுதுவதற்கு 1948ம் ஆண்டு ஒரு சந்தர்ப்பம் திடீரென்று தோன்றியது. ஆனால் கரு உருவெடுக்கவில்லை. இத்தனை காலங்கழித்துக் குழந்தை பிரசவித்திருக்கிறது. தொல்காப்பிய பராமரிசர்கள், இந்தக் குழந்தையையும் பரிசித்து கொஞ்சிக் குலாவுவார்களாக.

ஈழத்து இலக்கிய வழி

இந்த கட்டுரை இலக்கிய வழி நூலில் யாழ்ப்பாணம் திருநெல்வேலிச் சைவாசிரிய கலசாலையிலே 30 ஆண்டுகளாக சைவம் தமிழ் இரண்டையும் இரு கண்களென பேணி வளர்த்த பண்டிதமணி சி. கணபதிப்பிள்ளை அவர்கள் வருங்காலத்தோர்க்காய் எழுதிய முன்னுரை-

யாகும்.

தமிழ் நாட்டிலே தமிழ் வரலாறு அகத்தியரிலிருந்து தொடங்குகின்றது. ஈழநாட்டிலே தமிழ் இலக்கிய வரலாறு அரசகேசரியிலிருந்து தொடங்குகின்றது.ஆங்கிலேயரும் அவர்களுக்கு முன் ஒல்லாந்தரும் அவர்களின் முன் போர்த்துக்கீசரும் ஈழநாட்டை ஆண்டார்கள். இற்றைக்கு நானூறு வருடங்களிற்கு முன் அதாவது போர்த்துக்கீசருக்கு முன் ஈழநாட்டை தமிழரும் சிங்களவரும் ஆண்டு வந்தார்கள். யாழ்ப்பாணத்திலே தமிழரசாங்கம் நடைபெற்று வந்தது. ஆரியச் சக்கரவர்த்திகள் என்று பெயர் வைத்துக்கொண்டு யாழ்ப்பாணத்தை தமிழரசர்கள் நீண்டகாலம் பரம்பரை பரம்பரையாக ஆண்டு வந்தார்கள். பரராசசேகரன் என்ற தமிழரசன்காலம் சுட்டியுணரத்தக்க சிறப்பு வாய்ந்தது. அவனுக்கு உறவினன் செகராசசேகரன். மருகன் அரசகேசரி. இவர்கள் காலத்திலே யாழ்ப்பாணத்து நல்லூரிலே ஒரு தமிழ்ச்சங்கம் இருந்தது. நல்லூர் இராசதானி. சங்கத்திலே புலவர்கள் பலர் அங்கத்தவர்களாய் இருந்தார்கள். தமிழ் இலக்கண இலக்கியங்களே யன்றி சோதிடம் வைத்தியம் முதலியனவும் வேறுபல கலைத்துறைகளும் அந்தச் சங்கத்தால் வளர்க்கப்பட்டன.

நல்லூருக்கு அண்மையிலே நாயன்மார்கட்டு என்ற இடத்திலே வயல்களுக்கு மத்தியில் அழகியதொரு தாமரைத்தடாகம் இருக்கின்றது. அத்தடாகத்துக்கு தென்மேற்கு மூலையிலே ஒரு மேலடுக்கு மாளிகையில் அரசகேகரி வசித்து வந்தார். அவர் தமிழிலும் சமஸ்கிருதத்திலும் மகாவித்துவான். தமிழிலே அவரியற்றிய இரகுவமிசம் என்ற காவியம் வடமொழியிலே காளிதாச மகாகவி இயற்றிய இரகுவமிசத்தின் மொழிபெயர்ப்பு. தமிழிரகுவமிசத்தை மேலே குறிப்பிட்ட மாளிகையிலிருந்து அரசகேசரி இயற்றினாரென்றும், நல்லூரிலுள்ள தமிழ்ச்சங்கத்திலே பரராசசேகரன் முன்னிலையில் அரங்கேற்றினார் எனவும் கூறுவர்.

இந்த இரகுவமிசத்தை பரிசோதித்து அச்சிற் பதிப்பித்து வெளியிட்டவர் வித்துவசிரோமணி ந.ச. பொன்னம்பலப்பிள்ளை. அவர் அதனை பலருக்கு பாடம் சொல்லியும் வைத்தார்.

இரகுவமிசத்திலே அழகியனவுங் கடினமானவையுமான செய்யுள்களை தெரிந்து அவைகளை வடமொழி இரகுவமிசத்தோடு ஒப்பிட்டாராய்ந்து, அவற்றிற்கு ஒரு குறிப்புரையும் இயற்றி, இரகுவமிசக்கருப்பொருள் என்ற நூல் வெளியிட்டார் சுன்னாகம் குமாரசுவாமிப்புலவர். இந்நூல் மதுரைத் தமிழ்ச்சங்க வெளியீடான செந்தமிழிலே தொடர்ந்து வெளிவந்தது.

வித்துவசிரோமணியையும் புலவரையும் தமது வித்தியா குரவர்களாக பெற்று, அவர்கள் வழியைத் தொடர்ந்தார் மகாவித்துவான் கணேசையர். ஐயர் அவர்கள் அரசகேசரி இயற்றி இரகுவமிசத்திற்கு ஒரு நல்லுரை கண்டிருக்கின்றார்கள்.

அரசகேசரியிலிருந்து நம் கண்முன்னிருந்த கணேசையர் பரியந்தம் ஓரிலக்கியவழி தொடர்ந்து வந்திருக்கின்றது என்பது ஊகிக்கத்தக்கது. இந்த வழி இடையிடையே செடிகொடிகளால் மறைந்து தொடர்பு புலப்படாது போனாலும், வழியொன்று எவ்வாறோ தொடர்புற்று வந்திருக்கின்றது என்பதற்குச் சான்றுகள் உண்டு.

அரசகேசரியிலிருந்து போர்த்துக்கீசர் காலம் முடிய ஒல்லாந்தர் காலம் வரை தமிழிலக்கிய வழி புலப்பாடிலதாயினும் ஆங்காங்கே புலவர்கள் தலைமறைவில் வாழ்ந்து வந்திருக்கிறார்கள் என்பதற்கு ஒரு பெருஞ்சான்றாக விளங்குகின்றார் சின்னத்தம்பிப்புலவர். அவர்காலம் இற்றைக்கு 240 வருடங்களுக்கு முந்தியது. தக்கதொரு இலக்கண இலக்கிய வழியிலே புலமை கனிந்த பரம்பரையைச் சேர்ந்தவர் சின்னத்தம்பிப்புலவர் என்பதனை அவரியற்றிய நூல்கள்

கொண்டு சாதிக்கலாம். 'கல்லாமற் பாதி குலவித்தை' என்கின்ற பழமொழியும் ஒரு பரம்பரையின் ஆவசியகத்தை தெரிவிப்பதாயிருக்கின்றது.

மகாவித்துவசிரோரத்தினமாய் விளங்கியவரும், சொற்குற்றம் பொருட்குற்றம் முதலிய வழுக்களை நுண்ணிதின் ஆராய்ந்து தூய்மை செய்வதில் இணையற்றவரும், ஆதலினால் தோடஞ்ஞர் என்று பாராட்டப்பட்டவருமான சுன்னாகம் குமாரசுவாமிப்புலவர், தம் மாணவரின் கசடுகளை போக்கி, அவர்களை இலக்கிய இலக்கண வரம்பில் நடத்துவதற்கு முதலில் படிக்கும்படி வதிக்கும் புத்தகங்கள் இரண்டு. ஒன்று மறைசையந்தாதி, சின்னத்தம்பிப்புலவர் இயற்றியது. மற்றையது கலைசைச் சிலேடை வெண்பா. மறைசையந்தாதியிலே புலவருக்கு ஆராமை அதிகம். அதில் வரும் சொற்கள் தொடர்களை அடிக்கடி சொல்லி சொல்லிச் சுவைப்பார் புலவர். தோடஞ்ஞரான புலவர் அவர்கள் கொண்டாடுவதிலிருந்தே மறைசையந்தாதியின் தமிழ்வரம்பு மரபு எத்தகையது என்பது உணரத்தக்கது. (தோடம் — தோசம், ஞர் — அறிபவர், ஆராய்பவர்). சின்னத்தம்பிப் புலவர் இயற்றிய பறாளை விநாயகர் பள்ளுச் சாதாரண நாட்டுப்பாடல்களின் வரிசையில் வைத்து மதிக்கற் பாலது போன்று கல்லாதாரையும் இனிக்கச் செய்வதொன்றாயினும், அதன் செந்தமிழ் வளம் வித்துவான்கள் கைகூப்பி வணங்கத்தக்க வகையில் அமைந்திருக்கின்றது.

இவ்வாறான புலமை, அரசகேசரியிலிருந்து தொடங்கித் தலைமறைவாக நடந்துவந்ததொரு இலக்கியவழி, அடங்காது கிளர்ந்தெழுந்ததோர் எழுச்சியன் பெறுபேறேயாம்.

சின்னத்தம்பிப் புலவர் காலத்திலே 'சிவராத்திரி புராணம்' இயற்றிய வரதபண்டிதர் சுன்னாகத்திலிருந்தவர். 'யாழ்ப்பாண வைபவம்', 'புலியூரந்தாதி' என்னும் நூல்களியற்றிய மயில்வாகனப்புலவர் மாதகலிலிருந்தவர். பண்டிதரும் புலவரும் நிறைந்த புலமையுடையவர்கள். தலைமறைவாயிருந்து வந்த இலக்கிய பரம்பரையைச் சேர்ந்தவர்கள் அவர்கள் என்பதிற் சந்தேகமில்லை.

சின்னத்தம்பிப் புலவருக்குப் பிறகு ஒல்லாந்தர் காலம் முடிந்து ஆங்கிலேயர் காலத்திலுந் தொடக்க காலம் வரை இலக்கண இலக்கிய பரம்பரைவழி மறைவாயேயிருந்தது. ஆயினும் ஒல்லாந்தர் காலம் ஆங்கிலேயர் காலம் ஆகிய இரு காலங்களின் பொருத்தத்திலும் இருந்தவர் முத்துக்குமார கவிராயர். இவர் உடுவிலையும் சுன்னாகத்தையும் சேர்ந்தவர். இவருடைய புலமை சந்தர்ப்ப விசேடத்தால் மணலில் மூடுண்டு மூழ்கிப்போகாமல் திடீரென்று வீறிட்டெழுந்து பிரவாகித்து விட்டது. இவரியற்றிய நீண்ட ஆசிரிய விருத்தங்கள் தாயுமானவரின் விருத்தங்களே என்று சொல்லத்தக்க வகையிற் சற்றேனும் எடைவிடாமற் செந்தமிழ் வளங்கொழித்து ஒழுகி வழிபவை. இவர் காலத்திலேயே இருபாலையில் இருந்தவர் சேனாதிராய முதலியார். சிறந்த புலமை கனிந்தவர் முதலியார்.

முத்துக்குமார கவிராயர், சேனாதிராய முதலியார் இருவரும் யாழ்ப்பாணத்தின் இரு கண்கள். தமிழ் வளர்ச்சி தமிழிலக்கண இலக்கியவழி ஆகிய இவைகளின் இருபெருந் தந்தையர்கள் இவர்கள். 'தக்கார்' என்று வள்ளுவனார் வாயூறுகின்ற வார்த்தைக்கு பாத்திரமாகும் வாய்ப்பு இவர்களுக்கு வாய்த்து விட்டது. இந்த நாட்டிலே எச்சத்தால் உயர்ந்து விட்டார்கள் இவர்கள். எச்சம்- சந்ததி, வழி.

சி. வை. தாமோதரம்பிள்ளையைத் தமிழ் தந்த தாமோதரம்பிள்ளை என்று தமிழ் உலகு தலைமேல் வைத்து கொண்டாடும்படி வைத்தவர் முத்துக்குமார கவிராயர். கவிராயரின் எச-

சம் தாமோதரம்பிள்ளை. எச்சம் என்பது இங்கே மாணவர் எனும் பொருட்டு. மாணவரும் புத்திரரே. சுன்னாகம் குமாரசுவாமிப் புலவர் கவிராயரின் உதிர பரம்பரையில் வந்தவர்.

கற்றோரும் மற்றோரும் இனிக்கத்தக்க வகையிற் செந்தமிழ் வசனநடையைத் தொடக்கிவைத்துச் செய்யுணடையிலிருந்து தமிழுக்கு மறுமலர்ச்சி செய்த பரோபகாரசீலர் சிறீலசிறீ ஆறுமுகநாவலர் அவர்கள். நாவலர், சேனாதிராய முதலியாரின் எச்சம், மாணவர்.

நாவலர், பிள்ளை ஆகிய இவர்கள் காலத்திலே வேறு வித்துவ பரம்பரைகளும் மறைவிலிருந்து வந்தன என்பதற்கு உதாரணமாக ஆங்காங்கே பலர் பிரகாசித்துக்கொண்டிருந்தார்கள். உடுப்பிட்டியிலே சிவசம்புப்புலவர் இருந்தார். அவர் மாணவர் முருகேசபண்டிதர். பண்டிதரின் மாணவர் சுன்னாகம் குமாரசுவாமிப் புலவர். நீர்வேலியிலே சிவசங்கர பண்டிதர் இருந்தார். இவர் சமஸ்கிருதத்திலும் தமிழிலும் தருக்க சமய சாத்திரங்களிலும் மாமேதை. நாவலர் அவர்களுக்கு வலக்கரம்போலுதவியவர் இந்த சிவசங்கரபண்டிதர்.

சென்னை சர்வகலாசாலை தொடங்கியது 1850 இற்கு பிறகு. அதற்கு முன்னமே யாழ்ப்பாணத்து வட்டுக்கோட்டையிலே செமினரி என்று வழங்கிய கல்லூரியிலே ஆங்கிலமுஞ் சாத்திர பாடங்களும் நன்கு கற்பிக்கப்பட்டன. அங்கே படிக்கப் புகுந்தவர்களுட் பலர் முன்னமே மறைவிலிருந்த தமிழ்ப்புலவர்களிடம் இலக்கண இலக்கியங்கள் முறையாகக் கற்றுத் தெளிந்தவர்கள். அவர்கள் தமிழ்மயமாயிருந்து கொண்டே ஆங்கிலமுஞ் சாத்திர பாடங்களுங் கற்றார்கள். ஆகையினாலே, இந்த நாட்டுக்கேயன்றித் தாய்நாட்டுக்கும் வழிகாட்டிகளாய் அவர்கள் விளங்கினார்கள். சி. வை. தாமோதரம்பிள்ளையின் தமிழ்த்தொண்டு பிரகாசிப்பதற்கு வட்டுக்கோட்டைப் படிப்பு உறுதுணை புரிந்தது.

மதுரைத்தமிழ்ச்சங்கத்தார் அச்சிட்ட தமிழகராதி, அகராதிகளுக்கு வழிகாட்டியாய், வித்துவான்களின் நம்பிக்கைக்கு பாத்திரமானது. ஒவ்வொரு சொல்லுந் தக்க பிரமாணங்கொண்டு தூய்மை செய்தது. இந்த அகராதியை ஆக்கியவர் நீதிபதி கதிரைவேற்பிள்ளை. இவர் சுன்னாகம் குமாரசாமிப்புலவர் தலைமையில் அறிஞர்கள் பலரின் உதவி கொண்டு இவ்வகராதியை ஒழுங்கு செய்தார். தமிழர் என்ற நூலை ஆங்கிலத்தில் வெளியிட்டவர் மல்லாகம் கனகசபைப்பிள்ளை. இந்நூல் தமிழ் வரலாறு, தமிழர் வரலாறு எழுதுபவர்களுக்கு அடிநிலையாய் உதவுவது. நியாயஇலக்கணஞ் செய்தார் வட்டுக்கோட்டை முத்துக்குமாரர் சிதம்பரப்பிள்ளை. வீசகணிதம் செய்தார் சுதுமலை விசுவநாதபிள்ளை. இங்ஙனம் தமிழாக்கஞ் செய்தார் பலர்.

சி. வை. தாமோதரம்பிள்ளைதான் டாக்டர் சாமிநாதையரின் பழந்தமிழ்த்தொண்டுக்கு வழிகாட்டி. 1885 இல் தொல்காப்பியம் தாமோதரம்பிள்ளை பதிப்பு முழுவதும் உரையுடன் வெளிவந்துவிட்டது. 'இலக்கண விளக்கம்' , 'வீரசோழியம்' , 'இறையனார் களவியல்' முதலியன அதற்குமுன்னமே தாமோதரம்பிள்ளை பதித்து விட்டார். 1885க்குப் பிறகு கற்றறிந்தோரேத்துங் கலித்தொகையை அச்சிடுகிற காலத்திலேதான், தாமோதரம்பிள்ளையைத் தொடர்ந்து அவருடன் பழகி அவர் தூண்டுதலாற் சாமிநாதையர் பதிக்கத் தொடங்கினார். ஐயர் அவர்களின் முதற்பதிப்பு சீவகசிந்தாமணி. 1887ம் ஆண்டிற் பதித்தது.

தாமோதரம்பிள்ளையின் சேனாவரையப்பதிப்பு வெளிவந்தது 1868ம் ஆண்டில். அப்பொழுது சென்னைப்புலவர் சிலருக்கு ஒருவகைக் கொதிப்பு உண்டாயது. அவர்கள் திரைமறைவிலிருந்து ஒருவரைத் தூண்டித் தாமோதரம்பிள்ளையைத் தூறறிக் கண்டனப்பத்திரிகைகள்

விடுத்தார்கள். அதனைக்கண்ட ஆறுமுக நாவலர் அவர்கள் 'நல்லறிவுச்சுடர் கொளுத்தல்' என்ற துண்டுப் புத்தகத்தை வெளியிட்டுத் தாமோதரம்பிள்ளைக்கு ஊக்கம் அளிததார்கள். அப்புத்தகத்தில் உள்ள சில வசனங்கள் ஈண்டு ஞாபகப்படுத்தத்தக்கவை.

"இச் சென்னை சர்வகலாசாலையிலே தலைமைத் தமிழ் வித்தியா போதகராயுள்ள கனம்பொருந்திய பார்சிவல் துரை யாழ்ப்பாணத்திலே தமிழ் கற்றுக்கொண்டவர். சென்னை நார்மஸ்கூலில் தமிழ் வித்தியா போதகராய் முன்னிருந்த மாசிறீ சௌந்தரநாயகம் பிள்ளை அவர்களும் இப்போதிருக்கிற மாசிறீ வேலுப்பிள்ளை அவர்களும் யாழ்ப்பாணத்தவர்கள். இங்கிலீசினின்றுந் தமிழில் மொழிபெயர்க்கப்பட்டுத் தமிழ் நாடெங்குமுள்ள கெவர்மெண்ட் பாடசாலைகளெங்கும் வழங்குந் தமிழ்ப் புத்தகங்களுக்கு ஆசிரியராகிய மாசிறீ விசுவநாத-பிள்ளை யாழ்ப்பாணத்தவர்.

தமிழிலே ஹேமாத்திரிகற்பம், இரகுவமிசம், இராமேசர்பிள்ளைவிடுதூது, செகராசசேகரம், பரராசசேகரம், அமுதசாகரம், தக்கிணகைலாச புராணம், சிவராத்திரி புராணம், ஏகாதசி புரா-ணம், பரகிதம், புலியூர்யமகவந்தாதி, கல்வளையமகவந்தாதி, மறைசையந்தாதி, திருவண்-ணைக்குறவஞ்சி, திருமாவைக்குறவஞ்சி, திருநாகைக் குறவஞ்சி, திருநல்லைக் குறவஞ்சி, திருநல்லைக் கிள்ளைவிடு தூது, திருநல்லை வெண்பா, திருநல்லையந்தாதி, வேதாந்த செயஞ்சோதி, நியாயலக்கணம், வீசகணிதம், விரிவகராதி முதலியன யாழ்ப்பாணத்தாராற் செய்யப்பட்டன.

மதுரைச்சங்கத்தும், புதுவைச்சங்கத்தும், சென்னைச்சங்கத்தும் தமிழ்த் தலைமைப் புலமை நடாத்திய களத்தூர் வேதகிரி முதலியார் 'உதயதாரகை'ப் பத்திரிகை வாயிலாக வெளிப்ப-டுத்திய 'யாழ்ப்பாணச் சிறப்பு' என்னுங் கடிதத்தில் பிற பாசை கலவாது சுத்தச் செந்தமிழ் பேசுவோர் யாழ்ப்பாணத்தார்களே யெனவும் மற்றைத் தேசத்தார்களெல்லோரும் தமிழோடு பல பாசையும் கலந்து பேசுகின்றார்களெனவுங் கூறியிருக்கின்றார்.

சிதம்பரத்திலே ஞானப்பிரகாசம் எனுங் குளஞ்செய்தவித்தவரும், சமஸ்கிருதத்திலே பௌஷ்கராகம விருத்தி, சிவஞானபோதவிருத்தி, சித்தாந்த சிகாமணி, பிரமாண தீபிகை, பிரசாத தீபிகை, அஞ்ஞான விவேசனம், சிவயோகசாரம், சிவயோகரத்நம், சிவாகமாதி மகான்மிய சங்கிரகம் என்பவைகளையும், தமிழிலே சிவஞானசித்தியாருக்கு ஓருரையும் இயற்றினவரும், திருவண்ணாமலை யாதீனத்திற் பலருக்குச் சைவாகமோபதேசஞ் செய்தரு-ளியவருமாகிய சிறீ ஞானப்பிரகாச முனிவர் யாழ்ப்பாணத்தவர்."

இவை நாவலர் எழுதியவை.

நாவலர் அவர்களை, 'தமிழ்நாடு முழுவதும் இணையில்லாதவர்' என்று, தாமோதரம்-பிள்ளை எழுதியிருக்கின்றார். தமிழுக்குஞ் சமயத்துக்கும் உறையுளாய் அக்காலத்திலிருந்த திருவாடுதுறையாதீனம் முதலிய ஆதீனங்களும், தமிழை வளர்த்த இராமநாதபுர சமஸ்தான-மும் நாவலர் அவர்களைப் பொன்னேபோற் போற்றியதை யாவரும் அறிவர்.

கற்றுணர் புலவ ருட்களிக்கும்
முற்றுண ராறுமுக நாவலனே

என்று மகாவித்துவான் மீனாட்சிசுந்தரம்பிள்ளை அவர்களும்,

என்னுளங் குடிகொண் டிருக்கும்
முன்னுசீ ராறுமுக நாவலனே

என்று பிள்ளையின் தலைமாணவரான தியாகராச செட்டியார் அவர்களும் நாவலர் அவர்களை போற்றினார்கள்.

நாவலர் அவர்களுக்குப் பிறகு அவர் மாணவரான கோப்பாய் சபாபதி நாவலர் மதங்கொண்ட களிற்று யானைபோலத் தமிழ்நாடு முழுவதிலும் தமக்கிணையின்றித் திக்கு விஜயஞ் செய்து செந்தமிழ் மழை பொழிந்தார். அவரியற்றிய 'திராவிடப் பிரகாசிகை' யின் மிடுக்கு பதிற்றுப்பத்து என்கின்ற சங்கப்பாட்டின் மிடுக்கோடு ஒப்பிடத்தக்கது.

நாவலரின் மாணவரில் ஒருவர் காசிவாசி செந்திநாதையர். தமிழுக்குச் சாமிநாதையர் போலச் சித்தாந்தத்துக்குச் செந்திநாதையர் என்று பாராட்டும்படி அவர் திகழ்ந்தார். அவரியற்றிய நூல்கள் பல. நாவலர் வழியின் வழியில் வந்த நா. கதிரைவேற்பிள்ளை மாயாவாததும்சகோளரி சதாவதானி. திரு. வி. கலியாணசுந்தர முதலியாரின் கணீர் என்ற பேச்சுத் தமிழுக்குக் கதிரைவேற்பிள்ளை தந்தை.

அரசகேசரியில் இருந்து தொடங்கிய இலக்கிய வழி சின்னத்தம்பிப் புலவரூடாக நடந்து, முத்துக்குமார கவிராயர் சேனாதிராய முதலியார் என்கின்ற இரு கிளைகளாய், எச்சங்களாலுயர்ந்து, வழிவழி சிறந்து வளர்ந்து வந்த வரலாறு ஒருவாறு காட்டப்பட்டது. சிறிய கிளைகளும் கிளைகளின் கிளைகளும் பல.

தெல்லிப்பழை வித்துவான் சிவானந்தையரும் திருநெல்வேலித் தர்க்க குடார தாலுதாரி தம்பு என்பவரும் விவேகத்திற் சோழவந்தான் சண்முகம்பிள்ளைக்கு இளைத்தவரேயல்லர். 'இராமநாத மான்மியம்', 'அருணாசல மான்மியம்', 'இலங்கை மான்மியம்' என்கின்ற நூல்களியற்றிய சாவகச்சேரிப்புலவர் பொன்னம்பலப்பிள்ளையும், அளவெட்டியிற் சத்தா என வழங்கும் சற்குணசிங்கமும் புராணங்கள் காவியங்கள் இயற்றவல்ல செந்தமிழ்ச் செல்வர்கள். இன்னும் குடத்துள் விளக்கம் போலிருந்து போனவர் பலர். கவிதையுலகிற் சின்னத்தம்பிப்புலவர், முத்துக்குமார கவிராயர், சேனாதிராய முதலியார், சிவசம்புப்புலவர், நவாலியூர் சோமசுந்தரப்புலவர் ஐவரும் யாழ்ப்பாணத்தின் பஞ்சரத்தினங்கள்.

யாழ்ப்பாணத்திலே தமிழ்வளங்கும் ஈழமண்டலமனைத்தும் அடங்கும். வடமாகாணத்தின் ஏனைய பகுதிகளில் உள்ளவர்களும் திருகோணமலை மட்டக்களப்பு எனும் இடங்களில் உள்ளவர்களும் இனத்தாலும் கல்வியாலும் யாழ்ப்பாணத் தொடர்புள்ளவர்களே. சுவாமி விபுலானந்தர் அவர்கள் மட்டக்களப்பு, யாழ்ப்பாணம் என்கின்ற வேற்றுமையின்றி யாழ்ப்பாணத்தவராயே வாழ்ந்தார்கள்.

இலக்கியவழியிற் சுவாமிகளின் பங்கு மிகப்பெரியது. சுவாமிகளின் செய்யுள்கள் அனைத்துந் தொகுத்து நீண்டதொரு விமரிசனஞ் செய்தல் வேண்டும். சுவாமிகளியற்றிய வெள்ளைநிற மல்லிகை என்ற பாட்டு தேசிய விநாயகம்பிள்ளையின் அம்மா வென்குது வெள்ளைப்பசு என்பதனோ டொப்பிடத்தக்கது. அதன் தத்துவக் கருத்து பாரதியாரின் தின்னப் பழங்கொண்டு தருவான் என்கின்ற கண்ணன் பாட்டை ஊடுருவுகின்றது. அஞ்சினார்க்கு சதமரணம் என்கின்ற குறள் வெண்செந்துறை வீரம்கொப்பளிக்கின்றது. அது மனோன்மணீயஞ் சுந்தரம்பிள்ளையின் சிவகாமி சரிதையோடொப்பிடற் பாலது. சுவர்க்க நீக்கப் பாடல் பாரதியாரின் குயிலேதான் என்று சொல்லத்தக்கது. 'தாழ்ந்து மென்மொழி பகரந்திடேல்' என்கின்ற கம்பீரமான பாட்டு — யூலியசீசர் கூற்றாய் வருவது, சீவகசிந்தாமணி பாடல்களோடு ஒப்பிடத்தக்கது. 'துருவன் அனையன் ஒருவனீங் குளனால்' என்ற சீசரின் தலையெடுப்பான கூற்று புற-

நானூற்று வரிசையை சேர்ந்தது. இவ்வாறே 'சிலப்பதிகார' த்தில் வரும் இனிய பாடல்கள் கலித்தொகைப்பாடல்கள் என்றிவைகளின் வரிசையில் வைத்து சுவைத்தற்குரிய சுவாமிகளின் பாடல்கள் எண்ணில. மட்டக்களப்பு வாவியின் மீன்பாடல் அழியாநிலை படைத்தது. இவ்வாற்றால் இலக்கியவழி சுவாமிகளை அணுகிய வழிப் புத்தம்புதியதொரு வழியாய் கீழிருந்து மேலே மெல்லென உயர்ந்து வீரங்கிளர்ந்து செல்வதனைக்காணலாம். அதனைச் சொல்லுவதொரு தனித்த விமரிசன நூல் மிகமிக இன்றியமையாதது.

ஈழமண்டலத்தின் இலக்கிய வழியிலே ஒழுகி வழிந்த இரசனைப்பெருக்கு ஒய்யாரமாய் எழுந்த விளையாடிய மலையடுக்கங்களுள் உயர்ந்து விளங்குவதோர் இராசசிகரம், நாவலர் அவர்களின் மருகரும் மாணாக்கருமாகிய பொன்னம்பலபிள்ளையே யாவார். அவரைப் 'பொன்னம்பலப் பெயர்ப் புட்கலாவர்த்தம்' என்று வர்ணிக்கின்றார் அவருடைய தலைசிறந்த மாணவரும் புலவருமான ஒருவர். புட்கலாவர்த்தம் — பொன்மழை பொழியும் மேகம்.

இப்புத்தகம் பொன்னம்பலப்பிள்ளையை மத்தியாக வைத்து அவர் காலத்து சிவசம்புப் புலவரையும் அதற்கு முன் சின்னத்தம்பிப்புலவர் பரியந்தமானவர்களையும் சிவசம்புப் புலவருக்குப் பின் நமது காலத்திலிருந்த சோமசுந்தரப்புலவர் மகாலிங்கசிவம் என்பவர்களையும் இலக்கியவழி ஊடுருவி நடப்பதை ஒருவாறு சுட்டிக்காட்டுவது. இவ்வாற்றால் ஈழமண்டலத்தின் இலக்கியப்புதையல் உற்று நோக்கத்தக்கது. ஈழமண்டலம் தாய்நாடாகிய தமிழ்நாட்டின் ஒரு சிறுதுளி. தமிழ்நாட்டின் இலக்கியவளம் மகாசமுத்திரம். ஈழமண்டலத்திலக்கியவழி அந்த மகாசமுத்திரத்திற் சென்று சேராதாயின் நின்று வற்றி விடும். ஆகையினாலே இரட்டையர், காளமேகம், புகழேந்தி என்று தொடங்கிச் சிவகாமி சரிதைக்கு வந்து பின் மேலே எழுந்து கம்பரிலே சற்றுநேரந் தரித்துத் திருவள்ளுவரை வணங்கி நல்வாழ்வு பெற்றுக் கற்றோரேற்றும் கலித்தொகையைத் தீண்டி முற்றுகின்றது 'இலக்கிய வழி' எனப் பெயரிய இப்புத்தகம்.

பொதுவாகத் தமிழ் இலக்கிய வளர்ச்சியை நாடுவார்க்குஞ் சிறப்பாக ஈழமண்டலத்தின் இலக்கிய வளர்ச்சியை அறியலுறுவார்க்கும் இப்புத்தகம் உபயோகப்படும். இதற்கெழுதிய இரசனைக்குறிப்பையும் இலக்கிய வழியின் எச்சமாய் எஞ்சிய பகுதியைச் சிறிதே பூர்த்தி செய்யும். திருகோணமலை கனகசுந்தரம்பிள்ளை அவர்களும் சுன்னாகம் குமாரசுவாமிப்புலவர் அவர்களும் ஒருதாய் வயிற்றில் ஒருங்கு பிறவாத இரட்டையர்கள். அவர்கள் தமிழிலக்கண இலக்கிய வழியிற் செய்த சேவை அதிகம். தாய்நாட்டிலே பழைய நூலுரைகள் பதித்தவர்களுக்கெல்லாம் ஊன்றுகோலாய் உதவியவர்கள், கனகசுந்தரம்பிள்ளை அவர்கள்.

குமாரசுவாமிப் புலவர் அவர்கள் செய்த 'தமிழ்ப்புலவர் சரித்திர'மும் அவர்களுக்கு முன் சதாசிவம்பிள்ளை இயற்றிய 'பாவலர் சரித்திர தீபமும்' புலவர் அவர்களுக்கு பின் மட்டக்களப்பு பூபாலபிள்ளை இயற்றிய 'தமிழ் வரலாறு' ம் படித்து, இந்த இலக்கிய வழி விரிவு செய்யற்பாலது.

இலக்கிய வழியிற் செல்பவர்கள், இலக்கியத்தினியல்பை யுணர்வது இன்றியமையாததாதலின், அவ்வழி மேலும் நடந்து, தமிழ் தந்த தாமோதரம்பிள்ளையை ஊடுருவி, இலக்கியத்தின் உயிரும் உடலிலும் சென்று முற்றுவதாயிற்று. வருங்காலத் தமிழிலக்கிய உலகம் முந்தையோர் தந்த இலக்கிய வழியை மறந்து போகாமல் ஞாபகப்படுத்தவும், மேலும் வளர்ச்சிவழி வகுப்பதற்குத் தொடர்பு காணவும் உதவும் என்ற கருத்தால் இந்த முன்னுரை வளர்ந்திருக்கின்றது.

இலக்கிய வழி வளர்க, வாழ்க.

இணைய உலகில் நூல்களும் நூலகங்களும்

பேராசிரியர் முனைவர் நா.இளங்கோ

மனிதன் தான் சிந்தித்த, கற்பனை செய்த, விரும்பிய கருத்துக்கள் அனைத்தையும் எழுத்துவடிவில் பதிந்து வைக்க உருவாக்கிக் கொண்டதோர் கருவிதான் நூல். எழுத்து வடிவிலான இத்தகைய பதிவுகள் தொடக்கத்தில் கல்லிலும் சுடுமண் பலகைகளிலும், ஓலைகளிலும் பதிந்து வைக்கப்பட்டன. காகிதம் மற்றும் அச்சு இயந்திரங்களின் கண்டுபிடிப்பு நூல்களின் பெருக்கத்திற்குப் பெருமளவில் வழிவகுத்தது. தமிழகத்தில் தொடக்ககால நூல்கள் பனையோலை நறுக்குகளில் எழுதப்பட்டன. அவை சுவடிகள் என்றழைக்கப்பட்டன. பனையோலை நறுக்குகள் துளையிட்டுக் கயிற்றால் கோர்த்துக் கட்டப்பட்டிருந்த காரணத்தால் அவை பொத்து அகம்- பொத்தகம் என்றழைக்கப்பட்டன. நூல் என்ற சொல்வழக்கு ஈராயிரம் ஆண்டுகளுக்கு முந்தைய தொல்காப்பியத்திலேயே இடம்பெற்றுள்ளது. தொல்காப்பியம் குறிப்பிடும் நூல் இலக்கண நூல் ஆகும். நன்னூல் தனது பொதுப்பாயிரத்தில் நூல் என்ற சொல்லுக்கான பொருட்காரணத்தை விளக்கிக் காட்டுகின்றது.

உரத்தின் வளம் பெருக்கி உள்ளிய தீமை
புரத்தின் வளம் முருக்கிப் பொல்லா-மரத்தின்
கனக்கோட்டம் தீர்க்கும்நூல் அஃதேபோல் மாந்தர்
மனக்கோட்டம் தீர்க்கும்நூல் மாண்பு (நன்னூல் 25)

ஒரு மரத்தின் வளைவு நெளிவுகளைக் கண்டறிவதற்கு மரவேலை செய்யும் தச்சர்கள் பயன் படுத்தும் கருவி, நூல் ஆகும். மரத்தின் வளைவைக் கண்டறிந்து அதனைச் சீர்செய்வதற்கு நூலைப் பயன்படுத்துவதுபோல மனிதனின் மனதில் உண்டாகும் கோணல்களைக் கண்டறிந்து அவன் மனக்கோளாறுகளை ஒழுங்குபடுத்தும் கருவியாக நூல் செயல்படும் என்கிறது நன்னூல் நூற்பா. நூல் என்பதற்கு நன்னூல் ஆசிரியர் பவனந்தியார் தரும் பொருள் விளக்கம் ஆழ்ந்து நோக்கத்தக்கது.

மனிதகுல வரலாறு மற்றும் சிந்தனைகளின் எழுத்துப் பதிவுகளாக அமைந்திருக்கும் நூல்கள் ஒரு குறிப்பிட்ட இடத்தில் சேமித்து வைக்கப்பட்டு ஒருவருக்கோ பலருக்கோ வாசிக்க இடமளிக்கும் போது அவ்விடம் நூலகம் என்றழைக்கப்படுகிறது. இவ்வகை நூலகங்கள் அரசாலோ கல்வி மற்றும் பொது நிறுவனங்களாலோ குழுக்களாலோ, தனி நபர்களாலோ உருவாக்கப்பட்டு நிறுவகிக்கப்படும். இத்தகு சேவைகள் பெரும்பாலும் கட்டணமின்றியும் ஒரோவழி கட்டணச் சேவையாகவும் வழங்கப்படும்.

நூலகங்களின் வரலாறு 2500 ஆண்டுகளுக்கு முன்பிருந்தே தொடங்குகின்றது. மெசபடோமியர்கள் என்றழைக்கப்படும் இன்றைய ஈராக்கியர்களே முதன்முதலில் நூலகத்தை உருவாக்கியவர்கள். இவர்கள் களிமண் பலகைகளில் எழுதி அவற்றை நெருப்பில் சுட்டு அரண்மனைகளிலும் கோவில்களிலும் பாதுகாத்து வைத்திருந்தனர். துறைவாரியாகப் பகுக்கப்பட்டு பாதுகாக்கப்பட்ட மெசபடோமியர்களின் முயற்சியை நூலகங்களுக்கான முன்னோடி முயற்சி எனலாம். பின்னாளில் எகிப்தியர்கள், பாப்பிரஸ் என்ற தாளில் எழுதத் தொடங்கினர். கி.மு.

300-ஆம் ஆண்டு வாக்கில் அலெக்சாண்டிரியாவில் 7 லட்சம் பாப்பிரஸ் உருளைகள் கொண்ட கருவூலம் அமைக்கப்பட்டிருந்ததாகவும் இவ்வகைக் கருவூலங்களே தற்போதைய நூலகத்தின் முன்மாதிரி அமைப்பாகவும் கருதப்படுகின்றது. இதற்குப் பிறகு ரோமானியர்கள்-தாம் பொது நூலக முறையை முதன் முதலில் ஏற்படுத்தினர். ஜூலியஸ் சீசரின் பங்கு இதில் மிக அதிகமாக இருந்தது. வசதி படைத்தோர் பலரிடமிருந்து உதவி பெற்றுப் பொதுநூல-கத்தை அவர் நிறுவினார் என்றும் கி.மு. 4-ஆம் நூற்றாண்டு வாக்கில் 28 பொது நூலகங்-கள் ரோமானியர்களால் உருவாக்கப்பட்டு நிருவகிக்கப் பட்டது என்றும் வரலாறு தெரிவிக்-கின்றது. (நூலகம்: தமிழ் விக்கிபீடியா).

அச்சியந்திரங்கள், காகிதங்கள், அச்சிடும் மை முதலான பொருட்களின் பயன்பாடு பெருகிய கடந்த இரண்டு நூற்றாண்டுகளில் தான் நூல்களும் பெருகின நூலகங்களும் பெருகின. தற்போதைய நூலகங்களின் தோற்றமும் வளர்ச்சியும் நூற்றைம்பது ஆண்டுக்கால வரலாற்றினை மட்டுமே கொண்டுள்ளது. கல்வி மற்றும் மத நிறுவனங்களின் பெருக்கமே நூலகங்களின் பெருக்கத்திற்கு வழிவகுத்தன. உலகம் முழுமைக்கும் இதுவே பொதுவிதி.

அரசு நூலகங்களைப் பொதுவாக தேசிய நூலகம், மாவட்ட மைய நூலகங்கள், கிளை நூலகங்கள், கிராம நூலகங்கள், பகுதிநேர நூலகங்கள், நடமாடும் நூலகங்கள் என்று வகைப்படுத்தலாம். இவ்வகை அரசு நூலகங்கள் மட்டுமல்லாமல் பல்கலைக் கழக நூலகங்-கள், கல்லூரி, பள்ளி நூலகங்கள், தனியார் நூலகங்கள், வாசகசாலைகள் முதலான பல்-வேறு நூலகங்கள் நாட்டில் இயங்குகின்றன.

இருபதாம் நூற்றாண்டின் இறுதியில் அறிவுத்துறைகள் மட்டுமல்லாமல் அனைத்துத் துறைகளிலும் பெரும்புரட்சியை ஏற்படுத்திவருகின்ற, அறிவியல் உச்சம் எனக் கருதப்படு-கின்ற கணினியும் இணையமும் நூல்கள் மற்றும் நூலகங்களையும் தமதாக்கிக் கொண்டு விட்டன. இதுநாள்வரை அச்சிட்ட புத்தகங்களைக் கையில் எடுத்துப் புரட்டி வாசித்துப் பழக்-கப்பட்ட நமக்கு கணினியும் இணையமும் மின் நூல்களையும் மின்-நூலகங்களையும் புதிதாக அறிமுகம் செய்து வைத்துள்ளன.

மின்-நூல்கள் (e-book)

மின்-நூல் என்பது அச்சிடப்பட்ட /அச்சுக்கேற்ற நூலின் மின்னணுவியல் அல்லது எண்-முறைப் பதிப்பாகும். கணினி, பலகைக் கணினி (tablet), திறன்பேசி (smartphone) முதலான கருவிகளின் வாசிக்கத்தக்கதாய் எண்ணிம (Digital) முறையில் உருவாக்கப் பட்-டிருக்கும் இவ்வகை மின்-நூல்கள், பொதுவாக மின்-நூல் என்ற பொதுப்பெயரில் அழைக்-கப்பட்டாலும் அவை பல்வேறு அமைப்பில் உருவாக்கப்படுகின்றன. கோப்பு வடிவம் மற்றும் பயன்பாடுகளை அடிப்படையாகக் கொண்டு ஒவ்வொன்றும் வெவ்வேறு (file format) பெயர்களால் அழைக்கப்படுகின்றன.

1. PDF Book - மின்-நூல்/2. HTML Book - மீயுரை நூல்

3. Flip Book - புரட்டும் நூல்/4. epub - மென்னூல்5. mobi - கிண்டில் நூல்

பொதுவாக நாம் இணையத்தில் காணும் நூல்கள் PDF (Portable Document Format) வடிவத்தில் இருக்கும். பழைய அச்சு நூல்களை அப்படியே ஸ்கேன் செய்து கணினி, பலகைக் கணினி, மற்றும் திறன்பேசிகளில் பயன்படுத்தும்போது அவை PDF வடி-வத்தில் இருக்கும். இவ்வகை மின்-நூல்களை உருவாக்குவது எளிது. நாம் அச்சில் உரு-

வாக்கும் நூல்களில் எழுத்து மற்றும் படங்களை மட்டுமே இணைக்க முடியும். ஆனால் சிலவகை மின்-நூல்களில் (epub, mobi) அசையும் படங்கள் மற்றும் ஒளி-ஒலிக் கோப்பு-களையும் இணைக்க முடியும். மீயுரை நூல்களில் ஒருபக்கத்திலிருந்து வேறு ஒரு பக்கத்திற்கு அதன் மீயுரைகளைச் சுட்டியால் தட்டுவதன் மூலம் செல்ல முடியும். புரட்டும் நூல்களில் அச்சு நூல்களைப் புரட்டுவது போன்ற அனுபவத்தைப் பெறமுடியும். மென்னூல்கள் கணினி வாசிப்புக்கென்றே உருவாக்கப்பட்டவை, இவ்வகை நூல்களில் எழுத்து மற்றும் படங்களைப் பெரிதாக்கவோ சிறியதாக்கவோ முடிவதோடு நூலின் அமைப்பையும் நம் விருப்பத்திற்கேற்ப மாற்றிக் கொள்ளமுடியும். கிண்டில் நூல்கள் அமேசான் கிண்டில் சாதனங்களில் பயன்படுத்து வதற்காக என்றே உருவாக்கப்படுபவை. இவ்வாறு மின்-நூல்களின் ஒவ்வொரு வகைக்கும் தனித்தனியான சிறப்பம்சங்கள் உண்டு.

மின்-நூலகங்கள் (electronic library)

மின்நூலகம் என்பது எண்ணிம அல்லது மின்னியல் முறையில் சேமித்துப் பாதுகாத்து வைக்கப்பட்டிருக்கும் மின்-நூல்கள், படங்கள், ஆவணங்கள் முதலான தகவல் தொகுப்பு-களைக் கணினி மற்றும் இணைய வழி அணுகக்கூடிய நூலகம் ஆகும். இந்நூலகத்தில் சேமித்து, மேலாண்மை செய்து பாதுகாத்து வைக்கப் பட்டிருக்கும் எண்ணிம உள்ளடக்கங்-களை (Digital content) கணினி இணையம் மூலமாக உலகின் எந்தப் பகுதியிலிருந்தும் எந்தவொரு இணையவழி சாதனத்தின் மூலமும் அணுகிப் பெறமுடியும். மின்-நூலகம் என்-பது ஒரு தகவல் மீட்டெடுப்பு ஒருங்கியம் (information retrieval system) ஆகும். மின் நூலகம், மெய்நிகர் நூலகம் (virtual library) எண்ணிம நூலகம் (digital library) போன்ற பெயர்களாலும் அழைக்கப்படுகின்றது. மிக விரிவான எண்ணிம உள்ளடக்கங்களைச் சேகரித்து, மேலாண்மை செய்து, பாதுகாத்து அதன் பயனாளர்களுக்கு அத் தகவல்களைத் தேவைப்படும் போது தேவையான அளவில் எழுதப்பட்ட கொள்கை விதிகளின்படி அளிக்-கும் அமைப்புக்கு மின்-நூலகம் என்று பெயர்.

இன்றைக்குக் கணினி மற்றும் இணையம் சார்ந்த தொழில் நுட்பத்தின் வருகையால் ஏற்பட்டுள்ள அறிவுப் புரட்சியின் திறவுகோலாக மின்-நூலகங்கள் இயங்குகின்றன என்றால் என்றால் அது மிகையில்லை. நூல்களைத் தேடி இனி எந்த நூலகங்களுக்கும் பெரும் பொருட்செலவு, காலச்செலவு செய்து அலைந்து திரிந்து சிரமப்படத் தேவையில்லை. நாம் இருந்த இடத்திலிருந்தே கையில் உள்ள திறன்பேசி, பலகைக் கணினி அல்லது பிறவகைக் கணினிகளின் ஊடாக இணையத்தின் வழியாக மின்-நூலகங்கங்களை அணுகி நூல்களை வாசிக்கலாம், பதிவிறக்கம் செய்துகொள்ளலாம் அல்லது அச்சிட்டுக் கொள்ளலாம். மாண-வர்களுக்கும் ஆய்வாளர்களுக்கும் அறிவியல் மற்றும் சமுதாயவியல் வல்லுநர் களுக்கும் தேவைப்படும் அனைத்து மின்-நூல்களும் இத்தகு மின்-நூலகங்களின் வழியாக இலகுவில் கிட்டும் என்பது கணினி மற்றும் இணையம் சார்ந்த தொழில் நுட்பத்தின் சாதனையல்லவா?.

தமிழ் இணையக் கல்விக்குழுமம்: (http://tamilvu.org)

உலகெங்கிலுமுள்ள பன்னாட்டு மாணவர்கள் மட்டுல்லாது விரும்பும் எவரும் தமிழ்மொ-ழியைப் பயிலும் நோக்கில் உருவாக்கப்பட்டது தமிழ் இணையப் பல்கலைக் கழகம். இந்நி-றுவனம் இப்பொழுது பெயர் மாற்றம் செய்யப்பட்டு தமிழ் இணையக் கல்விக் குழுமம் என்ற பெயரில் இயங்கி வருகின்றது. தமிழ் இணைய கல்விக் கழகத்தின் மின் நூலகம் தமிழ்

இலக்கண, இலக்கிய நூல்கள், சங்க இலக்கிய நூல்கள், காப்பியங்கள், சமய இலக்கியங்கள், சிற்றிலக்கியங்கள், நெறி நூல்கள், நாட்டுப்புற இலக்கியங்கள், பாரதியார், பாரதிதாசன் கவிதைகள், கவிமணி தேசிக விநாயகம் கவிதைகள், கவிஞர் கண்ணதாசன் படைப்புகள் என்று பலவகையான நூல்களும் கிடைக்கின்றன. சங்க இலக்கிய நூல்களுக்கான உரைகளும் இந்நூலகத்தில் கிடைக்கின்றன. ஒரு நூலினுள் நமக்குத் தேவையானவற்றை குறிச்சொற்களின் உதவியுடன் தேடும் வசதியும் கிடைக்கிறது.

தமிழ் இணையக் கல்விக் குழுமத்தின் மின் நூலகம், தமிழ் இணையப் பல்கலைக்கழகப் பாடத்திட்டத்தில் சேர்ந்து, பயில்வோர் மற்றும் உலகு தழுவி வாழும் தமிழர்கள் அனைவரது பயன்பாட்டிற்காகவும் உருவமைக்கப்பட்டுள்ளது. இம்மின் நூலகத்தில் நூல்கள், அகராதிகள், பிற பார்வைக் கூறுகள் என்னும் 3 பிரிவுகள் உள்ளன. சங்க கால நூல்களிலிருந்து சமகால இலக்கியம் வரை பல இலக்கிய படைப்புகளின் மின்-நூல்கள் இங்குப் பாதுகாக்கப்படுகின்றன. வகைப் பிரித்தல், விளக்கவுரைகளுடன் கூடிய தொன்மை இலக்கியங்கள் மற்றும் உரோமன் எழுத்துருவில் தொல்காப்பியம், பத்துப்பாட்டு, எட்டுத்தொகை என்பன இந்நூலகத்தின் சிறப்புகளாக விளங்குகின்றன.

தமிழ் இணையக் கல்விக் கழக மின்-நூலகத்தின் சிறப்புக் கூறுகளாகப் பின்வருவன வற்றைக் குறிப்பிடலாம்.

1. இலக்கண, இலக்கிய நூல்களுக்கு ஒரே நேரத்தில் ஒன்றுக்கு மேற்பட்ட உரைகள் கிடைக்கின்றன

2. சங்க இலக்கியப் பாடுபொருள்கள் எண், சொல், பக்கம், பாடினோர், வள்ளல்கள், மன்னர்கள், திணை, கூற்று, பாடல் முதற்குறிப்பு, மரங்கள், செடிகள், கொடிகள், பறவைகள், விலங்குகள், மீன்கள் என்னும் தலைப்புகளில் வேண்டிய செய்திகளை உடனடியாகத் தேடிப் பெற்றுக் கொள்ளலாம்.

3. அகராதிகளில், தமிழ் சொற்களுக்கு இணையான ஆங்கிலச் சொற்களையும் ஆங்கிலச் சொற்களுக்கு இணையான தமிழ்ச் சொற்களையும் தேடிப் பெறும் வசதியுள்ளது.

4. தமிழர்களின் பண்பாட்டுக் கூறுகளை உலகத்தார்க்கு எடுத்து விளக்கும் வகையில் அமைந்த சைவ, வைணவ, இசுலாமிய, கிறித்துவக் கோயில்களின் ஒலி, ஒளி காட்சிப் பதிவுகள் மற்றும் நாட்டியம், பொம்மலாட்டம், காவடியாட்டம், ஒயிலாட்டம், மயிலாட்டம், நாதஸ்வரம், ஜல்லிக்கட்டு முதலான பண்பாட்டுக் காட்சியகம் வியக்கத்தக்க வகையில் இடம்பெற்றுள்ளது.

5. திருத்தலங்கள் என்னும் வரிசையில் 14-சமணத் தலங்கள், 101 சைவத் தலங்கள், 93-வைணவத் தலங்கள், 9-இசுலாமிய தலங்கள், 13-கிறித்துவத் தலங்கள் காட்சியாக்கப் பட்டுள்ளன.

6. தேவாரப் பாடல்களை இசையுடன் கேட்கும் வசதி உள்ளது.

இவ்வாறு பல வசதிகளைக் கொண்ட இம்மின்நூலகம் பல ஆராய்ச்சி மாணவர்களுக்கும், தமிழ் இலக்கிய நூல்களை விரும்பிக் கற்க விழைவார்க்கும் பயன்படும். இதில் 350க்கும் மேற்பட்ட தமிழ் நூல்கள் இடம் பெற்றுள்ளன. மேலும் இலக்கிய வரலாற்று அடிப்படையில் நூல்கள் வரிசைப் படுத்தப்பட்டுள்ளன.

மதுரைத் தமிழ் இலக்கிய மின் தொகுப்புத் திட்டம்: (http://www.projectmadurai.org/)

மதுரை தமிழ் இலக்கிய மின் தொகுப்புத் திட்டம் (Project Madurai) என்பது தமிழ் இலக்கியங்களை இணையத்தில் இலவசமாக வெளியிடும் ஒரு திறந்த, தன்னார்வ, உலகளாவிய முயற்சியாகும். 1998 பொங்கல் தினத்தன்று தொடங்கப்பட்ட இத்திட்டம் இன்றும் தொடர்ந்து இயங்கி வருகின்றது. மதுரைத் திட்டம் எந்தவித அரசாங்க (அ) தனியார் நிறுவன உதவியின்றி, எந்தவித வியாபார நோக்கமுமின்றி நடைபெறுகின்ற ஒரு தன்னார்வ (voluntary) முயற்சியாகும். உலகில் வெவ்வேறு நாடுகளில் வசிக்கும் முன்னூற்றுக்கு மேற்பட்ட தமிழர்களும் தமிழார்வலர்களும் ஒன்றுகூடி இத்திட்டத்தை நடத்தி வருகின்றனர். மே 2007 இல் சுமார் 270 மின்னூல்கள் மதுரைத் திட்டத்தின் மூலம் வெளியிடப்பட்டுள்ளன.

இத்திட்டத்தின் தலைவராக சுவிட்சர்லாந்தில் இருக்கும் முனைவர் கு. கல்யாணசுந்தரம் என்பவரும் துணைத்தலைவராக அமெரிக்காவிலுள்ள முனைவர் குமார் மல்லிகார்ஜூனன் என்பவரும் உள்ளனர். இந்நூலகத்தில் திருக்குறள், ஔவையார் பாடல்கள் அனைத்தும் இடம்பெற்றுள்ளன. சங்க இலக்கியம் தொடங்கி இக்கால இலக்கியம் வரை (நெடுநல்வாடை, திருவாசகம், திருமந்திரம், நாலாயிர திவ்வியப்பிரபந்தம், கல்வெட்டுப் பாடல்கள், பாரதியார், வைரமுத்து கவிதைகள், படைப்புகள், உரைநூல்கள் சுமார் 350லிருந்து 450 நூல்கள் இடம்பெற்றுள்ளன.

இத்திட்டத்தின் சிறப்பு கூறாகக் குறிப்பிடத்தக்கது யாதெனில் யார் வேண்டுமானாலும் தமிழ் இலக்கியங்களை மின்பதிப்புச் செய்து இவர்களின் அனுமதியோடு அம்மின்தொகுப்பில் சேர்த்துக் கொள்ளலாம். இவையல்லாமல் இத்தொகுப்பில் உள்ள அனைத்து நூல்களும் ஒருங்குறியில் கிடைப்பதால் எழுத்துருச் சிக்கல் இல்லை. மதுரைத் திட்டம் அமெரிக்கா, கனடா, இந்தியா, இலங்கை, சுவிட்சர்லாந்து, தென்கொரியா, ஜெர்மனி போன்ற நாடுகளில் வாழும் தமிழர்களின் கூட்டு முயற்சியுடன் செயல்பட்டு வருகின்றது. தற்போது இம் மின்நூலகம் தமிழ்.நெட் இணைய தளத்துடன் இணைந்து செயல்படுகிறது. மின்-நூல்களை PDF கோப்புகளாகவும், Unicode, TSCII எழுத்துருக்களிலும் பெற்றுக் கொள்ளும் வசதியும் இத்தளத்தில் கிடைக்கின்றது.

சென்னை நூலகம்: (http://www.chennailibrary.com)

திரு.கோ.சந்திரசேகரன் என்பவரின் தனிப்பட்ட முயற்சியால் உருவான நூலகம், சென்னை நூலகம் ஆகும். இது வணிக நோக்கில் இயங்கும் நூலகம் ஆகும். இந்நூலகம் கௌதம் இணைய சேவைகள் (Gowtham Web Services) நிறுவனத்தினரால் நடத்தப்படும் இணையதளம் ஆகும்.

சென்னை நூலகத்தில் சங்க கால இலக்கியம் தொடங்கி இக்கால இலக்கியம் வரையிலான நூல்கள் இடம் பெற்றுள்ளன. அவையும் ஒருங்குறியில் இருக்கின்றன. எட்டுத்தொகை, பத்துப்பாட்டு, பதினெண்கீழ்க்கணக்கு நூல்கள், சிலப்பதிகாரம், ஐஞ்சிறு காப்பியங்கள், யாப்பருங்கலக்காரிகை, நால்வர் நான்மணிமாலை, திருவிசைப்பா, திருவுந்தியார், கந்தர் அலங்காரம், கந்தர் அந்தாதி போன்ற நூல்கள் இத்தளத்தில் கிடைக்கின்றன. இவற்றை எண்கள் அடிப்படையில் தேடிப்பெற்றுக் கொள்ளலாம். இவையேயன்றி கம்பர், திருஞானசம்பந்தர், திரிகூடராசப்பர், குமரகுருபரர், ஔவையார், பாரதியார், பாரதிதாசன், அண்ணா, மு. வரத-

ராசன், ந.பிச்சமூர்த்தி, புதுமைப்பித்தன் ஆகியோரின் படைப்புகளும் இதில் கிடைக்கின்றன. இந்நூலகத்தில் உறுப்பினர்களாக இணைவோருக்குத் தரவேற்றம் செய்யப்பட்டுள்ள நூல்களை PDF கோப்புகளாகத் தரவிறக்கம் செய்து கொள்ளும் வசதியும், கௌதம் பதிப்பகத்தாரால் வெளியிடப்படும் நூல்களை 20 % சலுகை விலையில் பெறும் வாய்ப்பும் வழங்கப்படுன்கிறன.

நூலகம் திட்டம்: (http://www.noolaham.org)

நூலகம் திட்டம் என்பது, ஈழத்துத் தமிழ் நூல்களையும் எழுத்து ஆவணங்களையும் மின்வடிவில் இணையத்தில் பேணிப் பாதுகாத்து வைப்பதற்கான இலாப நோக்கில்லா தன்னார்வ முயற்சியாகும். இத்திட்டத்தில் பங்களிக்க விரும்பும் எவரும், எந்த நூலையும் மின்னூலாக்கம் செய்யலாம். குறிப்பாக, மின்னூலாக்கம் செய்யப்படும் நூல் ஈழத்து எழுத்தாளரால் எழுதப் பட்டதாக இருக்க வேண்டும். இந்நூலகத்தில் கிட்டத்தட்ட ஐயாயிரம் ஈழத்து நூல்கள், ஆறாயிரத்துக்கும் மேலான இதழ்கள், இரண்டாயிரத்துக்கும் மேலான பத்திரிகைகள் கிடைக்கின்றன. இம்மின் நூலகத்தை உருவாக்கியவர்கள் தி. கோபிநாத், மு.மயூரன் ஆகியோர் ஆவர். 2005-ல் தொடங்கி இடையே சில காரணங்களால் தடைப்பட்ட இத்திட்டம் 2006 தை மாதம் மீண்டும் புதுப்பொழிவுடன் பல புதிய மின்நூல்களைக் கொண்டு வெளிவந்தது. வாரம் ஒரு மின்னூல் என்ற குறிக்கோளுடன் இத்திட்டம் செயற்பட்டு வருகிறது.

நூலகத் திட்டம் குறித்து நூலகம் வலைத்தளத்தின் முகப்பு வாசகம் பின்வருமாறு குறிப்பிடுகின்றது.

இலங்கைத் தமிழ் பேசும் சமூகங்களின் எழுத்தாவணங்களை எண்ணிமப்படுத்தி ஆவணப்படுத்தும் செயற்பாடுகளை ஊக்குவிப்பதோடு, தகவல் வளங்களையும் அறிவுச்சேகரங்களையும் ஒழுங்குபடுத்தி அனைவருக்கும் கிடைக்கச் செய்துவரும் இலாப நோக்கற்ற தன்னார்வ முயற்சி. ஈழத் தமிழ் நூல்களை மின்-நூல்களாக்கிப் பாதுகாத்து வழங்கும் நூலகம் திட்டத்தினை நாம் இணைய ஈழ நூலகம் என்றே குறிப்பிடலாம்.

தமிழ் மரபு அறக்கட்டளை: (http://www.tamilheritage.org/)

தமிழ் மரபு அறக்கட்டளை எனும் தன்னார்வத் தொண்டு நிறுவனம் 2001-ஆம் ஆண்டு உலகு தழுவிய ஓர் இயக்கமாக உருவாக்கப்பட்டது. இதன் நோக்கம் உலகில் இருக்கும் ஓலைச்சுவடிகள், அரும்பெரும் பழைய நூல்களை நகல் எடுத்து இணையத்தில் மின் பதிப்பாக வெளியிடுவது ஆகும்.

தமிழ் மரபு அறக்கட்டளை அல்லது தமிழ் முதுசொம் அறக்கட்டளை என்பது உலகு தழுவிய ஓர் அறக்கட்டளையாகும். இன்றையக் கணினி மற்றும் இணையம் சார்ந்த தொழில்நுட்பங்களின் துணையோடு அழிந்து வரும் தமிழ் மரபுச் செல்வங்களைப் பாதுகாக்கவும் அவற்றை இலகுவாகப் பகிர்ந்து கொள்ளவும் தமிழ் மரபு அறக்கட்டளை வழிவகுக்கின்றது. கணினித் தொழில்நுட்பங்கள், தமிழ் மரபுச் செல்வங்களை, ஒலி, ஒளி, எழுத்து வடிவம் எனப் பல்வேறு வழிகளில் அவற்றை எண்ணிமப் பதிவாக்க உதவுகின்றன. தமிழ் மரபு அறக்கட்டளை முக்கியமாக இப்பணியில் ஈடுபட்டு வருவதோடு தமிழின் மரபைப் பாதுகாக்கும் ஆர்வலர்களை இணைக்கும் பாலமாகவும் செயல்படுகின்றது.

மேலும், தமிழ் மரபு அறக்கட்டளை மின்பதிப்பாக்கம், மின்னூலாக்கம் ஆகியவற்றின் தொடர்ச்சியாக இணையத்தில் மின் நூல்களுக்கான அட்டவணை ஒன்றையும் உருவாக்கி-

யுள்ளது. இவற்றில் அரக்குமாளிகை நாடகம், அமெரிக்க அன்னையான பிள்ளைத் தமிழ், சபரி மோட்சம், சுபத்திரை மாலையிடு போன்ற அரிய நூல்கள் இம்மின் நூலகத்தில் இடம் பெற்றுள்ளன.

ஓபன் ரீடிங் ரூம் : (www.openreadingroom.com)

ஆயிரத்திற்கும் மேற்பட்ட அரிய தமிழ் நூல்களை, மின்னூல் வடிவில் இலவசமாகப் படிக்க உதவும் ஓர் இணையதளம் ஓபன் ரீடிங் ரூம் ஆகும். இதன் முகப்புப் பக்கத்தில் அரசியல், சிறுகதை, நாடகம், நாவல், கவிதை, வரலாறு என வகைவகையான மின்னூல் கோப்புகள் பட்டியலிடப்பட்டுள்ளன. சங்க இலக்கியம், நாட்டுப்புற இலக்கியம், பக்தி இலக்கியம் முதலான தமிழிலக்கியங்கள் அங்கே வாசிக்கக் கிடைக்கின்றன. அ.சிதம்பரநாத செட்டியாரில் தொடங்கி அண்ணாதுரை, அசோகமித்திரன், கல்கி, குன்றக்குடி அடிகளார், பரிதிமாற் கலைஞர், புதுமைப்பித்தன் எனப் பழம்பெரும் தமிழ் எழுத்தாளர்களின் பட்டியல்களோடு உடுமலை நாராயணகவி, சுரதா, மீரா, அழ. வள்ளியப்பா எனப் பிரபல தமிழ்க் கவிஞர்களின் பட்டியலும் நீள்கிறது. நாட்டுடைமையாக்கப்பட்ட நூல்கள், காப்புரிமையுள்ள நூல்கள் எனத் தொடரும் பட்டியல்களில் பிடித்தமான நூலைத் தேர்வு செய்து வாசிக்கலாம்.

குறிப்பிட்ட சில புத்தகங்களைப் பதிவிறக்கம் செய்தும் படிக்கலாம். நூல்கள் சேர்க்கப்பட்ட மாத வரிசையிலும் பட்டியலைப் பார்வையிடலாம். இதற்கென உறுப்பினர் கணக்குத் தொடங்க வேண்டியதில்லை. தனியே எந்த மென்பொருளையும் தரவிறக்கம் செய்யவும் தேவையில்லை. புத்தகத்தின் பக்கங்களை அடுத்தடுத்துத் திருப்பி வாசிப்பதைப்போல, ஒவ்வொரு பக்கமாகப் புரட்டி வாசிக்க முடியும். இதனால், புத்தகத்தை நேரடியாகப் படிப்பது போன்றதோர் உணர்வு ஏற்படுகிறது. சில ஆண்டுகளாகச் செயல்பட்டு வரும் இத்தளத்தில் 2,300 படைப்புகள் வாசிக்கக் கிடைக்கின்றன. சிங்கப்பூர் வாழ் தமிழரும், மூத்த பத்திரிகையாளருமான ரமேஷ் சக்ரபாணி இத்தளத்தை நடத்தி வருகிறார். ‘இலவச இணைய நூலகம்’ என்றே இதனை அவர் குறிப்பிடுகிறார்.

மேலே குறிப்பிட்டுள்ள மின்-நூலகங்கள் மட்டுமல்லாமல் நூற்றுக்கும் மேற்பட்ட வலைத்தளங்கள் தமிழ் மின்-நூல்களைச் சேகரித்துப் பாதுகாத்து இணையப் பயனாளர்களுக்கு வழங்கிவரும் சேவையால் மின்-நூலகங்களாகச் செயல்படுகின்றன.

மின்-நூல் தொழில்நுட்பம் மற்றும் மின்-நூலகங்களின் வருகையால் வாசிப்புக்கான எல்லைகள் விரிவு படுத்தப்பட்டுள்ளன. தமிழகம் அல்லாத உலகின் பிற பகுதிகளில் வாழும் தமிழர்களுக்கும் தமிழ் ஆர்வலர்கள் மற்றும் ஆய்வாளர்களுக்கும் தமிழ் நூல்கள் கிடைப்பது எளிதாகியுள்ளது. அச்சில் கிடைக்காத, மறுஅச்சு காணாத பல பழைய தமிழ் நூல்களை இன்றைய தலைமுறையினருக்கு வழங்கிய பெருமை மின்-நூலகங்களையே சாரும். நூல்களையும் நூலகங்களையும் இனி உடன் சுமந்து செல்லவேண்டிய தேவையில்லை, நினைத்த இடத்தில் நினைத்த பொழுதில் நூறாயிரத்திற்கும் மேலான தமிழ் இலக்கிய, இலக்கண நூல்களை உடனடியாக வாசிக்கும் வாய்ப்பு மின்-நூலகங்களால் கிட்டியுள்ளது. நேரடியாகத் தொட்டு வாசிக்கும் அனுபவத்தை மின்-நூல்கள் தரவில்லை என்ற குறை ஒருபக்கம் இருந்தாலும் காலமாற்றத்தால் ஏற்படும் ஊடக மாற்றங்களை ஏற்றுக்கொண்டு அதற்கேற்ப நம்மை அணியப்படுத்திக் கொள்ளுதலே அறிவுடைமை.

12

நாவலர்

ஆறுமுக நாவலர் பதிப்புகள்

- முனைவர் மோ.கோ. கோவைமணி

பழந்தமிழ் இலக்கிய வெளியீடுகளுக்குக் கால்கொண்டவர்; உரைநடை நூலாசிரியர்களில் தலைசிறந்தவர்; வசனநடை கைவந்த வல்லாளர்; நூலாசிரியராகவும், உரையாசிரியராகவும், பதிப்பாசிரியராகவும், சமயச் சொற்பொழிவாளராகவும், சமயம் பரப்புவோராகவும், சமயத் தலைவராகவும் விளங்கியவர் யாழ்ப்பாணத்து நல்லூர் ஆறுமுக நாவலர் என்று தமிழறிஞர்கள் பலவாறு குறிப்பிடுவர். இவ்வாறு பல்வேறு வகையான பாராட்டுதல்களைப் பெற்றவர். அவருடைய பணிகளில் முதலிடம் வைத்து எண்ணத் தக்கது பதிப்புப் பணியே ஆகும். நாவலர்தம் பதிப்புகள் அனைத்தையும் வைத்துக்கொண்டு ஆராயின் ஆய்வு விரியும் என்பதால் ஒருசில பதிப்புகளை மட்டும் ஆதாரமாகக் கொண்டு இக்கட்டுரை அமைகிறது.

பதிப்புகள்: சுவடிப்பதிப்பு முன்னோடிகளில் முதன்மையானவராக வைத்து எண்ணக் கூடியவர் யாழ்ப்பாணம்-நல்லூர் ஆறுமுக நாவலர் பெருமான். பதிப்புலகில் பல புரட்சிகளை மேற்கொண்டவர்; சுவடிப்பதிப்பிற்கு முகவரி கொடுத்தவர் நாவலர் என்றால் அது மிகையாகாது. இவர்தம் பதிப்புகளை இரண்டு வகைகளாகப் பகுக்கலாம். அவை,

1. இயற்றிப் பதிப்பித்த நூல்கள்
2. சுவடிப்பதிப்புகள் ஆகும்.

I. இயற்றிப் பதிப்பித்தவை: நாவலர் பெருமான் அவர்கள் தேவைக்கேற்ப பல நூல்களைத் தாமே இயற்றிப் பதிப்பித்திருக்கின்றார். இந்நிலையில், இவர் இயற்றிப் பதிப்பித்த நூல்களை நான்கு வகைகளாகப் பாகுபடுத்தலாம். அவை,

1. சைவ சமய நூல்கள் 2. கிறித்துவமத கண்டன நூல்கள்

3. வசன நூல்கள்4. பாட நூல்கள் ஆகும்.

1. சைவ சமய நூல்கள்: மக்களிடையே சைவ சமயக் கருத்துகள் எளிதாக சென்றடையும் வண்ணம் பல நூல்களை நாவலர் பெருமான் இயற்றியிருக்கின்றார். இந்நூல்கள் சைவ சமயக் கருத்தை நிலைநாட்டும் தன்மைத்தாய் விளங்குகின்றன. சைவ சமயக் கருத்தினை

எளிமையாக்கி பிற சமயத்தினரும் சைவத்தை எளிமையாக உணரும் வண்ணம் சைவ சமயத்தின் பிழிவாக 'சைவ சமய சாரம்' என்ற நூலையும்; சைவ சமய நூல்களில் காணப்படக் கூடிய சில முக்கியமான விதிகளை மக்கள் எளிதில் உணரும் வண்ணம் 'சிவாலய தரிசன விதி', 'நித்திய கருமவிதி', 'சிரார்த்த விதி', 'தர்ப்பண விதி' ஆகியவற்றையும்; குருவிற்கும் மாணவர்க்கும் உள்ள உறவு நிலைகளைப் பற்றியும் அதற்குற்ற நியதிகளைப் பற்றியும் 'குருசிஷ்யக்கிரமம்' எனும் நூலையும் இயற்றிப் பதிப்பித்திருக்கின்றார்.

2. கிறித்துவமத கண்டன நூல்கள்: இந்தியாவில் கிறித்துவர்கள் தங்கள் மதத்தைத் தீவிரமாக பரப்பிக் கொண்டிருந்த காலத்தில் வாழ்ந்தவர்; சைவ சமயக் கொள்கையில் மிகுந்த ஈடுபாடு கொண்டவர் ஆறுமுக நாவலர். கிறித்துவர்கள் கிறித்துவம் பரப்புவதற்கு இந்தியாவிலிருக்கும் இந்திய மதங்களான சைவம், வைணவம் ஆகியவற்றை இகழ்ந்து, கிறித்துவத்தின் பெருமையை எளிய மக்களும் உணரும் பொருட்டு எடுத்துக்கூறத் தலைப்பட்டனர். கிறித்துவர்களின் சைவ சமய இகழ்ச்சிகளுக்குப் பதில் தரும் விதமாக நாவலர் பெருமான் சைவ சமயத்தின் பெருமையை உணரும் பொருட்டு கிறித்துவமதக் கண்டன நூல்கள் பலவற்றை இயற்றிப் பதிப்பித்திருக்கின்றார். இந்நிலையில் சைவ தூக்ஷண பரிகாரம், மித்தியாவாத நிரசனம், சுப்பிர போதம், வச்சிரதண்டம் ஆகிய நூல்களை இயற்றிப் பதிப்பித்திருக்கின்றார்.

3. வசன நூல்கள்: இலக்கியங்கள் பெரும்பாலும் செய்யுள் வடிவமாகவே இருப்பதால் அவற்றைப் பெரும்பாலோர் படிப்பதேயில்லை. தமிழறிஞர் ஒருசிலரிடம் மட்டும் இருந்த தமிழிலக்கியத்தை-குறிப்பாக, சைவ இலக்கியத்தை மக்களிடையே கொண்டு சென்ற பெருமை ஆறுமுக நாவலருக்கேயுரியது. நம்முடைய சைவ இலக்கியங்கள் பலவற்றை எளிய தமிழில் வசனமாக ஆக்கித்தந்தவர் நாவலர் பெருமான். இவ்வகையில் பெரியபுராண வசனம், திருவிளையாடற்புராண வசனம், கந்தபுராண வசனம், பெரியபுராண சூசனம் ஆகிய நூல்களை உருவாக்கித் தந்திருக்கின்றார். இதனால் சைவ இலக்கியங்களின் கருப்பொருளை அனைவரும் நுகர்ந்தனர். சைவ புராணங்களை வசனமாக்கியதன் மூலம் மக்கள் சைவ சமயத்தை எளிதில் உணர முற்பட்டனர். இதுவே, அக்காலக் கிறித்துவமதப் பிரச்சாரத்திற்கு ஒரு முட்டுக்கட்டையாக விளங்கியது எனலாம்.

4. பாட நூல்கள்: எளிய முறையில் சைவ சமயக் கருத்துக்களையும், புராணக் கதைகளையும் எழுதிய ஆறுமுக நாவலர் அவர்கள், மாணவர்களுக்கும் எளிய முறையில் பாடங்களை இயற்றியிருக்கின்றார். மாணவர்கள் முறையாகக் கல்வி கற்க வேண்டும் என்பதற்காக 'பாலபாடம் 1, பாலபாடம் 2, பாலபாடம் 3, பாலபாடம் 4' என்ற முறையில் நூல்களை இயற்றிப் பதிப்பித்திருக்கின்றார். இன்றளவும் இப்பாடமுறை சிறந்ததாகக் கருதப்பெற்று, நாவலர் தொடங்கி இன்றுவரை பல பதிப்புகள் வெளிவந்திருக்கின்றன. இலக்கணம் பயில்வோர்க்கு வினாவிடை அமைப்பில் 'இலக்கண வினா-விடை'யையும், சைவம் பயில்வோர்க்கு வினாவிடை அமைப்பில் 'சைவ வினா-விடை'யையும் இயற்றிப் பதிப்பித்திருக்கின்றார்.

II. சுவடிப்பதிப்புகள்

நாவலர் பெருமான் அவர்கள் ஓலைச்சுவடிகளிலிருந்து பல நூல்களை அச்சேற்றம் செய்திருக்கின்றார். இவர்தம் முயற்சிக்குப் பிறகே சுவடிப்பதிப்புகள் பெருக ஆரம்பித்தன எனலாம். இவர்தம் சுவடிப்பதிப்புகளை மூன்று நிலைகளாகப் பகுத்துக் காணலாம். அவை,

1. மூலப் பதிப்புகள் 2. மூலமும் உரையும் கொண்ட பதிப்புகள்

3. புத்துரைப் பதிப்புகள் ஆகும்.

1. மூலப்பதிப்புகள்: மூல நூலாசிரியரின் கருத்துப்படி ஓலைச்சுவடியில் உள்ளதை உள்ளபடியே செய்யுள்/உரைநடை வடிவமாகப் பதிப்பிப்பதை 'மூலப்பதிப்புகள்' என்பர். இதில் பதிப்பாசிரியரின் குறிப்புகள்-பாடவேறுபாடுகள் ஆகியன அடிக்குறிப்பில் இடம்பெறும். இந்நிலையில் நாவலர் பெருமான் அவர்கள் காவியம், புராணம், திருமுறை, சிற்றிலக்கியம், இலக்கணம் போன்ற பொருண்மைகளில் பதிப்பித்திருக்கின்றார். அதாவது, காவியப் பதிப்பாக வில்லிபுத்தூரார் பாரதத்தையும்; புராணப் பதிப்புகளாக சேது புராணம், கந்த புராணம், பெரிய புராணம் போன்றவற்றையும்; திருமுறைப் பதிப்புகளாக திருவாசகம், திருக்கோவையார் போன்றவற்றையும்; சிற்றிலக்கியப் பதிப்புகளாக திருச்செந்தூரகவல், நால்வர் நான்மணிமாலை, மறைசையந்தாதி, சிதம்பர மும்மணிக்கோவை, குளத்தூர் அமுதாம்பிகை பிள்ளைத்தமிழ் போன்றவற்றையும்; இலக்கணப் பதிப்புகளாக உவமான சங்கிரகம், இரத்தினச் சுருக்கம் போன்றவற்றையும் குறிப்பிடலாம்.

2. மூலமும் உரையும் கொண்ட பதிப்புகள்: மூல நூலாசிரியரின் கருத்திற்கு உரையாசிரியர் கூறும் விளக்கங்களையும் ஒருசேரக் கொண்ட சுவடிகளை அடிப்படையாகக் கொண்டு பதிப்பிப்பதை 'மூலமும் உரையும் கொண்ட பதிப்புகள்' என்பர். இந்நிலையில் நாவலர் பெருமான் அவர்கள் இலக்கணம், நீதிநூல், சமயம், திருமுறை, நிகண்டு போன்ற பொருண்மைகளில் பதிப்பித்திருக்கின்றார். அதாவது, இலக்கணப் பதிப்புகளாக நன்னூல் விருத்தியுரை, நன்னூல் காண்டிகையுரை, தொல்காப்பியச் சூத்திரவிருத்தி, இலக்கணக் கொத்துரை, தொல்காப்பியம் சொல்லதிகாரம் சேனாவரையம், இலக்கண விளக்கச் சூறாவளி போன்றவற்றையும்; நீதிநூற் பதிப்பாக திருக்குறள் பரிமேலழகருரையும்; சமயநூற் பதிப்புகளாக கொலை மறுத்தல், தருக்க சங்கிரகவுரை, அன்னபட்டீயம், பிரயோக விவேகம், திருச்சிற்றம்பலக் கோவையுரை போன்றவற்றையும்; திருமுறைப் பதிப்பாக திருக்கோவையார் நச்சினார்க்கினியருரையும்; நிகண்டுப் பதிப்பாக சூடாமணி நிகண்டுரையும் குறிப்பிடலாம்.

3. புத்துரைப் பதிப்புகள்: மூல நூலாசிரியர்/உரையாசிரியர் ஆகியோரின் கருத்துக்கேற்பப் பதிப்பாசிரியர் தாமே ஒரு புத்துரை எழுதிப் பதிப்பிப்பதைப் 'புத்துரைப்பதிப்பு' என்பர். இந்நிலையில் நாவலர் பெருமான் அவர்கள் நீதிநூல், புராணம், சமயம், சிற்றிலக்கியம் போன்ற பொருண்மைகளில் பதிப்பித்திருக்கின்றார். அதாவது, நீதிநூற் பதிப்புகளாக ஆத்திசூடி, கொன்றைவேந்தன், நன்னெறி, நல்வழி, வாக்குண்டாம் போன்றவற்றையும்; புராணப் பதிப்பாக கோயிற்புராணத்தையும்; சமயநூற் பதிப்புகளாக திருமுருகாற்றுப்படை, சைவ சமய நெறி, சிவதருமோத்தரம் போன்றவற்றையும்; சிற்றிலக்கியப் பதிப்புகளாக திருச்செந்தினீரோட்டக யமகவந்தாதி, மருதூரந்தாதி, சௌந்தரியலகரி போன்ற வற்றையும் குறிப்பிடலாம்.

பதிப்புமுறை: சுவடிப்பதிப்பு எவ்வாறு அமையவேண்டும் என்று வரையறை செய்தவர்களுள் யாழ்ப்பாணம் நல்லூர் ஆறுமுக நாவலர் அவர்கள் முதன்மையாகத் திகழ்கின்றார். ஆறுமுக நாவலர் அவர்கள் பதிப்பித்த பல்வேறு வகையான பதிப்புகளில் இருந்து இவர்தம் பதிப்புமுறையைக் காணலாம். பொதுவாக, இவர்தம் பதிப்பு முறையை பொதுக்கூறு, சிறப்புக்கூறு என்ற இரண்டு கூறுகளாகப் பாகுபடுத்திக் காணலாம்.

அ. பொதுக்கூறு: நாவலரின் பதிப்புகளில் பொதுவாகக் காணப்படக் கூடிய சில கூறுகளை 'பொதுக்கூறு' எனலாம். அதாவது, தலைப்புப் பக்கம், உள்ளுறை, முன்னிணைப்புகள்,

நூல் அமைப்பு, எண் அமைப்பு, பின்னிணைப்புகள், கட்டமைப்பு போன்ற கூறுகள் நாவலர் பதிப்புகளில் பெரும்பான்மை பொதுத்தன்மை வாய்ந்தவையாக இருக்கின்றன.

1. தலைப்புப் பக்கம்: நாவலரின் பதிப்புகளின் தலைப்புப் பக்கத்தில் நூல் பற்றிய முழுமையான தகவல்களை ஒரு முன்னுரை போன்று அமைத்திருக்கின்றார். அதாவது, நூற்பெயர், நூலாசிரியர் பெயர், பதிப்பிக்கத் தூண்டியவர், பதிப்பாசிரியர், வெளியீட்டாளர், வெளியிட்ட அச்சகம் மற்றும் இடம், பதிப்பு விவரம், பதிப்புக் காலம், பதிப்புரிமை போன்ற குறிப்புகள் தலைப்புப் பக்கத்தில் அமைத்திருக்கின்றார். எடுத்துக்காட்டாக,

கணபதி துணை - கோயிற்புராணம் தில்லைவாழந்தணரும் திருக்கைலாசபரம்பரைச் சைவசித்தாந்த குரவருமாகி கொற்றவன்குடி - உமாபதி சிவாச்சாரியார் அருளிச்செய்தது.இஃது

யாழ்ப்பாணத்து நல்லூர் ஆறுமுக நாவலரவர்கள் செய்த புத்துரையுடன் சிதம்பர சைவப் பிரகாச வித்தியாசாலைத் தருமபரிபாலகர் Mudlr.G. சுப்பிரமணியம் J.P. அவர்களால் சென்னபட்டணம் வித்தியாநுபாலன யந்திரசாலையில் அச்சிற்பதிப்பிக்கப்பட்டது.

4-ம் பதிப்பு

விலை ரூபாய் 1.4.0.

1952

2. உள்ளுறை: பதிப்பிற்குள் இடம்பெற்றிருக்கும் தலைப்புகள் எந்தெந்தப் பக்கங்களில் அமைந்திருக்கின்றன என்பதை முன்கூட்டியே தெரிவிக்கும் விதமாக தலைப்புப் பக்கத்திற்கு அடுத்து அமைவது உள்ளுறையாகும். இந்த உள்ளுறையை ஆறுமுக நாவலர் அவர்கள் ‘சூசி பத்திரம்’ என்கின்றார். நூலுள் இடம்பெற்றிருக்கும் பல்வேறு வகையான தலைப்புகள் (தலைப்பு, உட்தலைப்பு) அமையப்பெற்றிருக்கும் பக்க எண்ணை இதனுள் சுட்டிச்செல்கின்றார்.

3. இணைப்புகள்: நூலுக்கு அணி சேர்க்கும் விதமாக அமைவது இணைப்புகள். இவ்விணைப்புகள் நூல் பகுதிக்கு அரணாகத் திகழ்பவை. நாவலரின் பதிப்புகளில் பல்வேறு வகையான இணைப்புகள் இடம்பெற்றிருக்கின்றன. இவர்தம் பதிப்புகளில் முன்னிணைப்புகள், பின்னிணைப்புகள் என்ற இரண்டு வகையான இணைப்புகள் இடம்பெற்றிருக்கின்றன. முன்னிணைப்புகளாக முகவுரை(பெரியபுராணம் மற்றும் கந்தபுராணம் மட்டும்), வரலாறு(நூல் வரலாறு, உரையாசிரியர் வரலாறு ஆகியன தேவையேற்படும் போது மட்டும்), சரித்திரச் சுருக்கம், சிறப்புப் பாயிரம்(திருக்குறள் பரிமேலழகர் உரை-1860ஆம் பதிப்பிற்குத் திரிசிரபுரம் மீனாட்சிசுந்தரம் பிள்ளை, சி. தியாகராசச் செட்டியார், ச. தெய்வநாயகம் பிள்ளை, சோடசாவதானம் சுப்பராயச் செட்டியார் ஆகியோர் சிறப்புப் பாயிரம் பாடியிருக்கின்றனர்), சிறப்புப் பாக்கள்(திருக்கோவையார்-1861ம் பதிப்பிற்குத் திருவாவடுதுறையாதீன வித்துவான் தாண்டவராய சுவாமிகள், திரிசிரபுரம் மாகவித்துவான் மீனாட்சிசுந்தரம் பிள்ளை, தியாகராஜச் செடியார், சோடசாவதானம் சுப்பராயச் செட்டியார், திரிசிரபுரம் மு. முருகையப்பிள்ளை ஆகியோர் சிறப்புப் பாக்கள் பாடியிருக்கின்றனர்), நூலாசிரியர் வரலாறு, நூல் பற்றிய சிறப்புச் செய்திகள், சருக்கவகராதி, பதிகவகராதி போன்றனவும்; பின்னிணைப்புகளாக சூத்திர முதற்குறிப்பகராதி, பாட்டு முதற்குறிப்பகராதி, பாலியலதிகாரவகராதி, திருக்குறளகராதி, புராணவகராதி, பிழை திருத்தம், புத்தக பிரகடனப் பத்திரம் போன்றனவும் இடம்பெற்றிருக்கின்றன.

இவ்வகையான இணைப்புகள் நூலுக்கேற்றவாறு சிலவற்றை விடுத்து பதிப்பிக்கப்பெற்றிருப்பதைக் காணமுடிகின்றது.

4. **நூல்:** நாவலர் பெருமானின் பதிப்புகளில் நூல் பகுதி பல்வேறு விதமாக அமைந்திருப்பதைக் காணமுடிகின்றது. அதாவது, மூலப் பகுதியாகவோ, மூலமும் உரையும் கொண்ட பகுதியாகவோ, உரைப்பகுதியாகவோ, மூலம் உரை (திருமுருகாற்றுப்படை,1849) தனித்தனியாகவோ இருக்கும். மேலும், அடிக்குறிப்பு கொண்டதாகவும், நூலுக்கு முன்னும் பின்னும் ஆறு+ஆறு வெற்றுத் தாள்கள் கொண்டதாகவும் ஒவ்வொரு பதிப்பும் அமையப்பெற்றிருக்கும். சூடாமணி நிகண்டுப்(1897) பதிப்பில் ஒவ்வொரு அச்சுத் தாளுக்கிடையே ஒரு வெற்றுத்தாள் வைத்து பதிப்பித்திருக்கின்ற நேர்த்தியையும் இவர்தம் பதிப்புகளில் காணமுடிகின்றது. 16 பக்கங்கள் கொண்டது ஒரு பாரம். நூல் எத்தனை பாரம் கொண்டது என்பதைக் குறிக்க ஒவ்வொரு பாரத்தின் தொடக்கத்திலும் பாரம் எண்-தமிழெண்ணாகக் கொடுத்திருக்கின்றார்.

5. **எண்ணமைப்பு:** நாவலர் பெருமானின் பதிப்புகளில் எண் பல நிலைகளில் அமைந்திருப்பதைக் காணமுடிகிறது. இதனைப் பின்வருமாறு வரிசைப்படுத்திக் காணலாம்.

1. நூற்பா - செய்யுளின் தொடக்கத்தில் (இடப்பக்கம்) நூலில் இடம்பெற்ற அனைத்து நூற்பா - செய்யுளுக்கான தொடரெண் கொடுத்திருக்கின்றார்.
2. நூற்பா - செய்யுளின் இறுதியில் (வலப்பக்கம்) நூலில் இடம்பெற்ற சருக்கம், இயல், அதிகாரம் போன்றவற்றுக்கான தனியெண் கொடுத்து இருக்கின்றார். மேலும், உரை இருப்பின் உரைப்பகுதியையும் சேர்த்துத் தனியெண் கொடுத்திருக்கின்றார்.
3. தலைப்புக்கு என்று தனியெண் கொடுத்திருக்கின்றார். அதாவது, உள்தலைப்பு, இயல் தலைப்பு, பாடற்பொருள் தலைப்பு ஆகியவற்றுக்கும் தனியெண் கொடுத்திருக்கின்றார்.
4. தொகை வருமிடங்களிலும் எண் கொடுத்திருக்கின்றார்.
5. எடுத்துக்காட்டுக்கு வரிசை எண் கொடுத்திருக்கின்றார்.
6. முன்னிணைப்பு, நூல்பகுதி, பின்னிணைப்பு ஆகியவற்றுக்குத் தனித்தனியே பக்கவெண் கொடுத்திருக்கின்றார்.
7. க, க0, க00 என்ற முறையில் எண்ணமைப்பு அமைத்திருக்கின்றார். ஆனால், க, ய, ள என்ற அமைப்பை நாவலர் பெருமான் கையாளவில்லை என்பது குறிப்பிடத்தக்கது.

கட்டமைப்பு: நாவலர் பெருமான் அவர்கள் வெளியிட்ட அனைத்துப் பதிப்புகளின் கட்டமைப்பும் முழு காலிக்கோ பைண்டிங் செய்யப்பெற்றதாகவே இருக்கின்றது. இவற்றையெல்லாம் பார்க்கும் போது ஆறுமுக நாவலர் அவர்கள் நூலுக்கு உள்ளும் வெளியும் எவ்வாறெல்லாம் அமையவேண்டும் என்பதில் கவனத்தோடு இருந்திருக்கின்றார் என்பது தெளிவுளத்தெளிவாகத் தெரிகின்றது.

ஆ. **சிறப்புக்கூறுகள்:** ஆறுமுக நாவலர் தம்முடைய பதிப்புகளில் நிகழ்த்திய சில சிறப்புக் கூறுகளை இரண்டு நிலைகளாகப் பகுக்கலாம். அவை,

i. அடிக்குறிப்பின் தன்மைகள்

ii. நூற் பகுதிக்குள் நாவலரின் பதிப்பு உத்திகள் ஆகும்.

i. அடிக்குறிப்பின் தன்மைகள்: ஆறுமுக நாவலர் அவர்களின் பதிப்புகளில் அடிக்குறிப்புகள் எவ்வாறெல்லாம் அமைந்திருக்கின்றன என்பதைப் பட்டியலிட்டுப் பார்க்கும்போது,

அவை பதினெட்டு வகைகளாக அமைந்திருப்பதைக் காணமுடிகிறது. அவை பின்வருமாறு:

1, பாடலின் செய்திக்குரிய பதவுரை கூறிய பிறகு அதையொத்த சிலவற்றை அடிக்குறிப்பில் வரிசைபடுத்துதல். எடுத்துக்காட்டாக, இலக்கணக் கொத்து மூலமும் உரையில் முதலாவது வேற்றுமையியலின் 9ஆவது சூத்திரத்திற்கு உரையாசிரியர் இரண்டு தொல்காப்பியச் சூத்திரங்களை உரைவிளக்கமாகக் காட்டியிருக்கின்றார். இதற்கு நாவலர் அவர்கள் "இவ்விரண்டுந் தொல்காப்பியச் சூத்திரம். முன்னையது (வினைசெ யிடத்தி னிலத்திற் காலத்தின்) உருவினையேற்ற சொற்பல பொருள் படுதற்கும், பின்னையது (பொருண்மை சுட்டல் விளங்கோள் வருதல்) உருபு நோக்கிய சொற்பல பொருள் படுதற்குங் காட்டப்பட்டன. முன்னையதற்கு உதாரணம்: தட்டுப்புடைக்கண் வந்தான்; மாடத்தின்கணிருந்தான்; கூதிர்க்கண் வந்தான் எ-ம். பின்னையதற்கு உதாதரணம்: ஆவுண்டு; ஆசெல்க எ-ம். வரும்" என்று குறிப்பிட்டிருக்கின்றார்.

2. உரையின் நடுவே வரும் சொல்லிற்கு மேலும் விளக்கம் தர முற்படும் போது உடுக்குறியிட்டு அடிக்குறிப்பில் விளக்கம் தருதல். எடுத்துக்காட்டாக, திருக்குறள் பரிமேலழகர் உரைப்பதிப்பில் "இருள்சேர் இருவினை" என்னும் திருக்குறள் உரைக்கு நாவலர் பெருமான் அவர்கள், "ஈண்டு நல்வினை என்றது அழிதன் மாலையவாய துறக்கவின்ப முதலிய காமியங்களைப் பயப்பனவாகிய வேள்வி முதலியவற்றை, இவை வீட்டுக்கு நேரே வாயிலாகிய தத்துவ ஞானத்தைப் பயவாமை மாத்திரையேயன்றித் தீவினைபோல அது நிகழவொட்டாது தடைசெய்து நிற்றலுமுடையனவாம். ஆதலால், இந்நல்வினை தீவினை இரண்டும் ஒருவனுக்கு ஞானத்தைத் தடுத்துப் பந்த முறுத்தற்கண் பொன்விலங்கும் இரும்புவிலங்கும் போலத் தம்முள் ஒப்பனவாம் என்க. சரியை, கிரியை, யோகங்கள் ஞானம் வாயிலாக வீடு பயத்தலின் ஈண்டு நல்வினை என்றது அவற்றையன்றென்க" என்று மேலும் விளக்கம் தருகின்றார்.

3. உரையில் வேறுபாடு தோன்றுமிடத்து உடுக்குறியிட்டு அடிக்குறிப்பில் விளக்குதல். நன்னூல் விருத்தியுரையில் வேறுபாடுகள் தோன்றுமிடங்களில் அடிக்குறிப்பாகத் தம்முடைய கருத்தையும் பாடவேறுபாடுகளையும் நாவலர் பெருமான் குறிப்பிடுகின்றார். அதாவது, நன்னூல் சிறப்புப்பாயிர உரையில் சிவஞான முனிவர் 'விமரிசம்' என்ற ஒரு சொல்லைப் பயன்படுத்துகிறார். இதற்கு நாவலர் அவர்கள் 'விமரிசம் - சிந்தித்தல், விமரிசனமெனினுமொக்கும்' என்கின்றார். மேலும், "ஈண்டு உரையாசிரிய ரெனப்பட்டார் இளம்பூரணர்; ஆதியிலக்கணமாகிய தொல்காப்பியத்திற்கு முன்னருரை செய்தமையால் இவருக்கு உரையாசிரியரென்னும் பெயர் வழங்குவதாயிற்று" என்று உரையாசிரியர் யார் என்று விளக்குகின்றார்.

4. ஒரு நூலின் விளக்கத்தினை மற்றொரு நூலில் கண்டு கொள்க என்று அடிக்குறிப்பில் உடுக்குறியிட்டு நூற்பெயர் சுட்டுதல். தொல்காப்பியம் சொல்லதிகாரம் வேற்றுமை மயங்கியல் 31ஆம் நூற்பாவிற்குச் சேனாவரையர் உரையில் ஆகுபெயரும் அன்மொழித் தொகையும் ஒன்றே என்று சேனாவரையர் உரை வகுத்திருப்பதற்கு சிவஞானமுனிவர் அவர்களின் தொல்காப்பிய சூத்திர விருத்தி 34ம் பக்கத்தில் ஆகுபெயரும் அன்மொழித்தொகையும் ஒன்றென்றல் பொருந்தாமையை எடுத்துச் சொல்லியிருப்பதை இங்குச் சுட்டிக் காட்டுகின்றார். இதேபோல், வேற்றுமை மயங்கியலில், 'இறுதியு மிடையும்', 'பிறிது பிறிதேற்றலும்' என்னும் சூத்திரங்களுக்குச் சேனாவரையர் முதலாயினார் உரைத்த உரையை மறுத்துச் சிவஞானமு-

னிவர் வேறுரையுரைத்தார். தொல்காப்பிய சூத்திரவிருத்தி 38, 39, 34, 35ம் பக்கங்களில் காண்க என்று குறிப்பிடுகின்றார்.

5. உரைப் பகுதியில் இடம்பெற்றிருக்கும் மேற்கோளுக்கு உடுக்குறியிட்டு அடிக்குறிப்பில் நூற்பெயர் சுட்டுதல். அதாவது, உரைப்பகுதியில் மேற்கோளாகக் காட்டும் பாடலைக் கொடுத்துவிட்டு அப்பக்கத்தின் அடிக்குறிப்பாக அப்பாடல் இடம்பெற்றிருக்கும் நூற்பெயரை-யும் செய்யுள் எண்ணையும் குறிப்பிடுகின்றார். குறிப்பாக, திருமுருகாற்றுப்படை - திருச்சீ-லைவாய் 'விண்செலன் மரபினையர்' என்ற வரிக்கு உரை வரைந்தவர்,

'நிலமிசை வாழ்க ரலமர நீரத்/தெறுகதிர்க் கனலி வெம்மை தாங்கிக்

காலுண வாகச் சுடரொடு கொட்கு/மவிர்சடை முனிவரு மருள'

எனும் பாடலை மேற்கோளாகக் காட்டுகின்றார். இம்மேற்கோள் பாடல் எங்குள்ளது என்-பதைக் குறிக்க அடிக்குறிப்பில் 'புறநானூறு 43ஆம் செய்யுள்' என்று குறிப்பிடுகின்றார்.

6. உரையாசிரியரின் கருத்துக்கு மேலும் விளக்கம் தேவைப்படும்போது உடுக்குறியிட்டு அடிக்குறிப்பில் விளக்குதல். அதாவது, இலக்கணக் கொத்து (மூலமும் உரையும்)ப் பாயிர உரையில் அகர உயிரானது உருவெழுத்து, ஒலியெழுத்து, உணர்வெழுத்து, தன்மையெழுத்து என்று பொருள் கூறியவிடத்து நாவலர் அவர்கள், "எழுத்துக்கள் உருவெழுத்து முதலிய நான்கு பகுதியவாதலும் அவற்றினிலக்கணமும் வருஞ் சூத்திரங்களாலுணர்க:-

க. உருவே யுணர்வே யொலியே தன்மை
யெனவீ ரெழுத்து மீரிரு பகுதிய.
உ. காணப் பட்ட வுருவ மெல்லா
மாணக் காட்டும் வகைமை நாடி
வழுவி லோவியன் கைவினை போல
வெழுதப் படுவ துருவெழுத் தாகும்.
ங. கொண்டவோர் குறியாற் கொண்ட வதனை
யுண்டென் றுணர்வ துணர்வெழுத் தாகும்.
ச. இசைப்படு புள்ளி னெழாஅல் போலச்
செவிப்புல னாவ தொலியெழுத் தாகும்.
ரு. முதற்கா ரணமுந் துணைக்கா ரணமுந்
துணைக்கா ரணத்தொடு தொடரிய வுணர்வு
மவற்றொடு புணர்ந்த வகத்தெழு வளியின்
மிடற்றுப்பிறந் திசைப்பது தன்மை யெழுத்தே"

என்றவர், இன்னும் நான்கு பகுதியவாதலும் அவற்றினிலக்கணமும் வருஞ் சூத்திரங்க-ளாலுணர்க:-

க. "வடிவுபெயர் தன்மையுண் முடிவு நான்கா
நடைபெறு நாவலர் நாடிய வெழுத்தே.
உ. கட்புல னில்லாக் கடவுளைக் காட்டுஞ்
சட்டகம் போலச் செவிப்புல வொலியை
யுட்கொளற் கிடுமுரு பாம்வடி வெழுத்தே.
ங. வடிவுமுதன் மும்மையின் வழங்கு மெழுத்திற்

படுபல பகுதிக் கிடுபெயர் பெயரே.

ச. தான முயற்சி தரக்கொளச் செவிப்புல

னாயவொலி தன்மை யெழுத்தா கும்மே.

ரு. உருவமுதன் மும்மையோ டொன்றிய வியல்பை

மருவவுளந் துணிவ துண்முடி வெழுத்தே" என்று குறிப்பிடுகின்றார்.

7. உரையாசிரியரின் கருத்துக்கு வலிமையூட்டும் விதமாக உடுக்குறியிட்டு அடிக்குறிப்பில் மேற்கோள் பாடல்களைச் சுட்டுதல். ‘எந்நன்றி கொன்றார்க்கும்’ என்னும் திருக்குறள் உரை விளக்கத்தில் "பெரிய அறங்களைச் சிதைத்தலாவது ஆன்முலையறுத்தலும் மகளிர் கருவினைச் சிதைத்தலும், பார்ப்பார்த்தடித்தலும் முதலிய பாதகங்களைச் செய்தல்" என்னும் பரிமேலழகரின் உரையானது புறநானூற்றுப் பாடலான, ‘ஆன்முலை யறுத்த அறணி லோர்க்கும்’ (புறம்.34) எனத் தொடங்கும் பாடலுக்கு ஒப்பானது என்று அப்பாடலை எடுத்துக் காட்டுகின்றார்.

8. அருஞ்சொற்பொருள் தருதல். எடுத்துக்காட்டாக நாவலர் பதிப்பில் இடம்பெற்ற சில அருஞ்சொற்பொருள்கள் பின்வருமாறு:

இந்திரஞாலங் - இந்திரசாலம்(கீர்த்தித் திருவகவல்)

சோத்தம் - இழிந்தார் செய்யுமஞ்சலி(ஆசைப்பத்து, பா.4)

தோரியமகளிர் - ஆடிமுதிர்ந்த மகளிர்(தொல்.சூத்திரவிருத்தி, ப.12)

விமரிசம் - விமரிசனம், சிந்தித்தல் (நன்.விருத்தியுரை சிறப்புப்பாயிரவுரை)

குழல்வாய்மொழியம்மை - திருக்குற்றாலத்தெழுந்தருளியிருக்கும் தேவி திருநாமம் (திருக்கோவையார்,பா.94)

சமவாயம் - ஒற்றுமை (இலக்கணக்கொத்துரை, நூ.42)

சையோகம் - கூட்டம் (இலக்கணக்கொத்துரை, நூ.42)

9. விளக்கவுரை தருதல். 10. இடப்பெயர்களைச் சுட்டுதல்

11. தொகை விளக்கம் தருதல் 12. பிற பிரதிகளில் இல்லாதவற்றைச் சுட்டுதல்

13. பிறநூல்களை மேற்கோள் காட்டுதல்

அ. மேற்கோள் பாடல்களின் நூற்பெயர் முதலானவை சுட்டுதல்

ஆ. மேற்கோள் தொடரை முழுமை செய்தல்

14. இலக்கணக் குறிப்பு தருதல். நாவலர் பதிப்புகளில் ஆங்காங்கு இலக்கணக் குறிப்பு சுட்டும் தன்மையைக் காணமுடிகிறது. குறிப்பாக, திருவாசகம் கீர்த்தித்திருவகவல் என்னும் பகுதியில் "கோடி - கொடி கொடியென நீட்டல்விகாரம் பெற்றது" என்று குறிப்பிட்டிருக்கின்றார்.

15. வடமொழி கருத்துரைத்தல் 16. சிறப்புப்பெயர் சுட்டுதல்

17. பாடவேறுபாடு காட்டுதல் 18. புராணக்கதைக் கூறுகளைக் காட்டுதல்

ii. நூற்பகுதிக்குள் நாவலரின் பதிப்பு உத்திகள்

ஆறுமுக நாவலர் பதிப்புகளின் நூற்பகுதி பல உத்திகளைப் பெற்றுள்ளது. அதாவது, பொருளுக்கேற்ப பாடலமைப்பை மாற்றிப் பொருளுரைக்கும் தன்மை, மாற்றுரை கூறும் தன்மை, திருத்தப் பதிப்பு, உரையில் சொல்லையும் பொருளையும் வேறுபடுத்தும் தன்மை, மூலத்தினின்றும் பாடலை வேறுபடுத்தும் தன்மை, நூலின் தொடக்கம்-முடிவு அமைப்பு,

பிழை சுட்டும் தன்மை, புறவுரை சுட்டும் தன்மை, புதிய சொல்லாட்சி, அச்சுத் தன்மை, மாணவர் பதிப்பு, நாவலர் பதிப்பில் சில குறைபாடுகள் போன்ற பல்வேறு உத்திகளைக் காணலாம்.

1. பொருளுக்கேற்ப பாடலமைப்பை மாற்றிப் பொருளுரைத்தல்

"புசிக்க பயற்றினையு மில்வாழ்வான் போனம்
புசிக்கலுமா நத்தமெனும் போது" (சைவசமய நெறி,173)

இ-ள். இல்வாழ்வான் பயற்றினையும் புசிக்க - இல்வாழ்வானானவன் அவ்விரண்டு திதியினும் பயற்றைப் புசித்திருக்கக் கடவன்; - நத்தம் எனும் போது போனம் புசிக்கலும் ஆம் - அது கூடாதாகில் நத்தமென்னுங் காலத்திலே அன்னம் புசித்தலுந் தகும். எ-று. என்பதில் பாடல் அமைப்பை முன்-பின்னாக மாற்றி நேர்ப்பொருளை உணர்த்துவதில் நாவலர் பெருமான் கைவந்தவர் என்பது தெரிகின்றது.

2. மாற்றுரை கூறுதல்: ஒன்றிக்கு மேற்பட்ட பொருளுரைக்குமிடத்து பாடலுரையின் உரிய பொருளையும் சருக்கத்தின் இறுதியில் அவ்வுரையின் மாற்றுரையாக சுட்டிக்காட்டுகின்றார். அதாவது, கோயிற்புராணம்-திருவிழாச் சருக்கம் 28ம் பாடலில் "நண்ணித் தினகரன் முதலோர் கிழமைகொ ணலமார் நவமணி யணிமேவ" (28:1) எனும் தொடருக்கு இப்பாடலின் பொருளில் "தினகரன் முதலோர் கிழமை நண்ணி நலம்கொள் ஆர் நவமணி அணி மேவப் பண்ணி - சூரியன் முதலிய நவக்கிரகங்களுக்கும் உரிமை பொருந்திய அழகு கொண்டு நிறைந்த நவரத்தினங்களினாலும் ஆபரணங்களைப் பொருந்தச் செய்து, - " என்றவர் அச்சருக்கத்தின் இறுதியில், "நண்ணிக் கொள் நலம் ஆர் நவமணி என்பதற்குப் பானுவார முதலிய ஏழு வாரத்தினும் பொருந்தி ஆராய்ந்து கொள்ளப்படும் நன்மை பொருந்திய நவரத்தினங்கள் எனப் பொருள் கூறலும் ஒன்று. மாணிக்கம், முத்து, பவளம், மரகதம், புருடராகம், வச்சிரம், நீலம், கோமேதகம், வைடூரியம் என்னு நவரத்தினங்களுள்ளும் மாணிக்கம் முதலிய ஏழும் முறையே பானுவார முதலிய ஏழு வாரங்களினும் பரிக்ஷிக்கற்பாலன. கோமேதகம் பானு வாரத்தினும் வைடூரியம் சோம வாரத்தினும் பரிக்ஷீக்கற்பாலன" என்று மாற்றுரையையும் குறிப்பிடுகின்றார்.

3. திருத்தப் பதிப்பு: நாவலர் பெருமான் வெளியிட்ட பதிப்புகளில் பல பதிப்புகள் திருத்தப் பதிப்புகளாக வெளிவந்திருக்கின்றன. திருமுருகாற்றுப்படை முதற்பதிப்பில் இல்லாததை இரண்டாம் பதிப்பில் சேர்த்திருக்கின்றார். "போர்மிகு பொருந குரிசிலு மெனப்பல" (திருமுரு.276) 'குரிசிலு' மென்ற உம்மை அளவையின் என்பதனோடு கூட்டப்பட்டது என்னும் உரைப் பகுதியும்; "விளிவின்.... நிருணிற"(திருமுரு.292-93) என்பதில் உள்ள 'இன்றி' என்பது 'இன்று' எனத் திரிந்து நின்றது என்னும் உரைப்பகுதியும் முதற்பதிப்பில் இடம்பெறவில்லை. அதன்பிறகு வந்த பதிப்புகளில் இவ்வுரைப்பகுதி இடம்பெற்றுள்ளதைக் காணமுடிகிறது.

அதேபோல், 1839ஆம் ஆண்டில் 'சூடாமணி நிகண்டு' திரு. தாண்டவராய முதலியாரால் தி. விசாகப்பெருமாளையருடைய கல்விவிளக்க அச்சுக்கூடத்தில் அச்சிட்டு முதன் முதலில் பதிப்பிக்கப்பட்டுள்ளது. இதில் வேளாளரை வைசியர் என்றே குறிப்பிடப்பட்டிருந்தது. நாவலர் அவர்கள் சூடாமணி நிகண்டுரையை 1849இல் பதிப்பிக்கும் போது வேளாளரை வைசியர் என்றே பாடங் கொண்டு பதிப்பித்தார். அதன்பிறகு மறுபதிப்பு வெளியானதில்

வேளாளரைச் சூத்திரர் என்று மாற்றி, வைசியருக்குரிய இரண்டு பாடல்களையும் திருத்தி, 'மருவிய எழு' என்பதற்கு 'மருவிய ஆறு' என மாற்றிப் பதிப்பித்திருக்கின்றார்.

4. உரையில் சொல்லையும் பொருளையும் வேறுபடுத்தும் தன்மை: நாவலர் பெருமான் பல நூல்களுக்குப் புத்துரை வரைந்திருக்கின்றார். அவர்தம் உரைகளில் சொல்லையும் பொருளையும் வேறுபடுத்திக் காட்டும் தன்மை சுவடிப்பதிப்புலகில் தனிச்சிறப்பு வாய்ந்ததாக அமைந்திருக்கின்றது. 'சைவ சமய நெறி' எனும் நூல் 727 திருக்குறளையுடையது. இந்நூல், ஆசிரியரிலக்கணம், மாணாக்க ரிலக்கணம், பொதுவிலக்கணம் என மூன்று இயல்களாக அமைந்துள்ளது. குறிப்பாக, விபூதி தரிக்கும் தானங்கள் பற்றி,

"சிரநெற்றி காது திரண்ட கழுத்தி
னுரந்தோளி னாபி தனிலும்.

இ-ள். சிரம்-உச்சியிலும்-நெற்றி-நெற்றியிலும்-காது-காதுகளிலும்-திரண்ட கழுத்தின்-திரண்ட கழுத்திலும்-உரம்-மார்பிலும்-தோளின்-புயங்களிலும்-நாபிதனினும்-உந்தியிலும்-எ.று."(191) என்று குறிப்பிட்டிருக்கின்றார். இங்கு நாவலரின் பதிப்பு முறையொன்றைக் காணவேண்டும். உரையுள் சிறுகோடு(-) பெருங்கோடு(-) என இட்டிருக்கின்றார். சிறுகோடு, சொல்லுக்கும் பொருளுணர்த்தும் சொல்லுக்கும் இடையில் உள்ளது. பெருங்கோடு, ஒரு சொல்லையும் மற்றொரு சொல்லையும் வேறுபடுத்திக்காட்டவல்லது. இதேபோல், கோயிற்புராணத்தில் ஒன்றினின்று ஒன்றை வேறுபடுத்திக்காட்ட ;- மற்றும் ,- என்ற குறியீடுகளைப் பயன்படுத்தியுள்ளார்.

5. மூலத்தினின்றும் பாடலை வேறுபடுத்தும் தன்மை: நூல் பதிப்பிக்கும் காலத்து நாவலர் பெருமான் அவர்கள் மூல நூலாசிரியரின் வாக்கை நுணுகி ஆய்ந்து இவ்வாக்கு நூலாசிரியருடையதல்ல என்பதைத் துணிச்சலாக எடுத்துக் காட்டுகின்றார். திருக்கோவையார் என்கின்ற திருச்சிற்றம்பலக் கோவையாரில் முதலில் இடம்பெற்ற,

"எண்ணிறைந்த தில்லை யெழுகோ புரந்திகழக்
கண்ணிறைந்து நின்றருளுங் கற்பகமே - நண்ணியசீர்த்
தேனூறு செஞ்சொற் றிருக்கோவை யென்கின்ற
நானூறு மென்மனத்தே நல்கு" (விநாயக வணக்கம்)

"ஆரணங் காணென்ப ரந்தணர் யோகிய ராகமத்தின்
காரணங் காணென்பர் காமுகர் காமநன் னூலதென்ப
நேரணங் காணென்ப ரெண்ண ரெழுத்தென்ப ரின்புலவோர்
சீரணங் காயசிற் றம்பலக் கோவையைச் செப்பிடினே" (நூற் சிறப்பு)

ஆகிய பகுதிகள் மூல நூலாசிரியர் வாக்கல்ல என்றும், அவை பிற்காலத்தான்றோரால் செய்யப்பட்டன என்றும் சுட்டிக் காட்டுகின்றார்.

6. நூலின் தொடக்கமும் முடிவும்: ஒவ்வொரு நூலின் தலைப்புப் பக்கத்தின் முதலில் பிள்ளையார்சுழி போட்டு 'கணபதி துணை' என்று தொடங்குகின்றார். நன்னூல் விருத்தியுரையில் பிள்ளையார்சுழி போட்டு 'பரமபதிதுணை' என்று தொடங்குகின்றார். மேலும், சமய நூல்களாயின் 'திருச்சிற்றம்பலம்' என்று கூடுதலாகச் சேர்த்துக் கொள்கின்றார். ஒவ்வொரு நூலின் இறுதியில் 'திருச்சிற்றம்பலம்' என்று முடிப்பவர் 'இலக்கணச் சுருக்கம்' என்னும் நூலின் இறுதிப் பகுதியில் 'பரமபதிதுணை' என்று முடித்திருக்கின்றார். நாவலர் பதிப்புகளில்

இவ்வாறு ஒரு முறையற்ற தன்மையையும் காணமுடிகிறது.

7. **கூடுதல் விளக்கம் தருதல்:** நாவலர் பெருமானின் பதிப்புகளில் உரையாசிரியர் கூறிய கருத்துக்குப் பொலிவூட்டும் வகையில் மேலும் பல கருத்துக்களை பல்வேறு இடங்களில் புகுத்தியிருக்கின்றார். குறிப்பாக, நல்வழி பதிப்பில், பதவுரை, இதனது தாற்பரியம் ஆகிய பகுதிகளுக்கு மேலும் நீண்ட விளக்கம் தருகின்றார். 'சிவாயநமவென்று' எனவரும் பாடலுக்கு அவ்வாறு விளக்கம் தரும் அவர் நிறைவில் 'அது திருநாவுக்கரசு நாயனார் முதலிய மெய்ஞ்ஞானிகள் சரித்திரங்களாலும் அறிக' எனக் கூடுதல் விளக்கம் தருகின்றார்.

8. **பிழை சுட்டும் தன்மை:** நூலாசிரியர் கூறிய கருத்தை அப்படியே போற்றும் தன்மை கொண்டவரல்லர் நாவலர் அவர்கள். இலக்கண விளக்கத்தில் ஏற்பட்ட மாறுபட்ட கருத்துகளைச் சிவஞான முனிவர் இலக்கண விளக்கச் சூறாவளி என்றொரு நூலை யாத்தார். இந்நூலின் சொல்லதிகாரப் பெயரியலில் 'ஒன்றே பல' எனத் தொடங்கும் நூற்பாவிற்குச் சிவஞான முனிவர் "ஆண்பால் பெண்பா லென்னும் வழக்கு உயர்திணைக்கே யன்றி அஃறிணைக்கின்றென்றார். இக்கருத்தினை நாவலர் பெருமான் 'ஆண்பா லெல்லா மாணெனற் குரிய', 'பெண்பா லெல்லாம் பெண்ணெனற் குரிய' என்று மரபியற் சூத்திரங்களையும், ஆண்மை சுட்டிய பெயர் பெண்மை சுட்டிய பெயரென்னுங் குறியீடுகளையும், களிறு பிடி முதலிய வழக்குகளையும் மறந்தாற்போலும்" என்று சிவஞான முனிவரின் கருத்தில் ஏற்பட்ட பிழையைச் சுட்டிக் காட்டுகின்றார்.

9. **புறவுரை சுட்டும் தன்மை:** நாவலர் பெருமான் அவர்கள் புத்துரை வழங்குமிடத்து, மூல நூலாசிரியரின் கருத்துக்கு மாறுபாட்ட கருத்தைச் சுட்டும் தன்மையைக் காணமுடிகிறது. அதாவது, ஆத்திசூடி-கொன்றைவேந்தன் புத்துரைப் பதிப்பில்(1853) 'சனி நீராடு' என்பதற்கு நாவலர் பெருமான் உரைவழங்குமிடத்து, 'புதன்கிழமையிலும் முழுகலாம்' என்று உரைக்குப் புறம்பாக விளக்குவதை உணரமுடிகிறது. இது உலகத்தோடு ஒட்ட ஒழுகுந் திறனை வெளிப்படுத்துவதாக அமைந்துள்ளது எனலாம்.

10. **புதிய சொல்லாட்சி:** நாவலர் தம்முடைய பதிப்புகளில் பல்வேறு வகையான புதிய சொல்லாட்சிகளைப் பயன்படுத்தியிருக்கின்றார். நாவலரின் நல்வழி உரையில் 'ஒருவன் பிறன்மனையாளை இச்சிக்கின்' என்றெழுதுவது இக்காலத்தில் 'பயணித்தல்' என்றெழுதுமாப் போலே அமையக்கூடும் என்கின்றார். அதுபோல, 'வெகுசனம்' என்ற சொல்லை முதன்முதலில் நாவலர் அவர்களே கையாண்டுள்ளார் என்பதும் குறிப்பிடத்தக்கது.

11. **அச்சுத்தன்மை:** நாவலர் அவர்களின் பதிப்புகளில் அச்சுவேறுபாடு, அச்சுப்படி திருத்துதல் போன்றவற்றிற்குச் சிறப்பிடம் தந்திருக்கின்றார். இயல்தலைப்பு, உள்தலைப்பு, நூற்பா, உரை, அடிக்குறிப்பு போன்ற ஒவ்வொன்றிற்கும் வெவ்வேறு வகையான புள்ளிகளில் அச்சுக்களைத் தேர்ந்தெடுத்து அச்சிட்டிருக்கின்றார். மேலும், நாவலர் பெருமான் வசன நூல்களை உருவாக்கும் போது தாமே அச்சுக்கூடத்திற்குச் சென்று, அங்கு இவர் சொல்லச் சொல்ல அச்சக ஊழியர்கள் அச்சுக்கோர்ப்பர் என்பர். நாவலர் பதிப்பித்த நூல்களில் அச்சுப்பிழைகள் இல்லை என்று எல்லோரும் பாராட்டும் அளவுக்கு நூலைப் பதிப்பித்துள்ளார். எவ்வளவு கூர்ந்து கவனித்தாலும் சில அச்சுப்பிழைகள் வருவது இயல்பு. இருப்பினும் அவற்றையும் கண்டெடுத்து நுலின் இறுதியில் பிழைதிருத்தம் என்ற பகுதியில் சுட்டிக்காட்டி பிழையற்ற பதிப்பைக் கொண்டுவருவார். "ஆறுமுக நாவலர் வேறொரு 'பாஷையிலே'

நினைத்து மீளத் தமிழில் எழுகிறவரில்லை. வீண்சொல், அடை எதுவும் இல்லை. இன்னோசையை இவரின் நடை இயல்பாய்ப்பெறும்" என்கின்றார் பேராசிரியர் கைலாசபிள்ளை(ஆறுமுக நாவலர் சரித்திரம்).

12. மாணவர் பதிப்பு: நாவலர் அவர்கள் பயன்படுத்துவோர்க்கு ஏற்பத் தம்முடைய பதிப்பை அமைத்துக்கொள்வார். இவரின் நன்னூல் காண்டிகையுரைப் பதிப்பு மாணவர்களை மையமாகக் கொண்டு பதிப்பிக்கப்பட்டது எனலாம். அதாவது, நன்னூல் காண்டிகையுரைப் பதிப்பில், ஒவ்வொரு பகுதியின் இறுதியிலும் பரீஷை வினாக்கள் என்ற பகுதியை அமைந்திருக்கின்றார். மேலும், உபாத்தியாயருக்கு அறிவித்தல் என்ற ஒரு பகுதியையும் நாவலர் அமைத்திருக்கின்றார். அதில், "உபாத்தியாயர் நாடோறும் தம் மாணாக்கர்களுக்குச் சொல்லும் பாடத்தை முன்னரே வீட்டில் அவதானத்தோடு வாசித்துச் செவ்வையாக ஆராய்ந்து உள்ளத்தில் அமைத்துக் கொள்ளவேண்டும்" என்று குறிப்பிடுகின்றார். நூலுக்கு இறுதியில் 'அப்பியாசம்' என்னும் ஒரு பகுதியையும் நாவலர் அவர்கள் அமைத்திருக்கின்றார். இலக்கணங் கற்றவர் இலக்கியத்தில் அவ்விலக்கணம் அமைந்து கிடக்குமுறையை ஆராய்ந்து விதியோடு கூறப் பயிலவேண்டும். அது செய்யப் பயிலாதவிடத்து இலக்கணக் கல்வியால் ஒருபயனுமில்லை என்று இலக்கணப் பயிற்சியின் இன்றியமையாமையையும் குறிப்பிடுகின்றார்.

13. நாவலர் பதிப்பில் சில குறைபாடுகள்: சுவடிப்பதிப்பில் இன்றைய தேவை என்ற அடிப்படையில் பார்க்கும் போது நாவலர் பெருமானின் பதிப்புகளில் சில குறைபாடுகள் இருக்கத்தான் செய்கிறது. பதிப்புரை, சுவடிச்செய்தி, முகவுரை(பெரியபுராணம், கந்தபுராணம் தவிர) போன்றவை இன்றைய சுவடிப்பதிப்பில் தேவையாகக் கருதப்பெறுகிறது. ஆனால் இவை நாவலர் பதிப்புகளில் காணப்படவில்லை. பதிப்புரை இல்லாததினால் இவர்தம் பதிப்புமுறைகள், பதிப்புக்கொள்கை, முந்தைய பதிப்புகள் பற்றிய விவரம், பதிப்பில் செய்துள்ள மாற்றம் ஆகிய எதையும் இவர்தம் கூற்றாக அறிய முடிவதில்லை.

பல்வேறு சுவடிகளை ஆராய்ந்து ஒப்புமை செய்து பாடவேறுபாடுகளைக் குறித்து முழுமையாக்கும் பணி சுவடிப்பதிப்புப் பணிகளில் முக்கியமானதாகும். நாவலர் அவர்கள் எந்தப் பதிப்புப் பணியை மேற்கொண்டாலும் அதற்குப் பல சுவடிகளை ஆதாரமாகக் கொண்டு ஒப்புநோக்கி ஆய்வு செய்த பின்னரே அச்சிடுவார். சுவடிகளின் ஆதாரம் இல்லாமல் இவராக எதையும் திருத்துவதில்லை. இது, சுவடிப்பதிப்பின் நேர்மை எனப்படுகிறது. இவர் பதிப்பித்த நூல்களின் தலைப்புப் பக்கத்தில் "யாழ்ப்பாணத்து நல்லூர் ஆறுமுக நாவலரவர்களால் பல பிரதிரூபங்களைக் கொண்டு பரிசோதித்து அச்சிற் பதிப்பிக்கப்பட்டது" என்னும் குறிப்பிருக்கும். ஆனால், எப்பிரதிகளை ஒப்பு நோக்கினார் என்ற குறிப்பு எந்த பதிப்பிலும் குறிப்பிடுவதில்லை. இதனால் நாவலர் அவர்கள் பார்வையிட்ட சுவடிகளை அறியமுடியாத நிலை உருவாகிறது.

முடிவுரை: நாவலர் பதிப்பில் பல நிறை குறைகள் இருந்தாலும் அவரின் பதிப்பு நோக்கம் இதுதான் என்று வெளிப்படையாகத் தெரிகின்றது. அதாவது, ஓலைச்சுவடியிலுள்ள நூல்களை எப்படியாவது அச்சேற்றம் செய்துவிட வேண்டும்; பிழையற்ற பதிப்பு கொண்டு வரவேண்டும்; நுலாசிரியரின் கருத்தறிந்து அடிமாற்றம், சொற்களைத் திரித்தல் போன்ற எவ்வித மாற்றமுமின்றி மூலபாடத்தைத் தந்து திருத்தமான பதிப்பைச் செவ்விய வடிவமைப்பு-

டன் கொண்டுவரவேண்டும் போன்ற நோக்கங்களை ஆறுமுக நாவலருடைய பதிப்புக்களில் காணலாம்.

ஈழத்து நாவல் இலக்கியத்தின் தோற்றம், வளர்ச்சி, போக்குகள் குறித்து

தேவகாந்தன்

ஈழத்து இலக்கிய வரலாற்றில் அற்புதமேதும் நிகழ்ந்ததில்லை. அபாரமானது என்றோ, உலகத்தரம் வாய்ந்தது என்றோ சொல்லும்படிக்கு நாவலேதும் ஈழத்தில் தோன்றியதுமில்லை. இப்படிச் சொல்லுகிறபோது வாசகர்களும், நண்பர்களும் முணுமுணப்புக் காட்டுகிறார்கள். நாவலிலக்கியத்தின் வளமான வளர்ச்சிக்கான சூழ்நிலைமைகள் ஈழத்தில் நன்கமைந்திராத-தைக்கொண்டு இந்த முடிவுக்குத்தான் ஓர் அவதானியால் வந்துசேர முடியும்.

நாவல் இலக்கியத்துக்கான சூழ்நிலைமைகள் குறித்து இலக்கியவரலாறு தெளிவாகவே பேசு-கிறது. அச்சு யந்திர வசதி, வாசகர்களாய் அமையக்கூடிய பரந்துபட்ட மத்தியதர வர்க்கம் போன்றவை, நாவலிலக்கியத்தின் தோற்றத்துக்குப்போலவே வளர்ச்சிக்கும் முக்கியமானவை. இவை தமிழகத்தில்போல் ஈழத்தில் வாய்க்கவில்லையென்பது பெரிய நிஜம். அதனால் சில நல்ல நாவல்கள், சுமாரான நாவல்கள், குறிப்பிடத் தகுந்த நாவல்கள் என்கிற அளவில் குறுகியதுதான் ஈழத்தின் நாவலிலக்கியப் பரப்பு. அதன் வீச்சான காலம் இனிமேல்தான் தோன்றவேண்டும். அதற்கான அறிகுறியை இவ்வியாசத்தில் நான் குறிப்பிட்டிருக்கிறேன்.

ஈழத்து நாவலிலக்கிய வரலாற்றை தோற்ற காலம், மறுமலர்ச்சிக் காலம், தேசியவாதக் காலம், 1975ம் ஆண்டளவில் தொடங்கும் பத்தாண்டுகள் வரையான தேக்க காலம், 1983ஆம் ஆண்டுக்குப் பின்னான வியாப்திக் காலம் என்று பிரித்து நோக்கவிருக்கின்றேன். பத்து பத்து ஆண்டுகளாய் பிரித்தாயும் மரபை மீறியுள்ளது இது. ஆனால் இதுதான் கொள்கைப் போக்-குகளை ஒப்பிடவும், தரப்படுத்தவும் வாய்ப்பானது. இக் காலக் களங்கள் ஒவ்வொன்றுமே அரசியல் பொருளாதாரக் காரணிகளின் ஊடாட்டம் மிகுந்தவையென்பதை நாம் மறந்துவி-டக் கூடாது. அவசியமான விளக்கங்களை இதில் நான் சேர்த்திருக்கிறேன், இந்த நியாயம் கருதி.

ஈழத்து நாவலிலக்கியம்பற்றி புதிய தலைமுறையினர் புரிந்துகொள்ளவேண்டி மிக்க கனதியாக இல்லாமலும், அதேவேளை புதிய போக்குகளின் தரவுகள்பற்றிய துல்லியக் கணிப்புடனும் இந்த வியாசம் விரிந்து செல்லும். நூல்கள்பற்றிய விவரிப்புகளும், அவைபற்றிய மதிப்பீடுக-ளும் இலக்கியப்போக்குகளை விளங்கப்படுத்தவேண்டி அவசியமான இடங்களில் மேற்கொள்-ளப்பட்டிருக்கின்றன.

தோற்ற காலம் (1891 முதல் அண்ணளவாக 1930வரை)

நாவல் அதிசயப்பட வைக்கிற உருவத்தோடுதான் ஐரோப்பாவில் வெளிவரத் தொடங்கி-யது. புதினம் என்ற அர்த்தத்தில் அதற்குப் பெயர் வைத்ததும் நினையாப்பிரகார நிகழ்வல்ல. காரணத்ததோடு சூட்டப்பட்டதுதான். தமிழ் உரைநடையின் முகிழ்ப்போடு பத்தொன்பதாம் நூற்றாண்டின் இறுதிக் காலில் தோற்றம் பெறுகிறது இந்தியத் தமிழ் நாவல் இலக்கியம். அதன் முதல் நாவலை 'பிரதாப முதலியார் சரித்திரம்' என்றும், அந்த ஆண்டை 1879

என்றும் தெளிவாக அறியக்கிடக்கிறது.

எந்தவொரு அரசியல் பொருளாதார நிகழ்வும், இந்திய உபகண்டத்தின் அரசியல் பொருளாதார நிலைமைகளின் வளர்ச்சி தேய்வுகளை அடியொட்டியே ஈழத்தில் நிகழ்ந்து வந்தன என்கிற நிஜத்தைப் பார்க்கிறபோது, தமிழகத்தில் தோன்றிய நாவலிலக்கிய அலை உடனடியாகவே ஈழத்தில் அடிக்க ஆரம்பித்துவிடுவதை நம்மால் புரிந்துகொள்ள முடியும். ஈழத்தின் முதலாவது நாவல் 1885இல் தோன்றிய 'அசன்பேயுடைய கதை' என்பார் கலாநிதி நா.சுப்பிரமணியன். இந்நூல் சித்திலெவ்வை மரைக்கார் என்பவரால் எழுதி வெளியிடப்பெற்றது.

நிலமான்ய சமுதாயத்தின் இலக்கிய உற்பத்தியான காவியங்களின் மரபுச் செல்வாக்கிலிருந்து முழுவதும் விடுபடாத ஒரு நிலைமாறுங் கால கலப்பினப் படைப்பாக இது இருப்பதாலும், ஈழத்தைக் களமாகவோ, ஈழத்து மாந்தர்களைப் பாத்திரமாகவோ கொண்டிராததாலும் இதை நாவலென்றோ, ஈழத்து நாவலென்றோ கொள்ளமுடியாது என்பாரும் உளர். அதற்கும் ஆறு ஆண்டுகள் கழித்து 1891ஆம் ஆண்டு திருகோணமலையைச் சேர்ந்த எஸ்.இன்னாசித்தம்பி என்பவரால் எழுதப்பெற்ற 'ஊசோன் பாலந்தை கதை'யையே ஈழத்தின் முதல் நாவலென்பது வழக்கம். இதையும் மறுப்போர் உள்ளனர். அவர்கள் 1895ஆம் ஆண்டு திருகோணமலை தி.த.சரவணமுத்துப்பிள்ளை எழுதிய 'மோகனாங்கி'யே ஈழத்தின் முதல் நாவல் எனக் கூறுகிறபோது, அது ஈழத்தவரால் எழுதப்பட்ட நாவலே தவிர ஈழத்து நாவல் தன்மைகளைக் கொண்டதல்ல என்பார் இலக்கிய விமர்சகர் சோ.சிவபாதசுந்தரம்.

இவையெல்;லாம் இலக்கிய வாசகனுக்கு ஒரு விசயத்தைத் தெளிவாகச் சுட்டுகின்றன. ஆரம்ப கால நாவல்கள் யாவும் எழுத்தார்வத்தில் பிறந்து, தென்னிந்திய நூல்களைப் பிரதிபலித்து எழுதப்பட்டவை என்பதே அது. இந்தியத் தமிழ் நாவல் உருவெடுத்து பன்னிரண்டு ஆண்டுகளின் பின் 1891இல் எழுந்த 'ஊசோன் பாலந்தை கதை'யே ஈழத்து முதல் நாவலென்று விமர்சகர்கள் சில்லையூர் செல்வராஜன், கலாநிதி க.கைலாசபதி ஆகியோர் நிறுவுவதை ஒப்புக்கொண்டு 1891 தொடங்கி 1930 வரை விரிந்த பெரும்காலப் பரப்பில் தோன்றிய முக்கிய நாவல்களை இனி கவனிக்கவேண்டும்.

இவை யாவுமே இந்திய தமிழ் நாவல் மரபினை ஒட்டிப் பிறந்த படைப்புக்களென தயங்காது சொல்லலாம். இவற்றின் தத்துவப் பரப்பு சமய எல்லைக்குள்ளேயே அடங்கிவிட்டிருந்தது.

சமுதாயத்தை நன்னெறிப்படுத்தும் தூய எண்ணங்களே படைப்பாளிகளின் கருப்பொருளாய் இருந்தன. முக்கியமாக, இவை கிறித்தவ சமயப் போதனைகளை வெளியிட தோற்றம்பெற்ற நாவல்கள். தமிழகத்தின் முதல் நாவலான 'பிரதாப முதலியார் சரித்திர'த்தை எழுதிய வேதநாயகம்பிள்ளை ஒரு கிறித்தவர். ஈழத்தின் முதல் நாவலான 'ஊசோன் பாலந்தை கதை'யை எழுதிய இன்னாசித்தம்பி ஒரு கிறித்தவர். சுவாமி ஞானப்பிரகாசர், இவ்விரு நாடுகளிலும் தோன்றிய முதல் நாவல்களின் கர்த்தாக்கள் கிறித்தவர்களாய் அமைந்துபோன விந்தையைச் சொல்வார். அது யோசிப்புக்குரியதும்கூட. தமிழும் சைவமும் வளர்ந்து, நாவலர் அவர்களால் உரைநடையும் சீர்பெற்று விளங்கிய யாழ்ப்பாணத்திலே நவீன இலக்கிய வகையான நாவலினம் தோன்றாமல், அவ்வளவு தூரம் கடந்துபோய் திருகோணமலையில் தோன்றியதற்கான காரணமும் ஆராயப்படவேண்டும். மூடுண்டிருந்த ஒரு சமூகம் நாவலிலக்கியத்தை உடனடியாக உள்வாங்கத் தயாராக இருக்கவில்லையென்றே இது குறித்துத் தீர்மானிக்கமுடிகிறது. இது எப்படியிருப்பினும்,ஈழத்தின் தோற்ற கால நாவல்கள் தமிழகத்து நாவல்களின் போக்கு,

பண்பு முதலியவைகளைப் பிரதிபலிப்பனவாய் இருந்தன என சுருக்கமாகக் கொள்ளலாம்.

அஸன்பேயுடைய கதை: எகிப்தின் காயீர் நகரத்து யூசுப் பாட்சா என்கிற ராஜ குலத்தைச் சேர்ந்த ஒருவருக்குப் பிறந்த மகன் சிறுவயதிலேயே கடத்தப்படுகிறான். பம்பாய் கொண்டுவரப்பட்டு அங்கே சிறிதுகாலம் வளர்க்கப்படுகிறான். அங்கும் சூழ்ச்சிக்காளாகும் அஸன் என்று பெயர் சூடட்டப்பட்டுள்ள இச் சிறுவன், தன் பதினான்காவது வயதில் அதிலிருந்தும் தப்பி கல்கத்தாவுக்கு ஓடுகிறான். அங்கு ஆங்கிலத் தேசாதிபதியின் அனுக்கத்தையும் அபிமானத்தையும் பெற்று கல்வி கேள்விகளில் சிறப்புடையவனாகிறான். அணித்தாயுள்ள ஒரு பிரபுவின் மகளது காதலுக்குரியவனாகிறான். பின் தன் பெற்றோரைக் காணவேண்டி எகிப்து தேசம் செல்கிற அஸன், தேசத்துக்கெதிரானவர்களை அழிக்க பல வீரசாகசச் செயல்களில் ஈடுபடுகிறான். இதற்காக இவனுக்கு பே (Bay) என்னும் கௌரவ விருது வழங்கப்படுகிறது. காவியப் பண்பு சார்ந்து எழுதப்பட்ட நூல் இது. சித்திலெவ்வை என்கிற இதன் ஆசிரியர் ஈழத்தவரானாலும், நூல் முழுக்க முழுக்க அந்நிய தேசங்களையே களனாகக்கொண்டிருக்கிறது. பாத்திரங்களும் ஈழத்தவர் அல்லர். கூடதலான நாடகப் பண்பு அமைந்ததாய்க் காணப்படும் இந் நாவல், கலாம்ச வியாப்தி குறைந்தே இருக்கிறது. பின் வந்த ஈழத்து நாவல்களின் உரைநடைச் செழுமைக்கும், பாத்திர வார்ப்பின் சீர்மைக்கும், கதையாடலின் நேர்த்திக்குமான உரமாக அமைந்ததை இந் நாவலின் பயனாகக் கொள்ளல் தகும்.

இந் நாவலை இஸ்லாமிய பண்பாட்டுத் தாக்கத்தால் பிறந்த நூலாகக் கருதவேண்டும். இஸ்லாமிய நாடுகளின் இலக்கியத் தாக்கம் இவ்வண்ணமாகவே ஈழத் தமிழிலக்கியத்தில் செறிந்தது. 1974இல் இஸ்லாமிய தமிழ் இலக்கியக் கழகம் திருச்சியில் இந் நூலை மீள் பதிப்புச் செய்தது.

ஊசோன் பாலந்தை கதை: இந் நூல்மீது ஆக்க இலக்கியம் சார்ந்த எத்தகைய குறைகள் சொல்லப்பட்டிருப்பினும், நாவலின் கதையாடல் அற்புத மொழியில் சொல்லப்பட்டிருக்கிறது என்பதுமட்டும் நிஜம். தமிழ்க் கதையென்றே கருதும்படி பாத்திரங்களின் வார்ப்பு அமைந்திருக்கிறது. இன்னுமொன்று. காவியச் செல்வாக்கினின்றும் விடுபடாதிருப்பினும் ஈழப் பேச்சு வழக்குச் சொற்களுக்கு இலக்கிய அந்தஸ்து ஏற்றி பதிவுசெய்வதை முதன்மையாய்ச் சுட்டவேண்டும்.

அலுவான்யா என்கிற கற்பனை தேசத்தைக் களமாக வைத்து ஆரம்பிக்கிறது கதை. சக்கரவர்த்தி அலெக்சாந்தருக்கும், அரசி தொன் வெலிசாந்த்துக்கும் பிறந்த ஊசோன், பாலந்தை என்னும் இரு சிறுவர்களின் கதையே இது. காலத்தின் கோலத்தால் பெற்றோரைப் பிரியும் இவ்விரு குழந்தைகளும் தனித்தனி இடங்களைச் சென்று சேர்கின்றன. காடு சேர்கிற ஊசோன் என்கிற சிறுவன் ஒரு கரடியால் வளர்க்கப்பட்டு பயங்கரமான காட்டு மனிதனாகிறான். இன்னொரு சிறுவனான பாலந்தை அதிர்ஷ்டவசம் பட்டவனாய் ஒரு அரண்மனையை அடைகிறான். அங்கு வளர்ந்து அந்நாட்டின் படைத் தலைவனாகி ஒரு போரில் தன் சகோதரனை வென்று அடக்குகிறான். இன்னொரு போரில் தந்தையென்று தெரியாமலே தந்தையை வென்று அழிக்கிறான். பின் இந்த விடயம் தெரியவருகிறபோது தவமிருந்து உயிரை மாய்த்துக்கொள்கிறான்.

'ஊசோன் பாலந்தை கதை' இப்போது பதிப்பில் கிடைப்பதில்லையென்று சொல்லப்படுகிறது. இது Oraon and Balantine என்கிற போர்த்துக்கீசிய நெடுங்கதையொன்றின் தழுவலாய்க்

கொள்ள இடமிருக்கிறது என்ற அபிப்பிராயமும் உண்டு.

'ஊசோன் பாலந்தை கதை' முழுக்க முழுக்க கிறித்தவ பின்னணியில், தொண்ணூற்றாறு பக்கங்களுள் அடங்கிய சிறிய கதை. 1891லேயே இது 1500 பிரதிகள் அச்சிடப்பட்டடதாய்த் தெரிகிறது. 2001இல் இன்னமும் நாம் 1200 பிரதிகளே அச்சாக்கிக்கொண்டிருக்கிறோ-மென்று நினைக்கையில் அதிசயம் தெரிகிறது.

மோகனாங்கி: திருகோணமலை தி.த.சரவணமுத்துப் பிள்ளையின் நூல். 1895இல் வெளி-யாகியது. சென்னையில் இந்து யூனியன் அச்சுக்கூடத்தில் அச்சிட்டுப் பிரசுரிக்கபட்ட இந்-நூல் சரித்திர சம்பந்தமான கதையைக் கொண்டது. நிகழ்வும், புனைவுமாக நாவல் அமைந்-தது. 17ஆம் நூற்றாண்டில் தஞ்சாவூர், திருச்சிராப்பள்ளி ஆகிய பிரதேசங்களை நாயக்க மன்னர்கள் ஆட்சி புரிந்த காலத்தைக் களனாகக் கொண்டது. இரு நகரங்களுக்கிடையிலான போட்டி, பொறாமை, சூழ்ச்சிகளுக்கிடையே கதை வளர்த்துச் செல்லப்படுகிறது. கிதையின் நாயகனான சொக்கநாத நாயக்கனுக்கும் மோகனாங்கி என்பாளுக்குமிடையிலான காதலே நாவலின் மையம்.

ஈழத்து நாவல்களுக்குள்ளே மிகுந்த செல்வாக்குப்பெபற்று இந்நூல் திகழ்ந்ததாய்த் தெரிகி-றது. பள்ளிகளில் பாடநூலாக ஏற்கப்பட்டு 1919இல் இது சுருக்க நூலாக வெளிவந்தமை இது காரணமாயே இருக்கலாம். அப்போது இதன் தலைப்பு 'சொக்கநாதன்'. 'மோகனாங்கி' தமி-ழின் முதல் சரித்திர நாவலென்று சொல்லப்படலாம். நாவலின் புனைவு பெருமைப்படத் தக்-கவிதமாகவே அமைந்துள்ளது. நவீன இலக்கிய வகையான நாவலொன்று 1919 காலப் பகு-தியிலேயே பள்ளிகளில் பாடநூலாக வைக்கப்பட்டிருந்தமையை ஆச்சரியப்படாமல் இருக்க முடியாது.

ஏறக்குறைய நாற்பது ஆண்டு நீண்ட காலப் பரப்பைக்கொண்ட இப் பகுதியின் பிற்பகுதியில் அதிகமாகவும் தோன்றியவை தொடர்கதைகளே. இவற்றில் சிலவே குறிப்பிடத் தகுந்தன. 'வீரசிங்கன் அல்லது சன்மார்க்க ஜெயம்' இவற்றிலொன்று. இரசிகமணி கனக-செந்திநாதன் இதையே ஈழத்தின் முதலாவது சரித்திர நாவலென்பார். இது 1905இல் வெளிவந்தது. தி.த.சரவணமுத்துப்பிள்ளையின் 'அழகவல்லி' இன்னுமொரு குறிப்பிடத் தகுந்த நூல். யாழ்ப்-பாணப் பிரதேசத்தில் மழவர் குடும்பங்களுக்கிடையே நிலவிய ஏற்றத்தாழ்வுகளைப் பின்னணி-யில்கொண்டு நகர்கிறது இந் நாவல். கிராமிய பேச்சு வழக்கின் பயில்வையும், சமூக பழக்க வழக்கங்களின் பதிவையும் இதில் மிகுதியாகக் காணக்கிடக்கிறது.

மங்களநாயகம் தம்பையாவின் 'நொறுங்குண்ட இதயம்' என்ற நூலையும் இக் காலப் பகு-தியின் முக்கிய நூலாகக் கருதவேண்டும். இது 1914இல் வெளிவந்தது. 'நொறுங்குண்ட இதயம்-கதையும் கதைப் பண்பும்' என்ற தலைப்பில் இந்நாவல்பற்றி விரிவாக ஆய்வு செய்-துள்ளார் கலாநிதி ஆ.சிவநேசச்செல்வன். 'சமகால சமூகத்திற் காணப்பட்ட குறைபாடுகளை எதிர்த்துக் கண்டனக் குரல் கொடுப்பதாக அமையும் இந்த நாவலிலேதான் முதன்முதலில் ஈழத்து நடுத்தர வர்க்கத்தின் உயிரோட்டமுள்ள கதைமாந்தரைப் பார்க்கிறோம்...நடப்பியல்பு நாவலுக்கான இன்றியமையாத பண்பு இது' என்கிறார் கலாநிதி நா.சுப்பிரமணியன். அற போதனை என்கிற நோக்கம் அழுத்தம் பெறாததாய் இந் நாவல் அமைந்திருப்பின் மிகச் சிறந்த நாவலொன்றின் கூர்த்த பண்புகள் அமைந்ததாய் இந்நாவல் இன்று பேசப்பட்டிருக்கும் என்பதில் ஐயமில்லை.

1925இல் வெளிவந்த 'நீலகண்டன் ஓர் சாதி வேளாளன்' என்ற இடைக்காடரின் நாவலை, அதுவரை காலம் நிலவிவந்த மரபான கதை சொல்லல் முறையினை முடிவுக்குக் கொண்டுவந்த நூலாகக் கொள்ளலாம். 'புனித சீலி' யோன் மேரி என்பாரால் பல பாகங்களாய் எழுதப் பெற்றது. கல்கியின் நீண்ட நாவல்களையும்விட நீளமானது.

மறுமலர்ச்சிக்; காலம் (1931-1956)

'மறுமலர்ச்சி'இதழ், மறுமலர்ச்சிக் காலகட்டமான இக் காலப் பகுதியின் படைப்பிலக்கிய விமர்சன பிரசுரக் களனாயிருந்தது. பின்னால் ஈழகேசரி,வீரகேசரி, சுதந்திரன், தினகரன் போன்ற பத்திரிகைகளும் தோன்றி ஈழத்துப் பிரசுர களத்தை விரிவாக்கின. 'கல்கி' கிரு~;ணமூர்த்தி போலவும், அகிலன்போலவும் எழுதுபவர்களே உற்பத்தியாகிக்கொண்டிருந்தாலும், இலக்கிய வீச்சோடு எழுதியவர்களும் இக் காலப்பகுதியில் தோன்றவே செய்தார்கள்.

தமிழகத்தைப்போலவேதான் இங்கும் அது நிகழ்ந்தது. கனதியான இலக்கியத்தை மணிக்கொடி தோன்றி வளர்த்ததுபோல்,ஈழத்தின் இலக்கியக் கனதிக்கு இடம்கொடுத்து வளர்த்தது மறுமலர்ச்சி இதழ்.

பத்திரிகைகள் வெகுத்த காலமாக இது இருந்தாலும், நாவல்கள் சிறந்தன தோன்றியதாய்ச் சொல்ல முடியவில்லை. தோன்றிய பலவும் தொடர்கதைகளாகவே இருந்தன. மறுமலர்ச்சி எழுத்தாளர் எனப்படுவோர்கூட தொடர்கதைகளோடு திருப்திகொண்டு இருந்துவிட்டனர்.

அ.செ.முருகானந்தனின் 'யாத்திரை', வ.அ.இராசரத்தினத்தின் 'கொழுகொம்பு', கனக. செந்திநாதனின் 'வெறும்பானை', க.தி.சம்பந்தனின் 'பாரம்' போன்றவை நாவலாகவளராத தொடர்கதைகளாகவே கொள்ளப்பட முடியும்.

இக்காலத்தின் முக்கியமான போக்கு ஈழத்து இலக்கியம் என்கிற பிரக்ஞை பெறாததாகவே இருந்தது. இப் பொதுப் போக்கை மீறி ஆக்க இலக்கியத்தில் சாதனைக்கான எதுவும் படைக்கப்படவில்லையென்பது வருத்தமான விசயமே. இக் காலப் பகுதியில் ஈழத்தில் நிறைய மொழிபெயர்ப்பு நாவல்கள் முகிழ்த்தன. இது, அடுத்த கட்ட இலக்கியத்தின் செறிவை அப்போதே உறுதிப்படுத்திக்கொண்டிருந்தது.

தேசியவாத காலம் (1955இன் மேல் தொடங்கி 1972வரை)

1956ஆம் ஆண்டுவரை ஐக்கிய தேசியக் கட்சிக்கெதிராக வல்லபத்தோடிருந்த ஒரே அணி இடதுசாரிக் கட்சிகளினதே ஆகும். ஐ.தே.க.விலிருந்து பிரிந்து எஸ்.டபிள்யு.ஆர்.டி.பண்டாரநாயக்க 1951இல் சிறீலங்கா சுதந்திரக் கட்சியைத் தாபித்துக்கொண்டாலும், அது ஒரு மூன்றாம் வலுவாகவே இருந்தது. இடதுசாரிகளின் வலு எதிர்க்கட்சி அளவில் மேலோங்கியே இருந்தது.

1952இல் டி.எஸ்.சேனநாயக்க இறக்க, அதே ஆண்டு நடைபெற்ற பொதுத் தேர்தலில் சேனநாயக்கவின் அனுதாப அலையில் மீண்டும் ஐ.தே.க.யே டட்லி சேனநாயக்க தலைமையில் அரசபீடத்தில் அமர்கிறது. விதேச முதலாளித்துவப் போக்குடைய ஐ.தே.க. ஆட்சிபீடமேறிய சொற்ப காலத்திலேயே அத்தியாவசியப் பொருட்களின் விலை அபரிமிதமாக உயர்ந்துவிடுகிறது. பஸ், ரயில் கட்டணங்களும் உயர்ந்துவிடுகின்றன. முக்கியமாக அதுவரை இருபத்தைந்து சதமாக இருந்த கூப்பன் அரிசி, அளவும் குறைக்கப்பட்டு விலையும் எழுபது சதமாக ஏற்றப்படுகிறது.

இந்நிலையில்தான் 1953 ஆகஸ்டு 12இல் வேலைநிறுத்தத்துக்கு, நாடு தழுவிய அழைப்பு

விடுகின்றன இடதுசாரிக் கட்சிகள். அரசாங்கத்தின் சகல அச்சுறுத்தல்களையும் மீறி வேலைநிறுத்தம் அமோக வெற்றிபெறுகிறது. இக் கொந்தளிப்புபற்றி விரிவாகவே பார்க்க-வேண்டும்.

ஒரு பொதுப் பிரச்னையில் நாடு தழுவி பொதுமக்கள் எவ்வாறு ஒன்றிணைகிறார்கள் என்பது கவனத்தில் கொள்ளப்படவேண்டும். இக் காலகட்டத்தில் வடக்கிலும் இடதுசாரிகளின் வலுவே அதிகம். கொழும்பு மாநகர் ஸ்தம்பித்துப்போகிறது. துறைமுகம், போக்குவரத்து, தொழிற்சாலைகள் யாவிலும் வேலைநிறுத்தம். கொழும்புத் துறைமுகத்தில் ஒரு நங்கூரமிட்டி-ருந்த கப்பலில் ஐ.தே.க.வின் மந்திரிசபை கூடி அவசர ஆலோசனை நடத்துகிறது, மக்களின் பேரெழுச்சியைக் கண்டு அஞ்சி.

தென்பகுதிகள் இன்னும் கூடுதலான பாதிப்புக்களை அடைகின்றன. மரங்களை வெட்டிச் சாய்த்தும், தந்திக் கம்பங்களைச் சரித்தும் போக்குவரத்து முடக்கப்படுகிறது. தொலைபேசிச் சேவை தடுக்கப்படுகிறது. தண்டவாளங்கள் அகற்றப்பட்டு ரயில் போக்குவரத்து நிறுத்தப்படு-கிறது. இன்னொரு கட்டத்தில் இவற்றின் உச்சபட்சமாக தென்பகுதி நோக்கிச் சென்ற ஒரு ரயிலைத்தடுத்து நிறுத்தி கையகப்படுத்தியது மக்கள் கூட்டம். அரசியல் வரலாற்றில் இது 'மகா ஹர்த்தால்' என்று அழைக்கப்படுகிறது.

இது இலங்கையின் இலக்கிய, சமூகத் தளங்களில் மிக முக்கியமமான பாதிப்புக்களை விளைக்கிறது. இந்தியாவில் காந்திஜியின் தலைமையில் நடந்த 1930இன் உப்புச் சத்தியாக்-கிரகம், எவ்வாறு அதன் இலக்கிய, சமூக நிலைமைகளைக் கட்டுடைத்துவிட்டதோ, அதற்கு நிகரான ஒரு அலையைக் கிளர்த்தியிருந்தது 1953இன் வேலைநிறுத்தம்.

இந் நிலைமையில் 1956இல் நடந்த பொதுத் தேர்தலில் தேசிய முதலாளிகளின் அபிலாசை-களைப் பிரதிபலித்த சிறீலங்கா சுதந்திரக் கட்சி பண்டாரநாயக்கவின் தலைமையில் அரசாங்-கம் அமைக்கிறது. தேசிய முதலாளிகளின் கையில் ஆட்சியதிகாரம் கிடைக்கவே, எங்கும் எதிலும் தேசிய கோசம் எழலாயிற்று. தனிச் சிங்கள சட்டம் இந்நிலையில் கொண்டுவரப்பட தமிழ்த் தேசியம் விழித்தெழுகிறது. பிரிட்டிஷ் கடற்படை வசமிருந்த திருகோணமலையைச் சுவீகரிக்கும் பொருட்டு இலங்கையரசு நிறைவேற்றிய சட்டமானது தேசிய முக்கியத்துவம் வாய்ந்தது. அது தேசிய உணர்வை இன்னுமின்னும் பெருகிவிளைய வைத்தது. இடதுசாரிக-ளின் மூலம் இந்தக் கோஷம் தமிழர் மத்தியில் குறைவாக இருந்தாலும் வலுவாகப் பரவியது. ஏறக்குறைய 1950வரையும் தமிழகம் தாய்நாடு, ஈழம் சேய்நாடு எனவிருந்த மாயத்திரை 1956க்குப் பின்னால் முற்றாக விலகி இரு நாடுகளின் இறைமைகளும் இலக்கியார்த்தமா-கவும் நிலைநிறுத்தப்பட்டன. இங்கிருந்துதான் ஈழத்து மண்வாசைன இலக்கியமென்ற குரல் ஓங்கியொலிக்கக் கேட்கின்றது. மண்வாசைன செறிந்த பல இலக்கியங்கள் இக் காலப் பகு-தியில் முகிழ்த்தன. ஈழம் தனக்கான இலக்கியச் செல்நெறியை வகுத்துக்கொண்டாயிற்று.

இக் காலத்திலெழுந்த தேசிய இலக்கிய கோஷத்தை 'தேசிய இலக்கியம் என்கிற யுத்தக் குரல்' என்பார் ஏ.ஜே.கனகரட்ன. தேசிய இலக்கியமென்பது ஒரு மனோபாவம் மட்டுமில்லை, ஒரு நாட்டின் தனித்தன்மையையும், பாணியையும், பிரகரணங்கள் முதலியவற்றையும் குறிக்-குமென்பார் அவர். அது ஒரு தேசிய தனித்துவத்தை, தேசிய சுபாவத்தை, தேசிய வல்ல-பத்தைப் பிரதிபலிக்கத்தான் செய்யும் என்று அவரே மேலும் கூறுவார்.

அமெரிக்கரும் ஆங்கிலேயரும் ஒரே மொழியைப் பேசுபவர்கள். 1818இல் சிட்னி ஸ்மித்

எழுதுகிறார் எடின்பரோ மதிப்புரையில்,'ஆறு வாரப் பயணத்தில் நமது மொழி, நமது உணவு, நமது விஞ்ஞானம், நமது வல்;லபம் முதலியவற்றைச் சிப்பங்களிலும் பீப்பாய்களிலும் அவர்களுக்கு நாம் அனுப்பிவைக்கும்போது ஏன் அமெரிக்கர்கள் புத்தகம் எழுதவேண்டும்?' என்று. இருந்தும், சுதந்திரத்தின் பின் அமெரிக்க இலக்கியம் படைக்கப்பட்டது. ஒரு நாட்டுக்கு அதற்கென்று பிரத்தியேகமான உணர்வுண்டு. அதனால் அது தன் உணர்வின் வெளிப்பாட்டுக்கான இலக்கியத்தைப் படைத்தே தீரும். இதுவேஈழத்திலும் நிகழ்ந்தது. தொப்புள் கொடி துண்டிக்கப்பட்டது. தேசிய இலக்கிய கோ~த்தின் முன்வைப்புடன் பல்வேறு நவீனங்கள் வெளியாகின. அவை கற்பனா யதார்த்தவாதம், யதார்த்தவாதமென்றும், சோசலிச யதார்த்தவாதமென்றும் பல்வேறு முகங்கள்கொண்டு உருவாகின. முற்போக்கு, மெய்யுள், நற்போக்கு என அது எப்பெயர் பெற்றிருப்பினும், பொதுவில் அது தேசிய இலக்கியம்-ஈழத் தேசிய இலக்கியம்.

தேசிய இலக்கிய காலப்பிரிவில் 1956-62ஆம் ஆண்டுகளுக்கு இடைப்பட்ட காலம் குறிப்பிடத் தகுந்தது. மண்வாசனை தோய்ந்து புதிய அனுபவங்கள் படைப்புகளாயின. இக் காலகட்ட இலக்கியம்பற்றி சில்லையூர் செல்வராசன் பின்வருமாறு கூறியுள்ளார்: 'இந்தக் காலப் பிரிவில் ஈழத்துத் தமிழ் நாவல் இலக்கியம் பூரண உருவமும், தாக்கமும்,ஈழத்து நாவலென்ற அழுத்தமான முத்திரையும் பெற்றுப் பொலிகிறதென்பது மிகையல்ல.'

இந்த ஆறாண்டுக் காலத்தினை இளங்கீரன் சகாப்தமென்றும் சொல்லலாம். 1951இல் எழுதத் தொடங்கிய சுபைர் இளங்கீரன் சுமார் பதினைந்தாண்டுக் காலத்தில் 23 நாவல்களை எழுதியிருக்கிறார். அவற்றுள் 'நீதியே நீ கேள்','இங்கிருந்து எங்கே?' போன்றவை ஈழத்து இலக்கிய வரலாற்றில் அழுத்தமான முத்திரைகளைப் பதித்துள்ளன. இலங்கைச் சமூகத்தில், தொழிலாளர்களேயென்றாலும் கடைச் சிப்பந்திகள் என்றொரு பெரிய சமூகம் தனியாக உண்டு. இது இஸ்லாமிய சமூகத்திலே அதிகம். இந்த சிப்பந்திகள் சமூகத்தை தன் நாவல்களில் பிரதிநிதித்துவப் படுத்தியவர் இளங்கீரன். மேலே குறிப்பிட்ட இரு நாவல்களினதும் சமூக அக்கறை அல்ல, அவற்றின் கலாநேர்த்தியே அவற்றின் சிறப்புக்குப் காரணமென்பதுதான் பலரின் அபிப்பிராயமும். கதையை நடத்திச் செல்லும் லாவகம், பாத்திர வார்ப்பு, உரையாடல் என்று அத்தனையிலும் ஆசிரியரின் வெற்றி தெரிகிறது. 'நீதியே நீ கேள்' முதலில் தினகரன் வாரமலரில் தொடர்கதையாக வந்து பின்னரே நூல் வடிவு பெற்றது. நூலாக்கத்தின் முன், தொடர்கதையில் இயல்பாகக் கையாளப்பட்டிருக்கக்கூடிய இலக்கிய மலினங்கள் சரிசெய்யப்பட்டனவா என்று தெரியவில்லை. இரண்டையும் ஒப்பிட்டுப் பார்க்கக்கூடிய வாய்ப்பு மிக அருகியே இருக்கிறது. இவ்விரு நாவல்களும் உலகத் தரத்தன என்கிறார் சில்லையூர் செல்வராசன். கலாநிதி கைலாசபதியும் 'நீதியே நீ கேள்' நாவலை மிகவும் பாராட்டியிருக்கிறார். 'ஈழத்துத் தமிழ்நாவல் இலக்கியம்;' தந்த கலாநிதி நா. சுப்பிரமணியன் இந்நாவலின் செய்நேர்த்திக் குறையை முக்கியமாய் எடுத்துரைப்பார். ஒரு காலகட்டத்தின் முக்கியமான நாவல் என்பதைத்தவிர இக்கட்டுரையாளனுக்கு வேறு அபிப்பிராயம் கிடையாது.

1962க்கு மேலே பெரும்பாலான நாவல்கள் முற்போக்கு இலக்கிய முத்திரை குத்திகொண்டன. சமூகத்தில் ஜாதி, பொருளாதார ஏற்றத் தாழ்வுகள் ஒரு பகுதி மனித குலத்தை நசுக்கிக் கிடக்கிறபோது அவற்றுக்கெதிரான குரலும் இலக்கியத்திலேறுவது தவிர்க்கமுடியாதது. ஆனால் அதுவே இலக்கியத் தகைமையாகிவிடாது. இதை உறுதிபடுத்துவதுபோல், இக்

காலகட்டத்தில் தோன்றிய பல நாவல்களும் அட்டவணைகளில் மட்டுமே அடங்கிக் கிடக்கின்றன. இவ்வகைப் பிரசார நெடில் கூடிய எழுத்துக்கள் விரையில் கலா ஈரமற்று வறட்சியடைந்து போயின. 1970க்குப் பின்னால் இலங்கை அரசியலில் ஏற்பட்ட இடதுசாரிகளின் தோல்வி, 1972க்குப் பின்னான பத்து வரு~ காலத்தை நாவல் வரட்சிக்காலமாக்கியது என்றாலும் இக் காலகட்டத்தில் நல்ல சில நாவல்கள் தோன்றாமலும் இல்லை.

இக் காலகட்டத்தில் எழுந்த பல நாவல்களும் ஈழத்தின் மண்வாசனைக்கே முதலிடம் கொடுத்தன. அவற்றுள் முக்கியமானவையாய் பின்வருவனவற்றைக் கூறமுடியும். செ.கணேசலிங்களின் 'நீண்ட பயணம்', கே.டானியலின் 'பஞ்சமர்', நந்தியின் 'மலைக்கொழுந்து', தி.ஞானசேகரனின் 'குருதிப் புனல்', தெளிவத்தை ஜோசப்பின் 'காலங்கள் சாவதில்லை', யோ.பெனடிக்ற் பாலனின் 'சொந்தக்காரன்', செங்கைஆழியானின் 'காட்டாறு'ம் 'வாடைக்காற்று'ம், கோகிலம் சுப்பையாவின் 'தூரத்துப் பச்சை', அ.பாலமனோகரனின் 'நிலக்கிளி' போன்றவை அவை.

'நிலக்கிளி' நாவல் இக் காலப்பகுதியில் தோன்றிய முக்கியமான நூல். மட்டுமில்லை. இதுவரையான இலக்கியக் காலபட்டங்களுக்குள்ளேயே முக்கியமான நாவல் என்றும் கூறமுடியும். 1972இல் நிறுவப்பட்ட வீரகேசரியின் மலிவு விலை நூல் வெளியீட்டுத் திட்டத்தில் வெளிவந்த விலைமதிப்பில்லாத நூல் இது.

வட்டார வழக்கைப் பேசுகிற நாவல் இது. கதை நிகழ் களமாக அமைவது, இன்று அகதிகளால் நிறைந்துள்ள வன்னிப் பிரதேசமாகும். நாவலின் கள விஸ்தரிப்பு அபாரம். கதிர்காமன், அவனது மனைவி பதஞ்சலி, வஞ்சக எண்ணத்தோடு அவளுடன் பழகும் ஆசிரியன் சுந்தரலிங்கம் என பாத்திரங்கள் உயிர்கொண்டு உலவுகின்றன நாவலில். நிலக்கிளி ஒரு குறியீடு — பதஞ்சலிக்கான குறியீடு. அது ஒரு பறவை. மரப் பொந்துகளில் வாழும் இப் பறவையினால் உயரத்தில் எழும்பிப் பறந்துவிட முடியாது. மண் நோக்கியே இதன் சரிவு இருக்கும். இதனால் இது மக்களால் எழுதில் கையகப்படுத்திவிட முடிகிற பறவை. இதுபோலவே பதஞ்சலி இருக்கிறாள். நாவல் நிகழ்வுகள் மனவோட்டங்களைச் சொல்லியும் சொல்லாமலும் நகர்ந்து அற்புத வாசக அனுபவத்தை அளிக்கிறது.

இக்காலகட்டத்தில் தோன்றிவை அதிகமாகவும் குறுநாவல்களே. 'இருளினுள்ளே' (எஸ்.அகஸ்தியர்),'காவியத்தின் மறுபக்கம்','தோழமை என்றொரு சொல்' (செ.யோகநான்),'புகையில் தெரிந்த முகம்' (அ.செ.முருகானந்தன்),'குட்டி' (யோ.பெனடிக்ற் பாலன்) என முக்கியமான பல குறுநாவல்கள் அவற்றில் உள்ளன. ஆயினும் இவற்றை நாவல் வரிசையில் சேர்த்து தராதரம் பார்க்க நான் முயலவில்லை. அதுபோல் பரீட்சார்த்த நாவல்களான எஸ்.பொன்னுத்துரையின் 'தீ', எழுத்தாளர் எண்மர் எழுதிய 'வண்ணமலர்', ஐவரால் எழுதப்பெற்ற 'மத்தாப்பு' ஆகியவற்றையும் இங்கு நான் விசாரணைக்குட்படுத்தவில்லை. இவை ஒருவகையில் புதிய விஷயங்களையோ,விஷயங்களைப் புதிய முறையிலோ சொல்லிப்பார்க்க வந்தவை மட்டுமே. அவற்றின் பிரஸ்தாபம் இவ்வளவு போதுமானது.

இலங்கையில் அரசியல் பொருளாதாரச் செழிபின்மையினதும், இலக்கியச் செழிப்பின்மையினதும் பத்தாண்டுகள் உளவெனில் அவை 1972க்கும் 1983க்கும் இடைப்பட்ட பத்தாண்டுகளேயாகும். இதையே இலக்கிய வரலாற்றில் தேக்க காலம் என்று குறிப்பிட்டேன். முற்போக்கு இலக்கிய நெறி தன் முன்னால் எழுப்பப்பட்டிருந்த கேள்விச் சுவர்களைப் பார்த்து

திகைத்து நின்றது. இடதுசாரிச் சிந்தனைகளின் சரிவு தவிர்க்க முடியாதபடி நிகழ்ந்திருந்தது. எங்கும் ஒரே குழப்பம். சிந்தனைக் குழப்பம், வாழ்வுக் குழப்பம்...இப்படி பல குழப்பங்கள். இக் குழப்ப காலம் நாவலுக்குரிய காலமல்ல என்று கூறுவார்கள். இது சிறுகதைக்கும், கவிதைக்குமான காலம். ஓர் உணர்வுத் துண்டை கதையாக அல்லது கவிதையாக மாற்றிவிடுவது சுலபம்தான். நாவலோ பூரணத்துவத்தை அவாவி விரிவது. ஒன்றிலிருந்து கிளைத்துப் படர்வது. அது தெளிவு பெற்ற ஒரு காலப் பகுதியிலேயே தன் தர்க்கங்களின்மூலம் சித்தாந்தங்களை நிறுவிக்கொண்டு போகும்.

வியாப்திக் காலம்(1983-2000)

அவசியங்கள் மூலம் மாற்றம் பெறாதவரையில் இக்காலகட்டத்தின் நீட்சி சென்றுகொண்டேதான் இருக்கும். ஈழத் தமிழர் தாயகம்விட்டு புவிப் பரப்பெங்கும் தஞ்சம் கேட்டு ஓடினார்கள். லட்சக்கணக்கில் இந்த ஓட்டம் நிகழ்ந்தது. வெ;வேறு காலநிலை, கலாச்சாரங்கள் கொண்ட நாடுகளிலே தமிழர் வாழ்வு தொடங்கிற்று. வாழத் துவங்கிய மண்ணோடு பொருந்திப்போக முடியாத நிலைமையும் ஏற்பட்டது. அப்போதெல்லாம் இலக்கியமே பலரதும் உணர்ச்சிக்கு வடிகாலாக ஆயிற்று. அப்போதும் சிறுகதை, கவிதை ஆகிய வடிவங்களே தேர்ந்தெடுக்கப்பட்டன. நாவலிலக்கிய சிரு~;டிக்கு காலம் மிகவும் பிரதானமானது. புகலிட நாடுகளில் இடையறாத உழைப்பை மேற்கொண்டுள்ள தமிழர் நாவலைப் பொறுத்தவரை வாசகர்களாகவே ஆகியிருக்கிறார்கள். பின்அமைப்பியல், பின்நவீனத்துவம் சார்ந்த இலக்கிய வகைமைகளில் படைப்பு இங்குள்ளவர்களிடத்திலேயே முதன்மையாக முடியக்கூடியது. ஆனாலும் வாசகர்களாக மட்டுமே அவர்கள் தங்கிக்கொண்டது ஒருவகையான இழப்பாகவே எனக்குத் தெரிகிறது.

புலம்பெயர்ந்த தேசங்களில் இருந்துகொண்டும் முல்லைஅமுதன், மாத்தளை சோமு, தியாகலிங்கம் போன்றோர் நாவலுருவாக்கத்தில் ஈடுபட்டிருக்கிறார்கள். இக் காலகட்டத்தில் மாத்தளை சோமு வெளியிட்ட ‘மூலஸ்தானம்’ விமரசன ரீதியாக பலத்த கவனத்தைப் பெற்ற நாவலாகும். யதார்த்தப் பாணியில் ஆற்றொழுக்காய்ச் செல்லும் இந்த நாவல்.

இந்திய மண்ணில் அகதிகளாய் வந்து சேர்ந்தவர்தான் அதிக நாவல்களை படைத்திருக்கிறார்கள். இவற்றுள் சிலவேனும் குறிப்பிடத் தகுந்த நாவல்களாகலாம். ‘நேற்றிருந்தோம் அந்த வீட்டினிலே’ (செ.யோகநாதன்),‘அயலவர்கள்’ (செ.கணேசலிங்கன்),‘விதி’ மற்றும் ‘நிலாச் சமுத்திரம்’ (இக்கட்டுரையாளனது) போன்றவை தக்க விமர்சனங்களை இந்திய மண்ணிலே எதிர்கொண்டவை.

200க்கு சற்று முன்னாலிருந்து நாவலிலக்கியத்தின் போக்கு, அதன் பேசுபொருளெல்லாம் அதற்கு முன்னர் நிலவிய எந்தக் காலகட்டத்திலும் இல்லாத அளவுக்கு மாற்றமடையத் துவங்கியுள்ளன. அது குறித்த வாசக பரப்பு குறுகிக் குறுகிச் சென்றுகொண்டிருப்பதை கவனத்திலெடுக்கவேண்டும். ஜனரஞ்சகமான எழுத்தும் இலக்கிய மொழியும் ஒன்றல்ல. ஆனாலும் நாயக்கர் காலத்தில் தோன்றிய செய்யுளினங்களான யமகம், மடக்கு, திரிபு, சித்திரக்கவி போன்றதாக வசனமும் ஆகிவிடக்கூடாதென்ற கரிசனம் தேவை. அந்தப் பேரழிவை நிவர்த்தி பண்ண பத்தொன்பதாம் நூற்றாண்டில் பாரதி தோன்றும்வரை தமிழ் காத்திருக்கவேண்டியதாயிற்று. பாரதி கவிதையிலே காட்டியதை அவன் காலத்துக்கு முன்பே வசனத்தில் காட்டியவர் ஆறுமுக நாவலர். அன்னநடை, பிடியினடை அழகுநடை

அல்ல'வென அன்றே தெரிந்திருந்தவர் அவர். அதனால்தான், 'தமிழ்ப் பாவையாட்கு வன்னடை, வழங்குநடை வசனநடை எனப் பயிற்றி வைத்த ஆசான்' ஆனார். நவீன இலக்கியத்தில் புனைகதை வாகனம் வசனமாகவே இருக்கமுடியும்.நாவலை வசனநடையின் குழந்தையென்றும் கூறலாம். அதுபோல் நாவலும் வசனநடையைச் செழுமைப்படுத்தியிருக்கிறது. இலக்கிய மொழி இறுக்கிய மொழியாகாது பார்த்துக்கொள்வது அவசியம்.
நவீன யதார்த்தம் என்றொரு இலக்கிய வகையினம் இப்போது பேசப்படுகிறது. மொழிப் பிரக்ஞை, கட்டிறுக்கம் என்று வாசிப்பு, சிந்தனைக் களங்களில் செல்வாக்குச்; செலுத்தத் தொடங்கியுள்ளது இது. இதுவே வருங்காலத்தின் இலக்கிப் பிரக்ஞையை நிர்ணயிக்கிற வகையினமாகவும் ஆகக்கூடும். இதற்கு உதாரணமாக, சென்ற ஆண்டில் வெளிவந்திருக்கிற ஈழத்து நாவலான மு.பொன்னம்பலத்தின் 'நோயிலிருத்தல்' நாவலைச் சொல்லலாம். வருங்காலம்தான் இப்போது தோன்றுகிற நாவல்களின் தாரதம்மியத்தைச் செய்யும்.அதுவே சரியாகவும் இருக்கும்.

(குமுதம்.காம்'மில் யாழ்மணம் பகுதியில் ஆடி 2001இல் பகுதிபகுதியாக வெளிவந்த கட்டுரை இது.)

" தமிழ்க்குரல் " சண்முகம் சபேசன்

இலக்கிய வாசகர் முற்றத்தில் இணைந்திருக்கும் - " தமிழ்க்குரல் " சண்முகம் சபேசன்
அரசியல் கருத்து முரண்பாடுகளுக்கு அப்பால் நேசிக்கும் பண்பாளர் - முருகபூபதி
அவுஸ்திரேலியாவுக்கு நான் புலம்பெயர்ந்து வந்தபின்னர் எனக்கு அறிமுகமாகி, நான் உறவாடி மகிழ்ந்தவர்களில் கலை, இலக்கியம், கல்வி, ஊடகம் முதலான துறைகளிலும் மற்றும் சமூகப்பணிகளிலும் ஈடுபட்ட பலரைப்பற்றி தொடர்ச்சியாக எழுதிவந்துள்ளேன். அந்த வரிசையில் தீவிரமான வாசிப்பு பயிற்சியிலிருப்பவர்கள் தொடர்பாக வாசகர் முற்றம் என்ற தலைப்பிலும் சிலரது வாசிப்பு அனுபவங்களை கேட்டு எழுதி பதிவுசெய்துவந்துள்ளேன். அந்த வரிசையில் மெல்பனில் நீண்டகாலமாக என்னுடன் உறவு பாராட்டிவரும் நண்பர் சண்முகம் சபேசன் பற்றியும், அவரது வாசிப்பு அனுபவங்களையும் பற்றியும் விரிவாக எழுதவேண்டும் என்ற எண்ணத்திலிருந்தபோது, இந்த கொரோனா வைரஸ் தாக்கத்தின் செறிவு குறையட்டும் சந்தித்துப்பேசுவோம் என்று சொன்னார்.
இன்னமும் அந்த வைரஸின் அச்சுறுத்தல் முடிவுக்கு வராமலிருக்கும் இக்காலப்பகுதியில், நண்பர் சபேசன் மருத்துவமனையில் அனுமதிக்கப்பட்டுள்ளார் என்ற செய்தி செவிக்கு எட்டி மிகவும் வருந்தினேன். இச்செய்தியை முதலில் என்னுடன் பகிர்ந்து கொண்ட நண்பர் " சுந்தர் " சுந்தரமூர்த்தி, மற்றும் நடேசன் ஆகியோரைத்தொடர்ந்து சட்டத்தரணி ரவீந்திரன் மற்றும் எழுத்தாளர் பாடும்மீன் சிறிகந்தராசா ஆகியோருடனும் பரஸ்பரம் சபேசனின் உடல் நலம் பற்றி விசாரித்துக்கொண்டோம்.
சட்டத்தரணி ரவீந்திரன் அவர்கள் தமது மனைவியாரின் உறவு முறையிலும் சபேசனை நன்கு அறிந்தவர். அண்மைக்காலத்தில் சமூக இடைவெளியை பேணல் வேண்டும் என்ற

அறிவுறுத்தலினால், மருத்துவமனையில் சிகிச்சைக்காக அனுமதிக்கப்பட்டுள்ள நண்பர் சபேசனை நேரில் சென்று பார்க்கமுடியாத இக்கட்டான நிலையையும் கடக்க நேர்ந்துள்ளது. எனினும் எங்கள் சட்டத்தரணி ரவி அண்ணன் அவர்கள் தமது புதல்வர் ஆரூரனை மருத்துவமனைக்கு அனுப்பி சபேசனின் உடல் நலனை விசாரித்தறிந்து எம்முடன் தகவல்களை பகிர்ந்துகொண்டார்.

இன்றைய தினம் உலகெங்கும் 2009 இல் இதே காலப்பகுதியில் முள்ளிவாய்க்கால் பேரவலத்தை நினைவுகூர்ந்து, உயிரிழந்தவர்களை மனதிலிருத்தும் நாளில் மருத்துவமனையிலிருந்தவாறு சபேசனும் தான் உளமாற நேசித்த தலைவரையும் விடைபெற்ற உறவுகளையும் வித்தாகிப்போன உயிர்களையும் நினைத்துக்கொண்டிருப்பார்.

நண்பர் சபேசன் விரைவில் பூரண சுகம் பெற்று வீடு திரும்பி, தொடர்ந்தும் தனது வாசிப்பு பயிற்சியை தொடரவேண்டும், தொடர்ந்தும் எழுதவேண்டும் எனவும் வேண்டிக்கொண்டு, சபேசன் பற்றி எனக்குத் தெரிந்தவற்றையும் , அவருடன் பழகிய அருமையான தருணங்கள் பற்றியும் எழுதலாம் என நினைக்கின்றேன்.

மெல்பனில் எனக்குத் தெரிந்த சில சபேசன்கள் இருக்கிறார்கள். நண்பர் சண்முகம் சபேசனை, 3 CR சபேசன் என்று அடையாளப்படுத்தினால்தான் பொதுவாக இங்குள்ள தமிழ் சமூகத்தவர் அறிவர்.

மெல்பனில் Fitzroy smith street இலிருந்து 1976 ஆம் ஆண்டு முதல் இயங்கும் 3 CR சமூக வானொலி கலையகத்திற்கு கால் நூற்றாண்டு காலத்திற்கும் (இருபத்தியைந்து வருடங்களுக்கும்) மேல் வாராந்தம் சென்று தமிழ் ஒலிபரப்பை நிகழ்த்தியவர் சபேசன். அந்த ஒலிபரப்பு கலையகத்திற்கு பல தடவை என்னையும் அழைத்து நேர்காணல் உட்பட பல உரைகளையும் நிகழ்த்தவைத்தவர்.

1988 ஆம் ஆண்டு காலப்பகுதியில், சபேசன் என்னை அங்கே அழைத்து, நாம் அக்காலப்பகுதியில் ஆரம்பித்திருந்த இலங்கை மாணவர் கல்வி நிதியம் என்ற தன்னார்வத் தொண்டு நிறுவனத்தின் செயற்பாடுகளை நேயர்கள் அறியும் வகையில் அவரது நண்பர் திரு. ரவி கிருஷ்ணா மூலம் என்னுடன் ஒரு சந்திப்பையும் ஒழுங்குசெய்திருந்தார். பின்னர் அந்த நேர்காணலின் எழுத்து வடிவம், பிரான்ஸிலிருந்து வெளியான பாரிஸ் ஈழநாடு இதழிலும் வெளியாகியதையடுத்து, கனடா மற்றும் ஐரோப்பிய நாடுகளிலிருந்தும் இரக்கமுள்ள அன்பர்கள் எமது உருக்கமான வேண்டுகோளை அந்த நேர்காணலில் படித்துவிட்டு இலங்கையில் நீடித்த போரில் பெரிதும் பாதிக்கப்பட்ட ஏழைத்தமிழ் மாணவர்களுக்கு உதவ முன்வந்தனர்.

இவ்வாறு நண்பர் சபேசன் குறிப்பிட்ட 3 CR வானொலி ஊடாக பல தன்னார்வ சமூகப்பணிகள் குறித்த செய்திகளை மக்களிடம் பகிர்ந்துகொள்வதற்கு ஆக்கபூர்வமாக பணியாற்றினார். அவ்வாறு அவர் முக்கியத்துவம் வழங்கிய மற்றும் ஒரு தன்னார்வத் தொண்டு நிறுவனம் தமிழர் புனர்வாழ்வுக்கழகம். விக்ரோரியா தமிழ்ச்சங்கம், தமிழர் ஒருங்கிணைப்புக்குழு உட்பட பல சமூக அமைப்புகளின் நிகழ்ச்சிகளுக்கும் முன்னுரிமை கொடுத்து ஒலிபரப்பினர். சிட்னியில் மறைந்த இலங்கை வானொலி, லண்டன் பி.பி.சி புகழ் 'அப்பல்லோ ' சுந்தா சுந்தரலிங்கம், மெல்பனில் மறைந்த ஓவியர் கே. ரி. செல்லத்துரை அய்யா ஆகியோர் மறைந்தவேளையிலும் எனது இரங்கல் உரைகளை அந்த வானொலியில் ஒலிபரப்பியதுடன், பல தடவைகள் என்னையும் எழுத்தாளர் (அமரர்) நித்தியகீர்த்தியையும் கலையகத்திற்கு

அழைத்து இலக்கிய சந்திப்பு உரைகளையும் ஒலிபரப்பினார்.

நண்பர் சபேசன், தமிழ்த்தேசியத்திலும் பேச்சுவார்த்தை மற்றும் ஆயுதப்போராட்டத்தின் ஊடாக தொடர்ந்து ஈழ விடுதலைப்போராட்டத்தை முன்னெடுத்த வேலுப்பிள்ளை பிரபாகரனிடத்திலும் ஆழ்ந்த நேசம் கொண்டிருந்தவர்.

பதினொரு வருடங்களிற்கு முன்னர், இதே காலப்பகுதியில் நேர்ந்துவிட்ட ஈடுசெய்யப்படமுடியாத இழப்புகளினால் கலங்கியிருந்தவர்.

அக்கலக்கத்தையும் துயரத்தையும் தீவிரமான வாசிப்பிலிருந்து கடந்து செல்வதற்கு முயன்று வருபவர். எனினும் தீராத துயரம் அது. எனதும் இவரதும் நண்பருமான கவிஞர் புதுவை ரத்தினதுரை, இவரை வன்னியில் சந்தித்தபோது எனக்காக கொடுத்தனுப்பிய இயக்கத்தின் தமிழ்த்தாய் வெளியீடான தனது நினைவழியா நாட்கள் கவிதைத் தொகுதியை எடுத்துவந்து தந்ததுடன், நண்பர் யாதவன் ஊடாக பெற்ற புதுவையின் நேர்காணல் பதிவையும் 3 CR வானொலி தமிழ்க்குரலில் ஒலிபரப்பினார்.

“ யு.கே.க்குப்போக யூ.ரி.ஏ ஏறாமல்
ஏ.கே. தூக்கி இறந்தவர்கள் எத்தனைபேர்....
இங்கே பற்பலர் பேசிக்களித்தனர்
எம்நாடு எரிகையில் ஓடிப்பறந்தனர்
சங்கமாடிய தமிழ் எனப்பேசிய
தம்பிமார் எல்லாம் கடலைக்கடந்தனர் “

என்று புலம்பெயர்ந்தவர்கள் பற்றி கவிதை பாடிய கவிஞர் புதுவை ரத்தினதுரை எழுதிய புலுனிக்குஞ்சுகளும் பூவரசம் வேலியும் என்ற நூலையும் புலம்பெயர்ந்த தமிழர்கள் வெளிநாடுகளில் வெளியிட்டு வைத்தபோது, மெல்பனிலும் அந்த நூலின் வெளியீட்டு விழாவை முன்னின்று நடத்தியவர்தான் சபேசன்.

என்னையும் அழைத்துப்பேசவைத்தார்.

தமிழீழ விடுதலைப்புலிகளின் அரசியல் குழு வெளியிட்ட “ இஸ்லாமியத் தமிழரும் தமிழீழ விடுதலைப்போராட்டமும் “ என்ற நூல் எனக்கு கிடைத்தபோது, அதுபற்றிய எனது வாசிப்பு அனுபவத்தையும் தனது வானொலி ஒலிபரப்பில் சபேசன் சேர்த்துக்கொண்டார். அந்த நூலை தமிழீழ விடுதலைப்போரில் முதற் களப்பலியான இஸ்லாமியத் தமிழ் வீர மறவன் விடுதலைப்புலிகள் இயக்கத்தின் லெப்டினன்ட் ஜூனைதீனுக்கு சமர்ப்பணம் செய்திருந்தனர்.

அக்கட்டுரை பின்னர் கொழும்பு தினக்குரல் வார இதழிலும் வெளியானது. மூத்த இலக்கிய ஆளுமைகளான, மகாகவி பாரதி, புதுமைப்பித்தன், கண்ணதாசன், ஜெயகாந்தன், அகிலன், தி. ஜானகிராமன், எஸ். பொன்னுத்துரை, டொமினிக்ஜீவா, இரசிகமணி கனகசெந்திநாதன், கவிஞர் அம்பி முதலானோரின் சுவாரசியமான மறுபக்கங்கள் குறித்து நான் எழுதியிருந்த தொடரையும் தனது 3 CR தமிழ்க்குரலில் அவரே வாசித்து ஒலிபரப்பினார்.

சபேசனுக்கு தமிழ்நாட்டின் தமிழ் உணர்வாளர்கள் பேராசிரியர் சுப வீரபாண்டியன், பழ. நெடுமாறன், ஓவியர் புகழேந்தி, கவிஞரும் திரைப்பட வசன கர்த்தாவுமான அறிவுமதி, இயக்குநர் தங்கர்பச்சான், கவிஞர் வைரமுத்து ஆகியோருடனும் நட்புறவு கொண்டிருந்தவர் மெல்பனுக்கு சுப. வீரபாண்டியன், ஈழவேந்தன், உலகத் தமிழர் பேரவையைச்சேர்ந்த வண.

பிதா இமானுவேல் அடிகளார் உட்பட பல தமிழ் உணர்வாளர்கள் வருகை தந்த சந்தர்ப்பங்களில் சபேசனின் இல்லத்தில் அன்பான உபசரிப்பில் திழைத்திருக்கிறார்கள். அரசியலில் கலை, இலக்கியத்தில் மாற்றுக்கருத்துக்கொண்டவர்களுடனும் சிநேகபூர்வமாக பழகும் மென்மையான இயல்புகளையும் தன்னகத்தே கொண்டிருப்பவர் சபேசன்.

நவீன தமிழ் இலக்கியத்தில் இவருக்கிருந்த தீவிர நாட்டத்தினால், தரமான இலக்கியச் சிற்றிதழ்களையும் நூல்களையும் தருவித்து படிப்பவர். சென்னையில் நடைபெறும் புத்தகத் திருவிழாவுக்கும் சென்று வந்து தனது அனுபவங்களை எம்முடன் பகிர்ந்துகொள்வார். இவரது வாசிப்பு அனுபவத்தின் தீவிரம், இவரை புதுச்சேரியில் வதியும் கரிசல் இலக்கிய வேந்தர் என வர்ணிக்கப்படும் மூத்த படைப்பாளி கி. ராஜநாரயணன் அவர்களையும் தேடிச்சென்று உறவாட வைத்தது.

ஈழத்து இலக்கியத்தின் மீதும் புகலிட இலக்கிய முயற்சிகள் குறித்தும் ஆர்வம் காண்பிக்கும் கி. ரா. அவர்கள், சபேசன் உடனான அந்த சந்திப்பிற்குப்பின்னர், தீராநதி இதழில் ஒரு கட்டுரையும் எழுதினார். அதற்கு Cover Story முக்கியத்துவமும் வழங்கப்பட்டிருந்தது.

2001 ஆம் ஆண்டில் ஜனவரி மாதம் முற்பகுதியில் மெல்பனில் நாம் அடுத்தடுத்து இரண்டு நாட்கள் தமிழ் எழுத்தாளர் விழாவை நடத்தியபோது, அதனை புறக்கணித்து பகிஷ்கரிக்குமாறு ஒரு பிரசாரமும் சிலரால் தொடங்கப்பட்டபோது, சபேசனின் நிலைமை ஒரு சூழ்நிலையின் கைதிக்கு ஒப்பானதாக மாறியிருந்தது. அதற்காக பின்னாளில் அவர் வருந்தவும் நேரிட்டது.

எனினும் 2012 ஆம் ஆண்டில், அதாவது பதினோரு ஆண்டுகளின் பின்னர், அவர் மெல்பனில் நடைபெற்ற 12 ஆவது தமிழ் எழுத்தாளர் விழா அச்சமயம் எமது தமிழ் இலக்கிய கலைச்சங்கத்தின் தலைவராக இருந்த பாடும்மீன் சு. சிறீகந்தராசா தலைமையில் நடந்தபோது, அதில் கலந்துகொண்டு உரையாற்றினார். அச்சமயம் அவருக்கு “ எதற்கும் காலம் பதில் சொல்லும் “ என்று இரத்தினச்சுருக்கமாக சொன்னபோது தோளில் தட்டி புன்னகை சிந்தினார்.

நண்பர் நடேசனுக்கும் சபேசனுக்கும் இடையில் அரசியல் ரீதியில் நிறைய கருத்து முரண்பாடுகள் இருந்தபோதிலும் இவர்களின் நட்புக்கு என்றைக்கும் குந்தகம் ஏற்படவில்லை. அந்த நட்பினை சபேசன் இவ்வாறு வர்ணிப்பார்.

மூதறிஞர் ராஜாஜி ஆத்மீகவாதி. தந்தை பெரியார் நாத்தீகவாதி. கொள்கையால் இணையாத வேறு வேறு துருவங்கள். ஆனால், இறுதிவரையில் நல்ல நண்பர்களாக விளங்கினார்களே... ! அப்படித்தான் எமது நட்புறவும் என்று புன்னகையுடன் கடந்து செல்வார்.

சபேசனின் வானொலி உரைகள் ஏராளமாக அவரது சேகரிப்பில் இருக்கின்றன. அவற்றை வானொலியில் நிகழ்த்தும்போது அருகில் ஒரு தண்ணீர் போத்தலுடன்தான், ஒலிவாங்கிக்கு முன்னால் அமருவார். இருமல் வந்து உபத்திரவம் கொடுக்கும்போதெல்லாம் அந்த தண்ணீர்ப்போத்தல்தான் அவருக்கு பக்கத்துணை. சில கட்டுரைகள் ஊடகங்களில் வெளிவந்துள்ளன. மூத்த சட்டத்தரணி நடேசன் சத்தியேந்திரா முதல் முன்னாள் இலங்கை வெளிவிவகார அமைச்சர் லக்‌ஷ்மண் கதிர்காமர் வரையில் சபேசனின் சில உரைகள் தமிழிலும் ஆங்கில மொழிபெயர்ப்பூடாகவும் சென்றிருக்கும் செய்திகள் பலரும் அறியாதது. குறிப்பிட்ட

உரைகளை தொகுத்து நூலாக வெளியிடவேண்டும், பூபதி நீங்கள்தான் அவற்றை பார்வையிட்டு கால வரிசைப்படி செப்பனிட்டுத்தரல் வேண்டும் என்று எனக்கு தொலைபேசி அழைப்பு எடுக்கும் வேளைகளில் எல்லாம் சொல்வார். அவரது நண்பர் ' சுந்தர் ' சுந்தரமூர்த்தியும் அந்த பதிப்பு வேலையை தாமதிக்கவேண்டாம் என்றுதான் அடிக்கடி சபேசனை நினைவூட்டுவார்.

2020 ஆம் ஆண்டு பிறந்ததும் அந்த வேலைகளை ஆரம்பிப்போம் என்ற தீர்மானத்திற்கு வந்திருந்தவேளையில் எதிர்பாராமல் கொரோனா வந்து இடைவெளியை ஏற்படுத்திவிட்டது. கடந்த ஆண்டில் மெல்பனில் நடைபெற்ற நடேசனின் நூல்கள் குறித்த அறிமுக அரங்கிலும் சபேசன் கலந்துகொண்டு, நடேசன் எழுதிய நைல் நதிக்கரையில் பயண இலக்கிய நூல் குறித்தும் உரையாற்றினார். இந்த ஆண்டு தொடக்கத்தில் சிட்னியில் எங்கள் நீண்டகால நண்பர் கலைவளன் சிசு.நாகேந்திரன் அய்யா, மறைந்த செய்தியை அறிந்த சபேசன் என்னுடன் துயர் பகிர அழைப்பெடுத்தபோது, நான் அந்த இறுதி நிகழ்விற்காக சிட்னிக்குப் புறப்பட்டுக்கொண்டிருந்தேன்.

தனது உடல் நிலையினால் அங்கு வரமுடியாதிருப்பதாக கனத்த மனதுடன் அவர் குலுங்கி அழுதபோது நெகிழ்ந்துவிட்டேன். மெல்பனில் சிசு அய்யாவுக்கு நாம் இரங்கல் நிகழ்வு நடத்தும்போது வந்து உரையாற்றுங்கள் என்று அழைத்திருந்தேன். அந்த நிகழ்வும் திட்டமிட்டவாறு நடக்கவிருந்த வேளையில் சபேசனும் உரையாற்றவிருந்தார். எனினும் சமூக இடைவெளியை பேணவேண்டியிருந்தமையால் அந்த நிகழ்ச்சியையும் இறுதி நேரத்தில் இரத்துச்செய்துவிட்டோம். கடந்த ஆண்டு இலங்கையில் மறைந்த சிறந்த சமய சமூகப்பணியாளர் அருட்தந்தை ஜேம்ஸ் பத்திநாதரும் சபேசனின் உறவினர். மருத்துவமனையிலிருந்தவாறு, ஜேம்ஸ் பத்திநாதரின் மருமகன் ஆருரண் ரவீந்திரனிடத்தில், அன்னாரையும் தலைவர் பிராபாகரனையும் நினைவுபடுத்தி சபேசன் பேசியதாக அறிய முடிந்தது. உடல் உபாதைகளுக்கு மத்தியிலும் இழப்பின் துயரங்கள் குறித்த நினைகளுடனேயே மருத்துவமனையில் இருக்கும் இனிய நண்பர் சபேசன் பூரண சுகத்துடன் மீண்டு வந்து தனது பணிகளை தொடரவேண்டும்.

13

ஈழத்தில் தமிழ் இலக்கியம்:

தோற்றமும் தொடர்ச்சியும் - கா. சிவத்தம்பி

ஈழத்தில் இலக்கிய வரலாறும் அதன் பயில்துறை தொடர்பான அறிமுகமும்

தேவதடசனால் குபேரனுக்காக இலங்காபுரி அமைக்கப்பட்டதாக இராமாயண உத்தர காண்டம் கூறுகின்றது. காலத்துக்கு காலம் இலங்கைக்கு பல்வேறு நாட்டினரும் பல பெயர்களைக் கூறி அமைத்துள்ளமையினை வரலாற்றுக் குறிப்புக்களிலிருந்து அறிய முடிகின்றது. 'ஈழம்' என்ற பெயரால் பண்டைய காலத்தில் இலங்கை அழைக்கப்பட்டமைக்கு கல்வெட்டு ஆதாரங்கள், புதைபொருளாய்வுகள் இன்றும் சான்றாக உள்ள அதேவேளையில் சங்ககால இலக்கியமான பட்டினப்பாலையில் வரும் 'ஈழத்துணவும் காழகத்தாக்கமும்' என்ற வரி முக்கியம் பெற்று விளங்குகின்றது. ஈழம் என்றால் 'பொன்' என்றும் பொருள்படும்.

இலக்கியமானது சமூக உருவாக்கத்தின் ஒரு கருவியாகும். காலங்காலமாக இலக்கியங்களினை எழுத முன்னின்றவர்களில் பலர் அரசியல் உள்ளீர்ப்பினால் உந்தப்பட்டவர்களாக, வரலாற்றுடன் தொடர்பு படுத்தியே இலக்கியங்களினை உழுதியுள்ளனர். ஓர் இலக்கியம் காலத்தினை அடிப்படையாகக் கொண்டுதான் தோற்றம் பெறுகின்றது என்ற உண்மையையும் நாம் மறந்துவிடக் கூடாது. எந்தவொரு இலக்கியத்தினையும் ஊன்றிக் கற்கும் வாசகன் ஒருவன் அவ்விலக்கியத்தினூடாக அது தோன்றிய காலகட்டத்தையும் இனங்கண்டு கொள்ள முடிகிறதெனில், எந்தவொரு இலக்கியமும் வரலாறாகி விடுகின்றமை தவிர்க்கமுடியாததாகின்றது.

இலக்கிய வரலாற்றுக்கு காலத்துக்கு காலம் தரப்பட்ட பல்வேறு பகுப்புக்களையும் கூர்ந்து கவனிக்கின்ற போது இலக்கிய வளர்ச்சி பற்றிய அறிவெல்லை விரிந்து செல்வது தவிர்க்க முடியாது போகின்றது. பொதுவாக தமிழ் இலக்கியப் பரப்பினை பகுக்க முற்பட்டோர் அரசியலடிப்படையிலான இலக்கிய வரலாற்றுக்காலப் பகுப்பினையே முன்வைத்துள்ளனர். எனவே ஈழத்து இலக்கிய வரலாற்றினையும் இத்கைய அரசியல்சார் அடிப்படையில் அமைத்துக் கொள்வதே சிறப்பான தெரிவாக அமையும்.

•

யார் அந்த ஈழத்து பூதந்தேவனார்?

இலங்கைத் தமிழிலக்கிய வரலாற்றினை ஈழத்துப்பூதந்தேவனாருடன் தொடங்குவது மரபாகக் காணப்படுகின்றது. ஈழத்துப்பூதந்தேவனார் என்பவர் சங்ககால இலக்கியத்தில் வரும் ஒரு புலவராவார். இப்புலவர் சங்க இலக்கியங்களிலே நான்கு வகைப் பெயர்களினால் அழைக்கப்பட்டிருக்கிறார்.

குறுந்தொகை 343, அகநானூறு88 - ஆகியவற்றில் ஈழத்துப் பூதந்தேவன் என்றும்,

நற்றிணை 366 ஆம் பாடலில் ஈழத்துப் பூதந்தேவனார் என்றும்,

குறுந்தொகை 189, 360 ஆகிய பாடல்களில் மதுரை ஈழத்துப் பூதன்தேவன் என்றும்,

அகநானூறு 231, 307 ஆகிய பாடல்களில் மதுரை ஈழத்துப் பூதந்தேவனார் என்றும் வரும் குறிப்புக்களிலிருந்து ஈழத்துப் பூதந்தேவனார் பற்றிய தகவல்களினை அறிய முடிகின்ற போதிலும் இவர் ஈழத்தவர் என்பதற்கான எந்தவொரு ஆதாரமும் இந்நூல்களில் இடம்பெறவில்லை. 'ஈழத்து' என்ற அடைமொழியை மட்டும் வைத்துக்கொண்டு இவர் ஈழநாட்டினராக இருக்கலாம் எனக் கருதுவோரும் உள்ளனர். உண்மையில் இவர் ஈழ நாட்டவர் தானா என்பதற்கு வலுவான ஆதாரங்கள் எவையாவது உள்ளனவா என்று தேடவேண்டியுள்ளது.

'ஈழத்து' என்ற அடைமொழியுடன் இரண்டு இடங்களிலும், 'மதுரை ஈழத்து' என்ற-அடைமொழியுடன் இரண்டு இடங்களிலுமாக அழைக்கப்பட்ட இவர் ஈழத்தவரா என்பதற்கான ஆதாரங்களைத் தேட பலர் முற்பட்டுள்ளனர். சிலர் ஊகங்களின் அடிப்படையில் சில தரவுகளை முன்வைத்தனர். வேறு சிலர் 'ஈழம்' என்ற அடைமொழியின் அடிப்படையில் வரலாற்று ரீதியிலான ஆதாரங்களினைத் தேட முற்பட்டு, இலங்கைக்கு வழங்கிவரும் பெயர்களில் இதுவும் ஒன்றாகைளால் இவர் ஈழத்தவரே எனச் சுட்டிக்காட்டினர்.

இவர் ஈழத்திலிருந்து மதுரைக்கு சென்று வசித்த காரணத்தால் காலப் போக்கில் மதுரை ஈழத்துப் பூதந்தேவனார் என்ற பெயரில் அழைக்கப்பட்டிருக்கலாம் எனக் கருதவும் இடமுண்டு. 'இவர் ஈழ நாட்டில் நின்று மதுரையில் வந்து தங்கிய பூதன் மகன் தேவன் எனப்படுவார்' என்று நற்றிணை நூலுக்கு தெளிவுரை எழுதிய தமிழ்நாட்டவரான அ.நாராயணசாமி ஐயர் குறிப்பிடுகின்றார். அவர் தொடர்ந்து கூறுகின்றபோது ஏடெழுதுவோருடைய பிழையினால் 'ஏற்றத்துப் பூதந்தேவனார்' எனவும் குறிப்புக்கள் காணப்படுவதாகவும் ஒரு சாண்றினைத் தருகின்றார்.

மதுரை ஈழத்துப் பூதந்தேவனார் என்பவர் குறிஞ்சி, பாலை திணைகளுக்கான ஏழு அகத்திணைப் பாடல்களைப் பாடியிருக்க, பூதந்தேவனார் என்ற பிறிதொரு புலவர் மருதத் திணையை சிறப்பித்து பாடியிருப்பது நோக்கத்தக்கது. குறுந்தொகை 285, நற்றிணை 80 ஆகிய இரு செய்யுள்களும் இவரால் பாடப்பட்டிருக்கின்றன. மருதத் திணையை சிறப்பித்துப் பாடி, அகத்திணையிலே களவு நிகழ்ந்திருப்பதை கூறுவதாக இவருடைய பாடல்கள் காணப்பட, மதுரை ஈழத்து பூதந்தேவனாரோ ' வாடை வீசும் குளிர் காலத்தில் தலைவியை பிரிந்து செல்வோன் மடமையுடையவன்' என்ற பொருள்பட குறிஞ்சித்தணைப் பாடல்களைப் பாடியுள்ளார். எனவே பாடல்களை திணை அடிப்படையில் நோக்குகின்றபோது இருவரும் வெவ்வேறு புலவர்கள் எனக் கருத இடமுண்டாயினும், மதுரை ஈழத்து பூதந்தேவனாரும் ஈழத்து பூதந்தேவனாரும் ஒருவரே எனக் கொள்ளும் நாம் 'ஈழத்து' அல்லது 'மதுரை ஈழத்து'

என்ற அடைமொழி இல்லாத காரணத்தால் இவரை மதுரை ஈழத்து பூதந்தேவனாரல்லர் என இலகுவாக ஒதுக்கிவிட முடியுமா? என்பதையும் சிந்திக்க வேண்டியுள்ளது.

ஈழத்து பூதந்தேவனார் கடைச்சங்க புலவராக இருக்க வேண்டும் என்ற கருத்து வலுவுடையதாக உள்ளது. 'பசும் பூட் பாண்டியனை' பாட்டுடைத் தலைவனாகக் கொண்டு இவர் பாடிய (அகநானூறு 231) பாடல் ஒன்றின் மூலம் இவருடைய காலம் பற்றிய கருத்துக்கள் முன்வைக்கப்படுகின்றன. பசும் பூட் பாண்டியனை பரணர், நக்கீரர், மதுரைக் கணக்காயர் முதலியோரும் பாடியிருக்கின்றனர். எனவே இவர்கள் எல்லோரும் சமகாலத்தினரா? என்ற ஐயமும் எழுகின்றது. எனினும் பசும்பூட் பாண்டியனின் காலத்தை மட்டும் வைத்துக்கொண்டு ஈழத்து பூதந்தேவனாரின் காலத்தை வரையறை செய்வதென்பதும் கடினமானதே. எது எப்படியாக இருப்பினும் இவர் பசும்பூட் பாண்டியனுக்கு பிற்பட்டவர் அல்லது சம காலத்தவர் எனபது புலனாகின்றது. அதே போல் 'பரணர், நக்கீரர்,மதுரைக் கணக்காயர், மதுரை ஈழத்து பூதந்தேவனார் ஆகியோரும் சமகாலத்தவர்கள் என்று கூறுவதும் பொருத்தமானதல்ல' என ஆ.முத்துத்தம்பிப்பிள்ளை அவர்கள் தனது 'ஈழநாட்டு புலவர் சரிதம்' என்ற நூலில் கூறுகின்றார்.

ஈழநாட்டை சேர்ந்த புலவரான ஈழத்து பூதந்தேவனார் கி.பி 3 ஆம் நூற்றாண்டை சேர்ந்தவர் என போராசிரியர் ஆ.வேலுப்பிள்ளை அவர்கள் பல சான்றுகளை முன்வைத்து 1998இல் யாழ்ப்பாணப் பல்கலைக்கழகத்தில் நினைவுப் பேருரை ஒன்றை நிகழ்த்தியமை குறிப்பிடத்தக்கது. இதேவேளையில் சங்கப் புலவரான முரஞ்சியூர் முடிநாகராயர் ஈழநாட்டைச் சேர்ந்தவர் எனவும் மன்னாரில் முசலி(முரஞ்சி) கிராமத்தவர் எனவும் 'ஈழநாட்டு புலவர் சரிதத்தில்' ஆ.முத்துத்தம்பிப்பிள்ளை அவர்கள் குறிப்பிடுகின்றார்.

ஈழத்துக்கும் தமிழகத்துக்கும் இடையிலான வணிக நிலைத் தொடர்பினை நாம் பட்டிணப்பலையில் இருந்து அறிந்து கொள்ள முடிகின்றது. நீண்ட காலந்தொட்டு ஈழத்துக்கும் தமிழகத்துக்குமிடையில் இடையறாத் தொடர்பு இருந்து வருவதனை அவ்வப்போது வரலாற்று, புவியியல் ஆய்வுகள் நிறுவியுள்ளமையினையும் மறந்துவிடக் கூடாது. எனவே நீண்ட காலமாக வணிக, பண்பாட்டு, மொழித் தொடர்புகளினால் பிணைக்கப்பட்ட தமிழகத்துக்கு ஈழத்தமிழ் புலவர் ஒருவர் சென்று வாழ்வதென்பது இயலாத ஒன்றல்ல. அவ்வாறே ஈழத்து பூதந்தேவனாரும் மதுரையில் சென்று வசித்திருக்க முடியும். நிறுவன ரீதியாக (சங்கம்) புலவர்களை அனுசரித்து போற்றிய மதுரையில் இருந்து கொண்டு தனது இலக்கிய பணியினை மேற்கொண்டிருக்கலாம் எனப் பல தளங்களினூடே இவரைப்பற்றிய ஆய்வினை முன்னெடுக்க முடிகின்றது. இவ்வகையில் ஈழத்து இலக்கிய வரலாற்றினை ஈழத்து பூதந்தேவனாருடன் தொடங்குவதே சிறப்பானதாக அமையும்.

ஈழத்தின் ஆரம்பகால இலக்கிய முயற்சிகள் பற்றிய சில தேடல்கள்: ஈழநாட்டில் மகாசேனன் (கி.பி.275-310) ஆட்சி செய்த காலப்பகுதியில் தமிழ் நாட்டில் சங்ககாலம் முடிவுறும் கட்டத்தினை நெருங்கி இருந்தமையினை இலக்கியங்கள் மூலம் அறிய முடிகின்றது. மகாவம்சம் தமிழ் இலக்கியங்கள் தொடர்பான செய்திகளினை விரிவான முறையில் முன்வைக்கத் தவறிவிட்டது. இந்நிலையில் ஈழத்துப் பூதந்தேவனாருடன் தொடங்குவதாக எடுத்துக்கொண்டால், அதற்கு அடுத்த கால கட்டமாக கி.பி.1216இல் தொடங்கும் ஆரிய சக்கரவர்த்திகளின் காலத்தையே கொள்ள முடிகின்றதெனில், கி.பி.1310இல் தம்பதெனியாவில்

அரங்கேற்றப்பட்ட சரசோதிமாலை வரை ஈழத்தில் தமிழ் இலக்கிய முயற்சிகள் எவையும் இடம்பெறவில்லையா? என்ற ஐயப்பாடு எழுகின்றது. இந்த நீண்ட இடைவெளியில் இலங்கைத் தமிழ் இலக்கிய வரலாற்றினை தொடர்பின்றி காட்டுவதனால் ஈழத்தவர் தமிழுக்கு ஆற்றிய தொண்டு யாதென அறிய முடியாமலுள்ளது.

கி.பி.10ஆம் நூற்றாண்டைச் சேர்ந்ததாக கருதப்படும் பதுளைக் கல்வெட்டில்: ‘தெமழன்டரடனா தென்தரு ஆவா நொதென இசா..’ என்ற செய்தியொன்று காணப்படுகின்றது. தமிழர்களுக்கு நாட்டின் தலைவர்களின் புதல்வர்களை திருமணம் செய்து வைக்க வேண்டாம் என்பதே இதன் கருத்தாகும்.தமிழர்கள் அரசியலில் மேலாதிக்கம் பெறுவதை தடுக்கும் நோக்கில் இத்தகைய செய்திகள் பொறிக்கப் பட்டிருக்கலாம் என ஊகிக்கப்படுகின்றது. இத்தகைய சூழ்நிலையில் தமிழர்களின் ஆதிமூலங்களைத் தேடுவதென்பதும் கடினமான பணியாகவே அமையும்.

வெள்ளம், தீ முதலிய இயற்கை அனர்த்தங்களாலும், அடிக்கடி நிகழ்ந்த படையெடுப்புக்களாலும், திட்டமிட்டு புறக்கணிக்கப் பட்டமையினாலும், கறையான் முதலியனவற்றாலும், தொகுத்தல்-தொகுப்பித்தல் முயற்சிகள் இன்மையாலும், நிறுவன ரீதியான முயற்சிகள் இன்மையாலும் எனப் பல காரணங்களால் அக்கால இலக்கியங்கள் பேணிப் பாதுகாக்க முடியாமல் போயிருக்கலாம்.ஏனெனில் பழமை வாய்ந்த ஓர் இனம் தமக்கென ஒரு இலக்கிய பாரம்பரியத்தை கொண்டிருக்கும் என்பதில் கருத்து வேறுபாடு இருக்க முடியாது.

மிகப் பழமையான காலத்தில் இருந்தே தமிழ் மக்கள் ஈழநாட்டில் வாழ்ந்து வந்துள்ளனர் என்பதை தொல்லியல் சான்றுகள் பல நிறுவியுள்ளன. யாழ்ப்பாணத்தின் பல பகுதிகளில் இத்தகைய சான்றுகள் பல ஆய்வாளர்களினால் கண்டு பிடிக்கப் பட்டமையும் குறிப்பிடத்தக்கது. ஈழத் தமிழரிடையே வழங்கிவரும் சடங்குகள், வழிபாட்டு மரபுகள், போன்றவற்றின் ‘ஆதிமூலங்களை’யும் தமிழ்-சிங்கள மக்களிடையே நிலவி வரும் வாய்மொழிப் பாடல்களையும் தொன்மங்களையும் துல்லியமான முறையில் எடுத்து தொகுத்து ஒப்பீட்டு முறையில் ஆய்வுகளை மேற்கொள்ளுமிடத்து இந்த இடைவெளி சிலவேளைகளில் நிரப்பப்படலாம்.

கி.பி. 3ஆம் நூற்றாண்டு தொடக்கம் கி.பி. 6ஆம் நூற்றாண்டு வரையுள்ள காலப்பகுதியில் ‘புத்ததத்தர்’ உட்படப் பல அறிஞர்கள் இலங்கையின் மகா விகாரையில் தங்கியிருந்து பாளி மொழியிலிருந்த நூல்களைக் கற்று தமிழில் உரை எழுதினர் எனத் தெரிகின்ற போதிலும் அவை எவையும் இன்னும் கிடைக்கவில்லை. எனினும் நீண்ட காலமாக தமிழ் இலக்கியத்துடன் பௌத்த மதக் கருத்துக்கள் தொடர்பு படுவதை இதனூடாக அவதானிக்க முடிகின்றது.

கி.பி. 6ஆம் நூற்றாண்டில் இருந்து கி.பி. 9ஆம் நூற்றாண்டு வரையான காலப்பகுதியில் ஈழத்துக்கும் தமிழ் நாட்டிற்கும் இடையில் இலக்கியத் தொடர்புகள் இருந்தன என்பதற்கு தேவாரங்கள் சான்றாக உள்ளன. இலங்கையின் புகழ் பெற்ற சிவத் தலங்களான திருக்கேதீச்சரம், திருக்கோணேச்சரம் என்பன மீது திருநாவுக்கரசரும் திருஞான சம்மந்தரும் தேவாரங்கள் பாடியமை மூலம் இத் தொடர்பு நிலை நிறுவப்பட்டது.

மும்முடிச் சோழ மண்டலங்களில் ஒன்றாகச் சோழர்கள் இலங்கையை அரசு புரிந்த வேளையில் புலத்தி நகரில் (பொலநறுவையில்) இருந்து கொண்டு சோழர்கள் தமிழை வளர்த்தனரா என்பதையும், சோழர் காலப் புலவர்கள் யாராவது இலங்கைக்கு வந்தனரா

என்பதையும் அறிய முடியாத நிலையில் அக்காலக் கவிச்சக்கரவர்த்தியான ஒட்டக்கூத்தர் இலங்கைக்கு வந்து தங்கிச் சென்றார்(7) என மரபுவழிக் கதை ஒன்று நிலவி வருகின்றமையும் குறிப்பிடத் தக்கது.

பொலநறுவைக் காலக் கல்வெட்டுக்களில் வெண்பா, விருத்தம் முதலிய தமிழ்ப் பாவினங்களின் செல்வாக்கினை அவதானிக்க முடிவதுடன், அக்காலத் தமிழ் உரைநடைக்கான இடத்தினையும் ஓரளவு ஊகித்து அறிய முடிகின்றது. அனுராத புரத்தின் வடபகுதியில் இந்து சமயக் கட்டிட அழிபாடுகளுக்கிடையே கண்டெடுக்கப்பட்ட நான்கு நாட்டார் கல்வெட்டும் கி.பி. 9ஆம் நூற்றாண்டினதாகக் கருதப்பட்ட நிலையில் அதன் இறுதியில் காணப்படும் வெண்பா வருமாறு

"போதி நிலமமர்ந்த புண்ணியன் போலெவ்வுயிர்க்கும்
நீதி லருள் சுரக்குஞ் சிந்தையா — னாதி
வருதன்மங் குன்றாத மாதவன் மாக்கோதை
யொரு தர்ம பாலனுளன்"

இவ் வெண்பா அக்காலச் செய்யுள் யாப்பின் உன்னத நிலையை எடுத்துக் காட்டுவதாக உள்ளதுடன், அனுராதபுரப் பகுதியில் தமிழர்கள் வாழ்ந்ததற்கான சான்றாகவும் இதனைக் கொள்ள முடிகின்றது.

நிஸங்க மல்லன் (கி.பி.1187-1196) என்பவன் பொலநறுவையைத் தலைநகரமாகக் கொண்டு ஒன்பது ஆண்டுகள் மிகச் சிறப்பான ஆட்சி புரிந்தான். இவனுடைய காலத்துக் கல்வெட்டு ஒன்று விருத்தப் பாவினால் பொறிக்கப் பட்டுள்ளது. அனுராதபுரம், பொலநறுவை ஆகிய இராச்சியங்களிலே தமிழ் மொழி வழக்கில் இருந்தமைக்கு மேற்படி கல்வெட்டுக்களில் உள்ள வெண்பா, விருத்தம் முதலிய தமிழ் யாப்பு வடிவங்கள் கையாளப் பட்டு செய்திகள் பொறிக்கப் பட்டமை சான்றாகின்றன. இதேபோல கேகாலையில் கோட்டகம என்ற இடத்தில் பொறிக்கப்பட்ட தமிழ்க் கல்வெட்டின் மூலம் ஈழத் தமிழர்களின் இலக்கியப் பாரம்பரியத்தையும் அவர்கள் இலங்கை முழுவதும் பரந்து வாழ்ந்தனர் என்ற செய்தியினையும் அறிய முடிகின்றது.

இந்நிலையில் இலங்கைத் தமிழர்களின் உண்மையான பூர்வீக வரலாறு இலங்கையிலும், தமிழகத்திலும் மேற்கொள்ளப்படும் தொல்லியல் ஆய்வுகளினால் தெளிவு பெறவேண்டியுள்ளது. இதில் இலங்கைத் தமிழருக்குரிய சான்றுகள் காணக்கூடிய இடங்கள் கண்டுபிடிக்கப் படவில்லை என்ற குறைபாடும், கிடைத்த சில சான்றுகள்கூட முழுமையாக ஆராயப்படவில்லை என்ற குறைபாடும் நியாயமான குற்றச்சாட்டாகவே தெரிகின்றது. இந்த வகையில் சரசோதிமாலை என்ற நூலின் தோற்றத்துக்கு முன்னதான தமிழ் இலக்கியம் பற்றிய உதிரியான சில தகவல்களைத் திரட்டி அவற்றினூடே அக்காலத்து தமிழ் இலக்கிய வளர்ச்சியினை ஊகித்தறிய வேண்டிய அல்லது நிறுவ வேண்டிய கடப்பாடும் மேலெழுகின்றது.

இயல் - 2

ஆரியச் சக்கரவர்த்திகள் காலம் (கி.பி.1216-1621) - கி.பி. 13ஆம் நூற்றாண்டின் முற்பகுதி தொடக்கம் தமிழ் மன்னர்களான ஆரியச்சக்கரவர்த்திகள் யாழ்ப்பாணத்தை மையமாகக்

கொண்டு பெரியதொரு இராட்கியத்தை நிறுவி கட்டிக்காத்தனர். வடக்கே நிலைமை இவ்வாறிருக்க சமகாலத்தில் நாட்டின் திசையெங்கும் தமிழர் செறிந்து வாழ்ந்தனர். மன்னர்களான செயவீரசிங்கனும் எதிர்மன்னசிங்கனும் புலவர்களாக விளங்கியதுடன் தமிழையும் தமிழ்ப் புலவர்களையும் கட்டிக் காத்தனர்.

பதினெட்டு தமிழ் மன்னர்கள் மாறிமாறி ஆட்சி செய்த அக்காலமானது ஈழத்து இலக்கியத்தின் பொற்காலமாக விளங்கியதனையும் அவதானிக்க முடிகின்றது. தாம் புலவர்களாக இருந்து தமிழை வளர்த்த போதிலும் தமிழகத்தில் இருந்து வந்த புலவர்களை ஆதரித்து, இருப்பிடம் வழங்கியும் கௌரவித்தனர். "சரஸ்வதி பண்டாரம்"(5) என்ற நூல் நிலையத்தினை யாழ்ப்பாணத்தில் அமைத்து தொண்டாற்றினர். இது பின்னர் போத்துக்கேயரினால் தீக்கிரையாக்கப் பட்டது.

இலக்கியங்களும் அவற்றின் போக்கும்: யாழ்ப்பாண மன்னர் கால இலக்கியங்களினை பொருள், வடிவ, பண்பு என்ற நெறிகளுள் எதனடிப்படையில் ஆராய்வதென்பதில் பலரும் பல்வேறு சிக்கல்களினை எதிர்கொண்டுள்ளனர்.எனினும் ஆய்வு வசதி கருதி 'பண்பு' அடிப்படையில் பின்வருமாறு பகுத்து ஆராயலாம்.

1. சமய சார்புடைய நூல்கள் 2. சோதிட நூல்கள்

3. வைத்திய நூல்கள் 4. தழுவல் நூல்கள் ஃ காவியம்

5. வரலாறு சார்புடைய நூல்கள்

சமய சார்புடைய நூல்கள்: யாழ்ப்பாணக் கலாசாரம் 'கந்தபுராணக் கலாசாரம்' என்னுமளவிற்கு இந்துசமயச் செல்வாக்கானது நிலைபெற்றிருந்ததனை அறிய முடிகின்றது. அக்காலத்தில் அரசோச்சிய மன்னர்களும் மக்களும் மதப்பற்று மிக்கோராகவும் கோயிற் பண்பாட்டுடன் ஈடுபாடுடையவர்களாகவும் விளங்கினர். ஆலயத் தொண்டர்கள் ஆலயங்களிலேயே குடியமர்த்தப்பட்டனர். ஆட்சிப் பரப்புக்குள் ஆலயங்களும், வழிபாட்டு மரபுகளும் நன்கு வேரூன்றி இருந்தமையினால் சமயச் சார்புடைய இலக்கியங்களும் தோற்றம் பெற்றன.

அக்காலத்தில் எழுந்த சமயச் சார்புடைய இலக்கியங்களினை இரண்டு பிரிவுகட்கு உட்படுத்தி ஆய்வு செய்ய முடிகின்றது.

1. கற்றோரை மையமாகக் கொண்டெழுந்தவை.

2. அடிநிலை மக்களை மையமாகக் கொண்டவை.

என்பனவாம். எனினும் இன்றுள்ளவற்றுள் அடிநிலை மக்களுக்குரியனவான இலக்கியங்களினைக் காண முடியவில்லை என்பது வேதனைக்குரியது. இதற்குக் காரணம் அடிநிலை மக்களுக்குரிய இலக்கியங்கள் பலவும் வாய்மொழி மரபினவாக இருந்தமையே எனலாம்.

அ. தக்கிண கைலாய புராணம் ஆ. கதிரமலைப் பள்ளு

இ. கண்ணகி வழக்குரை ஈ . திருக்கரைசைப் புராணம்

என்பன சமயச் சார்புடைய நூல்களாகும்.

அ. தக்கிண கைலாய புராணம்

தக்கிண கைலாய புராணத்தின் ஆசிரியர் யாரென்பதில் மாறுபட்ட கருத்துக்கள் காணப்படுகின்றன.

1. ஐந்தாம் செகராச சேகரன்(செயவீரசிங்கை ஆரியன்) இதை எழுதினான், என கா.சிதம்பரஐயர், சுன்னாகம் அ. குமாரசுவாமிப்புலவர் போன்றோர் கூறினர்.

2. பண்டிதராசனால் எழுதப்பட்டதென பு.பொ.வைத்தியலிங்க தேசிகர், சி.கணேசையர் போன்றோர் கூறினர்.

3. தனது குருவாகிய சைவராச பண்டிதர் வேண்டியதால் ஐந்தாம் செகராச சேகரன் தக்கிண கைலாய புராணத்தைப் பாடினான் என அரசகேசரி தனது சிறப்புப் பாயிரச் செய்தியில் கூறியுள்ளார்.

இவ்வாறான சிக்கல்கள் இருப்பினும் இது யாழ்ப்பாண இராச்சிய கால நூல் என்பதில் ஒருமித்த கருத்ததையே எல்லோரும் கொண்டுள்ளனர். 7சருக்கங்களினையும் 635செய்யுட்களினையும் கொண்டு கோணேச்சரப் பெருமான் சமேத மாதுமை அம்மையை வாழ்த்திப் பாடிய தல புராணமாக விளங்குகின்றது. கற்பனை நயம் செறிந்த இந்நூல் சிறந்த நாட்டுப் பற்றுக்கும் எடுத்துக்காட்டாகவுள்ளது.

ஆ. கதிரமலைப் பள்ளு: கதிரையப்பர் பள்ளு என்று அழைக்கப்பட்ட இப் பிரபந்தமானது எமக்குக் கிடைத்த காலத்தால் முற்பட்ட பள்ளு இலக்கியமாகும். 1906 ஆம் ஆண்டில் முதன்முதலாக இது நூலுருப்பெற்றது. முல்லைத்தீவைச் சேர்ந்த தா.கைலாசபிள்ளை என்பவரே அப்பணியைச் செய்தார்.

இந்நூலின் கடவுள் வாழ்த்துச் செய்யுள் முள்ளியவளையில் எழுந்தருளியுள்ள காட்டு விநாயகர் ஆலயத்தைப் பாடுவதாக அமைந்துள்ளது. இதற்கும் ஓர் காரணம் உண்டு. கதிர்காம யாத்திரிகர்களின் நடைப் பயண வழியில் காட்டு விநாயகர் ஆலயம் அமைந்திருப்பதே அதுவாகும். பன்றிப் பள்ளு, குருவிப் பள்ளு வரிசையில் கதிரமலைப் பள்ளும் இப்பகுதிக்குரியதாக இருக்கலாமோ? என்ற ஐயம் வலுவுடையதாகவுள்ளது.

இ. கண்ணகி வழக்குரை: ஐந்தாம் செகராச சேகரனால் எழுதப்பட்ட நூல் கண்ணகிவழக்குரை ஆகும்.(7) இதன் பதிப்பாசிரியர் வீ.சி.கந்தையா, 'காங்கேயன்' என்பவர்தான் நூலாசிரியர் என்று கூறியுள்ளார். கண்ணகி வழக்குரை, கோவலனார் கதை என்ற இரு பெயர்களில் வழங்கப்பட்டு வரும் இந்நூலின் ஆசிரியரை இனங்காண ஆரியர் கோன், அதியரசன், தேவையர்கோன், காங்கேயன், சகவீரன்; போன்ற பெயர்கள் நூலில் அகச் சான்றுகளாக உள்ளமை குறிப்பிடத்தக்கது. போர்த்துக்கேயரால் சிறைப் பிடிக்கப்பட்ட 'வெற்றிவேற் சட்டம்பியார்' இதைப் பாடினார் என்ற கருத்தும் வலுவுடையதாகவுள்ளது. இந்நூல் இரண்டு கதைப் பதிப்புக்காளாக வெளிவந்தமையினால் ஒரே நோக்கில் அவற்றை நோக்குவது பயனுடையதாகும்.

கோவலனார் கதை கண்ணகி வழக்குரை

1. கோவலர் கண்ணகை அம்மன் 1. வரம்பெறு காதை

அ. கோவலனார் பிறந்த கதை ஆ. அம்மன் பிறந்த கதை

2. தூரி ஓட்டம் 2. கப்பல் வைத்த காதை

அ. மீகாமன் கதை ஆ.தூரியோட்டு

இ. கப்பல் வைத்தல்

3. கடலோட்டுக் காதை 3. கடலோட்டு காதை

அ. வெடியரசன் போர் அ. வெடியரசன் போர்

ஆ. நீலகேசரி புலம்பல் ஆ. நீலகேசி புலம்பலும்

வீரநாராயணன் கதையும்

இ. வீரநாராயணதேவன் போர் இ. மணி வாங்கின கதை

ஈ . விளங்கு தேவன் போர் ஈ . விளங்கு தேவன் போர்

4. மணமாலை 4. கலியாணக் காதை

5. அரங்கேற்றுக் காதை 5. மாதவி அரங்கேற்று காதை

6. கோவலரைப் பொன்னுக்கு - 6. பொன்னுக்கு மறிப்புக் காதை

மறித்த காதை

அ. பொன்னுக்கு மறிப்பு

ஆ. இரங்கிய காதல்

7. சிலம்பு கூறல் 7. வழிநடைக் காதை

அ. வயந்தமாலை தூது

ஆ. வழிநடை

8. உயிர் மீட்சிக் காதை 8. அடைக்கலக் காதை

9. வழக்குரை-மதுரை தகனம் 9. கொலைக் களக் காதை

அ. சிலம்பு கூறல்

ஆ. கொலைக் களக் கதை

இ. அம்மன் கனாக்கண்ட கதை

ஈ . உயிர் மீட்புக் கதை

10. குளிர்ச்சி 10. குளிர்ச்சிக் காதை

அ. குளிர்ச்சி

ஆ. வழக்குரைக் காவியம்

என இரண்டு பதிப்பும் வைப்பு முறையில் மாறுபாட்டுடன் காணப்படுகின்றது. யாழ்ப்பா-ணம், மட்டக்களப்பு, முல்லைத்தீவு போன்ற இடங்களில் ஏட்டு வடிவில் பேணப்பட்டு வரும் இந்த நூலானது பெரும்பாலும் சிலப்பதிகாரக் கதையினைப் பின்பற்றி அமைந்திருப்பதனைக் காணமுடிகின்றது.

ஈ . **திருக்கரைசைப் புராணம்:** திருகோணமலையின் வெருகல் ஆற்றங்கரையிலுள்ள 'கரைசை' என்னும் இடத்தில் குடிகொண்ட சிவனைப் பாடும் தலபுராணமே இதுவாகும். இந்-நூலை யார் பாடினார் என அறிய முடியவில்லை. சுன்னாகம் அ.குமாரசுவாமிப் புலவரின் பொழிப்புரையுடன் திருகோணமலை வே.அகிலேசபிள்ளை அவர்கள் இந்நூலைப் பதிப்பித்து வெளியிட்டார். இப்புராணத்தில் காப்புச் செய்யுள் நீங்கலாக பாயிரத்தில் 14 செய்யுட்கள் உள்ளன. அதைவிட நான்கு சருக்கங்களிலும் மொத்தம் 155 செய்யுட்கள் காணப்படுகின்றன.

சிலேடையணி மிகையாகப் பயன்படுத்தப்பட்டு வர்ணனை மிகுந்து விளங்கும் இந்நூலில் விருத்தப்பாவே பயன்படுத்தப் பட்டுள்ளமை விசேட அம்சமாகும். 'மாவலி' ஆற்றினை "அகத்தியத் தாபனம்" என்ற சிறப்புப் பெயரினால் இந்நூல் சுட்டுகின்றமை விசேடமானது.

வைத்திய நூல்கள்: ஈழத்தில் மருத்துவ நூல்களின் தொடக்கத்தினை ஆரியச் சக்கர-வர்த்திகள் காலத்திலிருந்து அறிய முடிகின்றது. செகராசசேகரம் பரராசசேகரம் ஆகிய இரு நூல்களுமே தொடக்க காலத்து வைத்திய நூல்களாக இனங்காணப்பட்டன. இவை இரண்டும் வடமொழி ஆயுர்வேத நூல்களைத் தழுவி எழுந்தன என்றும் இந்நூல்கள் எழுந்த காலத்தில் இலங்கையில் மருத்துவ அறிவு பரவியிருக்கவில்லை என்றும் தெரியவருகின்றது.(9)

அ. செகராசசேகரம்: இந்நூல் நோய்களையும் அவற்றுக்கான சிகிச்சை முறைகளையும் கூறுகின்றது. 15 வகையான சுரம் பற்றியும், 13 வகையான சன்னி பற்றியும், 85 வகையான வாத வகைகளினையும், 21 வகையான மூல வியாதிகளினையும் அவை எல்லாவற்றுக்குமான மூலிகைகளினையும் இந்நூலில் விரிவாகக் காண முடிகின்றது.

ஆ. பரராசசேகரம்: 40 வகையான சன்னி, 40 வகைப் பித்தரோகம், 64 வகைச் சுரம், 96வகைச் சிற்பனரோகம், 40 வகை மேகரோகம், 108 வகை உதரரோகம், 13வகை மூலரோகம் போன்றவற்றையும் அவற்றுக்கான ஆயுர்வேதக் குறிப்புக்களையும் இதில் காணமுடிகின்றது. நீரிழிவு, கரப்பான், பிளவை, கிரந்தி, விக்கல், வலி, கசம், வாந்தி போன்ற வியாதிகளுக்கும் இதில் தீர்வு கூறப்பட்டுள்ளது.

தழுவல் நூல் அல்லது காவியம் அல்லது மொழிபெயர்ப்பு நூல்: ஈழத்தில் முதல் காவியத்தைச் செய்த பெருமை ஆரியச்சக்கரவர்த்திகள் மரபில் வந்த நீர்வேலி அரசகேசரிக்கே உரியது. யாழ்.நல்லூரில் பிறந்த இவர் 1616இல் இக்காவியத்தைப் பாடினார் என்பர். வடமொழியில் காளிதாஸ மகாகவியினால் எழுதப்பட்ட இரகுவமிசத்தின் மொழிபெயர்ப்பே அரசகேசரியின் காவியமாகும்.

இரகுவம்சம்: திலீபமகாராசா காமதேனுவை வழிபட்டு 'இரகு' என்பவனைப் புத்திரனாகப் பெற்ற கதையும், இரகு, அயன், தசரதன், இராமன், குசன் போன்றோரின் குல வரலாறும் இக்காவியத்தில் சொல்லப்பட்டுள்ளது. பொதுக் காண்டம், சிறப்புக் காண்டம், பொதுச் சிறப்புக் காண்டம் என முக்காண்டங்களை உடைய இக்காவியம் முறையே 16, 6, 4 படலங்களை ஒவ்வொரு காண்டத்துக்கும் உரியதாகக் கொண்டு காப்புச்செய்யுள், பாயிரச்செய்யுள் உட்பட 2444பாடல்களைக் கொண்டு விளங்குகின்றது.

சொல்லணி, பொருளணிகள் மிகுந்து அரிதான சொற்கள் பயின்று வருவனவாக இதன் செய்யுட்கள் அமைக்கப்பட்டுள்ளமை அரசகேசரியின் புலமைக்குச் சிறந்த சான்றாக உள்ளது. நாவலரின் மருமகனான வித்துவ சிரோன்மணி பொன்னம்பல பிள்ளை இக்காப்பியத்தை கி.பி.1887இல் பதிப்பித்து வெளியிட்டார். வித்துவான் சரவணமுத்து அவர்கள் இதற்குப் பொழிப்புரை எழுதினார்.

இக்காப்பியத்தினை ஆதாரமாகக் கொண்டு சுன்னாகம் அ.குமாரசுவாமி புலவர் அவர்கள் 'இரகுவமிச கருப்பொருள்' 'இரகுவமிச சாராமிர்தம்' என்ற இரண்டு வசன நூல்களினை எழுதினார்.

சோதிட நூல்கள்: நாட்டு வளத்தைப் பேணுவதற்கும் அரச கருமங்களினை நாள், கோள், நிமிர்த்தம் பார்த்துத் தொடங்கவும் அக்கால மன்னர்கள் சோதிடக் கலையினைப் பேணி வந்திருக்கலாம். என்ற கருத்து நிலவுகின்ற நிலையில் மன்னர்கள் தமது எதிர்கால நடவடிக்கைகளைத் திட்டமிட்ட முறையில் செயற்படுத்தவும் இக்கலை பெரிதும் உதவியதனை அறிய முடிகின்றது.

இந்நிலையில்;: சரசோதிமாலை, செகராசசேகரமாலை ஆகிய இரு சோதிட நூல்களும் யாழ்ப்பாண இராச்சியத்துக்கு உரியனவாகக் கொள்ளப்படுகின்றது.

அ. சரசோதி மாலை: தம்பதெனியாவில் அரசு புரிந்த நாலாம் பராக்கிரமபாகுவினுடைய அரச சபையில் கி.பி.1310இல் அரங்கேற்றப்பட்ட சரசோதிமாலை(என்னும் காலத்தால் முந்திய சோதிட நூலானது தேனுவரைப்பெருமாள் என அழைக்கப்பட்ட போசராச பண்டிதரால்

இயற்றப்பட்டது என்பதற்கும் அவரது குலம், அரங்கேற்றம் நிகழ்ந்த இடம் எது என்பதற்கும் தகுந்த ஆதாரங்களை இந்நூலின் இறுதிச் செய்யுள் வழங்குகின்றது.

ஈழத்துப்பூதந்தேவனாருக்குப் பின்னர் ஈழத்து இலக்கியம் என அறியப்பட்ட முதல் நூல் இதுவாகும். பாண்டியப் பேரரசுக்குப் பயந்து ஆட்சி செய்ய வேண்டிய நிலை ஏற்பட்டமையினால் நான்காம் பராக்கிரமபாகு சோதிடத்தில் அதீத நம்பிக்கை கொண்டிருந்தான் என்பதை இதன் மூலம் உணர முடிகின்றது. இந்நூலில் சோதிட கருமப் படலம் தொடக்கம் நட்சத்திரத் திசைப்படலம் ஈறாக 12 படலங்கள் உள்ளன.

ஆ. செகராசசேகர மாலை: யாழ்ப்பாண மன்னர்காலத்தில் எழுந்த மற்றொரு சோதிட நூல் இதுவாகும். உவமை, சிலேடை, உருவகம் என்பன நிறைந்து இலக்கிய நயம் தோன்ற இந்நூல் பாடப்பட்டுள்ளது.

படலம் என்னும் பகுப்பு முறைக்கமைவாக மகளிர் வினைப் படலம், மைந்தர் வினைப் படலம், மணவினைப் படலம், கூழ் வினைப் படலம், வேந்தர் வினைப் படலம், கோசரப் படலம், யாத்திரைப் படலம் என்னும் 7படலங்களும் பொருட் பகுப்புக்கு ஏற்ப அடுக்கப்பட்டுள்ளமை இதன் சிறப்பம்சமாகும்.

வாக்கிய பஞ்சாங்க ஆசான் கொக்குவில் சி.இரகுநாதஐயர் இதற்குச் சிறந்த உரை எழுதியுள்ளார். செகராசசேகரனின் புகழ் இந்நூலில் ஆங்காங்கே விளித்துக் கூறப்பட்டிருக்கின்றது. ஆரியச் சக்கரவர்த்திகள் பிராமண குலத்தினர் என்பதற்கு இந்நூலில் வலுவான ஆதாரங்கள் உள்ளன. மக்களுக்கு வேண்டிய நற்கருமங்களை ஆற்றவேண்டிய நாள், கோள் தொடர்பான கருத்துக்களும் இதில் நிறைய உண்டு.

வரலாற்று நூல்கள்: யாழ்ப்பாண மன்னர் காலத்து வரலாறு கூறும் நூல்களாக எமக்கு இன்று கைலாயமாலையும் வையாபாடலும் கிடைக்கின்றது. கோணேசர் கல்வெட்டு எழுந்த காலம் பற்றி பலரும் முரண்பட்ட கருத்துக்களைக் கொண்டு காணப்படுகின்றனர்.

அ. கைலாயமாலை: கைலாயமாலை என்ற வரலாற்று நூலானது முத்துராயர் என்னும் புலவரினால் அருளப்பட்டது என்பதற்கு அந்நூலில் வரும் வெண்பா ஒன்று சான்றாக அமைகின்றது.எனினும் இவ்வெண்பா நூலாசிரியரால் எழுதப்பட்டதா? இடைச் சொருகலா? என்பதில் பலரிடையேயும் சந்தேகங்கள் நிலவுகின்றன.

யாழ்ப்பாண மன்னர் காலத்து அரசுக்கு அனுசரனை புரிந்த நிலவுடைமை வர்க்கத்தினரின் தொன்மையும் சிறப்பும் விரிவாக இந்நூலில் கூறப்பட்டுள்ளமையினால் இது ஆளும் வர்க்கத்துக்குச் சார்பான ஓர் நூல் என்பதை உணர முடிகின்றது. குறிப்பாக இந்நூலில் வரும் நல்லூர் சட்டநாதர் ஆலய வரலாறும் அதைக் கட்டுவித்த சிங்கையாரியனின் வரலாறும் இதை எமக்குத் தெளிவாக உணர்த்தி நிக்கின்றன.

ஆ. வையாபாடல்: செகராசசேகரனின் அவைப்புலவரான வையாபுரிஐயர் செய்த இந்த நூலானது இலங்கையை ஆட்சி புரிந்த மன்னர்களையும் அவர்களின் குலம், குடிகள் பரவிய விதம் போன்றவற்றை உரைக்கின்றது. கூலங்கைச் சக்கரவர்த்தியின் பெருமையினை உரைப்பதனூடாக ஆரியச்சக்கரவர்த்திகளைப் புகழும் நூலாகத் திகழ்கின்றது.

வன்னி அடங்காப்பற்றில் வாழ்ந்த ஆதிக்குடிகள் பற்றிய செய்திகளையும் இந்நூல் தருகின்றது. ஈழத்தில் நாச்சிமார் வழிபாடு எப்போது? எப்படி? பரவியது என்ற செய்தியையும் இதிலிருந்து அறிய முடிகின்றது. அதேநேரம் இந்நூலில் இடைச் சொருகல்கள் உள்ளன.

என்ற ஆ.சதாசிவம் அவர்களின் கருத்தினையும் எளிதில் நிராகரிக்க முடியாமல் உள்ளது.

இ. கோணேசர் கல்வெட்டு: ‘கல்வெட்டு’ம் தனித்துவமான ஓர் இலக்கிய வடிவமாக நிலவி வந்தமையினை நாம் ‘கோணேசர் கல்வெட்டின்’ மூலம் தெளிவாக உணரலாம் குளக்கோட்டு மன்னனால் கோணேசர் கோயில் கட்டப்பட்டமை, அவனது குலமரபு, சந்ததி பற்றிய விவரம், பணிகள் தொடர்பான விடயங்களினை இந்நூல் விரிவாகத் தருகின்றது. இந்நூலில் பல இடங்களில் இடைச்சொருகல் காணப்படுவதாக இதை ஆய்வுசெய்த ஈழத்தறிஞர் பலரும் குறிப்பிடும் அதேயிடத்து பேராசிரியர் சி.பத்மநாதன் இதனை ஓர் தொகுப்பு நூல் எனக் கருதுவதையும் சுட்டிக்காட்ட வேண்டியுள்ளது.

இதன் காலம் தொடர்பாகச் சர்ச்சைகள் நிலவுகின்ற போதிலும் 17ஆம் நூற்றாண்டில் ‘கவிராஜவரோதயன்’ என்பவரால் பாடப்பட்டது என பேராசிரியர் சி.பத்மநாதன் கருதுகின்றார். ‘கவிராஜன், இராஜவரோதயன்’ என இருபெயர்கள் இந் நூலாசிரியருக்கு இருந்தன. எனப் பேராசிரியர் குறிப்பிட்டுள்ளமை ஆய்வுக்குரியதாகும்.

ஆரியச்சக்கரவர்த்திகள் கால இலக்கியங்களின் சிறப்பியல்புகள்: யாழ்ப்பாண இராச்சிய காலத்தில் சமயம், வைத்தியம், சோதிடம், வரலாறு, தழுவல் போன்ற பண்புகளுடன் கூடிய இலக்கியங்கள் எழுந்தன. காவியம், புராணம், பள்ளு போன்ற இலக்கிய வடிவங்களும் பெரும் செல்வாக்குடன் காணப்பட்டன. கி.பி.17ஆம் நூற்றாண்டு வரை இலங்கையில் எழுந்த இலக்கியங்கள் எல்லாம் ஆரியச்சக்கரவர்த்திகள் காலத்துக்கு உரியனவாகவே கொள்ளப்படுகின்றன.

கி.பி.1310இல் தம்பதெனியாவில் அரங்கேற்றப்பட்ட ‘சரசோதிமாலை’ என்னும் நூலே ஈழத்துக்குரியதென இனங்காணப்பட்ட முதல் நூல் ஆகும். சோதிடக்கலை பற்றிய பல்வேறு நம்பிக்கைகளினை இந்நூல் தருகின்றது. பின்னர் எழுந்த செகராசசேகர மாலையும் சாஸ்திர, நாள், கோள், நற்பயன் உரைக்கும் பண்புடன் திகழ்கின்றது.

வைத்தியம் தொடர்பான நூல்களும் இக்காலத்துக்குரியனவாக இனங்காணப்பட்டன. செகராசசேகரம், பரராசசேகரம் என்பன சிறந்த வைத்திய நூல்களாக இருப்பினும் ‘விசகடி’ வைத்தியம் பற்றிய குறிப்பெதனையும் அவற்றிலிருந்து பெறமுடியாமை ஓர் குறைபாடே எனலாம். ‘தாயைக் கொன்றான் சாறெடுத்துத் தடவிக்கொண்டால் தீர்ந்திடுமே’ என நெருப்புச் சுட்ட புண்ணுக்கான மருந்து கூறப்பட்டுள்ளது. இவ்வாறு சிலருக்கு மட்டுமே விளங்கக்கூடிய (தாயைக் கொன்றான்-வாழை) மொழி நடையில் கடினமான இறுகிய சொற்களுடன் இத்தகைய நூல்கள் விளங்கியமையானது மரபுரீதியாக அல்லது செவிவழியாக மருத்துவம் சார் கருத்துக்கள் பயின்று வந்திருக்கலாம் என்ற கருத்துக்கு வலுவூட்டுவனவாக உள்ளன.

வரலாறு என்பது எழுந்தவன் சார்பாக எழுதப்படுவது என்ற கூற்றுக்கு அமைய, ஆரியச்சக்கரவர்த்திகள் காலத்திலும் கைலாயமாலை, வையாபாடல், கோணேசர் கல்வெட்டு போன்றன நிலவுடைமை வர்க்கத்தினரையும் பிரபுக்கள், அரசர் போன்றோரையும் மகிழ்விப்பனவாகவும் அவர்களின் குலமரபு கூறுவனவாகவும் தோற்றம் பெற்றிருப்பதைக் காணலாம்.

கண்ணகி வழக்குரையும் கதிரமலைப்பள்ளும் சமய நூல்களாக இருப்பினும் அவற்றில் சமூகக் கருத்துக்கள் செறிவுடையனவாகக் காணப்படுகின்றன. கிராமிய வழிபாட்டு முறை, கப்பல் கட்டுதல், கப்பல் ஓட்டம், மீன்பிடித்தல், போன்ற கிராமிய நடவடிக்கைகள் நிறைந்த நூலாக கண்ணகி வழக்குரை விளங்குகின்றது. கண்ணகி வழிபாடு பற்றிய குறிப்புக்களையும்

இதிலிருந்து அறிய முடிகின்றது.

'பள்ளு' இலக்கிய வடிவங்களில் எல்லாம் காலத்தால் முந்திய இலக்கியமாகக் கதிரமலைப் பள்ளு விளங்கக் காணலாம். தமிழ் நாட்டில் முக்கூடற்பள்ளு தோன்ற முன்னரேயே ஈழத்தில் கதிரமலைப்பள்ளு தோன்றி விட்டது என இலக்கிய ஆய்வாளர்கள்கள் குறிப்பிடுவர். கற்பனை வளம் பொருந்திய வர்ணனைகளுடன் பாடல்கள் காணப்படுகின்றமை இதன் சிறப்பம்சமாகும்.

தக்கிணகைலாய புராணத்தின் வரவுடன் ஈழத்தில் புராணம் ஓர் இலக்கிய அந்தஸ்தைப் பெற்றது. இதைத் தொடர்ந்து திருக்கரைசைப் புராணமும் தோன்றி தலப் பெருமையைக் கூறியது. திருக்கரைசைப் புராணத்தில் உமாபதிசிவாச்சாரியார் பற்றிய குறிப்புக்களும் காணப்படுகின்றன.

இரகுவம்சம், கண்ணகி வழக்குரை ஆகிய இரண்டும் 'காவிய' அமைப்புடையன என்று சிலர் கூற, வேறுசிலர் இரகுவம்சம் மட்டுமே காவியம் என்பர். இருப்பினும் இவற்றுக்கிடையிலான இன்னோர் ஒற்றுமையினையும் மறுப்பதற்கில்லை. உண்மையில் இவை இரண்டுமே தழுவல் நூல்கள் ஆகும். காளிதாஸமகாகவியின் இரகுவமிசம் தமிழில் அரசகேசரியால் மொழிபெயர்க்கப்பட்டது. சிலப்பதிகாரக் கதையினைத் தழுவிக் கண்ணகி வழக்குரை எழுதப்பட்டது. இரகுவம்சம் இராமாயணக் கதையின் தழுவலாகும்.

ஆரியச்சக்கரவர்த்திகால இலக்கியங்களினை ஒருமித்த பார்வையில் நோக்கிய பேராசிரியர் க.கைலாசபதி அவர்கள் "பொதுவாக இலக்கியம் என்று முன்னர் குறிப்பிட்டோர் சிருஸ்டி இலக்கியத்தை மாத்திரமன்றி, சமயம், தத்துவம், சாஸ்திரம், அறிவியல் முதலிய துறைகளைச் சார்ந்த நூல்களையும் கருத்திற் கொண்டனர். ஆதிகாலத்தில் வாய்மொழிப் பாடல்கள் வழங்கிய போது வாகட நூலில் இருந்து வம்ச வரலாறு வரையில் செய்யுள் வடிவிலேயே அமைந்து நிலவியது என்பதையும் நாம் மறுப்பதற்கில்லை."(10) எனக் கூறியதையும் இவ்விடத்தில் நினைவிற் கொள்ள வேண்டியது அவசியமாகின்றது.

இயல் -3

போத்துக்கேயர்-ஒல்லாந்தர் காலம் (கி.பி.1621-1796) - ஆரியச்சக்கரவர்த்திகளின் பின்னர் ஈழத்தின் தமிழ்ப் பிரதேசங்கள் ஒன்றன் பின் ஒன்றாக அந்நிய அரசுகளினால் ஆளப்பட்டன. போத்துக்கேயரும் ஒல்லாந்தரும் அடிப்படையில் தமிழையும் அதனுடன் இணைந்த சைவத்தையும் எதிர்ப்பவர்கள். அவர்களுடைய ஆட்சிக் காலத்தில் கருத்துச் சுதந்திரம், அச்சுச் சுதந்திரம் என்பன தமிழருக்கோ அல்லது சைவருக்கோ சுயாதீனமாக இருந்ததாகத் தெரியவில்லை. ஆனால் ஆங்கிலேயராட்சியில் ஓரளவு கருத்துச் சுதந்திரமும் பூரண அச்சுச் சுதந்திரமும் வழங்கப்பட்டிருந்தது. அதைவிட ஆங்கிலேயராட்சியில் நவீனத்துவம் சார்பான கருத்துக்களுக்கும் முன்னுரிமை வழங்கப்பட்டிருந்தது.

அரசியல் ரீதியில் போத்துக்கேயரும் ஒல்லாந்தரும் வேறுவேறான ஆட்சி செலுத்தியிருப்பினும் இலக்கிய நிலைநின்று, "ஒருங்குசேர வைத்து நோக்கும் போது ஈழத்திலக்கிய வளர்ச்சியின் முக்கிய பண்புகள் சில துலக்கமாகத் தெரிவதைக் காணலாம்."(1) எனவே போத்துக்கேயர்-ஒல்லாந்தர் காலத்தினை இணைந்த பகுதியாகவும் அதைத் தொடர்ந்து வந்த

ஆங்கிலேயர் காலத்தை தனியான பகுதியாகவும் விரிவான முறையில் நோக்குவதே பொருத்தமானதாக அமையும்.

போத்துக்கேயர் அரசு கட்டில் ஏறிய பின்னர் ஈழத்தில் கட்டிறுக்கமான அரசியல்சார் நடவடிக்கைகள் அரங்கேறின. சைவசமயம், இலக்கணம், சுதேச இலக்கியம் போன்றன மறைமுகமான முறையில் கற்பிக்கப்பட்டு வந்தன. தமிழர்கள் பலர் சலுகைகளுக்காகவும் உயர் தொழில்களுக்காகவும் மதம் மாறினர்.

சுதேச கல்விக்கூடங்கள் ஆரம்ப கல்வியூட்டும் நிறுவனங்களாக மட்டுமே செயற்பட்டமையினால் பாரம்பரிய வழிபாட்டு மரபுகள், கல்வி, சடங்குகள் போன்றன படிப்படியாகத் தடைசெய்யப்பட்டு கிறிஸ்தவ சூழலுக்குள் மக்கள் வலிந்து உள்வாங்கப்பட்டனர். இதேவேளையில் சைவப்பணியை, தமிழ்ப் பணியை தொடர விரும்பிய பலர் தமிழ் நாட்டுக்கு ஒழித்து ஓடினர்.

கல்விக்கூடங்களை அமைத்த போத்துக்கேயர் அவற்றை மதம் மாற்றத்துக்கான ஓர் கருவியாகவும் பயன்படுத்தினர். தமது கல்விக் கூடங்களில் கிறிஸ்தவ கல்வியை மட்டும் புகட்டி, அங்கு கற்றோருக்கு உயர் தொழில் வாய்ப்புக்களை வழங்கினர். கிறிஸ்தவ இலக்கியங்களுக்கு முன்னுரிமை அளித்தனர். ஆரியச்சக்கரவர்த்திகள் காலம் போன்று அறிவியல் சார்பான நூல்கள் அதிகம் தோன்றாமைக்கு இதுவும் ஓர் காரணமாக அமைந்தது.

போத்துக்கேயர் கால நிலைமை இவ்வாறிருக்க ஒல்லாந்தர் காலத்தில் நிலவிய ஆட்சியில் ஓரளவு நெகிழ்வுத் தன்மை விளங்கியது. வடபகுதியில் ஒல்லாந்தரால் முன்வைக்கப்பட்ட 'தேசவழமைச் சட்டம்'(2) கிழக்கில் முன்வைக்கப்பட்ட 'முக்குகச் சட்டம்'(3) என்பன காரணமாக சுதேச மக்கள் தமது சமூக, பண்பாட்டு அம்சங்களைப் பேண ஓரளவு வழிகிடைத்தமையானது நெகிழ்வுத் தன்மைக்குக் காரணங்களாக அமைந்தன.

போத்துக்கேயர் காலத்தில் மறுக்கப்பட்டிருந்த மதச்சுதந்திரம், சுதேச மொழிக் கல்வி என்பன ஒல்லாந்தர் காலத்தில் ஓரளவு தளர்த்தப்பட்டமையினால் இக்காலத்தில் இந்துசமயம் சார்பான சிற்றிலக்கியங்கள் பல தோன்றவும் வழியேற்பட்டது.

போத்துக்கேயர்-ஒல்லாந்தர் கால இலக்கியங்கள்: போத்துக்கேயர்-ஒல்லாந்தர் கால இலக்கியங்களினை நுணுகி ஆராய்கின்ற போது அவற்றுக்கிடையே சில ஒற்றுமைகள் இருப்பதை அவதானிக்க முடிகின்றது. போத்துக்கேயர் காலத்தில் எழுந்த நூல்கள் இரண்டு என்றும் மூன்று என்றும் கருத்துக்கள் நிலவுகின்ற இக்கால கட்டத்தில் இனங்காணப்பட்ட இலக்கியங்களான ஞானப்பள்ளு, அர்ச்யாகப்பர் அம்மானை, ஞானானந்த புராணம் ஆகிய மூன்றும் கிறிஸ்தவ சார்புடன் காணப்படுகின்றன.

அ. ஞானப்பள்ளு: 'வேதப்பள்ளு' எனப் பலராலும் அறியப்பட்ட இந்நூல் ஜேசுநாதரைப் பாட்டுடைத் தலைவராகக் கொண்டது. யாரால் பாடப்பட்டது எனத் தெரியாது விடினும் அக்காலத்தில் ஜேசு சபையில் அங்கம் வகித்த 'செபஸ்தியான் பொஸ்கோ சுவாமி'களின் அனுசரனையுடன் இது பாடப்பட்டிருக்கின்றது என்பதற்கும் கி.பி.1650க்கு முன்னரேயே பாடப்பட்டு விட்டது என்பதற்கும் நூலிலேயே அகச் சான்றுகள் காணப்படுகின்றன.

ஆ. அர்ச்யாகப்பர் அம்மானை: ஆரிய வம்சத்தவரான தெல்லிப்பளை பூலோகசிங்க முதலியாரால் 1647இல் இந்நூல் பாடப்பட்டது. 'சந்தியோகு அம்மையார் அம்மானை' எனவும் இது வழங்கப்பட்டு வருகின்றது. விருத்தப்பாவினால் பாடப்பட்ட இந்த நூலானது

அடிநிலை மக்களைக் குறிவைத்துப் பாடப்பட்டது போலத் தெரிகின்றது. இந்து மக்கள் (யாழ்ப்பாணத்தில்) புராணபடனம் செய்வது வழக்கம். இத்தகைய படிப்பு மரபினைப் பின்பற்றி யாழ்.கிளாலியில் கட்டப்பட்ட அர்ச்யாகப்பர் ஆலயத்தில் வருட விழாவின் போது இவ் அம்மானையைப் படித்து வழிபட்டனர்.

இ. ஞானானந்த புராணம்: முன்னர் தரப்பட்ட இரு நூல்களும் இன்றுள்ளன. ஆனால் ஞானானந்த புராணம் இன்றில்லை. இந்நூல் எக்காலத்துக்குரியது என்பதில் பலரிடையேயும் முரண்பாடுகள் உள்ளன எனினும் போத்துக்கேயர் கால நூல் இது என்பதற்கான ஆதாரங்கள் வலுவுடன் உள்ளன. 1104 விருத்தப் பாக்களைக் கொண்டதாக தெல்லிப்பளை 'தொம்.தியாகு' முதலியாரின் விருப்பப்படி, 'தொம்பிலிப்பு' இதைப் பாடினார் என்றுரைப்பர்.

ஒல்லாந்தர் காலத்தில் எழுந்த இலக்கியங்களினை ஆய்வு வசதி கருதி, அவற்றின் பொருள் உள்ளடக்கத்துக்கு ஏற்ப,

பிரபந்த இலக்கியங்கள்

பிரபந்த வகையைச் சாராத இலக்கியங்கள் என இரண்டு வகைகளுக்குட்படுத்தி நோக்குவது பொருத்தமானதாக இருக்கும்.

அ. பிரபந்த இலக்கியங்கள்: புராணம்- சிவராத்திரி புராணம், ஏகாதசி புராணம், பிள்ளையார் புராணம் -இவை மூன்றும் வரத பண்டிதரினால் பாடப்பட்டன.

தூது- கண்ணியவளை குருநாத சுவாமி மீது கிள்ளை விடு தூது -இது வரத பண்டிதரால் பாடப்பட்டது.

பஞ்சவர்ணத்தூது -இணுவில் சின்னத்தம்பிப் புலவர்

அம்மானை- திருச்செல்வர் அம்மானை — தெல்லிப்பளை பூலோகசிங்க முதலியார்

காதல்- வெருகல் சித்திரவேலாயுதர் காதல் -தம்பலகாமம் வீரக்கோன் முதலியார்

கோவை- கரவை வேலன் கோவை —நல்லூர் சின்னத்தம்பிப் புலவர்

அந்தாதி- கல்வளை அந்தாதி, மறைசை அந்தாதி -இவை இரண்டையும் நல்லூர் சின்னத்தம்பிப் புலவர் பாடினார்.

புலியூர் அந்தாதி -மாதகல் மயில்வாகனப் புலவர்

பள்ளு- பறாளை விநாயகர் பள்ளு —நல்லூர் சின்னத்தம்பிப் புலவர்

தண்டிகை கனகராயர் பள்ளு —மாவிட்டபுரம் சின்னக்குட்டி ஐயர்

பதிகம்- இணுவில் சிவகாமியம்மை பதிகம் -இணுவில் சின்னத்தம்பிப் புலவர்

ஊஞ்சல்- வட்டுக்கோட்டை பிட்டியம்பதி பத்திரகாளியம்மன் ஊஞ்சல் -வட்டு.கணபதிஐயர்

துதி- இணுவில் சிவகாமியம்மை துதி -இணுவில் சின்னத்தம்பிப் புலவர்

பிள்ளைத் தமிழ்- இணுவில் சிவகாமியம்மை பிள்ளைத் தமிழ் -இணுவில் சின்னத்தம்பிப் புலவர்

விளக்கம்- காசியாத்திரை விளக்கம் -மாதகல் மயில்வாகனப் புலவர்

ஆ. பிரபந்த வகை சாராத இலக்கியங்கள்

காவியம்- திருச்செல்வர் காவியம் -தெல்லிப்பளை பூலோகசிங்க முதலியார்

நாடகம்- அதிரூபன், அதிரூபாவதி - வட்டு.கணபதிஐயர்

ஞானலங்காரரூப நாடகம் -மாதகல் மயில்வாகனப் புலவர்

நந்தினி நாடகம் - இணுவில் சின்னத்தம்பிப் புலவர்

வரலாறு- யாழ்ப்பாண வைபவமாலை — மாதகல் மயில்வாகனப் புலவர்

சோதிடம்- சந்தான தீபிகை — அராலி ச.இராமலிங்க முனிவர்

வைத்தியம்- அமுதாகரம் - வரத பண்டிதர்

போத்துக்கேயர் - ஒல்லாந்தர் காலத்தில் அதிகளவிலான பிரபந்தங்கள் தோன்றுவதற்குச் சாதகமாக அமைந்த காரணிகள்

போத்துக்கேயர்-ஒல்லாந்தர் காலத்தில் என்றுமில்லாதவாறு, ஈழத்தில் அதிகப்படியான பிரபந்த இலக்கியங்கள் தோன்றின. தமிழகத்தில் விஜயநகர நாயக்கர் காலம் நிலவிய அதே-காலத்தில் ஈழத்தை போத்துக்கேயரும் ஒல்லாந்தரும் ஆட்சி புரிந்து வந்தனர். சமகாலத்தில் ஈழத்திலும் தமிழகத்திலும் பிரபந்தங்கள் அதிகப்படியாகத் தோன்றின. போத்துக்கேயர்-ஒல்-லாந்தர் காலத்தில் பிரபந்தங்கள் அதிகப்படியாகத் தோன்ற பல்வேறு காரணிகள் தூண்டுத-லாக அமைந்தன.

(அ) போத்துக்கேயர் — ஒல்லாந்தர் கால அரசியல் நிலையானது முன்னைய ஆரி-யச்சக்கரவர்த்திகள் காலத்தில் இருந்து முற்றிலும் மாறுபட்டிருந்தமையினால் மக்களின் சமூக வாழ்வியலும் தவிர்க்க முடியாதபடி மாறியது அல்லது மாற்றியமைக்கப்பட்டது. போத்துக்கே-யர் 1621இல் யாழ்ப்பாணத்தைக் கைப்பற்ற முன்னரேயே யாழ்ப்பாணத்தில் கிறிஸ்தவ மதம் ஓரளவு பரவத் தொடங்கியிருந்தது. 1542ஆம் ஆண்டு 600 பேர் மன்னாரில் கிறிஸ்த்த-வத்துக்கு மதம் மாற்றப்பட்டதை அறிந்த சங்கிலி மன்னன் படையுடன் மன்னார் சென்று மதகுருவையும் மதம் மாறியோரையும் கொலை செய்தான்.(4)

இதன் விளைவாகச் சைவ-கிறிஸ்தவ முரண்பாடு உச்ச நிலைக்குச் சென்று பின் அது யாழ்ப்பாணத்தையே போத்துக்கேயர் கைப்பற்றக் காரணமாக அமைந்தது. போத்துக்கேயரின் யாழ்ப்பாண ஆக்கிரமிப்பானது சமய-சமூக ரீதியில் பெருந் தாக்கத்தினை உண்டுபண்ணியது. சைவ வழிபாட்டு மரபுகள், சடங்காசாரங்கள் என்பன அந்நியரால் தடுக்கப்பட்டன. இதனால் சைவ விசுவாசிகளிடம் தம் சமயத்தையும் தலங்களையும் அந்நியரிடம் விடக்கூடாது என்ற எண்ணம் தலைதூக்க அவை சிறுசிறு புகழ்ச்சிப் பாடல்களாகவும் பிரபந்தங்களாகவும் தோற்-றங் கண்டன.

(ஆ) யாழ்ப்பாணத் தமிழ் மன்னர் காலத்தில் சிறந்த பல தமிழ் மன்னர்கள் ஆட்சி புரிந்-தனர். அவர்கள் தமிழையும் சைவத்தையும் சிறப்புடன் ஆதரித்து வளர்த்தனர். அதனால் அக்காலப் புலவர்கள் மன்னரையும் புகழ்ந்து பாடினர். மன்னர்கள் புலவர்களாக இருந்தும் தமிழை வளர்த்தனர். ஆனால் போத்துக்கேயர் — ஒல்லாந்தர் காலத்தில் அந்நிய நாட்டினர் ஆட்சி புரிந்தமையினால் அது தமிழ்ப் புலவர்களின் மனநிலையில் பாரிய தாக்கத்தினை உண்டு பண்ண, அவர்கள் கடவுளைப் பாட முற்பட்டனர். மக்களையும் பொருள்வசதி படைத்த புரவலர்களையும் பாட்டுடைத் தலைவர்களாகக் கொண்டும் சிலர் பிரபந்தங்களைப் பாடினர்.

(இ) போத்துக்கேயரும் ஒல்லாந்தரும் இலங்கைக்கு வந்த நோக்கங்களில் முக்கியமானது மதம் பரப்புதலாகும். குறிப்பாக இந்தியா உள்ளிட்ட கீழைத்தேச நாடுகளைக் கைப்பற்றிய இவர்கள் வர்த்தகத்தையும் மதம் பரப்புதலையும் நோக்கமாகக் கொண்டு தமது நடவடிக்-கைகளைச் செவ்வனே செய்து வந்தனர். அடிநிலை மக்களை இலகுவில் மதம் மாற்றிவிட

முடியும் என்பதை உணர்ந்த அந்நியர்கள் சுதேச மொழியில் இலகு நடையில் கிறிஸ்தவமதம் சார்பான கருத்துக்களை மக்களிடம் விதைத்தனர். இதற்கென அவர்கள் தெரிவு செய்த இலக்கிய வடிவம் 'பிரபந்தம்' ஆகும்.

(ஈ) அந்நியர்கள் தமது மதப்பிரச்சாரத்துக்காக தெரிந்தெடுத்த இலக்கிய வடிவமான பிரபந்தத்தையே சைவப் புலவர்களும் எதிர்ப் பிரச்சாரத்துக்குத் தெரிவு செய்தனர். அகத்திணை மரபில் பின்பற்றப் பட்டு வந்த காதல், தூது, போன்றவற்றை இறையியலுடன் இணைத்துப்பாடி மக்களைச் சைவ பக்தி என்ற வட்டத்துக்குள் மறுபடியும் கொண்டுவருவது இவர்களின் நோக்கமாக இருந்தமையினால் சித்திரவேலாயுதர் காதல், கிள்ளைவிடுதூது போன்ற சிற்றிலக்கியங்களைப் பாடினர்.

போத்துக்கேயர் - ஒல்லாந்தர் கால இலக்கியங்களின் பண்புகள்: ஈழநாட்டில் பாரம்பரியமாக மக்களிடையே நிலவி வந்த உயரிய ஒழுக்கங்கள் பல போத்துக்கேயர்-ஒல்லாந்தரின் வருகையுன் இழக்கப்பட்டன. உயர் இலக்கண, இலக்கிய, சமய கல்விகள் மறைமுகமாகக் கற்க-கற்பிக்க வேண்டிய சூழல் உருவானது. கிறிஸ்த்தவம் போதிக்கப்பட்ட இடங்களாகப் பாடசாலைகள் மாற்றியமைக்கப் பட்டன. பின்னையநாளில் ஒல்லாந்தர் சற்று நெகிழ்வுப் போக்குடன் இருந்தமையினால் சைவசமயம் சார்பான இலக்கியங்களும் தோன்ற வழியேற்பட்டது.

போத்துக்கேயர் காலத்துக்குரியதான மூன்று நூல்களுமே கிறிஸ்தவ மதச்சார்புடன் காணப்பட்ட நிலையில் 'ஞானப்பள்ளு' ஈழத்து இலக்கிய மரபில் இருந்து விடுபட்டு உரோமபுரியையும் ஜெருசலத்தையும் விதந்து பாடும் தன்மையுடன் விளங்குகின்றமை சுட்டத்தக்கது. இதன்மூலம் கிறிஸ்து புகழை தமிழ்க் கிறிஸ்தவர் மத்தியில் நிலைநாட்ட ஞானப்பள்ளு பயன்பட்டிருக்கலாம் எனக் கருத இடமுண்டு.

இளங்கோவடிகள் தனது சிலப்பதிகாரத்தில் அம்மானை வடிவினைத் தொட்டுக்காட்ட மணிவாசகர் அதனையே பாட, அதில் சிறு மாறுபாட்டுடன் தெல்லிப்பளை பூலோகசிங்க முதலியார் போத்துக்கேயர் காலத்தில் ஆர்ச்யாகப்பர் அம்மானையைப் பாடினார். பின்னர் ஒல்லாந்தர் காலத்திலும் திருச்செல்வர் அம்மானை பாடிக் கிறிஸ்தவ மதப் பெருமைகளை நிலைநிறுத்தினார்.

விரதமகிமைகளைக் கூறும் சிவராத்திரி புராணம், ஏகாதசி புராணம், பிள்ளையார் புராணம் போன்றனவும் தத்தம் ஊர்களிலுள்ள தலங்களை முன்னிலைப் படுத்தும் நூல்களும் பாடப்பட்டன. வட்டுக்கோட்டை கணபதிஐயர், இணுவில் சின்னத்தம்பிப் புலவர் போன்றோர் இத்தகைய இயல்புகளுடன் கூடிய மண்வாசனை இலக்கியங்களைப் படைத்தனர். இது இவ்வாறிருக்க மாதகல் மயில்வாகனப் புலவர் காசி, சிதம்பரம் போன்ற தலங்களுக்கு யாத்திரை செய்து மீண்டபின் அவைபற்றிப் பிரபந்தங்களைப் பாடினார்.

தனிப்பட்டவர்களின் வாழ்க்கை வரலாறும் நூலாகப் பாடப்பட்டிருக்கின்றது. இதன்மூலம் உள்@ர் பிரபுத்துவ முறைமை உயர்த்தப்பட்டு பிரபுக்கள் பாட்டுடைத் தலைவர்களாக மாறும் நிலை உருவானது. கரவைவேலன்கோவை, தண்டிகை கனகராயன் பள்ளு(5) போன்ற இலக்கியங்களினை இதற்குச் சான்றாகக் கூறலாம்.

இராசமுறை, வையாபாடல், கோணேசர் கல்வெட்டு, கைலாயமாலை முதலிய முன்னைய நூல்களின் வரலாற்றுச் செய்திகளைத் தொகுத்து, தன்னுடைய காலக் கர்ணபரம்பரைக்

கதைகளையும் இணைத்து வசனநடையில் 'யாழ்ப்பாண வைபவ மாலை'யினை மாதகல் மயில்வாகனப் புலவர் பாடியுள்ளார்.(6) இதேவேளை சாதாரண மக்களுக்கான செய்திகள் பல கூத்து, நாடகம் என்ற வடிவங்களினூடே மக்களிடம் கொண்டு செல்லப்பட்டன.

போத்துக்கேயர்-ஒல்லாந்தர் கால இலக்கிய வடிவமானது பிரபந்தம், காவியம், உரை-நடை(வசனம்), நாடகம், கூத்து போன்ற பல தரங்களுக்கு உட்பட்டிருந்தது. பிரபந்தங்கள் சமயச் சார்புடையனவாயும் தமிழகப் பிரபந்தங்களுடன் வடிவில் ஒத்துப் போவதாகவும் அமைந்திருந்தன. பொதுவாக எதுகை, மோனை, யாப்பு முதலானவற்றுக்கு அதிக முக்கி-யத்துவம் கொடுக்கப்படுகின்றபோது கவித்துவம் நழுவிவிடுவதும் உண்டு.(7) இத்தகைய நழு-வலை இவ் இலக்கியங்களில் காணமுடிகின்றது.

வௌ;வேறு சமூகநிலைப்பட்ட மக்களைக் கொண்ட சூழலில் இலக்கியம் படைக்க முற்ப-டுகின்ற போது, குறிப்பாக பிரச்சார இலக்கியங்களை படைக்கின்ற போது, அவரவர் மொழி-யில் அவர்களுக்கு இலகுவில் புரியும்படி இலக்கியங்களை படைப்பது அவசியமாகின்றது. இந்த உண்மையை புரிந்து போர்த்துக்கேய ஒல்லாந்தர்கால இலக்கியங்கள் படைக்கப்பட்டி-ருப்பதனை அவதானிக்க முடிகின்றது. இருந்த போதிலும் யமகம், திரிபு முதலிய சொல்ல-ணிகளின் கையாட்சியையும் இக்கால இலக்கியங்களில் பரக்கக் காணக்கூடியதாகவுள்ளது.

இக்காலத் தமிழறிஞர் சிலர் பற்றி...

அ. நல்லூர் சின்னத்தம்பிப் புலவர்

காலம்: 1761-1780 வரை

பின்னணி: தொன்பிலிப்பு வில்வராச முதலியாரின் மகன்

அன்னை வழியில் செகராச சேகரன் மரபில் வந்தவர்.

திறமை: சிறு வயதிலேயே கல்வியாற்றல் மிக்கவர்.

'பொன்பூச் சொரியும்...'' என்ற பாடல் மூலம் சிறுவனாகக்

-கவியுலகில் கால் பதித்தவர்.

தந்தையால் எழுத முடியாமல் நிறுத்தப்பட்ட நூலை எழுதி

-முடித்தவர்.

பாராட்டு: பண்டிதமணி சி.கணபதிப்பிள்ளை அவர்கள் இவரை

'ஈழத்து இலக்கிய வழிக்கு ஊற்று' எனப் புகழ்ந்துள்ளார்.

நூல்கள்: பறாளை வினாயகர் பள்ளு

கரவை வேலன் கோவை

கல்வளை அந்தாதி

மறைசை அந்தாதி

ஆ. அரசகேசரிப் புலவர்

காலம்: யாழ்ப்பாண மன்னர் கால இறுதி

பின்னணி: 8ஆம் பரராசசேகரனின் சகோதரன்

நாயன்மார்க்கட்டில் வசித்தவர்.

நீர்வேலியை ஆட்சி புரிந்தவர்

திறமை: தமிழ்-வடமொழிப் பண்டித்தியம்

நூல்: இரகுவம்சம்(மொழிபெயர்ப்பு)

தட்சிணகைலாய புராணத்தையும் இவரே எழுதினார் என்பர். எனினும் இது ஆய்வுக்குரியது.

இ. மாதகல் மயில்வாகனப் புலவர்

காலம்: 1779-1816 வரை

பின்னணி: தந்தை-சுப்பிரமணியன்

கூலங்கைத் தம்பிரானிடம் கற்றவர்.

சிறப்பு: காசி, சிதம்பரம் எனத் தலயாத்திரை செய்தவர்.

நூல்கள்: புலியூர் அந்தாதி

காசியாத்திரை விளக்கம்

யாழ்ப்பாண வைபவமாலை

ஞானலங்கார ரூப நாடகம்

இயல் - 4

19ஆம் நூற்றாண்டில் ஈழத்து இலக்கியம்: ஈழத்து இலக்கிய வரலாற்றைப் பொறுத்தவரையில் மேனாட்டாராட்சியில் ஆங்கிலேயராட்சியே பெரும் புரட்சி செய்ததென்பதை எவரும் மறுப்பதற்கில்லை. பிரித்தானியர் ஆட்சியும் கத்தோலிக்க மதமும் ஈழத்தில் சமூகம், அரசியல், பொருளாதாரம் என்ற கட்டமைப்புக்களில் பாரிய தாக்கத்தினை உண்டுபண்ண, அதன்விளைவாக தமிழ் இலக்கியமும் நவீனமயவாக்கத்துக்குள் படிப்படியாக உள்வாங்கப்பட்டது.

பத்தொன்பதாம் நூற்றாண்டென்ற இவ் இலக்கியப் பயில் நெறியானது விரிந்து பரந்து இருபதாம் நூற்றாண்டின் முதல் இரண்டு, மூன்று தசாப்தங்களினையும் தன்னகத்தே கொண்டு, பல புதுமைகளைச் செய்து தமிழிலக்கியத்தில் மாற்றங்களினை உண்டுபண்ணியதுடன் பிற்காலத்தில் 'நவீனத்துவம்' என்ற செல்நெறியில் தன்னையும் இணைத்துப் புதுமை படைக்க வழிகோலியது.

"தமிழ் இலக்கிய வரலாற்றின் வளர்ச்சியில், 1835-1929க் காலகட்டமே சிக்கல் மையப்பட்ட காலமென்று கொள்ளப்படத் தக்கதாகும். தமிழ் இலக்கிய வரலாற்றை விளங்கிக் கொள்வதற்கும் அதனைத் தமிழர்களுக்கு எடுத்துக் கூறுவதற்கும், மேனாட்டு அணுகுமுறைகளையும் கைக்கொண்டு தொழிற்பட்ட 'உருவாக்க காலம்' என்ற வகையில், இக்கால கட்டத்தில் மேற்கொள்ளப்பட்ட வரலாற்றெழுது நெறிகள், தமிழிலே இப்பாடத்தின் அணுகுமுறையில் நிரந்தரமான தாக்கத்தை ஏற்படுத்தியுள்ளன."(1)

எனப் பேராசிரியர் கா.சிவத்தம்பி அவர்கள் கூறுவது இவ்விடத்தில் நினைவில் கொள்ளப்படவேண்டியதாகும். இவ்வகையில் 19ஆம் நூற்றாண்டானது ஈழத்து இலக்கியச் செல்நெறியில் ஓர் மாறுங்காலப் பிரிவாக நின்று பிற்கால இலக்கியங்களுக்கு வழிகாட்டிய வகையிலும் அவற்றுக்கான அத்திபாரமாக இருந்த நிலையிலும் ஈழத்து இலக்கிய வரலாற்றின் பொற்காலமாகத் திகழ்கின்றது.

ஆங்கிலேய நேரடித் தொடர்பானது தமிழ்ச் சமூகத்தை மீளக் கட்டியெழுப்ப பின்வரும் மூன்று வழிகளில் துணைபுரிந்தது.

1. தமிழ்ச் சமூகத்தின் தனித்துவம்

2. தமிழர்களை ஒருங்கிணைத்தல்

3. தமிழ்ச் சமூக ஒருங்கமைப்பு

என்ற நிலையில் பாரிய மாற்றங்களினை உண்டுபண்ணியது. அதுவரைகாலமும் ஈழத்தறிஞர் பலர் தமிழகத்துடன் சிற்சில தொடர்புகளைக் கொண்டிருப்பினும் 'தமிழர்' என்ற பரந்துபட்ட நிலையில் 'தமிழ்த்தேசியம்' ஒருங்கிணைக்கப்பட்ட நிலையினை நாம் ஆறுமுகநாவலர், சி.வை.தாமோதரம் பிள்ளை அவர்களின் ஈழத்து-தமிழக பணிகளிலிருந்து அறிய முடிகின்றது. இதற்குக் களம் அமைத்த 19ஆம் நூற்றாண்டானது ஈழத்துத் தமிழ் இலக்கிய வளர்ச்சியில் சிறப்புப்பெறுகின்றது.

இலக்கிய வகைகள்: 19ஆம் நூற்றாண்டின் மாறுபட்ட சூழலும் அச்சியந்திர விருத்தியின் பன்முகப்பாடும் ஆங்கிலக்கல்வி விருத்தியும் திண்ணைக்கல்வி முறைகளினைப் பாடசாலைக் கல்வியாக மாற்றியமைத்தன. நாடு முழுவதையும் ஒரே அரசு ஆட்சி புரிந்தமையானது புதுமையான கருத்துக்களுக்கு முதன்மையளிப்பதாக இருந்தது. இதனால் இலக்கியங்களிலும் புதுமைக்கான தேடல் இடம்பெறத் தொடங்கியது. அவ்வாறு படைக்கப்பட்ட இலக்கியங்கள் மூன்று பெரும் பிரிவுகளைக் கொண்டதாக விளங்கக் காணலாம்.

1. செய்யுள் இலக்கியம்

அ. சமயச் சார்புடையன

இளவசப் புராணம்

றகுலமலைக் குறவஞ்சி

முகைதீன் புராணம்

ஆ. மக்கள் சார்புடையன

கனகி புராணம்

கோட்டுப் புராணம்

தால புராணம் போன்றன.

இ. நவீனத்தினூடே பழமை பேணுவன

தத்தைவிடு தூது

சுவதேச கும்மி

தனிப் பாடல்கள் சில போன்றன.

2. உரைநடை இலக்கியம்

அ. பழைய உரைநடை காரர் நடையில் அமைந்த நூல்கள்.

ஆ. நாவல்கள்

இ. சமயச் சார்புடைய நூல்கள்

ஈ . பாடநூல்கள்

உ. நாடகங்கள்

ஊ. பத்திரிகைகள் போன்றன.

3. பன்முக வளர்ச்சி

அ. பத்திரிகைகள்

ஆ. பதிப்பு முயற்சிகள்

இ. அகராதி முயற்சிகள்

ஈ . மொழி பெயர்ப்பு

உ. இலக்கண நூல்களின் உருவாக்கம்

ஊ. புலவர்களின் வாழ்க்கை வரலாறு எழுதுதல்

எ. அரசியல் சார்பாக எழுதுதல் என நீண்டு செல்லும்

அச்சியந்திர விருத்தியும் பன்முக வளர்ச்சியும்: கி.பி. 1835ஆம் ஆண்டில் அப்போது மகா தேசாதிபதியாக இருந்த சேர் "சார்ள்ஸ் மெக்காஃவ்" என்பவரினால் 'அச்சுச்சுதந்திரம்'(2) இந்தியா எங்கணும் வழங்கப்பட்ட பின்னர் ஈழத்திலும் பல அச்சுச்சாலைகள் நிறுவப்பட்டன. இவ்வாறு சுதேசிகளினால் அச்சியந்திர சாலைகள் நிறுவப்பட்ட பின்னர் அச்சுக்கலையின் செயற்பாடும் விரிவடையத் தொடங்கியது. 1849இல் ஆறுமுக நாவலர் அவர்கள் நல்லூரில் அச்சியந்திர சாலையை நிறுவி(3) ஈழத்தவரின் இலக்கியச் சாதனைகள் பலவற்றுக்கு களம் அமைத்துக் கொடுத்தார். அச்சியந்திர விருத்தியானது அதிசயிக்கத்தக்க வகையில் ஈழத்தில் பெரும் இலக்கியப் புரட்சியை ஏற்படுத்தியது.

அ. பத்திரிகைத் துறைவளர்ச்சி

ஆ. உரைநடை இலக்கியங்களின் பெருக்கம்

இ. பதிப்பு முயற்சி

ஈ . புத்தாக்க முயற்சி

உ. மொழிபெயர்ப்பும் ஆய்வுமுயற்சியும்

போன்ற பல துறைகளும் பாரியளவில் வளர்சிசியடைந்தன.

அ. பத்திரிகைத்துறையின் வளர்ச்சி: 19ஆம் நூற்டறாண்டில் ஆங்கிலேயரின் வருகையுடன் சுதேசிகளுக்கான அச்சியந்திரப் பயன்பாட்டு வசதிகள் உண்டாகின. இவ் அச்சுச் சுதந்திரமானது பத்திரகை, சஞ்சிகை போன்றவற்றின் வெளியீட்டு முயற்சியில் பெரிதும் செல்வாக்குச் செலுத்தியது.

அக்கால ஊடகத்துறையில் அரசியலும், சமயமும், சமூகமும் பெற்றளவு செல்வாக்கினை அறிவியல் பெறவில்லை என்பது வருந்தப்பட வேண்டிய விடயமே. அமெரிக்க மிசநெறிமார் ஆரம்பித்த 'உதயதாரகை' (அழசniபெ ளவயச) 1841இல் வெளியான முதல் பத்திரிகை ஆகும். ஆர்னோல்ட் சதாசிவம்பிள்ளை ஆசிரியராகப் பொறுப்பேற்ற பின்னர் தான் ஆறுமுகநாவலரின் துணையுடன் உதயதாரகை புதுப்பொலிவு பெறத் தொடங்கியது. உதயதாரகையின் பின்னர் பல பத்திரிகைகள் வெளிவரத் தொடங்கின. 1841-1900ஆம் ஆண்டு வரை வெளிவந்த சில குறிப்பிடத்தக்க பத்திரிகைகள், சஞ்சிகைகளினை இவ் அட்டவணையில் நோக்குக.

சஞ்சிகையின் பெயர்	விடயம்	ஆண்டு
உதயதாரகை	கிறிஸ்தவபிரச்சாரம்	1841
உதயாதித்தன்	இந்துசமய பிரச்சாரம்	1841
உரைகல்லு	கத்தோலிக்கம்	1845
இலங்கை நேசன்	பொது	1848
வித்தியா தர்ப்பணம்	பொது	1853
தின வர்த்தமானி	செய்தி,அறிவியல்	1855
பாலியர் நேசன்	சிறுவர் இதழ்	1859

பிரீமன் பொது 1862

இலங்காபிமானி சமயம், பொது 1863

புதினாதிபதி செய்தி 1870

யாழ்ப்பாணச் செய்தி அரசியல், சமயம், அறிவு 1871

உதயபானு சைவம் 1880

சைவசம்போதினி சைவம் 1881

விஞ்ஞானவர்த்தனி சைவம் 1882

முஸ்லீம்நேசன் முஸ்லீம் முன்னேற்றம் 1882

இஸ்லாம்மித்திரன் இஸ்லாம் 1893

மாணவன் கிறிஸ்தவம் 1896

முஸ்லீம் பாதுகாவலன் முஸ்லீம் முன்னேற்றம் 1900

திராவிடகோகிலம் சைவம் 1900

சத்தியவேத பாதுகாவலன் சைவம் 1901

(-நூற்பட்டியலாக்க உதவி-'ஈழத்தமிழ் இலக்கியத்தில் அறிவியல் நூல்கள்' வல்வை ந.அனந்தராஜ்-)

அறிவியல் சார் அம்சங்கள் குறைவாக இருப்பினும், பொதுவாக இக்காலப்பகுதியில் எழுந்த பத்திரிகைகளில் ஒருவிதமான பன்முகப்பாட்டைக் காணமுடிகின்றமை விசேடமானது. எளிமையான உரைநடை, புதமையாக்கம், உரைநடையில் நெகிழ்ச்சி, வசன அமைப்பில் மாற்றம் போன்ற தன்மைகளினையும் இப்பத்திரிகைகள் வெளிக்கொணர்ந்தமையினால் பிற்கால உரைஇலக்கிய வளர்ச்சிக்கும் வழிசமைத்த சாதனமாக விளங்குகின்றன.

ஆ. உரைநடை இலக்கியங்களின் பெருக்கம்: 19ஆம் நூற்றாண்டில் சிறப்புடன் வளர்ந்த துறைகளுள் ஒன்றாக உரைநடை இலக்கியமும் அமைகின்றது. செய்யுள் இலக்கியத்தின் இடத்தினை வசனநடை கைப்பற்றியமையே இக்கால இலக்கியத்தின் வெற்றியாகும். அரசநிர்வாகம், மதப்பிரச்சாரம், நவீனகல்விமுறை, பத்திரிகைகளின் தோற்றமும் வளர்ச்சியும் போன்ற செயற்பாடுகள் காரணமாக வசன இலக்கியங்கள் பல எழுந்தன.

அச்சியந்திர விருத்தி, ஆங்கிலக்கல்வி விருத்தி, மொழிபெயர்ப்பு, துண்டுப்பிரசுரப் பயன்பாடு, பாடப்புத்தக அறிமுகம் போன்றனவும் உரைநடை இலக்கிய வளர்ச்சிக்கான காரணங்களாக அமைந்தன. சுதேசிகள் புதிய இலக்கியங்களினை எளிமையுடன் படைக்க முற்பட்டமையும் பண்டைய ஏட்டுச் சுவடிகள் நூலுருப் பெற்றமையும் எனப் பல்வேறு புறக் காரணிகளும் ஈழத்தில் வசனநடை வளர்ச்சிக்கான உந்துசக்கியாகச் செயற்பட்டன.

செய்யுள்களை உரைநடையில் எழுதுதல், சமயச்சார்பான உரைநடை ஆக்கங்கள், நாவல், நாடகம், தனித்தமிழ் இலக்கியங்களின் தோற்றம், புலவர்களையும் பழைய நூல்களையும் ஆய்வுக்குட்படுத்தியமை எனப்பல புத்தாக்க முயற்சியில் ஈடுபட்டமையாலும் உரைநடை இலக்கியம் புதுமையான மெருகுடன் செல்லத் தலைப்பட்டது.

ஆறுமுக நாலலர், சி.வை.தாமோதரம்பிள்ளை, அறிஞர் சித்திலெப்பை முதலியோரின் பங்களிப்பு இத்துறையில் முக்கியத்துவம் பெற்றிருந்தது. 'வசனநடை கைவந்த வல்லாளர்' என நாவலர் போற்றப் பட்டமையும், சி.வை.தாமோதரம்பிள்ளையின் கலித்தொகைப் பதிப்புரையும் இவற்றுக்குத் தக்க சான்றுகளாம்.

இ. பதிப்பு முயற்சி: 19ஆம் நூற்றாண்டில் தான் ஈழத்தில் மிகச்சிறந்த பதிப்பாசிரியர்கள் தோன்றினர். பண்டைத்தமிழ் நூல்கள் பல அழிந்தொழிந்து போகாமல், பதிப்பு முயற்சியில் தமிழகத்துக்கு வழிகாட்டும் வகையில் ஈழத்தறிஞர்களின் பணிகள் அமைந்தன. 'நாவலர் பதிப்பு' சுத்தத் தமிழில் அமைந்து காணப்பட்டதனால் அவரது பதிப்புக்கு 'மவுசு' கூடுதலாக இருந்தது.

நாவலரின் பின்னர் சி.வை.தா, ச.சரவணமுத்துப்பிள்ளை போன்ற பலர் பதிப்பு முயற்சியில் ஈடுபட்டனர். சி.வை.தா. வின் பதிப்பு முயற்சிக்குச் சிறப்பான ஓர் இடமுண்டு. தமிழகத்தில் முன்னின்றுழைத்த உ.வே. சாமிநாதஐயருக்கு வழிகாட்டியாக இருந்த பெருமையும் இவரைச் சாரும்.

தொல்காப்பியம், சேனாவரையம் (1868), வீரசோழியம் மூலமும் பெருந்தேவனார் உரையும்(1881), இறையனார் அகப்பொருள் மூலமும் நக்கீரர் உரையும்(1883), தணிகைப்புராணம்(1883), தொல்காப்பியம் பொருளதிகாரம் நச்சினார்க்கினியமும் பேராசிரியமும்(1885), கலித்தொகைப் பதிப்பு முதலியவற்றை இனிதே பதிப்பித்த பதிப்புப் பேராசான் சி.வை.தா. அவர்கள், நிறைய ஏட்டுப் பிரதிகளினையும் தேடித் தொகுத்துப் பதிப்பித்தும் வெளியிட்டார்.(4) ஏட்டுப்பிரதிகளைத் தந்த தமிழன்பர்கள் பற்றிய குறிப்புக்களையும், அவர்களுக்கான நன்றியறிதலையும் தமது பதிப்புரைகளில் பொறித்து வைத்தார்.

தமிழின் தொன்மை தேடும் முயற்சிக்கு சி.வை.தா. பல ஆதாரங்களினை முன்வைத்துள்ளார். 'திரமிள' என்ற ஆரியச்சொல் 'தமிழ்' எனத் திரிந்ததென்றும், 'சங்கதமொழி'யே தமிழின் தாய்மொழி என்று மொழிப் பயிற்சியுடைய மேலைத்தேச அறிஞர்கள் தெரிவித்த காலத்தில்: 'எல்லீஸ்'(கு. று. நுடடளை — 1819) போன்றோர், 'இந்தோ-ஐரோ மொழியிலிருந்து திராவிட மொழிகள் வேறுபட்டுச் செல்கின்றன' என்ற கருத்தை முன்வைத்தனர். 'தமிழ்மொழியிலே திராவிடத் தாய்மொழியின் பண்டைய கூறுகள் பல காப்பாற்றப்பட்டிருக்கின்றன.'(5) என்று 'கால்டுவெல்' தனது ஒப்பிலக்கண நூலில் கூறியுள்ளார். கால்டுவெல்லின் ஆதாரங்களினை எடுத்து சி.வை.தாமோதரம்பிள்ளையவர்கள் 'தனக்கிணையில்லாப் பாசை தமிழ்' என்று நிறுவிக் காட்டினார்.

இவ்வாறு ஈழத்தில் மரபுவழி, நவீன நிறுவனவழி என இருவழிக் கல்வி மூலம் புகழ்பெற்ற சி.வை.தாமோதரம்பிள்ளை அவர்களின் பதிப்பு முயற்சியினைத் தொடர்ந்து 20ஆம் நூற்றாண்டின் முன்னரைப் பகுதிவரை ஈழத்தில் பழந்தமிழ் நூல்கள் பல ஆர்வமுள்ள தமிழறிஞர் பலரால் பதிப்பிக்கப்பட்டன.

ஈ. புத்தாக்க முயற்சிகள்: 19ஆம் நூற்றாண்டில் ஈழத்தில் புதுமையான இலக்கியங்கள் பல தோன்றியுள்ளன. குறிப்பாக: பாடநூல்கள், அகராதி முயற்சிகள், நவீன நாடகங்கள், அறிவியல்சார் அம்சங்;களை உள்ளடக்கிய நூல்கள் போன்றன இவற்றுள் அடங்கும். இக்காலத்தில் கல்விப்பணிகள் நிறுவன மயப்படுத்தப் பட்டன. பாடசாலைகளுக்கென 'பாடத்திட்ட வரைபு' அறிமுகமானது. பாடநூல்கள் அச்சிட்டு வெளியிடப்பட்டன. பாரம்பரியமாக நிலவிவந்த மொழி, இலக்கண, சமயக் கல்வியுடன் இணைந்த நிலையில் நவீன அறிவியல் சார் கல்வியும் போதிக்கப்பட்டது. அறநூல்களுடன் வசன நூல்களும் பாடசாலைகளில் பயிற்றுவிக்கப் பட்டன.

ஆறுமுக நாவலர் திருத்தமாகவும் செம்மையாகவும் வயதுக்கேற்ற முறையிலும் பாலர் பாடங்களை வெளியிட்டு கல்வியியற் சிந்தனையில் சிறந்த தரத்தினைப்பெற வழிசெய்தார். 1849இல் அமெரிக்க மிசநெறிமார் 'பாலகணிதம்' என்ற நூலை வெளியிட்டனர்.(6)

அச்சியந்திர விருத்தியானது 'அகராதி'களின் புதுமையான தோற்றத்துக்கு வழிபுரிந்தது. தமிழ்-தமிழ், தமிழ்-ஆங்கிலம், ஆங்கிலம்-தமிழ் என மூன்று விதமான அகராதிகள் தோன்றின. "மானிப்பாய் அகராதி, தமிழ்ச் சொல்லகராதி, தமிழ்ப் பேரகராதி, இலக்கியச் சொல்லகராதி, சொற்பிறப்பு-ஒப்பியல் தமிழகராதி"(7) முதலிய தமிழ் அகராதிகளும், உவிஞ்சிலோ, பேர்சிவல் பாதிரிகள் பதிப்பித்த ஆங்கிலம்-தமிழ் அகராதிகளும் இக்காலப் பிரிவில் தோன்றின.

விசுவநாத பிள்ளை அவர்களின் தமிழ்-ஆங்கில அகராதி 1870இல் வெளிவந்ததைத் தொடர்ந்து கதிரவேற்பிள்ளை, சுன்னாகம் அ.குமாரசுவாமிப் புலவர், ஆ.முத்துத்தம்பிப்பிள்ளை முதலியோர் இணைந்து 'கதிரவேற்பிள்ளை அகராதி'யை வெளியிட்டனர். பின்னர் சுன்னாகம் அ.குமாரசுவாமிப் புலவர் அவர்கள் 'இலக்கியச் சொல்லகராதி' ஒன்றினை வெளியிட்டார்.(8)

பேர்சிவல் பாதிரியாரின் தொகுப்பு நூலான 'பழமொழி அகராதி'யும் ஆ.முத்துத்தம்பிப்பிள்ளையின் 'அபிதானகோசம்' என்ற கலைக் களஞ்சியமும் வல்வை ச.வைத்திலிங்கம் பிள்ளையின் 'சிந்தாமணி நிகண்டு'ம் இசை நாடகங்களும், விலாசங்களும் 19ஆம் நூற்றாண்டை அலங்கரித்தன. நாவலரின் தந்தையான 'கந்தப்பிள்ளை' பல நாடக நூல்களை எழுதினார் எனினும் அவற்றில் ஒன்றுதானும் இன்று கிடைத்தில. ஊசோன் பாலந்தை கதை, மோகனாங்கி, அழகவல்லி, சுந்தரன் செய்த தந்திரம் போன்றனவும் இக்காலக் கதைநூல்களே. அமெரிக்க நாட்டவரான 'டாக்டர்.கிறீன்' அவர்களின் பங்களிப்பு ஈழத்து மருத்துவத் துறையில் காத்திரமான ஓர் இடத்தினைப் பெறுகின்றது. 1850இல் 'ர்ரஅயn யுயெவழஅல' என்ற ஆங்கில நூலைத் தமிழில் மொழிபெயர்த்த இவர் மானிப்பாயில் தன் வாழ்நாள் முழுவதும் இருந்து வைத்தியப் பணி புரிந்தார். 'மருத்துவ அறிவியலின் தந்தை' என ஈழத்தவரால் புகழப்பட்ட இவர் 'உடற்கூற்று உளநலத் துறை' என்ற நூலை மொழிபெயர்த்துத் தந்தார்.(9) இவருடைய வழியைப் பின்பற்றி தரமான நூல்களைத் தந்த பேராசிரியர்.வைத்திய கலாநிதி.அ.சின்னத்தம்பி அவர்களும் இவ்விடத்தில் பாராட்டப்பட வேண்டியவரே.

உ. மொழிபெயர்ப்பும் ஆய்வு முயற்சியும்: '19ஆம் நூற்றாண்டினை ஈழத்துக்கே உரியது.' என்று கூறும் வகையில் மொழிபெயர்ப்பு முயற்சிகளும் சிறப்பான முறையில் நடைபெற்றன. தமிழில் இருந்து ஆங்கிலத்துக்கு அரிச்சந்திர நாடகம், யாழ்ப்பாண வைபவமாலை, சிவஞானபோதம், சிவப்பிரகாசம், திருக்கோவையார், பகவத்கீதை, தாயுமானவர் பாடல்கள் போன்ற பல நூல்கள் மொழிபெயர்க்கப் பட்டன. முத்துக்குமார சுவாமி, பிறிற்றோ போன்றோர் மொழிபெயர்ப்புத் துறையில் முன்னின்றுழைத்தனர்.

ஆங்கிலத்தில் இருந்து தமிழுக்கு நாவலரால் 'பைபிள்' மொழிபெயர்க்கப் பட்டமை மகத்தான பணியாகும். அதன்பின் டாக்டர் கிறீன், கறோல் விசுவநாதபிள்ளை, தி;.த.சரவணமுத்துப்பிள்ளை போன்றோர் பல நூல்களை மொழிபெயர்த்து தமிழுக்குப் புதுமெருகூட்டினர்.

இவ்வாறு 19ஆம் நூற்றாண்டிலேயே ஆய்வுப் பணிகள், மொழிபெயர்ப்பு முயற்சிகள் இடம் பெற்றிருப்பினும், இருபதாம் நூற்றாண்டில் பேராசான் க.கைலாசபதியின்(1933-1982)

வரவுடன்தான் அவற்றில் பன்முக வளர்ச்சியினை அவதானிக்க முடிகின்றதெனலாம்.

ஆறுமுக நாவலர் புரிந்த தமிழ் இலக்கியப் பணிகள்: யாழ்ப்பாண நல்லூரில் கந்தர்-சிவ-காமி தம்பதியரின் மகனாக 'ஆறுமுகம்' என்ற பிள்ளைத் திருநாமத்துடன் பிறந்து பின்னை நாளில் உலகம் போற்றும் நாவலராகத் திகழ்ந்த பேராளன் உதித்த பொன் நாள் 1822-12-18 ஆகும். இவர் சைவமும் தமிழும் இரண்டு கண்கள் எனக் கொண்டு வாழ்ந்தவர். மிகச் சிறந்த உரை ஆசான், உரைநடை வல்லாளர், பதிப்பாசிரியர், நல்லாசான், நாவன்மைப் பேச்சாளர், சைவ வாழ்வு வாழ்ந்த தண்ணளியான்.

நாவலர் அவர்கள் எழுதியும் பிரசுரித்தும் வெளியிட்ட நூல்கள் 73, தாமே எழுதிய நூல்கள் உட்பட உரைநடை நூல்கள் எனப்பட்டன 22, இவற்றுள் உரைநடை ஆற்றலுக்கு உன்னத எடுத்துக் காட்டாய் கொள்ளத் தக்கன 10, அவை 1ஆம், 2ஆம், ; பால பாடங்கள், பெரிய புராண வசனம், சைவ சூசன பரிகாரம், யாழ்ப்பாணச் சமயநிலை, திருவிளையா-டற் புராண வசனம், நல்லூர் கந்தசுவாமி கோயில், பெரிய புராண சூசனம், போலியருட்பா மறுப்பு, நாவலர் பிரபந்தத் திரட்டு(10) ஆகியனவாகும்.

நாவலர் தமிழ் மாணவர்கள் படிக்க வேண்டும் என்பதற்காகப் பாடசாலைகள் அமைத்தும் அருந் தொண்டாற்றியுள்ளார். திண்ணைப் பள்ளிக்கூடங்கள் அமைத்து இலவசக் கல்வி சொல்லிக் கொடுத்துள்ளார். அச்சியந்திர சாலைகளை அமைத்து நூல்களைப் பதிப்பித்துள்-ளார். இவருடைய இலக்கியப் பணிகள் காலச் சூழலோடும் சமயப் பணிகளோடும் இணைந்-தவை. தற்கால உரைநடையின் தந்தையாக விளங்கும் இவர் 'வசனநடை கைவந்த வல்-லாளர்'(11) எனப் பாராட்டப் படுகின்றார். இலக்கிய உரை நடையை வளர்த்து, இலக்கியப் பணி புரிந்தவர்.

இவருடைய பதிப்புத் துறை சார்ந்த பணிகள் மிகவும் பலம் வாய்ந்தவை. இவர் பரிசோ-தித்துப் பதிப்பித்த நூல்கள் இவருடைய இலக்கியப் பணியின் குறிகாட்டியாய் அமைவன. சூடாமணி நிகண்டு, நன்னூல் விருத்தியுரை, கந்தரலங்காரம், கந்தரனுபூதி, சிதம்பர மும்-மணிக் கோவை, கந்தபுராணம், பெரியபுராணம், திருச்சிற்றம்பலக்கோவையுரை, முதலான 35க்கு மேற்பட்ட நூல்கள் இவர் பரிசோதித்துப் பதிப்பித்தவை ஆகும். இவர் உரை எழுதி வெளியிட்ட நூல்களும் இவருடைய இலக்கியப் பணியின் சிறப்புக்குச் சான்று. திருமுருகாற்-றுப் படை, கோயிற்புராணம், ஆத்திசூடி, நல்வழி, நன்னெறி, கொன்றை வேந்தன் போன்-றனவற்றை சான்றாகக் காட்டலாம்.(12)

சொற்பொழிவுகள் மூலமும் இலக்கியப் பணியாற்றியவர். நாவன்மைப் பேச்சாளராகத் திகழ்ந்தவர். இதனால் இவருக்குத் "திருவாவடுதுறை ஆதீனம்"; "நாவலர்" என்ற சிறப்புப் பட்டம் சூட்டியது. இவருடைய சொற்பொழிவு முயற்சி பிற்காலத்தில பலரைத் தூண்டியது. விவாதங்கள் வழக்காடு மன்றங்கள் போன்றனவற்றின் அடிப்படையாகியது.

இவருடைய உரை நூல்கள் அக்காலத்தில் கொடுமுடியாய் விளங்கின. பெரியபுராண வசனம், கந்தபுராண வசனம், பால பாடங்கள், சைவ வினா விடைகள், கட்டுரைகள் போன்றன குறிப்பிடத் தக்கவை. சமய உணர்ச்சியூட்டக் கூடிய நூல்களை எழுத்துப்பிழை, வசனப்பிழை, இல்லாது இலகு உரைநடையில் எழுதி வெளியிட்டும் அச்சிலும் ஏட்டுப் பிர-திகளில் உள்ள நூல்களைப் பரிசோதித்தும் வெளியிட்டார்.

பொருள்த் தெளிவை முக்கிய நோக்கமாகக் கொண்டிருந்ததனால் சொற்களை வலிந்து கொள்ளாது சொல்லும் பொருளும் திரியாதபடி பொருள் இனிது விளங்க உரைகளை எழுதினார். இவருடைய வசனங்கள் ஒன்றுடனொன்று தொடர்புற்று தேவையற்ற சொற்களும் அடைகளும் இல்லாமல் தர்க்க ரீதியாக அமைந்திருந்தன.

தர்க்க முறையிலும் சிலேடையிலும் எழுதும் வன்மை அவருக்கு இயல்பாகவே இருந்தது. தமது கொள்கைகளை நிலைநாட்டும் போதும் பிறர் கோட்பாட்டை மறுக்கும் போதும் மிடுக்கு நடையில் தர்க்க ரீதியாக வசனங்கள் அமையும்.(13) வெறும் அடைமொழிகளைச் சேராதும் அளபெடைகளை கூட்டாதும் அவர் உரைநடைகளைக் கையாண்ட பொழுதும் வசனங்கள் ஓசை நயம் பொருந்தியனவாய் படிக்கும் போது தட்டுத் தடையின்றிச் செல்லும் எதுகை மோனைச் சொற்களை வழங்கியும் ஏகாரத்தினைப் பலவிடங்களில் நயம்படச் சேர்த்தும் சாரியைகளை இன்பம் பயக்கப் புகுத்தியும் உரைநடைகளை அமைத்தார்.(14)

நாவலர் இன்றியமையாத இடங்களில் வடசொற்களைத் தமிழ் மரபுக்கு ஏற்பக் கையாண்டுள்ளார். ஆனால் அவ் வடசொற்களை யாரும் இலகுவில் புரிந்து கொள்ள முடிகின்றமை சிறப்பானது. அத்துடன் அக்கால வழக்கிலிருந்த கச்சேரி, கமிசனர், துரை போன்ற மேலை நாட்டுச் சொற்களையும் தெளிவு கருதிப் பயன்படுத்தியிருந்தார்.

குறியீட்டு இலக்கணத்தை பொருள்த் தெளிவும் விரைவும் கருதி அதனை முழுவதும் தழுவிக் கொண்டார். உறுப்பிசைக்குறி, தொடரிசைக் குறி, விளக்கக் குறி, முற்றுப் புள்ளி, வினாவிசைக் குறி, மெய்ப்பாட்டிசைக் குறி, அனுதாபக் குறி முதலியவற்றைப் பயன்படுத்தினார். நாவலர் கற்றோருக்கும் மற்றோருக்கும் விளங்கும் வகையில் தமிழ் உரைநடையை எழுதினார்.(15) அவர் எழுதிய பெரியபுராண சூசனம் பண்டிதர்களுக்கு எழுதப் பட்டது.

நாவலரைப் போல முன்னும் பின்னும் பல்துறை சார் தமிழ் வித்துவான்கள் இல்லை எனலாம். 1879 இல் நாவலர் இறந்த போது தமிழ் உலகு கதறிக் கண்ணீர் வடித்து மெய்யுருகியது. அந்த இரங்கற் கூட்டத்தில் சி.வை. தாமோதரம்பிள்ளை எழுதி வாசித்த "நல்லை நகர் நாவலர் பிறந்திடரேல் சொல்லு தமிழ் எங்கே? சுருதி எங்கே?" என்ற வரிகள் நாவலரின் புகழை என்றும் எடுத்துரைப்பன.

பத்தொன்பதாம் நூற்றாண்டில் ஈழத்தில் தோன்றிய இலக்கியங்களின் சிறப்பியல்புகள். (பண்புகள்): 19ஆம் நூற்றாண்டானது ஈழத்து இலக்கிய வரலாற்றில் ஓர் திருப்பு மையமாக, பொற்காலமாக விளங்குகின்றமையால் தனித்துவமான முறையில் அக்காலம் ஈழத்துக்கே உரியதாக விளங்குகின்றது. அக்காலத்தில் தோன்றிய இலக்கியங்களினை நுணுகி ஆராய்வோர் அவ்விலக்கியங்களினூடே அக்காலத்தில் நிலவிய அரசியல், பொருளாதார, சமய, பண்பாட்டம்சங்களினை தெளிவாக அறிந்து கொள்வர்.

முன்னைய காலத்து இலக்கியங்களில் இடம் பிடித்த சமயமே ஆங்கிலேயர் காலத்திலும் இலக்கியப் பொருளாக நின்று தனியாட்சி செலுத்தியது என்று கூறின் மிகையாகா. மேலைத்தேசத்துச் சமயம் இலங்கையிலும் காலூன்ற முற்பட்டதன் விளைவாக ஏற்பட்ட விழிப்புணர்வு இலக்கிய நெறியின் போக்கில் பெரும் மாற்றத்தை ஏற்படுத்தியது.

கதிர்காமப்புராணம், திருகோணாச்சலப் புராணம், நல்லூர் கந்தசுவாமி கிள்ளைவிடு தூது, வல்வைக் கலித்துறை, கதிரேசர் பதிகம், சுன்னாகம் ஐயனாரஞ்சல், நல்லை வெண்பா, போன்ற தலச் சார்புடைய நூல்களும் எண்ணற்ற சிறு புராணங்களும் மறைசைக் கலம்பகம்,

யேசுநாதர் பிள்ளைத்தமிழ், அஞ்ஞானக் கும்மி, பஞ்ச பட்சித் தூது, போன்ற நூல்களும் மரபிலக்கிய வடிவங்களுக்கு மீளுருக் கொடுத்துப் பாடியனவாகவுள்ளன.(16)

சமயத்தினை அடிப்படையாகக் கொண்டு கிறிஸ்தவ மதக் கண்டனம், சிவதூசன கண்டனம் போன்றனவும் பல்கிப்பெருகின. தமது வித்துவச் செருக்கினைப் புலப்படுத்தச் சிலர் பாடல்களைப் பாடினர் போன்றும் தெரிகின்றது.

சமயக்கல்வி விருத்தியும், மொழிபெயர்ப்புக் கலையின் தோற்றமும் இக்காலத்தின் இலக்கியங்களில் பெரும் தாக்கத்தினை உண்டுபண்ணியிருந்தன. இக்காலப் புலவர்கள் உலகியல் சார்புடைய நூல்களை எழுதியபோது தம்மை ஆதரித்த புரவலரை அல்லது பிரபுக்களைப் பாடிய போதிலும் ஆங்கிலேயரைப் போற்றிப் பாடியதாக ஆதாரங்கள் இல்லை.

அகராதி முயற்சிகள், நிகண்டு இலக்கியங்களின் தோற்றம் என்பனவும் ஆய்வு முயற்சிகளும் மொழிபெயர்ப்பு முயற்சியும் ஈழத்து இலக்கியம் 19ஆம் நூற்றாண்டின் பின் புதிய மெருகுடன் வளரத் துணைபுரிந்தன. இதற்கு அச்சியந்திர-ஆங்கிலக் கல்வி விருத்திகள் காரணமாக அமைந்தன.(17)

அச்சியந்திர விருத்தியின் காரணமாக பதிப்புத்துறை துரிதமாக முன்னேறி வளர, மறுபுறம் பத்திரிகை தோன்றி புதிய இலக்கியங்களுக்குக் களம் அமைத்துக் கொடுத்தது. சோதிடம், எண்கணிதம், வானசாஸ்திரம், தருக்கம், வைத்தியம், போன்ற துறைகள் ஆங்கிலேயர் காலத்தில் வளர அவை சார்புடைய பத்திரிகைகள், சஞ்சிகைகள், போன்றனவும் காரணமாக அமைந்தன.(18)

அக்காலத்தில் பெரும் புரட்சி செய்த நூல்களுள் ஒன்றாக 'கனகிபுராணம்' விளங்குகின்றது. சமூகச் சீரழிவைச் சாடுவதே இப்புராணத்தின் நோக்கமாகும். வண்ணார் பண்ணையைச் சேர்ந்த நட்டுவச் சுப்பையரினால் 'தாசி'யான கனகியைப் பாட்டுடைத் தலைவியாகக் கொண்டு பாடப்பட்ட இப்புராணத்தில் பிரபுக்கள், அறிஞர்கள் முதலியோரின் பெயர் சுட்டி அவர்களின் சீர்கேடு சொல்லப்பட்டிருக்கின்றது.(19)

"...நன்னியர் உறியறுத்தார் நடுவிலார் பூண்டுகொண்டார்
சின்னியோ டொன்றி விட்டார் செங்கை ஒன்றிலாச் சொத்தி
முன்னுளோர் கதையைக் கேட்டு முத்தரும் அகஞ் சலித்தார்
நன்னிய கனகி பாடும் நடுராசி ஆச்சுதன்றே
நட்டுவனொருவனாலே நாடகசாலை வந்தாள்
செட்டியில் ஒருவன் பட்டான் சேணியர் இருவர் பட்டார்
மட்டுவில் குருக்கள் பட்டார் கொக்குவிற் சுப்பன் பட்டான்
மட்டிகள் இவரைப்போலப் பட்டவர் பலபோர் அறிந்தோ"

என அங்கதமாக எழுதப்பட்ட வரிகளின் மூலம் கனகிபுராணத்தில் பிரபுக்களின் ஒழுக்கச் சீர்கேடுகள் சுட்டப்பட்டன. சிலேடை, யமகம், திரிபு, மடக்கு போன்ற சொல்லணிகளும் அக்காலத்தில் எழுந்த தனிப் பாடல்களில் ஆங்காங்கே பயன்பாட்டில் இருந்திருக்கின்றன.

ஒருவிதமான மனத்திருப்தியை நோக்கமாகக் கொண்டும் அக்காலப் புலவர்கள் பாடல்களைப் பாடியுள்ளனர் போலத் தெரிகின்றது. மொழிபெயர்ப்பு நூல்களினைத் தொடர்ந்து தமிழில் ஆங்கிலம், வடமொழி போன்றவற்றின் கலப்பு அதிகரிக்க, மறுபுறத்தில் மேலைத்தேச மொழிக் கலப்பானது தமிழில் கலைச் சொற்களின் வருகைக்கும் காரணமாக அமைந்து விட்-

டது.

தமிழறிஞர் சிலர் பற்றி...

1. புலவர்மணி ஏ. பெரியதம்பிப்பிள்ளை

காலம்: 1899-1978

பின்னணி: மட்டக்களப்பைச் சேர்ந்தவர்

திறமை: மரபுவழித் தமிழ் அறிஞர்

பல பட்டங்கள் பெற்றவர்

சிறந்த கவிஞர்

சிறந்த பேச்சாளரும், ஆசிரிய கலாசாலை அதிபரும், வசனகர்த்தாவும் மொழிபெயர்ப்பாளரும் ஆவார்.

உரைநடை நூல்கள் பலவற்றை எழுதினார்.

சிறப்பு: 'வெண்பாவிற் புலவர்மணி' எனப் பாராட்டுப் பெற்றார்.

நூல்கள்: பகவத்கீதை வெண்பா

புலவர்மணி கவிதைகள்

மண்டூர்ப் பதிகம்

விபுலாநந்தர் மீட்சிப்பத்து

உள்ளதும் நல்லதும்.

2. யாழ்ப்பாண பதுறுத்தீன் புலவர்

காலம்: 19ஆம் நூற்றாண்டின் முற்பகுதி

பின்னணி: இஸ்லாமிய அறிஞர்-யாழ்ப்பாணத்தைச் சேர்ந்தவர்.

திறமை: சிறந்த தமிழ் மொழியறிஞர்

புலமையாளர்

நூல் முகைதீன் புராணம்-இது 2பாகம், 74படலம், 2983திருவிருத்தங்களுடன் இயற்கை வர்ணனை, அணிநலன் மிகுந்து விளங்குகின்றது.

3. பண்டிதமணி சி. கணபதிப்பிள்ளை

காலம்: இருபதாம் நூற்றாண்டின் முற்பகுதி

பின்னணி: மட்டுவிலில் பிறந்தவர்

திறமை: மட்டுவில் சந்திரமௌலீச வித்தியாலயத்தில் ஆரம்பக் கல்வி கற்றுப் பின் மரபுவழித் தமிழறிஞராக இருந்தார்.

சிறப்பு: கம்பனைப் புகழ்ந்து பல கட்டுரைகள் எழுதினார்.

அகத்திணைக் கோட்பாட்டுக்கு விளக்கம் தந்தார்.

நூல்கள்: இலக்கியவழி

அத்வைத சிந்தனை

இன்னும்பல நூல்களும் கட்டுரைகளும்

4. தனிநாயகம் அடிகள்

காலம்: ஆங்கிலேயர் காலம்

திறமை: தமிழை இனியமொழி, ஆய்வுமொழி, உலகமொழி என நிறுவிக்காட்ட முயன்றார்.

உலகம் எங்கும் சுற்றிய தமிழ்த் தூதர்.

சங்க இலக்கிய ஆய்வின் தொடக்க கர்த்தா

சிறப்பு: 'உலகத் தமிழாராய்ச்சி மையம்' நிறுவினார்.

நூல்கள்: ஈழத்து இலக்கியத்தில் இவரது பணி காத்திரமானது. எண்ணற்ற நூல்களினை இயற்றி தூய தமிழில் வெளியிட்டு புரட்சி செய்தார்.

5. சுன்னாகம் அ.குமாரசுவாமிப் புலவர்

பின்னணி: சுன்னாகத்தைச் சேர்ந்தவர்

மரபுவழித் தமிழறிஞர்

சிறப்பு: நாவலரின் காவியப் பாடசாலையில் ஆசிரியராக இருந்தார்.

புலமை: இலக்கணம், மொழி, இலக்கியம், வடமொழிப் புலமை பெற்றிருந்தார்.

நூல்கள்: இராமோதந்திரம், மறைசைஅந்தாதியுரை, யாப்பெருங்கலப் பொழிப்புரை, இலக்கண சந்திரிகை, தமிழ்ப்புலவர் சரிதம், யாப்பெருங்கலக் காரிகை (பதிப்பு), சிவதோத்திரத் திரட்டு (பதிப்பு), இலக்கியச் சொல்லகராதி போன்றனவும் தனிப்பாடல்கள் பலவும் இயற்றிய இவர் 'கதிரவேற்பிள்ளை அகராதி' இயற்றிய ஆசிரியர் குழாமில் ஒருவராக இருந்தார்.

இயல்-5

ஈழத்தில் நவீன தமிழ் இலக்கியங்களின் செல்நெறி

ஆங்கிலேயர் காலப் பிற்பகுதியுடன் இணைந்து காணப்பட்ட இருபதாம் நூற்றாண்டின் தமிழ் இலக்கியச் செல்நெறி மிகவும் சிக்கலுக்குரியதும் ஆய்வுக்குரியதுமாகும். எனவே ஆய்வு வசதி கருதியும் மாணவர்களின் கற்றற் செயற்பாட்டின் இலகு கருதியும் இப்பெரும் பகுதியினைப் பின்வருமாறு சிறு அலகுகளாகப் பகுத்து ஆய்வுக்குட்படுத்துவது பயனுடைத்தாகும்.

ஈழத்தில் தமிழில் நாடகம் தோன்றி வளர்ந்தமை: ஈழத்து இலக்கிய வளர்ச்சியினை உற்று நோக்குவோர் நாட்டுக் கூத்தினையும் நாடகத்தையும் பிரித்து நோக்கியதாக அறியமுடியவில்லை. அவ்வாறு பிரித்து ஆய்வதும் பொருத்தமானதாக அமையாது. சிலர் நாட்டுக்கூத்தின் ஒருவகையே நாடகம் (1) என்பர். வேறுசிலர் நாட்டுக் கூத்தின் முதிர்ச்சியான தன்மையே நாடகம் (2) என்பர். நாட்டுக்கூத்தானது மக்களின் உணர்ச்சிகளை இசை, ஆடல், பாடல், உரையாடல் மூலம் வெளிக் கொண்டுவரப் பயன்பட்ட ஒரு உத்தியாகும். இது மாவட்டம், பிரதேசம் என்ற வகையில் பாரிய வேறுபாடுகளுடன் விளங்கியது. பிரதேசத்துக்குப் பிரதேசம் கூத்து மரபுகளும் வேறுபட்டிருந்தன.

மட்டக்களப்பில் :-மட்டக்களப்பில் வழங்கிவரும் கூத்து வகையினை வடமோடி, தென்மோடி, விலாசம் என மூன்றாக வகுப்பர். வடமோடியும் தென்மோடியுமே சிறப்பிடம் பெற்று விளங்கக் காணலாம். புராண-இதிகாசக் கதைகளின் தாக்கத்தினை வடமோடியிலும் இசைமரபைத் தென்மோடியிலும் காணக்கூடியதாக உள்ளது.(3)

மன்னாரில் :-மாதோட்டப்பாங்கு அல்லது தென்பாங்கு

யாழ்ப்பாணப்பாங்கு அல்லது வடபாங்கு என இரண்டு வகையான கூத்து மரபுகள் மன்னாரில் வழக்கத்தில் உள்ளன.(4) வடபாங்கில் கடவுள் வாழ்த்து விருத்தப்பாவில் அமைந்தி-

ருக்க தென்பாங்கில் வெண்பாவில் பாடப்பட்டது.

யாழ்ப்பாணத்தில்:-வடமோடி, தென்மோடி என இருவகைக் கூத்து மரபுகள் இங்குமுள்ளன. கரையோரப் பகுதிகளில் ஆடப்பட்ட தென்மோடிக்கூத்தில் நவீன நாடகத்தின் சாயலும் உள்ளது.

முல்லைத்தீவில் :-கோவலனார் கூத்தே இப்பகுதிக்குரியதென இனங்காணப்பட்ட சிறப்பான கூத்தாகும்.(5) வற்றாப்பளை கண்ணகி அம்மன் ஆண்டுப் பூசையின்போது கோவலனார் கூத்து ஆடப்படுவது வழக்கம்.

மலையகத்தில் :-காமன் கூத்து, அருச்சுனன் தபசு என்பன மலையகத்துக்குரிய கூத்துக்களாக இனங்காணப்பட்ட நிலையில், 'தப்பு' எனப்படும் மேளவாத்தியக் கருவியும் இக்கூத்துக்களில் பிரதான ஆட்டக் கருவியாக உள்ளதைக் காணலாம்.(6)

மேற்கூறிய கருத்துநிலை நின்று நோக்கும்போது, தமிழர் வாழும் பிரதேசங்களில் பண்டைதொட்டு ஒருவகைக் கூத்து மரபு இருந்ததென்பதை அறிய முடிகின்றது. பிற்காலத்தின் நவீன நாடகங்களுக்கு ஊற்றுக்காலாக இருந்தவகையிலும் இவை முக்கியம் பெறுகின்றன.

சுதந்திரத்துக்கு முன்னைய ஈழத்தில் தமிழில்; நாடக வளர்ச்சி: பத்தொன்பதாம் நூற்றாண்டின் இறுதிமுதல் இருபதாம் நூற்றாண்டின் முன்னரைப்பகுதி வரை, ஈழத்தில் தமிழக நாடகக் குழுவினரின் செல்வாக்கு மேலோங்கி இருந்தது. பின்னர் தமிழ்நாட்டில் 'சினிமா மோகம்' அதிகரிக்க ஈழத்தவர் தமக்கென ஒரு நாடக மரபினைப் பின்பற்றியும், தமிழகத்தில் இருந்து கடன்பட்டும் ஈழத்தமிழ் நாடகத்துறையை முன்னேற்றப் பாதையில் நகர்த்தினர்.

கலையரசு க.சொர்ணலிங்கத்தின் வருகையுடன் ஈழத்தில் நாடகம் நவீன தன்மையுடன் முன்நகரத் தொடங்கியது. மேலைத்தேச நாடக மரபுகளை உள்வாங்கி கட்டுக்கோப்புடன் நாடகம் படைக்கும் வல்லமை பெற்றவராக இவர் விளங்கினார். கனகசபையின் 'நற்குணசேகரன்' (1927), அழகசுந்தரதேசிகரின் 'சந்திரகாசன்' (1940), க.சிதம்பரநாதனின் 'சாவித்திரிசரிதம்' (1917), நவாலியூர் சோமசுந்தரப் புலவரின் 'உயிரிளங்குமரன்' (1936) போன்ற பல நாடக நூல்களும் இக்காலத்தில் எழுதப்பட்டன.(7)

இலங்கைத்தமிழ் நாடக வளர்ச்சிக்கு ஒளிபாய்ச்சிய பெருமை பேராசிரியர் கந்தசாமிப்பிள்ளை கணபதிப்பிள்ளை(1903-1968) அவர்களையே சாரும். அவருடைய ஆற்றல் முழுவதையும் வெளிக்கொணர்ந்த துறையாக நாடகத்துறையே விளங்குகின்றது. இவருடைய காலப்பகுதியில் நடிப்பதற்குரிய நாடகங்கள் தோற்றம் பெற்றுக் கொண்டிருக்க படிப்பதற்குரிய நாடகங்களும் பெருமளவில் தோன்றின.

த. சண்முகசுந்தரம் அவர்கள் எழுதிய 'கலையருவி கணபதிப்பிள்ளை' என்ற சிறுநூலில் கணபதிப்பிள்ளை அவர்களின் நாடகப்பணி பற்றிக் கூறப்பட்டுள்ளது. நானாடகம்(1940), இருநாடகம்(1952), சங்கிலி(1956) போன்ற பல நாடகங்களை எழுதி நாடகப் பதிப்புலகின் பிதாமகனாகத் திகழ்ந்தார்.

'காதலியாற்றுப்படை' என்னும் செய்யுள் நூலும் 'வாழ்க்கையின் வினோதங்கள்'(1954), 'பூஞ்சோலை'(1953) என்னும் நாவல்களும் பேராசிரியர் அவர்களின் மிகப்பெரிய படைப்புக்களாகும்.(8) யாழ்ப்பாணப் பேச்சுத் தமிழைக் கையாண்டு நாடகங்களை எழுதியும் மேடையேற்றியும் அரும்பணி புரிந்தார். பல்கலைக்கழக மட்டத்தில் பலரைக்கொண்டு நாடகங்களைப் பழக்கி மேடையேற்றினார். பிற்காலத்தில் கிராமிய மட்டத்திலும் பேராசிரியர் க.கணபதிப்-

பிள்ளை அவர்களின் செல்வாக்கினை உணரமுடிந்தது.

பேராசிரியர்களான சு.வித்தியானந்தன், கா.சிவத்தம்பி, க.கைலாசபதி, ஆ.வேலுப்பிள்ளை, அ.சண்முகதாஸ் போன்ற பலருக்கு வழிகாட்டியாக இருந்த வகையில் இவரின் பங்களிப்பென்பது தமிழ் இலக்கியத் துறைக்கு இன்றியமையாததாகும்.

1950 களின் பின்னைய ஈழத்து தமிழ் நாடக வளர்ச்சி: இலங்கை சுதந்திரம் பெறமுன்னர் கிராமிய மட்டத்தில் இருந்த நாடகங்கள், சுதந்திரத்துக்குப் பின்னர் படிப்படியாக பல்கலைக்கழக, பாடசாலை மட்டங்களில் பெரிதும் வளர்த்தெடுக்கப்பட்டன. பிரதேச நாடக மன்றங்களின் பங்களிப்பும் இக்காலத்தில் பேருதவியாக அமைந்தமை குறிப்பிடத்தக்கது.

1950களின் முன்னர் பல்கலைக்கழகங்களுக்கு வெளியில் இருந்த நாடகச்சூழல் போராசான் க.கணபதிப்பிள்ளையின் வருகையுடன் பாரிய மாற்றத்துக்குட்பட்டது. 1960களின் பின்னர் ஈழத்தமிழ் நாடகம் யதார்த்தம் என்ற புதிய நெறியுடன் புதிய வடிவத்தில் முன்னெடுக்கப்பட்டது. சி.மௌனகுரு, தாஸிசியஸ் ஆகியோரின் வருகை இதற்குப் பேருதவியாக அமைந்தது.

இக்காலத்தில் யாழ்ப்பாணத்தில் மேடையேற்றப்பட்ட என்.கே.ரகுநாதனின் 'கந்தன் கருணை' நாடகம் புதிய மெருகுடன் சமூக முரண்பாடுகளை வெளிக்கொண்டு வந்தது. இதனைத் தொடர்ந்து மஹாகவி, முருகையன், அம்பி ஆகியோரின் பானாடகங்கள் பல மேடையேற்றப்பட்டன. மஹாகவியின் 'கோடை', 'புதியதொருவீடு', முருகையனின் 'கடூழியம்', அம்பியின் 'வேதாளம் சொன்னகதை' போன்றன குறிப்பிடத்தக்க சில பாநாடகங்கள் ஆகும். அ. தாஸிசியஸ் அவர்களினால் நெறிப்படுத்தப்பட்டு இவை மேடையேற்றப்பட்டன.

1970களில் முன்னெடுக்கப்பட்ட 'அரங்கச் செயற்பாடு' உலக நாடக வளர்ச்சி பற்றிய சிந்தனையை எம்மவரும் பின்பற்ற வழிசெய்தது. இக்காலகட்டத்தில் பேராதனை, யாழ்ப்பாணப் பல்கலைக்கழகங்களில் நாடகப் பணிகள் சிறப்பிடம் பெற்று விளங்கின.(9)

பேராசிரியர் சுப்பிரமணியம் வித்தியானந்தனின்(1924-1989) நாட்டுக்கூத்து மீட்புப்பணி இக்காலத்தில் சிறப்பிடம் பெற்றிருந்தது. "ஈழத் தமிழர்களுடைய நவீனநாடகம், நடனம், நாட்டியநாடகம் ஆகியவற்றில் பரிசோதனை முயற்சிகளை மேற்கொள்ள விரும்புபவர்களுக்கு, இவர் தெளிவுபடுத்திய மரபுவழி நாடக உத்திகள் என்னும் வற்றாத ஊற்றுக்கள்"(10) ஆதாரமாக இருக்கும் எனப் பேராசிரியர் ஆ.வேலுப்பிள்ளை குறிப்பிடுவது நோக்கத்தக்கது.

நவீன நாடகங்கள் பலவற்றை எழுதி மேடையேற்றிய இவர் நாட்டுக்கூத்தினை நகரத்தவர் மத்தியில் அறிமுகஞ் செய்தார். கிராமியக் கலைஞர்களை தேசிய மட்டத்துக்கு அறிமுகஞ்செய்த இவர் போட்டிகளையும், கருத்தரங்குகளையும் நடாத்தி பரிசுக்குரிய நூல்களை அச்சிட்டு வெளியிட்ட இவரை "நாட்டுக் கூத்துக்களின் மீட்புப் பணியாளர்"(11) எனவும் அழைப்பர்.

பேராசிரியர் சு.வித்தியானந்தனுக்கு நிகராகப் பேசப்பட வேண்டிய மற்றொருவர் குழந்தை.ம.சண்முகலிங்கன் ஆவார். தமிழ் நாடக வளர்ச்சியில் இவருடைய வருகையானது அரங்க நிலைப்பட்ட செயற்பாடுகளுக்கு ஊக்கம் கொடுப்பதாக அமைந்தது. நாடக அரங்கக் கல்லூரியின் மூலம் தரமான பல நாடகங்களைத் தயாரித்து மேடையேற்ற பெரிதும் உதவிபுரிந்த வகையில் இவரது பணி சிறப்பானது.

ஈழத்தில் அண்மைக்காலத் தமிழ் நாடக வளர்ச்சி: 1980 களின் பின்னர் இன முரண்பாடு உச்சக்கட்டத்தை அடைந்த போது தமிழ் நாடகங்களும் புதியதொரு வடிவினைப் பெற்று வளரத் தொடங்கியது. வீதிநாடகங்களும் (1982) இக்காலத்தில் பாரியளவில் வளரத் தொடங்கியது. குழந்தை.ம.சண்முகலிங்கம், க.சிதம்பரநாதன், பேராசிரியர் கா.சிவத்தம்பி போன்றோரின் விடாமுயற்சி காரணமாக யாழப்பாணப் பல்கலைக்கழகத்தினரால் மேடையேற்றப்பட்ட, கிரேக்க நாடக மரபின் சாயலை உடையது(12) எனப் பேராசிரியர் சி.மௌனகுருவினால் விதந்துரைக்கப்பட்ட நாடகமான 'மண்சுமந்த மேனியர்' இலங்கைத் தமிழ் நாடக வரலாற்றின் போக்கையே மாற்றியமைத்த பெருமைக்குரியது.

90களின் பின்னர் பாடசாலைகளை மையமாகக் கொண்டும் நிறைய நாடகங்கள் தோன்றின. ஏ.ரி.பொன்னுத்துரை, ஆர்.சி.நடராஜா, கோகிலா மகேந்திரன், குறமகள், போன்ற பல நாடக ஆசிரியர்களின் வருகை இக்காலத்தில் முக்கியமானதாக அமைந்தது. இவர்கள் பாடசாலை மாணவர்களுடன் தாமும் இணைந்தும் பல நாடகங்களைப் படைத்து அதில் வெற்றியும் பெற்றனர்.

இலங்கையர்கோன் அவர்களுடன் தொடங்கிய வானொலி நாடகமரபு இக்காலகட்டத்தில் பாரிய வளர்ச்சியினைக் கண்டது. அத்துடன் பல மொழிபெயர்ப்பு நாடகங்களும் இக்காலத்தில் வெளிவந்தன. கந்தையா சிறிகணேசன் அவர்களின் 'நிதர்சனத்தின் புத்திரர்கள்' நாடகநூல் 90களின் பின்வந்த நாடக நூல்களுள் சிறப்பான ஓர் இடத்தைப் பெற்றுள்ளது. நாடகத் தொகுதிகளும், சில நாடக ஆசிரியர்கள் இணைந்து வெளியிட்ட தொகுதிகளும், வானொலி நாடகத் தொகுதிகளும் தற்காலத்தில் தமிழ் நாடகத்துறையை மேலும் வளம்படுத்த உதவுகின்றன.

ஈழத்தில் தமிழ்க் கவிதை வளர்ச்சி: ஈழத்தில் தமிழ்க் கவிதை வளர்ச்சி பற்றிச் சிந்திக்கும் போது அடிப்படையில், அவற்றுக்கிடையில் நான்கு போக்குகளை இனங்காண முடிகின்றது. அவையாவன,

1.மரபு வழிப்பட்ட நிலை

2. சுதந்திரத்துக்கு முந்திய சமூக மறுமலர்ச்சிப் போக்கு

3. சுதந்திரத்துக்குப் பிந்திய நவீன கவிதை வளர்ச்சி

4. அண்மைக்காலப் போக்கு

இனி, இவற்றின் செல்நெறிகள் பற்றிச் சுருக்கமாகவும் விரிவாகவும் ஆராய்வது பொருத்தமானதாக அமையும்.

மரபு வழிப்பட்ட நிலை: மரபுக் கவிதை எனக் கருதப்படுவது சமயச்சார்பு, அறம், ஒழுக்கப்போதனை, புலமை வெளிப்பாடு போன்ற நிலைகளில் நின்று பாடப்பட்ட கடினமான செய்யுட் போக்கைக் கொண்டனவாக விளங்கி வந்துள்ளமையினை அவதானிக்க முடிகின்றது.

'இன்று மரபாகத் தோன்றுவது ஒருகாலத்தின் புதுமையே என்பதை நாம் மனதில் கொள்ள வேண்டும். ஆகவே இன்றைய புதுமை என்பதும் நாளைய மரபே...'(13) என்பதை நாம் மனதில் நிலைநிறுத்திக் கொள்ள வேண்டும்.

ஆறுமுகநாவலரால் ஆரம்பித்து வைக்கப்பட்ட சைவசமய ஆசாரம் பேணும் இறுக்கமான செய்யுள், பிரபந்த நடையினை ஈழத்தில் கவிதை எழுதிய ஆரம்ப கர்த்தாக்களிடம் காணமுடிகின்றது. அ.குமாரசுவாமிப் புலவர், சுவாமி.விபுலாநந்தர், வித்துவ சிரோன்மணி.சி.கணே-

சையர், அருள்வாக்கு அப்துல் காதிர் புலவர், மாதகல் மயில்வாகனப் புலவர், கல்லடி வேலுப்பிள்ளை, நவாலியூர் சோமசுந்தரப் புலவர் ஆகியோரின் கவிதைகள் இத்தகைய மரபு நிலைப்பட்டன என்பதை மனங்கொள்ள வேண்டும்.

மரபுக் கவிஞராக இனங்காணப்பட்ட சுவாமி.விபுலாநந்தர் பாரதியின் தாக்கத்தினால் உந்தப்பட்டு கவிதை உலகில் காலடி எடுத்து வைத்தவர். 'கங்கையில் விடுத்த ஓலை, நீரரமகளிர், ஈசன் உவந்தளிக்கும் இன்மலர்' போன்ற மரபுக் கவிதைகளினை எழுதிப் புகழடைந்தவர். இவருடைய வரிசையில் புலவர்மணி ஏ.பெரியதம்பிப்பிள்ளையின் 'பகவத்கீதை வெண்பா'வும் குறிப்பிடத்தக்கது. 'வெண்பாவிற் புலவர்மணி' எனப் பிற்காலத்தில் பலரும் அழைக்க இம்மரபுக் கவிதையே காரணமாக இருந்ததெனலாம்.

நவாலியூர் சோமசுந்தரப் புலவர் மரபில் கூடப் புதுமை படைக்கும் அளவிற்கு எளிமையான பாடல்களைப் பாடி மரபையும் தாண்டிக் குழந்தைக் கவிஞராகவும் இடம்பிடித்துள்ளார். இவர் பாடிய பாடல்களின் உள்ளடக்கத்தினைக் கருத்திற் கொண்டு அவற்றைப் பின்வருமாறு நோக்க முடிகின்றது.

எளிமையான தன்மை

யாழ்ப்பாணப் பண்பாட்டின் கூறுகளைப் படைத்தல்

சந்தச் சிறப்புடன் சுவைபடப் பாடுதல்

சிறுவர் விரும்பும் மெட்டுடன் பாடுதல்

கதைப் பாடல்களைப் பாடுதல்…

என அப்பட்டியல் நீண்டுகொண்டே போகும். இவ்வகையில் பெரும்பாலான பிள்ளைகள் நினைவில் வைத்திருக்குமளவிற்கு இனிமையும் எளிமையும் உடைய கவிதைகளைப் பாடினார். எடுத்துக்காட்டாக, 'ஆடிப்பிறப்புக்கு நாளை விடுதலை …' என்ற பாடல் முலம் இன்றும் சிறுவர்களின் நெஞ்சில் நிறைந்துள்ளமையினைக் கூறலாம். 'இலவு காத்த கிளி, கத்தரி வெருளி, பவளக்கொடி' போன்ற கதைப்பாடல்களையும் 'மகாவலி கங்கை, கன்னியாய் வெந்நீரூற்று, இலங்கை வளம்' போன்ற நாட்டுச் சிறப்புக் கூறும் பாடல்களையும் பாடிச் சிறப்புப் பெற்றார்.

சுதந்திரத்துக்கு முந்திய சமூக மறுமலர்ச்சிப் போக்கு: 1930களிலிருந்தே இலங்கை அரசியலில் தமிழ், சிங்கள இனத்துவ அடையாளங்களை அடிப்படையாகக் கொண்ட முதலாளித்துவக் கட்சிகள் இலங்கை முழுவதுக்குமான தேசியத்தையும், இடதுசாரிக் கட்சிகள் வர்க்க முரண்பாடுகளை அடிப்படையாகக் கொண்ட தேசியத்தையும் சமாந்தரமாக வளர்த்தெடுக்கத் தொடங்கின. இந்தப் பின்னணியில் 1930 களில் இருந்து தினசரி, வார பத்திரிகைகளும் , சஞ்சிகைகளும் தோன்ற ஆரம்பிக்க சாதாரண மக்களை முன்னிலைப்படுத்தி அவர்களின் சமூக மறுமலர்ச்சி சார்பான கருத்துக்கள் படைப்பிலக்கியங்களினூடே முனைப்புப் பெற்றன.

19ஆம் நூற்றாண்டின் கனகி புராணத்துடனேயே சமூக மறுமலர்ச்சிக்கான கருத்துக்கள் தோன்றி விட்டதெனினும், நவீன உள்ளடக்கத்தையும், மரபுசார் வடிவங்களையும் பெற்றுச் செந்நெறிப்பாங்கான செய்யுள் இலக்கிய வடிவம் ஒன்று தோற்றம் பெறச் சுதந்திரத்துக்கு முந்திய காலம் பேருதவி புரிந்தது. சமூகச் சார்புடைய கவிதைகளில் முற்போக்கான விடயங்களே அதிகம் பேசப்பட்டன.

பாவலர் துரையப்பாப்பிள்ளை, சுவாமி விபுலாநந்தர், புலவர்மணி பெரியதம்பிப்பிள்ளை, பேராசிரியர்க.கணபதிப்பிள்ளை(காதலியாற்றுப்படை), அழக.சுந்தரதேசிகர் (சி.வை.தாமோதரம்பிள்ளையின் மகன்) போன்ற பல கவிஞர்கள் இவ்வாறு மரபுக்கும் புதுமைக்கும் இடையிலான ஊடாட்டத்தினைக் கொண்டிருந்த நிலையில், நீலாவாணன், மஹாகவி, முருகையன் போன்றோரும் முதன்மை பெறுகின்றனர். எனினும் இவர்கள் மூவரும் 1950 களின் பின்னர்தான் தமிழ்க் கவிதையுலகில் அதிகம் ஆதிக்கம் செலுத்தினர்.

தமிழ்க் கவிதையின் பிதாமகன் மகாகவி பாரதியின் சமகாலத்தவரான பாவலர் தெ.அ.துரையப்பாபிள்ளை(1872-1929) அவர்கள் எளிமையான முறையில் சமூக சீர்திருத்தக் கருத்துக்கள் நிறைந்த எண்ணற்ற பல பாடல்களைப் பாடிப் புகழ் பெற்றார். இருபதாம் நூற்றாண்டின் கவிஞர்களுக்கெல்லாம் முன்னோடியாகத் திகழ்ந்த இவர், 1901இல் உதயதாரகை சஞ்சிகையினதும் 1921இல் இந்துசாதனம் சஞ்சிகையினதும் ஆசிரியராகப் பணியாற்றினார்.

1907இல் வெளியிட்ட 'மாணவர்' சஞ்சிகையின் மூலம் கவிதைக்கான களம் அமைத்துக் கொடுத்தார்;. அதிபராகவும், ஆசிரியராகவும், சிறந்த முகாமையாளராகவும் பல பதவிகளை வகித்த இவர் எளிமையான சொற்களில் பொதுமக்கள் சார்பான 'கும்மி' இலக்கிய வடிவங்களை வெளியிட்டார். 'யாழ்ப்பாண சுதேசகும்மி, கீதாசார மஞ்சரி, சிவமணிமாலை, இதோபதேச மஞ்சரி, எங்கள் தேசநிலை' போன்ற கவிதை நூல்களையும் தனிப் பாடல்களையும் பாடியுள்ள பாவலர் சிறந்த கவித்துவ வீச்சைக் கொண்டவர்.

சுதந்திரத்துக்குப் பிந்திய நவீன கவிதை வளர்ச்சி: 1950 களின் பின்னர் ஈழத்து இலக்கியப்பரப்பு விரிந்து பரந்து செல்லத் தொடங்கியது. அரசியல், சமூக, பொருளாதாரச் சிக்கல்கள், மத்தியதர வர்க்கத்தினரின் தோற்றம் என்பன ஈழத் தமிழர் வாழ்வியலில் முனைப்பான தாக்கத்தினை உண்டுபண்ண, சமகாலத்தில் மொழி-இன உணர்வும், சமூகப் பிரக்ஞையும், முற்போக்கு சார்பான சிந்தனைகளும் மேலெழுந்தன. இதேவேளை மலையக மக்களின் வாழ்வியற் சிக்கல்களும் அவற்றை எதிர்கொள்ள அவர்கள் நடாத்திய போராட்டங்களும் முஸ்லீம்களின் அபிலாசைகளும் இக்காலக் கவிதைப் போக்கையே மாற்றியமைத்தன.

1943இல் யாழ்ப்பாணத்தில் ஆரம்பிக்கப்பட்ட மறுமலர்ச்சிச் சங்கமும்(14) அவர்களால் வெளியிடப்பட்ட 'மறுமலர்ச்சி' சஞ்சிகையும் இலங்கையில் நவீன கவிதை முயற்சிக்கான களத்தினைத் திறந்து விட்டிருந்தது. இதன் விளைவாக மஹாகவி, முருகையன், சில்லையூர் செல்வராசன், நாவற்குழியூர் நடராசன், அ.ந.கந்தசாமி, போன்ற பலர் நவீன கவிதை முயற்சிகளில் இறங்கினர்.

தமிழ்நாட்டில் நவீன கவிதை வளர பாரதிக்குப் பின் பாரதிதாஸன், பிச்சமூர்த்தி போன்றோர் எத்தகைய முயற்சிகளை மேற்கொண்டனரோ அதேபோல ஈழத்தில் நவீனகவிதை வளர பாவலர் துரையப்பாபிள்ளைக்குப் பின் மஹாகவி(உருத்திரமூர்த்தி) முக்கியம் பெறுகின்றார்.

மஹாகவி தமது சமகால ஓட்டத்தினைச் சரியாக இனங்கண்டுகொண்டு கவிதை படைத்தவர். யாப்புவழிச் செய்யுள் ஓசைக்குப் பதிலாகப் பேச்சோசைப் பாங்கினைத் தன் கவிதைகளில் அறிமுகஞ் செய்து, செய்யுள் அடிகளை உடைத்தெழுதி உணர்ச்சி அழுத்த வேறுபாடுகளைத் தேவைக்கேற்ப வெளிப்படுத்தினார்.

எளிமையும் கவித்துவ வீறும் கொண்ட கவிதைகளைப் படைக்க காட்சிப்படுத்தல் (தேரும் திங்களும்), இசை (குறும்பா), போன்ற உத்திகளைக் கையாண்டார். 'மீண்டும் தொடங்கும் மிடுக்கு' என்ற கவிதை மூலம் மத்தியதர வர்க்கத்தினரின் வாழ்க்கை அனுபவங்களைப்பாடி தனது மானிட நேயத்தை வெளிக்காட்டினார். 'தேரும் திங்களும், கண்மணியாள் காதை, கோடை, குறும்பா, ஒரு சாதாரண மனிதனின் சரித்திரம், வீடும் வெளியும், வள்ளி' போன்ற கவிதை நூல்கள் இவரின் கவியாற்றலுக்குச் சான்றுரைப்பன.

தான் வாழ்ந்த காலநிலையை நன்குணர்ந்து பாரதிக்குப் பின் நவீனகவிதையைப் புதிய தாளத்துக்கு இட்டுச்சென்று ஈழத்தில் சுதந்திரத்துக்கு முன்னும் பின்னும் தனக்கென ஒரு நிரந்தர இடத்தினைப் பெற்றுள்ளார்.

மஹாகவியின் சமகாலத்தவரான நீலாவணன் கிழக்கிலங்கையின் சிறந்த கவிஞர். கிராமிய மண்வாசனையுடன் சமகால சமூகப் பிரக்ஞையையும் சித்திரிப்பனவாக இவரது கவிதைகள் அமைந்து காணப்பட்டன. ஆன்மீக நோக்குடைய(பசும்பால்) கவிதைகளையும், பாநாடகங்கள், காவியம், மொழிபெயர்ப்பு நூல்கள் பலவற்றையும் இவர் எழுதினார்.

சில்லையூர் செல்வராசன், முருகையன் ஆகிய இருவரும் முன்னைய இருவரில் இருந்தும் வேறுபட்ட பண்புடையோர். செல்வராசன் கவிதைகளில் அங்கதச் சுவை மேலோங்கி இருக்க, தத்துவம், நடத்தைவிமர்சனம், பகுத்தறிவு என முரண்பட்ட தன்மைகளை தனது கவிதைகளில் தந்தவர் முருகையன்.

1960 களின் பின்னர் ஈழத்துக் கவிதைகளில் 'படிமம்' எனப்பட்ட 'குறியீடு' ஒருவகையான இருண்மைத் தன்மையினைக் கொண்டுவர, அதுவரை காலமும் பேசாப்பொருளாக ஒதுக்கி வைக்கப்பட்ட பாலியல்சார் நடத்தைகளும் கவிதைகளில் பாடப்பட்டன.

தருமு சிவராம், தா.இராமலிங்கம், போன்றோர் பாலியல் உணர்ச்சிகளை தமது கவிதைகளில் நுட்பமாகக் கையாண்டிருக்க, மு.பொ ஒருவிதமான ஆத்மார்த்தத் தளத்தில் நின்றுகொண்டு கவிதைகளைப் படைத்தார். சன்முகம் சிவலிங்கம், நுஃமான், மு.பொ, போன்ற சிலர் முற்போக்கு சார்பான விடயங்களைக் கலைத்துவ உணர்வுடன் கூறிக்கொண்டிருக்க, மறுபுறத்தில் பொதுவுடைமைச் சிந்தனையின்பால் ஈற்கப்பட்ட அ.ஜேசுராசா, சி.சிவசேகரம், வ.ஐ.ச.ஜெயபாலன், சு.வில்வரத்தினம் போன்ற கணிசமானோர் தனிமனித உணர்வுகளுக்கும் சொந்த அனுபவங்களுக்கும் முதன்மையளித்துக் கவிதைகளைப் படைத்தனர்.

மரபுக்குள் நின்றுகொண்டு நவீனம் சார்புக் கவிதைகளைத் தந்த காசியானந்தன், வர்க்க அடிப்படையில் சமூகத்தை நோக்கிய சுபத்திரன் ஆகியோரும் கலைப்பெறுமானம் மிக்க கவித்துவமான பல கவிதைகளை எழுதினர். சிறந்த படிமங்கள் நிறைந்த நீண்ட கருத்துக்கள் செறிந்த கவிதைகளின் வரவானது ஈழத்துக் கவிதையின் தனித்துவத்தை பேணிக்காத்து புதுமையான வழிக்கு இட்டுச்சென்றது.

ஈழத்தின் அண்மைக்காலக் கவிதைப் போக்கு: ஈழத்துக் கவிதைகள் 1980கள் வரை சாதி, சமயம் என்ற வரன்முறைக்குள் நின்றுகொண்டே பெரும்பாலும் வளர்ச்சி கண்டன. இன்னொரு வகையில் சொன்னால் தம்முடைய காலப்பகுதியில் தாம் எதனால் பாதிக்கப் படுகிறார்களோ அல்லது ஈர்க்கப்படுகிறார்களோ அந்த ஈர்ப்புணர்வின் வெளிப்பாடாகவே காலத்துக்குக் காலம் தமிழ் இலக்கியங்கள் தோன்றியிருப்பதை வரலாறு எமக்கு உணர்த்துகின்றது.

இன்றைய இலங்கைத் தமிழர் வாழ்வு பல்வேறுபட்ட ஆதிக்கக் கூறுகளினால் கட்டுண்டு கிடக்கிறது. இதில் பிரதானம் இனத்துவ ஆதிக்கநிலை, பின்வர்க்க முரண்பாடுகள், சாதிப் பிரச்சினை, மதமேலாதிக்கம், பெண்ணிய அடிமைத்தனம், பிரதேச வேறுபாடுகள் போன்றனவாகும். இத்தகைய கருத்தியல் நிலைகளை உள்வாங்கிக் கொண்டனவாகவே ஈழத்தில் தற்காலக் கவிதைகளும் பிறக்கின்றன.

1980 களின் பின்னைய இலங்கைத் தமிழ்க் கவிதைகளில் அரசியல், பெண்ணியம் போன்றன முனைப்புப் பெறுவதைக் காணலாம். இக்காலப் பகுதியில் வந்த புதிய பரம்பரையில் பெண்களின் பங்கு கணிசமானதாக இருந்தது. அரசியல் ஒடுக்குமுறை மிகுந்திருந்த இக்காலத்தில் இலக்கியங்களும் அதையே பேசின. கவிதை விமர்சகரான எம்.பௌசர் குறிப்பிடுவது போல "ஈழத்துத் தமிழ்க் கவிதையில் -இலக்கியத்தில் பெரும் அரசியல்வாடை அடிக்கிறதென மூக்கைப் பொத்திக் கொள்பவர்கள் இருக்கிறார்கள்"(15) என்ற கருத்து இவ்விடத்தில் வலுவுடையதாக உள்ளது.

இனவன்முறைகள் முன்னைய காலங்களைவிட 1980களின் பின்னர் அதிகரித்தமையினால் அதற்கெதிரான எதிர்ப்புக் குரலாகவே கவிதைகளும் படைக்கப்பட்டன. போரினை உள்ளிருந்து எதிர்ப்போர் வெளியிருந்து பார்ப்போர் என இரு வேறுபட்ட இயங்கியல் தளத்தினூடே இக்காலக் கவிதைகள் எழுதப்பட்டன. தமிழ்த்தேசிய உணர்வின் காரணமாயும் மனிதாபிமான நோக்கிலும் என எதிர்ப்புக் குரல்கள் போருக்கெதிராக மேற்;கிளம்பின.

"................................

கருணையுள்ளோரே கேட்டீரோ

காகங்கள் கரைகின்றன

சேவல் கூவுகின்றது

காற்றில் மரங்கள் அசைகின்றன

மரணங்கள் நிகழ்கின்றன......."(16)

எனப் போரின் கொடுமையினையும் அதனால் ஏற்படும் இழப்புக்களையும் எந்தவிதமான பூச்சுப் புனைவுமின்றிக் கூறும் கவிஞர் அஸ்வகோஸின் வரிகள் இத்தகைய இயல்புடன் விளங்கக் காணலாம்.

1983இல் நிகழ்த்தப்பட்ட மிகக் கொடுமையான இன வன்முறையின் பின்னரான காலப்பகுதியில் வந்த கவிதைகள் போரினால் ஏற்பட்ட இழப்புக்களையும், கொடூரங்களையும், தமிழின எழுச்சியையும் பாடுவனவாக அமைந்தன. யாழ் நூலக எரிப்பு, நெடுந்தீவு குமுதினிப் படுகொலைகள், தமிழ் ஆராய்ச்சிப் படுகொலைகள் என்பன ஈழத்துத் தமிழ்க் கவிதைகளில் பெருந் தாக்கத்தினை உண்டுபண்ண, அதன் விளைவாக புதுவை இரத்தினதுரை, நிலாந்தன், அஸ்வகோஸ், நட்சத்திரன் செவ்விந்தியன், கலா, சேரன் என நீண்டு செல்லும் பட்டியலையுடைய கவிஞர் குழாமொன்று தோன்ற வழிபிறந்தது.

கவிஞர் சு.வில்வரத்தினம் நீண்ட கவிதைப் பாரம்பரியத்தில் இருந்து வந்தவர் என்பதை அவருடைய கவிதைகளில் இருந்து அறிய முடிகின்றது.

"பறம்புமலை

பாரி மறைந்து

பரிதியும் மறைந்த இருளில்
அகதிகளாயினர்
அங்கவையும் சங்கவையும்
வென்றெறி முழவம் வீழ்ந்த கையோடு
குன்றில்
தோய்ந்த முகநிலவின் சோகம்
படர்கின்ற ஒற்றையடிப் பாதையினூடே
பாரி மகளிர் நடந்தனர்
மலையின் இறங்கிப் பெயர்ந்து
....
....
அந்தப்புரத்து அடிமைகளாகிவிட்ட
அங்கவையும் சங்கவையும்
இரங்கி அழுதவையெல்லாம்
இற்றைத் திங்கள் இவ்வெண்ணிலவிலும்
எதிரொலிக்கின்றனவே."(17)

தனது தொலைநோக்குப் பார்வையினூடே சங்கப் புலவர் ஔவையாரின் பாடல் ஒன்றை நினைவுபடுத்தி இடப்பெயர்வின் அவலத்தினை எடுத்துக் கூறியமை சிறப்பாக உள்ளது.

1980களின் பின்னர் உலகின் பல நாடுகளுக்கும் சென்ற புலம்பெயர்ந்த ஈழத் தமிழர்கள் சொல்லமுடியாத பல சிக்கல்களை அனுபவித்தார்கள். பிரயாண அவலம், வீசாச் சிக்கல், தங்குமிடம் இன்மை, நிறவெறி, புதிய பண்பாட்டுச் சூழல், அந்நியஇடம், தாயகம் பற்றிய ஏக்கம் என்பன அவர்களை வாட்டிவதைக்க தமது இலக்கியங்களிலும் அவற்றை வெளிக்கொண்டு வந்தனர்.(18)

சேரன், வ.ஐ.ச.ஜெயபாலன், பிரதீபா, விந்தியன், அருந்ததி, மைத்திரேயி, ஊர்வசி, அவ்வை, தமயந்தி, சுகன், பாலமோகன் போன்ற சுட்டிக்காட்டத்தக்க இன்னும் பலர் தமது ஆதங்கங்களைக் கவிதைகளினூடாகக் கொண்டுவந்தனர். "சொல்லாத சேதிகள், மறையாத மறுபாதி, மரணத்துள் வாழ்வோம்" போன்ற கவிதைத் தொகுதிகள் புலம்பெயர் கவிஞர்களின் கவித்துவத்துக்கு ஆதாரமாக இன்றும் உள்ளன.

வ.ஐ.ச.ஜெயபாலன் தனது 'உயிர்த்தெழுந்த நாட்கள்' என்ற நீண்ட கவிதையிலே தமிழர்களின் சோக வரலாற்றினை ஓரளவுக்கு எடுத்துக்கூற சேரனின் 'கோபுரக் கலசமும் பனைமர உச்சியும்' என்ற கவிதை அதனை மேலும் வலுவுடையதாக்கியது.

" எனக்கு 'விசா' தந்த அதிகாரி
மனைவிக்கு
'விசா' தர மறுக்கிறான்
யாழ்ப்பாண வடலிகளின் நிழலில்
அம்மம்மா
'போய்ச் சேர்ந்து விட்டாலும்'
சென்று திரும்பல்

இயலுமோ சொல்...?"(19)

என நீண்டு செல்லும் இளவாலை விஜயேந்திரனின் கவிதைமூலம் சொந்த நாட்டுக்கே சென்று திரும்ப முடியாத அவலநிலை உணரப்பட்டது. வ.ஐ.ச.ஜெயபாலன் தன்னுடைய கவிதைகளில் புலம்பெயர் மக்களின் பல்வேறுபட்ட உணர்ச்சிகளைச் சித்திரிக்க முற்பட்டுள்-ளமை அவரது கவிதைகளினூடே புலப்படுகின்றது.

"நான் மந்தையைப் பிரிந்த தனிஆடு
போர் என்ற ஓநாயின்
பிடி உதறித் தப்பியநான்
அதிட்டத்தால்
வாட்டும் குளிரில்..."(20)

தாய்நாட்டின் பிரிவும் புகுந்த நாட்டின் தனிமையும் கொடிதிலும் கொடிது என்பதை உணர்த்த அவர் கையாண்ட வரிகள் அற்புதமானவை.

மேலைநாட்டு ஆண்-பெண் சமத்துவ நிலையின் தாக்கத்தினை பெண்ணியம் சார்புடைய கவிதைகளின் மூலம் அறிந்து கொள்ளக் கூடியதாகவுள்ளது. புலம்பெயர் சூழல், போராட்டக்-களம், என்பன சமூக அமைப்பில் இருந்த பெண்களுக்கான மரபுவழித் தளைகளை உடைத்-தெறிந்து புதுமை படைக்கும் சூழலை அல்லது வாய்ப்பை ஏற்படுத்திக் கொடுத்திருந்தது. இதன் விளைவே பெண் கவிஞர்களின் பல்கிப் பெருகிய தோற்றமாகும்.

நிருபாவின் 'மாப்பிள்ளைக்கு வந்தனங்கள்' என்ற தனிக் கவிதையில் வரும்

"...பூமியை விட்டு நான்
செவ்வாயில் வாழச் சென்றால்
சூரியனையும் சந்திரனையும்
சீதனமாக் கேட்பீரோ?"(21)

என்ற வரிகளும், பாமினியின்

"மாப்பிள்ளை வாங்கலியோ
மாப்பிள்ளை வாங்கலியோ
மாத வருமானமுள்ள
உள்நாட்டு மாப்பிள்ளைக்கு
கைரொக்கத்துடன்
கணிசமான தொகையும்......"(22)

எனத் தொடரும் கவிதையும் சீதனத்துக்கு எதிராகத் திரண்ட பெண்களின் ஒருமித்த குரலாக ஒலிக்கின்றது.

"எங்களைப் பாருங்கள்-எங்கள்
சேலைகளையும் ரவிக்கைகளையும் அல்ல
எமது உணர்ச்சிகளை......"(23)

"எனக்கு முகமில்லை
இதயம் இல்லை
ஆத்மாவும் இல்லை

அவர்களின் பார்வையில்
இரண்டு மார்புகள்
நீண்ட கூந்தல்
சிறிய இடை
பருத்த தொடை.........''(24)
"... அகதியாதலால்
ஆடையில் இருந்து
உறுப்புக்கள் வரைக்கும்
பார்வைகளால்
விசாரிக்கப்பட்டு
வயோதிபரில் இருந்து
இளைஞர் வரைக்கும்
காமப் பார்வையை
என்மேல் பதிப்பர்
பெண்ணாதலால்''(25)

அடுப்பங்கரையில் சாம்பல் பூச்சிகளாய் ஒதுங்கிக் கிடந்த பெண்களின் உணர்வுகளைத் தட்டி எழுப்பிய இத்தகைய கவிதைகள் ஆவேசத்தின் குரலாகவும், அடக்குமுறையின் வெளிப்பாடாகவும் உள்ளமை விசேடமானது. போராளிக் கவிஞர்களான கஸ்தூரி, வானதி, பாரதி போன்றோரும் பெண்ணியம் சார்புடைய கவிதைகளை எழுதித் தம்மையும் அடையாளப்படுத்தினர்.

பாலுறவில் பேசாப்பொருளாக இருந்த உணர்வுகளும் கவிதைகளில் இடம்பெறத் தொடங்கின. ஆண்-பெண் உறவில் திருப்தி காணாத நிலையில் தமது ஏக்கத்தை வெளிப்படுத்தவும் கவிதைகளைத் தெரிவு செய்தனர்.(26) இத்தகைய புரிதலின் வெளிப்பாடாக ரஞ்சினியின் 'புரிதலின் அவலம்' என்ற கவிதை விளங்கக் காணலாம்

எண்பதுகளின் பின்னர் 'சோலைக்கிளி'யின் வரவானது இனஉணர்வு வழிவந்த மாற்றங்களுக்கு இடமளிப்பதாக அமைந்திருந்தது. படிமக் கவிஞராகத் தன்னை இனங்காட்டிய இவருடைய கவிதைகளில் படிமங்களே மொழியாக அமைந்து விடுவதனால் கவிதைகளின் வனப்பும் சிறப்புடன் பேணப்படுகின்றது.(27)

தொன்னூறுகளில் ஈழத்துத் தமிழ்ச் சமூகம் தனது இருப்பை மேலும் இழக்கத் தொடங்கியது. விடுதலைக்கான இருப்பும் இருப்புக்கான விடுதலையும் இக்காலத்தில் அதிகம் சிலாகிக்கப் பட்டது. படிமம், குறியீடு, உருவகம் போன்ற வனப்புக்கள் அதிகம் நிறைந்திருந்த போதிலும் அவை கவிதைக்கு ஒருவகையான அழகு சேர்ப்பனவாகவே அமைந்திருந்தமை சிறப்பானது.

அஸ்வகோஸ், கருணாகரன், நட்சத்திரன் செவ்விந்தியன், ஓட்டமாவடி கருணாகரன், அறபாத், ஆத்மா, றஸ்மி, போன்ற இளம் கவிஞர்கள் 1990களின் பின்னர் கவிதை முயற்சியில் தம்மையும் ஈடுபடுத்திக் கொண்டு, முற்காலக் கவிஞர்களின் ஆளுமையில் இருந்து முற்றிலும் விடுபட்டு சூழலுக்கேற்ற விதத்தில் அசாதாரண எளிமையும் படிமப் பிரயோகச் செறிவும் உடையனவாகத் தமது கவிதைகளைப் படைத்தனர்.

ஈழத்துக் கவிதை இலக்கியத்தின் மற்றொரு கூறாக அமைவது முஸ்லீம் தேசியவாதம் ஆகும்.வடபகுதி முஸலீம்கள் வெளியேறியதன் பின்னர்தான் கவிதைகளில் முஸ்லீம்களின் பங்கு தக்கமுறையில் பிரதிபலிக்கத் தொடங்கியது.(28) எம்.பௌசர், றஸ்மி, ஆத்மா, சிராஸ்-டீன், ஸஹ{ப், ஹனிபா போன்ற பல முஸலீம் எழுத்தாளர்களின் கவிதைகளில் முஸ்லீம் தேசியவாதம் முனைப்புப் பெற்றுள்ளதைக் காணலாம்.

அமரராகிவிட்ட குறிஞ்சித் தென்னவனின் பணி கவிதை விமர்சகர்களால் பெரிதும் பாராட்டப்பட்டது. ஆயிரக்கணக்கான கவிதைகளினை எழுதி மலையகக் கவிதைக்கான தன்னாலான பணியினைச் சிறப்புடன் செய்த இவருடைய கவிதைகள் அடங்கிய சிறு தொகுதி நூலொன்று நீண்ட நாளின்பின் நிறைவேறிய போது, "எனது நெடுநாட்க் கனவு நிறைவுறுகிறது"(29) என அகமகிழ்ந்தார்.

குறிஞ்சித் தென்னவனைத் தொடர்ந்து முரளிதரன், எலியாசன், மல்லிகை.சி.குமார் எனப்பலர் மலையகக் கவிதைக் களத்தை அலங்கரித்துக் கொண்டிருக்கின்றனர். இவர்களில் எஸ்.முரளிதரன் மாத்திரம் பத்துக்கும் மேற்பட்ட கவிதைத் தொகுதிகளைப் படைத்துள்ளமை குறிப்பிடத்தக்கது.

இந்நிலையில் இன்றைய ஈழத்துக் கவிஞர்கள் யப்பானில் புகழடைந்த 'ஹைக்கூ' கவி-தையாக்க முயற்சியில் ஈடுபட்டிருப்பினும் அனுபவ முதிர்ச்சியின்மை காரணமாக அம்முயற்சி இன்னும் இம்மண்ணோடு சுவறவில்லைப்போல் தெரிகிறது.

ஈழத்துக் கவிதைப் பரப்பானது நீண்டு விரிந்த ஒரு வரண்முறையான நெடுவழியில் பயணித்து இன்றைய நிலையினை அடைந்துள்ள தற்காலச் சூழலில், முது கவிஞர்களின் சுவடுகளிடையே பயணிக்க இளங் கவிஞர்கள் பலர் முயன்று கொண்டிருப்பினும் அவர்க-ளுக்கான காத்திரமான களமும், படைப்புச் சூழலும், வசதிவாய்ப்புக்களும் அதிகரிக்குமிடத்து உயிரோட்டமான இன்னும் பல கவிதைகளைத் தரிசிக்கும் வாய்ப்புக் கிட்டும் என்பது மட்டும் உறுதி.

ஈழத்தில் தமிழ்ச் சிறுகதை வளர்ச்சி: நவீனத்துவ இலக்கியப் படைப்பும் அது சம்மந்த-மான திறனாய்வுகளும் ஐரோப்பிய நாடுகளில்தான் முதலில் மையங்கொண்டன. ஐரோப்பிய அதிகாரம் நோக்கிய மையத்தள நகர்வின் பின்னரான இயங்கியல் செயற்பாட்டின் ஒருபகுதி-யாக இந்திய-தமிழ்ச் சூழலில் நவீனத்துவத்தின் சமூகத்தளம் விரிவடைந்த போது மத்தியதர வர்க்கக் கிளர்ச்சியின் வெளிப்பாடாக புனைகதைகள் தமிழுக்குள் வந்து சேரத் தொடங்கின.

மரபு ரீதியான நிலவுடைமை அமைப்பின் வீழ்ச்சி, முதலாளித்துவ எழுச்சி, நகரமய-வாக்கம், எந்திரமயமான வாழ்வியல், வணிகக் கலாசாரச் செல்வாக்கு என்பன ஆத்மார்த்த ரீதியாக புனைகதைகளில் தாக்கத்தினை உண்டுபண்ணின.

தமிழில் முதல்ச் சிறுகதையை எழுதிய வ.வே.சு.ஐயருடன்தான் தமிழ்ச் சிறுகதை வரலாறு பிறக்கின்றது. 'இந்திய சுதந்திரப் போராட்டத்திலும், சமூக சீர்திருத்தங்களிலும் மக்-களை ஊக்குவிப்பதற்குக் கற்றவர்கள் இலக்கியம் படைக்க வேண்டும் என்ற கருத்துடைய-வர்'(30) வ.வே.சு.ஐயர் ஆவார்.

தனிமனித நேயம், வீரம், சோகம், தியாகம், காதல், நாட்டுப்பற்று, தத்துவம் போன்ற பல விடயங்களை உள்ளடக்கி வெளிவந்த 'மங்கையக்கரசியின் காதல் முதலிய கதைகள்'(1917) தொகுதியில், 'குளத்தங்கரை அரசமரம் சொன்ன கதை' யை வெளியிட்டு வ.வே.சு.ஐயர்

தனக்கென ஓர் இடத்தினைத் தக்கவைத்துக் கொண்டார்.

தமிழில் நாவல் இலக்கியம் தோன்றிப் (1876) பல ஆண்டுகளின் பின்னர்தான் (1881-1925) சிறுகதை இலக்கியம் வளர்ச்சி பெறத் தொடங்கியது. 'சிறுகதையின் தேய்வும் நாவலின் தோற்றமும்' என்ற கட்டுரையில் பேராசிரியர் க.கைலாசபதி அவர்கள், 'தமிழ்ச் சிறுகதையின் தந்தை என மதிக்கப்பட்ட வ.வே.சு. ஐயர் தம்மை ஒரு கலைஞன் என்று கருதவில்லை.'(31) என்ற அடிப்படையிலான ஓர் கருத்தை முன்வைக்க,

'காந்தி, சுதந்திரச் சங்கு போன்ற பத்திரிகைகளில் சிறுகதைகள் இடம்பெற்றனஎனினும் அவை இலக்கியச் சோதனையைத் தம் முக்கிய நோக்கங்களில் ஒன்றாகக் கொள்ளவில்லை. மணிக்கொடியே இவ் இலட்சியத்துடன் தோன்றிய முதல் பத்திரிகை'(32)

என்று கூறிய பேராசிரியர் கா.சிவத்தம்பி அவர்களின் கருத்தும் நோக்கத் தக்கது. உண்மையில் தமிழ்ச் சிறுகதை உலகின் முடிசூடா மன்னனாகத் திகழ்ந்த புதுமைப்பித்தன் முதல் ஈழத்துச் சிறுகதை முன்னோடிகள் வரை பின்னாளில் தோன்றிய பல சிறுகதை எழுத்தாளர்கட்கெல்லாம் களம் அமைத்துக் கொடுத்த பெருமை மணிக்கொடிக்கே உரியது. இத்தகைய இயங்கியல் தளத்தினூடே நின்று கொண்டு ஈழத்துச் சிறுகதை பற்றிய மதிப்பீட்டைச் செய்வதே பொருத்தமானதாக அமையும்.

1950 கள் வரையிலான ஈழத்துத் தமிழ்ச் சிறுகதை வளர்ச்சி: தமிழ் நாட்டினைப் போல ஈழத்திலும் முதலில் நாவல்களே தோன்றின. அதனைத் தொடர்ந்தே சிறுகதைகள் எழுதப்பட்டன. ஆரம்பத்தில் தமிழ்நாட்டில் ஏற்பட்ட விழிப்புணர்வின் பாதிப்பே ஈழத்துச் சிறுகதைகளின் தோற்றத்துக்கான பின்புலத்தை ஏற்படுத்திக் கொடுத்திருந்தன எனினும் காலம் செல்லச்செல்ல உருவ, உத்தி, உள்ளடக்க முறைகளில் வித்தியாசமான பண்புகளைக் கொண்டனவாக ஈழத்தில் சிறுகதைகள் படைக்கப்பட்டன.

1960 கள் வரையிலான ஈழத்துத் தமிழ்ச் சிறுகதை வரலாற்றினைக் கூர்ந்து நோக்குகின்ற போது வெளிப்படையான மூன்று பண்புகளை அவதானிக்க முடிகின்றது. அவையாவன,

1. சரித்திர, புராண, சமூக வயப்பட்ட பண்பு
2. சாதி, வர்க்க, இன, தேசிய ஒருமைப்பாட்டியல்பு
3. சமூக வயப்பட்ட போக்கு,

என்பனவாம். இதில் இலங்கையர்கோன், சிவபாதசுந்தரம், சம்மந்தன், வைத்தியலிங்கம், நடேசையர் போன்றோர் முதற் கட்டத்தைச் சார்ந்தவர்கள். இவர்களுடைய சிறுகதைகளில் பெரும்பாலும் கதைகளின் மொழியாக இலக்கிய நடையே வழங்கப்பட்டிருப்பதைக் காணலாம். இவர்கள் மேனகை, அகலிகை, பூதத்தேவன் கோட்டை, போன்ற புராண இதிகாசக் கதைகளையும், பாற்கஞ்சி, வெள்ளிப்பாதசரம், போன்ற கிராமிய, குடும்ப, மனித விழுமியக் கதைகளையும் படைத்தனர்.

இலங்கையர்கோன் (ந.சிவஞானசுந்தரம்-ஏழாலை) ஏறத்தாழ 30 சிறுகதைகள் வரை எழுதியுள்ளார். கு.ப.ரா.வின் கூடிய செல்வாக்குடைய இவரின் கதைகளில் குடும்ப உறவு, கிராமிய மண்வாசனை, கிராமிய வாழ்வியற் கோலங்கள், மனோரதியப் பாங்கு, உருவ நேர்த்தி முதலிய பண்புகளை அவதானிக்க முடிகின்றது. பேச்சுவழக்கினை இயல்பாகவே பயன்படுத்திய இவர் 1950 களின் பின்னர் நாடக ஆசிரியராகப் புதிய பரிமாணம் பெற்றார்.

சி.வைத்திய லிங்கம் எழுதிய 'கங்காதீபம்' என்ற சிறுகதைத் தொகுதியானது மெல்லிய உணர்வுகளும், கிராமிய மண்வாசனையும் கொண்ட பல சிறுகதைகளை உள்ளடக்கியிருக்கின்றது. சம்மந்தனுடைய சிறுகதைகள் கவிரசனையுடைய தூய மொழிப்பிரயோகம் அமைந்து கதைக்கு இயல்பான அழகினைத் தந்தன. மனிதன், சலனம், சபலம், மதம் போன்ற சிறுகதைகளைச் சான்றாகக் கூறலாம்.

1930-1940 கள் வரையான காலகட்டம் இவ்வாறிருக்க நாற்பதுகளின் பின்னர் பிரக்ஞை பூர்வமான முறையில் மக்களின் வாழ்க்கைமுறை சிறுகதைகளில் கையாளப்பட்டது. இக்காலப் பகுதியில் தோன்றிய ஒருகுழு 'மறுமலர்ச்சி' என்ற சங்கத்தை நிறுவி அதன்மூலம் 'மறுமலர்ச்சி' என்ற சஞ்சிகையைப் பிரசுரித்து நவீன இலக்கிய வளர்ச்சிக்கு ஒத்தாசை புரிந்தது.

வரதர், அ.ந. கந்தசாமி, அ.செ. முருகானந்தன், சொக்கன், சு.வே போன்றோர் மறுமலர்ச்சிக் குழுவில் இருந்துகொண்டு ஆக்கபூர்வமான கலை இலக்கியப் பணிகளில் ஈடுபட்டனர். இதனால் தமிழகத்து 'மணிக்கொடி'போல் ஈழத்தில் 'மறுமலர்ச்சி' சிறுகதைத் துறைக்குப் புதிய உத்வேகத்தினைக் கொடுத்தது. இதன் விளைவாக மறுமலர்ச்சியின் 24 இதழ்களில் 52 சிறுகதைகள் வெளியாகின.

மறுமலர்ச்சியில் வெளிவந்த 16படைப்பாளிகளின் 25 சிறுகதைகள் அண்மையில் 'மறுமலர்ச்சிச் சிறுகதைகள்' என்ற தொகுப்பாக செங்கை ஆழியானால் (கலாநிதி க. குணராசாவினால்) தொகுக்கப்பட்டது. இதேபோல இவரால் 'ஈழகேசரிச் சிறுகதைகள், சுதந்திரன் சிறுகதைகள், மல்லிகை சிறுகதைகள்(2தொகுதி)' போன்றனவும் தொகுப்பாக வெளியிடப்பட்டன.

இரண்டாவது கட்டம் 1950 களின் பின்னரான காலத்தினைக் கொண்டமைகின்றது. வ.அ.இராசரத்தினம், டொமினிக் ஜீவா, டானியல், செ.கணேசலிங்கன், பித்தன், அ.ஸ.அப்துல்ஸமது போன்றோர் இக்காலத்தில் சாதி, வர்க்கம், இனப்பாகுபாடு, தேசிய ஒற்றுமை போன்ற பல விடயங்களை முன்னிலைப்படுத்தி கதைகளை எழுதினர்.

ஐம்பதுகளில் எழுதத் தொடங்கிய இப்புதிய பரம்பரையினரில் ஒருசாரார் மார்க்ஸிய கோட்பாட்டின் அடிப்படையில் தமது இலக்கிய முயற்சிகளை முன்னெடுத்தனர். மறுசாரார் எத்தகைய கோட்பாடுகளுமின்றி மனிதாபிமான உணர்வின் அடிப்படையில் தமது இலக்கியப் பிரக்ஞையை வெளிப்படுத்த முயன்றனர்.(33)

ஐம்பதுகளில் ஏற்பட்ட இத்தகைய புதிய போக்கானது அரசியல் விழிப்புணர்வும் சமூகச் சார்புப் பண்பும் கொண்டனவாக சமகாலத்தில் வளர்ச்சி கண்டது. இத்தகைய முற்போக்குச் சிந்தனை வலுவடைய முன்னரைவிட தேசியம், மண்வாசனை உணர்வுகளும் வலுவடையத் தொடங்கின.

மூன்றாவது கட்டம் முன்னைய இருநிலைப்பட்ட தன்மைகளில் இருந்து முற்றிலும் மாறுபட்ட தன்மையுடன் விளங்கியது. செ.கதிர்காமநாதன், வ.அ.இராசரத்தினம், செ.யோகநாதன், செங்கைஆழியான் போன்றோரின் கதைகள் சமூக வயப்பட்ட தன்மையுடன் விளங்கின. சமூக சீர்திருத்தக் கருத்துக்கள், தென்னிலங்கை மலையக மக்களின் வாழ்வியற் சிக்கல்கள், கிழக்கிலங்கை மக்களின் வாழ்க்கை அனுபவங்கள் போன்ற முற்போக்கான விடயங்கள் பரிசோதனை முயற்சியாக இக்காலக் கதைகளில் கையாளப்பட்டன.

இலங்கையில் சுதந்திரத்துக்குப் பின்னரான காலப்பகுதியில் அரசியல், சமூகத் தளங்கள் பிரச்சினைகளுக்கே அதிகம் களம் அமைத்துக் கொடுத்தன. இதனால் அரசியல்-சமூக ரீதியான விழிப்புணர்வுகள் கலையுலகில் ஏற்பட ஆரம்பித்தன. அதன் வெளிப்பாடாகப் பலர் சிறுகதைத் துறைக்கு தம்மாலான பங்களிப்புக்களை நல்கத் தொடங்கினர்.

இவர்களில் பலர் 1940 களில் இருந்தே சிறுகதை எழுதி வருபவர்கள். இன்னும் சிலர் 1950 களில் சிறுகதை எழுதத் தொடங்கியவர்கள். வேறுசிலர் இன்றுவரை நல்ல சிறுகதைகளை எழுதிக் கொண்டிருக்கிறார்கள் எனவே 'முட்டை முந்தியதா பெட்டை முந்தியதா?' என்ற விவாதங்களினை விடுத்து வெறும் பட்டியல் படுத்தலாகவன்றி அரசியல்-சமூகம் என்ற இரு நிலைகளில் ஊடாடி சுதந்திரத்தின் பின்னதான ஈழத்துச் சிறுகதை வளர்ச்சியினைத தனியாக நோக்குவதே பொருத்தமானதாக அமையும்.

1950 களுக்கு பின்னைய ஈழத்து தமிழ்ச் சிறுகதைப் போக்கு: 1950 களின் பின்னர் இலங்கையின் இலக்கியத் தளத்தில் பொதுவுடைமைத் தத்துவத்தின் தாக்கம் தீவிரமாக ஊடுருவியது. வறுமை, வேலையில்லாத் திண்டாட்டம், சாதிக்கொடுமை என்பன அவற்றின் நிறங்களுடன் அப்படியே தீட்டப்பட்டன. சோசலிச யதார்த்த வாதமும் தத்துவசார்பு வாதமும் ஒன்றுக்கொன்று சமாந்தரமான முறையில் மேற்கிளம்பின.

இன்னொருபக்கம் யதார்த்தவாதத்தை ஆயுதமாகக் கொண்ட சிலர் படைப்புக்களை வெளியிட, வேறுசிலர் திட்டவட்டமான கொள்கை இன்றிய சிறுகதைகளையும் படைத்தனர். உண்மையில் ஒவ்வொரு எழுத்தாளனும் தன்னைச் சுற்றியுள்ள விடயங்கள், இனம், சமூகம் போன்றவற்றில் கரிசனையுடன்செயற்பட்டு தமக்குள்ள சமூகப் பொறுப்பினை நன்குணர்ந்து இலக்கியங்களைப் படைப்பது அவசியமாகின்றது. இத்தகைய பன்முகப்பட்ட நிலையினை 1950களின் பின்னைய ஈழத்துச் சிறுகதைகளில் (புனைகதைகளில்) அவதானிக்க முடிகின்றது.

இலங்கை சுதந்திரம் அடைந்த நாள்முதல் நாம் கடந்துவந்த பாதை கடினமானது. 1956 களுக்குப் பின்னர் தோன்றிய இலக்கியங்களின் அடிப்படையில் நின்று நோக்குகின்றபோது இந்த உண்மை தெரியவரும். இதனால் சுதந்திரத்தின் பின்னதான ஈழத்துத் தமிழ்ச் சிறுகதைகளின் போக்கினை நாம்: 1980 வரையான காலகட்டம், 1980 களின் பின்னைய காலம் என இருநிலைப்பட்ட வரையறைகளுக்கு உட்பட்டே நோக்க வேண்டியுள்ளது.

முதலாவது காலகட்டம் 1956 களுடன் தொடங்குகின்றது. போக்குவரத்துச் சாதனங்கள், பாடசாலைகள் போன்றன இக்காலத்தில்தான் அரச மயமாயின. சிங்களமொழி அரசகரும மொழியாக்கப்பட்டது. இதனால் ஈழத்தமிழ் எழுத்தாளர்கள் மிகுதியான ஆர்வத்துடன் தாய்மொழிப் பற்றினை வெளிப்படுத்தினர். கே.டானியல், டொமினிக் ஜீவா, என்.கே.ரகுநாதன், நீர்வை பொன்னையன், அ.ந.கந்தசாமி, செ.கதிர்காமநாதன், செ.யோகநாதன், யோ.பெனடிற்பாலன், க.தணிகாசலம் போன்ற பலர் பெரும் உத்வேகத்துடன் சிறுகதைகளைப் படைத்தனர்.

தூதன், ஈழமுரசு, ஈழகேசரி, தேசாபிமானி, சரஸ்வதி, தாமரை, சுதந்திரன், தினகரன், வீரகேசரி, ஈழநாடு, மரகதம், போன்ற பல்வேறு பத்திரிகைகளும் சஞ்சிகைகளும் கே.டானியலின் சிறுகதைகளைப் பிரசுரித்து 150க்கு மேற்பட்ட சிறுகதைகளை அவர் எழுத வழிகாட்டின. இவருடைய கதைகளில் மண்வாசனை பண்பு மேலோங்கி இருக்கக் காணலாம்.

மருதூர் கொத்தன், பவானி ஆழ்வார்பிள்ளை, குந்தவை, சாந்தன், அ.யேசுராசா, நந்தினி சேவியர், திக்வெல்லை கமால், ஆகியோரின் வருகையுடன் 1970களின் பின்னர் ஈழத்துத் தமிழ்ச் சிறுகதைகள் புதிய அனுபவப் பகிர்வுகளினையும் சுமக்கத் தொடங்கின. இத்தகைய ஆரோக்கியமான நிலையில் எழுதப் புகுந்த மலையக எழுத்தாளர்கள் பலரும் தமது தோட்டங்களில் அறிமுகஞ் செய்யப்பட்ட அநீதியான சட்டங்கள், தோட்டத் துரைமாரின் கெடுபிடிகள், அரசியல் தொந்தரவுகள் போன்றவற்றுக்கு வளைந்து கொடுக்காமல் சீற்றத்துடன் தம்மை வெளிப்படுத்தும் பரம்பரையினராகத் தோற்றமளித்தனர்.

1980களின் பின்னர் மலையக எழுத்தாளர்களின் உத்வேகம் மேலும் வலுப்பெறத் தொடங்கியது. எஸ்.ராமையாவின் 'ஒரு கூடைக் கொழுந்து' (1980), மாத்தளை சோமுவின் 'அவர்களின் தேசம்' (1995), ப.ஆப்தீனின் 'இரவின் ராகங்கள்' (1996), கே.கோவிந்தராசனின் 'பசியாவரம்' (1996), போன்ற நூற்றுக் கணக்கான சிறுகதைத் தொகுதிகள் மலையகத்தைக் களமாகக் கொண்டு படைக்கப்பட்டன.(34) எழுபதுகளின் பிற்கூற்றிலிருந்து எழுதத் தொடங்கிய முல்லைமணி வே.சுப்பிரமணியம், அ.பாலமனோகரன், வன்னியூர் கவிராயர், அகளங்கன், தாமரைச்செல்வி, அன்ரனி மனோகரன், பரந்தன் புஸ்பா போன்றோரும் தரமான சிறுகதைகள் சிலவற்றைப் படைத்துள்ளனர்.

1980களில் அடுத்த காலகட்டம் ஆரம்பமாகின்றது. 1983இல் ஏற்பட்ட இனக்கலவரத்தின் காரணமாக 'இலங்கைத் தேசியம்' என்ற பொதுமை நிலை பின்தள்ளப்பட்டு 'தமிழ்த் தேசியம்' என்ற சிறப்புணர்வு வலுவடையத் தொடங்கியது. இதனால் புதிய கோசங்களுடன் தமிழ்ச் சமூகம் மேற்கிளம்பியது. அதன் இன்னொரு கட்டமாக போர் ஏற்பட்டு நாடு சொல்ல முடியாத பல இடர்பாடுகளைச் சந்தித்தது. இதனால் மக்கள் உள்நாட்டுக்குள்ளும் வெளிநாடுகளுக்கும் தமது அசைவியக்கத்தினை மேற்கொண்டனர். இத்தகைய பின்னணியில் தோன்றிய இலக்கியங்களும் கால மாற்றத்துக்கு ஏற்ப அவற்றினைப் பதிவு செய்தன.

எண்பதுக்குப் பின்னர் தோன்றிய சிறுகதைகளின் உள்ளடக்கத்தினைக் கருத்தில் கொண்டு அவற்றில் யுத்தச் சூழலில் எழுந்தவை, புலம்பெயர் அனுபவங்கள் பற்றியன, பெண்ணியம் சார்பான கருத்துடையன என மூன்று போக்குகளை இனங்காண முடிகின்றதெனினும் பாதிக்கு மேலான சிறுகதைகள் யுத்தச் சூழலில் எழுந்தனவாக, யுத்தத்தின் பின்விளைவுகளைக் கூறுவனவாக இருப்பதும் அவதானத்துக்குரியது.

புதிய பிரச்சினைகளும், புதிய அனுபவங்களும் எமது எழுத்தாளர்களை ஊன்பதைக்க வைத்துள்ளது. தரைமார்க்கமாகவும், ஆகாயமார்க்கமாயும், கடல்மார்க்கமாயும் நடைபெற்ற தாக்குதல்களும் பீரங்கி வெடிகள், கண்ணிவெடிகள் என்பவற்றுக்கு ஆளாகி மனித உடைமைகள், உயிர்கள், உயர் ஒழுக்கங்கள் போன்றன பெரும் இழப்புக்குள்ளாக பல்லாயிரம் இளைஞர்கள் பாதுகாப்புத் தேடியும், பணம் தேடியும் உலகின் பல்வேறு திசைகளுக்கும் புலம் பெயர்ந்தனர்.(35)

அச்சுறுத்தல் மிகுந்த சூழலில் அன்றாட நிகழ்வுகளாகிவிட்ட போரும்-அதன் விளைவுகளும் -சிதைந்து போன எமது தேசத்தின் எச்சங்களும் புனைகதைகளில் கருவாக்கப்பட்டன. க.பாலசுந்தரத்தின் 'அந்நிய விருந்தாளி'இ த.கலாமணியின் 'நாட்கள் கணங்கள் நமது வாழ்க்கைகள்', த.தணிகாசலத்தின் 'பிரம்படி'சுதாராஜின் 'ஒருநாளில் மறைந்த இருமாலைப் பொழுதுகள்'இ ரஞ்சகுமாரின் 'மோகவாசல்'இ திருக்கோவில் கவியுகனின் 'வாழ்தல்

என்பது'இ செங்கை ஆழியானின் 'யாழ்ப்பாணத்து ராத்திரிகள்'இ தெணியானின் 'உவப்பு'இ நந்தியின் 'கேள்விகள் உருவாகின்றன' போன்ற சில சிறுகதைத் தொகுதிகளினை இவற்றுக்கு உதாரணமாகக் கூறலாம்.

யுத்தச் சூழலில் இடம்பெயர்ந்த மக்களின் வாழ்வியல் அனுபவங்கள் புலம்பெயர் எழுத்தாளர்களின் ஓர் அங்கமாகத் திகழ்கின்றது. அவற்றின் தாக்கம் சமகால இலக்கியங்களிலும் தென்பட்டு நிற்கின்றது. இவர்கள் ஆரம்பத்தில் போரியல் அவலங்களைப் பற்றி எழுதினாலும் பின்னர் தாம் புலம்பெயர்ந்த நாடுகளின் வாழ்க்கை அனுபவங்களினையும், சிக்கல்களையும், மனவுணர்வுப் போராட்டங்களையும் வெளிப்படுத்தத் தொடங்கினர். கலாசாரச் சிக்கல், அந்நிய கலாசாரத்துடன் ஒன்றமுடியாத அவலநிலை ஆகியவற்றையும் கருப்பொருட்களாகக் கொண்டனர். இளவாலை விஜயேந்திரன், கருணாகர முர்த்தி, அரவிந்தன், பார்த்தீபன், சுரேஸ் சுப்பிரமணியம் போன்றோரின் சிறுகதைகள் நல்ல எழுத்துக் காட்டுக்கள்.

கோகிலா மகேந்திரன், தாமரைச்செல்வி, தேவகௌரி, சந்திரா தியாகராசா முதலியோரின் சிறுகதைகளில் பெண்ணியம் தொடர்பான விழிப்புணர்வு கடந்த இரண்டு மூன்று தசாப்தங்களாகப் பேசப்பட்டு வருகின்றது. சமூக மட்டத்திலும் குடும்ப மட்டத்திலும் ஆணாதிக்கத்துக்கு எதிரான உணர்வுகளை பெண்ணியம் சார்புடைய எழுத்தாளர்கள் தமது சிறுகதைகளினூடே வெளிப்படுத்தினர். பவானி ஆழ்வார்பிள்ளையின் 'கடவுளும் மனிதரும்' சிறுகதைத் தொகுதி மேற்குறித்த முக்கியமான போக்குடன் விளங்குகின்றது.

கிட்டத்ததட்ட ஒரு நூற்றாண்டின் விளிம்பில் நிற்கின்ற ஈழத்துச் சிறுகதைத் தடத்தை உற்று நோக்குகின்ற போது பலரின் தாக்கம் அதில் இருப்பதை உணர முடிகின்றது. இவர்களில் யார் சிறப்பானவர்கள்? யார் நல்ல கதையாசிரியர்கள்? என்ற வாதப்பிரதி வாதங்களைப் பின்தள்ளிவிட்டு பார்ப்பதே மேலானது. ஏனெனில் மாறுதலுக்குரிய காலத்தையும் மொழியையும் சரியான முறையில் பின்பற்றுபவனே காலம் தாண்டியும் பேசப்படுவான் என்பது இலக்கிய வரலாற்றுண்மையாகும்.

நம்மிடையே உள்ள மரபான கதைசொல்லும் முறைகளினையும் நமது நிலவியல்சார் தொன்மங்களினையும் வரலாற்றின் தடங்களையும் நுகர்வுக் கலாசாரத்தின் எதிர்பார்ப்பையும் எதிர்கொள்ள வேண்டிய தேவை இன்றைய நவீன சிறுகதை எழுத்தாளர்களிடம் நிறையவே உள்ளது. 'கதை சொல்லுதல் மரணத்துடனான விளையாட்டு'(36) என்கிறது அரேபிய தொல் கதை மரபு. யதார்த்தமாக பார்த்தால் வாழ்தல் என்பது எவ்வளவு தூரம் சாத்தியமோ அதுவரை கதைகளும் சொல்லப்பட்டுக் கொண்டுதான் இருக்கும். ஏனெனில் பொதுவாகக் கதைகள் ஓரிடத்தில் தங்குவதேயில்லை.(37) அவை எவர் வாயிலாவது அல்லது எந்த வழியிலாவது சொல்லப்பட்டு விடுவதற்காகக் காத்துக் கிடக்கின்றன. என்பதை உணர்ந்து நவீன புனைகதை எழுத்தாளர்களும் செயற்பட வேண்டியது காலத்தின் தேவையாகவுள்ளது.

ஈழத்தில் தமிழ் நாவல் வளர்ச்சி: கலை அனுபவம் என்பது சுயாதீனமானது தனிப்பட்ட மனோபாவங்களினை அறிந்து கொள்வதற்கான முயற்சியாகவும் இதனை உணரலாம். ஒரு மனிதனின் அனுபவம் என்பது வார்த்தைகளின் மூலம் சதா இன்னொரு மனிதனுக்கு எடுத்துச் சொல்லப்பட்டுக் கொண்டேதான் இருக்கின்றது. இக்கதையுரைத்தல் மரபென்பது இன்று நேற்று தோன்றிய ஒன்றல்ல. தொல்பழங் காலம் முதலே மனிதர்களிடையே இருந்து வரும் ஒருகலை. இந்நிலையில் எல்லாக் கதைகளுமே நாவல்கள் ஆகிவிடுவதில்லை, 'வடிவமில்-

லாத வடிவமும், புதிய தனித்துவக் கதையும் சேர்ந்த நடப்பியல் பண்பு உள்ளனவே நாவலாக மதிக்கப்பட வேண்டும்'(யுn ஐவெசழனரஉவழைn வழ நுடெிளா ழேளநட-1 இ யுசுNழுடுனு ர்நுNவுசுலுஇ p-26) என்ற 'ஆனோல்ட் ஹென்றி' அவர்களின் கூற்று நாவலுக்கான வரைவிலக்கணத்தினைத் தருகின்றது.

மேற்குலகில் நிலமாணிய அமைப்பின் சிதைவுடன் ஏற்பட்ட சமூகப் புரட்சியின் விளைவாக, பிரபுத்துவ சமூக அமைப்பில் மூழ்கிக் கிடந்த மக்கள் அதிலிருந்து வெளியேறி நவீன கண்டுபிடிப்புக்களைச் செய்ய, புதிய சிக்கல்களும் சவால்களும் மேற்கிளம்பின. இதனால் சமூக அமைப்பிலும் மாற்றங்கள் உருவாக அவற்றின் பதிவுகளை நாவல்கள் வெளிக்கொண்டு வந்தன.

மேலைநாட்டவரின் காலணித்துவ ஆட்சியினால் கட்டுண்ட தமிழ்ச் சமூக அமைப்பில் நிலவிய கூட்டுக்குடும்பம் உடைந்து சின்னாபின்னமாகிய வேளையில் நவீனத்துவம் என்ற பெயரினால் கல்வியிலும் பண்பாட்டிலும் பாரிய மாற்றங்கள் ஏற்பட தமிழிலும் உரைநடை படிப்படியாக வளரத் தொடங்கியது. ஆங்கிலக் கல்வியின் விருத்தி காரணமாக ஆங்கில நாவல்களை கற்ற பலர் அதனால் உந்தப்பட்டு தமிழிலும் நாவல்களைப் படைத்தனர்.

'Pயசடநல வாந pழசவநச' என்னும் ஆங்கிலக் கதையின் மொழிபெயர்ப்பாக 'ஹன்னாமூர்' (ர்யnயொ அழசந) என்ற பெண்மணியால் 1856இல் யாழ்ப்பாணத்தில் வைத்து வெளியிடப்பட்ட 'காவலப்பன் கதை'யே தமிழில் தோன்றிய முதல் நாவல் எனப் பலர் கூறினாலும் இன்றுவரை, 1879 இல் (1876 என்றும் கூறுவர்) மாயுரம் வேதநாயகம் பிள்ளையால் எழுதப்பட்ட பிரதாப முதலியார் சரித்திரமே தமிழின் முதல் நாவல் எனக் கொள்ளப்படுவது வரலாறாகி விட்டது.

இத்தகைய பின்புலத்தில் நின்று கொண்டுதான் ஈழத்து தமிழ் நாவல் வரலாற்றினை நாம் நோக்க வேண்டியுள்ளது. இவ்வகையில் ஈழத்து தமிழ் நாவல்களின் வளர்ச்சிப் போக்கினை தெளிவாக அறிய வேண்டுமாயின்,

1. தொடக்க காலம் முதல் 1960 கள் வரையான ஈழத்து தமிழ் நாவல் வளர்ச்சி
2. 1960 களின் பின்னைய ஈழத்துத் தமிழ் நாவல் வளர்ச்சி

என இருநிலைப்பட்ட தன்மையில் அவற்றின் போக்குகளை இனங்காண வேண்டும்.

தொடக்க காலம் முதல் 1960 கள் வரையிலான ஈழத்து தமிழ் நாவல் வளர்ச்சிப் போக்கு: ஈழத்தில் நாவல் இலக்கியம் தோன்றியது முதல் 1960 கள் வரையிலான காலகட்டத்தினை நுணுகி ஆராய முற்படுவோர் அவற்றினை உள்ளடக்கம், மண்வாசனை, பிரதேச உணர்வு, போன்ற நிலைகளில் நின்று ஆய்வுக்குட்படுத்தியமை புலனாகின்றது. இவ்வகையில் தான் இலங்கையில் 1850 களின் பின்னர் நாவல் இலக்கியத்துக்கான களம் ஆரம்பிக்கத் தொடங்கியது. எனினும் 1914 இல் தோன்றிய 'நொறுங்குண்ட இருதயம்' நாவல்தான் ஈழத்தின் மண்வாசனைப் பண்புடன் ஒன்றியமைந்த முதல் நாவல் என்ற பெருமையைப் பெறுகின்றது.

1856 இல் யாழ்ப்பாணத்தில் வெளிவந்த 'காவலப்பன் கதை'யே ஈழத்தின் முதலாவது நாவல் ஆகும். 1891 இல் திருகோணாமலை இன்னாசித்தம்பி எழுதிய 'ஊசோன் பாலந்தை' என்ற கதையும் வெளிவந்தது. அச்சுவேலி எஸ். தம்பிமுத்துப்பிள்ளை இதனைப் பதிப்பித்து வெளியிட்டார். இது 'முசளழn யனெ ஏயடநவெiநெ' என்ற போத்துக்கேய மொழிக் கதை-

யின் தழுவலாகும். 'ஊசோன், பாலந்தை' என்ற இரு போத்துக்கேயச் சகோதர இளவரசர்களின் கதையைக் கூறுவதே இந்நாவலின் பிரதான நோக்கம் எனினும் மேற்சொன்ன இரண்டு நாவல்களும் கிறிஸ்தவ சமயப் பிரச்சாரத்தை நோக்கமாகக் கொண்டன என்பதையும் மறுப்பதற்கில்லை.

சைவ-கிறிஸ்தவ போட்டி நிலைமை தனித்த ஒருபகுதியாக இயங்கிக் கொண்டிருக்க மறுபுறத்தில் இஸ்லாமிய மறுமலர்ச்சிச் சிந்தனையை உள்வாங்கிய முகமது காசிம் சித்திலெப்பை மரக்காயர் 1885 இல் 'அஸன்பேயுடைய சரித்திரம்' என்ற தழுவல் நாவலை எழுதினார். மத்திய கிழக்கையும் இந்தியாவையும் கதைக் களமாகக் கொண்டே இந்நாவல் படைக்கப்;பட்டுள்ளது. அஸன் அரச குடும்பத்தில் பிறந்தவன். ஜகுவா என்பவன் அவனைக் கடத்தி வளர்க்க பெரியவனானதும் ஜகுவாவிடம் இருந்து தப்பி ஓடிய அஸன் ஆங்கில தேசாதிபதியின் ஆதரவுடன் கல்வி கற்று 'பே'(டீயல) என்ற விருதினைப் பெற்று பாளினாவை மணம் முடித்து வீரனாக விளங்கினான். என்ற செய்தியை இக்கதை தருகின்றது.

1895 இல் தி.த.சரவணமுத்துப் பிள்ளையினால் எழுதப்பட்ட 'மோகனாங்கி' நாவல் தஞ்சாவூர் நாயக்க மன்னர்கள் பற்றிய வரலாறாகும். இந்நிலையில்தான் ஈழத்தில் தோன்றிய மேற்படி நான்கு நாவல்களிலும் ஈழத்துக் கதைக்களம், மண்வாசனை, இடம்பெறவில்லையாயினும் அவை ஈழத்தவர்களினால் அல்லது ஈழத்தில் எழுதப்பட்டன என்ற நிலையிலேயே ஈழத்துக்கு உரியனவாகக் கொள்ளப்படுகின்றன.

இலங்கையைக் கதைக் களமாகக் கொண்டு எழுதப்பட்ட முதலாவது நாவலாக சி.வை.சின்னப்பிள்ளையின் 'வீரசிங்கன் கதை அல்லது சன்மார்க்க ஜெயம்'(1905) விளங்குகின்றது. இது வீரதீர சாகசங்கள் நிறைந்து சன்மார்க்க போதனையையும் கொண்டதாக விளங்குகின்றது.(38) யாழ்ப்பாணம், வன்னி, கொழும்பு, திருகோணமலை, எனப் பல பிரதேசங்களினூடாக நாவலின் கதை நகர்கின்றதெனினும் வரலாற்றுப் பண்பில் நின்று விடுபடாத தன்மையுடன் சாதாரண மக்களின் கிராமிய வாழ்வு-பழக்க வழக்கம் போன்றவற்றை அணுக முற்பட்டு சமூக நடப்பியலோடு பொருந்தாத வீரசாகசப் பண்பு வாய்ந்த கதையாகவும் இது அமைந்துள்ளது. 'இரத்தினவாணி'(1915), 'இரத்தினசீலம்'(1916) போன்ற இவருடைய ஏனைய நாவல்களும் ஈழத்தைக் களமாகக் கொண்டு அமையவில்லை.(39)

மங்களநாயகம் தம்பையா என்ற பெண்மணி எழுதிய 'நொறுங்குண்ட இருதயம்'(1914) நாவலே ஈழத்துக் கள அமைப்புடன் பொருந்தக் கூடிய முதலாவது நாவலாக அமைகின்றது. 'சன்மார்க்க சீவியத்தின் மாட்சிமையை உபதேசத்தால் விளக்குவதிலும், உதாரணங்களால் உணர்த்துவது மிகவும் நன்மை பயத்தற்கு ஏதுவாகும் என்றெண்ணி இக்கதையை எழுதத் துணிந்தேன்'(40) என்று அவர் எழுதிய நூன்முகத்தில் தானே குறிப்பிடுவதிலிருந்து கதை எழுதப்பட்ட நோக்கத்தினை அறிய முடிகின்றது.

ம.வே.திருஞானசம்மந்தபிள்ளை சைவசமயப் பின்னணியில் நின்றுகொண்டு கிறிஸ்தவ மதப் பிரச்சாரங்களை எதிர்த்தவர் என்பதை அவரது 'காசிநாதன் நேசமலர்'(1924), 'கோபால நேசரத்தினம்' ஆகிய நாவல்களில் இருந்து அறிய முடிகின்றது. கிறிஸ்தவ பாடசாலையில் பயிலும் சைவச் சிறுவர்கள் எவ்வாறு மதம் மாற்றப்பட்டனர் என்பதற்கு 'கோபால நேசரத்தினம்' சான்றாகின்றது. சிறுவனான கோபாலனை மதம் மாற்ற எண்ணிய குட்டித்தம்பிப் போதகர் தனது மகள் நேசரத்தினத்தை அவனுடன் பழகவிட இருவரும் வளர்ந்து

வலுப்பெற்ற காதலராகி கோபாலன் கிறிஸ்தவத்துக்கு மதம் மாற மறுக்க அவள் சைவத்துக்கு மாறி திருமணம் செய்கிறாள் என முடிகிறது கதை.(41) சீதனம், மதுப்பழக்கம், சாதி ஏற்றத்தாழ்வு போன்ற சமூகச் சீர்திருத்தக் கருத்துக்களையும் இவருடைய நாவல்களில் அதிகம் காணமுடிகின்றது.

பத்தொன்பதாம் நூற்றாண்டின் இறுதியில் நிலவிய சைவ-கிறிஸ்தவ 'பனிப்போரின்' பிளைவுகளையும் சமூக ஏற்றத்தாழ்வுகளையும், சீதனம், குடிப்பழக்கம் போன்றவற்றினால் வரும் விளைவுகளையும் விதேசிய கலாசாரத்தின் தாக்கத்தையும் கூறுவதாக தமிழில் தோன்றிய ஆரம்ப கால நாவல்கள் அமைந்திருக்க, அவற்றிலிருந்து சற்று மாறுபட்ட போக்கில் சமயக் கருத்துக்களுக்கு முதன்மை தராது சமூகத்தை முதன்மைப் படுத்தியனவாக சாதிப் பிணக்குகள் நிறைந்தனவாக அரசியலும் கலந்து நாவல்கள் படைக்கும் சூழல் ஒன்று பிற்காலத்தில் வந்தது.

எஸ்.தம்பிமுத்துப்பிள்ளையின் 'அழகவல்லி' (1926), இடைக்காடரின் 'நீலகண்டன் ஒரு சாதி வேளாளன்' (1925), எச்.செல்லையாவின் 'காந்தாமணி அல்லது தீண்டாமைக்கு சாவு-மணி' (1937), எம் செல்வநாயகத்தின் 'செல்வி சறோஜா அல்லது தீண்டாமைக்கு சவுக்கடி' (1938) ஆகிய நாவல்கள் சாதிக்குள் சாதி பார்த்தல், சாதிய ஒடுக்குமுறை போன்ற சமூக யதார்த்தத்தைப் பிரதிபலிக்கத் தொடங்கின.(42)

1930கள் வரையிலான ஈழத்தமிழ் நாவல் இலக்கியப் போக்கில் சமூக நிலைப்பட்ட யதார்த்தப்பண்பு மேலோங்கவில்லை. அற்புதக் கதைகளையும் சமூக அறிவியல் நோக்கத்தையும் அடிப்படையாகக் கொண்டனவாக ஆரம்ப காலத்தில் நாவல்கள் படைக்கப்பட்டிருக்க, முப்பதுகளின் பின்னர் ஓரளவுக்குச் சமூக யதார்த்தத்தைப் பிரதிபலிப்பனவாக நாவல்கள் தோன்ற முற்பட்டன.

காதல், தியாகம், பாசம் முதலிய தனிமனித உணர்வுகள் முதன்மைப் படுத்தப்பட்டு குடும்பப் பாங்கான பண்புடன் 1950 கள் வரையான நாவல்கள் எழுதப்பட்டிருப்பினும் அவற்றில் ஒருவிதமான மர்ம-துப்பறியும் பண்பு உள்வாங்கப் பட்டிருப்பதனால் அவையும் பக்குவப்படாத எழுத்துக்களாகவே தெரிகின்றன. இராசம்மாள், ஏ.சி.இராசையா, வே.க.நவரத்தினம், சி.வை.தாமோதரம்பிள்ளை போன்றோரின் கதைகள் இதற்கு நல்ல சான்றுகளாகும்.

தேசபக்தன்(1929), தினத்தபால்(1930), வீரகேசரி(1930), ஈழகேசரி(1930), தினகரன்(1932) போன்ற தமிழ்ப் பத்திரிகைகளின் பெருக்கம் காரணமாக அரசியல், சமூக விழிப்புணர்வு நிலை படிப்படியாகத் தோன்ற ஆரம்பித்தது. பத்திரிகைகளில் தொடர்கதைகள் பல எழுதப்பட அதற்கான வாசகர் வட்டமும் பெருகத் தொடங்கியது. மர்மச்சுவை கொண்ட பல நாவல்கள் பத்திரிகைகள் மூலம் தொடராக வெளிவந்தன. இவ்வகையில் 'நெல்லையா' தனக்கென ஒரு வாசகர் கூட்டத்தையே உருவாக்கியிருந்தமை குறிப்பிடத் தக்கது.(43)

முப்பதுகளில் சமூக ரீதியில் ஏற்படத் தொடங்கிய விழிப்புணர்வு நிலை படிப்படியாகக் கூடி நாற்பதுகளில் மண்வாசனை, தேசிய உணர்வு என்ற எல்லைகளைத் தாண்டி நவீன இலக்கியச் சிந்தனைத் தளத்தினூடே நகரத் தொடங்கிய போது அவற்றின் தாக்கம் கணிசமான அளவில் நாவல்களிலும் பிரதிபலிக்கத்தொடங்கின. கனக-செந்தில்நாதன், அ.செ.முருகானந்தன், சொக்கன், வ.அ.இராசரத்தினம் எனப் பலரும் இக்கால கட்டத்தில் நாவல் எழுதத் தொடங்கினர். இவர்களுடைய நாவல்களில் தனிமனித உணர்வுகளும் மண்வாசனை-

யும் நகைச்சுவை உணர்வும் மேலோங்கி காணப்பட்டன. தழுவல் நாவல்களும் கணிசமான அளவில் இக்காலகட்டத்தில் தோன்றின. மறுமலர்ச்சி இலக்கியக் குழுவும் இதற்கு உறுதுணையாக இருந்தது.

சுதந்திரத்தின் பின்னர் தமிழ் நாவல் இலக்கியம் புதியதொரு பரிமாணத்தை நோக்கிப் பயணிக்கத் தொடங்கியது. இலங்கை முற்போக்கு எழுத்தாளர் சங்கத்தினரின் தோற்றமும் இதற்கு காரணமாக அமைந்தது. 1956 களில் நிகழ்ந்த அரசியல் மாற்றத்தின் பின்னர் தேசிய உணர்வுநிலை, சமூகப் பிரச்சினைகள், பிரதேசப் பண்புகள் கொண்ட நாவல்கள் என உள்ளடக்கத்திலும் மாற்றங்கள் ஏற்பட ஈழத்து மக்களின் வாழ்வியல்ச் சிக்கல்கள் நாவல்களினூடே முதன்மைப்படுத்தப்பட்டன. இதனால் சமூக நடப்பியல்போடு கூடிய படைப்புக்களாக நாவல்கள் வெளிவரத் தொடங்கின.

1960 க்குப் பின்னரான ஈழத்து நாவல் இலக்கியச் செல்நெறி: நவீன இலக்கியம் தொடர்பான விழிப்புணர்வு அதிகரித்த போது பரந்த அளவில் சாதியத்துக்கு எதிரான வெகுஜனப் போராட்டங்களும் நடக்கத் தொடங்கின. இதற்கிடையில் முற்போக்குவாதமும் தேசிய முதலாளித்துவமும் சமகாலத்தில் வளர்ச்சியடைய அக்கால நாவல்களும் அவற்றினைப் பிரதிபலிப்பது தவிர்க்க முடியாததாகியது. இளங்கீரன், டானியல், தெணியான், செ.கணேசலிங்கன், தி.ஞானசேகரன், செங்கைஆழியான், அருள் சுப்பிரமணியம், உட்படப் பலர் பொதுவுடைமைத் தத்துவத்தின் அடிப்படையில் நின்றுகொண்டு முரண்பாடுகளுக்குத் தீர்வுகாணும் முகமாக நாவல்களைப் படைத்தனர்.

எழுபதுகளின் பின்னர் பிரதேச ரீதியான நாவல்கள் படைக்கப்படத் தொடங்கின. அவ்வப் பிரதேசங்களுக்குரிய வாழ்வியல் அம்சங்கள், பேச்சு வழக்கச் சொற்கள், நாட்டாரியற் கூறுகள் என்பன நாவல்களினூடே பிரதிபலிக்கத் தொடங்கின. கணேசலிங்கனின் பெரும்பாலான நாவல்கள் , டானியலின் நாவல்கள் போன்றன யாழ்ப்பாணத்துக்கே உரிய சாதிப் பிரச்சினையை மையமாகக் கொண்டு எழுதப்பட்டிருந்தன.

அ.பாலமனோகரனின் 'நிலக்கிளி'(1976), 'கனவுகள் கலைந்தபோது'(1977), செங்கை ஆழியானின் 'காட்டாறு'(1977), 'மழையில் நனைந்து வெயிலில் காய்ந்து'(1989) போன்ற நாவல்கள் வன்னிப் பிரதேசத்தையும் , ஜோன்ராசனின் 'போடியார் மாப்பிள்ளை'(1976), வ.அ.இராசரத்தினத்தின் 'கிரௌஞ்சப் பறவைகள்'(1973) என்பன கிழக்கு மாகாணத்தையும் பிரதிநிதித்துவப் படுத்தி வெளிவந்தன.

சி.வி.வேலுப்பிள்ளையின் 'இனிப்பாட மாட்டேன்'(1984), 'வீடற்றவன்'(1981), தெளிவத்தை ஜோசப்பின் 'காலங்கள் சாவதில்லை' (1974), பெனடிற்பாலனின் 'சொந்தக்காரன்' (1968) போன்ற பல நாவல்கள் மலையகத்தைக் களமாகக் கொண்டு படைக்கப்பட்டன. இதேவேளையில் பொலநறுவை, கொழும்பு, தென்மேற்கு, தென்னிலங்கை, சிலாபம் போன்ற பகுதிகளில் இருந்தும் பல நாவல்கள் இக்காலத்தில் எழுதப்பட்டன.

சொக்கன், டானியல், செ.கணேசலிங்கன், தெணியான், செங்கை ஆழியான், செ.யோகநாதன் போன்றோர் யாழ்ப்பாணத்தின் எரியும் சிக்கலாக விளங்கிய சாதிப் பிரச்சினையை முன்னிறுத்தி நாவல்களினைப் படைத்தனர். சொக்கனின் 'சீதா'(1974), செங்கை ஆழியானின் 'பிரளயம்'(1975), செ.யோகநாதனின் 'காவியத்தின் மறுபக்கம்'(1977) போன்றன தீண்டாமைக்கு எதிரான நாவல்களாக இருப்பினும் இவற்றில் ஒருவகையான நழுவல் போக்-

கினையும் அவதானிக்க முடிகின்றது.

செ.கணேசலிங்கன் 'சடங்கு'(1966), 'செவ்வானம்'(1967), 'தரையும் தாரகையும்'(1968), 'போர்க்கோலம்'(1969), 'நீண்ட பயணம்'(1994), போன்ற 25 க்கு மேற்பட்ட நாவல்களை எழுதி அவற்றினூடாக சாதிப்போராட்டம், பெண்ணியம், சிறுவர் துஸ்பிரயோகம், நகர்ப்புற நாகரிகத்தின் அதீத மோகமும் கேடும், இனப்பிரச்சினையின் தீவிரத் தன்மை போன்ற பல விடயங்களினை வெளிப்படுத்தி தன்னையும் தீவிர இடதுசாரிப் பண்புடைய ஒரு எழுத்தாள-ராக இனங்காட்டிய வகையில் முக்கியம் பெறுகின்றார்.

1961 இல் வீரகேசரி வார வெளியீட்டில் 'நெடுந்தூரம்' என்ற பெயரில் தொடராக வெளிவந்த நாவலுடன் டானியலின் பணி தொடங்குகின்றது.(44) 'பஞ்சமர்'(முதலாம் பாகம் 1972), 'போராளிகள் காத்திருக்கிறார்கள்'(1975), 'பஞ்சமர்'(இரு பாகங்களும் 1982), 'கோவிந்தன்'(1982), 'அடிமைகள்'(1984), 'கானல்'(1986), 'தண்ணீர்'(1987), 'பஞ்சகோ-ணங்கள்'(1993) என்பன அவரது பஞ்சமர் வரிசை நாவல்கள் ஆகும்.(45) இவ்வாறாக 25 க்கு மேற்பட்ட நாவல்களினை எழுதி அடிநிலை மக்களின் வாழ்வியல் சிக்கல்களை மிக-வும் முற்போக்குத் தன்மையுடன் ஜனரஞ்சகமான நடையில் எழுதியமையினால் பெருந்தொ-கையான வாசகர் வட்டத்தினைத் தன்பால் ஈர்த்து தனக்குரிய இடத்தினைத் தக்கவைத்துக் கொண்டார்.

முற்போக்கு அணியினரின் படைப்பு முயற்சி தீவிரம் அடைந்த போது அனைத்துக்கும் சோஸலிச புரட்சியின் மூலமே தீர்வு காணமுடியும் என்று எண்ணினர். இதனால் பெருந்-தோட்டப் பகுதிகளில் நிலவிய தொழிலாளர்களுக்கு எதிரான பிரச்சினைகள், சுரண்டல்கள், வீடின்மை, குடியுரிமைச் சிக்கல் போன்றவற்றையும் நாவல்கள் பேசத் தொடங்-கின.(46)கோகிலம் சுப்பையாவின் 'தூரத்துப் பச்சைகள்', பெனடிற்பாலனின் 'சொந்தக்கா-ரன்', தெளிவத்தை ஜோசப்பின் 'காலங்கள் சாவதில்லை', தி.ஞானசேகரனின் 'குருதிமலை', சி.வேலுப்பிள்ளையின் 'இனிப் பாடமாட்டேன்', செ.கணேசலிங்கனின் 'சூரியன் கிழக்கில் உதிப்பதில்லை' போன்ற பல நாவல்கள் மலையகத்தைக் களமாகக் கொண்டு பல இடர்பா-டுகளை முன்னிலைப்படுத்தி எழுந்தன.

1970 இன் பின்னர் ஏற்பட்ட சமூக அரசியல் மாற்றங்களைத் தொடர்ந்து பெண்கள் பற்றிய விழிப்புணர்விலும் பாரிய மாற்றங்கள் ஏற்பட்டன. இதனால் இக்காலப் பகுதியில் தோன்றிய பெரும்பாலான நாவல்களில் சமுதாயச் சிக்கல்கள், சீதனக் கொடுமைகள், ஒழுக்-கப் பிறழ்வுகள், பொருந்தா மணத்தினால் ஏற்படும் விளைவுகள், திருமணம் தடைப்படுதல், முதிர்கன்னி, பாலியல் சுரண்டல்கள் போன்ற சிக்கல்கள் அவற்றின் நிறங்களுடன் அப்படியே தீட்டப்பட்டன.

மேற்படி விளைவுகளால் அதிகம் பாதிப்புக்குள்ளானவர்கள் பெண்களே என்பதனால் பெண்ணியம் சார்பான எழுத்தாளர்களின் தொகையும் பெருக ஆரம்பித்தது. சந்திரா தியா-கராசா, கோகிலா மகேந்திரன், கோகுலம் சுப்பையா, கவிதா, நஜுமா ஏ.பஜுர், அருள் சுப்பிரமணியம், ஜுனைதா ஜெரீப், போன்ற பலரை இவ்வாறு சுட்டிக் காட்டலாம். ஈழத்-தில் பெண்கள் தொடர்பான நாவல்கள் என்று எவையும் தனியாக வந்தது போல் தெரியவில்லை.(47) எனினும் ஏதோ ஒரு வகையில் இக்காலப் பகுதியில் வெளிவந்த பெரும்பாலான நாவல்களில் 'பெண்ணியம்' சார்பான சிந்தனைகள் மேலோங்கியிருப்பதைக்

காணமுடிகின்றமை விசேடமானது.

இந்த நிலையில் எண்பதுகளின் பின்னர் தமிழில் நாவலின் பொருட்பரப்பு மேலும் விரிவு-பெற்றுச் செல்லத் தொடங்கியது. ஆயுதப் போராட்டமும், இனத்துவ முரண்பாடுகளும் உச்சக் கட்டத்தினை அடைந்த போது, நாட்டின் மூலை முடுக்கெல்லாம் போரின் தாக்கம் ஏற்பட அதன் விளைவாக வசதி படைத்த பலர் புலம் பெயர்ந்தனர். இன்னும் சிலர் உழைப்புக்காக வெளிநாடுகளுக்குச் சென்றனர். போரும், nளிநாட்டுப் பணவரவும், புலம் பெயர் வாழ்வும் மணமகன்களுக்கான கேள்வியை அதிகரிக்கச் செய்தன. இதனால் 'சீதனம்' என்ற உச்-சப்பட்ச எதிர்பார்ப்பு மணமகன் வீட்டாரிடம் எழ 'சீதனக் கொடுமை' சமூகத்தின் பெரும் பிரச்சினையாக மாறியது. இதன் பிரதிபலிப்பை எண்பதுகளுக்குப் பின் எழுந்த நாவல்களில் அதிகம் காணமுடிகின்றது. செ.கணேசலிங்கனின் 'சூரியன் கிழக்கில் உதிப்பதில்லை' நாவல் இதற்கு நல்ல எடுத்துக்காட்டு.

போரின் விளைவாகப் பல குடும்பப் பெண்கள் விதவைகள் ஆகினர், இன்னும் பலர் கணவனை வெளிநாடுகளுக்கு அனுப்பிவிட்டு தனிமையில் வாடினர், கற்புச் சூறையாடப்-பட்ட நிலையில் பலர் பெண்மையை இழந்து நின்றனர். இதனால் இக்காலத்தில் தோன்றிய நாவல்கள் இவற்றையும் பதிவு செய்யத் தவறவில்லை. இந்நிலையில், இக்காலத்தில் எழுந்த கவிதைகள், சிறுகதைகள் போல் நாவல்கள் அவ்வளவு தூரம் போராட்டச் சூழலை உள்-வாங்கவில்லை என்றுதான் கூறவேண்டியுள்ளது.

ஈழத்தில் தமிழ்ச் சமூக வரலாற்றை அவ்வக் காலத்தில் நின்று படம்பிடித்துக் காட்டுவன-வாக ஏராளமான நாவல்கள் காலத்துக்குக் காலம் தோன்றியிருக்கின்றன. பன்முகத் தன்-மையான சமூகத்தைச் சித்திரிப்பதற்கான சமுதாயக்களம் ஈழத்தில் பெரியளவில் இருந்தமை-யினால் தனிமனித துயரங்கள், வருத்தங்கள், வறுமைகள் என்பன பற்றிப் பேச நாவல்கள் பெரிதும் துணை புரிந்தன எனினும் தமிழ் நாட்டில் நாவல் இலக்கியம் வளர்ந்தது போல இலங்கையில் இன்னும் வளரவில்லை என்றுதான் சொல்ல வேண்டியுள்ளது. இந்நிலையில் நாவல் இலக்கியம் ஆங்கிலத்தில் பெரு விருட்சமான நிலையில் தமிழில் சிறிதளவாவது வேரூன்றி விட்டதா? என்ற வினாவும் விமர்சகர்களிடையே நிலவி வருகின்றமை குறிப்பி-டத்தக்கது.

ஈழத்தில் திறனாய்வு வளர்ச்சி: படைப்பிலக்கியத்தின் விளைவாக, படைப்பின் தளத்தை சமூகத்துக்கு அறிமுகஞ்செய்து, ஆர்வத்தைத் தூண்டிவிட்டு வாசகர் மத்தியில் படைப்புக்கு ஓர் முக்கியத்துவம் தேடிக்கொடுப்பது விமர்சனமாகும். 'விமர்சனம்' என்ற வடசொல்லின் தமிழே திறனாய்வாகும். இதனை நலனாய்தல் எனவும் கூறுவர். இலக்கியங்களினூடே பொங்கி வழியும் பிம்பங்களை, திறன்களை, நலன்களை ஆராய்வதே இதன் தொழிற்பாடா-கும். ஒரு இலக்கியத் திறனாய்வாளன் தன்னுடைய அறிவையும் பயிற்சியையும் கொண்டு இலக்கியத் தரத்தினை ஆய்ந்துணர்ந்து அதைப்பற்றிய தனது முடிவை வழங்குவான் என்று சேர் வில்லியம் ஹென்றி ஹட்சன் கூறுகின்றார்.(48) 'திறனாய்வு' என்பது வெறுமனையே காலத்தை வீணாக்கி, மறுபுறத்தில் திறனாய்வுக்குத் திறனாய்வு என்ற அடிப்படையில் நூல்கள் பல்கிப் பெருகி மூலநூலின் தரத்தினைக் குறைத்து மூலநூலினைப் படிக்கவிடாது வாசகனைத் தடுத்து விடுகின்றது.(49) என்று கூறுவோரும் நம்மிடையே உள்ளனர். உண்மையில் விமர்-சனம் என்பது கலையின் நிகழ்வியக்கத்தின் ஒரு பெரும் பகுதியாக நின்று அழகியலை

இயங்கச் செய்கின்றது.(50)

சங்ககாலத்து நக்கீரரின் வாதத்துடனேயே தமிழில் திறனாய்வு பிறந்து விட்டது. அதன்பின் வ.வே.சு.ஐயர், போப் ஐயர் போன்றோரும் கு.ப.ரா, பிச்சமூர்த்தி, ஆகியோரும் இலக்கிய விமர்சன முயற்சிகளில் நவீன காலத்தில் முன்னின்று உழைத்தனர். கிட்டத்தட்ட 1950 கள் வரை நா.வானமாமலையின் வரவே தமிழக விமர்சனத் துறையின் வளர்ச்சிக்கு உரம் போடுவதாக அமைந்தது. இந்நிலையில் ஈழத்தில் வித்துவ சிரோன்மணி ச.பொன்னம்பல பிள்ளை(1837-1897)யுடன் தான் விமர்சனம் வளரத் தொடங்கியது. உடுப்பிட்டி சிவசம்புப் புலவர், புன்னாலைக் கட்டுவன் சி.கணேசையர் போன்றோரும் இலக்கிய இரசனை வழி வந்தவர்களே.

பண்டிதமணி சி.கணபதிப்பிள்ளை அவர்கள் வித்துவசிரோன்மணி பொன்னம்பல பிள்ளையிடம் கல்வி கற்றமையால் இயல்பாகவே இரசனையுடன் நூல்களைப் படைத்தார். இரசிகமணி கனக.செந்தில்நாதன், நவாலியூர் சோமசுந்தரப் புலவர், அல்வாயூர்.மு.செல்லையா, கா.பொ.இரத்தினம், சதாசிவ ஐயர், வேந்தனார் போன்றோரும் இலக்கிய இரசனையில் ஈடுபாடுடையவர்களே. சுவாமி.விபுலாநந்தர் விமர்சன ரீதியாக எழுதிப் பல ஆக்கங்களை வெளியிட்டவர். மேலைநாட்டுக் கலை இலக்கியங்கள், பண்பாட்டம்சங்களை அறிமுகப்படுத்தும் போதெல்லாம் அவற்றை தமிழ்க் கலை இலக்கியங்களோடும், பண்பாட்டம்சங்களோடும் தொடர்புபடுத்தி ஒப்பு நோக்க முயன்ற வகையில் அடிகளார் முக்கியம் பெறுகின்றார்.

1960 இல் போராசிரியர்களான க.கைலாசபதியும், கா.சிவத்தம்பியும் கொடுத்த விமர்சன ரீதியான பங்களிப்பு விமர்சன ரீதியில் புதிய எல்லைகளைத் தொட உதவி புரிந்தது. இவர்களில் கைலாசபதி சமூகவியல் பார்வையினூடே விமர்சனங்களை முன்வைப்பதில் கைதேர்ந்து விளங்கினார். 'கவிதைநயம்'(1970), 'இலக்கியமும் திறனாய்வும்'(1972) ஆகிய இரு நூல்களும் இவருடைய இத்தகைய முயற்சிக்குச் சான்றாக அமைவன.

அனுகரணக் கொள்கை, பயன்வழிக் கொள்கை, வெளிப்பாட்டுக் கொள்கை, புறநிலைக் கொள்கை எனத் திறனாய்வியல் அணுகுமுறைகள் பற்றி பேராசான் கைலாசபதி அவர்கள் முன்வைத்த 'நால்வகைக் கொள்கைகள்' திறனாய்வியல் கோட்பாட்டில் முக்கியம் பெறுகின்றன. தமிழகத்தின் இலக்கிய விமர்சகரான 'க.நா.சு' அவர்களுக்கும் க. கைலாசபதி அவர்களுக்கும் இடையே நிகழ்ந்த இலக்கியச் சர்ச்சை புறக்கணிக்க முடியாத ஒரு இடத்தினைப் பெறுகின்றது.(51) சிறுகதைகள், கவிதைகள், குழந்தை இலக்கியங்கள், நாடகங்கள், நாவல்கள், இலக்கிய முன்னோடிகள் பற்றிய ஆய்வுகள், சாதியம், பெண்ணியம், மொழியுணர்வு நிலை, நாட்டு நல நாட்டம், ஆகியனவற்றை நவீன இலக்கியங்களின் அடிப்படைக் கூறுகளாக ஏற்று, திறனாய்வினை ஒரு ஆயுதமாகப் பயன்படுத்தி அவற்றை உலகு தழுவிய பார்வையில் நின்று நோக்கிய வகையில் பேராசிரியர் கைலாசபதி அவர்கள் முக்கியம் பெறுகின்றார்.

பேராசிரியர் கா.சிவத்தம்பியின் விமர்சனங்கள் வரலாறு, சமூகம் என்ற இருநிலைப்பட்ட இயங்கியல் தளங்களினூடே நகர்ந்து பார்வை வீச்சினை ஆழ - அகலப் படுத்தியுள்ளது. இவருடைய நூல்களில் பொதுவாக அரசியல், சமூக, பொருளாதார பின்னணிகள் அதிகம் பேசப்படுவதையும் ஒருவிதமான மார்க்ஸிய சிந்தனைத் தளத்தின் விரிவான பார்வை வீச்சினையும் அவதானிக்க முடிகின்றது. கவிஞர் முருகையன், சி.சிவசேகரம் போன்றோர் பிற்கா-

லத்தில் இவருடைய பிரதிபலிப்புக்களாகவே விளங்குகின்றமையும் குறிப்பிடத்தக்கது. அதே-வேளை சித்திரலேகா மௌனகுரு, எம்.ஏ.நுஃமான், மௌனகுரு, போன்றோர் விமர்சனத்தில் அழகியல் ரீதியில் தனிமனித உணர்வுகளைத் தேட முயன்றனர்.(52) மு.தளையசிங்கம், நா.சுப்பிரமணியன், போன்றோர் ஆர்த்மார்த்த ரீதியில் இலக்கியங்கள் மீது பார்வை செலுத்-தினர்.

சிதம்பரப்பிள்ளை சிவகுமாரன், சில்லையூர் செல்வராசா, தெளிவத்தை யோசப், அந்தனி ஜீவா, அருட்தந்தை எஸ்.ஜெபநேசன், குப்பிளான் ஐ.சண்முகன், ந.இரவீந்திரன் போன்றோ-ரும் ஈழத்து விமர்சனத் துறைக்கு ஆக்கபூர்வமான பங்களிப்பினைச் செய்து வருகின்றனர். ஈழத்து விமர்சனம் இன்றைய நிலையில் மார்க்ஸிய சிந்தனையில் இருந்து படிப்படியாக வில-கிச் செல்வதனைக் காணமுடிகின்றது. கலை, இலக்கியம், சினிமா, அரசியல், பொருளியல், கல்வி, தொடர்பாடல் என பல்வேறு அம்சங்கள் விமர்சன ரீதியில் இன்று நோக்கப்படு-கின்றன.

தவிர்க்கமுடியாமல் படைப்புக்களும் நவீனத்துவம், பின்நவீனத்துவம் என்ற ரீதியில் பார்-வைக்குள்ளாகின்றன. இதனால் எழுத்தாளர்கள் விமர்சகர்களுக்குப் பயப்பிட வேண்டியுள்-ளதென்ற குறையும் இன்றுண்டு.எனினும் கொள்கைப் பிடிப்புடன் வெளியீட்டுக் களத்துள் தம்மை இணைத்துக்கொண்ட எழுத்தாளர்கள் விமர்சனங்களுக்குப் பயப்படுவதில்லை. இன்-றைய விமர்சகர்கள் சிலர் எழுத்தாளரை எல்லை மீறி விமர்சித்து விடுகின்றனர். வேறுசிலர் அளவுக்கதிகமாகப் புகழ்ந்து தள்ளி விடுகின்றனர். இன்னும் சிலர் விமர்சனங்களை வெறும் வாழ்த்துரைகள் போல எழுதிக் கொட்டுகின்றனர். இதனால் கனதி குறைந்த இலக்கியங்கள் கூட ஒருவகையான இலக்கிய அந்தஸ்தைப் பெற்று விடுகின்றன.

உண்மையில் நல்ல படைப்பு என்பது நல்ல மனோநிலையுடன் சம்மந்தப்பட்ட விடயமா-கும். ஒரு படைப்பின் உற்பத்திக்கு எவரும் கட்டளையிட முடியாது. அதற்குத் தூண்டாத் துணையாக, ஊக்கியாக விமர்சனங்கள் இருக்கலாமே தவிர நிர்ப்பந்தம் செய்வனவாக இருப்-பது எந்த விதத்திலும் நியாயமானதல்ல என்பதை இன்றைய விமர்சகர்கள் உணர்ந்து செயற்-பட்டால் எதிர்காலத்தில் இன்னும் பல தரமான இலக்கியங்கள் தோன்ற வழி கிடைக்கும்

14

ஈழத்து சிறுகதைக் களம் ஓர் அறிமுகம்

ஈழத்தமிழ் இலக்கிய வரலாற்றுச் செல்நெறியில் சிறுகதைக்கு என்று ஓர் நிலையான தளம் கிடைத்து விட்ட நிலையில்: அவற்றினைப்

*** போராட்டத் தளம் * சமூக விடுதலைத் தளம் * தனிமனித விடுதலைத் தளம்**

எனக் கூறுபோட்டுப் பார்க்கும் இலட்சியவாதமும் ரொமாண்டிசசமும் கதைப் பொருட்க-ளாக மேலெழுந்தன.

தமிழ்ச் சிறுகதையின் செல்நெறி பற்றியோ அதன் வளர்ச்சிப் போக்குப் பற்றியோ இத் தொடரில் நான் பெரிதாகக் குறிப்பிடவில்லை. இவை பற்றிய குறிப்புக்கள் வாதப்பிரதிவாதங்-கள் என்பன ஏற்கனவே நிகழ்ந்தேறி விட்டன. ஆரம்ப காலத்து சிறுகதைகளில் வேலையில்-லாத் திண்டாட்டம், சாதிக்கொடுமை போன்றன அவற்றின் நிறங்களுடன் அப்படியே தீட்டப் பட்டது.

* யதார்த்தவாதம் என்றும் சோஷலிஸ யதார்த்தவாதம் என்றும் முற்போக்கு இலக்கிய வாதிகள்

என்றும் தத்துவ சார்புடைய எழுத்துக்கள் என்றும் பின்னர் மேற்கிளம்பின.

* இன்னொரு பக்கம் தமது கொள்கைகளைப் பிரகடனம் செய்து கொண்டு புரட்சியால் உலகைப்

புரட்டிவிட முடியும் என்ற நம்பிக்கை கொண்ட முற்போக்கு வாதிகள்,

என இருவருமே யதார்த்த வாதத்தை ஆயுதமாகக் கருதிப் படைக்கத் தொடங்கினர். ஆனால் திட்டவட்டமான வரையறைக்குள் அடக்கிவிட முடியாத சிறுகதை ஆசிரியர்களும் நிறையத் தோன்றினர். ஒருவருடைய எழுத்துக்கும் அவரது செயற்பாடு;, சமூகம் மீதான அவரது கரிசனை எல்லாவற்றுக்கும் இடையில் நெருங்கிய தொடர்பு உண்டு. இவற்றில் ஒன்றை விட்டு இன்னொன்றைப் பிரித்துப்பார்க்க இயலாது.

யதார்த்தத்தைப் புரிந்து தனக்குள்ள சமூகப் பொறுப்பினை உணர்ந்து கொண்டு படைப்-புக்களினைப் படைக்கின்ற போதுதான் அவை உச்ச நிலையினை அடைய முடியும். எனவே ஒவ்வொரு எழுத்தாளனும் ஏதோ ஒரு வகையில் தன்னைச் சுற்றியுள்ள விடயங்கள், சமூ-

கம், இனம் போன்றவற்றில் கரிசனை உடையவனாக இருத்தல் அவசியம்.

*1956ஆம் ஆண்டு தொடக்கம் இனங்களுக்கிடையிலான உடன்பாடற்ற நிலையினைக் கொண்டு விளங்கி வந்திருக்கின்றது.

*1983ஆம் ஆண்டு; வரையில் ஒரு வகையான புனைகதை, புனைவியல், கற்பனையியல் முறையே நடைமுறையில் இருந்தது எனக் கூறுவாரும் உள்ளனர்.

*1960களின் பின்னர் மத்தியதரவர்க்க எழுச்சியும், முற்போக்குவாதச் சிந்தனைகளும் மேற்கிளம்பிய போது ஒரு வகையான நடுத்தர மக்கள் சார்புடைய இலக்கியங்கள் உற்பத்தியாகத் தொடங்கின.

1985 வரையான காலகட்டம்

1. சமூகச்சூழல் 2. சமூகப் பிரச்சினைகள்

1. சமூகச்சூழல்: ஒருவருடைய எழுத்துக்கும் அவரது செயற்பாடு, சமூகம் மீதான அவரது கரிசனை எல்லாவற்றுக்கும் இடையில் நெருங்கிய தொடர்பு உண்டு. இவற்றில் ஒன்றை விட்டு இன்னொன்றைப் பிரித்துப்பார்க்க இயலாது. யதார்த்தத்தைப் புரிந்து தனக்குள்ள சமூகப் பொறுப்பினை உணர்ந்து கொண்டு படைப்புக்களினைப் படைக்கின்ற போதுதான் அவை உச்ச நிலையினை அடைய முடியும்.

எனவே ஒவ்வொரு எழுத்தாளனும் ஏதோ ஒரு வகையில் தன்னைச் சுற்றியுள்ள விடயங்கள், சமூகம், இனம் போன்றவற்றில் கரிசனை உடையவனாக இருத்தல் அவசியம். இத்தகைய பன்முகப் பார்வையினை ஈழத்துச் சிறுகதைகளிலும் ஓரளவு தரிசிக்க முடிகின்றது.

1956ஆம் ஆண்டு தொடக்கம் ஈழம், இனங்களுக்கிடையிலான உடன்பாடற்ற நிலையினைக் கொண்டு விளங்கி வந்திருக்கின்றது. ஈழம் சுதந்திரமடைந்த நாள் தொடக்கம் நாம் நடந்து வந்த பாதையானது மிகவும் கடினமானது. 1956இல் தொடங்கிய இன உணர்வுப்பயணம் மிகவும் முக்கியம் வாய்ந்தது. இருந்தபோதிலும் 1956இல் தொடங்கிய இன உணர்வுப் பயணம் மிகவும் தீவிரம் பெற்ற காலமாக 1983ஆம் ஆண்டு விளங்குகின்றது. முன்னர் கூறியதுபோல 1983ஆம் ஆண்டு; வரையில் ஒரு வகையான புனைகதை, புனைவியல், கற்பனையியல் முறையே நடைமுறையில் இருந்தது எனக் கூறுவாரும் உள்ளனர்.

1960களின் பின்னர் மத்தியதரவர்க்க எழுச்சியும், முற்போக்குவாதச் சிந்தனைகளும் மேற்கிளம்பிய போது ஒரு வகையான நடுத்தர மக்கள் சார்புடைய இலக்கியங்கள் உற்பத்தியாகத் தொடங்கின. மார்க்ஸியப் பார்வை கொண்ட இலக்கியத தோற்றததின் பின்னணியில், 1970களின் பிற்கூற்றில் இழையோடிப்போய் இருந்த முற்போக்குவாதக் கருத்துக்களினை மனதில் இருத்தி சிறுகதைகளைப் படைக்க முற்பட்ட பலர் தமது ஆரம்ப காலச் சிறு கதைகளில் தனிமனித பிரச்சினைகளையும், மனித மன உளைச்சல்களையும் கருவாகக் கொண்டு கதைகளினை அமைத்திருந்தமையினைக் காண முடிகின்றது.

1983இன் முன்னரும் ஈழத்தில் தேசிய விடுதலைக்கான குரல்கள் ஒலித்துக்கொண்டுதான் இருந்தன. ஆனால் அவை குரல்களாக மட்டுமே: அகிம்சை, சாமாதான வழிகளைப் பின்பற்றியனவாக அதிகளவில் மேற்கொள்ளப் பட்டமையினால் அதே காலப்பகுதியில் எழுத்துலகில் பிரவேசித்த பலருக்கு ஆரம்ப காலங்களில் இன விடுதலையை விடச் சமூக விடுதலையே மேலானதாகத் தெரிந்திருக்கலாம். இதனாலோ என்னவோ அக்காகலத்தில் எழுதப்புகுந்தவர்களின் படைப்புக்களின் மாறும் காலகட்டமாக 1985கள் அமைந்துவிட்ட-

மையினை அவதானிக்க முடிகின்றது.

2. சமூகப் பிரச்சினைகள்: மக்களுடைய வாழ்வின் சிதறல்களினைக் 'கவிதை' வடித்துக்காட்டியது போல 'சிறுகதை' விவரிக்கவில்லை என்ற குறை நீண்ட காலமாக இலக்கிய உலகில் நிலவி வருகின்றது. அதற்கும் மத்தியிலும் சமூகத்தைப் படம் பிடித்துக் காட்டும் சிறுகதைகளும் அவ்வப்போது எழுந்து கொண்டேதான் இருக்கின்றன.இலங்கைச் சூழல் என்றவுடன் எமது கண்முன் நிற்பது அதன் அன்றாட போர்ச்சூழலேயாகும். இதுவே கடந்த மூன்று தசாப்த காலத்து நிலைமை. இச்சூழல் உருவாகுவதற்கு முன்பிருந்தே இம் மண்ணில் பாரம்பரியமாக நிலவி வந்து, இன்றும் புரையோடிப் போயுள்ள சமூகப் பிரச்சினைகள் சில உள்ளன. சீதன முறைமையால் ஏற்படும் சிக்கல்கள், காதல், உறவுப் பிணைப்பு, தனி மனித உணர்வுகள், மனித நடத்தைகள், பொய்ம்மை, பொறாமை, கயமை உணர்வுகள் நிறைந்த சுயநல சமூகம் போன்ற பல பிரச்சினைகளினை சிறுகதைகளின் மூலம் வெளிப்படுத்தப் பலர் முயன்றுள்ளனர்.

அ. மனித நடத்தைகள் ஆ. தனிமனித உணர்வுகள் இ. பெண்ணியம் சார்ந்தன

அ. மனித நடத்தைகள்: சமூகத்தில் பல்வேறுபட்ட இயல்படைய மனிதர்களினைப் பல்வேறுபட்ட பார்வையில் சித்திரித்துக்காட்ட முயன்ற பல எழுத்தாளர்கள் சமூகத்தில் பொதுவான குணாம்சங்களாக விளங்குகின்ற பொய்ம்மை, கயமை, சுயநலம், மற்றவரைச் சுரண்டி வாழும் தன்மை, பொருளாசை, அந்தஸ்து உணர்வு ஆகியவற்றினைப் பல கோணத்தில் படம் பிடிக்க முயன்று வெற்றியும் தோல்வியும் கண்டுள்ளனர்.

சமூகத்தில் ஒருவர் அல்லது பலரிடம் நாம் போலி முகங்களினைத் தரிசிக்க முடிகின்றது. அவர்களின் போலித் தனங்களையும், தனிப்பட்ட சுய இலாபம் கருதிய நடத்தையினால் சமூகம் அடையும் ஏமாற்றங்களினையும் சித்திரிக்கின்ற போக்கில் எழுதப்பட்ட சிறுகதைகளில் சமூகத்தைச் சுரண்டி வாழ்கின்ற சுயநலம் பொருந்திய மனிதர்களுக்கு சமயம், தத்துவம் முதலிய பண்பாட்டு மூலங்கள் எவ்வாறு துணை போகின்றன என்பதையும் உணர்த்தி நிற்கும் அதேவேளையில்;: சமயம் தத்துவம் போன்ற மனித நேயத்தை வளர்க்கும் பண்பாட்டுக் கூறுகள் நேரெதிரான விளைவுகளுக்கு இட்டுச் செல்வதைச் சாடியும் சமூகத்தைச் சுரண்டிவாழும் வேடம் கொண்ட சமூக சேவையாளர் எனத் தனக்குத் தானே பட்டம் சூட்டிக் கொண்ட சிலருக்கு மதஅனுட்டானங்கள், மத நிறுவனங்கள் போன்றன விளம்பர மேடைகளாக அமையும் தன்மையினையும் முரண்பட்ட கோணத்தில் கதைகளில் வடித்துக் காட்டியுள்ளனர். சமூகமாந்தர்கள் சிலரின் மனக்கோணல்களினையும், கிராமியக் கூறுகளினையும், கிராம மக்களின் பன்முகங்களையும் தமது ஆரம்பகாலக் கதைகளினூடாக அப்படியே படம் பிடித்துக் காட்டினர். கிராமிய மக்களின் அறியாமையினை, புதுமையை விரும்பும் தன்மையினை, சினிமா மோகத்தினை, தமக்குச் சாதகமாகப் பயன்படுத்திக் கொண்டு சமூகப்பணி புரிகின்றோம் என்ற தோரணையில் மக்களைச் சுரண்டிப் பிளைக்க முயலும் பொய்யர்களினை அந்தரங்கப் படுத்திக் காட்டும் பண்புடனும் பல சிறுகதைகள் விளங்குவதனையும் காணமுடிகின்றது.

ஆ . தனிமனித உணர்வுகள்: ஈழத் தமிழ்ச் சமூகத்தின் உள்ளார்ந்த குணம்சங்களின் குறுக்கு வெட்டுக் காட்சி என்ற வகையில் தனிமனித நடத்தைகளினையும் அதன் மூலம் சமூகத்தில் நிலவிவந்த பிரச்சினைகளுக்கு அடிப்படையாகவுள்ள தனிமனித உணர்வு நிலைகளினையும் வெளிப்படுத்தப் பலர் முயன்றுள்ளனர்.

சமூகத்தின் அபிப்பிராயம் வேறு: தனிமனித இயல்புகள், தனிமனித உணர்வுகள், என்பன எல்லாமே வேறுவேறானவை. "ஊர் ஓடினால் ஒத்தோடு" என்ற பழமொழி இப்போது கால மாற்றத்துக்கு ஏற்ப, தலைமுறை இடைவெளிக்கு ஏற்ப மாறுபட்ட நிலையில் நோக்கப்பட்டு, தனிமனிதர்கள் ஒவ்வொருவரும் தமது மனநிறைவுக்கு ஏற்ப வாழப் பழகிக்கொண்டு விட்டனர். "உலகம் ஆயிரம் சொல்லட்டுமே உனக்கு நீதான் நீதிபதி" என்ற கருத்தின் அடிப்படையில் இன்றைய தலைமுறையினர் செயற்பட்டு வருகின்ற நிலையில், சமூகத்தின் அபிப்பிராயங்களுக்கும் தனிமனித விருப்பு —வெறுப்பு, தனிமனித உணர்வுகள் என்பவற்றுக்கும் இடையிலான முரண்பாட்டு நிலையினை கதையின் மூலம் சித்திரித்துக் காட்டியுள்ளனர்.மனிதர்கள் தமது நடத்தைமுறையை ஒழுங்கமைப்பதன் மூலம் அல்லது மீளாக்கம் செய்வதன் மூலம் தங்களுடைய இருப்பினை நிலைநிறுத்திக் கொள்ள முயல்கின்றனர் என்பதனை மிகவும் துல்லியமாக யதார்த்தப் பண்புடன் தருகின்றமையானது அக்காலக் கதைகளின் சிறப்பம்சமாக விளங்கக் காணலாம்.

இ . பெண்ணியம் சார்ந்தன: தமிழ்ச் சமூக அமைப்பிலே பெண்களுக்கிருந்த மரபுவழியான தளைகளை எல்லாம் உடைக்கப் பல எழுத்தாளர்கள் (பாரதி முதல் இன்று வரை) முயன்றுகொண்டிருக்கிறார்கள். உலகில் மனித குலத்தில் அரைப்பகுதியினருக்கு மேல் பெண்களே உள்ளனர். ஆனால் மனித உணர்வுகள் அற்ற, வெறும் பாலியல்ப் பண்டங்களாகவும், சனத்தொகை உற்பத்திக்கான இயந்திரமாகவும், மலிவான கூலி பெறும் தொழிலாளர்களாகவும், பெண்களை நோக்கும் இச்சமூகத்தில் பெண்கள் பற்றிய தனித்துவத்தையும், ஆண்-பெண் சமத்துவ உணர்வினையும், பெண் அடிமைத்தன எதிர்ப்பினையும், சீதனக் கொடுமையினையும் முதன்மைப்படுத்தி பெண்களின் ஆசைகள் நிராசைகளாக்கப்படுவதற்கு எரியும் சிக்கல்களில் ஒன்றான சீதனக்கொடுமை முக்கியமான காரணம் என்பதையும் அதனால் பெண்களின் உணர்வுகளினைப் பெண்களே கொச்சைப்படுத்தி புறக்கணிக்கும் நிலையினையும் பலர் தமது கதைகளின் பொருளாக்கினர்.

ஈழத்தில் குறிப்பாக, யாழ்ப்பாணச் சமூகத்தில் புரையோடிப் போயுள்ள சீதன முறைமையால் பெண்கள் மட்டுமன்றிப் பெண்களைப் பெற்ற பெற்றோரும், படும் அவல வாழ்வினையும் அதனையே சுமையென நினைக்கும் குடும்பச் சூழலையும் இனம் காட்டி, திருமண பந்தத்தில் இணைந்து அன்புப் பிணைப்பில் அனைவரையும் கட்டிப் போடும் பெண்மை உணர்வுகள் அழிவதற்கு சீதன முறைமை முக்கிய காரணமாக அமைவதனையும் கதைகளில் எடுத்துக் காட்டியுள்ளனர். குடும்பச் சூழலில் பெண்களிடம் இருந்து பாரம்பரியமாக எதிர்பார்க்கப்படும் ஊழியம், நியமம் என்பவற்றினால் பெண்மையின் உணர்வுகள் புறந்தள்ளப்பட்டு தமது விருப்பு வெறுப்புக்களுக்கமைய அவர்கள் தமது இஸ்ரப்படி நடக்க முடியாத சூழ்நிலையினையும் தமது பெற்றோர், மூத்த உடன் பிறப்புக்களினால் அப்பெண் அடக்கப்பட்டு 'பெண் எண்றால் அடங்கி இருக்க வேண்டும்' என்ற உணர்வுடன் வளர்க்கப்படுவதனையும் பொறுக்க முடியாத கட்டத்தில் பெண் புயலாக, பூகம்பமாக மாறி புதுமைப் பெண்ணாக உருவெடுப்பதனையும் பல கதைகளில் பார்க்கமுடிகின்றது.

1985 - 1995 வரையான காலகட்டம்

1. இன உணர்வுச் சூழல் 2. போரின் விளைவுகள்

1. இன உணர்வுச் சூழல்: தமிழ்த்தேசியம், இனஉணர்வுச் சூழல் என்பன திடீரெனத் தோன்றிய ஒன்றல்ல. இதற்குப் பல அரசியற் காரணிகள் , அரசியற் பகைப்புலங்கள் முத-லியன உந்துசக்தியாக அமைந்து வந்துள்ளமையினை வரலாறு கூறுகின்றது. பிரித்தானியர் காலம் தொட்டே ஈழத்தில் சிறுபான்மை இனத்தவர்கள் அடக்கப்பட்டு அவர்களின் உரிமை-கள் மறுக்கப்பட்டு வந்துள்ள நிலையில்; சுதந்திரத்தின் பின்னர் தமிழ்க்காங்கிரஸ் , தமிழ-ரசுக்கட்சி ஆகியவற்றின் தோற்றம் தமிழரின் அரசியல் பலத்தினை வலுவூட்டிய அதேவே-ளையில் தனிநாட்டுக்கான கோரிக்கையையும் வலுவடையச் செய்தது.

1956ஆம் ஆண்டு யூ.என்.பி முதன்முறையாக தேர்தலில் தோல்வியடைந்தது. களனி மகாநாட்டுத் தனிச்சிங்களச் சட்டம் தொடர்பான தீர்மானம் இதன் தோல்விக்கு அடிப்படைக் காரணமானது. இதனை டீ.ஈ. குணதிலக, என்.எம். பெரேரா போன்ற இடதுசாரிச் சிந்தனை-யாளர்கள் எதிர்த்தனர். ''இருமொழி எனில் ஒருநாடு, ஒருமொழி எனில் இரு நாடு'' என்ற கோசத்தினை முன்வைத்து தமது கம்னிஸ்டுக் கொள்கையை மேல்நிலைப் படுத்தினர்.

இதற்கிடையில் யூ.என்.பி. யில் இருந்து பிரிந்து சென்ற எஸ்.டபில்யூ.ஆர்.டீ. பண்டார-நாயக்கா எஸ்.எல்.எப்.பி. யில் போட்டியிட்டு வெற்றி பெற்று பிரதமரானார். இதன் பயனாக தனிச்சிங்களச் சட்டம், சிங்களஸ்ரீ சட்டம், தரப்படுத்தல் எனப்பல சட்டங்கள் முன்வைக்கப்-பட்டன. தேர்தலுக்கு முன்னர் தமிழரின் பிரச்சினைக்கு ஒரே தீர்வு ‘சமஸ்டி’ எனக்கூறிய இவரின் இத்தகைய செயற்பாடு தமிழர் மத்தியில் பெரும் ஏமாற்றத்தைத் தர 1958இல் அது இனக் கலவரத்தைத் தூண்டி விட்டது.

இதற்கிடையில் தமது இடதுசாரிக் கோட்பாட்டை முன்வைத்த ஜெ.வி.பி. ஆயுதப் போரில் குதித்தது. இது 1971இல் நிகழ, முன்னர் இடதுசாரிகளாக இருந்த என்.எம்.பெரேரா, டி.ஈ.குணதிலக ஆகியோரின் துணையுடன் முதலாம் குடியரசு யாப்பு எழுதப்பட்டு அதில் சிங்களம் மட்டுமே அரச கரும மொழியாகப் பிரகடனப்படுத்தப்பட்டது. பின்னர் 1977களிலும் ஓர் இனக் கலவரம் ஏற்பட்டது. தமிழரின் தேர்தல்க் கூட்டணி பெற்ற அமோக வெற்றியின் எதிரொலியாகவே அப்போது அக்கலவரம் அமைந்தது. இளைஞர் இயக்கங்கள் பல முளை-விட்டுக் கிளை பரப்பிய போது தென்பகுதியில் தமிழர்கள் வாழ முடியாத அச்ச உணர்வு மேலோங்கியது. இதேவேளையில் 1983இல் ஏற்பட்ட இனக் கலவரத்தின் காரணமாக தென்-பகுதித் தமிழர்கள் தமது பாதுகாப்பு , சுகவாழ்வு ஆகியவற்றுக்கான உகந்த இடமாக வடக்கு — கிழக்கு பிரதேசத்தினை தெரிவு செய்து அப்பிரதேசங்களை நோக்கித் தம் அசைவியக்-கத்தினை மேற்கொண்டனர்.

1983 இனக் கலவரமானது தமிழர்களை ‘இலங்கைத்தேசியம் என்ற பொதுமை நிலையில் நின்று பின்வாங்கச் செய்து ‘தமிழ்த்தேசியம்’ என்ற சிறப்புணர்வை வளர்க்க உதவியது. புதிய கோஷங்களுடன் தமிழ்ச்சமூகம் மேற்கிளம்பியது. இதன் இன்னொரு கட்டமாகப் போர் ஏற்-பட்டு , அதன் விளைவாக நாடு சொல்ல முடியாத பல இடர்பாடுகளினைச் சந்தித்தது. இவ்வேளையில்தான் 1985ஆம் ஆண்டு ‘திம்பு’ பேச்சுவார்த்தை இடம் பெற்றது.

மேற்படி சூழலில் தோன்றிய இலக்கியங்களும் காலமாற்றத்துக்கேற்ப அவற்றினைப் பதிவு செய்தன. இதில் நின்று விடுபட முடியாத பல எழுத்தாளர்களும் அக்கால முற்போக்குவாத சூழலுக்கு மத்தியிலும் தமிழ்த்தேசியவாதத்தினை மேல் நிலைப்படுத்தி போரின் விளைவுகளி-னையும் தனது சிறுகதைகளின் உள்ளடக்கமாகக் கொண்டுவந்துள்ளனர்.

1985 — 1995வரையான காலகட்டமானது இரண்டாம் , மூன்றாம் கட்ட ஈழப்போர்கள் நடைபெற்றுக் கொண்டிருந்த காலம் என்பதனாலும் , வேற்று நாட்டுப் படைகளான இந்திய இராணுவ சூழலில் தமிழ்த்தேசியம் வளர்க்கப்பட்ட காலம் என்பதனாலும் முக்கியம் பெறுகின்றது. வெறுமனே போர்ச்சூழல் என்றோ அல்லது இனஉணர்வுச் சூழல் என்றோ கூறுவதைவிட தமிழ்த்தேசியவாதத்தின் மேலெழுகையினால் உருவான இனஉணர்வுச்சூழல் எனக் கூறுவதே மிகப் பொருத்தமானதாக அமையும் என எண்ணுகிறேன்.

2. போரின் விளைவுகள்: 1983இல் நிகழ்ந்த இனக் கலவரத்தின் பின்னர் தமிழரின் இயல்பு வாழ்க்கையானது மிகவும் பாதிக்கப் பட்ட நிலையில் 1987இல் (ஒப்பறேஷன் லிபறேஷன்) வடமராட்சித் தாக்குதல் , மற்றும் இந்திய இராணுவத்தின் 'ஒப்பறேசன் பூமாலை' நடவடிக்கை அதன் பின்னர் அமைதிப் படையுடன் அதே ஆண்டு ஒக்ரோபர் 10இல் நடந்த மோதல் ஆகிய புறக் காரணிகளின் மூலம் முதன் முறையாக மக்கள் யாழ்ப்பாணக் குடாவுக்குள்ளேயே இடம்பெயர்ந்தனர்.

இந்திய இராணுவச்சூழலானது மக்களைச் சொல்ல முடியாத சிக்கலில் தள்ளியது. இந் நிலையில் குடாநாட்டு எழுத்தாளர்கள் மட்டுமன்றி ஒட்டுமொத்த ஈழத் தமிழ் எழுத்தாளர்கள் நேரடியாக எதையாவது எழுதப் பயந்தனர். இத்தகைய சூழ்நிலையில் இந்திய இராணுவம் 1990-03-25 அன்று இலங்கையை விட்டு வெளியேறிய போது நிலவிய யு.என்.பி. ஆட்சியும் அதன் பின் வந்த எஸ்.எல்.எப்.பி. ஆட்சியும் படையெடுப்பு , போர் நடவடிக்கைகளில் குறியாக இருந்தமையினால் அதே சம காலத்தில் அதன் விளைவுகளினால் யாழ் - கண்டி வீதியும் மூடப் பட்டது.

1994இல் ஏற்பட்ட குடாநாடு தழுவிய முழுமையானயுத்தம் , முஸ்லீம்களின் வெளியேற்றம் , முன்னேறிப்பாய்தல் , இடிமுழக்கம் , சூரியக்கதிர் என மாறி மாறி மேற்கொள்ளப்பட்ட இராணுவ நடவடிக்கைகள் காரணமாக 1995ஆம் ஆண்டு ஒக்ரோபர் 10இல் ஏற்பட்ட வலிகாம இடப்பெயர்வும் அதன்பின்னர் அதே ஆண்டின் இறுதியில் (1995-12-05) யாழ் நகரை இலங்கை இராணுவம் கைப்பற்றியது வரையிலான காலப்பகுதிகளை உள்ளடக்கியதாக இக் காலப்பிரிப்பு அமைந்து காணப்படுகின்றது.

1985 — 1995 வரையான ஒரு தசாப்த காலத்தில் மக்கள் அனுபவித்த இன்னல்களினை , சோகங்களின் மத்தியில் வாழ்க்கைச் சவால்களினை எதிர்கொண்ட தன்மை ஆகியனவற்றைக் கதைக்கருவாகக் கொண்டு , இந்த மண்ணில் நிகழ்ந்த வாழ்க்கைச் சிதறல்களுக்கு மத்தியில் , இதற்குள் நின்றுகொண்டே முகங்கொடுத்த தன்மையினையும் பலருடைய கதைகளினுடே துல்லியமாகக் காணமுடிகின்றது. எனவே இரு தசாப்த காலப் பதிவுகளினைப் பின் நோக்கிப் பார்க்கின்ற போது 1985 — 1995 வரையான காலகட்டத்தில் எழுதப்பட்ட சிறுகதைகளின் உள்ளடக்கமாக மேற்படி தன்மைகள் விளங்குவதைக் காணமுடிகின்றது.

1985 - 1995 வரையான சிறுகதைகளினை அவற்றின் பேசுபொருட்களின் தன்மைகளுக்கு ஏற்ப பின்வரும் சிறு தலைப்புகளின் கீழ் உள்ளடக்கிப் பார்க்க முடிகின்றது.

அ . சொத்திழப்பு ஆ . புலம்பெயர்வும் அதன் விளைவுகளும்

இ . அன்றாட போர்க்கால வாழ்வின் சித்திரிப்பு

ஈ . சமூகப் பிறழ்வு பற்றிய பார்வை உ . சாதாரண சம்பவச் சித்திரிப்பு

அ . சொத்திழப்பு: வாழ்க்கையே போராட்டமாகவும் போரே வாழ்க்கையாகவும் மாறிவிட்ட ஈழத் தமிழர்களின் அவலங்கள் எண்ணில் அடங்காதவை. இத்தகைய மக்களின் சோக-வாழ்வினை உள்வாங்கிக் கொண்டு சமூகத்துடன் ஒட்டிய பார்வையாகப் பல எழுத்தாளர்கள் தமது சிறுகதைகளினைப் படைத்துள்ளமை சிறப்பானதாகக் காணப்படுகின்றது.

1987இல் இடம் பெற்ற 'ஒபரேஷன் லிபரேஷன்' படை நடவடிக்கையின் தாக்கம், நாடு முழுவதும் பெரும் சொத்தழிவு, பொருட்களின் நாசம், குடியிருப்பு அழிவு, போன்ற பல பின்-விளைவுகளினைக் கொண்டு வந்தது. மக்கள் மத்தியில் பீதியான, நிம்மதியற்ற , தூக்கமற்ற இரவுகளினையும் , துணையற்ற வாழ்வு நிலையினையும் மட்டுமே பரிசாகத் தந்தது.

இராணுவ நகர்வுகள் , படை நடவடிக்கை , தரை மார்க்கமாகவும் , ஆகாய மார்க்கமா-கவும் , கடல் மார்க்கமாகவும் நடைபெற்ற தாக்குதல்கள் , பீரங்கி வெடிகள் , கண்ணிவெடி-கள் , போன்றனவற்றின் கொடூரப் பிடியில் சிக்கி மனித வாழ்க்கை அல்லோல கல்லோலப்-பட்டது. உயிர்கள் , உடைமைகள் மாத்திரமின்றி உயர் ஒழுக்கங்களும் இழக்கப்பட்டன.

இரணுவ படை நகர்வினால் வீட்டினை , உடைமைகளினை இழந்து கையறு நிலையில் எதுவுமே செய்யத் திராணியற்று நிற்கும் பல குடும்பங்களினை , அழிபாடுகளுக்குள் சிக்-குண்டு சித்தம் கலங்கித் தவிக்கும் , குடிமக்களின் சோகக் கதையினைப் பல கதைகளின் மூலம் எடுத்துக்காட்டினர்.

நிர்கதியான நிலைக்குத் தள்ளப்பட்ட பல குடும்பங்கள் தமது இருப்பிடங்களினை இழந்து தவித்தனர். வளம் நிறைந்த காணிகளையும் , வீடு, நிலங்களையும் இழந்து எவ்விதமான வருமானமும் அற்றவர்களாக அகதிகளாக்கப் பட்டனர். காணிகள் அனைத்தும் இழந்து போன கையறு நிலையில், அன்றாடம் உழைத்து கூலி பெற்றுவந்த ஏழைக் குடும்பங்கள் தமது துண்டுக் காணிகளையும் இழந்து, இருக்க இடமின்றி அலைந்த அவல நிலையின் சம்பவச் சித்திரிப்புகளாக யதார்த்தப் பண்புடன் அக்காலச் சிறுகதைகள் அமைந்து விளங்-கின.

ஆ . புலம் பெயர்வும் அதன் விளைவுகளும்: போர் நெருக்குதல் நாளுக்கு நாள் அதி-கரித்துக் கொண்டிருந்த சூழலில் பல இளைஞர்கள் பணம் தேடியும், பாதுகாப்புத் தேடியும் உலகின் பல நாடுகளுக்குப் புலம் பெயர்ந்தனர். புலம்பெயர் சூழலானது பல புதிய அனுப-வங்களினை, அனுபவ வெளிப்பாடுகளினை ஈழத்தவருக்கு ஏற்படுத்தியது. குடியுரிமை பெறு-வதில் உள்ள சிக்கல், புலம்பெயர்ந்த நாடுகளில் ஈழப் புலமபெயர்வாளர்கள் எதிர்கொண்ட சிக்கல்கள் மற்றும் புலம் பெயர்வினால் ஈழத்துச் சமூக அமைப்பில் உருவான புதுப்பணக்கா-ரரின் நிலை, புலம்பெயர்ந்து வெளிநாடுகளுக்குச் சென்ற ஆண்களுடைய மனைவியர் படும் தனிமை நிறைந்த சுமையான வாழ்வியற் கோலம், ஆகியவற்றினை ஒருமுகப்பார்வையில் சிறுகதைகளினு}டே எடுத்துக்காட்டும் போக்கினையும் காணமுடிகின்றது.

பிறந்த மண்ணிலே மன நிறைவுடன் வாழ முடியாத பலர் வெளிநாடுகளுக்குப் புலம்பெ-யர்ந்து சென்றனர். இத்தகைய சூழலில் வெளிநாடுகளுக்குச் சென்ற இவர்களுக்கு தமது தாய் மண்ணின் பிரிவுத் துயர் — ஏக்கம் , தஞ்சமடைந்த நாட்டின் கலாசாரம் , என்பன பெரும் தாக்கத்தினை உண்டு பண்ணின. தாம் தாய்நாட்டில் வாழ்ந்த சூழலை எண்ணி மனமுருகிக் கொண்டனர்.

தனது சொந்த மண்ணிலே உயிரினைக் காப்பாற்ற முடியாத பலர், உயிரைக் காப்பாற்ற வெளிநாடுகளுக்கு பயந்து ஓடிய சூழலை, இந்திய இராணுவ சூழலில் தாம் பட்ட அவலங்களினை, எவ்விதமான பயமோ புற அழுத்தங்களோ இன்றிப் புலம்பெயர் நாடுகளில் இருந்தபடி சிறுகதைகளின் மூலம் எமது மனக்கண்முன் நிறுத்தினர்.

புலம்பெயர்வு காரணமாக புதுப்பண வரவு ஏற்பட்டது. இதனால் புதுப்பணக்காரர்கள் பலர் உருவாகினார்கள். அன்பும், தியாகமும் நிறைந்த ஈழத்துச் சமுதாய முறையானது அந்நிய விருந்தாளி போன்ற நிலைக்குத் தள்ளப்பட்டது. 1983இன் பின்னர் வெளிநாடு சென்றவர்களில் அதிகமானோர் உடல் வலுவுள்ள கூலித் தொழிலாளர்களாக இருந்தமையினால் அவர்களின் உழைப்பானது உறவுகளை வந்தடைந்த போது உழைப்பின் கஸ்ரம் புரியாத இவர்கள் கேடில் விழுச்செல்வமான கல்வியைவிட பணமே பெரிதெனக் கருதியதனால் திறந்த பொருளாதார நுகர்விழுமியங்களில் நாட்டம் கொண்டனர். இத்தகைய நிலையில் இது ஈழத்து குறிப்பாக, யாழ்ப்பாண நிலவுடைமைச் சமூகத்தைப் பொறுத்த வரையில் பெரிய தாக்கத்தினை ஏற்படுத்தியது.

யாழ்ப்பாண மக்களைப் பொறுத்த வரையில் தேசவழமைச் சட்டமானது சொத்துரிமையை அடிப்படையாகக் கொண்டே அமைந்து காணப்படுகின்றது. இவ்வேளையில் கூட்டுச் சொத்தாக இருந்த காணிகள் பல தனியுடைமை ஆக்கப்பட்டு குடிசைகள் பல மாடிகளாக உயர்ந்து வேலிகள் அனைத்தும் மதில்;களாக மாறிய சூழலில் பல ஏழைக் குடும்பங்களினை இவர்கள் (ஏளனமாக) பார்த்துக் கிண்டல் செய்தனர்;. ஒரு சிலர் வலிந்து சண்டைக்கிழுத்து தாமே ஊரின் 'தலைக்கடாய்கள்' என்பது போல நடந்து கொண்டனர். வரும் பிரச்சினைகளை எல்லாம் தமது பணபலத்தினால் அடக்கிக் கொண்டனர். இத்தகைய புதுப்பண வரவின் செயற்பாடுகளினை, விளைவுகளினை அக்காலக் கதைகள் கூறிநிற்கின்றன.

புலம் பெயர்ந்து வெளிநாடுகளுக்குச் சென்ற பலர் குடியுரிமை பெறுவதற்குப் படும் சிரமங்களினையும் அதற்காக மேற்கொள்ளும் முயற்சிகளினையும் பல எழுத்தாளர்கள் கதைகளின் கருவாக்கினர். அதேபோல நாட்டுச் சூழ்நிலை காரணமாக புலம்பெயர்ந்த ஒருவன் தான் தன்னுடைய ஊரிலே முன்பு காதலித்த ஓர் பெண்ணை மறந்து தான் வாழும் நாட்டில் 'குடியுரிமை' பெறுவதற்காக ஓர் வெள்ளைக்காரியைத் திருமணம் செய்யும் நிலையையும், திருமணம் செய்து குடியுரிமை பெற்ற பின் அவளைப் பிரிய முடியாமல் தவிப்பதனையும், மெய் மறந்து குடிப் பழக்கத்தில் மூழ்கி, இருவருமாக குடித்துக் கூத்தடிப்பதையும் சிலர் தமது சிறுகதைகளின் கருவாக்கினர்.

உழைப்பினைக் குறிக்கோளாகக் கொண்டும்; இராணுவ கைதுகள் , இளைஞர் மீதான கெடுபிடிகள் ஆகியவற்றின் மத்தியில் வாழமுடியாமை கருதியும் இளைஞர்களும், திருமணமான குடும்ப ஆண்களும் பெற்றோர் — உறவினர் — மனைவி - பிள்ளைகளினைப் பிரிந்து வெளிநாடுகளுக்குச் சென்றுவிட துணையிழந்து தனிமையில் வாடும் குடும்பங்கள், இதனால் அயலவர்களின் உதவியுடன் வாழவேண்டிய நிற்பந்தம் ஏற்படுவதாகவும் இதனால் சொல்லமுடியாத பல சிக்கல்கள் உருவாகுவதாகவும் பல சிறுகதைகள் விவரிக்கின்றன.

புலம்பெயர் நாடுகளில் உள்ளவர்கள் தமது உறவுகளினைப் பிரிந்து தனிமையில் வாடுவதனையும் , புலம்பெயர் சூழலில் இருந்தபடியே தமது தாய்நாட்டின் மீது கொண்ட பற்றுணர்வினையும் இனஉணர்வினையும் வெளிப்படுத்தும் பாங்கினை இக்காலக் கதைகளின் மூலம்

உணர முடிகின்றது.

தாம் குடியேறிய நாடுகளில் ஈழத்து இளம் வாலிபர்கள் எண்ணக் கனவுகளினைச் சுமந்தபடி மாடாக உழைத்து ஓடாகத் தேய்ந்துகொண்டிருக்கின்றனர். இதேவேளையில் 1983இன் பின்னர் போரின் தாக்கமானது ஒரு பகுதி இளைஞர்களினை உலகெங்கும் அகதிகளாக்கியதுடன் இன்னும் பலரை, பல இலட்சம் பேரை சொந்த நாட்டிலேயே அகதிகளாக அலைய விட்டமையும் இங்கு சுட்டிக் காட்டத்தக்கது.

இ . அன்றாட போர்க்கால நிகழ்வுகளின் சித்திரிப்பு: இராணுவ அச்சுறுத்தல் மிகுந்த சூழலில் அன்றாட நிகழ்வுகளாகி விட்ட செல்லடி, சுற்றிவளைப்பு , காரணமற்ற கைதுகள், காணாமற்போதல், வீதித் தடைகள், அகதி வாழ்க்கை, சித்திரவதைகள், அடையாள அட்டைக் கெடுபிடி ஆகியவற்றையும் இராணுவ நடவடிக்கையினால் சிதையுண்டு போன தேசத்தையும் போரின் வடுக்களையும் கருவாகக் கொண்டும் கதைகளினைப் படைத்துள்ளனர்.

1983 இல் ஏற்பட்ட கலவரத்தினைப் பயன்படுத்தி அகதியாக வெளிநாடு சென்ற மகன் அங்கு ஓர் அகதி முகாமில் தங்கி இருக்க பெற்றவர்கள் போரின் கொடூரம் காரணமாக உள்நாட்டு அகதி முகாம் ஒன்றில் தஞ்சமடைந்திருக்கிறார்கள். இதனால் கடிதத்தொடர்பு கூடக் கொள்ள முடியாத மிகவும் இக்கட்டான தொடர்பாடல் நிலையினை எண்ணி மகன் ஏங்குவது போலவும் சிறுகதைகள் அமைந்து விளங்குவதனைக் காணமுடிகின்றது.

1988, 1989 காலப்பகுதிகளில் இந்திய அமைதிப் படையினரின் மேலாண்மைச் சூழலில் இளைஞர்கள் பலர், பாடசாலை மாணவர்கள் உட்படப் பலர் திடீரென காணாமல் போயினர். பலர் இராணுவத்தினால் சிறைப்பிடிக்கப்பட்டனர். இன்னும் பலர் முரண்பட்ட பல இயக்கங்களினால் கட்டாய இராணுவ சேவையிலும் ஈடுபடுத்தப் பட்டனர். அவ்வாறானதொரு சூழ்நிலையில் பெற்றோர் படும் அவலம் நிறைந்த வாழ்வின் பதிவாகவும் பல சிறுகதைகள் அமைந்தன.

ஈ . சமூகப் பிறழ்வு பற்றிய பார்வை: 1983 கலவரத்தினை வாய்ப்பாகப் பயன் படுத்திக் கொண்ட பலர் வெளிநாடுகளுக்குச் சென்றுவிட உழைப்பில்லாமல் பலர் உடல் வளர்த்துக் கெட்டுப் போயினர். சமூகத்தில் ஆடம்பரம் , நவநாகரிகம் என்ற போர்வையில் புதுமை விரும்பிகளாக , தம்மை அடையாளங் காட்டிக் கொண்ட பலர் , எமது பண்பாட்டு, விழுமியம் , நெறிமுறை ஆகியவற்றில் நின்று வழிதவறி (ஒதுக்கி விட்டு) 'இரண்டுங் கெட்டான்' என வாழ்ந்து கட்டுக்கடங்காதவர்கள் என்ற பட்டம் பெற்று அலைந்தனர்.

ஆண்கள் மட்டுமன்றிப் பெண்களும் கலாசாரச் சீரழிவின் காரணகர்த்தாக்களாக இனங்காணப் பட்டனர். இதற்கிடையில் 'தீவிரவாதப் பெண்ணியம;' தலைதூக்கிய போது பெண்களும் சமூகச் சிறையினை உடைத்து கலாசாரக் கட்டுப்பாடுகளினை மீறிச் சுதந்திரப் பறவைகளாகத் தங்களைப் பிரகடனம் செய்தனர். எனினும் பெண்கள் சமூகக் கட்டுக்கோப்பில் நின்று ஒட்டவும் முடியாமல் வெட்டவும் முடியாமல் நிலைதடுமாறிய செய்தியினையும் அக்கால இலக்கியங்கள் பதிவு செய்தன.

உ . சாதாரண சம்பவச் சித்திரிப்பு: 1985இன் பின்னைய ஒரு தசாப்த காலத்தில் எழுந்த சிறுகதைகளில் உறவுநிலை , பாசப் பிணைப்பு , குடும்ப ஐக்கியம் , வேலைத்தள அனுபவம், பொது நோக்க முற்போக்குச் சிந்தனை ஆகிய தளங்கள் விரிந்துள்ளமையினையும் அவதானிக்க முடிகின்றது.

இக்காலத்தில் காதல் சார்ந்த விடயங்களினையும், சாதிச் சிக்கல்களினையும், உலக நடப்புக்களினையும் விவரிக்கும் சிறுகதைகள் இடையிடையே எடுத்துக் காட்டினாலும் அவை பற்றிய ஆழமான பார்வையினை அல்லது தூரநோக்குச் சிந்தனையினை வெளிப்படுத்திய சிறுகதைகள் எவற்றினையும் இனங்காணமுடியவில்லை என்பதையும் குறிப்பிட்டே ஆகவேண்டியுள்ளது.

ஒட்டு மொத்தமாக நோக்கினால் பத்தாண்டு காலச்(1985-1995) சிறுகதைகளில் போரின் விளைவுகளினை, போர்க்கால நிகழ்வுகளினை பல கோணங்களில் படம் பிடித்துக் காட்டி, அவற்றுள் எம்மையும் ஒருவகையில் உள்வாங்கிய வகையில் இக்காலத்து எழுத்தாளர்கள் சிறுகதை உலகில் தமக்கான இடத்தினைத் தக்க வைத்துள்ளனர் எனலாம்.

1995இன் பின்னர் இன்றுவரை உள்ள காலகட்டம்

1. மாறும் கதைக் களம் 2. வாழ்க்கைக்கான போராட்டச் சித்திரிப்பு

1. மாறும் கதைக் களம்: 1994-1995 களில் தமிழீழ விடுதலைப் புலிகளுக்கும் சந்திரிக்கா அரசுக்கும் இடையே சமாதானப் பேச்சுவார்த்தை தொடங்கிய போது ஏற்பட்ட மகிழ்ச்சி ஆரவாரம் , 1995 ஏப்ரல் 19இல் தொடங்கிய போருடன் தணிந்து போனது. 1995 ஒக்ரோபர் 17ஆம் திகதி 'சூரியக்கதிர்' என்ற போர் நடவடிக்கை முடுக்கி விடப்பட்ட போது , நிலையற்ற எதிர்காலமும் பீதியும் தமிழ் மக்களைப் பீடித்தது. யாழ்ப்பாணம் ஒரு மரண களமாக மாறியது. தமிழர் வரலாற்றிலே என்றுமில்லாத பேரவலமாக யாழ்ப்பாணத்தில் இருந்து மக்கள் வன்னிக்கு இடம் பெயர்ந்த சம்பவம் நிகழ்ந்தது. ஒரு பகுதி மக்கள் வன்னிக்குச் செல்ல எஞ்சிய தொகையினர் மீண்டும் ஜெனரல் ஜானக பெரேராவின் ஆக்கிரமிப்பு வலைக்குள் சிக்கிக் கொண்டனர். மக்களுக்கு விடுதலை பெற்றுக் கொடுத்தவர்கள் மக்களின் ஒடுக்கு முறையாளர்களாக மாறினர். சுற்றி வளைப்பு , கைதுகள் , சித்திரவதை , கொலைகள் , கற்பழிப்பு ஆகியன ஆவணப்படுத்தப்பட்ட உண்மைகளாயின. பல நூற்றுக் கணக்கானோர் காணாமற்போக ஒரு தொகையினர் செம்மணியில் புதைக்கப்பட்டனர்.

வன்னிக்குச் சென்ற யாழ்ப்பாண மக்களும் பல இன்னல்களுக்கு முகம் கொடுத்தனர். தொடர்ச்சியான இடப்பெயர்வு , புதிய இடநெருக்கடி , வருமானம் இன்மை, உறவுகளைப் பிரிந்து வாழவேண்டிய அவலநிலை , மலேரியா , எல்லாவற்றுக்கும் மேலாகப் பொருளாதாரத் தடை ஆகியவற்றினால் பல இன்னல்களினை அனுபவித்தனர். இத்தகைய நெருக்கடியான சூழலில் மக்களின் வாழ்க்கையில் ஏற்பட்ட துன்ப துயரங்களுள் தாங்களும் இருந்து அனுபவித்தவர்கள் என்ற வகையில் ஓர் உள்நோக்கான பார்வையாகவும் , உள்ளிருந்து வெளிநோக்கிய பார்வையாகவும் இருவேறுபட்ட தளங்களில் நின்று கொண்டு கதைகளைப் இவர்கள் படைத்துள்ளனர்.

2. வாழ்க்கைப் போராட்டச் சித்திரிப்பு: யாழ்ப்பாணத்தில் இருந்து வன்னிக்கு இடம் பெயர்ந்தவர்களில் அதிகமானோர் எதுவிதமான முன்யோசனைகளுமின்றி உயிர் தப்பினால் போதும் என்ற குறிக்கோளுடன் சென்றவர்களே.அவர்கள் வன்னிக்குச் செல்ல முன்னர் வன்னி என்றால் என்ன? அதன் சூழல் எப்படி இருக்கும்? என்பது பற்றி எதுவும் தெரியாதவர்களாகவே சென்றனர். வன்னியுடன் எவ்விதமான சமூக உறவுநிலையும் அற்றவர்களும் அதிகம்பேர் வன்னிக்கு இடம் பெயர்ந்தனர். இதனால் அநேகர் இருக்க இடம் இன்றி அலைந்தனர்.

கிளிநொச்சி , திருவையாறு , மாங்குளம் , புளியங்குளம் , நெடுங்கேணி என நாளுக்கு நாள் தமது இடங்களினை மாற்றியமைத்துக் கொண்டனர். இதற்கு இராணுவ நகர்வுகள் காரணமாக அமைந்தன. இத்தகைய சூழலில் மக்கள் படும் அவலங்களினையும் , வன்னி தவிர்ந்த ஏனைய இடங்களிலுள்ள தமிழர்களின் இராணுவ சூழலுக்கிடையிலான வாழ்க்கை நிலையினையும் 1995இன் பின்னைய தமது சிறுகதைகளினுடைய பேசுபொருளாக்கினர். இவ்வகையில் மக்களின் வாழ்க்கைப் போராட்டத்தில் நேர்ந்த இன்னல்களினை 1995இன் பின்னைய இவர்களது கதைகள் சுட்டுவதனால் இக்காலத்து எழுத்தாளர்களின் கதைகளின் உள்ளடக்கத்தினைக் கருத்திற் கொண்டு:

அ . இடப்பெயர்வு அனுபவங்களும் போர்க்காலச் சித்திரிப்பும்

ஆ . போராட்ட உணர்வின் வெளிப்பாடும் அதன் விளைவும்

இ . சமாதானச் சூழல்

என மூன்று உப தலைப்புக்களின் கீழ் நோக்க முடிகின்றது. இனி அவற்றினை ஒவ்வொன்றாக , தனித்தனியாக நோக்குவோம்.

இடப்பெயர்வு அனுபவங்களும் போர்க்காலச் சித்திரிப்பும்: 1995ஆம் ஆண்டு நிகழ்ந்த மாபெரும் இடப்பெயர்வானது ஐக்கிய நாடுகள் சபையின் செயலாளராக அப்போதைய காலத்தில் இருந்த 'பூட்றஸ் பூட்றஸ் காலி' கூடக் கண்டிக்குமளவிற்கு மிகவும் கொடுமையானதாக அமைந்திருந்தது. 1996ஆம் ஆண்டு ஏப்றல் 18இல் தென்மாராட்சி மீது மேற்கொள்ளப்பட்ட 'சூரியக்கதிர்-2' தாக்குதல் மூலம் , அதன் விளைவாக , இடம்பெயர்ந்து வன்னிக்குச் சென்ற மக்களின் இடப்பெயர்வு அனுபவங்களினையும் புதிய பண்பாட்டுச் சூழலில் அவர்கள் எதிர்கொண்ட நெருக்கடி நிலையினையும், வாழ்வில் ஏற்பட்ட இடர்பாடுகளினையும் அவற்றினைக்கூடச் சுகமென எண்ணி மனநிறைவு காணும் தன்மையினையும் நின்மதியாக வன்னி மண்ணில் கிடைத்த சுகவாழ்வு அனுபவங்களினையும் , சுதந்திர உணர்வுச் சித்திரிப்பினையும் , இராணுவச் சூழலில் நின்று விடுபடத் துடிக்கும் மக்களின் அவல நிலையினையும் இக்காலக்; கதைகள் பதிவு செய்தன.

அவலங்களுக்கும் அழிபாடுகளுக்கும் மத்தியிலே சிக்குண்டு சித்தம் கலங்கித் தடுமாறிப்போன மக்களின் அவலம் நிறைந்த , அகதி வாழ்வினை அவர்களின் கண்ணீர்க் கதையினை, போர்க்களத்திலே இராணுவத்திடம் சிக்குண்ட மக்களின் அவலம் நிறைந்த வாழ்வின் மத்தியில் இராணுவத்திடம் கஞ்சிக்குக்கூட வரிசையில் நிற்கும் அகதி வாழ்வின் அந்தர நிலையினைப் பல கதைகள் மிகவும் தத்துரூபமாக வடித்துக் காட்டின.

இடப்பெயர்வினால் பல இன்னல்களினை அனுபவித்து வந்த மக்களில் ஒரு பகுதியினர் சமகாலத்தில் இராணுவத்திடம் சிக்கி அன்றாட வாழ்வில் சொல்ல முடியாத பல இன்னல்களினையும் சொல்ல முடியாத பல துன்பங்களினையும் அனுபவித்து விரக்தியின் விளிம்புக்கே சென்று நியமங்கள் துண்டிக்கப்பட்ட நிலையில் அல்லது நியமங்கள் அறுந்த நிலையில் வாழ்வில் வெறுப்புக் கொண்டு 'அட இவ்வளவுதானா?' என வாழ்க்கையைப் பார்த்தே கேட்பது போலவும் சில கதைகள் அமைந்துள்ளமையை நோக்க முடிகின்றது. அன்றாட வாழ்வின் அவலநிலை, கைது, சித்திரவதை, காணாமல் போதல் , கொலைகள் போன்ற வாழ்க்கைச் சித்திரங்களையும் காணாமல் போனவர்களின் பெற்றோர் படும் அவல நிலையையும் பல எழுத்தாளர்கள் தாங்கள் அனுபவித்து எழுதினர். இதைவிட வேறுசிலர்: இரா-

னுவத்துக்கு ஆதரவளித்து அவர்களின் எச்சில் காசுக்காக குடை பிடிக்கும் அரச அதிகாரிகளின் மறுபக்கத்தையும் இடையிடையே அழகான முறையில் சித்திரித்துக் காட்டியுள்ளனர்.

போராட்டஉணர்வின் வெளிப்பாடும் விளைவும்

போராட்ட உணர்வுகள் கவிதைகளில் வெளிப்பட்ட அளவுக்கு சிறுகதைகளில் வெளிப்படவில்லை. எனினும் அதன் விளைவுகள் ஓரளவுக்காவது யதார்த்தப் பாங்குடன் வெளிப்படுத்தப் பட்டன. 1995இன் பின்னர் ஈழத்தில் எழுச்சிப் பாடல்கள் வடிவிலும் கவிதைகள் வெளி வந்தன. இவற்றை 'அவசரப்படைப்புகள'; எனவும்,; 'வெறும் பிரசாரத் தன்மையும் சொற் செறிவும் மிக்க வரிகள'; எனவும், விமர்சிக்கப்பட்ட நிலையில் மக்களின் குரலாகச் சிறுகதைகளினை இலக்கிய உலகம் ஏற்றுக் கொண்டது.

போராட்ட சூழலில் படைப்பாளிகள் வாழ்ந்தமையினால் போராட்ட உணர்வும், தேசியப்பற்றும், அதன் விளைவுகளும் மேலோங்குவது தவிர்க்க முடியாதுபோக இக்காலத்து எழுத்தாளர்களுடைய படைப்புக்களிலும் இத்தகைய பார்வை இழையோடுவது யதார்த்தமானதுதானே. எனவே "இலக்கியம் நிகழ்கால உலகின் கண்ணாடி" என்ற கூற்றுக்கு அமைய இக்காலத்தில் தோன்றிய அனேகமான சிறுகதைகளில் மேற்படி பண்புகள் இயல்பாகவே அமைந்து விளங்கக் காணலாம்.

1996இல் வன்னிக்கு இடம் பெயர்ந்த மக்கள் கிளாலி கடந்த போது எங்கு போவது? எப்படி இருப்பது? எனப் புரியாது தவித்து, மாறிமாறி அலைந்து ஓர் நிலையான இடத்தில் தரித்த போதிலும் உணவு, வருமானம் இன்றிப் பல சிக்கல்களுக்கு முகம் கொடுக்க வேண்டி இருந்தமையினால் மாறிமாறிப் பல துன்பங்களினை அனுபவித்தனர்.

வன்னியில் யாழ்ப்பாண மக்கள் பட்ட இன்னல்களுக்கு மத்தியில் பல இளைஞர் யுவதிகள் இயக்கத்துக்கு உந்தித் தள்ளப்பட்டனர். இதனால் அவர்களின் பெற்றோர், உறவுகள் மேலும் பல துன்பங்களினை அனுபவிக்க வேண்டி இருந்தது. தனது பிள்ளையின் சாவுச்செய்தி எந்த வேளையில் வருமோ? என ஏங்கியவாறு பெற்றோர் இருக்கும் நிலையும், அலைச்சல் மிக்க வாழ்வின் சித்திரிப்பும் மிகவும் தத்துரூபமாகப் பல கதைகளில் வடிக்கப்பட்டுள்ளன. போராளிகளையும் இராணுவத்தினரையும் நேரடியாகச் சுட்டாமல் குறியீடு மூலம் உருவகித்து கதையை நகர்த்திச் செல்லும் பண்பை இக்காலத்தில் எழுந்த பல கதைகளில் அவதானிக்க முடிகின்றது. இறுக்கமான சூழலில் இருந்துகொண்டு கதைகள் எழுதப்பட்டமையினால் இத்தகைய உத்தி முறைமையை எழுத்தாளர்கள் கடைப்பிடித்திருக்க வேண்டிய தேவையும் இருந்திருக்கலாம்.

போராட்டத்தில் ஈடுபடும் மற்றும், ஈடுபட்டு மரணித்த இளைஞர்கள் ஒருபுறம் இருக்க அவர்களின் பெற்றோர் படும் அவலம்மிக்க வாழ்வையும் கதைகளினுடாக எடுத்துக் காட்டினர். மகனைப் போர்க்களத்தில் பலியிட்ட அன்னையின் மனக் குமுறலையும் பிறரின் முகத்தில் தன் மகனின் ஒளிவதனம் தேடும் அவல நிலையினையும் காட்டி, மகனைப் பற்றிய நினைவில் வாழும் தாய் ஒருத்தி மகனைப் பற்றிய நினைவினால் உருவாகின்ற பிரமை காரணமாக அவனது கல்லறைக்கே அழைத்துச் செல்லப்படுவதைக் காட்டும் போதும், மாவீரனான தன் மகனின் கல்லறைக்கு மலர் தூவும் போதும் மகன் தன்னுடன் 'அசரீரி'யில் உரையாடுவதாக எண்ணி மனம் நெக்குருகும் பிரிவாற்றாத நிலையினையும் ஒருசில சிறுகதையில் வெளிப்படுத்துகின்றனர்.

15

ஈழம்-புகலிடம்-தமிழகம்

மனம் திறக்கிறார் கதம்பம் மோகன்

இன்றைய ஈழத்து பிரபல எழுத்தாளர்களின் முதல் ஆக்கத்திற்கு களம் தந்தது கதம்பமே

இலங்கை சஞ்சிகைகளின் முன்னோடியான 'கதம்பம் மோகன்' ஐம்பது ஆண்டுகளுக்கு மேலாக கலையுலகில் பவனி வருபவர். சஞ்சிகையாளனாக, விளம்பர முகாமையாளராக, இலங்கை - இந்திய கலைப்பாலமாக திகழும் இவர் தமிழக நட்சத்திர உலகின் நெருங்கிய நண்பருமாவார். அவரது ஐந்து தசாப்தகால அனுபவங்களை வாசகர்களுடன் பகிர்ந்துகொள்வதற்காக திரும்பிப் பார்க்கின்றேன்.

சஞ்சிகை வெளியீட்டின் முன்னோடியான தங்களின் குடும்பப் பின்னணியைப் பற்றிக் கூறுங்கள்...

என்னுடைய தந்தையார் நாற்பது ஆண்டு காலத்திற்கு மேலாக "வீரகேசரி" பத்திரிகையில் பிரதம ஆசிரியராகவும் ஓர் ஜாம்பவானாகவும், தமிழ் கூறும் நல்லுலகில் மதிப்புடனும், மாட்சியுடனும் விளங்கிய அமரர் கே.வி. எஸ். வாஸ் அவர்கள் கும்பகோணத்தில் 1912ம் ஆண்டு பிறந்தார். இவரது முழுப்பெயர் "கும்பகோணம் வேதாந்தம் சீனிவாச ஐயங்கார்" என்பதாகும். இவர் ஓர் எம்.ஏ. பட்டதாரி. தமிழிலும், ஆங்கிலத்திலும், சமஸ்கிருதத்திலும் நிரம்பிய ஞானம் பெற்றவர். இலங்கையில் 1930ஆம் ஆண்டு ஆகஸ்ட் மாதம் ஆறாம் திகதி சுப்பிரமணியம் செட்டியாரால் ஆரம்பிக்கப்பட்ட வீரகேசரியில் 1942ஆம் ஆண்டு பணியாற்றும் பொருட்டு இலங்கை வந்தார்.

முதலில் ஒரு மொழி பெயர்ப்பாளராக அதில் இணைந்தார். தமது திறமையாலும் விடா முயற்சியினாலும் அர்ப்பணிப்பினாலும் ஒரு பத்திரிகை நிருபராகவும், செய்தி ஆசிரியராகவும் அதன் பின்னர் 1953ஆம் ஆண்டளவில் பிரதம ஆசிரியராகவும் பதவி உயர்வு பெற்றார். கேசரியின் ஆரம்ப காலப்பகுதியில் அதில் சேர்ந்து கொண்ட என் தந்தையார், தன்னையும் வளர்த்துக்கொண்டு பத்திரிகையையும் வளர்த்தார். அதனையே அவர் ஒரு முறை "கேசரி வளர்ந்தது, நானும் வளர்ந்தேன்" என்று குறிப்பிட்டிருக்கிறார். 22 ஆண்டுகள் பிரதம ஆசிரியராகப் பணிபுரிந்த இவர், 1975ஆம் ஆண்டு தமது பணியிலிருந்து ஓய்வுபெற்றார்.

இதன் பின்னர் சென்னையின் பிரபல ஆங்கில நாளேடான “இந்துவுக்கும்” மலேசியா-வில் “நேசனுக்கும்” இலங்கைச் செய்திகள் அனுப்பும் பணியை தொடர்ந்து செய்து வந்-தார். ஆங்கில ஞானமும், தமிழ் ஞானமும் ஒருங்கே அமையப்பெற்றுச் சிறந்த எழுத்து வன்மையும் கற்பனா சத்தியும், புரட்சி மனப்பான்மையும் கொண்ட அவர் எந்நேரமும் சிற்-றெறும்பு போல் சுறுசுறுப்புடனும் செயற்பட்டுக் கொண்டே இருப்பார். எந்தக் கருத்தையும் எளிய முறையில் வெளியிடும் ஆற்றலும், தமிழ் மொழியின் சிறப்பம்சங்கள் அனைத்தையும் சுவைகுன்றாமல் சொல்வண்ணம் தீட்டவல்ல வல்லமையும் இவரின் தனிக் கலையம்சமாக இருந்தன. ஒரு தலைசிறந்த எழுத்தாளராக புத்திஜீவியாக, சித்தாந்த வாதியாக, புலவனாக, பன்முகக் கலைஞனாக, செந்தமிழ் சொல்லின் செல்வராக, எல்லாவற்றிற்கும் மேலாக நல்ல மனித நேயம் கொண்ட தந்தையாக எனக்கு வழிகாட்டியவர்.

தாய் வேதவல்லி. இரண்டு சகோதரிகளுக்கு மூத்த ஒரே சகோதரன் நான்.

தலைப்பிரசவத்திற்காக தாயகம் சென்ற தாய் என்னை கும்பகோணத்திலேயே பிரசவித்-தார். கணித மேதை ராமானுஜன் பிறந்த ஊர். கல்விமான்கள் பலரைக் கண்ட மண். அங்கேயே என் பாலர் வகுப்பு ஆரம்பமானது. நான்கு ஆண்டுகள் அங்கே படித்த பின் இலங்கை திரும்பி தந்தையாருடன் வாழத் தொடங்கினேன்.

1951ஆம் ஆண்டு கொட்டாஞ்சேனை சென் பெனடிக் கல்லூரியில் இணைந்தேன். தமிழ் கலை, இலக்கிய விழாக்களில் பெரும் ஆர்வத்தோடு பங்குபற்றி பரிசில்களையும் வென்றுள்-ளேன். பள்ளிக் காலத்தில் குழந்தை எழுத்தாளர் அழக வல்லியப்பாவின் சஞ்சிகைகளை பெரிதும் விரும்பிப் படித்ததோடு “குழந்தை எழுத்தாளர் சங்க”மொன்றை ஆரம்பித்து இலங்-கைக் கிளைத் தலைவராகவும் இருந்தேன். புத்தகக் கண்காட்சி நடாத்திய பெருமையயும் பால்ய பருவத்திலேயே பெற்றேன்.

பள்ளிக் காலம் முடிந்ததும் நீங்கள் கால் பதித்த முதல் தொழில் எது?

பாடசாலைக் காலத்திலேயே அதாவது 1959ம் ஆண்டு ‘கதம் பம்’ என்ற சஞ்சிகையை ஆரம்பித்துவிட்டேன். இலங்கையிலும் தமிழகத்திலும் நல்ல வரவேற்பு. அதிலேயே இறுதி-வரை காலூன்றிவிட்டேன். சிறு பிராயத்தில் சஞ்சிகை ஆரம்பித்த பெருமையும், இலங்கை சஞ்சிகையொன்றை முதன் முதலில் தமிழகத்தில் விநியோகித்த பெருமையும் கொண்டவன் என்பதில் பெருமிதமடைகின்றேன். பிரபல தமிழக எழுத்தாளர்களான தமிழ் வாணன், மு. வரதராஜன், ஜெகசிற்பியன், மாயாவி, ராஜம் கிருஷ்ணன், வெங்கட லட்சுமி போன்றோரின் படைப்புக்கள் கதம்பம் சஞ்சிகையில் இடம்பெற்று வாசகர்களிடையே பரபரப்பாகப் பேசப்-பட்ட சஞ்சிகையாக அது மிளிர்ந்து.

இலங்கை சஞ்சிகை தமிழகத்தில் விநியோகிப்பதற்கான சஞ்சிகை விநியோக அனும-தியை பல கட்டுப்பாடுகளுக்கு மத்தியிலும் கர்மவீரர் தலைவர் காமராஜ் பெற்றுத்தந்தார். தமிழக விநியோப் பொறுப்பை கற்கண்டு சஞ்சிகை ஆசிரியரும் பிரபல எழுத்தாளருமான தமிழ்வாணன் ஏற்றிருந்தார். சுமார் 140 ஏஜெண்டுகள் சஞ்சிகையை விநியோகம் செய்து இலங்கை சஞ்சிகைக்கோர் உன்னத இடத்தைப் பெற்றுக்கொடுத்திருந்தனர். சஞ்சிகையில் தமிழக எழுத்தாளர்களின் ஆக்கங்கள் ஆக்கிரமிப்பதாக அன்றே முற்போக்கு எழுத்தாளர்கள் கருத்து முரண்படத் தொடங்கிவிட்டார்கள். இலங்கைப் படைப்பாளிகளுக்கும் என் சஞ்சி-கையில் களமுண்டு என்பதை செயல் மூலம் காட்டினேன். இன்றைய இலங்கையின் பிரபல

எழுத்தாளர்களின் கன்னி படைப்புகள் ஐந்து தசாப்தத்திற்கு முன்பே கதம்பம் சஞ்சிகையில் அச்சு வாகனமேற்றிய பெருமையை நான் பெறுகிறேன்.

தான் தோன்றி கவிராயர் சில்லையூர் செல்வ ராஜன் தெளிவத்தை ஜோசப், திமிலைத் துமிலன், செம்பியின் செல்வன் போன்றோரின் ஆக்கங்கள் வெளிவரத்தொடங்கின. தெளிவத்தை ஜோசப்பின் "பாலாயி" என்ற முதல் தொடர்கதை 'கதம்பம்' சஞ்சிகையில் தான் பிரசுரமாகியது. தமிழகக் கலைஞர்கள், அரசியல் மேதைகளின் பேட்டி தொடராக கதம்பம் சஞ்சிகையில் வெளிவரத் தொடங்கியது. இதனால் கலைஞர்களின் தொடர்பு நெருக்கமானது. இந்த நட்பு இலங்கை - இந்திய உறவுக்கு கலைப்பாலமாக அமைந்ததுடன், இலங்கையின் பல பாகங்களிலும் கலை நிகழ்ச்சிகளை அரங்கேற்றக்கூடிய வாய்ப்புகளும் நிறைந்திருந்தன.

1983ம் ஆண்டு நாட்டில் ஏற்பட்ட இனக்கலவரத்தோடு கதம்பம் சஞ்சிகையின் வெளியீடும் தடைப்பட்டது. இதுகாலம்வரை வெளியீட்டாளராக இருந்த நான் பத்திரிகை விளம்பர முகவராக மாறினேன். இலங்கையில் வெளியாகும் அத்தனை நாளேடுகளினதும் சஞ்சிகைகளினதும் விளம்பர விநியோக முகாமையாளரானேன். அத்தோடு வானொலி, தொலைக்காட்சிகளுக்கும் விளம்பர விநியோகஸ்தராகப் பணியாற்றுகின்றேன்.

வீரகேசரி பத்திரிகையின் வார வெளியீட்டிற்கு சுமார் மூன்று தசாப்தங்களாக சினிமா செய்தி நிருபராகவிருந்தேன். கண்ணகி - மாதவி என்ற புனைபெயரில் சினிமா ரசிகர்களுக்கு நிறைய சுடச் சுட செய்திகளைச் சேகரித்து வழங்கி வந்துள்ளேன். 1967ம் ஆண்டு தமிழகத்தில் எம்.ஜி.ஆர் சூடுபட்ட செய்தியை முதல் செய்தியாளனாக என்னுடை செய்தியே அன்று வீரசேகரியில் பிரசுரமாகியிருந்தது. என் தமிழக செய்தி தொடர்பாளராக தமிழகத்திலிருச்து திருப்பதிசாமி என்பவர் உடனுக்குடன் செய்திகளைத் தந்து உதவிக்கொண்டிருந்தார். இதேவேளை, சர்வதேச இலங்கை வானொலி சேவை அலைவரிசையொன்று ஒலிபரப்பாகி வந்தது. தமிழக நேயர்கள் பெரிதும் விரும்பிக்கேட்கும் அலைவரிசை அது.

இதில் இந்திய ஓவர்சிஸ் வங்கியின் அனுசரணையுடன் தொடர் நாடகமொன்று ஒலிபரப்பாக ஒழுங்குகள் செய்யப்பட்டவேளை விளம்பர முகாமையாளரான நான், அறிவிப்பாளர் பி.எச்.அப்துல் ஹமிதை நாடி அத்தொடரை இலங்கை - இந்திய நடிகர்களின் ஒத்தாசையோடு ஒருவரை ஒருவர் சந்திக்காமல் அவரவரின் கதாபாத்திரங்களை ஒலிப்பதிவு செய்து ஒலிபரப்ப ஏற்பாடு செய்தோம். ஒலிப்பதிவுகளை பி.எச்.அப்துல் ஹமீத் அருமையாக தொகுத்து, அது நாடகமாக தொடர்ந்து நாற்பத்தைந்து வாரங்கள் ஒலிபரப்பாகியது. பிரமாண்டமான வரவேற்பு இருந்தது.

தமிழக கலைஞர்களும் இலங்கை கலைஞர்களும் ஒன்றிணைந்து தயாரிக்கப்பட்ட சினிமாப் படங்களுக்கு ஒருங்கிணைப்பாளராகக் கடமையாற்றும் சந்தர்ப்பங்கள் எனக்குக் கிட்டின. மோகனப் புன்னகை திரைப்படத்தின் காட்சிகள் இலங்கையில் படமாக்கப்பட்டபோது தயாரிப்பாளர் மேனன் - சாரதியுடன் ஒருங்கிணைப்பாளராக பங்களிப்பு வழங்கினேன். நடிகர் திலகம் சிவாஜிகணேசனும் இலங்கைத் திரைப்பட நடிகை கீதா குமாரசிங்கவும் நடித்தனர்.

நடிகர் திலகம் சிவாஜி கணேசன் நெருங்கிய குடும்ப நண்பரானார். இலங்கை வரும்போதெல்லாம் அவருடனிருந்து ஒழுங்கு அமைப்பு செய்யும் சந்தர்ப்பங்கள் எனக்கு நிறையவே கிட்டின. 'பைலட் பிரேம்நாத்' படப்பிடிப்பிற்காக அவர் இலங்கை வந்தபோது, அன்று இலங்கைப் பிரதமராகவிருந்த ஜே.ஆர். ஜயவர்த்தனவிற்கு அன்பளிப்பாக வழங்க தஞ்சாவூர்

கோவில் அமைப்பிலான படிவமொன்றைக் கொண்டு வந்திருந்தார். அதை ஜே. ஆரிடம் கையளிப்பதற்கான சந்தர்ப்பம் கிடைக்காமல் தவித்துக் கொண்டிருந்தார்கள்.

ஜே. ஆரிடம் நேரம் ஒதுக்கிக்கொள்ள பெரும் கஷ்டமாக இருந்தது. இதை அறிந்த நான் இலங்கைத் தொழிலாளர் காங்கிரஸின் அன்றைய பொதுச் செயலாளராகவிருந்த எம்.எஸ். செல்லச்சாமியுடன் தொடர்பு கொண்டேன். குறிப்பிட்ட நேரத்தில் நடிகர் சிவா-ஜியின் குழுவினருடன் வார்ட் பிளேஸிலுள்ள ஜே. ஆரின் வீட்டிற்கு வரும்படி கூறினார். அதன்படி சென்றோம். பத்து நிமிடம் ஒதுக்கித்தர சிக்கலாயிருந்த வேளையிலும் ஒரு மணித்-தியாலத்திற்கு மேலாக நடிகர் சிவாஜியுடன் அளவளாவி, தேநீர் விருந்துபசாரமளித்துக் கௌரவித்தார் ஜே.ஆரிடம் நினைவு சின்னத்தையும் வழங்கினோம். இவ்வாறு ஒத்துழைப்பு வழங்கிய எம்.எஸ். செல்லச்சாமி நன்றிக்குரியவர்.

இரத்தத்தின் இரத்தமே படப்பிடிப்பிற்காக இலங்கை வந்திருந்த நடிகர்கள் ஜெய்சங்கர், ராதிகா, அசோகன், நாகேஷ், ஜெயச்சந்திரன் போன்ற பிரபல நட்சத்திரங்களை வைத்து "மோகன இரவு" என்றொரு கலை நிகழ்ச்சியை நடத்தினேன். அந்நிகழ்ச்சிக்கு இரசிகர்க-ளின் பெரும் வரவேற்பிருந்தது.

முன்னாள் அமைச்சர் எஸ். தொண்டமான் இலங்கைத் தொழிலாளர் காங்கிரஸின் வரு டாந்த மகாநாட்டை பதுளையில் நடாத்தியபோது சிறப்புக் கலை நிகழ்ச்சிக்கு நடிகர் ஜெமினி கணேஷன், சுஜாதா, நாகேஷ¥டன் நட்சத்திரக் கூட்டமொன்றையே ஏற்பாடு செய்து கொடுத்தேன். கலை நோக்கோடு இலவசமாக நிகழ்ச்சியை செய்து கொடுத்தார்கள். இவர்-களுடன் கே.பி. சுந்தரம்பாளையும் அழைத்துவரும்படி அமரர் தொண்டமான் வேண்டினார். ஆனால், கே.பி. சுந்தரம்பாளால் அந்நிகழ்ச்சியில் கலந்து கொள்ள முடியாமல் போயிற்று. ஜெமினி கணேசன் நெருங்கிய நண்பர். தமிழகம் சென்றாலும் உறவினை ரைப் போன்று உபசரிப்பார்.

சஞ்சிகை வெளியீட்டாளனாகவிருந்த பின் விளம்பர முகாமை யாளராகப் பணியைத் தொடர்ந்தா லும் கலையார்வத்தால் கலை ஞர்களின் தொடர்பால் இலங்கை - இந்திய கலைப்பாலத்திற்கு எண்ணற்ற வகையில் என் பங்க ளிப்புகளை செவ்வனே வழங்கி வரு-கின்றேன். மின்னாமல் முழங் காமல் அமைதியாக கடந்த ஐம்பது ஆண்களுக்கு மேலாக கலைச் சேவை தொடர்கிறது. மேடை பிரசாரத் தையோ, விளம்பரத்தையோ நாடாமல் என் பணியைத் தொடர்ந்து வழங்கக் காத்திருக்கின்றேன்.

உங்களின் குடும்பத்தைப் பற்றி தெரிந்துகொள்வோமா?

ஹரிப்ரியா என்னுடைய மனைவி. அவரொரு ஆங்கிலப் பட்டதாரி ஆசிரியையாகவி-ருந்தவர். சக்தி தொலைக்காட்சியில் "ஆங்கி லம் படிக்கலாம் வாங்க" என்ற நிகழ்ச்சியை வழங்கியவர். ஹரிப்ரியா மோகன் என்ற பெய ரில் தென்றல், சக்தி வானொலி அலைகளி-லும் சமையற்கலை மற்றும் மாதர் நிகழ்ச்சிகளை வழங்கி வருகிறார். எங்களுக்கு இரண்டு குழந்தைகள். ஒரு ஆண், ஒரு பெண். மகன் ஐக்கிய அமெரிக்காவில் பொறியிய லாளா-ராகவிருக்கின்றார். மகள் திருமணமாகி சென்னையில் வாழ்கின்றார்.

இலக்கியம்!'

தமிழியலு'ம் தமிழகத்தில் ஈழத்து இலக்கியமும்!

- மு.நித்தியானந்தன் (யாழ் பல்கலைக் கழக முன்னாள் விரிவுரையாளர்) -

[தமிழியல் வெளியீடான மு.புஷ்பராஜனின் 'மீண்டும் வரும் நாட்கள்" கவிதைத் தொகுப்பிற்கு எழுதப்பட்ட பதிப்புரையிது.]

தமிழியல் ஈழத்தின் பதிப்புத்துறையில் தன் காலடிகளைப் பதித்தபோது ஈழத்து வெளியீட்டுலகம் அவ்வளவு பிரகாசமாக இருக்கவில்லை. அத்திப்பூவாய் ஆங்காங்கே எழுதியவர்களின் அரும்பெரும் முயற்சியால் நூல்கள் வெளியாவதும் அவையும் சேற்றில் விழுந்த கல்லாய் எதிர்வினையற்று முடங்கிப்போவதுமே இயல்பாய் இருந்தது. இலங்கை முற் போக்கு எழுத்தாளர் சங்கம் ஈழத்து நூல்களைப் பதிப்பிக்க ஸ்தாபனரீதியாக மேற் கொண்ட

செயற்பாடுகள்கூடப் பலிதமாகவில்லை. அச்சிடும் செலவு, நிதிநெருக்கடி, நூல்களை வாங்கி ஆதரிக்க அமைப்புகள் இன்மை, வாசக ஆதரவின்மை என்ற காரணங்களுக்கப்பால் ஈழத்தின் பதிப்புத்துறை பற்றிய நீண்டகால நோக்கிலான தரிசனமின்மையும் நிலவியது.

தமிழியல் இலக்கியம், சமூகம், அரசியல் சார்ந்த ஆக்கபூர்வமான உணர்வுகொண்டவர்களின் தார்மீக பலத்துடன் ஈழத்து நூல் வெளியீடுபற்றிய இருப்புநிலை குறித்தும், வெளியீட்டை வேண்டிநிற்கும் படைப்புகள் குறித்தும் திட்டவட்டமான நோக்கினைக் கொண்டிருந்தது.

எண்பதுகளின் ஆரம்பத்தில் தமிழியலின் தோற்றத்திற்கு முன்னரான பூர்வாங்க முயற்சிகள் போன்று தத்துவம், இலக்கிய வரலாறு, சிறுகதைகள், கவிதைகள், விமர்சனங்கள் என்று பல்துறை சார்ந்தும் ஏறத்தாழ இருபது நூல்களைத் தமிழகத்தில் பிரசுரிக்க மேற்கொண்ட முயற்சிகள் பதிப்புத்துறையில் எமது நம்பிக்கை வேருக்கு நீர்பாய்ச்சின.

ஈழத்து ஆக்கங்களைத் தமிழகத்தில் பதிப்பிக்கும் பணியில் செ.கணேசலிங்கனின் பங்கு கவனத்திற்கொள்ளப்பட வேண்டிய ஒன்றாகும். கலாநிதி க.கைலாசபதியைத் தமிழகத்தில் அறிமுகப்படுத்திய நூலான அவரின் தமிழ் நாவல் இலக்கியம் (1968) செ.கணேசலிங்கனின் முயற்சியினாலேயே பாரி நிலையம் வெளியீடாகத் தமிழகத்தில் பிரசுரம் பெற்றது. அ.ந.கந்தசாமி, யோ.பெனடிக்ற் பாலன் ஆகியோருடைய நூல்களுடன் செ.கணேசலிங்கனின் அனைத்து நாவல்களும் தமிழகத்திலேயே வெளியாகின. செ.கணேசலிங்கனின் நீண்ட பயணம் (1965), செவ்வானம் ஆகிய நாவல்கள் தமிழகத்தில் நன்கு அறியப்பட்ட நாவல்களாகத் திகழ்ந்தன.

சோ.சிவபாதசுந்தரத்தின் மாணிக்கவாசகர் அடிச்சுவட்டில் (1947) என்ற நூல் தமிழகத்தில் வெளியானபோது பயண இலக்கியத்தில் புதிய பாதையை அது திறந்துவைத்தது என்று கூறலாம். கௌதம புத்தர் அடிச்சுவட்டில் (1960), சேக்கிழார் அடிச்சுவட்டில் (1978) ஆகிய சோ.சிவபாதசுந்தரத்தின் நூல்கள் தமிழகத்தில் பெருங்கணிப்பினைப் பெற்ற நூல்களாகும். ராஜாஜியின் முன்னுரையுடன் தமிழகத்தில் வெளியான அவரின் ஒலிபரப்புக்கலை (1954) ஒலிபரப்புத்துறையில் வெளியான மிகச்சிறந்த நூலாக இன்றளவும் பேசப்பட்டு வருகிறது. கி. லக்ஷ்;மண ஐயரின் இந்திய தத்துவஞானம் பழனியப்பா பிரதர்ஸ் வெளியீடாகப் பல பதிப்-

புக்களைக் கண்ட நூலாகும்.
ஈழத்து நூல்களை வெளியிடுவது என்ற நோக்குடன் தமிழகத்தில் ஈழத்து சிருஷ்டிகளை அறிமுகப்படுத்தும், பரவலாக்கும் நோக்கும் தமிழியலின் பதிப்பு முயற்சிகளின் அடிநாதமாக இருந்தன. கே.கணேஷ், கந்தையா நவரேந்திரன், கா.கைலாசநாத குருக்கள், எம்.ஏ. நுஃமான், என்.கே.மகாலிங்கம், சேரன், குப்பிளான் ஐ.சண்முகன், சி.சிவசேகரம், மு.தளையசிங்கம், அ.யேசுராசா, சி.வி.வேலுப்பிள்ளை ஆகிய ஈழத்து எழுத்தாளர்களின் படைப்புகள் தமிழகத்தின் வாசிப்புப்பரப்பிற்குக் கொண்டுவரப்பட்டன. தமிழகத்தின் க்ரியா, நர்மதா பதிப்பகம், பொதுமை வெளியீடு, காவ்யா, கோவிந்தனின் சமுதாயப் பிரசுராலயம், மீனாட்சி பிரசுராலயம் ஆகிய முன்னனிப் பதிப்பாளர்கள் எமது நூல்களை வெளியிட்டு எமது பதிப்பு முயற்சிக்கு மிகுந்த ஆதரவு தந்தனர். அமரர் கோவிந்தன் தனது சமுதாயப் பிரசுராலயத்திற்கூடாக மு.தளையசிங்கத்தின் ஐந்து நூல்களைப் பதிப்பித்து எமக்குப் பேரூக்கம் தந்ததை நாம் நன்றியோடு நினைவுகூர்கிறோம்.
கம்பனும் மில்டனும் போன்ற நூல்களைத் தந்த அமரர் எஸ்.ராமகிருஷ்ணன், சுந்தர ராமசாமி, கி.ராஜநாராயணன் போன்றோர் ஈழத்து நூல்களைத் தமிழகத்தில் பதிப்பிக்கும் முயற்சிக்குப் பெருந்துணையாக இருந்திருக்கிறார்கள். சி.சிவசேகரத்தின் நதிக்கரை மூங்கில் (1983) காவ்யா சண்முகசுந்தரத்தின் இனிய ஒத்துழைப்பின் நல் அறுவடையாகும். கே.கணேஷின் தமிழாக்கத்தில் உருவான போர்க்குரல் (1981) (லூ சுன் சிறுகதைகளின்) தொகுதியையும், சேரனின் இரண்டாவது சூரிய உதயம் (1983) கவிதைத் தொகுப்பையும் தமிழகத்தில் பதிப்பிக்கும் முயற்சிக்கு எஸ்.வி. ராஜதுரை நிறைந்த ஆதரவு நல்கினார்.
1970களின் பிற்பகுதியில் யாழ்ப்பாணத்தின் கலாசாரவெளியில் ஏற்பட்ட மாற்றங்கள் தமிழியலின் செயற்பாடுகளுக்கு உரமூட்டின. யாழ்ப்பாணப் பல்கலைக்கழகத்தின் தோற்றமும் அதனையொட்டி மட்டக்களப்பு, மலையகம் சார்ந்த இலக்கியவாதிகளின் வருகையும் இலக்கியப் பரிவர்த்தனைகளும் காத்திரமான சூழலை உருவாக்கின. பல்கலைக்கழக சமூகத் திற்கும் இலக்கிய உலகிற்கும் இடையிலான உறவுகள் பல்வேறு தளங்களில் பலம் கொண்டன. கலை, இலக்கிய, நாடக மையமாகக் கொழும்பு திகழ்ந்த நிலையிலிருந்து யாழ்ப்பாணம் அரங்கச் செயற்பாடுகளின் தளமாக மாறியது. நாடக உலகின் சர்ச்சைகள் இலக்கிய உலகில் முதன்மை பெற்றுத் திகழ்ந்தது. மல்லிகை, அலை, சமர் ஆகிய சஞ்சிகைகள் இக்காலத்தின் முக்கிய இலக்கிய வெளியீட்டுக்களங்களாக அமைந்தன. வைகறை, அலை, முத்தமிழ் வெளியீட்டுக் கழகம் ஆகியன புதிய இலக்கியப் பரப்புகளில் தமது வெளியீடுகளைத் துணிச்சலோடு கொணர்ந்தன. யாழ்ப்பாணத்தில் Saturday Review என்ற ஆங்கில வாரப்பத்திரிகையின் வரவும், கொழும்பில் இருந்து வெளியான Lanka Guardian இதழும் இந்தக் கலாசாரவெளியில் தாக்கத்தை ஏற்படுத்தவே செய்தன. சிங்களத் திரைப்பட இயக்குநர் தர்மசேன பத்திராஜா, ஆங்கில இலக்கிய விமர்சகர் ரெஜி சிரிவர்த்தன, ஏ.ஜே.கனகரட்னா ஆகியோரின் கலை, இலக்கிய ஆளுமைகளும் இக்காலகட்டச் சூழலைப் பாதித்திருந்தன. இக்காலகட்டத்தில் அலை வெளியீடாக வெளியான ஏ.ஜே. கனகரட்னாவின் தமிழாக்கத்திலான இரு நூல்கள், மைக்கேல் லோவியின் மார்க்சியவாதி களும் தேசிய இனப் பிரச்சினையும் (1978) மற்றும் மார்க்சியமும் இலக்கியமும்: சில நோக்குகள் (1981), தீவிர வாசிப்புறக்குள்ளாகின.

அரசியல், சமூகத் தளங்களில் சிங்களப் பெருந்தேசியவாதத்தின் ஒடுக்குமுறை எழுபது களில் கூர்மையுற்றது. 1977இன் இனக்கலவரம், தமிழர்கள் மீதான அரசின் உதாசீனம், 1978இல், பல்கலைக்கழகங்களில் தமிழ் மாணவர்களின் அனுமதி பற்றிய சிறில் மத்தியூ வின் இனத்துவேசக் கருத்துகள், 1978இல் மட்டக்களப்பு புயலால் உருக்குலைந்தபோது வெளிநாட்டு அரசு கொடுத்த நிவாரண உதவிகளைக்கூட அங்கு வழங்க மறுத்த அரசின் காழ்ப்புணர்ச்சி, மலையகத் தோட்டப்பகுதிகளில் சிங்களக் காடையர்கள் தமிழ்த் தொழிலாளர்கள் மீது நடத்திய வெறியாட்டங்கள் என்பன தமிழ் அரசியலில் அதிர்வலைகளை எழுப்பின. 1979இல் பயங்கரவாதத் தடைச்சட்டம் நிறைவேற்றப்பட்டு, தமிழ்ப் பகுதிகளில் இராணுவம் நினைத்ததைச் செய்வதற்குக் கட்டற்ற சுதந்திரம் வழங்கப்பட்டது. பயங்கர வாதத்தை ஒழிப்பதற்கென்று யாழ்ப்பாணத்திற்கு அனுப்பிவைக்கப்பட்ட பிரிகேடியர் வீரதுங்கவின் கொடூரமான இராணுவ அடக்குமுறைகள் தமிழ் மக்கள் நெஞ்சில் ஆறாத ரணமாகப் பதிந்தன. பயங்கரச் சித்திரவதைக்குட்பட்ட நிலையில்

துப்பாக்கிச் சூட்டுக் காயங்களுடன் இன்பம், செல்வம் என்ற இளைஞர்களின் சடலங்கள் பண்ணைக் கடற்கரை யில் வீசப்பட்டுக் கிடந்தன.

ஊரடங்குச் சட்டத்தை அமுல்படுத்திவிட்டு சிங்கள இராணுவம் யாழ். பொதுசன நூல் நிலையத்தைத் தீக்கிரையாக்கிய கொடூர சம்பவம் உலகெங்கும் வாழும் நூல் அபிமானிகளின் நெஞ்சிலே கனல் பரப்பியது. யாழ். பல்கலைக்கழக மாணவர்கள் சேகரித்த ஒருநாள் நிதியில் தமிழகத்திலிருந்து புத்தகங்களைப் பெற்றுவரும் பொறுப்பை திரு. பத்மநாப ஐயரிடம் ஒப்படைக்கலாம் என்று நான் பல்கலைக்கழக மாணவர்களுக்கு ஆலோசனை கூறியபோது மாணவருலகமும் அதை அங்கீகரித்தது. தமிழகத்திலிருந்து தனியே புத்தகப் பொதிகளை யாழ்ப்பாணத்திற்கு கொண்டுவந்துசேர்த்த பத்மநாப ஐயரின் உழைப்பு அரியது.

1983இல் இலங்கையில் ஏற்பட்ட இனசங்காரத்தின்போது தமிழ் மக்களது இருப்பும் வாழ்வும் கேள்விக்குறியாகின. அரச பயங்கரவாதத்தின் கோரம் தமிழ் மக்களில் ஆழமாகப் பதிந்தது. ஈழத்து அரசியலின் பின்புலமாகத் தமிழகம் மாறிய காலகட்டத்தில் தமிழியல் தீர்க்கமான முன்னோக்குடன் தமிழகத்தில் பதிப்பு முயற்சிகளை மேற்கொண்டது. யாழ். நூல் நிலையம் தீக்கிரையாக்கப்பட்ட கலாசாரப் பேரழிவின் பின் ஈழத்தமிழரின், அரசியல், இலக்கிய, கலாசாரச் செயற்பாடுகள் பதிவாக வேண்டும் என்ற சிந்தனை வலுப்பெற்ற நிலையில் தமிழியல் வேகம் கொண்டது.

ஈழத்தமிழரின் படைப்பு முயற்சிகளுக்கும் அவை நூல்வடிவம் பெறுவதற்கும் இடையிலான பாரிய இடைவெளியைத் தமிழியல் இனங்கண்டது. முப்பதுகளிலும் நாற்பதுகளிலும் எழுத்துலக முன்னோடிகளாகத் திகழ்ந்தவர்கள் பற்றி இளைய தலைமுறைக்கு எடுத்துக்கூற, அவர்களின் படைப்புகள் நூல்வடிவம் பெறவேண்டிய தேவையைத் தமிழியல் உணர்ந்தது. வரலாற்று முக்கியத்துவம்கொண்ட நூல்கள் பல மறுபிரசுரம் நாடிநின்றன.

சிறுகதை, நாவல், கவிதைக்கு அப்பால் அரசியல் எழுத்துகள், வரலாறு, சமூகவியல், பண்பாடு, ஓவியம் போன்ற பன்முகப்பட்ட துறைகளிலும் நூல் வெளியீடுகள் விரிவாக்கம் பெற்றாக வேண்டிய தேவையை தமிழியல் பிரக்ஞைபூர்வமாக உணர்ந்தது. ஈழத்துத் தமிழரின் தலையாய பிராந்தியப் பத்திரிகையாக வெளிவந்த ஈழநாடு இதழில் ந.சபாரத்தினம் அவர்கள் எழுதிவந்த ஆசிரியத் தலையங்கங்கள் தமிழ் மக்களது தார்மீகக் குரலின் வெளிப்பாடாகவே

அமைந்தன. ஒரு நாளிதழின் தலையங்கங்கள் ஒருநாள் சாம்ராஜ்யத்தில் விகசித்து மங்கிவிடுபவை. ஆனால் தமிழர்தம் அரசியல் வாழ்வின் நெருக்கடியான காலப் பகுதியின் அசலான பதிவுகளாக அமைந்த சபாரத்தினத்தின் ஆசிரியத் தலையங்கங்கள் தொகுக்கப்பட்டு நூலாக வருவது முன்னோடி முயற்சியாகும். ஊரடங்கு வாழ்வு (1985) என்ற இந்த அரசியல் பத்தி எழுத்துகளை நூலாக்கி உதவ அமரர் கோவிந்தன் இசைந்திருந்தார் என்பதை நன்றியுடன் நினைவுகூர்கின்றோம்.

பொ.ரகுபதியின் Early Settlements in Jaffna என்ற ஆய்வேடு பத்மநாப ஐயரின் துணிச் சலான செயற்பாடுகளால்தான் நூல்வடிவம் பெற்றது என்பதும் இங்கு பதிவு பெறுவதற் குரிய செய்தியாகும். அவ்வாய்வேடு நூல்வடிவம் பெறவேண்டும் என்ற பெருவிருப்புடன் அவ்வாய்வேட்டை இயக்கப்படகுவழியாகத் தமிழகம் கொண்டுசென்றதிலிருந்து, சென்னையில் ஒரு வெள்ளிகூட இல்லாத நிலையிலும் அதனை ஒளிப்பதிவில் எழுத்துருவாக்கி அந்நூல் பூரண வடிவம் பெறும்வரை அவர் அந்நூலாக்கத்தில் காட்டிய சிரத்தை அசாதாரணமானது.

எண்பதுகளின் பின் யாழ். குடாநாடு யுத்தபூமியாக மாறிய நிலையிலும் ஈழத்தின் தனித்துவத்தைக் குறிக்கும் கலைப்பரிமாணங்களிலும் தமிழியல் காட்டிய அப10ர்வ அக்கறையின் வெளிப்பாடு தேடலும் படைப்புலகமும் (1987) என்ற ஓவிய, சிற்பத்துறை நூலாகும். ஈழத்தின் நவீன ஓவிய முன்னோடியான மாற்குவின் ஓவியங்களை முன்வைத்து வெளியான தேடலும் படைப்புலகமும் என்ற தொகுப்பிற்காக பத்மநாப ஐயர் தமிழகத்தில் ஓவியக் கலைஞர்களின் ஆக்கங்களைத் திரட்டிய சந்தர்ப்பத்தில் நானும் அவருடன் சென்றிருக்கிறேன். பத்மநாப ஐயரின் தொலைநோக்குடன்கூடிய அயராத தேடலின் அறுவடை அது. யாழ்ப்பாணத்தில் கைகூடிவரக்கூடிய ஒரு மட்டுப்படுத்தப்பட்ட அச்சக வசதிகளுடனும் பொருளாதாரக் கஷ்டங்களுடனும் தேடலும் படைப்புலகமும் வெளியானபோது தமிழகத்திலும் அது ஓவியக் கலைஞர்களால் வெகுவாகச் சிலாகிக்கப்பட்டது.

சாந்தி சச்சிதானந்தனின் பெண்களின் சுவடுகளில்...(1989) தாய்வழிச் சமூகத்தின் பரிணாம வளர்ச்சியை விளக்கும் முக்கிய நூலாகத் தமிழில் மிகுந்த வரவேற்பைப் பெற்றது. புதிய புதிய துறைகள் சார்ந்தும், பரவலான கவனஈர்ப்பைப் பெறாத சீரிய எழுத்துக்கள் குறித்தும் தமிழியல் விசேஷ அக்கறை கொண்டிருக்கிறது. கைலாசநாத குருக்களின் வடமொழி இலக்கிய வரலாறு (1981) நு}லிலிருந்து சண்முகம் சிவலிங்கத்தின் நீர்வளையங்கள் (1988) வரை இது பரந்து விரிந்திருக்கிறது.

தமிழகத்தில் தமிழியலின் பதிப்பு முயற்சிகளில்; உறுதுணையாக இருந்தவர்கள் இருவர்: ஒருவர், தமிழ்ப் பதிப்புத்துறையினைப் புதியதோர் திசையில் இட்டுச்சென்ற க்ரியா எஸ். ராமகிருஷ்ணன். பதினொரு ஈழத்துக் கவிஞர்கள் (1984), ஏழாண்டு இலக்கிய வளர்ச்சி (1984) முதலான ஐந்து ஈழத்து நூல்களை ~க்ரியா வெளியீடாகக் கொணர்ந்தவர். மற்றவர், ~வயல் சி.மோகன். விமர்சனம், புனைகதை, ஓவியம், சினிமா, உலக இலக்கியம் எனப் பல்துறை ஆளுமை மிக்கவர்.

ஈழத்து இலக்கியத்தை ஆங்கிலத்திற்கும் ஏனைய மொழிகளுக்கும் எடுத்துச்செல்லும் பெரும் இலக்கையும் தமிழியல் கொண்டிருக்கிறது. மொழிபெயர்ப்பு ஆக்கங்களை இனங் கண்டும், தகுதிகண்டும் உரிய எழுத்துகளை அடையாளப்படுத்தியும் முன்னெடுக்கப்பட வேண்டிய

பெரும் இலட்சியத்திலும் தமிழியல் ஆழ்ந்த சிரத்தையை வெளிப்படுத்துகிறது.
தமிழியல் பதிப்பு முயற்சிகள் பத்மநாப ஐயரின் பேருழைப்பின் அறுவடை. அவரின் இலக்கியக் கனவுகள் விசாலமானது, தொடுவான எல்லையில் விரிவது.
வாசகர் வட்ட வெளியீடாகத் தமிழகத்தில் வெளியான அக்கரை இலக்கியம் (1968) தெகுப்பு முயற்சியிலிருந்து இன்றுவரை அயராது பதிப்புப்பணிகளில் ஈடுபட்டுவரும் பத்மநாப ஐயரின் செயற்பாட்டால் ஈழத்து நூலாக்க முயற்சிகள் பலம் பெற்றுள்ளன.
மாறுபட்ட சிந்தனைப்போக்குகளையும் அங்கீகரிக்கும் மனவிசாலமும் நூல்தேட்டத்தின் மீதான தணியாத தாகமும் சர்வதேசத் தொடர்பாடல் ஒழுங்கும் அவரின் பதிப்பு முயற்சி களுக்குக் கௌரவம் சேர்ப்பவை. எழுத்தாற்றல்களை மிகத்துல்லியமாக இணங்கண்டு அவற்றை ஊக்குவிப்பதில் ஐயர் சளைத்துப்போவதேயில்லை. ஐயரின் உலகம் எழுத் தாளர்களின் உலகம்தான்@ புத்தகங்களின் உலகம்தான். இதுதான் அவரின் மிகப்பெரும் பலம் என்றுபடுகிறது.
அனைத்துலகு தழுவிய நோக்கில் அவர் தொகுத்து வெளியிட்ட லண்டன் தமிழர் நலன்புரி சங்க ஆண்டுத் தொகுதிகளான 10ஆவது ஆண்டுச் சிறப்பு மலர் (1996), கிழக்கும் மேற்கும் (1997), இன்னுமொரு காலடி (1998), யுகம் மாறும் (1999), கண்ணில் தெரியுது வானம் (2001) ஆகிய தொகுதிகள் சமகாலத் தமிழ் இலக்கியச் செல்நெறியினை நாடிபிடித்துப்பார்க்க உதவுவன. ஓவிய வெளிப்பாடுகளையும் அவர் பிரக்ஞைபூர்வமாகவே தனது நூல் தொகுதிகளிலே இணைத்திருக்கிறார்.
லண்டனில் பத்மநாப ஐயரின் இலக்கிய வெளியீட்டுக் கனவுகள் ஓவியர் கே.கே.ராஜாவின் து}ரிகையின் சாதுரியத்தில் - வண்ணங்களின் கலவையில் - கோட்டோவியங்களின் அழுத் தங்களில் - வடிவமைப்பின் ஒழுங்கில் - பாPட்சார்த்த மனோலயத்தில் - கணனியின் அசல் பரிச்சயத்தில் - இரவுக்கும் பகலுக்கும் பேதம் தெரியாத உழைப்பின் வியர்வையில்தான் சாத்தியப்பட்டன என்றால் அது மிகையாகச் சொல்வது ஆகாது. நியூஹாம் தமிழர் நலன்புரி சங்க வெளியீடாக வெளிவந்த அனைத்துத் தொகுப்புகளின் ஒவ்வொரு பக்கமும் ராஜாவின் பேருழைப்பில் ஊறித் தோய்ந்தது. இவை ராஜாவின் விளக்கப்படங்கள் என்றாலும் - எழுத்துப் பிரதியின் கற்பனார்த்த கட்புலமொழியில் அவை சுயத்துவமான ராஜா வின் கம்பீரமான கலைப்படைப்புகளாகவும் பிரசவம் கண்டிருக்கின்றன. ரெம்ப்ராண்ட்டும் மைக்கேல் அஞ்சலோவும் தீட்டிய உன்னத ஓவியங்கள் பைபிள் சித்திரங்கள்தான் என்றா லும் அவை அக் கலைஞர்களின் சுயத்துவ வெளிப்பாடாகவே பாராட்டுப் பெறுகின்றன. பத்மநாப ஐயரின் மலர்களில் இடம் கிடைக்கப்பெற்ற படைப்பாளிகள் பாக்கியசாலிகள் தான். தன் நுணுகிய வாசிப்பில் எழுத்துருக்களின் ஆத்மாவைத் தரிசித்து அதனைக் கோடுகளில், வண்ணங்களில் தனது கற்பனையின் விகசிப்பில் தீட்டி வெளிப்படுத்திய ராஜாவின் விளக்கப்படங்கள் தனித்துவ கலை ஆய்வுக்குரியன. பிரார்த்தனைக்கு இனிய கீதங்கள் போல இந்நூல் தொகுதிகளின் பெருவெற்றிக்கு ராஜாவின் ஓவியங்கள் ஆதார மாக அமைந்திருக்கின்றன.
இன்று தமிழில் பதிப்புத்துறை கணிசமான வளர்ச்சி கண்டிருக்கிறது என்பதில் சந்தேக மில்லை. புதிய பதிப்பாளர்களின் வரவும், புதுமை முயற்சிகளில் நாட்டமும் இந்தப் புதிய வளர்ச்சியின் முக்கிய அம்சங்கள். வன்னியிலிருந்து வெளியாகும் நூல்களின் வடிவநேர்த்தி நம்மைப் பிரமிக்கவைக்கின்றது. கனடாவிலும் ஐரோப்பிய நாடுகளிலும் காத்திரமான நூலாக்க முயற்சிகள் மேற்கொள்ளப்பட்டுவருகின்றன. சுவாமி விபுலானந்த அடிகள் இயற்றி 1947இல்

முதற் பதிப்புக் கண்ட யாழ் நூல், வி.சீ.கந்தையா எழுதி 1964இல் முதன்முதலில் வெளி-வந்த மட்டக்களப்புத் தமிழகம் போன்ற பழைய நூல்கள் வெகு சிரத்தையோடு மீளப்பதிப்-பிக்கப்பட்டு வருவது சிலாகிக்கத்தக்கதாகும்.

ஈழத்து எழுத்துலகில் புத்தகச் சந்தை வியாபாரிகளின் பிரவேசமும் அதிகரித்துள்ள சூழலில் தமிழியல் பதிப்புத்துறையில் தன் பணியை விசாலித்திருப்பது நம்பிக்கை தருவதாகும். இது பவுண்களாலும் டொலர்களாலும் உருவாவதில்லை. திரண்ட நோக்கு, அயராத தேடல், பாரிய உழைப்பு, கூட்டு ஒத்துழைப்பு ஆகிய ஆதாரதளங்களில் எழுப்பப்படும் இலட்சிய வேள்வி. (தமிழியல் வெளியீடான மு.புஷ்பராஜனின் 'மீண்டும் வரும் நாட்கள்" கவிதைத் தொகுப்பிற்கு எழுதப்பட்ட பதிப்புரை.)

[மேற்படி கட்டுரையில் திரு.மு.நித்தியானந்தன் மேலும் பல முக்கியமான பதிப்பகங்களைக் குறிப்பிடத் தவறியுள்ளார். திரு. பத்மநாபரின் (இலண்டன்) தகவல்கள், முயற்சிகளின் அடிப்படையிலேயே மேற்படி கட்டுரை எழுதப்பட்டிருப்பதால் மேலும் சில பதிப்பகங்களின் பெயர்கள் தவறவிடப்பட்டுள்ளன.

திரு.பத்மநாபரின் இலங்கை-இந்தியத் தமிழ் எழுத்தாளர்களுகிடையில் தொடர்புகளை பேணு-தற்கெடுத்த முயற்சிகள் பாராட்டுக்குரியன. ஆயினும் அவரது முயற்சிகளை மட்டும் அடிப்-படையாக வைத்து ஆய்வுகளையோ அல்லது விமர்சனங்களையோ எழுத முற்படின் சில சமயங்களில் அவை முழுமையானவையாக அமைந்து விடாமல் போவதற்குரிய சாத்தியங்க-ளுள்ளன. ஒருகாலத்தில் பேராசிரியர் கைலாசபதி போன்றவர்கள் தம் சார்பான அணியினரையே முன்வைத்து விமர்சிக்கின்றார்களென்று குற்றச்சாட்டொன்று முன்வைக்கப்-பட்டது. அதே குற்றச்சாட்டினை இன்று திரு,பத்மநாபர் பிரதிநிதிப்படுத்தும் ஈழத்து இலக்கி-யவாதிகள்/ படைப்புகள் விடயத்திலும் வைக்கலாம்.

எனவே இத்தகைய ஆய்வுக் கட்டுரைகளை அல்லது விமர்சனங்களை எழுத விரும்புவோர் திரு. பத்மநாபரின் முயற்சிகளுடன் , தங்களது தனிப்பட்ட ரீதியிலான தேடல்களையும் சிறிது நிகழ்த்தினால் ஓரளவு விரிவான, முழுமையான ஆய்வுகள் அல்லது விமரிசனங்கள் வெளிவருதற்கு வாய்ப்புகளுள்ளன என்பது எமது கருத்து. மேற்படி கட்டுரையில் குறிப்பிட வேண்டியதாகப் பின்வரும் பதிப்பகங்களின் முயற்சிகளும் கவனத்தில் எடுத்துக் கொள்ளப்பட வேண்டுமென்று நாம் விரும்புகின்றோம்:

மணிமேகலை பிரசுரத்திலிருந்து புற்றீசல்கள் புறப்பட்டதுபோல் பல படைப்புகள் வெளிவந்தா-லும் அவ்வப்போது ஈழத்தின் முக்கியமான பல எழுத்தாளர்களின் படைப்புகளும் வெளிவந்-துள்ளன. அந்த வகையில் அருள் சுப்பிரமணியம், நா.பாலேஸ்வரி, புலோலியூர் சதாசிவம் போன்ற பலரின் படைப்புகளைக் குறிப்பிடலாம்.

எழுத்தாளர் செ.கணேசலிங்கன் பாரி பதிப்பகத்தின் மூலம் வெளிவரச் செய்த் படைப்புகள் பற்றிக் குறிப்பிட்ட மு.நித்தியானந்தன் அவர்கள் செ.க.தனது சொந்தப் பதிப்பகமான குமரன் பப்ளிஷர்ஸ் மூலம் வெளியிட்ட பல ஈழத்து நூல்கள் பற்றியும் குறிப்பிட்டிருக்கலாம். பேராசி-ரியர் கைலாசபதியின் 'தமிழ் நாவல் இலக்கியம்', 'ஒப்பியல் இலக்கிய'முட்படப் பல நூல்கள் , கலாநிதி கா.இந்திரபாலாவின் 'இலங்கையின் திராவிடக் கட்டிடக்கலை' , கலாநிதி கார்த்திகேசு சிவத்தம்பியின் 'யாழ்ப்பாணம்', பேராசிரியர் க.கணபதிப்பிள்ளையின் 'ஈழத்து வாழ்வும் வளமும்', கலாநிதி காரை செ.சுந்தரம்பிள்ளையின் 'வட இலங்கை நாட்டார்

அரங்கு' மற்றும் செ.கணேசலிங்கன், சோமகாந்தன், பத்மா சோமகாந்தன், கலாநிதி சபா.ஜெயராசா, பேராசிரியர் சி.க.சிற்றம்பலம், நந்தி, இராஜேஸ்வரி பாலசுப்பிரமணியம், பொ.கருணாகரமூர்த்தி, வ.ந.கிரிதரன், கடல்புத்திரனுட்படப் பலரது நூல்களை செ.க.வின் குமரன் பப்ளிஷர்ஸ் வெளியிட்டுள்ளது குறிப்பிடத்தக்கது.

இன்னுமொரு தமிழகத்துப் பதிப்பகமான ஸ்நேகா பதிப்பகத்தையும் நிச்சயம் குறிப்பிடத்தான் வேண்டும். ஸ்நேகா பதிப்பக வெளியீடுகளாக கி.பி.அரவிந்தனின் 'முகம் கொள்', பொ.கருணாகரமூர்த்தியின் 'ஒரு அகதி உருவாகும் நேரம்', 'கிழக்கு நோக்கிச் சில மேகங்கள்', வ.ந.கிரிதரனின்'அமெரிக்கா' மற்றும் 'நல்லூர் இராஜதானி நகர அமைப்பு' , வ.ஐ.ச.ஜெயபாலனின் கவிதைகள் ஆகிய நூல்கள வெளிவந்துள்ளன.

தமிழகத்தில் ஈழத்துப் படைப்புகளை வெளியிடும் இன்னுமொரு முக்கியமான பதிப்பகம் எழுத்தாளர் எஸ்.பொ.வின் 'மித்ர' பதிப்பகமாகும். எஸ்.பொ.வின் பல நூல்கள், குறமகளின் சிறுகதைத் தொகுதிகள், இரசிகமணி கனக-செந்திநாதனின் 'ஈழத்து இலக்கிய வளர்ச்சி' மற்றும் 39 புலம்பெயர் எழுத்தாளர்களின் சிறுகதைகளின் தொகுப்பாக வெளிவந்த 'பனியும் பனையும்' ஆகியவற்றைக் குறிப்பிடலாம். முதல் முதலாக உலகெங்கும் பரந்து வாழும் புலம்பெயர்ந்த எழுத்தாளர்களின் படைப்புக்ளை உள்ளடக்கிய மேற்படி 'பனியும் பனையும்' தொகுதி வெளிவந்த காலத்தில் தமிழக இலக்கிய சூழலில் மிகுந்த பாராட்டுதல்களை பெற்றது குறிப்பிடத்தக்கது.

அடையாளம் இன்னுமொரு முக்கியமான பதிப்பகம். சோபாசக்தியின் 'கொரில்லா' நாவல், டானியலின் நாவல்களெனப் பல நூல்களைத் தமிழகத்தில் வெளியிட்டுள்ளது. சுகன் , சோபாசக்தியின் 'கருப்புப் பிரதிகள்' பதிப்பகமும் தொகுதிகளை வெளியிட்டுள்ளது. மறவன்புலவு சச்சிதானந்தனின் 'காந்தளகமும்' ஈழத்துப் படைப்பாளிகளின் நூல்கள் பலவற்றை வெளியிட்டுள்ளது. [இங்கு குறிப்பிட்டுள்ள பதிப்பகங்கள் சில ஓர் உதாரணத்திற்காக, ஞாபகத்திலிருந்தவரை, குறிப்பிடப்பட்டுள்ளன. முழுமையான பட்டியலல்ல.]

இவற்றையெல்லாம் திரு.மு.நித்தியானந்தன் வேண்டுமென்றே தவிர்த்திருப்பாரென்று நாம் கருதவில்லை. அவர் அவருக்குக் கிடைத்த தகவல்களின் அடிப்படையில் மேற்படி கட்டுரையினை எழுதியிருப்பதாகக் கருதுகின்றோம். அவர் தனது மேற்படி கட்டுரையில் ஈழத்துப் படைப்புகளைத் தமிழகத்தில் அறிமுகப்படுத்திய பதிப்பாளர்கள், தனி மனிதர்கள் பற்றிக் குறிப்பிட்டுள்ளதால் இது பற்றிய எமது கருத்தினை ஒரு பதிவுக்காக இங்கே குறிப்பிடுகின்றோம்.

2. தமிழ்ப்பாஷை

தி.த.சரவணமுத்துப்பிள்ளை

பதிப்பாசிரியர் சற்குணம் சத்யதேவன்

எழுநா + நூலகம் வெளியீடு

தமிழ்ப்பாஷையின் பிறப்பு, தமிழ் என்ற பெயர் ஏற்பட்டமைக்கான காரணம், தமிழ்ச் சங்கங்கள் இருந்தனவா? தமிழ்ப் பாஷையில் இருக்கும் இலக்கியங்கள், சமகாலத் தமிழ் மொழியின் நிலை, சமகாலத் தமிழ்ப் புலவரின் நிலை, மொழி பெயர்ப்பின் முக்கியத்துவம்,

தமிழ் மொழிப் பற்றின் அவசியம் போன்ற விடயங்களின் அடிப்படையில் தமிழ்மொழி, தமிழ் இலக்கிய வரலாறு தொடர்பான முக்கியமான விடயங்களை 1892இல் முதன் முதலில் பேச முற்பட்டது

1865ம் ஆண்டு ஈழத்தின் திருகோணமலையில் தி.த சரவணமுத்துப்பிள்ளை பிறந்தார். தனது பதினைந்தாவது வயதிலேயே சென்னை சென்று அங்கு சென்னை பச்சையப்பப்பன் கல்லூரியிலும் பின்னர் சென்னை மாநிலக் கல்லூரியிலும் கல்வி கற்றிருந்தார். “மோகனாங்கி” என்ற தமிழின் முதலாவது வரலாற்று நாவலை எழுதிய இவர் பாரதிக்கு முன்னோடியான ‘தத்தைவிடு தூது” என்ற பெண்விடுதலை செய்யுளையும் எழுதியவராவர். 1902 இல் தனது 37வது வயதில் இவர் இவ்வுலக வாழ்வை நீத்தார்.

பதிப்புரை

19ஆம் நூற்றாண்டில் தமிழ் இலக்கியத்தின் திருப்புமுனையானது ஈழத்து அறிஞர்களின் தமிழ்த் தொண்டினால் ஏற்பட்டது என்றால் மிகையாகாது. ஈழத்து அறிஞர்களின் தமிழ்த் தொண்டு பற்றிப் பேசப்படும்போதும், எழுதப்படும்போதும் சிறுப்பிட்டி வை.தாமோதரம்பிள்ளை, நல்லைநகர் ஆறுமுகம்பிள்ளை, சுன்னாகம் குமாரசுவாமிப்புலவர் ஆகியோரின் பணிகள் தமிழுலகில் பெரிதும் அறியப்பட்டவை.

யாழ்ப்பாணத்திற்கு வெளியேயான தமிழறிஞர்களின் தமிழ்ப்பணிகள் பற்றிய செய்திகள் பல அப்பிரதேசங்களைத் தாண்டித் தமிழுலகின் பரவலான கவனிப்பைப் பெறாது போனமை ஒரு தீநேர்வாகும். நற்பேறாக, வித்துவான் எப்.எக்ஸ்.சி.நடராஜா அவர்களின் “ஈழமும் தமிழும்” என்ற நூல் நமக்கு யாழ்ப்பாணத்திற்கு வெளியேயான ஈழத் தமிழறிஞர்கள் பற்றிய தகவல்களைப் பெற்றுக் கொள்வதற்கு பேருதவியாக அமைகிறது.

யாழ்ப்பாணத்தைப் போலவே ஈழத்தின் ஏனைய பிரதேசத்தவர் களும் தத்தமது பிரதேச தமிழறிஞர்களின் பணிகளை தமிழ் உலகிற்கு அறியப்படுத்தும் முயற்சிகளை மேற்கொண்டார்கள். அந்தவகையில் மட்டக்களப்பு நகர் அரும்பெரும் கொடையாக முத்தமிழறிஞர் சுவாமி விபுலானந்தரைத் தந்து தமிழுலகில் தன்னை நிராகரிக்கப்பட முடியாததாக ஆக்கிக் கொண்டது. ஈழத்தின் பழைமைமிக்க தமிழ் நகரான திருகோணமலை நகரின் தமிழறிஞர்களின் பணிகள் பற்றிய தேடலில் திருகோணமலை தமிழ் ஆர்வலர்கள் ஈடுபட்டபோது சி.வை.தாமோதரம்பிள்ளை, சுன்னாகம் குமாரசுவாமிப்புலவர், உ.வே.சாமிநாதையர், கலியாணசுந்தர முதலியார் ஆகியோரால் நன்கு மதிக்கப்பெற்றவரும், அவர்களின் தமிழ்ப்பணிகளில் உறுதுணையாக இருந்தவருமான தி.த. கனகசுந்தரம்பிள்ளை அவர்களின் தமிழ்ப்பணிகள் பற்றி அறிந்து வெளிக்கொணர்ந்தார்கள். திருகோணமலை த.சித்தி அமரசிங்கம் அவர்கள் திருகோணமலை மாவட்டத்தின் முக்கியமான கலை இலக்கிய ஆளுமைகளைப்பற்றிய பதிவுகளைச் செய்வதில் முன்னின்று உழைத்திருக்கிறார். அவரே தி.த.கனகசுந்தரம்பிள்ளை பற்றிய தொகுப்பினை வெளிக்கொணர்ந்தவருமாவார். இதில் திருகோணமலை மாவட்ட இந்து இளைஞர் பேரவையினதும் அதன் முன்னைநாள் பொதுச் செயலாளர் செ.சிவபாதசுந்தரம் அவர்களதும் பங்களிப்பு கனதியானது.. திருகோணமலை மாவட்ட இந்து இளைஞர் பேரவையே வித்துவான் எவ்.எக்ஸ்.சி. நடராஜா அவர்களைக் கொண்டு

தி.த.கனகசுந்தரம்பிள்ளை பற்றிய நூலை எழுதி வெளியிட்டதுடன், தி.த. கனகசுந்தரம்பிள்ளை நினைவு நூலகத்தையும் உருவாக்கி நடாத்தி வருகிறது.

தி.த.கனகசுந்தரம்பிள்ளையின் தமிழ்ப்பணிகள் பற்றிய தகவல்கள் வெளிவந்தவேளை தி.த.கனகசுந்தரம்பிள்ளையின் இளைய சகோதரரும் தமிழின் முதலாவது வரலாற்று நாவலை எழுதியவருமான தி.த.சரவணமுத்துப்பிள்ளை பற்றியும் அறிய முடிந்தது. சென்னை மாநிலக் கல்லூரி நூலகத்தின் கீழைத்தேய சுவடி நிலையத்தின் பொறுப்பாளராகக் கடமையாற்றிய சரவணமுத்துப்பிள்ளை ஆங்கிலப் புலமையுடன் தமையனார் போலவே நிறைந்த தமிழறிவும் பெற்றிருந்தார். தீநேர்வாக இளம் வயதிலேயே மரணத்தைத் தழுவிக்கொண்டதால் தமிழுக்கு அன்னாரின் பணி மிகக்குறைந்தளவே கிடைத்தது. தன் வாழ்நாளினுள் சரவணமுத்துப்பிள்ளையின் படைப்புக்களை நூலாகக் கொண்டுவரும் ஆசை இருந்தபோதும் சித்தி அமரசிங்கம் அவர்களுக்கு இருந்த சூழ்நிலைகளால் அவரது வாழ்நாளுக்குள் அதனைத் தனி நூலாக வெளிக்கொணர முடியாது போயிற்று. சித்தி அமரசிங்கத்தின் உதவிகொண்டு சரவணமுத்துப்பிள்ளை பற்றிய தகவல்களை "தமிழ்நாடும் ஈழத்துத் தமிழ்ச் சான்றோரும்" என்ற தமது நூலில் தனி அத்தியாயமாக க.செபரத்தினம் அவர்கள் வெளிக்கொணர்ந்தார்கள். தி.த.கனசுந்தரம்பிள்ளை பற்றிய தொகுப்பு நூலைக் கொண்டுவர சித்தி அமரசிங்கத்தை ஊக்குவித்தவரும் அறிஞர். க.செபரத்தினம் அவர்களே.

சரவணமுத்துப்பிள்ளையின் படைப்புகளிலே புகழ்பெற்றவை தமிழின் முதலாவது வரலாற்று நாவலான 'மோகனாங்கியும், தத்தைவிடுதூது' எனும் பிரபந்தமும் ஆகும். 1919ஆம் ஆண்டில் "சொக்கநாத நாயக்கர்" என்னும் பெயரில் இரண்டாம் பதிப்பு கண்ட மோகனாங்கியோ, அதன் மறுபதிப்பான சொக்கநாத நாயக்கரோ இன்று கிடைப்பதற்கில்லாமற் போயிற்று. நவீன பெண்விடுதலைச் சிந்தனை கொண்டதும் இதில் பாரதிக்கு முன்னோடியாக இருந்தது என்று கொள்ளத்தக்கதுமான ஒரு நூல் தத்தைவிடுதூது ஆகும். இதுபற்றித் தமது "ஈழத்து இலக்கிய முன்னோடிகள்" நூலில் மிகவும் விதந்தெழுதியிருப்பார் பேராசிரியர் க.கைலாசபதி. தத்தைவிடு தூதில் உள்ள பாடல்களை உள்ளடக்கி ஒரு குறுநாவல் வடிவில் "தத்தைவிடு தூது" என்ற நூலாக திருகோணமலையின் முதல் பெண் நாவலாசிரியர் ந.பாலேஸ்வரி அவர்கள் எழுதி வெளியிட்டார்கள். இதற்கு பேராசிரியர் செ.யோகராசா கனதியான ஆய்வுரை ஒன்றை வழங்கியுள்ளார்.

தி.த.சரவணமுத்துப் பிள்ளையின் உறவினர் வழிவந்த ந.பாலேஸ்வரி அவர்களிடமிருந்து தான் சரவணமுத்துப்பிள்ளையின் மற்றொரு படைப்பான "தமிழ்ப் பாஷை" கிடைத்தது. ந.பாலேஸ்வரி அவர்கள் இந்நூல் பற்றி பேராசிரியர் செ.யோகராசா அவர்களிடம் குறிப்பிட்டதுடன், அந்நூலின் பிரதியையும் அவருக்கு வழங்கி இருந்தார்கள். இந்நூலை வாசித்த பேராசிரியர் செ.யோகராசா அவர்கள் தி.த.சரவணமுத்துப்பிள்ளை வரலாற்று நாவலாசிரியர் மற்றும் முன்னோடிப் பெண்விடுதலைச் சிந்தனையாளர் மட்டுமல்லாது மொழியியல் பார்வையும் பகுத்தறிவுப் பார்வையும் கொண்ட தமிழியற் சிந்தனையாளர் என்பதை அவரது "தமிழ்ப் பாஷை" என்ற கட்டுரை மூலம் அறிந்து அதை அறிவுலகத்தின் பார்வைக்கு கொண்டு வந்தார்.

1892ஆம் ஆண்டு சென்னை மாநிலக் கல்லூரியினுள் தமிழ்ச் சங்கத்தைத் தொடங்கும் போது சரவணமுத்துப்பிள்ளை ஆற்றிய தொடக்க உரையே “தமிழ்ப் பாஷை” என்னும் ஆய்வுக் கட்டுரையாக அமைகிறது. இக்கட்டுரையின் முக்கியத்துவத்தைப் பல இடங்களிலும் அழுத்தமாக வலியுறுத்தியதுடன் இவ்வுரை பற்றிச் சிறந்த கட்டுரைகளையும் எழுதியவர் பேராசிரியர் செ.யோகராசா ஆவார். அவரின் முயற்சியால் 2011ஆம் ஆண்டு கிழக்கு மாகாண சாகித்திய விழா மலரில் “தமிழ்ப் பாஷை” கட்டுரை இடம்பெற்றதுடன் 2012ஆம் ஆண்டு கிழக்கு மாகாண சாகித்திய விழாவில் தி.த.சரவணமுத்துப்பிள்ளையின் பெயரால் ஒரு ஆய்வரங்கும் நடாத்தப்பட்டது.

கிழக்கு மாகாணம் பெருமையுடன் மீட்டெடுத்த தி.த.சரவணமுத்துப்பிள்ளையின் பணிகளில், தமிழியல் ஆய்வுப் பணிகளின் தொடக்கமாக அமையும் “தமிழ்ப் பாஷை” கட்டுரையைத் தமிழுலகின் கவனத்திற்குக் கொண்டு செல்லவேண்டிய அவசியம் கருதி அக்கட்டுரை அடங்கிய நூலான இதனை மீள் பதிப்பு செய்கின்றோம். இந்நூலில் ‘தமிழ்ப் பாஷை’ தவிர்த்து சரவணமுத்துப்பிள்ளை இயற்றிய செய்யுள்களும், ஆங்கிலக் கவிதை ஒன்றும் உள்ளடங்கியுள்ளது.

மோகனாங்கி தவிர்ந்த தி.த.சரவணமுத்துப்பிள்ளையின் படைப்புகள் அடங்கிய இந்நூல், அவரது சகோதரரான தி.த.கனகசுந்தரம்பிள்ளை அவர்களின் புதல்வரான தி.க.இராஜசேகரன் அவர்களால் தொகுக்கப்பட்டது. திருகோணமலை பொதுநூலகத்திலிருந்து எமக்கு கிடைத்த மூலநூலில் வெளியிடப்பட்ட ஆண்டு முதலிய வெளியீட்டு விபரங்கள் இல்லை.

1892இல் சி.வி.சாமிநாதன் என்பவரை ஆசிரியராகக் கொண்டு சென்னையில் இருந்து வெளிவந்த ‘விவேக சிந்தாமணி’ என்ற பத்திரிகையில் ‘தமிழ்ப்பாஷை’ தொடர் கட்டுரையாக வெளிவந்ததாக பேராசிரியர் செ.யோகராசா தெரிவித்தார். விவேக சிந்தாமணியில் வெளிவந்த சிறந்த கட்டுரைகளில் தி.த.சரவணமுத்துப்பிள்ளையின் ‘தமிழ்ப்பாஷை’யையும் ஒன்றாக “இந்திய விடுதலைக்கு முந்திய தமிழ் இதழ்கள்” என்ற நூலில் ‘விவேக சிந்தாமணி’ என்ற இதழ்பற்றிய பகுதியில் குறிப்பிடப்பட்டுள்ளதாகவும் அவர் குறிப்பிட்டார்.

அதேநேரம் மயிலை சீனி. வேங்கடசாமி அவரது “19ஆம் நூற்றாண்டுத் தமிழிலக்கியம்” என்ற நூலில் 19ஆம் நூற்றாண்டில் வெளிவந்த நூற்களின் விபரப்பட்டியலில் உரைநடை நூல்களில் ‘தமிழ்பாஷை’ என்ற நூலையும் குறித்துள்ளார். ஆய்வறிவில் நிகரற்ற புகழுடைய மயிலை சீனி. வேங்கடசாமியின் பதிவின்படி தமிழ்ப்பாஷை என்ற கட்டுரையின் முதல் வெளியீடு 1892இல் நிகழ்ந்திருக்கிறது. அவர் அதன் அருகில் அடைப்புக்குறிக்குள் கட்டுரை என்ற குறிப்பிட்டுள்ளதால் தமிழ்பாஷை என்ற கட்டுரை பிரசுரமாக 1892ல் வெளிவந்தது என கொள்ளமுடியும் எனினும் இதனை முழுமையாக உறுதிப்படுத்த முடியவில்லை.

இரு தகவல்களும் தமிழ்ப்பாஷை என்ற கட்டுரை 1892இல் வெளிவந்தது என்றே குறிப்பிடுகின்றன. சென்னை துரைத்தனக் கல்லூரி தமிழ்ச்சங்கம் 1892ல் தொடங்கப்பெற்றது என்பதாலும், அதன் போது ஆற்றிய தொடக்கவுரை பின்னர் தமிழ்ப்பாஷை என்ற கட்டுரையாக அமைந்தது என்பதை இந்நூலின் முதல் பதிப்பாசிரியர் தி.க.இராஜசேகரன் குறிப்பிட்டுள்ளதாலும் ‘தமிழ்ப்பாஷை’ என்ற கட்டுரை 1892இலே எழுதப்பட்டது என்பது தெளிவாகிறது.

ந.பாலேஸ்வரியின் 'தத்தைவிடு தூது' நூலின் மதிப்புரையில் பேராசிரியர் செ.யோகராசா தத்தைவிடு தூது 1892இல் எழுதப்பட்டதாக குறிப்பிட்டுள்ளார். 'திருக்கோணமலை தமிழறிஞர் தி.த.கனகசுந்தரம்பிள்ளை' என்னும் நூலில் மகாவித்துவான் எப்.எக்ஸ்.சி. நடராசா அவர்கள் தத்தைவிடு தூது, வாகைமாலை, பிரிவாற்றாமை, காதலாற்றாமை ஆகியவை 1892ஆம் ஆண்டிற்கும் 1895ஆம் ஆண்டிற்கும் இடையில் வெளியிடப்பட்டதாகக் குறிப்பிட்டுள்ளார்.

1842இல் தொடங்கப்பட்ட பச்சையப்பன் நிறுவனத்தின் பொன்விழா 1892இல் நடைபெற்றதால் பச்சையன் பொன்விழாச்செய்யுள் 1892இலே எழுதப்பட்டது. 1895இல் தி.த.சரவணமுத்துப்பிள்ளையின் சகோதரரான தி.த.கனகசுந்தரம்பிள்ளைக்கு திருமணம் நடைபெற்றது. ஆகவே திருமண ஊஞ்சல் 1895இல் எழுதப்பட்டது. இன்றுவரை திருகோணமலை முத்துக்குமராசுவாமி கோயிலின் ஊஞ்சல் திருவிழாவின்போது இந்நூலில் உள்ள 'கோணை முத்துக்குமாரசுவாமி ஊஞ்சலே' பாடப்பட்டு வருகிறது. அதுவும் ஏறக்குறைய இக்காலத்திலேதான் எழுதப்பட்டிருக்க வேண்டும். மொத்தமாக இந்நூலில் உள்ள ஆக்கங்கள் 1892இற்கும் 1895இற்கும் இடையில் எழுதப்பட்டவையாகவே பெரும்பாலும் உள்ளன.

தி.க.இராஜசேகரனால் எழுதப்பட்ட பதிப்புரையில் இந்நூலை குகன் அச்சகம் அச்சிட்டுள்ளது என்பது தெரிகிறது. எனினும் இது இந்தியாவில் இருந்து வெளியானதா இல்லை இலங்கையில் வெளியானதா போன்ற விபரங்களை அறியமுடியவில்லை. தி.த.கனகசுந்தரம்பிள்ளையின் நான்கு புதல்வர்களில் இரண்டாவது புதல்வரான தி.க.இராஜசேகரன் இந்தியாவில் தனது கல்வியைத் தொடங்கி எம்.ஏ பட்டம் பெற்று சென்னை கிறிஸ்த்தவக் கல்லூரியில் ஆசிரியராக கடமையாற்றிவர். தம் தந்தையார் போலவே தமிழறிவு நிரம்பப் பெற்றவர். ஏடுகளையும் அக்காலத்தில் வெளிவந்த நூல்களின் பிரதிகளையும் பேணிப்பாதுகாத்தவர். அவற்றை வேண்டுபவர்க்கு கொடுத்து உதவியும் புரிந்துள்ளார். எஸ்.வையாபுரிப்பிள்ளை அவர்களின் சிற்றிலக்கியத்திரட்டு வெளியீடுகளுக்கு தி.க.இராஜசேகரன் உதவிபுரிந்துள்ளார். கயாதரம், நான்மணிக்கடிகை ஆகிய நூல்களில் அவர் பெயர் குறித்து வையாபுரிப்பிள்ளைக்கு நன்றி தெரிவித்துள்ளார். நான்மணிக்கடிகை ஏடு எழுதி முடிந்தது தி.க.இராஜசேகரன் எனக்குறிப்பிட்டப்பட்டுள்ளது. யாழ்ப்பாண வைபவ மாலை நூலின் ஏட்டுப்பிரதிகளையும் அதன் முதற்பிரதியையும் சென்னை சென்றபோது தம்மிடம் தி.க.இராஜசேகரன் தந்ததாக குல.சபாநாதன் 'யாழ்ப்பாண வைபவ மாலை' முன்னுரையில் குறிப்பிட்டுள்ளார். ஆயினும் பின்னர் அவரும், அவரது இளைய சகோதரர் இராஜமார்த்தாண்டனும் ஈழநாடு திரும்பி யாழ்ப்பாணத்து கல்லூரிகளிலே கடமையாற்றினார்கள் என்று தி.த.கனகசுந்தரம்பிள்ளையின் நெருங்கிய உறவினர் வழிவந்த ந.பாலேஸ்வரி குறிப்பிட்டுள்ளார். அவர் இந்தியாவில் இருந்தபோதா அல்லது இலங்கையில் இருந்தபோதா இந்நூல் வெளிவந்தது என்பதை அடையாளங்காண முடியவில்லை.

தி.க.இராஜசேரனால் வெளியிட்டதற்கு பின்னர் இந்நூல் பதிப்புச் செய்யப்பட்ட முயற்சிகள் விபரங்களை எனது தேடலுக்குட்பட்டவரையில் அறிய முடியவில்லை. ஆயினும் இந்நூல், இந்நூலாசிரியர், மூலநூலின் பதிப்பாசிரியர் ஆகியோர் பற்றிய முடிந்தளவு தகவல்களை கூடியவரையில் இப்பதிப்புரையில் குறித்துள்ளேன். இவை முடிந்த முடிபானவை அல்ல. இன்னும் வளர்ந்து செல்லலாம். புதிய தகவல்கள் அவைபற்றிய விபரங்கள் தெரியவந்தால்

அடுத்துவரும் பதிப்புகளில் சேர்த்துக்கொள்ள நாம் ஆவலுடன் இருக்கின்றோம்.

காலமும், சூழலும், மொழிநடைகளும், கருத்தியல்களும் தமிழியல் ஆய்வுகளில் முக்கியமானதாகையால் தி.க.இராஜசேகரன் பதிப்பித்த நூலில் உள்ளவாறே எவ்வித மாற்றங்களுமின்றிப் பதிப்பிக்கின்றோம். வாசகர்கள் இந்நூலைக் கருத்திற் கொண்டு தி.த.சரவணமுத்துப்பிள்ளைக்குத் தமிழியல் ஆய்வுப் பணிகளில் உரிய இடத்தை வழங்குவார்கள் என்றும் நம்புகிறோம்.

2003ஆம் ஆண்டு தி.த.கனகசுந்தரம்பிள்ளையவர்களின் நூற்தொகுப்பு வெளிவந்த போது அவர்தம் தம்பியான தி.த.சரவணமுத்துப் பிள்ளை யின் படைப்புக்களும் நூலாகத் தொகுக்கப்பட வேண்டும் என்ற வேண்டுகோள் திருகோணமலை ஆர்வலர்களால் விடுக்கப்பட்டது. பத்தாண்டுகள் கழித்து அந்த வேண்டுகோளை நிறைவேற்றி வைப்பதில் நாம் மனநிறைவை அடைகின்றோம்.

சற்குணம் சத்யதேவன்
திருகோணமலை

முன்னுரை

பத்தொன்பதாம் நூற்றாண்டில் ஆங்கிலேயரது ஆட்சி காரணமாக தமிழ் பேசும் நல்லுலகில் உருவான நவீனமயவாக்கச் சூழலில் தமிழ்மொழி வளர்ச்சிக்கும் தமிழ் இலக்கிய வளர்ச்சிக்கும் ஈழத்து அறிஞர்கள் பலர் பல்வேறு மட்டங்களிலும் காத்திரமாக பங்களிப்பைச் செய்துள்ளனர். தமிழ் இலக்கிய வரலாற்றிலே பத்தொன்பதாம் நூற்றாண்டு ஈழத்துக்குரிய காலம் என்று கூட, தமிழறிஞர்கள் சில குறிப்பிட்டுள்ளனர்.

ஆறுமுகநாவலர், சைமன் காசிச்செட்டி, ஆணல்ட் சதாசிவம்பிள்ளை, சி. வை. தாமோதரம்பிள்ளை, சபாபதி நாவலர், மல்லாகம் வி. கனகசபைப்பிள்ளை, தி.த. கனகசுந்தரம்பிள்ளை, ஆ. முத்துத்தம்பிப்பிள்ளை என்றவாறு நீண்டு செல்கின்ற அவ்வறிஞர் வரிசையில் ஒருவராலும் குறிப்பிடப்படாதிருக்கின்ற திருக்கோணமலை தி. த. சரவணமுத்துப்பிள்ளையின் குறிப்பிடத்தக்க இலக்கிய முயற்சிகளுள் ஒன்றான “தமிழ்ப்பாஷை” என்ற நூலின் முக்கியத்துவம் பற்றி எடுத்துரைப்பதே என் நோக்கமாகின்றது.

தி.த. சரவணமுத்துப்பிள்ளை ஈழத்தில் திருக்கோணமலையை பிறப்பிடமாகக் கொண்டவர் முற்குறிப்பிட்ட தி.த. கனகசுந்தரம்பிள்ளையின் சகோதரர், இளம்பிராயத்திலேயே தமது தமையனாருடன் சென்னைக்குச் சென்று பச்சையப்பன் கல்லூரி, பிறசிடென்சி கல்லூரி ஆகியவற்றில் கல்விகற்று, தமது தமையனாரைப் போலவே தத்துவ சாஸ்திரத்தில் பீ.ஏ. பட்டம் பெற்று தமிழிலும் பாண்டித்தியம் பெற்றவர்.

பிறசிடென்சி கல்லூரியில் (சென்னை துரைத்தனப் பாடசாலை) நூல் நிலைய அதிபராகக் கடமை புரிந்தவர். இவரது முக்கிய இலக்கியப் பணிகளாகிய ,நவீன உள்ளடக்கம் கொண்ட தத்தை விடு தூது (1892), ஆரம்பகால வரலாற்று நாவல்களும் முக்கியமான மோகனாங்கி (1895) ஆகியன அறியப்பட்டளவிற்கு தமிழ்பாஷை என்ற நூல் பற்றி அறியப்படவில்லை என்றே கூற வேண்டும். தமிழ்ப்பாஷை, தி.த. சரவணமுத்துப்பிள்ளை கடமைபுரிந்த சென்னை துரைத்தனப் பாடசாலைத் தமிழ்ச் சங்கத்தில் அன்னார் ஆற்றிய

உரையின் நூல்வடிவமாகும். தி.த. சரவணமுத்துப்பிள்ளை, தான் தமிழ்ப்பாஷை என்னும் தலைப்பிலே உரையாற்ற முற்பட்டமைக்கான அவசியம் பற்றி பின்வருமாறு குறிப்பிடுகின்றார்.

'தற்கால தமிழ்ச் சங்கங்கள் பலவுள, அவை பெரும்பாலும் மாணவர்களால் ஏற்படுத்தப்பட்டவையே. ஆகவே, தற்கால தமிழ்ச் சங்கங்கள் தமிழ்ப்பாஷையைக் கற்றறியும் பொருட்டேற்படுத்தப்பட்டவைகளே. நமது சென்னைத் துரைத்தன பாடசாலைத் தமிழ்ச் சங்கமும் அவற்றுளொன்றேயாகும். ஒரு பாஷையைக் கற்பதினால் ஊதியம் உண்டாயின் அன்றோ அப்பாஷையை யறிவுடையோனொருவன் கற்கப் புகுவான். அப்பாஷையிலுள்ள நூல்கள் சிறந்தவையினானனோ அவற்றை யிறந்து படாமற் காப்பாற்ற ஒரு சங்கம் ஏற்படுத்த வேண்டும். யாவருக்கும் பிரயோசனமில்லாவொரு வேலையைச் செய்து வாணாளை வீணாய்க் கழிப்பதறியாமையாம். ஆகவே தமிழ்ப்பாஷை சிறந்ததென்பதும், தமிழ் நூல்கள் அழியாது காப்பாற்றப்படும் தகுதியுடையனவென்பதும், நிருபிக்கப்பட்டவன்றைக்கன்றே தமிழ்ச் சங்கங்களவசியம் வேண்டுமென்பது புலப்படும். ஆகவே சென்னைத் துரைத்தன பாடசாலைத் தமிழ்ச் சங்க மேற்படுத்திய நமக்குத் தமிழ் நூல்களின் சிறப்பெடுத்துரைத்தலவசியமாம். அது பற்றியே இவற்றைக்குத் தமிழ்ப் பாஷையின் சிறப்பைச் சிறிது என்னால் இயன்றளவு எடுத்துரைப்பான் றுணிந்தனன்.'

மேலே தமிழ்ப்பாஷையில் சிறப்பு என கட்டுரையாளர் குறிப்பிடுவதனால், அது தமிழ்ப்பாஷையின் அதாவது, தமிழ்மொழியின் சிறப்பைப் பற்றி மட்டும் குறிப்பிடுகின்றனது என ஒருவர் கருதக்கூடும். அன்றைய ஆய்வாளர் சிலர் தமிழ்ப்பாஷை என்கிறபோது தமிழ்மொழியோடு தமிழ் இலக்கிய வரலாற்றையும் ஒருசேர உள்ளடக்கி தமிழ்பாஷை என்ற பொதுப்பெயரால் குறிப்பிட்டுக் கூறும் வழக்கத்தைக் கொண்டிருந்தமை குறிப்பிடத்தக்கது.

தமிழ்ப்பாஷை என்ற இந்நூல் முக்கியமாகப் பின்வரும் விடயங்களை உள்ளடக்குகின்றது. தமிழ்ப்பாஷையின் பிறப்பு, தமிழ் என்ற பெயர் ஏற்பட்டமைக்கான காரணம், தமிழ்ச் சங்கங்கள் இருந்தனவா? தமிழ்ப் பாஷையில் இருக்கும் இலக்கியங்கள், சமகாலத் தமிழ் மொழியின் நிலை, சமகாலத் தமிழ்ப் புலவரின் நிலை, மொழி பெயர்ப்பின் முக்கியத்துவம், தமிழ் மொழிப் பற்றின் அவசியம்.

மேற்கூறியவற்றை அடிப்படையாகக் கொண்டு நுணுகி நோக்குகின்ற போது தமிழ்மொழி, தமிழ் இலக்கிய வரலாறு தொடர்பான முக்கியமான சில விடயங்கள் பற்றி இந்நூல் முதன் முதலாகப் பேச முற்படுவது புலப்படுபடுகின்றது. அதாவது முற்குறிப்பிட்ட சமகால ஆய்வாளார்களை மனம் கொள்வோம் ஆயின் ஆறுமுகநாவலர், சி. வை. தாமோதரம்பிள்ளை, தி.த. கனகசுந்தரம்பிள்ளை ஆகியோர் நூற்பதிப்பு விடயத்தில் மட்டும் கூடிய கவனமெடுக்கின்றனர். சைமன் காசிச் செட்டியும் ஆணல்ட் சதாசிவம்பிள்ளையும் தமிழ்ப் புலவர்களின் வரலாறு பற்றியே அக்கறை கொள்கின்றனர். அத்துடன் சி. வை. தாமோதரம்பிள்ளை, தமிழ் இலக்கிய வரலாற்றைக் காலகட்ட அடிப்படையில் அணுகும் முயற்சியிலும் ஈடுபடுகின்றார்.

மல்லாகம் வி. கனகசபைப்பிள்ளை தமிழர் சமூக வரலாறு பற்றிச் சிந்திக்கின்றார். ஆக, இத்தகைய ஆய்வாளர்களிடமிருந்து விலகி, தமிழ்மொழி, தமிழ் இலக்கிய வரலாறு தொடர்பான முக்கியமான சில விடயங்கள் பற்றி, தி.த. சரவணமுத்துப்பிள்ளை சிந்திக்க முற்பட்டிருப்பதனை இந்நூல் வெளிப்படுத்துவது மனங்கொள்ளத்தக்கது. மேற்கூறிய விடயங்களை தமிழ்மொழி, தமிழ் இலக்கிய வரலாறு தொடர்பாக முக்கியமான புதிய சில சிந்தனைகள்

அல்லது கருத்துக்களை இந்நூல் வெளிப்படுத்துவது பற்றி இங்கு சுட்டிக் காட்டுவதன் ஊடாகவே தி.த. சரவணமுத்துப்பிள்ளையின் தமிழ்ப் பாஷையின் முக்கியத்துவம் பற்றி அறிந்துகொள்ள முடியும். அன்றைய ஆய்வுச் சூழலில், தமிழ்மொழியின் பிறப்பு அல்லது தோற்றம் பற்றி பாரம்பரியமான சிந்தனையே தெய்வீகக் கொள்கையே அதாவது அது கடவுளால் தோற்றுவிக்கப்பட்டது என்ற கருத்தே ஆழமாக வேரூன்றியிருந்தமை கண்கூடு. பலவிடயங்களில் முற்போக்கான பார்வையைக் கொண்டிருந்த பாரதியாரே தமிழ்மொழியின் தோற்றம் பற்றி இவ்வாறுதான் சிந்தித்துள்ளார்.

ஆதி சிவன் பெற்றுவிட்டான் என்னை
ஆரிய மைந்தன் அகத்தியன் என்றோர்
வேதியன் கண்டு மகிழ்ந்தே நிறை
மேவும் இலக்கணம் செய்து கொடுத்தான்.

மேலுள்ள பகுதி கவிதையானமையின் கவிதையில் கற்பனைக்கிடமுண்டென்று அமைதிகூற முற்படுவோமாயின் பாரதியார் தமிழ்நாட்டு மாதருக்கு என்ற தமது கட்டுரை ஒன்றிலே கூட பின்வருமாறு குறிப்பிடும்போது அதற்கு எதுவித அமைதியும் கூறமுடியாதிருக்கின்றது. ஆதியில் பரமசிவனால் படைப்புற்ற மூலம் பாஷைகள் வடமொழியென்று சொல்லப்படும் சமஸ்கிருதமும் தமிழுமே யாம் என்று பண்டைத்தமிழர் சொல்லியிருக்கும் வார்த்தை வெறும் புராணக் கற்பனையன்று தக்க சரித்திர ஆதாரமுடையது.

தமிழ்நாட்டினர் மத்தியில் மட்டுமின்றி ஈழத்தவர் மத்தியிலும் மொழியின் தோற்றம் பற்றி மேற்குறித்த கருத்தோட்டமே காணப்பட்டது. இன்னொரு விதமாகக் கூறுவதாயின், மொழி பற்றிய முற்போக்கான சிந்தனைகளை வெளிப்படுத்தும் போது ஒருவித எதிர்ப்புக்குள்ளாகும். சூழ்நிலைகூட நிலவியது. மேற்குறித்தவாறான ஆரோக்கியமற்ற ஆய்வுச் சூழலிலேயே தி.த.சரவணமுத்துப்பிள்ளை மொழி குறித்து விஞ்ஞானபூர்வமான கருத்துக்கள் பலவற்றைக் கூறிவிட்டு, இவ்வாறு எழுதுகின்றார்.

தமிழ் கடவுள்பேசும் பாஷையெனராயின் மறுபாஷைகள் கடவுகட்குத் தெரியாதா? மறு பாஷைகள் பேசுவோரிடத்து கடவுள் பேச வேண்டுமாயின் தமிழிலேயா பேசுவார்? அல்லது அவரவரிடத்து அவரவர் பாஷையைப் பேசுவாராயின் தமிழைக் கடவுள் பேசினார் என்பதால் தமிழுக்கென்ன பயன்?

மேற்கூறியவாறு குறிப்பிட்ட பின்னர், தமிழ்மொழியின் தோற்றத்தினைக் கடவுளோடு தொடர்புப்படுத்திப் பேசுவோர் ஆதாரமாகக்காட்டும் நூற்கருத்துக்களை மறுதலித்துவிட்டு, மொழியின் தோற்றம் பற்றி விஞ்ஞான ரீதியான விளக்கத்தைக் கூறிகின்றார் தி.த.சரவணமுத்துப்பிள்ளை. தமிழ் என்ற பெயர் உருவானமை பற்றிச் சிந்திக்கும் தி.த.சரவணமுத்துப்பிள்ளை அது பற்றிய பலரது கருத்துக்களையும் கூறி, இறுதியில், போப்பையர், கால்ட்வெல் ஆகியோர் கருத்துக்களைக் குறிப்பிட்டு விட்டு, அவ்விருவரில் ஒருவரது கருத்துச் சரியாகலாமென்று கூறிச் செல்கின்றார். தமிழ், சமஸ்கிருதத்திலிருந்து பிறந்தது என்ற கருத்தும் தி.த.சரவணமுத்துப்பிள்ளையினால் மறுக்கப்படுகின்றமை குறிப்பிடத்தக்கது.

இனி, தமிழ் இலக்கியம் தொடர்பான தி.த.சரவணமுத்துப் பிள்ளையின் கருத்துக்களும் கவனத்திற்குரியவை. அகத்தியம் தமிழின் முதல் இலக்கணநூலென்று கருதுவோர் இன்றுமுளராக தி.த.சரவணமுத்துப்பிள்ளை அன்றே அதை மறுத்துவிடுகின்றார். தமிழ்ப்பாஷை

தொடங்கியவுடன் ஒரு பேரிலக்கணந் தமிழிலெழுதிய விந்தை நம் பண்டிதர்மார்க்கே புலப்படும். யாதொரு சிறுகாரியத்திற்கும் சூத்திர மெடுத்துக்காட்டும் பண்டிதர், வித்துவான்கள் முதலியோர் இலக்கியங் கண்டதற்கிலக்கணமியம்பலில் என்னுஞ் சிறு நன்னூற் சூத்திரத்தை மறந்து தமிழிலக்கிய முண்டுபடுவதற்கு முன்னேயே அகத்தியர் தமிழிலேயொரு பேரிலக்கணமெழுதினாரெனக் கூறலும் ஒரு பெரும் விந்தையே அகத்தியர் தமிழிலேயொருமெழுந்தன வாக்கியுள்ளங் கையில்லைத் தாசமனஞ் செய்தருளிய அகத்தியருக்கு இலக்கிய மின்றி யிலக்கணமெழுதல் ஒரு பெருங்காரியமோவெனச் சமாதானங்கூறலும் பண்டிதர் பாண்டியத்திற்கெட்டியதன்றிச் சின்னாட்பல்பிணிச் சிற்றறிவினராகிய நமக்குப் புலப்படும் பொருளோ?

முதல் மூன்று சங்கங்களுமிருந்தமை பற்றி அலசுகின்ற தி.த.சரவணமுத்துப்பிள்ளை ஆழமாகச் சிந்திக்க பின்னர் இவ்வாறான முடிவிற்கு வருகின்றார்.

ஆயின் உள்ளதை யுள்ளபடி கூறல் தமிழ்ப்பண்டிதர் குணமின்னையின் உண்மையும் அவர் வாயில் வரும் பொழுது உண்மை நிறம் மாறிப் பொய்யாயிகின்றது. ஆகவே சங்கங்களைப் பற்றிக் கூறியவற்றுள் உண்மை யெவ்வளவு பொய் புளுகு எவ்வளவெனக் கண்டுபிடிக்கத் தொடங்கல் பகீரதப் பிரயத்தனமாகும். இச்சங்கங்களுள் ஒவ்வொன்றும் பல்லாயிர வருடமிருந்ததாகவும் இச்சங்கங்களில் சிவன், சுப்பிரமணியர் முதலிய கடவுளர் அங்கத்துவராய் வீற்றிருந்தனரெனவும் இச்சங்கங்கட்குத் தெய்வீகமான சங்கப் பலகையொன்றிருந்ததாகவும் இவ்வித பல கதைகளைக் கூறுவதனால் உள்ள உண்மையும் மறைந்து போகின்றது.

தமிழ் இலக்கிய நூல்கள், தமிழ்ப் புலவர்கள் பற்றி விஞ்ஞான பூர்வமான முறையில் வித்தியாசமான முறையில் சிந்திக்கும் தி.த.சரவணமுத்துப்பிள்ளை தமிழிலிருக்கின்ற புராணங்கள் எழுந்த காலத்தை இருவகைப்படுத்தி விட்டு, முற்கூற்றுப் புராணங்களை (எடு:பெரியபுராணம்) ஏற்றுக்கொண்டு, பிற்கூற்றுப்புராணங்கள் பற்றி பின்வரும் கருத்தை முன்வைக்கின்றமை கவனத்திற்குரியது.

பிற்கூற்றுப் புராணங்களின் காலமே தமிழ்க்குங் கலிகாலம்! விருத்தாப்பியமடைந்த தமிழணங்கிற்குப் பஞ்சப் புலனும் இக்காலத்துக் கெட்டனபோலும். இப்புராணங்களே தமிழைப் பாழாக்கின பெரும் பேறுடையின. ஆலையில்லாவூருக்கு இலுப்பை பூ சர்க்கரை போலவும் தட்டிப்பேச ஆளில்லாவிட்டால் தம்பி சண்டைப் பிரசண்டனென்பது போலவும் காரிகைகற்று சொற்றொடர் கற்கப் பழகினோர் யாவரும் புராணம் எழுதத் தொடங்கின தமிழ் — என்ன பாடுதான் படாது.

தனது காலத் தமிழரின் தமிழின் நிலை பற்றியும் ஆழமாகச் சிந்திக்கின்ற தி.த.சரவணமுத்துப்பிள்ளை ஆங்கில மொழியின் பால் மிகுந்த பற்றும் தமிழ்மீது வெறுப்பும் காணப்படுகின்ற நிலை கண்டு சினமும் கவலையும் கொள்கின்றார்.

தற்காலத் தமிழருக்கும் நிலைமையெடுத்துரைக்கவும் வேண்டுமா? அருமறையோதுமந்தணாளர்க்கெல்லாம் ஆங்கிலேயே பாஷை சுயபாஷையும் அன்னிய பாஷை தமிழுமானது இக்கலிகாலத்தின் கூத்தோ@ ஆங்கிலேய பாஷையிலோர் சிறு கிரகந்தெரியாதிருத்தல் அவமானமாக, கம்பர் பாடியது இராமர் கதையோ தருமர் கதையோவென வினாவில் மரியாதையாவது கலிகால விநோதமே ஆங்கிலேய பாஷையை அடுப்படியிற் கேட்பேமேல் தமிழ்தானெங்கு போயிற்றோ! தந்தைக்குத் தலையிடிக்க மயானத்தில் விறகடுக்கிய சண்டாளன் கெதியாயிற்றன்றே தமிழர் கெதி! தொட்டில் பழக்கஞ் சுடுகாடுமட்டும் என்னும் பழமொழியும்

பாஷைவிஷயத்திற் தவறிற்றன்றோ!....

சமகால இலக்கியம் பற்றிச் சிந்திக்கின்றபோது, குறிப்பாக கவிதை உலகில் அவலநிலை பற்றிப் பலப்படக் கூறி, ஓரிடத்தில் பின்வருமாறு குறிப்பிடுகின்றமை மனங்கொள்ளத்தக்கது. தமிழ் திருந்த வேண்டுமெனும் விருப்பமுடையோர் அந்தாதி, கலம்பகம் முதலியவை எழுது-வதாலென்ன பயன்? அவ்வாறு எழுதினும் அதிலும் புதிதேதாவது சொல்வாரா? சொல்வார். அந்தோ அது தவறென்பார். கூறும் பொருளும் கூறும் விதமும் முன்னோர் கூறிய விதமே கூற வேண்டுமாயின் திருந்துவதற்கு வழி எங்கனோ? உருவகம் உவமை முதலியனவும் முன்-னோர் கூறியவற்றிற் பிறிது கூறிற்றவறென்பரேல். ஐயன்மீர், தமிழுய்யும் வழிதானெவ்வாறோ? முன்னொருகால், யான் இயற்றிய செய்யுளொன்றில் காக்கையிற் கரிய கூந்தல் என்றெழுதி-யதற்கு பண்டிதர் மூவர் முன்னோர் யாவரும் இவ்வாறு கூறவில்லையே இது தவறு என்-றனர். முன்னோர் காக்கை கரிது என்று சொல்லாவிடிற் காக்கை கரிதல்ல என்று கூறக்கூடிய பண்டிதருடன் யாம் யாது செய்யலாம்...

சமகால தமிழிற்கு முக்கியமான தேவை என்று தி.த.சரவணமுத்துப்பிள்ளை கருதுபவை புதிய செய்யுள் ஆக்கங்கள், மொழிபெயர்ப்புகள், வசன கிரந்தங்கள் என்பனவாம். மேற்-குறிப்பிட்ட தமிழ்ச் சூழலில் தவிர்க்கவியலாதவாறு தமிழபிமானம் பற்றி வற்புறுத்துகின்றார். தி.த. சரவணமுத்துப்பிள்ளை: தமிழர்களே உங்கள் சுதேசாபிமானம் எங்கு போயிற்று? தமி-ழின் ஆயுள் முடிந்ததென்பீரோ? அவ்வாறு கூறற்க. அதைரியப்படாது தமிழை விருத்தி பண்ண வேண்டியதே சுதேசாபிமானிகளின் கடமை. சுருங்கக்கூறின் ஈழத்தவரான தி.த.சரவ-ணமுத்துப்பிள்ளையின் தமிழ்ப்பாஷை என்ற நூல் தமிழ்மொழி வரலாற்று உருவாக்கத்திலும் தமிழ் இலக்கிய வரலாற்று உருவாக்கத்திலும் முக்கியமான நூலாகும்.

கலாநிதி செ. யோகராசா

மொழித்துறை — கிழக்குப் பல்கலைக்கழகம்

3

தமிழின் நிலை தாழ்வுற்ற 17 ஆம் நூற்றாண்டின் இறுதிப்பகுதியிலும் அதற்குப்பின் வந்த 18 ஆம் நூற்றாண்டிலும் தனித்தமிழ்மொழி பொருட்டான பல்வேறு கருத்தியல்கள் தமிழ்ச் சிந்தனையாளர்களுக்கிடையே ஏற்படலாயிற்று. 15, 16 ஆம் நூற்றாண்டுகளில் அயலவர்க-ளான விஜயநகர நாயக்கர்கள் முதலாய தெலுங்கு மன்னர்களின் ஆதிக்கம் கோலோச்சிய வேளை தமிழ்மொழி காக்க சைவத்தின் பேரால் அரண்செய்யப்பட்ட ஆதீன மடங்களின் தமிழ் வளர்ச்சிக்குப் போக்குகளில் ஏற்பட்ட தோய்வும் போதாமையும் தமிழ்ச்சிந்தனையாளர்-களிடையே ஆய்வு நிலையில் உயர்ச்சியுடைய தமிழியல் நிறுவனமயப்படுத்தலைத் தேடிய-தெனலாம்.

இளம்பூரனர், காக்கைப் பாடினியார், சிறுகாக்கைப் பாடினியார், அவிநயர், பல்காயனார் மயேச்சுவரர் கால்லாடனர், சேனாவரையர் தெய்வச்சிலையார், குனசாகரர் அமிர்தசாகரர் பேராசிரியர், நச்சினார்க்கினியர் முதலாய பல பேராசிரியமாரின் சிந்தனைப்பள்ளிகளின் வழி பரந்து வளர்ந்த தமிழியல் ஆய்வுமரபு சிலதேக்க நிலைகளுக்குப்பின் காலனிய காலக் கல்-விநிலையில் ஏற்பட்ட மாறுதலுக்கேற்ப தானும் ஒரு மறுகட்டமைவிற்கு உட்படுவதாயிற்று

அதனையடியொட்டியே மாணவர்களால் தமிழ்ச்சங்கங்கள் மீளவும் உருவாக்கப்பட்டது. அவ்வகையிலேயே தமிழ் மொழியைக் கற்றறிதல்ப் பொருட்டும் உயர்மட்ட ஆராய்ச்சிநிலையில் தமிழ்மொழியை ஆய்தல் குறித்தும் தமிழ்ச்சங்கங்கள் தோன்றிவளரலாயின. அவ்வகையில் தமிழ்மொழியைக் கற்றல் தொடர்பாக மாணவர்களால் தோற்றுவிக்கப்பட்ட சங்கமாக அமைவது சென்னைத்துரைத்தன பாடசாலைத் தமிழ்ச்சங்கமாகும். இச்சங்கத்திலேயே சரவணமுத்துப்பிள்ளை அவர்கள் தமது சிறப்புமிக்க தமிழ்பாஷை எனும் சொற்பொழிவினை நிகழ்த்துவாராயினர். இச்சங்கம் தொடங்கிய 1892 ஆண்டிற்கு இராண்டுகளுகு முன்பு 1890 ஆம் ஆண்டு அன்றைய முதுபெரும் அறிஞர்மார் பலர் ஒன்றுகூடி ஆய்வுநிலையில் ஒரு தமிழ்ச்சங்கம் ஏற்படுத்தினர் என்பதினை ஏ.கே.செட்டியாரின் தமிழ்நாடு பயணக்கட்டுரைகள் எனும் நூலின் வழி பின்வருமாறு அறியலாம்.

தென்னாட்டுத் தமிழ்ச் சங்கம் : மேற்குறித்த பேரால் தமிழ் பாஷாபிவிருத்தியை நாடிய சங்கமொன்று ஸ்தாபிப்பதற்காகச் சென்ற மாதம் பட்டணம் தொண்டை மண்டலம் ஸ்கூல் ஹாலில் கூடிய கூட்டத்தில் நியமிக்கப்பட்ட கமிட்டியார் நாளது மாதம் க-தேதி "காஸ்மாபொலிடன் க்ளப்" கட்டடத்தில் ஒரு கூட்டம் கூடினார்கள். அப்பொழுது ம-ள-ஸ்ரீ சோமசுந்தரம் செட்டியார் அவர்கள் தற்கால அக்கிராசனாதிபதியாக விருக்கப் பின்வரும் கனவான்கள் கமிட்டி மெம்பர்களாக ஆஜராயிருந்தார்கள்

ராவ்பகதூர் பூண்டி அரங்கரநாத முதலியார் அவர்கள் எம்.ஏ

ம-ள-ஸ்ரீ பி.விஜயரங்க முதலியார் அவர்கள்

சேஷகிரி சாஸ்திரியார் அவர்கள் எம்.ஏ

சி.டப்ள்யூ.தாமோதரம் பிள்ளை அவர்கள் பி.ஏ.பி.எல்

ராவ்பகதூர் சேலம் இராமசாமி முதலியார் அவர்கள் எம்.ஏ.பி.எல்

எம்.வீரராகவாச்சாரியார் அவர்கள் பி.ஏ

டி.பாலசுந்தர முதலியார் அவர்கள் பி.ஏ (தற்கால காரியதரிசி)

மேற்படி சங்கத்தின் நோக்கங்கள் பின்வருவனவாக இருக்கத் தக்கதென்று தீர்மானிக்கப்பட்டது. அவை:

(க) தமிழ்ப் புத்தகசாலையொன்று ஏற்படுத்தி அதற்கு இதுவரையில் தமிழில் அச்சாகியிருக்கும் கிரந்தங்களையெல்லாம் சேகரித்தல்

(உ) இதுவரையில் அச்சிடப்படாத கிரந்தங்களின் ஏட்டுப் பிரதிகளையும், அச்சிடப்பட்டுள்ள நல்லகிரந்தங்களை இனிமேல் எப்போதாவது இன்னும் நன்றாய்ச் சீர்திருத்துவதற்குபயோகமாகும்படி அவைகளின் ஏட்டுப் பிரதிகளையும் சேகரித்து வைத்தல்

(ங) தமிழில் சுயமாகவேணும், மொழிபெயர்ப்பினாலேனும் எளிய செந்தமிழ் நன்னடையில் ஜனங்களுக்கு அனுபவத்திலுபயோகப்படத் தக்கதாகலாவது சாஸ்திர சம்மந்தமானதாகவாவதுள்ள நூல்களை வசன ரூபமாகச் சித்தஞ்செய்து பிரசுரிக்க வேண்டிய ஏற்பாடுகள் செயல்

(நு) தமிழில் பிரபலமாயுள்ள எல்லா கிரந்தங்களினுடைய பேர்களும் கூடுமான வரையில் அவற்றிலடங்கிய விஷயங்களின் விவரமும், அவைகள் இன்னார் வசமிருக்கிறதென்கிற விவரமுமடங்கிய சரியான ஜாபிதாவொன்று தயார் செய்யல்

(ரு) தத்துஞான சம்பந்தமாகவாவது, வித்தியா சம்பந்தமாகவாவது அருமையாயுள்ள விஷயங்களைப் பற்றிச் சிறந்த பிரபந்தங்கள் எழுதி வாசிக்க அல்லது உபந்நியாசங்கள் செய்ய

ஏற்பாடு செய்யல்

(சா) இதுவரையிலும் அச்சிடப்படாது இப்போது கையேட்டுப் பிரதிகளாயிருக்கும் நூல்களில் பிரசுரிக்கத் தகுந்ததைப் பார்த்தெடுத்து அவற்றைப் பிரசுரிக்க உதவி செய்யல்

ஆகிய இவைகளேயாம்

சுதேசமித்திரன் 10.05.1890 , பக்கம் — 146

இவ்வாறு திட்டமிட்டு நிறுவப்பட்ட இச்சங்கத்தினைக்குறித்த வேறு செய்திகள் கிட்டாதவாயினவாகின. இதற்குப் பத்தாண்டுகளுக்குப் பின் மதுரைமாநகரிலே வள்ளல் பாண்டித்துரைச்சாமித்தேவரால் நிறுவப் பெற்ற மதுரைத்தமிழ்ச்சங்கமே முழுமையான கட்டமைவுடன் தமிழ் ஆய்வுப்பணியாற்றியதாக அமைகிறது.

சென்னைத்துரைத்தனக் கல்லூரி தமிழ் விரிவுரையாளர் பரிதிமார் கலைஞரவர்கள் தமிழ் உயர்தனிச் செம்மொழி எனும் ஆய்வுக்கட்டுரையின் வழி தமிழின் வடமொழிக்கு முற்பட்ட தனித்தன்மைகளையும் அதன் செவ்வியல் சிறப்புகளையும் வெளிப்படுத்தினார். இக்கட்டுரை 1902 ஆம் ஆண்டு வெளிவந்த மதுரைத் தமிழ்ச் சங்கத்தின் செந்தமிழ் இதழில் வெளிவந்தது. அதற்குப் பத்து ஆண்டுகளுக்கு முன்பே அதே சென்னைத் துரைத்தனக் கல்லூரியின் (பிறசிடென்சி கல்லூரி) தமிழ்ச்சங்கத்தில் தி.த.சரவணமுத்துப்பிள்ளை அவர்களால் தமிழ்பாஷையின் செம்மைகள் குறித்த இக்கட்டுரை மொழியப் பெற்றுள்ளது. தமிழியல் ஆய்வுகளிலும் பதிப்புகளிலும் அன்றைய ஈழத்து அறிஞர்கள் ஒரு படிமேலே நின்றனர் என்பதற்கு இவைபோன்ற பலகாட்டுகளைக் கூறலாம். தமிழியல் வரலாற்றாய்வுகளில் வி.கனகசபைப்பிள்ளையும், பதிப்பு முன்னோடி நிலையில் ஆறுமுகநாவலரும் அவருக்குப் பின் சி.வை.தாமோதரம்பிள்ளை அவர்களும் அரச கோசரி தொடக்கம் அ.குமாரசாமிப்புலவர் வரையிலான வடமொழியிலிருந்து தமிழுக்கு மொழிபெயர்ப்புகளை வழங்கிய இலக்கிய இலக்கண செம்மல்கள் கோலோச்சிய காலகட்டம்.

1906 ஆம் ஆண்டு ரா.ராகவையங்கார் அவர்களால் எழுதப்பட்ட வணத்தமிழ் வீரமாதர் எனும் கட்டுரை செந்தமிழ் இதழில் வெளிவந்தது. புறநானூறு முதலாய சங்க இலக்கியங்கியப் பால்களின் தரவுகளைக் கொண்டு பண்டைத்தமிழ் மாதரின் வீரவுணர்வுகள் இக்கட்டுரையின் வழி வெளிப்படுத்தப்பட்டது. இன்றைய நிலையில் இக்கட்டுரையை நோக்கும் ஆய்வாளர்களுக்கு இதுமிகவும் எளிய கட்டுரையாகத் தோன்றினும், சங்க இலக்கிய நூல்கள் வெளிவந்து கொண்டிருந்த அக்காலகட்டத்துடன் இவ்வாய்வுப் பணியினை வைத்து நோக்கும் போது அக்கட்டுரை அரியகட்டுரையாக அமைவதனை உணரலாம். அதற்கமைய அதற்குப் பத்தாண்டுகளுக்கு முன்பே தமிழ் இலக்கிய வரலாற்றினை முறைப்படுத்தியும் அதன் செவ்வியல் இலக்கிய வளத்தினை ஆராய்ந்தும். தமிழ் வளர்ச்சிக்கான தேவையினை ஆய்ந்து உணர்த்துவமான நோக்கில் இக்கட்டுரை இன்றியமையாததாக அமைகிறது.

தமிழ்வடமொழியில் இருந்து தோன்றியதென்றும் வடமொழிமரபினை முற்றாகத்தழுவிய தென்றும் கருத்துக்கள் உச்சத்தில் நின்ற காலகட்டத்தில் செந்தமிழில் வெளிவந்த 'பானினிய வகுதீபிகை 'எனும் நூலின் முகவுரையில் பேராசிரியர்.எஸ்.வையாபுரிப்பிள்ளையவர்கள் தமிழின் செவிலித்தாய் ஆரியம் எனக்குறிப்பிட்டுச் செல்வார். இதற்கு ஆய்வியல் நிலையில் மறுதலை முடிவொன்றைக் கட்டுரையாக்கி விடையளிப்பார் ஈழத்து வவுனியாவின் இராசையனார். அதற்கும் 50 ஆண்டுகளுக்கு முன்பே தி.த.சரவணமுத்துப்பிள்ளை அவர்கள்

வடமொழியில் இருந்து தமிழ் தோன்றிய கதைகள் ஒவ்வாதன என சான்றுவழி விளக்குவார். ஆயினும் வடமொழியால் தமிழ் திருத்தியது எனும் கருத்தையும் கூறிச்செல்வது அன்றைய தொடக்கநிலை ஆய்வுகளின வழியே.

உலகின் பண்டைய மொழிகளின் வரலாற்றுப் போக்கிலும் ஆத்தீகம், நாத்தீகம் எனும் இரு வகை நிலைகளைக் காணலாம் மொழிஆத்தீகம் என்பது மொழியைக் கடவுளோடும் சமயத்தோடும் பிணைத்து உச்ச சிறப்புநிலைக்குக் கொண்டு சென்று கடவுளின் மொழியாக்கி மற்றைய மொழிகளைத் தாழ்மைப்படுத்தி,மற்றைய மொழியியலாரின் சிந்தனை மரபையும் தாழ்மைப்படுத்தி, அச்சிந்தனை மரபை தமதாக்கிக் கொண்டு கடவுளின் மொழி எனும் ஆதிக்க மொழியின் மரபை உயர்த்திக் காட்டுவதாக அமைவதினைக் காணலாம்.

மொழி நாத்திகம் என்பது மொழியின் இயற்கை உற்பத்தியைக் குறிப்பதாகவும் பிறமொழிகளின் ஆதீக்கத்திலிருந்து விடுபடுதலை நோக்கியதாகவும் தங்களது மூலமொழிமரபினைப் பாதுகாத்து உயர்த்துவதாக அமையும். இந்நிலையில் இக்கட்டுரை மொழியின் இயற்கை உற்பத்தியைக் நோக்கிய சிந்தனைமரபைச் சார்ந்ததாக அமைகிறது. தமிழைச் சூழ்ந்த இருளாக தமிழின் தோற்றம் குறித்தும். தமிழ்ப்புலவோர் வரலாறுகள் குறித்தும் புனையப்பட்ட கதைகள் அமைவனவாகலாம். ஒருமொழியைச் சார்ந்து இத்தனைக்கட்டுக்கதைகள் எழுவது உலகில் வேறெந்த மொழியிலும் தமிழில் அமைந்தது போல் உண்டோ என்பதனை எண்ண ஐயமேமிகும். தமிழின் தொடக்க நாயகராக உருவான அகத்தியர் இலக்கணம் தொட்டு சோதிடம் வரையான அனைத்து தமிழியல் துறைக்கும் காலம் கடந்த படைப்பாளராவர். இதுபோலவே திருவள்ளுவர் கதைகள், ஔவையார் கதைகள் (வடமொழிமரபில் உள்ள சிவசூத்திரங்களினும் பிரமசூத்திரங்களினும் உயரிதாக தமிழ் மரபில் அகத்தியர் கதைகள் கன்னம் கொண்டனவெனலாம்) தொல்காப்பியர் கதைகள், புகழேந்திப்புலவர் கதைகள், கம்பர், ஒட்டக்கூத்தர் கதைகள், காலமேகப்புலவர் கதைகள் என்பனவாக எல்லாக் காலத்திலும் இக்கதைகள் நீளும் நாட்டுப்புற இலக்கியங்களில் மாத்திரமல்லாமல் செவ்வியல் இலக்கிய நிலைகளிலும் இக்கதைகள் போற்றப்பட்டனவாகின்றன. தமிழ்ப்புலவோர் தொடர்பான கதைகள் பார்ப்பானன் தமிழ்ச்சூத்திரச்சியை மணந்து அதன் வழிப் பிறந்த பிள்ளையே தமிழறிவு பெற்றதாக தாழ்ச்சி செய்து சேரநாட்டில் மலையாளக் குடிமுறைகள் தோன்றியமையை நினைவூட்டுவதாக அமையும். இது ஒரு வகை மொழி வழிப்பட்ட இனவியல் ஆதிக்கத்தின் வெளிப்பாடே எனலாம். இக்கட்டுரை அளவையியல் முறையில் அறிவுசார் ஆய்வின் வழி சரவணமுத்துப்பிள்ளை அவர்கள் முறிக்கின்றார். ஆயினும் கடவுள் தமிழியற்றியதற்குச் சான்றாக இவ்வறிஞர் காட்டும் காஞ்சிப்புராண திருவிளையாடற்புராண மேற்கோள்கள். இவரது கருத்திற்கு ஏற்புடையனவாகும். ஏனெனில் மேற்கண்ட நூல்களைப் போன்றே தமிழ்விடுதூது, அருணைக்கலப்பகம் முதலாய நூல்களில் வரும் இறைவனின் மேலாய் தமிழை நிறுத்தும் கருத்துக்கள் வடமொழி ஆதிக்கமரபிற்கு எதிரான தமிழ் மரபின் எதிர்ப்பையே சமய நிலையில் காட்டுவதாக இன்றைய ஆய்வுகளின் வழி அமைக்கலாம். எனினும் அவரது காலகட்டத்தின் தேவையாக சில கருத்தியல் புறக்கணிப்புகள் அமைவது இயற்கையே.

திராவிட மொழிகளின் தோற்றம் குறித்து முரன்பாடுடைய கருத்தியல்கள் இன்றளவும் நிலவிக் கொண்டே இருக்கின்றன. பழந்தமிழில் இருந்தே படிப்படியாக கன்னடம், தெலுங்கு, மலையாளம், துளுவம் என்பனவாக திராவிட மொழிகள் பிரித்தன என்றும், இந்தியக்கண்டம்

முழுவதும் வழங்கிய ஒரு மூலத்திராவிட மொழியல் இருந்து முதலில் தமிழும் அதன்பின் படிப்படியாக திராவிட மொழிகளும் பிரிந்ததாகவும். குமரிக்கண்டத்தில் இருந்து சிந்துவெளி வரை வழங்கிய தமிழ்மொழி வடபுலத்தே ஆரியர்களின் வருகைக்குப் பின் மகதி, அர்த்தக-மதி முதலாய மொழிகளின் தாக்கத்தால் பலவாகத் திரிந்து மாறியதெனவுமான கருத்தியல்-கள் பல உண்டு. திராவிடமொழிகள்சார் ஆய்வுலகும் இக்கருத்தியல்களின் அடிப்படையில் பிளவுரும் இதேநிலைப்பாடே ஈழத்து அறிஞர்களிடமும் நிலவியது. வி.கனகசபைப்பிள்ளை, ந.சி.கந்தையா இராசையனார் முதலானோர் பழந்தமிழே மூலமொழி எனும் கோட்பாட்-டைக் கொண்டிருந்தாலும் இவ்விடயத்தில் சரவணமுத்துப்பிள்ளை மாறுப்பட்ட நிலையையே கொண்டார் எனலாம்.

கந்தபுராணம் ஈழமண்டலம் எங்கும் வாசிக்கப்படும் புகழைப்பெற்றதோடு அதற்கு ஈழத்து அறிஞர் பலரால் உரைகள் செய்யப்பட்டன. ஈழத்திலும் தமிழகத்திலும் உச்சம் பெற்ற முருக வழிபாட்டு மரபின் பதிவே கந்தபுராண பரவலாக்கம் எனினும் தமிழக மருங்கில் கம்பராமா-யாணம் போல் இந்நூல் புகழ் பெறாமை ஈழத்தின் தொன்மைமிகு கந்த வழிபாட்டின் எச்-சமரபாகலாம். அன்றேல் ஒருசிற்றூருக்கு 27 முருகன் கோயில்கள் தோற்றுவிக்கப்படுவது வேறெங்கும் கண்டிட்டில்லாததொன்றே. இச்சிறுநூலில் பல்வகைக் கருத்தியல்களைக் கூறிச்-செல்லும் ஆசிரியர் மரபுவழிப்பட்ட தாயகங்களுக்கும் வாழ்வாதாரத் தாயகங்களுக்கும் எல்லை கூறுவதும் பெருஞ்சிறப்பே. இன்றைய தமிழியற் துறைசார் ஆய்வாளர்களுக்கு தங்-கள் ஆய்வுமரபின் முன்னோடி ஆய்வான இவ்வாய்வுக் கட்டுரை பெரிதும் பயனுடையதாக அமையும்.

முனைவர் ஜெ.அரங்கராஜ்

ஈழத்தமிழ்ப் பதிப்புலகம் பிரச்சனைகளும் செல்நெறியும்

ந. இரவீந்திரன்

புத்தகப் பண்பாட்டுச் செல்நெறியிலான பதிப்பு முயற்சிகளை மீட்டுப் பார்க்கும் முயற்சி பல்-வேறு களங்களை முன்னிறுத்துவதாக அமைய வாய்ப்புண்டு. அவை பெரும்பாலும் பண்பு சார்ந்தனவாகப் பகுக்கப்படலாம். இட-வேறுபாடு சார்ந்து தமிழகத்தினுள் பிரிப்புக்குச் சாத்-தியமில்லை. ஈழம், அயலகம் என்ற பிரிப்பு அவசியப்படும். தமிழகத்திலிருந்து ஈழம் பிரிக்-கப்படுவது தவிர்க்கவியலாதது என இன்று உணரப்படுவது போல, சென்ற நூற்றாண்டின் முன்னரைப்பகுதியில் விளங்கிக் கொள்ளப்-பட்டதில்லை.

சென்ற நூற்றாண்டில் பிரித்தானியராட்சிக் காலம் வரையில் இலங்கையில் பெரும்பாலான அரசியல்_சமூக_இலக்கியத் தலைவர்களிடையே இந்தியாவின் ஒரு பகுதியாகவே இலங்-கையைப் பார்க்கும் உணர்வுநிலை காணப்பட்டது. ஏகாதிபத்திய நலன் சார்ந்து இந்தியாவுக்கு எதிர்நிலையில் இலங்கையைப் பிரித்தானிய அரசு கையாண்டபோதிலும் நிர்வாகச் செயற்-பாடு-களில் இந்தியாவுடன் இணைந்தே இலங்கை-யையும் ஆளுகை செய்து வந்தது. இலங்-கைக்கும் இந்தியாவுக்கும் ரூபாய் நாணயம் ஒன்றாகவே இருந்தது (ரூபாயின் பகுதிகளான இந்தியாவின் காசு இலங்கையின் சதத்திலிருந்து வேறுபட்-டிருந்தது). இலங்கையிலிருந்து

இந்தியாவுக்குப் புறப்படுகிறவர்கள் ரூபாயில் நாணயத்தை எடுத்துக்கொண்டால், நாணய மாற்றுக்கு அவசியமின்றிச் செலவுகளைக் கையாள முடியும். இலங்கை_இந்தியத் தொடர்-பாடலில் இதுவொரு பிரதான அம்சமாக அமைந்தது.

பிரித்தானியர் வெளியேற்றத்தின் பின்னர் இறைமைமிக்க தனிநாடாக இலங்கை இயங்கி வந்திருக்கிறது. இருப்பினும் பெரும்பாலான தமிழ் மக்கள் இந்தியாவைத் தாய் நாடாகவும் இலங்கையை அதன் சேயாகவும் தரிசிக்கும் மனப்பாங்குடையவர்களாகவே இருந்தனர். இதற்குத் தமிழ் மொழித் தொடர்பாடல் இணைப்புக் கண்ணியாக அமைந்தது. சிங்கள மக்க-ளும் தம்மை இந்தியாவிலிருந்து வந்து குடியேறிய வம்சாவழியினராய்க் காண்பதும், பௌத்-தத்தை வழங்கிய புண்ணிய பூமியாக இந்தியாவைத் தரிசிப்பதையும் தொடர்ந்து பின்பற்றி வருபவர்கள்தாம். அமெரிக்க மேலாதிக்கம் கால்பதிக்க வழியேற்படுத்திக் கொடுக்கும் நடவ-டிக்கையினால் இந்தியாவுடன் பகையேற்படுத்திப் பின் இந்திய_இலங்கை உடன்படிக்கை வாயிலாக இலங்கையின் இறைமையைத் தாரைவார்த்துள்ள ஜே. ஆர். ஜெயவர்த்தனாவி-டம் நாற்பதாம் ஆண்டுகளி-லேயே இலங்கை இந்தியாவுடன் இணைந்த மாநிலமாகத் திகழ-வேண்டும் என்ற கருத்தே இருந்தது. இலங்கையில் ஏற்படக்கூடிய சமத்-துவத்துக்கான எழுச்-சியைத் தடுக்க அவசியமான நடவடிக்கை என்ற சுரண்டும் வர்க்க நலன் சார்ந்த விருப்பம் அது; இன்று-வரை ஆளும் வர்க்கம் பேணி வரும் உறவும் அத்தகையதே.

மக்கள் நலன் சார்ந்த தொடர்பாடல் இன்னொரு வகையானது. ‘‘பத்தொன்பதாம் நூற்றாண்-டிலே தமிழகத்திலும் ஈழத்திலும் வாழ்ந்த தமிழ்ப் புலவர்கள் மிகவும் நெருங்கிய தொடர்-புகளைக் கொண்டிருந்-தனர். போக்குவரத்து வசதி-களும் தொடர்பியற் சாதனங்களும் மிக அருகலாக இருந்த அக்காலத்தில் இரு நிலங்களிலுமிருந்த தமிழறிஞர்களும் புலவர்களும் கவிராயர்களும் கணக்காயர்களும் அடிக்கடி சந்தித்து அளவளாவிப் பரஸ்பரம் உணர்வைப் பரிமாறிக் கொண்டனர். இன்று நாம் நம்ப-முடியாத அளவில் இது நடைபெற்றிருக்கி-றது. ஈழத்தவரான சு. சரவணமுத்துப் பிள்ளை ‘சைவ_உதயபானு’ என்னும் பத்திரிகையை ஏக காலத்தில் யாழ்ப்பாணத்திலிருந்தும் மதுரை-யிலிருந்தும் வெளிப்படுத்தியிருக்கிறார். அந்த அளவிற்கு அன்றைய உலகம்_கற்றோர் உலகம்_-நன்கு ஒன்றிணைக்கப்பட்டதாயிருந்தது. இன்று, எத்தனையோ வசதிகள்_ வாய்ப்புகள்_ இருந்தும்_ வெளியீட்டுச் சாதனங்கள் வெகு-வாகப் பரவி-யிருந்தும்_ இரு நாடுகளிலுமுள்ள எழுத்தாளரிற் பெரும்பாலானோர் தத்தம் குறுகிய எல்லை-களுக்கு அப்பாலுள்ள இலக்கியங்களை அறியாதவர்களாகவே காணப்படு-கின்றனர். இது கவலைக்குரியது. நம் காலத்து முரண்படு செய்தி-களில் ஒன்று’’ என்பார் க. கைலாசபதி (க. கை. ப. 11).

ஈழத்துப் படைப்புலகம் வீச்சோடு எழுச்சி கொள்ளத் தேசிய இலக்கியக் கோட்பாட்டை முன்-னிறுத்தி, அதற்கெனக் குரல் கொடுத்தவர்-களுடன் இணைந்து வீரார்ந்த இலக்கிய இயக்-கத்தை முன்னெடுத்தவர் கைலாசபதி. இங்கே தமிழக_ஈழப் பரிமாற்றம் உயிர்ப்புள்ள-தாக அமைவதற்கான ஏக்கத்தை வெளிப்படுத்தக் காண்கிறோம். தமிழகத்தின் நிழலாக ஈழப்-படைப்புலகம் அமையக்கூடாது, ஈழ மக்களது வாழ்வடிப்படை சார்ந்த மண்வாசனை இலக்-கியங்களும் கலை-களும் எழுச்சிகொள்ள வேண்டும் என்பது தேசிய இலக்கிய இயக்கத்-தின் அச்சாணியாக அமைந்தது. தமிழக_ஈழத் தொடர்பாடல் ஆரோக்கிய-மானதாக அமைய வேண்டும் என்பது மற்றொரு விடயம்.

இன்றுவரையிலுங்கூட இந்த தொடர்பாடல் நேர்-சீராக இல்லை என்பதுதான் வருந்தத்தக்க உண்மை. தேசிய இலக்கியக் கோட்பாடு ஐம்பது-களின் பிற்கூறிலிருந்து எழுச்சி பெற்ற மண்-வாசனை இலக்கிய இயக்கத்தோடு உடன்நிகழ்வாக வெளிப்பட்டது. எழுபதுகளில் மூன்றா-முலக நாடுகள் பல நடைமுறைப்படுத்திய சுயசார்புப் பொருளாதாரம் இலங்கைக்கும் சாத்-தியப்பட்ட சூழலில், இலங்கையில் தேசிய இலக்கிய எழுச்சி வீறு-கொண்டு எழுந்தது. இன்றுஞ்சரி, முன்னருஞ்சரி தமிழகத்தின் வணிகநலன் சார்ந்த குப்பைகள் கலை_ இலக்கியம் எனும் பெயரில் ஈழ மண்ணை ஆக்கிரமித்திருப்பன. ஆரோக்கியமான படைப்புகள் மிக அருந்தலாகவே ஈழத்தை வந்தடைய முடிவதாய் அமையும். அவற்றையும் குப்பை கூளங்-களிலிருந்து பிரித்தெடுப்பதோ சிரமப்பிரயத்தனம். வலுவான நல்ல படைப்புகள் வராமலே போய்விடுவதே அதிகம். இத்தகைய சூழலிலேதான் இறக்குமதிக் கட்டுப்பாடு எழுபது-களில் ஏற்படுத்தப்பட்டது. அந்தக்காலமே ஈழத்துப் பதிப்புலகின் பொற்காலமாக அமைந்-திருந்தது.

அத்தகைய வீரியத்துடன் ஏனைய காலங்கள் அமையாதபோது ஈழத்துப் பதிப்புத் தேவை பெரும்பாலும் தமிழகத்தினூடாக நிறைவு செய்யப்படுவதாய் அமைந்திருந்தது. நாவலர் முதல் இன்று வரை ஈழத்தின் அநேகமான வீச்சான முயற்சிகள் இலங்கையிலும் இந்தியாவிலும் பதிக்கப்படுவதாக இருக்கும் அல்லது இந்தியாவில் பதிக்கப்பட்டு இலங்கை பெற்றுக்கொள்-வதாக இருக்கும். ஈழத்தில் பதிக்கப்பட்டுத் தமிழகத்தைச் சென்றடை-யாதனவும் பலவுள. இதுகுறித்து ஈழத்திலிருந்தான குரல்கள் அவ்வப்போது எழுந்தபோதிலும் தமிழகத்தின் எந்தத் தரப்பும் அதனைப் பொருட்-டாக எடுத்துக்கொண்டதில்லை. தமிழகத்தி-லிருந்து மட்டும் வரு-வதாக அன்றி ஈழத்திலிருந்-தும் தமிழகத்துக்கு நூல்களும் கலைப்படைப்பு-களும் வருவதாக ‘இரு வழிப்பாதை’ சாத்தியப்பட வேண்டும் என்ற ஈழத்தின் குரல் ஈனசுரத்தில்தான் ஒலிக்கி-றது.

இந்திய மொழிகளில் உள்ள நூல்கள் இறக்குமதிக்கு இந்தியாவிலுள்ள தடை ஏனைய எந்த மொழிகளையும் சீண்டியதில்லை. தமிழுக்கு மட்டுமே தேசியமொழி அந்தஸ்துடனான அயல் நாடுகளின் இருப்பு வாய்த்துள்ளதால், தமிழர் அக்கறை கொண்டால் மட்டுமே இரு வழிப்-பாதையை சாத்தியமாக்க முடியும். வேறு மொழி-யினராயின் இந்நேரம் இதனைச் சாதித்தி-ருக்கக் கூடும்; தமிழகம் ஏனைய பல விடயங்களைப் போன்றே இதிலும் அலட்டிக் கொள்-ளவில்லை. தவிர, திரைகடலோடித் திரவியம் தேடும் சமூகம் என்கிற வகையில் ஏற்றுமதி வணிக நலன் ஏனைய தமிழ்ச் சமூகங்களின் குரலை அமுக்க வாய்ப்புகள் அதிகம்.

இத்தகைய வலுவான பதிப்பு ஆளுமைக்கு ஆட்பட்டிருக்கத்தக்க தொலைவுக்குள் இலங்கை உள்ளமையினால் அதற்கேயான பதிப்புலகம் தனக்கான தனித்துவத்துடன் மிளிரும் துறை-களில் மட்டுமே சாத்தியப்பட வல்லது. இன்-னொரு மாற்றையும் ஈழத்து வெளியீட்டுத்துறை சார்ந்துள்ளது. ஈழத்தின் வணிக சஞ்சிகைத் தேவையைத் தமிழகத்தின் கல்கி, ஆனந்த-விகடன், குமுதம், குங்குமம் போன்றன பூர்த்தி செய்வதால் அங்கு சிறு சஞ்சிகைக்கான காத்திரமான படைப்-புகள் வேறாக வருவது போலன்றி ஈழத்தின் தினசரிகளே பெரும்பாலும் இலக்கியத் தேவை-களைப் பூர்த்தி செய்கின்றன. கூடவே இலங்கை-யின் சஞ்சிகைகளில் ஆக்கங்கள் வெளிவருவதே போதுமானதாகக் கருதப்படுகிறது.

ஆக, படைப்பாக்கம் எவ்வளவுதான் எழுச்சி-யடைந்தபோதிலும் அதற்குச் சமாந்தரமான பதிப்புத்துறை வீச்சுப்பெறவில்லை என்பது கவனிப்புக்குரியது. எழுபதுகளிலிருந்து தமிழ்

சிறப்புப்பாடமாகக் கற்கும் பட்டப்படிப்பில் பல்கலைக்கழகங்கள் ஆய்வுகளைக் கட்டாயமாக்கி--யுள்ளன . ஏராளமான ஆய்வுகள் மேற்-கொள்ளப்பட்டுள்ளன. அவற்றுள் விரல்விட்டு எண்ணத்தக்கன கூட நூலுருப் பெறவில்லை. இது குறித்து க. அருணாசலம் கருத்துக் கவனிப்புக்குரியது: (பட்ட மேற்படிப்புக்கான இரு காத்திரமான ஆய்வேடுகளது நிலைமையைப் பார்க்கும்போது) 'ஈழத்துத் தமிழ் நாவல் இலக்கியம்' என்னும் ஆய்வுக் கட்டுரை சிற்சில மாற்றங்களுடன் மிகுந்த நிதி நெருக்கடியின் மத்தியிலும் முத்தமிழ் வெளியீட்டுக் கழகத்தின் முயற்சியினால் 1978ஆம் ஆண்டு நூல் வடிவில் வெளிவந்துள்ளது. 'ஈழத்துத் தமிழ்ச் சிறுகதைகள்' என்னும் ஆய்வுக் கட்டுரை பிரசுர வசதிக் குறைவினால் 1974ஆம் ஆண்டு தொடக்கம் இற்றை வரை ஆய்வுக் கட்டுரை வடிவிலேயே பேராதனைப் பல்கலைக்கழக நூல்நிலையத்திலே துயின்று கொண்டிருக்கிறது. இதே போன்று ஈழத்து நவீன இலக்கியம் பற்றி 1970களிலும் அதன் பின்னரும் முதுமாணி, கலாநிதி முதலிய பட்டங்களுக்காகச் சமர்ப்பிக்கப்பட்ட ஆய்வுக் கட்டுரைகள் பலவும், பல்கலைக் கழகங்களில் தமிழைச் சிறப்புப் பாடமாகப் பயிலும் இறுதி-யாண்டு மாணவர்களால் சமர்ப்பிக்கப்பட்ட கட்டுரைகள் பலவும் பேராதனை, கொழும்பு, யாழ்ப்பாணம் முதலியவற்றின் பல்கலைக்கழக நூல்நிலையங்களிலே துயின்று கொண்டிருத்தல் வேதனைக்குரியதே' (க.அருணாசலம் ப.34).

இதுபோன்ற ஆய்வேடுகள் பலவும் தமிழகத்-தில் 'சூட்டோடு சூடாக' வெளியிடப்படுகின்ற இன்றைய சூழலிலுங்கூட இலங்கையில் இதே நிலைமையே நீடிக்கிறது. இத்தகைய பதிப்பு வசதியீனம் காரணமாகப் பல்வேறு ஆய்வு விடயங்கள் கவனிக்கப்படாமலே இருப்பதையும் காண முடியும். பிரதானமாக இலங்கைச் சூழலில் சமூகத் தாக்கம் விளைத்த ஆளுமைகள் குறித்து ஆழமான ஆய்வுகள் நிகழ்த்தப்படுவதில்லை என்ற குறை உண்டு. இவ்வாறு விடுபட்ட ஆளுமைகள் குறித்து க.அருணாசலம் கூறும் கருத்தும் கவனிப்புக்குரியது. "ஈழத்துத் தமிழர் சமூகம், சமயம், பண்பாடு முதலிய துறைகளில் குறிப்பிடத்-தக்க பணிகளை ஆற்றியுள்ள சைவப்பெரியார் சிவபாதசுந்தரனார், இந்து சபை (போர்ட்) இராசரத்தினம், பசுபதிச் செட்டியார், பண்டித-மணி அருளம்பலவனார், புலோலியூர் நா.கதிரை-வேற்பிள்ளை, மட்டுவில் க.வேற்பிள்ளை, வித்துவான் சி.கணேசையர், காசிவாசி. செந்தி-நாதையர், சபாபதி நாவலர், வண்ணார்பண்ணை க. வைத்தியலிங்கம்பிள்ளை, த.கைலாசபிள்ளை, காரைத்தீவு அருணாசல உபாத்தியாயர், யோகர் சுவாமிகள் முதலியோரது வாழ்க்கை வரலாறு, பணிகள் முதலியன விரிவாக ஆராயப்படுதல் அவசியமாகும்" என்பார் அவர் (க.அருணாசலம் ப.360).

மேற்படிப் பெயர்ப்பட்டியல் ஒரு மாதிரிக்-கானது-தான். அரசியல், கலை, இலக்கிய, பண்பாட்டுத்-துறை சார் ஆளுமைகள் பலரைப் பற்றிய வாழ்க்கை வரலாற்று ஆய்வுக் குறிப்புகள் இலங்கையில் கிடையாது. தமிழர் தலைவர்கள் எனப்பட்ட ஜி.ஜி. பொன்னம்பலம், தந்தை செல்வநாயகம், அ. அமிர்தலிங்கம், இடது சாரித் தலைவர்களாக வலுமிக்க சமூகத்தாக்கம் ஏற்படுத்தியிருந்த தருமகுல சிங்கம், இராமசாமி ஐயர், கார்த்திகேசன், வைத்திலிங்கம், சண்முக-தாசன், பொன்.கந்தையா, வி.ஏ.கந்தசாமி, கே.ஏ.சுப்பிரமணியம் இலக்கிய ஆளுமைகளாகத் திகழ்ந்த கனக செந்திநாதன் முதல் கைலாசபதி வரை எனப் பலரும் நுண்ணாய்வுக்கு உள்ளாக்-கப்-படாமலே விடப்பட்டுள்ளனர்.

கவிதை, சிறுகதை, நாடகம் போன்ற துறைகளில் ஈழப்படைப்புலகம் ஆளுமையுடன் திகழ

முடிகிறது. கவிதை, சிறுகதை ஆகியவற்றின் வெளிப்பாட்டுக் களங்களாக தினசரிகளும் சஞ்சிகைகளுமே போதுமானதாயிருப்பதால் இது சாத்தியமாயுள்ளது. நாடகம் ஆற்றுகைக் கலை என்கிற வகையில் வீச்சான அதன் வளர்ச்சி காற்றோடு கலந்துவிட இடமுண்டு; தாக்கம் செலுத்திய பல நாடகப் பிரதிகள் பதிப்பு வசதியைப் பெறவில்லை என்பது கவனிப்புக்-குரியது. அவ்வாறே நாவல் முயற்சிகள் போதி-யளவில் முன்னெடுக்கப்பட முடியாமல் இருப்பதற்குப் பதிப்பு விநியோக வசதிக் குறைவே காரணம் என்பது பலராலும் சுட்டிக்காட்டப்-பட்ட ஒன்றே, இன்றைய ஈழ வாழ்வனுபவக் கொதிநிலை நாவல் களமாகப் பதிவுபெற முடியாமல் இருப்பது வேதனைக்குரியது. அதற்கான ஆளுமைகள் இல்லாமல் இல்லை. வன்னி உலைக்-களத்தில் வந்த பல நாவல்களை இலங்கையி-லேயே பார்க்க முடியாதவர்கள் பலர். ஈழத்தின் பல நூறு படைப்புகள் தமிழக எல்லையைத் தொட்டும் பார்த்ததில்லை என்பதைச் சொல்லித் தெரிய அவசியமில்லை.

இத்தகைய பின்னணியிலேதான் ஈழத்துப் பதிப்புலகம் குறித்துக் கவனஞ்செலுத்த நேர்கிறது. மிகக் குறுகிய காலத்தில் மேற்கொண்ட தேடல் முழுமைப்படுத்தப்பட்ட தகவல் திரட்டைத் தர இடமற்ற நெருக்கடியை ஏற்படுத்தியுள்ளது. இத்தகைய விடயப்பரப்பே விநோதமாய்த் தெரிந்தது. ஈடுபட்டுத் தேடியபோது வெளிப்படுத்-தப்பட வேண்டிய ஆழமான சுரங்கமாக ஈழப்பதிப்புலகமும் திகழ்ந்தமையைக் காட்டி நின்றது. அது குறித்த முன்னோட்டமான ஒரு முன்னுரைக் குறிப்பாகவே இதனைக் கொள்ள வேண்டும். இந்த முதல் முயற்சி, எதிர்காலத்தில் முழுமையான பதிப்புலக வீரியத்தை ஈழம் சார்ந்து வெளிப்படுத்த உதவிகரமானதாக அமைய இடமேற்படுத்தித் தரும்.

இலங்கை மீதான ஐரோப்பியர் கவனத்தில் யாழ்ப்பாணத்தை ஒரு கல்வி முதலீட்டு மையமாகத் தெரிந்து எடுத்துக் கொண்டமை ஆர்வத்தைத் தூண்ட வல்ல ஒரு ஆய்வுப் பொருளாகும். இது குறித்த முழுமையான நுண்ணாய்வு இடம் பெறவில்லையெனினும், அதற்கான அடிப்படைகள் குறித்து ஆங்காங்கே ஆய்வுக்-குறிப்புகள் வெளிப்படுத்தப்பட்டுள்ளன. நமது இந்தக் களம் அதனைத் தேடுவதற்கு இடமளிப்-பதல்ல. யாழ்ப்பாணம் கல்விமையமாக்கப்பட்டதன் விளைவாக ஈழப்பதிப்புலகம் பெற்றுத் திகழ்ந்து தொடர்ந்து வளர்த்துச் சென்ற செல்நெறியின் தனித்துவமே நமது கவனிப்புக்-குரியது.

பத்தொன்பதாம் நூற்றாண்டின் நடுக்காறில் பண்டிதர் உலகு சமயப் பிரபந்தங்களினுள் மூழ்கிக் கரை தேடிக் கொண்டிருந்தபோது யதார்த்த உலகு பல்துறைக் களங்களில் தமிழ்ச் சமூகத்தை ஆற்றுப்படுத்திவிட்டது. தமிழகத்தில் ஆரிய -_ திராவிட விவாதம் முனைப்பாகி, தமிழின் தனித்துவ ஆளுமையும் தொன்மையும் கண்டு காட்டப்படுவது தொடங்கப்பட்டது; ஈழத்தில் விஞ்ஞான உண்மைகளை நூலுருப்படுத்-தும் ஆற்றலைத் தமிழில் சாத்தியப்படுத்த முடிவதும், அதற்கு அடிப்படையாக அகராதித்துறை விருத்தி செய்யப்படுவதும் முனைப்பாக்கப்பட்டது.

ஈழம் இது தொடர்பில் பெற்ற தனித்துவத்-தைப் பற்றிக் கைலாசபதி இவ்வாறு கூறுவார்: "அச்சியந்திரம் வந்ததன் பயனாகச் சமயச் சார்புடைய நூல்கள் மட்டுமன்றிப் பிற துறைகளைச் சேர்ந்த நூல் எழுந்தன. இலங்கையைப் பொறுத்தமட்டில் இரு துறைகள் சிறப்பாகக் குறிப்பிடத்தக்கவையாயுள்ளன. விஞ்ஞானத் துறையில் சென்ற நூற்றாண்டின் பிற்பகுதியிலே இன்றுகூடப் பெருமைப்படத்தக்க சில நூல்களை டாக்டர் கிறீனும் அவரைச் சார்ந்தோரும்

சுயமாக எழுதியும் மொழிபெயர்த்தும் ஆக்கினர். 1850 ஆம் ஆண்டளவில் வைத்தியர் கிறீன் (1822-_1884) விஞ்ஞானத்தை அதுவும் சிக்கல் நிறைந்த வைத்தியவியலை _ மாணவர்க்குத் தமிழில் போதிக்க முற்பட்டார். இம்முயற்சியின் பயனாக நவீன வைத்திய ஞானம் மாத்திரம் நம்மவருக்குக் கிடைத்தது என்று கருதுவது தவறு. 'இரண வைத்தியம்' (1867), 'மனுஷ அங்காதிபாதம்' (1872), 'கெமிஸ்தம்' (1875), 'வைத்தியாகரம்' (1875) முதலிய நூல்கள் புதிய விஷய ஞானத்தைப் புகுத்திய அதேவேளையில் தமிழ் மொழியின் வளத்தையும் புதுக் கருத்துகளை வெளிப்படுத்தும் அதன் ஆற்றலையும் அதிகரிக்கச் செய்தன. அதாவது மொழியின் ஏற்புடைமையை விருத்தியடையச் செய்தன". (க.கைலாசபதி பக்.20_-21).

இதன் உடன் நிகழ்வாக அகராதி வெளியீடு முதன்மையிடம் பெறலாயிற்று. எம். உவின்ஸ்லோ என்னும் பாதிரியார் 1862 இல் 'தமிழ் _ ஆங்கில அகராதி' ஒன்றை வெளியிட்-டார் (கைலாசபதி குறிப்பிட்டிருந்த இரண்டா-வது துறை இது). முன்னதாகவே நிகண்டுகளும், அகராதிகளும் பதிக்கப்படுவது ஈழத்தின் அவசியப் பணியாயிருந்தது. யாழ்ப்பாணத்தில் கிறிஸ்தவ சங்கம் 1833இல் தமிழ் _ -தமிழ், தமிழ் -_ ஆங்கிலம், ஆங்கிலம் -_ தமிழ் ஆகிய அகராதி-களின் தயாரிப்பு முயற்சியில் இறங்கியிருந்தது. யாழ்ப்பாண அகராதி (மானிப்பாய் அகராதி மனுவல்) 1842இல் வெளியிடப்பட்டது. முன்னரே 1679இல் தமிழ் _ -போர்த்துக்கேய அகராதி வெளிவந்துள்ளமை கவனிப்புக்குரியது (இவை தொடர்பாக 'ஞானம்' கலை இலக்கியச் சஞ்சிகை 100வது இதழில் "ஈழத்தில் தமிழ் அகராதி முயற்சிகள்" எனும் தலைப்பிலான ஞா.பாலச்சந்திரன் எழுதியுள்ள கட்டுரை முழுமைத் தகவல்களைத் திரட்டித் தர முயன்-றுள்ளது). அத்தகைய முதற்பதிப்பு முயற்சிகள் பல மீள் பதிப்புக் காணவில்லை. எனினும் யாழ்ப்பாண அகராதி அண்மையில் சேமமடு பொத்தக சாலையால் வெளிக் கொணரப்-பட்டுள்ளது. புலோலியூர் நா. கதிரைவேற்-பிள்ளை யாழ்ப்பாண அகராதியை விரிவுபடுத்தி 1899 இல் வெளியிட்டிருந்தார். தமிழ் அகராதி முயற்சியில் கு.வை. கதிரைவேற்பிள்ளையும் கவனிப்புக்குரியவர். சங்கர பண்டிதர், சைமன் காசிச்செட்டி, சுன்னாகம் அ. குமாரசாமிப் புலவர், ஞானப்பிரகாச அடிகள், ச. சுப்பிரமணிய சாஸ்திரி போன்றோர் இத்துறையில் பங்களித்-துள்ளனர் (ஞானம் பக்.162_-167).

இத்தகைய விஞ்ஞானத் தாக்குறவும் அயல் மொழிகளின் (குறிப்பாக நவீனத்துவப் பாய்ச்சலைச் சாத்தியப்படுத்திய ஐரோப்பிய மொழி-களின்) ஊடாட்டமும் ஈழத்தமிழறிஞர்களது உலக நோக்கை விசாலித்ததாகவும் ஆழமுடைய-தாகவும் விஞ்ஞானபூர்வமானதாயும் ஆக்குவதற்கு உதவின. அதன் பேறாக பழந்தமிழிலக்கிய நூல்-களைத் தேடிப் பதிப்பதில் முன்னோடிகளாகத் திகழ்ந்த சி. வை. தாமோதரம்பிள்ளை, உ. வே. சாமிநாதையர் ஆகியோரில், "காலவாராய்ச்சி, சரித்திரவுணர்வு, ஒப்பியல் நோக்கு, திறனாயும் தன்மை, ஆய்வறிவு நேர்மை, முறையியல் நுட்பம் ஆகியன ஐயரிலும் பார்க்கப் பிள்ளையிடத்து அதிகமாகக் காணப்படுதல் தெளிவு" (க. கைலாசபதி ப.24)

இவ்விருவருக்கும் முன்னோடியாகத் திகழ்ந்த ஆறுமுக நாவலரது பதிப்பு முயற்சியிலும் இந்தப் பார்வை வீச்சைத் தரிசிக்க முடியும். 'கல்வி கேள்விகள் இல்லாதவர்கள் கடவுளை அறிந்து வழிபட்டு உய்யமாட்டார்கள்' எனக் கூறிய நாவலர் வெறும் மதவாதத்துக்குள் முடங்கியவர-ல்ல. அவரது இலக்கிய ரசனை விசாலித்திருந்தது. "நாவலரவர்கள் தமது

அடிப்படை நம்பிக்கை-களுக்கியையப் புராணக் கருத்துகள் _ - சமயப்-பொருளை _ - சிர-மேற்கொண்டவர் எனினும் ‘சீவக சிந்தாமணி’ போன்ற சமண சமயச் சார்புடைய காவியத்-தைப் போற்றத் தவறவில்லை. அந்நூலை அவரே பதிப்பிக்க எண்ணி இருந்தார் என்பதும் தெரிந்ததே. நாவலர் சென்னை முத்தமிழ் விளக்க அச்சுக்கூடத்திலே பதிப்பித்து வெளி-யிட்ட ‘திருக்கோவையார்’ (1860) அநுபந்-தத்திலே எதிர்காலத்தில் ‘அச்சிற் பதிப்பித்துப் பிரகடனஞ்’ செய்ய விரும்பிய நூல்களின் பட்டியல் இடம் பெற்றது. அதிலே சைவ சமயச் சார்பற்ற நூல்களுள் ‘கல்லாடவுரை’, ‘சீவக சிந்தாமணியுரை’, ‘சிலப்பதிகாரவுரை’, ‘மணி-மேகலை’, ‘வளையாபதி’, ‘கலித்தொகையுரை’, ‘புறநானூறு’ முதலியன குறிப்பிடப்பட்டிருக்-கின்றன. மொத்தம் அறுபத்து இரண்டு நூல்-களை அவர் குறிப்பிட்டிருந்தார்’’ என்பார் கைலாசபதி (க.கைலாசபதி ப.59).

நாவலரின் சைவப்பற்றானது அடிப்படையில் ஏகாதிபத்தியப் பண்பாட்டுத் திணிப்புக்கு எதி-ரான பண்பாட்டுப் பாதுகாப்புக் குணாம்சம் உடையதாகவே இருந்தது. அவர் ஒருபோதும் பிற மதங்கள் மீது காழ்ப்புணர்வுகொண்ட மதவெறியராக நடந்துகொண்டதில்லை. இலங்கை மக்களது மதங்களான பௌத்தம், சைவம், இஸ்லாம், கிறிஸ்தவம் போன்றவற்றில் மதிப்புணர்-வுடனேயே தனது சைவப்பாதுகாப்புக் கருத்துகளை முன்வைத்தார். கிறிஸ்தவப் பாதிரி-களு-டன் மிகக் கடுமையான விவாதங்களை மேற்-கொண்டபோதிலும், மதகுருமாரது தவறுகளைக் கண்டனம் செய்தாரேயன்றிக் கிறிஸ்தவத்தை இழிவுபடுத்த முயன்றதில்லை. கிறிஸ்தவப் பாட-சாலையில் ஆங்கிலமொழி மூலம் கல்வியைக் கற்றபோதும், பைபிளை மொழி பெயர்த்த-போதும் அவற்றின் நல்ல அம்சங்கள் மீது அவர் மதிப்பை வளர்த்திருந்தார். அதேவேளை அவை எம்மை அடிமை கொள்வதற்கு எதிரான விழிப்புணர்வோடு சைவத்தைப் புதுப்பிக்கும் (சீர்திருத்தும்) அவசியத்தைப் புரிந்துகொண்டார். இலங்கையர் என வரும்போது தமிழர் _-சிங்களவர் _ - முஸ்லிம்கள் ஆகியோரது உரிமைக-ளுக்-காக அவர் குரல்கொடுத்திருந்-தமை விதந்-துரைக்கத்தக்கது. வலதுசாரிப் பிற்போக்குவாதி-யான சேர்பொன். இராமநாதன் நாவலரின் வாரிசு என்கிற வகையில் அது மட்டுமே நாவலரின் பரிமாணம் எனப் பார்க்-கிறவர்கள் இருக்கி-றார்கள். நாவலர் நூற்றாண்டை வேறெவரைக் காட்டிலும் மார்க்சியர்கள் ஆய்வுக் களமாக்கி-யிருந்தார்கள். உண்மையில் நாவலரின் இடது-சாரிப் பண்பின் பரிமா-ணமாகப் பல புரட்சிகர மார்க்சியர்கள் பரிணமித்திருந்தார்கள். இரண்-டுக்கும் இடைப்பட்ட தளத்தில் பண்டிதமணி சி.கணபதிப்பிள்ளை போன்றோர் காணப்-பட்டார்கள். நாவலர் மரபை ஒற்றைப்படைத்-தன்மையில் காண முடியாது என்பதே உண்மை.

இன்று முஸ்லிம் மக்கள் தனித் தேசிய இனமாகப் பல போராட்டங்களூடாகத் தம்மை நிலை-நிறுத்தியுள்ளார்கள்; இத்தகைய சூழலில் நாவலர் முஸ்லிம் மக்களைத் தனித்து அடையா-ளப்படுத்தியிருந்தமையைக் காண்-போர்க்கு வியப்பளிக்காமற் போகலாம். ஐம்பது வருடங்க-ளின் முந்திய நிலையில் வைத்துப் பார்த்தால், அதற்கும் எழுபது, எண்பது ஆண்டு-களின் முன்னே நாவலர் முஸ்லிம்களது தனி உரிமையை வலியுறுத்தியதன் தாத்பரியம் புரியும். இதனைப் புரிந்துகொள்வதற்கு எம்.எஸ்.எம்.-இக்பால் குறிப்பிடும் விடயத்தைப் பார்ப்பது உசி-தமானது: “....1956ல்தான் தமிழ் இலக்கிய எழுச்சி முஸ்லிம்களையும் இணைத்து எழுந்து செல்வாக்குப் பெற்றது. இவ்வெழுச்சிக் காலத்-தேதான், இஸ்லாமிய இலக்கியம் இருக்கிறது’ என்னும் தனித்துவக் கோசமும் நிலைப்பட்டு எழுந்தது. இச் சிந்தனை பரவலாக ஏற்பட்ட-

தற்குக் காரணம்: சிதைந்து கிடந்த இவ்வுண்-மையை எம்.எம். உவைஸ் தமது பட்டத்திற்காகவும், சு.வித்தியானந்தன் அதில் இலயித்த-தற்காகவும் ஆராய்ச்சி செய்து வெளியாக்கியது-தான். ஆனால், பொதுமக்கள் மத்தியில், மேடையில் பேசி வெளியாக்கியவர் எச் செம் பி முஹிதீன் அவர்கள்தான். அவரது பேச்சுகளின் வெளியீடாக 'தமிழும் முஸ்லிம் புலவர்களும்', 'தமிழும் முஸ்லிம்களும்' புத்தகப் பிரசுரங்களாக வந்தன. இத்தனித்துவ நிலைமை ஈழமளாவிய பாங்குடன் எழுச்சி பெற்று முஸ்லிம்களைத் தாக்கியமைக்கு இரு பக்க அமுக்கங்கள் காரண-மாகின்றன. ஒன்று தமிழ்நாட்டு முஸ்லிம்கள், ஈழத்து முஸ்லிம்களின் தனித்துவங்களை மறைத்துக் கபளீகரம் செய்தமையாகும். மற்றது, ஈழத்துத் தமிழர்கள் முஸ்லிம் இலக்கியங்களை மறைத்து இருட்டடிப்புச் செய்தவைகளாகும். '1956க்குப் பின், சிங்களவர்கள், இலங்கைத் தமிழர்களின் வரலாற்றை மாற்றி எழுதுவதில் முனைந்தனர்' என்னும் குற்றச்சாட்டைத் தமிழர்கள் முன்வைக்கின்றனர். இதில் உண்மை இருக்கின்றதா இல்லையா என்பது ஆராய்ச்சிக்-குட்பட்டதாகும். ஆனால், 1956க்கு முன், இலங்கைத் தமிழர்கள் சிங்களவர்களதும் முஸ்லிம்களதும் வரலாற்றை மாற்றித் திரிப்பதில் ஈடுபட்டே வந்திருக்கின்றனர். இந்த அமுக்க நிலைகளைப் பரவலாக ஆய்வு செய்ய வேண்டி-யது முக்கியமாகும். இவற்றின் வரலாற்றுத் தெளிவு சுருக்கமாகவாவது பதிவு செய்யப்படு-வதற்கு இந்நூலின் தொகுப்புரை நமக்கு வசதி-யளிப்பது ஒரு சாசனப் பதிவு என்றே கூறி-விடலாம்'' (எம்.எஸ்.எம்.இக்பால் பக்.-மிமி - மிமிமி).

"எச் செம் பியின் அறிஞர் அஸீஸ் சில நினைவுகள்... நூல் விமரிசனம்'' எனும் நூலின் தொகுப்புரையில் இடம்பெற்ற கருத்தே இது. எம்.எஸ்.எம்.இக்பால், கா.சிவத்தம்பி, எம்.எச்.எம்.ஷம்ஸ், ஏ.இக்பால் ஆகியோருடைய விமரிசனக்கட்டுரைகள் இந்நூலில் இடம்பெற்றன. இது வெளிவந்த 1975இலும் சரி, முன்ன-தாக முற்போக்கு எழுத்தாளர் சங்கம் உருவாக்-கப்பட்டபோதிலும் சரி, முஸ்லிம் எழுத்தா-ளர்கள் பலர் இடதுசாரிகளாயும் மு.எ.ச.ஸ்தாப-கர்-களாயும் உறுப்பினர்களாயும் திகழ்ந்தனர். எச்.எம்.பி.முஹிதீன், எம்.எஸ்.எம்.இக்பால், எம்.எச்.எம்.ஷம்ஸ், ஏ.இக்பால் ஆகியோரும் முற்போக்கு எழுத்தாளர்களே. ஆயினும் மு.எ.ச. இன் சில தவறுகளால் இடதுசாரி முஸ்லிம்களில் சிலர் தனித்து "ஸ்ரீலங்கா முஸ்லிம் எழுத்தாளர் மஜ்லிஸ்'' எனும் அமைப்பைத் தோற்றுவித்தனர். அது தொகுத்து, ஸபீனா பதிப்பகம் ஊடாக வெளியிட்ட நூல்தான் இது.

இஸ்லாமியத் தமிழிலக்கியம் என்பதற்கான தனி அடையாளத்தை வலியுறுத்தி அதற்கான ஆய்வுப் பின்புலத்தைத் தோற்றுவித்தவர் இலங்கைப் பல்கலைக் கழகத்தின் முதல் தமிழ்ப் பேராசிரியரான சுவாமி விபுலாநந்தர். அவரது மாணவரான பேராசிரியர் கணபதிப்பிள்ளையின் மாணவரே சு.வித்தியானந்தன்; இவர்தான் உவைஸ் இஸ்லாமியத் தமிழை ஆய்வு செய்வ-தற்கு ஊக்கமளித்தவர். சுவாமி விபுலாநந்தரின் பல்கலைக்கழக மாணவ பரம்பரையைச் சேர்ந்தவரான சு.வித்தியானந்தன், நாவலர். பரம்பரையைப் பிரதிநிதித்துவப்படுத்துபவராயும் திகழ்பவர். மேலே சுட்டிக்காட்டிய வலதுசாரிப் பிற்போக்குவாதியாயும் இல்லாமல், இடது சாரியாயும் இல்லாமல் பண்டிதமணி சி.கணபதிப்-பிள்ளை போல இடைநிலைப் பாதைக்குரியவர் சு.வித்தியானந்தன். வேதாந்தியான சுவாமி விபுலாநந்தரதும் சைவசித்தாந்தியான நாவலரதும் இணைப்புக் கண்ணியாக இவர் திகழ்ந்தார். தனது பாரம்பரியங்களின் மீது மிகுந்த மதிப்பைக் கொண்டிருந்தவர், அந்த முன்னோடிகள் போன்றே முஸ்லிம்களது

தனித்துவத்தை வெளிப்படுத்துவதில் ஆர்வத்தோடு ஈடுபட்ட-மையை எம்.எஸ்.எம்.இக்பாலின் கூற்றிலிருந்து அறிய முடிகிறது.

இத்தகைய செல்நெறிகளினூடே இலங்கைத் தேசியத்தை முன்னிறுத்திய முற்போக்கு எழுத்-தாளர் சங்கம், இடதுசாரி உணர்வுடைய ஸ்ரீலங்கா முஸ்லிம் எழுத்தாளர் மஜ்லிஸ் என்பவை தவிர்ந்த தமிழ்_-முஸ்லிம் தேசியவாத அமைப்புகளும் தத்தமது பதிப்பு முயற்சிகளை முன்-னெடுத்துள்ளன. இதுதொடர்பில் மறுமலர்ச்சி இலக்கிய இயக்க முன்னோடி தி.ச.வரதரா-சன் (வரதர்) வெளியிட்டுள்ள "வரதரின் பல குறிப்பு (டைரக்டரி) 1964-_65" எடுத்-துக்காட்டியிருக்கும் சங்கங்கள், தாபனங்கள் பற்றிய பட்டியல் கவனிப்புக்குரியது. இலக்கிய இரசிகர்கள் சங்கம் (சுன்னாகம்), இலங்கைத் தமிழ் எழுத்தாளர் சங்கம் (யாழ்ப்பாணம் - வெளியிடும் பத்திரிகை: 'இலங்கை எழுத்தாளன்'), இலங்கை தமிழ்ப் புத்தக வெளியீட்டுக் கழகம் (யாழ்ப்பாணம்), இலங்கை முற்போக்கு எழுத்தாளர் சங்கம் (கொழும்பு, கிளைகள்: யாழ்ப்பாணம், கண்டி, அக்கரைப்பற்று, நாவலப்பிட்டி, மட்டக்களப்பு; வெளியிடும் பத்திரிகை: 'புதுமை இலக்கியம்'), இலக்கிய வட்டம் (மாத்தளை), இலங்கை கலைச்சபை (கொழும்பு), இலங்கை கிறிஸ்தவ இலக்கிய சபை (கொழும்பு), வரதரால் தரப்பட்ட பல அமைப்புகளில் எடுத்துக்காட்டாகத் தரப்பட்ட ஒரு சில மட்டுமே இவை (தி.ச.வரதராசன், 1964_-65 பக்.258_-287). பின்னிணைப்பில் தரப்பட்ட "வரதரின் பல குறிப்பு (டைரக்டரி) 4ம் பதிப்பு 1971" இல் இடம்பெற்ற பதிப்பு முயற்சிகளின் பட்டியல் ஈழப்பதிப்புலகின் ஒரு துளியை எடுத்துக்காட்ட வல்லது. தொடரும் ஆக்க இலக்கிய வெளிப்பாடுகளை "மல்லிகை" சஞ்-சிகை-யில் தொடர்ந்து பதிவுசெய்துவரும் செங்கையாழி-யானின் முயற்சி விதந்துரைக்கத்தக்-கது.

முடிவுரையோ தொகுப்புரையோ அல்லாத அவசரக் குறிப்புடன் இந்த எழுத்து முயற்சியை நிறுத்திக் கொள்ளலாம். இலங்கைப் பதிப்புலகம் எதிர்கொள்ளும் பிரச்சனையைத் தொட்டுக்-காட்டுவதுடன், அதனுள்ளும் தனித்துவமாக வளர்த்தெடுக்கப்பட்ட செல்நெறியை வெளிப்-படுத்துவதாக இச்சிறு கட்டுரை அமைந்துள்ளது. இன்று கணினி யுகத்தில் இலக்கிய அமைப்புகள் மற்றும் சஞ்சிகைகள் சார்ந்து பெருகிவரும் பதிப்பு முயற்சிகள் மற்றும் குமரன், பூபாலசிங்கம், சேமமடு வெளியீட்டகங்கள் போன்றவற்றின் வெளியீட்டு முயற்சிகளும் தனி-யான கவனிப்புக்-குரியனவாகும். பூரணப்படுத்தப்படும் எதிர்காலக் கட்டுரை முயற்சி இவை-யனைத்தையும் உள்வாங்கியதாக அமைய முடியும்.

காலச்சுவடு பதிப்பகம் 25 ஆண்டுகள் (1996-2021)

இது காலச்சுவடு பதிப்பகத்தின் 25ஆம் ஆண்டு. 1996இல் தொடங்கிய பதிப்பகம் காலத்தின் ஊடேயும் காலத்துடன் உறவாடியும் முன் நகர்ந்தும் தமிழில் முன்னணிப் பதிப்பகமாக இன்று விளங்குகிறது. வெள்ளி விழாத் தருணத்தில் காலச்சுவடு பதிப்பகம் இன்னொரு சாதனைக்கு ஆயத்தமானது. அது காலச்சுவடு இணையதளம். 25ஆம் ஆண்டு நிறைவும் இணைய-தளத் தொடக்கமும் இரட்டை விழாவாக 25 செப்டம்பர் 2021 அன்று இணையவழியில் கொண்டாடப்பட்டது. கமல்ஹாசன் தொடங்கிவைத்த இணையதள விழாவில் உலகெங்கு-முள்ள வாசகர்களும் படைப்பாளிகளும் இலக்கிய ஆர்வலர்களும் பதிப்பாளர்களும் பங்கேற்-

றனர்.

அறிமுகம் - சித்ரா பாலசுப்ரமணியம் (விரிவுரையாளர், ஊடகவியலாளர்)

காலச்சுவடு பதிப்பகத்தின் 25வது ஆண்டு தினம்> இணைய தளத் திறப்புவிழா நிகழ்ச்சிக்கும் உங்களை அன்போடு அழைக்கிறோம். மிகப்பெரிய மேடையில் நடந்திருக்க வேண்டிய நிகழ்ச்சி இது. ஆனால் இந்தப் பெருந்தொற்றுக் காலத்தில மெய்நிகர் நிகழ்வாக ஆனாலும் மிகச் சிறப்பாக இது நடந்தேறவிருக்கிறது. உலகம் முழுவதுமிருந்து பதிப்பாளர்களும் எழுத்தாளர்களும் மொழிபெயர்ப்பாளர்களும் ஆர்வலர்களும் இந்த நிகழ்ச்சியில் கலந்துகொள்ளவிருக்கிறார்கள். பத்மஸ்ரீ கமல்ஹாசன் இணையதளத்தைத் துவக்கிவைக்க இருக்கிறார். இன்னும் பல்வேறு ஆர்வலர்கள் இந்த நிகழ்ச்சியில் கலந்துகொள்ள இருக்கிறார்கள்.

ஒரு பதிப்பகம் என்பது வெறும் புத்தகங்களைப் பதிப்பது மட்டுமல்ல, அது ஒரு சமூகத்தின் வரலாற்றோடு சேர்ந்து கட்டமைக்கப்பட்ட ஒன்று. அந்த வகையில் '107 கவிதைகள்' என்ற பசுவய்யாவின் புத்தகத்தோடு ஆரம்பித்த காலச்சுவடு பதிப்பகத்தின் பயணம் மிக இனிதாக நீண்டு வளர்ந்துகொண்டிருக்கிறது. அந்த வளர்ச்சியில் மிக முக்கியமான மைல்கல்லாக 25வது ஆண்டு விழாவும் இணையதளத் திறப்புவிழாவும் இனிதே நடந்துகொண்டிருக்கிறது. காலச்சுவடு பதிப்பகத்தின் சார்பாக கண்ணன் அவர்களை வரவேற்புரை வழங்க அன்போடு அழைக்கிறேன்.

வரவேற்புரை - கண்ணன் (பதிப்பாளர், காலச்சுவடு)

அனைவருக்கும் வணக்கம்.

இன்றைய நிகழ்விற்கு உங்கள் எல்லாரையும் அன்புடன் வரவேற்கிறேன். காலச்சுவடு பதிப்பகத்தின் 25ஆம் ஆண்டு என்பது ஒரு முக்கியமான மைல்கல். திரும்பிப்பார்த்து மதிப்பிட ஒரு தருணம். எங்கள் முதல் வெளியீடு 1996இல் வெளிவந்தது. காலச்சுவடுக்காக வாங்கிய முதல் கணினியில் இந்நூலின் பிரதி உள்ளீடு செய்யப்பட்டது. செய்தவர் நாகம். பக்கங்களை வடிவமைத்தது என் மனைவி மைதிலி. பிளாப்பி, மாஸ்டர் போன்ற இன்று வழக்கொழிந்துவிட்ட சொற்களும் தொழில்நுட்பமும் புழங்கிய காலம் அது.

பசுவய்யாவின் '107 கவிதைகள்'தான் முதல் நூல். பசுவய்யா என்ற புனைப்பெயரில் சுரா பிரசுரித்த கடைசி நூல் இதுதான். சுராவின் எல்லா கவிதைகளையும் தொகுத்துப் பார்த்தபோது 108 கவிதைகள் இருந்தன. 108 என்ற ஐசுவரியமான எண்ணைத் தலைப்பில் சுரா விரும்பமாட்டார் என்பது எனக்குத் தெரியும். எனவே இப்படி ஒரு யோசனையை முன்வைத்தேன். தொகுப்பினுள்ளே 107 கவிதைகள் இருந்தன. பின்னட்டையில் ஒரு கவிதை 'எஞ்சும் ஒரு கவிதை' என்ற தலைப்பில் பிரசுரமாயிற்று. அது சுரா அடித்துத் திருத்திய பிரதியாக அமைந்தது.

இப்படி முதல் அட்டையில் திருஷ்டிப் பரிகாரத்துடன் தொடங்கியதாலோ என்னவோ காலச்சுவடு பதிப்பகம் சோடை போகாமல் நடந்துவருகிறது. இன்று ஆயிரம் நூல்களுக்கும் மேல் வெளிவந்துவிட்டன. அதில் குறைந்தது ஐம்பது விழுக்காடு தலைப்புகள் நாங்கள் நினைத்துப் பெருமிதம் கொள்ளத்தக்கவை. இன்னும் ஒரு நாற்பது விழுக்காடு நூல்களை வெளியிட்டதில் மகிழ்ச்சிதான். இன்னும் ஒரு எட்டு விழுக்காடு நினைத்து வெட்கப்பட வைப்பவை அல்ல. இந்த 25 ஆண்டுகளில் முதல் 90 சதவிகிதத்துடன் நிறுத்திக்கொள்ளும் அளவுக்கு விவேகம் எங்கள் குழுவுக்கு வளர்ந்திருக்கிறது என்று நினைக்கிறேன்.

காலச்சுவடை நாங்கள் தமிழக, இந்திய பதிப்பகமாகக் கருதுவதில்லை. தமிழில் நூல் வெளியிடும் உலகப் பதிப்பகமாகவே கருதிச் செயல்படுகிறோம். இந்த நிகழ்வில் கலந்துகொள்ளும் அனைவருக்கும் நன்றி. முதலில் கமல்ஹாசன் அவர்கள்.

தமிழ்ப் புத்தகப் பண்பாட்டின்மீது கரிசனம் உடைய ஒரு கலைஞர். உயர் நட்சத்திர மதிப்புடைய பன்முக ஆளுமை. கடந்த ஆண்டின் இறுதியிலும் இந்த ஆண்டின் தொடக்கத்திலும் பெருந்தொற்றின் தாக்கத்தில் தமிழ்ப் புத்தக உலகம் துவண்டிருந்தபோது, அரசியல் பணிகள் மிகுந்திருந்த காலத்தில் தொடர்ந்து தமிழ் நூல்களைத் தனது பரந்த வட்டத்தில் அறிமுகப்படுத்தினார். இதன் தாக்கம் கணிசமானது. அவர் குறிப்பிட்ட ஒவ்வொரு நூலும் அடுத்த மாதங்களில் ஒரு பதிப்பு தீரும் அளவுக்கு விற்பனையாயின. அந்தத் தாக்கம் இன்றும் நீடிக்கிறது. அவரை இன்றைய நிகழ்விற்கு அன்புடன் வரவேற்கிறேன்.

முப்பத்தைந்து ஆண்டுகளுக்கும் முன்னர் நண்பர் ஸ்ரீதரனையும் அவருடைய இணையர் வைதேகியையும் நாகர்கோவிலில் சுராவைப் பார்க்கவந்தபோது சந்தித்தேன். எங்கள் துணிக்கடையில் கல்லாப்பெட்டியில் ஒரு பரபரப்பான நாளில் அமர்ந்திருந்தபோது இருவரும் மற்றொரு நண்பருடன் கடைக்குள் நுழைந்தது ஒரு காட்சியாக மனதில் பதிந்திருக்கிறது. இந்தப் பயணியின் வளர்பிறையாகும் பயணத்தின் ரசிகர்களில் நானும் ஒருவன். பதவி உயர உயரத் தமிழ் உதிர்ந்துபோவதுதான் வழமை. ஸ்ரீதரன் தனது சீன- தமிழ் நேரடி மொழி பெயர்ப்புகள் வழியாகவும் எழுத்தின் வழியாகவும் இன்னும் ஆழமாகத் தமிழ் மொழியிலும் பண்பாட்டிலும் சமூக மாற்றத்திலும் கால்பதித்து வருகிறார்.

Neeta Gupta is first and foremost a fellow Indian language publisher. She is a friend for over a decade, a well wisher and an active supporter of Kalachuvadu. Neeta ably organised Jaipur Book Mark, which is the hub for publishers inside the Jaipur Book Fair for many years. Neeta has always taken a keen interest in promoting Indian writing . Publishers Exchange which Neeta launched during the first lockdown has been an oasis for Indian language publishers during these parched times.

எண்பதுகளின் இறுதியில் நான் நாகர்கோவிலில் தமிழ் இலக்கிய உலகின் உள்ளடுக்குகளை அறியும் ஆர்வத்துடன் இருக்கையில் முதலில் சந்தித்த எழுத்தாளர் சுரேஷ்தான் என்று நினைக்கிறேன். வேட்கையோடு நூற்றுக்கணக்கான கேள்விகளால் அவரைத் துளைத்தெடுத்திருக்கிறேன். தனது படைப்புலகில் ஆத்மார்த்தமாக இயங்கிவரும் எழுத்தாளர். இன்றுவரை வயது வேறுபாடு இன்றிப் பழகிவருபவர். எந்தப் பிசிறும் இன்றி முப்பது ஆண்டுகளுக்கும் மேலாக நட்பில் தொடரும் தோழர்.

சிறப்புரைகள் ஆற்ற வந்திருக்கும் ஸ்ரீதரன், நீத்தா குப்தா, சுரேஷ் குமாரஇந்திரஜித் ஆகிய மூவரையும் அன்புடன் வரவேற்கிறேன்.

I went to Frankfurt book fair first in 2007. I was invited on an amazing program run by the book fair company called the Frankfurt book fair fellowship program. It was a turning point for kalachuvadu. Since my first visit to the Frankfurt fair, Claudia has reminded the Vice President guiding the fair through its many challenges, encouraging publishers from the developing world, securing the position of Frankfurt messe as the largest book fair in the world. I am delighted that she has sent us a message to be shared with you today.

Kalachuvadu has worked with the French book office in New Delhi for over a decade now. Since Christine Cornet took over as attache for books a couple of years ago, our cooperations has intensified further. Christine has taken a special interest not only in promoting French writings but also in promoting Indian and Tamil writings in France.

Linda Oyez is a dear publishing colleague from Malaysia. We have co-exhibited in the South East South Asia collective stand organised by Linda in the Frankfurt book fair for many years.Linda has been a pillar of strength to Kalachuvadu's many activities in Frankfurt over the years.

Leonard Fernandes is a goan publisher, book seller. He co-founded Publishing Next which is probably the first publishers' conference in India. PublishingNext has promoted solidarity among Indian publishers for a decade now.

I am delighted to invite Linda, Christine and Leo to this evening's events.

தமிழ்ப் பதிப்புலகைப் புதிய திணைகளுக்குக் கொண்டுசெல்ல வேண்டும் என்ற ஆர்வமுடையவர் நண்பர் புகழேந்தி. தமிழகப் பதிப்புச்சூழலில் ஆழங்கால் பதித்திருப்பவர். பபாசியின் செயலாளராகச் சென்னை புத்தகச்சந்தையை விரிவுபடுத்தியவர். 'சிக்ஸ்த் சென்ஸ்' என்ற ஊக்கமுடைய பதிப்பகத்தின் பதிப்பாளர்.

ஸர்மிளா ஸெய்யித். எழுத்தாளர், கவிஞர், சமூகச் செயற்பாட்டாளர். வாழ்வின் சவால்களையும் சமூகத்தின் தடைகளையும் கடந்து அவர் மேற்கொண்டு வரும் பயணம் நம் அனைவருக்குமே உத்வேகம் தரவல்லது.

தமிழ்ப்பிரபா. முதல் படைப்புகள் தமிழில் விற்பனையில் சாதனை படைப்பதே இல்லை. இந்நிலையை மீறி வாசகர் கவனத்தை வெளிவந்தவுடனேயே பெற்ற படைப்பு 'பேட்டை'. நட்சத்திர இயக்குநர் பா. இரஞ்சித்துடன் இணைந்து செயல்பட்டுவருபவர். விரைவில் தமிழ்த் திரையில் பிரபுதேவாவின் வாரிசாகத் தோன்றுவார் என்ற நம்பிக்கையும் எனக்கு உண்டு!

புகழேந்தி, ஸர்மிளா ஸெய்யித், தமிழ்ப்பிரபா ஆகியோரையும் அன்புடன் இந்நிகழ்விற்கு அழைக்கிறேன்.

நண்பர் நீதிபதி சுவாமிநாதன் அவர்களை அரவிந்தன் அறிமுகப்படுத்த இருபத்தைந்து ஆண்டுகளுக்கும் முன்னர் அவர் இளம் வழக்கறிஞராக இருந்தபோது சந்தித்தேன். இலக்கிய வாசகனாக சுராவுக்குக் கடிதம் எழுதியிருக்கும் செய்தியை அப்போது பகிர்ந்துகொண்டார். அன்றிலிருந்து காலச்சுவடுக்கு மிகப்பெரும் பக்கபலமாக இருந்தவர். பெருமாள்முருகன் பிரச்சினையில் அவருடைய ஆணித்தரமான பங்களிப்பு பெருமாள்முருகனுக்குப் பெரும் ஊக்கம் தருவதாகவும் சாதகமான தீர்ப்பு பெற அடிப்படையாகவும் அமைந்தது. தமிழ்ச் சமூகத்தின் அதிர்ஷ்டமாகவும் — ஆனால் எங்களுக்குத் தனிப்பட்ட விதத்தில் இழப்பாகவும் — சில

ஆண்டுகளுக்கும் முன்னர் அவர் உயர்நீதிமன்ற நீதிபதியாக நியமிக்கப்பட்டார். அவருடைய பெயர் சொல்லும் தீர்ப்புகள் இன்று பாதிக்கப்பட்ட மக்களுக்கு நீதி வழங்குவதாக அமைந்து வருகின்றன. இந்நிகழ்விற்கு அவரை அன்புடன் வரவேற்கிறேன்.

காலச்சுவடு இணையதளம் பற்றிச் சில சொற்கள். பல ஆண்டுகளாகத் திட்டமிட்டுத் தட்டிப்போய்க்கொண்டேயிருந்த விஷயம் இது. முதல் ஊரடங்கு தந்த அவகாசத்தைப் பயன்படுத்தி மீண்டும் பணியைத் தொடங்கினோம். Tivona Global Technologies நிறுவனத்தின் நண்பர்கள் மூர்த்தியும் தர்மாவும் மிகுந்த கரிசனத்தோடு இப்பணியை முன்னெடுத்து நிறைவேற்றினார்கள். இன்னும் வரும் நாட்களில் இத்தளம் பல முன்னேற்றங்களைக் காணும். இத்தளத்தின் முகப்புச் சித்திரங்களை வடிவமைத்தவர் ஓவியர் ரோஹிணி மணி.

உலகெங்குமிருந்து இந்நிகழ்வில் பங்கேற்கும் நண்பர்களுக்கும் எழுத்தாளர்களுக்கும் வாசகர்களுக்கும் என் வணக்கம். இந்த இருபத்தைந்து ஆண்டுகாலப் பயணத்தை உங்களுக்குச் சமர்ப்பிக்கிறேன்.

வாழ்த்துரை - கமலா ராமசாமி

சென்னை, பாண்டிச்சேரி, கோவை, பெங்களூர், பம்பாய், தில்லி, சிங்கப்பூர் போன்ற நகரங்களுக்கு சுரா செல்லும்போது வாங்கிய புத்தகங்கள், அது தவிர அமெரிக்கா போக ஆரம்பித்த பிறகு ஒரு டாலருக்கும் இரண்டு டாலருக்கும் கிடைக்கும் அருமையான பழைய புத்தகங்கள் என அதற்கென்றே ஒரு பெட்டியை ஒதுக்கி ஒவ்வொரு பயணத்திலும் கொண்டுவந்தவை எனக் கணக்கிலடங்காத புத்தகங்கள்.

ஒவ்வோர் அறையிலும் ஒரு புத்தக அலமாரி. இடம் போதாமலானதால் மாடியில் லைப்ரரி கட்டுவது என்று தீர்மானித்தோம். எங்கள் வீடு எண்பது வருடப் பழைமையான கட்டடம். டபுள் க்ரில் போட்டுப் புத்தகங்களுக்காக உறுதியான அறையை உருவாக்கினோம்.அப்படியாக சுரா மூலமாக உலகம் முழுவதிலுமுள்ள புத்தகங்கள் நாகர்கோவில் வந்துசேர்ந்தன.

புத்தகங்களை வாங்கி வந்தது பெரிய விஷயந்தான் என்றாலும் சுரா அந்தப் புத்தகங்களை எல்லாம் வாசித்தும் இருக்கிறார் என்பது ஆச்சரியந்தரும் காரியந்தான். அதற்கான அடையாளங்கள் புத்தகங்களில் தெரிகிறது. அடிக்குறிப்போ, அடிக்கோடோ, படித்த தேதியோ ஏதோ ஒரு அடையாளம் நூல்களில் தெரிகிறது என்று சுகுமாரன் பேச்சுக்கு நடுவில் சொல்லியிருக்கிறார்.

இன்று அந்த நூலகத்தைச் சுற்றித்தான் காலச்சுவடு அலுவலகம் சுறுசுறுப்பாக இயங்கிக்கொண்டிருக்கிறது.

காலச்சுவடு இணையதளம் மூலம் இனி கண்ணனின் காலச்சுவடு பதிப்பகப் புத்தகங்கள் விற்பனைக்கு உலகம் முழுவதற்கும் செல்ல இருக்கின்றன. பத்திரிகை ஆரம்பிக்க வேண்டுமென்பது சுராவின் நெடுநாளைய கனவு. சுராவும் கிருஷ்ணன் நம்பியும் சாப்பிடும்போதும் டீ வேளையிலும் பத்திரிகைக்கு என்ன பெயர் வைப்பது என்பது முதல், மழையில் நனையாமல் ஸ்டாக்கை எங்கு வைப்பது என்பது வரையிலும் கனவு உலகில் சஞ்சரித்துக்கொண்டிருந்தது என் காதிலும் விழுந்திருக்கிறது.

1988இல்தான் காலச்சுவடு பத்திரிகை தொடங்கினார். முப்பது வருடக் கனவு நனவானது. பத்திரிகைக்குக் காலச்சுவடு என்று பெயரைத் தேர்ந்தெடுத்தது நண்பர் தி.அ. ஸ்ரீனிவாசன். பத்திரிகையை எங்கள் வீட்டிலிருந்து ஒரு கிலோமீட்டர் தூரத்திலிருக்கும் பாரதி

அச்சகத்தில் அச்சுக் கோர்த்தார்கள். காலாண்டுக்கு ஓர் இதழ் வீதம் இரண்டு வருடங்களில் எட்டு இதழ்கள் கொண்டுவந்தார். அவ்வளவுதான் கொண்டுவர முடிந்தது. எங்கள் வாழ்க்கையிலும் சுதர்சன் ஜவுளிக்கடையிலும் ஏகப்பட்ட பிரச்சினைகள் முளைத்துப் பத்திரிகையை நிறுத்தும்படி ஆகிவிட்டது.

எல்லாருக்குமான பத்திரிகையாய் காலச்சுவடு இருக்க வேண்டும் என்பதில் சுரா உறுதியாக இருந்தார். அந்த எட்டுப் பிரதிகளிலும் அவருடைய படைப்பு குறைவாகவே இருக்கும். கலா அந்த பிரஸ்ஸில்தான் திருமணத்திற்கு முன்னால் வேலைக்குச் சேர்ந்திருக்கிறாள். இன்று காலச்சுவடு புத்தகங்களை உருவாக்கும் பொறுப்பில் அதே கலா இருக்கிறாள்.

“பெரிய சார் நடந்தும் காரிலும் பிறஸ்ஸூக்கு வந்து மேட்டர் வாங்கிட்டுப் போவாங்க. எம்.எஸ். சாரும் ஸ்ரீனிவாசன் சாரும் வந்து இங்கேயே உட்கார்ந்து புரூஃப் பாப்பாங்க. கண்ணன் சாரும் பெங்களூரில் படித்துக்கொண்டிருக்கும்போது விடுமுறைக்கு வந்தால் மேட்டர்களை வாங்கிச்செல்ல வருவார்” என்பவை அவள் நினைவுகள். பிரதியில் தப்புகள் இருந்தால் திரும்பவும் ஆதியிலிருந்தே அச்சு கோக்கணும். மற்றவர்கள், மேட்டரை இருப்பதுபோல் வாங்கிக்கொண்டு போய்விடுவார்கள். காலச்சுவடு பத்திரிகைக்குக் கண்ணும் கருத்துமாய் மெய்ப்புப் பார்ப்பதால் திரும்பத்திரும்ப அச்சு கோர்ப்பதில் அலுப்பாக இருக்கும் என்று சொல்லியிருக்கிறாள்.

இரண்டு வருடங்களில் நிறுத்திய காலச்சுவடு 1994இல் கண்ணனால் ஆரம்பிக்கப்பட்டுப் புதுமுளை விட்டது. காலாண்டு இதழாக ஆரம்பித்து இப்போது மாத இதழாக 27ஆண்டுகளாக வந்துகொண்டிருக்கிறது.

கண்ணனின் விடாமுயற்சியால் சிறுகச்சிறுக முன்னேற்றமடைந்து காலச்சுவடு இணையதளம் மூலமாக உலகம் முழுவதற்குமான விற்பனை தொடங்கப்பட்டும் விட்டது.

முன்னர் தரமான பதிப்பகத்தின் மூலம் சுராவின் படைப்புகள் வெளிவந்திருந்தாலும் விற்பனையிலும் வாசகர்களைச் சென்றடைவதிலும் ஏமாற்றம்தான். அவருடைய புத்தகங்களைக் கொண்டுவருவதற்காகக் காலச்சுவடு பதிப்பகம் ஆரம்பித்துப் படிப்படியாக எல்லா எழுத்தாளரின் படைப்புகளும் வெளிவரத் தொடங்கின. காலச்சுவடு இதழும் காலச்சுவடு பதிப்பகமும் அது வெளியிட்ட சுராவின் நூல்களும் எல்லாருடைய கவனத்திற்கும் இலக்கானது. அவ்வாறு ஈர்க்கப்பட்டவர்களில் கமல்ஹாசனும் ஒருவர்.

வருடம் 2002ஆக இருக்கலாம். சென்னை உட்லண்ட்ஸ் ஹோட்டலில் தங்கியிருந்தோம். ஞானக்கூத்தன் சுராவை கமல்ஹாசன் வீட்டிற்கு அழைத்துச்சென்றார். சுராவை அழைத்துச்சென்றது வீட்டிலுள்ள ஸ்டுடியோ ரூம் என்று நினைவு. பலவருடங்களாகிவிட்டதால், சுரா அப்பொழுது சொன்னது அவ்வளவு துல்லியமாக நினைவுக்கு வரவில்லை. அந்த ஸ்டுடியோவில் வைத்துதான் சாருஹாசன், சந்திரஹாசன், கமல்ஹாசன் மூவரையும் சந்தித்திருக்கிறார். அவர்கள் மூவருக்கும் இடையில் உள்ள ஒற்றுமை, பிரியம், அன்பு போன்றவை சுராவுக்கு நெகிழ்ச்சியை ஏற்படுத்தி இருக்கிறது. ஆடம்பரமில்லாத அவர்களுடைய வாழ்க்கையும் மனத்துக்குப் பிடித்தது. அங்கு போய்விட்டுச் சந்தோஷத்துடன், திருப்தியுடன் வந்தது நினைவிருக்கிறது. கமல்ஹாசன் கொடுத்தார் என்று சொல்லி, ‘அன்பே சிவம்’ சினிமாவின் போஸ்டர் கொண்டுவந்தார். அதில் கமலஹாசனின் ஆட்டோகிராப்பும் இருந்தது. அதை உடனேயே ஹால் சுவரில் ஒட்ட வேண்டுமென்பதில் முனைப்பாக இருந்தார். மைதிலியின்

உதவியுடன் ஹாலில் ஒட்டவும் செய்தார்.

காலச்சுவடு படிப்படியாக மேல் எழுவதற்கு மிகக் கடின உழைப்பு தேவைப்பட்டிருக்கிறது. இதில் காலச்சுவடு பணியாளர்களின் பங்கும் மிக முக்கியமானது. கண்ணனுக்கு மனச்சோர்வு ஏற்படுகிறபோதெல்லாம் மைதிலி கணிசமான உதவிகள் செய்து பக்கபலமாக இருந்து கொண்டிருக்கிறாள். பங்காற்றிய பொறுப்பாசிரியர்களும் மனப்பூர்வமான ஒத்துழைப்புகளைக் கொடுத்து அவர்களாகப் பிரிந்துசெல்லும்போதும் சுமூகமாகவே பிரிந்துசென்றிருக்கிறார்கள்; தொடர்ந்து தொடர்பும் வைத்துக்கொண்டிருக்கிறார்கள். இப்பொழுது இருக்கும் ஆசிரியர் பற்றி எதுவுமே சொல்லத் தேவையில்லை. கண்கூடாகவே அவர் திறமையைப் பார்த்துக்கொண்டிருக்கிறீர்கள். இவர்கள் அனைவரின் ஒத்துழைப்புடன் இன்று காலச்சுவடு இதழும் பதிப்பகமும் தமிழின் கலாச்சார அடையாளங்களுள் ஒன்றாக மாறியிருக்கிறது.

இணைப்புரை - சித்ரா பாலசுப்ரமணியம் - சமூகம், வரலாறு என்று சமூகத்தின் பல்வேறு மாற்றங்களைப் பிரதிபலிப்பதாக இருக்கக்கூடிய பல்வேறு புத்தகங்களைக் காலச்சுவடு வெளியிட்டுக் கொண்டிருக்கிறது. கிளாசிக் வரிசை வழியாக நவீன இலக்கியங்களை மறுபதிப்பு செய்து மிக முக்கியமான பணியையும் காலச்சுவடு ஆற்றிக்கொண்டிருக்கிறது. 25 ஆண்டுகள் பதிப்பு வரலாறு என்பது சாதாரணமானதல்ல. தோன்றி மறையக்கூடிய எவ்வளவோ இடர்ப்பாடுகள் மத்தியில் பதிப்பகங்களை நடத்த வேண்டிய கட்டாயம் இருக்கிறது.

உலக அளவில் தமிழ்மொழியைக் கொண்டு செல்ல வேண்டும் என்கின்ற உயரிய நோக்கத்தோடு தொடர்ந்து காலச்சுவடு பணியாற்றிக்கொண்டிருப்பதை நாம் இங்கே குறிப்பிட்டுச் சொல்ல வேண்டும். அந்த வகையில்தான் உலகம் முழுவதிலுமிருந்து பதிப்பாளர்களும் எழுத்தாளர்களும் மொழிபெயர்ப்பாளர்களும் இலக்கிய ஆர்வலர்களும் கலந்துகொண்டு இந்த நிகழ்ச்சியைச் சிறப்பிக்கவிருக்கிறார்கள். காலச்சுவடோடு தங்களுடைய பயணம் எப்படி அமைந்தது, அதில் தாம் பெற்ற அனுபவம் என்னவென்பதையும் அவர்கள் நம்மோடு பகிர்ந்துகொள்ள இருக்கிறார்கள். இந்த இணையதளம் என்பது காலச்சுவடின் பல்வேறுவகையான வெளியீடுகளை உங்களிடம் கொண்டுவந்து சேர்க்கக்கூடிய சிறந்த அமைப்பாகச் செயல்படமுடியும். இனி வரும் காலங்களில் வேறு வேறு வகையில் புத்தகங்களைப் பதிப்பிப்பது, அவற்றை வாசகர்களுக்குக் கொண்டுசெல்வது என்கிற பல விஷயங்களைக் காலச்சுவடு முன்னெடுக்கவிருக்கிறது.

சிறப்புரை - கமல்ஹாசன் (கலைஞர், செயற்பாட்டாளர்)

வணக்கம். காலச்சுவடு என்ற ஒரு அற்புத முயற்சி இன்னும் தொடர்கிறது என்பதில் என்னைப்போன்ற வாசகர்களுக்கு மிகுந்த மகிழ்ச்சி. நின்றுபோன பத்திரிகை பற்றி கமலாம்மா சொன்னார்கள். நானும் அதேகாலத்தில் மையம் என்ற பத்திரிகையைத் தொடங்கி, நடத்தமுடியாமல் நிறுத்தியிருக்கிறேன். அது சினிமா சம்பந்தப்பட்ட கலைஞனால் நடத்தப்பட்ட பத்திரிகை என்பதால் அந்தச் சாயலில் இருக்கக்கூடாது என்பதற்காக வீம்பாக இருந்தேன். அதில் பலரும் எழுதியிருக்கிறார்கள். சுந்தர ராமசாமி அவர்களிடம் கதைகேட்டு அவரும் எழுதுவதாக இருந்தது. அதற்குள் பத்திரிகை நின்றுவிட்டது. ஆனால் அசோகமித்திரன் எழுதியிருக்கிறார், சுஜாதா எழுதியிருக்கிறார். இந்த மாதிரியான பேரெழுத்தாளர்களை என் ரசிகர்கள் மத்தியில் கொண்டு சேர்க்க வேண்டும் என்பது கொஞ்சம் பேராசை என்று தெரிந்தது. அதற்குப் பிறகு அந்த மையம் வேறுவகையில் வளர்ந்து அரசியல் கட்சியாக வளர்ந்-

திருப்பது வேறு கதை.

இப்போது 96இல் பசுவய்யாவின் 107 கவிதைகளாக துவங்கியது இன்று இன்னமும் நடந்துகொண்டிருக்கும் பத்திரிகையாகவும் அதுவும் டிஜிட்டல் தொழில் நுட்பத்தில் நடந்து-கொண்டிருக்கும் பத்திரிகையாகவும் இருப்பது என்னுடைய கனவு நனவான ஓர் உணர்வு. காரணம், எல்லா பதிப்புகளும் தமிழ் எழுத்துக்கள் எல்லாம் டிஜிட்டலில் டொமைனில் கிடைக்கக்கூடியதாக இருக்க வேண்டும், அப்போதுதான் உலகெங்கும் பரவிக்கிடக்கும் தமி-ழர்கள் அதைத் தேடிப் படிக்க முயலும்போது அவர்கள் கையில் ஏதாவது கிட்டும் என்பது என் நம்பிக்கை. தமிழ் எழுத்தாளர்கள் எத்தனைபேரைத் தெரியும் என்று கேட்டால், தமிழர்-களுக்குத் தெரியாது. ஆனால் கேரளாவில் போய்க் கேட்டால் கிடுகிடுவென்று வரிசையாகத் தமிழ் எழுத்தாளர்களின் பெயர்களைச் சொல்வார்கள். மலையாள எழுத்தாளர்களை அல்ல, தமிழில் மட்டுமே எழுதக்கூடியவர்களைச் சொல்வார்கள். அப்படித் தேடித்தேடிப் படிக்கிறார்-கள். அவர்களைப் பார்த்து நான் பொறாமைப் பட்டதுண்டு. அந்தப் பொறாமை கொஞ்சம் மட்டுப்பட்டதற்கான காரணம், பல நல்ல தமிழ் எழுத்தாளர்களைப் பதிப்பித்த பெருமை உங்-களுக்கு உண்டு. தேடித்தேடிச் செய்த ஒரு பணி. தமிழ் அறிஞர்கள் முன்பெல்லாம் ஒவ்-வொரு வீடாக ஓலைச்சுவடிகளைத் தேடித்தேடிச் சென்று மீட்டெடுத்து, இன்று வாழும் தமி-ழுக்கு அவர்கள்தான் ஆதாரம் என்று சொல்வதுபோல்.

நல்ல எழுத்தாளர்களின் படைப்புகளோடு காலச்சுவடு நீண்ட ஆயுளுடன், நம்மையும் தாண்டிய ஆயுளுடன் அது இருக்க வேண்டும் என்று நான் நினைக்கிறேன். காலச்சுவடு, பல இந்திய மொழிகளிலிருந்தும் பற்பல உலக மொழிகளிலிருந்தும் படைப்புகளைக் கொண்-டுவந்து வெளியிட்டிருக்கிறது. இது இன்னொரு திருநெல்வேலிக்காரரின் கனவு. அதை நினைவாக்கிக் கொண்டிருக்கிறது காலச்சுவடு. பப்ளிஷிங் நெக்ஸ்ட் (PublishingNext) பரிசுகளையெல்லாம் குவித்திருக்கிறார்கள். அது மட்டுமல்ல, தமிழுக்காக வழக்காடும் பொறுப்பையும் ஏற்றுக்கொண்டு, தமிழ் எழுத்தாளனுக்கு இருக்கும் சிக்கல்கள் போதாதென்று இந்த அரசியல் சிக்கல்கள் எல்லாம் வரும்போதெல்லாம், இப்படித் தோள் கொடுக்கத் துணி-வது பாராட்டப்பட வேண்டிய விஷயம். இதற்கெல்லாம் சேர்ந்த ஒரு பாராட்டுவிழாவாகத்-தான் நான் இதை நினைக்கிறேன். இந்த விழா ரொம்ப நெகிழ்ச்சியான ஒரு விஷயம்.

சு.ரா அவர்கள், தான் கமல்ஹாசனைச் சந்தித்ததை கமலா அவர்களிடம் ஒரு வாக்கி-யத்தில் சொல்லியிருக்கலாம். எனக்கு அது வாழ்நாளில் ஒரு சம்பவம். அதற்குக் காரண-மானவர் ஞானக்கூத்தன். நானும் அவரும் மிகவும் உணர்ச்சி வசப்படக்கூடியவர்கள். ஒரு சமயம், அவர், "நீங்கள் கண்டிப்பாக சு.ராவைச் சந்திக்க வேண்டும்" என்று சொன்னார். "எதற்கு" என்று நான் கேட்டேன். "அவர் சினிமாவுக்கு எழுதுவாரா, அது தெரியாதே" என்றும் நான் சொன்னேன். " இல்லை நீங்கள் அவரைச் சந்திக்க வேண்டும், நீங்கள் இரு-வரும் சந்திப்பதை நான் பார்க்க வேண்டும்" என்று சொன்னார். அதைச் செய்தும் காட்டி-னார். நானும் சு.ராவும் பேசும்போது ஒரு வார்த்தைகூட ஞானக்கூத்தன் குறுக்கே பேசவே இல்லை. நீங்களும் பேசுங்கள் என்று சொன்னதற்கு, "இல்லையில்லை, நீங்கள் இருவரும் பேசுங்கள், அதைப் பார்க்கத்தான் நான் வந்திருக்கிறேன்" என்று எங்களை அளவளாவ-விட்டு, உரையாடவிட்டு, எங்களோடு தியேட்டரில் பின் சீட்டில் அமர்ந்துகொண்டிருந்தார்.

நானும் சு.ராவும் ஒருவரையொருவர் பார்த்து உட்கார்ந்து கொண்டிருந்தோம். புகைப்படம் எடுக்க வேண்டும் என்றுகூட அன்று எனக்குத் தோன்றவில்லை. அரசியலுக்கு வந்த காரணத்தினாலோ என்னவோ இப்போதெல்லாம் வீடியோ கேமராவுடனேயே சுற்றிக்கொண்டிருக்கிறேன். அப்போது எனக்குப் புகைப்படம் எடுக்கத் தோன்றவில்லை. பல கேள்விகளை நான் கேட்டேன். ஒரு குறிப்பு எடுக்கக்கூட எனக்கு அப்போது தோன்றவில்லை. ஒரு திரை எழுத்தாளராக எனக்குப் பல கேள்விகள் இருந்தது அன்று. எப்படி அணுகுகிறீர்கள் உங்கள் கதைகளை? எப்படி ஒரு ஓவியன் தான் பார்த்த காட்சிகளை நுணுக்கிநுணுக்கிச் சின்னக் கோவையாக வரைந்துகொண்டு வீட்டுக்குச் சென்று பிற்பாடு அதை உருவகப்படுத்துவதுபோல், நீங்கள் எப்படி அணுகுகிறீர்கள்? நீங்கள் எழுதும்போது அது தொடர்பான விஷயங்களை எவ்வளவு வாசிப்பீர்கள் என்றெல்லாம் கேட்டபோது, "நான் சுமாராக வாசிப்பேன், ஆனால் எழுதும்போது வாசிப்பதில்லை", என்று சொன்னார் சு.ரா. அதை ஒரு பெரிய பாடமாக நான் எடுத்துக்கொண்டிருக்கிறேன். அது நிறைகுடமாக இருப்பவர்கள் சொன்னது. நிரம்பி வழிந்துகொண்டிருக்கும்போது மேலே ஊற்றினால் நம்ம எழுத்தும் சேர்ந்து ஓடிவிடும் என்பதை ரொம்ப அழகாக எனக்குச் சொல்லிக்கொடுத்தார். அது எனக்குப் பிரயோஜனமாக இருக்கிறது. அவருடைய நூலகம் பற்றிச் சொன்னார்கள். என்னுடைய நூலகத்துக்கு ஒரு புத்தகத்தை அடையாளமாக வாங்க வேண்டும் என்று சொன்னார்கள். வேறு யார் புத்தகத்தையும் சொல்ல எனக்குத் தோன்றவில்லை. ஞானக்கூத்தன்தான் எனக்கு முதலில் மனதில் வருகிறார். அதனால் அவரைச் சொல்கிறேன். அது அவர்கள் இருவருக்கும் நான் செய்யும் மரியாதை.

நான் ஒரு பேரிழப்புக்கு ஆளானேன். ஏழு எட்டு வருடங்களுக்கு முன்னர் நான் வைத்திருந்த நூலகம் பாதி எரிந்துபோய்விட்டது. இப்பொழுதும் என்னிடம் இருக்கும் - நான் பதின்மூன்று வயது முதல் வாங்கிய புத்தகங்களெல்லாம் கொஞ்சம் கறுத்துப்போய் இருக்கிறது. அந்தத் தீ இன்னமும் அணையவில்லை. அதை அணைப்பதற்கு இதை ஒரு வாய்ப்பாக நினைக்கிறேன். இதுவரை நீங்கள் என்னென்ன பதிப்பித்திருக்கிறீர்களோ அவையெல்லாம் என்னுடைய நூலகத்தில் இருக்க வேண்டும் என்பதுதான் என்னுடைய ஆசை. இதுதான் ஆகப்பெரிய கொள்முதல் என்று நான் சொல்லவிரும்பவில்லை. முன்னோடியாக நான் இருந்தேன் என்றால், இதே ஆசையுடன் பல வாசகர்கள் தமிழகம் எங்கும் இருக்கிறார்கள், அவர்களும் இதைப்போல் செய்ய வேண்டும், அதற்கு முன்னோடியாக இருக்க வேண்டும் என்பதுதான் ஆசை.

எனவே ஞானக்கூத்தன் அவர்களின் புத்தகம் முதல் அச்சாரமாகவும் பிற்பாடு வெகுவிரைவில் அத்தனை புத்தகங்களையும் வாங்கி அடுக்கிவைத்து அழகு பார்க்க வேண்டும், படிக்கவும் வேண்டும் என்பது என்னுடைய ஆசை. இந்த வாய்ப்பை எனக்குக் கொடுத்ததற்கு மிக்க நன்றி. இப்போது அனந்து அவர்களையும் நினைக்கக் கடமைப்பட்டிருக்கிறேன். இங்கே பாரதி, தி. ஜானகிராமன், ஜி. நாகராஜன், சுந்தர ராமசாமி, எம்.வி. வெங்கட்ராம், மௌனி, ஆத்மாநாம் போன்ற பலபேர்களை நான் நினைவில் கூற வேண்டும். இவற்றையெல்லாம் என்னைப் படிக்கவைத்து, சிலரைச் சந்திக்கவும் வைத்தவர் அனந்து அவர்கள். அவர் இறந்தபோது அவரது நூலகம் எனதானது. அதில் பாதி எரிந்த கோபம்தான் எனக்கு. இப்போது அதை ஓரளவுக்குச் சரிகட்டலாம் என்ற முனைப்பில் துவங்கியிருக்கிறேன். இந்த முயற்சியும்

வெற்றிபெறும் என்று நம்புகிறேன்.

என்னை இந்த விழாவுக்கு அழைத்துப் பேசச்சொன்னதில் நானே எழுதிப் பதிப்பித்த பெருமை எனக்கு இருக்கிறது. பக்கத்தில் இருந்து வேடிக்கை பார்ப்பதில் இருக்கும் சந்தோ-ஷம் மிகமிக அற்புதமான சந்தோஷம். இதை ஏதோ அவையடக்கத்துக்காகச் சொல்கிறேன் என்று தயவுசெய்து நினைத்துவிடாதீர்கள். என்னிடம் கேட்பார்கள், “ஒரு இயக்குநர் ஆகி-விட்டீர்கள், சினிமாவின் உச்சகட்டம் அதுதான், அடுத்தகட்டமாக சினிமாவின் உயர் பதவி என்று எதை நினைக்கிறீர்கள்?” என்று என்னிடம் கேட்கும்போதெல்லாம் உண்மையாக நான் உணர்ந்து சொல்வது, நான் மட்டும் அல்ல, உலகத்தில் இருக்கும் பல பெரிய இயக்குநர்கள் சொல்வது, மீண்டும் ரசிகனாக மாற வேண்டும் என்ற அந்தப் பேராவலைத்தான். அதை எங்கோ இழந்துவிடுகிறோம், படைப்பாளி என்ற கர்வத்தில், அந்த ரசிக்கும் தன்மையை இழந்துவிடுகிறோம். அந்த ரசனை எனக்கு மீள வேண்டும். அனந்துவும் நானும் ஒரு பத்-திரிகை நின்றுபோய் விடக்கூடாது என்பதற்காக, கணையாழிக்கான சந்தாவுக்குத் தெரிந்த நண்பர்களுக்கு எல்லாம் சொல்வோம். அதே உணர்வுடன் சொல்கிறேன், காலச்சுவடு நீடூழி வாழ வேண்டும். மனமார்ந்த பாராட்டாகத்தான் இதைச் சொல்கிறேன். நம்மையும் தாண்-டிக் காலச்சுவடு வாழ வேண்டும். இந்த விழாவில் என்னைப் பேச அழைத்ததற்கு எனக்குப் பெரிய பெருமை. அனந்து இருந்திருந்தால் சந்தோஷப்பட்டிருப்பார், ஞானக்கூத்தன் இருந்-திருந்தால் கூத்தாடியிருப்பார். நன்றி, வணக்கம்.

இணைப்புரை - சித்ரா பாலசுப்ரமணியம் - மிக அருமையான, நாங்கள் எதிர்பார்த்-ததைப்போன்றே அமைந்த ஒரு உரை. நீங்கள் புத்தகங்களின் காதலர் என்பதை மீண்-டும் நிரூபித்திருக்கிறீர்கள். இணையத்தில் நீங்கள் எழுதியது ஏதாவது இருக்கிறதா என்று தேடியபோது, ‘தாயம்’ என்ற ஒரு நாவலை 1984இல் எழுதியிருப்பதாக நான் பார்த்தேன். எங்களுடைய கோரிக்கையாக இந்த இடத்தில் நன்றி அறிவித்தலோடு சொல்லலாம் என்று நினைக்கிறோம், ஏராளமான அனுபவங்கள் உங்களுக்கு இருக்கிறது, திரை சார்ந்தும், புத்-தகங்கள் சார்ந்தும்! அது வரும் தலைமுறைக்கு உங்களுடைய அடையாளமாகவும் நின்று நிலவும் என்ற கோரிக்கையை நாங்கள் இங்கு வைக்கிறோம். இந்த அவையில் இணையத-ளத்தைத் திறந்துவைத்துச் சிறப்பிக்குமாறு அன்போடு கேட்டுக்கொள்கிறோம்.

கமல்ஹாசன்

காலச்சுவடு பதிப்பகத்தின் இணையதளத்தை நான் திறந்துவைக்கிறேன். அனைத்தும் இங்கு தெரிகிறது. மிக அருமை. நீங்கள் என்னிடம் ஒரு வேண்டுகோள் விடுத்தீர்கள். எனக்கு, பதிலுக்கு உங்களிடம் ஒரு வேண்டுகோள். தமிழ்த் திரைக்கதைகளை உங்களுக்குச் சிறந்ததாகத் தோன்றுகிறவற்றைச் செய்ய வேண்டும் என்று கேட்டுக்கொள்கிறேன். திரைக்-கதைகள் தமிழிலக்கியத்தில் மிக முக்கியமான இடத்தைப் பிடித்திருப்பதாகவே நம்புகிறேன். திரைக்கதை என்பது என்ன? நான் எம்.ஏ பட்டயப் படிப்பு தமிழில், ஆங்கிலத்தில் படித்தி-ருக்கிறேன், நான் எதற்குத் திரைக்கதைப் பயிற்சிப்பட்டறைக்கு வர வேண்டும் என்று ஒருவர் கேட்டார். அவரிடம் நான் சொன்னது, “ ஷேக்ஸ்பியர் இப்போது வந்தார் என்றால், அவரும் கண்டிப்பாக ஒரு பயிற்சிப் பட்டறைக்கு வர வேண்டும். ஏனென்றால், இது வேறு”. இன்று திரைக்கதை எழுதுவது இருநூறுபேர் வேலைசெய்வதற்கான குறிப்பு. அது மிக முக்கியமான

அறிவியல்பூர்வமான ஆவணம். அதை எழுதுவதற்குத் தனித் திறமை வேண்டும். அதற்கு வெறும் எழுத்தும் படிப்பும் போதாது. பொறியியல் படிப்பதைப் போன்றதுதான் அது என்று நம்புகிறேன். அதை ஊர்ஜிதப்படுத்தும் வகையில், தமிழில் நல்ல திரைக்கதைகளைக் காலச்சுவடு பதிக்க வேண்டும் என்பது என்னுடைய வேண்டுகோள்.

கண்ணன்: கண்டிப்பாக நாங்கள் அதைப் பரிசீலித்துச் செய்கிறோம்.

இணைப்புரை - சித்ரா பாலசுப்ரமணியம்

காலச்சுவடு இணையதளம் உங்கள் கண் முன்னால் இருப்பதை நீங்கள் பார்க்கலாம். நூல்கள், எழுத்தாளர்கள், வகைமைகள், சிறப்புத்திட்டங்கள், காலச்சுவடு பற்றிய அறிமுகம் எல்லாம் இருக்கின்றன இதில்.

காலச்சுவடு இணையதளத்தைத் திறந்துவைத்து, இதில் அத்தனை புத்தகங்களையும் தன்னுடைய நூலகத்துக்காக ஒரு பிரதி வாங்குவேன் என்று சொல்லி, அதோடு முக்கியமான திரைக்கதைகளைப் பிரசுரிக்க வேண்டும் என்று யோசனை தெரிவித்த பத்மஸ்ரீ கமலஹாசனுக்குக் காலச்சுவடு சார்பாக நன்றி.

அடுத்து, சிறப்புரை ஆற்றக்கூடிய ஆளுமைகளை அழைக்கலாம் என்று நாங்கள் நினைக்கிறோம்.

முதலில் ஸ்ரீதரன் அவர்கள். இவர் இந்திய அயலுறவுத் துறையின் உயர் அலுவலர். ஆனால் அதைவிட முக்கியமாக, 'வாரிச் சூடினும் பார்ப்பவர் இல்லை' என்ற புத்தகத்தின் மூலமாகத் தமிழுலகத்தில் நீங்கள் மிக முக்கியமான இடத்தைப் பிடித்தீர்கள். சீனத்தின் சங்க இலக்கியம் என்று சொல்லக்கூடிய ஏறக்குறைய முப்பத்தைந்து பாடல்களைச் சீன மொழியிலிருந்தே நேரிடையாக மொழிபெயர்த்துக் கொடுத்தீர்கள். அதைவிட உங்களை ஐக்கியா ஸ்ரீதரன் என்றுதான் எனக்கு நினைவிருக்கிறது. உங்களுடைய நாடக விழாக்களுக்கு நான் வந்திருக்கிறேன். குட்டி இளவரசனை நீங்கள் நாடகமாக நடத்தியது எனக்கு இன்னமும் நினைவிருக்கிறது. அந்த நாடகப் பயிற்சியின்போது நான் வந்திருக்கிறேன். தீவுத்திடலில் நடந்த அந்த நிகழ்வுகள் உங்களுடைய பெயரைக் கேட்டவுடன் நினைவில் விரிகிறது. உங்களுடைய சமூக வலைத்தளம் மிகவும் வண்ணமயமானது. வாழ்க்கையில் உத்வேகம் ஊட்டக்கூடியது. ஆர்வமும் துடிப்பும் நிறைந்த திரு. ஸ்ரீதரன் அவர்களைச் சிறப்புரை ஆற்றுமாறு அன்போடு வரவேற்கிறோம்.

சிறப்புரை - ஸ்ரீதரன் (பயணி) (எழுத்தாளர், அயலுறவுத்துறை அலுவலர்)

அனைவருக்கும் வணக்கம்.

நான் பெய்ஜிங்கில், ஹாங்காங்கில், பிஜித் தீவில் ஒரு அரசியல் அதிகாரியாக இருந்திருக்கிறேன், பண்பாட்டு அதிகாரியாக இருந்திருக்கிறேன். அதனால் என் வேலை பற்றிச் சொன்னால், எங்கு ஆரம்பித்து எங்கு முடிப்பது என்று தெரியாது. இது எல்லா டிப்ளமாட்டுக்கும் பொருந்தும். டிப்ளமாட்டிக் துறையில் ஒரு தந்திரத்தைப் பின்பற்ற ஆரம்பித்தோம். அதாவது நீங்கள் என்ன செய்கிறீர்கள் என்று கேட்டால், நம்முடைய பொழுதுபோக்கு பற்றிச் சொல்வோம். என்னுடைய மூத்த அதிகாரிகள் சிலபேர் இவ்வாறு செய்வதைப் பார்த்து எனக்கும் அந்த ஆசை வந்தது.

ஒரு இரவு விருந்தில் ஒருவர் என்னை விசாரித்தபோது, 'நான் ஸ்ரீதரன், நான் ஒரு டிப்ளமாட், ஒரு எழுத்தாளனும் கூட' என்று சொன்னேன். உடனே அவர் 'என்ன எழு-

தியிருக்கிறீர்கள்' என்று அடுத்த கேள்வி கேட்டார். இப்போதுதான் என்னுடைய நிஜமான பிரச்சினையே துவங்கியது. நான் என்ன எழுதியிருக்கிறேன் என்று ரொம்பச் சுருக்கமாகச் சொல்ல வேண்டும். அதை இப்படி சொல்ல வேண்டும், "சீனாவில் கன்பூசியஸ் என்று ஒருவர் இருந்தார். அவரும் புத்தரும் சமகாலத்தவர்கள். அதாவது 2600 வருடங்களுக்கும் முன்னர். அந்த கன்பூசியஸ் அவருக்கு முன் காலத்திய Book of Songs என்ற ஒரு புத்தகத்தைச் சிறந்த புத்தகம் என்று சொல்லியிருக்கிறார். அந்தப் புத்தகத்தை நான் இரண்டு வருடம் சீனாவில் படித்து, ஏழு வருடம் சற்றே சிரமப்பட்டு, அதில் இருக்கும் சில பாடல்களைத் தமிழில் மொழிபெயர்ப்பு செய்து அதற்கும் தமிழுக்கும் இருக்கும் உறவு பற்றி ஒரு புத்தகம் எழுதியிருக்கிறேன்" என்று சொன்னேன். முதலில் டிப்ளமாட் என்று சொன்னவுடன் அந்தப் பெண்மணியின் புருவம் புழுமாதிரி நெளிந்தது; நான் என்னுடைய புத்தகம் பற்றிச் சொன்னவுடன் அது பாம்புமாதிரி பறந்துவிடும்.

இப்போது யோசித்துப் பாருங்கள், ஒரு சாதாரண இரவு விருந்தில் உரையாடும்போது சொல்லமுடியாத ஒரு விஷயத்தை ஒரு பதிப்பாளரிடம் சொல்லிப் பதிப்பிக்க வேண்டும் என்றால் அது ரொம்ப அசாதாரணமான விஷயம். நான் பெய்ஜிங்கில் இருக்கிறேன், அப்போது புத்தகம் பற்றிய யோசனை வருகிறது. பிஜித்தீவுக்குச் சென்ற பிறகு தீவிரமாக அந்தப் புத்தகம் பற்றிப் பேச ஆரம்பித்தோம். ஆனால் கண்ணனிடம் தொலைபேசி மூலம் பேசியபோது, கண்ணன் நான் சொன்ன புத்தகத்தின் எழுத்துப்பிரதியைக்கூடப் பார்க்கவில்லை. 'நீங்கள் அனுப்புங்கள், நான் பதிப்பிக்கிறேன்' என்று சொன்னார். நான் ஒரு நாடோடி.சென்றமுறை நான் டெல்லியில் இருந்தபோது இந்தப் புத்தகம் வெளியானது. கண்ணனும் நானும் டெல்லி தமிழ்ச் சங்கத்தில் அந்த விழாவை ஒருங்கிணைக்கும்போது, ஒரு மாதம் முன்னர்தான் எங்கள் இருவருக்கும் தெரிந்தது, மிகப் பழைமை வாய்ந்த தமிழ் மொழிக்கும் அதே பழைமை வாய்ந்த சீன மொழிக்கும் நடுவில் நேரடியாக மொழிபெயர்ப்பாகிற முதல் நூல் இது, அந்த நூலுக்காக நான் ஏழு வருடம் உழைத்திருக்கிறேன். அப்போதுகூட இது முதல் என்று எனக்குத் தெரியாது. நிறைய பேர் சீன மொழியிலிருந்து தமிழுக்கு மொழிபெயர்த்திருப்பார்கள், நாம் இதைச் செய்யலாம் என்றே நினைத்தேன்.

என்னைப் பொறுத்தவரையில், துப்பார்க்குத் துப்பான விஷயங்களையும் துப்பாக்கி துப்பார்க்குத் துய்க்கும் விஷயமாகவும் மாறும் மழை என்று சொன்னார் வள்ளுவர். அது மாதிரி காலச்சுவடு ஓர் எழுத்தாளனாக என்னை உருவாக்கியது; அதனூடாகவே ஒரு வாசகனாக என்னை வளர்த்தது. இந்த இரண்டிலும் காலச்சுவடுக்கு ஒரு பங்கு இருக்கிறது. இந்தப் புத்தகம் 2012இல் வந்தது. இதற்கும் முன்னர் 2004இல் என்னுடைய முதல் நூல் வெளிவந்தது. 'சீன மொழி ஒரு அறிமுகம்' என்ற புத்தகம். கண்ணனுடன் நடத்திய உரையாடல் எனக்கு நினைவிருக்கிறது. சீன மொழியின் சிறப்புக்கூறுகள் என்று சொல்லலாம், இல்லையென்றால் சீன மொழியில் இருக்கிற ரொம்ப சிக்கலான விஷயங்கள் என்றும் சொல்லலாம். சீன மொழியில் அ, ஆ கிடையாது, எழுத்துக்கள் கிடையாது. எடுத்தவுடனயே அணில், ஆடு, இலை என்றுதான் இருக்கும். அணிலை நாம் அ, ணி, ல் என்று பிரிக்கிறோம் இல்லையா, சீன மொழியில் அவ்வாறு செய்யமுடியாது. எடுத்தவுடனேயே அணில் என்றுதான் கற்றுக் கொள்ளமுடியும். அதனால் ஒவ்வொரு சொல்லுக்கும் ஒரு கட்டம் போட்டிருக்கும். இரண்டாவது, சீனமொழி ஒரு டோனல் (Tonal) மொழி என்று சொல்வார்கள். இங்கு

நமக்கு காபி வேண்டும் என்று அம்மாவிடம் கேட்கிறோம் என்று சொன்னால், அம்மா காபி கொடும்மா என்று சொல்வோம். எந்தத் தன்மையில் சொன்னாலும் நம் அம்மாதான் வருவார்கள். ஆனால் சீன மொழியில் அம்மா என்று சொன்னால், அம்மா வரமாட்டார்கள். குதிரை வரும், கோபம் வரும், சணல் வரும். ஏனென்றால் எல்லாவற்றுக்கும் மா, மா என்று பயன்படுத்துவார்கள். ஆனால் அதை வேறு வேறு மாதிரி சொல்வார்கள். நாங்கள் சீனமொழி கற்றுக்கொள்ளும்போது கிண்டலாக இந்த விஷயத்தைச் சொல்வோம். ஒரு பாடல் இருக்கிறது, அந்தப் பாடல், "மாமா சீ மா, மாமா மா" என்று போகும். அதாவது அம்மா குதிரையில் போய்க்கொண்டிருக்கிறார்கள், குதிரை ரொம்ப மெதுவாகப் போகிறது, அம்மா குதிரையைத் திட்டினார்கள் என்று எல்லாமே மா என்றே வரும். அந்த மாதிரியான ஒரு மொழி சீன மொழி.

2004இல் இருபது வருடங்களுக்கும் முன்னர் நாங்கள் என்ன செய்தோம் என்றால், சீன மொழிக்கான டோனுக்காக ஒரு தனி எழுத்துரு (Font) இருக்கும். 20 வருடங்களுக்கும் முன்னர் ஒரு தமிழ்ப் புத்தகத்தில் தமிழ் எழுத்துருவும், சீன எழுத்துருவும், டோனுக்கான எழுத்துருவும் இருக்கிறது. அத்தனையும் சேர்ந்து அந்தக் காலகட்டத்தில் இருந்த தொழில்நுட்பத்தைக் கைக்கொண்டு புத்தகத்தைப் பதிப்பிக்கிறோம். எனக்குத் தெரிந்து அப்படிப்பட்ட விஷயங்களை உள்ளடக்கி இந்திய மொழிகளிலேயே சீன மொழியை அறிமுகப்படுத்துகிற புத்தகங்கள் அந்தக் காலகட்டத்தில் கிடையாது.அதனால் இப்படிப்பட்ட முதன்மையான விஷயங்கள் செய்யும்போதெல்லாம் கண்ணனிடம் செல்ல எனக்குத் தயக்கமே வந்தது கிடையாது. அப்படி அவரிடம் இதுவரை நான் கேட்டு அவர் செய்யாத விஷயங்கள் என்பதே கிடையாது. அவர் கேட்டு நான் செய்யாத விஷயங்கள் வேண்டுமானால் இருக்கும். இதைத் தமிழ்ச் சூழலில் மட்டுமல்லாமல், இந்தியப் பதிப்புச் சூழலிலேயே முக்கியமான விஷயமாகப் பார்க்கிறேன்.

தமிழ்ப்பிரபாவின் 'பேட்டை' நாவலின் கடைசியில் சிந்தாதிரிப்பேட்டையில் பேசுகிற வார்த்தைகளின் பட்டியல் கொடுக்கப்பட்டிருக்கும். அதில் சில நாம் பேச்சு வழக்கில் சொல்ல வேண்டும் என்றால் கெட்ட கெட்ட வார்த்தைகள். அதற்கான பட்டியல் அந்தப் புத்தகத்தில் இருக்கும். இந்த மாதிரியான முக்கியமான விஷயங்களை ரொம்ப அநாயாசமாகக் காலச்சுவடு செய்துகொண்டிருக்கிறது.

இப்படி ஓர் எழுத்தாளனாக நம்பிக்கையோடு காலச்சுவடுக்கு நான் வந்த காரணம் வாசகனாக எனக்கும் அதற்கும் இருக்கும் உறவுதான். அந்த உறவு, கண்ணன் சொன்னமாதிரி, 1987இல் நான், வைதேகி, சந்தர் எல்லாரும் நேராக நாகர்கோவில் போய் இறங்கிவிட்டோம். நேராக நாகர்கோவிலுக்குப் போய், விசாரிக்கும்போது சுதர்சன் டெக்ஸ்டைல்ஸ் கடை கண்ணில் பட்டது. கல்லாவில் ஒரு இளைஞர் உட்கார்ந்திருந்தார். அவரிடம் சென்று "சென்னையிலிருந்து வந்திருக்கிறோம். நாங்கள் வாசகர்கள், எங்கே எங்களுடைய எழுத்தாளர் சுந்தர ராமசாமி" என்று கேட்டு எங்களை அறிமுகப்படுத்திக்கொண்டோம். கண்ணன் எங்களை வீட்டுக்கு அழைத்துச் சென்றார். சாப்பிட்டுவிட்டு நீண்டநேரம் பேசிக்கொண்டிருந்தோம். ஏறக்குறைய 35 ஆண்டுகளாக ஒரு வாசகனாக எனக்கும் காலச்சுவடுக்குமான உறவு வளர்ந்துகொண்டே இருக்கிறது.

என்னுடைய புத்தக அலமாரியில் கிட்டத்தட்ட நாற்பது சதவீதப் புத்தகங்கள் காலச்சுவடு பதிப்பித்தவைதான். ஒவ்வொரு முறை விடுமுறைக்குச் சென்னைவரும்போதும் வாங்கியவை. காலச்சுவடு பதிப்பித்த மொழிபெயர்ப்பு நூல்களையும் பிற புத்தகங்களையும் அந்தப் புத்தகங்களின் உள்ளே படித்துப் பார்க்கக்கூட எனக்கு நேரம் இருக்காது; வாங்கிக்கொண்டு வெளிநாடு சென்று அடுத்த இரண்டு வருடங்களுக்கு அவற்றைப் படிப்பேன். இப்படியாக ஒரு எழுத்தாளனாக, ஒரு வாசகனாக மழை மாதிரி என்னை வளர்த்தது காலச்சுவடு.

என்னைப் பொறுத்தவரை இது காலச்சுவடின் முதல் 25ஆம் ஆண்டுவிழா. ஏனென்றால் கண்ணன் ரொம்பவும் புத்திசாலியான, விழிப்புணர்வு உள்ள பதிப்பாளர். பதிப்பகத்துறையில் நிறைய மாற்றங்கள் வந்துகொண்டிருக்கிறது. வால்டர் ஐசக்ஸன் என்று ஒரு சிந்தனையாளர் இருக்கிறார்; ஸ்டீவ் ஜாப்ஸ், ஐன்ஸ்டீன் ஆகியோரின் வரலாறுகளை எழுதியவர். நான் அமெரிக்காவில் இருந்தபோது, அவருடைய அலுவலகமும் என்னுடைய தூதரகமும் அருகருகே இருந்தன. அவருடன் உரையாடும்போது அவர் முக்கியமான விஷயம் ஒன்றைச் சொன்னார், வாசகர்களின் எண்ணிக்கை உயர்ந்துகொண்டிருக்கிறது, எழுத்தாளர்களின் எண்ணிக்கை உயர்ந்துகொண்டிருக்கிறது, பதிப்பாளரின் எண்ணிக்கையும் உயர்ந்துகொண்டிருக்கிறது. எந்த இடத்தில் இடைவெளி இருக்கிறது என்று சொன்னால், வாசகர்கள் தாங்கள் தர நினைக்கும் பணத்தை வாங்கும் முறைக்கு ஒரு இடைவெளி இருக்கிறது என்று சொன்னார். விரிவுபடுத்த, அதுபற்றி வலுவாகச் சிந்திக்க, கூர்மைப்படுத்த ஆட்கள் வேண்டும். அடுத்து வரும் பதிப்பாளர்கள் இதை யோசிப்பார்கள் என்று நினைக்கிறேன். அந்தவகையில் தமிழில் ஏதாவது நடந்தது என்றால் கண்ணன் அதில் முன்னணியில் இருப்பார் என்று எனக்கு ரொம்ப நம்பிக்கை உண்டு. காலச்சுவடின் முதல் 25 ஆண்டுக்கும் அடுத்தடுத்த 25 ஆண்டுக்கும் சேர்த்து என்னுடைய வாழ்த்துகள்.

இணைப்புரை - சித்ரா பாலசுப்ரமணியம் - மிக்க நன்றி ஸ்ரீதரன். அடுத்து, தமிழின் தலைசிறந்த எழுத்தாளர்களுள் குறிப்பிடத்தகுந்த ஒருவரான திரு.சுரேஷ்குமார் இந்திரஜித் அவர்களைச் சிறப்புரை வழங்குமாறு அன்போடு அழைக்கிறோம். எண்பதுக்கும் மேற்பட்ட சிறுகதைகள், அறுபதுக்கும் மேற்பட்ட குறுங்கதைகள், இரண்டு புதினங்கள் என்ற நீண்ட எழுத்துப்பயணம் அவருடையது. 'மறைந்து திரியும் கிழவன்', 'மாபெரும் சூதாட்டம்' போன்ற சிறுகதைத் தொகுதிகளும், 'அம்பிகாவும் எட்வர்ட் ஜென்னரும்', 'கடலும் வண்ணத்துப் பூச்சியும்' ஆகிய நாவல்களும் மிக முக்கியமாகக் குறிப்பிடத் தகுந்தவை. ஆண் பெண் உறவுச் சிக்கல்களையும் அதன் நுட்பமான விஷயங்களையும் தன்னுடைய எழுத்துக்களில் வடித்திருக்கிறார்.

காலச்சுவடுடனான தன்னுடைய அனுபவங்களைப் பகிர்ந்துகொள்ளுமாறு எழுத்தாளர் சுரேஷ்குமார் இந்திரஜித் அவர்களை அன்போடு அழைக்கிறோம்.

சிறப்புரை - சுரேஷ்குமார் இந்திரஜீத் (எழுத்தாளர்)

காலச்சுவடு பதிப்பகத்தின் முதல் வெளியீடு எல்லாரும் கூறியபடி பசுவய்யா என்ற சுந்தர ராமசாமி எழுதிய '107 கவிதைகள்.'அது 1996 வருடம் வெளிவந்தது. இன்றுவரையில் எவ்வளவு புத்தகங்கள் வந்திருக்கும் என்று கண்ணனிடம் கேட்டேன். ஆயிரம் புத்தகங்களுக்கும் மேல் என்று சொன்னார். அந்தப் புத்தகங்கள் எல்லாமே அறிவுத்துறை சம்பந்தப்பட்டது. ஆய்வுத் துறை சம்பந்தப்பட்டது. படைப்பாற்றல் சம்பந்தப்பட்டது.வெறும் சமையல் குறிப்பு-

களோ அல்லது ஜோதிடக் குறிப்புகளோ அல்லது கார்ட்டூன்களோ இல்லை.

என்னுடைய அவதானிப்பு என்னவென்றால் இன்றைக்குப் புதுமைப்பித்தன் மிக முக்கியமான ஆளுமையாகச் சிறுகதையில் நிறுவப்பட்டுள்ளார். கல்விசார் வட்டத்திலும் சரி, தமிழ் நவீன இலக்கிய உலகிலும் அப்படித்தான். காலச்சுவடு பதிப்பகம் வருவதற்கு முன்பாக புதுமைப்பித்தனுடைய சிறுகதைத் தொகுப்புகள் உதிரிஉதிரியாகக் கிடைத்துக்கொண்டிருந்தன. ஆகஸ்ட் 2000த்தில் ஆ.இரா. வேங்கடாசலபதி காலச்சுவடு பதிப்பகம் இருவரும் சேர்ந்து 'புதுமைப்பித்தன் சிறுகதைகள்' செம்பதிப்பு வெளியிடுகிறார்கள். அந்தப் புத்தகத்தை வெளியிட்டதற்குப் பின்னர் புதுமைப்பித்தனின் ஆளுமை வேறு மாதிரி மாறிவிட்டது. இன்றைக்கு பாரதியார் கவிதையில் நிலைபெற்றிருக்கிற மாதிரி, சிறுகதையில் புதுமைப்பித்தன் நிலைபெற்றிருக்கிறார்.

காலச்சுவடு, நோபல் பரிசு பெற்ற எழுத்தாளர்களான ஓரான் பாமுக், கார்சியா மார்க்கேஸ், எர்னஸ்ட் ஹெமிங்வே, ஜோஸ் சரமாகோ ஆகியோருடைய நூல்களை தமிழில் மொழிபெயர்த்துக் கொடுத்திருக்கிறார்கள். இது பெரிய அரிய விஷயம். அந்த எழுத்தாளர்களின் புத்தகங்களை ஆங்கிலத்தில் படிக்க முடியாதவர்களுக்கு மிகவும் உதவிகரமாக இருந்தது. ரேமண்ட் கார்வர் சிறுகதைகளையும் மொழிபெயர்த்துத் தந்திருக்கிறார்கள். காம்யூவின் 'புரட்சியாளன்,' நீட்ஷேயின் 'ஜரதுஷ்ட்ரா', அருந்ததிராயின் 'God of Small Things' புத்தகத்தையும் காலச்சுவடு தமிழில் வெளியிட்டிருக்கிறார்கள். இதெல்லாம் அரிய விஷயமாக கருதுகிறேன்.

ஆய்வு நூல்களைப் பொறுத்தவரை சரவணன், ஆ. இரா. வேங்கடாசலபதி, பழ. அதியமான், அ.கா. பெருமாள், தொ. பரமசிவம் ஆகியோருடைய ஆய்வு நூல்களை எல்லாம் காலச்சுவடு வெளியிட்டிருக்கிறது. இதையும் அரிய விஷயமாகக் கருதுகிறேன். இதுபோக தலித் ஆய்வு நூல்கள் மண்ணுக்குக் கீழே இருந்தன. அதுபற்றிய சரியான பார்வையோடு ஆய்வு இல்லாதிருந்த அல்லது அதிகமாக இல்லாதிருந்த சூழ்நிலையில் ஸ்டாலின் ராஜாங்கமும் காலச்சுவடு பதிப்பகமும் சேர்ந்து பணியாற்றி நிறைய தலித் ஆய்வு நூல்களை வெளியிட்டிருக்கிறார்கள். இதை அரிய விஷயமாகக் கருதுகிறேன். அதுபோல் பி.ஏ. கிருஷ்ணனின் 'மேற்கத்திய ஓவியங்கள்.' பளபளப்பான தாளில் புத்தகமாக வெளியிட்டிருக்கிறார்கள். இது முக்கியமான விஷயம். நான் ரொம்ப முக்கியமாக சொல்லவேண்டிய மற்றொரு விஷயம் ஈழம் சம்பந்தப்பட்ட இரண்டு புத்தகங்கள். முள்ளிவாய்க்கால் இறுதிப்போரின்போது என்ன நடந்தது என்பதை பற்றிப் பலபேர் பலவிதமான தங்களுடைய சுய கற்பனைகள் சார்ந்துதான் சொல்லிக்கொண்டிருக்கிறார்கள். அதற்கு ஒரு முடிவு காண்கிற மாதிரி பிரான்சிஸ் ஹாரிசன் எழுதிய 'சாட்சியமற்ற போரின் சாட்சியங்கள்' என்கிற புத்தகம். ஈழத்தில் அந்த முள்ளிவாய்க்கால் உள்ளது உள்ளபடி இரண்டு தரப்பிலும் ஏற்பட்ட கொடூரங்களையும் மக்கள் எந்த அளவுக்குப் பாதிக்கப்பட்டார்கள் என்பதையும் மிகத் தெளிவாக எந்தவிதமான பாசாங்கும் இல்லாமல் சொல்லப்பட்டிருக்கிறது. இதேபோல 'ஒரு கூர்வாளின் நிழலில்' என்ற புத்தகம். எல்டிடிஇ அமைப்பின் மகளிரணித் தலைவராக இருந்த தமிழினியின் தன்வரலாறு. இந்த இரண்டு புத்தகங்களும் ஈழத்தைத் தெரிந்துகொள்வதற்கான முக்கியமான புத்தகங்கள்.

இன்னொரு குறிப்பிட்ட விஷயம், காலச்சுவடைப் பொறுத்தவரை புத்தகம் இருப்பில் இல்லை (No Stock) என்பதே கிடையாது. இது ஒரு நற்குணம். எல்லாப் பதிப்பகத்துக்கும் இது இருக்குமா என்பது தெரியவில்லை. இணையதளம் தற்காலத்தின் தேவை. புதிய இணையதளம் துவக்கத்தை முக்கிய நிகழ்வாக நான் கருதுகிறேன்.

இணைப்புரை - சித்ரா பாலசுப்ரமணியம் - நன்றி. மிகச் சிறப்பாக காலச்சுவடின் பயணத்தை வரலாற்றுரீதியாக அவர்கள் எவ்வளவு முக்கியமான புத்தகங்களைப் பதிப்பித்-ததன் மூலமாக எடுத்துக்கொண்டு போயிருக்கிறார்கள் என்பதை மிகவும் அழகாக, தரவுக-ளோடு தெரிவித்தது முக்கியமானது. சிறப்புரை வழங்கியதற்கு மீண்டும் ஒருமுறை நன்றியைத் தெரிவித்துக் கொள்கிறோம்.

அடுத்ததாகச் சிறப்புரை ஆற்ற நீதா குப்தா அவர்களை வரவேற்கிறோம். நீதா குப்தா யாத்ரா புக்ஸ் பதிப்பகத்தின் பதிப்பாளர். பல்வேறு மொழிகளில் இலக்கியப் படைப்புகளை மொழியாக்கங்கள் மூலமாக விரிவான தளத்துக்கு எடுத்துச் செல்லக்கூடிய முக்கியமான பணியை நீதா குப்தா ஆற்றிவருகிறார். யாத்ரா புக்ஸ் அமைப்பின் பதிப்பாளர், இணை நிறு-வனர் பாரதிய அனுவார் பரிஷத் என்னும் காலாண்டிதழின் ஆசிரியர் நீதா குப்தா அவர்கள். ஜெய்பூர் புக் மார்ட் இன் இணை இயக்குநராகவும் செயல்பட்டவர். பப்ளிஷர் எக்ஸ்சேஞ் அமைப்பின் நிறுவனராகவும் இருக்கிறார். Translating Bharath Reading India என்-கிற அவருடைய கட்டுரைத் தொகுப்பு குறிப்பிடத்தகுந்தது. தன்னுடைய மதிப்புமிக்க கருத்-துகளை நம்மோடு பகிர்ந்துகொள்ளுமாறு நீதா குப்தாவை அன்புடன் கேட்டுக்கொள்கிறோம்.

சிறப்புரை - நீதா குப்தா (பதிப்பாளர், பப்ளிஷர்ஸ் எக்ஸ்சேஞ்சின் இணை நிறுவனர்)

விரிவான அறிமுகத்துக்கு நன்றி சித்ரா. நான் ஆங்கிலத்தில் பேசப்போகிறேன். எங்-களுக்குத் தமிழ் கற்றுக் கொடுக்காததற்குக் கண்ணன் உங்களைக் குற்றம் சாட்டுகிறேன்! அதனால் என்னால் இந்த நிகழ்வில் தமிழில் பேசமுடியவில்லை. காலச்சுவடின் 25 ஆண்டு நிகழ்வில் பங்கேற்பதில் நான் பெருமையடைகிறேன். 25 ஆண்டுகள் என்பது ஒரு மைல்-கல். காலச்சுவடு பதிப்பகத்துக்கு வாழ்த்துக்கள். கடந்த 25 ஆண்டுகளாக இந்திய மொழிப் பதிப்பாளர்களுக்கு உத்வேகம் அளிக்கக்கூடிய ஒரு பதிப்பகம் காலச்சுவடு. பதிப்புத்துறையில் முக்கியமான உடைப்பை ஏற்படுத்தக்கூடிய உங்களின் பணிகளால் தமிழில் மட்டும் அல்ல, தமிழ் அல்லாத பிற மொழிகளில், பிற பிரதேசங்களில் வாசகர்களுக்கு நீங்கள் அறிமுகப்ப-டுத்திய / முக்கியமான தமிழ் எழுத்தாளர்களின் பட்டியலும் குறிப்பிடத்தகுந்தது. வாசகருக்-குத் தேவையான கதைகளும் கருத்துகளும் எங்கிருந்தாலும் அது தங்குதடையின்றி அனை-வரையும் சென்றடைவதற்காக எங்களைப் போன்ற பதிப்பாளர்கள், பதிப்புத் துறை சார்ந்த சர்வதேச நிறுவனங்கள், எழுத்தாளர்கள் எனப் பலரிடம் கண்ணன் சுந்தரம் காட்டும் அன்பு முக்கியமானது.

என்னுடைய இந்த வாழ்த்துச் செய்தியின் மையம் அதுதான். என்ன செய்ய வேண்டும், எதைப் பதிப்பிக்க வேண்டும், அதை எப்படிச் செய்ய வேண்டும் என்பதைப் பற்றி நாங்கள் அவ்வப்போது பேசிக்கொள்வோம். தான் செய்ய நினைப்பதை கண்ணன் செய்யும் முறை, புவியியல் எல்லை கடந்து தன்னுடைய புத்தகங்களை அவர் எடுத்துச் செல்லும்முறை ஆகி-யவற்றைக் கவனித்தால், மொழிசார்ந்த தடைகளோ, அரசியல் எல்லைகளோ உலகெங்கிலும் இருக்கிற தன்னுடைய வாசகர்களுக்குத் தான் பதிப்பிக்கும் புத்தகங்களை எடுத்துச்செல்வதி-

லிருந்து காலச்சுவடை யாரும் தடுத்த நிறுத்த முடியாது என்பது புரியும். கண்ணன் உங்களை எனக்குக் கடந்த பத்து ஆண்டுகளுக்கும் மேலாகத் தெரியும். கடந்த இரண்டு ஆண்டுகளாக நோய்த்தொற்றுக் காலத்தில் இந்திய மொழிப் பதிப்பாளர்கள் கருத்து பகிர்வு (எக்ஸ்சேஞ்ச் — Publisher's Exchange) என்னும் ஏற்பாட்டை நாம் ஒருங்கிணைத்தபோது ஏறக்குறைய வாரம் ஒரு முறை நாம் கலந்துரையாடுவதற்கான வாய்ப்பு இருந்தது. இந்த 25 ஆண்டு விழா ஒரு ஆண்டாகத் தள்ளிப்போடப்பட்டது எனக்குத் தெரியும்.

பதிப்பாளர்கள் கருத்துப் பகிர்வில் உள்ள அனைவரும் புரிந்துகொண்டதும், நீங்கள் எங்களுக்குத் தெரியப்படுத்தியதும் என்னவென்றால், இந்திய மொழிகளில் உள்ள பதிப்பகத்தினருக்கு ஒரு மேடை அமைப்பதன் அவசியத்தை. நாம் அனைவரும் வளங்களை, பதிப்பகத்துறையில் நிலவும் போக்குகளை, உலகளாவிய சிறந்த நடைமுறைகயைப் பகிர்ந்துகொள்ளும் வகையில் Publishing Exchange என்ற அந்த மேடை இருக்கிறது. தார்வாரில் உள்ள ஒரு சிறு பதிப்பாளர் அல்லது சாங்க்லியில் இருக்கும் ஒரு பதிப்பாளர் என இந்திய மொழிசார்ந்த பதிப்புத் துறையில் உள்ள பலரும் நம் கைகளை ஒருவருக்கொருவர் பிடித்துக்கொண்டிருப்பதால் கிடைக்கும் பலம் சக்திவாய்ந்தது, குறிப்பிடத்தகுந்தது. அந்த மேடைகளில் நீங்கள் பகிர்ந்துகொண்ட கருத்துக்கள் முக்கியமானவை.

நான் இங்கு குறிப்பிட விரும்பும் மற்றொரு விஷயம் என்னவென்றால், கண்ணன் உங்களின் நகைச்சுவைத் தன்மை, மிகுந்த சிரமமான காலகட்டங்களில்கூட உங்களால் சிரிக்க முடியும். அது எப்படிச் சாத்தியம் என்றால், உங்களிடம் மிகத் தெளிவான இலக்கும் அது பற்றித் தொலைநோக்குப் பார்வையும் இருப்பதால்தான். மிகக் கடினமான சூழல்களையும் எளிதாகக் கடக்கிற, சிரிக்கிற உங்களின் அந்தத் தன்மைதான் இந்த தளத்தில் இயங்கும் பலரைவிட மேலான நிலையில் உங்களை வைத்திருக்கிறது. அதே நேரத்தில் எங்களுக்குப் பக்க பலமாக, தோள்கொடுக்கும் வகையில் செயல்படவும் உங்களால் முடிகிறது. அது பெருமாள்முருகனை சுற்றி எழுந்த சர்ச்களாக இருக்கட்டும், சல்மாவாக இருக்கட்டும் நீங்கள் வளர்த்த, பல அற்புதமான எழுத்தாளர்களின் குரல்களை எங்களிடம் கொண்டு சேர்த்துள்ளீர்கள். அவர்களின் மொழிசார்ந்த உரிமைகள் எல்லைகளுக்கப்பால் கடந்து அனைத்து வாசகர்களையும் சென்றடையும் வகையில் உங்கள் செயல்பாடு இருந்தது. உங்களுக்கு மிகப்பெரிய பாராட்டுகள்.

தவிர மைதிலி, முகுந்தன், லாவண்யா உள்ளிட்ட அனைத்துக் குடும்ப உறுப்பினர்களுக்கும் காலச்சுவடு குழுவினருக்கும் பாராட்டுக்கள். உங்கள் அனைவரையும் இந்த நிகழ்ச்சியில் பார்ப்பது மிகுந்த மகிழ்ச்சியளிக்கிறது. கண்ணன் உங்களை முதலில் நான் பார்த்தது கோவாவில். அதற்கு லியோவுக்கு நன்றி. நண்பர்கள் பலரைப் பார்ப்பது மகிழ்ச்சி. நிச்சயமற்ற இந்தக் காலத்தில் பல புதிய குரல்களைக் கண்டறிந்து எங்களிடம் கொண்டு சேர்க்கும் பணியை நீங்கள் தொடர வேண்டும் என்று கூறி என்னுடைய வாழ்த்துச் செய்தியை நிறைவு செய்கிறேன். உங்கள் அனைவருக்கும் கூடுதல் சக்தி கிடைக்க வாழ்த்துகிறேன்.

இணைப்புரை - சித்ரா பாலசுப்ரமணியம் - மிக்க நன்றி. காலச்சுவடு என்பதை நீங்கள் உச்சரித்த விதம் மிகவும் அருமை. கண்ணன் அவர்களைப்பற்றி இன்னும் அதிகமாக நாங்கள் தெரிந்துகொண்டோம். மீண்டும் நன்றி.

காலச்சுவடோடு தங்கள் அனுபவங்களையும் தங்களுடைய புத்தகங்கள் சார்ந்த விஷ-யங்களையும் பகிர்ந்து கொள்ள இன்னும் சிலர் இருக்கிறார்கள். அவர்களை அன்போடு வரவேற்கிறோம். யூடியூப் மூலமாகவும் முகநூல் மூலமாகவும் இணைந்திருக்கக்கூடிய வாசகர்களையும் காலச்சுவடு சார்பாக அன்போடு வரவேற்கிறோம்.

ஓயேஸ் பதிப்பகத்தின் பதிப்பாளர். லிண்டா ஓயேஸ் அவர்களை அன்போடு அழைக்கிறோம். இந்தப் பதிப்பகம் மலேசியாவில் குழந்தைகளுக்கான முக்கியமான பதிப்பகம். மலேசியாவின் பண்பாட்டையும் கலாச்சாரத்தையும் மிக அழகான ஓவியங்களோடு இந்தப் பதிப்பகத்தின் புத்தகங்கள் அமைந்திருப்பது கூடுதல் சிறப்பு. எழுத்தாளர்களையும் குழந்தைகளையும் இணைக்கக்கூடிய பாலமாகவும் கோலாலம்பூரில் ஓயேஸ் புத்தகநிலையத்தை நடத்திவருகிறார் லிண்டா.

பகிர்வுகள் - லிண்டா ஓயேஸ் (பதிப்பாளர், மலேசியா)

இந்த வாய்ப்புக்கு நன்றி. இந்த நேரத்தில் 25 ஆண்டு நிறைவுக்கும் அற்புதமான இணைய தளத்துக்கும் காலச்சுவடுக்கு நான் வாழ்த்துகளைத் தெரிவித்துக்கொள்கிறேன். எனக்கு முதன்முதலில் கண்ணனைப் பார்த்தது நினைவு இருக்கிறது. பிரேங்பர்ட் புக் பேரின் துணைத்தலைவர் கிளாடியா கெய்சர் கண்ணனை எனக்கு அறிமுகம் செய்துவைத்தார். அங்கு எங்களுடைய பதிப்பகம் சார்ந்த புத்தகங்களைக் காட்சிப்படுத்தக் கிடைத்த இடத்தில் முதலில் கண்ணன் தன்னுடைய பதிப்பகத்தின் சின்னத்தைப் பார்வையில் படும்படிக் கட்டி தொங்கவிட்டது எனக்கு நினைவிருக்கிறது. அது மேலேயிருந்து தொங்கிக் கொண்டிருக்கிறது. பார்ப்பதற்கு ஆச்சரியமாகவும் அதிர்ச்சியாகவும் இருந்தது. நான் எதுவும் சொல்லவில்லை. அமைதியாக 'சுபான்' பதிப்பகத்தின் ஊர்வசி புட்டாலியாவிடம் கண்ணனை அந்தச் சின்னத்தை எடுக்கும்படி கூறமுடியுமா என்று கேட்டேன். ஊர்வசி சிரித்துக்கொண்டே நீங்களே கண்ணனிடம் நேரிடையாகச் சொல்லலாமே என்று கூறினார். நான் இதுவரை சொன்னதில்லை. ஒவ்வோர் ஆண்டும் அந்தச் சின்னம் பரிச்சயமானதாக ஆனது. நான் அதைப் பார்க்க விரும்புவேன். இப்போது எங்களுக்கு என்று பொதுவாக புத்தக ஸ்டாண்ட் இல்லையென்றாலும் எங்களின் நட்பு தொடர்கிறது. காலச்சுவடின் புகழ்பெற்ற எழுத்தாளரான பெருமாள் முருகனையும் கண்ணனையும் நான் கோலாலம்பூரில் விருந்துக்கு அழைத்தேன். நான் பெருமாள் முருகனின் புத்தகத்தைப் படித்திருக்கிறேன். காலச்சுவடு பதிப்பில் தமிழின் அற்புதமான எழுத்தாளர்களின் புத்தகங்கள் நிறைய இருக்கும். அவற்றைப் படிக்கும் வாய்ப்பு எனக்கு இதுவரை கிடைக்கவில்லை. காலச்சுவடின் இன்னும் பல புத்தகங்கள் ஆங்கிலத்தில் மொழியாக்கம் செய்யப்படும் என்று நம்புகிறேன். எனவே என்னைப்போன்ற பலரால் படிக்கமுடியும். பல ஆண்டுகால வெற்றிகளைக் குவிக்கக் காலச்சுவடை நான் வாழ்த்துகிறேன். உங்களுடைய புத்தகங்கள் பல நூற்றாண்டுகளைக் கடந்து கிளாசிக் என்று சொல்லப்படுகிற சிறந்த புத்தகங்களாக ரஷ்யா, இங்கிலாந்து போன்ற நாடுகளிலிருந்து வந்து, என்னைப்போன்ற பலரின் வாழ்வில் தாக்கத்தை ஏற்படுத்தி வருகிற புத்தகங்களைப்போல வரும் தலைமுறையினரின் வாழ்வைத் தொடும் வகையில் உங்கள் புத்தகங்களும் விளங்க உங்களை வாழ்த்துகிறேன். காலச்சுவடு நீண்ட காலம் இருக்க வேண்டும். வாழ்த்துகள். நன்றி.

இணைப்புரை - சித்ரா பாலசுப்ரமணியம் - எங்களுடன் இணைந்து உங்களுடைய வாழ்த்துக்களை தெரிவித்ததற்கு லிண்டா ஓயேஸ் அவர்களுக்கு நன்றி. அடுத்ததாக டாக்டர்

கிறிஸ்டினா கார்னெட் அவர்களை அழைக்கிறோம். இவர் சீன வரலாறு, பண்பாட்டுத் துறைகளில் முனைவர் பட்டம் பெற்றவர். அவர் காலச்சுவடு குறித்துப் பகிர்ந்துகொள்வார். இந்தியாவில் வசித்த மூன்று மாதங்களில் அவர் பஞ்சாப், காஷ்மீர், லடாக் போன்ற இடங்களுக்குப் பயணப்பட்டிருக்கிறார். இருநாடுகளுக்கும் இடையேயான வரலாற்றுத் தொடர்புகளில் பேரார்வம் செலுத்தக்கூடிய ஆய்வுகளைத் தொடர்ந்து மேற்கொண்டு வருபவர்.

பகிர்வுகள் - கிறிஸ்டினா கார்னெட் (தலைவர், பிரெஞ்சு புத்தகப் பிரிவு, புது தில்லி)

சித்ராவுக்கு நன்றி. நான் தமிழில் பேசவில்லை என்றாலும், என் பெயரோடு மூன்று மாநிலங்கள் பற்றியும் நீங்கள் சொன்னதைப் புரிந்துகொண்டேன். 1982இல் இந்தியாவுக்கு வந்த என்னுடைய முதல் அனுபவம் மிகவும் சிறப்பான அனுபவமாக இருந்தது. எழுத்தாளர்கள், செயல்பாட்டாளர்கள், பதிப்பாளர்கள், திரைத்துறையினர் ஆகியோரோடு நானும் இந்த நிகழ்ச்சியில் பங்கேற்பதில் மகிழ்ச்சியடைகிறேன். காலச்சுவடுக்கு என்னுடைய வாழ்த்துகள். மூன்று வருடங்களுக்குப் பிறகு இப்போது காலச்சுவடு என்று நான் சரியாகவே உச்சரிக்கிறேன். துவக்கத்தில் இந்தியப் பதிப்பாளர்கள் பிரெஞ்ச் புத்தக அசோசியேசன் ஆகியவற்றிக்கிடையேயான சந்திப்பின்போது என்னால் சரியாக உச்சரிக்க முடியவில்லை. பிரஞ்ச் புக் அலுவலகத்தோடு காலச்சுவடின் தொடர்பு பத்தாண்டுகளாக இருக்கிறது. பத்து வருடங்கள், பத்துப் புத்தகங்களுக்கும் மேல். பதினான்கு தலைப்புகள். காலச்சுவடு மிகவும் புகழ்பெற்ற பிரெஞ்ச் எழுத்தாளர்களின் படைப்புகளைப் பதிப்பித்திருக்கிறது. ஆல்பர்ட் காம்யு, ஆர்திதே மக்கீன், லே கிளாசியோ உள்ளிட்ட பலர். இந்த நீண்டகால நெருக்கமான உறவு காலச்சுவடு பதிப்பகத்தோடும் கண்ணனோடும் அவர்களோடு நாங்கள் ஒருங்கிணைத்த பல்வேறு நிகழ்ச்சிகளாலும் சாத்தியப்பட்டது. பிரெஞ்ச், இந்தியப் பதிப்புத் துறை பற்றிய நிகழ்ச்சியில் காலச்சுவடும் நாங்களும் இணைந்து பணியாற்றியிருக்கிறோம். பிரஞ்ச் பதிப்பகங்களின் அசோசியேசன் ஒருங்கிணைத்த நிகழ்ச்சி அது. மிகவும் சுவாரசியமான நிகழ்வு. ஏனென்றால் அங்கு இந்தியாவில் உள்ள இந்திய மொழிப் பதிப்பாளர்களின் முக்கியத்துவம் பற்றி எங்களால் புரிந்துகொள்ள முடிந்தது. பிரெஞ்ச் புக் அலுவலகம் காலச்சுவடை இரண்டுமுறை பிரான்சுக்கு அழைத்திருக்கிறது. அது பாரீசில் நடைபெற்ற புத்தகச் சந்தை. கண்ணன், 2022 ஏப்ரலில் நடக்கவிருக்கிற சந்தைக்கும் உங்களை மீண்டும் அழைப்போம் என்று நான் நினைக்கிறேன். ஆந்த்ரே மேக்கின் 'முன்பின் தெரியாத ஒருவரின் வாழ்க்கை' மொழிபெயர்ப்புக்காகக் காலச்சுவடு பிரான்சு நாட்டின் 'ரொமேன் ரொலான்' என்கிற ஒரு விருதையும் பெற்றிருக்கிறது. ஆந்த்ரே மேகின் அவர்களை அடுத்த ஆண்டு இந்தியாவுக்கு நான் அழைக்கிறேன். ஆனால் துரதிஷ்டவசமாக அவர் டெல்லியில் நடைபெற இருக்கிற புத்தகச் சந்தைக்கு வரமறுக்கிறார்.

நான் ஏன் அடுத்த ஆண்டு என்று குறிப்பிடுகிறேன் என்று சொன்னால், 2022 நம் அனைவருக்கும் ஒரு முக்கியமான ஆண்டு. நம் அனைவரும் என்று சொன்னால் அது பதிப்பகத்தார், எழுத்தாளர்கள், மொழிபெயர்ப்பாளர்கள் மட்டுமல்ல, அயல்நாட்டுத் தூதர்கள், இருநாடுகளுக்கும் இடையே உரையாடல் நடத்த விரும்புகிறவர்கள் (lovers of interactions) ஆகியோருக்கும் முக்கியமான ஆண்டு. 2022இல் டெல்லியில் நடக்கவிருக்கிற புத்தகச் சந்தையில் பிரான்சு நாடு Guest of Honour. இருபது பிரெஞ்ச் எழுத்தாளர்களையும் சில பதிப்பாளர்களையும் அந்த நிகழ்வுக்கு இந்தியா அழைக்கும் என்று

நாங்கள் எதிர்பார்க்கிறோம். டெல்லியில் மட்டுமல்ல, பிரெஞ்ச் பதிப்பாளர்களையும் எழுத்தாளர்களையும் இந்தியாவின் பல்வேறு பகுதிகளுக்கும் அறிமுகப்படுத்த நான் விரும்புகிறேன். முடிந்தால் அதில் சிலரைத் தமிழ்நாட்டுக்கும் அனுப்பத் திட்டமிட்டிருக்கிறேன். பாரீசில் நடக்கவிருக்கிற அடுத்த புத்தகச் சந்தையில் இந்தியா Guest of Honour. இத்தகைய நிகழ்ச்சிகளுக்குக் காலச்சுவடின் யாராவது ஒரு எழுத்தாளரை நாங்கள் அழைக்க விரும்புகிறோம். அது பெருமாள்முருகனாக இருக்கலாம். இந்தியாவின் இத்தகைய Guest of Honour நிகழ்ச்சிக்கான அழைப்பு இரண்டுமுறை தள்ளிப்போடப்பட்டுள்ளது. அடுத்த வருடம் புதிய வடிவிலான புத்தகச் சந்தையை நடத்துவோம் என்று உறுதியாக நம்புகிறோம்.

இந்திய பிரான்ஸ் நாட்டுக்கிடையேயான நட்புரீதியான உறவு துவங்கி எழுபத்தைந்து ஆண்டுகள் ஆகிறது. இருநாடுகளுக்கும் இடையே எழுத்தாளர்களை, பதிப்பாளர்களை, கருத்துகளைப் பகிர்ந்துகொள்வது முக்கியமானது. இதன்மூலம் 75 ஆண்டுகால நிறைவையும் நாம் கொண்டாடுவோம். பிரெஞ்ச் எழுத்தாளர்களின் படைப்புகளைப் பதிப்பிக்கும் வகையில் இந்திய மொழிகளின் பதிப்பாளர்களை ஊக்குவிக்க நாங்கள் விரும்புகிறோம். பிரஞ்ச் புத்தக அலுலகத்தின் முன்னுரிமை இந்தியாவில் உள்ள பிரஞ்ச் எழுத்தாளர்களை ஊக்குவிப்பது. ஆனால் அதே நேரத்தில், இந்தியாவில் உள்ள இந்திய மொழி எழுத்தாளர்களை ஊக்குவிப்பதும்தான். இணையதளத் துவக்கத்துக்காகக் காலச்சுவடுக்கு வாழ்த்துகள். மிக்க நன்றி.

இணைப்புரை - சித்ரா பாலசுப்பிரமணியம் - எங்களோடு இணைந்ததற்கு மிக்க நன்றி. இது மகிழ்ச்சியான தருணம். அடுத்ததாக, தன் அனுபவங்களைப் பகிர்ந்துகொள்வதற்காக கிளாடியா கெய்சர் அவர்களை அழைக்கிறோம். இவர் சீனாவில் பத்து வருடங்களுக்கும் மேலாக வசித்தவர். Chinese Studies இல் முதுகலைப் பட்டம் பெற்றவர். சீனா வெளிநாட்டுப் பதிப்பகத்தின் (China Foreign Literature Publishing House) அமைப்பின் ஆசிரியராகவும் பணியாற்றிவர். 1998இல் ஜெர்மனியப் புத்தகத் தகவல் மையத்தை (German Book Information Centre) பெய்ஜிங்கில் அமைத்தவர். 2003இலிருந்து பிராங்க்போர்ட் புக் பேரின் முதுநிலை நிர்வாகியாகவும் துணைத்தலைவராகவும் பணியாற்றிக்கொண்டிருக்கிறார். உங்களின் மதிப்புமிக்க கருத்துகளைப் பகிர்ந்துகொள்ள அன்புடன் வரவேற்கிறோம்.

பகிர்வுகள் - கிளாடியா கெய்சர் (துணைத் தலைவர், ஃபிராங்க்பர்ட் புத்தகச் சந்தை, ஜெர்மனி)

மாலை வணக்கம். கண்ணன் சுந்தரம் அவர்களுக்கும் பதிப்பகத்தின் அனைத்து ஊழியர்களுக்கும் இந்த 25 ஆண்டு நிறைவுக்கும் இணையதள துவக்கத்துக்கும் வாழ்த்துகள். நான் கிளாடியா கெய்சர். பிராங்க்போர்ட் புக்ஸ் நிறுவனத்தின் துணைத்தலைவர், ஆசிய நாடுகள்மீது சிறப்புக் கவனத்தோடு கூடிய எங்கள் நிறுவனம் சார்ந்த வணிக வளர்ச்சிக்கான பொறுப்பாளர். இந்த முக்கியமான நிகழ்ச்சியில் பங்குபெறுவதில் மிகவும் மகிழ்ச்சியடைகிறேன். கண்ணனோடும் காலச்சுவடோடுமான பயணத்தில் இன்றுவரை நானும் ஒரு பங்கு என்பதில் மிகுந்த பெருமைகொள்கிறேன். உலகம் முழுவதிலும் உள்ள பதிப்பகங்கள் சந்திப்பதற்கான மிகப்பெரிய இடம் பிராங்க்போர்ட் புத்தகச் சந்தை. 1949இலிருந்து ஒவ்வொரு வருடமும் அக்டோபர் மாதம் ஜெர்மனியின் பிராங்க்போர்ட் நகரத்தில் இந்தப் புத்தகச் சந்தை நடக்கும். ஏழாயிரத்துக்கும் மேற்பட்ட புத்தகப் பதிப்பாளர்கள் நூறு நாடுகளுக்கும் மேலான

நாட்டிலிருந்து இந்தச் சந்தையில் பங்குபெறுவார்கள். இந்தச் சந்தைக்கு மூன்று இலட்சத்-துக்கும் மேற்பட்ட பார்வையாளர்கள் வருவார்கள். அதில் பாதி பேர், புத்தக வணிகம் சார்ந்-தவர்கள். எனவே அது ஒரு பெரிய இடம்.

உலகம் முழுவதும் உள்ள பதிப்பகங்களைப்போல, ஒட்டுமொத்த மக்களைப்போல நாங்க-ளும் கொரானோ நோய்த்தொற்றால் கடுமையாகப் பாதிக்கப்பட்டோம். 2020ஆம் ஆண்டில் அனைவரும் வந்துபோகக்கூடிய அளவில் நேரிடையாகப் புத்தகக் கண்காட்சியை நடத்த முடியவில்லை. அதிர்ஷ்டவசமாக ஜெர்மனியில் நிலைமை ஒப்பீட்டு அளவில் சரியானதால் 2021ஆம் ஆண்டு மிகச் சிறிய அளவில் புத்தகக் கண்காட்சியை நேரிடையாக நடத்தத் திட்டமிட்டுள்ளோம். பிராங்க்போர்ட் புத்தக நிறுவனம் புத்தகக் கண்காட்சியை நடத்துவதோடு ஜெர்மனிக்கு வெளியில் வேறுபல செயல்பாடுகளையும் ஒருங்கிணைக்கிறோம். எனவே 2006இல் இந்தியா ஜெர்மனியின் புத்தகக் கண்காட்சியில் Guest of Honour ஆக இருந்ததற்குப் பிறகு, டெல்லியில் ஜெர்மனி புத்தக அலுவலகத்தைத் திறந்திருக்கிறோம்.

நாங்கள் செய்யும் பல வேலைகளிடையே Frankfort Book Felloship Programஐ ஒருங்கிணைக்கிறோம். திறமைவாய்ந்த இளம் பதிப்பாளர்களை ஜெர்மன் பதிப்பகத் துறை சார்ந்து கற்றுக்கொள்ளவும் தமது பதிப்பகத்துறை பற்றிய தகவலை எங்களோடு பரிமாறிக்-கொள்ளவும் பிராங்க்போர்ட்க்கு நாங்கள் அழைக்கிறோம். 2007இல் ஒரு இந்திய மொழி ஒரு பதிப்பகங்களிலிருந்து முதன்முதலில் இந்த நிகழ்ச்சியில் தேர்ந்தெடுக்கப்பட்டு பிராங்க்-போர்ட் வந்தது கண்ணன் சுந்தரம்தான். அன்றிலிருந்து பிராங்போர்ட் புத்தகக் கண்காட்சியில் ஒவ்வொரு வருடமும் அவர் கலந்துகொள்கிறார். அதன்மூலம் பல மொழிபெயர்ப்பு உரி-மைகளை அவர் பெற்றுள்ளார். ஏறக்குறைய இருபது உலக மொழிகளிலிருந்து காலச்சுவடு மொழிபெயர்த்துள்ளது. காலச்சுவடு பதிப்பித்த புத்தகங்கள் சிலவற்றையும் அந்நிய மொழிக-ளில் மொழிபெயர்க்கும் பணியையும் கண்ணனால் செய்ய முடிந்திருக்கிறது. அவற்றுள் பெரு-மாள்முருகனின் புத்தக மொழிபெயர்ப்பு உரிமை ஜெர்மனி, செக்குடியரசு, துருக்கி, அமெ-ரிக்கா, இங்கிலாந்து, சீன நாடுகளுக்கு விற்பனை செய்யப்பட்டுள்ளன. இது கண்ணனின் பெரிய வெற்றி. இந்திய மொழிகளின் புத்தகங்களை மொழிபெயர்த்து வெளியிட வெளி-நாட்டுப் பதிப்பகத்தார்கள் அவ்வளவாக விரும்பமாட்டார்கள். ஏனென்றால் இந்திய மொழி-களிலிருந்து மொழி பெயர்ப்பவர்கள் வெளிநாடுகளில் மிகவும் குறைவான எண்ணிக்கையி-லேயே உள்ளனர். அம்பை, ஸர்மிளா ஸெய்யித், சல்மா போன்ற பிற எழுத்தாளர்களின் புத்தக மொழிபெயர்ப்பு உரிமையையும் இத்தாலி, பிரான்சு, அல்பேனியா போன்ற சர்வதேசப் பதிப்பக நிறுவனங்களுக்கு விற்பதில் கண்ணன் பெரும் பங்காற்றிவருகிறார்.

நான் ஏற்கெனவே சொன்னதைப்போல உலக நாடுகள் பலவற்றிலிருந்து பதிப்பக நிறு-வனங்களை இந்தச் சர்வதேச சமூக நிகழ்வுக்கு அழைப்பதில் பிராங்க் போர்ட் புக்ஸ் நிறு-வனம் மகிழ்ச்சி அடைகிறது. இந்த முயற்சி காலச்சுவடுக்கும் கண்ணனுக்கும் உதவியது எனக்கு மகிழ்ச்சியான விஷயம். உலகச் சமூகம் பன்முகத்தன்மை பற்றி உயர்வாகப் பேசிக்-கொண்டிருக்கும் இந்த நேரத்தில், இந்திய மொழிகளின் இன்னமும் பல எழுத்தாளர்களின் அதிக படைப்புகள் மொழிபெயர்க்கப்பட்டுச் சர்வதேச சமூகத்துக்கு அளிக்கப்படும் என்று நம்புகிறேன். இந்தியாவுக்கு என்று துடிப்பான பண்பாடு இருக்கிறது, பலதரப்பட்ட எழுத்-தாளர்கள் இருக்கிறார்கள். தமிழ் அல்லது பிற இந்திய மொழி ஏதாவது ஒன்றைக் கற்-

றுக்கொண்டு நூல்களைப் படிக்க வேண்டும் என்று நான் விரும்புகிறேன். ஆனால் அது என்னால் இயலாத காரியம். எனவே மொழிபெயர்ப்பாளர்களின் கடின உழைப்பையே சார்ந்திருக்கிறேன்.

மீண்டும் ஒருமுறை உங்களது சாதனைகளுக்காக உங்களை வாழ்த்துகிறேன். நாம் கூடிய விரைவில் நேரில் சந்திப்போம் என்று நம்புகிறேன். இந்தச் சிறப்பு நிகழ்வில் பங்கேற்க வைத்ததற்கு நான் நன்றி சொல்கிறேன்.

இணைப்புரை - சித்ரா பாலசுப்பிரமணியம்

கிளாடியா கெய்சருக்கு நன்றி. அடுத்ததாக சிக்த்சென்ஸ் பதிப்பகத்தின் பதிப்பாளரும் செயலாளருமான கா.சு. புகழேந்தி அவர்களை அன்புடன் அழைக்கிறோம். 2000ஆவது ஆண்டில் தொடங்கப்பட்ட இந்தப் பதிப்பகம் மிக முக்கியமான புத்தகங்களைப் பதிப்பித்திருக்கிறது. அதன் புத்தக வரிசை மிகவும் பாராட்டுக்குரியதாகவும் வாசகர்களின் வரவேற்பு அபரிமிதமானதாகவும் உள்ளது. பபாசியினுடைய பல பொறுப்புகளில் புகழேந்தி முக்கிய முடிவுகளை எடுத்திருக்கிறார்; பணியாற்றியிருக்கிறார். தற்காலத்தில் இருக்கும் சூழலைக் கணக்கில்கொண்டு மெய்நிகர் புத்தகக் கண்காட்சியை நடத்த வேண்டும் என்ற பணியை முன்னெடுத்துவருகிறார். பல முக்கியமான முடிவுகளை மேற்கொண்டு வருகிறார். அவரை வரவேற்கிறோம்.

பகிர்வுகள் - சிக்த்சென்ஸ் புகழேந்தி (பதிப்பாளர், சிக்ஸ்த் சென்ஸ். சென்னை)

காலச்சுவடு பதிப்பகத்தின் இணையதளத் தொடக்க விழாவில் கலந்துகொள்வதில் பெரும் மகிழ்ச்சி.

காலச்சுவடு தன் இருபத்தைந்தாவது வருடத்தில் அடியெடுத்து வைக்கிறது. காலச்சுவடு என்றாலே சுந்தர ராமசாமியும் அவர் எழுதிய 'ஒரு புளிய மரத்தின் கதை'யும் 'ஜே.ஜே. சில குறிப்பு'களும்தான் நினைவுக்கு வரும்.

படைப்பாளர்கள் வெற்றிகரமாகப் பதிப்புத் தொழிலை நடத்தியதாக வரலாறு இல்லை. சு.ரா அவர்களும் அதற்கு விலக்கல்ல. பதிப்பு, எழுத்துத் துறைகளில் பெரும்பாலும் அடுத்த தலைமுறையினர் கால்பதிப்பதில்லை. அபூர்வமாக அது நிகழும்போது தொழிலை அணுகும் முறையும் பார்வையும் வெவ்வேறானவையாக இருக்கும். மூத்தவர்கள் தலையீட்டால் பல சிக்கல்கள் ஏற்படும்.

என் அப்பா 1968இல் பூங்கொடிப் பதிப்பகத்தைத் தொடங்கியதிலிருந்து அவரோடு இணைந்து பணிபுரிந்த போது ஏற்பட்ட அனுபவத்தால் இதைச் சொல்கிறேன். என் மகன் மூன்றாவது தலைமுறைப் பதிப்பாளர். அவரது பதிப்பு உலகம் குறித்த பார்வை விசாலமானது.

இங்கே கண்ணன் தனித்துவத்துடனும் தொழில்முறை நேர்த்தியுடனும் செயல்பட்டுப் பதிப்புத் துறையில் சாதனைகள் படைத்ததால் அதை அவரிடம் விட்டுவிட்டு சுந்தர ராமசாமியால் தமிழுக்கு அதிக அளவில் பங்களிக்க முடிந்தது.

என் தந்தை பதிப்பாளர் என்பதால் படைப்பாளர்கள், பதிப்பாளர்கள், புத்தகங்கள் என்ற வட்டத்திற்குள்தான் எங்கள் வாழ்க்கை சுழன்றுகொண்டிருக்கும். பதிப்புத் தொழில் அதிக நேரத்தைக் கோருகிற ஒரு தொழில். குடும்பத்தினர் ஒத்துழைப்பு மிகவும் அவசியம். இவரது அனைத்து முயற்சிகளிலும் துணைவியார் துணைநிற்பது இவருக்கு மிகப்பெரிய பலம். நாகர்-

கோவில் புத்தகக் காட்சியின்போது அவரது வீட்டிற்குச் சென்றிருந்தேன்.அப்போதும் வீட்டை ஒட்டியிருந்த காலச்சுவடு அலுவலகத்தில் இருந்தபோதும் தமிழ்ப் பதிப்புலகின் ஆகச் சிறந்த ஆளுமைகளைச் சந்திக்கும் வாய்ப்பு கிடைத்தது.

இத்தொழிலில் தடம்பதிக்க விரும்பும் எண்ணற்ற இளைஞர்களை உற்சாகப்படுத்துகிறவராக — பதிப்புத் தொழிலை வெற்றிகரமாக நடத்த முடியும் என்ற நம்பிக்கையை விதைக்கிறவராக கண்ணன் இருக்கிறார். இத் தொழிலில் இது மிகவும் அபூர்வம்.

பெருந்தொற்றுக் காலத்தில் கண்ணதாசன் பதிப்பகத்தின் முரளி கண்ணதாசனும், என் மகன் வானவில் புத்தகாலயம் கார்த்திகேயனும் Virtual Book Fair என்ற கருத்தாக்கத்தை முன்வைத்தபோது உற்சாகத்துடன் பாராட்டியதுடன் அது விரைவில் நடைமுறைக்குக் கொண்டுவருவதற்கான உதவிகளையும் செய்துவருகிறார்.

நான் பபாசியின் செயலாளராக நான்கு ஆண்டுகள் பொறுப்பிலிருந்தபோது சென்னைப் புத்தகக் காட்சி சிறப்பாக நடைபெறத் தன் தொடர்புகளின் மூலம் உதவினார். காலச்சுவடு பணியும் கண்ணன் பணியும் மேன்மேலும் தொடர வாழ்த்துகள்.

இணைப்புரை - சித்ரா பாலசுப்பிரமணியம் - சிக்த்சென்ஸ் புகழேந்திக்கு நன்றி. லியோ பெர்ணான்டஸ் கோவாவைச் சார்ந்தவர். 2006ஆம் ஆண்டு 'டோகியஸ்' என்ற இணைய புத்தகக்கடையைத் தொடங்கியவர். 'சினமோண் டீல்' பதிப்பகத்தின் உரிமையாளர். படைப்பாக்கத்திறன்மிக்க தொழில்முனைவோர் (Creative Entreprenour) என்ற ஒரு விருதை பிரிட்டிஷ் கவுன்சில் அவருக்கு வழங்கிச் சிறப்பித்திருக்கிறது. மிக முக்கியமாக பப்ளிசிங் நெக்ஸ்ட் — Publishing Next என்ற பதிப்புத் துறை சார்ந்த கருத்தரங்கைத் தொடர்ந்து பத்துவருடங்களுக்கும் மேலாக கோவாவில் நடத்திவருகிறார். அவரை வரவேற்கிறோம்.

பகிர்வுகள் - லியோ ஃபெர்னாண்டஸ் (பதிப்பாளர், பப்ளிஷிங் நெக்ஸ்ட் இணை நிறுவனர், கோவா)

சித்ராவுக்கு நன்றி. கண்ணன், மைதிலிக்கு இந்நிகழ்ச்சியில் பேச வாய்ப்பளித்ததற்கு நன்றி. காலச்சுவடு குழுவினருக்கு வாழ்த்துகள். இன்னமும் மேலதிக ஆண்டுகள் இந்தப் பதிப்புத் துறையில் காலச்சுவடு இருக்க வேண்டும் என்று வாழ்த்துகிறேன். கண்ணனையும் காலச்சுவடு பதிப்பகத்தையும் பெங்களூரில் நடந்த ஒரு கருத்தரங்கில்தான் முதலில் தெரிந்துகொண்டேன். நான் அங்கு பேச அழைப்பட்டேன். அங்கு கண்ணனும் தமிழ் பதிப்பகத் துறை பற்றிப் பேசினார். அவரது உரையில், தமிழ்ப் பதிப்புத் துறை பற்றிய ஒரு பரந்த பார்வை கிடைத்தது. என்னையும் என் போன்ற மற்றவர்களையும் தமிழ் பதிப்புத் துறைக்குக் கண்ணன் அறிமுகப்படுத்தினார். ஆங்கிலப் பதிப்பகத் துறையில் இருப்பதுபோல காலச்சுவடு எழுத்தாளர்களுடன் முறையான ஒப்பந்தங்களைப் போடுவதும், ராயல்டி தொகையை முறையாகத் தருவதும் மகிழ்ச்சிக்குரிய விஷயம். இந்த முறையை ஆங்கிலப் பதிப்புத் துறையில் மட்டுமே பார்த்திருந்தவர்களுக்கு ஒரு இந்திய மொழிப் பதிப்பாளர் ராயல்டி தொகையை முறையாகத் தருவதைப் பார்ப்பது நல்ல அம்சமாக இருந்தது.

பெங்களூர் கருத்தரங்கு நடந்து சில வருடங்களுக்குப் பிறகு 2011இல் பப்ளிசிங் நெக்ஸ்ட் கருத்தரங்கை நாங்கள் ஒருங்கிணைத்தோம். காப்புரிமை (Copy right) பற்றிப் பேசவருமாறு நாங்கள் கண்ணனை அழைத்தோம். ஒப்பந்தங்களைப் போடும்போதும், உரிமைகள் பற்றிப் பேச்சுவார்த்தை நடத்தும்போதும் காலச்சுவடு எழுத்தாளர்களுக்கு முதலிடம் கொடுப்பதை

நாங்கள் அறிந்துகொண்டோம். இது ஒரு நல்ல வழிகாட்டும் கொள்கையாக இருப்பதை உணர்ந்தேன். நான் கோவாவின் ஒரு சிறிய பகுதியிலிருந்து வருகிறேன். அங்கு அதிகாரப்பூர்வ மொழி கொங்கணி. மேற்குக் கடற்கரைச் பகுதியில் இந்த மொழியைப் பேசுகிறார்கள். இந்தியாவில் வெகுசிலரே பேசும் சில மொழிகளில் கொங்கணியும் ஒன்று. கூடுதல் சிக்கல் என்னவென்றால், அது ஐந்து வகையாக எழுதப்படுகிறது. பல பேச்சுவழக்குகள் உள்ளன. சில நல்ல இலக்கியங்களைக் கொங்கணியில் மொழிபெயர்த்தால் நல்ல மாற்றங்கள் நடக்கும் என்று நம்புகிறேன்.

பிராங்போர்ட் புத்தகக் கண்காட்சியில் கண்ணன் கலந்துகொண்டு கருத்துகளை / எழுத்துக்களை பரிமாற்றிக்கொள்ளும் பணியைச் செய்வது பாராட்டுக்குரியது. உயர்ந்த தரமான இலக்கியங்கள் பதிப்பிக்கப்படுவதை உறுதிசெய்யும் அதே நேரத்தில், காலச்சுவடு பதிப்பகம் அட்டைப்பட உருவாக்கம் உள்ளிட்ட புத்தக உருவாக்கத்தில் கூடுதல் கவனம் செலுத்துவதை அனைவரும் கவனிக்க வேண்டும். இந்தியப் பதிப்பாளர்களில் வெகுசிலரே இவ்வாறு செய்கிறார்கள். குறிப்பாக வெகுசில இந்தி அல்லாத பிற மொழி பதிப்பாளர்கள் இவ்வாறு செய்கிறார்கள். இத்தகைய முயற்சிகள் பாராட்டப்பட வேண்டும். 2018இல் பப்ளிசிங் நெக்ஸ்ட் கருத்தரங்கில் அந்த ஆண்டின் சிறந்த பதிப்பாளர் என்ற விருதை காலச்சுவடு பெற்றது. மிக உயர்ந்த தரத்துக்கு முன்னுரிமை கொடுத்து அத்தகைய புத்தகங்களைப் பதிப்பிப்பதில் கவனம் செலுத்தும் பதிப்பகம் காலச்சுவடு. காலச்சுவடு குழுவினர், கண்ணன், மைதிலிக்குப் பதிப்பகத்துறையில் நீண்டகாலம் நீடிக்க வாழ்த்துகளைத் தெரிவித்துக்கொள்கிறேன்.

பகிர்வுகள் - தமிழ்ப்பிரபா (எழுத்தாளர், சென்னை)

காலச்சுவடு பயணத்தில் முத்தாய்ப்பான ஒரு தருணத்தில் கலந்துகொள்ள வாய்ப்பு அமைந்ததற்கு மிகவும் மகிழ்ச்சியும் பெருமையும் அடைகிறேன். நான் காலச்சுவடு இதழை ஒரு பத்து வருடங்களாக வாசித்துவருகிறேன்.

விளிம்புநிலை எழுத்துக்களைப் பொறுத்தவரை புனைவுகளுக்கும் அபுனைவுகளுக்கும் காலச்சுவடு கொடுக்கிற முக்கியத்துவம் மிகவும் தனித்துவ மானது. பெண்கள், சிறுபான்மையினர், தலித்துகள், ஈழத்தமிழர்கள் பற்றிய படைப்புகள் தொடர்ந்து புனைவுகளாகவும் அபுனைவுகளாகவும் காலச்சுவடிலிருந்து வெளிவரும்போது அக்குரல்களுக்கு மிகமுக்கிய மானதொரு இடம் கிடைப்பதை உணர்ந்திருக்கிறேன்.

காலச்சுவடு பதிப்பிக்கும் புத்தகங்களில் மட்டுமல்லாது காலச்சுவடு மாத இதழிலும் இந்த வகைமை பிரதிபலிக்கும். குறிப்பாக, தலையங்கம். ஒரு பத்திரிகையின் தலையங்கம் அவர்களுடைய அரசியலைத் தீர்மானிப்பது. அந்தவகையில் காலச்சுவடுத் தலையங்கத்தை மிக முக்கியமானதாகப் பார்க்கிறேன். சமூகத்தில் குறிப்பிடத்தக்க நிகழ்வுகள் நடந்தால் அதுகுறித்தான காலச்சுவடின் பார்வை, குறிப்பாக விளிம்பு நிலையினரின் பிரச்சினைகளில் அவர்களுடைய பார்வை என்ன என என்னைத் தொகுத்துக்கொள்வதற்கு நிறையச் சமயங்களில் வழிகாட்டியாக இருந்திருக்கிறது. அரசியல், இலக்கியம், திரைப்படம் எனச் சமூகம்சார்ந்த விஷயங்களில் ஒவ்வொரு வாசகருக்கும் குறிப்பாக, எனக்கும் ஒரு பார்வையை அது அளித்திருக்கிறது.

ஒரு பதிப்பகம் எப்படித் தரமானதாக இருக்க வேண்டும் என்று மற்றப் பதிப்பகங்களுக்குக் காலச்சுவடு முன்னோடியாக உள்ளது. உதாரணமாகப் புத்தக ஆக்கத்திற்கு அவர்கள் எடுத்-

துக்கொள்ளும் சிரத்தை. அந்தப் புத்தகத்தின் அட்டைவடிவமைப்புத் தொடங்கி படைப்பைச் செழுமையாகக் கொண்டுவரச் செய்யும் வேலைகள், அதை எல்லாவித வாசகர்களுக்கும் கொண்டுசேர்க்கிற பணிவரை என அத்தனையையும் தொடர்ந்து செய்கிறார்கள். புத்தகங்களைக் கையிலெடுத்து வாசிக்கும்போது இன்பமான ஓர் உணர்வு ஏற்படும் வண்ணம் அந்த நூலாக்கம் அமைந்திருக்கும்.

தங்களிடம் புத்தகம் பதிப்பிக்கும் எழுத்தாளர்களை மட்டுமல்ல அனைத்து எழுத்தாளர்களையும் காலச்சுவடு பதிப்பகம் அணுகுகிற முறை என்னளவில் மரியாதைக்குரிய விஷயமாகவே எண்ணுகிறேன். எனக்குக் கொடுக்கப்படுகிற ராயல்டிதொகையாக இருக்கட்டும், எனது முதல் நாவல் பணிகளிலாகட்டும் அனைத்திலும் அவ்வாறே. நாவல் வெளிவந்த முதல் புத்தகக் கண்காட்சியில் காலச்சுவடு அரங்கில் வாசகர்களைச் சந்தித்து உரையாடிக் கையெழுத்து இடச்சொன்னார் கண்ணன். அதைச் சற்றும் நான் எதிர்பார்க்கவில்லை. மிக நெகிழ்ச்சியான தருணம்.

எனது நாவலைக் காலச்சுவடில் வெளியிட விரும்பியபோது அவர்களுடைய தொடர்பு எண்ணை இணையத்திலிருந்து எடுத்து அழைத்து என் பெயர் பிரபாகரன்; நான் ஒரு நாவல் எழுதியிருக்கிறேன்; அதை உங்களால் வெளியிட முடியுமா என்று கேட்டேன். நாவலை அனுப்புங்கள் படித்துவிட்டுச் சொல்கிறோம் என்றார்கள். இருதரப்புக்கும் முன்பின் அறிமுகமே கிடையாது. இப்படித்தான் 'பேட்டை' நாவல் வெளிவந்தது. அதற்கும் முன் ஒருசில பதிப்பகங்களை அணுகியபோது ஏற்பட்ட அனுபவத்தோடு ஒப்பிடும்போது காலச்சுவடு அனுபவத்தை மிக முக்கியமாகக் கருதுகிறேன்.

தமிழிலும் தமிழுக்கு வெளியே உள்ள மொழிகளிலும் ஒரு படைப்பை மிக நேர்த்தியாகக் கொண்டுசேர்க்கிறார்கள். என்னுடைய நாவல் பரவலாக வாசிப்பதற்கும் கிடைப்பதற்கும் நூலின் உள்ளடக்கத்தைத் தாண்டிக் காலச்சுவடும் ஒரு முக்கியக் காரணம். பொதுவாகக் காலச்சுவடு தங்கள் படைப்புகளை ஆங்கிலத்திற்கும் பிறமொழிகளுக்கும் மொழிபெயர்ப்புக்கு அனுப்புவதும் பிற உலக மொழி படைப்புகளைத் தமிழில் மொழிபெயர்ப்பதும் சிறந்த பணியாகச் செய்துகொண்டிருக்கிறார்கள்.

பதிப்பகத்தின் மிகமுக்கியமான அம்சம் ஆய்வுநூல்கள் ஆகும். ஸ்டாலின் ராஜாங்கம், ஆ.இரா. வேங்கடாசலபதி, பழ. அதியமான், அ.கா. பெருமாள் என்று இன்னும் பல ஆய்வாளர்களின் நூல்களைப் பரவலாக வாசகர்களுக்குக் கொண்டுசேர்த்திருக்கிறார்கள். ஒரு குறிப்பிட்ட விஷயத்தை எடுத்துக்கொண்டு அதை மிக விரிவாக ஆய்வுசெய்கிற ஒரு போக்கில் தமிழ்ச் சூழலில் காலச்சுவடு மிக வலுவாகத் தடம் பதித்திருக்கிறது.

காலத்திற்கு ஏற்றாற்போல் தன்னைத் தகவமைத்துக்கொள்ளும் தன்மை காலச்சுவடுக்கு உண்டு. இந்த இணையதளம் செறிவாகத் தொடங்கப்பட்டதில் காலதாமதம் ஏற்பட்டிருந்தாலும் வரவேற்கப்படவேண்டிய ஒன்று. பதிப்பகம் இன்னும் பல முக்கியமான ஆய்வுகளைக் கொண்டுவர வேண்டும். இளம் படைப்பாளிகளுக்கு ஒரு பாதையை வகுத்துத் தர வேண்டும். காலச்சுவடு பதிப்பகத்திடம் நான் வைக்கும் இன்னொரு வேண்டுகோள், இலக்கியத்திற்கும் அரசியலுக்கும் சமூகத்திற்கும் புனைவுகள், அபுனைவுகள் என நூல்கள் கொண்டுவருவதுபோலச் சினிமா என்ற பெருங்கலையையொட்டிய நூல்களையும் வெளியிட வேண்டும். சிறந்த திரைப்படங்களின் திரைக்கதைகளை நூலாக வெளியிட வேண்டும். நடிகர் கமல்ஹா-

சன் குறிப்பிட்டதை இங்கு அடிக்கோடிட விரும்புகிறேன். இந்த இருபத்தைந்தாவது ஆண்டில் காலச்சுவடின் பன்முகப்பார்வை எல்லாவிதமான சமூகங்களையும் உள்ளடக்கியதாக எப்போ-தும்போலத் தொடர வேண்டும் என வாழ்த்தி விடைபெறுகிறேன்.

இணைப்புரை - சித்ரா பாலசுப்பிரமணியம் - காலச்சுவடு எப்படி தமிழ்ச் சமூகத்தின் குறுக்குவெட்டுத் தோற்றம் முழுவதையும் அடக்கியது என்றும், ஆய்வு சார்ந்தும் விளிம்பு-நிலை மக்கள் சார்ந்தும் எப்படி பல்வேறு வகைப்பட்ட குரலை ஒலிக்கும்வகையில் சிறப்பான பணியைச் செய்துகொண்டிருக்கிறது என்ற முக்கியமான புள்ளியை நீங்கள் சுட்டிக்காட்டியி-ருக்கிறீர்கள் தமிழ்பிரபா, உங்களுக்கு எங்கள் நன்றி.

அடுத்ததாக நாம் அழைப்பது எழுத்தாளர் ஸர்மிளா ஸெய்யித் அவர்களை. இவர் இலங்கையைச் சேர்ந்தவர். ஊக்கம் தரக்கூடிய எழுத்துக்குச் சொந்தக்காரர். காரணம் கட்டுப்-பாடுகளையும் அழுத்தங்களையும் எதிர்த்து எழுந்த எழுத்துகள் அவருடையவை. கவிதை, நாவல், கட்டுரை எனப் பல தளங்களில் தம்முடைய செயல்களை விரித்துக்கொண்டிருப்பவர். சமூகச் செயல்பாட்டாளர். எரிமலைக்குழம்பு எடுத்து எழுதுகிறாரோ என்று நாம் நினைக்கக்-கூடிய அளவுக்கான எழுத்துக்குச் சொந்தக்காரர்.

பகிர்வுகள் - ஸர்மிளா ஸெய்யித் (எழுத்தாளர், செயற்பாட்டாளர், இஸ்தான்புல்)

நன்றி சித்ரா. அனைவருக்கும் வணக்கம். காலச்சுவடு வளர்ச்சியில் முக்கிய மைல்கல்-லாக இருக்கும் இந்த விழாவில் கலந்துகொண்டிருப்பதில் உண்மையில் மகிழ்ச்சியும் பெருமி-தமும் அடைகின்றேன். எழுத்தாளராகத் தன்னை உருவாக்கியதும் வாசகனாக உருவாக்கி-யதும் காலச்சுவடுதான் என்ற விடயத்தை ஸ்ரீதரன் சொன்னார். அது எனக்கும் பொருந்தும் என்று நினைக்கின்றேன். என்னுடைய பயணத்தில் நான் மிகச்சிறந்த வாசகியாகவோ அதற்-கான பின்புலம் கொண்ட சூழலிலிருந்தோ வந்த ஒரு பெண்ணல்ல. காலச்சுவடுடான எனது பயணம் 2012இல் என்னுடைய முதலாவது கவிதைத் தொகுப்பான 'சிறகுகள் முளைத்த பெண்' என்ற புத்தகத்திலிருந்து தொடங்கியது. எனக்குக் கிடைத்த ஒருசில புத்தகங்கள் சல்மா, சுகிர்தராணி, அம்பை, அனார் எழுதிய காலச்சுவடு பதிப்பகத்தால் பதிப்பிக்கப்பட்ட புத்தகங்களாகத்தான் இருந்தன. என்னுடைய புத்தகத்தை நான் பதிப்பிப்பதாக இருந்தாலும் காலச்சுவடு பதிப்பகம் மூலமாகத்தான் அந்தப் புத்தகம் வர வேண்டும் என்று ஆசை இருந்-தது. 2011இல் காலச்சுவடு இதழிலிருந்து கிடைத்த ஒரு மின்னஞ்சல் முகவரிக்கு என்னு-டைய கவிதைகள் சிலவற்றை அனுப்பி இவற்றைப் பதிப்பிக்க முடியுமா என்று கேட்டிருந்-தேன். யாருடைய சிபாரிசும் இல்லாமல், எந்தவிதப் பின்னணியும் இல்லாமல். என்னுடைய மின்னஞ்சல் உள்பெட்டிக்கு வந்த பதில் இன்னமும் என்னிடம் இருக்கின்றது. கவிதைகளைப் பதிப்பிப்பதாக அந்தப் பதில் வந்தது. அன்றிலிருந்துதான் காலச்சுவடுடனான என்னுடைய பயணம் தொடர்ந்திருக்கிறது. இதுவரை இரண்டு நாவல்கள், இரண்டு கவிதைத் தொகுப்-புகள், 'உயிர்த்த ஞாயிறு' என்ற அனுபவப் பதிவு வெளிவந்திருக்கின்றன. இதில் 'உம்மத்' நாவல் ஆங்கிலத்திலும் மொழிபெயர்க்கப்பட்டிருக்கிறது. தமிழ்நாடு,கேரளா போன்ற மாநிலங்-களில் நடந்த பல புத்தகத் திருவிழாக்களில் நான் கலந்துகொள்ளும் வாய்ப்பை எனக்குப் பெற்றுத் தந்திருக்கிறது.

சொல்லப்போனால் காலச்சுவடனான என்னுடைய பயணம் துவங்கியதிலிருந்து அது என்னை நிறைய உயரங்களுக்கு அழைத்துப்போனது மட்டுமல்லாமல் வாழ்க்கையிலும்

வாசிப்பை அதிகரிப்பதற்கான சூழலை உருவாக்கிக் கொடுத்திருக்கிறது. நான் முதலாவதாக என்னுடைய 'உம்மத்' நாவலை அனுப்பிவைத்தபோது அந்த நாவல் உண்மையாகவே ஒரு பெரிய திருத்தத்தை வேண்டி நின்றது. முதலாவது நாவலை அனுப்பியபோது அதை எனக்கு எப்படி சுட்டிக்காட்டினார்கள் என்பது இன்னமும் நினைவிருக்கிறது. கண்ணன் 'என் பெயர் சிவப்பு' நாவலை படித்துப் பார்க்கச்சொல்லி எனக்கு அன்பளிப்பாக அனுப்பிவைத்திருந்தார். என்னுடைய நாவல் என்ன நிலையில் இருக்கின்றது என்பதை நானே புரிந்துகொள்ளச் செய்தது அந்த வாய்ப்பு. எல்லா பதிப்பாளர்களாலும் இவ்வளவு நுணுக்கமாக நுட்பமாக அதனை உணர்த்த முடியும் என்று நான் நினைக்கவில்லை. .

ஒரு படைப்பாளியின் நோக்கம் அவருடைய படைப்பு வாசகர்களுக்குச் சென்று சேர்வதுதான். அதனைக் காலச்சுவடு மிகச்சிறப்பாகச் செய்துகொண்டிருக்கிறது. முறையான உடன்படிக்கை போடுவது, ஒவ்வோர் ஆண்டும் ராயல்டியைச் சிறப்பாகச் செலுத்துகின்ற பதிப்பகமாகக் காலச்சுவடு இருக்கின்றது. அதன் பயன்களை நான் பெற்றிருக்கின்றேன். புத்தகங்களின் நேர்த்தி, அதன் வடிவமைப்பு, அட்டைப்படத்துக்குக்கூட நாங்கள் விரும்புகின்ற ஓவியர்களிடமே அதனைத் தந்து அதற்கான செலுத்தவேண்டிய தொகையை அவர்களே செலுத்தி அவ்வளவு நுட்பமாக, கவனம் எடுத்து அழகாக வெளியீடுவரையிலும் கொண்டுசெல்லும் சிறப்பான பணியை அவர்கள் செய்துகொண்டிருக்கிறார்கள். என்னுடைய 'சிறகுகள் முளைத்த பெண்' புத்தகத்துக்கு அறிமுக நிகழ்வு ஒன்றை நான் கொழும்பில் ஏற்பாடு செய்திருந்தேன். அது தவிர என்னுடைய புத்தகங்களுக்கு எந்த அறிமுக நிகழ்வையும் இதுவரை நான் நடத்தியதில்லை. இன்றுவரை என்னுடைய புத்தகங்களுக்கான அறிமுகக் கூட்டங்கள், விமர்சனக் கூட்டங்கள் வாசகர்களின் கருத்துகளைக் கேட்கக்கூடிய விதமான நிகழ்வுகள் உள்ளிட்ட எல்லாப் பணிகளையும் காலச்சுவடு பதிப்பகமே செய்துகொண்டிருக்கிறது. அதைவிட முக்கியமான விடயம் என்னவென்றால் இதுவரையில் பதிக்கப்பட்ட என்னுடைய புத்தகங்களுக்கு நான் ஒரு பைசாவும் செலவு செய்ததில்லை. எங்களுக்கு எங்களுடைய, ஒரு எழுத்தாளரின், படைப்பாளியின் பெறுமானம் என்ன என்பதை உணர்த்துகின்ற விதமாகச் செயல்படுகின்ற பதிப்பகமாக, படைப்பாளிக்குத் தரவேண்டிய மரியாதையையும் முழுமையாகத் தருகின்ற பதிப்பகமாகக் காலச்சுவடைப் பார்க்கின்றேன்.

இவை அனைத்தையும்விட ஒரு எழுத்தாளர் சர்ச்சைகளைச் சந்திக்கும்போது அவர்களுடன் நிற்பது, அதற்குரிய தைரியத்தையும் துணிவையும் தருவது, நாங்கள் தனியாக இல்லை என்று உணர்த்துவதை முக்கியமான ஒரு விடயமாகப் பார்க்க வேண்டியிருக்கிறது. எங்களுக்குத் தெரியும், சல்மா, பெருமாள்முருகன் போன்றோர் எதிர்ப்புகளை எதிர்கொண்ட விதம். நீதிமன்றம்வரை சென்று பெருமாள்முருகனுடைய கருத்துச் சுதந்திரத்துக்காகக் காலச்சுவடு எவ்வாறு இணைந்திருந்தது என்பதை நாங்கள் அனைவரும் அறிவோம். அதேபோன்று என்னுடைய சமூகத்திலிருந்து நான் அழுத்தங்களையும் பிரச்சினைகளையும் சந்தித்த காலத்திலும் எல்லாவகையிலும் தனிப்பட்ட ரீதியாகவும், தொழில்முறை ரீதியாகவும் எனக்குத் துணையாக ஒரு பதிப்பகம் நின்றது. பதிப்பகம் என்று இங்கே நான் குறிப்பிடும்போது அது தனிநபர் சார்ந்த ஒன்றல்ல, அது ஒரு குழுச் செயல்பாடு. 2012லிருந்து 2020ஆம் ஆண்டுவரையில் பலமுறை நான் காலச்சுவடு அலுவலகத்துக்குச் சென்றிருக்கின்றேன். கண்ணன் வீட்டுக்குச் சென்றிருக்கின்றேன். காலச்சுவடு அலுவலகத்தின் அமைப்பு, அதனுடைய நிர்-

வாக முறைகள், அவர்கள் செயல்படும் முறை, அலுவலர்களின் நலன்களில் காட்டக்கூடிய அக்கறை இவை எல்லாமும் காலச்சுவடு வளர்ச்சியில் பங்காற்றிவரும் விடயம் என்பது குறிப்பிடப்படவேண்டிய ஒன்று.

இவ்வளவு அழகான உறவு எனக்குக் காலச்சுவடுடன் இருந்தாலும்கூடப் பொதுவெளியில் பலவிதமான விமர்சனங்களை நான் சந்திப்பது தொடர்ச்சியாக நடந்துகொண்டிருக்கின்ற விடயமாக இருக்கின்றது. காலச்சுவடு இந்துத்துவ மேலாதிக்கத்தோடு நடக்கின்ற பதிப்பகம் என்று சொல்லியும் நான் இஸ்லாமியப் பெண்ணாக இருக்கின்றபடியால் இஸ்லாமிய வெறுப்பாக எங்களுடைய உறவைப் பார்க்கின்ற நிலை பொதுச் சூழலில் நான் அடிக்கடி சமூக வலைதளங்களில் எதிர்கொள்கின்ற விடயமாக இருக்கின்றது. அது உண்மையாகவே சுயமரியாதையும் கௌரமும் சுயவிழிப்பும் உள்ள ஒரு பெண்ணான என்னை வெறுப்பதாக, ஒரு பெண் வெறுப்பாகத்தான் நான் பார்க்கின்றேன். நான் முன்பே சொல்லியிருந்ததைப்போல, காலச்சுவடுடனான என்னுடைய உறவு 2012லிருந்துதான் துவங்குகிறது. ஆனால் பெண்ணுரிமைசார்ந்த என்னுடைய செயல்பாடுகளை நான் 2001லேயே தொடங்கிவிட்டேன். எப்பொழுது நான் பத்திரிகைத் துறையில் காலெடுத்து வைத்தேனோ, அப்போதிலிருந்தே ஓர் இஸ்லாமியப் பெண்ணாக, மதக் கலாச்சாரம் உள்ள சமூக அமைப்பிலிருந்து வந்த ஒரு ஊரில் நான் எப்படியாக வாழவிரும்பினேன், எப்படி வளர்ந்தேன் என்பதிலிருந்து என்னுடைய சுயவிழிப்பும் சுயகௌரவமும் அடையாளத்துக்கான அந்தப் பயணம் துவங்குகின்றது.

என்னுடைய படைப்புகள் என்று பார்க்கும்போது 'உம்மத்' நாவல், 'உயிர்த்த ஞாயிறு' இரண்டுமே சர்ச்சைக்குரிய விடயங்களைப் பேசுகின்ற படைப்புகளாக இருக்கின்றன. உம்மத் நாவல் போரினால் பாதிக்கப்பட்ட பெண்களுடைய பாடுகளையும் ஆணாதிக்கச் சமூகக் கட்டமைப்பும் மத அடிப்படைவாதமும் எவ்வாறு பெண்களை ஒடுக்குகின்றது என்பதையும் பேசுகின்ற நாவலாக அது இருக்கின்றது. அதே நேரம் உயிர்த்த ஞாயிறு அனுபவப் பகிர்வு என்பது மத அடிப்படைவாதம் எவ்வாறு நிறுவனமயப்படுத்தப்பட்ட நிலையில் பெண்களை ஒடுக்குவது, அதனுடைய இயங்குதளம், இயங்கு நிலை எவ்வாறு இருக்கின்றது என்பதைப் பேசுகின்ற அனுபவப் பகிர்வாக 2019 ஈஸ்டர் தினத்தில் நடந்த தாக்குதலுக்குப் பிறகுள்ள அனுபவங்களின் தொகுப்பாக அப்புத்தகம் இருக்கின்றது. இந்த இரண்டு புத்தகங்களிலும் எடிட்டிங் மிக முக்கியமான பணி. எடிட்டிங்கை நாங்கள் தவிர்க்க முடியாது. இந்தப் புத்தகங்களின் செம்மையாக்கத்தில் என்னுடன் பயணித்தது பதிப்பக ஆசிரியராக அப்போது இருந்த ஷாலினி ஜெயக்குமார், இதழ் ஆசிரியராக இருக்கும் சுகுமாரன் அவர்களையும் நான் குறிப்பிட்டாக வேண்டும். இவர்கள் என்னுடைய படைப்புகளில் எவ்வாறு எழுத வேண்டும் என்பதிலோ எதை நீக்க வேண்டும் என்பதிலோ எந்தவிதமான திணிப்புகளையும் செய்ததில்லை. நான் எதை எழுத விரும்புகின்றேனோ அதைத்தான் நான் எழுதியிருக்கின்றேன். காலச்சுவடில் புத்தகங்களை மட்டுமல்ல, கட்டுரைகளையும் எழுதியிருக்கின்றேன். அவை எல்லாவற்றிலும் திருத்தங்கள் வந்து ஒரு திணிப்பாகவோ கட்டாயமாகவோ ஒருநாளும் இருந்ததில்லை. மிகவும் சுதந்திரமான உணர்வுடன்தான் காலச்சுவடுடன் நான் பயணிக்கின்றேன். தமிழ்ப்பிரபா தன்னுடைய உரையில் மிக அழகாகச் சொன்னதைப்போல விளிம்பு மக்களின் கருத்துகளுக்குக் காலச்சுவடில் எத்தகைய இடம் இருக்கின்றது என்ற அந்த உணர்வு எனக்கு இருக்கின்றது. அதனால்தான் காலச்சுவடு பதிப்பகத்தோடு தொடர்ந்து பயணிக்க முடிகின்றது

என்று நினைக்கின்றேன். இந்த முக்கியமான வரலாற்றுச் சிறப்புமிக்க நிகழ்வில் எனக்கும் பேச வாய்ப்பளித்ததற்கு நன்றியையும் வாழ்த்துக்களையும் தெரிவித்துக் கொள்கின்றேன்.

இணைப்புரை - சித்ரா பாலசுப்பிரமணியம் - நன்றி ஸர்மிளா ஸெய்யித். மனம் திறந்த பேச்சு. எப்படி எழுத்துக்களில் தீப்பொறி பறக்குமோ அப்படியே பேச்சிலும் பறந்தது. காலச்சுவடுடன் உங்களுக்கு இருக்கும் உறவை மனம் திறந்து எங்களுடன் பகிர்ந்துகொண்டீர்கள். நன்றி.

உயர்மிகு நீதிபதி ஜி.ஆர். சுவாமிநாதன் அவர்களை அன்போடு அழைக்கிறோம். சிவில் உரிமைகள்சார்ந்த வழக்குகள் பலவற்றை வழக்கறிஞராக இருந்தபோது அவர் முன்னெடுத்திருக்கிறார். சென்னை உயர்நீதிமன்றத்தில் மதுரைப் பிரிவில் கூடுதல் அட்டர்னி ஜெனரலாகப் பணியாற்றிக்கொண்டிருந்தார். தற்போது உயர்நீதிமன்ற நீதிபதியாகப் பணியாற்றிக்கொண்டிருக்கிறார். அதைவிட முக்கியமாக அவர் மிகச்சிறந்த வாசகர். புத்தகங்களின் ஆர்வலர். பல புத்தகங்களையும் படித்துவிட்டுப் புத்தக ஆசிரியர்களுக்குக் கடிதம் எழுதியுள்ளார். இதைப் பலபேர் பகிர்ந்துகொண்டிருக்கிறார்கள். அப்படிப்பட்ட ஒரு புத்தக ஆர்வலரை இந்த நிகழ்ச்சியில் வரவேற்பதில் மிகுந்த மகிழ்ச்சி அடைகிறோம்.

நிறைவுரை - ஜி.ஆர். சுவாமிநாதன் (உயர் நீதிமன்ற நீதிபதி, மதுரை)

அனைவருக்கும் என்னுடைய இனிய வணக்கங்கள். நீதிபதிகள் பிரபலங்கள் அல்ல. டார்ச் லைட் அடித்துத்தான் எங்களை நீங்கள் கண்டுபிடிக்க வேண்டும். ஆனால் பிரபலமாக வேண்டும் என்கிற சபலமும் எங்களுக்கு வந்துவிடக்கூடாது; ஏனென்றால் எங்களுடைய பணி அது மாதிரியானது. அதனால் ஒரு சுய அறிமுகம் கொடுத்துக்கொள்ள வேண்டும் என்று கருதுகிறேன். நான் நீதிபதியாகி நான்கு வருடங்கள் ஆகிவிட்டன. இந்த நான்கு வருடங்களில் எத்தனையோ மாற்றங்கள் என்னுள் ஏற்பட்டிருக்கின்றன. ஆனால் ஒரு விஷயத்தில் மட்டும் நிலையான தன்மை இருக்கிறது. என்னவென்றால், என்னுடைய நீதிமன்றத்தில் தனிநபர் சுதந்திரம் தொடர்பாக எந்த வழக்கு வந்தாலும் அதனுடைய முடிவு எப்படி இருக்கும் என்பதைக் கண்டுபிடிக்க ஆறாம் அறிவு அவசியம் கிடையாது.

ஆறே ஆறு உதாரணங்களைச் சொல்கிறேன். ஒரு கார்ட்டூனிஸ்ட் அரசியல் கட்சித் தொண்டர்களைக் குரங்குகளாகச் சித்திரிக்கிறார். அவர்கள்மீது, அந்தப் பத்திரிக்கைமீது குற்றவியல் வழக்கு பாய்கிறது. என்னுடைய நீதிமன்றத்துக்கு அந்த வழக்கு வந்தபோது, ஒரு கார்ட்டூனிஸ்ட்டுக்கு மற்றவர்களை அப்படிக் கேலியாகச் சித்திரிக்க, கண்டிக்க அடிப்படை உரிமை (Right to lampoon others) இருக்கிறது என்று தீர்ப்பு சொன்னேன். சந்தியா ரவிசங்கர் என்கிற ஒரு பத்திரிகையாளர் ஒரு புலனாய்வுக் கட்டுரையை எழுதுகிறார். வி.வி.மினரல்ஸ் என்கிற ஸ்தாபனம் அவர்மீது மானநஷ்ட வழக்கு தொடுத்தபோது ஒரு பத்திரிகையாளரின் உரிமை எந்த அளவுக்குப் போகலாம், அதை நீதிமன்றம் எப்படி மதிக்க வேண்டும் என்று சொல்லியிருக்கிறேன். கி. ராஜநாராயணன், மாபெரும் எழுத்தாளர், அவர்மீது வன்கொடுமை தடுப்புச் சட்டம் தவறாகப் பிரயோகிக்கப்பட்டபோது அதை ரத்து செய்திருக்கிறேன். எல்லாவற்றையும்விட நான் தனிப்பட்ட முறையில் குடியுரிமை திருத்தச் சட்டத்தை, சிஏஏவை ஆதரிக்கிறவன். ஆனால் சட்டத்தைக் கண்டிப்பதற்கு எப்பொழுதெல்லாம் என்னுடைய நீதிமன்றத்தில் அனுமதி கேட்டிருக்கிறார்களோ அதற்கான அத்தனை மனுக்களையும் அனுமதித்திருக்கிறேன். பிறகு, போன கொரானா காலத்தில் தப்லீக் ஜமாத் இந்தி-

யாவுக்கு வந்தபோது அவர்கள்மீது வழக்குபோட்டு, கைது செய்தபோது அந்த வழக்குகளை முடிவுக்குக் கொண்டுவந்து அவர்கள் தங்களின் தாய்நாட்டுக்கு திரும்பப் போக வேண்டும் என்று சொல்லியிருக்கிறேன். திருநங்கைகளின் திருமண உரிமையை ஊர்ஜிதப்படுத்தியிருக்கிறேன்.

இப்படிப்பட்ட ஒரு பிரயாணத்தில் தொடர்ச்சியாக நான் இருக்கிறேன் என்றால் அதற்கு முக்கியமான காரணம் கண்ணன்தான். இதை நான் ரொம்பப் பெருமையாகவும் சந்தோஷத்துடனும் நன்றியோடு பகிர்ந்துகொள்வேன். ஏனென்றால் பெருமாள்முருகனுக்கு 'மாதொருபாகன்' பிரச்சினை வந்தபோது அவருடன் என்னை அனுப்பிவைத்தார். அந்த அனுபவம் இருக்கிறது இல்லையா, அந்த அடித்தளம்தான் என்னுடைய நீதி சார்ந்த பார்வையை நெறிப்படுத்தியது என்று வலிமையாக நம்புகிறேன். காலச்சுவடின் 25 ஆண்டு நிறைவு விழாவில் இதைப் பதிவு செய்ய விரும்புகிறேன். பெரிய பெரிய பதிப்பக ஸ்தாபனங்கள்கூட மத அடிப்படைவாதிகள் முன்னால் மண்டியிட்டுவிடுவார்கள்; மண்டியிட்டுக்கொண்டிருக்கிறார்கள் என்பதுதான் உண்மை. ஆனால் காலச்சுவடும் கண்ணனும் எவ்வளவு உறுதியாக நின்றார்கள் என்று எனக்குத்தான் தெரியும். ஒரு எழுத்தாளனாகத் 'தான் மரித்துவிட்டேன்' என்று சொன்னபிறகு நான் மறுபடியும் உயிர்த்தெழுந்தேன் என்று சொன்னதற்கு கண்ணன் கொடுத்த அந்த ஆதரவுதான் மிகப்பெரியது என்று நான் நம்புகிறேன். காலச்சுவடின் இந்த ஒட்டுமொத்தப் பயணத்தின் பெருமைப்படத்தக்க தருணம் என்றால் பெருமாள்முருகன் சம்பவத்தைச் சொல்வேன்.

இரண்டாவதாக, நான் சொல்லவிரும்புவது கண்ணனின் கறாரான சமரசமற்ற போக்கு. உதாரணத்துக்கு எனக்கு ஒரு கவிஞரை ரொம்பப் பிடிக்கும். அவர்மேல் இருக்கும் அன்பினால் அவரது அடுத்த புத்தகத்தைக் காலச்சுவடு பதிப்பிக்க வேண்டும் என்று ஆசைப்பட்டு கண்ணனுக்கு போன் செய்தேன். "கண்ணன், இந்தக் கவிஞரின் இந்தப் புத்தகத்தை நீங்கள் பதிப்பிக்க வேண்டும், அதற்கான பதிப்புக் கட்டணத்தை நான் ஏற்றுக்கொள்கிறேன்" என்று சொன்னேன். கண்ணனுக்கும் எனக்கும் 25 வருட நட்பு. அந்த உரிமையில் இயல்பாகப் பேசினேன். ஆனால் அவ்வளவு பெரிய நண்பராக இருந்தாலும் கூட கண்ணன் என்ன சொன்னார் என்றால், "ஜிஆர்எஸ் அந்தப் பிரதியை எங்களுக்கு அனுப்பிவையுங்கள், அதை நாங்கள் பார்க்கிறோம், பதிப்பிக்கத் தக்கதா என்று சிந்திக்கிறோம். மற்றவர் சிபாரிசு நன்கொடை செய்யும் பதிப்பில் (Sponsered Publishing) எங்களுக்கு நம்பிக்கையில்லை. சில குறிப்பிட்ட பிரதிகளை நீங்கள் வாங்கிக்கொள்ளலாம். அந்தவிதத்தில் எங்களை நீங்கள் ஆதரிக்கலாம். மற்றபடி Sponsered Publication-ஐ நான் ஏற்றுக்கொள்ளமாட்டேன்" என்று சொன்னார். இது என்னைப் பாதித்தது. ஆனால் சிறிது நேரம் பொறுத்துத்தான் எனக்கு உறைத்தது. இது அவரது சமரசமற்ற போக்கு. அதற்கு நான் தலைவணங்க வேண்டும் என்று தோன்றியது.

மூன்றாவது, குடும்பமே நட்பான தோழமையான அணுகுமுறை. கமலாம்மாவாக இருக்கட்டும், மைதிலி, குழந்தைகளான முகுந்தன் யாராக இருந்தாலும் ஒரு நட்புரீதியான அணுகுமுறை. பின்னோக்கிப் பார்க்கும்போது 1996இல் நான் யாருக்கும் தெரியாத வழக்கறிஞர். பதினைந்து பைசா தபால் கார்டில் சுந்தர ராமசாமிக்கு ஒரு கடிதம் போடுகிறேன், அவர் எழுத்தைப் பாராட்டி. ஆனால் அவர் ஒரே வாரத்தில் எனக்கு இன்லேண்ட் கடிதம்

ஒன்றை அனுப்பினார். “நீங்கள் என்னைப் பாராட்டி எழுதியதற்கு நன்றி. உங்களுடைய கடிதம் என்னை ஊக்கப்படுத்தியது,” என்று எழுதினார். எவ்வளவு பெரிய உச்சபட்ச எழுத்தாளர் எனக்கு அப்படி ஒரு கடிதம் போட்டார். [ஸர்மிளாஜி, போன வாரம் தமிழ் இந்துவில் ஒரு அற்புதமான கட்டுரையை எழுதியிருந்தீர்கள். உங்களின் மின்னஞ்சலுக்கு ஒரு கடிதம் போட்டேன். நீங்கள் பதிலே போடவில்லை. உங்களைக் காலை வாருவதாக நீங்கள் எடுத்துக் கொள்ளக்கூடாது. ஆனால் பதிவு செய்கிறேன். சித்ராஜி சொன்னார்கள் இல்லையா நான் எதைப் படித்தாலும் பாராட்டிச் சந்தோஷப்பட்டுக் கடிதம் போடுவேன் என்று. கடைசியாகக் கடிதம் போட்டது உங்களுக்குத்தான். உங்கள் மேல் எனக்கு எவ்வளவு மரியாதை இருக்கிறது என்பதற்கான ஒரு பதிவாக நீங்கள் இதை எடுத்துக் கொள்ளலாம்.] நான்காவதாக, சிறப்பானதற்கான கண்ணனின் வேட்கை / தேடுதல். எந்த ஒரு புத்தகத்தை எடுத்தாலும் ஒரு குழந்தையைப்போல மடியில்வைத்து ஒவ்வொரு பக்கத்தையும் தடவ வேண்டும் போன்ற ஒரு உணர்வு நமக்குக் கிடைக்கும். புத்தகம் சிறப்பான முறையில் வர வேண்டும் என்ற கண்ணனின் துடிப்பு. உதாரணத்துக்கு நான் யாரையும் குறைவாகச் சொல்லவில்லை. உவேசா புத்தகத்தை எடுத்துக்கொள்வோம். அதுவரை வந்த பதிப்புகளையும் காலச்சுவடு கொண்டுவந்த பதிப்பையும் பார்த்தாலே வித்தியாசம் நமக்குத் தெரியும்.

ஒவ்வொரு புத்தகத்தையும் மக்களிடம் சந்தைப்படுத்தும் வகையில் இணையதளத்தைத் துவக்குகிறார்கள். மக்களின் வாசிப்புப் பழக்கத்தை அதிகப்படுத்தும் நோக்கில் நிறைய விஷயங்களை முன்னெடுக்கிறார்கள். என்னைப்பொறுத்தவரை காலச்சுவடுக்கு நாம் காட்டக்கூடிய ஆதரவு தமிழுக்குக் காட்டக்கூடிய ஆதரவு என்று நம்புகிறேன். நாம் அத்தனை பேரும், அதைச் செய்யணும். தமிழக அரசாங்கம் காலச்சுவடின் அனைத்துப் புத்தகங்களையும் வாங்க வேண்டும். நடிகர் கமல்ஹாசன் ஒட்டுமொத்தப் புத்தகங்களும் தன்னிடம் இருக்க வேண்டும் என்று ஆசைப்பட்டதைப்போன்று அரசாங்கமும் நினைக்க வேண்டும். நாம் எல்லாரும் இதைச் செய்ய வேண்டும். இது மிகப்பெரிய நிகழ்வு. எனக்கு முன்னர் பேசியவர்கள் சொன்னதைப்போல இதைப்போன்ற பலப்பல நிகழ்வுகள் நடக்கத்தான் போகின்றன. நம் வாழ்வைத் தாண்டியும் காலச்சுவடு பயணிக்கும். இந்த மாதிரியான ஒருநிகழ்வில் என்னை அழைத்ததையே நான் மிகப்பெரிய கௌரவமாக நினைக்கிறேன். நன்றி வணக்கம்.

இணைப்புரை - சித்ரா பாலசுப்பிரமணியம் - மிகவும் நன்றி. நீங்கள் எவ்வளவு ஆர்வமாகப் புத்தகங்களைப் படிக்கிறீர்களோ அதே அளவுக்கு ஆர்வமாகப் புத்தகங்களைப்பற்றியும் எழுத்தாளர்களைப் பற்றியும் பேசுவது அருமையான உணர்வு. நீங்கள் விரைவில் பிரபலமாக வேண்டும் என்று நாங்கள் வாழ்த்துகிறோம். புத்தகங்களைப் பற்றிப் பேசுவதால் நீங்கள் பிரபலமாக வேண்டும் என்கிற எங்களின் ஆர்வத்தையும் நாங்கள் தெரியப்படுத்துகிறோம். விழாவின் நிறைவுப் பகுதிக்கு வந்திருக்கிறோம். இந்த நிகழ்வு இணையவழியில் மிகச் சிறப்பாக நடந்துகொண்டிருக்கிறது. இந்நிகழ்வில் கலந்துகொண்ட அத்துணைபேர்களுக்கும் காலச்சுவடு சார்பான எங்களின் நன்றியைத் தெரிவித்துக்கொள்கிறோம். கமலா ராமசாமி அனுபவப் பூர்வமாக தங்களின் உணர்வுகளைப் பகிர்ந்துகொண்டார். அவர்களுக்கு நன்றி. இணையதளத்தைத் திறந்துவைத்து அத்தனை புத்தகங்களையும் ஒரு பிரதி வாங்கித் தீக்கிரையான தன்னுடைய நூலகத்தை நிரப்பப்போகிறேன் என்று கமல் மிக வாத்சல்யத்தோடு சொன்னார். அதற்கு நன்றி.

சிறப்புரை நல்கியவர்களுக்கும், காலச்சுவடு பற்றிய பல அற்புதமான பதிவுகளையும் காலச்சுவடிடமிருந்து நாங்கள் என்ன எதிர்பார்க்கிறோம் என்பதையும் காலச்சுவடுடனான தங்களின் அனுபவங்கள் எப்படி இருந்தது, ஒரு மிகச்சிறந்த அணுகுமுறையோடு கூடிய (Professional) பதிப்பமாக அது எப்படி செயல்படுகிறது என்பதையும் பதிப்பகம் சார்ந்தும் மனிதர்களோடு கொள்ளும் உறவு சார்ந்தும் கண்ணனின் அணுகுமுறை எப்படி இருக்கிறது என்பதையும் காலச்சுவடு எப்படி குறுக்குவெட்டுத் தோற்றத்தோடு சமூகத்தின் அத்தனை உணர்வுகளையும் பல்வேறு காலமாற்றத்துக்கேற்ப உணர்வுகளைப் பிரதிபலிப்பதாக எப்படி விளங்குகிறது என்பதையும், உலகியல் ரீதியாகத் தமிழிலிருந்து கொண்டு சேர்ப்பதைப்பற்றி உலகெங்கிலும் இருந்து ஜெர்மனி, சீனா போன்ற நாடுகளின் பல்வேறு பதிப்பாளர்கள் காலச்சுவடு பற்றிய தங்களின் அனுபவங்களையும் தங்களுடைய வாழ்த்துக்களையும் பகிர்ந்துகொண்டனர். அவர்கள் அத்துணைபேருக்கும் நன்றி. மிக முக்கியமாக, உணர்வுபூர்வமான தன்னுடைய உரையை மனம் திறந்து கொஞ்சம்கூட ஒளிவுமறைவில்லாமல் நம்மோடு பகிர்ந்துகொண்ட நீதிபதி ஜி.ஆர். சுவாமிநாதன் அவர்களுக்கும் எங்களது நன்றி. இந்த நிகழ்ச்சி மிகச் சிறப்பாக நடைபெறுவதற்கு தொழில்நுட்ப உதவி செய்த தர்மா அவர்களுக்கு நன்றிகள். இந்த நிகழ்வு வெற்றிகரமாக நடக்க ஏராளமானபேர்கள் வேலை செய்திருக்கிறார்கள். அவர்கள் அத்தனைபேருக்கும் காலச்சுவடின் சார்பாக எங்களின் நன்றியைத் தெரிவித்துக்கொள்கிறோம். லாவண்யா, மைதிலி ஆகியோருக்கும் எங்களுடைய நன்றி. வாசகர்கள் இல்லையென்றால் பதிப்பகத்தின் வெற்றி இல்லை. இந்த நிகழ்வு மிகச் சிறப்பாக நடைபெற முகநூல் வழியாகவும் யூ டியூப் வழியாகவும் கண்டுகளித்த அனைத்து வாசகர்களுக்கும் எழுத்தாளர்களுக்கும் எங்களின் நன்றி.

நன்றியுரை - மைதிலி

இந்த நிகழ்வுக்கு ஒருங்கிணைப்பாளராக செயல்பட்ட சித்ரா பாலசுப்பிரமணியம் மிக முக்கியமான நபர். தமிழில் முதுகலைப் பட்டம் பெற்றவர். பல ஆண்டுகள் விரிவுரையாளராகப் பயணித்தவர். தற்போது ஊடகவியலாளராகப் பயணித்துக் கொண்டிருக்கிறார். மிக நல்ல ஒரு தொகுப்பாளராக இன்று இந்த முக்கியமான நிகழ்வுக்கு மிக அழகாக, மிக யதார்த்தமாகத் தொகுத்துக் கொடுத்ததற்கு கண்ணன் சார்பிலும் காலச்சுவடு சார்பிலும் எங்களுடைய மனமார்ந்த நன்றிகளைத் தெரிவித்துக்கொள்கிறோம்.

2

இது காலச்சுவடு பதிப்பகத்தின் 25ஆம் ஆண்டு. 1996இல் தொடங்கிய பதிப்பகம் காலத்தின் ஊடேயும் காலத்துடன் உறவாடியும் முன் நகர்ந்தும் தமிழில் முன்னணிப் பதிப்பகமாக இன்று விளங்குகிறது. இதை முன்னிட்டு உலகெங்குமுள்ள இலக்கிய ஆர்வலர்களும் காலச்சுவடின் நண்பர்களும் மெய்நிகர் வெளியில் கலந்துரையாடல் ஒன்றை நடத்தினர். 2021 அக்டோபர் 30 அன்று நிகழ்ந்த கலந்துரையாடலை லண்டனிலிருந்து Activity Centre for Tamil Language சார்பாக எம். பௌசர் கவிஞர் சேரனுடன் ஒருங்கிணைத்தார். இலங்கை, கனடா, ஜெர்மனி, சிங்கப்பூர், அமெரிக்கா, ஆஸ்திரேலியா ஆகிய நாடுகளிலிருந்து சிறப்புரையாளர்களும் கருத்துரையாளர்களும் பங்கேற்றனர்.

ஒருங்கிணைப்பு - எம். பௌசர், லண்டன்

தமிழ்ப் பதிப்பகங்களின் வரலாற்றையும் மாற்றங்களையும் அதில் நிகழ்ந்த காலச்சுவடின் வருகையையும் முன்வைத்து அதனுடைய பணியும் பங்களிப்பும் பற்றி விரிவான ஆய்வுகளும் உரையாடல்களும் நடத்தப்படவேண்டும். இந்த உரையாடல்கள் காலச்சுவடு பதிப்பகம் பற்றியதாக மட்டும் இருக்கவேண்டியதில்லை.தமிழ் பதிப்புத் துறை வரலாற்றில் காலச்சுவடு பதிப்பகம் போல் ஏனைய பதிப்பகங்களும் அவற்றினுடைய வரலாறுகளும் நேர்மையாகப் பேசப்பட்டு அணுகப்பட வேண்டும். இன்றைய நிலையில் தமிழில் ஒரு பதிப்பகம் இருபத்தைந்து வருடங்கள் பணியாற்றி இன்னும் மேலே சென்று நமக்கு அறிவுச் சேகரங்களையும் பண்பாட்டுப் படைப்புகளையும் தனது பணியினூடாகக் கொண்டு வருவது மகிழ்ச்சியான தருணம். இந்தத் தருணத்தில் அதனை வாழ்த்துவதும் மதிப்பிடுவதும் நம் அனைவரது கடமையாகும்.

எம்.ஏ. நுஃமான், இலங்கை (கல்வியாளர், கருத்தாளர், எழுத்தாளர்)

புத்தகப் பண்பாடு, அச்சுப் பண்பாடு என்பதெல்லாம் நவீனத்துவத்தின் வருகையுடன் நமக்குள் வந்த எண்ணக் கிடக்கைகள் தாம். ஏடும் எழுத்தாணியும் வழக்கிலிருந்த, எழுத்தறிவு ஒரு சிறுபான்மையினருக்குரியதாக இருந்த, செய்யுள் தமிழே ஆதிக்கம் பெற்றிருந்த பண்டைய இடைக்காலத் தமிழ்ச் சமூகத்தில் புத்தகப் பண்பாடு பற்றிய பேச்சுக்கே இடமிருக்கவில்லை. 16ஆம் நூற்றாண்டின் பிற்பகுதியிலே நவீன அச்சு சாதனம் நமக்கு அறிமுகமானாலும் 19ஆம் நூற்றாண்டிலிருந்துதான் தமிழில் அச்சு நூல்கள் பரவலாயின. 19ஆம் நூற்றாண்டின் நடுப்பகுதியிலிருந்து 20ஆம் நூற்றாண்டின் முற்பகுதிவரை பழந்தமிழ் இலக்கிய இலக்கண நூல்கள் ஏட்டுச்சுவடிகளிலிருந்து அச்சில் பதிப்பிக்கப்பட்டன. பத்திரிக்கைகள் பெருகின, நவீன கல்வி விரிந்தெழுந்தது, எழுத்தறிவு பெருகியது, கல்வி கற்ற நடுத்தரவர்க்கம் உருவாகியது. செய்யுளின் இடத்தை உரைநடை பிடித்துக்கொண்டது; உரைநடை இலக்கியங்கள் தோன்றிப் பெருகின. இந்தப் பின்னணியில் வாசிப்போர் எண்ணிக்கையும் அதிகரித்தது. இதனால் அச்சுப் புத்தகங்களும் பெருகின. ஆயினும் கடந்த நூற்றாண்டின் தொடக்கம்வரை, குறிப்பாக 1930-40கள் வரை வணிகரீதியான பதிப்பகங்கள் பெருகியதாகத் தெரியவில்லை. நூலாசிரியர் அல்லது பதிப்பாசிரியர் முயற்சியால், சில புலவர்களின் உதவியுடன் அச்சுக்கூடங்களில் புத்தகங்கள் அச்சடிக்கப்பட்டுச் சந்தைக்கு விநியோகிக்கப்பட்ட நிலையே பெரிதும் காணப்பட்டது. இன்னாரால் எழுதப்பட்டு அல்லது இன்னாரால் பரிசோதிக்கப்பட்டு, இன்னாரால் இந்த அச்சுக்கூடத்தில் அச்சடிக்கப்பட்டது போன்ற தகவல்கள் அக்காலப் புத்தகங்களில் காணப்படுகின்றன. அவ்வகையில் புத்தக வெளியீடு நிறுவனமயப்படாமல் தனிநபர் முயற்சியாகவே பெரிதும் காணப்பட்டது. இவ்வகையில் இன்றைய பதிப்பகங்களின் இடத்தை அன்று அச்சுக்கூடங்களே பெற்றிருந்தன என்று கூறலாம். 19ஆம் நூற்றாண்டில் நூல் வெளியீட்டு நிகழ்வோடு தொடர்புடைய இத்தகைய, சுமார் எழுபது அச்சுக்கூடங்களின் பெயரை மயிலை சீனி வேங்கடசாமி தனது '19ஆம் நூற்றாண்டில் தமிழ் இலக்கியம்' என்ற நூலில் பட்டியலிட்டுள்ளார். இந்தப் பின்னணியில்தான் நவீன பதிப்பகங்களின் தோற்றம் நிகழ்கின்றது.தமிழின் முன்னோடிப் பதிப்பகங்களில் ஒன்றான 'சைவ சித்தாந்த நூற்பதிப்புக் கழகம்' 1920இல் தொடங்கப்பட்டதாகத் தெரிகின்றது. இதுவரை கழக வெளியீடாக சுமார் இரண்டாயிரம் புத்தகங்கள் வெளியாகியுள்ளன. 1930களின் தொடக்கத்தில் ஆரம்பிக்கப்பட்ட கலைமகள், நூல் வெளியீட்டிலும் ஈடுபட்டது. ஆயினும், 1940-50களில்-

தான் தமிழின் முக்கியமான முன்னோடிப் பதிப்பகங்கள் செயல்படத்தொடங்கின. பாரி நிலையம், ஸ்டார் பிரசுரம், ஜோதி நிலையம், பழனியப்பா பிரதர்ஸ், தமிழ்ப் புத்தகாலயம், முல்லைப் பதிப்பகம், அல்லயன்ஸ் கம்பெனி, நவயுகப் பிரசுராலயம், தமிழ்ப் பண்ணை, சக்தி காரியாலயம், பாரதி பிரசுராலயம் உடனே நினைவுக்கு வருகின்றன.

எனது தலைமுறையைச் சேர்ந்தவர்கள் வாசிக்கத் தொடங்கிய 1960களில் இந்தப் பதிப்பகங்கள்தான் எங்கள் வாசிப்புக்குத் தீனி போட்டன. இவை முற்றிலும் வணிக நோக்கில் ஜனரஞ்சக நூல்களை வெளியிட்ட பதிப்பகங்கள் அல்ல. தமிழின் முக்கியமான முன்னோடிப் படைப்பாளிகளை, அறிஞர்களை, கவிஞர்களைத் தீவிரமான தமிழ் வாசகர்களிடம் கொண்டு சென்றவை. தமிழ்ப் பண்பாட்டு வளர்ச்சியில், குறிப்பாக புத்தகப் பண்பாட்டு வளர்ச்சியில் முக்கிய பங்காற்றியவை. இலட்சிய நோக்கத்துடன் செயல்பட்டவை எனலாம். 1980களுக்குப் பின்னர் ஏராளமான பதிப்பகங்கள் தமிழ்நாட்டில் பல்கிப் பெருகியுள்ளன. இவை பன்முகப்பட்டவை, பலவகையான நூல்களை வெளியிடுபவை. இன்று தமிழில் சுமார் இருநூறு பதிப்பகங்களாவது செயல்படுகின்றன எனலாம். புத்தகப் பண்பாட்டு வளர்ச்சியில் இப்பதிப்பகங்களின் பங்கு என்னவென்று இனி சுருக்கமாகப் பார்க்கலாம்.

ஆசிரியரே நூல்வெளியீட்டாளராகவும் விற்பனையாளராகவும் இருக்க வேண்டிய நிலையிலிருந்து எழுத்தாளரை விடுவித்தமை இதனுடைய முக்கிய அம்சம் எனலாம். பதிப்பகங்கள் இல்லாத சூழலில் வாழ்ந்த நமது முன்னோடி எழுத்தாளர்கள் பலர் தம் வாழ்நாளில் ஒரு நூல்கூட வெளியிடமுடியாமல் மறைந்து போயினர். பாரதியே தன் நூல்களை வெளியிட எடுத்த முயற்சிகளும் அடைந்த ஏமாற்றங்களும் நாம் அறியாதவையல்ல. ஆனால் இன்று புதிய எழுத்தாளர்களும் தங்கள் நூல்களை உடனடியாக வெளியிடக்கூடிய வாய்ப்புள்ளது. இது பதிப்பகங்களின் முக்கியமான பங்கு என்று சொல்லலாம். தமது புத்தகங்களின் உரிமைத்தொகை மூலம் ஓரளவுக்கு வருமானம் பெறக்கூடிய வாய்ப்பும், அதனால் தொடர்ந்து எழுதக்கூடிய உற்சாகமும் எழுத்தாளர்களுக்குக் கிடைத்துள்ளதும் பதிப்பகங்களின் இன்னொரு முக்கியமான அம்சம் என்று சொல்லலாம். எல்லாப் பதிப்பகங்களும் இதைச் செய்கின்றனவா, இதனால் எல்லா எழுத்தாளர்களும் நன்மையடைகிறார்களா என்று என்னால் சொல்லமுடியாது. எனினும் புதுமைப்பித்தன் காலத்தைவிட இன்று முன்னேற்றம் உள்ளதென்றே தோன்றுகின்றது.

பிரபல எழுத்தாளர்களால் பதிப்பகத்தினரும் எழுத்தாளரும் பரஸ்பர நன்மை பெறுகிறார்கள் என்றே தெரிகின்றது. ''பாரிநிலையத்தால் மு.வரதராசனார் வாழ்ந்தார், மு. வரதராசனாரால் பாரி நிலையம் வாழ்ந்தது'' என்று பாரிநிலையத்தின் உரிமையாளர் திரு. செல்லப்பன் ஒரு பேட்டியில் கூறியிருந்தார். பாரதிதாசனுக்குக் கொடுத்த உரிமைத் தொகையைக்கொண்டு பாண்டிச்சேரியில் அவர் வீடுவாங்கியதாகவும் அப்பேட்டியில் செல்லப்பன் குறிப்பிட்டிருந்தார்.தமிழ்நாட்டு எழுத்தாளர்களைவிட கேரள எழுத்தாளர்கள் இவ்விஷயத்தில் பாக்கியசாலிகள் என்று சொல்லவேண்டும். சுமார் பத்தாண்டுகளுக்கும்முன்னர் டெல்லியில் திரு. எம்.டி. வாசுதேவன் நாயரைச் சந்தித்துப் பேசிக்கொண்டிருந்தபோது, தனது புத்தகங்களால் தனக்குக் கிடைக்கும் வருமானம் தனது மூன்று தலைமுறையினரும் சௌகரியமாக வாழப் போதுமானது என்ற வியப்பூட்டும் தகவலை என்னிடம் சொன்னார். தமிழ் எழுத்தாளர்களுக்கு இன்னும் இது ஒரு நெடுங்காலக் கனவுதான். பதிப்பகங்கள் எழுத்தாளருக்கும் வாசகனுக்கும்

இடையே இணைப்புப் பாலமாகச் செயல்படுவது இன்னும் முக்கியமான விஷயம். எழுத்தாளர்களையும் புத்தகங்களையும் அவை கவனப்படுத்துகின்றன, வாசகர்களின் எண்ணிக்கை பெருக உதவுகின்றன என்பதையும் இதனோடு நாம் சேர்த்துக்கொள்ளவேண்டும். கடந்த பல ஆண்டுகளாக நடைபெற்று வரும் புத்தகக் கண்காட்சிகள் புத்தகப் பண்பாட்டு வளர்ச்சிக்குப் பெரிதும் உதவியுள்ளதை நாம் மறுக்கமுடியாது. இந்தப் பின்னணியில் இறுதியாக காலச்சுவடு பதிப்பகம் பற்றிச் சில கருத்துகளைக் கூறலாம் என்று நான் நினைக்கிறேன்.

இன்று தமிழ்நாட்டில் இயங்கும் சில முன்னணிப் பதிப்பகங்களுள் காலச்சுவடும் ஒன்று. கடந்த கால்நூற்றாண்டுக் காலத்தில் காலச்சுவடு பதிப்பகத்தின் வளர்ச்சி பிரமிப்பூட்டுவது. இதுவரை ஆயிரத்துக்கும் அதிகமான நூல்களை வெளியிட்டுள்ளது. வருடத்துக்குச் சராசரியாக நாற்பது நூல்கள். இதை ஒரு சாதனை என்றுதான் சொல்லவேண்டும்.எண்ணிக்கையைவிட எத்தகைய நூல்கள் என்பன முக்கியமானது.அந்தவகையில் காலச்சுவடு நல்ல நூல்களைத் தேர்ந்து பதிப்பிடும் முன்னணிப் பதிப்பகங்களுள் ஒன்று என்று நிரூபித்துள்ளது. தமிழின் முக்கிய படைப்பாளிகளையும் படைப்புகளையும் கவனப்படுத்துவது, பெண் படைப்பாளிகளைக் கவனப்படுத்துவது, முக்கியமான சமகாலப் பிறமொழிப்படைப்புகளைத் தமிழுக்குக் கொண்டு வருவது, நாவல்-சிறுகதை- கவிதை முதலிய படைப்பிலக்கியம் தவிர்த்த புற ஆய்வுகள், அதாவது மொழி - கல்வி- சமூக அரசியல் - பொருளாதாரப் பிரச்சினைகள் சார்ந்த ஆய்வுகளை, ஆய்வுநூல்களைக் கவனப்படுத்துதல் என்ற வகையில் காலச்சுவடு பதிப்பகத்தின் பணிகள் பன்முகப்பட்டவை, முக்கியமானவை என்று கருதுகின்றேன். எழுத்தாளனின் உரிமைக்குத் தோள்கொடுப்பதிலும் காலச்சுவடு பின்நிற்காது என்பதை பெருமாள்முருகன் விவகாரத்தில் காலச்சுவடு நிரூபித்துள்ளது.எழுத்தாளர்களுக்கு உரிமம் வழங்குவதில் காலச்சுவடு கறாராகச் செயல்படுகின்றது. தலித் எழுத்தாளர்களுக்குக் காலச்சுவடு கொடுக்கும் முக்கியத்துவமும் பாராட்டத்தக்கது.

பாரதி ஆய்வுகளுக்குக் காலச்சுவடு கொடுக்கும் முக்கியத்துவமும் பாராட்டத்தக்கதுதான். பாரதி எழுத்துக்களைக் காலவரிசைப்படித் தொகுத்ததில் சீனி விஸ்வநாதன் அரும்பணியாற்றியிருக்கின்றார். அவற்றை அடிப்படையாகக் கொண்டு பாரதி எழுத்துக்களை வகைப்படுத்திச் செம்பதிப்புகளாகக் கொண்டுவருவதற்கான தேவையும் இருக்கிறது. பாரதியின் புனைகதைகள், கட்டுரைகள் அவ்வகையில் முக்கியமானவை. எதிர்காலத்தில் காலச்சுவடு இதிலும் கவனம் செலுத்தும் என்று நான் நம்புகிறேன். இன்று அச்சில் இல்லாத ஆரம்பகால நாவல்கள், சிறுகதைகள், வ.ரா, வ.வே.சு ஐயர் போன்றவர்களின் படைப்புக்கும் புதிய நல்ல பதிப்பகங்கள் தேவைப்படுகின்றன. அதிலும் எதிர்காலத்தில் காலச்சுவடு பதிப்பகம் கவனம் செலுத்தும் என்று நம்புகின்றேன். இருபத்தைந்தாண்டுகால நிறைவுக்கு வாழ்த்துகளைத் தெரிவித்துக்கொள்கிறேன்.

பௌசர் - மிக முக்கியமானதும் பல்வேறுவிடயங்கள் செய்யப்பட வேண்டியதையும் வலியுறுத்துகிற உரையாக இருந்தது பேராசிரியர் நுஃமான் உரை. அடுத்து தனது கருத்துகளை பேசவிருப்பவர் எழுத்தாளர், ஆய்வாளர், காலச்சுவடு பதிப்பகத்துடன் நீண்டகாலமாகப் பயணித்தும் இணைந்தும் இருக்கிற தோழமை ஸ்டாலின் ராஜாங்கம். 'காலச்சுவடு பதிப்பகமும் பண்பாட்டு ஆய்வுகளும்' என்ற தலைப்பில் கருத்துகளை முன்வைக்க இருக்கிறார்.

ஸ்டாலின் ராஜாங்கம், மதுரை (கல்வியாளர், ஆய்வாளர், எழுத்தாளர்)

அனைவருக்கும் வணக்கம். இந்த மாலைநேரத்தில் நண்பர்கள் அனைவரையும் இணையவழியில் சந்திப்பதில் மகிழ்ச்சி அடைகிறேன். தமிழின் குறிப்பிடத்தக்க, இன்றியமையாத காலச்சுவடுடன் உறவு கொண்டிருப்பதில்அதனோடு இணைந்து பயணிப்பதில் பெருமகிழ்ச்சியடைபவன் நான். காலச்சுவடு பதிப்பகம் சார்பாக வெளியிடப்பட்ட பண்பாட்டு ஆய்வுகள் குறித்துச் சில கருத்துகளைப் பேசவிருக்கிறேன். பொதுவாக ஒரு தமிழ்ப் பகுதியில் வாழ்ந்தவர்களிடையே நிலவிய, ஊடாடிய தெய்வங்கள், தொன்மங்கள், உணவுமுறைகள், சமூக மரபுகள் பற்றிய வாசிப்பை, அது பற்றியதான ஆய்வையே நாம் பண்பாட்டு வாசிப்பு என்று கொள்கிறோம். பண்பாட்டு வாசிப்பு ஒரு தனித்த துறையும் அல்ல. அது வரலாறு, சமூகவியல், நாட்டுப்புறவியல் என்ற வெவ்வேறு துறைகளோடு இணைந்தே இருக்கக்கூடிய ஒரு துறை. ஒருவகையில் அவற்றோடு கொள்வினை, கொடுப்பினை கொடுத்து இயங்கக்கூடிய ஒரு துறை.

பண்பாடானது எல்லா தரப்பு மக்களிடமும் வர்க்கம், சாதி, மதம், மொழி என்று இல்லாமல் நிலவக்கூடிய ஒன்றுதான் என்றாலும் கூட அவை ஒன்றுக்கொன்று வேறுபட்டிருக்கின்றன. ஆனால் கல்விப்புலத்திலே பண்பாட்டு ஆய்வு என்கிறபோது அது பெருமளவுக்கு அடித்தள மக்களின் பண்பாட்டைத் தொகுப்பதில், அவர்களிடையே நிலவக்கூடிய அடையாளங்களைப் பற்றிய வாசிப்பை நிகழ்த்துவதில் கவனம் செலுத்துவதனால் அதனை நாம் எளிய மக்களுக்கும் நெருக்கமான ஒரு துறை என்று குறிப்பிடலாம். இன்னும் சொல்லப்போனால் அடித்தள மக்கள் பற்றியதான வாசிப்பும் ஆய்வும் வெறும் அரசியலாக இருக்கக்கூடிய நிலையில் அவர்களிடையே செயல்பட்ட இயக்கங்கள், ஆளுமைகள், போராட்டங்கள் போன்ற விஷயங்களைத் தொகுப்பதாக அவற்றை வாசிப்பதாகவே பெருமளவுக்கு இருக்கின்றன. அப்படியான ஆய்வுகளை நானும்கூட செய்திருக்கிறேன். ஆனால் அரசியலாக மட்டும் அல்லாமல் அந்த மக்களிடையே இருக்கக்கூடிய பண்பாட்டுக் கூறுகளை நாம் தொகுக்கிறபோது, இன்னும் கூடுதலாக அவர்களுடைய வாழ்க்கைமுறையை, அவர்களுடைய பின்புலத்தைப் புரிந்துகொள்ளப் பெருமளவுக்கு உதவும். ஏனென்று சொன்னால் பண்பாட்டு ஆய்வுகளில் பெருமளவுக்குக் கையாளப்படுவது வழக்காறுகள்தாம். வழக்காறுகளை நாம் தரவுகளாகக் கையாள்கிறோம். பண்பாட்டு ஆய்வுகளை ஆவணங்கள் சார்ந்தும் அமைக்கலாம்; வழக்காறுகள் சார்ந்தும் அமைக்கலாம், எனினும் அடித்தள மக்களின் பண்பாட்டைத் தொகுப்பதற்கு வழக்காறுகளுக்கும் முக்கியமான பங்கிருப்பதை நாம் பார்க்கிறோம். எனவே புறக்கணிக்கப்பட்ட ஒரு வாழ்வியலைப் பேசுவதற்கான ஒரு துறை என்கிற முறையில் காலச்சுவடு பதிப்பகம் இது தொடர்பான நூல்களோடு தன்னுடைய உறவை எப்படி மேற்கொண்டு வந்துள்ளது என்று பார்ப்பது முக்கியமானதாக இருக்கும்.

1998ஆம் ஆண்டிலிருந்து ஒரு வாசகனாகக் காலச்சுவடு பதிப்பகத்தைப் பார்த்துவந்தேன். பிறகு அதோடு இணைந்து இயங்கக்கூடியவனாக இருக்கிறேன். பேரா.ஆ.இரா. வேங்கடாசலபதி அவர்களின் 'அந்தக் காலத்தில் காப்பி இல்லை' நூல் வந்தபோது அது தமிழில் வந்த மிக முக்கியமான பண்பாட்டு ஆய்வு நூல் என்று குறிப்பிடவேண்டும். ஏனென்று சொன்னால் 80களிலும் 90களிலும் பண்பாடு தொடர்பான, குறிப்பாக வெகுஜன மக்கள் பண்பாடு தமிழ் அறிவுஜீவிகளிடையே குறிப்பாக ஆங்கிலம் பேசும் தமிழ் அறிவுஜீவிகளிடையே பேசப்பட்டது. இன்றைக்குக்கூட அதன் தொடர்ச்சி தமிழில் இருக்கிறது.

வெகுஜன சினிமாபற்றிப் பேசுவது என்றாலும் அந்தத் துறை நிறைய ஆய்வுகள் பிறக்காத ஒரு துறையாகவே ஆகிவிட்டது. அப்படியே ஆய்வுகள் நடந்தாலும் அவை திரைப்படம் தொடர்பானதாகவே வந்தது.திரைப்படம் தொடர்பாக வந்தாலும் தமிழிலிருந்து ஆங்கிலத்தில் அதிகமாக எழுதுவதாக அமைந்தது.

இந்தத் தருணத்தில் சலபதியின் அந்தக் காலத்தில் காப்பி இல்லை ஒரு புது வரவு. காப்பி என்கிற புழங்கும் உணவுப் பொருளைப் பற்றியதான ஓர் ஆய்வு என்ற விதத்தில் மட்டுமல்லாமல் ஆங்கில வெளியோடு தொடர்புகொண்ட ஒருவர் தமிழ்ப் பண்பாடு பற்றிய அதன்மீது பிடிப்பும் மதிப்பும் கொண்டிருந்த ஒருவர் என இரண்டையும் இணைத்துப் பார்த்த இந்தப் பார்வையானது ரொம்ப புதியதாக இருந்தது. குறிப்பாக அதன் மொழிநடை. இப்படி ஒரு விஷயத்தைப் பார்க்கமுடியும், இப்படி ஒரு விஷயத்தைப் பார்க்கலாம் என்கிற உத்வேகத்தைத் தந்தது அந்த நூல்.அதில் இருக்கக்கூடிய இரண்டு, மூன்று கட்டுரைகள் பண்பாட்டு ஆய்வு என்ற வகையில் மிக முக்கியமானவை என்று குறிப்பிட விரும்புகிறேன். பிறகு அவரது 'முச்சந்தி இலக்கியம்'. அது அச்சுப் பண்பாட்டோடு தொடர்புகொண்ட ஒரு நூலாக இருந்தாலும்கூட பண்பாட்டியல் ஆய்வு என்கிற விதத்திலேயும் முக்கியத்துவம் பெற்றிருக்கிறது. இன்னொருவகையில் அவர் எழுதிய 'திராவிட இலக்கியமும் வேளாளரும்' என்ற நூலை இந்த வகைக்கு நெருக்கமானதாகக் கருதலாம். அது முழுக்க ஆவணங்களை அடிப்படையாகக் கொண்டு ஓர் அரசியல் வரலாற்றை ஆராய்வதாக இருந்தாலும்கூட இலக்கியத்திலே அன்றைக்கு உருவாகியிருந்த தமிழ்மறுமலர்ச்சியை மாற்றியமைப்பதற்கு இயங்கிக்கொண்டிருந்த முன்னோடிகளோடு திராவிட இயக்கம் கொண்டிருந்த தொடர்பை ஆராயக்கூடிய நூல். அதையும் நாம் சமூகப் பண்பாட்டு ஆய்வோடு தொடர்பில் வைத்துப் பார்க்கமுடியும்.

பண்பாட்டு ஆய்வு என்ற முறையில் உங்கள் அனைவருக்கும் தெரிந்த, தமிழ்ப் பண்பாட்டின் ஒரு சின்னமாக (Icon) மாற்றப்பட்டிருக்கிற பேராசிரியர் தொ. பரமசிவம் நூல்களைக் காலச்சுவடு பதிப்பகம் தொடர்ந்து வெளியிட்டு வருகிறது. நான் ஒரு வாசகனாகப் பேசுகிறேன்; பதிப்பகங்களோடு தொடர்புடையவன், கவனித்து வரக்கூடியவன் என்ற விதத்தில் காலச்சுவடைப் பார்க்கிறபோது ஒரு நூலை வாசகர் பெறுவதில் இருக்கக்கூடிய வசதி, வாசகருக்கு அவர்கள் உருவாக்கித் தந்திருக்கிற அந்த வாய்ப்பு மிக முக்கியமானது. ஏனென்றால் புத்தகப் பண்பாடு ஒரு வாசகரை அடையும்போதுதான் நிறைவை அடைகிறது. அழகாக அச்சிடுவது மட்டுமல்ல, உரிய நூல்களை வெளியிடுவது மட்டும் அல்ல; வாசகர்களோடு நல்லுறவை உருவாக்கிக் கொள்வதும், அவர்களை மதிப்பதும், அவர்களுடைய குறைகளுக்கு-எதிர்பார்ப்புகளுக்கு இடமளிப்பதும் மிக முக்கியமானவை.

பேரா.தொ. பரமசிவம் அவர்களின் முதல் நூல் பண்பாட்டுவியல் கட்டுரைகளைக் கொண்டது. அந்தத் தொகுப்பை ஜெயா பதிப்பகம் என்ற சின்ன பதிப்பகத்தின் மூலம் வெளியிட்டார். என்றாலும் 'அறியப்படாத தமிழகம்' என்ற அந்த நூலின் தலைப்பும் உள்ளடக்கத்தின் காரணமாகப் பெரிதாக அறியப்பட்டது. அதன்பின்னர் அவர் பல நூல்களைப் பல இடங்களில் பதிப்பித்து வந்தார். காலச்சுவடு பதிப்பகம் அவருடைய நூல்களை வெளியிட ஆரம்பித்த பின்னால் அவருடைய நூல்கள் தொகுக்கப்படுவதிலும் அவை கிடைக்கப் பெறுவதிலும் மிக முக்கியமான வசதி வாசகர்களுக்கு உருவாகியிருக்கிறது. இந்தவகையில்

தொ.ப.வின் 'பாளையங்கோட்டை' என்கிற ஒரு சின்ன நூலை வெளியிட்டிருக்கிறார்கள். அது மிக ஆழமாக, விரிவாகச் செய்யப்பட வேண்டிய ஒரு நூல். அப்படி ஆழமாகச் செய்யக்கூடிய ஆய்வில் கூட தவறவிடக்கூடிய முழுக்க முழுக்க சமூகவியல், பண்பாட்டுவியல் நோக்கிலிருந்து பார்க்கக்கூடிய ஒருவர் பார்த்து எழுதக்கூடிய ஒரு சிறிய நூல். அவர்கள் தொடக்கமாக வெளியிட்ட 'பண்பாட்டு அசைவுகள்' என்கிற நூலை, இன்றைக்கு என்னைப்போன்ற கல்விப்புலத்தில் செயல்படக்கூடியவர்களுக்கும் மாணவர்களுக்கும் உடனே பரிந்துரைக்க முடியும். மாணவர்களோடு உரையாடுவதற்கும் அவர்களுக்கு நூல்கள் கிடைப்பதற்கும் காலச்சுவடு முக்கியமான வாசலாக இருப்பதை ஆய்வு மாணவர்கள் உள்பட பல மாணவர்கள் உணர்வதை நம்மால் பார்க்க முடியும்.

அதேபோல் பேராசிரியர் ஆ. சிவசுப்பிரமணியன் அவர்கள். அவர் வெவ்வேறு பதிப்பகங்களில் இன்றளவும் செயல்பட்டு வருகிறவராக இருந்தபோதும் கூட, அவரது 'மந்திரமும் சடங்குகளும்' 'கிறிஸ்துவமும் சாதியும்' 'தமிழ் கிறிஸ்துவம்' ஆகிய நூல்கள் எல்லாவற்றையும் விட அவருடைய மிகமுக்கியமான நூல்அண்மையில் வெளிவந்த 'பனைமரமே பனைமரமே'. இந்த நூல்களில் இருக்கக்கூடிய பண்பாட்டுத் தகவல்கள் தமிழ்ச் சமூகத்தைப் புரிந்துகொள்ள நமக்கு உதவியாக இருக்கின்றன. அத்தகைய நூல்களை ஒருசேரஓரிடத்தில் தொகுத்துத் தருவதும் மிக முக்கியமானது. பேராசிரியர் நுஃமான் அவர்கள் குறிப்பிட்டதைப்போல காலச்சுவடு ஒரு பதிப்பகம் மட்டுமல்ல, வாசகனுக்கும் எழுத்தாளனுக்கும் எந்த அளவுக்கு முக்கிய இடத்தைக் கொடுக்கிறது என்பதைத் தனிப்பட்ட முறையில் அறிந்தவன் நான். குறிப்பாக பெருமாள்முருகன் பிரச்சினை வந்தபோது காலச்சுவடு அவரோடு எப்படி நின்றது என்று அனைவரும் அறிந்த விஷயம். அதுமட்டும் அல்ல, ஓர் எழுத்தாளர் ஒரு நூலை எழுதத் தொடங்குவதிலிருந்து அவர் எழுதுவதற்கான சூழலை உருவாக்கித் தருவதிலிருந்து அவருக்கான தரவுகளை எடுத்துத் தருவதோடு அந்த நூல் தரமாக வெளிவருவதற்கு அது தன்னுடைய கரங்களை எழுத்தாளரின் பக்கம் வழங்குவதை நான்பார்த்திருக்கிறேன். பலபேர் அதுமாதிரி காலச்சுவடோடு இயங்குகிறார்கள்.

தமிழின் நவீன எழுத்தாளர்களில் இந்த அளவுக்கு வேறு பல துறைகளில் வேலைசெய்தவர்கள் பெருமாள் முருகனைப்போன்று யாரும் இல்லை என்று சொல்லலாம். அவர் புனைவு எழுத்தாளராக இருந்தாலும் கூட, அபுனைவுகளில் கூட வெவ்வேறு துறைகளில் அவர் எழுதியிருக்கிறார். கட்டுரைகள், தன் அனுபவங்களை எழுதியிருக்கிறார். குறிப்பாக அவருடைய 'சாதியும் நானும்' என்கிற நூல் பண்பாட்டு ஆய்வுக்கான மிக முக்கியமான தரவு. தமிழில் அதற்கு இணையான ஒன்று இல்லை. அது கோட்பாடுகளைச் சொல்லக்கூடிய நூல் இல்லை. மாறாக சாதி எப்படி அன்றாட வாழ்வில் இயங்குகிறது என்பதைச் சொன்னவிதத்தில், சாதி எப்படி ஓர்அமைப்பாக அதுவே பண்பாடாக இருக்கிறது, அதுவே பண்பாட்டு விஷயங்களோடு தொடர்புடையதாக இருக்கிறது என்பதையும் பேசிய நூல். அந்த நூல் தமிழில் பெரிய திறப்பைக் கொடுத்திருக்கிறது. அது ஆங்கிலத்திலும் மொழிபெயர்க்கப்பட்டிருக்கிறது. இன்னமும் அந்த நூல் கவனம் பெற்றிருக்கவேண்டும். தமிழகத்தில் இருக்கிற வேறுசில அரசியல் கருத்தியல்களின் செல்வாக்கினால் இந்தப் புத்தகத்தில் இருக்கிற சாதியைப் பற்றியதான எதார்த்தமான விஷயங்கள் பேசப்படவில்லை என்று நான் நினைப்பதுண்டு. 'நிழல்முற்றம்' நாவலை வைத்து அவர் எழுதிய இரண்டு அபுனைவு நூல்கள் முக்-

கியமானவை. பிறகு மிக முக்கியமாக 'கெட்ட வார்த்தை பேசுவோம்' என்கிற நூல்.

பேராசிரியர் அ.க. பெருமாள் அவர்களின் பல நூல்களைக் காலச்சுவடு வெளியிட்டிருக்கிறது. அவற்றை நாட்டார் வழக்காற்றியல் தொடர்பான நூல்களாகவும், களஆய்வு தொடர்பானதாகவும், சமூகவியல் தொடர்பானதாகவும் வைத்துக்கொள்ளலாம், பண்பாட்டு ஆய்வு நூலாகவும் வைத்துக்கொள்ளலாம். இராமன் எத்தனை இராமனடி, பூதமடத்து நம்பூதிரி ஆகிய நூல்கள். இன்னும் சிலபேருடைய தொகுப்புகளைக் கொண்டுவந்தது மட்டுமல்லாமல், குறிப்பாக பக்தவத்சல பாரதியின் தமிழர் உணவு என்கிற தொகுப்பு. இது மாதிரி தமிழ்ப் பண்பாட்டு விஷயத்தைப் புரிந்துகொள்வதற்கும் இயங்குவதற்கும் காலச்சுவடின் பங்களிப்பு முக்கியமானதாக இருந்திருக்கிறது.

பௌசர் - நன்றி. விரிந்த பயணத்துக்கான ஒரு தேவையாக ஆய்வு நோக்கில் விரிந்த கலந்துரையாடலுக்கான சிறு தொடக்கமாகத்தான் நாங்கள் இந்தக் கலந்துரையாடலைத் தொடங்கியிருக்கின்றோம். இந்த நிகழ்வில் மிக முக்கியமானது. புறக்கணிக்கப்பட்ட மக்களின் வாழ்வைப் பதிப்பிப்பதிலும் எழுதுவதிலும் காலச்சுவடு ஆற்றிவருகின்ற பணிகளின் முக்கியத்துவம் பற்றி ஒரு மாணவனாக, ஓர் இளம் ஆய்வாளனாக, காலச்சுவடுடன் தான் பயணித்துவருகின்ற அனுபவங்களை மிகச் சிறப்பாகவும் தொகுத்தும் நண்பர் ஸ்டாலின் ராஜாங்கம் வழங்கினார். அடுத்து ஆய்வாளரும் நண்பருமான முனைவர், ஆ.இரா. வேங்கடாசலபதி.

ஆ.இரா. வேங்கடாசலபதி, சென்னை (கல்வியாளர், வரலாற்றாளர், எழுத்தாளர்)

தமிழ் பதிப்பியல் வரலாறு என்றவுடன் ஆறுமுக நாவலர் உடனடியாக நினைவுக்கு வருவார். ஏறத்தாழ ஒன்றரை நூற்றாண்டுகளுக்கும் முன்பே ஆறுமுகநாவலர் ஒரு பதிப்பு முறையை / முறைகளைத் தொடங்கிவைத்தார். அந்த அடிப்படையிலிருந்து 19ஆம் நூற்றாண்டில் இருபெரும் பதிப்பு ஆளுமைகள் உருவானார்கள். ஈழத்தைச் சார்ந்த சி.வை. தாமோதரன்பிள்ளையும் அவருக்கு இருபத்தைந்து வயது இளையவரான உ.வே. சாமிநாத ஐய்யரும் ஏறத்தாழ சங்க இலக்கியங்கள் அனைத்தையுமே மிகச் சிறப்பாகப் பதிப்பித்து வெளியிட்டார்கள். இவர்களை அடியொற்றி அதற்குப்பின்பு 20ஆம் நூற்றாண்டின் தொடக்கத்தில் வையாபுரிப் பிள்ளை மிக முக்கியமான பதிப்பாளுமையாக உருவானார். இவர்களைத் தவிர பின்னத்தூர் நாராயணசாமி ஐயர், ஈ.வே. அனந்தராம ஐயர் போன்றோரெல்லாம் ஏறத்தாழப் பண்டைய நூல்களை மிகச் சிறப்பாகப் பதிப்பித்து வெளியிட்டார்கள். ஆனால் இந்தப் பதிப்பு வரலாற்றைப் பார்க்கும்போது பதிப்பு என்பது பண்டைய இலக்கியங்களுக்கு மட்டும்தான் பொருந்தும், அது சமகால இலக்கியத்துக்குப் பொருந்தாது என்கின்ற கருத்து பலருக்கும் இருக்கின்றது. அது தவறான கருத்து. இவ்வாறு நினைப்பதற்கு ஒரு காரணம் இருக்கிறது. உதாரணத்துக்கு உ.வே. சாமிநாத அய்யர் மிகச் சிறப்பாகச் சங்க இலக்கியங்களைப் பதிப்பித்தார். பிற்கால இலக்கியங்களைப் பதிப்பித்தார். ஆனால் தன்னுடைய ஆசிரியரின் பிரபந்தங்களை அவர் திரட்டி 'மீனாட்சி சுந்தரம் பிள்ளை சரித்திரம்' என்ற நூல் வெளியிட்டபோது இத்தகைய பதிப்பகமுறையை அவர் கையாளவில்லை. ஆகவே நவீன இலக்கியத்தில் 19ஆம் நூற்றாண்டுக்குப் பிறகான இலக்கியங்களுக்கெல்லாம் சிறப்பான பதிப்புகள் என்கின்ற முறை கையாளப்படவில்லை. ஏதோ எழுதப்பட்ட புத்தகங்களை அச்சகத்தாரிடம் கொடுத்து ஏதோ ஒரு சீராகப் போட்டுவந்தார்கள். இதில் ஓரளவுக்கு விதிவிலக்காக இருவரைப் பற்றிச் சொல்லலாம். ஒன்று, வள்ளலார் இராமலிங்க அடிகளுடைய நூல்களை

அ. பாலகிருஷ்ணன் என்பவர் மிகச் சிறப்பாகப் பதிப்பித்து வெளியிட்டார். அதாவது பண்டைய இலக்கியங்களுக்கு அளித்த அதே முக்கியத்துவத்தைச் சமகால எழுத்தாளர்களுக்கும் அளித்து வெளியிட்டார். அதைவிட முக்கியமாக மகாகவி பாரதியாருக்கு மிகச் சிறப்பான, பதிப்புமுறையிலான நுட்பங்களைக் கருத்தில் கொண்ட பதிப்புகள் வெளிவர ஆரம்பித்தன. இதிலே இலங்கைக்கு / ஈழத்துக்கு முக்கியமான இடமுண்டு. ஏனென்றால் பாரதி படைப்புகளை வெளியிட்ட முறையைப் பதிப்பியல் நோக்கில் மிக விரிவாகப் பேசி, அதில் இருக்கக்கூடிய பிரச்சினைகளையெல்லாம் சொன்னவர் கலாநிதி க. கைலாசபதி அவர்கள்தான்.

1995இல் காலச்சுவடு பதிப்பகம் சில முக்கியமான முன்னெடுப்புகளைச் செய்தது. நம் எல்லாருக்கும் தெரியும். 1995இல் காலச்சுவடு பதிப்பகம் அடிப்படையில் தொடங்கப்பட்டதற்குக் காரணம் சுந்தர ராமசாமியின் நூல்களெல்லாம் அச்சில் இல்லாமல் இருந்தன. அவருக்கு வயதாக வயதாக அந்தப் புத்தகங்கள் சிறப்பாக வெளிவரவேண்டும் என்ற ஆசையும் இருந்தது. ஆனால் அப்போதே அவருக்கு வேறு ஒரு ஆசையும் இருந்தது. தன்னுடைய புத்தகங்கள் மட்டும் வந்தால் போதாது, அவருடைய மூத்த நண்பர்களின் புத்தகங்களும் சிறப்பாக வரவேண்டும் என்று கருதினார். அப்படித்தான் தொடக்கத்திலேயே அவருடைய நண்பரான ஜி. நாகராஜனுடைய கதைகளைத் திரட்டிச் சிறப்பாக வெளியிடவேண்டும் என்ற முயற்சியில் 1997இலேயே காலச்சுவடு வெளியிட்டது. அதில் சி. மோகன் மிக முக்கியமான பங்காற்றினார். இந்தப் பின்னணியில் புதுமைப்பித்தனுக்கு நல்ல கவுரவமான ஒரு பதிப்பு வரவேண்டும் என்ற விருப்பம் சுந்தர ராமசாமிக்கு இருந்தது. சொல்லப்போனால் எல்லாருக்குமே அந்த விருப்பம் இருந்தது. அந்தச் சமயத்தில்தான் நான் பணிநிமித்தமாகத் திருநெல்வேலி சென்றேன். அப்போது சுந்தர ராமசாமி அவர்களிடம் நான் கண்டெடுத்த புதுமைப்பித்தனுடைய படைப்புகள் பற்றிப் பேசும்போது எங்களுககுள் ஓர் எண்ணம் தோன்றியது; "புதுமைப்பித்தனுடைய தொகுக்கப்படாத படைப்புகள் நிறைய இருக்கும்" என்றேன். "எவ்வளவு இருக்கும்" என்று கேட்டார். "ஒரு நூறு பக்கமாவது இருக்கும்" என்று நான் சொல்ல, உடனே அவரும் கண்ணனும் "தொகுத்துப் போடாலாமே" என்று சொல்ல நான் உடனடியாக அந்த முயற்சியில் இறங்க, நான், ராஜமார்த்தாண்டன் போன்ற பல அன்பர்கள் சேர்ந்து தொகுக்கத் தொகுக்க, கடைசியில் நூறு பக்கப் புத்தகம் 350 பக்கப் புத்தகமாக 1998இல் 'அன்னையிட்ட தீ' என்று வெளிவந்தது. உண்மையில் அந்தப் புத்தகம் வெளிவந்ததன் மூலம் எவ்வாறு ஒரு நவீன எழுத்தாளருடைய படைப்புகளைத் தேடித் திரட்டவேண்டும், எவ்வாறு தொகுக்கவேண்டும், அவ்வாறு தொகுக்கும்போது நாம் கவனத்தில்கொள்ள வேண்டிய விஷயங்கள் என்னென்ன, எவ்வாறு திருத்தமான பாடங்களைக் கையாள வேண்டும், திருத்தமான பாடங்களுக்கு எவ்வாறு சரியான மூலாதாரங்களைக் கையாளவேண்டும், அவர் என்ன புனைப்பெயரில் எழுதினார், எந்தப் பதிப்பகத்தில் அந்தப் புத்தகம் வந்தது, எந்தப் பத்திரிக்கையில் முதலில் வெளிவந்தது போன்ற செய்திகளெல்லாம் கவனத்துக்கு வந்தன. அது வெளிவந்ததும் எங்களுக்குத் தோன்றிய அடுத்த விஷயம், இதனுடைய தர்க்கரீதியான நீட்சி, புதுமைப்பித்தனுடைய அனைத்துப் படைப்புகளையும் முறையாக வெளியிடவேண்டும் என்பதுதான்.

2000ஆவது ஆண்டில் தமிழினி 2000 நடந்தபோதுதான் புதுமைப்பித்தன் கதைகள் என்ற பெரும் தொகுப்பு வந்தது. அதில், வியப்பு என்னவென்றால், ஒரு தமிழ் எழுத்-

தாளனுக்கு ஒரு பதிப்பு போட்டதற்காக அவ்வளவு பெரிய விவாதங்களும் சர்ச்சைகளும் உருவாகி அரசாங்கமே அதில் தலையிடக்கூடிய நிலைமை உருவாகும் என்று யாருமே கருதிப்பார்த்திருக்க மாட்டார்கள். அதனுடைய விளைவாகத்தான் தமிழக அரசு புதுமைப்பித்தன் படைப்புகளை நாட்டுடைமை ஆக்கியது. இருப்பினும் அதன்பின்பு புதுமைப்பித்தன் படைப்புகளைத் தொடர்ந்து காலச்சுவடு பதிப்பகம் வெளியிட்டு வந்தது. புதுமைப்பித்தன் கட்டுரைகள், புதுமைப்பித்தன் மொழிபெயர்ப்புகள் போன்ற தொகுப்புகளை நான் வெளியிட்டு வந்தேன். இந்த ஒரு முன்மாதிரியைப் பின்பற்றிப் பலரும் பிற மூத்த தமிழ் எழுத்தாளர்களுக்குச் சிறந்த பதிப்புகளைக் கொண்டுவரவேண்டும் என்று கு.ப.ராவுக்கு பெருமாள்முருகனும், கு. அழகிரிசாமிக்கு பழ. அதியமானும், தி. ஜானகிராமனுக்கு சுகுமாரனும், அண்மையில் எம்.வி. வெங்கட்ராம், கரிச்சான்குஞ்சு ஆகிய எழுத்தாளர்களுக்கும் இதைப்போன்ற பதிப்புகள் வந்துகொண்டிருக்கின்றன. இதையொட்டி பாரதியுடைய வெளிவராத படைப்புகளையும் தொகுத்து வெளியிடும் முயற்சியாக நான் இரண்டு நூல்களை பதினைந்துஆண்டுகளுக்கும் முன்பே வெளியிட்டேன், அதன்பிறகு அண்மையில் ய. மணிகண்டன் இதே வழியிலே சில நூல்களை வெளியிட்டு வருகிறார்.

காலத்தின் அருமையைக் கருதிக் கடைசியாக ஒரு முக்கியமான பெரும்பணி பற்றி நான் குறிப்பிடவிரும்புகிறேன். தமிழ்நாட்டையும் ஈழத்தையும் இணைக்கக்கூடிய முக்கியமான பணியைக் காலச்சுவடு மூலமாக ப.சரவணன் செய்தார். நம் அனைவருக்குமே தெரியும், அருட்பா மருட்பா போராட்டம் 19ஆம் நூற்றாண்டில் எப்படி பெரும் கிளர்ச்சியாக வெடித்ததோ, அப்போதிலிருந்து அந்த விவாதங்கள் தொடர்ந்து தமிழ்ப் புலமைச் சூழலிலே நடந்துகொண்டு வருகின்றன. ஆனால் பெயரளவில்தான் அந்த அருட்பா மருட்பா போராட்டத்தை அறிந்துகொண்டிருந்தோமே தவிர, அந்தப் போராட்டத்திலே வெளிவந்த துண்டு வெளியீடுகளையெல்லாம் இணைத்துப் போடக்கூடிய எந்த ஒரு புத்தக முயற்சியும் இல்லை. அந்தச் சமயத்தில், 2002ஆம் ஆண்டில் ப. சரவணன் இந்த முயற்சியைத் தொடங்கினார். அந்த முயற்சி தொடங்கி எட்டு ஆண்டுகளில் அந்தப் பெரும் புத்தகத்தை 1200 பக்கம் ராயல் அளவிலே காலச்சுவடு பதிப்பகம் வெளியிட்டது. மிகப் பெரும் முயற்சி. அந்தப் புத்தகம் போடும்போது, போட்ட பணம் வருமா என்கின்ற சந்தேகம் இருந்தது. இதைப்போன்ற புத்தகங்களை யார் படிப்பார்கள் என்று கருதிக்கொண்டிருந்த நிலைக்கு மாறாக, ஆயிரம் பிரதிகளுக்கும் மேல் அவ்வளவு பெரிய புத்தகம் வெளியிடக்கூடிய வாய்ப்பு ஏற்பட்டது. அந்தப் புத்தகம் அதன் உள்ளடக்கம் சார்ந்து மட்டுமல்ல, அதனுடைய பதிப்புமுறையிலும் மிகப்பெரும் சாதனை என்று தயங்காமல் சொல்லலாம். அது கொடுத்த நம்பிக்கை என்னவென்றால் பெரும் நூல்களைச் சிறப்பாக வெளியிடுவதனால் வாசகர் ஆதரவு கிடைக்கும், அது தோல்வியடைந்துவிடாது என்கின்ற நம்பிக்கை கிடைத்தது. அதனுடைய தொடர்ச்சியாக ப. சரவணன் மேலும் அருமையான பெரும் சாதனையைச் செய்தார். உ.வே. சாமிநாத அய்யருடைய ‘என் சரித்திர’த்தை மிகச் சிறப்பான பதிப்பாகக் கொண்டுவந்தார். அவருடைய கட்டுரைகள், ‘நல்லுரைக்கோவை’ என்றும், ‘நினைவு மஞ்சரி’ என்றும், ‘நான் கண்டதும் கேட்டதும்’ என்றும் பத்துப் பன்னிரண்டு சிறுநூல்களாக இருந்ததை வகைதொகைப்படுத்தி ஐந்து தொகுப்புகளாகப் போட்டார். அதற்கெல்லாம் மணிமகுடம் வைத்தபோது சாமிநாத ஐயரையும் தாமோதரம் பிள்ளையையும் ஒருவருக்கொருவர் எதிரெதிரென நிறுத்திவைக்கக்-

கூடிய சல்லித்தனமான வேலைகளைச் சிலர் செய்துகொண்டுவருகிறார்கள். அதற்குப் பதிலடி கொடுக்கக்கூடிய வகையில் ப. சரவணன் உ.வே. சாமிநாதருக்குச் செய்த அதே பெரும் பணியை, அருமையான பணியைத் 'தாமோதரம்' என்கின்ற ஒரு நூலாக, 1971இல் சிறுநூலாக யாழ்ப்பாணத்தில் வந்ததை இன்றைக்குப் பெரும் தொகுப்பாக்கி வெளியிட்டிருக்கிறார். இவையெல்லாம் மிக முக்கியமான பணிகள்.

முத்தாய்ப்பாக நான் சொல்லவிரும்புவது, இந்தப் பதிப்புகளைப் பற்றி விமர்சனபூர்வமான கட்டுரைகளை பெருமாள்முருகன் தொடர்ந்து எழுதியுள்ளார். அந்தக் கட்டுரைகள் பெரும்பாலும் காலச்சுவடில்தான் வந்தன. அவற்றை அண்மையில் சில ஆண்டுகளுக்கும் முன்பு 'பதிப்புகள் மறுபதிப்புகள்' என்ற தலைப்பில் நூலாகவும் அவர் வெளியிட்டார். இந்த வகையிலே தமிழ்ப் பதிப்புச் சூழலிலே நவீன எழுத்தாளர்களுக்கும் புத்தகங்கள் பதிப்பியல் நெறிகளுக்குட்பட்டு தெளிவாகவும் சிறப்பாகவும் வெளிவரவேண்டும் என்கின்ற ஓர்மையைக் காலச்சுவடு பதிப்பகம் ஏற்படுத்தியிருக்கின்றது என்று நாம் தயங்காமல் சொல்லலாம். இந்த வாய்ப்புக்கு நன்றி.அனைவருக்கும் வணக்கம்.

பௌசர் - அடுத்துப் பேசவிருப்பவர் கவிஞரும் கல்வியாளருமான திரு. சேரன் அவர்கள். 'காலச்சுவடும் தனது அனுபவங்களும் என்ற தலைப்பில் இப்பொழுது இங்கு பேசுவார்.

சேரன், கனடா (கவிஞர், பேராசிரியர்)

அனைவருக்கும் என்னுடைய பணிவான வணக்கம். பல ஆண்டுகளுக்கும் முன்பாக இலங்கையில் நானும் என்னுடைய நண்பர்களான விக்னேஸ்வரன், சிவகுமார் ஆகியோரும் இணைந்து ஒரு வாரஇதழை ஆரம்பித்தோம். அதற்குப் பெயர் 'சரிநிகர்'. அந்த இதழை நாங்கள் வெளியிடுவதில் பல சங்கடங்கள், அரசியல் சங்கடம், பொருளியல் சங்கடம் எனப் பல இருந்தாலும் அவற்றைப் பத்திலிருந்து பதினைந்து ஆண்டுகளாக நடத்தி வந்தோம். அத்தகைய ஒரு காலத்தில்தான் கண்ணன் அவர்களுடன் இணைந்து சென்னையில் தமிழினி 2000 என்ற ஒரு மாநாட்டை 2000ஆவது ஆண்டில் நாங்கள் நடத்தினோம். உலகத்தின் பல பாகங்களிலிருந்தும் ஏராளமான எழுத்தாளர்கள் அங்கு கூடினார்கள். அந்தச் சந்தர்ப்பத்தில் நானும் கண்ணனும் சிவக்குமாரும் பேசிக்கொண்டிருந்தபோது கண்ணன் ஆலோசனை சொன்னார். அது முக்கியமான ஆலோசனை. பதிப்புத் துறை சார்ந்தது; கண்ணன் சொன்னது இதுதான். "ஒரு வார இதழாக இருக்கலாம், அது அரசியல் வார இதழாகவோ இலக்கிய வார இதழாகவோ இருக்கலாம். அவற்றை மட்டும் தொடர்ச்சியாகவும் ஒழுங்காகவும் நடத்திக் கொண்டுவருவது இன்றைய சூழலில் சாத்தியமில்லை. ஏனென்றால் அதில் விநியோகம், பணம் உள்ளிட்டு ஏராளமான சிக்கல்கள் இருக்கின்றன. அதனால்தான் நீங்கள் ஒரு பதிப்பகத்தை உருவாக்குங்கள். 'சரிநிகர்' பெயரிலேயே உருவாக்குங்கள். அந்தப் பதிப்பகத்தின் வழியாக நல்ல நூல்களை வெளியிடுங்கள். நூல்களைச் சிறந்த பதிப்புமுறையில் வெளியிடுவதன் மூலம் அது நிலைபெறும்; பதிப்பகத்தின் மூலம் உங்களுக்கு வருமானமும் வரும். பதிப்பகத்தின் மூலம் வருகின்ற அந்த வருமானம் உங்களுடைய இலக்கிய வார இதழை ஒழுங்காகவும் தொடர்ச்சியாகவும் கொண்டுசெல்வதற்கு வாய்ப்பளிக்கும். ஏன் அந்த முறையை நீங்கள் யோசிக்கக்கூடாது?" என்றார். "நான் அந்த முறையைத் தான் கைக்கொள்கிறேன். அதுதான் என்னுடைய நீண்டகாலத் திட்டம்" என்றார்.

அதுபற்றி நாங்கள் எவரும் அந்த நேரம் யோசித்திருக்கவில்லை. ஏனென்றால் சிறந்த வண்மையுடன் தொழில்படுகிற, இயங்குகின்ற தமிழ்ப் பதிப்பகங்கள் ஈழத்தில் மிகமிகக் குறைவு. அப்படியான பதிப்பகங்கள் இல்லையென்றே சொல்லலாம். வாண்மை மிக்க பதிப்பகங்கள் என்று நான் ஏன் சொல்லுகின்றேன் என்றால் அதற்கு ஒரு திறமை சார்ந்தும், தொழில்நுட்பம் சார்ந்தும், ஆழம் சார்ந்தும், ஒரு தீர்க்கதரிசனம் இருக்கக்கூடிய பதிப்பகம். நிகரி பதிப்பகம் என்றொரு பதிப்பகத்தை உருவாக்க நாங்கள் விரும்பினோம். மிகுந்த கடும் முயற்சி எடுத்துச் சில நல்ல நூல்கள் வெளிவந்தன. ஆனால் எங்களுக்கு அந்த இதழையும் பதிப்பகத்தையும் ஒழுங்காகவும் தொடர்ச்சியாகவும் பேணமுடியவில்லை. ஆனால் கண்ணன் தான் சொன்ன அந்தத் திட்டத்தையும் ஆலோசனையையும் மிகுந்த நிதானமாகவும் ஓர்மத்தோடும் செய்தபடியால் காலச்சுவடு பதிப்பகம் இன்று இருபத்தைந்து ஆண்டுகளை நிறைவு செய்கிறது. காலச்சுவடு இலக்கிய இதழும் ஒவ்வொரு மாதமும் குறித்த நேரத்திலே தொடர்ச்சியாக வெளிவந்துகொண்டிருக்கிறது.

என்னுடைய பார்வையில் காலச்சுவடுக்கு இருக்கக்கூடிய மிக அழுத்தமான முக்கியத்துவம் என்னவென்றால் அதனுடைய நெடுங்கால நோக்கு. அந்த நெடுங்கால நோக்கு 2000ஆம் ஆண்டுகளிலிருந்து திட்டமிடப்பட்டது, உருவானது என்று நாங்கள் சொல்லலாம். அது என்னவென்றால், தமிழ், தமிழ்மொழி, தமிழ்ச் சமூகங்கள் என்பன தமிழ்நாட்டுக்குள் மட்டுமே குறுகிவிட்டவையல்ல. தமிழ், தமிழ்மொழி, தமிழ்ச் சமூகங்கள் என்பன இன்றைக்கு எல்லை கடந்தவை, புவியியல் எல்லை கடந்தவை, அவை நாடு கடந்தவை. தமிழ் என்பது இப்போது உலகத்தமிழ். இந்தியாவில் சொல்வார்கள், இந்தி மட்டும்தான் தேசிய மொழி மற்ற எல்லா மொழிகளும் மாநிலமொழி என்று. தமிழ் ஒரு மாநில மொழி அல்ல. தமிழ்ச் சமூகங்களும் ஒரு மாநிலத்துக்குள்ளேயோ ஒரு தேசத்துக்குள்ளேயோ அடங்கிவிடுவன அல்ல. அத்தகைய ஒரு நெடுங்காலப் பார்வை எங்களுக்கு இருக்கிறபோது, உலகத்தின் பல்வேறுபட்ட பரப்புகளிலும் இருக்கின்ற தமிழ் இலக்கியங்கள், தமிழ் ஆய்வுகள், தமிழ் எழுத்துக்கள், தமிழியல் போன்ற எல்லாவற்றையும் ஒன்றுசேர்க்க வேண்டிய அல்லது எல்லாவற்றையும் பார்க்கின்ற, படிக்கின்ற, ஆய்வுசெய்கின்ற பார்வை எங்களுக்கு வேண்டும். அத்தகைய பார்வை காலச்சுவடில் தன் வெளியீடுகளின் ஊடாகச் சாத்தியமாகியிருக்கிறது.

பேராசிரியர் நுஃமான் சொன்னதைப்போல ஈழத்து இலக்கியங்கள், ஈழத்து ஆய்வுகளுக்கு அவர்கள் கணிசமான அளவுக்கு இடம் கொடுத்திருப்பது மட்டும் அல்ல, இந்தப் பார்வை வீச்சு இருப்பதுதான் அடிப்படையில் முக்கியம். பல பதிப்பகங்களுக்கும் பல வெளியீடுகளுக்கும் தமிழ் தொடர்பான இத்தகைய பார்வையும் வீச்சும் ஆளுமையும் கிடையாது. முக்கியமான திருப்புமுனையாக நான் பார்க்கிறேன். அந்தத் திருப்புமுனையின் அடியாக அந்த உலகம் தழுவிய தமிழ்ப் பார்வையையும் தரிசனத்தையும் இன்னும் பல தளங்களுக்கு அடுத்த இருபத்தைந்து ஆண்டுகளுக்கு விரிவாக்க வேண்டிய தேவையும் காலச்சுவடு பதிப்பகத்துக்கும் இதழுக்கும் இருக்கிறது. ஏனென்றால் நாங்கள் ஒவ்வொரு நாட்டிலிருந்தும் மட்டும் அல்ல, பல்வேறுபட்ட இடங்களிலிருந்தும் பல்வேறுபட்ட தமிழ் சார்ந்த சிந்தனைகளையும் படைப்புகளையும் ஆய்வுகளையும் நாங்கள் கொண்டு வரவேண்டியிருக்கிறது. இதில்தான் எங்களுக்கு ஒரு சங்கடம் இருக்கிறது. இலக்கு எது என்று நாங்கள் சொன்னாலும் எல்லா இலக்குகளிலும தவிர்க்க முடியாமல் அரசியல், சமூகவியல், மானுடவியல் சார்ந்தவை

போன்ற எல்லாவற்றையும் பிரசுரிக்க வேண்டியுள்ளது. காலச்சுவடு பதிப்புகளைப் பார்த்தால் உங்களுக்கு தெரியும். இப்போது வரக்கூடிய வேறு எந்தச் சிற்றிதழ்களைப் பார்த்தாலும் உங்களுக்குத் தெரியும். இலக்கியத்துக்காக என்று தனி ஓர் இதழைச் சொல்வது கடினம்.

அந்தப் பின்னணியில் மிக முக்கியமான இன்னொரு கருத்தையும் நான் சொல்ல விரும்புகின்றேன். அடுத்த இருபத்தைந்து ஆண்டுகளுக்குள் காலச்சுவடு காத்திரமாகச் செய்யக்கூடிய இரண்டு முக்கியமான பணியை நான் குறிப்பிட விரும்புகின்றேன். ஏனென்றால் தமிழில் இப்போது புலமைத்துவம் சார்ந்து, புலமை சார்ந்து, பல்கலைக் கழகங்கள் சார்ந்து ஆய்வுகள், அவற்றை வெளியிடக்கூடிய சஞ்சிகைகள் கிடையாது. Journals என்று ஆங்கிலத்தில் சொல்வார்கள். அதுபோல தமிழில் புலமை சார்ந்த ஆய்வுகளையும் ஆய்வேடுகளையும் வெளியிடுவதற்கு ஒழுங்காகவும் தொடர்ச்சியுமான மிகுந்த சீரிய முறையில் தொழில்படக்கூடிய பதிப்பகங்களும் தமிழில் இல்லை. எனவே அடுத்த இருபத்தைந்து ஆண்டுகளில் இத்தகைய ஆய்வு சார்ந்த நூல்களை வெளியிடுவதற்கான ஒரு தனிப்பிரிவை உருவாக்க வேண்டும் அல்லது அவற்றைத் தன்னுடைய முக்கியமான ஒரு பணியாக வைத்திருக்க வேண்டும். மொழி பெயர்ப்புகளைப் பொறுத்த வரையில் அவர்கள் ஏராளமாகவே, தாராளமாகவே செய்து கொண்டி ருக்கிறார்கள். அடுத்து இன்னும் ஒரு விடயத்திலும் அவர்கள் நீண்ட காலத்தில் கவனம் செலுத்தலாம். இப்பொழுது காலச்சுவடு பதிப்பகத்துக்குச் சர்வதேச அளவிலான ஒரு நோக்கு இருக்கிறது, அங்கீகாரம் இருக்கிறது. இந்தியாவைப் பொறுத்தவரையில் இந்திய தேசிய அளவிலே அவர்கள் பற்றிய கவனம் இருக்கிறது. ஓரளவுக்கு நல்ல விநியோக முறைமையும் தொடர்புகளும் ஊடாட்டங்களும் இருக்கின்றன. எனவே நீண்டகாலக் கண்ணோட்டத்தில் சில முக்கியமானவற்றை அவர்கள் ஆங்கில மொழியிலும் பதிப்பித்து வெளியிடுவதற்கு தங்களைத் தயார்ப்படுத்திக்கொள்ளவேண்டும் என்று நான் எதிர்பார்க்கிறேன். இந்த இரண்டு விடயங்களும் தமிழ்ச் சமூகங்களுக்கும் தமிழ்மொழிக்கும் தமிழ் ஆய்வுலகத்துக்கும் மிக முக்கியமானவை என்று நான் கருதுகிறேன். இந்த வாய்ப்புக்கு நன்றி. வணக்கம்

பௌசர் - நன்றி. தனது முக்கியமான இரு ஆலோசனைகளை இந்த உரையாடலை வாய்ப்பாகப் பயன்படுத்திக் காலச்சுவடு இதழின் அதன் ஆசிரியர் குழுவில் உள்ள எழுத்தாளரும் கவிஞரும் நீண்ட அரசியல் சமூகச் செயல்பாட்டு வரலாறும் கொண்ட சேரன் அவர்கள் இங்கு சொன்னார்..

அடுத்து நான் பேச அழைப்பது பேராசிரியர் சா.சா எபிலிங். தென்னாசிய மொழிகள் சார்ந்த ஒரு கல்வியிலாளர். ஒரு புத்திஜீவி. அமெரிக்கா சிகாகோ பல்கலைக்கழகத்தில் பணிபுரிகின்றார். தமிழைக் கற்றவர். தமிழில் பேசக்கூடியவர். இப்பொழுது நான் எபிலிங்க் அவர்களை அழைக்கின்றேன்.

16

வாசிப்புசாலை

வரலாற்றுக்கால யாழ்ப்பாணத்தில் நூலகங்கள்: ஒரு தேடல் - நடராஜா செல்வராஜா

நடராஜா செல்வராஜா, யாழ். இராமநாதன் பெண்கள் கல்லூரியில் நூலகராகவும், யாழ்ப்பாண, சர்வோதய சிரமதான சங்கத்தின் யாழ்.மாவட்ட நூலகப் பொறுப்பாளராகவும், இலங்கை உள்ளூராட்சி அமைச்சின் நூலகராகவும், இந்தோனேசியா, ஐக்கியநாடுகள் சபையின் கிராமிய பொது நூலக அபிவிருத்திப் பிரதிநிதியாகவும், ஈவ்லின் இரத்தினம் பல்லினப் பண்பாட்டியல் நிறுவனத்தின் ஆய்வு நூலகத்தின் பொறுப்பாளராகவும், கொழும்பு இனத்துவக் கல்விக்கான சர்வதேச நிலைய ஆய்வு நூலகப் பொறுப்பாளராகவும் பதவி வகித்துள்ளார்.

அயோத்தி நூலக சேவையின் ஸ்தாபகரும், நூலகவியல் காலாண்டுச் சஞ்சிகையின் தாபக ஆசிரியராகவும் செயற்பட்டார். ஊடகத்துறையிலும் பணியாற்றிவிட்டு, தற்போது ஐக்கிய இராச்சியத்தில் வசிக்கும் இவர், ரோயல் மெயில் தபால் நிறுவனத்தின் அந்நிய நாணயப்பிரிவில் அதிகாரியாக தற்போது பணியாற்றுகின்றார். இவர் நூலகவியல் பற்றி தொடர் ஆய்வுகளை மேற்கொண்டு வருவதுடன், நூலகவியல் பற்றியும் பல வெளியீடுகளை செய்துள்ளார்.

"யாழ்ப்பாணக் குடாநாட்டின் நூலகப் பாரம்பரியம்" என்ற இத்தொடரானது, யாழ்ப்பாணத்தில் புராதன நூலக வரலாறு முதல் நவீன தனியார் நூலக வளர்ச்சி, பொது நூலக வளர்ச்சி, நூலகவியல் கல்வியின் அறிமுகம், நூலகத்துறையில் ஈழத்தமிழர்களின் முன்னோடி முயற்சிகளாக யாழ்ப்பாணத்தில் எழுந்த நூலகவியல்சார் நூல் வெளியீடுகள், நூலகவியல் துறைசார் சஞ்சிகைகளின் வெளியீடுகள், யாழ்ப்பாண கல்வியியல் வரலாற்றில் தடம் பதித்த நூலகங்களின் வரலாறு என்பவை உள்ளிட்ட விடயங்களை பற்றி பேசவிழைகின்றது.

0

இலங்கையின் வரலாற்றுக் காலத்திலிருந்தே தமிழர்களும் சிங்களவர்களும் சமய நம்பிக்கை, மொழி, பண்பாடு, பொருளாதாரம், அரசியல் போன்ற பல்வேறு விடயங்களிலும் வேறுபட்ட இனங்களாகவே வாழ்ந்து வந்துள்ளனர். இலங்கையில் வடக்கிலும் கிழக்கிலும் தமிழர்கள் அதிகளவு வாழ்ந்த வேளையில் தென்னிலங்கையிலும், மேற்குப் பிரதேசங்களிலும் சிங்களவர் வரலாற்றுக் காலம் முதலாக வாழ்ந்து வருகின்றனர். தென்னிந்திய மன்னர்களின் ஆக்கிரமிப்புகளின் காரணமாக இலங்கையின் சிங்கள இனத்தவர்களின் பார்வையில் தமது ஆக்கிரமிப்பாளர்களின் எச்சங்களே இங்குள்ள தமிழர்கள் என்ற காழ்ப்புணர்வு தொன்றுதொட்டு விதைக்கப்பட்டு புரையோடிப்போயுள்ளது. அது இன்று வரை தொடர்வது கண்கூடு.

வடக்கில் யாழ்ப்பாண இராச்சியம் நிலைகொண்டிருந்த நிலையில், செழுமையான தனித்துவக் கலாசாரங்களோடு தமிழர்கள் யாழ்ப்பாணத்தில் வேரோடியிருப்பது என்னவோ தமது மண்ணில் அடாத்தாக தமது முன்னாள் ஆக்கிரமிப்பாளர்களின் எச்சங்கள் இன்னும் துடைத்தெறியப்படாமல் உள்ளதே என்ற ஆதங்கத்தை காலம்காலமாக சிங்கள இனத்தின் வரலாற்று மூலங்களான தீபவம்சம், மகாவம்சம், சூளவம்சம் ஆகியவை அந்த இனத்துவேஷத் தீயை அணைந்துவிடாதவாறு பொத்திப் பாதுகாத்து வந்துள்ளன. சிங்கள மக்களின் மகாவம்சம் பாகம் பாகமாக இன்றும் எழுதப்பட்டுக்கொண்டுதான் உள்ளது.

கி.மு.ஆறாம் நூற்றாண்டிலிருந்து கி.பி.3ஆம் நூற்றாண்டு வரையிலான கிட்டத்தட்ட 900 ஆண்டுகளுக்கிடையிலான நிகழ்வுகளின் தொகுப்பாக கி.பி. 5ஆம் நூற்றாண்டில் (1100 ஆண்டுக்கால வரலாறாக) மகாநாம தேரர் மகாவம்சத்தை எழுதியிருக்கிறார். அதுவரை வழிவழியாக எழுதப்பட்டு வந்த பல்வேறு ஓலைச் சுவடிகளையும் வாய்மொழிக் கதைகளையும் கொண்டே அவர் மகாவம்சத்தினை எழுதியிருந்தார். அத்துடன் மகாவம்சத்தின் கதை முற்றுப்பெறவில்லை. இன்று அது 2600 ஆண்டு காலப் பதிவுகளைக் கொண்டது. உலகில் ஒரு அரசே பொறுப்பேற்று இவ்வாறு நீண்டகால வரலாற்றை உத்தியோகபூர்வமாகப் பதிவுசெய்து வருகின்ற ஒரே நாடாக இலங்கையைக் குறிப்பிடலாம். வேறெந்த நாட்டிலும் அப்படி இல்லை என்று இறுதியாக 2018 இல் வெளிவந்த 6 ஆவது மகாவம்சத் தொகுதியின் முகவுரையில் குறிப்பிடப்படுகின்றது. கலாசார அமைச்சின் கீழ் அதற்கென ஒரு தனியான அரச நிறுவனம் உருவாக்கப்பட்டு தனிச் சிங்கள பௌத்த அணியொன்றின் தலைமையில் அந்தப் பணிகள் அரை நூற்றாண்டுக்கும் மேலாகத் தொடர்ந்து நடைபெற்று வருகின்றன. (என்.சரவணன், 'மகாவம்சம்: அறிதல் புரிதல், தெளிதல்'', எங்கட புத்தகங்கள், ஜூலை 2021: பக்கம் 37-42).

பாளி மொழியிலும் சிங்கள மொழியிலும் மட்டுமே அது வெளியிடப்படுகின்றது. இதனால் தமிழர்களுக்கு அதில் எத்தகைய வரலாறு எழுதப்பட்டு வருகின்றதென்ற செய்திகள் தெரியவரும் வாய்ப்பில்லை. மகாவம்சப் புனைவின் மனநிலை வெளிப்பாடே எமது தமிழ் மண்ணில் நூலகங்களின் எரிப்பும், இன்றைய வவுனியா- வெடுக்குநாறி மலை ஆதிசிவன் ஆலய இடித்தழிப்பும்.

இலங்கையில் பௌத்த மதம் பிரதான மதமாகக் கொள்ளப்படுகின்றது. இங்கு எழுத்துக் கலை நெடுங்காலமாக அறியப்பட்டிருந்த போதிலும் புத்தரின் போதனைகள் வாய்மொழி

மூலமே போதிக்கப்பட்டுவந்துள்ளன. ஏடுகளை எழுதுவதில் சிரமம் எதிர்நோக்கப்பட்டமையாலும், ஏடுகள் அளவிலே பெரியனவாகவும் அவற்றைப் பாதுகாத்துக் கொள்வதில் பல்வேறு பிரச்சினைகள் மடாலயங்களால் எதிர்கொள்ளப்பட்டமை காரணமாகவும் சுவடிகளில் தங்கியிருப்பதிலும் பார்க்க வாய்மொழியான மத போதனையில் ஈடுபடுவதிலேயே பௌத்த துறவியர் நாட்டம் கொண்டிருந்தனர். ('இலங்கையில் கல்வி: நூற்றாண்டு விழா மலர்'' பாகம்1. 1969.)

பௌத்த சமயம் தொடர்பில் வாய்மொழியாக நிலவி வந்த கருத்துக்கள் கி.மு முதலாம் நூற்றாண்டில் பாளி மொழியில் எழுத்துருவம் பெறத் தொடங்கியது. பௌத்த மதச் சிந்தனைகள் எழுதப்பட்ட ஓலைச் சுவடிகள் பௌத்தத் துறவியர் தங்கி வாழும் இடங்களான விகாரைகளில் பாதுகாப்பாக வைக்கப்பட்டன. விகாரைகள் பலவும் சுவடிகளைச் சேகரித்துப் பாதுகாக்கும் சுவடிகள் காப்பகங்களாகச் செயற்பட்டுவந்துள்ளன. இலங்கையில் முதலில் தோன்றிய இத்தகைய காப்பகமாக மாத்தளையில் அமைந்துள்ள 'அலுவிகாரை'' (Aluvihare) மடாலயத்தைக் குறிப்பிடலாம். கி.மு. முதலாம் நூற்றாண்டில் அனுராதபுரத்தை ஆட்சி செய்த வட்டகாமினி அபயன் என்ற சிங்கள அரசன் புத்த சமய நூலாகிய திரிபீடகத்தை (Tripitaka) இந்த அலுவிகாரை நூலகத்தில் எழுதி வைத்துப் பாதுகாத்ததாக அறிய முடிகின்றது.

தமிழகத்திலும் புராதன காலத்தில் இத்தகைய ஆவணக்காப்பகங்கள் கோவில்களில் வைத்துப் பேணப்பட்டுள்ளன. 'முதலாம் இராசராசனது ஆட்சிக் காலத்திலே (985-1014) இதுவரைக்கும் சரஸ்வதி பண்டாரங்களிலே வகைப்படுத்தப்படாது சேமித்தும், பாதுகாத்தும் வைக்கப்பெற்றிருந்த ஏட்டுச்சுவடிகள் எல்லாவற்றையும் பட்டியலாக்கம் (Catalogue) செய்யும் பொறுப்பினை அக்காலத்திலே திருநாரையூர் நம்பியாண்டார் நம்பி என்பவரிடம் மாமன்னன் இராசராசனாலேயே ஒப்படைக்கப்பட்டது. இசை, இலக்கியத்திலும் நன்கு புலமை கொண்டிருந்த நம்பியாண்டர் நம்பி, தில்லையம்பலத்திலே பல்லவராட்சிக்காலம் தொடக்கம் சேமித்துப் பாதுகாப்பாக வைக்கப்பட்டிருந்த தேவாரத் திருப்பதிக ஏடுகளை மிகவும் நுணுக்கமாக வகையீடு செய்து, அவற்றினை Author catalogue என்பதன் அடிப்படையிலே 12 திருமுறைகளாக வகுத்து மாணவர்களும் மக்களும் பாவிப்பதற்கென சரஸ்வதி பண்டாரங்களிலே ஒழுங்குபடுத்தி வைப்பதற்குரிய நடவடிக்கைகளை மேற்கொண்டார். இவ்வாறு பல ஆண்டுகட்கு முன்பே சைவ மன ஆர்வ மாட்சிமையாக வளர்ந்த இலக்கியம் இராசராசன் காலத்தில் உயிர் துலக்கம் பெற்று வாழும் இலக்கியமாக, வளர்கின்ற இலக்கிய உணர்வுக்கு வழிசமைத்தமை போன்று ஒரு நூலக வடிவினைப் பெற்றது. அவ்வகையில் நம்பியாண்டார் நம்பி ஒரு நூலகருக்குரிய தொழிற்பாட்டினையும் ஆற்றினார் எனக் குறிப்பிடலாம்''. ('சோழர் காலத் தமிழகத்திலே நூலக நடவடிக்கைகள்'', செ.கிருஷ்ணராஜா, நூலகவியல், செப்டெம்பர் 1985).

பண்டைய பிரதான சைவ, பௌத்த மடாலயங்கள் பெரும்பாலானவற்றில் ஓலைச் சுவடிகளைக் கொண்ட நூல் நிலையங்கள் இருந்தன. பௌத்த சமய நூல்கள் இங்கு கவனமாகப் பாதுகாக்கப்பட்டன. புராதன பௌத்த மன்னரின் வரலாற்றைக் குறிப்பிடும் தீபவம்சம், மகாவம்சம், சூளவம்சம் என்பவற்றைப் போல தமிழ் மன்னர்களின் புராதன வரலாற்றைக் கூறும் நூல்களாகக் கைலாயமாலை (கி.பி 16), யாழ்ப்பாண வைபவமாலை (கி.பி 18), யாழ்ப்பாண வைபவ கௌமுதி (1918) முதலான நூல்களைக் கருதுவர். இலக்கியங்களான இந்த நூல்கள்

தரும் குறிப்புக்கள் மூலம் அக்கால இலக்கிய வளர்ச்சி நிலைமைகளை அறிய முடிகின்றது.

சரஸ்வதி மகாலயம் - 'பதின்மூன்றாம் நூற்றாண்டளவில் சரஸ்வதி மகாலயம் என்ற பெயரிலமைந்த நூலகம் யாழ்ப்பாணத்தில் நல்ல நிலையில் செயற்பட்டது. இந்த நூலகத்தில் இந்தியாவிலிருந்து கொண்டுவரப்பட்ட பழைய நூல்கள் காணப்பட்டன. தற்போது நாயன்மார்கட்டு என அழைக்கப்படும் இடமே முன்னர் சரஸ்வதி மகாலயம் இருந்த இடமென அறியப்படுகின்றது''. (க.சி குலரத்தினம் 'பொன்விழா பொலிவு காணும் பொதுசன நூலகம்'' யாழ்ப்பாணப் பொதுசன நூலகத் திறப்பு விழா மலர், பக்.57).

கி.பி பதின்மூன்றாம் நூற்றாண்டில் முத்துக் கவிராயர் எழுதிய 'கைலாயமாலை'' என்னும் நூலில் இந்நூலகம் பற்றிய செய்தி பின்வருமாறு குறிப்பிடப்பட்டுள்ளது. ''யாழ்ப்பாணத்து அரசன் வரோதய செகராசசேகரன் காலத்தில் வைத்தியம், சோதிடம் என்பன தொடர்பான நூல்கள் எழுதப்பட்டன. இவை இந் நூலகத்தில் வைத்துப் பாதுகாக்கப்பட்டன.''

கைலாயமாலையின் வழி நூலாகக் கருதப்படுகின்ற யாழ்ப்பாண வைபவமாலை நூலில் , 'கி.பி 1215 முதல் 1441 வரையான காலப்பகுதியில் யாழ்ப்பாணத்தில் சுதந்திரமான தமிழ் இராச்சியம் நடைபெற்றிருக்கின்றது. இக்காலப்பகுதியில் ஆட்சி செய்த விஜயகாலிங்க ஆரியச் சக்கரவர்த்தி என்னும் மன்னன் காலத்தில் யாழ்ப்பாணத்தில் கல்வி வளர்ச்சி வசதிகளை உருவாக்கும் நோக்கில் இம் மன்னனால் சரஸ்வதி மகாலயம் நூலகம் உருவாக்கப்பட்டது.' என்றுள்ளது. (விவியன் சத்தியசீலன், 'யாழ்ப்பாணத்தில் ஆரம்பகால நூலகங்கள்'', யாழ் பார்வை இணையம், 24.10.2013)

'சோழ ராஜனால் அனுப்பப்பட்ட அவனது புதல்வனான ஒருவன் சிங்கை ஆரியச் சக்கரவர்த்தி என்னும் பெயரோடு முடிசூடப்பெற்று அரசாண்டான். அவன் தனது இராசதானியாகிய நல்லூருக்குத் தன் நாட்டிலிருந்தும் பிற இடங்களில் இருந்தும் பண்டிதர்களை அனுப்பி வைத்து ஒரு கிராமத்து வயல் நிலங்களையும் விடுவித்தான். இக்கிராமம் இப்போதும் சங்குவேலி என்னும் பெயரோடு விளங்குகின்றது. இப்பண்டிதர்கள் ஆக்கிய நூல்கள் யாவும் சரஸ்வதி மகாலயம் என்னும் நூலகத்தில் வைக்கப்பட்டன. அது சிங்கள அரசன் ஒருவனால் தீ வைக்கப்பட்டது என்று சரித நூல் கூறுகின்றது. அதனால் போலும் அவர்கள் செய்த நூல்களாயினும் செய்யுள்களாயினும் எமக்குக் கிடைத்தில.'' என்று சி.கணேசையர் குறிப்பிடுகிறார். (சி.கணேசையர், 'ஈழநாட்டுத் தமிழ்ப் புலவர் சரித்திரம்'', யாழ்ப்பாணம் 1939. பக்.6)

கோட்டை இராசதானியில் இருந்து யாழ்ப்பாண இராசதானி மீது படையெடுத்து வந்த கோட்டை இராசதானியின் சேனாதிபதி சப்புமல்குமாரயா தான் நாயன்மார்கட்டில் அமைந்திருந்த யாழ்ப்பாண இராசதானியின் தேசிய நூல் நிலையமாகிய சரஸ்வதி நூலகத்தை தீயினால் அழித்தான் என்பதும் பழைய வரலாறு.

பின்னாளில் செகராசசேகர மன்னனின் தம்பியாகிய பரராசசேகரன் என்னும் மன்னன் யாழ்ப்பாணத்தை ஆட்சிசெய்த காலத்தில் அழிந்து போன நூலகம் புனரமைப்புச் செய்யப்பட்டது என்னும் தகவலை சி.கணேசையர் மற்றும் செ.இராசநாயகம் (செ.இராசநாயகம். யாழ்ப்பாணச் சரித்திரம் யாழ்ப்பாணம், 1933. பக்.17) ஆகியோர் குறிப்பிடுகின்றனர். இவ்வாறான கருத்துகளின்படி நோக்கும்போது யாழ்ப்பாணத்திலே பதின்மூன்றாம் நூற்றாண்டு மற்றும்

அதனையடுத்த காலப்பகுதிகளில் நூலகங்கள் கல்வி வளர்ச்சிக்கு ஏற்ப நல்ல நிலையில் அமைக்கப்பட்டிருந்தன என அறிய முடிகின்றது.

பௌத்த மரபின் வரலாற்றினை நோக்கும் போது கிறிஸ்துவுக்கு முற்பட்ட காலப்பகுதியிலிருந்து ஏடுகளும் நூல்களும் பௌத்த சமயப் பின்னணியில் காலங்காலமாகப் பேணப்பட்டமை போன்ற ஒரு வரன்முறையான சுவடிகள் பாதுகாப்பு முறை தமிழ் மரபில் அல்லது யாழ்ப்பாணப் பகுதியில் காணப்பட்டதா இல்லையா என்பதனை அறிவதற்கான புராதன சான்றுகள் இதுவரை இல்லை. ஏட்டுச் சுவடிகள் சுவடிக் கூடங்களில் அல்லது வழிபாட்டு இடங்களில் பாதுகாக்கப்படாத காரணத்தினால் பெரும்பாலும் தனியார் வீடுகளில் ஆங்காங்கு காணப்பட்டிருக்கின்றன எனக் கருத இடமுண்டு. (விவியன் சத்தியசீலன், 'யாழ்ப்பாணத்தில் ஆரம்பகால நூலகங்கள்'', யாழ் பார்வை இணையம், 24.10.2013)

தென்னிந்திய வரலாற்றில் 'சரஸ்வதி பண்டாரங்கள், சரஸ்வதி மகாலயங்கள் ஆகிய சொற்கள் கல்வெட்டுக்கள், சாசனங்கள் எனப் பலவிடங்களிலும் விரவிக் காணப்படுகின்றன.

'சாசன ஆவணங்களிலே அடிக்கடி இடம்பெறுகின்ற சரசுவதி பண்டாரம் அல்லது சரசுவதி பண்டாரகங்கள் என்ற பதப்பிரயோகங்களானவை சோழர்காலத் தமிழகத்திலே காணப்பட்டிருக்கக்கூடிய நூலகங்களையே குறிப்பிட்டு நின்றன எனக்கொள்ளலாம். இந்திய மரபின்படி சரஸ்வதி கல்விக்குரிய கடவுளாக உருவகிக்கப்பெற்று வழிபடப்பெற்று வருவதனை நாமறிவோம். அந்த வகையில் சரஸ்வதி பண்டாரங்கள் எனக் குறிப்பிடப்பட்டவை தஸ்தாவேஜுகளையும் ஏட்டுச் சுவடிகளையும் ஒருங்கே கொண்டுள்ள நூலகங்களையே கருதின எனக்கொள்ளலாம். சில வேளைகளில் தற்காலத்தில் நாங்கள் குறிப்பிடும் நூலகர் என்ற பொருளினையும் சரசுவதி பண்டாரம் என்ற பிரயோகம் குறித்திருக்கக்கூடிய வாய்ப்புண்டு. 'சமய நூல்கள் அல்லாமல், சிறப்பு மிக்க இலக்கண இலக்கியங்களின் சுவடிகளும் கோயிலில் இருந்த சரசுவதி பண்டாரங்களால் போற்றிக் காக்கப்பட்டன'' என்று ஒரு குறிப்பு வரும்போது அங்கே பதவிக்குரிய ஒரு பெயராகவே அப்பிரயோகம் அமைவதனைக் காணமுடிகின்றது. ('சோழர் காலத் தமிழகத்திலே நூலக நடவடிக்கைகள்'', செ.கிருஷ்ணராஜா, நூலகவியல், செப்டெம்பர் 1985).

'சரஸ்வதி பண்டாரம்: கோவில்களிலும் மண்டபங்களிலும் நூல்நிலையங்கள் இருந்தன என்பது சில கல்வெட்டுக்களால் தெரிகின்றன. இத்தகைய நூல்நிலையங்கள் இருந்திராவிடில், இன்று நாம் காணும் பழந்தமிழ் நூல்கள் பாதுகாக்கப்பட்டிரா அன்றோ? தஞ்சையை ஆண்ட நாயக்க மன்னர்கள் பேணி வளர்த்த நூல்நிலையமே அவர்க்குப் பின் வந்த மகாராட்டியர்களால் வளர்க்கப்பட்டது. அதுவே இன்று தஞ்சை அரண்மனையிலுள்ள சரஸ்வதி மகாலில் இருக்கும் பெரிய நூல்நிலையமாகும். (இராசமாணிக்கனார், மா. கல்வெட்டுக்களில் அரசியல், சமயம், சமுதாயம். பக். 109, 1977).

சைவர்களின் கல்வித் தெய்வமான சரஸ்வதியைக் குறியீடு செய்வதால் அவை நூலகங்களாகவோ, சுவடிகள் காப்பகங்களாகவோ இருக்கலாம் என்று கருத வாய்ப்புண்டு.

இந்திய மொழியியல் அகராதிகளின்படி Sarasvati — bhandara ஸ்ரீ , a library எனவும், Sarasvati — bhandarika ஸ்ரீ, librarian எனவும் குறிப்பிடப்பட்டிருப்பதை அவதானிக்க முடிகின்றது. (Sircar, D.C., Indian Epigraphical Glossary. P. 301).

பதின்மூன்றாம் நூற்றாண்டு வரை இலங்கையின் வடக்கு-கிழக்கு தமிழர் பிரதேசங்களில் காணப்பெற்ற நூலகங்களின் வரலாற்றை குறிப்பிடக்கூடிய ஆதாரங்கள் இதுவரை கிடைக்கவில்லை. பௌத்தமதம் இலங்கைக்கு வந்த காலப்பகுதியிலிருந்து வரலாற்றுப் பதிவுகளை பேணும் பெரும்பணியை பௌத்த விகாரைகளும் வழிபாட்டுத் தலங்களும் தொடர்ந்து செய்து வந்துள்ளன என்ற வரலாற்று உண்மையை நாம் சீரணித்தே ஆகவேண்டும். சிங்கள வரலாற்றை இடையறுந்து போகாமல் பதிவதில் தீபவம்சம், மகாவம்சம் போன்ற நூல்கள் இப்பணியை செவ்வனே நிறைவேற்றியுள்ளன. ஆனால் கைலாயமாலை எழுதப்பட்ட காலம் வரை தமிழ்ப் பிரதேசம் சார்ந்த வரலாற்றைக் கூறும் ஆதாரங்கள் இதுவரை கிடைக்கவில்லை என்பது வேதனைக்குரியதாக உள்ளது.

யாழ்ப்பாணத்தின் ஆரம்பகால நூலகங்கள் பற்றிய சிறியதொரு ஆய்வினை மேற்கொண்டுள்ள யாழ்ப்பாணப் பல்கலைக்கழகத்தின் சித்தவைத்தியத்துறை சிரேஷ்ட விரிவுரையாளர் கலாநிதி விவியன் சத்தியசீலன் அவர்கள் தனது ஆய்வின் இறுதியில் பதிவுசெய்துள்ள பின்வரும் கருத்துக்கள் கவனத்துக்குரியன.

புராதன காலத்துச் சிங்கள இராச்சியப் பிரதேசங்களில் வலிமையானதும் நீடித்து நிற்கக் கூடியதுமான கருங்கற்கள் போதியளவு இருந்தன. கருங்கற்களைக் கொண்டே அரசர்கள் தமது மாளிகைகளையும் பௌத்தத் துறவியர்கள் தமது விகாரைகள் முதலான கட்டடங்களையும் அமைத்தனர். இந்தக்கற்களிலேயே அரச சபையின் சாசனங்கள் முதலானவற்றையும் செதுக்கினர். ஏறத்தாழ ஆயிரம் வருடங்கள் கழிந்த பின்னரும் கூடப் பாறைகளிலும் கற்றூண்களிலும் எழுதப்பட்ட வரலாற்று ஆதாரங்கள் யாவும் சிங்கள பௌத்த மரபின் உண்மைகளைத் தொகுப்பதற்குரிய சான்றினைத் தருவனவாக அமையலாயின.

இலங்கையின் வடக்கு- கிழக்குப் பகுதிகளில் பௌதீக நிலவுருவ அமைப்புப்படி இத்தகைய கருங்கற்கள் பெரும்பாலான இடங்களில் இல்லை. சுண்ணாம்புக் கற்களே அதிகம் காணப்படுகின்றன. இவற்றைப் பயன்படுத்தியே இந்தப் பகுதியில் புராதனக் கட்டடங்களும் அமைக்கப்பட்டிருக்கும். சிங்கள மக்கள் புராதன காலத்தில் எழுதவும், கட்டடங்கள் அமைக்கவும் பயன்படுத்திய கற்கள் போன்று வலிமை பொருந்தியனவாக சுண்ணாம்புக் கற்கள் இருப்பதற்கு வாய்ப்பு இல்லை. (ஆ.சிவநேசச் செல்வன் 'மாவிட்டபுரம் ஆதீன சுவடிச்சாலையும் ஏட்டுப் பிரதிகளும்'' பூர்வகலா மலர், (1973) பக் 42-44)

புராதன இலங்கையில் அரசியல் வரலாற்றை நோக்கும் போது அங்கு அடிக்கடி போர்கள் நடைபெற்றிருக்கின்றன. அதிகளவு அழிவுகள் ஏற்பட்டிருக்கின்றன. நல்லாட்சிகள் பல அடியோடு அழிக்கப்பட்டிருக்கின்றன. இந்தச்சந்தர்ப்பத்தில் அதிகளவு பொருட்கள் நிலத்தின் கீழ் புதையுண்டு போவதற்கு வாய்ப்புக்கள் உண்டு. எனினும் கட்டட இடிபாடுகள், கல்வெட்டுகள், பழைய நாணயங்கள் முதலான புராதன காலத்து நூலக வரலாற்றை கூறக்கூடிய தொல்பொருட் சின்னங்களோ அல்லது கல்வெட்டு முதலான தொல்லியல் ஆதாரங்களோ இதுவரை கிடைக்கவில்லை. அத்தகைய நோக்கில் அமைந்த ஆய்வுகளும் இடம் பெறவில்லை.

தொல்லியல் சான்றாதாரங்கள் இல்லாமைக்கான பிரதான காரணம் பொதுவாகவே புராதன காலத்து அரசர்கள் வாழ்ந்த தமிழ்ப் பிரதேசங்களில் அகழ்வாராய்ச்சிகள் விரிவான அளவில் இதுவரை மேற்கொள்ளப்படவில்லை. அரசர்கள் பலரும் இந்தப்பிரதேசத்தை சிறப்பாக ஆண்டதாகக் கூறப்படுகின்றது. இவர்கள் தமது ஆட்சியின் நடவடிக்கைகளைக் கல்-

வெட்டுகள் முதலானவற்றில் பொறித்திருப்பார்கள். ஆனால் கடந்த காலத்தை அடிப்படையாகக் கொண்ட வரன்முறையான ஆய்வுகள் இதுவரை மேற்கொள்ளப்படாமையால் இத்தகைய வரலாற்று ஆதாரங்கள் கிடைக்கவில்லை. இதுபோன்ற பல்வேறு காரணங்களால் பண்டைய காலத்து நூலக நிலைமைகளைத் தெளிவாகப் புரிந்து கொள்ள முடியவில்லை.

இந்தப்பிரதேசங்களில் விரிவான புதைபொருள் ஆய்வு மேற்கொள்ளப்பட வேண்டுமென்பது வரலாற்றுத் துறைசார்ந்த ஆய்வறிஞர்களின் ஒருமித்த கருத்தாக உள்ளபோதிலும் ஏறத்தாழ 1950 களின் பின்னர் இலங்கையில் மிக மோசமான நிலையில் தீவிரமடைந்துவிட்ட சிங்களவர் தமிழர் என்ற இன முரண்பாட்டுச் சூழ்நிலை இத்தகைய ஆய்வுகளில் ஆய்வாளர்கள் ஈடுபடாமைக்கும் அல்லது ஆர்வங்காட்டாமைக்கும் பிரதான காரணங்களாக உள்ளன. தற்போதைய சூழலில் வடக்கு — கிழக்குப் பகுதிகளில் வரலாறு சார்ந்து ஆய்வு மேற்கொள்வது சிக்கலான விடயமாகும். இதனால் ஆராய்ச்சியாளர்கள் தயங்கினர் அல்லது தவிர்த்தனர். இவ்வாறான காரணத்தாலும் புராதன வரலாறு பற்றிய ஆய்வுகள் துலக்கம் பெறாமல் உள்ளன.

காலங்காலமாக வரலாற்றுச் சம்பவங்கள் பதிவு செய்யப்படாமை, பௌதீகச் சூழலில் நலிவான தன்மைகள், புதைபொருள் ஆய்வுக்கான சூழல் இன்மை, ஒல்லாந்தர், போர்த்துக்கேயர் முதலான அந்நியர் ஆட்சியின் அழிவுகள் என்பவற்றால் இலங்கையின் வடக்கு — கிழக்குப் பிரதேசத்தின் வரலாற்று மூலாதாரங்கள் இல்லாது ஒழிக்கப்பட்டன. எனினும் இவ்வாறான இடர்களின் மத்தியில் 18 ஆம் நூற்றாண்டிலிருந்து பேணிப் பாதுகாக்கப்பட்ட பெறுமதி வாய்ந்த ஆவணங்களைக் கொண்ட யாழ்ப்பாணப் பொதுநூலகம் 1981 இல் எரிந்து போனதனால் அண்மைக்கால வரலாற்று ஆதாரங்களைக் கூட பெற்றுக் கொள்ள முடியாத சூழ்நிலை காணப்படுகின்றது.

இவ்வாறான தன்மைகளால் பௌத்த மதத்தின் சமய விடயங்கள் காலங்காலமாக அடுத்த தலைமுறையினருக்கு கையளிக்கப்பட்ட முறைகளையே இலங்கை முழுமைக்குமான நூலக வரலாறாக கூறும் மரபு தொடர்ந்து காணப்பட்டு வருகின்றது.

இந்நாட்டினுடைய புராதன நூலகங்கள் பற்றிய நீண்ட வரலாற்றிலே ஆரம்பத்திலிருந்து 13 ஆம் நூற்றாண்டு வரையான காலப்பகுதியில் வடக்கு — கிழக்கு பிரதேசத்தின் நூலகங்கள் பற்றிய குறிப்புகள் இடம்பெறவில்லை என்பதனால், இந்தப்பிரதேசங்களில் நூலகங்கள் இருக்கவில்லை எனக் கருதுவது பொருத்தமற்றது. நூலகங்கள் பற்றிய வரலாறு மட்டுமல்ல இந்தக்காலகட்டத்தில் இந்தப்பிரதேசங்களின் அரசியல் மற்றும் சமூக பொருளாதார வாழ்வியற் செய்திகளும் கூட கிடைக்கவில்லை. எனவே தற்போது குறிப்பிடப்படுகின்ற இலங்கையின் புராதன நூலக வரலாற்றையே இந்நாட்டின் முழுமையான நூலக வரலாறாக கருதும் போக்கும் உள்ளது. இது மறு பரிசீலனை செய்யப்பட வேண்டிய கருத்தாகும்.

முன்னர் போரினால் அழிவுகள் ஏற்பட்டுள்ளன. தொல்லியல் சான்றுகள் இதுவரை கிடைக்கவில்லை. அகழ்வாராய்ச்சிகள் செய்யக்கூடிய அரசியல் சூழ்நிலையும் நீண்ட காலமாக இல்லை. மேல்நாட்டவரது ஆட்சிக்காலத்திலும் பல்வேறு மாறுதல்களும் அழிவுகளும் ஏற்பட்டுள்ளன. ஆரம்ப மற்றும் மத்தியகால நூலக நிலமைகளை அறிந்து கொள்ள முடியாமைக்கு இத்தகைய பல காரணங்கள் தடையாக உள்ள நிலையில் மாற்று வழிமுறைகளைப் பற்றிச் சிந்திக்க வேண்டியது துறைசார் அபிவிருத்திக்கு அவசியமாக உள்ளது.

1

உலகில் கல்வி வளர்ச்சியும் நூலகங்களின் தோற்றமும் ஒன்றோடொன்று தொடர்புபட்டே வந்துள்ளன. யாழ்ப்பாணத்தின் நூலக வளர்ச்சியை நாம் ஆராய்வதற்கு யாழ்ப்பாணக் குடா-நாட்டினது கல்வி வளர்ச்சியைப் பற்றி ஆராய்வதும் அவசியமாகின்றது.

அந்நியராட்சிக்கு முன்பே யாழ்ப்பாணத்தில் கல்வி வளம் பெற்றிருந்தது என்பதற்கு வரலாற்றுச் சான்றுகளும் உள்ளன. இதனைக் கடந்த இயலில் கண்டிருந்தோம். குறிப்பாக 13ஆம், 14ஆம் நூற்றாண்டுகளில் ஆரியச் சக்கரவர்த்திகளது காலங்களில் இக்கல்வி வளர்ச்சி உச்சநிலை அடைந்திருந்ததெனக் கூறலாம். இதற்குப் போதிய வரலாற்றுச் சான்-றுகளும் உள்ளன. இதனால் இக்காலத்திற்கு முற்பட்ட காலப்பகுதிகளில் கல்வி வளர்ச்சியும் நூலகங்களின் வளர்ச்சியும் இருந்தனவா என்பதை அறிவதற்கு போதிய சான்றுகளின்மை ஒரு குறைபாடாகவே உள்ளது.

சிங்கை ஆரியச் சக்கரவர்த்திகளது காலத்திலேயே 'சரஸ்வதி மகால்'' என்ற பெயரில் நூல் நிலையம் ஒன்று இருந்ததாக அறியப்படுகின்றது. இதுவே யாழ்ப்பாணக் குடாநாட்டின் நூல் நிலைய வரலாற்றில் நாம் அறிகின்ற முதலாவது நூலகம் பற்றிய செய்தியாக உள்ளது. கையெழுத்துப் பிரதிகள் பல அங்கு சேகரிக்கப்பட்டு வைக்கப்பட்டிருந்தன என்ற குறிப்பு மட்டுமே எமக்குக் கிடைக்கின்றது. அவ்வாறு சேகரிக்கப்பட்டு வைத்திருந்த பிரதிகளை யார் வாசித்தார்கள்? அவற்றை வாசிப்பதற்கு யாருக்கு உரிமை இருந்தன என்பன போன்ற விட-யங்கள் தெளிவில்லாமல் இருக்கின்றன. தற்கால நூலகப் பண்புக்கமைய சரஸ்வதி மகால் இருந்ததாவென்பதையும் விளங்கிக் கொள்ள முடியாதிருக்கின்றது.

வரோதய செகராசசேகரன் என்ற மன்னனின் காலத்தில் வைத்தியம், சோதிடம் போன்ற நூல்களும் மற்றும் பலவும் எழுதப்பட்டுள்ளன. வடமொழிப் புராணங்களும் மொழிபெயர்ப்பு-களும் செய்யப்பட்டன. இப்படைப்புக்கள் அனைத்தும் 'சரஸ்வதி மகாலயம்'' என்ற நூல்நி-லையமொன்றில் பாதுகாக்கப்பட்டன'' என்று காலஞ்சென்ற பேராசிரியர் க.கணபதிப்பிள்ளை குறிப்பிட்டுள்ளார்.

இவ்வரசனுக்குப் பின்னர் இவனது தம்பியாகிய பரராசசேகரன் யாழ்ப்பாணக் குடா-நாட்டை ஆளுங்காலத்தில் ஊர்கள் தோறும் பாடசாலைகள் அமைத்தும் தமிழ்ச் சங்க-மொன்று தாபித்தும் தமிழை வளர்த்ததாக அறிய முடிகின்றது. புலவர்களைக் கொண்டு பலவகையான நூல்களையும் இயற்றுவித்தான். இவன் அமைத்த தமிழ்ச் சங்கமே இரண்டா-வது தமிழ்ச் சங்கமாகும்.

'இம்மன்னன் அழிந்து போன சரஸ்வதி மகாலயமென்னும் பெயர் படைத்த நூலகத்தைப் புதுக்குவித்து அதில் இந்தியாவிலிருந்து தென்மொழி வடமொழி நூல்களை வருவித்துப் பலரும் படிக்குமாறு உதவினான்'' எனக் கணேசையர் தமது 'ஈழ நாட்டுத் தமிழ்ப்புலவர் சரித்திரம்'' என்னும் நூலில்; (பக் 9-10) குறிப்பிடுகிறார்.

முதலியார், செ. இராசநாயகம் அவர்கள் தனது 'யாழ்ப்பாணச் சரித்திரம்'' என்ற நூலில், (1933: பக். 17) செண்பகப் பெருமாள் வெற்றி கொண்ட போது தமிழ்ச் சங்கத்தைப் பின்-

னரும் நிறுவ வேண்டிப் புலவர்களையும் தமிழ் வித்துவான்களையும் ஒருங்கு சேர்த்து முன்போல் கழகம் நிறுவி வித்துவான்களுக்கு வேண்டிய சன்மானங்கள் செய்து தமிழ் மொழியைப் பொன் போல் போற்றி வளர்த்து வந்தான் என்று குறிப்பிட்டுள்ளார்.

இவன் காலத்திலே யாழ்ப்பாணத்திலே கல்வி அறிவு சிறந்து விளங்கியதை வேறு வரலாற்று நூல்களும் எடுத்துக்காட்டி நிற்கின்றன. 'யாழ்ப்பாண வைபவம்'' என்னும் நூலிலும் இது குறிப்பிடப்பட்டுள்ளது. 'யாழ்ப்பாண சரித்திரம்'' என்னும் நூலை எழுதிய ஜோன் என்பவரும் தமது நூலில் இதனைக் குறிப்பிட்டுச் சொல்கிறார்.

இக்குறிப்புகளும் யாழ்ப்பாணத்துச் 'சரஸ்வதி மகாலயம்'' என்ற நூல்நிலையம் பிற்காலத்தில் எத்தகையதொரு வளர்ச்சியைப் பெற்றிருந்ததென்பதை ஓரளவுக்கு அறியவைத்திருப்பினும், அந்த நூல் நிலையத்தினைப் பற்றிய மேலும் விரிவான தகவல்களை தெரிவிக்கவில்லை. எனவே ஆரியச் சக்கரவர்த்திகள் காலத்தில் இந்நூல்நிலையம் கையெழுத்துப் பிரதிகளைச் சேர்த்து வைக்கின்ற ஒரு இடமாக இருந்திருக்கலாம் என்றே கருத வாய்ப்புள்ளது. எனவே இந்நூலகத்தினது தோற்றத்திற்கும், இருப்பிற்கும், வளர்ச்சிக்கும் அக்காலத்தில் ஏற்பட்டிருந்த இலக்கிய வளர்ச்சியே தூண்டுகோலாக அமைந்திருக்கலாம்.

பத்திரிகைகளின் பயன்பாட்டுக்கு முன்னதான புராதன நூலகங்கள் கீழைத்தேயங்களில் எவ்வாறு வடிவமைக்கப்பட்டிருந்திருக்கலாம் என்ற எமது கற்பனை உருவகங்கள் 2003 ஆம் ஆண்டில் கலைக்கப்பட்ட சம்பவமொன்றினை இங்கு குறிப்பிட விரும்புகின்றேன்.

10, 000 ஆண்டுக்கால தென்னாசிய வரலாற்றை தன்னகத்தே கொண்டதொரு நூலகத்தை 2003 இல் திபெத்தில் கண்டுபிடித்திருக்கிறார்கள். காகிதம் கண்டறியப்படாத ஒரு காலத்திலேயே அதனை எதிரிகளிடமிருந்து பாதுகாத்து அழிவிலிருந்து ஆவணப் பொக்கிஷத்தைப் பேணும் பொருட்டு திபெத்தில் ஒரு மடாலயத்தில் 84, 000 அரிய ஏட்டுச் சுவடிகளுடன் உருமறைப்புச் செய்துவைத்திருந்த நூலகமொன்றே 2003 இல் திபெத்தில் ஒரு புராதன மடாலயத்தில் அங்கு வாழும் பௌத்த மதத் துறவிகளால் தற்செயலாகக் கண்டறியப்பட்டிருக்கிறது.

திபெத் கடல் மட்டத்திற்கு மேல் 4300 மீட்டர் உயரத்தில் உள்ளதொரு நாடு. பௌத்த பெரும்பான்மையினரைக் கொண்ட நாடான திபெத்தில் வழக்கிலுள்ள பிரதானமான நான்கு பௌத்த பிரிவுகளில் சக்யபா பிரிவும் ஒன்று. 1073 ஆம் ஆண்டில், திபெத்தின் ஜிங்மாபா பௌத்த பிரிவினைப் பின்பற்றிவந்த கொங்கொக் கெய்ல்போ என்ற திபெத்திய மன்னனால் (1034-1102) தெற்கு திபெத்தில் சக்யா மடாலயம் கட்டப்பட்டது. இவர் சக்திவாய்ந்த அரச குடும்பமான Tsang Sakya மடாலயத்தின் வழி வந்தவர். இம்மடாலயத்தினர் பின்னர் பெல் சாக்ய என்றும் அழைக்கப்பட்டனர். அவருடைய மகனும், வாரிசுமான சக்யா குங்கா நிங்ஃபோ, திபெத்திய பௌத்தத்தின் நான்கு பெரிய பள்ளிகளில் ஒன்றான சக்யா பிரிவை வளர்த்தெடுத்தார் என்பது வரலாறு.

இந்த மடாலயம் 13ஆம் நூற்றாண்டுகளில் பிரபல்யமாகி இருந்தது. நீண்ட தரைவழிப் பயணம் செய்யும் யாத்திரீகர்களின் இளைப்பாறும் தங்குமடமாக மாத்திரமல்லாது பல பயண இலக்கியங்களின் காப்பகமாகவும் இம்மடாலயம் அமைந்திருந்தது. இம்மடாலயம் நூற்றுக்கும் அதிகமான கட்டடங்களுடன் திபெத்தின் மலைத் தொடர்களில் கம்பீரமாக நீண்டகாலம் நிலைத்திருந்தது. ஒரு கட்டத்தில் 40000 ஏடுகளினதும், பௌத்த மத சின்னங்களினதும்,

சிறந்த ஓவியங்களினதும், பௌத்த கட்டிட வளர்ச்சியின் விளைநிலமாகவும் இப்பிரதேசம் இருந்துவந்துள்ளது.

பின்னாளில் அண்டை நாடான சீனாவின் கலாசாரப் புரட்சியின் போது கம்யூனிசத்தின் விரிவாக்க முயற்சியின் பயனாக மடாலயத்தின் பல கட்டடங்கள் அழிவுற்றன. அங்கிருந்த ஆவணங்களும் எதிரிகளால் தேடித்தேடி அழிக்கப்பட்டன. இக்காலகட்டத்தில் இமயமலைச்-சாரலில் அமைந்திருந்த பல திபெத்திய பௌத்த மடாலய நூலகங்களில் காணப்பெற்ற பெறு-மதி மிக்க திபெத்திய பௌத்த ஓவியங்கள், ஓலைச்சுருள்கள், பௌத்த கலாசார சிற்பங்கள் என்பன சூறையாடப்பட்டும், அழிக்கப்பட்டும் இல்லாமலாக்கப்பட்டதாக நம்பப்பட்டது. சீனா-வில் மாசேதுங் காலத்தில் கூட (1966-1976) மிகுந்த அச்சத்துடன் திபெத்திய பௌத்த மடாலயங்கள் இப்பிரதேசத்தில் இயங்கிவந்துள்ளன.

இந்நிலையில் 2003இல் சாக்ய மடாலயத்தின் பிரதான ஒன்றுகூடல் மண்டபத்தின் சுவ-ரில் சில பழுதுபார்க்கும் வேலைகள் தொடங்கப்பட்டன. அதற்காக 11 மீற்றருக்கும் அதி-கமான உயரம் கொண்ட அந்த பிரதான மண்டபச் சுவரின் ஒரு பகுதியை அகற்றிப் புனரமைக்கும் பணியைத் தொடங்கிய வேளையில் அந்தச் சுவருக்கும் அப்பால் அந்த ஒன்-றுகூடல் மண்டபம் ஒடுக்கமான ஒரு சுற்றுப்பாதையைக் கொண்டிருப்பதாக பொறியியல் வல்-லுநர்களுக்கு சந்தேகம் எழுந்துள்ளது. மிகக் கவனமாக மண்டபச் சுவரில் சிறியதொரு பகு-தியை நீக்கி அதன் வழியாகக் கடந்து மண்டபச் சுவரின் மறுபுறம் இருந்த ஒடுக்கமான அந்தச் சுற்றுப்பாதையில் கால் பதித்த அவர்களுக்கு பேரதிசயம் ஒன்று காத்திருந்தது. சாக்ய மடாலயத்தின் பிரதான ஒன்றுகூடல் மண்டபத்தின் சுவர்களுக்கு அப்பால் 60 மீற்றர் நீள-மானதும் 10 மீற்றர் உயரமானதுமான பாரிய மரத்தட்டுகளில் பத்திரமாகச் சுருட்டி பெட்டி-களில் வைத்து அடுக்கப்பட்டிருந்த நூற்றாண்டுத் தூசியுடன் கூடிய எண்பதாயிரம் ஆவணச் சுருள்கள் கொண்ட பெட்டிகள் அவர்களின் கண்களை விரியச்செய்தன. ஒவ்வொரு நீள்சது-ரமான பெட்டியின் உள்ளேயும் சராசரி ஆறடி நீளமும் 18 அங்குல அகலமும் கொண்டதும் சுருள்கள் காணப்பட்டன. அவை 1000 ஆண்டுகால அறிவுலக வரலாற்றை சுமார் இருநூ-றாண்டுகளுக்கும் மேலாக ஆக்கிரமிப்பாளர்களிடமிருந்து பொத்திப் பாதுகாத்து வைத்திருந்-துள்ளன. இங்கு காணப்பெற்ற பல நூல்கள் இரும்புப் பொருட்களைப் பயன்படுத்தி பாதுகாப்-பாக மட்டைகட்டப்பட்டும் உள்ளன. நூல் கட்டுமானத்தில் இரும்பின் பிரயோகம் திபெத்திய நாகரிகத்தில் இருந்துள்ளதென்பதை இது எடுத்துக்காட்டுவதாயுள்ளது.

அந்தச்சுருள்களில் முக்கியமான வரலாற்றாவணமாக கரைகளில் வண்ண அலங்கரிப்பு-களுடன் கூடிய 20 தொகுதிகள் கொண்ட பெரு நூல் அங்கிருந்த மடாலய பௌத்த அறி-ஞர்களை துள்ளிக்குதிக்கவைத்தது. ஆம் முன்னைய படையெடுப்புகளின்போது அழிந்து-விட்டதாகக் கருதப்பட்டு வரலாற்றாசிரியர்களால் அடிக்கடி ஏக்கத்துடன் குறிப்பிடப்பட்டுவந்த திபெத்திய பௌத்த நூலும் அங்கு இருந்துள்ளது. ஆறடி நீளமும் 18 அங்குல அகலமும் கொண்ட பக்கங்களைக் கொண்ட பத்ரா இலைகள் எனப்படும் இவ்வோலைச்சுருள் தொகு-தியின் முதல் நான்கு தொகுதிகளிலும் புத்த பகவானின் 1000 ஓவியங்கள் காணப்படு-கின்றன. இத்தொகுதிகளில் அடங்கியுள்ள நூல்களின் ஒவ்வொரு பக்கத்தினதும் கரைகள் மிக அழகான வர்ண அலங்கரிப்புகளுடனோ தங்கமுலாம் பூசப்பட்டவையாகவோ காணப்-பட்டுள்ளன.

இங்கு கண்டறியப்பட்டுள்ள நூல்களும் பிற ஆவணங்களும் எமக்கு திபெத்திய மொழியில் மாத்திரமல்லாது சமஸ்கிருதம், மொங்கொலிய மொழி உள்ளிட்ட இந்திய மொழிகளிலும் எழுதப்பட்டிருக்கலாம் என்று கருதப்படுகின்றது. முழுமையான ஆய்வின்போது இன்னும் பல அதிசயங்களை நாம் எதிர்காலத்தில் சந்திக்கக்கூடும். கீழைத்தேய மருத்துவம், பௌத்த தத்துவம், திபெத்திய பயணிகளின் பயணக்குறிப்புகள், வரலாறு, அளவையியல் விலங்கு வேளாண்மை, விவசாயம் எனப் பல விடயங்கள் சார்ந்தும் இந்நூல்கள் எழுதப்பட்டுள்ளன. இதுவரை திபெத்தின் அறிவியல் வரலாற்றின்வழியாக அறியப்பெற்ற பல அறிஞர்களாலும், இன்றளவில் அறியப்படாத புதியவர்களாலும் இவை எழுதப்பட்டுள்ளன என்கிறார்கள். கண்டெடுக்கப்பட்ட இந்த ஓலைச் சுவடிச் சுரங்கத்தில் இதுவரை ஆய்வுசெய்த வரையில், 21 தொகுதிகளில் அடங்கியுள்ள சமஸ்கிருத சூத்திரங்கள் காணப்படுவதாக ஒரு ஆய்வாளர் குறிப்பிட்டுள்ளார். பண்டைய கீழைத்தேய பயணிகளால் இலங்கையிலும், இந்தியாவிலும் இருந்து பண்டமாற்றாகக் கொண்டுசெல்லப்பட்ட ஏடுகளும் அங்கு இருக்கலாம். யார் கண்டார்?

வரலாற்றாய்வாளர்கள் இன்னுமொரு தகவலையும் வெளியிட்டுள்ளனர். இந்த நூல் சேர்க்கை, கிறிஸ்தவர்களின் வத்திக்கான் புனித நகரில் நிலக்கீழ்ச் சுரங்கங்களுடன் கூடியதாக 1475இல் அமைக்கப்பட்ட அப்பொஸ்தலர் நூலகம் போன்று பேரரசர் குப்ளாய் கானின் அறிவுறுத்தலின் பேரில் திபெத்திய பௌத்த மதகுருக்களால் சேகரிக்கப்பட்டிருக்கலாம் என்று அவர்கள் கருதுகின்றனர். 84,000 ஆவணங்களையும், ஏராளமான வர்ண ஓவியங்களையும், சிற்பங்களையும் அந்த மலைப் பிரதேசத்தில் கொண்டுசென்று சேர்ப்பதற்கு தனியொரு மடாலயத் துறவிகளால் முடிந்திருக்குமா என்ற இயல்பான சந்தேகமும் எழுகின்றது. மேலும் அங்கு காணப்பட்ட சில ஓவியங்களின் படி, நடைபாதையாக மடாலயத்தை நாடி வரும் யாத்திரிகர்கள் தம் பொதிகளில் ஏட்டுச் சுருள்களை காவிக்கொண்டு மலையேறிச் செல்லும் காட்சிகள் வரையப்பட்டிருக்கின்றன.

2003இல் சாக்ய மடாலயத்தின் பிரதான ஒன்றுகூடல் மண்டபத்தின் பின்னால் கண்டறியப்பட்ட இந்த முதுசொம் நீண்டகாலம் வெளியுலகிற்குத் தெரியப்படுத்தப்படவில்லை. 2015இல் தான் அங்கிருந்த 84,000 ஏடுகள், 26 வகையான சுவரோவியங்கள், மட்பாண்டக் கலைவடிவங்கள், இசைக்கருவிகள் உள்ளிட்ட பல உபகரணங்களும், புராதன சிற்ப, கலை வடிவங்கள் என்பனவும் இதுவரை இனம்காணப்பட்டு டிஜிட்டல் தொழில்நுட்ப முறையில் 21ஆம் நூற்றாண்டுக்கேற்ற வகையில் வடிவமாற்றம் செய்யும் பணி தொடங்கப் பெற்றுள்ளது. இன்றளவில் இப்பணிகள் மிகவும் பாதுகாப்பான முறையிலேயே மேற்கொள்ளப்பட்டு வருகின்றன.

யாழ்ப்பாணத்துச் 'சரஸ்வதி மகாலயம்'' இன்று கண்டெடுக்கப்பட்டால் அதன் சேர்க்கைகள், இத்தகையதொரு வடிவத்திலே தான் காட்சியளித்திருக்கும்.

2

யாழ்ப்பாணத்தில் நூலக வளர்ச்சியில் நாவலரது காலப்பகுதியை கணிசமான கவன ஈர்ப்புக்கு உட்பட்டதாகக் கொள்ளலாம். நாவலர் வாழ்ந்த காலப் பின்னணியும் சமய இயக்கங்களும்

தமிழ் இலக்கிய வளர்ச்சியைப் பெருக்குவதற்கு உதவின. இக்காலத்தில் மக்களின் கல்வியை ஓங்கச் செய்வதற்கு சமய நிறுவனங்கள் சிறந்த சாதனங்களாக விளங்கின. பப்டிஸ்ட் மிஷன் (Baptist Mission), வெஸ்லியன் மிஷன், அமெரிக்கன் மிஷன் ஆகிய சமய நிறுவனங்களின் தொண்டர்கள் இக்காலத்தில் இலங்கைக்கு வந்து சமயப் பணியினை ஆற்றினார்கள். இக்காலத்தில் சமய நிறுவனங்களின் மூலமாகவே கல்வியை வளர்க்க வேண்டியது அவசியமாக இருந்தது. நாவலரும் அதே அடிப்படையில் ஏனைய சமய நிறுவனங்களைப் போலவே கல்வியைப் பரப்பும் எண்ணம் கொண்டு செயலாற்றினார். மக்களுக்கு ஏற்ற புத்தகங்களை எழுதி அவற்றை வெளியிட்டார். இவற்றைச் சேகரித்து வைப்பதற்காக அவரால் என்ன முயற்சிகள் எடுக்கப்பட்டன என்பது திட்டமாகத் தெரியாவிட்டாலும், அதற்கான முயற்சிகளில் அவர் ஈடுபட்டார் என்பது அவரின் வரலாறு மூலமாக அறியக் கிடக்கிறது.

நாவலரது வரலாற்றை எழுதிய கனகரத்தின உபாத்தியாயர், 'ஆறுமுகநாவலர் சரித்திரம்'' என்ற தனது நூலில் 'தமது வித்தியாசாலையிலே கல்வி கற்கும் பிள்ளைகளுக்குக் கருவி நூல் உணர்ச்சியும், சமய நூல் உணர்ச்சியும் ஆகிய இரண்டையும் ஊட்டத்தக்க புத்தகங்கள் இங்கிலாந்தில் இருந்தமையாயினும் இங்கிருந்த புத்தகங்கள் தானும் எழுத்துப் பிழை, சொற் பிழை, வசனப் பிழைகளே பொதிந்தவைகளாதலானும் அச்சிலும் ஏட்டுப் பிரதிகளிலும் உள்ளவைகளைத் தாம் பரிசோதித்தலும், புதிதாகச் சில நூல்களைச் செய்தலுமாகிய இரண்டினாலும் அப்பிள்ளைகளுக்குப் பயன் பெரிதும் சித்திக்கப் பண்ணலாமென்று அவைகளை அச்சிலிடுவித்தற்கு ஒரு அச்சியந்திரம் அவசியம் வேண்டுமென்று நினைத்து.........'' என்றவாறு குறிப்பிட்டுச் செல்வது நாவலரது கல்விப் பணியினை எடுத்துக் காட்டுவதுடன் மட்டுமல்லாது நூல்களின் அவசியத்தை அவர் உணர்ந்து எவ்வாறு செயலாற்றினார் என்பதையும் புலப்படுத்தி நிற்கின்றது. (வே.கனகரத்தின உபாத்தியார், யாழ்ப்பாணம்: நாவலர் நூற்றாண்டு விழாச்சபை வெளியீடு, 1968. பக். 10).

யாழ்ப்பாணத்தில் நூலக வளர்ச்சி பற்றி திருமதி மனோன்மணி சண்முகதாஸ் அவர்கள் விரிவான கட்டுரையொன்றை எழுதியிருக்கிறார். இது 19.5.1976 அன்று இலங்கைப் பல்கலைக்கழகத்தின் யாழ்ப்பாண வளாகத்தில் நடைபெற்ற தென்னாசியவியல் கருத்தரங்கில் வாசிக்கப்பட்டது. பின்னர் இக்கட்டுரையின் திருத்தப்பட்ட பிரதி 'நூலகவியல்'' காலாண்டிதழில் 1986-1987 காலகட்டத்தில் மூன்று இதழ்களில் தொடராகவும் பிரசுரிக்கப்பட்டிருந்தது. அக்கட்டுரையில் குறிப்பிட்டுள்ள சில விடயங்கள் இக்கட்டுரைத் தொடருக்கு உறுதுணையாக இருந்துள்ளது. (நன்றி: திருமதி மனோன்மணி சண்முகதாஸ்).

ஆறுமுக நாவலரின் காலப் பகுதியில் கிறிஸ்தவ சமய இயக்கங்களும் இத்தகையதொரு நூற் பாதுகாப்பினைச் செய்ய முற்பட்டிருக்கின்றன என அறிய முடிகின்றது. 1816 ஆம் ஆண்டளவில் அமெரிக்காவிலிருந்து முதன் முதலாக மிஷனரிமார் யாழ்ப்பாணத்திற்கு வந்தனர். தெல்லிப்பழை, உடுவில், வட்டுக்கோட்டை, மானிப்பாய், பண்டத்தரிப்பு ஆகிய இடங்களில் தமது சமய ஸ்தாபனங்களை அவர்கள் நிறுவினர். 1832 ஆம் ஆண்டில் 'யாழ்ப்பாணம் சுவிசேஷ சங்கம்'' என ஒரு சங்கத்தையும் அவர்கள் நிறுவி அதன் மூலமாக மிஷன் தாபனங்களுக்கு அப்பாற்பட்ட கிராமங்களிலும் கிறிஸ்துவ சமயத்தைப் பரப்பும் முயற்சிகளில் ஈடுபட்டனர். யாழ்ப்பாணத் தீவுகளான வேலணை, சரவணை, நெடுந்தீவு போன்ற இடங்களிலே பாடசாலைகளை நிறுவினர். மாணவர்களுக்கு இலவசமாக நூல்களை வழங்கிக்

கல்வியைப் பரப்பினர். இந்நூல்களின் பிரதிகள் அவர்களது பாடசாலைகளிலே வைக்கப்பட்டிருந்தன. சங்கானை, உடுத்துறை போன்ற இடங்களிலும் திருச்சபைகள் நிறுவப்பட்டுக் கல்விப் போதனைகளும் மதப் பரம்பலும் நடைபெற்று வந்தன. மேலதிகமாக இவர்கள் தமிழ் இலக்கியத்தையும் இந்து சமயத்தையும் சைவ சித்தாந்தம் முதலானவற்றையும் கற்றுத் தமது ஆராய்ச்சிகளின் பெறுபேற்றை வெளியிட்டும் வந்தனர். தமது தேவாலயங்களிலே மக்களுக்கு மதப் போதனைகளை விரிவுரைகள் மூலம் செய்து வந்தனர். மதம் சம்பந்தமான புத்தகங்கள் பிற மொழியிலே இருந்தமையால் அவற்றினைப் படிப்பது எல்லோருக்கும் சுலபமான காரியமாக இருக்கவில்லை. இதனால் கல்வி கற்றோர் போதனை மூலமே இதனைச் செய்து வந்தனர். மத குருமார் புத்தகங்களைத் தேவாலயங்களிலே வைத்திருந்திருக்கக் கூடும். இதனால் இக்காலத்தில் தேவாலயங்கள் தான் உசாத்துணை நூலகங்கள் போல் விளங்கியிருக்கலாம் என்று ஊகிக்க முடிகின்றது. இதன் பின்புலத்திலேயே பௌத்த மடாலயங்களிலும், சைவக் கோவில்களின் கருவூலங்களிலும் ஏடுகள் பாதுகாத்து வந்தமையையும் பொருத்திப் பார்ப்பது சுவாரஸ்யமானது.

பொது மக்களிடையே இதனால் வாசிக்கும் பழக்கம் இருந்திருக்க முடியாது. மத சம்பந்தமான விரிவுரைகளையும் கதாசங்கிதைகளையும் கேட்கும் பழக்கமே அந்நாளில் இருந்திருக்கலாம். இதனால் இக்காலத்தில் நூலகங்கள் தோன்றுவதற்கு ஏற்ற காரணிகள் இருந்தபோதும் பெருகிய நூல்கள் இல்லாமையால் இவற்றின் தேவை ஏற்படவில்லை. இதற்குக் காரணமாக அச்சியந்திரமின்மையையும் குறிப்பிடலாம். நூல்கள் அச்சியந்திரத்தின் வருகையால் நாட்டிலே பெருக்கமடைந்த பின்னர் மக்களிடையே இவ்வாறு கேட்கின்ற பழக்கம் மாறித் தாமே நூல்களை வாசிக்கின்ற பழக்கம் ஏற்பட்டிருக்கலாம். நாவலர் கூட ஆரம்பத்தில் தமது சொற்பொழிவுகள், மேடைப் பேச்சுக்கள் மூலமே கருத்துக்களை மக்களிடையே பரப்பியதை இங்கு குறிப்பிடலாம்.

19ஆம் நூற்றாண்டின் இறுதிப் பகுதியில் சைவ சமயமும் கிறிஸ்தவ சமயமும் தத்தமது வளர்ச்சியிலே முதிர்ந்த நிலை அடைந்தபோது கல்வி நிலையில் ஏற்பட்ட மாற்றங்களாலும் பத்திரிகைத் துறை என்னும் புதிய துறையின் வளர்ச்சியாலும் மக்களிடையே மாற்றங்கள் ஏற்படத் தொடங்கின. 1841இல் "உதயதாரகை" என்னும் பத்திரிகையும் 1889ல் "இந்துசாதனம்" என்னும் பத்திரிகையும் குறிப்பாக மக்களுக்குப் பல்வேறு விடயங்களைப் பற்றிய அறிவினைச் செய்திகளாக ஊட்டத்தொடங்கின. இவை சமயக் கருத்துக்களையும் பொது விஷயங்களையும் பிரசுரித்தன. இந்தப்பத்திரிகைகளைப் பொதுமக்கள் சென்று படிப்பதற்காகப் படிப்பறைகள் அல்லது புத்தகசாலைகள் அமைக்கப்பட்டன.

எனினும் குறிப்பாக இந்தக்காலப் பகுதியில் யாழ்ப்பாணத்தில் நூலகங்களின் வளர்ச்சி எவ்வாறிருந்ததென்பதை நாம் தெளிவாக ஆதாரங்கள் மூலம் அறிய முடியாமலிருக்கிறது. சமய வரலாற்றினையும் கல்வி வளர்ச்சியினையும் ஆதாரமாகக் கொண்டு அதன் வளர்ச்சியை ஓரளவுக்கு கட்டமைக்க முடிகிறது. தனிப்பட்ட முறையிலே ஒவ்வொருவரும் தத்தம் வீடுகளில் நூல்களைச் சேகரித்து வைத்திருந்தனரென்பதற்கு ஆதாரங்கள் உண்டு.

வட்டுக்கோட்டை செமினரி நூலகமும் டானியல் பூவர் நூலகமும்

பாடசாலைகளிலும் கூட முற்காலங்களில் இத்தகைய நூல் நிலையங்கள் இருந்ததாக அறிய முடியவில்லை. முதன் முதலாக யாழ்ப்பாணத்தில் 1823 இல் நிறுவப்பட்ட வட்டுக்-

கோட்டை செமினரியில் ஒரு சிறு நூலகம், செமினரியின் மாணாக்கர்களுக்கும், ஆசிரியர்களுக்கும் பயன்படும் நோக்கில் உருவாக்கப்பட்டிருந்தது. போதிய அளவில் இந்துக்களை கிறிஸ்தவ மதத்துக்குச் சேர்ப்பதில் வட்டுக்கோட்டை செமினரியினரால் போதிய அக்கறை காட்டப்படவில்லை என்ற காரணத்தால் வட்டுக்கோட்டை செமினரி 1855 இல் மூடப்பட்டது. இருப்பினும் வட்டுக்கோட்டை செமினரியின் பழைய மாணவர்கள் (Alumni) இணைந்து 1871 இல் 'யாழ்ப்பாணக் கல்லூரி'' என்ற பெயரில் அதனை மீளக்கட்டி எழுப்பினர். செமினரியிலிருந்து தோற்றம் பெற்ற யாழ்ப்பாணக் கல்லூரியினால் இந்த செமினரி நூலகமும் 2000 நூல்களுடன் பின்னாளில் 1867இல் உள்ளீர்க்கப்பட்டது.

'இந்த செமினரி மூடப்பட்டதும் இந்த நூல்கள் புதிதாக ஆரம்பிக்கப் பெற்ற யாழ்ப்பாணக் கல்லூரிக்கு வழங்கப்பட்டன. அமெரிக்க மிஷன் அச்சிட்ட நூல்களில் சில மறைந்துவிட்டன. எனினும் பெரும்பாலான நூல்களை இப்போது உள்ள யாழ்ப்பாணக் கல்லூரி நூல்நிலையத்தில் காணலாம்........ " (அம்பலவாணன். 'ஈழத்து இணையற்ற நூல்நிலையம்''. ஸ்ரீலங்கா, மார்ச் 1958: ப.27).

ஆசியாவின் முதலாவது பாடசாலை நூலகமாகக் கருதப்படும் யாழ்ப்பாணக் கல்லூரி நூலகம், இன்றைய வலிகாமம் மேற்கு சங்கானை பிரதேச செயலர் பிரிவிற்குட்பட்டதாகும். Undergraduate Library என பரவலாக அறியப்பட்டிருந்த இக் கல்லூரி நூலகமானது 1958 ஆம் ஆண்டில் 25000 நூல்களுடன் காணப்பட்டதாக அறியமுடிகின்றது. சிறிய அறையில் காணப்பட்ட நூலகம் படிப்படியாக விரிவடைந்து, கல்லூரியின் கேர்ணல் ஒல்கொட் ஞாபகார்த்த கட்டடத்தினை முழுமையாக ஆக்கிரமித்துக் கொள்ளும் அளவிற்கு விரிவடைந்து சென்றது. யாழ்ப்பாணக் கல்லூரியில் ஜோன் பிக்னெல் அவர்களின் காலம் நூலகத்தின் பொற்காலமாகும். இவர் தனது அரிய நூற்சேகரிப்பை நூலகத்திற்கு வழங்கியதுடன் பல்வேறு அறிஞர்களின் தனிப்பட்ட சேகரிப்புகளையும் நூலகத்திற்குப் பெற்றுக்கொடுப்பதில் முன்நின்று உழைத்தார். (தகவல்: யாழ்ப்பாணக் கல்லூரி டானியல் பூவர் நூலகம்: யாழ்ப்பாணக் கல்லூரி ஒரு நோக்கு, கிருபாமலர் உலகராஜா-தொகுப்பாசிரியர், 2023).

பின்னாளில் 1974இல் யாழ்ப்பாணக் கல்லூரி வளாகத்தின் நுழைவாயிலையொட்டி நவீன நூலகக் கட்டடமொன்றுக்கான அடிக்கல் நாட்டப்பெற்று, 1980இல் அது கட்டி முடிக்கப்பட்டு 'டானியல் பூவர் ஞாபகார்த்த நூலகம்'' என்ற பெயரும் அக்கட்டடத்துக்கு சூட்டப்பட்டது. இந்த நூலகக் கட்டடம் திரு. ராஜன் கதிர்காமர் அவர்கள் கல்லூரி அதிபராக இருந்த காலத்திலேயே கட்டி முடிக்கப்பட்டது என்பது குறிப்பிடத்தக்கது. இக்கல்லூரியின் முதலாவது அதிபரும் கல்லூரியின் வளர்ச்சிக்கு அத்திபாரமாக இருந்தவருமான டாக்டர் டானியல் பூவரின் (27.06 1789 — 03.02.1855) நினைவாக North Eastern hill University of India என்ற இந்தியப் பல்கலைக்கழகத்தின் முன்னாள் துணைவேந்தர் பத்மஸ்ரீ சந்திரன் தேவநேசன் அவர்களால் 31.05.1980 இல் (யாழ்ப்பாணப் பொது நூலகம் எரியூட்டப்படுவதற்கு சரியாக ஒரு ஆண்டுக்கு முன்னதாக) திறந்து வைக்கப்பட்டது.

இதே பெயரில் தமிழ்நாட்டில் மதுரை அமெரிக்கன் கல்லூரியிலும் ஏற்கனவே ஒரு நூலகம் கட்டப்பட்டு 28.6.1915 முதல் இயங்கி வருகின்றமையும் குறிப்பிடத்தக்கது. இதற்கான நிதியுதவியை டானியல் பூவரின் பேர்த்தியான சாமுவேல் ஏ.மோர்மான் அவர்கள் அமெரிக்க

மிஷனுக்கு வழங்கியிருந்தார் என்பதும் இங்கே குறிப்பிடத்தக்கது.

யாழ்ப்பாணக் கல்லூரி நூலகர்களான அமரர் கே.செல்லையா, அமரர் ஆர்.எஸ்.தம்பையா ஆகியோரின் தீவிர கரிசனையின் காரணமாகவும் அர்ப்பணிப்பு மிக்க சேவைகளின் பெறுபேறாகவும் இந்நூலகம் ஆரம்ப காலங்களில் சிறப்புற வளர்த்துச் செல்லப்பட்டது. 1974இல் நூலகர் ஆர்.எஸ்.தம்பையா அவர்கள் யாழ்ப்பாணப் பல்கலைக்கழகத்தின் முதலாவது பதில் நூலகராகப் பதவியேற்றுச் சென்ற பின்னர் இன்றளவில் தரம் மிக்கதொரு நூலகரை இக்கல்லூரி வளர்த்தெடுக்கத் தவறிவிட்டமை வேதனைக்குரியதாகும்.

ஆரம்பகால யாழ்ப்பாணக் கல்லூரியின் நூலக சேவையின் வரலாற்றின் சிறப்பான விளைபயிர்களாக சீ.டபிள்யூ. தாமோதரம்பிள்ளை, ஆர்னோல்ட் சதாசிவம்பிள்ள, நெவின்ஸ் சிதம்பரப்பிள்ள, வைமன் கதிரவேற்பிள்ள, எட்வேட்ஸ் கனகசபைப் பிள்ளை, T. P.ஹண்ட், கறோல் விசுவநாதபிள்ளை ஆகியோரைக் குறிப்பிடலாம். எழுத்துலகில் ஒரு காலத்தில் கோலோச்சியவர்கள் இவர்கள். இவர்களின் அறிவுத்தேட்டத்தின் பின்புலமாக இருந்த யாழ்ப்பாணக் கல்லூரி நூலகத்தின் சேவைப்பரப்பின் விஸ்தாரத்தினை இப்பிரமுகர்களின் பல்துறைச் செயற்பாடுகளே நிரூபிக்கப் போதுமானவை.

இலங்கையின் வடபுலத்தில் எழுத்தறிவின்றி இருந்த பலரை எழுத்தறிவுள்ள பிரஜைகளாக மாற்றிய பெருமை யாழ்ப்பாணக் கல்லூரியைச்சார்ந்ததாகும். ஆரம்ப காலத்தில் வண. டானியல் பூவர் இக்கல்லூரியின் அதிபராகவிருந்தார். அவரது காலத்தில் கல்விசார் நடவடிக்கைகள் ஆரம்பிக்கப்பட்ட காலத்திலிருந்தே ஒரு தொகை நூல்களுடனான நூலகத்தையும் யாழ்ப்பாணக் கல்லூரி தன்னகத்தே கொண்டிருந்தது. 1826ஆம் ஆண்டு புதிதாக ‘Ottley hall” என்ற பெயரில் புதிய கட்டடமொன்று நிறுவப்பட்டபொழுது நூலகத்திற்கென மேல் மாடியில் ஒரு பகுதி ஒதுக்கப்பட்டது. அவ்வேளையில் இந்நூலகத்தில் 600 நூல்கள் வரையில் காணப்பட்டன. இதில் அநேகமானவை அமெரிக்க மிஷன் வழங்கிய நூல்களாகும். 1875ஆம் ஆண்டுப் பகுதியில் 4000 நூல்களாக இந்நூற்றொகை வளர்ச்சிகண்டிருந்தது. 1908இல் வண. ஜீ.ஜீ.பிரவுண் கல்லூரியின் அதிபராக நியமிக்கப்பட்டதன் பின்னர் 1910ஆம் ஆண்டு ஆசிரியர் பயிற்சிக்கானதொரு நிறுவனம் ‘ஆசிரியர் நிறுவகம்” (Teacher's Institute) என்ற பெயரில் தென்னிந்தியத் திருச்சபையினரால் நிறுவப்பட்டது. இதே காலத்தில் இந்நிறுவகத்தின் செயற்பாட்டுக்கென இக்கல்லூரிக்கு வருகை தந்த அமெரிக்கப் பேராசிரியரான கலாநிதி எச். சி. யோர்க் அவர்கள் கற்றல் மற்றும் கற்பித்தலுக்கான நல்ல நூல்களை இந்நூலகத்தில் இணைத்ததுடன் இந்நூலகத்தின் நூல்கள் அனைத்தையும் தூவி தசாம்சப் பகுப்பாக்கத் திட்டத்திற்கு (Dewey Decimal Classification) அமைவாக மீளப் பகுப்பாக்கம் செய்து ஒழுங்குபடுத்தினார். இக்காலத்தில் நூலகத்திற்கென பிரித்தானிய கலைக்களஞ்சியம் தொகுதிகள் (Encyclopedia Britannica) மற்றும் The Historians' History of the World என்ற உசாத்துணை நூல்களின் தொகுதிகள் என்பனவும் வந்து சேர்ந்தன.

“அக்காலத்தில் இதற்கு ஒப்பான ஓர் ஆங்கில வித்தியாசாலை யாழ்ப்பாணத்தில் மாத்திரமல்ல இந்தியாவிலும் இல்லை. ஆசியாக் கண்டத்தில் ஸ்தாபிக்கப்பட்ட முதலாம் பெரிய ஆங்கில வித்தியாசாலை இதுவாம். இச்சாத்திரச் சாலையிலே மேலைத்தேச வித்தியா கழகங்களிலே கற்பிக்கப் படுகின்ற கணித சாஸ்திரம், தத்துவ சாஸ்திரம், ககோள சாஸ்திரம்,

பூகோள சாஸ்திரம், இலக்கண நூல்கள், இலக்கிய நூல்கள் ஆகியவற்றுடன் தமிழ் இலக்கண இலக்கியங்களும், சம்ஸ்கிருதம், கிரேக்கம், எபிரேய, ஆதியாம் பாஷைகளும், படிப்பிக்கப்பட்டன'' என்று மெஸ். க. வேலுப்பிள்ளை அவர்கள் தான் எழுதிய "யாழ்ப்பாண வைபவ கௌமுதி'' என்ற நூலில் குறிப்பிடுகிறார். (யாழ்ப்பாணம்: ஜயசிறீ சாரதாடேந்திர-சாலை, 1918. ப. 278).

இதிலிருந்து அக்கல்லூரியின் கல்வித்தரத்தை உணரக் கூடியதாக இருக்கின்றது. இயற்கை அழிவுகள், போர் அழிவுகள், பாரிய இடப்பெயர்வுகள் ஆகியவற்றால் யாழ்ப்பா-ணக் குடாநாட்டு நூலகங்கள் பாதிக்கப்பட்ட வேளையில் யாழ்ப்பாணக் கல்லூரி நூலகத்தின் நூல்களும் பாதுகாப்புக் கரணங்களுக்காக எடுத்துச் செல்லப்பட்டு, மானிப்பாய் மெமோரியல் வைத்தியசாலையில் சிலகாலம் வைக்கப்பட்டு மீண்டும் சில அரிய நூல்களின் இழப்புகளு-டன் யாழ்ப்பாணக் கல்லூரி நூலகத்திற்கே மீளவும் எடுத்து வரப்பட்டிருந்தது.

யாழ்ப்பாணக் கல்லூரி நூலகம் எதிர்கொண்ட பாரிய சவால்

1972 இல் இலங்கை சுதந்திரக் கட்சி வெற்றிபெற்று சிறிமாவோ பண்டாரநாயக்கா பிர-தமரான பின்னர் 1974 ஆம் ஆண்டில் யாழ்ப்பாணத்தில் பல்கலைக்கழக வளாகமொன்றை நிறுவினார். அது இலங்கைப் பல்கலைக்கழகத்தின் யாழ்ப்பாண வளாகம் என அழைக்கப்-பட்டது. அதற்கெனப் புதிதாகக் கட்டடம் எதனையும் கட்டி பல்கலைக்கழக வளாகத்தை அங்கே உருவாக்காமல், யாழ்ப்பாணத்தில் ஏற்கனவே வெற்றிகரமாக இயங்கிவந்த இரு பாரிய கல்வி நிறுவனங்களை கையகப் படுத்தினார்கள். சிறீமாவின் திட்டத்திற்குப் பலிக்கடாவா-னவை திருநெல்வேலி பரமேஸ்வராக் கல்லூரியும், வட்டுக்கோட்டை யாழ்ப்பாணக் கல்லூரி-யுமேயாகும்.

வட்டுக்கோட்டையில் உள்ள யாழ்ப்பாணக் கல்லூரி வளவிலமைந்துள்ள வெளிவாரிப் பட்டப்படிப்புகள் அலகினையும் (Undergraduate Section) 1921 ஆம் ஆண்டு ஓகஸ்து மாதம் சேர். பொன்னம்பலம் இராமநாதனால் திருநெல்வேலியில் அமைக்கப்பட்டிருந்த பரமே-சுவராக் கல்லூரியையும் இணைப்பதன் மூலம் 01.08.1974 அன்று இலங்கைப் பல்கலைக்-கழகத்தின் யாழ்ப்பாண வளாகம் நிறுவப்பட்டது. கலாநிதி க. கைலாசபதி யாழ்ப்பாணப் பல்கலைக்கழகத்தின் முதல் தலைவராக நியமிக்கப்பட்டார். ஆரம்பத்தில் விஞ்ஞான பீடம், மனிதப் பண்பியற் பீடம் என்பவற்றுடன் மாத்திரம் ஆரம்பிக்கப்பட்ட யாழ்ப்பாண வளாகத்-தின் முதல் போதனைசார் ஊழியர்களாக 1974 செப்டெம்பர் 01 ஆம் திகதியன்று வட்டுக்-கோட்டை யாழ்ப்பாணக் கல்லூரியில் பணியாற்றிய சில ஆசிரியர்களும் நூலக அலுவலர்க-ளும் சேர்த்துக் கொள்ளப்பட்டனர்.

யாழ்ப்பாணக் கல்லூரி வெளிநிலைப் பட்டப்படிப்புகள் அலகின் நூலக வளங்கள், யாழ்ப்-பாணப் பல்கலைக்கழக நூலகத்திற்குள் உள்வாங்கப்பட்ட வேளை யாழ்ப்பாணக் கல்லூரி-யின் நூலகர் ஆர்.எஸ்.தம்பையாவும் யாழ்ப்பாணக் கல்லூரியிலிருந்து நீங்கி, பல்கலைக்கழக பதில் நூலகர் பதவியை பெற்றுக்கொண்டார். ஆரம்ப காலத்தில், பரமேஸ்வராக் கல்லூரி-யில் தற்காலிகமாக ஒரு கட்டடத்தில் மனிதப் பண்பியல் பீடத்திற்கான நூலகமும், வட்-டுக்கோட்டையில் அறிவியல் பீட நூலகமும் ஆரம்பிக்கப்பட்டன. பல்கலைக்கழக கல்வித் தகுதி அடிப்படையில் அவருக்கு பதில் நூலகர் தரத்திலேயே பணியாற்ற முடிந்தது. அங்கு அவர் 1974-1981 காலகட்டத்தில் பணியாற்றி பல்கலைக்கழக நூலகமொன்றின் ஆரம்பக்-

கட்டமைப்பினை வெற்றிகரமாகச் செய்துமுடித்தார்.

இவரது காலத்திலேயே யாழ். பல்கலைக்கழக நூலகம் விஞ்ஞான பீடத்திற்கும் கலைப்பீடத்திற்கும் நடுவில் பார்வதி பரமேஸ்வரன் ஆலயத்திற்கு தென்மேற்கில் இராமநாதன் வீதியை நோக்கி அமைந்த இடத்தில் 1980 ஆம் ஆண்டில் நூலகத்திற்கான அடிக்கல் நாட்டப்பட்டு 2000 ஆம் ஆண்டளவில் 67,718 சதுர அடிகள் கொண்ட சதுர நிலப்பரப்பில் கட்டி முடிக்கப்பட்டது. நவீன நூலகக் கட்டடத்தில் சேவையாற்றும் வாய்ப்பினை ஆர். எஸ். தம்பையா அவர்கள் பெற்றிராத போதிலும், வரையறுக்கப்பட்ட நிதி, ஊழியர் வசதிகளுடன் ஒரு பல்கலைக்கழகத்திற்கான அறிவியல் சேர்க்கையை உள்ளடக்கிய ஆரம்பகட்ட, அடிப்படைக் கட்டமைப்பினை அவர் வெற்றிகரமாக ஏற்படுத்தியிருந்தார்.

பரமேஸ்வராக் கல்லூரியில் சேர் பொன். இராமநாதன் அவர்களின் நூலகத்தில் இருந்த அரிய நூல்களையும் யாழ்ப்பாணக் கல்லூரி நூலகம் கொண்டிருந்த 30,000 வரையிலான நூல்களையும் மேலும் பருவ இதழ்கள், அரச ஆவணங்கள், சிறு பிரசுரங்கள் போன்றவற்றையும் கொண்டு யாழ் வளாகம் தன் நூலகச் சேர்க்கைகளைக் கட்டியெழுப்பத் தொடங்கியது. நூலக சேர்க்கையையும் தளபாட வசதியையும் படிப்படியாக வளர்த்துச் சென்று பின்னாளில் பிரதம நூலகராகப் பதவியேற்ற சி.முருகவேள் அவர்களிடம் ஒப்படைத்துவிட்டு யாழ்ப்பாணப் பல்கலைக்கழகத்திலிருந்து அவர் விலகிக் கொண்டார். அவர் பல்கலைக்கழகத்தில் இணையும் வேளை வட்டுக்கோட்டை யாழ்ப்பாணக் கல்லூரியின் நூலகச் சேர்க்கைகளின் பெரும்பகுதியை பல்கலைக்கழகம் உள்ளீர்த்துக் கொண்டதால், யாழ்ப்பாணக் கல்லூரி நிர்வாகம் அவற்றைத் திரும்பிப் பெற இலங்கை அரசாங்கத்துடன் நீண்டகாலம் போராடி 1980இல் தமது நூற்சேர்க்கையின் ஒரு சிறு பகுதியை மட்டும் மீளப்பெற்றுக்கொண்டது. இக்காலகட்டத்தில் திரு ஆர். எஸ். தம்பையா அவர்கள் யாழ்ப்பாணக் கல்லூரியின் பல நெருக்கடிகளுக்கு முகம் கொடுத்து வந்ததை அவரது நூலகவியல்துறைப் பிரிவின் மாணவர்களாகப் பயின்றுவந்த அவ்வேளையில் அவர் எம்மிடம் வருத்தத்துடன் பகிர்ந்து கொண்டிருந்தார். ஆக, யாழ்ப்பாணத்தின் நூலக வரலாற்றில், குறிப்பாக யாழ்ப்பாணக் கல்லூரியின் வரலாற்றில், வரலாற்று முக்கியத்துவமான அரிய நூலகச் சேர்க்கையின் சாரத்தை கபளீகரம் செய்து ஒரு பல்கலைக்கழக நூலகத்தின் உருவாக்கத் திட்டமிட்டு செயற்படுத்தியதன் மூலம் நீண்டதொரு வரலாற்றுப் பின்புலம் கொண்ட யாழ்ப்பாணக் கல்லூரிக்கும், பரமேஸ்வரா கல்லூரிக்கும் ஈடுசெய்யவியலாத இழப்பினை சிறிமாவின் அரசு கனகச்சிதமாகச் செய்து முடித்துவிட்டது. இன்று வரை அந்த இழப்பு மீள ஈடுசெய்ய முடியாதவையே.

நூல்களின் பெருக்குக் காலம்

இருபதாம் நூற்றண்டின் ஆரம்பகட்டத்தில் யாழ்ப்பாணக் குடாநாட்டிற்குள் பெருந்தொகையான நூல்கள் வந்து சேர்வதற்கு அக்காலத்தில் புத்தகங்களை அச்சடிப்பதற்கு தென்னிந்தியாவிலும் இலங்கையிலும் மிஷனரிமார்களின் மூலம் அச்சியந்திரங்கள் அறிமுகமாகி இருந்ததும் ஒரு காரணமாகும். இம்மிஷனரிமார்கள் தாமே புத்தகங்களை அச்சடித்துப் பரப்பினர். “இவ்விதக் கல்வி விருத்திக்கு உதவியாய் அமெரிக்க மிஷனரிமார் அச்சியந்திரசாலை ஒன்றை ஸ்தாபிக்க 1820இல் ஓர் அச்சியந்திரத்தை அமெரிக்காவில் இருந்தும் அதற்கு வேண்டிய எழுத்துக்கள் ஆகியவற்றை கல்கத்தாவிலிருந்தும் வருவித்தனர். இதுவே யாழ்ப்பாணத்தில் தாபிக்கப்பட்ட முதல் அச்சியந்திரமாம்....“ (யாழ்ப்பாண வைபவ கௌமுதி. பக்.

279-280) என்று யாழ்ப்பாண கௌமுதியில் கூறப்பட்டிருக்கும் செய்தி இதனை உறுதிப்படுத்தி நிற்கின்றது.

அச்சியந்திரம் இருந்தமையால் வெளிநாட்டில் இருக்கின்ற நூல்களையும் இங்கு அச்சடிப்பதற்கு உதவியாக இருந்ததினால் நூல்களின் பெருக்கமும் இக் காலத்தில் ஏற்படத் தொடங்கியிருந்தது. அவ்வாறு நூல்கள் பெருகும்போது அவற்றை ஓரிடத்திலே சேகரித்து வைக்கும் முகமாகப் பல புத்தகசாலைகளும் மிஷனரி பாடசாலைகளில் நிறுவப்பட்டன. இதனால் யாழ்ப்பாணக் கல்லூரி நூல் நிலையத்தைப் பின்பற்றி ஏனைய மிஷனரிமார்களால் ஸ்தாபிக்கப்பட்ட கல்லூரிகளிலும் நூல்நிலையங்கள் வளரத் தொடங்கின.

மேலும், இக்காலத்தில் குடாநாட்டின் ஆங்கிலக் கல்வியின் வளர்ச்சியும் இதனை உறுதிப்படுத்தி நிற்கிறது. "வட்டுக்கோட்டை செமினரி யாழ்ப்பாணத்திலே ஆங்கிலத் தமிழ்க் கல்வி விருத்திக்கு விஷேட சாதனமாயும் அரசாட்சி உத்தியோகத்தர் பலரைப் பயிற்றிய வித்தியாசாலையாயும், யாழ்ப்பாணத்துக்குச் செல்வ சம்பத்து, சீர்திருத்தம், சனசங்கத் தேர்ச்சி, முதலியவற்றுக்கு மூலகாரணமாயும் மிஷனரிமாரே ஊழியத்திற்குப் பலரைப் பழக்கி விட்ட விஷேச ஸ்தாபனமாகவும் விளங்கியது" என யாழ்ப்பாண வைபவகௌமுதி (பக். 289) குறிப்பிடுகின்றது. இதனால் இதுவே யாழ்ப்பாணத்தின் நூலக வளர்ச்சியினையும் குறிப்பிட்ட ஒரு படிமுறை வளர்ச்சியில் அமைத்து விட்டதெனலாம். கல்விச் சீர்த்திருத்தத்திற்கும் நூல்களைப் பெருக்குவதற்கும் உதவியது போல யாழ்ப்பாணத்தில் நூலகப் பண்பு ஒன்று மீண்டும் உருவாகுவதற்கு இதுவும் ஒரு காரணமாகின்றது.

1895ஆம் ஆண்டிலும் அதற்குப் பின்னரும் இந்நூலக வளர்ச்சியிலே இன்னொரு முன்னேற்றத்தினைக் காணக்கூடியதாக இருக்கின்றது. பள்ளிக்கூடங்களின் பெருக்கத்தினாலும் கல்வித் துறையில் ஏற்பட்ட வளர்ச்சியினாலும் இது ஏற்பட்டது. பாடசாலைகளிலே புத்தகங்களை ஓரிடத்தில் ஒழுங்காக வைக்க வேண்டிய அவசியம் ஏற்பட்டது. மாணவர்கள் தமது அறிவினைப் பெருக்குவதற்கு வாசிக்கும் பழக்கத்தினை மேற்கொள்ளத் தொடங்கினர். இதுவரை நிலவி வந்த பிரசங்க மரபு மாறி, தாமே விடயங்களை அறிந்து கொள்ளும் ஆர்வத்துடன் புத்தகங்களை நாடிச் செல்கின்ற நிலைமையை ஏற்படுத்தியது. இதனால் பாடசாலைகளிலே படிப்படியாக சிறிய நூலகங்கள் வளரத் தொடங்கின.

9.5.1895 "உதயதாரகை" பத்திரிகையில் பாடசாலை நூலக விருத்தி பற்றிய சுவாரஸ்யமான செய்தியொன்று காணப்படுகின்றது. "கோப்பாய் வித்தியாசாலையார் புத்தகசாலை ஒன்றுக்கு அடியிடக் காண்பது சந்தோட கருமம். பிள்ளைகள் துண்டு கொண்டு பணம் தண்டலிற் திரிகின்றனர். வீட்டுக்கு வீடு ஒவ்வொரு புத்தகசாலை இருந்தாலோ என்றும் ஆசை என் மனதில் நெடுங்காலம் குடி கொண்டது. வாய்ச்சியளி இல்லாத தபதியும், கலப்பை நுகமில்லாத வேளாளனும் புத்தகமில்லாத ஆசிரியனும் ஒருவருக்கொருவர் சமம். பாடசாலையோட்டம் முடிந்தால் புத்தகங்கள் ஓட்டம் தொடங்கும். வேலை கிடைத்தால் புத்தகம் நஞ்சாகும். ஒரு விஷயத்தின் பேரில் யோசிக்க வேண்டுமானால் கற்றாருமருமை. புத்தகமுமருமை. பாடசாலைகளோடு புத்தகசாலை இருத்தலவசியம். பிறரும் தெண்டிப்பாராக." என்று அச்செய்தி விரிகின்றது.

இச் செய்தி அக்காலத்துப் பொதுமக்களிடையே புத்தக சாலைகளின் தேவையை எடுத்துக் கூறுவதாக அமைந்துள்ளது. மாணவர்கள் பாடசாலையிலிருந்து புத்தகசாலை பற்றிய துண்டுப் பிரசுரங்களுடன் பணம் சேகரித்தமையால் போதுமான நிதி வசதியில்லாதிருந்தமையும் இப்புத்தகசாலைகளின் வளர்ச்சியைத் தடைப்படுத்தியிருப்பதும் புலனாகின்றது. இந்நிலை அடுத்த வருடத்தில் இன்னும் தீவிரமடைந்தது.

“இப்படியோர் புத்தகசாலை இருக்கிறதாக அறியாதவர்கள் இருப்பார்களானால் அவர்கள் இதனால் உண்டு பண்ணக் கூடிய நன்மைகள் எத்துணையின என்பதைப் பார்க்கும் படி இதனை ஒரு நாளாயினும் தரிசிப்பார்களாக. அநேக சிறந்த புத்தகங்களும் இலங்கைப் புதினப் பத்திரிகைகளும் ஆங்கிலோ பத்திரங்களில் விசேசித்த சிலருக்கும் இதைச் சேர்ந்தோருக்கும் எல்லையற்ற இலாபத்தை உண்டு பண்ணி வருகின்றன.” என ஒரு செய்தி “உதயதாரகை” பத்திரிகையின் 6.2.1896 ஆம் திகதிப் பதிப்பில் காணப்படுவது, அக்காலத்தில் இருந்த யாழ்ப்பாணப் புத்தகசாலை பற்றிய குறிப்பாகும்.

3

9.5.1895 ‘உதயதாரகை’ பத்திரிகையில் பாடசாலை நூலக விருத்தி பற்றிய சுவாரஸ்யமான செய்தியொன்று காணப்படுகின்றது.

“கோப்பாய் வித்தியாசாலையார் புத்தகசாலை ஒன்றுக்கு அடியிடக் காண்பது சந்தோடகருமம். பிள்ளைகள் துண்டு கொண்டு பணம் தண்டலிற் திரிகின்றனர். வீட்டுக்கு வீடு ஒவ்வொரு புத்தகசாலை இருந்தாலோ என்றும் ஆசை என் மனதில் நெடுங்காலம் குடி கொண்டது. வாய்ச்சியளி இல்லாத தபதியும், கலப்பை நுகமில்லாத வேளாளனும் புத்தகமில்லாத ஆசிரியனும் ஒருவருக்கொருவர் சமம். பாடசாலையோட்டம் முடிந்தால் புத்தகங்கள் ஓட்டம் தொடங்கும். வேலை கிடைத்தால் புத்தகம் நஞ்சாகும். ஒரு விஷயத்தின் பேரில் யோசிக்க வேண்டுமானால் கற்றாருமருமை. புத்தகமுமருமை. பாடசாலைகளோடு புத்தகசாலை இருத்தலவசியம். பிறரும் தெண்டிப்பாராக.” என்று அந்தச்செய்தி விரிகின்றது.

இந்தச் செய்தி அக்காலத்துப் பொதுமக்களிடையே புத்தக சாலைகளின் தேவையை எடுத்துக் கூறுவதாக அமைந்துள்ளது. மாணவர்கள் பாடசாலையிலிருந்து புத்தகசாலை பற்றிய துண்டுப் பிரசுரங்களுடன் பணம் சேகரித்தமையால் போதுமான நிதி வசதியில்லாதிருந்தமையும் இப்புத்தகசாலைகளின் வளர்ச்சியைத் தடைப்படுத்தியிருப்பதும் புலனாகின்றது. இந்நிலை அடுத்த வருடத்தில் இன்னும் தீவிரமடைந்தது.

“இப்படியோர் புத்தகசாலை இருக்கிறதாக அறியாதவர்கள் இருப்பார்களானால் அவர்கள் இதனால் உண்டு பண்ணக் கூடிய நன்மைகள் எத்துணையின என்பதைப் பார்க்கும் படி இதனை ஒரு நாளாயினும் தரிசிப்பார்களாக. அநேக சிறந்த புத்தகங்களும் இலங்கைப் புதினப் பத்திரிகைகளும் ஆங்கிலோ பத்திரங்களில் விசேசித்த சிலருக்கும் இதைச் சேர்ந்தோருக்கும் எல்லையற்ற இலாபத்தை உண்டு பண்ணி வருகின்றன.” என ஒரு செய்தி ‘உதயதாரகை’ பத்திரிகையின் 6.2.1896 ஆம் திகதிப் பதிப்பில் காணப்படுவது, அக்காலத்தில் இருந்த யாழ்ப்பாணப் புத்தகசாலை பற்றிய குறிப்பாகும்.

யாழ்ப்பாணப் புத்தகசாலை

மாணவர்களுக்குரிய பாடப் புத்தகசாலை என்ற வளர்ச்சி முறையினில் இருந்து அடுத்த படிமுறை வளர்ச்சியாக யாழ்ப்பாணத்தில் எழுந்திருந்ததே சந்தா செலுத்தும் 'யாழ்ப்பாணப் புத்தகசாலை' யாகும். பதிவுபெற்ற அங்கத்தவர்கள் சென்று படிக்கக்கூடிய சந்தா செலுத்திப் பயன்பெறும் ஒரு புத்தகசாலையாக இந்த யாழ்ப்பாணப் புத்தகசாலை இயங்கிவந்துள்ளது.

சென்ற நூற்றாண்டில் 1842 ஆம் ஆண்டில் யாழ்ப்பாணத்து நீதிமன்றக் காரியதரிசி கிறி-னியர் யாழ்ப்பாண நகரத்தில் ஒரு நூலகத்தை ஆரம்பித்திருந்தார். யாழ்ப்பாண நீதிமன்றத்துச் சட்டத்தரணிகள் தங்கள் உபயோகத்துக்கென இதனை ஒரு சட்ட நூலகமாக, தமது அங்கத்-தவர் பாவனைக்காக வளர்த்தெடுக்கத் தொடங்கினார்கள். 1842 ஆம் ஆண்டு ஒக்ரோபர் மாதம் எல்.சி.கிரீனியரினால் தனது சேர்க்கைகளைக் கொண்டு உருவாக்கப்பட்ட வாசிக-சாலையே இவ்வாறு விரிவாக்கப்பட்டது. படிப்படியாக 1848 இல் துவைனம் துரையினால் (William Crofton Twynam 1827-12.3.1922) இது அங்கத்தவர்களுக்கான பல்துறை நூல்நிலையமாக மாற்றப்பட்டது.

வில்லியம் துவைனம் காலியைப் பிறப்பிடமாகக் கொண்டவர். தன் இறுதிக் காலத்தை யாழ்ப்பாணத்தில் கழித்து 1922 ஆம் ஆண்டில் தனது 95 ஆவது வயதில் யாழ்ப்பா-ணத்திலேயே மறைந்தவர். தனது ஆவணச் சேகரிப்புக்கள் அனைத்தையும் யாழ்ப்பாணம் சென்.ஜோன்ஸ் கல்லூரிக்கு அன்பளிப்பாக வழங்கியவர் இவர். 1845 இல் இலங்கை சிவில் சேவையில் (Ceylon Civil Services) உதவி அரச அதிபராக இணைந்த இவர், தனது பணிகளைத் தொடங்கி மூன்றாண்டுகளிலேயே (1848 ஆம் ஆண்டு) 'யாழ்ப்பாண நூல்நி-லையம்' என்ற பெயரில் சந்தா நூலகமொன்றை முன்நின்று உருவாக்கியிருந்தார். தன் வாழ்-நாட் காலத்தில் யாழ்ப்பாணத்தில் வில்லியம் துவைனம் 1869 முதல் தொடர்ந்து 27 ஆண்-டுகள் அரசாங்க அதிபராகப் பணியாற்றியிருந்தார். தனது பதவிக் காலத்தில் 05.04.1894 அன்று யாழ். பொதுசன நூலக அபிவிருத்திக்கென கூட்டமொன்றைக் கூட்டியிருந்தார். அப்-போது துவைனம் யாழ். பொதுசன நூலக போஷகராயுமிருந்தார். 1896 இல் அரச சேவை-யிலிருந்து ஓய்வு பெறும் வரை அவர் யாழ்ப்பாணக் குடாநாட்டில் நூலகங்கள் பற்றிய விழிப்-புணர்வினை எப்போதும் ஊட்டிவந்தார் என்பதும் குறிப்பிடத்தக்கது.

The Overland Ceylon Observer என்ற ஆங்கிலப் பத்திரிகையின் 10.04.1894 ஆம் திகதிய செய்திக் குறிப்பொன்றின் பிரகாரம், இந்த நூலகம் எவ்வாறு இயங்கியிருக்கக் கூடும் என்ற தகவல்கள் தெளிவாகப் புலப்படுகின்றன. 'Jaffna Library' என்ற தலைப்பில் வழங்கப்பட்டிருந்த அந்தச் செய்திக் குறிப்பு பின்வருமாறு அமைந்திருந்தது.

"யாழ்ப்பாண நூலக அமைப்பின் பொதுக்கூட்டம் ஒன்று இம்மாதம் 5 ஆம் திகதி (05.04.1894) மாலை 7 மணிக்கு இடம்பெற்றது. யாழ்ப்பாண அரச அதிபரும், யாழ்ப்பாண நூலக அமைப்பின் போஷகருமான திரு. W. C. துவைனம் அவர்களின் தலைமையில் இடம்பெற்ற இந்தக்கூட்டத்தில் பின்வருவோர் பிரசன்னமாகியிருந்தார்கள். டாக்டர் கிரே-னியர், வணக்கத்திற்குரிய திரு.லெப்ரோய், திருவாளர்கள் F.போவ்ஸ், T.சங்கரப்பிள்ளை, S.T.ஆர்னோல்ட், B.சந்தியாகுபிள்ளை, எஸ்.உலகசேகரம், அலெக்ஸ் டூசைன்ட், எஸ்.பி.லோட்டன், ஏ.கனகசபை, சார்ள்ஸ் ஸ்ட்ரான்டன்பெர்க் மற்றும் W.வுட்ஹவுஸ்.

செயலாளர் அறிக்கையை வாசிக்க அது அவையினரால் திருப்திகரமானதென ஏற்றுக்கொள்ளப்பட்டது. பின்வரும் தீர்மானங்கள் நிறைவேற்றப்பட்டன. அதனை திரு.அலெக்ஸ் டூசைன்ட் முன்மொழிந்தார். எஸ்.பி.லோட்டன் அதனை வழிமொழிந்தார். இச்சங்கத்தில் கடந்த காலங்களில் அளப்பரிய சேவையாற்றி இவ்வாண்டு முதல் தமது பொறுப்புகளில் இருந்து ஓய்வுபெறும் நிர்வாகிகளுக்கும், கடந்த ஆண்டின் அங்கத்தவர்களுக்கும், அவர்களது பெறுமதிமிக்க சேவையை கௌரவித்து நன்றி தெரிவிக்கப்பட்டது. சார்ள்ஸ் ஸ்ட்ரான்டன்பெர்க் — செயலாளரும் தனாதிகாரியும்; திருவாளர்கள் அலெக்ஸ் டூசைன்ட், எஸ். ஏ.அழகக்கோன், எஸ்.நாகலிங்கம், ஏ.கனகசபை — நிர்வாக சபையினர். இதனை டாக்டர் கிரேனியர் முன்மொழிய வணக்கத்திற்குரிய திரு.லப்ரூய் வழிமொழிந்தார்.

திருவாளர்கள் ரி.சங்கரப்பிள்ளை நடப்பாண்டிற்கான புதிய செயலாளராகவும் எஸ்.பி.லோட்டன் புதிய தனாதிகாரியாகவும் தெரிவு செய்யப்பட்டனர். பின்வரும் சந்தாதாரர்கள் இந்த ஆண்டுக்கான குழுநிலை உறுப்பினர்களாக தெரிவுசெய்யப்பட்டனர். இவர்கள் அடுத்த ஆண்டு நடைபெறவுள்ள சந்தா செலுத்தும் உறுப்பினர்களின் பொதுக்கூட்டம் வரை பணியில் இருப்பார்கள்: திருவாளர்கள் எப்.போவ்ஸ், அலெக்ஸ் டூசைன்ட், சி.ஸ்ரான்ற்பேர்க், எஸ்.உலகசேகரம், பி.சந்தியாகுபிள்ளை, எஸ்.ஏ.அழகக்கோன், எஸ்.நாகலிங்கம், கனகசபை மற்றும் ஆர்னோல்ட்.

யாழ்ப்பாண நூலக அமைப்பின் போஷகரான தலைவர் டபிள்யூ.சி.துவைனம் அவர்கள் கனிவோடு இக்கூட்டத்திற்குத் தலைமை தாங்குவதையிட்டு நன்றி தெரிவிக்கும் தீர்மானத்தை ஏ.கனகசபை முன்மொழிந்தார். சி.ஸ்ரான்ற்பேர்க் அதனை வழிமொழிந்தார். திரு.வூட்ஹவுஸ் அவர்கள் மாதாந்த சந்தா கட்டணத்தை ரூபாய் 1.50 சதமாக்கும் திட்டத்தை முன்மொழிந்தார். அதனை திரு.ஸ்ரான்ற்பேர்க் வழிமொழிந்தார். கனகசபை அவர்கள், சந்தாதாரர்கள் ஒரு ரூபா மாத சந்தா செலுத்துபவராகவும், ரூபாய் 1.50 மாத சந்தா செலுத்துபவராகவும் இரு பிரிவினராக பிரிக்கப்படவேண்டும் என்றும், மாத சந்தா ஒரு ரூபாய் 50 சதம் செலுத்தும் சந்தாதாரர்களுக்கு முன்னுரிமை வழங்கி பத்திரிகைகளும் பருவ இதழ்களும் அவர்களின் வீடுகளுக்கு அனுப்பிவைக்க வேண்டும் என்றும் பிரேரணையொன்றை முன்வைக்க திரு. எப்.போவ்ஸ் அதனை வழிமொழிந்தார். திருத்தப்பட்ட தீர்மானம் ஏகமனதாக நிறைவேற்றப்பட்டது.

அரசினால் வழங்கப்படும் உதவித்தொகையை 50 ரூபாயினால் அதிகரிக்க குழு நடவடிக்கை எடுக்கவேண்டும் என்ற பிரேரணையை திரு.அலெக்ஸ் டூசைன்ட் முன்வைக்க அதனை திரு பி.சந்தியாகுபிள்ளை வழிமொழிந்தார். திரு.எப்.போவ்ஸ் பாடசாலைக் கட்டடங்களைப் பரிசோதிக்கும் அதிகாரியிடம் (Inspector of School's building) நூலகத்திற்கான ஒரு இடத்தை பெற்றுக்கொள்ள முடியுமா என்பதை பரிசீலனைசெய்ய குழுவினர் நடவடிக்கை எடுக்கவேண்டும் என்ற ஆலோசனையை முன்வைத்தார். டாக்டர் கிரேனியர் அதனை வழிமொழிந்தார்.

நூலகக் குழுவினர், Messrs Mudie & Bros இடமிருந்து புத்தகங்களைக் கொள்வனவு செய்வதற்கு முன்னோடியாக அவர்களுடன் தொடர்பினை ஏற்படுத்திக்கொள்ள வேண்டும் என்ற பிரேரணையை திரு W.வுட்ஹவுஸ் முன்வைக்க, டாக்டர் கிரேனியர் அதனை வழிமொழிந்தார். அவைத் தலைவர் திரு.W.C.துவைனம் கூட்டத்திற்கு சமூகமளித்திருந்தவர்க-

ளுக்கு, தனது நன்றியைத் தெரிவித்துக் கொண்டார். மேலும் 1894 ஜூன் 30 வரையிலான மூன்று மாதங்களுக்கு மேலாக சந்தா நிலுவை வைத்திருப்பவர்களின் உறுப்புரிமையை ரத்து செய்ய வேண்டும் என்ற பரிந்துரையையும் அவர் வெளியிட்டார். அதுவும் சபையினரால் ஏற்றுக்கொள்ளப்பட்டது.''

இந்த நூலகத்தை பின்னாளில் நீதிமன்றக் காரியதரிசியாகவிருந்த க.மு.செல்லப்பா அவர்கள் உருவாக்கி யாழ்ப்பாண மாநகரசபை பொறுப்பேற்ற யாழ்ப்பாண நூலகத்துடன் சேர்த்துக் குழப்பிக்கொள்ள வேண்டியதில்லை. அது 1933 ஆம் ஆண்டு கந்தர்மடம் முதல் நூற்றுவர் என்னும் இளைஞர் முன்னேற்றச் சங்கத்தினரின் உதவியுடன் க.மு.செல்லப்பா அவர்கள் உருவாக்கி வழிநடத்திய நூலகம். இது பற்றி தனியானதொரு அத்தியாயத்தில் விபரமாகப் பதிவுசெய்துள்ளேன்.

மேற்கண்ட செய்திக் குறிப்பு எமக்கு முன்னைய யாழ்ப்பாண நூலகம் பற்றிப் பல செய்திகளை அள்ளி வழங்குகின்றன.

இந்த நூல்நிலையம் 1894 இலேயே யாழ்ப்பாணத்தில் சிறப்பாக இயங்கி வந்துள்ளது.

அரசினால் வழங்கப்படும் உதவித்தொகையை 50 ரூபாயினால் அதிகரிக்க குழு நடவடிக்கை எடுக்கவேண்டும் என்ற பிரேரணையின் பிரகாரம், இந்நூல் நிலையத்திற்கு காலனித்துவ அரசாங்கத்தின் ஆதரவும் இருந்திருப்பதாகத் தெரிகிறது.

திரு எப்.போவ்ஸ் பாடசாலைக் கட்டடங்களைப் பரிசோதிக்கும் அதிகாரியிடம் (Inspector of School's building) நூலகத்திற்கானதொரு இடத்தை பெற்றுக்கொள்ள முடியுமா என்பதை பரிசீலனைசெய்ய நூல் நிலையக் குழுவினர் நடவடிக்கை எடுக்கவேண்டும் என்ற ஆலோசனையை முன்வைத்திருக்கிறார். இதன் மூலம் நூலகம் எதிர்காலத்தில் தனிக்கட்டட வசதியோடு விரிவாக்கப்பட முயற்சிகள் மேற்கொள்ளப்பட்டுள்ளன.

சி.டி.வேலுப்பிள்ளை அவர்கள் எழுதிய 'எஸ்.ரி.ஆனல்ட் நியாயதுரந்தரர் அவர்களின் சீவிய சரித்திரம்' என்ற நூலில் (யாழ்ப்பாணம் : 1909. பக். 10) உள்ளபடி, 1900 ஆம் ஆண்டில் இந்தப்புத்தகசாலை மிகவும் சீரான முறையில் நடைபெற்றதாகத் தெரிகின்றது. நியாயதுரந்திரரான எஸ்.ரி.ஆனல்ட் அவர்கள் இந்தப் புத்தகசாலையின் காரியகாரருள் ஒருவராக இருந்திருக்கின்றார். "1900 ஆம் ஆண்டு யாழ்ப்பாணப் புத்தகசாலையின் காரியகாரருள் ஒருவராயும் 1903 ஆம் ஆண்டு மாசி மாதம் 26 ஆம் திகதி அதன் சோதனைக் கணக்காளராயும் நியமனம் பெற்று அந்தக்கடமைகளைச் செவ்வையாகப் பார்த்து வந்தார்.'' என்று சி.டி.வேலுப்பிள்ளை குறிப்பிடுகிறார்.

இத்தகைய தனிப்பட்ட நூலகங்கள் வேறு இடங்களிலும் பிற்பட்ட காலங்களில் வளர்ச்சி பெற்றிருந்தமையினை எஸ்.கதிரேசு அவர்கள் 1905 இல் எழுதிய 'A Handbook to the Jaffna peninsula' என்ற கைநூலில் பட்டியலிட்டுள்ளார்.

Libraries and Reading Rooms

Jaffna Public Library opposite the Jaffna Rest House receives a Government subsidy of Rs 200 a year. There are about 92 members on the Roll.

St.Joseph's Catholic Library on the Main Street, Jaffna is under the Roman Catholic Mission.

Victoria Reading Hall was started in commemoration of the Golden Jubilee of our Late Queen Victoria.

Point Pedro Reading Room is at Point Pedro 21 miles from Jaffna.

Y.M.C.A. reading Room is at Main Street, Jaffna.

(Source : A HandBook to the Jaffna Peninsula and a Souvenir of the Opening of the Railway to the North/ By S.Karthigesu, Proctor, District Court, Jaffna. Tellippalai : American Ceylon Mission Press, 1905: pp 78.)

எஸ்.கதிரேசு அவர்கள் 1905 இல் எழுதிய 'A Handbook to the Jaffna peninsula' என்ற கைநூலின் படி 1905 இல் இந்நூல் யாழ்ப்பாணப் பொதுசன புத்தக-சாலை பற்றியும், சென்.ஜோசப் கத்தோலிக்க புத்தகசாலை, விக்ரோறியா வாசினை நிலை-யம், பருத்தித்துறை வாசினை நிலையம், வை.எம்.சி.ஏ.வாசினை நிலையம் என்பன பற்றியும் குறிப்பிடுகிறது. இதில் வாசிக்கின்ற அங்கத்தவர்கள் தொகையும் குறிப்பிடப்பட்டிருப்பதனால் இப்புத்தகசாலை அங்கத்தவர்கள் பெயர்களைப் பதிகின்ற பதிவேடுகளை வைத்து நூலக நிர்-வாகத்தினையும் ஒழுங்காக நடத்தி வந்துள்ளன என்பதும் தெரிய வருகின்றது. இதனால் இக்காலப் பகுதியை யாழ்ப்பாண நூலக படிமுறை வளர்ச்சியின் ஆரோக்கியமான காலகட்-டம் என்று குறிப்பிடலாம்.

கீரிமலை நகுலேஸ்வரா படிப்பகம்

யாழ்ப்பாணத்தில் தோன்றிய கீரிமலை நகுலேஸ்வரா படிப்பகம் 1915 இல் அங்குரார்ப்ப-ணம் செய்துவைக்கப்பட்டுள்ளது. இது தொடர்பான தகவலை யாழ்ப்பாணத்திலிருந்து வெளி-வந்த இந்து ஓர்கன் (Hindu organ) என்ற ஆங்கில ஏட்டின் (1916 ஜனவரி 17 ஆம் திகதி இதழின்) மூலம் அறிய முடிகின்றது. யாழ்ப்பாணத்தில் முதலாவது பொது நூலகம் என மகுடமிடப்பட்ட அந்தப் பத்திரிகையின் ஆசிரியத் தலையங்கம் மூலம் அரிய பல தகவல்கள் நமக்குக் கிடைக்கின்றன.

இந்த நூலகத்தை நிறுவியவர், புகழ் பூத்த தமிழ் அறிஞரும் சைவப் பெரியாருமாகிய திரு.சி.நமசிவாயம் அவர்களாவார். இந்த நூலகத்தைத் திறந்து வைத்தவர் ஆத்மீகத் துறவி ஸ்ரீமத் சர்வானந்த அடிகளார். இந்தத்திறப்பு விழா 1915 டிசம்பர் 27 ஆம் திகதி யாழ்ப்பா-ணத்தின் வடக்கேயுள்ள கீரிமலையில் நிகழ்ந்துள்ளது. கீரிமலை காங்கேசன்துறைக்கு அண்-மையில் மாவிட்டபுரத்திலிருந்து சில கிலோ மீட்டர்களுக்கு அப்பால் கடற்கரையை அண்டிய புனித பூமியாகும்.

இலங்கையில் பழம் பெருமை கொண்ட சிவனுக்கே உரிய ஈஸ்வரங்களுள் ஒன்றான நகுலேஸ்வரம் கீரிமலையில்தான் இருக்கின்றது. போர்த்துக்கேயரால் இடிக்கப்பட்டு பின்னர் ஆங்கிலேய ஆட்சியில் புனர்நிர்மாணம் செய்யப்பட்ட நகுலேஸ்வரக் கோவிற் சூழலில் ஆரம்பிக்கப்பட்ட இந்த நூலகத்துக்கு 'நகுலேஸ்வர படிப்பகமும் நூல்நிலையமும்' எனப் பெயரிட்டுள்ளனர். கீரிமலையிலுள்ள நீரூற்றும், நீச்சல் குளமும் அதனையொட்டி அமைந்-துள்ள இறந்தவர்களுக்கான கிரியைகள் நடத்தும் மண்டபங்களும் யாழ்ப்பாண மாவட்டத்தில் மிகவும் பிரசித்தமானவை.

சமய வரலாற்று ரீதியாக தமிழகத்திலிருந்து தவ சிரேஷ்டர்களும் முனிவர்களும் வந்து தங்கி வழிபட்டுச் சென்ற புனித பூமி அது. பல ஆண்டு காலமாக நோயாளிகளும் ஓய்வை

நாடும் மக்களும் கீரிமலைக்கு வந்து அங்குள்ள விடுதிகளில் தங்கிச் செல்வர். ஆடி மாதம் பிறந்து விட்டால் இங்கு ஒரே மக்கள் கூட்டம்தான். மாவிட்டபுரம் கந்தன், தீர்த்தமாட கீரிமலைத் திருக்கடலில் இறங்கும் காட்சியை காண்பதற்காகவே பக்தர்கள் அங்கு அதிகம் வருவதுண்டு.

பரோபகாரியும் இந்து சமய வளர்ச்சிக்கு முன்னின்று உழைத்தவருமான திரு.நமசிவாயத்தின் தந்தையுமான திரு.கதிரவேற்பிள்ளையால் நிறுவப்பட்ட மடமும் தண்ணீர்ப் பந்தலும் அடிக்கடி அங்கு நடக்கும் அன்னதானமும் சைவ உலகத்தில் மிகவும் பிரசித்தமானவை.

ஆக, ஆத்மீகவாதிகளும், ஓய்வையும் தேக நலத்தையும் தேடி வருபவர்களும், அன்னதானத்துக்காக திரள்பவர்களுமாக அலை மோதும் மக்கள் கூட்டத்தின் அறிவுப் பசியைத் தீர்க்கும் நிறுவனமாக நகுலேஸ்வரா படிப்பகமும் நூலகமும் செயற்பட்டு வந்துள்ளது. சரியானதோர் இடத்தில் இப்படியான படிப்பகத்தையும் நூலகத்தையும் நிறுவிய நம் ஆன்றோரின் செயற்பாடு ஊன்றிக் கவனிக்க வேண்டியதொன்றாகும். இந்த நூலகம் ஆரம்பிக்கப்படுவதற்குச் சரியாக ஒரு வாரத்துக்கு முன் 1915 டிசம்பர் 18 ஆம் திகதி அன்றைய பிரபல அரசியல்வாதியும் பருத்தித்துறைப் பிரதிநிதியுமான திரு.கே.பாலசிங்கம் கொழும்பில் நடைபெற்ற எழுத்தாளர் சந்திப்பின்போது ஆற்றிய சொற்பொழிவு (1916 ஜனவரி 17 ஆம் திகதி — இந்து ஓர்கன்) மேலும் புதிய சில தகவல்களைத் தருகின்றது.

“கொழும்பு நகரில் ஒரு பொதுமக்கள் நூலகம் இன்று வரை ஆரம்பிக்கப்படாமல் இருப்பது மிகவும் வருந்தக்கூடியது. இங்கு இயங்கும் பல்வேறு இலக்கிய அமைப்புக்களும் ஒன்று சேர்ந்து கூட்டாக ஒரு பொது நூலகத்தை நிறுவ முன்வரவேண்டும். நீண்ட தூக்கத்தில் இருந்து நம் மக்கள் விடுபட்டுத் துடிப்பும் ஆற்றலும் மிக்க ஒரு சமுதாயத்தைக் கட்டியெழுப்ப நூலகங்கள் பெரும்பயனைத் தரவல்லன. ” என திரு.கே.பாலசிங்கம் கொழும்பில் குரலெழுப்பியிருந்தார். அவரது இந்த வேண்டுகோள் காற்றோடு கலந்து மறையுமுன் சரியாக ஒரு வாரத்துக்குள் நகுலேஸ்வரா நூல்நிலையம் கீரிமலையில் திறந்து வைக்கப்பட்டது. இந்த நூலகத்தில் அன்று கொழும்பில் இருந்து வெளிவந்து கொண்டிருந்த 3 தினசரிகளும், தமிழகப் பத்திரிகைகளும், சஞ்சிகைகளும், யாழ்ப்பாணத்திலிருந்து வெளிவந்து கொண்டிருந்த ஏடுகளும், பல நூற்றுக்கணக்கான ஆங்கில-தமிழ் நூல்களும், ஆத்மீக வெளியீடுகளும் மக்கள் படிப்பதற்காக வைக்கப்பட்டிருந்தன என இந்தப்பத்திரிகை தகவல் தருகிறது. 1925 இல் தான் கொழும்பு நூலகமும், பெட்டா நூலகமும் இணைந்து கொழும்பு பொது நூலகம் ஆரம்பிக்கப்பட்டது என்பதும் இங்கு குறிப்பிடத்தக்கதாகும்.

4

க.மு.செல்லப்பாவின் யாழ்ப்பாண மத்திய இலவச தமிழ் நூற் கழகம்

நகுலேஸ்வரா படிப்பகம் திறக்கப்பட்ட காலகட்டத்தின் பின்னரும் சரி அதற்கு முன்னரும் சரி, குடாநாட்டு பல்வேறு அறிஞர்களின் வீடுகளில் குடும்ப நூலகங்கள் இருந்துள்ளன என்பதை பல்வேறு வகையிலும் அறியமுடிகின்றது. இன்றும் பிரித்தானிய நூலகத்தில், எமது மூதாதையர் பலரின் தனிப்பட்ட சேகரிப்புகள் பாதுகாக்கப்படுகின்றன. யாழ்ப்பாணத்தில் பிறந்த சேர். முத்து குமாரசுவாமி (Muttu Coomaraswamy, 23.01.1833 —

04.05.1879) பிரித்தானிய இலங்கையின் முதலாவது சட்டவாக்கப் பேரவையில் தமிழ் மக்களின் பிரதிநிதியாகப் பதவி வகித்துச் சேவை புரிந்தவர். இவரின் தந்தை கேட் முதலியார் ஆறுமுகம்பிள்ளை குமாரசுவாமி சட்டவாக்கப் பேரவையின் முதலாவது தமிழ்ப் பிரதிநிதியாக இருந்தவர். ஆசியாவில் பிறந்து முதன் முதல் "சேர்" பட்டம் பெற்றவர் என்ற பெருமைக்குரியவர் முத்துக்குமாரசுவாமி. சேர் முத்துக் குமாரசுவாமியின் புதல்வர் கலாயோகி ஆனந்த குமாரசுவாமி ஆவார். இவர்கள் இருவரினதும் தனிப்பட்ட சேகரிப்புகள் பிரித்தானிய நூலகத்திற்கு வழங்கப்பட்டு, இன்றும் எம்மால் லண்டனில் உள்ள பிரித்தானிய நூலகத்தில் பார்வையிட முடிகின்றது.

பிரித்தானிய நூலகம் போன்ற பிரபல நூலகங்களிடம் சேர்ப்பிக்கும் வழி அறியாதவர்களும், அதற்கான சக்தியற்றவர்களும், தமது சேகரங்கள் வெளிநாடுகளைச் சென்றடைவதில் விருப்பமற்றவர்களும் தமது குடும்ப சேகரிப்புகளை முன்னீடாக வைத்து வாசிகசாலைகளை உள்ளூரிலேயே ஆங்காங்கே ஆரம்பிக்கத் தலைப்பட்டனர். பல்லாண்டுகளாக சேகரிக்கப்பட்டுத் தமது மூதாதையரினால் அடுத்த தலைமுறைக்கு பெட்டகங்களிலும், பிற வழிவகைகளிலும் கடத்தித் தரப்பட்டு தத்தம் இல்லங்களில் போற்றிப் பாதுகாக்கப்பட்டுவந்த ஏடுகளையும், நூல் தேட்டங்களையும் திரட்டி, சாதாரண பொதுமக்களும் படிக்கக்கூடிய நூலகங்கள் ஆங்காங்கே திறக்கப்பட வேண்டும் என்ற வேணவா படித்த மக்களிடையே அக்காலகட்டத்தில் வெளிக்கிளம்பியிருந்தது.

பிரித்தானியர் காலத்தில் நீதித்துறைச் சூழலிலும், கிறிஸ்துவ மிஷனரிச் சூழலிலும் இத்தகைய ஐரோப்பிய பாரம்பரிய நூலக கட்டமைப்புகள் கருக்கொண்டு செயற்படுத்தத் தொடங்கிய 19 ஆம் நூற்றாண்டுக்காலப் பகுதியில் தான் அச்சுவேலியைச் சேர்ந்த க.மு.செல்லப்பா என்ற தமிழ் அறிஞர் தம்மிடமிருந்த ஏராளமான நூல்களைக் கொண்டு ஒரு நூலகம் நிறுவ முன்வந்தார். யாழ்ப்பாண மாவட்ட நீதி மன்றத்தின் சக்கடத்தார் என்னும் காரியதரிசிப் பதவியிலிருந்தவர். இவரும் நீதிமன்றச் சூழலில் இருந்து வெளிவந்தவரே. அவர் கந்தர்மடத்துச் சந்திக்கு மேற்கில் உள்ள குத்தகைக்காரன் வளவு என்னும் வாடகை மனையில் வாழ்ந்து வந்தார்.

தனிப்பட்டவர்களின் இல்லங்களில் அதுவரை சேகரிக்கப்பட்டு வந்த நூல்களை அங்கு வாழும் பிற மக்களின் அறிவைப் பரப்பும் நோக்கத்துடன் எல்லோரும் படிப்பதற்குரிய பொது இடத்திலே வைக்கவேண்டும் என்ற எண்ணம் மக்களிடையே படிப்படியாக இக்கால கட்டத்தில் வளரத் தொடங்கியது. இதனால் குறிப்பிட்ட சில நூல் நிலையங்களுக்கு அதனைக் கொடுத்துதவினார்கள். அதில் க.மு.செல்லப்பாவின் நூலகமும் பயன்பெற்றது.

'யாழ்ப்பாண நூல் நிலையம் ஓர் ஆவணம்' என்ற பெயரில் அமரர் க.சி.குலரத்தினம் எழுதிய கட்டுரைத் தொடர் ஈழநாடு தினசரியில் 20.7.1982 முதல் 18.8.1982 வரை 29 வாரங்கள் தொடர்ச்சியாக வெளிவந்தது. இத்தொடர் சடுதியாக ஈழநாடு நிர்வாகத்தினால் 'இனித் தொடராது' என்ற குறிப்புடன் நிறுத்தப்பட்டது. 1967 ஆம் ஆண்டுவரை ஆவணப்படுத்தப்பட்ட யாழ்ப்பாண நூலகத்தின் வரலாறு கூறிய அந்த ஒரே ஆவணத்தினைத் தொடர்ந்திருந்தால் அது 1981 இல் எரியும் வரையிலான விரிவான வரலாற்றுப்பதிவாக எமக்குக் கிட்டியிருக்கும். அக்கட்டுரையின் மகிமை அறிந்திராத ஈழநாடு நிர்வாகம் அத்தொடரை ஒரு மாதத்திலேயே இடைநடுவில் நிறுத்தியமை ஒரு வரலாற்றுத் தவறாகும்.

அமரர் க.சி.குலரத்தினம் அவர்கள் “யாழ்ப்பாணத்துப் பொதுசன நூல் நிலையம் 11-11-1933 இல் உதயமாகி ஒரு கொட்டிலில் தவழ்ந்து, ஒரு கடையில் எடுத்தடி வைத்து, இன்னொரு கடையில் சிறு நடை நடந்து, ஒரு வீட்டின் மாடியில் ஓடியாடித் திரிந்து, ஓர் அழகிய மாடிக் கட்டிடத்தில் ஒளிவீசி உலகப் புகழ் பெற்றது.” என்று தனது கட்டுரையை தொடங்குகின்றார்.

அக்காலத்தில், கந்தர்மடத்தில், முன்னேற்றத்து முதல் நூற்றுவர் கழகம் (The Progressive hundred) என்ற பெயரில் வாசகர் அமைப்பொன்று இயங்கிவந்தது. நூற்றுவர் கழகத்து இளைஞர்களுக்கு வாசிக்கும் பழக்கத்தைப் பழக்கியவர் பெரியார் க.மு.செல்லப்பா அவர்களே. பின்னாளில் யாழ்ப்பாணம் நீதி மன்றத்துக்கு அண்மையிலேயே ‘லங்கா ஹோம்’ என்னும் மனையில் அவர் வசிக்கத் தொடங்கினார். அங்கிருந்து அவர் 11-12-1933 ஆம் நாளில், தமிழர் தேசிய அச்சகத்தில் அச்சிட்டு வெளியிட்ட விண்ணப்பப் பத்திரங்கள் யாழ்ப்பாண மக்கள் மத்தியில் தமிழிலும், ஆங்கிலத்திலும் உலவிவந்தன. ‘யாழ்ப்பாணத்துக்கு ஒரு மத்திய இலவச தமிழ் வாசிகசாலையும் நூற்கழகமும்’ (A Central Free Tami Library in Jaffna) என்பதே அத்துண்டுப் பிரசுரத்தின் தலைப்பு. செல்லப்பா அவர்கள் வாசிப்பின் முக்கியத்துவத்தை விளக்கி பொது மக்களிடம் நிதி சேர்ப்பதற்கு விண்ணபித்த படிவங்களில் தமது விடுதி விலாசத்தையும், உத்தியோக விலாசத்தையும் தெளிவாகக் குறிப்பிட்டுத் துலாம்பரமாகத் தமது கையொப்பத்தையும் கறுப்பு மையால் இட்டிருந்தார். செல்லப்பா அவர்கள் விடுத்த விண்ணப்பத்தின் முன்னோடியாக அவர் ‘இந்து சாதனம்’ என்னும் பத்திரிகையிலும், ‘சிலோன் பிறீ பிறெஸ்’ என்னும் பத்திரிகையிலும் விளம்பர வடிவில் விண்ணப்பித்துமிருந்தார்.

செல்லப்பா அவர்கள், யாழ்ப்பாண மத்திய இலவச தமிழ் நூற்கழகம் சம்பந்தமாக விடுத்த விளம்பரத்தின்படி 09.06.1934 இல் யாழ். மத்திய கல்லூரியில் நடைபெற்ற கூட்டத்தில் முக்கிய நிகழ்ச்சிகளாக நூலகச் சபை ஆரம்பித்தலும் உத்தியோகத்தர் தேர்வும், அமைப்பாளர் செல்லப்பா அவர்கள் அறிக்கை படித்தலும், பெரியவர் பேச்சும் இடம் பெற்றன.

உத்தியோகத்தர் தெரிவு கண்ணியமாகவும் பரந்த அடிப்படையிலும் நடைபெற்றது. தலைவராக அன்றைய மாவட்ட நீதவான் சி. குமாரசுவாமி அவர்கள், உப தலைவராக வணக்கத்துக்குரிய கலாநிதி தம்பையா அவர்கள், இணைச் செயலாளராக அப்புக்காத்தர் சி. பொன்னம்பலம் அவர்களும் சக்கடத்தார் க. மு. செல்லப்பா அவர்களும் தெரியப் பெற்றார்கள். தனாதிகாரிகளாக சிறாப்பர் முதலியார் வேலுப்பிள்ளை அவர்களும் தபாலதிபர் முத்தையா அவர்களும் தெரியப் பெற்றார்கள். நிர்வாக சபையினராக வட மாநிலக் கல்வியதிகாரி அருணந்தி, வணக்கத்துக்குரிய மிடில்ரன் லீவர், நெவின்ஸ் செல்லத்துரை, முடிக்குரிய புரொக்ரர் கனகசபை, மேலதிக நீதவான் சின்னத்தம்பி, புரொக்ரர் ஆர். ஆர். நல்லையா, இந்து போட் இராசரத்தினம், அப்புக்காத்தர் நைல்ஸ், வணக்கத்துக்குரிய ஞானப்பிரகாசர், பரமேஸ்வராக் கல்லூரி அதிபர் நடேசபிள்ளை, தெல்லிப்பளை புரொக்டர் வி.குமாரசுவாமி, மானிப்பாய் இந்து கல்லூரி அதிபர் ப. வீரசிங்கம், வட்டுக்கோட்டை உப அதிபர் கே. வி. செல்லையா, மத்திய கல்லூரி அருட்பிரகாசம், சென். யோன்ஸ் கல்லூரி ஏ.எம்.கே. குமாரசுவாமி, புலோலி சைவப் பெரியார் சிவபாதசுந்தரம், முதலியார் வை. சுப்பிரமணியம், புரொக்ரர் ப. முருகேசபிள்ளை, ஜனாப் அபூபக்கர், புறொக்ரர் ப. இராமலிங்கம், புறொக்ரர் ப. நாகலிங்கம்

ஆகியோர் தெரியப் பெற்றனர். கணக்குப் பரிசோதகர்களாகக் கச்சேரி உத்தியோகத்தர் ஏ. முத்துத்தம்பி, எஸ். தம்பி ஆகியோர் தெரியப் பெற்றனர். கூட்டத்தில் தலைவர் அவர்களும், கல்வியதிகாரி அருணந்தி அவர்களும், வெஸ்லியன் மிஷன் தலைவர் வணக்கத்துக்குரிய மிடில்ரன் லீவர் அவர்களும், ஏ. மகாதேவன் அவர்களும், முடிக்குரிய புறொக்ரர் கனகசபை அவர்களும், அப்புக்காத்தர் சி.பொன்னம்பலம் அவர்களும் நூலகத்தின் இன்றியமையாமை பற்றியும் அமைப்பு முறை பற்றியும் ஆராய்ந்து பேசினார்கள்.

முடிக்குரிய புறொக்ரர் கனகசபை அவர்கள் முக்கியமாகப் பலவிடயங்களைக் குறிப்பிட்டு, வாசிகசாலை உருவாவதைப் பிரேரணை ஒன்றின் மூலம் முன் மொழிந்தார். "That a Central free Tamil Library Association be formed with the Original Subscribers and others who are present at this Meeting as Original Members of the Association." இப்பிரேரணை, கல்வியதிகாரி அருணந்தி அவர்கள் வழிமொழிய ஏகமனதாக ஏற்றுக் கொள்ளப்பெற்றது. (யாழ்ப்பாண நுல்நிலையம்-ஓர்ஆவணம், க.சி.குலரத்தினம், 1997).

அன்றைய தினத்தில் ஏட்டுச் சுவடிகளை வாங்கிப் பாதுகாப்பது என்ற தீர்மானமும் அங்கு நிறைவேற்றப்பட்டது. 01.08.1934 முதல் யாழ்ப்பாணம் ஆஸ்பத்திரி வீதியிலுள்ள ஒரு சிறிய வாடகை வீட்டில் படிப்பகமும் நூலகமும் செயற்படத் தொடங்கின. அடுத்த ஆண்டு ஜனவரியில் க.மு.செல்லப்பாவின் நூலகம் பிரதான வீதிக்கு இடம் மாறியது. 1936 ஆம் ஆண்டு யாழ்ப்பாண நகரசபைக் கட்டடம் நிறுவப்பட்ட போது, ஏராளமான நூல்கள், ஆவணங்களைத் தன்னகத்தே கொண்டிருந்த க.மு.செல்லப்பாவின் இந்த நூலகமும் நகர சபையின் சூழலில் இயங்க ஆரம்பித்தது. இந்நிலைமை ஓரிரவில் உருவாகவில்லை. க.மு.செல்லப்பா அவர்கள் முன்னைய நாளில் நிகழ்ந்த கூட்டத்தையொட்டி ஒரு அறிக்கையை ஆங்கிலத்தில் எழுதி வாசித்திருந்தார். அவ்வறிக்கை எமக்கு அன்றைய காலகட்டத்தின் சூழலை ஓரளவு காலப்பயணத்தில் பின்நோக்கிச் சென்று உய்த்துணர வைக்கின்றது.

ஆசிரியர்களுக்கும் மாணாக்கர்களுக்கும் தமிழார்வமுள்ள பொதுமக்களுக்கும் உதவும் வகையில் இத்தகைய நூலகம் ஒன்றை உருவாக்குதல் வேண்டும் என அவர் உணர்ந்து, பொறுப்பு வாய்ந்த பெரியவர்கள் பலருடன் கலந்தாலோசித்துப் பத்திரிகைகள் மூலம் பணம் திரட்டுவதற்கு முயற்சி செய்துள்ளார். தமிழிலும் சமஸ்கிருதத்திலும் வெளியான எல்லா நூல்களையும் விலைக்கு வாங்குவதோடு முக்கியமான ஆங்கில நூல்களையும் வாங்குதல் வேண்டும் என்பதும் அவரது விருப்பமாகவிருந்தது. இந்நூலகம் பரந்த அளவில் உசாத்துணை (Reference) நூலகமாகவும் பயன்தர வேண்டும் என்ற நோக்கில், பழைய ஏட்டுச் சுவடிகளையும் தேடிச் சேகரிக்க முயற்சி செய்துள்ளார்.

இந்நூலகத்தை நல்ல முறையில் அமைப்பதற்கு நண்பர்களின் ஆலோசனைகளுக்கிணங்கக் குடாநாடெங்கும் நிதிதிரட்டுவதற்கான ஒழுங்கைச் செய்ததுடன், இலங்கையின் ஏனைய பாகங்களிலும், மலேசியாவிலும் அன்பர்களிடம் இருந்து நிதி சேகரிக்க ஒழுங்கு செய்துள்ளார். அவ்வகையில் தன்னிடம் ரூபா 1184.22 சேர்ந்துள்ளதாக அறிக்கையில் குறிப்பிட்டுள்ளார். இதில் பூர்வாங்கச் செலவாக ரூபா 181.81 போக மிகுதி ரூபா 1002.41 ஐ, இலங்கைத் தேசிய வங்கியில் முதலீடு செய்துள்ளதாகவும் குறிப்பிட்டுள்ளார். தனது நண்பர்களும் பெரியவர்களும் இந்நூலகத்தை உள்ளூராட்சி மன்றத்திடம் அல்லது அரசாங்கத் திணைக்க-

ளத்திடம் ஒப்புவிக்கலாம் என்று ஆலோசனை கூறியதாகவும் தெரிவித்துள்ளார்.

“தனிப்பட்ட ஒருவர் தம் பணத்தை இதில் செலவிடுதல் முறையாகாது. எங்கள் தமிழினத்தார் எமக்குப் போதியளவு உதவி செய்வதாகக் கூறியுள்ளார்கள். நூல்நிலையம் நல்ல முறையில் உருவாகும். ஊர்கள் தோறும் வாசிகசாலைகள், நூல்நிலையங்கள் உருவாதல் வேண்டும். அவையாவும் மத்திய நூலகம் ஒன்றோடு ஒருங்கிணைந்து சேவை செய்தல் வேண்டும். கிராம சபைகள் நிறுவப்பெற்று பதினான்கு ஆண்டுகள் கழிந்தும், இன்றுவரை ஒரு கிராம சபையாவது எங்காவது இலவச வாசிகசாலை ஒன்றை நிறுவுவதற்கு முயற்சி எடுக்கவில்லை. ஊர் மக்கள் தங்கள் பிரதிநிதிகளிடம் இலவச வாசிகசாலை-நூலகத்தைப் பற்றி வற்புறுத்தல் வேண்டும். யாழ்ப்பாண நகரிலேயே எங்கள் நகரசபை இதுவரை நகர மாந்தர் படிப்பதற்கான வாசிகசாலை அல்லது நூலகம் ஒன்றை ஆரம்பிக்கவில்லை. இதனை நகரசபைத் தலைவருக்கு நான் சுட்டிக்காட்டிய பின் அவர் இதற்காவன செய்வதற்கு உபகுழுவை அண்மையில் நியமித்துள்ளார்.”

“நான் கௌரவ கல்வி மந்திரியாருக்கு நிதியுதவி கோரி விண்ணப்பித்துள்ளேன். அவர் என் வேண்டுகோளைப் பரிசீலனை செய்து வருகிறார். நான் உள்ளூராட்சி மன்றங்களிடையேயும் உதவி நிதிகோரி விண்ணப்பித்துள்ளேன். ஆங்கிலம் பயில்வதற்குப் பலவித வசதிகளோடு கூடிய பெரிய கல்லூரிகள் நிலவுகின்ற அளவுக்குச் செந்தமிழ் பயில்வதற்கு பெரிய தமிழ்க் கல்லூரிகள் எங்கள் நாட்டில் இல்லாமை வேதனைக்கு உரியதாகும். இன்று வடமாகாணத்தில் ஏறக்குறைய 300 தமிழ்ப் பாடசாலைகள் V.S.I.C. என்னும் வகுப்போடு கல்வித் தரத்தை நிறைவு செய்கின்றன. மாணாக்கர் தங்கள் V.S.I.C. பரீட்சைக்கு விதிக்கப் பெற்ற பாடநூல்களைத் தவிர வேறு நூல்களை மனங்கொண்டு படிப்பதாகத் தெரியவில்லை. இன்று V.S I.C. சித்தியடைந்து ஆசிரியப் பயிற்சி பெற்றுக் கல்வி கற்பிப்போர், ஏறக்குறைய 1500 பேர் வட மாகாணத்தில் வாழ்கின்றார்கள். இவர்கள் தம்முட் கலந்து இதுவரை ஒரு நூல் நிலையத்தையாவது உருவாக்கவில்லை. இவ்வாறான காரணங்களைக் கொண்டு நாம் எங்கள் நகரில் ஒரு நூல் நிலையத்தை ஆரம்பிக்க வேண்டியது அவசியம் எனக் கருதினோம். எமக்கு வேண்டிய மூலநிதியை நாம் இலகுவாகப் பொதுமக்களிடையே திரட்டிக் கொள்ளலாம். பூநகரி மக்கள் தாராள மனத்தோடு 40 ரூபா திரட்டி அனுப்பியுள்ளார்கள். யாழ்ப்பாணத்திலுள்ள ஒவ்வொரு ஊரும், ஒவ்வொரு பாடசாலையும், ஒவ்வொரு கிராம சபையும், ஒவ்வொரு சமூக நிறுவனமும், தனிப்பட்டவரும் தங்களால் இயன்றளவு நிதி திரட்டி உதவினால் சிறுதுளி பெருவெள்ளமாகும் வகையில் பெருநிதி சேரும். நான் இதுவரை பொதுமக்களிடம் நூல் நிலையத்துக்காகத் திரட்டிய பணவிபரம், செலவு விபரம், மிகுதிப் பணம் என்பனவற்றை உங்களிடம் சமர்ப்பிக்கின்றேன்” என்று க. மு. செல்லப்பா அவர்கள் 09-06-1934 அன்று ஆங்கிலத்தில் சமர்ப்பித்த அறிக்கையில் விரிவாகக் குறிப்பிட்டுள்ளார்.

அவரது விடாமுயற்சியினால் உருவான நூல் நிலையச் சபையின் பெயர் ‘மத்திய இலவச தமிழ் வாசிகசாலைச் சங்கம், யாழ்ப்பாணம்’ என்பதாகும். இச்சங்கத்தின் நோக்கங்கள் அவர் அறிக்கையில் குறிப்பிட்டவாறு ஆறு படிமுறைகளைக் கொண்டிருந்தது.

தமிழ்க் கல்வியை மறுமலர்ச்சி செய்து ஊக்கப்படுத்தி வளர்த்தல்.

பொது மக்களிடையே வாசிக்கும் பழக்கத்தை ஊக்கப்படுத்தல்.

பழைய ஓலைச் சுவடிகளான ஏடுகளை விலை கொடுத்து வாங்கிப் பக்குவப்படுத்திப் பயன் செய்தல்.

தமிழ்மொழி சம்பந்தமான ஆராய்ச்சி முயற்சிகளை வழக்கப்படுத்தி, அதற்கான வசதி வாய்ப்பினை நல்குதல்.

தமிழ் மொழியிலுள்ள நூல்களை வேறு மொழிகளில் மொழிபெயர்த்து எழுதியும், வேறு மொழிகளில் உள்ள நூல்களைத் தமிழில் மொழிபெயர்த்தும் எழுதியும் பயன் செய்தல்.

யாழ்ப்பாணத்தில் ஒரு மத்திய இலவச தமிழ் நூலகத்தையும் வாசிகசாலையையும் அமைத்து நடத்துதல், நூலகம் உடனுதவும் தன்மையில் பிரதானமாகத் தமிழ் நூல்களைக் கொண்டதாகவும், ஓரளவுக்கு ஆங்கிலம், சிங்களம், சமஸ்கிருதம், பாளி நூல்களைக் கொண்டதாகவும் இயங்குதல். இருபத்தொரு வயதுக்கு மேற்பட்ட சகல ஆண் பெண் இருபாலாரும் மாதம் இருபத்தைந்து சதம் செலுத்தி அங்கத்தவராயிருந்து பயன்பெறலாம். தலைவர், உபதலைவர்கள் இருவர். இணைச் செயலாளர், தனாதிகாரிகள், இன்னும் பன்னிரு தெரியப்பெற்ற சபையினர் நூலக வாசிகசாலை முகாமையாளராயிருப்பர்.

இவ்வாறமைந்த பிரமாணங்களோடு இன்னும் பல உபவிதிகள் அமைந்த இறுக்கமான யாப்பு நூலக-வாசிகசாலைப் பரிபாலனத்துக்குத் தொகுக்கப் பெற்றுப் படித்து நிறைவேற்றப் பெற்றது. காரிய நிர்வாக சபையினர் அனுமதியின் படி அதில் 100 பிரதிகள் அச்சடிக்கப்பெற்றன.

நேர்மையும் நிர்வாகத் திறமையும், கனிவான பேச்சும், நல்ல பண்பாடும் உள்ள க.மு.செல்லப்பா அவர்களின் வேண்டுகோளை மக்கள் வெகுவாக விரும்பினர். பலர் தங்கள் வீட்டில் தமக்குப் பயன்படாது கிடந்த பழைய புராண-இதிகாசப் பெருநூல்களை நூலகத்துக்கு அன்பளிப்புச் செய்தனர். அன்பளிப்புச் செய்த முன்னோடிகளுள் நல்லூர் வித்தியாதரிசி கந்தையா, நாயன்மார்க்கட்டு வைத்தியர் இராமநாதன், வணக்கத்துக்குரிய ஐசாக் தம்பையா என்போர் முதலில் உதவினர். இவர்களைத் தொடர்ந்து உதவியோர் கல்வி மந்திரி சி. டபிள்யூ. டபிள்யூ கன்னங்கரா, வண. சுவாமி ஞானப்பிரகாசர், மானிப்பாய் ஆசிரியர் ஏ.வி. சோமசுந்தரம், இந்து சாதனம் ஆசிரியர் ம.வே.திருஞானசம்பந்தர், ஈழகேசரி நா.பொன்னையா, நவாலி ந.சி.கந்தையா, புறொக்ரர் ரி. என். சுப்பையா ஆகியோராவர். இன்னும், சங்கைக்குரிய யாழ்ப்பாணத்து அதிமேற்றிராணியார், கிறிஸ்தவ சேவா சங்கத்தார், சென்னை பைபிள் சங்கத்தார், கொழும்பு முஸ்லிம் சங்கத்தார், யாழ்ப்பாணம் சைவ பரிபாலன சபை ஆகியனவும் நூல்களை அன்பளிப்புச் செய்தன.

நல்ல மனம் படைத்த பெரியவர்களின் வீடுகள் தோறும் சென்று ஒரு புத்தகமாவது பெற்று வருவதற்கு அக்காலத்தில் இளைஞராய் அத்தியடி இ.கேதீஸ்வர நாதன், வைமன்வீதி செ.கனகசபை, குமாரசுவாமி வீதி அ.சண்முகநாதன், அம்மன் வீதி க.சி.குலரத்தினம் முதலானோர் உழைத்தார்கள். நூலகப்பயிற்சி நெறியறியாத இளைஞர் ஒருவர் தமிழ் ஆங்கிலம் நன்றாகப் படித்தவர், அன்ன சத்திர ஒழுங்கையில் வாழ்ந்த சி.எஸ். இராசரத்தினம் என்பவர் நூலகத்துக்கு வந்து குவிந்த நூல்களைத் தூசுதட்டித் துடைத்து உறையிட்டுச் செம்மைப்படுத்திப் பட்டியல் தயாரித்துப் பக்குவப்படுத்தி வைத்து வந்தார்.

மத்திய இலவச தமிழ் நூல் நிலையச் சங்கத்தின் காரிய நிர்வாகசபைக் கூட்டம் ஒன்று நீதவான் சி. குமாரசாமி அவர்கள் தலைமையில், நீதிமன்றத்து அயலில் இருந்த சட்டத்தர-

ணிகளின் வாசிகசாலை அறையில் (Law Library Room 28-7-1934) இடம்பெற்றிருந்தது. இக்கூட்டத்தில் சில முக்கிய அலுவல்கள் தீர்மானிக்கப் பெற்று நிறைவேற்றப்பெற்றன. ஆஸ்பத்திரி வீதியில் மின்சார நிலையத்துக்குத் தென்பகுதியில் ஒரு கடையை வருடாந்தம் முந்நூறு ரூபா வாடகைக்கு எடுத்து 01.08.34 அன்று முதல், அதை நூலகமாகப் பயன்படுத்த வேண்டும் என்று தீர்மானிக்கப் பெற்றது.

நூலகர் ஒருவரைக் கௌரவ சேவையிலோ சம்பள அடிப்படையிலோ நியமித்தல் வேண்டும். அவருக்கு மாதாந்தம் இருபது ரூபா வேதனம் கொடுக்கலாம். தளபாடங்களுக்காக ரூபா 160 (நூற்று அறுபது) செலவிடலாம். நூல்கள் வாங்குவதற்கு நூற்றி எழுபத்தைந்து ரூபா செலவிடலாம். இவ்வாறாக ரூபா ஆயிரம் முதல் ஒதுக்கீடாக ஒதுக்கப் பெற்றது.

காரிய நிர்வாக சபைக் கூட்டத்தில் தலைமை தாங்கிய நீதவான் குமாரசுவாமி அவர்கள் அன்று அருமையான பிரேரணை ஒன்றை முன்மொழிந்தார். பாடசாலைகள், அலுவலகங்கள், மன்றங்கள் தோறும் ஆண்டுக்கொரு முறை நூலகவாரம் கொண்டாடி நிதிதிரட்டுதல் வேண்டும் என்றார். குமாரசுவாமி அவர்கள் முன்மொழிந்த மற்றொரு பிரேரணை, கல்வி மந்திரியிடம் விண்ணப்பித்து ஆண்டுதோறும் நிதியுதவி பெறும் வாய்ப்பினைப் பயன்படுத்தல் என்பதாகும்.

அடுத்து யாழ்ப்பாண நகரசபையிடமும், யாழ் மாவட்டத்தில் கிராம சங்கங்களிடையேயும் ஆண்டுதோறும் ஏதாவது நிதி உதவிகோரவும், 'ஸ்ரீ சந்திரசேகர நிதி' எனப் புகழ் பெற்ற தரும சாதனத்தில் நிதி உதவி கோரவும் தீர்மானிக்கப்பட்டது.

காரிய நிர்வாக சபையில் செயலாளர் க.மு.செல்லப்பா அவர்கள் கொண்டு வந்த மற்றொரு பிரேரணை பத்திரிகை பிரசுராலயங்கள் தோறும் இலவசப் பத்திரிகைகள் கேட்டுப் பெறுதல் தொடர்பானதாகும். சைவபரிபாலன சபையும், கிறிஸ்தவ சேவா சங்கமும் பத்திரிகையோடு நூல்களும் அன்பளிப்பு செய்வதாக வாக்களித்திருந்தனர்.

நூலக சங்கத்துக்கு நிதியுதவியையும், அங்கத்தவர்களைச் சேர்த்து உதவி புரிந்தவர்களுக்கு அவர்கள் சேர்க்கும் பணத்தில் பத்து சதவீதத் தொகையை அலவன்ஸ் உதவியாகக் கொடுத்து ஊக்கப்படுத்தலாம் என்று செல்லப்பா அவர்கள் கொண்டு வந்த பிரேரணையை அன்று ஏகமனதாக ஏற்றுக் கொண்டனர்.

செல்லப்பா அவர்களின் மற்றொரு பிரேரணை அக்காலத்தில் உயர்நீதிமன்றத்துப் பதிவாளராய் இருந்து ஓய்வு பெற்றிருந்த ஆர். சி. புரெக்ரர் அவர்களை நூலகத்தின் கௌரவ முகாமையாளராக நியமித்து அவரது ஆலோசனையையும் சேவையையும் பெற்றுக் கொள்ள வேண்டும் என்பதாகும். இவ்வாறாக நூலகத்தின் ஆக்கம், நிலைபேறு வளர்ச்சி கருதி பயன்மிக்கனவான பத்துப் பிரேரணைகள் நிறைவேற்றப்பட்டன.

மத்திய இலவச தமிழ் நூல்நிலைய சங்கத்தார் தங்கள் நூலகத்தை ஆஸ்பத்திரி வீதியில் உள்ள அகன்ற பெரிய கடையொன்றில் 01-08-1934 இல் ஆரம்பித்த பின்னர், 15-08-1934 இல் மற்றொரு நிர்வாக சபைக் கூட்டத்தை நீதிமன்ற நூல்நிலைய அறையில் தலைவர் தலைமையிற் கூட்டினர்.

அந்த நிர்வாக சபைக் கூட்டத்தில் மூன்று பிரேரனைகள் ஏகமனதாக நிறைவேற்றப் பெற்றன. அவற்றுள் முக்கியமான பிரேரணை காரியதரிசி அவர்கள் 1934 — 1935 ஆண்டுக்கான புதிய செலவுத் தொகை சம்பந்தமானதாகும்.

உதவி நூலகரும் பணந்திரட்டுபவருமான அலுவலருக்கு மாதம் இருபது ரூபா வீதம் இருநூறு ரூபா ஒதுக்கீடு.

நூலக அறையின் மாதாந்த வாடகையாக இருபத்தைந்து ரூபா வீதம் இருநூற்றைம்பது ரூபா ஒதுக்கீடு.

நூலக தளபாடங்கள் புதிதாக வாங்குவதற்கான தொகை ரூபா இருநூற்றைம்பது ஒதுக்கீடு.

செய்தித்தாள்கள் வாங்குவதற்கான செலவுத் தொகை ரூபா நூற்றைம்பது ஒதுக்கீடு.

புத்தகங்கள் புதிதாக வாங்குவதற்கான செலவுத் தொகை ரூபா இருநூற்றைம்பது ஒதுக்கீடு.

நானாவித செலவுக்காக முன்கூட்டியே ஒதுக்கிய ரூபா நூற்றி எழுபத்தைந்து ஒதுக்கீடு.

இவ்வாறு ஏற்பட்ட செலவுத்தொகை ரூபா 1275 ஒரு வருடத்துக்கானதாகும். இதைக் காரியதரிசி செல்லப்பா அவர்கள் முன்மொழிய, தலைவர் அவர்கள் வழிமொழியப் பிரேரணை ஏகமனதாக நிறைவேறியது.

முந்தைய நிர்வாக சபைக் கூட்டத்தின்பின் நான்கு மாதங்கள் கழித்து மற்றொரு நிர்வாக சபைக் கூட்டம் நீதிமன்ற நூலக அறையில் உபதலைவர் தலைமையில் 14-12-1934 வெள்ளிக்கிழமை மாலை கூடியது. இக்கூட்டத்தில் கொழும்பிலிருந்து வந்த கடிதங்கள் படிக்கப் பெற்றன. கல்வி மந்திரியார், உள்ளூராட்சி மந்திரியார், பிரதம காரியதரிசி ஆகிய முப்பெரும் பிரமுகர்கள் எழுதியவை சங்கத்தாருக்கு மிகுந்த உற்சாக மூட்டின. பிரதம காரியதரிசி என்பவர் தேசாதிபதிக்கு அடுத்த படியில் உள்ள பரிபாலன அலுவலராவார்.

பொதுநல நோக்கினை மாத்திரம் இலக்காகக் கொண்டு யாழ்ப்பாணத்தில் எழுந்த மத்திய இலவச தமிழ் நூல்நிலைய சங்கத்தாரின் பணிகளின் ஊடாக நூலகம் வளர்பிறைபோல் நாளும் வளர்ந்து வந்தது. இவ்வாறு வளர்ந்து வந்த நூலகத்தை யாழ்ப்பாண நகரசபையினரே பொறுப்பேற்று நடத்துவதற்கான பூர்வாங்க ஏற்பாடுகள் இரவு பகலாக நடைபெற்று வந்தன. அக்காலத்தில் பொறுப்பு வாய்ந்த சட்டத்தரணிகள் பலர், நகரசபை அங்கத்தவராயிருந்தனர்.

நூலகத்தைப் பொறுப்பேற்பதற்கு நகரசபையார் (Urban District Council — U.D.C.) தீர்மானித்தமையின் பெறுபேறாக நூல்நிலையம் 01-01-1935 முதல் நகரசபையாரின் பரிபாலனத்தில் விடுவதற்கு நாள் குறிக்கப்பட்டது. சங்கத்தாரிடம் கையிருப்பில் உள்ள மிகுதிப் பணத்தை முதலியார் கி. இராசநாயகம், முகாமையாளர் ஆர். சி.புறொக்கர், காரியதரிசி திரு. க. மு. செல்லப்பா ஆகிய மூவரிடமும் ஒப்படைக்க வேண்டும். இவர்கள் பணத்துக்குத் தக்கதாக நல்ல நூல்களை வாங்கி நூலகத்துக்குக் கொடுத்தல் வேண்டும் என்றும் முடிவுசெய்யப்பட்டது.

5

நகரசபையினர் தாமே ஒரு வாசிகசாலையை ஆரம்பித்து நடத்தலாம் என்று கருதிய வேளையில் ஆர். சுப்பிரமணியம் அவர்கள் இந்நூலகத்தைப் பொறுப்பேற்று நடத்துமாறு பிரேரணை கொண்டு வந்தார். இவ்வாறாக, நூல் நிலைய பரிபாலன சங்கத்தின் காரியதரிசியாய் க.மு.செல்லப்பா அவர்கள் நகரசபைத் தலைவருக்கு 21-12-1934 இல் எழுதிய கடிதம் இங்கு குறிப்பிட வேண்டிய ஒன்றாகும்.

தலைவர்,
நகரசபை,
யாழ்ப்பாணம்.

ஐயா, தங்கள் சபையினர் எங்கள் நூல் நிலையத்தை பொறுப்பேற்று நடத்துதல் சம்பந்தமாக நிறைவேற்றிய பிரேரணையை எங்கள் காரிய நிர்வாக சபையினர் கருத்துடன் பரிசீலனை செய்து 01-01-1935 தொடக்கம், நூல் நிலையத்தை நகரசபையின் பொறுப்பில் ஒப்படைப்பதற்குத் தீர்மானித்து விசேட பொதுக்கூட்டத்தில் அனுமதி பெறுவதற்கு 20-12-34 இல் கூடினர். அக்கூட்டத்தில் நூல் நிலையத்தை குறித்த நாளில் ஒப்படைப்பதற்குத் தீர்மானித்தார்கள். இங்ஙனம் கையளிக்கும்போது இங்குள்ள நூல்கள், தளவாடங்கள் யாவற்றையும் உங்களிடம் ஒப்படைக்குமாறு எனக்குப் பணித்துள்ளார்கள். எனவே, தாங்கள் தயவு செய்து தங்கள் உத்தியோகத்தர் ஒருவரை நாளையோ அன்றி வருகின்ற திங்கட்கிழமையோ வந்து இவற்றைப் பொறுப்பேற்குமாறு பணிப்பீர்களாக. இடையில் விடுமுறை நாட்கள் வருவதால் இங்ஙனம் நாட்களை நான் குறிப்பிட்டுள்ளேன். எங்கள் நூலக சங்கத்தார் 31.12-1934 வரையுள்ள கடன் கொடுக்குமதி யாவற்றையும் தீர்த்து விட்டார்கள் என்பதையும் குறிப்பிட விரும்புகிறேன்.

இங்ஙனம் தங்கள் விசுவாசமுள்ள ஊழியன்,
க. மு. செல்லப்பா.

க.மு.செல்லப்பாவின் கடிதத்திற்கு மறுநாளே பதிலும் கிடைத்தது.

இலக்கம் 2-98 நகரசபை அலுவலகம்,
யாழ்ப்பாணம்,
22-12-1934.

தாங்கள் 21-12-34 இல் எழுதிய கடிதத்தின் பிரகாரம் எங்கள் நகரசபை நூல்நிலையத்துக்கான செலவினை ஒதுக்கியுள்ளபடியால், அது 1-1-1935 முதல் உங்கள் நூல்நிலையத்தைப் பொறுப்பேற்கும் என்பதை அறியத் தருகிறேன். நகரசபைச் செயலாளரிடம் நூல் நிலையத்தை விடுமுறை நாட்களில் வசதிபோல பொறுப்பேற்கும் வண்ணம் பணித்துள்ளேன். ஆகவே, தாங்கள் அவரிடம் அறிவுறுத்த வேண்டியவற்றைக் கூறவும்.

இங்ஙனம் தங்கள் விசுவாசமுள்ள ஊழியன்
ஆர். ஆர். நல்லையா
தலைவர் நகரசபை,
யாழ்ப்பாணம்.

நூல் நிலையச் சங்கம் நடத்தி வந்த நூல் நிலையத்தை நகர சபையாரிடம் கையளித்தல் பற்றி மற்றுமொரு விசேடப் பொதுக் கூட்டம் யாழ் மத்திய கல்லூரியில்; 20.12 -1934 அன்று வண. கலாநிதி தம்பையா அவர்கள் தலைமையிற் கூடியது. தலைவர் அவர்களே நூலகத்தை நகரசபையிடம் கையளித்தல் வேண்டும் என்னும் பிரேரணையை நிறைவேற்றினர்.

மத்திய இலவச நூல்நிலையத்தை நகரசபையிடம் ஒப்படைத்த பின்னர் 22-4-35 இல் டபிள்யூ டி. நைல்ஸ் அவர்கள் தலைமையில் ஒரு காரிய நிர்வாக சபைக் கூட்டம் நடைபெற்றது. அதற்குப் பின்னர் 31-5-1935 இல் தலைவர் நீதவான் ஸி. குமாரசுவாமி அவர்கள்

தலைமையில் இறுதியான நிர்வாக சபைக் கூட்டம் நடைபெற்றது.

இக்கூட்டத்தில் சங்கத்தாரிடம் எஞ்சியிருந்த பணத்தைக் கிராமசபைகளின் வாசிகசா-லைகளுக்குப் பகிர்ந்தளிக்கலாமா என்னும் விடயம் பேசப்பட்டது. திரு. என். சின்னத்தம்பி அவர்கள் 125 ரூபாவை கிராம சங்கங்களுக்குக் கொடுக்கலாம் எனப் பிரேரித்ததை க.மு.செல்லப்பா அவர்கள் ஆதரிக்கவே, பிரேரணை நிறைவேறியது. அதுவரை கௌரவ நூலகராகக் கடமையாற்றிய வி.எஸ். இராசரத்தினம் அவர்களுக்குப் பல மாதங்களுக்குப் பொதுவாக 75 ரூபாவை அலவன்சாகக் கொடுக்கலாம் எனவும் தீர்மானிக்கப்பட்டது. இறுதி-யாக, தலைவர் வி. குமாரசாமி தங்கள் சங்கத்தைக் கலைக்கவேண்டும் என்றும், அதற்கான நடவடிக்கைகள் எடுப்பதற்குப் பொதுச்சபை கூட்டப்பெற வேண்டும் என்றும் பிரேரித்த பிரே-ரணை செல்லப்பா அவர்கள் அனுமதித்ததும் ஏற்றுக் கொள்ளப்பெற்றது. இத்துடன், பொதுச்-சபை பின்னர் கூட்டப் பெறாமலேயே காரிய நிர்வாக சபைக் கடைசிக் கூட்டத்தோடு 31.5-53 இல் நூல்நிலையச் சங்கம் கலைந்தது.

நகரசபையின் பொறுப்பில் இயங்கிய நூல் நிலையத்திற்கு அனுபவமும் பொறுப்பும் வாய்ந்த நூலகர் ஒருவர் உடனடியாகத் தேவையாயிருந்தது. முன்னர் கௌரவ நூலகராயி-ருந்த சி.எஸ். இராசரத்தினம், மெற்றிக்குலேசன் சித்தியடைந்திருந்தார். அவரே நேர்முகப் பரீட்சையின் பின் முதலாவது நூலகராகத் தெரியப்பெற்றார். அக் காலத்திலே சாதாரண பாடசாலை ஆசிரியரின் வேதனம் மாதம் 35 ரூபாயாக இருந்தது. இந்நிலையில் நூலகர் சி.எஸ். இராசரத்தினம், ரூபா 40 ஐ மாத வேதனமாகப் பெற்றார் என்பதும் குறிப்பிடத்-தக்கது. காலை ஏழுமணி தொடக்கம் மாலை ஏழுமணி வரை நூலகர் கடமை. நூலகர் தனியொருவராய் முழு நூலகத்தையும் நிர்வகித்தார்.

முன்னர் ஆஸ்பத்திரி வீதியில் விசாலமான கடையொன்றில் நடைபெற்றுவந்த நூலகம், நகரசபையார் பொறுப்பேற்றதும் வேறு இடத்திற்கு மாற்றப்பெற்றது. அந்நாளில் U.D.C என்-னும் நகரசபை தனக்கே சொந்தமான கட்டடமோ நிலமோ இல்லாமல் யாழ்ப்பாணம் கச்-சேரியில், ஒரு பகுதியில், நடைபெற்று வந்தது. இவ்வாறாக இடநெருக்கடியிருந்த வேளை-யில் நகர சபையார் நூலகத்துக்கு முக்கியத்துவமளித்து, பிரதான வீதியில், ஒரு சந்திக்கு அருகில், அபூபக்கர் கட்டடத்தில் விசாலமான முகப்புக் கடையொன்றை மாதம் 35 ரூபா வாடகைக்கு எடுத்தார்கள். அது விசாலமானதாக இருந்தபோதிலும், சந்தடியுள்ள சூழலில் அமைந்திருந்ததால் அமைதியான சூழலை தேடி வேறு இடத்துக்கு விரைவில் மாற்றவேண்-டிய நிலை ஏற்பட்டது.

நகரசபையினர், தமக்கென ஒரு பாரிய நகரசபை மண்டபத்தைக் கட்டி எழுப்பத் தொடங்கிய காலம் அது. யாழ்ப்பாண வாடி வீட்டுக்குத் தென்திசையில் சைவ வித்தியா விருத்திச் சங்க காரியாலயக் கட்டடத்தின் அருகில் உள்ள புத்தூர் மழவராயர் குடும்பத்தா-ருக்குச் சொந்தமான மாடிக் கட்டடத்தின் மேல் மண்டபத்தை, மாதம் அறுபத்தைந்து ரூபா வாடகைக்குப் பெற்றுக் கொண்டார்கள். அம்மண்டபம் பெரியதாகவும் இரண்டு அறைக-ளையும், நீளமான விறாந்தையையும் கொண்டதாய் நல்ல காற்றோட்டமும் பிறவசதிகளும் கொண்டிருந்தது. அம் மண்டபத்தில் 1936 ஆம் ஆண்டு முதல் நூலகம் நல்லமுறையில் இயங்கி வந்தது.

இரண்டு அறைகளிலும் பெரிய விறாந்தையிலும் பல மேசைகள் கதிரைகளுக்கிடையே நூல்கள், சஞ்சிகைகள், பத்திரிகைகள் என்பவற்றை நூற்றுக் கணக்கானோர் பயன்படுத்திவந்தனர். துரிதமாக வளர்ச்சியடைந்துவந்த அந்த நூலகத்தை தனியாளாக நிர்வகிப்பது இயலாத விடயமாயிற்று. எனவே, திரு. ஆர். சுப்பிரமணியம் என்பவர் நூலக உதவியாளராய் நியமிக்கப் பெற்றார்.

அக்காலத்தில் சங்க இலக்கியங்கள், புராண இதிகாசங்கள், வேதாந்த சித்தாந்த நூல்களே தமிழ்ப் பகுதியில் அதிகமாக இடம் பெற்றிருந்தனவென்றும், பத்திரிகைப் பகுதியில் கலைமகள், சித்தாந்தம், செந்தமிழ், ஆனந்தவிகடன், செந்தமிழ்ச் செல்வி, லோகோபகாரி முதலியன சிறப்பிடம் பெற்றிருந்தனவென்றும், 'ஈழகேசரி'' எல்லோர்க்கும் பெருவிருந்தாயிருந்தது என்றும் ஆங்கிலப் பகுதியில் இந்திய, ஐரோப்பிய ஆங்கில வரலாற்று நூல்களே முக்கிய இடம் பெற்றிருந்தனவென்றும், இன்னும் ஆங்கிலப் புலவர்களின் அரிய படைப்புகளும், தத்துவத்துறையில் வித்துவான்களுக்கே விளங்கக் கூடிய கடினமான பெருநூல்களும் இருந்தனவென்றும் அந்நூலகத்தின் ஆரம்பகால அங்கத்தவரான க.சி.குலரத்தினம் அவர்கள் தனது நூலில் குறிப்பிடுகிறார். இவரது அங்கத்துவ இலக்கம் 72 ஆகும்.

யாழ்ப்பாண நகரசபை, காலக்கிரமத்தில் தனக்கெனவொரு பாரிய கட்டடத்தைக் கட்டிக் கொண்டது. அக்காலத்தில் நூலகம் பற்றிய புரிந்துணர்வு நகரசபையினரிடையே தளர்வுநிலையைக் கண்டிருந்தது. இது முன்னர் 1934 ஆம் ஆண்டு முதல் நூல் நிலையத்தின் முதுகெலும்பாய், உத்தியோகத்தராய்க் கடமையாற்றி வந்த திரு.சி. எஸ். இராசரத்தினம் அவர்களின் மனநிலையில் தாக்கத்தை ஏற்படுத்தியது. போதிய உதவியாட்கள் இல்லாமை அவருக்கு வேலையில் வெறுப்புத்தட்டியது. அவருக்கும் நகரசபை தலைவர், முன்னாள் நூல்நிலைய இணைச் செயலாளர் திரு. சி. பொன்னம்பலம் ஆகியோருக்கும் இடையே காரசாரமான கடிதப் பரிமாற்றங்கள் இடம்பெற்றன. இறுதியாக நூலகர் எழுதிய கடிதத்தில் தாம் ஒரு சிற்றூழியர் தரத்திற்குத் தள்ளி விடப்பட்டதாக மனம் நொந்து வேலைக்குப் போகாது விலகியிருந்தார். அவரது அளப்பெருஞ் சேவையை உளங்கொண்ட காரியதரிசி 'சக்கடத்தார்'' பாலசுப்பிரமணியம் நிலைமையைச் சமாளித்து அவர் சேவையினின்றும் ஒய்வு பெற்றதாக ஒழுங்கு செய்து, வேறொரு நூலகரை நியமிக்க வழிவகுத்தார். பன்னிரண்டு ஆண்டு காலம் லீவு எடுக்காமல் காலை தொடக்கம் மாலை வரை முழுநேர வேலை செய்து நூல்களைப் பேணிப் பாதுகாத்த இராசரத்தினம் அவர்களின் சேவை நகரசபை மேலிடத்தினால் ஈற்றில் கவனத்திலெடுக்கப்படவில்லை.

பழைய நூலகர் 12 ஆண்டு சேவையின் பின்னர் விலகிக் கொண்ட நிலையில், லண்டன் மெற்றிக்குலேசன் பரீட்சையில் சித்தி பெற்றிருந்த திரு.கந்தையா நாகரத்தினம் என்பவர் உணவுக் கட்டுப்பாட்டுத் திணைக்களத்து வேலையை துறந்து 1-2-1947 முதல் யாழ்ப்பாண நூலகத்தின் நூலகர் பதவியை ஏற்றார்.

நூலகத்துக்கு வந்த பெரியவர்களுடன் நட்புப் பாராட்டி வந்ததுடன், நூலக வளர்ச்சியிலும் கண்ணாயிருந்தார். திரு. சி.எஸ். பார் குமாரகுலசிங்கம் என்னும் பெரியாரோடு நன்கு பழகி, எங்கேயோ தெல்லிப்பழையில் ஒரு வீட்டில் முடங்கிக் கிடந்த பல அரிய நூல்களை (கலாநிதி ஐசாக் தம்பையா அவர்களின் தேட்டம் இது) நூலகத்துக்கு எடுப்பித்தவர் இவர். ஏறக்குறைய 6000 நூல்கள் அவரின் பெயரால் நூலகத்துக்குக் கிடைத்தன. இந் நூல்கள் பலவும்

அவர் பெயரில் பெரிய அலுமாரிகளில் 'கலாநிதி ஐசாக் தம்பையாவின் விருப்ப ஆவணம்'' என்னும் பெயரில் (Dr. Isac Thambiah Bequeath) 1981 ஜூன் 01 ஆம் திகதி வரை தனிச்சேகரிப்புகளாகப் பேணப்பட்டிருந்தன.

இன்னும் இலங்கை வாழ் இந்தியர்கள் ஒன்றுசேர்ந்து, மகாத்மா காந்தியடிகளின் சத்தியசோதனை என்னும் தொடரில் அமைந்த பெருந்தொகையான நூல்களையும், வேறு இந்திய நூல்களையும் பெரிய கண்ணாடி அலுமாரியில் நிறைத்து, 'இந்திய வர்த்தகர்களின் அன்பளிப்பு'' என்ற தலைப்பில் வழங்கியிருந்தனர்.

சென்ற நூற்றாண்டிலே, 1865 ஆம் ஆண்டு முதல் கொழும்பு, கண்டி, காலி ஆகிய மூன்று நகரங்கள் மாத்திரமே முனிசிபாலிற்றி என்னும் மாநகர சபைகளாக இயங்கிவந்தன. யாழ்ப்பாணம் 1931 ஆம் ஆண்டு முதல் 1938 ஆம் ஆண்டுவரையும் யூ.டி.சி (Urban District Council) என்னும் சபையாகவும், 1938 முதல் 1949 வரையும் யூ.சி. (Urban Council) நகரசபையாகவும் இயங்கியது. இலங்கை சுதந்திரம் அடைந்த பின்னர், 1-1-1949 முதல் மாநகர சபையாக (Municipal Council) தரமுயர்த்தப்பட்டது.

சுதந்திரத்திற்குப் பின்னரான காலத்தில் உலக நிலைமைகள் மாற்றமடைந்த வேளையில், இலங்கையின் நிலைமையும் மாறியாக வேண்டியிருந்தது. யாழ்ப்பாண மாநகரசபையிலும் இச்சிந்தனை மாற்றம் புதுவடிவம் கொண்டது. அன்றைய மேயராகவிருந்த சாம். சபாபதி அவர்கள், தமிழர் பண்பாட்டைப் பிரதிபலிக்கும் அளவில் பரந்த நிலப்பரப்பில் பாரிய நூலகம் ஒன்று அமைதல் வேண்டும். அது யாழ்ப்பாணத்துக்கு மாத்திரமன்றி இலங்கை முழுவதுக்குமே பயன்தரும் அளவில் பாரிய அமைப்பில் இயங்க வேண்டும் என்று திட்டமிட்டார்.

அக்காலத்தில் யாழ். சென் பற்றிக்ஸ் கல்லூரி முதல்வர் வணக்கத்திற்குரிய லோங் அடிகளார், யாழ்ப்பாணக் கச்சேரியில் காரியாதிகாரியாயிருந்த ரி. முருகேசம்பிள்ளை உள்ளிட்ட பலரும் மேயர் சாம் சபாபதியின் திட்டத்துக்கு உயிர் வடிவம் கொடுக்க முன்வந்தனர். நூலக வளர்ச்சியில் பூரண நம்பிக்கை கொண்ட யாழ்ப்பாணப் பிரமுகர்கள் பலரும் உற்சாகத்தோடு உதவுவதற்கு முன் வந்தவேளை, மேயர் சாம் சபாபதி 16-6-52 இல் ஒரு பகிரங்கக் கூட்டம் கூட்டிக் கலந்து பேசினார். பொது நூலகத்தைக் கட்டியெழுப்ப பல்லாயிரம் ரூபா தேவையாகும் என்றும், அதைத் திரட்டுவதற்கு ஒரு களியாட்ட விழா நடத்துவதோடு, அதிர்ஷ்டலாபச் சீட்டிழுப்பும் இடம் பெறுதல் நல்லதென்றும் பலரும் அபிப்பிராயம் தெரிவித்து, அதற்கு அமோக ஆதரவு தருவதாக கூறினார்கள்.

ஏற்கெனவே 'காணிவல்'' என்னும் களியாட்டு விழாவை நல்ல முறையில் நடத்திப் பெருவெற்றி கண்ட வண. லோங் சுவாமிகள் தாமும் தம் கல்லூரி ஆசிரியரும் முன்னின்று உதவுவதாக உறுதி கூறினார். அவர் அக்காலத்தில் கொழும்பிலிருந்த பல வெளிநாட்டுத் தூதுவர்களோடு நன்கு பழகியிருந்தவர். அவர்களது ஒத்துழைப்பினையும் பெற்றுக்கொள்ள அவரால் முடிந்தது.

மேயர் சாம் சபாபதி அவர்கள் கூட்டிய கூட்டத்தின் பயனாக 'யாழ்ப்பாண மத்திய நூல்நிலைய சபை' என்னும் இயக்கம் உடனடியாக உருவாகியது. சபையின் தலைவராக நகர பிதா சாம் சபாபதி அவர்களும், உபதலைவராக வண. லோங் அடிகளாரும் தெரிவுசெய்யப்பட்டனர்.

லோங் சுவாமிகள் நூலக நிபுணர்கள் பலரைக் கண்டும், கடிதங்கள் மூலம் தொடர்பு கொண்டும் ஆக்கபூர்வமான முன்னறிவைப் பரந்த அளவிற் பெற்றார்கள். டில்லிப் பல்கலைக்கழகத்து நூலகர் பேராசிரியர் கலாநிதி எஸ். ஆர். இரங்கநாதன் அவர்களை தஞ்சாவூரில் சந்தித்து, யாழ்ப்பாணத்துக்கு வரவழைத்து அவரோடு நேரிற் கலந்துரையாடி ஆவன செய்வதற்குச் சுவாமிகள் ஒழுங்கு செய்தார்கள்.

நூலகத்திற்குப் பொருத்தமான இடத்தை தெரிவுசெய்யும் பொருட்டு, அரசாங்க நகர் நிர்மாண நிபுணர் திரு. வீரசிங்கா என்பவரை அழைத்தனர். நகர் நிர்மாண நிபுணர் யாழ்ப்பாணத்துக்கு வந்து பல்வேறு இடங்களையும் நன்கு ஆராய்ந்து முனியப்பர் கோயிலுக்குக் கிழக்கில் இருந்த முற்றவெளியையே உரிய இடம் என பரிந்துரைத்தார். இதனைக் கட்டடக்கலை நிபுணர் நரசிம்மனும் ஏற்றுக்கொண்டார். முற்றவெளியின் ஒரு பகுதியை நகரசபை இழந்தாலும் நூலகம் வளர்ந்தால் போதும் எனச் சபையினர் சம்மதித்தனர். இந்த இடத்துக்குத் தெருக்கள் வசதியாக இருந்தமையும் மேலதிக அகலிப்புக்குப் போதிய நிலம் வசதியாக இருந்தமையும், நூலகத்தை அவ்விடத்தில் நிறுவக் காரணமாகவிருந்தது.

நகரபிதா சாம் சபாபதி அவர்கள் உடனடியாகக் கட்டட வேலையை ஆரம்பித்தல் வேண்டும் எனக் கூறியதும், சுபவேளையொன்றில்; சைவாசார முறைப்படி அத்திவாரம் வெட்டிப் பத்திரிப்பு வரை கட்டியபின் அடிக்கல் நாட்டுவிழா 29-3-1954 ஆம் நாள் நடைபெற்றது. நூல்நிலையச் சங்கத் தலைவர் மாநகரசபை முதல்வர் சாம் சபாபதி அவர்கள், வணக்கத்துக்குரிய தந்தை லோங் அடிகளார் அவர்கள், மாட்சிமை தங்கிய பிரித்தானிய தானிகர் சேர் செசில் சையெஸ் அவர்கள், மாட்சிமை தங்கிய அமெரிக்கத் தூதுவர் ர். நு. பிலிப் குறோவ் அவர்கள், மாட்சிமை தங்கிய இந்தியத் தூதுவரின் முதற் செயலாளர் ஸ்ரீ சித்தார்த்த சாரி அவர்கள் ஆகிய ஐவரும் அடிக்கற்களைத் திரை நீக்கம் செய்து வைத்தார்கள்.

அடிக்கல் நாட்டு விழாவின்போது அமெரிக்க உதவியாக Asia Foundation நிதியத்தின் 22,000 டொலர் கிடைத்தது. அது அக்காலத்து இலங்கை நாணய மதிப்பில் ஒரு லட்சத்து நான்காயிரம் ரூபாவாகத் திரண்டது. இந்தியாவின் நன்கொடையாக சித்தார்த்த சாரி 10,000 ரூபா உதவினார். இவ்வேளையில் யாழ்ப்பாண நூலகம் மழவராயர் கட்டட மாடியிலேயே நல்ல முறையில் வளர்ந்து வந்தது. இலங்கையில் வெளிநாட்டுத் தூதுவர்கள் பலரின் காரியாலயங்களிலிருந்து அவர்களது பிரசுரங்கள் தொடர்ச்சியாக வந்து சேர்ந்தன.

யாழ்ப்பாணத்துப் பொதுசன நூல்நிலையக் கட்டடத்தை வடிவமைத்த கட்டடக்கலை நிபுணர் நரசிம்மன் அவர்கள் தமிழ்ப் பண்பாடு, இந்துப் பண்பாடு, நவீன பொறியியல் அமைப்பு முதலியவற்றை மனதிற் கொண்டு அதனை ஒரு அறிவாலயமாக வடிவமைத்தார். அன்று முதல் இன்றுவரை நூலகத்தினுள் பாத அணிகளுடன் எவரும் பிரவேசிப்பதில்லை. நரசிம்மன் நிர்மாணித்த கட்டடத்தைப் பொருளாதார வசதி கருதிப் பகுதி பகுதியாகவும் கட்டி நிறைவேற்றலாம் என மாநகரசபை முடிவுசெய்தது. அதன் வரைபடம் போதிய விளக்கம் தராவிட்டாலும் எனக் கருதிய அவர், அதன் மாதிரி அமைப்பை (Model) அழகுறச் செய்து 16-10-1953 இல் நகரசபையிடம் தந்திருந்தார்.

கட்டட வேலையை உடனடியாகத் தொடங்குவதானால் குறைந்தது ஐந்து லட்சம் ரூபாவாவது கையிருப்பில் வேண்டும் எனக் கருதிய நகரபிதா சாம் சபாபதி அவர்கள், லோங்

சுவாமிகள் முதலான அனுபவசாலிகளின் ஆலோசனையின் பேரில் முன்னர் தீர்மானித்திருந்தபடி களியாட்டு விழாக்களை (காணிவல்) வைப்பதற்கு ஒழுங்குகள் செய்தார். நூலக வளர்ச்சிக்காக யாழ் விநோத காணிவல் விழாக்கள் நகரத்தில் நான்கு முறைகள் நடைபெற்றன. முதலில் 1952 ஆம் ஆண்டிலும், இரண்டாம் முறை 1954 ஆம் ஆண்டிலும், மூன்றாம் முறை 1959 ஆம் ஆண்டிலும், பின்னர் நான்காவது தடவையாக 1963 ஆம் ஆண்டிலும் களியாட்ட விழாக்கள் நடைபெற்றன.

நகரபிதா சாம் சபாபதி அவர்களின் சிந்தையில் உதித்து நடைபெற்ற வேறொரு வருவாய் வழி அதிர்ஷ்டலாபச் சீட்டிழுப்பாகும். கவர்ச்சிகரமான பெரும் பரிசுகளாக மூன்று புதிய கார்கள் பரிசுப் பொருள்களாக அறிவிக்கப்பட்டன. வொக்ஸ்ஹோல் கார், பியட் கார், கெசெல் கார் என மூன்று பரிசுகளையும் பெரு வர்த்தகர்கள் மூவர் பரிசுப்பொருட்களாக வழங்கினார்கள்.

29-3-1954 அன்று அடிக்கல் நாட்டிய யாழ்ப்பாண முதல் மேயர் சாம். ஏ.சபாபதி அவர்களின் பதவிக்காலத்தில் நூலகக் கட்டடம் கட்டி முடிக்கப்பெறவில்லை. புத்தூர் மழவராயர் கட்டத்திலேயே நூலகம் தொடர்ந்தும் இயங்கிவந்தது. இந்நிலையில்; 17-10.1958 தொடக்கம் உத்தேச நூலகம் 'யாழ்ப்பாண பொதுசன நூல்நிலையம்' எனப் பெயர் மாற்றம் பெற்றது.

காலத்துக்குக் காலம் பதவிக்கு வந்த நகர பிதாக்களுள் திரு. அல்பிரட் தங்கராசா துரையப்பா அவர்களும் ஒருவர். அவர் யாழ்ப்பாண மாநகரை அழகுபடுத்தவும், விளையாட்டரங்கை விசாலித்துப் பெரிதாக்கவும், நூலகத்தைக் கட்டியெழுப்பவும், போக்குவரத்துப் பாதைகளை இருவழிச் சாலையாக்கவும், நவீன சந்தை அமைக்கவும் பல திட்டங்களை வகுத்தார்.

மத்திய இலவச வாசிகசாலையும் நூல்நிலையமும், யாழ்ப்பாண பொதுசன நூல்நிலையம் எனப் பெயர் மாற்றத்துக்குள்ளான காலத்திலே அல்பிறெட் துரையப்பா அவர்கள் நகரபிதா என்ற முறையில் நூலக காரிய நிர்வாகக் குழுவின் தலைவராகவும் இருந்தார். நூலகக் கட்டட வளர்ச்சிக்கான முயற்சியில் தம் முன்னோர் காட்டிய வழியைப் பின்பற்றி 1959 ஆம் ஆண்டில் மூன்றாவது யாழ் விநோத காணிவல் விழாவை இவரே ஒழுங்கு செய்திருந்தார். அதை அம்பலாங்கொட பொலஸ் சில்வா என்பவர் ஒப்பந்தஞ் செய்து நடத்தினார். அது மாநகரசபை நடத்திய மூன்றாவது பெரு விழாவாகும். காணிவல் விழா முடிந்ததும், நூலக கட்டட வேலையை வேகமாக நடத்தி நில மண்டபத்தின் ஒரு பகுதியை ஓரளவுக்குக் கட்டி நிறைவேற்றினார்.

பழைய நூலக கட்டிடத்தில் ஏற்பட்ட இடநெருக்கடி காரணமாக, தரைத்தளத்தில் முன் பகுதி பூர்த்தியாக்கப்பட்டு, உடனடியாகப் புதிய கட்டத்திற் குடி புகுவதற்கான ஒழுங்குகளை வெகுவிரைவில் நிறைவேற்றியதும் 11-10-1959 இல் திறப்பு விழா நடைபெற்றது. பூரணத்துவமடையாத புதிய கட்டிடத்திற் குடிபுகுந்த காலத்தில் நூலகத்தில் ஏறக்குறைய 16,000 நூல்கள் இருந்தன. தமிழ்-ஆங்கிலம் ஆகிய இருமொழிகளிலும் வெளிவந்த சஞ்சிகைகள், பலவாக இருந்தன. அக்காலத்தில் ஆசிய, ஐரோப்பிய, அமெரிக்க நாடுகளில் வெளிவந்த வாராந்த, மாதாந்த, முத்திங்கள் சஞ்சிகைகள் ஏறக்குறைய 150 தலைப்புகளில் வந்து பெருவிருந்தளித்தன.

நூலகத்தில் பழைய நூல்கள் பல கிடைக்கப்பெற்றிருந்தன. ஒல்லாந்தர் காலத்து இலங்கை வரலாறு 1672 ஆம் ஆண்டளவில் பதிப்பிக்கப்பெற்ற பிலிப்புஸ் போல்டியஸ் என்பவரால் எழுதிப் பதிப்பிக்கப் பெற்றது. அவருக்கு முன் 1660 ஆம் ஆண்டளவில் கண்டி மன்னரால் சிறை வைக்கப்பட்ட றோபட் நொக்ஸ் எழுதிய இலங்கை வரலாறும் அரிய நூலாகும். இவை முதற்பதிப்பு என்ற பெருமையையும் பெற்றிருந்தன. பொதுசன நூலகத்துக்குப் பெருமதிப்புக் கொடுத்த மிகப்பழைய நூலொன்று கத்தோலிக்கப் பெரியவர்களைப் பற்றிய வரலாறாகும். இது தமிழில் எழுதப் பெற்றது. நூலின் முகப்புத் தலையங்கம் ஸ்பானிய மொழியில் எழுதப்பெற்றது. 1586 ஆம் ஆண்டில் வெளியான பழைமை வாய்ந்த நூல் இது. இத்தகைய 600 நூல்கள் வரை நூலகத்தில் இரவல் வழங்கப்படாமல் பாதுகாக்கப்பட்டுவந்தன. இவற்றுள் தொல்காப்பியத்துக்குரிய உரைகள், பெரிய புராணத்துக்கு ஆறுமுகத் தம்பிரானின் உரை, சேர். அருணாசலம் தயாரித்த அறிக்கைகள், அவர் பேசிய பேச்சுகள், மொழி பெயர்ப்புகள் யாவும் வரிசையாக இருந்தன. சேர். இராமநாதன் செய்த பகவத்கீதை விளக்கம், சித்தாந்தமயமான உரை நுட்பம், செந்தமிழ் இலக்கணம், லேடி இராமநாதன் எழுதிய இராமாயண மொழிபெயர்ப்புகள், மகாகவி பாரதியாரின் நண்பர் நெல்லையப்பரின் நூல்கள், சஞ்சிகைகள், கடலங்குடி நடேச சாத்தியாரின் ஜோதிட நூல்கள் என்பனவும் அடங்கியிருந்தன. இவை அனைத்தும் 1981 ஜூன் 1ம் திகதி தீக்கிரையாகிப் போயின. இங்கிருந்த அரிய நூல்கள் பற்றியும் அவற்றை அன்பளிப்புச் செய்தவர்கள் பற்றியும் விரிவான பதிவினை அமரர் கா.சி.குலரத்தினம் அவர்களின் 'யாழ்ப்பாண நூல்நிலையம்: ஓர் ஆவணம்' என்ற நூலில் காணலாம்.

6

யாழ்ப்பாணம் இந்துக் கல்லூரி முகாமையாளர் சபையில் எழுது வினைஞராயிருந்த வே. இளையதம்பி அவர்களின் மகன் வே.இ. பாக்கியநாதன் இளைஞராயிருந்த போதே இந்துக் கல்லூரியில் சிலமாதங்கள் ஆசிரியராகவும் இருந்தவர். இவர் தனது மேற்படிப்புக்காக கல்கத்தா சென்று பொருளியல், வர்த்தகம் முதலிய பாடங்கள் படித்துப் பட்டம் பெற்று மீண்டும் கொழும்பில் வெஸ்லி கல்லூரியில் ஆசிரியரானார். வெஸ்லி கல்லூரியிருந்த காலத்தில் புல்பிறைற் புலமைப்பரிசில் பெற்று அமெரிக்காவுக்குச் சென்று அங்கே அற்லான்ரா பல்கலைக்கழகத்தில் நூலகத்துறையில் (M.Sc. in Library Science) பட்டப் படிப்பையும் மேற்கொண்டு நாடு திரும்பியிருந்தார். பட்டப்படிப்பின் பின் கலிபோர்னியா மாகாணத்தில் உள்ள புகழ்பெற்ற சந்தியாகோ நூலகத்தின் சிறுவர் பகுதியில் ஒரு வருட காலம் பணிபுரிந்து மேலதிக பயிற்சியும் பட்டமும் பெற்றவர்.

திரு. வே. இ.பாக்கியநாதன் இலங்கைக்கு மீண்டதும், வளர்ந்து வந்த யாழ்ப்பாண நூலகத்துக்கு வாய்ப்பான நூலகராகப் பணிபுரிய நியமிக்கப் பெற்றார். அவர் 28-8-1964 இல் பதவியேற்றதும் ஆரம்பகால நூலகராக 01.02.1947 முதல் பணியாற்றிவந்த கே.நாகரத்தினம், உதவியாளராயிருந்து முழு மனதோடு அவருக்கு ஒத்துழைப்பு நல்கினார். திரு. வே.இ.பாக்கியநாதன் தாம் மேற்கு நாடுகளில் பெற்ற பயிற்சி அநுபவங்களைக் கொண்டு யாழ்ப்பாண நூலகத்தை இலங்கையில் முதற் தரமானதாக உயர்த்துவதற்கு வெகுவாக முயற்சி செய்தார்.

நவீன நூலக நடைமுறைகளை படிப்படியாக அறிமுகம் செய்தார்.

பாக்கியநாதன் யாழ்ப்பாணப் பொது நூலகத்தை பொறுப்பேற்ற வேளை புதிய கட்டிடத்தின் அடித்தளம் மட்டுமே பூர்த்தியாகியிருந்தது. மாநகர சபை அதிகாரிகளுடனும் ஆணையாளர்களுடனும் அரசியல்வாதிகளுடனும் சுமுகமான தொடர்பை வைத்திருந்தமையால் யாழ்ப்பாண நூலக அபிவிருத்தி தொடர்பாக பல செயற்திட்டங்களை அவரால் காலக்கிரமத்தில் வெற்றிகரமாகச் செய்து முடிக்கக் கூடியதாகவிருந்தது.

28.8.1964 அன்று யாழ்ப்பாண நூலகத்தின் முழு நேர நூலகராக அவர் இணைந்தது முதல் 31.12.1968 இல் பலாலி கனிஷ்ட பல்கலைக்கழகத்து நூலகவியல் விரிவுரையாளராக இணைந்து கொள்ளும் வரையிலான அவரது காலப் பகுதியில் யாழ்ப்பாண நூலகம் பல வரலாற்று நிகழ்வுகளைக் கண்டது. அவற்றுள் மூன்றையாவது இங்கே குறிப்பிட்டாக வேண்டும். யாழ்ப்பாணப் பொது நூலக விரிவாக்கத்திட்டம் பற்றிய அறிக்கையை நகரபிதா எஸ்.சி.மகாதேவா அவர்களுக்குச் சமர்ப்பித்து யாழ்ப்பாண நூலக அபிவிருத்தியை புதிய கண்ணோட்டத்தில் நோக்கும் விழிப்புணர்வை ஏற்படுத்தி பாரிய மாற்றங்களை நூலக நிர்வாகத்தில் ஏற்படுத்த வழி செய்தமை முதன்மையானது.

இரண்டாவது, யாழ்ப்பாணத்தில் நான்காம் குறுக்குத் தெருவில் அதுவரை இயங்கி வந்த அமெரிக்க தகவல் நிலையம் மூடப்பட்டு அங்கிருந்த நூல்கள் தளபாடங்கள் ஆகியவை கண்டியிலிருந்த அமெரிக்க தகவல் நிலையத்துடன் இணைக்கப்படவிருந்த வேளை, தன் அயராத உழைப்பாலும் விஷேட ஆணையாளர் திரு.மாணிக்கவாசகரின் ஒத்துழைப்புடனும் அமெரிக்க தகவல் நிலையத்தின் பெறுமதிமிக்க உசாத்துணை நூல்களின் சேகரிப்பையும், நவீன தளபாடங்களையும் கண்டிக் கிளைக்கு எடுத்துச் செல்லவிடாமல் யாழ்ப்பாணப் பொது நூலகத்துடன் இணைக்க வழி செய்தமை. நூலகர் பாக்கியநாதன் மேற்கொண்ட பகீரதப் பிரயத்தனத்தால் நூல்கள் மாத்திரமன்றி நவீன தளபாடங்கள், படச்சுருள்கள், படங் காட்டும் கருவி, குழாய் விளக்குகள் முதலிய சாதனங்களும் பொதுசன நூலகத்துக்கு இலவசமாக வந்து சேர்ந்தன. அமெரிக்கத் தகவல் நூலகத்தில் பணிபுரிந்த அநுபவம் மிக்க இரு இளைஞர்களின் சேவையும் அமெரிக்க தகவல் நிலைய நூலக ஒருங்கிணைப்போடு யாழ்ப்பாணப் பொதுசன நூலகத்திற்கு வந்து சேர்ந்தமை பெரு வாய்ப்பாயிற்று.

மூன்றாவதாகக் குறிப்பிடத்தகுந்தது, தனது சந்தியாகோ சிறுவர் நூலக அனுபவங்களை பிரயோகிக்கும் வகையில் சிறுவர் நூலகப்பிரிவு ஒன்றை யாழ்ப்பாணத்துப் பொது சனநூலகத்தில் உருவாக்க வழி செய்தமையாகும். செனட்டரும் உள்ளூராட்சி அமைச்சருமான திரு.மு.திருச்செல்வம் அவர்கள் பொதுசன நூலகத்தின் சிறுவர் பகுதியைத் திறந்து வைத்தார். பின்னாளில் யுனெஸ்கோ நிபுணரான செல்வி இவான்ஸ் இச்சிறுவர் நூலகத்தைப் பற்றிய தன் கருத்தை அறிக்கையாக்குகையில் இலங்கையிலேயே மிகச் சிறந்த சிறுவர் நூலகமாக அதைக் குறிப்பிட்டிருந்தார்.

நூலகர் திரு.வே.இ. பாக்கியநாதன் நூல்களோடு நூல்களாய் பழைய பனையோலை ஏடுகளையும் தேடிப் பாதுகாத்துப் பயன்படுத்த முயன்றார். பாக்கியநாதன் பனை ஓலை ஏடுகளிற் கொண்ட பசி தீருமளவில் முன்னாள் உள்ளூராட்சி மந்திரியார் உயர்திரு மு. திருச்செல்வம் அவர்கள் ஒத்துழைப்பு நல்கினார். அவரது உதவியால் சித்த வைத்திய வாகட ஏடுகள் பல யாழ்ப்பாண நூலகத்துக்குக் கிடைத்தன.

வே.இ.பாக்கியநாதன் நூலகராக இருந்த காலகட்டத்தில் வட்டுக்கோட்டை எம்.பியாக இருந்தவரும், கூட்டுறவாளரும், மானிப்பாய் இந்துக் கல்லூரியின் அதிபருமாகிய திரு. வீரசிங்கம் அவர்கள் தமது மரண சாசனத்தில் யாழ்ப்பாணப் பொதுசன நூலகத்திற்கு பத்தாயிரம் ரூபா சாட்டுதல் செய்திருந்தமையால் நூலகத்துக்கு ரூபா பத்தாயிரம் நிதி கிடைத்தது. அவரை கௌரவித்து நினைவு கூரும் முகமாக அன்னாரின் உருவப்படம் நூலகத்தில் திரை நீக்கம் செய்து வைக்கப்பட்டது. மானிப்பாய் இந்துக்கல்லூரி அதிபராக அந்நாளில் சேவையாற்றிய திரு.பேராயிரவர் தலைமையில் படத்திறப்பு விழா நூலகத்தில் இடம்பெற்றது.

இராமநாதன் கனிஷ்ட பல்கலைக்கழகம் பலாலியில் திறக்கப்பட்ட போது 31.12.1968 இல் நூலகர் பாக்கியநாதன் அங்கு விரிவுரையாளராகக் கடமையேற்றுச் சென்றுவிட்ட நிலையில் நூலக உதவியாளராகவிருந்த திரு க.நாகரட்ணம் அவர்கள் மீண்டும் 01.01.1969 முதல் 31.12.1970 வரை பதில் நூலகராகப் பணியாற்றினார். அவரது காலகட்டத்தில் பெற்றுக்கொள்ளப்பட்ட நூல் அன்பளிப்புக்களில் குறிப்பிடத்தக்கவை கோப்பாய் கோமான் திரு.வன்னியசிங்கம் அவர்களுடையதும் தொழிற்சங்கவாதி திரு. நித்தியானந்தம் அவர்களுடையதுமாகும். நூல்களுடன் அலுமாரிகளும் பொது நூலகத்திற்குக் கிடைத்தமை குறிப்பிடத்தக்கது.

திரு. க. நாகரட்ணம் அவர்கள் 31.12.1970 அன்று ஓய்வுபெற்றதன் பின்னர் பட்டதாரியான செல்வி. செல்வலட்சுமி நவரத்தினம் என்பவர் 01.01.1971 இல் நூலகப் பொறுப்பாளராகப் பதவியேற்றார். நூலகர் செல்வலட்சுமி அவர்களுக்குத் திருமணமானதும் சிலகாலங்களின் பின்னர் பதவியிலிருந்து விலகிக்கொண்டதும், திரு அருளானந்தம் அவர்கள் தற்காலிக நூலகராக பணியாற்றிவந்தார். அவ் வேளையில் கலைப் பட்டதாரியான (B.A) திரு.எஸ்.எஸ்.சபாரத்தினம் அவர்கள் யாழ். பொதுசன நூலகத்தின் நூலகரானார்.

அவ்வேளையில் யாழ்ப்பாண மாநகர முதல்வராக பணியாற்றி வந்தவர் திரு.அல்பிரட் துரையப்பா அவர்கள். இவரது பதவிக்காலம் மூன்று தடவைகள் நிகழ்ந்தமை இங்கு குறிப்பிடத்தக்கது. 11.8.1958 முதல் 27.06.1960 வரை முதலாம் கட்டத்திலும், 31.03.1966 முதல் 28.05.1966 வரையிலும் இரண்டாம் கட்டத்திலும், 22.04.1971 முதல் 27.07.1975 அன்று தமிழீழ விடுதலைப் புலிகளால் சுட்டுக்கொல்லப்படும்வரை மூன்றாவது கட்டத்திலும் இவர் யாழ்ப்பாண நகரபிதாவாக சேவையாற்றியுள்ளார்.

யாழ்ப்பாணப் பொதுசன நூலகத்தில் தொடர்ச்சியாக நூலகர்கள் சிறிதுகால இடைவெளியில் விலகிச்செல்வதால் நூலகக் கட்டிட வேலை உள்ளிட்ட அபிவிருத்தி நடவடிக்கைகளைத் தொடர்ந்து மேற்கொள்வது சிரமமாக இருந்த காரணத்தினால், மேயர் அல்பிரட் துரையப்பாவின் ஆலோசனையின் பேரில் மாநகரசபையின் அங்கீகாரத்துடன் 'நூலக ஆலோசகர்' என்ற பதவியொன்று புதிதாக உருவாக்கப்பட்டது.

திருநெல்வேலி, பரமேஸ்வராக் கல்லூரியின் அதிபராகவிருந்து அண்மைக் காலத்தில் இளைப்பாறியிருந்த திரு. சி.சிவபாதசுந்தரம் அவர்களை நூலக ஆலோசகர் பதவியில் அமர்த்தியிருந்தார். அவ்வேளை உதவி நூலகராகவிருந்த எஸ்.எஸ்.சபாரட்ணம் அவர்கள் திரு. சி.சிவபாதசுந்தரம் அவர்களின் மேற்பார்வையில் நூலகப் பணியை ஆற்றிவந்தார். யாழ்ப்பாண மாநகரசபையின் நூலகராகப் பணியாற்றும் உள்ளூராட்சி அமைச்சின் தகுதி, தரம் ஒன்றில் (Grade I) உள்ள நூலக சேவையாளருக்கே உரித்தானது. இது தரம் 3 இல்

தம் பணியைத் தொடங்கும் உள்ளூராட்சி நூலகர்களிடையே உயர்ந்தவொரு தரம். அந்தத் தகுதியில் ஒரு நூலகரைத் தேடிக்கொண்டிருந்த வேளையிலேயே, அத்தரத்தினை எட்டாத குறைந்த தரத்தில் பணியாற்றியவர்களை வைத்து நூலகசேவைகளை தமக்கெட்டிய வகையில் மாநகரசபையினர் வழங்கி வந்தார்கள்.

இவ்வேளையில் திரு. சபாரத்தினம் அவர்கள் தொழில்நுட்பக் கல்லூரி நூலகராகப் பதவியேற்றுச் சென்றுவிட்டார். இந்நிலையிலேயே உள்ளூராட்சி சேவைகள் திணைக்களத்தினரால் யாழ் மாநகர பொது நூலகத்தின் பிரதம நூலகருக்கான பதவி வெற்றிடம் அரச வர்த்தமானியில் 1973 இல் விளம்பரம் செய்யப்பட்டது. திருமதி.ரூபவதி நடராஜா அவர்கள் இந்தப் பதவிக்கான நேர்முகப் பரீட்சையில் தேர்வுசெய்யப்பட்டு, 10.01.1974 இல் யாழ்ப்பாணப் பொது நூலகத்தில் தரம் 1 நூலகராகக் கடமையேற்றார்.

திருமதி.ரூபவதி நடராஜாவின் காலம்

தனது ஆரம்பக் கல்வியை நாவலப்பிட்டி சென். அன்ட்ரூஸ் கல்லூரியிலும் 1958 இலிருந்து 1963 வரை சுண்டுக்குளி மகளிர் கல்லூரியில் சேர்ந்து, தனது உயர்கல்வியையும் பெற்றுக்கொண்டார். அங்கிருந்து பட்டப்படிப்பைத் தொடர, பல்கலைக்கழகத்திற்குத் தெரிவாகிய இவர், 1963 இல் இலங்கைப் பல்கலைக்கழகத்தின் பேராதனை வளாகத்தில் கலைப்பீடத்தில் இணைந்து கலைமாணிப் பட்டத்தினை 1966 இல் பெற்றுக்கொண்டார்.

நூலகராகப் பணியேற்ற திருமதி ரூபவதி நடராஜாவும் நூலக ஆலோசகர் திரு. சி.சிவபாதசுந்தரம் அவர்களின் மேற்பார்வையின் கீழேயே பணியாற்ற வேண்டியிருந்தது. குழப்பகரமானதொரு நிர்வாகக் கட்டமைப்பில் திருமதி நடராஜாவினால் திருப்தியுடன் சுதந்திரமாக அங்கு பணியாற்றுவது கடினமாக இருந்தது. இதன் காரணமாக, குறுகிய கால யாழ்ப்பாணப் பொது நூலக சேவையின் பின் 1975 இல் கொழும்புப் பொது நூலகத்திற்கு தற்காலிக இடமாற்றம் பெற்றுச் சென்றுவிட்டார். அங்கு தமிழ்ப் பகுதிக்கான உதவி நூலகராகப் பதவியேற்றார்.

இவ்வாண்டில் (20.12.1975) தான் யாழ்ப்பாணப் பொதுசன நூலக முன்வளவில், பிதா T.M.F. லோங் அடிகளாருக்கு சிலையொன்றும் நிறுவப்பட்டது. யாழ்ப்பாணத்தில் நகரசபை நூலகக் கட்டிடமொன்றை நிறுவத் தீர்மானித்த 1950 களில், ஐரோப்பிய நாடுகளுக்கு விஜயம்செய்து யாழ்ப்பாணத்தில் பொது நூலக கட்டிடத்திற்காக ஆரம்பகாலத்தில் நிதி சேகரித்து உதவியதுடன் நூலகத்தின் உருவாக்கத்தில் அர்ப்பணிப்புடன் செயற்பட்டவர் இவராவார். சென் பற்றிக்ஸ் கல்லூரியின் பழைய மாணவர் சங்கத்தினர் திரட்டிய நிதியைக்கொண்டு உருவாக்கப்பட்ட இச்சிலையை டாக்டர் ஜே.பீ.சீ. பிலிப் ஜே.பீ அவர்களின் தலைமையில், அன்றைய யாழ்ப்பாண அரசாங்க அதிபரான திரு. அன்ரன் அல்பிரட் அவர்களால் திறந்துவைக்கப்பட்டது.

1977 இல் இலங்கையின் தென்பகுதியில் மீண்டும் சிங்களவர்களின் தமிழ் இனவழிப்பு என்ற தீ மூண்டபொழுது, குடும்பத்தினருடன் யாழ்ப்பாணத்துக்கு திரும்பவேண்டிய சூழ்நிலை திருமதி ரூபவதிக்கு ஏற்பட்டது. அவரை யாழ்ப்பாணப் பொது நூலகமே மீண்டும் அரவணைக்கத் தயாராக இருந்தது. இப்பொழுது திரு. சிவபாதசுந்தரம் அவர்கள் நூலக ஆலோசகர் பதவியிலிருந்து இளைப்பாறிவிட்டிருந்தார். விஷேட ஆணையாளராக சீ.வீ.கே.சிவஞானம் அவர்கள்; 12.08.1975 முதல் பணியாற்றத் தொடங்கியிருந்தனர். மேயர் அல்பிரட்

துரையப்பாவின் மரணத்தின் பின்னர் மேயர் பதவி வெற்றிடமாகவேயிருந்தது. (பின்னாளில் திரு. இராசா விஸ்வநாதன் மேயர் பதவியில் 01.06.1979 இல் அமர்த்தப்பட்டார். இவரது பணிக்காலம் 31.05.1983 வரை தொடர்ந்தது.)

திருமதி.நடராஜா அவர்கள் யாழ்ப்பாணப் பொது நூலகத்தில் மீண்டும் பணியை ஏற்றிருந்த வேளையில் அனுபவ முதிர்ச்சிபெற்ற ஒரு நூலகராக அவர் மாறியிருந்தார். கொழும்புப் பொது நூலகத்தில் ஈஸ்வரி கொறயாவின் வழிகாட்டல்களினால் பெற்றிருந்த நூலக அனுபவங்களும், மேலதிகமாகச் சேர்த்துக்கொண்ட நூலகவியல் துறைசார் கல்வி அறிவும் அவருக்குக் கைகொடுத்தன. வியத்தகு ஆளுமையுடன் அந்த நூலகத்தின் நூலக ஆளணியைக் கட்டுக்கோப்புக்குள் கொண்டுவந்து சிறந்ததொரு வளர்ச்சிப் பாதையில் நூலகத்தைப் பயணிக்கவைத்தார். நாளொரு மேனியும் பொழுதொரு வண்ணமுமாக யாழ்ப்பாண நூலகம் வளர்ச்சிபெற்றது.

இந்நிலையிலேயே யாழ்ப்பாண நூலகம் 1981 இன் மே மாதம் 31 ஆம் திகதி பின்னிரவில் அரச கூலிப்படையினரால் தீவைக்கப்பட்டது. 97 ஆயிரம் புத்தகங்களும் தளபாடங்களும் ஒரு சில மணிநேரத்தில் எரிந்து சாம்பலாகக் கூடுமா என்ன? மே 31 பின்னிரவில் தொடங்கி, ஜுன் மாதம் 1 ஆம் திகதியும் சுற்றாடலில் பிரகடனப்படுத்தப்படாத ஊரடங்கை துப்பாக்கி முனையில் பிறப்பித்துவிட்டு, மாநகரசபையின் தீயணைப்புப் படையினரையும் நுழையவிடாது ஒட்டுமொத்த நூலகத்தையும் எரித்துச் சாம்பலாக்கிய பின்னர், அந்தச் செய்தியே குடாநாட்டைவிட்டு உடனடியாகப் பரவாதவாறு மறுநாள் ஜுன் 1 ஆம் திகதி யாழ்ப்பாணக் குடாநாட்டில் இயங்கிவந்த ஒரேயொரு பத்திரிகை நிறுவனமான 'ஈழநாடு' அலுவலக அச்சியந்திரங்களையும் தீமூட்டி எரித்துவிட்டே அந்தக் கயவர்கள் அங்கிருந்து விலகிச்சென்றார்கள்.

நூலகம் எரிகின்றபோது, அதன் தீச்சுவாலையை தனது சென்.பற்றிக்ஸ் குடியிருப்பின் ஜன்னல் வழியாக அவதானித்த சென் பற்றிக் கல்லூரி ஆசிரியரும், பன்மொழிப் புலவரும், யாழ்ப்பாணப் பொது நூலகத்தின் நீண்டகால பயனாளியுமான சங். பிதா கலாநிதி தாவீது அடிகள் அவர்கள் மன உளைச்சலுடன் (தும்பளை தாவீது அடிகளார் எனவும், Rev. Dr. H.S. David எனவும் அறியப்பட்டவர்) 31.05.1981 இரவு தனது தனியறையில் படுக்கைக்குப் போனவர், மறுநாள் உயிருடன் எழுந்திருக்கவேயில்லை. இவர் மரணித்த நாட்களில் நிலவிய ஊரடங்குச் சட்டம், பொலிஸ் அராஜக நிலைமை ஆகியவற்றால் அவரது இறந்த தினம் பற்றிய சர்ச்சை இன்றும் தீர்வுபெறாமல் உள்ளது. இதற்குக் காரணம், இவரது மரண அத்தாட்சிப் பத்திரத்தில் இவரது மரணம் 02.06.1981 என்று தவறுதலாகப் பதிவுசெய்யப்பட்டுள்ளதாக கருதப்படுகின்றது. இத்திகதியே இவரது சேமக்காலைக் கல்வெட்டிலும் பதியப்பெற்றுள்ளது. யாழ்ப்பாணத்தில் கிறிஸ்தவ மதகுருக்களை நல்லடக்கம் செய்யும் அந்த சேமக்காலையில் உள்ள மூவரது கல்வெட்டில் முதலாவதாகப் பொறிக்கப்பட்டுள்ள தனிநாயகம் அடிகளின் மரணத் திகதி 01.19.1980 (மரணித்த தினம்: 01.09.1980) என்று கவனயீனமாகப் பொறிக்கப்பட்டுள்ளமையும் இங்கு சுட்டிக்காட்டத்தக்கது.

இவரது தும்பளை இல்லத்தில் வாழும் நெருங்கிய உறவினரான மோஸஸ் என்ற ஆசிரியரின் கருத்துப்படி சங். பிதா கலாநிதி தாவீது அடிகளின் உயிரற்ற உடலத்தை 01.06.1981 காலை அவரை எழுப்பச் சென்ற சென். பற்றிக்ஸ் விடுதி ஊழியரே கண்டறிந்தார் எனவும்,

2 ஆம் திகதி மிகுந்த சிரமங்களுக்கிடையே தான் அவரது இறுதிக் கிரியைகளை அவசர அவசரமாக நடத்தியதாகவும் என்னிடம் குறிப்பிட்டார். மேலும் தாவீது அடிகளாரின் மருமகனான லோரன்ஸ் எம்.பிலிப்னேரி (Lawrence M.Philip Neri) அவர்கள் கல்லூரி ஆண்டு மலரில் Father and Son என்ற தலைப்பிலான தனது குறிப்பின் இறுதியில் "He continued his research until he passed away suddenly on the night of 31st May 1981, the same night the Jaffna Library was burned down" எனத் தெளிவாக எழுதியுள்ளார். தாவீது அடிகளாரின் மரணத்தின் போது வாழ்ந்தவர்கள் முதுமை காரணமாக மறைந்து போகும் முன்னர் அவரது மறைவின் சரியான திகதி உரியவர்களால் மீளாய்வுசெய்து திருத்தப்படவேண்டும்.

யாழ் நூலக எரிப்பின் பின்னர் மன உளைச்சலுக்குள்ளான அனைவரையும் தேற்றி எடுத்து, தாய்மையின் அரவணைப்புடன் அவர்கள் அனைவரையும் ஒருமுகப்படுத்தி மீண்டும் நூலகப் பயணத்தைத் தொடர்ந்தார் திருமதி ரூபவதி நடராசா அவர்கள். அக்கால கட்டத்தில் நூலக ஊழியர்கள் 23 பேர் வரையில் பொது நூலகத்தில் பணியாற்றியிருந்தனர். அவர்கள் அனைவரினதும் அயராத உழைப்பின் பயனாக, பீனிக்ஸ் பறவையென நூலகம் சாம்பல் மேட்டிலிருந்து புத்துயிர் பெற்றெழுந்தது.

இந்த நூலகத் தகனம் பின்னாளில் முழு நாட்டையுமே அடுத்த 30 ஆண்டுகள் தமிழ் இளைஞர்களின் எழுச்சிமிக்க இன விடுதலைப் போராட்டம் என்ற தீச்சுவாலைக்குள் தள்ளியிருந்தது. யாழ்ப்பாண நூலக எரிப்பு பற்றிய விரிவான தகவல்கள் நூலியலாளர் என்.செல்வராஜா எழுதி 2023 இல் வெளியிட்ட யாழ்ப்பாணப் பொது நூலகம் ஒரு வரலாற்றுத் தொகுப்பு, Rising from the Ashes ஆகிய இரு நூல்களிலும் விரிவாகக் காணப்படுகின்றது.

நூலக எரிப்பின் பின்பு சில காலத்தில் சுதாரித்துக்கொண்ட எம்மவர்கள் நூலக சேவையை படிப்படியாகக் கட்டமைக்கலானார்கள். சிறிது காலம் மாநகரசபையின் கட்டிடத்தின் ஒரு சிறு பகுதியில் பத்திரிகை வாசிப்புப் பகுதி மட்டும் இயங்கியது.

எரிந்துபோன யாழ். நூலகத்தை மீளக் கட்டியெழுப்புதல் வேண்டும் என்கிற ஒரே எண்ணம் யாழ்ப்பாண மக்களையெல்லாம் ஒன்றுபடுத்தியது. அன்றைய ஜனாதிபதி ஜே.ஆர். ஜெயவர்த்தனா அவர்கள் அரச உதவியாக வழங்கிய இருபது லட்சம் ரூபா நிதியுதவிப் பணத்துடன் (யாழ். அரசாங்க அதிபர் பரிந்துரைத்த ஒரு கோடி ரூபா நஷ்ட ஈடு என்றுமே வழங்கப்படவில்லை.) இந்நூலகத்தின் புனர் நிர்மாணப் பணி ஆரம்பிக்கப் பெற்றது.

பொது நூலகத்திற்கென கட்டிடக் கலைஞர் நரசிம்மன் தயாரித்துத் தந்த மாதிரிப்படத்தின் படி, ஒரு சிறு பகுதியே நூலகம் எரியுண்ட வேளை கட்டிமுடிக்கப்பட்டிருந்தது. 1984 இல் மீள் புனரமைக்கப்பட்ட வேளையில் அதே மாதிரிக் கட்டிட வரைபடத்தின் படி, மேலதிகமாக ஒரு பகுதியையும் சேர்த்து எரிக்கப்பட்ட நூலகத்திலேயே மீள்கட்டுமானப்பணி ஆரம்பிக்கப் பெற்றது.

இப்பணிக்காக பொறியியலாளர் திரு ந. நடேசன் அவர்கள் முழுநேரப் பணியாளராக நியமிக்கப்பெற்று அதற்கான வேலைகளும் துரித கதியில் செயற்படுத்தப் பெற்றது. புனரமைக்கப் பெற்ற நூலகம் மீண்டும் பொது சன உபயோகத்துக்காக 1984 ஆம் ஆண்டு ஜூன் மாதம் நான்காம் நாள் அ.அமிர்தலிங்கத்தினால் திறந்து வைக்கப்பெற்றது.

மீண்டும் இன விடுதலைப் போர்க்காலத்தின்போது, யாழ்ப்பாணக் கோட்டையில் இருந்த இராணுவத்தினரின் ஷெல் வீச்சுக்கு இலக்காகி யாழ். மாநகரசபையும் நூலகமும் சேதம் அடைந்து அழிந்து போனதால் நல்லூரில் உள்ள யாழ்.மாநகர சபைக்குச் சொந்தமான கல்யாண மண்டபத்தில் (இதுவே பின்னர் இந்து விடுதியாக மாறியது) யாழ். பொதுசன நூலகமும் குடியேறியது.

சில காலத்தின் பின்னர் யாழ். நகரில் தொடர்ந்து இடம்பெற்ற போர்க்கால நெருக்கடிகளின் காரணமாக நூலகர் திருமதி. ரூபவதி நடராஜாவும் யாழ்.மாநகரசபை மேலதிகாரிகளும் கூடி ஆராய்ந்த பின் கிளை நூலகங்கள் திறக்கப்பட்டன. அங்கு பிரதான நூலகத்தின் நூல்சேர்க்கைகள் பகிர்ந்து வழங்கப்பட்டன. போதிய முன்னெச்சரிக்கையற்ற இந்தத் தீர்மானம் பொதுநூலகத்தின் கணிசமான நூற்றொகையை இல்லாமல் செய்துவிட்டமை சோக வரலாறாகும்.

1977 முதல் 1987 ஆம் ஆண்டு இறுதி வரையிலான இலங்கையின் வரலாற்று முக்கியத்துவமான பத்தாண்டு காலத்திற்கு திருமதி ரூபவதி நடராஜா அவர்களின் சேவை யாழ்ப்பாணப் பொது நூலகத்திற்குக் கிட்டியிருந்தது. உள்ளூராட்சி சேவை நூலகர்களின் அதி உயர் தரமான சுப்ரா கிரேட் (Supragrade) நூலகராக இவர் 1987 இல் தரமுயர்த்தப்பட்டார். யாழ்ப்பாணப் பொது நூலக வரலாற்றில் அதுவரை காலமும் இந்த உயர்தரத்தை எட்டிய முதலாமவர் இவரே என்று கருதுகின்றேன்.

யாழ். பொதுசன நூலகர் திருமதி நடராஜா அவர்கள் 1987 இல் ஓய்வு பெற்றதினால் பதில் நூலகராக திருமதி மங்கையர்க்கரசி நித்தியானந்தன் நியமிக்கப்பட்டார். அவர் 1988 இல் மாற்றலாகிச் சென்றதனால் செல்வி.சுலோசனா இரகுநாதன், திரு.கே.இ.பாக்கியநாதன் ஆகியோர் 1988-1989 காலகட்டத்தில் பதில் நூலகராக நியமனம் பெற்றார்கள். இறுதியில் செல்வி.சுலோசனா ரகுநாதன் நூலகர் பதவியை குறுகிய காலத்திற்கு (01.04.1990 — 30.09.1990) பொறுப்பேற்றிருந்தார். இக்காலகட்டம் நூலகத்தின் தொடர் இடப்பெயர்வுகளுக்கான காலமாக அமைந்தது. ஷெல் வீச்சிலிருந்து பாதுகாப்புக் கருதி பல்வேறு இடங்களுக்கும் நூலகம் நகரவேண்டியிருந்தது.

வி.எஸ்.தனபாலசிங்கத்தின் காலம்

அதன் பின்னர் திருகோணமலை நகரசபை நூலகத்தின் பிரதம நூலகராக இருந்த திரு. சபாரத்தினம் தனபாலசிங்கம் அவர்கள் யாழ்.பொதுசன நூலக பிரதம நூலகராகப் பொறுப்பேற்றுக்கொண்டார். அன்று தொடக்கம் இன்று வரை இக்கட்டான காலகட்டங்களில் இவரே நூலகக் கடமைகளை ஆற்றிவருகிறார். எத்தனையோ இன்னல்களுக்கும் நெருக்கடிகளுக்கும் மத்தியில் நூலகத்தின் வளர்ச்சியிலும் முன்னேற்றத்திலும் கடுமையாக உழைத்துக்கொண்டு மிகவும் துணிச்சலான நூலகராக சக ஊழியர்களுடன் நிர்வாகத்தை நடத்திச் செல்கின்றார்.

இவர் யாழ்ப்பாணம், அரியாலையைப் பிறப்பிடமாகக் கொண்டவர். இப்பிரதேசத்தில் பரம்பரையாக வாழ்ந்த குடும்பங்களில் ஒன்றான வேலுப்பிள்ளை சபாரத்தினத்தினம் — பூமணி (பாக்கியம்) தம்பதியினருக்கு 16.7.1949 அன்று பிறந்தவர். தனது ஆரம்பக் கல்வியை அரியாலை ஸ்ரீ பார்வதி வித்தியாசாலையிலும், இடைநிலைக் கல்வியை யாழ்ப்பாணம் ஸ்ரான்லி கல்லூரியிலும், பரியோவான் கல்லூரியிலும் பெற்றுக்கொண்டவர்.

யாழ் பல்தொழில் நுட்பக் கல்லுரியில் ஆங்கில மொழி மூல சுருக்கெழுத்து தட்டெழுத்துப் பயிற்சியைப் பெற்ற இவர், யாழ் கூட்டுறவுக் கல்லூரியில் கூட்டுறவு முகாமைத்துவப் பயிற்சியையும் பெற்றிருந்தார். ஆரம்பத்தில் நல்லூர் விவசாய உற்பத்தி நிலையத்தில் தற்காலிக இலிகிதராக பணியாற்றிய இவர், இலங்கை நூலகச் சங்கத்தின் நூலகவியலும் தகவல் விஞ்ஞானமும் கற்கை நெறியில் 1972 ஆம் ஆண்டில் இணைந்து அக்கற்கை நெறியின் முதலாம் பகுதியில் சித்தியடைந்தார். அதன் பயனாக இலங்கை உள்ளூராட்சி நூலகர் சேவைக்கு 01.01.1978 ஆம் திகதி நியமனம் பெற்று திருகோணமலை மாவட்ட, நிலாவெளி கிராம சபை பொது நூலகத்தில் நூலகராகப் பதவியேற்றார். அக்கற்கை நெறியைக் தொடர்ந்து பயின்று இலங்கை நூலகச் சங்கத்தின் டிப்ளோமா பரீட்சையை முடித்தார்.

இவரது நூலகச் செயற்பாட்டின் பயனாக 1978 ஆம் வருடம் நிலாவெளி கிராம சபை பொது நூலகம் திருக்கோணமலை மாவட்டத்தின் மாதிரி (Model) நூலகமாகவும் தெரிவுசெய்யப்பட்டதுடன், நூலகர் தனபாலசிங்கம், பிராந்தியத்தின் சிறந்த நூலகராகவும் திருகோணமலை பிராந்திய உள்ளூராட்சி உதவி ஆணையாளரால் தெரிவு செய்யப்பட்டார்.

இவரது முயற்சியையும் சேவைத் திறமையையும் அவதானித்த திருகோணமலை பிராந்திய உள்ளூராட்சி உதவி ஆணையாளர் திரு. B.A.J. காசிநாதர், இவரை 01.07.1979 முதல் திருகோணமலை நகர சபைப் பொது நூலகராக இடமாற்றம் செய்திருந்தார். 1948 ஆம் ஆண்டு உருவாக்கப்பட்ட திருகோணமலை பொது நூலகம் காலனித்துவகால ஆவணங்கள், நூல்களின் இருப்பிடமாகப் பெயர் பெற்றிருந்தது. மிகவும் பழமை வாய்ந்த திருகோணமலைப் பொது நூலகத்திற்கு, நீண்ட காலத்திற்கு முன்னரே ஒரு புதிய கட்டிடம் நிர்மாணிக்க ஆயத்தங்கள் செய்யப்பட்டிருந்தன. நூலகர் தனபாலசிங்கத்தின் பதவியேற்புடன், கட்டிடம் 1981 ஆம் ஆண்டு திறந்து வைக்கப்பட்டது. புதிய கட்டிடத்தில் நவீன முறையில் நூலகத்தை ஒழுங்குபடுத்தி திருகோணமலை மாவட்டத்தில் சிறந்த நூலகமாகத் தொழிற்பட வழிவகுத்த பெருமையும் தனபாலசிங்கத்துக்குரியது.

இந்நிலையில் இந்திய இராணுவம் இலங்கையில் கால்பதித்து, வடக்கு — கிழக்கை சமாதானப் படை என்ற பெயரில் ஆக்கிரமித்திருந்த வேளை, அவ்வாண்டு இறுதியில் திருமதி ரூபவதி நடராஜா யாழ்ப்பாணப் பொது நூலகத்திலிருந்து பணிஓய்வு பெற்று வெளியேறியிருந்தார். அவரது இடத்தினை தற்காலிகமாக 1988 ஜனவரி முதல், செல்வி சுலோசனா ரகுநாதன் அவர்கள் பொறுப்பேற்றிருந்தார். அவருக்கு உதவியாக, கலாநிதி வே.இ.பாக்கியநாதன் அவர்கள் நூலக ஆலோசகராக நியமிக்கப்பட்டிருந்தார். திருகோணமலையில் நீண்டகாலம் பணியாற்றியிருந்த திரு. வி.எஸ்.தனபாலசிங்கம் அவர்கள், 1990 ஜனவரி மாதம் தொடக்கம் யாழ் மாநகர சபைப் பொது நூலகத்திற்கு இடமாற்றம் பெற்றிருந்தார்.

7

திருக்கோணமலையில் நீண்டகாலம் பணியாற்றியிருந்த திரு.வி.எஸ். தனபாலசிங்கம் அவர்கள், 1990 ஜனவரி மாதம் தொடக்கம் யாழ். மாநகர சபைப் பொது நூலகத்திற்கு இடமாற்றம் பெற்றிருந்தார். யாழ். நூலகத்தில் அவர் தனது கடமைகளைப் பொறுப்பேற்றிருந்தபோது, யாழ். நூலகம், கோட்டையிலிருந்து தொடர்ச்சியான ஷெல் தாக்குதலின் காரணமாக தனது

பிரதான நூலகக்கட்டிடத்தை விட்டு வெளியேறியிருந்தது. அதன் சேர்க்கைகளும் சேவைகளும் பிரிக்கப்பட்டு ஆறு கிளை நூலகங்களாக செயற்பட்டுக் கொண்டிருந்தது. யாழ். நூலகத்தில் பணியாற்றும் உதவி நூலகர்கள் அனைவரிலும் பார்க்க சேவை மூப்பு நூலகரான தனபாலசிங்கத்தை முதன்மைக் கிளை நூலகமான நல்லூர் கிளை நூலகத்தின் பொறுப்பை ஏற்கும்படி யாழ். மாநகர நிர்வாகத்தினர் பணித்திருந்தனர்.

நல்லூர் கிளை நூலகத்தில் அவர் பணியாற்றி வந்த குறுகிய காலப்பகுதியிலேயே, (மூன்று மாதங்களில்) அதே ஆண்டு மார்ச் முதலாம் திகதி தொடக்கம் உள்ளூராட்சி நூலக சேவை இரண்டாம் தர நூலகராகப் பதவியுயர்வு பெற்றதுடன் மட்டக்களப்பு பொது நூலகத்திற்கு இடமாற்றமும் செய்யப்பட்டார். எனினும் அப்போதைய யாழ். மாநகர ஆணையாளரின் (திரு.வே.பொ. பாலசிங்கம்) வேண்டுகோளுக்கு அமைவாக அவரது இடமாற்றம் ரத்து செய்யப்பட்டது.

அவ்வாண்டு ஜூன் மாதம் மீண்டும் தீவிரப்படுத்தப்பட்ட யுத்தம் காரணமாக அவ்வேளையில் நூலகராகப் பணியாற்றியவர்கள் பாதுகாப்புக் கருதி யாழ்ப்பாணத்தை விட்டு இடம்பெயர்ந்தமையால், நூலக நிர்வாகம் செயலிழந்து நூலக சேவைகள் ஸ்தம்பிதமடைந்தன. யாழ். மாநகர ஆணையாளரான திரு.வே.பொ. பாலசிங்கம் நூலக சேவையை தடையின்றி நடாத்துவதற்கு நல்லூர் கிளை நூலகரான திரு. தனபாலசிங்கத்தை யாழ்ப்பாணப் பொது நூலகத்தின் பிரதம நூலகராக அவ்வாண்டு ஒக்டோபர் மாதத்திலிருந்து நியமித்தார்.

பிரதம நூலகர் பதவியைப் பொறுப்பேற்றவுடன் நல்லூர் கிளை நூலகக் கட்டிடத்தில் தொழிற்பட்ட மாநகர சபையின் வேலைப் பொறியியலாளர் அலுவலகத்தை இடம்மாற்றி, அந்தக் கட்டிடம் முழுவதையும் நூலகமாக மாற்றியமைக்க ஆணையாளர் வழிசெய்தார். அத்துடன் மாநகர சபையின் இந்து விடுதியில் தனியாக தொழிற்பட்ட பிரதம நூலகர் அலுவலகம், நிர்வாக அலுவலகம் ஆகியவற்றை நல்லூர் கிளை நூலகக் கட்டிடத்திற்கு இடமாற்றம் செய்தார். அத்துடன் இந்து விடுதியில் சிறிய பகுதியாக இருந்த சிறப்பு ஆவணமாக்கல் பிரிவான இலங்கை நூற் பிரிவினை நல்லூர் நூலகத்தில் தனியொரு பகுதியாக மாற்றி அங்கே மேலும் பல ஆவணங்களையும் நூலகர் சேகரித்தார். படிப்படியாக மாநகர சபையின் வேலைப் பொறியியலாளர் அலுவலகம் யாழ்ப்பாணப் பொதுநூலகத்தின் பிரதான செயலகமாக உருமாறிவந்தது.

தொடர்ந்து அடுத்த ஆண்டில் (1991) சுவாமி விபுலானந்தர் நூற்றாண்டு விழாவை மூன்று நாட்கள் சிறந்த ஆய்வுக் களத்துடன் மாநகர சபையின் அனுசரணையுடன், தனபாலசிங்கம் ஏற்பாடு செய்திருந்தார்.

1995 இல் மாபெரும் இடப்பெயர்வு இடம்பெறும் வரை சகல கிளை நூலகங்களையும் தரமான நூல்களின் சேர்க்கையுள்ள நூலகங்களாக அபிவிருத்தி செய்துவந்தார். அக்காலகட்டத்தில் யாழ்ப்பாணத்தில் நிலவிய போர்ச்சூழல் காரணமாக, யாழ்ப்பாணத்தில் நூல்கள் கொள்வனவு செய்ய முடியாதிருந்தது. ஏ9 பாதையோ, இரயில் போக்குவரத்தோ இயங்காதிருந்த அவ்வேளையில், கொழும்பில் நூல்களைக் கொள்வனவு செய்து கப்பல் மூலம் திருக்கோணமலை ஊடாக யாழ்ப்பாணத்திற்கு எடுத்து வர ஏற்பாடு செய்திருந்தவர் தனபாலசிங்கம். முழு யாழ் மாவட்ட மக்களுக்கும் இந்த நூற்சேர்க்கையே புதிய நூல்களை வாசிக்கும் வாய்ப்பினை வழங்கிவந்தது என்பதும் குறிப்பிடத்தக்கது.

1995 இல் மாபெரும் வலிகாமம் இடப்பெயர்வினால் சகல கிளை நூலகங்களிற்கும் பாரிய சேதங்கள் ஏற்பட்டிருந்தன. 1981 யாழ் நூலக எரிப்பின் பின்னர் சிறுகச் சிறுக அரும்பாடுபட்டு சேகரித்துப் பேணப்பட்ட நூற்சேர்க்கையின் பெரும் பகுதி வலிகாமம் புலப்பெயர்வின்போது கைவிடப்பட்ட நூலகங்களிலிருந்து காணாமற் போயின. 1995 இன் பின்னர் யாழ்ப்பாணம் இராணுவத்தின் முழுக் கட்டுப்பாட்டுக்குள் கொண்டுவரப்பட்டது.

'புத்தகமும் செங்கல்லும்'

1997 ஆம் ஆண்டு இலங்கை ஜனாதிபதி திருமதி சந்திரிகா குமாரதுங்க, இன நல்லிணக்கத்தினை தனது ஆட்சிக்காலத்தில் ஏற்படுத்தும் நோக்குடன் யாழ் நூலகத்தைப் 'புத்தகமும் செங்கல்லும்'' என்ற வேலைத்திட்டத்தினூடாக, புனரமைப்புச் செய்யத் தீரமானித்திருந்தார். அதற்காக ஜனாதிபதி, நூலகக் குழு ஒன்றை நிறுவினார். அக்குழு அழிவடைந்த யாழ் நூலகக் கட்டிடத்தை மீள்நிர்மாணம் செய்வதற்கும் மீள்நிர்மாணம் செய்யப்படும் வரை இடைக்கால நூலகம் ஒன்றை நிறுவவும் தீர்மானித்தது. யாழ் மாநகர ஆணையாளர் திரு.வே.பொ. பாலசிங்கத்திடமும், யாழ் மாவட்ட இராணுவக் கட்டளைத் தளபதி மேஜர் ஜெனரல் பல்லேகலவிடமும் யாழ் நகரில் இடைக்கால நூலகத்திற்கு பொருத்தமான கட்டிடம் ஒன்றைத் தெரிவு செய்யுமாறு ஜனாதிபதியின் நூலகக் குழு கோரிக்கை விடுத்திருந்தது. அதற்கமைய யுத்தத்தால் அழிவடைந்திருந்த தேசிய வீடமைப்பு அதிகார சபைக்குச் சொந்தமானதும் யாழ். கச்சேரியடியில் இருந்ததுமான ஒரு கட்டிடத்தை பொறுப்பேற்று புனரமைத்து இடைக்கால நூலகத்தை அங்கு திறப்பதாக முடிவாயிற்று.

அதே நேரம் இடைக்கால நூலகத்தில் பணியாற்ற திரு. தனபாலசிங்கம் தலைமையிலான குழுவொன்றை மாநகர ஆணையாளர் தெரிவு செய்திருந்தார். அக்குழுவினரை ஜனாதிபதி நூலகக் குழு கொழும்பிற்கு இராணுவம் மூலமாக அழைப்பித்து பிரிட்டிஷ் கவுன்சிலில் நேர்முகப் பரீட்சை நடாத்தியது. அப்போது ஜனாதிபதியின் நூலகக் குழு, திரு.வி.எஸ். தனபாலசிங்கத்தை பிரதம நூலகராகத் தெரிவு செய்து அவருக்குத் தேவையான அனைத்து உதவிகளையும் செய்வதாக உறுதியளித்தனர்.

இதே நேரம் யாழ்ப்பாணத்தில் இராணுவ ஆக்கிரமிப்பின் கீழ் நிலவிய விடுதலைப் போராட்ட அரசியல் சூழலில் இடைக்கால நூலகமானது இலங்கை அரசின் ஆக்கிரமிப்பின் ஒரு குறியீடாகவே பார்க்கப்பட்டது. இதற்கிடையே புதிய நூலகக் கட்டிடத்தை தனியானதொரு காணியில் கட்டுமாறும், எரியுண்ட பழைய நூலகத்தை நினைவகமாகப் பேணுமாறும் புத்திஜீவிகளாலும், பொதுமக்களாலும் அழுத்தங்கள் பிரயோகிக்கப்பட்டன. இதற்கு அரசு கடுகளவும் இணங்கவில்லை.

இதன் விளைவாக சந்திரிகா அரசினால் யாழ்ப்பாணப் பொது நூலகத்தினை புனரமைத்துத் திறப்பதற்கு எடுக்கப்பட்ட முயற்சிகள் யாழ்ப்பாணத்தில் எதிர்ப்பலைகளைத் தோற்றுவித்திருந்தது. தவிர்க்கவியலாத சூழலில் அதன் பிரதம நூலகர் பணியினை ஏற்றிருந்த தனபாலசிங்கத்திற்கும், மாநகர ஆணையாளருக்கும் உயிர் அச்சுறுத்தல் வேறு விடுக்கப்பட்டிருந்தது.

இந்நிலையில் கொழும்பிற்கு அழைக்கப்பட்ட நூலகப் பணியாளர் குழுவிடம் யாழ்ப்பாண நூலகத்திற்கென இலங்கை அரசினாலும், இந்திய அரசினாலும், ஏனைய சர்வதேச நாடுகளாலும் அன்பளிப்புச் செய்யப்பட்டிருந்த நூல்களும், நூலகத்திற்குத் தேவையான தளபாடங்களும் வழங்கப்பட்டன. அத்துடன் யாழ் திரும்பியதும் உடனடியாக இடைக்கால நூலகத்தை

ஒழுங்குபடுத்தி அதே மாதத்தில் திறக்க ஏற்பாடு செய்யுமாறும் வலியுறுத்தப்பட்டிருந்தது. எனினும் யாழ்ப்பாணத்தில் நிலவிய இராணுவ ஆக்கிரமிப்புக்கு எதிராக உருவாகியிருந்த அரசியல் சூழ்நிலையில், நூலகக் குழுவினரில் சிலர் சுதந்திரமாகப் பணியாற்ற இயலாதிருந்த நிலைமையின் காரணமாக, உயிர் அச்சுறுத்தலுக்குப் பயந்து பணிக்குச் செல்ல மறுத்தனர்.

இராணுவத்தின் கட்டாயப்படுத்தலின் காரணமாகப் பணியை ஏற்று நூலகர் தனபாலசிங்கமும், அவரது நூலகக் குழுவினரும் யாழ்ப்பாணப் பொது நூலக சேவையினை ஒழுங்கு செய்திருந்தனர். 1998 ஆம் ஆண்டு தைப்பொங்கல் தினத்தன்று பழைய கச்சேரிக்கு அருகில் அமைந்திருந்த புனரமைக்கப்பட்ட தேசிய வீடமைப்பு அதிகார சபைக்குச் சொந்தமான கட்டிடத்தில் யாழ். நூலக சேவைகள் சம்பிரதாயபூர்வமாகத் தொடக்கிவைக்கப்பட்டது. அப்போதைய தபால், தந்தி தொலைத்தொடர்பு வெகுசனத்துறை அமைச்சர் திரு. மங்கள சமரவீர, கல்வி உயர்கல்வி அமைச்சர் ரிச்சர்ட் பத்திரன, சமூக சேவைகள் அமைச்சர் பேர்ட்டி பிரேமலால் திசாநாயக்க ஆகிய அரசாங்கப் பிரமுகர்களின் முன்னிலையில், பலத்த இராணுவ கெடுபிடிகளுக்கு மத்தியில் நூலகம் அன்று திறந்து வைக்கப்பட்டது.

நிகழ்ச்சியில் ஆசியுரை நிகழ்த்த அழைக்கப்பட்டிருந்த நல்லை ஆதீன முதல்வரை இராணுவத்தினர் கௌரவப்படுத்தாமல், உடற்பரிசோதனைக்கு உட்படுத்த முனைந்ததுடன் விழா நிகழ்விடத்திற்கு நடந்தே செல்லவும் வற்புறுத்தியமை காரணமாக அதனை எதிர்த்து நிகழ்ச்சியில் பங்கேற்காமல் அவர் திரும்பிச் சென்றுவிட்டார். (செய்தி: வீரகேசரி, 18.01.1998).

பிரதம நூலகராகப் பணியை ஏற்றுத் தன் கடமையை அரசியல் கெடுபிடிகளைக் கண்டு தளராமல் தொடர்ந்து மன உறுதியுடன் மேற்கொண்ட திரு. தனபாலசிங்கம் பொது நூலகத்தை வெகு அவதானத்துடனும், தொழில்சார் நேர்மையுடனும் அபிவிருத்தி செய்வதில் அக்கறை செலுத்தினார். இதனால் இடைக்கால நூலகம் ஒரு 'மாதிரி நூலகமாக' யாழ் மாவட்டத்தின் பெரிய நூலகமாக காலக்கிரமத்தில் வளர்ச்சியடைந்தது. யாழ். மாநகரசபை ஆணையாளர் திரு பாலசிங்கத்தின் ஆதரவுடன், யாழ். நூலக அபிவிருத்திக்கான உதவிகளை பெற்றுத்தரும் பணியில் என்னையும் (என். செல்வராஜா) ஈடுபடுத்தி, யாழ்ப்பாண நூலகத்தின் ஐரோப்பிய பிரதிநிதியாகவும் என்னை நியமிக்க தனபாலசிங்கம் வழியமைத்திருந்தார்.

பல பெரியார்களின் தனிப்பட்ட சேகரிப்புகளைப் பெற்று அதற்கெனத் தனியான பகுதியொன்றினையும் உருவாக்கினார். பாதுகாப்புத்துறையின் கடுமையான கட்டுபாட்டிற்குள்ளும் மாவட்டத்தின் பல பகுதிகளிலிருந்து மாணவர்கள் இந்நூலகத்தைப் பயன்படுத்த வைத்தார். அத்துடன் நூலக சேவைக்கு அப்பால் யாழ் மாவட்ட நூலகர்களுக்கான பயிற்சிப் பட்டறைகளையும் இந்நூலகத்தில் ஏற்பாடு செய்திருந்தார்.

யாழ்ப்பாண மாவட்டத்தில் நூலகவியல் துறையில் கல்வி பயிலும் மாணவர்களுக்கான நூலகவியல்சார் நூல்களைப் பெறும் ஒரே இடமாக யாழ்ப்பாணப் பல்கலைக்கழக நூலகமே இருந்து வந்த ஒரு சூழல் அப்போது நிலவிவந்தது. பல்கலைக்கழக மாணவர்களாக இல்லாத நிலையில் நூலகவியல்துறை மாணவர்கள், தமக்கான நூல்களை இரவல் பெறும் வழியின்றி, ஒரு பிரத்தியேக ஒழுங்கு முறைக்குட்பட்டே பல்கலைக்கழக நூலகத்தை பயன்படுத்த இடமளிக்கப்பட்டனர். தீவிர கெடுபிடிகள் காரணமாக அந்த நூலகத்தைப் பயன்படுத்துவதையும் நூலகவியல்துறை மாணவர்கள் வசதியீனமாகக் கருதி தவிர்த்து வருவதை தனபாலசிங்கம்

உணர்ந்திருந்தார்.

இந்நிலையில் பிரித்தானியாவில் ஸ்கொட்லாந்தின் டண்டி பல்கலைக்கழக நூலகத்தின் நூலகக் கல்விப் பிரிவு மூடப்படும் செய்தியறிந்து அங்கிருந்த சுமார் 600 இற்கும் அதிகமான நூலகவியல் சார்ந்த பெறுமதிமிக்க நூல்களை எனது உதவியுடன் பெற்று யாழ்ப்பாணப் பொது நூலகத்தில் நூலகவியல் கல்விபெறும் மாணவர்களுக்கான தனியானதொரு பிரிவை உசாத்துணைப்பிரிவு மண்டபத்தின் ஒரு மூலையில் உருவாக்கி நூலகவியல் துறையின் வளர்ச்சிக்குக் குறிப்பிடத்தக்க அளவில் சேவையாற்றியுள்ளார்.

இதே வேளை யாழ். கல்வி வலயத்தால் நடாத்தப்பட்டுவந்த முறைசாராக் கல்வி பிரிவினர் நடாத்திவந்த நூலகவியல் பயிற்சி நெறியின் போதனாசிரியராகவும் யாழ். இந்துக் கல்லூரியிலும், கொக்குவில் இந்துக் கல்லூரியிலும் இவர் பணியாற்றியிருந்தார்.

இதேவேளை அழிக்கபட்ட யாழ் நூலகக் கட்டிடத்தின் புனரமைப்பு வேலைகள் நடைபெறத் தொடங்கியிருந்தன. புனரமைப்பிற்கான திட்டமிடல் கூட்டங்களில் பங்குபற்றி நூலகத்தில் அமைய வேண்டிய புதிய அம்சங்களையும் குழுவினருக்கு வெளிப்படுத்தி, இலங்கையில் ஒரு மாதிரி நூலகமாக அமைக்கத் தன்னாலான பங்களிப்பினை வழங்கிவந்தார். எரிக்கப்பட்ட யாழ்ப்பாண நூலகக் கட்டிடம், இலங்கை அரசினால் புனரமைக்கப்பட்டு யாழ் மாநகர சபையால் 2003 ஆம் ஆண்டு பொறுப்பேற்கப்பட்டபோது, முன்னர் கச்சேரியடியில் இயங்கிய இடைக்கால நூலகத்தை மூடி, புனரமைக்கப்பட்ட கட்டிடத்திற்கு நூல்களையும், தளபாடங்களையும் இடமாற்றம் செய்யும் பாரிய பணியை அவர் திட்டமிட்டு வெற்றிகரமாகச் செய்துமுடித்தார்.

யாழ். பொது நூலகம், இலங்கை அரசினால், அந்நாளைய மாநகர முதல்வர் செல்லன் கந்தையா அவர்களின் காலத்தில் புனரமைக்கப்பட்டு மீளத் திறக்கப்படுவதை ஒரு பெருவிழாவாக மாநகரசபை ஏற்பாடு செய்திருந்தது. இதனைத் திறந்துவைக்க, தமிழீழ விடுதலைப் புலிகள் அமைப்பினரின் கடுமையான விமர்சகரான திரு.வீ. ஆனந்தசங்கரியை அழைக்க அரசியல்வாதிகள் சிலர் மறைமுகமாக முயற்சி செய்திருந்தனர். எனினும் இதனை எதிர்த்த தமிழீழ விடுதலைப் புலிகளின் பின்னணியில் இயங்கிய ஒரு குழுவினர் திறப்பு விழாவையே நடாத்துவதற்கு எதிர்ப்புத் தெரிவித்திருந்தனர்.

திறப்பு விழாவுக்கு முன்னைய தினம் இனம் தெரியாத இளைஞர்களால் கட்டடத்தின் திறப்புகள் பறிமுதல் செய்யப்பட்டிருந்தன. இதனால் இடைக்கால நூலகம் இருந்தும் இல்லாத சூழலில் சிலகாலம் மக்கள் பாவனையின்றி மூடப்பட்ட துர்ப்பாக்கிய நிலை ஏற்பட்டிருந்தது. இதனால் அப்பாவி வாசகர்கள் குறிப்பாக பரீட்சையை அண்மித்திருந்த உயர்தர மாணவர்கள் பெரும் கஷ்டத்தை எதிர் நோக்கினர். ஒழுங்கு செய்யப்பட்ட புனரமைக்கப்பட்ட நூலகம் திறக்கப்படாமல் நீண்ட காலம் மூடப்பட்டு இருந்தமையால் உள்ளூரில் மாத்திரமல்லாது, உலகின் பல பாகங்களிலிருந்தும் மூடிக்கிடக்கும் பொது நூலகத்தை திறக்கும்படி மாநகரசபைக்கு நெருக்குதல்கள் உருவாகியிருந்தன. இந்த மக்கள் எழுச்சியின் பயனாக நூலகம் எவ்வித ஆரவாரமுமின்றி ஒருநாள் (23.02.2004) காலை அன்றைய ஆணையாளரின் உதவியுடன் மக்கள் பாவனைக்காகத் திறந்துவிடப்பட்டது. ஈழத்தின் அறிவுஜீவிகளைக் கொண்டதாக நம்பப்படும் எமது தமிழ் மண்ணில் இடம்பெற்றுவிட்டதாக வரலாற்றில் பொறிக்கப்பட்டுள்ள துர்ப்பாக்கியமான நிகழ்வு இதுவாகும்.

ஆரவாரமின்றி திறக்கப்பட்ட யாழ்ப்பாணப் பொது நூலகத்தின் உள்ளக அபிவிருத்திப் பணிகளும் ஆரவாரமின்றியே திரு.வி.எஸ். தனபாலசிங்கம் அவர்களால் முன்னெடுத்துச் செல்லப்பட்டன.

புனரமைக்கப்பட்ட நூலகத்தை அபிவிருத்தி செய்யும் நோக்கில் உதவி கோரி பல நிறுவனங்களுக்கும் தனபாலசிங்கம் கோரிக்கை விடுத்தார். யுனெஸ்கோ நிறுவனம் தொழில்நுட்ப உதவிகள் வழங்க முன்வந்தது. அவர்கள் நூலகத்தில் கணணிக் கூடம் அமைப்பதற்கும், நூலகத்தை கணணிமயப்படுத்துவதற்கும் 30 கணணிகளையும் அதனுடன் சேர்த்துப் பல இயந்திர உபகரணங்களையும் அன்பளிப்பாக வழங்கினார்கள். பணியாளர்களுக்கு விசேட பயிற்சிகளையும் வழங்கினார்கள். மேலும் கஷ்டப் பிரதேச மக்களும் மாணவர்களும் வாசிப்புத் திறனை மேம்படுத்த வழிவகை செய்யும் நோக்கில் நடமாடும் நூலக வாகனத்தையும் வழங்கினார்கள்.

யுனெஸ்கோ நிறுவனத்தினர், பொது நூலகத்தின் நூற்சேர்க்கையை விருத்தி செய்யும் நோக்கில் பிரதம நூலகர் திரு தனபாலசிங்கத்தை ஐந்து முறை தென்னிந்தியாவிற்கு அனுப்பி தமிழ்நாடு, பெங்களூர் போன்ற இடங்களில் வெளியான பெருந்தொகையான நூல்களை ஒரே தடவையில் (ஏறத்தாழ 30,000 நூல்களை) கொள்வனவு செய்ய உதவினர். அத்துடன் பல கலாசார வெளியீடுகளை கணணி இறுவட்டுக்களாக தென்னிந்தியாவிலிருந்து கொள்வனவு செய்யவும் உதவினர். இதற்கு மேலதிகமாக திரு. தனபாலசிங்கத்தை ஆவணப் பாதுகாப்பு தொடர்பாக சென்னை ரோஜா முத்தையா ஆராய்ச்சி நூலகத்தில் பயிற்சி பெறவும் ஏற்பாடு செய்திருந்தனர்.

பல்வேறு நாடுகளின் அரசுகளிடமிருந்தும், பல நிறுவனங்களிடமிருந்தும், பல அபிமானிகளிடமிருந்தும் பெரும் தொகையான நூல்களையும், உபகரணங்களையும் நன்கொடையாகப் பெற ஏற்பாடு செய்து நூலகத்தின் நூற் சேரக்கையினை 100,000 இற்கும் அதிகமாக தனபாலசிங்கம் தனது பதவிக்காலத்தில் உயர்த்தினார் என்பது குறிப்பிடத்தக்கது.

இவரது தலைமைத்துவத்தின் கீழ் யாழ்ப்பாணப் பொது நூலகம் மிகவும் சிறப்படைந்திருந்ததை இன்று பலரும் சொல்லக் கேட்கமுடிகின்றது. இவரது காலத்தில்தான் தனியார் வழங்கிய பிரத்தியேக நூற்சேர்க்கைகளைக் கொண்ட தனிப்பகுதி உருவாகியது. இலங்கை பத்திரிகைகள் சஞ்சிகைகள் என்பவற்றை பாதுகாக்கும் விசேட பகுதி உருவாகியது. யூ.எஸ்.எயிட் நிறுவனத்தின் அனுசரணையுடன் ஆங்கில கற்கை கூடம் நிறுவப்பட்டது. சிங்கப்பூர் சர்வதேச நிறுவன அனுசரணையுடன் சிறுவர் நூலகப்பிரிவு நவீனமயப்படுத்தப்பட்டது. யாழ்ப்பாணப் பொது நூலகத்திற்கான தனியான இணையத்தளமொன்று உருவாக்கப்பட்டது.

இவரது அளப்பரிய பிரயத்தனத்தினால் இன்று யாழ் நூலகம் இலங்கையின் மாதிரி நூலகமாகத் திகழ்கின்றது. அத்துடன் 2013 ஆம் ஆண்டு இலங்கை தேசிய நூலகங்கள் ஆவணமாக்கல் சபையால் இலங்கையில் அதிவிசேட தர நூலகமாகத் தரப்படுத்தப்பட்டதுடன் இலங்கையில் சிறந்த நூலகங்களில் ஒன்றாகவும் தெரிவு செய்யப்பட்டது. இவரது சேவையினை ஆய்வு செய்த இலங்கை தேசிய நூலகங்கள் ஆவணமாக்கல் சபையினர் 2009 ஆம் ஆண்டுக்கான இலங்கையின் சிறந்த நூலகர்களில் ஒருவராக திரு.வி.எஸ். தனபாலசிங்கத்தை தெரிவு செய்து விருது வழங்கிக் கௌரவித்தனர்.

இவரது நிர்வாகத்தின்போது, சிங்கப்பூர் தேசிய நூலக சபையினர் சிங்கப்பூர் வெளிவிவகார அமைச்சின் அனுசரணையுடன் சிறுவர் நூலக அபிவிருத்திக்கென நிதி ஒதுக்கி அப்பகுதியை புனரமைப்புச் செய்தனர். இப்பகுதிக்கென நூல்களையும் நவீன கண்கவர் தளபாடங்களையும் உபகரணங்களையும் சிறுவர் பகுதிக்கென வழங்கினர். சிறுவர்களுக்கான கணனி இணைய வசதிகளையும் செய்து தந்தனர். சிறுவர் பிரிவில் பணியாற்றவென நூலகப் பணியாளர் குழுவொன்றினைத் தெரிவுசெய்து பயிற்சிக்காக சிங்கப்பூருக்கு வரவழைத்தனர். திரு. தனபாலசிங்கத்தின் தலைமையில் அந்த நூலகர் குழுவினர் 2011 ஆம் ஆண்டு சிங்கப்பூர் சென்று பயிற்சி பெற்று நாடு திரும்பினர்.

சிங்கப்பூரிலிருந்து திரும்பியதும் தாம் பெற்றுக்கொண்ட பயிற்சிகளின் அடிப்படையில் நவீன மயப்படுத்தப்பட்ட யாழ்ப்பாணப் பொது நூலகத்தின் சிறுவர் நூலகத்தை 29.7.2011 ஆம் திகதி சிங்கப்பூர் மற்றும் பன்னாட்டு நிறுவனங்களின் பிரிநிதிகள், சிங்கப்பூர் வெளிநாட்டமைச்சர் ஆகியோரைக் கொண்டு திறந்து வைத்தனர். அத்துடன் சிங்கப்பூரில் பெற்ற பயிற்சி அடிப்படையில் சிறுவர் நிகழ்ச்சிகளை ஏற்பாடு செய்து பல சிறுவர்களையும் பெற்றோர்களையும் ஊக்குவித்து, அந்த நூலகத்தைப் பயன்படுத்த வழியமைத்துத் தந்தனர். இன்றும் இச்சிறுவர் பகுதி இலங்கையில் சிறந்த சிறுவர் நூலகமாகத் திகழ்வதுடன் பாராட்டுகளையும் விருதுகளையும் பெற்றவண்ணமிருக்கின்றது.

இதற்கு மேலாக திரு. தனபாலசிங்கம் அவர்கள், யாழ் மாவட்ட பொது நூலகங்களையும் பாடசாலை நூலகங்களையும் அபிவிருத்தி செய்வதற்காக நூலகப் பணியாளர்கள், ஆசிரிய நூலகர்களிற்கு காலத்திற்குக் காலம் பயிற்சிப் பட்டறைகளை பொது நூலகத்தினூடாக நடாத்தி அவர்களை வழிப்படுத்தியும் வந்துள்ளார்.

தனது நூலகப் பணிகளுக்கு மேலதிகமாக, தமிழ்ப் பிரதேசங்களில் நூலக சேவையை அபிவிருத்தி செய்யும் பொருட்டு, யாழ். பல்கலைக்கழக பிரதம நூலகராகவிருந்த (அமரர்) ஸ்ரீகாந்தலட்சுமி அருளானந்தம் அவர்களுடன் இணைந்து 'நூலக விழிப்புணர்வு நிறுவகம்' என்னும் அமைப்பை உருவாக்கி அதன் செயலாளராகப் பணியாற்றி மக்களிடையேயும் மாணவர்களிடையேயும் அருகி வரும் வாசிப்புப் பழக்கத்தை வளப்படுத்துவதற்கான பல நிகழ்ச்சித் திட்டங்களை அமுலாக்கி வந்தார்.

இவ்வமைப்பினூடாக பல பயிற்சிக் கருத்தரங்குகளை ஏற்பாடு செய்து நூலகப் பணியாளர்களையும் வளப்படுத்தி வந்தார். நூலகங்களை ஒழுங்குபடுத்துதல், பொருத்தமான நூலகத் தளபாடங்கள் உபகரணங்கள் என்பவற்றை அறிமுகப்படுத்தி, பிரதேசரீதியில் நூலகங்களை சிறப்பாக இயங்கச் செய்ய நூலக விழிப்புணர்வு நிறுவகம் தன்னாலான பணியை சில காலம் ஆற்றிவந்தது.

திரு.வி.எஸ். தனபாலசிங்கம் அவர்கள், தனது உள்ளூராட்சி நூலக சேவையில் 33 ஆண்டுகளை வெற்றிகரமாக நிறைவு செய்து 2011 ஆம் ஆண்டு ஜூலை 30 ஆம் திகதி ஓய்வு பெற்றார்.

ஓய்வின் போதும் யாழ்ப்பாண மாவட்டத்தின் நூலக வளர்ச்சியில் அதிகம் அக்கறை காட்டிவந்தவர் திரு. தனபாலசிங்கம். அரியாலை அருணோதயா சனசமூக நிலையம் 1995 ஆம் ஆண்டு யுத்தத்தினால் அழிக்கப்பட்ட பின்னர் 1996 ஆம் வருடம் மீளவும் உருவாக்கப்பட்டது. இந்த சனசமூக நிலையத்தை மீள் நிர்மாணம் செய்யும் நிர்வாகச் செயலாளராகப்

பல வருடங்கள் பணியாற்றி நிலைய வாசிகசாலை, பாலர் பாடசாலை, கலாசார அரங்கம் என்பவற்றை மீளக் கட்டிமுடித்து 2003 ஆம் வருடம் மக்கள் பயன்படுத்த முன்நின்று உழைத்துள்ளார்.

யாழ். மறை மாவட்ட குரு முதல்வரினால் நிர்வகிக்கப்படும் கிளிநொச்சி அன்னை இல்லத்தில் போரால் பாதிக்கப்பட்ட கிளிநொச்சி மாவட்ட மாணவர்களின் கல்வி அபிவிருத்திக்காக லெபாரா நிறுவனத்தால் நிர்மாணித்து வழங்கப்பட்ட லெபாரா நூலகத்தை ஒழுங்குபடுத்தியதுடன் அதன் தொழிற்பாட்டிற்காக ஆலோசக நூலகராகத் தொழிற்பட்டுக் கொண்டிருக்கின்றார்.

அவருக்குக் கிடைக்கவிருந்த சுப்ரா தர (Supra Grade) நூலகர் பதவி அவர் பணியாற்றும் காலத்தில் அவருக்கு உள்ளக காழ்ப்புணரச்சிகளால் வழங்கப்படவே இல்லை என்பது வரலாற்றில் ஆவணப்படுத்தப்பட வேண்டிய மற்றும் ஒரு வேதனையான சம்பவமாகும். அண்மையில் அவரது ஓய்வூதிய காலத்திலேயே அது புதிய நிர்வாகத்தினரால் வழங்கி வைக்கப்பட்டமையானது கண்கெட்ட பின்பு சூரிய நமஸ்காரம் செய்வதற்கு ஒப்பானது. அவர் பணியில் இருந்தவேளையில் இப்பதவித் தரத்தைப் பெற்றிருந்தால் அவரால் மேலும் பல சாதனைகளை உரிய அதிகாரத்துடன் செய்திருக்க முடியும் என்பது எனது அபிப்பிராயமாகும்.

நூலகர் எஸ். தனபாலசிங்கம் 30.07.2011 இல் ஓய்வுபெற்ற பின்னர், அவரது உதவி நூலகராக இருந்த திருமதி இமெல்டா கருணாகரன் 01.08.2011 அன்று முதல் நூலகராகப் பதவிவகித்தார். இவரது பதவிக்காலத்தில் திரு.மு.செ. சரவணபவன் மாநகரசபை ஆணையாளராகப் பணியாற்றினார். சரவணபவனின் பதவிக்காலம் 31.05.2012 இல் நிறைவடைந்ததும், செ. பிரணவநாதன் என்பவர் 05.06.2012 இல் ஆணையாளராகப் பதவியேற்றார். இவரது பதவிக்காலத்திலேயே திருமதி. இமெல்டா கருணாகரன் ஓய்வுபெற்றார். இமெல்டாவின் பதவிக்காலம் 10.11.2014 இல் நிறைவடைந்த வேளையில், திருக்கோணமலை பொதுசன நூலகத்தில் நூலகராகப் பணியாற்றிய திருமதி. சுகந்தி சதாசிவமூர்த்தி 10.11.2014 இல் யாழ்ப்பாணப் பொது நூலகத்தின் நூலகராகப் பொறுப்பினை ஏற்றுக்கொண்டார்.

திருமதி. சுகந்தியின் பதவிக்காலம் 14.07.2021 அன்றுடன் நிறைவடைந்து அவர் ஓய்வுபெற்றுச் சென்ற வேளையில், செல்வி. கந்தையா கிருபாகுமாரி அவர்கள் யாழ்ப்பாணப் பொது நூலகத்தின் நூலகராக 14.07.2021 முதல் 03.11.2022 வரையிலான குறுகிய காலம் பணியாற்றி ஓய்வுபெற்றிருந்தார். பின்னர் செல்வி. நடராஜா ராகினி அவர்கள் 03.11.2022 முதல் ஓய்வுபெறும் வரை (14.07.2023) எட்டு மாதங்கள் பணியாற்றியிருந்தார். திருமதி. சுகந்தியின் பதவிக் கால்த்தில் யாழ்ப்பாணப் பொது நூலகத்தில் பணியாற்றிய அனுபவம் வாய்ந்த 10 நூலகர்கள் பிரதேச நூலகங்களுக்கு 2021 இல் மாற்றலாகிச் செல்ல நேர்ந்தது. அதன் காரணமாக மாற்றலாகிச் சென்ற ஒருவரின் வெற்றிடத்தை நிரப்பும் வகையில் முன்னர் கொக்குவில் பொது நூலகத்தில் உதவி நூலகராகப் பணியாற்றிய திருமதி. அனுசியா சிவகரன் அவர்கள் யாழ்ப்பாணப் பொது நூலகத்தின் நூலகராக 14.07.2023 முதல் நியமிக்கப்பட்டிருக்கிறார். யாழ்ப்பாண நூலக வரலாற்றில் குறுகிய இரண்டாண்டு காலத்தில் மூன்று நூலகர்கள் பதவியேற்றிருப்பதென்பது, ஒரு ஆரோக்கியமான சூழல் அல்ல. ஒரு நூலகம் உறுதியான பாதையில் நீண்டகாலத் திட்டங்களுடன் பயணிப்பதே ஆரோக்கியமானதாகும்.

பதவி மூப்பை மாத்திரம் கருத்தில்கொண்டு உயர் பதவிகளில் நூலகர்களை நியமிப்பதென்பது பொது நூலக வளர்ச்சிக்கு குந்தகம் விளைவிக்கும் செயற்பாடாகும்.

யாழ்ப்பாணப் பொது நூலகத்தின் வரலாறு பற்றிய விரிவான தேடலுக்கு பின்வரும் நூல்கள் பயனுள்ளவையாக அமையும்.

யாழ்ப்பாண நூல் நிலையம்: ஒரு ஆவணம் (க.சி. குலரத்தினம், 1997)

யாழ்ப்பாண நூலகம் அதன் சாம்பலிலிருந்து எழுகின்றது (வி.எஸ். துரைராஜா, 2009)

யாழ்ப்பாணப் பொது நூலகம்: ஒரு வரலாற்றுத் தொகுப்பு (என். செல்வராஜா, 2001, 2023)

யாழ்ப்பாண பொதுசன நூலகம்: எரிக்கப்பட்டு 34 ஆண்டுகள் (தங்க முகந்தன், 2015)

Rising from the Ashes (N. Selvarajah, 2003, 2023)

யாழ்ப்பாணப் பொது நூலகம்: அன்றும் இன்றும் (ரூபவதி நடராஜா, 2019)

8

“யாழ்ப்பாணக் குடாநாட்டின் நூலகப் பாரம்பரியம்” என்ற இத்தொடரானது, யாழ்ப்பாணத்தில் புராதன நூலக வரலாறு முதல் நவீன தனியார் நூலக வளர்ச்சி, பொது நூலக வளர்ச்சி, நூலகவியல் கல்வியின் அறிமுகம், நூலகத்துறையில் ஈழத்தமிழர்களின் முன்னோடி முயற்சிகளாக யாழ்ப்பாணத்தில் எழுந்த நூலகவியல்சார் நூல் வெளியீடுகள், நூலகவியல் துறைசார் சஞ்சிகைகளின் வெளியீடுகள், யாழ்ப்பாண கல்வியியல் வரலாற்றில் தடம் பதித்த நூலகங்களின் வரலாறு என்பவை உள்ளிட்ட விடயங்களை பற்றி பேசவிழைகின்றது.

யாழ்ப்பாணத்தின் ஆரம்பகால நூலகங்கள் பற்றிய இக்கட்டுரைத் தொடரில் யாழ்ப்பாணப் பொதுசன நூலகத்தின் வரலாற்றைப் பதிவுசெய்யும் வேளை ‘01.08.1934 முதல் யாழ்ப்பாணம் ஆஸ்பத்திரி வீதியிலுள்ள ஒரு சிறிய வாடகை வீட்டில் படிப்பகமும் நூலகமும் செயற்படத் தொடங்கின’ என்று அறிந்துகொண்டோம். ஆயின், இதுவே யாழ்ப்பாணத்தின் முதலாவது நூலகம் அல்லது முதலாவது பொதுசன நூலகம் என்ற பிம்பம் நீண்டகாலமாக வளர்த்தெடுக்கப்பட்டு வந்துள்ளது. இது தவறானதாகும். யாழ்ப்பாணப் பொது நூலகம் வேரூன்றிய காலத்திலும் அதற்கு முன்னரும் யாழ்ப்பாணத்தில் நூலகப் பாரம்பரியமொன்று அறிஞர்களால் வளர்த்தெடுக்கப்பட்டு வந்துள்ளதை அறியமுடிகின்றது. அமரர் க.மு. செல்லப்பாவின் தனிப்பட்ட சேகரிப்புகள் எவ்வாறு கூட்டுச் சேகரமாகி யாழ்ப்பாணப் பொது நூலகத்தின் உருவாக்கத்திற்கு வழிகோலியிருந்தனவோ, அவ்வாறே யாழ்ப்பாணக் குடாநாட்டில் மேலும் சில நூலகங்கள் தனியாரால் அல்லது ஒரு சிறு குழுவினரால் தொடங்கப்பட்டு, பின்னாளில் அது ஒரு பாரிய நூலகமாகப் பரிமாணம் பெற்று, வாழ்ந்ததும், காலக்கிரமத்தில் பெயர்மாற்றம் பெற்று இன்றளவில் வாழ்வதும் கண்கூடு. இந்த வகையில் ‘விக்ரோரியா படிப்பகம்’ பற்றிய அறிமுகத்துடன் இன்றைய தொடருக்குள் நுழைவோம்.

விக்ரோரியா படிப்பகம் (The Victoria Reading Hall)

1887 ஜுன் 28 அன்று இலங்கை முழுவதும் விக்ரோரியா மகாராணியின் முடிசூட்டு விழாவின் (20.06.1837) ஐம்பதாவது ஆண்டு நினைவு தினம் கொண்டாடப்பட்டது.

பொன் விழா நினைவாக, 1888 ஆம் ஆண்டு ஜனவரி 29 ஆம் திகதி விக்ரோரியா படிப்பகம் (The Victoria Reading Hall) யாழ்ப்பாணம், வண்ணார் பண்ணையில் தாபிக்கப்பட்டது. யாழ்ப்பாணத்து வழக்கறிஞராகவிருந்த அமரர் சின்னத்தம்பி நாகலிங்கம் அவர்களின் அயராத உழைப்பின் பெறுபேறாக உருவாக்கப்பட்ட இந்தப் படிப்பகத்தில் நூல்கள், பத்திரிகைகள் என்பன வாசிப்பதற்கான வசதியுடன், இயங்கிவந்துள்ளது. அவ்வப்போது அறிஞர் பெருமக்களின் விரிவுரைகளும் இடம்பெற்றிருந்தன. அவ்வகையில் ஆவணப்படுத்தப்பட்ட ஒரு நிகழ்வாக 29.06.1888 அன்று திரு. நெவின்ஸ் செல்லத்துரைப்பிள்ளை அவர்களது 'The Third National Congress' என்ற தலைப்பிலான விரிவுரை இடம்பெற்றிருந்தது. 30.03.1892 அன்று மீண்டும் திரு. நெவின்ஸ் செல்லத்துரைப்பிள்ளை அவர்களின் விரிவுரையொன்று 'Decision of Character' என்ற தலைப்பில் விக்ரோரியா படிப்பகத்தில் நிகழ்த்தப்பட்டுள்ளது. நெவின்ஸ் செல்லத்துரைப்பிள்ளை அக்கால கட்டத்தில் இந்து உயர் பாடசாலையின் தலைமை ஆசிரியராகப் பணியாற்றியவர் என்பதும் குறிப்பிடத்தக்கது. இத்தகவல்கள் John H. Martyn's Notes on Jaffna: Chronological, Historical, Biographical என்ற நூலில் ஆங்காங்கே காணப்படுகின்றன.

விக்ரோரியா படிப்பகத்தை உருவாக்கிய சமகாலத்திலேயே திரு சின்னத்தம்பி நாகலிங்கம் அவர்களிடம் புதியதொரு பொறுப்பும் சுமத்தப்பட்டிருந்தது. 1887 இல் வில்லியம் நெவின்ஸ் முத்துக்குமாரு சிதம்பரப்பிள்ளை அவர்களால் உருவாக்கப்பட்டிருந்த 'சுதேசிய பட்டண உயர்நிலைப் பள்ளி (Native Town High School)' என்ற தனியார் பாடசாலை நிதிப் பற்றாக்குறையினால் இயங்கமுடியாத நிலையில் 1889 இல் அட்வகேட் நாகலிங்கத்தாரிடம் ஒப்படைக்கப்பட்டது. அவரது பாடசாலை 'நாகலிங்கம் பட்டணப் பாடசாலை' என வழங்கப்பட்டிருந்தது. The Victoria Reading Hall, Native Town High School ஆகிய இவ்விரு அறிவுசார் நிறுவனங்களையும் பின்னாளில் 1890 இல் 'யாழ்ப்பாணம் சைவ பரிபாலன சபை'யினரிடம் திரு. நாகலிங்கம் கையளித்திருந்தார்.

யாழ்ப்பாணம் சைவ சமய பரிபாலன சபை இரண்டாண்டுகளுக்கு முன்னரே 1888 இல் உருவாக்கப்பட்டிருந்தது. அதன் பின்னர் அப்பாடசாலை The Hindu High School என்ற பெயரில் அழைக்கப்பட்டது. இந்நிறுவனங்களைப் பொறுப்பேற்ற யாழ்ப்பாண சைவ சமய பரிபாலன சபையே பின்னாளில் இதனை சிறப்புற முகாமை செய்து யாழ்ப்பாணம் இந்துக் கல்லூரியாக வளர்த்தெடுத்தது. அக்கல்லூரியின் பிரார்த்தனை மண்டபத்தில் "In Memory of the Late Mr. Sinnathamby Nagalingam, Advocate, The Founder and The First Manager of this Institution" என்ற வாசகங்கள் பொறித்த நினைவுக் கல்வெட்டொன்றும் வைக்கப்பட்டது.

விக்ரோரியா படிப்பகத்தின் நூற்சேர்க்கைகள் பின்னாளில் யாழ்ப்பாண இந்துக் கல்லூரியின் நூலகத்தின் ஆரம்பகாலச் சேர்க்கைகளாக உள்வாங்கப்பட்டன. இவை பாடசாலையின் வரையறுக்கப்பட்ட இடவசதியைக் கருத்திற்கொண்டு ஒரு வகுப்பறையிலேயே நீண்ட காலமாக வைத்துப் பராமரிக்கப்பட்டிருந்தது.

விக்ரோரியா படிப்பகத்திற்கும் யாழ்ப்பாண இந்துக் கல்லூரிக்கும் இடையேயான தொடர்புக்கு அதன் தாபகர் திரு. சின்னத்தம்பி நாகலிங்கமே காரணகர்த்தாவாவார். இவர் பிரவுன் சின்னத்தம்பி என்று ஆங்கிலேயராலும் சக சுதேசிகளாலும் அழைக்கப்பட்ட அமரர் அம்பி-

கைபாகர் சின்னத்தம்பி (Brown Proctor) அவர்களின் மூன்றாவது மகனாவார். 'யாழ்ப்பாணம் இந்துக் கல்லூரி நூற்றாண்டு (1890-1990) மலர்' என்ற சிறப்பு மலரில் திரு. சமாதிலிங்கம் சத்தியசீலன் அவர்களினால் எழுதப்பட்ட யாழ். இந்துக்கல்லூரியின் வரலாறு பற்றிய கட்டுரையில் திரு. சின்னத்தம்பி நாகலிங்கம் பற்றிய விரிவான குறிப்புகள் காணப்படுகின்றன.

யாழ்ப்பாண இந்துக் கல்லூரி நூலகம்

"யாழ்ப்பாணம் இந்துக் கல்லூரியின் நூலக வளர்ச்சிப்போக்கை அதன் ஆரம்பகாலம் தொட்டு அட்டவணைப்படுத்துவதற்கு பழைய ஆவணங்கள் கிடைக்கப்பெறாமை சில கஷ்டங்களை ஏற்படுத்துகின்றது. அதிலும் நூலகம் எப்பொழுது உருவாகியது, அது கொண்டிருந்த நூல்கள் எத்தகையன, நூலகர் இருந்தாரா, நூலகம் எப்படிச் செயற்பட்டது, எவ்வளவு நூல்கள் இருந்தன, மாணவர்களின் வாசிப்புப் பாவனை எப்படி இருந்தது? போன்ற விபரங்கள் கிடைக்கப்பெறவில்லை" என்கிறார் அக்கல்லூரியின் நூலகராகப் பணியாற்றிய பொ. இராசரத்தினம் அவர்கள். 'யாழ்ப்பாணம் இந்துக் கல்லூரி நூற்றாண்டு (1890-1990) மலர்' என்ற ஆவணத்தில் இவர் எழுதிய கட்டுரையொன்று 'யாழ். இந்துக் கல்லூரி நூலகம் தோற்றமும்-வளர்ச்சியும்' என்ற தலைப்பில் இடம்பெற்றுள்ளது. அக்கட்டுரை எமக்குப் பல வரலாற்று விடயங்களை தெளிவுபடுத்துகின்றன.

கிடைக்கப்பெற்ற இந்து சாதனம் பத்திரிகைத் தகவல்களின் (18.09.1912) அடிப்படையில் 1910 ஆம் ஆண்டு சென்னையில் இயங்கிய யாழ்ப்பாண மாணவர் சங்கம், மொத்தம் 200 நூல்களை இப்பாடசாலை நூலகத்திற்கு சேர்த்து அனுப்பியுள்ளது. பயிற்றப்பட்ட நூலகர்கள் அற்ற நிலையில் ஆரம்பகால நூலகர்களாக ஆசிரியர்களே இப்பாடசாலையில் பணியாற்றியுள்ளனர்.

இந்தியாவைச் சேர்ந்த இக்கல்லூரி அதிபர் ஜி. சிவராவ் (1910-1913) இளைப்பாறி தாயகம் திரும்பிய கையோடு பெறுமதிமிக்க 100 நூல்களை இந்நூலகத்திற்கு அன்பளிப்பாக வழங்கியுள்ளார். இவரைத் தொடர்ந்து அதிபராகப் பணியாற்றிய பீ. சஞ்சீவராவ் (1913-1914) அவர்களும் ஓய்வுபெற்று நாடுதிரும்பும் வேளை தனது சேகரிப்பில் இருந்த பெறுமதிமிக்க நூற்றொகுதியை பாடசாலை நூலகத்திற்கென வழங்கிச் சென்றுள்ளார்.

1926-27 காலகட்டத்தில் அதிபராகப் பணியாற்றிய W.A. Troupe அவர்கள் தனது பணிக் காலத்திலே, அதுவரை சிறு அறையொன்றில் இயங்கிவந்த பாடசாலை நூலகத்தை அந்நாளில் பிரார்த்தனைக் கூடமாகப் பயன்படுத்தப்பட்டு வந்த மண்டபத்திற்கு இடம்மாற்றியிருந்தார். விரிவான இடவசதி இருந்தபோதிலும் நூலகத்துக்குரிய தனிப்பட்ட வசதிகள் இருக்கவில்லை. அவ்வேளையில் அம்மண்டபம் ஒரு கேட்போர் கூடமாகவும் பிரார்த்தனை மண்டபமாகவும் தொடர்ந்து பயன்படுத்தப்பட்டு வந்தமை கவனத்திற்குரியது. இம்மண்டபத்திலேயே சுவாமி விவேகானந்தர், மகாத்மா காந்தி போன்றோரது வரலாற்று முக்கியத்துவமான சொற்பொழிவுகள் நிகழ்த்தப்பட்டன.

திரு. நெவின்ஸ் செல்லத்துரை அவர்கள் அதிபராக இருந்த 1892-1909, 1914-1926 ஆகிய இரு காலகட்டங்களிலும் தென்னிந்தியாவிலிருந்து பல நூல்களைத் தருவித்து நூலகத்தை விரிவாக்கியிருந்தார்.

திரு.என். குமாரசுவாமி அவர்கள் அதிபராகப் பணியாற்றிய (1933-1952) காலகட்டத்தில், 1950 ஆம் ஆண்டில், அதுவரை பிரார்த்தனை மண்டபத்தில் இயங்கிவந்த நூல-

கத்தை இப்போதுள்ள (இது 1990 இல் எழுதப்பட்ட குறிப்பு) இடத்திற்கு மாற்றியமைத்தார். இதுவே யாழ்ப்பாண இந்துக் கல்லூரி வரலாற்றில் முறையானதொரு நூலக அபிவிருத்திக்கு நுழைவாயிலாக அமைந்தது. ஆசிரியராகப் பணியாற்றிய ஏ.கே. பொன்னம்பலம் அவர்களை முழுநேர நூலகராக நியமித்ததுமல்லாமல் அவருக்கென்றொரு உதவியாளரையும் நியமித்து நூலகத்தை சிறப்பாக இயக்குவிக்கும் வாய்ப்பினை அளித்தார். ஏ.கே. பொன்னம்பலம் அவர்கள் இளைப்பாறிய பின்னரும் அங்கு நூலகராகத் தொடர்ந்து பணியாற்றினார். சிரேஷ்ட தராதரப் பத்திர வகுப்பு மாணவர்களும், உயர்வகுப்பு மாணவர்களுமே அக்காலத்தில் நூலகத்திற்குள் அனுமதிக்கப்பட்டனர். அக்காலத்தில் தான் அங்கு உசாத்துணைப் பகுதியும், நூல் இரவல் வழங்கும் பகுதியும் வளர்த்தெடுக்கப்பட்டன.

1963 இல் இலங்கைக்கான முன்னாள் இந்தியப் பிரதித் தூதுவர் ஆர்.எஸ். மணி அவர்கள் இந் நூலகத்திற்கு ஒரு தொகுதி நூல்களை அன்பளிப்பாக வழங்கியிருந்தார்.

திரு.என். சபாரத்தினம் அவர்கள் அதிபராகவிருந்த 1964-1971 காலகட்டத்தில் கல்வி நிறுவன நூலகரின் பணியின் முக்கியத்துவம் மேலும் உணரப்பட்டது எனலாம். அவரது காலகட்டத்தில் நூலகருக்கான இரண்டு நாட் பயிற்சியினை பிரித்தானியக் கழகத்தினரின் (British Council) உதவியுடன் பெற்றுத்தந்திருந்தார். 1970 ஆம் ஆண்டில் நூலகத்தின் நூற்சேர்க்கை 5543 ஆகவிருந்தமை குறிப்பிடத்தக்கது. 1973 இல் அவை 7902 ஆக உயர்ந்தன. இத்தொகை 1994 இல் 13,293 ஆக உயர்ந்திருந்தது.

யுத்த காலத்தில் குண்டுவீச்சுகளுக்கு யாழ்ப்பாணம் இந்துக்கல்லூரியும் இலக்கான வேளைகளில் சுமார் 3000 நூல்கள் அழிந்துபோனமை கவலைக்குரிய விடயமாகும்.

திரு.இ. சபாலிங்கம் அவர்கள் கல்லூரி அதிபராகவிருந்த 1971-1975 காலகட்டத்தில் 1972 ஆம் ஆண்டில் ஒரு நிரந்தர நூலகர் பதவியை இக்கல்லூரிக்குப் பெற்றுக்கொடுத்தார் என்பது குறிப்பிடத்தக்கது. நிரந்தர நூலகரைக் கொண்ட பாடசாலை நூலகங்கள் இக்காலகட்டத்தில் மிகச் சொற்பமாகவே காணப்பட்டிருந்தது.

திரு.அ. பஞ்சலிங்கம் அவர்கள் 1991 இல் அதிபராகப் பொறுப்பெற்ற பின்னர் நூலகப் புனரமைப்பில் அதிக அக்கறை செலுத்தினார் என்று நூலகர் பொ. இராசரத்தினம் அவர்கள் தனது கட்டுரையில் ஓரிடத்தில் குறிப்பிட்டுள்ளார். "1992 ஆம் ஆண்டு வரை நூலகம் பாடசாலையின் மத்தியில் இருந்தாலும் நுழைவாயிலைப் பல வகுப்பறைகளினூடாகக் கடந்து தான் செல்லவேண்டியிருந்தது. அதனாற்றான் கற்றல் கற்பித்தல் செயற்பாடுகள் பாதிக்கப்பட்டன. இதனால் நூலகத்தின் கிழக்குப் பக்கமாக ஒரு வாயில் அமைத்து மேல் மாடிக்கு ஏறி இறங்கப் பலகையினாலான படிகளும் அமைத்துக் கொடுக்கப்பட்டது." என்று அவர் குறிப்பிடுகிறார். திரு.அ. பஞ்சலிங்கம் அவர்களது காலத்திலேயே கீழ்வகுப்பு மாணவர்களுக்கென 'இளநிலை நூலகம்' ஒன்றினை (Junior Library) அமைத்துக் கொடுத்திருந்தார்.

தொண்ணூறுகளின் பின்னரான யாழ். இந்துக் கல்லூரியின் வளர்ச்சி இக்கட்டுரையில் இடம்பெறவில்லை. கடந்த முப்பதாண்டு வளர்ச்சி பற்றிய தகவல்களை இக்கல்லூரியின் நூலகரிடமிருந்து எதிர்பார்க்கிறேன். அது கிடைக்கப்பெறின் மற்றொரு இயலில் இதனைத் தொடரலாம்.

17

சுப்ரமணியம் தவச்செல்வன்

இருநூறு வருடகால மலையகச் சமூகமும் இலக்கியமும்: ஒரு காலக்கணக்கெடுப்பு - பகுதி 1

மலையக மக்கள் தென்னிந்தியாவிலிருந்து கோப்பித் தோட்டங்களிலும் தேயிலைத் தோட்டங்களிலும் கூலி வேலைக்காக அழைத்துவரப்பட்டு 200 ஆண்டுகள் ஆகியிருக்கின்றன. 'இந்திய வம்சாவளித் தமிழர்கள்' எனும் பெயரோடு ஆரம்பித்த இரு நூற்றாண்டுப் பயணம் 'மலையகத் தமிழர்' எனும் தேசிய அடையாளமாக இவர்களை முன்னிலைப்படுத்தும் அரசியற் பாதைக்கு வழி செய்திருக்கிறது. இந்த இடைப்பட்ட காலத்து அரசியல், சமூக, பொருளாதார வரலாற்றில் வீழ்ச்சிகளும் உண்டு; எழுச்சிகளும் உண்டு. இதனை நினைவுபடுத்துவதாகவும் மீட்டல் செய்வதாகவும் 'மலையகம் 200' நிகழ்வுகள் உலகு தழுவியதாக நடைபெற்றன. இவை மலையக மக்களின் பிரத்தியேக கலை, கலாசாரம், பண்பாடு, சமூக — பொருளாதார நிலை, அரசியல் போன்ற விடயங்களில் ஏற்பட்டிருக்கும் மாற்றங்கள், பின்னடைவுகள், செல்ல வேண்டிய தூரம் போன்ற விடயங்களை வெளிப்படுத்துவதாக அமைந்தன.

மலையக தமிழரின் வருகை தொடர்பான கால முரண்கள்: தெற்காசியாவின் மிக முக்கியமான தேசிய இனங்களில் ஒன்றாக விளங்கும் 'மலையக சமூகம்' இருநூறு வருட வரலாற்றைக் கொண்ட ஒரு இனமாகும். காலனித்துவ பொருளாதார முறைமையின் காரணமாக சமூக அசைவுக்குட்படுத்தப்பட்ட ஒரு இனக்குழுமமாக மலையக சமூகத்தை நாம் வரையறை செய்யலாம். இன்று இருநூறு வருட வரலாற்றை தொடும் மலையகத் தமிழ்ச் சமூகமானது இன்னும் தமக்கென சரியானதொரு இலக்கிய வரலாற்று எழுதியலை உருவாக்கிக்கொள்ள முடியாத நிலையிலுள்ளமை குறிப்பிடத்தக்கதாகும்.

மலையக மக்களது வரலாற்றை எழுதவிளைந்தவர்கள் அவர்களது வருகைக்காலத்தை பல்வேறு விதமாக வரையறைச் செய்துள்ளனர். மலையகத் தமிழரின் வரலாற்றின் ஆரம்பம் பற்றிய அம்பலவானர் சிவராஜாவின் கட்டுரையில் இவ்விடயம் பற்றி அவர் கலந்துரையாடுகிறார். அக்கட்டுரையில் எஸ். நடேசன் அவர்கள் 1838ம் ஆண்டென்றும், பஸ்தி-

யாம்பிள்ளை 1824 — 1931ம் ஆண்டுக்குமிடையில் தென்னிந்தியாவிலிருந்து தொழிலாளர் வருகை தந்ததாகவும் எடுத்துக்காட்டுகிறார்கள். (1966-77) கோப்பிகால வரலாற்றை எழுதும் இரா. சடகோபன் அவர்கள் தனது 'கண்டிச்சீமையிலே' என்ற நூலில் கோப்பிப் பயிர்ச்செய்கை தொடங்கிய 1823 ஆண்டை மலையகத் தொழிலாளர்களது வருகையின் ஆரம்பகாலம் எனத் துணிகிறார் (2014). இவ்வாறு துணியும்போது, ஜோர்ஜ் பேர்ட் என்ற ஆங்கிலேயர் 1823ம் ஆண்டு கம்பளை சிங்கப்பிட்டிய என்ற இடத்தில் முதலாவது கோப்பித்தோட்டத்தை உருவாக்கும்போதே உத்தியோகபூர்வமாக தென்னிந்தியாவிலிருந்து தொழிலாளர்கள் அழைத்து வரப்பட்டதாகவும், அக்காலப்பகுதியே மலையக தமிழர் வரலாற்றின் தொடக்க காலம் என்றும் பெரும்பாலான ஆய்வாளர்கள் வலியுறுத்தியுள்ளனர். 1823ம் ஆண்டை வரலாற்றின் தொடக்க காலம் என்று நாம் கணித்தால் அதற்கு முற்பட்ட டச்சுக் காலத்திலும் தென்னிந்தியாவிலிருந்து தொழிலாளர்கள் வருகை தந்துள்ளதாக தகவல்கள் கிடைக்கின்றன. குறிப்பாக நோர்த் (1798-1805) 30,000 பவுண்ட் செலவழித்து தொழிலாளர்களைக் கொண்டுவந்ததாகவும் 1818ம் ஆண்டு கிளர்ச்சியின்போது ஆளுநர் ரொபட் பிறவுண்ட்ரிக் 5000 தென்னிந்திய தொழிலாளர்களை வரவழைத்ததாகவும் எட்வட் பார்ன்ஸ் காலத்தில் (1824-1931) 150 தொழிலாளர்கள் கொண்டுவரப்பட்டதாகவும், தென்னிந்தியாவில் இருந்து தொழிலாளர்கள் புகையிரத பாதைகள் அமைப்பதற்காக வரவழைக்கப்பட்டதாகவும் ஆங்கிலேய துரைமார்களின் குறிப்புகளில் கிடைப்பதாக சாரல்நாடன் அவர்கள் எழுதுகிறார் (2011:09).

ஐரோப்பியர் காலத்திற்கு முன்பே தமிழகத்திலிருந்து வந்த தொழிலாளர்கள் இலங்கையில் கறுவாப்பட்டை உரித்தல், அதனை பாடம் செய்தல் ஆகிய தொழில்களை மேற்கொண்டிருந்ததாகவும் இவர்கள் 'சாலியர்' என அழைக்கப்பட்டதாகவும் பின்னர் அவர்கள் கரையோரச் சிங்களவர்களுடன் கலந்துவிட்டதாகவும் குமாரி ஜெயவர்த்தனா குறிப்பிடுகிறார் (2009:04).

தென்னிந்தியாவிலிருந்து வெவ்வேறு தொழில்களுக்காக தொழிலாளர்கள் பல்வேறு காலகட்டங்களில் அழைத்துவரப்பட்டிருந்தபோதிலும் அவர்கள் எங்கிருந்து வந்தார்கள் என்பது பற்றிய விரிவான குறிப்புகள் கிடைக்காத நிலையும் பெருந்தோட்டத்துறைக்குள் அவர்கள் நிலைப்படுத்தப்படாத தன்மையும் சிலர் குறிப்பிட்ட காலப்பகுதியில் வந்து மீண்டும் சென்றதாலும் மலையக சமூக வரலாற்றில் அவர்களை இணைத்துப்பார்ப்பதில் பல்வேறு சிக்கல்கள் உள்ளன. இரண்டாவதாக மலையகத்தவர்கள் பற்றிய ஆங்கிலத் துரைமார்கள் எழுதிய குறிப்புகளை விரிவாக ஆராயாத நிலைமை தற்போதைய எமது ஆய்வாளர்கள் மத்தியில் காணப்படுகின்றது. ஆகவே அவற்றை மீள்வாசிப்புச் செய்யும்போது மலையகத் தமிழர்களின் வருகையின் ஆரம்பகாலம் தொடர்பான காலமுரண்பாடுகளைப் பார்க்கலாம். தற்போதைய நிலையில் கோப்பிப் பயிர்ச்செய்கையின்போது அவர்கள் பெருந்தோட்டப் பகுதிகளில் நிலைப்படுத்தப்பட்ட 1823ம் ஆண்டு காலப்பகுதியினையே மலையகத் தமிழர்களது வரலாற்றின் தொடக்க காலமாக கொள்ளவேண்டியுள்ளது.

கோப்பிக் காலச் சமூகமும் இலக்கியமும்: மலையகத் தமிழ்ச் சமூகத்தின் இருப்பின் ஆரம்ப அடையாளமாகவும், இலங்கையில் அவர்களது தொழிற்துறை மற்றும் வாழ்வியல் பண்பாட்டு நிலைமைகளை உருவாக்கிக்கொள்ளவும், இங்கு வசிக்கின்ற ஏனைய இனக்குழுக்களைப் போல தம்மையும் நிலைநிறுத்திக் கொள்வதற்கும் கோப்பிப் பயிர்ச்செய்கை பிர-

தானமான தொழிற்துறையாக அமைந்தது. இலங்கையில் கோப்பிக்கு முன்னதாக பல சிறு பயிர் செய்கைகளை டச்சுகாரர் மேற்கொண்டிருந்த போதிலும் பாரியளவான நிலம் கோப்பிக் காலப்பகுதியிலேயே பயிர்ச்செய்கைக்கு உட்படுத்தப்பட்டிருந்தது (1865-1869). இக்காலத்தில் கோப்பி பயிரிடப்பட்ட அளவு 2,43,000 ஏக்கராகும். பெருந்தோட்டத்துறை (Plantation Sector) என்றதொரு பிரிவு கோப்பிக்கு பின்னரே எமது வாழ்வியலுடன் ஒன்றிணைகிறது. ஜோர்ஜ் போட் கம்பளையில் (1823) கோப்பியை பயிரிட்டது முதல் கண்டி, நுவரெலியா, பலாங்கொடை, பதுளை என்று ஐம்பதுக்கும் மேற்பட்ட தோட்டங்கள் கோப்பி பயிர்ச்செய்கைக்காக விஸ்தரிக்கப்பட்டதாக பேர்குஸன் தனது நூலில் குறிப்பிடுகிறார் (1859). இவ்விஸ்தரிப்பினையடுத்தே இலங்கைக்கு ஒப்பந்த அடிப்படையிலும் முறையற்ற விதத்திலும் தென்னிந்தியாவிலிருந்து தொழிலாளர்கள் தொடர்ச்சியாக வருகை தந்தனர். கோப்பி பயிர்ச்செய்கை வளர்ச்சியுடன் பெருந்தோட்டத்துறை வளர்ச்சிபெறத் தொடங்கியதுடன் பெருந்தோட்டத்துறை சார்ந்த கைத்தொழில்களும் பல்வேறு உப தொழிற்துறைகளும் உருவாகத் தொடங்கின.

கோப்பிச் செய்கை ஆரம்பத்தினையடுத்து இந்தியாவிலிருந்து கட்டம் கட்டமாக பெரும்பாலான தொழிலாளர்கள் வருகை தந்தனர். அவர்களது வருகையின்போதே, விபத்தில் பலர் இறந்தமையை ஆங்கிலத் துரைமார்களின் குறிப்புகளின் ஆதாரங்களுடன் இரா. சடகோபன் ஆராய்ந்துள்ளார். கோப்பி காலத்திலேயே தொழிலாளர்களை அடிமைகளாக நடத்த ஆரம்பித்தனர். குறிப்பாக அதிக நேரம் வேலை வாங்கப்பட்டமை, முறையான குடியிருப்பு இல்லாமை, கழிவகற்றல் கட்டமைப்பின்மை போன்ற நிலைமைகளால் கொலரா நோய்ப்பரவல், காடுகளில் பாம்புக்கடி, மிருகங்களுக்கு பலியாதல், விசக்கடிகளுக்கு உள்ளாதல் போன்ற காரணங்களினால் பலர் உயிரிழந்ததாக வரலாற்றுத் தகவல்கள் கிடைக்கின்றன. “1837ம் ஆண்டுக்கு பின்னர் சுமார் பத்து இலட்சம் இந்தியத் தொழிலாளர்கள் இலங்கைக்கு வந்துள்ளனர். அவர்களில் 2,50,000 பேர் வரை கல்லறைகளில் சமாதியாகிவிட்டனர்” பேர்கூஸன், (1859, சடகோபன் 2014:71). இவ்வாறு கோப்பிப் பயிர்ச்செய்கை ஆரம்பம் முதல் அதன் அழிவு வரை தொடக்ககால மலையகத்தில் பெரும் மனித அவலங்களும், மரணங்களும் மலிந்திருந்தமை பிரதான கணக்கெடுப்பாக அமைகிறது.

கோப்பிக் காலத்து இலக்கியச் சாட்சியங்கள் : வாய்மொழிப் பாடல்கள், துரைமார் குறிப்புகள், படைப்பு முயற்சிகள்

தமிழகத்திலிருந்து தொழிலாளர்கள் இலங்கை வந்து கண்டிச்சீமையில் (மலையகத்தில்) குடியேறிய பின்னர், அவர்கள் படைத்த முதலாவது மக்கள் இலக்கியம் நாட்டார் பாடலாகும். வாய்மொழி இலக்கியமான இந் நாட்டார் பாடல்களை மக்கள் நேரடியாகவே பாடியுள்ளனர். இந்தியாவிலிருந்து கண்டிச்சீமையை அவர்கள் வந்தடையும் வரை அனுபவித்த துயரங்கள் (கடல் காத்து வீசையில கண்ணுரெண்டும் சுத்துதடி, குடிச்சு வந்த கஞ்சி கொட கொமட்டு வெளியாச்சுதடி), கண்டிச்சீமையில் அனுபவித்த துயரங்கள், கோப்பிக் காலத்து வாழ்வியல் நிலைமைகள், கங்காணி, கண்டாக்கு, துரைமார்களின் அடக்குமுறைகளை வெளிப்படுத்தும் பாடல்களையும் தமிழ் நாட்டில் இருந்தபோது அனுபவித்த சுதந்திரமான வாழ்க்கைமுறை கண்டிச்சீமைக்கு வந்ததும் எவ்வாறு மாறுபடுகின்றதென்பதையும் பல்வேறு கொடுமை நிலைமைகளின் சாரத்தையும் இப்பாடல்கள் வெளிப்படுத்தின. குறிப்பாக அவர்கள் பாடிய நாட்டார்

பாடல்களில் இறுதி வரிகள் ஒவ்வொன்றும் இதனை தெளிவுபடுத்துகின்றன.

"ஒதைச்சான்யா சின்னதொர"/"மூட்டெலும்ப முறிக்கிறானே"
"பொல்லாப்பு நேர்ந்ததையா"/"வேகுதையா என் மனசு"
"ஏண்டி வந்த கண்டிச்சீமை"/"பெத்த தாயே நா மறந்தேன்"
"அண்ணனை தோத்த மலை" போன்ற வாய்மொழிப் பாடல்களின் இறுதித் தொடர்கள் இதற்குரிய சான்றுகளாய் அமைகின்றன.

இன்றைய மலையகத் தமிழர்களின் ஆரம்பகால வாய்மொழி இலக்கியங்களாக காணப்பட்ட நாட்டார் பாடல்கள் இலங்கை வருகையையும் கோப்பிக்கால அவலங்களையும், பின்னால் தேயிலைக் காலத்து வாழ்வியலையும் வெளிப்படுத்தியவையாக அமைந்தன. தமிழகத்தில் அவர்கள் பாடிவந்த பாடல்களே இலங்கை வாழ்வியல் மாற்றங்களுக்கேற்ப மாற்றிப் பாடப்பட்டவையாகவும் காணப்படுகின்றன.

"ஏத்தமடி கோட்டமலை"/"ஏத்தமடி பெத்தராசி"

ஆரம்பகால மலையகத் தொழிலாளர்களின் வாழ்க்கையின் வலிகளையும் அதன் உயிரோட்டத்தையும் முழுமையாக வெளிப்படுத்துபவையாகவே இந்நாட்டார் பாடல்கள் காணப்படுகின்றன.

மலையகத்தின் முதல் நூல் பற்றிய கணக்கெடுப்பு: வாய்மொழி இலக்கியப் பாரம்பரியத்தைக் கொண்ட மலையகச் சமூகத்தில் எழுதப்பட்ட முதலாவது நூலாக 1869ம் ஆண்டு ஆபிரஹாம் ஜோசப் என்ற தோட்டத்து கண்டக்டர் எழுதிய 'கோப்பி கிருஷிக் கும்மி' எனும் நூலை அடையாளப்படுத்துகின்றார் மு. நித்தியானந்தன் (2014). இந்த நூலை மலையகத்தின் முதலாவது நூலாக கொள்வது பெரும் அபத்தமாகும். கோப்பிப் பழம் பழுத்து அதனைப் பிடுங்கும் பருவத்தில் தொழிலாளர்கள் மகிழ்ச்சியாக கும்மிக்கொட்டிப் பாடுவதையும், தொழிலாளர்கள் தமது உள்ளத்தில் எழும் உணர்வுகளை தொழில் களத்தில் பாடுவதையும் ஆட்சேபகரமான பாடல்களாக எழுதுகிறார் ஜோசப் (கண்டக்டர்). அதனை ஆதரித்து, ஆபாசகரமான பாடல்களாக குறிப்பிடுகிறார் அந்நூல் பற்றி எழுதும் மற்றொரு கண்டக்டர். இது இவ்வாறிருக்க உண்மையான கும்மிப்பாடல்களின் அமைப்பு, உள்ளடக்கம் முதலியவற்றிலிருந்து வேறுபட்ட பாடல்களை ஆபிரகாம் ஜோசப் இயற்றி எழுதியிருப்பதோடு இப்பாடல்கள் மக்கள் சார்பற்றதாகவும் அவர்களுக்கு எதிரானதாகவும் அமைவதோடு தோட்டத்து அதிகாரிகள் மற்றும் பிரித்தானிய 'அரசாதரவு' நூலாகவே அதனை கொள்ளக்கூடியதாயுள்ளது. கோப்பிப் பயிர்ச்செய்கையை திறம்பட மேற்கொள்வதற்கான வழிகாட்டி நூலாகவே கோப்பி கிருஷிக் கும்மியை ஆபிரகாம் ஜோசப் கருதுகிறார்.

"பெரிய கண்காணிமாரே யென்னச்/சின்ன கண்காணிமார்களே நீர்
வரியொழுங்காய்ச் சனங்கள் யாரையும்/வருத்தி வேலைகள் கொண்டுவீர்"

என்று ஜோசப் எழுதும் வரிகளில் இக் கும்மிநூல் யாரை முதன்மைப்படுத்துகிறதென்பதை விளங்கிக்கொள்ளமுடியும். அதுபோலவே காடுவெட்டும் போது, முதல் நீர் ஓடியும், வேலைசெய்யப் பல, நட்டிடு கண்கள், சாயாமல் வை போன்ற பாடல்களையும் நாம் எடுத்துக்காட்ட முடியும். தொழிலாளர்களுக்கெதிராக கங்காணிகளை வழிநடத்தும் கண்டாக்டர் ஒருவரின் குரலாக ஒலிப்பதால் ஜோசப்பின் இந் நூலை ஆதரித்து எழுதியவர்களும் அதுபோன்ற ஒரு

நூலை வரவேற்க துணிபவர்களும் அவ் வர்க்கத்தினராகவே (கண்டக்டர், துரைமார்) விளங்குகின்றனர். இதே காலத்தில் 1869 கொழும்பிலிருந்து வெளியாகிய ‘முனியாண்டி இதழ்’ தொழிலாளர்களின் குரலாக ஒலித்தமையை பலர் சுட்டிக்காட்டுகின்றனர். மு. நித்தியானந்தனின் கூலித்தமிழ் நூல் பற்றி மதிப்பீடு செய்யும் எல். சாந்திகுமார் அவர்கள், அவரது முதல் நூல் பற்றிய ஆய்வானது மக்களின் செழுமைமிக்க வாழ்வியல் சார்ந்த கலாசாரங்களை பின்தள்ளி அல்லது திரிபுபடுத்தி மலையக மக்களை ஒரு கூலிக் கலாசாரிகளாக உருவகிப்பதில் போய் முடியுமென்கிறார் (2022:259).

ஆங்கிலத் துரைமார் எழுத்தாக்கங்கள்: மலையகத்தின் முதல் நூல் பற்றிய தேடலை சற்று விரிவுபடுத்தி பார்க்கின்றபோது கோப்பிக் காலத்தையொட்டி எழுதப்பட்ட பல்வேறு ஆவணங்களை துழாவ வேண்டியுள்ளது. 1900 ஆண்டுகள் வரை துரைமார்களால் எழுதப்பட்ட டயறிக் குறிப்புக்கள், வரலாற்று குறிப்புக்கள், கட்டுரைகள், களக்குறிப்புக்கள், பயணக் குறிப்புக்கள் முதலிய புனைவுசாராத (அபுனைவு) எழுத்துக்களையும், வில்லியம் நைட்டன் எழுதிய ‘இலங்கையில் காட்டு வாழ்க்கை’, டொனவன் மோல்ட்ரிச் எழுதிய கசந்த கோப்பி (Bitter Berry Bontage) முதலிய புனைவுகலந்த எழுத்துக்களையும் நாம் எந்த வரிசையில் இணைப்பது? இவர்களது எழுத்துக்களும் பதிவுகளும் கோப்பிக் காலத்தில் வாழ்ந்த மலையகத் தொழிலாளர்களது பிரச்சனைகளையும் அவர்களது அவல வாழ்க்கையையும் மையமாகக் கொண்டவை. ‘டொரிங்டன்’, ‘தோமஸ் பெர்விக்’, ‘வெண்டோர்ட்’ முதலிய பிரித்தானிய துரைமார்களின் எழுத்துக்கள் மக்கள் சார்பானவையாகவே அமைகிறது. தோட்டத்து துரைமார்களால் தொழிலாளர்களுக்கு இழைக்கப்படும் கொடுமைகள் மற்றும் அநீதிகள் அவர்களது வாழ்க்கை முறையில் காணப்படும் அவலங்கள், மரணித்தவர்கள் பற்றிய புள்ளிவிபரங்களை இந்த ஆவணங்களே எமக்கு தருகின்றன. குறிப்பாக கோப்பிக்கால வரலாறு பற்றி எழுதிய இரா. சடகோபனது நூலும் இந்த ஆவணங்களையே ஆதாரமாகக் கொண்டு எழுதப்பட்டவை.

டொனவன் மோல்ட்ரிச் அவர்கள் பத்திரிகை நிருபராகப் பணியாற்றியபோது தோட்ட மக்களின் அவலங்களை நேரடியாகவே அவதானித்து எழுதினார். அவர் Times of Ceylon பத்திரிகையில் “தொழிலாளர் உடல் நலத்திற்கு காட்டிய ஆர்வத்தை அந்த மக்களுடைய சமூக முன்னேற்றத்தில், பொதுநலம் சார்ந்த ஆர்வமாக காட்டுவதற்கு அவர்கள் தவறிப்போயினர்” என்று துரைமார் குறித்து எழுதுகிறார். ஏனஸ்ட் ஹக்கால் (Ernst — Haeckel, 1860 — 1870) என்பவர் “கோப்பித் தோட்டங்களில் தொழில் புரியும் பெண்கள் இயற்கை வனப்பு மிகுந்தவர்கள் எனினும் அவர்களது முகங்களில் சோகம் குடிகொண்டிருப்பதை என்னால் காணமுடிந்தது. கிராமத்துச் சிங்களக் கன்னியர்களிடம் கண்ட சிரிப்பை கோப்பி நிலத்து கோதையரிடம் நான் கண்டதில்லை” என்று எழுதுகிறார். ஆங்கிலத் துரைமார்களால் எழுதப்பட்ட ஆவணங்கள் கோப்பிக் கால மலையக சமூகம் பற்றிய மதிப்பீட்டுக்கு மிகவும் அவசியமானவை. இயற்கை எழில், பயன் அனுபவம், பொருளாதார நடவடிக்கை, தொழிலாளர் பற்றிய பதிவுகள் என்பவை மீள ஆய்வு செய்யப்படவேண்டும். ஆங்கிலத் துரைமார்களின் இராச்சியமாக இருந்த கோப்பிக் காலத்தில் துரைமார்கள் அனைவரும் தொழிலாளர்களுக்கு எதிராகவே இருந்தார்கள் என்று கூற முடியாது. பலர் தோட்டங்களில் நடக்கும் அவல நிலையைக் கண்டு அத்துரைமார்களுக்கு எதிராகக் கருத்துக்களை தெரிவிப்பதோடு

தொழிலாளர்கள் சார்பான பல கருத்துக்களையும் வெளிக்கொண்டு வந்தவர்களாகவே மதிப்பிடப்படுகின்றார்கள்.

கோப்பிக்காலத்து மலையகச் சமூகம் மற்றும் இலக்கியங்கள் பற்றிய கணிப்புத் தொடர்பில் மேற்கூறப்பட்ட மூன்று விதமான இலக்கியங்களில் வாய்மொழிப்பாடல்கள் மக்கள் இலக்கியமாகவும், துரைமார்களால் எழுதப்பட்டவை மக்கள் சார்புடைய எழுத்தாவணங்களாகவும், ஆபிரகாம் ஜோசப் முதலியோரால் எழுதப்பட்டவை மக்களுக்கு எதிரான எழுத்தாகவும் அவதானிக்க முடிகிறது.

தேயிலைச்சமூகம் : தொடக்ககால எழுத்து முயற்சிகள்: 1823ம் ஆண்டு 'ஜோர்ஜ்பேர்ட்' கோப்பிப் பயிர்ச்செய்கையை ஆரம்பித்தது போலவே 1867ம் ஆண்டு 'ஜேம்ஸ் டெய்லர்', ஹோஹெட்ட பிரதேசத்தில் லூல்கந்தலா தோட்டத்தில் தேயிலைப் பயிர்ச்செய்கையை 50 ஏக்கரில் ஆரம்பித்தார். மலையகத்தின் தாழ்நிலப் பிரதேசங்களில் ஆரம்பிக்கப்பட்ட தேயிலைப் பயிர்ச்செய்கை மிக விரைவில் 3000 அடி முதல் 6000 அடி வரையான உயர்மலைப் பிரதேசங்களிலும் பயிரிடப்பட்டது. 1870ம் ஆண்டுகளில் அட்டன் பிரதேசங்களில் ஆரம்பிக்கப்பட்ட தேயிலை 1924ல் இரத்தினபுரிவரை பரந்த பயிர்செய்கையானது. 1978ம் ஆண்டு 4700 ஏக்கராக இருந்த தேயிலைப் பயிர்நிலம் 1971ம் ஆண்டில் 5,97,171 ஏக்கராக விஸ்தரிக்கப்பட்டமையால் தேயிலைப் பயிர்ச்செய்கை உற்பத்தி மற்றும் அதனுடன் தொடர்புடைய பல தொழில்கள் ஆண்டு முழுவதும் நடைபெற்றது. இதனால் மீண்டும் பல்வேறு காலகட்டங்களில் தொழிலாளர்கள் கண்டிச் சீமைக்கு வருகைத்தர ஆரம்பித்தனர். கோப்பிக் காலத்தைப் போலவே தேயிலைக் காலத்திலும் தொழிலாளர்கள் பெரும் துன்பங்களை அனுபவித்தனர். எனினும் தேயிலைப் பயிரிடலுக்குப் பின்னரே பெருந்தோட்டத்துறை என்ற ஒரு பொருளாதாரத் துறை உருவாகத் தொடங்கியது. பெருந்தொகையான தொழிலாளர்களது எண்ணிக்கை பெருந்தோட்டத் துறைகளில் நிலைப்படுத்தப்பட்டதுடன் இலங்கையை நிரந்தர வாழிடமாகக் கொள்ளக்கூடிய மனநிலைகளும் தொழிலாளர்களிடையே உருவாகத் தொடங்கியது. 1911ம் ஆண்டு மலையகத் தமிழர்களின் எண்ணிக்கை 5,28,024 ஆக இருந்ததாகக் கூறப்படுகிறது (க.மோகன்ராஜ், 1984:29). தேயிலை பயிரிடப்படும் நிலப்பரப்பு, தொழிற் துறையின் விரிவாக்கம், தொழிலாளர்களின் எண்ணிக்கை முதலிய அடிக்கட்டுமானம் சார்ந்த கூறுகளால் பெருந்தோட்டப் பயிர்ச்செய்கையில் (தேயிலை) உற்பத்தி அதிகரிக்கத் தொடங்கியது. மேலும் பெருந்தோட்டத் தொழிற் துறையில் இறப்பர், தெங்கு போன்ற பயிர்ச்செய்கைகளும் மேற்கொள்ளத் தொடங்கியமையால் பெருந்தோட்டங்கள் விஸ்தாரணம் மிக்கதாக அமைந்தன.

கோப்பிக் கால இலக்கியத் தோற்றுவாயின் சாட்சியங்களாக அக்கால வாய்மொழிப்பாடல்கள் விளங்கியதைப்போல தேயிலையுடனான வாழ்க்கை நிலைமைகளையும் இப்பாடல்களுக்கூடாக மக்கள் வெளிப்படுத்தத் தவறவில்லை. இன்று எமக்கு கிடைக்கக்கூடிய பெரும்பாலான வாய்மொழிப்பாடல்களில் அதிகமானவை தேயிலைத் தோட்டத்துப் பாடல்களாகவிருப்பது குறிப்பிடத்தக்கது.

"கொழுந்து வளர்ந்திருச்சு
கூட போட நாளாச்சு"

"சேந்து நெரே புடிச்சு
சிட்டா பறக்குறாளே"

"காலையிலே நெரே புடிச்சு
காட்டு தொங்க போய் முடிச்சு
கூடே நெறயலயே இந்த
கூனப்பய தோட்டத்திலே"

"இஸ்டோரும் கட்டியாச்சு
இஞ்சிநீரும் பூட்டியாச்சு
இளவட்டப் பெண்டுகளா எலே
பொறுக்க வந்திடுங்க"

"ஓடி நெற புடிச்சு
ஒரு கூடே கொழுந்தெடுக்க
பாவி கணக்கப்புள்ள
பத்துராத்த போடுறானே"

(தொகுப்பு : சி.வி. வேலுப்பிள்ளை,1983)

தேயிலை பெருந்தோட்ட உருவாக்கம், அதன் தொழிற்துறை விரிவாக்கம், தொழிற்சாலைகள் உருவாக்கம், தொழிலாளர்களது ஈடுபாடு, அவர்கள் அனுபவித்த துன்பங்களை தேயிலைக் காலத்து வாய்மொழிப் பாடல்கள் யதார்த்தமாகவே வெளிப்படுத்தின.

பத்திரிகை எழுத்தின் தொடக்கம்: கோப்பிக் காலம் முதல் தேயிலை உற்பத்திக் காலத்தின் கால் நூற்றாண்டுகள் வரை மலையக சமூகத்தின் இலக்கிய முயற்சிகள் பிரித்தானியர்களது இலக்கிய எழுத்துகள் மற்றும் தொழிலாளர்களின் வாய்மொழிப் பாடல்களாகவே அமைந்திருந்தன. பத்தொன்பதாம் நூற்றாண்டின் இறுதிக் காலத்தில் இந்நிலை சற்று மாறுகின்றது. மலையகத்தின் ஆரம்ப காலத்து எழுத்து முயற்சிகள் பத்திரிகை எழுத்துகளாகவே அமைந்தன. பத்தொன்பதாம் நூற்றாண்டின் இறுதியில் மலையகத் தொழிலாளர்களை மையமாகக்கொண்டு அவர்களது வாழ்க்கை பற்றிய பதிவுகளை வெளிப்படுத்தும் வகையிலே பல்வேறு பத்திரிகைகள் வெளிவந்தன. இவை கொழும்பைத் தளமாகக் கொண்டு இயங்கின. அச்சுப் பதிப்புகளும், சிறு பிரசுர முயற்சிகளும் இக்காலத்தில் வெளிப்படத் தொடங்கியதும் பத்திரிகைகளுடன் சிறிய பதிப்பு முயற்சிகளும் வெளிவரத் தொடங்கின.

தேயிலைத் தோட்டத் தெம்மாங்கு (1912), தேயிலை கொய்யும் தெம்மாங்கு (1908), கும்மியோ கும்மியோ கும்மி கோப்பிக் காட்டுக் கும்மி (1918), குலவிளக்கு கும்மி (1922), தொழிலாளர் சட்ட கும்மி (1931), முத்துமாரியம்மன் கும்மி (1938), பஞ்சக் கொடுமைச் சிந்து (1919), நொண்டிச் சிந்தும் கும்மியும் (1920) என்ற தலைப்புகளில் பி. பண்டாரம், கே.எம். ஜபார், வில்சன் ஆகியோர் மக்கள் படும் துன்பங்களையும் பஞ்சக் கொடுமையி-

னால் ஏற்பட்ட பரிதவிப்புகளையும், இரவில் வண்டிப்பாதை அமைப்பதில் படும் துயரங்களையும் புத்தக வடிவில் வடித்துள்ளனர். இவ்விதம் வெளியான பிரசுரங்கள் எல்லாமே கும்மி, தெம்மாங்கு, சிந்து என்ற பாடல் வடிவங்களில் அமைந்திருப்பதை அவதானிக்கலாம். தமிழ் மக்களிடையே ஆழ வேரூன்றியிருக்கும் பண்பாட்டு அம்சங்களையும் நாட்டுப்பாடல்களின் செல்வாக்கையும் அடியொற்றியே மலையகத்து ஆரம்ப எழுத்து முயற்சிகள் மேற்கொள்ளப்பட்டன (சாரல்நாடன்: 2014,20).

இருபதாம் நூற்றாண்டின் தொடக்க காலத்தில் மலையக தொழிலாளர்களது பிரச்சனைகளும் அவர்களைப் பற்றிய விடயங்களும் எழுத்துப் பதிவுகளாக வெளிவரத் தொடங்கின. அவ்வாறான தொடக்கத்தை உருவாக்குவதில் அக்கால பத்திரிகைகளுக்கு முக்கிய இடம் உண்டு. லங்காமித்திரன் (1916), ஜனமித்திரன் (1918), தேசநேசன் (1921), தேசபக்தன் (1924), இலங்கை இந்தியன் (1928), ஜனநேசன் (1928) போன்ற பத்திரிகைகள் தோன்றி மக்களிடையே விழிப்புணர்வை உண்டாக்கின (மேலது: பக்.22). லோரி முத்துகிருஷ்ணா, சத்தியவாகீஸ்வரய்யர், நெல்லையா ஆகிய பத்திரிகையாசிரியர்கள் செயற்பட்டதுடன் நல்லம்மா போன்ற பெண் ஆளுமைகளும் இப் பத்திரிகைகளில் தொழிலாளர்களைப் பற்றி தொடர்ந்து எழுதினர். குறிப்பாக இலங்கை இந்தியன் (1928) பத்திரிகையில் இலங்கையில் வாழும் இந்தியப் பெண்கள் பற்றியும் அவர்களது வாக்குரிமைப் பிரச்சனை பற்றியும் நல்லம்மாவினது தொடர் கட்டுரைகள் வெளிவந்தமை குறிப்பிடத்தக்கது. அதே பத்திரிகையில் என்.எம். ஹைதரி அவர்கள் 'இலங்கை வாழ் இந்தியரின் நிலை' என்ற தலைப்பிலான தொடர் கட்டுரைகளை எழுதினார். 'இந்தியத் தமிழர்களுக்காக குரல் எழுப்பிய முதல் பத்திரிகையாளர்' என்ற தலைப்பில் மு. நித்தியானந்தன் அவர்கள் கருமுத்து தியாகராச செட்டியாரைக் (1893-1974) குறிப்பிடுகிறார். 1918ம் ஆண்டு அவர் குடிவரத்து தொழிலாளர் கமிட்டியின் முன்னிலையில் சாட்சியமளிக்கையில் "நான் இலங்கைத் தோட்டங்களில் இந்திய தொழிலாளர்கள் பற்றி மூன்று பிரசுரங்களையும், மண்டபம் நோய்த்தடுப்பு முகாம் கஷ்டங்கள் பற்றி ஒரு பிரசுரத்தையும் வெளியிட்டுள்ளேன். இந்தியத் தொழிலாளர்கள் பற்றிய பிரச்சனையைக் கடந்த 3 ஆண்டுகளாக ஆராய்ந்து வந்திருக்கிறேன்" என்று கூறியதை அறிய முடிகிறது (மு.நித்தியானந்தன்:2014:99).

தேயிலைக் காலத்தின் தொடக்கம் முதல் இருபதாம் நூற்றாண்டின் கால் நூற்றாண்டு வரையில் மலையகத் தொழிலாளர்கள் பற்றிய எழுத்துப் பதிவுகள் பத்திரிக்கையிலும் சிறுநூல் பிரசுரங்களிலுமே வெளிவந்தன. இம்முயற்சிகள் கொழும்பில் வணிகம் செய்யவந்த செட்டிமார்கள், தோட்டத் தொழிற்துறை சாராத, மற்றும் அங்கு வசிக்காத ஒரு பிரிவினராலேயே மேற்கொள்ளப்பட்டமை இவ்விடத்தில் குறிப்பிடத்தக்கதாகும். ஆகவே ஆரம்பகால எழுத்து முயற்சிகள் கல்விகற்ற, தோட்டத் தொழிலாளர்கள் பற்றி அக்கறை கொண்ட ஒரு சாராரினாலே மேற்கொள்ளப்பட்டமையை இங்கு அறியமுடிகிறது.

பெருந்தோட்டத்துறை விரிவாக்கம் : சிறுமுதலாளிகளின் வருகையும் தொழிலாளிகளின் வாழ்க்கையும்

இருபதாம் நூற்றாண்டின் முதலாம் தசாப்தத்தில் மலையகத் தோட்டப்பகுதிகளில் கல்வியறிவற்றோர் எண்ணிக்கை 100% இருந்ததாகக் கூறப்படுகிறது. இக்காலப்பகுதியில் பெருந்தோட்டத்துறை விரிவாக்கபட்டமையால் போக்குவரத்துத் துறை, ரயில்வே பாதை அமைப்பு,

வண்டிப்பயணம், தேயிலையோடு இணைந்த கைத்தொழிற்துறைகள் உருவாக்கம் பெறத் தொடங்கின. இதே சந்தர்ப்பத்தில் கரையோரப் பகுதி சிங்களவர்கள் இக்கைத்தொழில் முயற்சியில் ஈடுபட்டதுடன் சிலர் பெருந்தோட்டத்துறையில் முதலீடு செய்யக் கூடிய முதலீட்டாளர்களாகவும் இருந்தனர். சால்ஸ் டீ சொய்சா, யெரொனிஸ் பீரிஸ் ஆகியோர் பிரதானமாக பெயர் குறிப்பிடக்கூடிய முதலாளிகளாக காணப்பட்டதோடு சைமன் பெர்னான்டோ, ரிச்சர்ட் ஸ்டுவார்ட் பீரிஸ், ஹரமானிஸ் சொய்சா, சுசூ சொய்சா, யொகான்ஸ் டிமெல், அண்ட்ரிஸ் பீரிஸ், யக்கோப் டிமெல், யே.பி ஒபய சேகர, ஜி.எல். ஒபயசேகர, சொலமன் டயஸ் பண்டார நாயக்க ஆகியோர் மலையகப் பகுதியில் முதலீட்டுச் செயற்பாட்டில் ஈடுபட்ட கரையோரச் சிங்களவர்களாக காணப்பட்டனர் (குமாரி ஜெயவர்த்தனா, 2009).

கரையோரச் சிங்களவர்களான சிறுமுதலாளிகள் நிலங்களைக் கொள்வனவு செய்ததுடன் தமது முதலீட்டை நிறுத்திக் கொள்ளவில்லை. அதுவரையில் கரையோரப்பகுதிகளில் தாம் மேற்கொண்டிருந்த சாராயம் வடித்தல் மற்றும் அதன் விற்பனைகளை பெருந்தோட்டப் பகுதிகளுக்கும் விஸ்தரித்து சாராயத் தவறணைகளையும் குத்தகைப் பெற்றனர். 20ம் நூற்றாண்டின் முற்பகுதியில் 7,00,000 மக்கள் எண்ணிக்கையைக் கொண்ட பெருந்தோட்டத்துறையில் மதுபான விற்பனை அதிக இலாபத்தை ஈட்டுவதற்கு வாய்ப்பாயமைந்தது. நாளாந்தம் அதிகமாக தனது உடலுழைப்பை வழங்கிய தொழிலாளர்களது கடினமான உடலுழைப்பு அவர்களை மதுவுக்கு அடிமையாக்கியது. தொழிலாளர்களுக்கு சுதந்திரமற்றதொரு சுரண்டல் முறையை உருவாக்கிய பெருந்தோட்டத்துறையில் தொழிலாளர்கள் அடிமை முறையாகவே நடத்தப்பட்டனர். இந்த அடிமைமுறையை நீட்சிபெறச் செய்வதில் சாராய விற்பனையும் இணைத்துக்கொள்ளப்பட்டது. தோட்டப்புறங்களில் சாராயத் தவறணைகள் அமைத்தமை பற்றியும் தொழிலாளர்கள் மதுவுக்கு அடிமையானமை பற்றியும் பெர்கூஸன், அக்கால கவர்னர் வில்லியம் கிரகெரி, ஹயூ டிங்கர் போன்ற பிரித்தானியர்கள் பல்வேறு தளங்களில் குறிப்புகளை எழுதியுள்ளனர். அக்கால பத்திரிகையான ‘சிலோன் ஒப்சேவர்’ பத்திரிகையாசிரியர் பெர்கூஸன் தொழிலாளர்களின் குடிப்பழக்கம் தொடர்பாக ஆய்வொன்றை மேற்கொண்டு கருத்துக்களை வெளியிட்டிருந்தார். தோட்டத்துரைமார்களிடமிருந்து வந்த பல கடிதங்களில், தனது தோட்டத்தில் சாராயத் தவறணையை தாமே நடத்துவதற்கு அனுமதி கேட்டு எழுதப்பட்டிருந்ததாக கவர்னர் வில்லியம் கிரகெரி குறிப்பிடுகிறார். சாராயத் தவறணைகளால் ஏற்பட்ட தொல்லைகள் பற்றிய குறிப்பொன்று இவ்வாறு அமைகின்றது.

“மது மலிவாகவும் தாராளமாகவும் கிடைத்தது. அது சக்திவாய்ந்ததொரு வஸ்து. வேலை முடிந்ததும் தொழிலாளர்களில் பலர் அது தரும் வெறிமயக்கத்தில் ஆழ்ந்துவிடுவார்கள். கூலியாட்களுக்கு உயிர்பாற்றலைத் மது வழங்கவில்லை. அது அவர்களை மதிமயக்கம் செய்து மறதி எனும் மாய உலகிற்கு இட்டுச்சென்றது” (ஹியு டிங்கர்,1920).

பெருந்தோட்டத்துறை விஸ்தரிப்புடன் இலங்கையிலுள்ள சுதேசிகளின் முதலாளித்துவச் சிந்தனையும் வளர்ச்சிபெறத் தொடங்கியது. அதன் துரித வளர்ச்சியில் சாராய வியாபாரம் முன்னிலை வகித்ததாக அறியமுடிகிறது. ஒரு புறம் தொழிலாளர்களின் உழைப்பை கங்காணிகளின் ஊடாக பிரித்தானிய காலனியம் உரிந்ததென்றால் மறுபுறம் அவர்களது கூலிகளை சுதேச முதலாளித்துவம் அபரிமிதமாகச் சுரண்டியது. ஆகவே, இக்கால மலையகத் தொழிலாளர்களது வாழ்க்கை சீரழிந்த நிலையை உருவாக்கியதோடு அவலங்களின் மேல்

அவலங்கள் நிறைந்ததொன்றாகவே மாறியது.

தொழிலாளர் போராட்டங்களின் ஆரம்பமும் தொழிற்சங்கம் பற்றிய சிந்தனைகளும்: பெருந்தோட்டத்துறையின் விரிவாக்கமும் வளர்ச்சியும் இலங்கையில் பல்வேறு தொழிற்துறைகளை உருவாக்கியிருந்தமை குறிப்பிடத்தக்கது. 19ம் நூற்றாண்டின் இறுதிப்பகுதியில் தொழிலாளர்கள் தமது முதலாவது எதிர்ப்பு நடவடிக்கையாக வேலை நிறுத்தங்களை மேற்கொண்டிருந்தனர் (சுருட்டுத் தொழிலாளர்கள் (1896), அச்சுத் தொழிலாளர்கள் (1896), துறைமுகத் தொழிலாளர்கள் (1898)). இதன் தொடர்ச்சி 20ம் நூற்றாண்டின் ஆரம்பகாலத்தில் வெவ்வேறு துறைசார்ந்த தொழிலாளர்களும் தமது எதிர்ப்பை தெரிவிக்க வழிகோழியது. 1901ம் ஆண்டு துறைமுகத் தொழிலாளர் போராட்டம், 1906ம் ஆண்டு வண்டித் தொழிலாளர்களது போராட்டம் (5000 தொழிலாளர்கள் ஈடுபட்டனர்) என்பவற்றோடு இடம்பெற்ற 1912ம் ஆண்டு ரயில்வே தொழிலாளர்களின் போராட்டமானது பெருந்தோட்டத்துறை சார்ந்த தொழிலாளர்கள் மட்டுமன்றி இலங்கையின் பல்வேறு பாகங்களிலுமுள்ள தொழிலாளர்களிடையே அதிர்வலைகளை உருவாக்கத் தொடங்கின. தொழிலாளர்களது வேலைநிறுத்தப் போராட்டங்கள், எதிர்ப்பு நடவடிக்கைகள் மற்றும் அணிதிரளும் செயற்பாடுகள் அமைப்புரீதியாக ஒன்று திரள்வதற்கனான சூழ்நிலைகளை உருவாக்கின. இலங்கை தொழிலாளர் இயக்கம், இலங்கை தொழிலாளர் நலச்சங்கம் (1919), சமூக சீர்த்திருத்தச் சங்கம், சமூக சேவா சங்கம், தொழிலாளர் நலச் சங்கம் (1920), இலங்கை தேசிய காங்கிரஸ், இலங்கை தொழிலாளர் கூட்டுக்கழகம் (1920) முதலிய தொழிலாளர்களை ஒன்றிணைக்கும் அமைப்புகள் தோன்றியதோடு பொன். அருணாசலம், ஏ.ஈ. குணசிங்க, ஜோர்ஜ்.டி. சில்வா, பெரி சுந்தரம், சி.எச்.செட். பெர்னான்டோ முதலியோர் இவ்வமைப்புகளை தலைமைத்துவம் கொண்டு நடத்தியதோடு அதன் செயற்பாட்டாளர்களாகவும் விளங்கினர். தொடர்ந்து 1920ம் ஆண்டு இலங்கை முழுவதுமுள்ள ரயில்வே தொழிலாளர்கள் வேலைநிறுத்தப் போராட்டத்தில் ஈடுபட்டு வெற்றி கண்டனர். 1922ம் ஆண்டு ஏ.ஈ. குணசிங்க தலைமையில் இலங்கை தொழிற்சங்கம் உருவாகியது.

19ம் நூற்றாண்டின் இறுதிக் காலப்பகுதியிலிருந்து 20ம் நூற்றாண்டின் முதலாம் கால் நூற்றாண்டு வரையான காலப்பகுதி பெருந்தோட்டத்துறைத் தொழிலாளர்கள் இலங்கையின் ஏனைய தொழிலாளர்களுடன் ஐக்கியப்பட்டு தொழிற்சங்கமாக உருவாவதற்கான சூழ்நிலைகள் உருவாகிய காலமாகும். எனினும் இக்காலப்பகுதியில் மலையகச் சமூகத்தின் எழுத்துப் பதிவுகளைப் பொறுத்தவரையில் கொழும்பு போன்ற நகரங்களில் இயங்கிய பத்திரிகைத் துறை சார்ந்ததாகவும் சிறுபிரசு வெளியீடுகளுமாகவே காணக்கிடைக்கின்றன. இக்காலப்பகுதியில் பெருந்தோட்டத் துறை சார்ந்த எழுத்தாவணங்களோ இலக்கிய முயற்சிகளோ எமக்குக் கிடைப்பது அரிதாயுள்ளது. அருள்வாக்கி அப்துல் காதிறுப் புலவர் எழுதிய கவிதைகள் எமக்குக் கிடைத்தாலும் அவை ஓரிரு பாடல்களே கிடைத்துள்ளன.

மலையக தொழிற்சங்க உருவாக்கமும் எழுத்து முயற்சிகளும் : கோ.நடேசய்யர், கோ.ந. மீனாட்சியம்மாள்

இலங்கைத் தொழிற்சங்க உருவாக்கத்தில் மலையகத் தொழிலாளர்களையும் அதில் இணைத்துக்கொள்வதில் ஏ.ஈ. குணசிங்காவின் பணி முக்கியமானதாகும். 1923ம் ஆண்டு முதன் முதலாக பொது வேலைநிறுத்தத்தை ஏற்படுத்தி தொழிலாளர்களை அணித்திரட்டி-

னார்கள். 1923ம் ஆண்டு அகில இலங்கைத் தொழிலாளர் காங்கிரஸ் நிறுவப்பட்டதோடு 1933ம் ஆண்டு இலங்கையில் தொழிலாளர்களின் வலிமையை தீவிரமாக எடுத்துக்காட்டி-னர். இலங்கையின் பல்லின மக்களையும் பிரதிநிதித்துவப்படுத்தும் தொழிலாளர்களும் அவ்-வமைப்பில் இணைந்தனர். இலங்கையில் தொழிற்சங்க தோற்றம் தொடர்பான சிந்தனைகள் வலுப்பெறத் தொடங்கிய காலத்திலேயே கோ. நடேசய்யரும் மலையக மக்களது அரசியல் செயற்பாடுகளில் ஈடுபடத் தொடங்கிவிட்டார். இலங்கையிலுள்ள பல்வேறுபட்ட தொழிலா-ளர்களிடமும் தொழிற்சங்க சிந்தனைகளைப் பரப்புவதில் ஏ.ஈ. குணசிங்காவின் பங்களிப்பு முக்கியமானதென்றால், மலையக மக்களை தொழிற்சங்கமயப்படுத்துவதில் நடேசய்யரே பிர-தான செயற்பாட்டாளராக விளங்கினார். நடேசய்யர் 1922ம் ஆண்டு அகில இலங்கை தோட்டத் தொழிலாளர் சம்மேளனத்தை ஆரம்பித்ததோடு ஏ.ஈ. குணசிங்காவுடன் இணைந்து தொழிற்சங்க நடவடிக்கைகளில் ஈடுபட்டார். 1925ம் ஆண்டுகளுக்கு பின்னர் இந்திய எதிர்ப்-புவாதம் மேலோங்க, நடேசய்யர் குணசிங்காவின் தொழிற்சங்கத்திலிருந்து பிரிந்து தனியாகச் செயற்படத் தொடங்கினார்.

கோ. நடேசய்யர் : மலையகத்தின் முன்னோடி முயற்சிகள்: மலையக அசைவியக்கத்தில் 1930 — 1950 வரையான காலப் பகுதி மிகவும் முக்கியத்துவம் வாய்ந்ததாகும். சுமார் ஒரு நூற்றாண்டுகாலம் காலனித்துவ அடிமைகளாகவும், கங்காணித்துவ அதிகாரத்திற்குட்-பட்டவர்களாகவும் இருந்த இலங்கையில் குடியேறிய இந்தியத் தொழிலாளர்களை முதன் முறையாக தொழிற்சங்க அடிப்படையில் ஒன்றுதிரட்டும் வேலையை நடேசய்யர் தொடங்-கினார். வரலாற்றில் இது முதல் சந்தர்ப்பமாகவும் அமைகிறது. தொழிலாளர்களது உரிமை-களுக்காக பல்வேறு கால கட்டங்களில் போராட்டங்களை நடத்தினார். தோட்டங்களுக்குச் சென்று கூட்டங்களை நடத்துதல், மக்களை விழிப்புணர்வடையச் செய்தல் முதலிய களச் செயற்பாடுகளை தொடங்கிவைத்தவர் நடேசய்யர்.

நடேசய்யரின் எழுத்துக்கள்: நடேசய்யரின் எழுத்துக்கள் பலவகைப்பட்டவை. வணிகம் சார்புடையவை, பத்திரிகை எழுத்துக்கள், பயணக்குறிப்புகள், ஆய்வு நூல்கள், பத்தி எழுத்-துக்கள், கவிதைகள், புனைவுகள், நாடகம் என்று அவை விரிகின்றன. இலங்கையில் நடேசய்யர் செயற்பட்ட காலத்தில் பல நூல்களை எழுதினார். அவற்றில் மலையக தொழிலாளர்களுக்குரிய வழிகாட்டல்களை மேற்கொள்ளல், தொழிற்சங்க சட்டங்கள் பற்றிய தெளிவூட்டல்களை மேற்கொள்ளல் முதலிய அம்சங்களை அவரது புனைவு சாரா எழுத்-துக்களில் அவதானிக்க முடிகிறது. பதினொரு பத்திரிகைகளை நடேசய்யர் நடத்தியிருந்தார். இலங்கையில் இருந்து வெளிவந்த அவரது 'தேசபக்தன்' அக்காலத்தில் குறிப்பிடத்தக்க பத்-திரிகைகளில் ஒன்றாக விளங்கியதுடன் தொழிலாளர்களைப் பற்றிய பல விடயங்களை அப்-பத்திரிகை கவனப்படுத்தியிருந்தது. நடேசய்யரின் புனைவு சார்ந்த இலக்கிய முயற்சிகள் மலையக இலக்கிய உருவாக்கத்தின் ஆரம்ப முயற்சிகளுக்கு அடித்தளமிடுகின்றன. 'வெற்-றியுனதே', 'நீ மயங்குவதேன்', 'நரேந்திரபதியின் நரக வாழக்கை', 'மூலையில் குந்திய முதி-யோன்' போன்ற படைப்புகளில் புனைவுப் பண்புகளை அவர் கையாளுகிறார். அவரது 'தொழிலாளர் அந்தர பிழைப்பு நாடகம்' இலங்கையில் வெளிவந்த நாடக நூல்களில் முக்-கியத்துவம் வாய்ந்ததாகும்.

நடேசய்யரது எழுத்துக்களில் பெரிதும் கங்காணித்துவ எதிர்ப்பே மேலோங்கியிருந்தது. தொழிலாளரை தொழிற்சங்க மயப்படுத்துவதும் அவர்களது வாழ்க்கைக்கு வழிகாட்டுவதும் இந்திய எதிர்ப்புவாதத்திற்கு எதிராக குரல் கொடுப்பதும் அவரது கவிதைகளில் காணக்கிடைக்கின்றன. எவ்வாறிருந்தும் நடேசய்யர் மலையக சமூகத்தின் முன்னோடி அரசியல் சமூக செயற்பாட்டாளர் என்பதோடு மலையக இலக்கியத்தின் முன்னோடியாகவும் அவரை நாம் மதிப்பிட முடிகிறது. மலையக இலக்கிய உருவாக்கத்திற்கான ஆரம்ப முயற்சிகள் நடேசய்யரிலிருந்தே தொடங்குகின்றன.

2

கோ.ந. மீனாட்சியம்மாள்: மலையக இலக்கியத்தின் முதல் பெண் குரல்

நடேசய்யருடன் இணைந்து மலையகத் தொழிலாளர்கள் மத்தியில் வேலை செய்த பெண் ஆளுமையாக கோ.ந. மீனாட்சியம்மாளைக் குறிப்பிடுகின்றனர். 'ஈழத்தின் முதல் பெண் கவிஞர், பத்திரிகையாளர், அரசியல் செயற்பாட்டாளர் என்றெல்லாம் முதன்மைப்படுத்துகிறார் செ. யோகராசா (2007:43). முன்னோடி அரசியல் தொழிற்சங்க செயற்பாட்டாளரென குறிப்பிடுவதோடு பாரதியை மலையகத்தில் அறிமுகப்படுத்துவதில் முன்னோடி என்று எழுதுகிறார் லெனின் மதிவானம் (2012:34). நடேசய்யருக்கு சமாந்தரமாகவும் அவருக்குப் பின்னரும் மலையக மக்களின் பிரச்சினைகளை பிரக்ஞைபூர்வமாக விளங்கிக்கொண்டு அம்மக்களது பிரச்சினைகளை வெளிப்படுத்தியதோடு அவர்களின் விடுதலைக்காக குரல் கொடுத்தவர். 'இந்தியர்களது இலங்கை வாழ்க்கை நிலைமை' என்ற அவரது கவிதை நூல் அக்காலத்தில் இடம்பெற்ற அரசியல் பிரச்சினைகளை ஒரு சிறுபான்மை இனத்தவராக இருந்து அவதானிக்கும் தொனியில் எழுதப்பட்டது. அவரது கவிதைகளில் சிங்கள இனவாத எதிர்ப்பும், இந்திய தொழிலாளர்கள் இலங்கை தேசிய அடையாளத்துக்குரியவர்கள் என்று வலியுறுத்துவதையும் காணலாம். மீனாட்சியம்மாளின் கவிதைகள் பல்வேறு வகையில் முக்கியத்துவமுடையவை. பெரும்பாலும் தொழிலாளர் பற்றி தீவிரமாக எழுதும் போக்கு அவரது எழுத்துக்களிலிருந்தே ஆரம்பமாகிறது. 'இந்திய தொழிலாளர்களது இலங்கை வாழ்க்கையின் நிலைமை (1940)' என்ற நூலில் தொழிலாளர்களின் ஆபத்தை எதிர்த்து குரல்கொடுத்துப் பாடியதுடன் தொழிலாளர்களை தமது உரிமைக்காக தீவிரமாக போராடும்படியும் எழுதுகிறார். "லங்கா மாதா நம்மதாய் தான் இந்த நாட்டினில் எல்லோரும் அவளுக்குச் சேய்தான்" என்று பாடுவதிலிருந்து இந்திய வம்சாவளி தொழிலாளர்களை இலங்கைத் தேசியத்திற்குரிய குடிகளாக கருதும்போக்கு மீனாட்சியம்மாளிலிருந்து தொடங்குவதை அறியமுடிகிறது (கோ.ந. மீனாட்சியம்மாள்,1940).

பாரதியின் கவிதை வடிவங்களையும் தொழிலாளர்களது கும்மி வடிவங்களையும் அவர் அதிகமாக பயன்படுத்தியிருந்தமை குறிப்பிடத்தக்கது. மலையக சமூகத்தில் இக்காலகட்டத்தில் நடேசய்யர் மற்றும் மீனாட்சியம்மாள் ஆகியோரது தொழிலாளர் சார்ந்த பார்வைகளோடு இதே காலப்பகுதியில் இயங்கிய எச். நெல்லையா மற்றும் ஆ. போல் ஆகியோரது எழுத்துக்களையும் நாம் அவதானிக்க வேண்டியுள்ளது. குறிப்பாக அக்காலத்தில் புனைவுத்துறையில் (நாவல்கள்) இவர்களது எழுத்து, ஆரம்பத்தைக் கொண்டிருந்த போதிலும் அவர்களால்

எழுதப்பட்ட நாவல்கள் எவற்றிலும் அக்காலத்தின் எரியும் பிரச்சினைகள் எவையும் தலைகாட்டவில்லை என்பது மனங்கொள்ளத்தக்கது.

தொழிற்சங்க உருவாக்க காலத்தில் தோற்றம் பெற்ற எழுத்து முயற்சிகளில் கோ. நடேசய்யர், கோ.ந. மீனாட்சியம்மாள், ஆ. போல், எச். நெல்லையா ஆகியோரது எழுத்துக்கள் மட்டுமல்லாது அக்கால பத்திரிகை எழுத்துக்கள் பற்றியான முழுமையான மீள்வாசிப்பு அவசியம். இரண்டாவதாக, இப்படைப்புகள் சார்ந்திருக்கும் கருத்துநிலைகள் பற்றிய ஆராய்ச்சியும் மலையக சமூகத்தின் வரலாற்று எழுதுநிலையில் இன்றியமையாதவையாகும்.

தொழிற்சங்கப் போராட்டக் காலம்: ஏ.ஈ. குணசிங்கா, கோ. நடேசய்யர் வழியாக உருவாக்கம் பெற்ற தொழிற்சங்கங்கள் மலையகத் தொழிலாளர்களை ஒன்றிணைக்கும் முயற்சியை செய்துவந்த நிலையில் பெருந்தோட்டத் தொழிலாளர்களை முன்னிலைப்படுத்திய பல இடதுசாரித் தொழிற் சங்கங்களும் இயங்கத்தொடங்கின. குறிப்பாக, லங்கா சமசமாஜக் கட்சி மலையகத்தில் இக்காலத்தில் தொழிற்சங்க பணியினை ஆரம்பித்திருந்தது. 1937ம் ஆண்டில் ஹேவாஹெட்டயில் நடந்த போராட்டத்தில் லங்கா சமசமாஜக் கட்சி பெரும் பாத்திரத்தை ஏற்றிருந்தது. 1940ம் ஆண்டு புசல்லாவை ஸ்டெலன்பேர்க் தோட்டத்தில் நடந்த போராட்டம் தொழிற்சங்க பின்னணி கொண்டதாகவே அமைந்தது. இக்காலப்பகுதி மலையகத்தில் தொழிலாளர்களிடையே தொழிற்சங்க ஈடுபாடு மிகவும் கொதிநிலையில் இருந்த காலமாகும். தொழிலாளர்கள் தமது விடுதலையையும் சுதந்திரத்தையும் தொழிற்சங்க ரீதியாக அடைந்துகொள்ளலாம் என்ற உணர்வுடன் செயற்படத் தொடங்கிய காலத்தில்தான் இலங்கை இந்திய காங்கிரஸ் (1939) தொழிலாளர் நலன் சாராத சிந்தனைகொண்ட ஒரு குழுவினரால் உருவாக்கப்படுகிறது. 1940கள் தொடக்கம் 1950 வரையான காலப்பகுதியில் மலையகத்தில் பல போராட்டங்கள் நடைபெற்றதையும் அதனால் பல தொழிலாளர்கள் உயிர்த்தியாகம் செய்திருந்தமையையும் அறியமுடிகிறது. 1940ம் ஆண்டு முல்லோயா போராட்டத்தில் கோவிந்தன் உயிர்ப்பலியானார். 1941ம் ஆண்டு ஸ்டெலன்பேர்க் தோட்டம் மற்றும் அதனை அண்டிய பிரதேசங்களில் நடந்த கெடுபிடிகளுக்கெதிராக போப் துரையை கொலை செய்த வழக்கில் வேலாயுதம், வீராசாமி ஆகிய இரு தொழிலாளர்கள் தூக்கிடப்பட்டு உயிர்ப் பலியாகின்றனர். இப்போராட்டங்களை முன்னிலைப்படுத்திய எழுத்துக்கள் எதுவும் வெளிவரவில்லை. தோட்டத்தில் இடம்பெற்ற போராட்டத்தை தழுவி சாரல்நாடன் அவர்கள் எழுதிய 'வானம் சிவந்த நாட்கள்' என்ற நாவல் வெளிவந்தது. தொழிற்சங்கப் போராட்டங்களை மையப்படுத்தி வெளிவந்த முதல் நாவலாக இந்நாவல் விளங்குகிறது.

இலக்கிய எழுச்சிக் காலம்: நாற்பதுகளுக்கு பின்னர் எழுந்த தொழிற்சங்க அரசியல் போராட்டங்கள் நாற்பதுகளின் இறுதியில் பல்வேறு அதிர்வலைகளைத் தோற்றுவித்தது. இதற்கு பல்வேறு காரணிகள் செல்வாக்குச் செலுத்தின.

நடேசய்யரால் தோற்றுவிக்கப்பட்ட தொழிற்சங்கச் சிந்தனை இடதுசாரிகள் மலையகத்தில் வேரூன்றல்.

பிரேஸ் கேடில் (L.S.S.P) போன்ற பிரித்தானிய இடதுசாரி சிந்தனை கொண்ட சமூகச் செயற்பாட்டாளர்களின் தலையீடு.

1935ம் ஆண்டு இலங்கை வந்த பிரித்தானியரான மார்க் என்டனி பிரேஸ்கேடில் இடதுசாரி சிந்தனைகொண்டவராக இருந்ததோடு லங்கா சமசமாஜக் கட்சியுடன் இணைந்து

தொழிலாளர்களுக்கு சார்பாகக் குரல் கொடுத்தவராகச் செயல்பட்டார். இவரது தீவிரமான போக்கை 'பிரேஸ் கேடில் சம்பவம்' என்றே பலர் குறிக்கின்றனர். மாறாக அவர் துரைமார்களின் அடக்குமுறைக்கு எதிராக குரல் கொடுத்ததுடன் நடேசய்யர், மீனாட்சியம்மாளுடன் இணைந்து தோட்டத் தொழிலாளர் மத்தியில் உரையாற்றினார். தொடர்ந்து மலையகத்தின் பல்வேறு இடங்களில் மாநாடுகள் இடம்பெற்றன. 1945, 1946, 1947, 1948, 1949 ஆகிய ஆண்டுகளிலும் அதன் பின்னரும் இடம்பெற்ற மாநாடுகள் தொழிலாளர் நலன் சார்ந்தவையாகவே அமைந்தன. இம்மாநாடுகளில் அவர் பங்கேற்று உரையாற்றினார். பிரேஸ் கேடில் தோட்டத் துரையாக வந்த பிரித்தானியராக இருப்பினும் தேயிலைத் தோட்டங்களில் தொழிலாளர் அனுபவிக்கும் துயரங்களைக் கண்டு அவர்களது விடுதலைக்காக குரல் கொடுத்தார் என்பதே முக்கியமானது. இவ்வாறான தொழிற்சங்க உணர்வுகலந்த போக்கு தொழிலாளர்களின் போராட்டத்தை மேலும் ஊக்குவித்தது. 1947ம் ஆண்டு 1,25,000 தொழிலாளர்கள் கலந்துகொண்ட, 27 நாட்கள் நடைபெற்ற ஹர்த்தால் (Plantation Association Review) தொழிலாளர்கள் வீறுபெற்றெழுந்த வரலாற்றுக்குச் சான்றாகும். இவ்வாறான போராட்டங்கள் அவர்களை இலங்கைத் தேசியத்துக்குரியவர்களாக சிந்திக்க வைக்கத் தூண்டின.

மலையகத் தொழிலாளர்களது இவ்வாறான தேசிய உணர்வுசார்ந்த சிந்தனைகள் இக்காலப்பகுதியில் (1948ல்) இந்திய எதிர்ப்புவாதம் மேலோங்குவதற்கான தூண்டலைத் தொடக்கி வைத்தது. இதன் விளைவாக குடியுரிமைச் சட்டம் (1948), இந்திய பாகிஸ்தானிய குடியிருப்பாளர் சட்டம் (1949), இலங்கை பாராளுமன்ற திருத்தச் சட்டங்கள் கொண்டுவரப்பட்டன. தொடர்ந்து 1956ம் ஆண்டு தனிச்சிங்களச் சட்டமும் மலையகத் தமிழர்களுக்கு எதிராகக் கொண்டுவரப்பட்டிருந்தது.

மலையக இலக்கிய எழுச்சியில் சி.வி. வேலுப்பிள்ளை: மலையக மக்களது தொழிற்சங்க அரசியல் பணிகளை தோற்றுவித்ததில் நடேசய்யருக்கு எவ்வளவு முக்கியத்துவம் இருந்ததோ அதேபோலவும் அவருக்கு அடுத்த கட்டத்திலும் அப்பணிகளை மேற்கொண்டதில் சி.வி. வேலுப்பிள்ளை மிக முக்கியமானவர். நடேசய்யர் சட்டசபை உறுப்பினராக கடமையாற்றிக்கொண்டிருந்த காலத்திலேயே சி.வி. வேலுப்பிள்ளையும் தொழிற்சங்க அரசியல் பணிகளைத் தொடங்கியிருந்தார். ஆரம்பத்தில் இலங்கை இந்திய காங்கிரஸ் உறுப்பினராகவும் அவர் இருந்தார். எனினும் இலங்கை இந்திய காங்கிரஸின் நிலைப்பாட்டிலிருந்து வேறுபட்ட கொள்கையுடையவராய் இருந்தார். இலங்கையிலே பிறந்து (1914) மலையக மக்களைப் பற்றி நேரடியாக அறிந்திருந்தமையால் இம்மக்களுக்காகக் குரல் கொடுத்தார். சி.வி யின் முதலாவது நாடாளுமன்ற உரை இவ்வாறு அமைந்ததாக சாரல் நாடன் எடுத்துக்காட்டுகிறார்.

"இடதுசாரி குழுவினரைச் சார்ந்தவன் நான். இப்படிச் சொல்வதற்கு நான் வெட்கப்படவில்லை. இந்த நாட்டின் மறுமலர்ச்சிக் குழுவினராக அவர்களே இருக்கின்றார்கள். நான் இந்த நாட்டில்தான் பிறந்தேன். என் கண்கள் ஒளியைத் தரிசித்தது இந்த பூமியில்தான். இறுதியாக நான் கண்களை மூடுவதும் இந்த நிலமாகத்தானிருக்கும்."

சி.வி. தொழிற்சங்க இயக்கத்தின் மீதும், தொழிலாளர்களின் விடுதலைக்குரிய மார்க்கங்களை தொழிற்சங்க நடவடிக்கைகள் மூலம் வலுப்படுத்த முடியுமென்றும் நம்பிக்கை கொண்-

டிருந்தார். இதனையே அவரது இலக்கியங்களிலும் பிரதிபலித்தார். சி.வி யின் எழுத்துக்கள் "ஒரு தொழிற்சங்கவாதியின் இலக்கிய குரலாகவே ஒலித்தது." சி.வி யின் ஆரம்பகால எழுத்துக்களை விட (விஸ்மாஜினி, 1934) பிற்கால எழுத்துக்களே இம்மக்களின் வாழ்வியலை மிக நெருக்கமாகவும் தீவிரமாகவும் பேசின. (நாடற்றவர் கதை, 1987)சி.வி. யின் எழுத்துக்களில் கவிதை, நடைச்சித்திரம், நாவல்கள், கட்டுரைகள், குறிப்புகள் என்பவை முழுமையாக ஆராயப்படாத நிலையில் சி.வி யின் எழுத்துக்கள் மீதான விமர்சனங்கள் முன்வைக்கப்பட்டுள்ளன. "சி.வி வாழ்ந்த காலத்தில், எழுச்சி பெற்ற போராட்டங்களை அவை முதன்மைப்படுத்தவில்லை. அவலங்களையும், சோர்வு வாதத்தையுமே அவை வெளிப்படுத்தின. மலையக சமூக இருப்புக்கான உணர்வுநிலையை பிரதிபலிக்கவில்லை" என்று லெனின் மதிவானம் (இர. சிவலிங்கம் குறிப்பிட்டதாகவும்) தனது விமர்சனத்தை முன்வைத்துள்ளார். சி.வி யின் எழுத்துக்களை முழுமையாக வாசிக்கப்படாமலிருக்கின்ற சூழ்நிலையில் அவரது படைப்புகளை ஆராய்ந்து, மலையகத் தமிழரின் வரலாற்று காலவோட்டத்தில் சி.வி யின் பாத்திரத்தை சரியாக முன்வைக்க வேண்டுமென்பதே எனது கருத்து. எவ்வாறிருந்தாலும் மலையக இலக்கிய எழுச்சியில் ஒரு மடைமாற்றம் சி.வி யின் எழுத்துக்களிலிருந்தே தொடங்குகிறது.

மக்கள் இலக்கியமாக வீதிப்பாடல்கள்: மலையக சமூக உருவாக்கத்தில் 50கள் மிகவும் எழுச்சி மிக்க காலமாகவே பலராலும் கணிக்கப்படுகின்றது. தொழிற்சங்க போராட்டங்கள் உக்கிரமடைந்த இக்காலப்பகுதியிலேயே தொழிலாளர்கள் தோட்ட நிர்வாகத்திற்கெதிராக பல்வேறு எதிர்ப்பு நடவடிக்கைகளையும் மேற்கொண்டனர். இதே காலப்பகுதியில் தொழிற்சங்க ரீதியாக மக்கள் அணித்திரளும் செயற்பாடுகளும் பல்வேறு சமூக இயக்கங்களும் தோன்றுகின்றன. இக்காலப்பகுதியில் பல சஞ்சிகைகளும் தோன்றுகின்றன.

மலையக மக்களது இலக்கிய உருவாக்கத்தில் தனிமனிதர்களது எழுத்துக்கள் மக்களை கவனப்படுத்தியதைவிட வீதிப் பாடல்கள் போன்ற கூட்டு இலக்கியங்கள் மக்களையும் அவர்களது பிரச்சினைகளையும் மிக நெருக்கமாக வெளிக்கொண்டுவந்தன. முக்கியமாக தொழிலாளர்கள் நடத்திய போராட்டங்கள், எதிர்ப்பு நடவடிக்கைகள், தோட்டத்துரை மற்றும் அதிகாரிகளைத் தாக்கி கொலை செய்தமையை ஆதரித்து, அதிகாரிகளின் செயற்பாடுகளை கண்டித்து, தொழிலாளர்களுக்கு விழிப்புணர்வூட்டும் வகையில் பல வீதிப்பாடல்கள் உருவாக்கப்பட்டன. இப்பாடல்களை பாடிக்கொண்டே பிரச்சாரம் செய்தமையும், சிறிய பிரசுரங்களாக அதனை அச்சிட்டு வெளியிட்டமையும் மலையகத்தின் பிரதான நகரங்களில் மக்கள் ஒன்றுகூடும் இடங்களில் அதனை விநியோகம் செய்தமையும் மலையக மக்கள் இலக்கிய வரலாற்றில் பெரும் முக்கியத்துவம் வாய்ந்த இலக்கியச் செயற்பாடாகவே மதிப்பிட முடியும். இவ்வாறானதொரு இலக்கியப் போக்கை மலையக இலக்கிய உருவாக்கத்தில் தனித்துவமான அம்சமாகவும் கொள்ள முடியும்.

அட்டன் வெலிஓயா படுகொலை (1957), திக்குவலை புதுக்காடு மேல்கணக்கு (1955), நாவலப்பிட்டி லெட்சுமி தோட்டம் படுகொலை (1959, உடப்புசல்லாவ பங்களவத்தை படுகொலை (1957), நுவரெலியா மாசா பணியகணக்கு படுகொலை (1966) ஆகிய படுகொலைகளைப் பற்றி 'படுகொலைச்சிந்து' என்ற தலைப்பில் பல பாடல்களை பாடியுள்ளனர். இப்பாடல்கள் தொழிலாளர்கள், கணக்குப் பிள்ளைகளை படுகொலை செய்தமைப் பற்றியும்

தொழிற்சங்க நடவடிக்கைகளில் கொலை செய்யப்பட்டவர்கள் பற்றியும் பாடப்பட்டவையாக அமைந்துள்ளன. இவர்களில் கே.கே.எஸ். ஜில், கோவிந்தசாமி தேவர், கா.சி. ரெங்கநாதன், பெரியக்காள் ஆகியோர் குறிப்பிடத்தக்கவர்கள்.

"புதுக்காட்டு மேக்கணக்கில் போட்டபோடுங்க
கணக்கன் பாட்டை கேளுங்க
கையுமே துண்டு ரெண்டுங்க
அடடா வெட்டு ஒன்னுங்க — சேர்ந்த
கணக்கன் பாடு திண்டாட்டமே தாங்க
நன்றாய் கேட்டு பாருங்க"

சமூக, அரசியல், கலை, இலக்கிய இயக்கங்களின் உருவாக்கமும் அவற்றின் செயற்பாடுகளும்

ஐம்பதுகளின் பின்னர் மலையகத்தில் இயக்க ரீதியான சிந்தனைகள் வளர்ச்சியடைந்தன. தொழிற்சங்க ரீதியாக வளர்ச்சியடைந்த அமைப்பாக்க சிந்தனைகள் ஐம்பதுகளில் பல்வேறு கிளைகளாக வளர்ச்சி பெற்றன. சமூக சீர்த்திருத்த இயக்கங்கள், வாலிபர் இயக்கங்கள் (சங்கங்கள்) இலக்கிய அமைப்புகள், மன்றங்கள் என்று பல்வேறு அமைப்புகள் உருவாகிச் செயற்பட்டன. இவை மக்கள் நலன் சார்ந்த ஈடுபாட்டை கொண்டனவாகவே இயங்கின. 'இந்திய வம்சாவளி தமிழர்' என்று தம்மை அடையாளப்படுத்திக் கொண்டிருந்தவர்கள் 'மலைநாடு' என்ற சொற்பிரயோகத்தை பாவிக்கத் தொடங்கியதும் இக் காலப் பகுதியிலேயாகும். குறிப்பாக மலைநாட்டு நல்வாழ்வு வாலிபர் சங்கம், மலைநாட்டு எழுத்தாளர் மன்றம் போன்ற அமைப்புகளுடன் நின்றுவிடாது மலைமுரசு, மலைமுழக்கம், மலைநாடு முதலிய பத்திரிகைகளும் தோற்றம் பெற்று தொழிலாளர்களுக்காக குரல் கொடுக்கத் தொடங்கின. சி.வி. வேலுப்பிள்ளை எழுதிக்கொண்டிருந்த காலப்பகுதியிலேயே என்.எஸ்.எம். ராமையா, கோகிலம் சுப்பையா, தெளிவத்தை ஜோசப் போன்ற புனைக் கதையாசிரியர்களும் எழுதத் தொடங்கினர். தமது எழுத்துகளில் இவர்கள் மலையகச் சமூகத்தைப் பகுதியளவில் சித்தரித்தார்கள். சி.வி, மலையகச் சமூகம் பற்றிய முழுப் பிரக்ஞையை தனது எழுத்தில் பிரதிபலித்தார். இதுவே அவர்களிலிருந்து சி.வி வேறுபடுமிடம்.

மலையகத்தில் தி.மு.க வின் உதயமும் எழுத்து முயற்சிகளும்: மலையகத்தில் ஐம்பதுகளில் எழுச்சிபெற்ற இயக்கங்களில் தி.மு.க வின் வகிபங்கு முக்கியத்துவம் வாய்ந்ததாகும். நாவலர் ஏ. இளஞ்செழியன் மற்றும் அவரைச் சார்ந்த குழுவினர்களால் தோற்றுவிக்கப்பட்ட தி.மு.க, தொழிலாளர்களின் விடுதலை சார்ந்த செயற்பாடுகளில் ஈடுபடவில்லை. மாறாக தொழிலாளர்களிடையே நிலவிய பண்பாட்டு பின்னடைவுகளை களைவதற்கான சமூகச் சீர்திருத்தங்களையே முன்வைத்தார்கள். தோட்டங்கள் தோறும் தி.மு.கவினர் பல மன்றங்களை அமைத்தார்கள், நாடகங்களை மேடையேற்றினார்கள், சொற்பொழிவுகளை நிகழ்த்தினார்கள். இந்த கொள்கைகளில் ஈடுபாடுகொண்ட சக்தி பால அய்யா முதல் பல கவிஞர்கள் வரை தி.மு.கவின் கொள்கைகளையே பிரதானமாகத் தமது படைப்புகளில் முன்வைத்தனர். மலையகத் தொழிலாளர்களுடைய பிரதான பிரச்சினைகளை அவர்கள் தமது கவிதைகளில் வெளிக்கொண்டுவரவில்லை.

மலையகத் தேசியம் : உருவாக்கமும் சிதைவுகளும் இலக்கியச் சான்றுகளும்: நாற்பதுகளில் முளைவிடத் தொடங்கிய தேசிய உணர்வுகள் அறுபதுகளில் மிகவும் கனதியுடன் வீறுகொள்ளத் தொடங்கின. இக்காலத்தில் மலையகத்தில் கல்வி கற்ற முதலாவது மத்தியதர வர்க்கத்தினர் உருவாகத் தொடங்குகின்றனர். தோட்டப்புறப் பாடசாலைகளை அரசாங்கமயப்படுத்துகின்ற நிகழ்வுகளும் இக்காலத்தில் இடம்பெறுகின்றன (ஜனநாயக தொழிலாளர் காங்கிரஸின் தலைவராகவிருந்த அஸிஸால் பதுளை பாரதி ராமசாமியினால் நடாத்தப்பட்டு வந்த பாடசாலை முதலாவதாக அரசமயப்படுத்தப்பட்டது). அதுவரையில் மலையகத் தொழிற்சங்க பணிகளில் ஈடுபட்டுவந்தவர்களாலேயே பேசப்பட்டு வந்த மலையக இலக்கியம் தோட்டங்களில் உத்தியோகம் செய்தவர்களால் பேசப்பட ஆரம்பித்தது(தெளிவத்தை ஜோசப், என்.எஸ்.எம். ராமையா). இர. சிவலிங்கம், எஸ். திருச்செந்தூரன் போன்ற கல்வியியல் சார்ந்த செயற்பாட்டாளர்கள் உருவாகியதோடு அவர்களால் குறிப்பிட்ட சில மாணவர் பரம்பரையினரும் தோற்றுவிக்கப்பட்டனர். ஏற்கனவே இருந்துவந்த இடதுசாரிச் சிந்தனை கொண்ட பலரும் மலையகத்தில் செயற்படத் தொடங்கியதுடன் மலையகத்தில் இடம்பெற்ற தொழிலாளர் போராட்டங்களிலும் அவர்கள் பின்னணியில் இருந்து செயற்பட்டனர். மொழியுரிமைக்காகப் போராடிய ஐயாவு, பிரான்ஸிஸ் ஆகியோரது உயிரிழப்பும் டயகமப் போராட்டம், கீனாக்கலை போராட்டம் முதலிய மக்கள் சார்ந்த போராட்டங்கள் இக்காலப்பகுதியில் நடத்தப்பட்டமையும் குறிப்பிடத்தக்கது. காலனித்துவ சுதந்திரத்திற்கு பின்னர் இலங்கையில் சிங்களவர்களிடையே பௌத்த மேலாதிக்கச் சிந்தனை வளர்ச்சியடையத் தொடங்கியது. சிறுபான்மை இனங்கள் தேசிய இனமாக வளர்வதை விரும்பாத மனோநிலையால் அவ்வினங்கள் மீதான ஒடுக்குமுறையும் பரவலாக இடம்பெற்றன. இக்காலப்பகுதியில் ஒன்பது இலட்சத்துக்குமேல் மலையகத் தமிழர்கள் இலங்கையில் இருந்ததை அறியமுடிகிறது. இவ் எண்ணிக்கையின்படி இரண்டாவது சிறுபான்மை இனமாக இருந்த மலையகத் தமிழர்களை நாடுகடத்தும் முயற்சிகள் இக்காலப்பகுதியிலேயே இடம்பெறத் தொடங்கின. இதன்படி 1965 ஆம் ஆண்டு 'சிறிமா-சாஸ்திரி ஒப்பந்தம்' நடைமுறைப்படுத்தப்படுகிறது. இந்நாட்டில் பெரியளவான சனத்தொகையுடன், தேவையான நிலவுரிமையுடனும், மொழியுரிமையுடன் ஒரு தேசிய இனத்துக்குரிய அடையாளங்களுடன் இருந்த மலையகத் தமிழர்கள் சிதைக்கப்படுகின்றனர். ஏறத்தாழ ஐந்து லட்சத்திற்கும் மேற்பட்டவர்கள் இந்தியாவுக்கு அனுப்பப்பட்டனர். இவ்வாறு பெருந்தொகையான எண்ணிக்கையைக் கொண்ட மலையகத் தமிழர்கள் சிதைக்கப்பட்டமையால் மிகத்தீவிரமாக வளர்ந்துவந்த மலையகத் தேசிய எழுச்சி சார்ந்த சிந்தனைகளும் சிதைக்கப்பட்டன.

மலையகத் தமிழர்கள் : புலம்பெயர்வும் புலம்பெயர்வு இலக்கியமும்: சிறிமா — சாஸ்திரி ஒப்பந்தம் இடம்பெற்றதும் மலையகத்தை வாழ்விடமாக கொண்டவர்களும், மலையகத்தில் பிறந்து வளர்ந்தவர்களும், இங்கு வந்து சேர்ந்தவர்களும் வெவ்வேறு வகையில் சிதைந்தனர். குறிப்பாக ஒரே குடும்பத்தைச் சேர்ந்த உறவினர்கள் கூட தனித்தனியாகப் பிரியவேண்டிய நிலை உருவானது. இந்த பிரிவு மற்றும் பிரஜாவுரிமை பறிப்பானது நாடற்றவர்களாகி, மண்ணையும் இழந்து புலம்பெயர்கின்ற நிலையை உருவாக்கியது. மலையக மண்ணிலிருந்து மீண்டும் பலர் இந்தியாவுக்கே (தாயகம்) புலம்பெயர்ந்தார்கள். தமிழகம் மட்டுமல்லாது கனடா, அவுஸ்திரேலியா ஆகிய நாடுகளுக்கும் இவர்களை புலம்பெயர நிர்ப்பந்தித்தது.

இந்த புலம்பெயர்வானது இந்தியாவை தாயகமாக கொள்ளாத இலங்கையில் பிறந்தவர்களையும் இடம்பெயர வைத்தமை ஒரு துயர சம்பவமாக அமைந்தது. இவ்வாறு சிதைக்கப் பட்டவர்கள் உள்ளூரில் பல இடங்களில் தலைமறைவாக வேண்டிய சூழ்நிலையும் ஏற்பட்டிருந்தது. இலங்கையில் இடம்பெற்ற முதலாவது புலம்பெயர்வாக கொள்ளப்படும் இப்புலம்பெயர்வு எமக்கு புலம்பெயர்வு இலக்கியமென்ற புதிய இலக்கிய வகையை உருவாக்கியது. குறிப்பாக மலையகத்திலிருந்து புலம்பெயர்ந்த இர. சிவலிங்கம், அரு. சிவானந்தன், சி. பன்னீர்செல்வம், மு.சி. கந்தையா போன்ற எழுத்தாளர்களை மலையகத்திலிருந்து புலம்பெயர்ந்து சென்றவர்களாக கொள்வதுடன் இவர்களால் எழுதப்பட்ட இலக்கியப் படைப்புகளை 'மலையக புலம்பெயர்வு இலக்கியமாகவே' கொள்ள முடியும். அறுபதுகளில் எழுதத்தொடங்கிய அரு. சிவானந்தன் சிறிமா-சாஸ்திரி ஒப்பந்தத்தின் பின் பிரியவரும்போது "சென்று வருகிறேன் என் ஜென்ம பூமியே" என்று எழுதுகின்றார்.

"நான் பிறந்த நாட்டினிலே/நான் இருக்க விதியில்லை
என் ஜென்ம பூமியிலே/எனக்கு உரிமையில்லை
என்றக்கால்/வேதனைகள் முட்டாதோ?"

என்று எழுதும்போது மலையகம் அவரது தேசம் என்ற மனவுணர்வு தோன்றுகிறது. இதேபோல சி. பன்னீர்செல்வம் அவர்கள் 'எந்தன் தேசம் எது?' (ஒரு சாலையின் சரிதம்) என்ற கவிதையிலும் தேசியம் பற்றிய கேள்விகளை எழுப்புகிறார். இவ்வாறு இலங்கையின் மிக முக்கியமான சிறுபான்மைத் தேசியமாக இக்காலப்பகுதியில் எழுச்சி பெற்ற மலையகத் தமிழர்கள் எவ்வாறு சிதைக்கப்படுகிறார்கள் என்பதை 'சிதைக்கப்பட்ட மலையகத் தமிழர்கள்' (2015) என்ற நூலில் மு.சி. கந்தையா புள்ளிவிபரங்களுடன் ஆராய்ந்துள்ளார். அறுபதுகளில் அரசியல் எழுச்சியும் இலக்கிய எழுச்சியும் இணைந்தே பயணிக்கின்றன. மலையகத் தொழிற்சங்க போராட்டமும் மக்கள் போராட்டமும் வீறு கொண்டு சென்றமைக்கு முற்பட்டகால தொழிற்சங்க அரசியல் செல்நெறிகள் காரணமாயமைந்தன. குறிப்பாக இடதுசாரி இயக்கங்கள் மலையக மக்களுடன் இணைந்து செயற்பட்டமைக்கும் ஆப்பிரகாம் சிங்கோ போன்ற சிங்கள இளைஞர்கள் மலையக மக்களது தொழிலாளர் போராட்டங்களில் இணைந்தமைக்கும் இது சான்றாகிறது. இக்காலப்பகுதியில் மலையகத் தமிழர்களது வாழ்வியல் பிரச்சினைகளை அழகியலுடன் எழுதுகின்ற போக்கு உருவாக் தொடங்குகிறது. சி.வி. வேலுப்பிள்ளை, என்.எஸ்.எம். ராமையா, கோகிலம் சுப்பையா ஆகியோரது பின்னணியில் தெளிவத்தை ஜோசப், மு. சிவலிங்கம் ஆகியோரது சிறுகதைகள் மற்றும் நாவல்களும் வெளிவரத் தொடங்குகின்றன. சி.வி யின் In Ceylon Tea Garden, வாழ்வற்ற வாழ்வு (1960), என்.எஸ்.எம்.ராமையாவின் ஒரு கூடை கொழுந்து தொகுப்புச் சிறுகதைகள், மு.சி. யின் பேப்பர் பிரஜைகள் போன்ற படைப்புகள் மலையக வாழ்வியலின் அவலங்களை மட்டுமல்லாது தனித்துவமான அடையாளங்களையும் சித்திரித்துக் காட்ட முனைந்தன.

அறுபதுகளில் மலையக எழுத்துத்துறையில் ஏற்பட்ட புதிய மாற்றங்களில் ஒன்று இலங்கையில் தோன்றிய தேசியப் பத்திரிகைகளான தினகரன் மற்றும் வீரகேசரி ஆகியவற்றில் இக்கால எழுத்தாளர்கள் எழுதத் தொடங்கியமையாகும். சி.வி. வேலுப்பிள்ளை, தெளிவத்தை ஜோசப் ஆகியோரது நாவல்கள் இப் பத்திரிகைகளில் தொடராக வெளிவந்தவைகளேயாகும். இப்பத்திரிகை எழுத்துக்கள் மலையக சமூகம் குறித்து வெளியில் உள்ள சமூகத்-

தவர்கள் அறிந்து கொள்ளவும் அவர்களைப் பற்றி எழுதவும் சிந்திக்கத் தூண்டின.

மலையகத் தமிழர்கள் பற்றி மலையகத்துக்கு வெளியில் வசிக்கின்ற இலங்கையர்கள் எழுதத் தொடங்கியதும் அறுபதுகளுக்கு பின்னரே. அறுபதுகளில் ஏற்பட்ட சிதைவுகளும், இடம்பெயர்வுகளும், தேசிய பத்திரிகைகளின் தோற்றமும் இவ்வாறான பின்னணியை உருவாக்கின. அறுபதுகளின் பின்னர் எழுதப்பட்ட இலக்கியங்களில் இரண்டுவிதமான போக்குகள் காணப்பட்டன. முதலாவது தொழிலாளர்களது பிரச்சினைகளையும் அவர்களது போராட்டங்களையும் நேரடியாக இலக்கியங்களில் வெளிப்படுத்துவது (வீதிப்பாடல்கள்). இரண்டாவது தொழிலாளர் பிரச்சினைகளை நேரடியாக அல்லாது அதிலிருந்து வேறுபட்ட கோணத்தில் அழகியலுடன் எழுதுகின்ற போக்கு (தெளிவத்தை ஜோசப்).

தோட்டங்கள் தேசியமயமாக்கப்பட்டமை

மலையகத்தை சாராத எழுத்தாளர்களது படைப்புகள்

1972ம் ஆண்டு அரசியலமைப்பு கொள்கைகளுக்கேற்ப பெருந்தோட்டங்கள் தேசியமயமாக்கப்பட்டன. இதனைத் தொடர்ந்து தேயிலைத் தோட்டங்கள் இறப்பர் தோட்டங்கள் எல்லாவற்றையும் அரசு பொறுப்பேற்றது. இதன் விளைவாக சுமார் ஒன்றரை நூற்றாண்டு காலமாக மலையகத் தமிழர்களே வாழ்ந்து வந்த பெருந்தோட்ட நிலப்பகுதிகளில் சிங்களக் குடியேற்றங்கள் அமைக்க ஆரம்பிக்கப்பட்டன. பிரதான நகரங்களை அண்மித்த நிலப்பகுதிகளில் காணிச் சுவீகரிப்பும், நிலங்களை கைப்பற்றும் நடவடிக்கைகளும் மேற்கொள்ளப்பட்டன. இவ்வாறான நடவடிக்கைகளுக்கு எதிராக சிவனு, லெட்சுமணன் போன்ற தியாகிகள் போராடி உயிர் துறந்தனர். மலையக இலக்கிய போக்குகளில் முக்கியமான சில மாற்றங்கள் இந்தக் காலப்பகுதியில் இடம்பெற்றன. குறிப்பாக இலங்கையின் வேறு பிரதேசங்களைச் சேர்ந்த எழுத்தாளர்கள் தொழில் நிமித்தம் மலையகப் பிரதேசங்களுக்கு வந்ததோடு மலையகத் தமிழர்களது பிரச்சினைகளை தமது எழுத்துக்களில் வெளிக்கொண்டுவரும் முயற்சிகளை மேற்கொண்டனர். குறிப்பாக பெனடிக் பாலன் (சொந்தக்காரன் 1968), டாக்டர் நந்தி (மலைக்கொழுந்து 1964), டாக்டர் தி. ஞானசேகரன் (குருதிமலை 1979), புலோலியூர் சதாசிவம் (மூட்டத்தினுள்ளே 1983), தொ. சிக்கன் ராஜீ (தாயகம் 1969) ஆகியோரைச் சொல்லலாம்.

இவ்வெழுத்தாளர்களது படைப்புகள் அக்காலத்தில் மலையக சமூகத்தில் முனைப்பாயிருந்த பல்வேறு பிரச்சினைகளைப் பேசின. முக்கியமாக தொழிலாளர்களது பிரச்சினைகளை வர்க்க அடிப்படையில் நோக்குதல் (பெனடிக் பாலன்) தொழிலாளர்களிடையே தொழிற்சங்க உணர்வுகளைத் தூண்டுதல் (தி.ஞானசேகரன்), இலங்கை இந்திய ஒப்பந்தத்தில் ஏற்பட்ட பிரச்சினைகளால் பாதிக்கப்பட்ட மக்களது பிரச்சினைகளை வெளிக்கொணர்தல் (சிக்கன் ராஜீ), தோட்டங்களில் தொழிலாளர்களது பின்தங்கியுள்ள வாழ்க்கை நிலைமையை பேசுதல் (புலோலியூர் சதாசிவம்) போன்றவை இக்காலத்தில் இவர்களால் பேசப்பட்டன. மலையக இலக்கியத்துறையில் மலையகத்தை வாழ்விடமாகக் கொள்ளாத எழுத்தாளர்களது பங்களிப்பு இக்காலத்தில் பெரிதும் வரவேற்கத்தக்கதாக இடம்பெற்றமை குறிப்பிடத்தக்கதாகும்.

இரண்டாவது அம்சமாக, இலக்கிய வடிவ வளர்ச்சியை அவதானிக்கும்போது பெரிதளவிலான நாவல்கள் இக்காலப்பகுதியிலேயே தோன்றுகின்றன. மலையக இலக்கிய வளர்ச்சியில் உள்ளடக்க அடிப்படையிலும், வடிவ அடிப்படையிலும் மலையகத்தை வாழ்விடமாகக்

கொள்ளாத இவ்வெழுத்தாளர்களது பங்களிப்பு பெரிதும் மதிக்கத்தக்கது. இதே காலப்பகுதியில் தெளிவத்தை ஜோசப்பின் ஞாயிறு வந்தது(1966), மனம் வெளுக்க பாலாயி, காலங்கள் சாவதில்லை (1974) போன்ற நாவல்கள் வெளிவந்தன. இவை அக்காலப்பகுதியில் பெருந்தோட்டங்களில் கடமையாற்றிய தோட்ட உத்தியோகத்தகர்களது சுரண்டல் மற்றும் அவர்களது நெளிவு சுழிவுகளைப் பற்றிப் பேசின.

மலையகப் பகுதிகளில் இடம்பெற்ற நிலச்சுவிகரிப்பு மற்றும் அதற்கெதிராக நடைபெற்ற போராட்டங்கள் தொடர்பாக அக்காலத்தில் தோன்றிய இலக்கியங்கள் எவையும் பெரிதளவில் வெளிப்படுத்தவில்லையென்ற குற்றச்சாட்டுக்கள் விமர்சகர்களிடம் உண்டு. குறிப்பாக 1950, 1960, 1970 களில் இடம்பெற்ற தொழிலாளர்களது போராட்டங்கள் (உருளவள்ளிப் போராட்டம், கீனாக்கலை போராட்டம், டெவன் போராட்டம்) மலையகத் தமிழர்களது நிலவுரிமையுடன் தொடர்புடையவையென்றும் இதைப்பற்றிய இலக்கியப் பதிவுகள் திரிபுபடுத்தப்பட்டுள்ளதாகவும் ஓ.ஏ. ராமையா குறிப்பிடுகின்றார் (2018:199). சி.வி. வேலுப்பிள்ளையின் படைப்புகள் குறித்த லெனின் மதிவானத்தின் விமர்சனமும் இவ்வாறே அமைந்தது. தொழிலாளர்களது இவ்வாறான போராட்டங்கள் பற்றிய பதிவுகளை 'தீப்பொறி' முதலிய சிறு பிரசுரங்களே முன்னிலைப்படுத்தி பிரச்சாரம் செய்திருந்தன. இக்காலப் படைப்பிலக்கியவாதிகளின் பார்வைகளில் இவ்விடயம் பதிவாகவில்லையென்பது ஏற்றுக்கொள்ளக் கூடியதொன்றே.

3

இனக்கலவரமும் இலக்கிய வெளிப்பாடும்: மலையகத் தமிழர் வரலாற்றில் இருபதாம் நூற்றாண்டின் ஆரம்பகாலம் தொட்டு தொழிற்சங்க அடிப்படையிலும் இன, வர்க்க அடிப்படையிலும் பல்வேறுவிதமான எழுச்சிகள் ஒவ்வொரு காலகட்டத்திலும் இடம்பெற்று வந்துள்ளன. அவ்வாறு எழுச்சி பெறுகின்ற ஒவ்வொரு காலப்பகுதியிலும் அதற்கெதிராக அவர்களை ஒடுக்குவதற்கான நடைமுறைகளும் திட்டமிட்டு இடம்பெற்று வந்துள்ளன. இந்தியர் எதிர்ப்பு வாதம், இனவாதம் போன்ற கருத்து நிலைகள் இதில் முதன்மை வகித்தன. இவ்வாறு வளர்ந்து வந்த ஒடுக்குமுறைகள் எழுபதுகளில் தீவிர இனவாதமாக மாற்றம் பெற்றன. 1972, 1981, 1983 ஆம் ஆண்டுகளில் பாரிய இனவெறிச் சம்பவங்கள் நடைபெற்றன. ஓ.ஏ. இராமையா (2018:2016) 1973ம் ஆண்டு இடம்பெற்ற இனக்கலவரம் நாடு முழுவதும் சிறுபான்மை தமிழர்களுக்கெதிராக மிகவும் மோசமான முறையில் மேற்கொள்ளப்பட்டது. வடக்கு, கிழக்கு, மலையகம், கொழும்பு ஆகிய பிரதேசங்களில் வாழும் தமிழர்களின் சொத்துக்களுக்குப் பெரும் அழிவுகள் ஏற்பட்டதோடு பலர் கொடூரமாகக் கொலை செய்யப்பட்டனர். இது மலையகத் தமிழர்களைப் பொறுத்தவரையில் அவர்களது வரலாற்றில் மிக மோசமான பாதிப்புகளையும் சிதைவுகளையும் ஏற்படுத்தியது. பௌத்த இன மேலாண்மைச் சிந்தனையின் உச்சக்கட்ட தாக்குதலை மலையகத் தமிழர்கள் எதிர்கொண்டனர். மலையகத் தேசியவாதச் சிந்தனைகள் வளர்ச்சிபெற்று வந்த காலப்பகுதியிலேயே இவ்வாறான சம்பவங்களும் இடம்பெற்றமை குறிப்பிடத்தக்கது. இனக்கலவரம் குறித்த இலக்கியப் பதிவுகளை கணக்கிடும்போது கவிதைகள் சிலவற்றில் அவை பதிவு செய்யப்பட்டுள்ளன. எனினும், சிறுகதைகள் மற்றும் நாவல்களில் இவ்விடயம் பெரிதும் உருக்கொள்ளவில்லை. மலையகத்தில் தெளிவத்தை

ஜோசப் எழுதிய 'நாங்கள் பாவிகளாய் இருக்கிறோம் அல்லது 1983' என்ற நாவல் இதனை வெளிப்படுத்தும் இலக்கியப் பதிவாகக் கொள்ள முடியும். இந்நாவல் 1983 இனக்கலவரத்தை பிரதானப்படுத்தி எழுதப்பட்டிருந்தாலும் மலையகத் தமிழர்களுக்கு ஏற்பட்ட கொடூரங்களை மையப்படுத்தியதாக அமையவில்லை. மலையகத் தமிழர் செறிவாக வாழும் நுவரெலியா, பதுளை மற்றும் அவர்கள் சிங்களவர்களுடன் இணைந்து வாழக்கூடிய கேகாலை, இரத்தினபுரி போன்ற பிரதான நகரங்களிலும் அதனை அண்மித்த பிரதேசங்களிலும் மலையக மக்கள் இனக்கலவரங்களால் பெரிதும் தாக்கப்பட்டனர். எனினும் இந்நாவல் கொழும்பை கதைக்களமாக கொண்டு எழுதப்பட்டமை கவனிக்கத்தக்கதாகும். ஆகவே மொத்தமாக அவதானிக்கும்போது இனக்கலவரத்தையும் அதன் பின்னணிகளையும் அடிப்படையாகக் கொண்ட மலையக இலக்கியங்கள் பெரிதும் கவனப்படுத்தப்படவில்லையென்றே குறிப்பிட முடியும்.

எண்பதுகளின் இலக்கிய முகிழ்ப்பு : இனத்துவம், வர்க்க நிலை, தொழிற்சங்கச் சிதைவுகள்

எண்பதுகளின் ஆரம்பத்தில் இனமுரண்பாடுகளும் இனவாத நடவடிக்கைகளும் தீவிரமாக மேற்கொள்ளப்பட்டபோது மலையகத் தமிழர்களிடையே இனத்துவச் சிந்தனைகள் வெளிக்கிளம்புகின்றன. இனவொடுக்குமுறைகளுக்கு எதிராக மலையகத் தமிழர்களின் இனப்பிரச்சினையை பேசும் வகையிலான கவிதைகளும், மற்றும் அரசியல் தலைவர்களிடையே இனவாதச் சிந்தனைகள் செயற்படுவதை எள்ளலாக சிறுகதைகளில் சொல்லும் இலக்கியப் பண்புகளும் வளர்ந்திருந்தன (மு.சிவலிங்கம்).

எண்பதுகளில் மலையக இலக்கியத் தளத்தில் இடம்பெற்ற மற்றுமொரு பண்புநிலை மாற்றமானது மலையக புவியியல் பிரதேசங்களில் எல்லை நிலங்களில் வாழக்கூடிய மக்களைப் பற்றிய இலக்கியப் படைப்புகள் உருப்பெற்றமையாகும். குறிப்பாக மாத்தளை, கேகாலை, இரத்தினபுரி முதலிய பகுதிகளில் வாழக்கூடிய மக்களைப் பற்றிய பதிவுகள் இலக்கியத்தில் இடம்பெறத் தொடங்கின. இப்பகுதிகளில் மலையகத் தமிழர்கள் சிங்களவர்களுடனும் சில பிரதேசங்களில் முஸ்லிம் மக்களுடனும் இணைந்து வாழுகின்றனர். இவர்கள் குறித்த இலக்கிய உருவாக்கம் இக்காலப்பகுதியிலேயே இடம்பெறுகின்றன. மாத்தளை மலரன்பன், அல் அஸீமத் ஆகியோரது படைப்புகளில் இதனை அவதானிக்கலாம். மாத்தளை மலரன்பனது எழுத்துக்களில் மலையகத் தமிழர் சிங்களவர்களுடன் இணைந்து அந்நியோன்யமாக வாழ்வதையும் அவர்கள் ஒன்றாக இணைந்து அங்கு எதிர்கொள்ளும் பிரச்சினைகளையும் காணமுடிகிறது (கோடிச்சேலை-1989, பிள்ளையார் சுழி-2008). பெரும்பாலும் இறப்பர் தோட்ட வாழ்வியலை அடிப்படையாகக் கொண்ட இக்கதைகளில் பெருந்தோட்டத் தமிழ்த் தொழிலாளர்களைப் போலவே அங்கு வேலை செய்யும் சிங்களத் தொழிலாளர்களையும் சமாந்தரமாகப் படைத்துள்ளார். இச்சிறுகதைகளில் சிங்களவர், தமிழர் உறவைச் சிறப்பாகப் பேணும் நோக்கில் பாத்திரங்களை உருவாக்கியிருப்பது சிறப்புக்குரியதாகும். (1983) இனக்கலவரத்திற்கு பின்னர் ஏற்பட்ட இலக்கியப் படைப்புகளில் இனத்துவ நல்லிணக்கத்தை பேணும் இலக்கிய உருவாக்கத்தைக் காணமுடிந்தது.

வர்க்கநிலை: 1980களில் மலையக இலக்கிய உருவாக்கப் போக்குகளில் இனத்துவ சிந்தனைகள் முனைப்பு பெறத் தொடங்கியபோதும் அதனைக் கடந்த வர்க்கநிலைப்பாட்டை வலியுறுத்தும் இலக்கிய அமைப்புகளும் உருவாகாமலில்லை. 1982ம் ஆண்டு வெளிவந்த

'தீர்த்தக்கரை' சஞ்சிகை இவ்வகையில் குறிப்பிடத்தக்கது. தீர்த்தக்கரை என்ற பெயரில் இயங்கிய குழுவினர்கள் மார்க்சியப் பார்வை கொண்டவர்களாகவும் மலையகத் தமிழர்களது வரலாற்றையும் அவர்களின் விடுதலையையும் வர்க்க அணுகுமுறையில் நோக்குபவர்களாகவும் செயற்பட்டனர். இவர்களால் வெளியிடபப்ட்ட தீர்த்தக்கரை சஞ்சிகையும் இக்கருத்துநிலையைக் கொண்ட ஆக்கங்களைச் சுமந்தவையாகும். குறிப்பாக இதில் இயங்கிய எல். சாந்தகுமார், எல். ஜோதிகுமார் ஆகியோர் மலையகச் சமூகம் குறித்த ஆய்வுகளை மேற்கொண்டனர். மலையகத் தமிழரது வரலாற்றில் தீர்க்கமான கருத்துநிலைகள் கலை இலக்கியத் தளங்களில் இக்காலத்தில் உருவாகத் தொடங்கியது.

தொழிற்சங்கச் சிதைவுகள்: கவிதை இலக்கியத்துறையில் மல்லிகை.சி. குமார், சு. முரளிதரன் போன்ற கவிஞர்கள் தீவிரமாக சமூக விமர்சனத்துடன்கூடிய கவிதைகளை எழுதினர். இவர்களது கவிதைகள் சிறந்த கவித்துவத்துடனும் வீரியத்துடனும் மலையகத்தைப் பேசின. அதுவரைக்காலமும் தொழிற்சங்க பலத்துடன் மக்களை நிர்வகித்து வந்த தலைமைகள் மற்றும் நிர்வாகிகளை விமர்சித்தும் மக்களின் விடிவுக்கான சரியான பாதைகளை கண்டறிவதற்கான விழிப்புணர்வுகளையும் ஏற்படுத்துவதாக அவை அமைந்தன.

''தொழிற்சங்கங்கள்
புகுந்ததும்
துயர்மூச்சு போனதா?
சில சமயங்களில் இவைகள்
துரைசங்கங்களாகும்'' (சு. முரளிதரன் : தீவகத்து ஊமைகள்)

''தொழிற்சங்கங்கள்
உன் நிழலில்
ஒதுங்கின'' (சு. முரளிதரன்: தியாக யந்திரங்கள்)

முதலிய கவிதைகளில் தொழிற்சங்கங்கள் மீது மக்கள் வைத்திருந்த நம்பிக்கை உடைவதையும் அவற்றின் போக்குகள் எவ்வாறு மக்கள் சார்பற்ற நிலைக்கு மாறியுள்ளன என்பதையும் அவதானிக்கலாம். ஞானசேகரன் போன்ற நாவலாசிரியர்களின் இக்கால நாவல்கள் தொழிற்சங்கங்களின் சிதைவுகளையும் அவை அரசியல் கட்சிகளாக மாறுவதையும் பிரதிபலித்தன. ஒரே தோட்டத்தில் பல தொழிற்சங்கங்கள் தங்களுக்கிடையே தொழிலாளர்களை பகிர்ந்து கொள்வதனால் தோட்டங்களில் தொழிற்சங்கப் போட்டியும் பகைமையும் வளர்க்கப்பட்டு தொழிலாளர்கள் பல துண்டுகளாகும் நிலையேற்பட்டது. மேலும் இருபதாம் நூற்றாண்டின் முன்னரைப் பகுதியில் தீவிரமாக உருவாகிய தொழிற்சங்கங்கள் பின்னரைப் பகுதியில் சிதைவுறுகின்ற அவலநிலை உருவாகியது. தொழிற்சங்கங்கள் பலம் இழக்கத்தொடங்கியது மட்டுமல்லாது அவை கட்சிகளாக மாறுகின்ற காலப்பகுதியில்தான் இந்நாவல் வெளிவருகிறது (சு.தவச்செல்வன் : 2018).

மலையக தமிழர்களது இலக்கிய உருவாக்க வளர்ச்சியில் இக்காலப்பகுதியில் கோட்பாட்டு ரீதியான படைப்பாக்க அணுகுமுறை முளைவிடத் தொடங்கியது. குறிப்பாக மார்க்சிய இலக்கியக் கோட்பாட்டுப் புரிதலுடன் எழுதுகின்ற போக்கு உருவாகத் தொடங்கியது. சாந்திகுமாரின் 'மலையக சமூகம்' பற்றிய ஆய்வுக்கட்டுரை தொடங்கி தீர்த்தக்கரை சஞ்சிகையில்

சிறுகதைகள் படைத்த ஆனந்த ராகவன், பிரான்சிஸ் சேவியிர், கேகாலை கையிலைநாதன் ஆகியோர் எழுதித் தொகுத்த தீர்த்தக்கரைக் கதைகள் வரை இதன் அடிப்படைகளை உணரலாம். மலையக மக்களின் வாழ்க்கையையும், உணர்ச்சிகளையும் பிரதிபலிக்கும் சிறுகதைகள் தீர்த்தக்கரையில் வெளிவந்தன. திறமையுள்ள இளைய எழுத்தாளர்களின் படைப்புகள் அவை (வல்லிக்கண்ணன்:1995). தீர்த்தக்கரை சஞ்சிகையின் தொடக்கமாக அமைந்த இக் கோட்பாட்டெழுத்துக்கள் தொடர்ந்து தொண்ணூறுகளில் நந்தலாலாவாக உருமாறுகின்றது. தீர்த்தக்கரையிலிருந்து விரிந்த தளத்தில் ஆரம்பகால நந்தலாலா சஞ்சிகை அமைந்திருந்தமை குறிப்பிடத்தக்கது. இந்த கோட்பாட்டு ரீதியான இலக்கிய படைப்புகளும் இலக்கியப் புரிதல்களும் அக்காலப்பகுதியில் படைப்புத்துறையில் அதிகமாக பங்களிப்புச் செய்த மல்லிகை சி. குமாரது படைப்புகளிலும் வெளிப்பட்டது. மலையகத் தமிழர்களது சமூக அரசியலையும் அதன் பிரதானிகளையும் நன்கு புரிந்துகொண்ட எழுத்தாளராக மல்லிகை சி. குமாரை மதிப்பிடலாம். மலையக இலக்கியத்தில் மக்கள் இலக்கிய கோட்பாட்டைத் தொடக்கி வைத்தவர் சி.வி. வேலுப்பிள்ளையென்றால் இருபத்தோராம் நூற்றாண்டு படைப்பிலக்கியத் துறையிலும் அதனை வளர்த்தெடுத்துச் சென்றவர் மல்லிகை சி. குமாராவார். அவரது 'மாடும் வீடும்' கவிதைத்தொகுதி, பத்திரிகைகள், இதழ்களினூடாக வெளிவந்த சிறுகதைகள் மற்றும் நாவல்களில் மலையகத் தமிழர்களது வாழ்வியல் கூறுகளின் நுட்பமான பதிவுகளைக் காணமுடியும். இருபதாம் நூற்றாண்டின் இறுதித் தசாப்தத்தில் மலையகத்தின் பல்வேறு பகுதிகளிலிருந்தும் இலக்கியப் படைப்பாக்கங்கள் உருவாகுகின்றன. குறிப்பாக மாத்தளை கார்த்திகேசு (வழி பிறந்தது-1992), புலோலியூர் சதாசிவம் (ஒரு நாட் பேர்-1995), தி. ஞானசேகரன் (லயத்துச் சிறைகள்-1994), மாத்தளை ரோகினி (இதயத்தில் இணைந்த இரு மலர்கள்-1997) ஆகிய நாவலாசிரியர்கள் பல்வேறு கோணங்களில் மலையகத் தமிழர்களின் பின்னணிகளை தமது எழுத்தில் பதிவு செய்தனர். இக்காலப்பகுதியில் முகிழ்த்தெழுந்த மற்றுமொரு கவிஞர் இராகலைப் பன்னீர் மலையகத் தொழிலாளர்களது விடுதலைக் கருத்துநிலையை அடிப்படையாகக் கொண்டு கவிதைகள் படைத்தவராக அறியப்படுகிறார் (புதிய தலைமுறை-1999). மலையக இலக்கியம் பற்றிய தேடல் மற்றும் ஆய்வு முயற்சிகள் முதன் முதலாக இக்காலப்பகுதியிலேயே தொடக்கி வைக்கப்படுவதும் இங்கு குறிப்பிடத்தக்கது (மலையகத் தமிழர் இலக்கியம்-1994). சாரல் நாடன் மற்றும் அந்தனி ஜீவா போன்றோர் ஆரம்பகால மலையக இலக்கியம் மற்றும் இலக்கிய ஆளுமைகளைப் பற்றி பதிவு செய்யத் தொடங்கினர். மலையகத்தில் தோற்றம் பெற்ற நாவல்களை அடிப்படையாகக் கொண்ட பல்கலைக்கழக புலமைநிலைப்பட்ட ஆய்வை பேரா.க. அருணாசலம் தொடக்கி வைக்கின்றார் (மலையகத் தமிழ் நாவல்கள் அறிமுகம்-1999).

இரண்டாயிரத்துக்குப் பின்னரான சமூக மாற்றமும் இலக்கியப் பரிமாணமும்: தொண்ணூறுகளில் தோட்டங்கள் தனியார் மயப்படுத்தப்படுகின்றன. இதனையடுத்து தோட்டங்களை தனியார் கம்பனிகள் குத்தகைக்கு எடுத்துக்கொள்கின்றன. இதனால் தொழிலாளர்கள் மீதான நிர்வாகங்களின் கெடுபிடிகள் அதிகரித்தன. இச்சூழ்நிலைகள் இரண்டாயிரமாம் ஆண்டை நெருங்கும்போது பல பரிமாணங்கள் அடைந்தன. இரண்டாயிரமாம் ஆண்டுகளில் மலையகத்தில் ஏற்பட்ட பிரதான மாற்றங்களாக; தொழிற்சங்கங்கள் அரசியல் கட்சிகளாக மாற்றமுற்றமை, பிரதான தொழிற்சங்கங்களில் ஏற்பட்ட பிளவுகள், மற்றும் புதிய தொழிற்சங்கங்கள்

உருவாகியமை, தொழிலாளர் பிரச்சினைகளை தீர்ப்பதற்கு வேறு வழிகளைத் தேடத்தொடங்குதல், இதனால் தேயிலை தொழிற்துறை மீதான ஈடுபாடு குறைவடைதல், வேறு தொழில்களை நாடுதல், நகர்ப்புற தொழில்கள் மீதான கவனம், தொழிலுக்காக கொழும்புக்கு இடப்பெயர்வு, வெளிநாட்டு வேலைவாய்ப்பை நாடுதல், புலம்பெயர்வு ஆகியன அதிகரித்தமை ஆகியனவற்றைக் குறிப்பிடலாம் (சு. தவச்செல்வன்:30). மலையகத்தில் மத்தியதர வர்க்கமானது இரண்டாயிரத்துக்குப் பின்னரேயே பெரும்படையாக எழுச்சிபெறுகின்றது. இவர்கள் தொழிலாளர்களிலிருந்து அந்நியமாகின்றனர். தோட்டத் தொழிலாளர்கள் வசிக்கின்ற நிலப்பகுதிகளிலிருந்து வெளியேறியதோடு அவர்களது பண்பாட்டிலிருந்தும் அந்நியமாயினர். இவற்றோடு மட்டுமல்லாது இலங்கையில் உலகமயமாக்களின் தாக்கம் இரண்டாயிரத்துக்குப் பின்பே மலையகத்தில் அதிகமாக உணரப்பட்டது. இவ்வாறான சமூக மாற்றங்கள் தொழிலாளர்களிடையே பல்வேறு சிக்கல் வாய்ந்த நிலைமைகளை உருவாக்கியதோடு தொழிலாளர்களை உதிரிகளாக்கின. தொழிற்சங்க போர்வைகளைப் பயன்படுத்திக்கொண்டு நாடாளுமன்ற பிரதிநிதித்துவத்தை மட்டுமே தக்கவைத்துக்கொண்ட அரசியல் கட்சிகள் மக்களது வாக்குகளை சேகரிப்பதிலேயே கவனம் செலுத்தத் தொடங்கின. பெருந்தோட்டங்களில் சடுதியாக இடம்பெற்ற இந்த இடப்பெயர்வுகள், புலம்பெயர்வுகள் தொழிலாளர்களையும் இளைஞர்களையும் யுவதிகளையும் கொழும்பு போன்ற பிரதான நகரங்களுக்கு தொழில்தேடிச் செல்வதற்கு வழிவகுத்தன. இவ்வாறு தொழில் நாடி இடம்பெயர்ந்தவர்கள் பலர் அப்பகுதிகளில் நிரந்தரவாசிகளாகவும் மாறினர். இரண்டாயிரத்துக்குப் பின்னர் மலையகச் சமூகத்தில் கல்வி சார்ந்த விழிப்புணர்வுகள் ஏற்பட்டமையால் பாடசாலைக் கல்வி வளர்ச்சியேற்பட்டது. பெருந்தோட்ட மாணவர்கள் கல்வி நடவடிக்கைகளில் அதிகம் நாட்டம் கொண்டமையால் பாடசாலைக் கல்வியில் வெற்றிபெற்ற சிலர் உயர்கல்வி நாடிச்சென்று பல்வேறு பதவிநிலைகளைப் பெற்றனர். கல்விநிலை சார்ந்த இந்தச் சமூக நகர்வானது (Social Mobility) ஒரு சில மாற்றங்களைக் கொண்டுவந்தன. குறிப்பாக அதிகமான ஆசிரியர்களைக் கொண்டதொரு மத்தியதர வர்க்கம் உருவானது. பல்கலைக்கழகங்கள், கல்லூரிகளில் உயர்கல்வியைத் தொடரும் உயர்கல்வி வாய்ப்புகளை சிலர் பெற்றாலும் பெரும்பாலான மாணவர்கள் இடைவிலகினர். இடைவிலகியவர்கள் தோட்டங்களைவிட்டு கொழும்பு போன்ற புறநகர் பகுதிகளில் தொழில் புரிந்தனர். சிறுவர் தொழிலாளர்கள் (Child Labour) என்றதொரு பிரிவினரும் இதில் உருவாகினர். எஞ்சியோர் தோட்டத் தொழிற்துறையிலேயே பேர் பதிந்து கொண்ட புதிய தலைமுறைத் தொழிலாளர்களாயினர். மேற்குறிப்பிட்ட சூழ்நிலைகள் தோட்டத் தொழிற்துறை சார்ந்த தொழிலாளர்களது எண்ணிக்கையில் பெருமளவான வீழ்ச்சியை ஏற்படுத்தியது. இருபத்தோராம் நூற்றாண்டின் முதல் தசாப்தத்தில் இடம் பெற்ற இவ்வாறான சமூக மாறுதல்களை வெளிப்படுத்தும் வகையிலான பல்வேறு இலக்கியப் படைப்புகள் வெளிவந்தன. குறிப்பாக மு. சிவலிங்கத்தின் 'ஞானப்பிரவேசம்', 'விட்டில் பூச்சிகள்', 'மார்கழிப்பனி', 'நிலைமை கொஞ்சம் மாறும்போது' போன்ற சிறுகதைகளை உள்ளடக்கிய 'ஒரு விதைநெல்' (2005), தெளிவத்தையின் சிறுகதைகள் மற்றும் பதுளை சேனாதிராஜாவின் 'குதிரைகளும் பறக்கும்' (2014) போன்ற சிறுகதைகளில் கொழும்புக்கு வேலைக்குச் சென்று அவ்வீடுகளில் பிரச்சினைக்கு உள்ளாகின்ற சிறுவர்கள் மற்றும் சிறுமிகளின் பிரச்சினைகளும், வீட்டு வேலைக்குச் செல்கின்ற பெண்கள் பற்றிய பிரச்சினைகளும் பேசப்பட்டுள்ளன.

புதிய தலைமுறை எழுத்தாளர்கள்: இருபத்தோராம் நூற்றாண்டில் முதலாவது தசாப்த காலப்பகுதியில் ஏற்பட்ட கல்வி வளர்ச்சியின் காரணமாக மலையக இலக்கியத்துக்கு புதிய தலைமுறை எழுத்தாளர்கள் சிலர் பங்களிப்புச் செய்யத் தொடங்கினர். நவீன இலக்கிய வாசிப்பு, புதிய இலக்கியக் கோட்பாடுகள் பற்றிய தேடல், உயர்கல்வித் தொடர்புகள் மற்றும் இக்காலப்பகுதியில் இயங்கிய சமூக அரசியல், இலக்கிய இயக்கச் செயற்பாடுகளின் உந்துதல் முதலிய காரணிகளால் இவர்கள் உலகளாவிய இலக்கிய படைப்புகளை வாசித்து தமது படைப்புத்தளத்தை உருவாக்க முயற்சித்தனர். குறிப்பாக மாரிமுத்து சிவகுமார், வே. தினகரன், சண்முகம் சிவகுமார், சு. தவச்செல்வன், சிவனு மனோஹரன், பிரமிளா செல்வராஜா, மு. கீர்த்தியன், செ.ஜெ. பபியான், வே. கிருஸ்ணபிரியன், எட்டியாந்தோட்டை கருணாகரன், லுனுகலை ஸ்ரீ, எஸ்தர் லோகநாதன் போன்றவர்கள் இக்காலப்பகுதியில் இயங்கிவரும் புதிய தலைமுறை எழுத்தாளர்களாவர். புதிய தலைமுறை எழுத்தாளர்களின் எழுத்துக்களில் பல்வேறு கோட்பாடுகளின் செல்வாக்கு காணப்படுகின்றன. குறிப்பாக மார்க்சியம், பெண்ணியம், பின்நவீனத்துவக் கோட்பாடுகளின் செல்வாக்கு இவர்களது எழுத்துக்களில் வெளிப்படுவதை அவதானிக்க முடிகிறது. இரண்டாயிரம் ஆண்டுகளுக்குப் பின்னர் மலையக மக்களிடையே இடம்பெற்ற உலகமயம் மற்றும் தனியார் மயமாக்கல் பிரச்சினைகளுடன் தொடர்புபட்ட வாழ்க்கை முறைகளின் பிரதிபலிப்புகளை இவ்வெழுத்தாளர்களின் படைப்புகளில் காணமுடிகிறது. இப்படைப்பாளிகளின் படைப்புகள் நூலுருவில் பின்னர் வெளிவந்தமையும் குறிப்பிடத்தக்கது. மலைச்சுவடுகள் (மாரிமுத்து சிவகுமார்), சிவப்பு டைனோசர்கள், டார்வினின் பூனைகள் (சு. தவச்செல்வன்), ஒரு மணல் வீடும் சில எருமை மாடுகளும், கோடாங்கி, மீன்களைத்தின்ற ஆறு (சிவனு மனோஹரன்), குதிரைகளும் பறக்கும், உயிருதிர்காலத்தின் இசை (பதுளை சேனாதிராஜா), பீலிக்கரை, பாக்குபட்டை (பிரமிளா செல்வராஜ்), மல்லியப்பூ சந்தி (திலகர்), நாளை வரும் மழை (மு. கீர்த்தியன்), உயிர்த்தெழச் சொல்லுங்கள் (செ.ஜெ. பபியான்), மோட்ச முழக்கம் (லுனுகலை ஸ்ரீ), அவமானப்பட்டவனின் இரவு (எட்டியாந்தோட்டை கருணாகரன்), வேரின் பிரசவங்கள், மூதன்னையின் பாடல் (கிருஸ்ண பிரியன்) முதலான படைப்புகள் குறிப்பிடத்தக்கவையாகும். புதிய தலைமுறை எழுத்தாளர்கள் இக்காலத்தில் மலையகத்தில் எழுதத் தொடங்கியிருந்தாலும் அறுபதுகள் தொடக்கம் எழுதத் தொடங்கிய எழுத்தாளர்களும் தொடர்ந்து இயங்கிக்கொண்டிருப்பதோடு அவர்களது படைப்புகளும் வெளிவந்துகொண்டிருந்தன. குறிப்பாக மு. சிவலிங்கம், தெளிவத்தை ஜோசப், மாத்தளை மலரன்பன், மல்லிகை சி. குமார், இரா. சடகோபன், அல் அஸீமத் ஆகியோர் தொடர்ந்தும் எழுதிவருகின்றனர். இவர்களது எழுத்துக்களில் தற்கால அரசியல் தலைவர்கள் மற்றும் கட்சிகளின் செயற்பாடுகளைப் பற்றிய விமர்சனங்கள் அதிகம் காணப்படுகின்றன. மு. சிவலிங்கம் (ஒரு விதைநெல்), மல்லிகை சி. குமார் (வேடத்தனம்), மல்லியப்பு சந்தி திலகர் (மல்லியப்பூ சந்தி) ஆகியோரது சமகாலப் படைப்புகளில் தமது அரசியல் தலைமைகள் மீதான எதிர்ப்பு, தலைவர்களின் ஏமாற்றுத்தனங்கள் போன்ற விடயங்களை எள்ளலுடன் முன்வைக்கும் உத்திமுறைகளை காணலாம்.

மலையகத் தமிழர்களது வரலாற்று நிலைப்பட்ட எழுத்துகள்: இரண்டாயிரமாம் ஆண்டுகளின் முதல் கால்நூற்றாண்டு எழுத்து முயற்சிகளில் குறிப்பிடத் தகுந்த புதிய விடயமாக இம்மக்களது வரலாற்று நிலைப்பட்ட எழுத்துக்களின் வரவைக் குறிப்பிடலாம். முன்னதாக

எண்பதுகளில் சி.வி. வேலுப்பிள்ளை (நாடற்றவர் கதை), பீ.ஏ. காதர் (இருபதாம் நூற்றாண்டின் நவீன அடிமைத்தனம்) போன்றோர் மலையகத் தமிழர்களது வரலாற்றை எழுத ஆரம்பித்தனர். இதன் தொடர்ச்சியாக இரண்டாயிரமாம் ஆண்டின் இரண்டாவது தசாப்தத்தில் மலையகத் தமிழர்களது வரலாற்றையும் அதன் மூலங்களையும் தேடும் முயற்சி இடம்பெற்றது. குறிப்பாக கோப்பிக்கால மக்கள் வாழ்வியல் மற்றும் வரலாற்றை 'கண்டிச் சீமையிலே' என்ற நூலினூடாக இரா. சடகோபன் எழுதியுள்ளார். 'மலையகத் தமிழர் வரலாறு' என்று நேரடியாகவே சாரல்நாடன் எழுதியுள்ளார்.

மலையகத் தமிழர்களது முதலாவது நூல், முதல் பத்திரிகை எழுத்து, முதல் பெண் ஆளுமை, முதல் நாவல் எழுத்து போன்றவற்றை தேடி எழுதுகிறார் மு. நித்தியானந்தன். 'தூரத்துப் பச்சை' நாவலுக்குப் பின் மலையகத் தமிழர்களது வரலாற்றை புனைவாக்கியுள்ளனர் சிலர். மு. சிவலிங்கத்தின் 'பஞ்சம் பிழைக்க வந்த சீமை' மற்றும் மாத்தளை சோமுவின் 'கண்டிச் சீமை' ஆகிய நாவல்கள் இவ்வகையில் குறிப்பிடத்தக்கன. எனினும் மாத்தளை சோமுவின் நாவல் மலையக மக்களது வரலாற்று எழுதுகைக்கு முரணாகவே அமைந்துள்ளமை சுட்டிக்காட்டத்தக்கது. மேற்குறிப்பிட்ட வரலாற்றுநிலைப்பட்ட எழுத்துகள் புனைவு (பஞ்சம் பிழைக்க வந்த சீமை, கண்டிச்சீமை) அபுனைவு (கண்டிச்சீமையிலே, கூலித்தமிழ்) ஆகிய இருநிலைப்பட்டவையாக அமைகின்றமை கவனிக்கத்தக்கது.

மலையக சமூகம் மற்றும் கலை இலக்கியம் தொடர்பான ஆய்வுத்துறை வளர்ச்சி: மலையகம் குறித்த பல்வேறு வகைப்பட்ட ஆய்வுத்துறைகளின் வளர்ச்சி இரண்டாயிரமாம் ஆண்டுகளுக்குப் பின்னரே மிகத்துரிதமாக இடம்பெறுகிறது. மலையக இலக்கியத்துடன் தொடர்புபட்ட விமர்சனங்கள் மற்றும் ஆய்வுகள், சமூக அரசியல் ஆய்வுகள், இலக்கியங்கள் குறித்த ஆராய்ச்சிகள், பண்பாட்டுத் துறை ஆய்வுகள் என பல்வேறு வகையில் விரிந்தன. இவை தனிப்பட்ட ஆய்வுகள், நிறுவனம் சார்ந்த ஆராய்ச்சிகள் என இருநிலைப்பட்டன. மேற்குறிப்பிட்ட ஆய்வுகளை பல்கலைக்கழகங்களும் அரச சார்பற்ற நிறுவனங்களும் பெரிதும் மேற்கொண்டிருந்தன. இருபதாம் நூற்றாண்டின் இறுதிப்பகுதியில் அந்தனி ஜீவா, சாரல்நாடன், க. அருணாசலம் போன்றோரால் ஆரம்பிக்கப்பட்ட மலையக இலக்கியம் பற்றிய ஆய்வுகள் சி.வி பற்றிய எழுத்துகள், நடேசய்யர் பற்றிய ஆய்வுகள் முதலியவற்றோடு மலையகத் தமிழ் இலக்கிய முயற்சிகள், மீனாட்சியம்மாள் பற்றிய அறிமுகம், வாய்மொழி இலக்கிய ஆய்வுகள் என்று தொடர்ந்தன. மலையக இலக்கியங்கள் பற்றிய ஆய்வுகளுடன் கூடிய விமர்சனங்களையும் இக்காலப்பகுதியில் இணைத்து மேற்கொண்டவராக லெனின் மதிவானம் விளங்குகிறார். 'ஊற்றுக்களும் ஓட்டங்களும்', 'மீனாட்சியம்மாள் முதல் மார்க்ஸிம் கார்க்கி (2012)', 'மலையகம் தேசியம் சர்வதேசம் (2010)' என்பவை மதிவானத்தின் குறிப்பிடத்தக்க நூல்களாகும். வ. செல்வராஜ் , ஜெ. சற்குருநாதன், மொழிவரதன் போன்றோரும் இலக்கிய மேடைகளில் ஆய்வுகளை மேற்கொண்டதோடு சில சஞ்சிகைகளிலும் விமர்சனங்களை எழுதி வருகின்றனர். இருபத்தோராம் நூற்றாண்டின் இரண்டாவது தசாப்தத்தில் எழுதத் தொடங்கிய பெ. சரவணகுமார், சு. தவச்செல்வன், எம்.எம். ஜெயசீலன் ஆகியோரது எழுத்துகள் முன்னைய ஆய்வாளர்களிலிருந்து வேறுபட்ட தளங்களை நோக்கி விரிவடைவதை இக்காலத்தில் அவதானிக்க முடிகிறது.

மலையக இலக்கிய ஆய்வுத்துறையில் இயங்கும் மேற்குறிப்பிட்டோரின் எழுத்துக்களைத் தவிர்த்து இலங்கையிலுள்ள தமிழ் பல்கலைக்கழகங்களில் பட்டக்கல்வி மாணவர்களின் ஆய்வேடுகள் மலையகக் கவிதைகள், சிறுகதைகள், நாவல்கள், நாடகங்கள், கூத்துக்கள் என்று பரந்து விரிந்த தளங்களிலும் தலைப்புகளிலும் மேற்கொள்ளப்பட்டு வருகின்றன. முதல்நிலைப் பட்டம் மற்றும் முதுநிலைப் பட்ட ஆய்வேடுகளில் இவ்வாறான ஆய்வுகள் மேற்கொள்ளப்பட்டிருந்தாலும் பெரும்பாலான ஆய்வுகள் நூல் வடிவம் பெறாமையாலும் வெளியிடப்படாமையாலும் அவை சமூக வாசிப்புக்குட்படுத்தப்படவில்லை. பல்கலைக்கழக புலமைநிலைப்பட்ட ஆய்வுகளில் குறிப்பாக மலையகக் கல்வித்துறை சார்ந்த பிரச்சினைகள் அதிகம் கையாளப்பட்டுள்ளன. நூற்றுக்கணக்கான கல்விசார் ஆய்வுகள் மேற்கொள்ளப்பட்டிருந்தாலும் அவை நிறுவன மயப்படுத்தப்பட்ட கல்விசார் கல்விப் பிரச்சினைகளுக்கே முக்கியத்துவமளித்துள்ளன. மாறாக மலையக சமூகநிலைப் பிரச்சினைகளோ, மக்கள் பிரச்சினைகளோ முன்னிலைப்படுத்தப்பட்ட தன்மை மிக மிகக் குறைவு.

பண்பாட்டுத்துறை ஆய்வுகள்: மலையக மக்களிடம் ஆரம்பத்திலிருந்தே இருந்து வந்த கலை வடிவங்கள் ஒவ்வொரு காலகட்டத்திலும் வளர்ச்சிபெற்று வடிவமாற்றம் பெற்றன. நாட்டார் பாடல், கும்மி, கோலாட்டம், ஒப்பாரி போன்ற வாய்மொழிப் பாடல் மற்றும் நடன வடிவங்களும் காமன்கூத்து, அர்ச்சுணன் தபசு, பொன்னர் சங்கர், பவளக்கொடி, காத்தவராயன் கூத்து, கெங்கையம்மன் கூத்து போன்ற கூத்து வடிவங்களும் காலமாற்றத்திற்கேற்பவும் மலையக புவியியல் அமைப்புக்கேற்பவும் வளர்ச்சி பெற்றிருந்தன. இருபதாம் நூற்றாண்டின் இறுதியிலிருந்து இக்கலைவடிவங்கள் தொடர்பான ஆய்வுகள் பல்கலைக்கழக மாணவர்களால் மேற்கொள்ளப்பட்டன. குறிப்பாக காமன் கூத்து பற்றிய கண்ணோட்டங்கள் பல்வேறு மட்டங்களில் மேற்கொள்ளப்படத் தொடங்கியன. சந்தனம் சத்தியநாதன், மாத்தளை வடிவேலன், அ. லெட்சுமணன், சோபனாதேவி, ஹரிஸ், பொன். பிரபாகரன் போன்றோரால் காமன் கூத்துப் பற்றிய ஆய்வுகள் மேற்கொள்ளப்பட்டமை குறிப்பிடத்தக்கது.

இப்பண்பாட்டு நிலைப்பட்ட ஆய்வுகளில் பொன். பிரபாகரனின் ‘காமன்கூத்து ஓர் அரசியல் பொருண்மிய ஆய்வு’ என்ற நூலானது மலையகத் தமிழர்களது தேசிய கூத்தாக காமன் கூத்தை நிறுவும் முயற்சியாக அமைவதோடு மலையகத் தேசியத்தை நிறுவுவதற்கான அடிப்படை கூறுகளை காமன்கூத்து எவ்வாறு கொண்டிருக்கிறது என்பது பற்றியதுமாகும்.

மலையகப் பண்பாட்டுத்துறை ஆய்வுகளில் 1993ம் ஆண்டு மேற்கொள்ளப்பட்ட இரண்டு ஆய்வு நூல்கள் மிக முக்கியமானவை. ந. வேல்முருகு அவர்களால் மேற்கொள்ளப்பட்ட ‘மலையக மக்களின் சமய நம்பிக்கைகளும் சடங்கு முறைகளும்’ என்ற ஆய்வு நூல் மலையக மக்களது சமய வழிபாட்டு நம்பிக்கைகள் அவர்களின் வாழ்க்கை மரபுகளுடன் ஒன்றிணைந்து காணப்படும் தன்மைகளை வெளிக்கொணர்ந்தது. தொடர்ச்சியாக இதே ஆண்டில் உதயம் நிறுவனம் வெளியிட்டுள்ள ‘இலங்கை மலையகத் தமிழரின் பண்பாடும் கருத்து நிலையும்’ என்ற ஆய்வுத்தொகுதி பண்பாட்டுத்துறை குறித்த புதிய திசைவெளிகளை காண்பிப்பதாய் அமைந்தது. குறிப்பாக பேராசிரியர் கா. சிவத்தம்பி அவர்களின் தலைமையில் இடம்பெற்ற இவ்வாய்வுகள் ஒன்பது ஆய்வாளர்களின் பதினொரு வெவ்வேறு கலை மற்றும் பண்பாடு குறித்த தேடலாகவும் பதிவுகளாகவும் இடம்பெற்றுள்ளமை குறிப்பிடத்தக்கது.

முடிவுரை: மலையகத் தமிழர்களது இருநூறு வருட வரலாறானது கோப்பிக் காலம் முதல் இன்றுவரை (1823 — 2023) கணிக்கப்பட்டு ஒரு காலக்கணக்கெடுப்பு இக்கட்டுரையில் மேற்கொள்ளப்பட்டுள்ளது. ஒவ்வொரு காலகட்டத்துச் சமூக நிலையையும் அச்சமூக நிலைமைகளை அக்காலகட்டத்தில் தோற்றம் பெற்ற இலக்கியங்கள் எவ்வாறு பிரதிபலித்து வந்துள்ளன என்பதையும் இக்கட்டுரை மதிப்பீடும் செய்துள்ளது. இம்மதிப்பீட்டில் முடிவுரையாக சில கருத்துகளை முன்வைக்க வேண்டியுள்ளது. ஆங்கிலத் துரைமாரின் எழுத்துக்களிலிருந்தே மலையக எழுத்துகள் தொடக்கம் பெற்றுள்ளமையை இத்தேடலின் வழியாக உறுதிசெய்துகொள்ள முடிகிறது. குறிப்பாக கோப்பிக் கால மலையகத் தமிழர் சமூகத்தின் நிலைமைகளை வெளிப்படுத்தும் ஆவணங்களாக துரைமாரின் எழுத்துகளே நமக்கு கிடைக்கின்றன. இரண்டாவதாக, மலையகத் தொழிலாளர்கள் தொழிற்சங்கமாக சேர்ந்து இயங்கத் தொடங்கிய காலத்திலேயே அவர்கள் மத்தியில் இலக்கிய உருவாக்கமும் இடம்பெறத் தொடங்கிவிட்டன. இன்று வரையிலும் கூட மலையகத் தமிழர்களது பிரச்சினைகளை அல்லது மக்கள் இலக்கியப் பணிகளை மேற்கொண்டதில் அதிக பங்கு மலையகத் தொழிற்சங்கவாதிகளுக்கே உண்டு. மலையக இலக்கியத்தின் செழுமையான பக்கங்களை வளர்த்தெடுத்தவர்கள் தொழிற்சங்கவாதிகளாகவோ அல்லது அதனுடன் தொடர்புபட்டவர்களாகவே அமைகின்றனர். மலையக மக்கள் வரலாறும், தொழிற்சங்க அரசியல் வரலாறும், இலக்கிய வரலாறும் ஒன்றாகவே பயணிக்கின்றன. மலையக அரசியலின் தொடக்கத்தை இருநிலைப்பட்டதாகவே அறிய முடிகிறது. தொழிற்சங்க உருவாக்கத்துடன் கூடிய மக்கள் அரசியல் ஒரு தொடக்கமென்றால், இந்திய நலன்பேணும் முதலாளித்துவ நலன் சார்ந்த அரசியல் மற்றொரு தொடக்கம். முதலாவது தொடக்கம் இடையிலேயே முறியடிக்கப்பட்டு இரண்டாவது அரசியல் தளம் மேலோங்கி வந்திருந்தாலும் இடதுசாரி பாரம்பரியத்துடன் கூடிய மக்கள் அரசியல் ஒவ்வொரு காலத்திலும் செயற்பட்டே வந்துள்ளது. அது இலக்கியத்திலும் பேசப்பட்டு வந்துள்ளமை குறிப்பிடத்தக்கதாகும். மலையக அரசியலின் வரலாற்றுப் போக்கில் சில இடங்களில் ஏற்பட்ட உடைவுகளே அரசியல் ரீதியாக தீர்க்கமான முடிவுகளை எட்ட முடியாமைக்கான காரணமாகவும் அமைந்துள்ளன.

இரண்டாயிரத்துக்கு பின்னரான சமூக மாற்றங்கள் சடுதியானவை. இருபத்தோராம் நூற்றாண்டின் முதல் காலாண்டை எட்டியிருக்கும் இருபத்திரண்டு ஆண்டுகளில் மலைய இலக்கியத் துறையில் பன்முகத்தன்மை கொண்ட படைப்புகள், ஆய்வுகள் வெளிவந்திருந்தாலும் அவை குறித்து இங்கு விரிவாக நோக்கப்படவில்லை. குறிப்பாக இக்காலத்தில் மலையக கல்வித்துறை வளர்ச்சியுடன் இணைந்து ஆய்வுத்துறை வளர்ச்சிபெற்றமை விசேடத்துவ அம்சமாக கருதமுடிகிறது. இருநூறு வருடகால மலையக சமூகமும் இலக்கியமும் பற்றிய இக்காலக்கணக்கெடுப்பு ஒரு முன்னோடி முயற்சியாகவே அமைகிறது. இம்மதிப்பீட்டினை மேலும் விரிவுபடுத்தி நோக்கவும் இடமுண்டு.

18

கார்த்திகேசு சிவத்தம்பி

1. தமிழ் நூற்பதிப்பும் ஆய்வு முறைகளும்

அனைத்திந்திய மட்டத்திலே தமிழ் நாட்டின் வரலாற்றுக்கும் பண்பாட்டுக்குமுள்ள முக்கியத்-துவத்தை முதன்முதல் நிறுவியது தமிழின் பண்டைய நூற்பதிப்புகளே. புரூஸ் ஃபூட் (ஙிக்ஷீ-uநீமீ திஷீஷீtமீ) சென்னைப் பிரதேசத்தைத் தளமாகக் கொண்டு பெற்ற சில முந்து வரலாற்-றுத் தொல்லியற் சான்றுகளிருந்தனவெனினும் அவை பெரிதும் கணக்கெடுக்கப்படவில்லை. பண்டைய தமிழ் நூற்களின் பதிப்பும் அவை பற்றிய ஆங்கில எழுத்துகளும் அந்நூல்கள் சிலவற்றின் ஆங்கில மொழி பெயர்ப்புகளும் தமிழகத்தின் வரலாற்றை இந்தியப் பின்புலத்-தில் முக்கியப்படுத்தின. அசோகனுடைய 13_வது கல்வெட்டாணை சில முக்கியத்தரவுகளை குறிப்பாக, சேர, சோழ, பாண்டிய பெயர்களைத் தந்திருந்ததாயினும் தமிழகத்தில் வளர்த்தெ-டுக்-கப்பெற்ற நாகரிகத்தின் செழுமையைக் குறிப்பிடாது போயிற்று என்றே கூற வேண்டும். இப்பின்புலத்திலே தான் சிலப்பதிகாரத்தினை இராம சந்திரதீட்சிதர் ஆங்கிலத்தில் மொழி-பெயர்த்தார். அம்மொழி பெயர்ப்பே 20ஆம் நூற்றாண்டின் இரண்டாவது தசாப்தத்தில் தமி-ழின் பழமையை வட இந்தியாவுக்குக் கொண்டு சென்றது.

அச்சு முறைமை இந்தியாவில் முதற் தடவையாக தமிழிலே தான் நடைபெற்றது என்பர். அது 1547லேயே நடந்தேறியது. ஆனால் சுதேசிகள் அச்சுரிமையைப் பயன்படுத்தலாமென்ற இணக்கம் 1835ஆம் ஆண்டிலேயே வந்தது. அதன் பின்னரேயே பொதுவில் இந்திய நிலைப்பட்ட சிறப்பாக தமிழ் நிலைப்பட்ட நூல்கள் வெளி-வந்தன. ஆயினும் தமிழ்நாட்டு கிறிஸ்தவ போதனைகளினூடே திருக்குறளும் நாலடியாரும் பயன்படுத்தப்பட்டன என்றும் அவற்றுள் சிலவற்-றிற்கான மொழிபெயர்ப்புகள் ஆங்கிலத்திலே இருந்ததாகவும் கூறப்படு-கின்றது. ஆனால் வரன்முறையான பண்டைய நூற்பதிப்பு 1835க்குப் பின்னரே ஏற்பட்டது.

'தமிழில் இலக்கிய வரலாறு' என்ற எனது நூலில் இந்த பிரசுர அட்டவணைகள் தரப்பட்-டுள்ளன. அவற்றைப் பின்வருமாறு காலவரிசைப்-படுத்தியுள்ளேன். 1835_1929, 1930--_1948, 1950_1979, 1980_2000 இவ்வாறு பகுத்துத் தரப்பட்டதன் மேலே பண்டைய இடைக்கால இலக்கியங்கள் சிலவற்றின் அச்சுப்பதிப்புப் பற்றிய ஒரு பட்டிய-லுண்டு. இக்-

கட்டுரைகளின் தேவைகளுக்கு அப்பட்டியல் முற்றுமுழுதாகத் தரப்படுவது அவசியமாகிறது.

1847 தொல்காப்பியம் எழுத்ததிகாரமும் நச்சினார்க்கினியருரையும்.

1860 திருக்கோவையாரும், ஆறுமுக நாவலருரையும்

1868 தொல்காப்பியம் சொல்லதிகாரம். சேனாவரையம், (பதி.) சி.வை. தாமோதரம்-பிள்ளை

1868 தொல்காப்பியம் எழுத்ததிகாரம் இளம்பூரணம், சுப்பராயச் செட்டியார் பதிப்பு.

1881 வீரசோழியம், சி.வை. தாமோதரம்பிள்ளை பதிப்பு.

1883 இறையனார் களவியலுரை, சி.வை. தாமோதரம்பிள்ளை பதிப்பு

1885 தொல்காப்பியம் பொருளதிகாரம், நச்சினார்க்கினியர், சி.வை.தா. பதிப்பு

1887 கலித்தொகை, சி.வை.தா. பதிப்பு

1887 சீவக சிந்தாமணி, நச்சினார்க்கினியர் உரை, உ.வே.சா. பதிப்பு

1889 பத்துப்பாட்டு, நச்சினார்க்கினியர், உ.வே.சா. பதிப்பு

1892 சிலப்பதிகாரம், உ.வே.சா. பதிப்பு

1894 புறநானூறு பழைய உரை, உ.வே.சா. பதிப்பு

1898 மணிமேகலை, உ.வே.சா. பதிப்பு

1903 ஐங்குறுநூறு, உ.வே.சா. பதிப்பு

1904 பதிற்றுப்பத்து, உ.வே.சா. பதிப்பு

1914 நற்றிணை, பின்னத்தூர் நாராயணசாமி ஐயர் பதிப்பு.

1915 குறுந்தொகை, திருமாளிகைச் சௌரிப்பெருமாளரங்கன், பதிப்பு

1918 பரிபாடல், உ.வே.சா. பதிப்பு

1918 அகநானூறு, இராஜகோபாலாரியன்

இவை பண்டைய தமிழ் நூற்பதிப்பின் காலவரன்முறையாகும். இந்தப் பதிப்புகள் எத்தகைய ஆய்வினடிப்படையில் நிகழ்ந்தன என்பது தெளிவற்றதாகவேயுள்ளது.

இவ்விடயத்தில் வையாபுரிப்பிள்ளை அவர்கள் சி.வை.தாமோதரம் பிள்ளை பற்றி எழுதி-யுள்ள கட்டுரையிலே (தமிழ் சுடர்-மணிகள்) தரும் ஒரு குறிப்பு முக்கியமாகிறது. 'ஸ்ரீ ஆறு-முக நாவலர் சைவ சமய நூல்கள், குறள், பாரதம் வெளியிடுவதோடு அமைந்து விட்-டார்கள். வித்துவான் தாண்டவராய முதலியார் திவாகரம் முதலிய நூல்களையும் பள்ளி மாணவர்-களுக்கு வேண்டும் வசன நூல்களையும் அச்சியற்றுவதில் ஒடுங்கி-விட்டார்கள். மழவை மகாலிங்கையர் தொல்காப்பியம் எழுத்ததிகாரத்தை நச்சினார்க்-கினியர் உரையோடு பதிப்பித்து, வேறு சில நூல்களையும் வெளியிட்டு அத்துடன் நின்று விட்டார்கள். களத்-தூர் வேதகிரி முதலியார் நாலடி, நைடதம் முதலிய நூல்களை வெளியிட்டு அவ்வளவில் திருப்தியுற்றார்கள். திருத்தணிகை விசாகப் பெருமாளையர் முதலியோர் குறளுக்குத் தெளி-பொருள், பிரபுலிங்கலீலை, சூடாமணி, நிகண்டு முதலியவற்றைப் பிரசுரித்து அவ்வளவில் தங்கள் முயற்சியைச் சுருக்கிக் கொண்டார்கள். திருவேங்கட முதலியார், இராசகோபாலப்-பிள்ளை முதலானவர்கள் இராமாயணம் வெளியிடுவதிலும் நாலடி முதலியன பதிப்பித்தலி-லும் ஈடுபட்டு நின்றனர். ஸ்ரீ உ.வே. சாமிநாத ஐயரவர்கள் அப்பொழுது-தான் சீவகசிந்தா-மணிப் பதிப்பு முயற்சியில் போராடிக் கொண்டிருந்தார்கள். ஆகவே நமது பிள்ளையவர்கள் தன்னந்தனியராய்ப் பண்டைத் தமிழ்ச் செல்வப் புதையலைத் தமிழ் மக்களுக்கு அகழ்ந்தெ-டுத்து உதவும் பெருமுயற்சியை மேற்கொண்டனர்'.

இக்குறிப்புரையின்படி ஆறுமுக நாவலர், உ.வே.சாமிநாத ஐயர், சி.வை.தாமோதரம்பிள்ளை ஆகியோரே முதன்மைப்படுகின்றனர். உண்மை-யில் நாம் இந்தப் பட்டியலில் வையாபுரிப்-பிள்ளை அவர்களின் பெயரையும் சேர்த்துக் கொள்ள வேண்டும். இனி முக்கிய மைற்கல்-லாக-வுள்ள நாவலர் பதிப்பு, சி.வை.தா. பதிப்பு, உ.வே.சா. பதிப்பு, வையாபுரிப்பிள்ளைப் பதிப்பு ஆகியன பற்றி மிகச் சுருக்கமாக நோக்குதல் வேண்டும்.

ஆறுமுக நாவலர் 37 நூல்களைப் பதிப்பித்-துள்ளார். இவற்றுள் மதநிலை முக்கியத்துவத்-துக்கு அப்பாற்பட்டனவாக அவரது தொல்காப்பியம் சொல்லதிகாரம், நன்னூல் காண்டிகை-யுரை ஆகியன ஒட்டுமொத்தமான முக்கியத்துவமுடையவை. நாவலரின் பதிப்பு முறைமை பற்றிய விரிவான விளக்கங்கள் தரப்படவில்லையெனினும், அவர் பாட (ஜிமீஜ்t) நிர்ணயத்-திலே மிகுந்த கவனம் செலுத்தினார் என்பது தெரிகிறது. நாவலர் பதிப்பு முறைமை பற்றிக் குறிப்பிடும் பொழுது, (ஈழத்துப்) பண்டிதமணி கி. கணபதிப்பிள்ளை அவர்கள் உரையாட-லொன்றின் பொழுது கூறியது மிக முக்கியமானதாகும்.

“நாவலரின் பதிப்புகளில் அவராலேயே
செய்யப்பெற்ற கடைசிப் பதிப்பையே
பார்க்க வேண்டும். ஏனெனில் அவர்
பதிப்புக்குப் பதிப்பு பாடங்களைத் திருத்தியுள்ளார்.''

இதற்குக் காரணம் தொடர்ந்தும் பல்வேறு ‘பிரதிரூப’ச் சான்றுகளைப் பார்த்தமையே-யாகும். நாவலர் பதிப்பித்த நூல்களைப் பார்க்கும்-பொழுது அவர் அடிப்படையில் தமிழ் அறிவுத் தாகமுடையவர் என்பது மறுக்கப்பட முடியா-மல் மேற்கிளம்புகின்றது. நாவலர் பதிப்பித்த நூல்களைப் பின்வருமாறு பட்டியற்படுத்தலாம்.

நாவலரது நூல்கள் - பாடப்புத்தகங்கள்

இலங்கைப் பூமி சாஸ்திரம்
சைவ வினா_விடை _ முதற்புத்தகம்
சைவ வினா_விடை _ 2ஆம் புத்தகம்
முதற் பாலபாடம் - இரண்டாம் பாலபாடம்
நான்காம் பாலபாடம் - இலக்கணச் சுருக்கம்
இலக்கண வினா_விடை
உரையாக்கப்பட்ட பிரதான மத நூல்கள் பெரிய புராணம்
திருவிளையாடற்புராணம்
பெரியபுராண வசனம் (ஒரு பகுதி)

பதிப்பித்த நூல்கள்

உரையுடன் பதிப்பித்தவை - கோயிற் புராணவுரை
திருவள்ளுவர் பரிமேலழகர் உரை - நன்னூல் விருத்தியுரை
திருச்செந்தில் நீரோட்டகயமக அந்தாதி உரை
பிரயோக விவேக உரை - திருச்சிற்றம்பலக் கோவையாருரை
தொல்காப்பியம் சொல்லதிகாரம்
சேனாவரையர் உரை - மருதூரந்தாதியுரை
நன்னூற் காண்டிகையுரை - சூடாமணி நிகண்டுரை - உபநிடதவுரை

பதிப்பித்த பிற நூல்கள்:

சிவாலய தரிசன விதி - குளத்தூர் அமுதாம்பிகை பிள்ளைத்தமிழ்

கந்தரலங்காரம் - ஏரெழுபது - திருக்கை வழக்கம்

புட்பவிதி - மறைசையந்தாதி

திருக்கருவைப் பதிற்றுப்பத்தந்தாதி

பட்டணத்துப் பிள்ளையார் பாடல்

அருணகிரிநாதர் வகுப்பு - திருச்செந்தூரகவல்

விநாயக கவசம் - சீவக கவசம் - சக்தி கவசம்

சேது புராணம் - தருக்க சங்கிரகம் - இலக்கணக் கொத்து

கந்தபுராணம் - பதினோராந் திருமுறை - சிதம்பர மான்மியம்

நால்வர் நான்மணிமாலை - இரத்தினச் சுருக்கம்

வாதப்பிரதிவாத எழுத்துகள்:

சைவதூஷண பரிகாரம் - யாழ்ப்பாணச் சமயநிலை

(தகவல் வெ. கனகரத்தின உபாத்தியாயரின் ஸ்ரீலஸ்ரீ ஆறுமுக நாவலர் சரித்திரம்)

ஆறுமுக நாவலரை அடுத்து முக்கியத்துவம் பெறும் பதிப்பாசிரியர்களாக இருவரைக் கொள்ளல் வேண்டும். ஒருவர் சி.வை.தா. இன்னொருவர் உ.வே.சா.

சி.வை.தா. பதிப்பித்த நூல்கள் பின்வருமாறு.

ஆண்டு விவரம் தெரியாதவை.

மி. நட்சத்திரமாலை - மிமி. ஆதியாகம கீர்த்தனம்

மிமிமி. கட்டளைக் கலித்துறை (இலக்கணம்)

மிக்ஷி. ஆறாம் வாசகப் புத்தகம் - க்ஷி. ஏழாம் வாசகப் புத்தகம்

க்ஷிமி. காந்தமலர் (அ) கற்பின்மாட்சி (நாவல்)

உ.வே.சா. பதிப்பித்த நூல்களின் பட்டியல் அவரின் 'என் சரித்திரம்' எனும் நூலில் புதிய பதிப்பிலே வந்துள்ளது. அதன் விரிவு கருதி அவை இங்கு பிரதி செய்யப்படவில்லை. சி.வை.தா., தான் பல்வேறு இடங்களுக்குச் சென்று பல்வேறு பிரதிகளைப் பெற்றதாகவும் அவற்றிலே சில பாட வேறுபாடுகள் காணப்படு-கின்றன என்றும் தனது கலித்தொகை பதிப்பு முன்னுரை-யிலே விரிவாகக் கூறியுள்ளார். இவரின் கலித்தொகையின் பதிப்புரையின் படி இவர் உண்மைப்பாடம் எனக் கொள்ளும் சொல் தேர்வு பற்றியதற்கான காரணங்கள் விளக்-கப்பட-வில்லை.

இவரோ அல்லது உ.வே.சா.வோ தங்களுக்குக் கிடைத்த பிரதிகளுள் எதனை சிரேஷ்ட பிர-தியாகக் (விஙீstமீக்ஷீ சிஷீஜீஹ்) கொண்டனர் என்பது பற்றியோ ஏன் அவ்வாறு கொண்-டனர் என்பது பற்றியோ எழுதவில்லை. இது ஒரு முக்கிய குறைபாடாகும்.

இதை விட இன்னொரு முக்கிய குறைபாடு யாதெனில் இவர்களுக்குக் கிடைத்த பிரதிகளுள் பெரும்பாலானவை மீட்டெழுதப்பட்ட படிகளே. இவர்கள் ஏடுகளிலிருந்து நேரடியாகப் பதிப்-பித்தனர் என்று சொல்வது சிரமமாகவேயுள்-ளது. ஏனெனில் ஏடு என்பது பனை-யோலை காரணமாக, ஆகக் கூடியது 50, 60 வருடங்-களுக்கு மேலே பாவிக்க முடியாது. சில வேளை-களில் 100 வருடங்கள் இருக்கலாம். எனினும் அப்படியானவை குறைவு. மீட்-டெழுதி-யவர்கள் பிழைவிட்டு எழுதினார்களா என்பது தெரியாது. இத்தகைய பிழைகள்

உள்ளன என்பதற்கு இளம்பூரணர், தொல்காப்பியப் பொருளதிகார உரையில் கூறும் 'விழ எழுதினார்' போலும் என்ற கூற்று நல்ல சான்றாகும். கிரேக்க நூல்கள் எழுதப்பட்ட தோல், மரப்பட்டைகள் போன்று இங்கு பயன்படுத்தப்படவில்லை.

மேலும் எழுத்துருவம் தரப்படுத்தப்பட்டது அச்சின் வருகைக்குப் பின்னரே. ஏட்டு நிலையில் இவை எவ்வாறு போற்றப்பட்டன என்றோ அல்லது பாரம்பரியத்துக்குப் பாரம்பரியம் கைய-ளிக்கப்பட்டன என்றோ நமக்குத் தெரியாது. வைஸ்னவத்துக்கு மலிவுப் பதிப்பு என்ற சொற்-றொடரைப் பயன்படுத்த முடியா-தெனினும் நியூ செஞ்சுரி புக் ஹவுசினர் வெளியிட்டுள்ள சங்க இலக்கியத் தொகுதிகள் மிக முக்கியமானவையாகும். பாடல்களின் கருத்துகள் தரப்ப-டவில்லையெனினும் பாடத்தில் (ஜிமீஜ்t) வரும் சொற்கள் பிரித்து எழுதப்பட்-டுள்ளன. இது அப்பாடல்களின் யாப்பமைதி பற்றிய ஒரு பெரும் பிரச்சனையைக் கிளப்பு-கின்றது. எனினும் ஏற்கெனவே சங்க நூற்பரிச்சய-முள்ளவர்களுக்கு இத்தொகுதி பெரிதும் பயன்படுகின்றது.

ஈழத்தைப் பொறுத்தவரையில், தி. சதாசிவ ஐயர், சி. கணேசையர், நவநீத கிருஷ்ண பார-தியார், பண்டிதர் அருலம்பலவாணர் ஆகியோர் முக்கியமானவர்கள். கணேசையரின் தொல்-காப்பியப் பதிப்பு மிகச் சிறந்தது என்பது தமிழகத்திலும் ஏற்றுக் கொள்ளப்படும் விடய-மாகும். ஆனால் துரதிஷ்டவசமாக கணேசையர் பதிப்பு தமிழகத்திலே அதிகம் பிரபல்யப்பட-வில்லை. நவநீத கிருஷ்ண பாரதியாரின் திருவாசக விளக்கவுரை மிகச் சிறப்பானதொன்றாகும். அது இப்பொழுது மீளச்சுப் பெறாமலேயே போய்-விட்டது.

நீதி நூல்களின் பதிப்பு, தமிழ் நூற்பதிப்பு வரலாற்றில் முக்கியவிடத்தைப் பெறுவனவாகும். குறிப்பாக திராவிட கருத்து நிலை, முதுநிலை எய்தத் தொடங்கிய 60கள் முதல் திருக்குறள் பரிமேலழகர் உரை பின்னர் வரதராசனின் உரை பெரிதும் பதிக்கப் பெற்றன. தமிழ் நூல்க-ளிலே திருக்குறளே அதிகம் பதிக்கப் பெற்ற நூலென-லாம். இந்திய நூல்களுள்ளும் திருக்-குறளுக்கு அதன் அச்சுப் பதிப்பு நிலையில் முக்கிய இடமுண்டு. கம்பராமாயணம் பதிப்-புப்பற்றி வையாபுரிப்பிள்ளை 'கம்பன் காவியம்' என்ற தனது கட்டுரைத் தொகுப்பில் மிக விரிவாக ஆராய்ந்துள்ளார். கோயிலிலே (சிரீரங்கத்திலே) கம்பராமாயணம் பதிக்கப்பெற்று வந்தது என்ற மரபுமுண்டு.

திராவிட இயக்கத்தினர் குறிப்பாக அண்ணா அவர்களே 'கம்பரசம்' என்ற நூலில் கம்பரை காமச் சார்புள்ள ஒரு புலவனாகக் காட்ட முனைந்தார். இது கம்பரைப் பற்றிய மீளாய்-வுக்-கும் அவர் மேதாவிலாசப் போற்றுகைக்கும் இடமளித்தது. கம்பராமாயணத்தில் பாலகாண்-டத்தை தி.த. கனகசுந்தரம்பிள்ளை பதிப்பித்-திருந்தாரெனினும் கம்பராமாயணம் முழுவதை-யும் கிருஷ்ணமாச்சாரியார் என்பவரே பதிப்பித்-தார். திருமுறைப்பதிப்புகளும் முக்கியமாக தேவாரத் தொகுதிகளும் பெரியபுராணமும் பல பதிப்பு நிலையங்களினாலே வெளிக்கொண-ரப்-பட்டன. அவற்றுள் முக்கியமானது சைவ சித்தாந்த மகாசமாஜ பதிப்பாகும். தொல்-காப்-பியம், நன்னூல் பதிப்புகளுக்கு வரும்பொழுது நாவலர், சி.வை.தா. முக்கிய இடம்பெறத் தொடங்குவர்.

ஆங்கிலக் கல்வி முறை வழியாக வந்த கல்வி முறையில் பாடப் புத்தகங்கள் (ஜிமீஜ்t ஙிஷீஷீளீs) முக்கிய இடம்பெறத் தொடங்குகின்றன. இப்பாடப் புத்தகங்களிலே சங்க இலக்-கியங்கள், திருக்குறள், காப்பியங்கள் ஆகியனவற்றிலிருந்து பாடப்பகுதிகள் தேர்ந்தெடுத்துப் போடப் பெற்றன. இவ்வாறு பாடப்புத்தகங்களுக்கு தெரிந்-தெடுக்கும் பொழுது முக்கியமான

பகுதிகள் தேர்ந்தெடுக்கப் பெற்றன. பாடப்புத்தகங்களிலே காணப்பெறும் இத்தெரிவு முறைமை பண்டைய தமிழிலக்கியம் பற்றிய ஒரு மேலோட்டமான மனப்பதிவினை மாணவர்களிடையே ஏற்படுத்-திற்று எனலாம். ஆங்கிலக் கல்வி முறைமை காரணமாக வெளிவந்த பாடப்புத்த-கங்கள் மாணவர்களுக்கு அவர் தம் நிலையில் தமிழிலக்கியம் பற்றிய நல்ல மனப்பதிவினை ஏற்படுத்தியுள்ளது எனலாம். தமிழ் நூல்களின் அச்சுமுறைமை பெருக்கத்துக்கும் பண்பாட்டு மீள்கண்டுபிடிப்புக்கும் ஒரு தொடர்புண்டு. அதன் காரணமாகவே தமிழ் பற்றிய தமிழ் நூல்-கள் குறைந்த விலையில் விற்கப் பெறும் வழக்கமுண்டாயிற்று எனலாம்.

ஆங்கிலக் கல்வி வழியாக வந்த முக்கிய மரபுகளென இரண்டினை அடையாளம் காண-லாம். ஒன்று, உரைநடையிலேயே முழு நூலும் எழுதப்பெறுகின்ற தன்மை. இரண்டாவது, கட்டுரை (ணிssணீஹ், கிக்ஷீtவீநீறீமீ) எனும் வடிவம். கட்டுரை எனும் சொல் முன்னர், பொருள் பொதிந்த உரை (பேச்சு) என்ற கருத்தினையும் உரைநடையில் எழுதப்பெற்றது என்ற கருத்தினையும் கொண்டிருந்தது. ஆங்கிலக்கல்வி முறையினூடே அது ணிssணீஹ் என்ற கருத்தில் வருகிறது. கட்டுரை எனும் சொல்லைக் கட்டமைவுள்ள உரை வடிவ எழுத்-துருவம் என்று கூறலாம். சஞ்சிகைகள், புதினப் பத்திரிகைகளின் வளர்ச்சியுடன் கட்டுரை வடிவத்துக்கு இலக்கிய அந்தஸ்-தொன்று கிடைத்தது. கல்கி, தினமணி சிவராமன் என்ற பத்திரிகையாசிரியர்கள் எழுத்துகளும் கல்வி நிலையில் நின்று எழுதப்பெற்ற ஆய்வு-களும் கட்டுரை என்ற பொதுப்பெயரால் அழைக்-கப்படத் தொடங்கின. கட்டுரை-யாசிரியர்களாக நவீன கால தமிழிலக்கியத்தில் முக்கிய இடம் பெறுபவராக திரு. வி. கல்யாண சுந்தரம் முதலியாரைக் கூறலாம். மறைமலை-யடிகள் சிந்தனைக் கட்டுரைகள் இத்துறையில் மிக முக்கியமான ஒரு நூலாகும்.

உரை எனும் சொல் முதலில் பாடங்களுக்கு எழுதப்பெறும் உரை வடிவ விளக்கங்களேயா-கும். பேச்சு நிலையிலுள்ள பயன்பாட்டையும் உரை எனும் சொல் குறித்திருக்க வேண்டும் போல் தெரிகிறது. கட்டுரைகள் தொகுதிகளாகவோ அல்லது தனித்தோ நூல்வடிவில் வரும் மரபு இன்று நிலையாகிவிட்டதெனலாம். பிரதானமாக சஞ்சிகைகள் வழியாக தொடர்கதை முறைமை தமிழில் வளர்ந்து வந்தது. தமிழில் நாவலுக்கும் தொடர்கதைகளுக்குமுள்ள உறவு பற்றி 'நாவலும் வாழ்க்கையும்' என்ற எனது நூலிலே குறிப்பிட்-டுள்ளேன். தொடர்கதைகளை நாவல்களாக வெளியிடும் வழக்கம் 10 வருடங்களுக்கு முன்னர் பெருமளவில் நிகழ்ந்தது. ஜானகிராமன், ஜெயகாந்தன் ஆகிய முக்கிய நாவலாசிரியர்களின் ஆக்கங்கள் இவ்வாறு தான் வெளிவந்தன.

ஒரு ரூபாய் நாவல் என்ற விலை மலிவு, தர மலிவு நாவல்களிடையே ஜெயகாந்தன், ஜான-கிராமன் போன்றோரது நாவல்களும் வெளிவரத் தொடங்கின. 20ஆம் நூற்றாண்டின் கடை-சித் தசாப்தத்திலிருந்து சிறுகதையின் மேலாண்மை குறைந்துவிட்டதெனலாம். இப்பொழுது நாவல்களே பெரிதும் வெளிவரு-கின்றன.

பாடப்புத்தக அச்சிடுகை மரபை இப்பொழுது இலங்கையிலும் தமிழ் நாட்டிலும் அரசாங்கங்-களே செய்கின்றன.

பழந்தமிழ் நூற்பதிப்பினை நோக்கும்பொழுது தமிழின் நவீன காலங்களுக்கு முந்திய இலக்கிய நூல்கள் யாவும் பதிப்பிக்கப் பெற்றுவிட்டன என்றே கூறலாம். ஆனால் இசை, கூத்து பற்றிய நூல்கள் இன்னும் பிரசுரிக்கப்படவேயில்லை. கூத்தநூல் போன்ற சில பதிப்புகள் வந்துள்ளன-

வெனினும் அடியார்க்கு நல்லார் உரையில் பேசப்படும் இசை, நாடக நூல்கள் யாவும் மீளக் கண்டுபிடிக்கப் பெற்றுள்ளனவென்றோ எல்லாம் பிரசுரிக்கப்பட்டு விட்டதென்றோ கூற முடி-யாதுள்ளது.

19 ஆம் நூற்றாண்டின் நடுக்கூற்றிலிருந்து எழுதப்பெற்ற முக்கிய புனைகதை நூல்களிற் சிலவே அச்சிடப் பெற்றுள்ளன. இக்கட்டுரையில் தமிழ் நூல் பதிப்புகளின் சராசரி அச்-சுத்தொகை பற்றிக் கூற வேண்டும். ஆனால் அவை பற்றிய போதிய தகவல்கள் இல்லை. பாடப்புத்தகங்-களைத் தவிர்த்த எழுத்து வகைகளுக்கு வரும்-பொழுது மு. வரதராசனின் நாவல்களே பெரிதும் அச்சிடப்பெற்றன என்று கூறலாம். ஆனால் இப்பொழுது (கடந்த 10 வருடங்களாக) அத்த-கைய ஓர் இலக்கியச் சந்தை வலுவிழந்துவிட்டது என்றே கூற வேண்-டும்.

இலங்கையின் போர்ச்சூழல் காரணமாக பொது வாசிப்புக்கான தமிழ் நூல்கள் பெரிதும் அச்-சிடப்பெறுவதில்லையெனலாம். ஆனால் தமிழகத்தில் நிலைமை வேறு. அவர்களுக்கு இந்தி-யச் சந்தை மாத்திரமல்லாது இலங்கையி-லிருந்து வெளிநாடுகளுக்-குச் சென்றுள்ள புகலிடத் தமிழர்கள் வலுவான ஓர் இலக்கியச் சந்தை-யாக அமைகின்றனர். மணிமேகலை பிரசுரம் போன்ற நிறுவனங்கள் சில இவர்களின் தேவை-களுக்கான பதிப்புகளை வெளியிடு-கின்றன. தமிழ் நூற்பதிப்பின் தொகையளவு பற்றி நோக்கும் பொழுது ஓர் அச்சுப் பதிப்பில் பெரும்பா-லும் 1000 நூல்களே அச்சிடுவர். மிகப் பிரசித்தமானவர்களின் நூல்களே பதிப்புக்கு 2000, 2500 எனச் செல்லும்.

இவ்விடயம் தொடர்பான தகவல்களை சேகரிப்பதிற் சிரமங்கள் பல உள்ளமையால் இக்-கட்டுரை அதன் இலக்கு முழுமையைப் பெறவில்லையென்ற உண்மையைப் பதிவு செய்ய விரும்புகின்றேன்.

2. விஞ்ஞானமும் அகராதியும்:

எங்கள் தாத்தா யானை வைத்திருந்தார்.....விருபா குமரேசன்

1.விஞ்ஞானமும் அகராதியும் - பதிப்புகள்: பேராதனைப் பல்கலைக்கழக தமிழ்ச்சங்கத்-தினால் நடத்தப்படும் இளங்கதிர் ஆய்விதழின் பத்தாவது ஆண்டுமலரில் (14.04.1958) பேராசிரியர் க.கணபதிப்பிள்ளை அவர்களின் விஞ்ஞானமும் அகராதியும் என்ற தலைப்-பிலான ஆராய்ச்சிக் கட்டுரை முதன்முதலாக இடம்பெற்றது. இம்மலரின் ஆசிரியர் ஆ.வேலுப்பிள்ளை அவர்கள். அம்மலரின் 145 — 154 பக்கங்களில் இவ்வாராய்ச்சிக் கட்-டுரை இடம்பெற்றபோது, அது 27 பந்திகளுடனும் ஒரு அட்டவணையுடனும் காணப்பட்டது. இதனையே நாம் முதலாவது பதிப்பாக எடுத்துக்கொள்கிறோம்.

ஏப்ரல் 1962 இல், செ.கணேசலிங்கன் அவர்களின் பாரதி புத்தகசாலை வெளியீடு — 1 என்ற அடையாளத்துடனும், சென்னையில் பாரி நிலையத்தின் விற்பனை உரிமையுடனும் சென்னையில் பதிப்பிக்கப்பட்ட ஈழத்து வாழ்வும் வளமும் என்ற கட்டுரைத் தொகுப்பு நூலில் பதினோராவது கட்டுரையாக 106 - 116 பக்கங்களில் விஞ்ஞானமும் அகராதியும் இடம்-பெற்றது. இந்நூலிற்கான கட்டுரைகளைத் தொகுத்தவர் பேராசிரியர் கார்த்திகேசு சிவத்தம்பி அவர்கள் என்பதை நூலின் முன்னுரை பெருமையாகச் சுட்டுகிறது. இந்நூலில் இக்கட்டுரை-

யானது 26 பந்திகளுடனும் ஒரு அட்டவணையுடனும் உள்ளது. இதனை இக்கட்டுரையின் இரண்டாம் பதிப்பாகச் சொல்லலாம்.

புதிய சொல்லின் மூன்றாவது இதழ் வரை (2016 ஜூலை — செப்டம்பர்) பத்துத் தடவைகளுக்கு மேல் இவ்விரண்டாம் பதிப்புக் கட்டுரையே பல்வேறு இடங்களில் இடம் பெறுகிறது.

2.இரண்டு பதிப்புகளுக்கும் இடையிலான வேறுபாடு என்ன ?

இளங்கதிரில் வெளியான பதிப்பின்படி, பேராசிரியர் க.கணபதிப்பிள்ளை அவர்கள் 19வது பந்தியில் உள்ள நான்கு வரிகளூடாக நா.கதிரைவேற்பிள்ளை அவர்களின் தமிழ் அகராதிப்பணியினையும், அதனைத்தொடர்ந்து வரும் 20, 21 ஆகிய இரு பந்திகளிலுள்ள முப்பத்தொரு வரிகளூடாக கு.கதிரவேல்பிள்ளை அவர்களின் அகராதிப்பணியினையும் எழுதியிருந்தார்.

ஈழத்து வாழ்வும் வளமும் நூலில் மேலே படத்தில் நிறமிட்டுக் காட்டப்பட்ட பகுதிகள் நீக்கப்பட்டு குறித்த 19 வது, 20வது பந்திகள் இணைக்கப்படுவதன் மூலம் கு.கதிரவேல்பிள்ளை அவர்களும், அவரது அகராதிப்பணியும் மறைக்கப்படுகிறது, நா.கதிரைவேற்பிள்ளை வட்டுக்கோட்டைச் செமினரியின் மாணாக்கராக்கப்பட்டு, ஆராய்ச்சி செய்து அகராதி உருவாக்கியவராகக் காட்டப்படுகிறார்.

3. 54 ஆண்டுகளாகத் தொடரும் பதிப்பு வேறுபாடு: பேராசிரியர் க.கணபதிப்பிள்ளை உயிருடன் வாழ்ந்துகொண்டிருந்த காலத்தில்தான் ஈழத்து வாழ்வும் வளமும் நூல் வடிவம் பெற்றுள்ளது. தொடர்ந்து குமரன் புத்தக இல்லதினால் 1996, 2001, 2016 ஆகிய ஆண்டுகளில் மீள்பதிப்பும் செய்யப்பட்டுள்ளது. மீள் பதிப்புகளுக்கு பேராசிரியர் கார்த்திகேசு சிவத்தம்பி அவர்கள் மீள் பதிப்புக்கான முன்னுரைகளையும் எழுதியுள்ளார். 2016 பதிப்பில் ஈழநாட்டில் விஞ்ஞானமும் அகராதியும் என்ற புதிய தலைப்புடன், உப தலைப்புகளுடன், படங்களுடன் வெளியாகியுள்ளது.

இலங்கைப் பல்கலைக்கழக வரலாற்றில் தமிழ்ப் பேராசிரியர் பலரை உருவாக்கியவராகவும், பேராசிரியர் க.கணபதிப்பிள்ளை அவர்கள் தோற்றுவித்த புலமைப் பாரம்பரியமே அவரின் மிகப் பெரிய சாதனையாகவும் பேசப்படும் நிலையில், பேராசிரியர் அவர்களின் மாணவர்களான வித்தியானந்தன், கைலாசபதி, சிவத்தம்பி, வேலுப்பிள்ளை, பூலோகசிங்கம், தில்லைநாதன், சண்முகதாஸ், தனஞ்சயராசசிங்கம் போன்ற எவருடைய பார்வைக்கும் பதிப்பு வேறுபாடு தென்படவில்லையென்பதும், திருத்தப்படவில்லையென்பதும் வியப்பானதாகவே உள்ளது.

புதிய சொல்லில் எழுதப்பட்ட அறிமுகத்தில் சொல்லப்பட்டது போல் “ இவரிடமிருந்த புறவயமாக விடயங்களை அலசி ஆராய்கின்ற பண்பு இவர் மாணவர்களிடமும் தொடர்ந்தது ” என்பதும், பேராசிரியர் சி.தில்லைநாதன் அவர்கள் குறிப்பிடும் “ பல்கலைக்கழக ஆசிரியர் என்ற முறையிலே பரந்த நோக்கினையும் உரத்த சிந்தனையையும் அவர் என்றும் தூண்டுபவராக விளங்கினார். பாடங்களைக் கற்பிப்பதோடும் விளக்குவதோடும் நின்றுவிடாது புதிய வினாக்களை எழுப்பி அவற்றுக்கு விடைதேடத் தூண்டுபவராகவும், புதிய கருத்து வெளியீடுகளின் பால் மாணவரை ஆற்றுப் படுத்துபவராகவும் திகழ்ந்தார்” என்பதும் மீள் உரையா-

டலுக்கு உட்படுத்தவேண்டிய நிலைக்குத் தள்ளப்படுகிறது.

ஈழத்து வாழ்வும் வளமும் (2001 பதிப்பு) நூலில் இக்கட்டுரையினை 2006 இல் நான் முதன் முதலாகப் படித்து முடித்தவுடன், என் மனதில் தோன்றிய கேள்வி அகராதி தந்த ஈழத்தவர்களான வைமன் கதிரைவேற்பிள்ளையும், நா.சி.கந்தையா அவர்களும் ஏன் இடம் பெறவில்லை என்பதே, தொடர் தேடலில் கிடைத்தவைகள்தாம் இக்கட்டுரையினை எழுத உதவியவை.

4. **பாடத்திட்டத்தில் விஞ்ஞானமும் அகராதியும்:** 2009 இல் அறிமுகப்படுத்தப்பட்ட புதிய பாடத்திட்டத்தில் க.பொ.த உயர்தர பரீட்சைக்கான தரம் 12 இற்கான இரண்டாம் தவணைக்குரிய கட்டுரைப் பகுதியில் விஞ்ஞானமும் அகராதியும் கட்டுரை இணைக்கப்பட்டுள்ளது. இதனை பாடத்திட்டத்தில் இணைத்த பாட நிபுணத்துவ குழுவில் பேராசிரியர் சி.தில்லைநாதன், பேராசிரியர் அ.சண்முகதாஸ், திரு து.இராஜேந்திரம், கலாநிதி எஸ்.யோகராஜா, கலாநிதி வ.மகேஸ்வரன், திரு கே.இரகுபரன், திரு மொஹமட் ரமீஸ் போன்றோர் இடம்பெற்றுள்ளனர். இவர்களில் பேராசிரியர் சி.தில்லைநாதனும், பேராசிரியர் அ.சண்முகதாஸும் பேராசிரியரின் புலமைப் பாரம்பரிய மாணவர்கள்.

இதன் தொடர் நிகழ்வாக க.பொ.த உயர்தர பரீட்சைக்கான வழிகாட்டி நூல்களிலும், கைநூல்களிலும் விஞ்ஞானமும் அகராதியும் கட்டுரையின் இரண்டாம் பதிப்பே இடம்பெற்றுள்ளது. இவ்வழிகாட்டி நூல்களின் ஆசிரியர்களின் அவசரமும், தமிழ்ப் புலமையின் தெளிவு வெளிப்படும் இடமாகவும் இது அமைகிறது.

1. க.பொ.த உயர் தரம் தமிழ் தரம் — 12
புலவர் இளங்கோ - 2009
2. கட்டுரை மலர் தரம் 12 — 13
கவிஞர் த.துரைசிங்கம் - 2010
3. கட்டுரைத் தொகுப்பு தரம் 12 — 13
கவிஞர் த.துரைசிங்கம் - 2010
4. க.பொ.த உயர்தரம் உரைநடைக்கோவை கட்டுரைகளும் வினாவிடைகளும்
த.அஜந்தகுமார் - 2011

பாடத்திட்டத்தில் இணைத்த பாட நிபுணத்துவக் குழுவில் உள்ளவர்கள் கட்டுரையைப் பரிந்துரைக்கும்போது அதன் போதாமைகளை அறியவில்லை, ஆராயவில்லை ஏன் என்பது விவாதிக்கப்படவேண்டிய ஒன்று. குறிப்பாக ஈழத்தவர்களின் அகராதி முயற்சிகள் பற்றி இதனைவிட வேறு இற்றைப்படுத்தப்பட்ட கட்டுரைகள் இல்லையா என்பதும் உரையாடப்படவேண்டும்.

58 ஆண்டுகளுக்கு முன்னர் எழுதப்பட்டதை இற்றைப்படுத்தாமல் இன்றைய தலைமுறை மாணவர்களுக்குப் பாடத்திட்டத்தின் ஊடாக கொடுப்பதன் மூலம் கடந்த 58 ஆண்டுகளில் ஈழத்தின் தமிழ் அகராதித் துறை எந்த இடத்தில் / எந்த நிலையில் உள்ளது தொடர்பிலான ஆய்வுகள் / கட்டுரைகள் இல்லை என்பதை மறைமுகமாகச் சொல்லும் ஒன்று எனவும் எடுத்துக்கொள்ள இடமுள்ளது. இற்றைப்படுத்தப்படாத இக்கட்டுரையின் மூலம் ஞானப்பிரகாசரின் வேர்ச்சொல் அகராதிச் சேகரங்களின் துணையுடன் சொற்பிறப்பியல் அகராதிகளை 1970 களில் வெளியிட்ட தாவீது அடிகளாரும், தமிழகத்தில் நீண்ட காலம் தங்கியி-

ருந்து அகராதிகளை வெளியிட்டவருமான ந. சி. கந்தையா பிள்ளை அவர்களும் இன்றைய மாணவர்களுக்கு அறிமுகப்படுத்தப்படாமலே விடப்பட்டுள்ளார்கள்.

5. விஞ்ஞானமும் அகராதியும் - முதற் பதிப்பை அலகுதல்... - இது ஒரு ஆராய்ச்சிக் கட்டுரை என்பதை 25வது பந்தியில் கட்டுரையாளரே சொல்கிறார். இளங்கதிர் என்ற ஆய்விதழில் இது வெளியாகி உள்ளது, குறித்த இதழின் ஆசிரியர் கட்டுரையாளரின் மாணவர் ஆ.வேலுப்பிள்ளை அவர்கள். இது உண்மையில் 1950 களில் நிலவிய அறிவுத்தள மட்டத்தில், அவசர கோலத்தில் எழுதப்பட்ட ஒரு கட்டுரை. பல தவறுகளும், போதாமைகளும், விடுபடல்களும் இதன்கண் உள்ளன. தவிரவும் பேராசிரியர் க.கணபதிப்பிள்ளை அவர்களின் பெருவிருப்பிற்குரிய நாடகவியல், சாசனவியல், நாட்டாரியல் என்ற எல்லைக்கு வெளியே அமைந்த கட்டுரை. தனது விருப்பிற்குரிய பகுதியில் பேசப்படும் நிலையில் சிறப்பாகப் பணியாற்றிய பேராசிரியர், தமிழ் அகராதியியல் என்ற துறையில் போதிய கவனமும், ஆழமான அறிவும் கொண்டிருக்கவில்லை என்பதை இக்கட்டுரை வெளிப்படுத்துவதாகவே அமைகிறது.

தமிழ் அகராதியியலின் அறிவியல் கூறுகள் எதையும் பேராசிரியர் இக்கட்டுரையில் கூறவில்லை. தலைச் சொற்களை (Head Words) அடுக்கும் முறை, பொருள் விளக்கச் சொற்களை அடுக்கும் முறை, தமிழில் எத்தனை வகைகளில் சொற்களை அடுக்கும் முறைகள் உள்ளன, ஈழத்தில் எழுந்த அகராதிகள் அல்லது ஈழத்தவர்களால் செய்யப்பட்ட அகராதிகளில் எந்த முறையில் சொற்களை அடுக்கியிருந்தார்கள், இது எந்த வகையில் தமிழகத்தில் எழுந்த அகராதிகளில் காணப்பட்ட சொற்களை அடுக்கும் முறையில் இருந்து வேறுபட்டிருந்தது, சொற்களை அடுக்குவதற்கு எது சிறந்த முறை, ஐரோப்பியர்கள் உருவாக்கிய தமிழ் அகராதிகளில் எந்த அடுக்குமுறையினைப் பயன்படுத்தியுள்ளார்கள், அவை தமிழ் எழுத்துக் கட்டமைப்பின் தன்மைக்கு ஏற்றனவா போன்ற அலசல்கள் எதுவும் இதில் இல்லை.

உண்மையில் கடந்த காலத்தில் ஈழத்தில் எழுந்த அகராதிகள்/ஈழத்தவர்களால் செய்யப்பட்ட அகராதிகள் ஊடாக அறிமுகப்படுத்தப்பட்ட அகராதிகலைக்கூறுகள் பலவுண்டு. அவற்றையெல்லாம் அறிவியல் ரீதியில் எடுத்துக்கூறாமலும் அலசாமலும், அகராதித்துறையில் ஈழநாடே தமிழ்நாட்டுக்கு வழிகாட்டியாய் நின்றது என்று எழுதுவது பலவீனமான ஒன்றாகவே நான் கருகிறேன். தவிரவும் கட்டுரையில் குறிப்பிடப்படும் பல மூல அகராதிகளை, புத்தகங்களை நேரடியாகப் பேராசிரியர் பார்வையிடவில்லை என்பதையும் அறிந்துகொள்ள முடிகிறது.

5வது பந்தியில் சாமுவேல் பிஷ் கிறீன் (Dr Samuel Fish Green) என்பதாகக் குறிப்பிடுகிறார். Dr Samuel Fisk Green என்பதைத்தான் இவ்வாறு குறிப்பிட்டுள்ளார். நான்கு எழுத்துக்களைக் கொண்ட ஒரு பெயரை, அதுவும் மீன் என்ற தமிழ்ச்சொல்லிற்கு நிகரான ஆங்கிலப் பெயரைப் பயன்படுத்தியுள்ளார். ஒரே ஒருமுறையாவது ஏதாவது ஒரு புத்தகத்தில் டாக்டர் கிறீன் அவர்களின் ஆங்கிலப் பெயரைப் பார்வையிட்டிருந்தால் இது நிகழ்ந்திருக்காது. (இன்றும், பேராசிரியரின் இக்கட்டுரையை ஆதாரமாக வைத்துக்கொண்டு ஈழத்து அகராதி தொடர்பில் கட்டுரைகள் எழுதும் சிலர் Dr Samuel Fish Green என்றே எழுதிவருகிறார்கள்.)

10வது பந்தியில் ஞானச் சகோதரர் பிலிப்பு 1905 ம் ஆண்டு அளவை நூலொன்றை வெளியிட்டனர். - இதிலும் குறித்த நூலின் தலைப்பைத் தரவில்லை. 10வது பந்தியின் இறுதியில் சின்னத்தம்பி என்பார் நில அளவை சாத்திரத்தைப் பழைய இலக்கண முறைப்படி சூத்திரங்களால் யாத்து ஒரு நூலை வெளியிட்டனர். - இதிலும் குறித்த நூலின் தலைப்பைத் தரவில்லை. 13வது பந்தியில் பண்டிதர் சந்திரசேகரம் என்பார் ஒரு கையகராதியை ஆக்கினார். - இதிலும் குறித்த நூலின் தலைப்பைத் தரவில்லை. அட்டையில் உள்ள A Manual Dictionary of the Tamil language என்பதையோ உட்புறத்தில் தமிழில் குறிப்பிடப்படும் பெயரகராதி என்பதையோ குறிப்பிடவில்லை.

14வது பந்தியில் உள்ள அவர் அதனை வரிசைப்படுத்தி நூல் ஆக்கினார் அது 1842ம் ஆண்டு வண எம்.வின்சிலோவால் வெளியிடப்பட்டது. - இதிலும் குறித்த நூலின் தலைப்பான English and Tamil Dictionary : contains all the more important words in Dr Webster's dictionary of the English Language என்பதைத் தரவில்லை.

15வது பந்தியில் குறிப்பிடும் தமிழ்-ஆங்கில அகராதியின் தலைப்பான A Comprehensive Tamil and English Dictionary of High and Low Tamil என்பது தரப்படவில்லை.

19வது பந்தியில் நா.கதிரைவேற்பிள்ளை அவர்கள் ஓர் அகராதியை 1905ம் ஆண்டு வெளியிட்டனர். - இதிலும் குறித்த அகராதியின் தலைப்பைத் தரவில்லை, இவ்வகராதியையும் பேராசிரியர் பார்வையிடவில்லை என்றே நினைக்க இடமுண்டு. தவிரவும் சதாவதானியின் தமிழ்ப்பேரகராதியானது 1899 இல் வெளியாகியுள்ளது, ஆனால் பேராசிரியர் 1905 என்பதாகக் குறிப்பிடுகிறார். அகராதியின் தலைப்பையும் தராது, வெளியான ஆண்டும் சரியாகக் குறிப்பிடாமல், ஆனால் அது பிழையில்லாது தூயதாய் வெளிவந்தது என்ற சான்றிதழை எங்ஙனம் வழங்கிடமுடியும் ?

24வது பந்தியின் பிற்பகுதியில் சுவாமி ஞானப்பிரகாசர் அவர்கள் இதுகாறும் தமிழ் அகராதி ஆக்குவோர் கைக்கொள்ளாத முறையில் ஓர் தமிழ்-ஆங்கில அகராதியை ஆக்க முயன்றார். - இங்கும் குறித்த அகராதியின் தலைப்புத் தரப்படவில்லை, மேலும் An Etymological and Comparative Lexicon of the Tamil Language என்ற தலைப்புடைய இவ்வகராதியின் 6 பகுதிகள் முறையே 1938, 1940, 1941, 1943, 1944, 1946 ஆகிய ஆண்டுகளில், சுண்ணாகம் திருமகள் அழுத்தகம் அச்சகத்திலேயே அச்சிடப்பட்டு வெளியிடப்பட்டுள்ளன. பேராசிரியர் சில பாகங்களை 1935 ம் ஆண்டு அச்சிட்டும் வெளியாக்கினார் என்று மட்டும் குறிப்பிடுகிறார்.

23வது பந்தியில் நாவலர் கோட்டம் முத்துத்தம்பிப்பிள்ளை அவர்களின் ஆங்கில ஆங்கில தமிழ் அகராதியின் பதிப்பு ஆண்டு 1911 என்று தவறாகக் கொடுத்துள்ளார், உண்மையில் அவ்வகராதி 1907 இல் வெளியாகியுள்ளது.

இதுகாறும் பேராசிரியர் குறிப்பிடாதுவிட்ட அகராதித் தலைப்புகளையும், வெளியான ஆண்டு விபரங்களில் உள்ள மாறுதல்களையும் நோக்கினோம்.

15, 16வது பந்திகள் வண எம்.வின்சிலோ அவர்களால் வெளியிடப்பட்ட தமிழ்-ஆங்கில அகராதி பற்றியது. அதில் "இதுகாறும் வெளிவந்த அகராதிகளில் வெளிவராத பல முறை-

கள் அங்குள்ளன'' என்பதாக மட்டுமே கூறியுள்ளார். அவை என்ன என்பதைப் பற்றிய விளக்கம் இல்லை.

16வது பந்தியினூடாக

''நூலாசிரியர், புலவர், இலக்கியங்களில் வரும் கதாபாத்திரங்கள், தேவர் ஆகியோரின் பெயர் முதலியவையும் அங்கு சேர்க்கப்பட்டுள்ளன'' ,

''தமிழரின் சமயம், சாத்திரம், பழக்கவழக்கம் ஆகியன பற்றியுள்ள செய்திகளையும் அறிந்துகொள்ளலாம்''

என்று கூறிவிட்டு, 17வது பந்தியில் "ஆகவே கிறிஸ்து சமயத்தைப் பரப்புவதற்கு ஒரு கருவி நூலாக எழுந்தபோதும் ஈற்றில் யாவருக்கும் பயன்படும் ஒரு பெருநூலாக அது முடிந்தது என்றவாறு கூறுகிறார். இதில் எவ்வளவு இரு துருவ வேறுபாடு ? கிறிஸ்தவ சமயத்தைப் பரப்புவதற்கான கருவி நூலென்று குறிப்பிட்டுக் குற்றம் சாட்டும்போது, அதற்கான ஆதார உள்ளடக்கப் பதிவுகளைக் எடுத்துக் கூறவேண்டாமா ?

வைமன் கதிரைவேற்பிள்ளை அவர்கள் C.W.Kathiravelpillai's Tamil Dictionary - தமிழ்ச் சொல்லகராதி என்னும் பெயரில், 1904 இல், வண்ணார்பண்ணை மகாசோதிடராகிய வி.சபாபதியையர்க்கும் பிறர்க்கும் உடைய அச்சியந்திரசாலையில் அச்சிட்டு வெளியிட்டிருந்தார். இதில் அ தொடக்கம் அனோர் வரையிலான 7967 சொற்களுக்குப் பொருள் கூறப்பட்டுள்ளது. இது வைமன் கதிரைவேற்பிள்ளை அவர்கள் உயிருடன் இருக்கும் காலத்தில் வெளியானதாகும். 1904 இல் யாழ்ப்பாணத்தில் வெளியான வைமன் கதிரைவேற்பிள்ளையின் தமிழ்ச் சொல்லகராதியில் வைமன் கதிரைவேற்பிள்ளையவர்கள் எழுதிய முன்னுரையின்படி அவர் இதனை 6 தொகுதிகளாக வெளியிடத் திட்டமிட்டிருந்துள்ளதாக அறியமுடிகிறது. அவரது மறைவிற்குப் பின்னர் அகராதித் தொகுப்புச் சேகரங்கள் மதுரைத் தமிழ்ச் சங்கத்திடம், வைமன் கதிரவேற்பிள்ளை அவர்களின் மகன் க.பாலசிங்கம் அவர்களாற் கொடுக்கப்பட்டு, அன்றைய காலத்தில் தமிழ்ச்சங்கத்தின் பொறுப்பிலிருந்த தமிழ் வித்துவான்களின் துணையுடன் 1910, 1912, 1923 ஆகிய ஆண்டுகளில் C.W.Kathiravelpillai's Tamil Dictionary - தமிழ்ச் சொல்லகராதி என்ற பெயரிலேயே மூன்று பாகங்களாக வெளியிடப்பட்டிருந்தன. மதுரைத் தமிழ்ச் சங்கம் இதனை வெளியிட்டிருந்த காரணத்தினால், இது பலராலும் தமிழ்ச்சங்க அகராதி என்று அழைக்கப்பட்டுள்ளது. (தகவலுக்காக - 1998 இல் உலகத் தமிழாராய்ச்சி நிறுவனத்தினால் மூன்று பாகங்களும் மீள் அச்சுச் செய்யப்பட்டபோதும், தொடர்ந்தும் C.W.Kathiravelpillai's Tamil Dictionary - தமிழ்ச் சொல்லகராதி என்ற பெயரிலேதான் வெளியிடப்பட்டுள்ளது.)

விஞ்ஞானமும் அகராதியும் கட்டுரையின் 20, 21 வது பந்திகளூடாக வைமன் கதிரைவேற்பிள்ளை அவர்களின் அகராதி பற்றிய விபரிப்புகள் உள்ளன. ஆனால் பல தவறுகளும் விடுபடல்களும் உள்ளதாகவே அதுவும் உள்ளது. 1904 இல் யாழ்ப்பாணத்தில் வெளியிடப்பட்ட அகராதி பற்றிய செய்தி இல்லை. அது சங்க அகராதி என்ற பெயரோடு வெளிவந்தது என்று தவறான தகவலையே பதிவு செய்கிறார். தவிரவும் 1910 இல் முதற் பாகமும், 1923 இல் மற்றைய இரண்டு பாகங்களும் வெளிவந்தனவென்று, பதிப்பு ஆண்டையும் தவறாகவே

குறிப்பிடுகிறார். இதனால் பேராசிரியர் க.கணபதிப்பிள்ளையவர்கள் குறித்த அகராதியைப் பார்வையிடவில்லை என்ற ஒரு தோற்றப்பட்டாடு ஏற்பட்டாலும், 1904 இல் வைமன் கதி-ரவேற்பிள்ளையவர்கள் தனது முன்னுரையிற் குறிப்பிட்ட அதே வாசகங்களை உள்ளடக்கி "மிகச் சிறந்த தமிழ் அகராதி எதுவும் தற்பவமாகவோ, தற்சமமாகவோ சங்கத மொழியி-லுள்ள சொற்களை உள்ளடக்கவேண்டும் என்பதே அவரின் நோக்கமாகும். இக்குறைபாட்-டைத் தவிர அவர் அகராதி ஏனைய வகையிற் சிறந்து விளங்கிற்று" என்றும் குறிப்பி-டுவதனூடாக அவர் குறித்த அகராதியைப் பார்வையிட்டுள்ளார் என்ற முடிவிற்கும் வர இடமுள்ளது. தவிரவும் ஈழத்துக் குழூஉ இறையனாராக அறிவியலும் அகரமுதலியும் என்ற தலைப்பிலான கட்டுரையெனில் இக்குறைபாடு ஏற்றுக்கொள்ளத்தக்கதாக இருக்கும், ஆனால் விஞ்ஞானமும் அகராதியும் என்ற தலைப்பிலான இக்கட்டுரையில் இவ்வாறான குறைபாடு கூறுவது முரண்நகையாகும். (விஞ்ஞானம் என்பது தமிழ்ச்சொல்லல்ல. | ஈழத்துக் குழூஉ இறையனார் என்பது பேராசிரியர் க.கணபதிப்பிள்ளை அவர்களின் புனைபெயர், தனித்தமிழ் எண்ணக்கருவில் அமைந்த பெயர்.)

வைமன் கதிரைவேற்பிள்ளையின் தமிழ்ச் சொல்லகராதி (முதலாம் பாகம்) என்ற பெயரில், 1904 இல் யாழ்ப்பாணத்தில் ஒரு அகராதி வெளிவந்ததென்பதை மறைத்து, மது-ரைத் தமிழ்ச் சங்கத்திற்குப் பெருமை சேர்க்குமாறு செயற்படவேண்டிய காரணம் என்னவென்-றும் ஆராயவேண்டிய ஒன்றாகும். 26வது பந்தியில் காணப்படும் "தமிழ் நாட்டில் நிகண்டு-கள் எழுந்தன" என்ற வாசகமானது, ஈழநாட்டில் எழுந்த நிகண்டுகளான,

1. 1876 சிந்தாமணி நிகண்டு - வல்வை வைத்தியலிங்கம்பிள்ளை,

2. 1889 நேர்ச்சொல் நிகண்டு - புலோலி சதாசிவம்பிள்ளை ஆகியவற்றை பேராசிரியர் அறிந்திருக்கவில்லை, அதாவது ஈழத்தில் நிகண்டுகள் தோன்றியுள்ளவென அறிந்திருக்க-வில்லை என்பதனாலேயே அவர் மேற்கண்டவாறு எழுதியுள்ளார்.

6. ஈழத்தில் அகராதித்துறையின் இன்றைய நிலை: இலங்கைத் தீவில் பேசப்படும் மற்-றொரு மொழியான சிங்கள மொழியின் அகராதித்துறை எவ்வாறு தோற்றம் பெற்றது, இன்று எவ்வாறு செயற்பட்டுக்கொண்டிருக்கிறது என்பதை http://www.dictionary.gov.lk/index.php?option=com_content&view=article&id=2&Itemid=104&lang=ta இணைப்பினூடாகத் தமிழில் பார்வையிட முடிகிறது. 1845 இல் ஆரம்பிக்கப்பட்ட றோயல் ஆசிய சங்கத்தின் இலங்கைக்கிளையில் இருந்து இன்றைய சிங்கள அகராதி அலுவலகம், அதன் படிமுறை வளர்ச்சி, அண்மைக்கால அவர்களது அகராதி வெளியீடுகள் வரை அறிந்துகொள்ள முடிகிறது.

இதே நிலையில் தமிழில் அகராதித்துறைக்காக எந்தவொரு நிறுவனமும் தோற்றம் பெற்-றதாகவோ செயற்பட்டதாகவோ தகவல்களில்லை. பல்கலைக்கழக மட்டத்தில் அகராதியி-யல் சார்ந்த செயற்பாடுகளுக்கு களம் எதுவும் ஆரம்பிக்கப்படவில்லை. தமிழ் மொழியியல் அறிஞர்கள், பேராசிரியப் பெருந்தகைகள் என்று ஒரு சிலரைக்குறிப்பிட முடியும். ஆனால் lexicography என்ற அகராதியியல் துறையில் துறைபோகிய தொடர் செயற்பாட்டாளர், அறிஞர் என்று பெயர் குறிப்பிடும்படி எவரும் இல்லை என்ற உண்மையை கசப்புடன் ஒத்-துக்கொள்ளும் நிலைதான் உள்ளது. ஈழத்தில் கடந்த காலங்களில் கோலோச்சிச் சாதனை படைத்த கல்வித்துறைத் தமிழ்ப் பேராசிரியர்கள் அகராதித்துறையை கவனத்தில் கொள்ளா-

துவிட்டது கவலைக்குரிய விடயமே. 2005 இல் வெளியான ஈழத்துத் தமிழ் சிறப்புச் சொற்கள் என்ற அகராதியைத் தந்த பேராசிரியர் சுபதினி ரமேஷ் அவர்கள் நீங்கலாக இன்றளவும் ஈழத்தவர்களால் செய்யப்பட்ட அகராதிகள் யாவும் கல்வித்துறைக்கு வெளியில் உள்ளவர்களாலேயே உருவாக்கப்பட்டுள்ளது.

நானறிந்தவரையில் 200 இற்கும் அதிகமான ஆராய்ச்சிக் கட்டுரைகளில் மேற்கோள் காட்டப்பட்ட ஒரு நூல் ஈழத்து வாழ்வும் வளமும். இன்றும் அதன் தேவை இருக்கிற காரணத்தினாற்றான் நான்காவது பதிப்பு, இந்த ஆண்டின் தொடக்கத்தில் வெளியாகியுள்ளது. ஈழத்தின் அகராதி முயற்சிகள் தொடர்பில் கட்டுரை வரையும் எவருமே இக்கட்டுரையை மேற்கோள் காட்டத்தவறுவதில்லை. ஆனால் யாருமே இக்கட்டுரையின் போதாமைகளை, தவறுகளைப் பொதுவெளியில் சுட்டி எழுதவில்லை.

பாடத்திட்டத்தில் கட்டுரை இணைக்கப்பட்ட காரணத்தினால் இலங்கை முழுவதும் உள்ள தமிழாசிரியர்கள், குறிப்பாக தரம் 12-13 இற்குப் பாடம் சொல்லித்தரும் தமிழாசிரியர்கள் அனைவருக்கும் விஞ்ஞானமும் அகராதியும் என்ற கட்டுரையைக் கற்பிக்கும் வாய்ப்பும் ஏற்பட்டுள்ளது. இதில் எத்தனை ஆசிரியர்கள் கட்டுரையின் குறைபாடுகளைத் தெரிந்துகொண்டார்கள் ? பொதுவெளியில் அல்லது தேசிய கல்வியியல் நிறுவனத்தின் தமிழ்ப்பிரிவிற்குத் தெரிவித்துள்ளார்கள் ? என்பதும் அறியமுடியவில்லை.

மேலும் இக்கட்டுரையினைப் பாடத்திட்டத்திற் பரிந்துரைத்த பெருந்தகை யாரென்பதைத் தெரிந்து கொள்வதற்காக தேசிய கல்வியியல் நிறுவனத்தின் தமிழ்ப்பிரிவை மின்-அஞ்சலில் 2016 ஜனவரியில் தொடர்புகொண்டபோதும், இன்றுவரை பதில் இல்லை. இந்நிலையில் புதிய சொல் மீள் உரையாடல்களுக்குக் களம் அமைத்துள்ளதை நான் வரவேற்கிறேன், வாழ்த்துகிறேன். இவ்வாறாக கடந்த காலங்களில் வரையப்பட்ட பல விடயங்கள் மீள் உரையாடலுக்கு உட்படுத்தப்படவேண்டியவை. **விஞ்ஞானமும் அகராதியும் என்ற கட்டுரையின் மீள் உரையாடல் என்ற நிலையில் இருந்து ஈழத்தின் அகராதித்துறைச் செயற்பாடுகள், பதிவுகள் நோக்கிய மீள் உரையாடலாக மாற்றப்படுமாயின் சிறப்பானதாக அமையும்** என்ற என் பெருவிருப்பையும் இத்தால் பதிவு செய்கிறேன்.

எங்கடை புறெபசர் என்ற அன்பிழையினைவிட எங்கள் மொழி, அறிவியல்பூர்வமான அணுகுமுறை என்பது ஆழமனது, அகலமானது. எங்கள் தாத்தா யானை வைத்திருந்தார் என்ற வீண் தற்பெருமைகளைத் தவிர்த்து களநிலையறிந்து, யதார்த்த உண்மைகளுடன் உரையாடுவதே, தொடர்வதே சிறப்பானதாகும்.

3. ஈழத்து இலக்கியம்

தொகுப்பு நூல்கள் என்றால் தனி விருப்பம். ஒரு புத்தகத்தின் மூலம் பல ஆக்கங்களையும், பல எழுத்தாளர்களையும் அறிந்து கொள்ள முடிகிற மகிழ்ச்சி. அதுவும் அத்தொகுப்பாளர் எந்தவித தனிப்பட்ட விருப்பு வெறுப்புகளுக்கும் ஆளாகாமல், அத்தொகுப்பினைத் தரும் போது அது இரட்டிப்பான மகிழ்ச்சியைத் தருகிறது. அவ்வாறு நான் மிகவும் விரும்பிப் படித்த, பாதுகாத்து வைத்திருக்கிற புத்தகங்களில் செ.யோகநாதன், யோ.சுந்தரலட்சுமி ஆகியோரால் தொகுக்கப்பட்ட வெள்ளிப் பாதசரம் ஒன்றாகும், அதன் கனமான முன்னுரை கார-

ணமாக தனித்துவமான ஒரு சிறப்பிடத்தைப் பெற்றுள்ள இப்புத்தகம் இருபதாம் நூற்றாண்டின் ஈழத்துச் சிறுகதைகள் பலவற்றைக் கொண்டது. 1993 இல் வெளியான இந்தப் புத்தகத்தின் முன்னுரை பல தரவுகளைத் தரவல்லது, ஆகையால் இணையத்தில் இருப்பது நல்லது என்ற நோக்கில் இதனை நான் இங்கு பகிர்ந்துகொள்கிறேன்....

நவீன ஈழத்துப் படைப்பிலக்கியம் பற்றி பூமிப்பந்தெங்கணும் இன்று பேச்சடிபடுகின்றது. இலங்கையில் ஏற்பட்ட மோசமான இனக்கலவரத்தின் பயனாக பல்லாயிரக்கணக்கான ஈழத்தமிழர்கள் அகதிகளாய் உலகின் பல்வேறு பகுதிகளுக்கும் சென்று அடைக்கலம் புகுந்திருக்கிறார்கள். பல்வேறு இடர்களுக்கு நடுவேயும் அவர்கள் நமது பண்பாட்டு அடையாளங்களை வெளிப்படுத்தி வருகிறார்கள். கலாச்சார வெளிப்பாடுகளை ஊக்கத்தோடு நிகழ்த்துகிறார்கள். இலக்கிய ரீதியான அவர்களின் முயற்சிகளை அவர்களது பல்வேறு விதமான பத்திரிகை, நூல் வெளியீட்டு முயற்சிகள் தெரியப்படுத்துகின்றன. இந்தவிதமான புலம்பெயர்ந்த இலக்கிய முயற்சி, ஈழத்தின் இலக்கிய முயற்சிகளின் இன்னொரு பரிணாமமே என்பதனை வாதிட்டு நிறுவ வேண்டியதில்லை. உலக ரீதியாகவே ஈழத் தமிழர்களால் தெரியப்படுத்தப்பட்டு வரும் இந்த இலக்கிய முயற்சியை உலகெங்கும் வாழ்ந்துவரும் தமிழர்கள் மிகுந்த ஆர்வத்துடன் நோக்குகிறார்கள். ஆழத்து இலக்கியத்தின் வளத்தினை முழுமையாக அறிவதற்கு விரும்புகிறார்கள். ஈழத்தமிழருக்கு மட்டுமன்றி எல்லா உலகத் தமிழருக்குமே ஈழத்துச் சிறுகதைப் போக்கினையும் செழுமையையும் அறிந்து கொள்ளவதற்கு இந்தத் தொகுதிகள் உதவி செய்யும். அதன் காரணமே அக்கதைத் தொகுதிகளுக்கான இந்த விரிவான அறிமுகவுரை.

தமிழைத் தாய்மொழியாகக் கொண்டுள்ள மக்கள் உலகின் பல்வேறு பகுதிகளிலும் இன்று வாழ்ந்து வருகின்றார்கள். இந்தியா, இலங்கை, மலேஷியா, சிங்கப்பூர், தென்னாப்பரிக்கா, பிஜித் தீவுகள், மொரிஷியஸ் என்பவை இவற்றிலே குறிப்பிட்டுச் சொல்லத் தக்கவை. மேற்கூறியவற்றுள், இந்தியா இந்தத் தமிழ்பேசும் மக்கள் திரளின் முதல் வசிப்பிடமாகும். இந்தப் பிரதேசத்திலிருந்துதான் மற்ற நாடுகளுக்கு தமிழர்கள் புலம் பெயர்ந்து போயினர்.

இவ்வாறு தமிழர்கள் புலம்பெயர்ந்து சென்று வாழ்கின்ற நாடுகளில் இலங்கை மிகவும் முக்கியமானது. இலங்கை தவிர்ந்த மற்ற நாடுகளின் புலப்பெயர்ச்சி கி.பி. பத்தொன்பதாம் நூற்றாண்டின் பின்னரே தொடங்கிற்று. ஆனால் இலங்கையைப் பொறுத்தமட்டில் கிறிஸ்துவுக்கு முற்பட்ட காலத்திலிருந்தே இப்புலப் பெயர்வு நடைபெற்று வந்திருக்கிறது. இந்தியாவுக்கு வெகு அருகிலே இலங்கை அமைந்திருப்பதே இதற்குக் காரணம் என்பதை விளக்கிச்சொல்ல வேண்டியதில்லை. அருகிலிருந்த காரணத்தால் அதிக தொகையில் புலம்பெயர்ந்து, தமது வாழிடத்தை இங்கே உருவாக்கிக் கொண்டனர் தனியாகவே வாழவும் தொடங்கினர். தமிழ்மொழி என்ற பொதுத்தன்மை ஒன்றினைவிட மொழி அமைப்பு முதல் பண்பாட்டுப் பழக்கங்கள், பொருளியல், சிந்தனைப் போக்குகள் வரை தங்களுக்கென்று பல தனித்தன்மைகளை இவர்கள் கொண்டு வாழத்தொடங்கினார்கள். இலக்கிய வளர்ச்சிப்போக்கும் இந்தத் தனித்துவ நெறி வழியிலேயே அமைந்தது. தமிழலக்கியம் என்று குறிக்கப்படும்போது அது தமிழ் நாட்டிலே மட்டும் தோன்றுகின்ற இலக்கியமாக இருக்க முடியாத நிலைமையும் உண்டாகியுள்ளது. ஆங்கில, அமெரிக்க இலக்கியங்கள் ஆங்கில மொழியிலே எழுதப்பட்டாலும் சொற்கள், மொழிநடை, உள்ளடக்க முறைகள் என்பன எத்தனையோ வேறுபாடுகளைக் கொண்டிருப்பதைப் போலவே தமிழகத்தில் வளர்ந்த இலக்கியத்திற்கும், ஈழத்து இலக்கியத்-

திற்கும் வேறுபாடுகள் காணப்படுகின்றன. மேலே கூறிய அமெரிக்க, பிரித்தானிய மக்களின் வாழ்க்கை முறைகளும் இவ்விதமே வித்தியாசப்பட்டுள்ளன.

பழந்தமிழ் இலக்கிய மரபில் இலங்கை ' ஈழம்'' என்றே குறிக்கப்பட்டு வருகின்றது. 'ஈழ மண்டல நாடெங்கள் நாடே'' என்று பேசப்பட்டு வந்திருக்கின்றது, ஈழத்தமிழிலக்கியத்தின் சமூக அடிப்படை, இலங்கையில் வாழ்ந்து வருகின்ற தமிழ்ப் பேசம் மக்கள்திரளின் வாழ்க்கை அமைப்பேயாகும். அத்திரளில் மூன்று முக்கிய பிரிவுகள் உள்ளன. அகமொழி, சமய பண்பாடு, சமூக அமைப்புமுறை என்பவற்றின் அடிப்படையிலே இம் மூன்று பிரிவினரும் அமைகின்றார்கள். ஒன்று இங்கு வரலாற்றுக் காலம் முதல் பரம்பரை பரம்பரையாக வாழ்ந்து வருகின்ற தமிழர்கள். இவர்கள் இலங்கையின் வட, கிழக்குப் பகுதியிலே பெரும்பான்மையினராக வாழ்கின்றனர். இரண்டு இலங்கையின் வடக்கு, கிழக்கு தெற்கு, மத்திய பகுதிகளிலே தலைமுறை தலை முறைகளாக வாழ்ந்து வருகின்ற இஸ்லாமிய சமயத்தினர். மூன்று த்தொன்பதாம் நூற்றாண்டின் மத்திய பகுதியில் பிரித்தானியரால் இந்தியாவில் இருந்து, இலங்கையின் தேயிலை ரப்பர் ஆகிய பொருந்தோட்டங்களுக்குக் கொண்டு வரப்பட்ட தென்னிந்தியத் தமிழர்கள்.

இம்மூன்று பிரிவினரையும் மொழி அடிப்படையில் ஒரே தொகுதியினராக நோக்கும் போக்கு வளர்ந்துள்ளது. முதலாவது, மூன்றாவசது பிரிவினரை இறுக இணைப்பதற்கான அரசியல் சமூக இயக்கங்கள் கடந்த தசாப்தங்களாக இயங்கி வருகின்றன.

இலங்கையின் பண்பாட்டு அமைப்பில் இலங்கைத் தமிழர்கள் என அழைக்கப்படுவர்கள் முதலாவது பிரிவைச் சேர்ந்தவர்களே. வரலாற்றுக் காலந்தொடங்கி, பின்னர் ஏற்பட்ட தென்னிந்தியப் புலப் பெயர்வால் வந்து குடியேறி புவியியல், பண்பாட்டு அடிபெ;படையில் அவர்கள் தனித்துவமான வாழ்க்கையை வாழ்பவர்கள். இலங்கையின் மக்கட்தொகை விபரத்தை தோராயமாக பின் வருமாறு குறிப்பிடலாம்: சிங்களவர் தவிர இலங்கைத் தமிழர் 11.2% இந்தியத் தமிழர்9.3% இலங்கை முஸ்லிம்கள். 6.5% தமிழ் மொழியைப் பேசுகின்றவர்கள் 27% ஆக மொத்த மக்கட்தொகையில் உள்ளனர். (இது 1975-ம் ஆண்டு மக்கட் தொகை விபரம்.)

***

ஈழத்து இலக்கிய மரபின் முதல்வராக சங்க இலக்கியப் புலவர் பட்டியலில் குறிப்பிடப்படும் ஈழத்துப் பூதந்தேவனார் செய்யுட்களில் ஆழத்தைப் பற்றிய எந்தத் தகவல்களும் காணப்படவில்லை. இலங்கையில் இன்றுகிடைக்கின்ற காலத்தால் முந்திய தமிழ் நூல் (கி.பி 1310) போசராசரால் எழுதப்பட்ட ''சரசோதிட மாலை'' என்பது.

கி.பி. பதின்மூன்றாம் நூற்றாண்டின் இறுதியில் யாழ்ப்பாண ராச்சியம் உருளவாயிற்று. இந்த அரசு போர்த்துக்கேயர் 1619-ல் வடபகுதியை வெற்றி கொள்ளும் வரை நீடித்தது. இந்த யாழ்ப்பாண ராச்சிய ஆட்சியில் இலக்கியம் குறிப்பிடத்தக்க வளர்ச்சியினைப் பெற்றது. அரசகேசரி, காளிதாசரின் இரகுவம்சத்தை முதனூலாகக் கொண்டெழுதிய செய்யுள் நூல் இதில் குறிப்பிட்டுச் சொல்லத்தக்கது.

1619 முதல் 1796 வரை போர்த்துக்கேயரும் ஒல்லாந்தரும் இலங்கையின் பெரும்பகுதியை அரசாட்சி செய்தனர். இந்தக் காலப் பகுதியில் கிறிஸ்தவ சமயம் பரவத் தொடங்கியது. கிறிஸ்தவ, சைவ சமயம் சார்ந்த இலக்கியங்கள் உருவாகத் தொடங்கின.

1796-ல் ஆல் இலங்கையில் ஆங்கிலேயர் ஆட்சி ஏற்பட்டது. ஆங்கிலத் திருச்சபையும், அமெரிக்க மிஷனரிகளும் சமய மாற்றத்தை முக்கியமாக மனங்கொண்டு இலக்கியங்களை உருவாக்கினர். இந்தப் போக்குக்கு எதிராக வசன நடைகை வந்த வல்லாளரான ஆறுமுக நாவலர் (1822-1879) ஒரு இயக்கமாகவே செயற்பட்டார். சைவத்தையும், தமிழையும் வாழ்விக்க வந்தவராக நாவலர் கருதப்பட்டார். அவர் கிறிஸ்தவருக்கு தமிழ் போதித்ததோடு நில்லாது, பைபிளையும் தமிழிலே அழகுற மொழி பெயர்த்தார்.

நாவலரது இலக்கிய, சமயப்பணிகள், தமிழரிடையே பண்பாட்டு இயக்கமொன்றினையே உருவாக்கிற்று. தமிழ் இலக்கியக் கல்வி, இலக்கிய பாரம்பரியம் என்பனவற்றின் ஈழத்தின் தனித்துவத்தை நிலை நிறுத்துவதில் நாவலரின் பங்களிப்பு உன்னதாமானது. அவர் நவீன தமிழ் அச்சு, பதிப்புத் துறைகளில் ஈடிணையற்ற சாதனைகளை உருவாக்கிச் சென்றிருக்கி-றார். இவரது வழியில் தமிழ் தந்த தாமோதரனார் என்றழைக்கப்படும் சி. வை. தாமோதரம் பிள்ள (1832-1910) ஆகியோர் உழைத்தனர்.

இலக்கண நூல்கள் ஈழத்தில் தோன்றியது போலவே அகராதிகளும் உருவாகின. 1842-ம் ஆண்டில் போரகராதியும், தொடர்ந்து ''உவின்ஸ்லோ'' அகராதியும் வெளியாகின. இலக்கிய முயற்சிகளுக்கு இது உந்து சக்தியாக அமைந்தது.ஆர்னல்ட் சதாசிவம் பிள்ள என்பவர் 1866-ல் ''பாவலர் சரித்திர தீபகம்'' என்ற தமிழ்ப்புலவர் சரித்திர நூலை எழுதினார். அத்-தோடு சிறுகதைப் போக்கிலமைந்த ''நன்னெறிக் கதாசங்கிரகத்தை''யும் வெளியிட்டார்.

1876-ல் தமிழின் முதலாவது நாவலான பிரதாப முதலியார் சரித்திரம் வெளியாகிற்று. இது வெளியாகி ஒன்பது ஆண்டுகளில் இலங்கையில் கண்டியைச் சேர்ந்தவரான அறிஞர் சித்திலெவ்வை (1838-1898) அஸன்பே சரித்திரம் என்ற நாவலை எழுதி வெளியிட்டார்.

1895-ல் தி.த. சரவணமுத்துப் பிள்ளையின் ''மோகனாங்கியும்'', 1891-ல் எஸ் இன்-னாசித்தம்பியின் ஊசோன் பாலந்தை கதையும் வெளியாகின. இவர்கள் இருவரும் திரு-கோணமலையைச் சேர்ந்தவர்கள் ''மோகனாங்கி'' நாவல் தமிழ்நாட்டு வரலாற்று மூலங்களை ஆராய்ந்து எழுதப்பட்ட நாவல். இதுவே தமிழில் தோன்றியே முதல் வரலாற்று நாவல் என்ற பெருமையினைப் பெறுகின்றது.

''இடைக்காடர்'' என்னும் புனைபெயரை வைத்துக்கொண்டு எழுதத் தொரடங்கியவர் நாவலாசிரியர் நாகமுத்து (1868-1932). இவர் 'நீலகண்டன்', 'சித்தகுமாரன்' ஆகிய இரண்டு நாவல்களையும, 'சிறிய வினோதக் கதை'களையும் எழுதியவர். யாழ்ப்பாணத்தின் பல கிராமங்களையும் கண்டி, அனுராதபுரம் போன்ற நகரங்களையும் பினனணியாகக் கொண்ட இந்த மண் மணங்கமழும் நாவல் முற்று முழுதாகவே ஒரு ஈழத்துக்கதையாக மிளிர்கின்றது.

இருபதாம் ந}ற்றாண்டு ஈழத்து இலக்கிய முதல்வராகப் புகழ்ந்துரைக்கப்படும் பாவலர் துரையப்பா பிள்ளை (1872-1929) மாகவி பாரதியின் சமகாலத்தவர். இவருடைய படைப்-புக்கள் ஈழத்தின் படைப்பிலக்கியத்தினை ஒரு புதிய தளத்திற்கு இட்டுச் சென்றன.

***

1930-ம் ஆண்டின் பின் உப்புச் சத்தியாக்கிரகத்தின் விளைவாக தமிழக இலக்கியத்தில் ஒரு வேகம் தோன்றிற்று. இலக்கிய முயற்சிகளுக்காகவே 'மணிக்கொடி' தோன்றிற்ற. 1932-ல் இலங்கையில் டொனமூர் அரசியல் திட்டம், படித்த மத்தியதர வர்க்கத்திடையே இலக்-

கிய விழிப்புணர்ச்சியை உண்டாக்கிற்று. அரசியல் நோக்கத்திற்காக பத்திரிகைகளும் சஞ்சிகைகளுடன் தோற்றுவிக்கப்பட்டன. தென்னிந்திய இலக்கியத் தளங்கள், அக்கால ஈழத்து எழுத்தாளர்களை ஈர்த்தன. எனவே உருவச் செழுமையுடன் சிறுகதைகள் எழுதப்படலாயின. இப்படி எழுத்துத்துறைக்கு வந்த சிறுகரை முன்னோடிகள், இலங்கையர்கோன், சி. வைத்தியலிங்கம், சம்பந்தன் ஆகியோர் இவர்களின் எழுத்துக்கள் தமிழகத்தில் ஆனந்தவிகடன், கலைமகள், கிராம ஊழியன், ஆகிய இதழ்களில் வெளியாகின ஈழகேசரியும் இங்கே கதைகளைப் பிரசுரித்தது. மணிக்கொடியின் மறைவின் பின்னே தமிழகத்தில் ''கலாமோகினி'', ''பாரதா தேவி'', ''சூறாவளி'' போன்ற பத்திரிகைகள் தோன்றின இந்த இதழ்களிலும் ஈழத்து முன்னோடிச் சிறுகதையாளரான இம் மூவரும் தொடர்ந்து எழுதினார்கள்.

மணிக்கொடியின் தாக்கம் இலங்கையில் மறு மலர்ச்சிச் சங்கத்தை உருவாக்கிற்று. இலக்கிய ஆர்வங்கொண்ட இளைஞர்களான தி.ச. வரதராசன் (வரதர்), அ.செ. முருகானந்தம், நாவற்குழியூர் நடராசன், அ.ந.கந்தசாமி, ச.பஞ்சாட்சர சர்மா ஆகியோர் இதில் பங்கு கொண்டிருந்தனர். 1945-ம் ஆண்டு ''மறுமலர்ச்சி'' என்ற இதழ் வெளி வந்து மூன்று ஆண்டுகள் வெளியாகி நவீன இலக்கியத்தை ஒரு பாய்ச்சலோடு முன்னெடுத்துச் சென்றது. மறுமலர்ச்சியைப் போலவே ஈழகேசரி இதழும் தனது பண்ணையில் பல எழுத்தாளர்களை உருவாக்கி வளர்த்தது. அவர்களில் சு. இராஜநாயகம், சொக்கன், வ. அ. இராச ரத்தினம் சு.வே. கனக செந்திநாதன் ஆசியோரும் அடங்குவர்.

1936-ம் ஆண்டளவில் பிரேம்சந்த் தலைமையில் அகில இந்திய முற்போக்கு எழுத்தாளர் சங்கம் தோன்றிற்று. முல்க்ராஜ் ஆனந்த், யஷ்பால், கே. ஏ. அப்பாஸ் ஆகியோர் இதன் முக்கியஸ்தர்கள். இதன் எதிரொலியாக 1940 களில் ஈழத்திலும் முற்போக்கு இடதுசாரி சார்பான எழுத்தாளர்களும் பத்திரிகைகளும் தோன்றின. ''பாட்டாளி'', ''பாரதி'' ஆகிய இதழ்கள் கே. கணேஷ், கே. ராமநாதன், எம்.பி. பாரதி ஆகியோரை வெளிப்படுத்திற்று.

1946 ஆண்டில் ''இலங்கை முற்போக்கு எழுத்தாளர் சங்கம்'' தோன்றிற்று முற்போக்கு எண்ணங் கொண்ட சகல எழுத்தாயளர்களையும் ஒன்றிணைத்து கலை இலக்கிய மேம்பாட்டிற்கு உழைப்பதை இது தனது கொள்கைகளில் ஒன்றாகப் பிரகடனம் செய்தது. 1956-ம் ஆண்டிலிருந்து உத்வேகத்துடன் செயற்படத் தொடங்கிற்று இது.

ஈழத்திலே உருவாக்கப்படுகின்றன தமிழ் இலக்கியம் ஈழத்துமக்களின் வாழ்க்கைப் பிரச்சினைகளை அடிப்படையாக வைக்கவேண்டுமென்ற கருத்து இக்காலப் பகுதியிலே முன் வைக்கப்பட்டது. இந்த ''மண்வாசனை'', ''ஈழத்திலக்கியம்'' என்னும் குரலே தேசிய இலக்கியம் என்கின்ற கருத்தாக்கத்திற்கு அடியெடுத்துக் கொடுத்தது. ''நமது நாடு, நமது மக்கள், நமது அரசியல் பொருளாதார அமைப்பு, நமது கலாச்சாரப் பாராம்பரியம் முதலியவற்றைப் பிரதிபலித்து விளக்கமும் விமர்சனமுமாக அமையும் சிந்தனைகளும் உணர்வுகளும் இலக்கிய வளங்களாகத் தோற்ற வேண்டுமென்பதே தேசிய இலக்கிய வாதத்தின் அடிப்படையாகும்'' என்றார் பேராசிரியர் கைலாசபதி.

இந்தப் போக்கு பல்வேறு தளங்களிலும் செறிந்து ஈழத்து எழுத்தை வளப்படுத்திற்று.முற்போக்கு இலக்கிய அணியோடு முரண்பட்ட எழுத்தாளர்கள் தனி அமைப்புகளாக இயங்கினார்கள். யாழ்ப்பாணத் தமிழ் எழுத்தாளர் சங்கம், இலங்கைத் தமிழ் எழுத்தாளர் சங்கமாக மாற்றம் பெற்று எந்த சித்தாந்தத்தையும் சாராமல் எழுதுகிறது எழுத்தாளர்களாக தனது சார்-

பாளர்களைப் பிரகடனப்படுத்திற்று. எனினும் இவர்களில் பலர் பிரதேச வழக்குடன் மண்மணம் கமழ எழுதி வந்தார்கள். இதன் தொடர்ச்சியாக ''யாழ் இலக்கிய வட்டம்'' செயற்பட ஆரம்பித்தது.

1960-ம் ஆண்டு முதல் பாலர் வகுப்பு முதல் பல்கலைக்கழகம் வரை தமிழே பயிற்று மொழியாகிற்று. இதன் பயனாக புதிய இளைஞர்கள் எழுத்துத்துறைக்கு ஆர்வத்துடன் வரலாயினர்.

தொடர்ச்சியாக ஏற்பட்ட இனக்கலவரங்கள் உச்ச கட்டத்திற்கு போனபோது நிறையத் தமிழர்கள் குறிப்பாக இளைஞர்கள் வெளிநாடுகளுக்கு அகதிகளாகத் தஞ்சம் புகுந்தனர். தமது மனக் கொதிப்பையும் உணர்வுகளையும் அங்கேயே வெளியான பத்திரிகைகள் மூலம் படைப்பிலக்கியங்களாக இவர்கள் கொட்டித் தீர்த்து வருகின்றனர். இவ்விதம் புலம்பெயர்ந்தோர் இலக்கியம் உருவாகியுள்ளது. இதுவே இன்றைய ஈழத்து இலக்கியத்தின் இன்னொரு பரிணாமம்.

***

1960-ஆம் ஆண்டுவரையில் மட்டக்கிளப்பிலே எழுத்தாளர் சங்கம் எதுவும் தோன்றவில்லை.எஸ். பொன்னுத்துரையின் ஆர்வமும், முயற்சியும் கிழக்கு மாகாணத்தில் பல எழுத்தாளர் சங்கங்கள் தோன்ற வழி வகுத்தன. "மட்டக்கிளப்பு தமிழ் எழுத்தாளர் சங்கம்", "கல்முனைத் தமிழ் எழுத்தாளர் சங்கம்", "திரிகோணமலை எழுத்தாளர் சங்கம்", "கிண்ணியாத் தமிழ் எழுத்தாளர் சங்கம்" என்பவற்றை இணைந்து கிழக்கிலங்கைத் தமிழ் எழுத்தாளர் சங்கம் உருவாக்கப்பட்டது. இதன் தலைவராக எ..ப் எக்ஸ்ஸி நடராசாவும், பொதுச் செயலாளராக எஸ். பொன்னுத்துரையும் பணியாற்றினர்.

கிழக்கிலங்கையின் இலக்கிய வளர்ச்சிக்கு இதன் செயற்பாடு உதவிற்று ஈழத்திலக்கியத்திற்கு வளம் சேர்த்தது.

***

மலையகத் தொழிலாளர் வாழ்வைப் பொறுத்த வரை 1920-1940 வரை முக்கியமான காலமாகும். தஞ்சாவூரில் பிறந்து இலங்கைக்கு வந்து மலையக மக்களுக்கா அல்லும் பகலுமுழைத்த தொழிங்சங்க வாதியான கோ. நடேசைய்யரின் அரும்பணிக்காலம் இது. இவரின் எழுத்துக்கள் மலையக மக்களை எழுச்சியுற வைத்தன. பத்திரிகையாளரான இவர் சிறுகரையும் எழுதியுள்ளார்.

இரவீந்திரநாத தாகூர் 1934 ஆண்டு இலங்கைக்கு வந்தார். அப்போது இருபது வயது நிரம்பிய சி.வி. வேலுப்பிள்ளை என்ற இளைஞர் "பத்மாஜனி" என்ற ஆங்கில இசை நாடகத்தை எழுதிவைத்திருந்தார். அதை தாகூரிடம் கொடுத்து வாழ்த்துப் பெற்றார். இதே கவிஞர் மலையக மக்களின் துன்பவாழ்வை வெளியுலகிற்கு தன் கவிதைகள் மூலம் தெரியப்படுத்தினார். பின்னர் இவர் பாராளமன்றப் பிரதிநிதியானார். 1948-ம் ஆண்டு குடியுரிமைச் சட்டம் வஞ்சகமாக மலை நாட்டு மக்களின் குடியுரிமையைப் பறித்தது. சோகமும் சினமுமாக இவரது கவிதைகள் இக்காலத்தில் வெளிப்பட்டன.

1960-ம் ஆண்டுகளில் விழிப்புற்றதொரு மலையகப் பரம்பரை தோன்றிற்று. இவர்கள் புதுமையையும், போராட்டங்களையும் அனல் தெறிக்கும் எழுத்துகளையும் தமது தோழமையாகக் கொண்டவர்கள். 1828-ம் ஆண்டிலிருந்து தோன்றிய மலையக மக்களின் துயரத்தை

இவர்களது நெஞ்சம், ஆறாத் தழும்பாகக் கொண்டிருந்தது. இதற்கு அவர்கள் இலக்கிய வெளிப்பாட்டால் எதிர்க்குரல் கொடுத்தன். இதை சி.வி. வேலுப் பிள்ளை ஆதரித்து அந்தப் படைப்பாளிகளை உற்சாகப்படுத்தினார். இப்படி உயிர்த் துடிப்புடன் 1960 களில் தோன்றிய மலையக இலக்கியத்தின் முன்னோடிகளாக என்.எஸ்.எம், ராமையா, கே. கணேஷ், தெளிவத்தை ஜோசப், சாரல்நாடன், மலரன்பன் சி. பன்னீர்ச்செல்வம் போன்றோர் தோன்றினார்கள்.

மலையக எழுத்தை வளர்ப்பதில் 'வீரகேசரி'ப் பத்திரிகை பெரும் பங்கை வகித்தது. அதில் தோட்ட மஞ்சரிக்கு பொறுப்பாயிருந்த எஸ்.எம். கார்மேகம் மலையக எழுத்தாளர்களை உற்சாகப்படுத்தி எழுத வைத்தார் சிறுகதைப் போட்டிகள் மூலம் இன்றைய பிரபல மலையக எழுத்தாளர்களை வெளிச்சத்துக்கு கொண்டு வந்தார். இவரின் முயற்சிக்கு பெரி கந்தசாமி, இரா. சிவலிங்கம், பொஸ்கோஸ், கருப்பையா, செந்தூரன் ஆகியோர் பக்கபலமாயிருந்தனர். இவர்கள் பொறுப்பேற்றிருந்த மலைநாட்டு எழுத்தாளர் மன்றம் மலையக எழுத்தாளரை ஸ்தபன அமைப்பின் மூலம் முன்னேறச் செய்தது. இந்த முக்கியமான பணியை சாரல் நாடன், அந்தனி ஜீவா ஆகியோர் இன்று தொடருகின்றனர். "கொழுந்து", "குன்றின் குரல்", "மல்லிகை" ஆகிய இதழ்கள் மலையக எழுத்தை வளர்ப்பதில் முழு ஆர்வங்காட்டுகின்றன. மலையகச் சிறுகதைகள் சர்வதேச அளவில் நடத்தப்படும் போட்டிகளில் முதலிடம் பெறுபதையும் இங்கே சுட்டிக் காட்ட வேண்டும். ஈழத்து இலக்கியத்தினை செழுமைப்படுத்தும் பிரதான ஆற்றலை இன்று மலையகம் பெற்றிருப்பது இந்த வரலாற்றின் விளைவுதான்.

***

வடக்கு, கிழக்கு, மலையகம் தவிர மேற்கு தென்னிலங்கையில் தனித்துவமானதும் பிரதேச மணங்கமழ்வதுமான படைப்புகள் தோன்றிய வண்ணமே உள்ளன. இந்த எழுத்துக்களை உள்ளிடக்கியே ஈழத்து இலக்கியத்தை சரியாக அடையாளங்காட்ட முடியும். முற்றிலும் சிங்கள மொழிச் சூழலிலேயே உள்ள திக்குவலை, மாதத்தறை, அம்பாந்தோட்டை ஆகிய பகுதிகளில் வாழ்கின்ற தமிழ் எழுத்தாளர்கள் தமது சூழலை மிகத் துல்லியமாகப் பதிவு செய்து வருகின்றார்கள்.

புத்தளம், நீர்கொழும்பு, சிலாபம், குருணாக்கல், காலி ஆகிய பகுதிகளிலிருந்து பிரமிப்பூட்டும் படைப்பிலக்கியங்கள் உருவாகின்றன. இவையாவும் ஒன்றாகச் சேர்ந்து வளம் பெற்றுள்ள ஈழத்து இலக்கியம், மேலும் பல சாதனைகளை ஏற்படுத்துவதற்கு இத்தகைய தொகுதிகள் சிறந்த பங்களிப்பைச் செய்ய முடியும்.

4. கையகராதிப் பதிப்பு வேறுபாடுகள்

(நெய்தல் ஆய்வு - ஏப்ரல் 2017)

A Manual Dictionary of the Tamil Language என்ற ஆங்கிலத் தலைப்புப் பெயருடன் அமெரிக்க மிஷனரியினால் யாழ்ப்பாணத்தில் வெளியிடப்பட்ட தமிழ்-தமிழ் அகராதியின் தமிழ்ப் பெயர் - **பெயரகராதி** ஆகும். இது 1842 இல் மானிப்பாயில் உள்ள அமெரிக்கன் மிஷன் அச்சுக்கூடத்தில் அச்சடிக்கப்பட்டது. இவ்வகராதியைக் **கையகராதி**(மனுவல் அகராதி), யாழ்ப்பாண அகராதி, மானிப்பாய் அகராதி, விரிவகராதி போன்ற

பல பெயர்களால் அழைக்கப்படும் வழக்கம் உள்ளது.

யாழ்ப்பாணத்தில் பணியாற்றிய மிஷனரிகள் பல்வேறு காரணங்களுக்காகத் தமிழ்-தமிழ், தமிழ்-ஆங்கிலம், ஆங்கிலம்-தமிழ் அகராதிகளை உருவாக்கத் தலைப்பட்டனர். இத்தமிழ்-தமிழ் அகராதியானது, உள்ளூர்த் தமிழ்ப் பண்டிதர்களின் துணையுடன், ஜோசப் நைற் (Joseph Knight) அவர்களால் தொடங்கப்பட்டு, லெவி ஸ்பால்டிங் (Levi Spaulding) அவர்களால் நிறைவு செய்யப்பட்டது. வெஸ்லியன் மிஷன் பீட்டர் பேர்சிவல் பாதிரியாரும் இவ்வகராதி உருவாக்கத்திற்கு உதவியுள்ளார். இவ்வகராதிப் பணியில் உள்ளூர்த் தமிழ்ப் புலமையாளர்கள் பலரும் பணியாற்றியுள்ளனர். கொழும்பைச் சேர்ந்த காபிரியேல் திசேரா, உடுவிலைச் சேர்ந்த சந்திரசேகர பண்டிதர், இருபாலையைச் சேர்ந்த சேனாதிராய முதலியார், அளவெட்டியைச் சேர்ந்த எவாட்ஸ் கனகசபாபிள்ளை, உடுவிலைச் சேர்ந்த மயில்வாகனன், நவாலியைச் சேர்ந்த வி.வயிரமுத்துப்பிள்ளை, சுவாமிநாதர் ஆகியோர் இதில் பங்கெடுத்துள்ளனர். அந்நாட்களில் உடுவில் பெண்கள் பாடசாலையில் கல்வி கற்ற மாணவிகளும் அகராதிச் சொற்களைப் படியெடுக்கும் பணியில் ஈடுபடுத்தப்பட்டுள்ளனர். இவ்வகராதித் திட்டத்தில் ஈடுபட்ட மிஷனறிகள் எழுதிய ஆரம்பகாலப் பதிவுகள்/குறிப்புகள் மேற்கூறிய தகவல்களைத் தருவதாக உள்ளன.

கையகராதியின்இருபிரதிகள்: கையகராதியின் இருவேறு பிரதிகளும் தமிழ் அகராதியியல் ஆய்வாளர்கள் மத்தியில் இன்னமும் பிரித்து உணரப்படாத நிலையே காணப்படுகிறது. உண்மையில் வேறு வேறான இரு பிரதிகள் உள்ளனவென்பதையே தமிழ் ஆய்வாளர்கள் பலரும் அறியவில்லை. 1865 முதல் 2016 வரையில் கையகராதித் தொடர்பில் காணப்படும், பதிவுகளினூடாகப் பிரதி வேறுபாடுகளைப் பேசுவதே இக்கட்டுரையின் நோக்கமாகும்.

1865 இல் John Murdoch அவர்கள் தனது Classified Catalogue of Tamil Printed Books என்ற நூற்றொகையில் 1849 இல் வெளியான களத்தூர் வேதகிரி முதலியார் அவர்களின் தொகைப்பெயர் விளக்கம் என்ற நூலிற்கான பதிவில் கையகராதியினை Tamil Dictionary **withadditions** என்றே குறிப்பிட்டுள்ளார். இதன் மூலம் மேலதிக சேர்க்கைகள் இல்லாத ஒரு தமிழ் அகராதி அதாவது கையகராதியின் பிறிதொரு பிரதி உள்ளதென்று கருதுவதற்கு இடம் தருவதாகக் கொள்ளலாம்.

1985 இல் மு.சண்முகம்பிள்ளை அவர்கள் தனது தமிழ்-தமிழ் அகரமுதலியின் முன்னுரையில் (பக்கம் 11) குறிப்பிடும் "இதில் பொருள், தொகை, தொடை அகராதிகள் இல்லை, ஆயினும் பின்னர் அச்சிட்டோர் சதுரகராதியில் உள்ளபடி அவற்றையும் அச்சிட்டுச் சேர்த்து இணைப்பாராயினர்" என்ற சொற்றொடரின் மூலம், கையகராதியில் ஒன்றுக்கு மேற்பட்ட பிரதிகள் உள்ளதைப் பூடகமாக அறிந்துகொள்ளமுடியும். மு.சண்முகம்பிள்ளை அவர்களைத் தவிர வேறெவரும் இந்த அளவிற்குக்கூட இதனை உணரவில்லை, வெளிப்படுத்தவில்லை.

2000 ஆண்டில் வெளியான கிரகரி ஜேம்ஸ் (Gregory James) அவர்களின் Colporul - A History of Tamil Dictionaries என்ற நூலானது 908 பக்கங்களைக் கொண்டது. தமிழ் ஆய்வாளர்கள் பலருக்கும் கிடைக்கப்பெறாத மூலங்களை இவர் பல்வேறு நாடுகளில் உள்ள நூலகங்களிற் பெற்று நூலில் இணைத்ததன் மூலம் அதனைக் கனதியாக்கியவர். இந்நூலில் மூன்று இடங்களில் காணப்படும் குறிப்புகள், கையகராதியின் பிரதி

வேறுபாடுகளைப் பக்க எண்ணிக்கையின் மூலம் தெளிவாக அறிந்துகொள்ள முடிகிறது.

1. page 163 - "The first edition of the dictionary has 58500 entries in three parts : பெயரகராதி (meanings), பொருளகராதி (synonyms), தொகையாகராதி (associatives) in **898 pages.**"

2. page 166 - " Spaulding also included some personal details which a bearing upon his lexicographical work : This is the short history of the two Dictionaries which have occupied my attention more or less during the last 3 years and 10 months of my missionary life. One purely Tamul of 771 **pages** & the other English and Tamul of about 860 pages in small type & in a large octavo size. "

3. page 186 - " Thus where finished these two dictionaries (one purely Tamul 771 **pages** and about 58500 words ; and the other English words with Tamul definitions of about 860 pages, both in small type in a large octavo size) in five years and three months"

மேலே காட்டப்பட்ட மூன்று குறிப்புகளில் முதலாவது - நூலாசிரியர் Gregory James அவர்களின் சொற்கள், மற்றைய இரண்டும் கையகராதியை உருவாக்கிய அமெரிக்க மிஷனரியைச் சேர்ந்த ஸ்பால்டிங், வின்ஸ்லோ ஆகியோரின் சொற்களாக உள்ளன. இதன்வழி அமெரிக்க மிஷனரிகள் தமிழ் அகராதியெனக் குறிப்பிடுவது 674 பக்கங்களில் உள்ள அகராதி என்ற பகுதியையும், 97 பக்கங்களில் உள்ள அனுபந்த அகராதி என்றபகுதியையும் சேர்த்து உள்ள 771 பக்கங்களில் அமைந்து, அண்ணளவாக 58500 சொற்களுக்குப் பொருள் கூறும் பெயரகராதியைத்தான்.

மேலும் அமெரிக்க மிஷனரிகள் தாங்கள் உருவாக்கிய தமிழ் அகராதி மூன்று பிரிவுகளைக் கொண்டது என்றவாறான குறிப்புகள் \ பதிவுகள் எதையும் கொடுக்கவில்லை என்பதையும் கவனத்திற்கொள்ளவேண்டும். கையகராதியின் பக்கங்களுக்கு எண் வழங்கப்பட்டுள்ள (அகராதி முதல் அனுபந்த அகராதி முடிவு வரைக்கும் தொடர்ச்சியான எண் தமிழில் உள்ளது.) முறையும் இதனை உறுதி செய்கிறது.

898 பக்கமுள்ள கையகராதியில் அதாவது மேலதிக பிற்சேர்க்கைகளுடன் கூடிய கையகராதியில், பிழை திருத்தத்திற்குப் பின்னரே இரண்டாவது - பொருளகராதி தொடங்குகிறது. அதன் பின்னர் மூன்றாவது - தொகையகராதி இடம்பெறுகிறது. இவ்விரண்டு பிரிவுகளுக்கும் மீண்டும் 1 முதல் பக்க எண் வழங்கப்பட்டுள்ளதையும் காணமுடிகிறது. இவ்விரு பிரிவுகளுக்கும் தனித்தனியான பாயிரப் பாடல்களும் உள்ளன.

கிரகரி ஜேம்ஸ் (Gregory James) அவர்கள், தமக்குக் கிடைத்த The American Board of Commissioners for Foreign Missions (ABCFM) குறிப்புகளில் காணப்படும் கையகராதி 771 பக்கங்களைக் கொண்டது என்ற தகவலைப் பார்வையிட்டபின்னரே கையகராதி 898 பக்கங்களைக் கொண்டது என்றும், 58500 சொற்களுக்குப் பொருள் கூறும் பதிவுகள் உள்ளனவென்றும் எழுதியுள்ளார்.

கிரகரி ஜேம்ஸ் (Gregory James) அவர்கள், குறித்த ஒரே கையகராதி எவ்வாறு 127 பக்கங்கள் வேறுபாடு கொள்ள முடியும் என்பதை அவதானிக்கவில்லை, ஆராயவில்லை.

ஸ்பால்டிங் அவர்களும் பின்னர் ஜோன் மார்டெக் அவர்களும் கையகராதி octavo (8vo) அளவுடையது என்பதைப் பதிவு செய்துள்ளார்கள், ஆனால் கிரகரி ஜேம்ஸ் அவர்கள் கையகராதியின் அளவு தொடர்பில் எதையும் கூறவில்லை.

மேலும் அவர் தனது நூலில் 162வது பக்கத்தில் குறிப்பிடும் "... which had been begun by Knight with the assistance of A.Chandrasekar Panditar of Uduvil, Senathiraya Mudaliyar and Vedagiri Mudaliar,...." என்ற வாசகமானது சென்னை களத்தூர் வேதகிரி முதலியார் அவர்கள், கையகராதித் திட்டத்தில் ஆரம்பம் முதலே பங்கெடுத்து, உதவியுள்ளார் என்ற பொருள்படும்படி கூறுவது அபத்தமானதொன்றாகும்.

உண்மையில் அமெரிக்க மிஷனரிகள் உருவாக்கிய 771 பக்கங்கள் கொண்ட, அ முதல் வௌ வரை முற்றிலும் ஒரே தொகுதியாக அமைத்து, உயிரெழுத்து, ஆய்தவெழுத்து, உயிர்மெய்யெழுத்து, மெய்யெழுத்து என்ற வரிசையில் தலைச்சொற்கள் ஒன்றன்பின் ஒன்றாய் அடுக்கப்பட்டு, அதாவது அ..., அஃகல்..., அகக்காழ்...., அகோரம்..., அக்கடி... என்றவாறான வரிசைப்படுத்தல் முறையுடன், அண்ணளவாக 58500 சொற்களுக்குப் பொருள்கூறும் கையகராதி உருவாக்கத்தில், சென்னை களத்தூர் வேதகிரி முதலியார் அவர்களின் பங்களிப்பு எதுவும் இல்லை. அவர் உதவியுடன் கையகராதி உருவாக்கப்படவில்லை.

நிகண்டுகளில் காணப்படும் பகுப்பாக்க முறையின் தொடர்ச்சியாகவே, தமிழின் முதல் அகராதியான சதுரகராதி உருவாக்கப்பட்டிருந்தது. அதில் காணப்பட்ட பெயரகராதி, பொருளகராதி, தொகையகராதி, தொடையகராதி என்ற நான்கு பிரிவுகள் காரணமாகவே சதுரகராதி என்ற பெயரும் அமைகிறது. இவ்வாறாகப் பல பிரிவுகளைக்கொண்ட நிகண்டுகள், பின்னர் நான்கு பிரிவுகளுடனான சதுரகராதியின் பயன்பாட்டில் நிறைவு கொண்டிருந்த தமிழ்ப் புலவர்களுக்கு, அ முதல் வௌ வரை முற்றிலும் ஒரே தொகுதியாக அமைந்த கையகராதி உவப்பானதாக இருந்திருக்கவில்லை, இதன் காரணமாகவே மேலதிக பிற்சேர்க்கைகள் கையகராதியில் இணைக்கப்படவேண்டிய நிலை வந்துள்ளது என்று எடுத்துக்கொள்ளலாம். அவ்வாறு மற்றிரு பிரிவுகளும் பிற்சேர்க்கைகளாக இணைக்கப்பட்டமையும் 1865 இற்குள் நிகழ்ந்துள்ளது.

இரண்டாவது பொருளகராதி என்பது 70 பக்கங்களுடன் கையகராதியின் மேலதிக பிற்சேர்க்கையாக உள்ளது. இது யாரால் தொகுக்கப்பட்டது என்பது பற்றிய செய்திகள் எங்கும் காணப்படவில்லை.

மூன்றாவதாகத் தொகையகராதி 31 பக்கங்களில் அமைகிறது. இதனை மதுரைக் கல்விச் சங்கத்தைச் சேர்ந்த களத்தூர் வேதகிரி முதலியார் அவர்கள் தொகுத்துள்ளார்கள். ஏற்கனவே நாம் கூறியபடி, 1865 இல் John Murdoch அவர்கள் தனது Classified Catalogue of Tamil Printed Books என்ற நூற்றொகையில் 1849இல் வெளியான களத்தூர் வேதகிரி முதலியார் அவர்களின் தொகைப்பெயர் விளக்கம் என்ற நூலிற்கான பதிவின் மூலமும், கையகராதியில் இடம் பெற்றுள்ள உடுவை நகர் முத்துக்குமாரர் சிதம்பரப்பிள்ளை (Williams Nevins) அவர்களால் எழுதப்பட்ட இருபத்துநான்குசீர்க்கழிநெடிலடி ஆசிரியவிருத்தம் மூலமும் உறுதியாகத் தெரிந்து கொள்ள முடிகிறது.

நெவின்ஸ் சிதம்பரப்பிள்ளை அவர்களின் ஆசிரியவிருத்தத்தின் பின்னிரு பாடல்களும், கையகராதி, அச்சடிக்கப்பட்ட பின்னர்தான், அனுபந்தமாக களத்தூர் வேதகிரி முதலியாரின் ஆக்கம் சேர்க்கப்பட்டது என்பதைப் பதிவு செய்கின்றன. இதில், முரணான விடயமும் ஒன்றுள்ளது. மேலதிக பிற்சேர்க்கைகள் இல்லாத கையகராதியிலும், நெவின்ஸ் சிதம்பரப்பிள்ளை அவர்களின் அதே ஆசிரியவிருத்தம் உள்ளது.

இது எவ்வாறு நிகழ்ந்திருக்கலாம் என்பதை ஒருவாறு ஊகித்தறியலாம்.

நெவின்ஸ் சிதம்பரப்பிள்ளை அவர்கள் வட்டுக்கோட்டை அமெரிக்க செமினரியின் மாணவர்களில் ஒருவர், 1838இல் கற்றுத் தேறியவர். வட்டுக்கோட்டையில் தொடங்கப்பட்ட ஆங்கில - தமிழ் அகராதித் தொகுப்பு வேலைகளில் வின்ஸ்லோ, ஸ்பாடிங்கு, ஹச்சிங்ஸ் ஆகியோர்களுக்கு உதவி செய்தவர்களில் இவரும் ஒருவர். இவர் சென்னைவரை சென்று இதில் ஈடுபட்டுள்ளார். வேதகிரி முதலியாரும் 1841இல், அமெரிக்க மிஷன் வெளியிட்ட உதயதாரகை இதழில் ஆக்கங்களை எழுதிய **தமிழகர்களில்** ஒருவர். இவ்வாறாக அமெரிக்க மிஷனரிகளுடன் நெருக்கத்தைப் பேணியவர்களாக இவர்கள் இருவரும் இருந்துள்ளார்கள். இதன் காரணமாக வேதகிரி முதலியார் அவர்களால் தொகுக்கப்பட்ட தொகையகராதி, கையகராதியுடன் அனுபந்தமாக இணைக்கபடவுள்ளதை முன் அறிந்தவராக நெவின்ஸ் சிதம்பரப்பிள்ளை இருந்திருக்க வாய்ப்புகள் அதிகம். இதன் காரணமாகவே இவ்விடயம் ஆசிரியவிருத்தத்தில் இடம்பெற்றிருக்கலாம் என்று கொள்ள இடம் உள்ளது. இஃது எனது அனுமானம் மட்டுமே, தவறாக இருப்பதற்கு வாய்ப்புகள் இல்லை என்று அறுதியாகக் கூறவில்லை.

1954இல் தூரன் அவர்களாற் தொகுக்கப்பட்ட கலைக்களஞ்சியத்தில் எஸ்.வையாபுரிப்பிள்ளை அவர்கள் எழுதிய அகராதி என்ற தலைப்பிலான கட்டுரையிலும், பாவலர் சரித்திர தீபகத்தினை ஆராய்சிக் குறிப்புகளுடன் 1975இல் பொன் பூலோகசிங்கம் அவர்கள் பதிப்பித்தபோது, ஆதிமூலமுதலியார் பற்றிய செய்திக்கு எழுதிய குறிப்பிலும், சென்னை களத்தூர் வேதகிரி முதலியார் ஓர் அனுபந்தம் எழுதினார் என்ற பதிவுகள் உண்டு. 1985இல் மு.சண்முகம்பிள்ளை அவர்கள் தனது தமிழ்-தமிழ் அகரமுதலியின் முன்னுரையில் இவ்வனுபந்த அகராதியில் ஏறத்தாள 6500 சொற்கள் காணப்படுகின்றன என்று மேலதிக தகவலைத் தந்துள்ளார்.

<u>பெயர், பொருள், தொகை என மூன்று பிரிவுகள் கொண்ட அகராதியென்றவர்கள்</u>

• 1865, John Murdoch, Classified Catalogue of Tamil Printed Books (Page 209)

Part I - பெயரகராதி **794pp**, /**Part II** - பொருளகராதி **70pp**,

Part III - தொகையகராதி **31pp**

• 1978, A.Dhamotharan, Tamil Dictionaries A Bibliography (Page 55) Three Parts, viz,

a) peyarakarati (meanings) - **771pp**, b) porulakarati (synonyms) - **70pp**,

c) tokaiyakarati (group-names) - **31pp**

- 2000, Gregory James, Col-porul - A History of Tamil Dictionaries (page 163)
- 2004 December, எச்.சித்திரபுத்திரன் & கு.ர.சரளா, Journal of Tamil Studies, தமிழ் ஒரு மொழி அகராதிகளின் வளர்ச்சிப் போக்கும் அமைப்பு மாற்றமும். (Page 57)
- 2014 ராஹிலா ஷியாத், **Kalam: International Journal of Faculty of Arts & Culture,** ஈழத்தில் தமிழ் அகராதி முயற்சிகள் ஒரு பார்வை (Page 54)
- 2016, முனைவர் கு.ர.சரளா, தமிழ் அகராதித் தொகுப்பு நெறிமுறைகள் (குறுந்திட்ட ஆய்வு) (Page 41)

மேற்கூறப்பட்டவை யாவும், கையகராதி - மூன்று பிரிவுகளைக் கொண்டது என்று நேரடியாக எழுதப்பட்டவையாகும். கையகராதியினை உருவாக்கிய அமெரிக்க மிஷனரியினர் வழங்கிய தமிழ்ப் பெயரான பெயரகராதி என்பதைக் கையகராதியின் ஒரு உட்பிரிவு என்பதாக ஆய்வாளர்கள் கட்டமைத்துக் கூறுவது விநோதமானது.

<u>பெயரகராதி என ஒரு பிரிவு கொண்ட அகராதியென்றவர்கள்</u>

- 1901, நா.கதிரைவேற்பிள்ளை, தமிழ்ப்பேரகராதி (Page 13, 14)
- 1909, L.D.Barnett & G.U.Pope, A Catalogue of the Tamil Books in the library of The British Museum (Page 84), பெயரகராதி **pp 771, xxii**

நா.கதிரைவேற்பிள்ளை அவர்கள் தனது தமிழ்ப் பேரகராதியின் இரண்டாம் பதிப்பின் பதிப்புரையில்,

என்று கூறும் மேற்கண்ட சொற்பதங்கள், கையாகராதியில் சொல், பொருள், தொகை போன்ற பிரிவுகள் இல்லையென்பதைக் கூறுவதாக உள்ளன.

ஆக, ஆய்வாளர்கள், கையகராதியின் குறித்த இரண்டு பிரதிகளையும் பார்வையிட்டால் மட்டுமே, இரு வேறுவேறான பிரதிகள் உள்ளனவென்பதை அறிந்துகொள்ள முடியும் என்ற நிலை இல்லை.

காலத்தால் முந்திய தமிழ் நூற்பட்டியலான 1865 - ஜோன் மர்டக் நூற்றொகையையும், 1909 - எல்.டி.பர்னாட், ஜி.யு,போப் அவர்களின் பிருத்தானிய அருங்காட்சியகத் தமிழ் நூற்பட்டியல் என்ற இரு நூற்றொகைகளைப் பார்வையிடும் அனைவருமே கையகராதியின் இருவேறு பிரதிகள் உள்ளன என்பதைத் தெளிவாக உணர முடியும். 1865 - 2016 இடைப்பட்ட 151 ஆண்டுகளில், இன்றுவரை, இப்பிரதிகள் இரண்டிற்கும் இடையில் உள்ள வேறுபாடுகளை எந்தவொரு ஆய்வாளரும் ஒப்பிட்டு எழுதவில்லை.

<u>நான்கு பிரிவுகளைக் கொண்ட அகராதியென்றவர்கள்</u>

- 1965, சுந்தர சண்முகனார், தமிழ் அகராதிக்கலை (Page 392)
- 1984, தா.வே.வீராசாமி, வாழ்வியற்களஞ்சியம் தொகுதி 1, கட்டுரைத் தலைப்பு - அகராதி (Page 73)
- 2012, புலோலியூர் வேல் நந்தகுமார், ஜீவநதி 2012 கார்த்திகை இதழ், தமிழில் அகராதிகளின் தோற்ற வளர்ச்சியும் ஈழத்தவர்களின் பங்களிப்பும் (Page 169)

மேற்கூறிய மூவரும் கையகராதியின் எந்தவொரு பிரதியையும் நேரடியாகப் பார்வையிடாமல் கட்டுரைகளை வரைந்துள்ளார்கள். சுந்தர சண்முகனாரின் தமிழ் அகராதிக்கலை

என்ற நூலானது, தமிழ் அகராதியியல் ஆய்வாளர்கள் அனைவருக்கும் மிகவும் அறிமுகமான ஒரு நூலாகும், இது பல பதிப்புகளைக் கண்டுள்ளது. இன்றும் கிடைக்கக்கூடியவாறு சென்னையில், இரண்டு பதிப்பகங்கள் இதனை வெளியிட்டு வருகின்றன. பின்னவர்கள் இருவரும் சுந்தர சண்முகனாரின் தமிழ் அகராதிக்கலையை ஆதாரமாக வைத்து கட்டுரைகளை எழுதியுள்ளார்கள் என்று நம்புவதற்கு இடமுள்ளது.

கையகராதியின் புதிய பதிப்பு - யாழ்ப்பாண அகராதி: 2005ஆம் ஆண்டு சென்னையில் உள்ள தமிழ்மண் பதிப்பகம் கையகராதியினை யாழ்ப்பாண அகராதி என்ற தலைப்புடன் வெளியிட்டிருந்தது. புதுப்பொலிவுடன் 163 ஆண்டுகளுக்குப் பின் 2005இல் மீண்டும் வெளிவருகிறது என்ற முன்னட்டை வாசகத்துடன் வெளிவந்துள்ளது. இலங்கையில் சேமமடு பதிப்பகம் இதனை வெளிட்டுள்ளது.

2005இல் தமிழ்மண் பதிப்பகம் வெளியிட்ட யாழ்ப்பாண அகராதியானது, மேலதிக பிற்சேர்க்கைகள் இல்லாத கையகராதியினை மூல ஆதாரமாகக் கொண்டுள்ளது. இப்புதிய பதிப்பில், 1842 பதிப்பில் காணப்படும் அகராதி என்ற தலைப்பிலான பக்கங்களில் உள்ள பகுதியும், அனுபந்த அகராதி என்ற தலைப்பிலான 97 பக்கங்களும் ஒருங்கிணைக்கப்பட்டுள்ளன. அதாவது அனுபந்த அகராதி என்ற பகுதியில் காணப்படும் சொற்கள் யாவும், அகரவரிசைப்படி உரிய இடங்களில் சேர்க்கப்பட்டு, அ முதல் ஞொள்ளுதல் வரையிலான சொற்கள், 483 பக்கங்களில் அமைந்த பகுதி 1 இலும், த முதல் - வௌவால் வரையிலான சொற்கள், 486 பக்கங்களில் அமைந்த பகுதி 2 இலும் அமைந்து, 1/8 தெம்மி அவளவிலான இரண்டு நூல்களாக வெளியிடப்பட்டுள்ளன. 1842 பதிப்பில், 22 பக்கங்களில் காணப்படும் பிழை திருத்தங்கள் இப்பதிப்பில் களையப்பட்டுள்ளன என்று முனைவர் கி.செயக்குமார் அவர்கள் எழுதியுள்ள குறிப்பு தெரிவிக்கிறது. யாழ்ப்பாண அகராதியில் தலைச்சொற்களைத் தடித்த எழுத்துடனும், தலைச்சொல்லையும் பொருள்விளக்கச் சொற்களையும் சிறு கோடு (-) ஒன்றின் மூலம் வேறுபடுத்தியும் தந்துள்ளார்கள்.

புதிய யாழ்ப்பாண அகராதியில், தமிழ் அகராதியியலில் துறைபோகிய நீண்டகாலச் செயற்பாட்டாளராகிய முனைவர் பா.ரா.சுப்பிரமணியன் அவர்களின் அறிமுகவுரையில், **"வேதகிரி முதலியார் யாழ்ப்பாண அகராதிக்கு உதவினார்"** என்ற வாசகமானது காணப்படுகிறது. இதனை, கிரகரி ஜேம்ஸ் அவர்களின் நூலில் இருந்து எடுத்து மேற்கோள் காட்டியுள்ளார். இதன் மூலம் முனைவர் பா.ரா.சுப்பிரமணியன் அவர்களும் கையகராதியின் பிரதி வேறுபாடுகளைத் தெரிந்திருக்கவில்லை என்பதை உறுதியாகத் தெரிந்துகொள்ளலாம். புதிய பதிப்பில் ஓரிரு இடங்களில் அகரவரிசை முறை மாறியுள்ளது என்பதையும் தனது அறிமுகவுரையில் கூறியுள்ளார்.

பொதுவாகத் தமிழ் அகராதித்துறையைச் சேர்ந்த அனைவரும் தமிழ் அகராதிகள் பற்றிக் கூறும் ஒரு சொல்லாடல் "சதுரகராதி மரபு" என்பதாகும். அதாவது நான்கு பிரிவுகளைக்கொண்ட அகராதிகளைச் சதுரகராதி மரபில் வந்த அகராதி எனச் சுட்டுவர். தமிழ் அகராதிகள் யாவற்றையும் இந்த அளவீடு கொண்டு பிரித்துப் பேசும், எழுதும் வழக்கமும் உள்ளது. தற்காலத் தமிழ் அகராதியியலாளர்கள் அனைவருமே, "**முற்றிலும் ஓரே தொகுதியாய் அமைந்து அகரவரிசையில் சொற்களுக்குப் பொருள் தரும் அகராதி, 1904இல் வந்த தமிழ்ச் சொல்லகராதி**" என்ற கருத்துடன் எழுதி வந்துள்ளதைக் காணலாம். இந்தவகையில்,

1937இல் இ.மா.கோபாலகிருஷ்ணக் கோன் அவர்கள் வெளியிட்ட மதுரைத் தமிழ்ப் பேரகராதியை, சந்தியா பதிப்பகம் மீண்டும் 2004இல் வெளியிட்டபோது, முனைவர் பா.ரா.சுப்பிரமணியன் அவர்கள் வழங்கிய முன்னுரையில், **சதுரகராதி மரபில் வந்த இறுதிக் கண்ணி** என்று மதுரைத் தமிழ்ப் பேராகராதியைச் சுட்டியுள்ளார். இந்நிலையில், முற்றிலும் ஒரே தொகுதியாய் அமைந்த புதிய பதிப்பு யாழ்ப்பாண அகராதியின் அச்சுக்குத் தயாரான (draft copy) பிரதியைப் பார்வையிட்டவரான முனைவர் பா.ரா.சுப்பிரமணியன் இந்த "சதுரகராதி மரபு" என்ற அளவீடு கொண்டு ஏன் அணுகவில்லையென்பது என்னை ஆச்சரியப்படுத்தும் விடயமாகும்.

கையகராதியின் புதிய பதிப்பு வெளிவரும்போது, கடந்தகாலத்தில் கையகராதி பற்றி எழுதப்பட்ட அத்தனை பதிவுகளையும் ஆராய்ந்து, கையகராதியில் காணப்படும் அகராதியியற் கூறுகளை ஆராய்ந்து, தமிழ் அகராதி வரலாற்றில் கையகராதி பெற்றிருந்த பெருமைகளைச் சிதைக்காது, ஒரு கனதியான முன்னுரை எழுதப்பட்டிருக்கவேண்டும், அது நிகழவில்லை. சூ.இன்னாசி அவர்கள் சதுகராதி ஆராய்ச்சி செய்தது போன்று, கையகராதி பற்றி ஆராய்ச்சிகள் செய்யப்படாமை கவலை தருவதாக அமைகிறது.

பதிப்புரையில் யாழ்ப்பாண அகராதியை வெளியிட்டவர்கள் "புதிய பொலிவோடும் மிகச்சிறந்த கட்டமைப்போடும் வெளிவருகிறது" என்று கூறினாலும், அவையாவும் யாழ்ப்பாண அகராதியை விற்பதற்கான விளம்பர வாசகமே.

உண்மையில் 2005இல் வெளியான யாழ்ப்பாண அகராதியில், அகராதியியற் கூறுகள் சிதைக்கப்பட்டுள்ளன என்று ஆணித்தரமாகக் கூறலாம். துறைபோகிய அகராதியியற் செயற்பாட்டாளர் எவரும் புதிய பதிப்பின் தயாரிப்பில் ஈடுபட்டிருக்கவில்லை. புத்தக வடிவமைப்பாளர்களும், மெய்ப்புத் திருத்துநர்களும் இணைந்து உருவாக்கிய பிரதியாகவே இது அமைந்துள்ளது. 1842இல் வெளியான கையகராதியில் இடம்பெற்ற அகராதியியல் உத்திகள் எவை என்பது இவர்களுக்குத் தெரியாத காரணத்தினால் இது இடம்பெற்றுள்ளது.

அறிமுக உரையில் முனைவர் பா.ரா.சுப்பிரமணியன் குறிப்பிடும் ஓரிரு இடங்களில் அகரவரிசை எவ்வாறு மாறியுள்ளது என்பதை நோக்குவோம்.

- புதிய பதிப்பு யாழ்ப்பாண அகராதியில், முதல் பக்கத்தில் **அகங்களித்தல்** என்னும் தலைச்சொல் இரண்டு தடவைகள் இடம்பெற்று இரண்டு பொருள்விளக்கங்களும் தரப்பட்டுள்ளன. இது 1842 பதிப்பில் அகராதி என்ற பகுதியில் ஒரு இடத்திலும் (பக்கம் 1), அனுபந்த அகராதி என்ற பகுதியில் ஒரு இடத்திலும் (பக்கம் 675) இடம் பெற்றிருந்தது. இதனை **அகங்களித்தல்** - மனமகிழ்தல், மனமதர்த்தல் என்று தருவதற்குப் பதிலாக இரண்டு இடங்களில் தலைச்சொல்லாகத் தந்து, பொருள்விளக்கங்களையும் தனித்தனியாகத் தந்துள்ளார்கள். இவ்வாறு சில இடங்களில் நிகழ்ந்துள்ளதை அவதானிக்கலாம்.

- 1842 பதிப்பில் அனுபந்த அகராதி பகுதியில் இடம்பெற்ற சொற்களை உரிய இடங்களில் இணைக்க முற்பட்டபோது, சில இடங்களில் தவறான இடத்தில் இணைத்ததினால் அகரவரிசை மாறி வரும் நிலை காணப்படுகிறது. எடுத்துக்காட்டு - **அதிலோகம், அதிவசனம்** ஆகிய இரண்டு தலைச்சொற்கள், இவ்விரு சொற்களும் அனுபந்த அகராதியில் பக்கம் 685 இல் இருந்து எடுத்துவரப்பட்டவை. இவ்விரு சொற்களும் புதிய பதிப்பில் பக்கம் 23 இல், அதிரோகம் - அதிர் ஆகிய இரண்டு சொற்களுக்கு இடையில் தவறாக இணைக்-

கப்பட்டுள்ளன. இவ்வாறு பல இடங்களில் நிகழ்ந்துள்ளது.

அடுத்து, கையகராதியின் 1842 பதிப்பில் காணப்பட்ட அகராதியியல் உத்தி அல்லது சிறப்புத் தன்மை, புதிய பதிப்பு யாழ்ப்பாண அகராதியில் எவ்வாறு சிதைக்கப்பட்டுள்ளது என்பதை நோக்குவோம்.

கையகராதியின் 1842 பதிப்பில், குறித்த ஒரு தலைச்சொல்லிற்கு ஒன்றுக்கு மேற்பட்ட பொருள்விளக்கச் சொற்கள் வருமிடங்கள் எல்லாம், பொருள் விளக்கச்சொற்களும் அகர-வரிசையில் அடுக்கப்பட்டுத் தரப்பட்டிருந்தன. அகராதிப் பகுதி, அனுபந்த அகராதிப் பகுதி ஆகிய இரண்டு இடங்களிலும் இந்த முறை பின்பற்றப்பட்டு இருப்பதைக் காணலாம்.

- அகம் - இடம், உள், தானியம், பள்ளம், பாவம், பூமி, மரப்பொது, மனம், வீடு (பக்கம் 1)
- அகம் - ஆன்மா, உபத்திரவம், ஏழனுருபு, ஓர் மரம், குணாகுணம், சூரியன், பாம்பு, மலை, வருத்தம் (பக்கம் 675)

இதனைப் புதிய பதிப்பில்: அகம் - இடம், உள், தானியம், பள்ளம், பாவம், பூமி, மரப்-பொது, மனம், வீடு, ஆன்மா, உபத்திரவம், ஏழனுருபு, ஓர் மரம், குணாகுணம், சூரியன், பாம்பு, மலை, வருத்தம் (பக்கம் 2)

என்று தந்துள்ளதன்மூலம், 1842இலிருந்து பேணப்பட்டுவந்த கையகராதியின் உத்தி, சிறப்புத்தன்மை சிதைக்கப்பட்டு அதன் பெருமை மழுங்கடிக்கப்படுகிறது.

இது உண்மையில்,

- அகம் - ஆன்மா, இடம், உபத்திரவம், உள், ஏழனுருபு, ஓர் மரம், குணாகுணம், சூரி-யன், தானியம், பள்ளம், பாம்பு, பாவம், பூமி, மரப்பொது, மலை, மனம், வருத்தம், வீடு

என்ற அகரவரிசையில் அடுக்கப்பட்டிருக்கவேண்டும். துறைபோகிய அகராதியியல் தொடர் செயற்பாட்டாளர் ஒருவர் மேற்பார்வை செய்து, யாழ்ப்பாண அகராதியின் புதிய பதிப்பு உருவாக்கப்பட்டிருப்பின் இத்தவறுகள் நிகழ்ந்திருக்கா.

1842 பதிப்பில் அகராதி, அனுபந்த அகராதி ஆகிய இரண்டு இடங்களிலும் இடம்பெற்ற தலைச்சொற்கள் அனைத்திலுமே, புதிய பதிப்பு யாழ்ப்பாண அகராதியில் பொருள்விளக்கச் சொற்கள் அகரவரிசையின்றித் தரப்பட்டுள்ளன. அடுத்து, 1842 பதிப்பில், 22 பக்கங்களில் காணப்படும் பிழை திருத்தங்கள் இப்பதிப்பில் களையப்பட்டுள்ளன என்று வெளியீட்டாளர்-கள் கூறியிருந்தாலும், அது முற்றிலுமாக உணர்ந்து செய்யப்படவில்லை என்பதைப் பின்வ-ரும் எடுக்காட்டுக்கள் மூலம் தெரிந்துகொள்ளலாம்.

1842 பதிப்பின் பிழைதிருத்தம் பக்கத்தின் முகப்பில் தரப்பட்டிருக்கும் குறிப்பு கவனத்தில் கொள்ளப்படவில்லை. அக்கரவிலக்கணம், அக்கினித்தம்பம், அசுவபரிட்சை, அத்திரப-ரிட்சை, அதிரிசயம், அலங்காரம், அவத்தைப்பிரயோகம் ஆகிய தலைச்சொற்களுக்குரிய பொருள்விளக்கச் சொற்றொடர் "கலைஞானமறுபத்தி<u>னான்</u>கினொன்று" என்று காணப்படும் இடங்களில் பிழை திருத்தப்படவில்லை.

1842 பதிப்பின் பிழைதிருத்தம் பகுதியில் தள்ளல் என்ற ஒரு பிரிவு உள்ளது. இது மேற்படி சொற்களை நீக்கவேண்டும் என்பதைக் கூறுவதாகும். இவ்வாறு தள்ளல் என்பதன் கீழ்த் தரப்பட்டிருக்கும் சொற்கள் யாவும் புதிய பதிப்பு யாழ்ப்பாண அகராதியில் நீக்கப்பட்-டிருக்கவேண்டும். ஆனால் அது முற்றிலும் நிகழவில்லை, சில பொருள்விளக்கச்சொற்கள்

நீக்கப்பட்டுள்ளன, ஆனால் அது தலைச்சொற்களைத் தள்ளல் என்று சுட்டப்பட்டபோதும், அவை நீக்கப்படவில்லை. **அத், அவனூதி, அவையவம், அவையவவுருவகம், அவையவியுருவகம், அழுக்கல், அனியமவுவமை, அனியாயம், அனீதர்** போன்ற தலைச்சொற்கள் நீக்கப்படவில்லை. இவ்வாறு பல சொற்கள் நீக்கப்படாமல் உள்ளன.

எடுத்துக்காட்டாக அ வரிசையில் உள்ளவற்றை நாம் பார்வையிட்டபோது இவை தென்பட்டன, இது ஒரு பதச்சோறு மட்டுமே. தற்காலத்தில் கிடைக்காத பழைய அரிய நூல்களைப் பதிப்பித்து வெளியிடுவது என்பது நல்லதுதான், ஆனால் அம்முயற்சியானது, கடந்த காலத்தில் குறித்த நூல் கொண்டிருந்த உட்கூறுகளையும், சிறப்புத் தன்மைகளையும் சிதைக்காது, அந்நூலின் கடந்தகாலப் பெருமை காப்பாற்றப்படும் நிலை பேணத்தக்கதாகவே அமையவேண்டும். அதிலும் உரைநடை நூல்களை விட, நோக்குநூல்களைப் புதிய பதிப்பாக வெளியிடும்போது மிக மிகக் கவனத்துடன் செய்தல் வேண்டும். பல முறை மெய்ப்புத் திருத்தங்கள் செய்யப்படல் வேண்டும். இவ்வாறு உணர்ந்து செய்யப்படும் வேலைகளைத் தமிழ்த் தொண்டாகக் கொண்டாடலாம், புகழ்ந்து போற்றலாம். அவ்வாறில்லாமல், அதிக தவறுகளுடன், பிரதியின் கடந்தகாலப் பெருமைகளைச் சிதைத்துச் செய்யப்படுபவை வியாபார நோக்கம் கொண்டவையாகவே கொள்ளப்படும்.

பிற்குறிப்பாகச் சில, மேலே கூறப்பட்டவை யாவும் 1842இல் வெளியான கையகராதி எது என்பது பற்றியே, கையாகராதியில் இருந்து பிற்காலத்தில் கிளைத்தவை பற்றியல்ல அவற்றைத் தனியாக பிறிதொரு இடத்தில் அலசலாம்.

5. பேர்சிவல்

பேர்சிவல் பாதிரியாரால் பதிப்பிக்கப்பட்ட தமிழ்ப் பழமொழிகள்
(Tamil Proverbs Compiled by Rev. Peter Percival)

மீள்பதிப்பின் முன்னுரை

"**திருட்டாந்த சங்கிரகம்**" என்ற தமிழ்த் தலைப்புடனும் "A Collection of Proverbs in Tamil with Their Translation In English" என்ற ஆங்கிலத் தலைப்புடனும் பேர்சிவல் பாதிரியாரால், 1843இல், யாழ்ப்பாணத்தில், அமெரிக்கன் மிஷன் வெளியீடாகத் தமிழ்ப் பழமொழிகள் அச்சில் கொண்டுவரப்பட்டது. திருட்டாந்த சங்கிரகம் என்பதைச் சுருக்கமான எடுத்துக்காட்டு என்று பொருள் கொள்ளலாம். அதுவரை காலமும் வாய்மொழி இலக்கியமாக தமிழ் மக்களிடம் புழக்கத்தில் இருந்து வந்த தமிழ்ப் பழமொழிகள் தொகுக்கப்பட்டு, ஒவ்வொரு பழமொழிக்கும் தனித்தனி எண் கொடுக்கப்பட்டு, முதல்முறையாக அச்சுவாகனமேறி நூல்வடிவம் பெற்றுள்ளது.

பேர்சிவல் பாதிரியார் தனது மறைதிருப்பணியை 1826ம் ஆண்டில் (Findlay, George G, Holdsworth William West, 1924, The history of the Wesleyan Methodist Missionary Society) திருகோணமலையில் தொடங்கியுள்ளார். பேர்சிவல் பாதிரியார் 1826இல் இலங்கைக்கு வருவதற்கு முன்னரே தமிழ் மொழியின் அடிப்படைகளைக் கற்றுக்கொண்டு வந்துள்ளதாகத் தனது முன்னுரையில்(1874) குறிப்பிடுகிறார். யாழ்ப்-

பாண அமெரிக்கன் மிஷனரியுடன் நெருக்கமான தொடர்புகளைக் கொண்டிருந்த பேர்சிவல் பாதிரியார், அமெரிக்கன் மிஷனறியைச் சேர்ந்த ஜோசப் நைற் (Joseph Knight) அவர்களால் தொடங்கப்பட்டு, லெவி ஸ்பால்டிங் (Levi Spaulding) அவர்களால் ஈழத்துத் தமிழ்ப் பண்டிதர்கள் துணையுடன் நிறைவு செய்யப்பட்ட A manual dictionary of the Tamil language என்ற கையகராதித்(மானிப்பாய் அகராதி/யாழ்ப்பாண அகராதி) தொகுப்பிலும் பங்குபற்றியுள்ளார். பேர்சிவல் பாதிரியார் ஈழத்திற்கு வந்து பத்தாண்டுகளிற்குள் தமிழ் மொழியில் நிறைந்த அறிவைப் பெற்றுக்கொண்டார். இதன் காரணமாகவே அவரால் கையகராதித் தொகுப்புப் பணியிலும், திருட்டாந்த சங்கிரகம் மொழிபெயர்ப்புப் பணியிலும் ஈடுபடமுடிந்துள்ளது.

1830-1832 இடைப்பட்ட காலத்தில் கல்கத்தாவில் பணியாற்றிய மூவாண்டு காலம் தவிர்த்து, 1826-1851 வரையில் அவர் ஈழத்தியிலேயே நிலைகொண்டிருந்துள்ளார். பருத்தித்துறை ஹாட்லிக் கல்லூரி, யாழ்ப்பாணம் மத்திய கல்லூரி, வேம்படி மகளிர் கல்லூரி ஆகிய கல்லூரிகள் ஆரம்பிக்கப்படக் காரணமானவர் பேர்சிவல் பாதிரியார். இக்கல்லூரிகள் தொடர்பான ஆவணங்களில் இவர் பற்றிய குறிப்புகள் தொடர்ச்சியாகப் பதிவாகியுள்ளன. 1842இல் யாழ்ப்பாணத்தில் கையகராதி வெளியிடப்பட்டது. அம்முயற்சியில் பேர்சிவலின் பங்களிப்பைப் பற்றிய பதிவுகள் American Board of Commissioners for Foreign Missions மூவாண்டுக் குறிப்பு ஆவணங்களில் பதிவாகியுள்ளன. யாழ்ப்பாண வைத்தியசாலை (இன்றைய யாழ்.போதனா வைத்தியசாலை) தோன்றுவதற்குக் காரணமான ஆபத்துதவிகள் சங்கத்தின் (Frind-in-need Society) தோற்றம் தொடர்பில் உதயதாரகைப் பத்திரிகைச் செய்தியிலும் பேர்சிவல் குறிப்பிடப்படுகிறார். John H Martyn அவர்களால் தொகுத்தளிக்கப்பட்ட Notes on Jaffna என்ற நூலிலும் பேர்சிவல் பற்றிய செய்திகள் உள்ளன. இவை யாவும் பீற்றர் பேர்சிவல் 1826-1851 ஆண்டுகளுக்கு இடைப்பட்ட 25 ஆண்டுகளில் 22 ஆண்டுகள் யாழ்ப்பாணத்தில் தங்கியிருந்து பணிபுரிந்துள்ளார் என்பதைத் தெளிவுபடுத்துகின்றன.

யாழ்ப்பாணத்தில் பேர்சிவல் பாதிரியார் மேற்கொண்ட கல்விப்பணிகளைப் பற்றி ஜெ.இராதாகிருஷ்ணன் பின்வருமாறு குறிப்பிடுகிறார்.

“கல்வி மதப்பிரச்சாரத்திற்கு அப்பாற்பட்டது, உயர்வானது எனப் பெர்சிவல் கருதினார். இதனால் தமது சபையினருடன் ஏற்பட்ட உராய்வில் 1851இல் அச்சபையுடனான உறவை முறித்துக்கொண்டு இலண்டன் சென்றுவிட்டார். எனினும் இவர் யாழ்ப்பாணத்தில் செய்த கல்விப்பணி தலைமுறை கடந்தும் பயன்தந்தது. 19ம் நூற்றாண்டில் ஈழத்தமிழ்ச் சமூகத்தை இலக்கிய நிலையாலும், சமூக நிலையாலும் மேம்படுத்தியது. விடுதலைக்குப் பிந்தைய சுதந்திர இலங்கையில்(1948) சிறுபான்மைத் தமிழ்ச் சமூகம் பெரும்பான்மையான சிங்களவர்களைவிட விரிவான கல்வியறிவும், பல்வேறு அரசு உயர்பதவிகளில் இருக்கவும் செய்தது. இந்நிலைப்பாட்டிற்கு, மேற்படி கிருத்துவ நிறுவனங்களின் பங்களிப்பும் டாக்டர் பெர்சிவலின் பங்களிப்பும் குறிப்பிடத்தக்கது.” (பக்கம் - 152)

“மதம் பரப்புவதற்காக வந்து, இந்திய-தமிழ் இலக்கியங்களில், பண்பாட்டில் தங்களைத் தொலைத்த பல்வேறு ஐரோப்பிய ஆளுமைகளுள் குறிப்பிடத்தக்கவராக விளங்கும் டாக்டர் பீட்டர் பெர்சிவல், பல நிலைகளில் தமிழியலில் தனது இருப்பை ஆழமாகப் பதிவுசெய்துள்-

ளார். அவற்றில் அறிந்தோ அறியாமலோ அவர் செய்த நன்மைகளில் குறிப்பிடத்தக்கது, ஆறுமுகநாவலர், சி.வை.தாமோதரம் பிள்ளை ஆகியோரின் தமிழக வருகைக்குக் காரண-மாக இருந்தமை. அவர்களிருவரின் ஆரம்பகால ஆளுமை உருவாக்கத்தில் இவரது பங்கு மிகவும் குறிப்பிடத்தக்கது. ஈழ அறிஞர்களின் மீதான மதிப்பு தமிழகத்தில் இவர் மூலமாகவே நிலைநிறுத்தப்பட்டது. பிற்காலத்தில் மேற்படி இருவரின் பதிப்புப் பணிகளுக்கும், ஆறுமுக-நாவலரின் சமயப்பரப்புரைக்கும் பெர்சிவலே ஒருவகையில் காரணமாக அமைந்துள்ளார்."

(2012, காஞ்சி:ஐரோப்பிய அமெரிக்கத் தமிழியல் அறிஞர்கள், பரிசல் வெளியீடு. பக்கம் - 159, 160)

பேர்சிவல் பாதிரியாரின் கல்விப்பணிகளால் நிரந்தர நன்மைகளைப் பெற்றவர்கள் யாழ்ப்-பாணத்தவர்களாவர். நாம் அவரது வழியில் தமிழியலுக்கு பணியாற்றவேண்டிய பாத்தியதை-யுள்ளவர்களாக இருக்கிறோம்.

1854 தொடக்கம் 1882இல் இறக்கும் வரை பீற்றர் பேர்சிவல் தமிழ்நாட்டில் நிரந்தரமா-கவே வாழ்ந்தார். சென்னைப் பல்கலைக்கழகத்தின் முதலாவது பதிவாளர் இவரே. மாநிலக்-கல்லூரியின் கீழைத்தேய மொழியியல் பேராசிரியராகவும் இவர் பணியாற்றியுள்ளார். அன்-றைய சென்னை மாகாண பொதுக்கல்வித்துறையின் ஆலோசகராகப் பணியாற்றுகையில் பொதுக்கல்வித்துறைக்கு பாடத்திட்டங்கள், வரைபடங்கள் தயாரித்துள்ளார். சென்னையில் வாழ்ந்த காலத்தில் தமிழ்-ஆங்கில, ஆங்கில-தமிழ் அகராதிகளையும் உருவாக்கியவர். சது-ரகராதி 1860ம் ஆண்டு பதிப்பிக்கப்பட்டபோது ஆலோசனைகள் வழங்கியுள்ளார். தின-வர்த்தமானியின் ஆசிரியராகவும் இவர் பணியாற்றியுள்ளார். இவ்வாறு பல்வேறு நிலைகளில் அவர் புரிந்த பணிகளைப் பற்றிய ஆவணப் பதிவுகள் உள்ளன.

திருட்டாந்த சங்கிரகம் தொகுத்தல் பணியை பீற்றர் பேர்சிவல் ஈழத்தில் வாழ்ந்தபோதே நிறைவேற்றினார். இதில் காணப்படும் பழமொழிகளில் பெரும்பான்மையானவை ஈழத்தில் வழக்கில் இருந்தவை என்று எடுத்துக்கொள்ளலாம். 1870 பழமொழிகளுடன் வெளியிடப்-பட்டஇந்த முதற் பதிப்பானது அதன் பின்னர் மீளவும் அதேவடிவில் அச்சில் கொண்டுவரப்-படவில்லை.

1851இல் ஈழத்தில் இருந்து இலண்டன் திரும்பிய பேர்சிவல் பாதிரியார் 1854இல் தமிழ-கம் சென்று தனது மறைதிருப்பணியைத் தொடர்ந்துள்ளார். சென்னையில் 1855இல் ஆரம்-பிக்கப்பட்ட தினவர்த்தமானி பத்திரிகையின் ஆசிரியர்ப்பணி, மறைதிருப்பணி என்பனவற்-றோடு பழமொழிகளைத் திரட்டும் வேலையை மீண்டும் தொடர்ந்துள்ளார். தினவர்த்தமானி பத்திரிகை அறிவிப்பினூடாக பொதுமக்களிடம் இருந்து பழமொழிகளைப் பெற்றுக்கொண்-டார்.

"Tamil Proverbs with their English Translation" என்ற ஆங்கிலத் தலைப்-புடன் தமிழ்ப் பழமொழித் தொகுப்பு பேர்சிவல் பாதிரியாரால் தினவர்த்தமானி வெளியீடாக 1874இல் பதிப்பிக்கப்பட்டுள்ளது. இதில் 6156 பழமொழிகள் இடம்பெற்றுள்ளன. 1843 பதிப்-பிற்கும் 1874 பதிப்பிற்கும் இடையிலான வேறுபாடுகள் இதுவரையில் எந்தவொரு ஆய்வா-ளராலும் ஆய்விற்கு உட்படுத்தப்படவில்லை.

பேர்சிவல் பாதிரியாரால் தொகுத்து வெளியிடப்பட்ட பழமொழித் தொகுப்புகளில் இடம்-பெற்றிருந்த குறைபாடுகள், விடுபடல்கள் பற்றிய தகவல்களை அவர் முன்னுரையில் (1874)

சுட்டிக்காட்டியுள்ளார். தமிழ்ப் பழமொழிகளுக்கான ஆங்கில விளக்கம் சிலவிடங்களில் மூலத்தின் உண்மைக்கருக்களிற்கு மிகவும் நெருங்கி வரவில்லையென்பதை அவர் உணர்ந்து வெளிப்படுத்தியுள்ளார். பழமொழிகளைப் போன்றே தோற்றம் தரும் நீதிவாசகங்கள், உவமைகள், திருக்குறளின் பகுதிகள், விடுகதைகள், வழக்காறுகள் இன்னபிறவற்றையும் அவர் பழமொழிகளாகக் கருதித் தொகுப்பில் இணைத்துள்ளார். 1850களில் நிலவிய அறிவார்ந்த நிலையை(intellectual level) எண்ணிப் பார்க்கும்போது, இதனை ஒரு குறையாக இன்று நாம் சொல்லமுடியாது, இவற்றைத் தொகுத்து ஆவணப்படுத்திப் பாதுகாத்தமைக்கு பேர்சிவல் பாதிரியாருக்கு நாம் நன்றி கூறவேண்டும்.

பேராசிரியர் கா.மீனாட்சிசுந்தரம் அவர்தம் ஐரோப்பியர் தமிழ்ப்பணி (2003, சென்னைப் பல்கலைக்கழக வெளியீடு) என்ற நூலில் பீற்றர் பேர்சிவல் கூறியவற்றின் நீட்சியாக அமையும் மேலதிக விளக்கங்களைத் தந்துள்ளார். சி.இளங்கோவின் பழமொழித் தொகுப்புகள் 1842-2000 என்ற நூலும்(2003, பல்கலைப் பதிப்பகம்), ஜெ.இராதாகிருஷ்ணனின் டாக்டர் பீட்டர் பெர்சிவல் என்ற தலைப்பிலான கட்டுரையும்(2012, காஞ்சி:ஐரோப்பிய அமெரிக்கத் தமிழியல் அறிஞர்கள், பரிசல் வெளியீடு) எமது கவனிப்பிற்குரியவை. இம்மூன்று ஆய்வாளர்களும் கூறியவற்றை மீளவும் கூறுவதைத் தவிர்த்து அவர்கள் மூவராலும் பேசப்படாதனவற்றையும் அவர்களுடைய தவறுகளையுமே நான் சுட்டிக்காட்ட விரும்புகிறேன்.

"Almost immediatly after my arrival in this country in 1826..." என்று பேர்சிவல் பாதிரியார் 1874இல் வெளியிட்ட இரண்டாம் பதிப்பின் முன்னுரையில் கூறுவதை, பேராசிரியர் கா.மீனாட்சிசுந்தரமும்(2003, பக்கம் 88), சி.இளங்கோவும்(2003, பக்கம் 31) மேற்கோள் காட்டியுள்ளனர். அம்மேற்கோள் தொடரை "பேர்சிவல் பாதிரியார் 1826இல் சென்னை வந்தடைந்தார்." என இருவரும் பொருள் கொள்கிறார்கள். ஆனால் பீற்றர் பேர்சிவல் "this country" எனக் குறிப்பது இலங்கையையே ஆகும். 1874இல், பிரிட்டிஷ் இந்தியாவின் பாகமாகவே இலங்கையும் கருதப்பட்டது. இதனை உணராதவர்களாய் இவர்கள் தவறாகப் பொருள்கொண்டனர்.

மேலும், பேராசிரியர் கா.மீனாட்சிசுந்தரம்(2003) அவர்கள் 1843இல் வெளியான முதற்பதிப்பைப் பார்வையிடவில்லை என்றே நாம் கருதுகிறோம், 1874இல் வெளியான இரண்டாவது பதிப்பைத்தான் அவர் பார்வையிட்டுள்ளார். ஏனெனில் 1874 பதிப்பு முன்னுரையில் பேர்சிவல் பாதிரியார் குறிப்பிடும் விடயங்களையே அச்சொட்டாக மீளவும் குறிப்பிடுகிறார். 1843 பதிப்பில் இடம்பெற்றுள்ள பழமொழிகள் 1870, ஆனால் இரண்டாம் பதிப்பு முன்னுரையில் பேர்சிவல் பாதிரியார் "nearly nineteen hundred" என்றே குறிப்பிடுகிறார், இதனைப் பேராசிரியர் கா.மீனாட்சிசுந்தரம்(2003, பக். 88) "... அவர் 1900 பழமொழிகளைத் திரட்டி..." என்று கூறுகிறார்.

அடுத்ததாக மேற்கூறிய மூவரும் பேர்சிவல் பாதிரியார் அவர்கள் தமிழ்ப் பழமொழிகளை அகரவரிசையில்(நெடுங்கணக்கு) தந்துள்ளார் என்று மட்டுமே சொல்கிறார்கள், ஆனால் அகரவரிசையின் தன்மையை இவர்கள் நுணுகிக் கவனிக்கவில்லை. 1843இல் வெளியான பதிப்பில் பழமொழிகளின் முதல் எழுத்து மட்டுமே கவனத்தில் கொள்ளப்பட்டு வரிசைப்படுத்தப்பட்டுள்ளது. (பார்க்க பின்னிணைப்பு - 2C, 2D), 1874இல் வெளியான இரண்டாம்

பதிப்பில் பழமொழியின் முதற்சொல்லின் அனைத்து எழுத்துகளும் கவனத்திற்கொள்ளப்பட்டு அகரவரிசைப்படுத்த முயன்றுள்ளார் (பார்க்க பின்னிணைப்பு - 3C, 3D). ஆனாலும் பல இடங்களில் வரிசைப்படுத்தலில் தவறுகள் இடம்பெற்றதைக் காணக்கூடியதாக உள்ளது.

மேனாட்டவர்களாற் தொகுக்கப்பட்ட தமிழ்ப் பழமொழித்தொகுப்புகள் மூன்றை ஒப்பிட்டு, அவற்றின் பரிணாமவளர்ச்சியைக் காட்டும் அட்டவணை ஒன்றை ஆய்வாளர் சி.இளங்கோ தனது நூலின் 50ஆம் பக்கத்தில் தந்துள்ளார். இதில் பேர்சிவல் பாதிரியாரின் 1843பதிப்பில் இருமுறை வந்த பழமொழிகள் எதுவும் இல்லை என்பதாக அவரது அட்டவணை சொல்கிறது. ஆனால் உண்மையில் பேர்சிவல் பாதிரியார் "ஏதாகுதல் பேசினால் அகப்பைச் சூனியம் வைப்பேன்.(325, 409)", "குருடனுக்கு வேண்டியது கண்.(676, 713)" ஆகிய இரண்டு பழமொழிகளைத் தனது 1843பதிப்பில் இரு இடங்களில் இணைத்துள்ளார். ஆய்வாளர் சி.இளங்கோ அவர்களினால் இதனைக் கண்டுபிடிக்கமுடியாமற் போனமைக்குக் காரணம் அவர் அகரவரிசைப்படுத்தலை நுணுகி ஆராயாது விட்டமையே. இவ்விரு பழமொழிகளும் அருகருகாக வரிசைப்படுத்தப்படாமல் வெவ்வேறு பக்கங்களில் இடம்பெற்றமையினால் சி.இளங்கோவின் பறவைப் பார்வைக்கு அகப்படவில்லை.

மேலும் பேர்சிவல் பாதிரியார் பயன்படுத்திய அகரவரிசை என்பது, முதலாவது தமிழ்-தமிழ் அகராதியான சதுரகராதியில் காணப்படும், வீரமாமுனிவர் என்று அறியப்பட்ட இத்தாலி நாட்டைச் சேர்ந்த பெஸ்கி அடிகளார் என்ற மேனாட்டவரால் அறிமுகப்படுத்தப்பட்ட தமிழகரவரிசை. இது உயிரெழுத்து, உயிர்மெய்யெழுத்து, மெய்யெழுத்து என்றவாறு உள்ள ஒரு வரிசைப்படுத்தல். இது தமிழ் மொழியின் மரபான அகரவரிசையல்ல, எனவே பேர்சிவல் பாதிரியாரால் 1843இல் யாழ்ப்பாணத்திலும், 1874இல் சென்னையிலும் வெளியிடப்பட்ட பழமொழித் தொகுப்புகள் இரண்டையும் ஒன்றிணைத்து, மரபார்ந்த தமிழகரவரிசைப்படுத்தலுடன் (பார்க்க - தமிழ் அகரவரிசை : மரபும் தவறுகளும். பக்கம் XXIX) நாம் இப்பதிப்பினை உருவாக்கியுள்ளோம்.

இவ்விடத்தில் பேர்சிவல் பாதிரியார் தொகுத்துப் பதிப்பித்தவற்றை, பிறிதானதொரு அகரவரிசைப்படுத்தலுடன் மீளவும் பதிப்பித்தல் மரபுமீறல் ஆகாதோ என்றும், ஏன் இரண்டு பதிப்புகளையும் ஒன்றிணைக்கவேண்டும் எனும் கேள்வியும் சிலருக்குத் தோன்றலாம்.

இதற்கான விடை - நோக்குநூல்கள் பல வகைப்படும். அகராதிகள், ஆய்வடங்கல்கள், கலைக்களஞ்சியங்கள், நூற்றொகைகள், தொகுப்புகள் ஆகியன நோக்குநூல்களில் மிக முக்கியமானவையாக கருதப்படுகின்றன. இந்நோக்குநூல்களில் தரவுகள் பொருண்மையின் அடிப்படையில், காலவரிசையில், எண்வரிசையில் அல்லது அகரவரிசையில் அடுக்கப்படும். ஏன் இவ்வாறு அடுக்கப்படுகின்றன என்பதற்குக் காரணம், நோக்குநூல்களில் அடுத்தடுத்துக் காணப்படும் தரவுகள் ஒவ்வொன்றும் தமக்குள் நேரடித் தொடர்புகளற்றவை.

நோக்குநூலான பழமொழித் தொகுப்பில், பழமொழிகளை அகரவரிசையில் அமைத்துத் தந்துள்ளார் பேர்சிவல் பாதிரியார். இது பொருண்மை அடிப்படையில் தொகுக்கப்பட்டதன்று. நூலில் அடுத்தடுத்துக் காணப்படும் பழமொழிகளும் ஒவ்வொன்றும் தமக்குள் நேரடித் தொடர்புகளற்றவை. இவற்றை மரபார்ந்த தமிழகரவரிசையில் அடுக்கித் தருவதில் எந்தவித பொருள் இழப்பும் ஏற்படப்போவதில்லை.

ஒருவரால் சேகரிக்கப்பட்டு வரிசைப்படுத்தப்பட்ட தரவுகள் வேறொருவரால் பிறிதொரு ஒழுங்கில் வரிசைப்படுத்தியமைக்கு முன் உதாரணங்கள் இருக்கின்றன. முதலாவது தமிழ்-தமிழ் அகராதியான சதுரகராதி ஓலைச்சுவடியில் இருந்து அச்சில் பதிப்பிக்கப்பட்டபோது, ஓலைச்சுவடியில் தொகுக்கப்பட்டிருந்த நிலையில் இருந்து முன்னேற்றங்கண்டு இன்று அச்-சில் கிடைக்கும் நிலைக்கு வந்துள்ளது. அச்சில் வெளியிட்ட பதிப்பாசிரியர்கள் தங்களுடைய தமிழ் அறிவின் துணைகொண்டு சதுரகராதியின் அச்சுப்பதிப்பில் மேம்படுத்தலைச் செய்-துள்ளார்கள். இதனைத் தமிழ் லெக்சிகன் முன்னுரையில் (1936) எஸ்.வையாபுரிப்பிள்ளை அவர்கள்

"In these editions, the several meanings of a word are arranged in alphabetical order; but the manuscripts do not support this arrangement." (பக்கம் XXXVII)

என்று பதிவு செய்துள்ளார். தமிழ் அகராதிக்கலை(1965) என்னும் நூலில் பேராசிரியர் சுந்தரசண்முகனார்

"ஆசிரியரால் ஒரு சொல்லுக்குரிய பொருள்களாகக் கொடுக்கப்பட்டிருக்கும் சொற்களை-யும் பதிப்பாசிரியர்கள் அகரவரிசைப்படுத்தியிருப்பதாகத் தெரிகிறது." (பக்கம் 379)

என்று பதிவு செய்துள்ளார்.சதுரகராதியின் ஓலைச்சுவடிப் பதிப்பு, அச்சுப் பதிப்பு ஆகிய-வற்றில் இருந்து தாரம், வரி என்ற இரண்டு சொற்களையும் அவற்றிற்கான பொருள்விளக்-கச் சொற்களையும் எடுத்துக்காட்டாக எஸ்.வையாபுரிப்பிள்ளை, சுந்தரசண்முகனார் ஆகிய இருவரும் தந்துள்ளார்கள். உலகத் தமிழாராய்ச்சி நிறுவனத்தினால் வெளியிடப்படும் தமிழி-யல் ஆய்விதழின் 45வது இதழில் (June 1994) தமிழ் அகராதிகளின் அகர வரிசையும் அமைப்பும் - முதல் மூன்று ஒரு மொழி அகராதிகள் என்ற தலைப்பில் முத்துசண்முகன் அவர்கள் எழுதியுள்ள ஆய்வுக் கட்டுரையில்

"இதனால் அடிகளார் தொகுத்த அகராதியின் உண்மை வடிவினைக் காண இயலாமற்-போயிற்று"

என்று ஆதங்கப்படுகிறார். இவ்வாறு ஆதங்கப்படுவதில் எமக்கு உடன்பாடில்லை, ஏனெ-னில் குறைபாடுகள் உள்ள ஒரு பதிப்பைவிட முன்னேற்றமான தவறில்லாத பதிப்பே பெரும்-பயன்தரும் ஒன்றாகுமல்லவா.

மேற்கூறப்பட்டவாறு சதுரகராதி அச்சுப் பதிப்பில் பின்பற்றப்பட்டதைப் போன்று இப்ப-திப்பில் நாம் மரபார்ந்த தமிழ் அகரவரிசையில் பழமொழிகளை வரிசைப்படுத்தியுள்ளோம். இது எந்தவிதத்திலும் மரபு மீறல் ஆகாது. **அகரவரிசைப்படுத்தலில்** பேர்சிவல் பாதிரியாரின் முதற் பதிப்பைவிட இரண்டாம் பதிப்பு முன்னேற்றமுடையது, அதுபோன்று இப்பதிப்பு 1874 பதிப்பைவிட முன்னேற்றமுடையது.

பேர்சிவல் பாதிரியாரின் பதிப்புகளில் பழமொழி ஒவ்வொன்றிற்கும் வழங்கப்பட்ட எண்-ணும், அப்பழமொழி எந்தப் பக்கத்தில் இடம்பெற்றதென்பதும், பதிப்பாண்டும் இப்பதிப்பில் பகர அடைப்பினுள் தரப்பட்டுள்ளது. பேர்சிவல் பாதிரியாரின் பதிப்பு உண்மை வடிவினைக் காண விரும்புவோர், பகர அடைப்பினுள் குறிப்பிடப்படும் எண்களின் அடிப்படையில் பழமொழிகளை வரிசையாக அடுக்குவதன்மூலம் கண்டடையலாம். 1843பதிப்பில் இருமுறை இடம்பெற்ற பழமொழிகள் இரண்டு. 1333, 1536 ஆகிய இரு எண்கள் தொகுப்பில் இடம்-

பெறவில்லை, 637 என்ற எண் இரண்டுமுறை இடம்பெற்றுள்ளது, இவ்வகையில் 1843 பதிப்பில் இடம்பெற்ற பழமொழிகள் 1870 ஆகும்.

அடுத்து, இரண்டு பதிப்புகளையும் ஏன் ஒன்றிணைத்தோம் என்பதற்கான விளக்கம். ஈழமும் தமிழகமும் கடலாற் பிரிக்கப்பட்டிருக்கும் இரு தமிழ் நிலங்கள். தமிழ் தாய்மொழியாக இருந்தாலும் இரண்டு இடங்களிலும் வெவ்வேறு வழக்காறுகளும், உச்சரிப்புகளும் காணப்படுகின்றன. பேர்சிவல் பாதிரியாரின் 1843 பதிப்பானது யாழ்ப்பாணத்துப் பதிப்பாகவும், 1874 பதிப்பானது தமிழகத்துப் பதிப்பாகவும், அந்நிலங்களின் முதற்பதிப்புகளாகவும் இருப்பதனால் இரு பதிப்புகளையும் ஒன்றிணைத்துப் பார்க்கும்போது 150 ஆண்டுகளுக்கு முன்னர் இரு தமிழ்நிலங்களிலும் நிலவிய வழக்காறுகளையும் அறிந்துகொள்ளும் வாய்ப்புக் கிடைக்கிறது. தவிரவும் முதற்பதிப்பில் தரப்பட்டிருந்த 1870 பழமொழிகளில் இருந்து 1765 பழமொழிகளுக்கு இரண்டாம் பதிப்பில் புதிய ஆங்கில மொழிபெயர்ப்பினைச் செய்துள்ளார் பேர்சிவல் பாதிரியார், இதனால் இருவேறுவிதமான மொழிபெயர்ப்பையும் ஓரிடமாகப் பார்க்கலாம்.

இப்புதிய பதிப்பை உருவாக்கத் தொடங்கிய காலத்தில், யாழ்ப்பாணத்துப் பதிப்பில் இடம் பெற்ற 90 விழுக்காடு பழமொழிகளுக்குப் பேர்சிவல் பாதிரியார் ஏன் மீண்டும் புதிய மொழிபெயர்ப்புகளைச் செய்தார் என்ற விடயம் எமக்குக் குழப்பம் தருவதாகவே இருந்தது. இந்நிலையில் பேர்சிவல் பாதிரியார் தொடர்பில் ஒருவர் முனைவர் பட்ட ஆய்வு மேற்கொண்டிருப்பதாக அறிந்து அவரைச் சென்னையில் சந்தித்து உரையாடினோம். பேர்சிவல் பாதிரியார் சேகரித்த தமிழ்ப் பழமொழிகளை ஓலைச்சுவடியில் பதிந்து வைத்திருந்ததாகவும், அவ்வோலைச் சுவடியை மதுரை இறையியல் கல்லூரியின் ஆவணக்காப்பகத்தில் இன்றும் வைத்திருக்கிறார்கள் என்பதையும் அவர்மூலம் அறிந்துகொண்டோம். யாழ்ப்பாணத்தில் இருந்து இலண்டன் சென்று தமிழகம் திரும்பிய பேர்சிவல் பாதிரியாரிடம் 1843இல் யாழ்ப்பாணத்தில் வெளியிட்ட திருட்டாந்த சங்கிரகம் புத்தக வடிவில் இருந்திருக்கவில்லைப் போலும், தமிழ் ஓலைச் சுவடியையே பாதுகாத்து வைத்திருந்திருக்கிறார். இதனாற்றான் அவரால் 1874பதிப்பு முன்னுரையில், யாழ்ப்பாணத்துப் பதிப்பில் இடம் பெற்றிருந்த பழமொழிகளின் எண்ணிக்கையைச் சரியாகச் சொல்லமுடியவில்லை, புதிய ஆங்கில மொழிபெயர்ப்புகளையும் செய்யவேண்டிய நிலையும் ஏற்பட்டிருக்கலாம் என்று நம்புவதற்கு இடமுள்ளது.

பேர்சிவல் பாதிரியார் யாழ்ப்பாணத்துப் பதிப்பில் பழமொழிகளுக்கு ஆங்கில மொழிபெயர்ப்பை மட்டுமே தந்துள்ளார், ஆனால் சென்னைப் பதிப்பில் பழமொழிகளுக்கு ஆங்கில மொழிபெயர்ப்புடன் மேலதிக விளக்கங்களையும், தொடர்புடைய நிகழ்வுகளையும் தருகிறார். 1874 பதிப்பில் உள்ள 6156 பழமொழிகளில் இருந்து 412 பழமொழிகளுக்கு மேலதிக விளக்கங்களையும், தொடர்புடைய நிகழ்வுகளையும் தந்துள்ளார், இதில் 232 பழமொழிகள் யாழ்ப்பாணத்துப் பதிப்பில் உள்ளவை. ஈழத்தில் அவர் முதன்முதலாக இறைபணி தொடங்கிய இடம் திருகோணமலை என்பது 1072ஆம் இலக்கப் பழமொழிக்குத் தரும் கூடுதல் விளக்கத்தில் உள்ளது.

பேர்சிவல் பாதிரியாரினால் 1874இல் வெளியிடப்பட்ட பதிப்பு இதுவரையில் 6 தடவைகள் இந்தியாவில் மீளவும் அச்சில் கொண்டுவரப்பட்டுள்ள விபரத்தைக் கீழே தரப்பட்ட அட்டவணை மூலம் அறிந்துகொள்ளலாம்.

1. 1877 - Tamil Proverbs with their English Translation.

Higginbotham and Co, Madras.

2. 1996 - Tamil Proverbs with their English Translation.(AES First Reprint)

Asian Educational Services, New Delhi.

3. 2001 - Tamil Proverbs with their English Translation.(AES Second Reprint)

Asian Educational Services, New Delhi.

4. 2002 - Tamil Proverbs with their English Translation.(AES Third Reprint)

Asian Educational Services, New Delhi.

5. 2010 - தமிழ்ப் பழமொழிகள் - வசந்தா பதிப்பகம், சென்னை.

6. (2019) Tamil Proverbs with their English Translation.

The Asian Publications,Royapettah, Chennai.

மேற்காட்டப்பட்டுள்ள பதிப்புகளில், யாழ்ப்பாணத்துப் பதிப்பில் காணப்பட்ட வடிவத்திலான பழமொழிகள் இடம்பெறவில்லை. ஓர் எடுத்துக்காட்டினை மட்டும் பதச்சோறாக இங்கு குறிப்பிடுவோம்,

சங்கு ஆயிரம் கொண்டு காசிக்கிப் போனாலும் தன் பாவம் தன்னோடே.

Though one carries a thousandconchsto Benares, his sin sticks to him.

[1874 Edition - Number:3057 / Page:287]

சங்காயிரங்கொண்டு வங்காளம்போனாலுந் தன்பாவந் தன்னோடே.

Though one freights his vessel with a thousand Chanks and sails to Bengal his own crimes will accompany him. [1843 Edition - Number:827 / Page:116]

இது நேரடிப்பொருள் தரும் ஒரு பழமொழி. யாழ்ப்பாணப் பதிப்பில் உள்ள '**வங்காளம்**' என்பது சென்னைப் பதிப்பில் '**காசி**'என்பதாக மாறுகிறது. 'வங்காளம்' ஏன் 'காசி'யாக மாறியதென்பதற்குப் பின்னால் சுவைமிகு சமூக வரலாறு ஒன்று உள்ளது.

உதயதாரகைப் பத்திரிகையில் 1841ம் ஆண்டு வெளியான புதினச் செய்திகளைக் கொண்டு இதனை விளக்கலாம்.

1841ம் ஆண்டு ஜூலை மாதம் 15ம் திகதி வெளியான உதயதாரகையில்

"காரதீவிலிருந்து கற்பிட்டிக்குப் போகவெண்ணின பயணக்காரர் மூன்றுபேரும் தவால்காரனுந் தோணி ஏறிப்போகையிலே காற்று எதிர்த்தடிக்க அந்த நாலுபேர்களுந் தொணியைப் பலனாகப் பிடித்திருந்தும் காற்றில் தோணி உலைவுகொண்டு அங்குமிங்கும் போகத் திரை எழும்பத் தவாற்காரன் கைவிட்டமிழ்ந்திறந்தான்."

என்ற புதினச் செய்தி பிரசுரமாகியுள்ளது. அன்றைய நாட்களில் நீண்ட தூரப் பயணம் என்பது கடற்பயணம் ஆகும் என்பதை இச்செய்தியின் மூலம் நாம் ஊகிக்கலாம். இலங்கையின் கிழக்குக்கரைக் காரைதீவில் இருந்து மேற்குக்கரைக் கற்பிட்டிக்குச் செல்வதற்கான பிரயாண வழியென்பதே கடல் மார்க்கமாகவே இருந்துள்ளபோது, இந்தியாவில் உள்ள காசிக்-

குப் போவதென்பதும் கடற்பயணமாகவே இருந்திருக்கும். காசிக்கு அண்மித்ததான கப்பல் வழியென்பது வங்காள தேசத்தினூடகவே அமையும்.

“பருத்தித்துறைக்கு அருகான வல்லுவட்டித்துறையிற் செய்யப்பட்டும், சங்கேற்றிக்கொண்டு வங்காளத்திற்கு முதற் பயணம் போனதும், (உாரு) தொன் (Ton) பாரங்கொண்டதுமான படவொன்று சிறிதுநாட்களுக்குமுன் அடித்த புசலினாற் சென்னபட்டணத்திற் செதப்பட்டுப்போயிற்று.”

ஈழத்தில் இருந்து வங்காளத்திற்கு கப்பல் மூலம் சங்கு வாணிபம் செய்யப்படுகிற ஒரு நிலையும் இருந்துள்ளதை 1841ம் ஆண்டு நவம்பர் மாதம் 18ம் திகதி உதயதாரகையில் வெளியான இச்செய்தி உறுதிப்படுத்துகிறது. இவ்விரு செய்திகளினூடாக யாழ்ப்பாணப் பதிப்பில் உள்ள மேற்குறித்த பழமொழியில் ‘வங்காளம்’ என்ற சொல் இடம்பெற்றது இயல்பானதென அறிந்துகொள்ளலாம். முதலிரு பதிப்புகளிலும் இடம்பெற்றவாறே பழமொழிகள் இப்பதிப்பிலும் இடம்பெறுகின்றன, அதாவது முதலிரு பதிப்புகளிலும் காணப்படுகிற தவறுகள் எதையும் திருத்துவதற்கு நாம் முயற்சிக்கவில்லை. இதனை நாம் ஒரு ஆவணப் பதிப்பாகவே செய்துள்ளோம், ஆய்வுப் பதிப்பல்ல.

பேர்சிவல் பாதிரியார் பழமொழிகளைத் தொகுத்தது வெளியிட்டது போன்று, ஈழத்தவர்கள் சிலரும் பிற்காலத்தில் பழமொழி நூல்களை வெளியிட்டுள்ளார்கள் என்ற செய்தியை சி.இளங்கோ தனது நூலில் பதிவு செய்துள்ளார். அவ்வாறு குறிப்பிடப்படும் வெளியீடுகள் பின்வருமாறு,

1. 1914 - பழமொழிப் போதனை - சி.ஆர்.சாஸ்திரி (பாடல் வடிவில்)

2. 1916 - பழமொழித் தீபிகை - நாவலர் அச்சுக்கூடம் - பருத்தித்துறை வே.ஆ.சிதம்பரப்பிள்ளை (160 பழமொழிகளுக்கு விளக்கம்)

3. 1932 - விவசாயம் பற்றிய பழமொழிகள் - சபாரத்தினசிங்கம்

தமிழில் வெளியான மிக முக்கியமான சில அகராதிகளின் தொகுப்பு முயற்சிகளிலும், பதிப்பு முயற்சிகளிலும் தோன்றாத்துணையாக உடன் நின்றவர் பேர்சிவல் பாதிரியார். ஆயினும் அவர் வெளியிட்ட பழமொழித் தொகுப்புகள் இரண்டும் அவரது சுயமுயற்சியின் அறுவடை. எனவே அவரால் தொகுத்து வெளியிடப்பட்ட தமிழ்ப் பழமொழித் தொகுப்புகளை இணைத்து மீளவும் வெளியிடும் நல்வாய்ப்பினைப் பெற்றமைக்காக மகிழ்ச்சியடைகிறோம்.

இம்முன்னுரையில் தொகுப்பியல், அகராதியியல் நோக்கில் எமது கருத்துக்கள் சிலவற்றைக் கூறியுள்ளோம். இம் மீள்பதிப்பு முயற்சியில் எம்முடன் இணைந்து பணியாற்றிய நண்பர் **அ.சிவஞானசீலன்** பழமொழிகள் தொடர்பில் நாட்டார் வழக்காற்றியல் நோக்கில் ஆய்வுக் கட்டுரையொன்றை எழுதி வழங்கியுள்ளார்கள். இத்தொகுப்புப் பணியில் உதவிய நண்பர் முத்தையா வெள்ளையன் அவர்களுக்கும், ஆங்கிலப் பகுதியைச் செவ்வை பார்த்து உதவிய ஹாட்லிக் கல்லூரியின் ஆங்கில ஆசிரியரான ச. சுந்தரமூர்த்தி அவர்களுக்கும், பக்க வடிவமைப்பில் உதவிய கலைச்செல்வன், சிறீனிராஜ், சடகோபன் ஆகியோருக்கும், பேர்சிவல் பாதிரியார் கோட்டோவியத்தினை வரைந்து தந்த சௌந்தருக்கும் எமது நன்றிகளைத் தெரிவித்துக்கொள்கிறோம்.

www.ingramcontent.com/pod-product-compliance
Lightning Source LLC
LaVergne TN
LVHW100138051026
849525LV00004B/1446
9798894982380